எல்லைக் கோடுகள்

மேதா தேஷ்முக் பாஸ்கரன்

தமிழில் : கார்த்திக் சுரேஷ்

நற்றிணை பதிப்பகம்

Ellai Kodugal, a Tamil Translation of the English Novel
Frontiers by Medha Deshmukh Bhaskaran

Copyright © Medha Deshmukh Bhaskaran 2017

First published in Penguin Books by Penguin Random House India, 2017

Translated into Tamil by Karthik Suresh

Tamil translation © Natrinai Pathippagam Pvt. Ltd.

First Edition: July 2021

Published by: Natrinai Pathippagam Pvt. Ltd.
No. 6/84, Mallan Ponnappan Street,
Triplicane, Chennai - 600 005.
natrinaipathippagam@gmail.com
www.natrinaibooks.com

Printed at:
Sai Thendral Printers,
Chennai - 600 005.

ISBN: 9788194 965985

Price: Rs. 680

மேதா தேஷ்முக் பாஸ்கரன்

நுண்ணுயிரியல் விஞ்ஞானியான மேதா தேஷ்முக் பாஸ்கரன், ஜெர்மனி, இந்தியா, ஐக்கிய அரபு நாடுகள் ஆகியவற்றிலுள்ள உணவு மற்றும் மருந்தியல் துறை நிறுவனங்களில் பணியாற்றி அவற்றின் விற்பனை, வணிக வளர்ச்சி தொடர் பான பொறுப்புக்களை வகித்தவர். இளம் வயது முதலாகவே மராத்தி, ஆங்கிலக்கவிதைகளில் ஈடுபாடு கொண்டிருந்தவர். இந்தியாவிலிருந்தும் வளைகுடா நாடுகளிலிருந்தும் வெளிவரும் முக்கியமான பலதரப்பட்ட நாளிதழ்களில் வெவ்வேறு தலைப்பு களில் கட்டுரைகளை எழுதியிருக்கிறார். மிக அதிக அளவில் விற்பனையான 'விதியோடு சவால்' (Challenging Destiny) என்னும் வீரசிவாஜியின் சுய சரிதை இவர் எழுதியிருப்பதே. மருந்துகள், மருந்தியல் துறை சார்ந்த 'வாழ்க்கையின் மருந்துச் சீட்டு' (Prescription of Life) என்ற இவரது புத்தகம் மே 2018இல் வெளிவந்தது. தற்போது முழுநேர எழுத்துப் பணியில் ஈடுபட்டிருக்கும் இவரது பொழுது போக்குகள் நீண்ட நடைப்பயணம், சமையல், விவ சாயம் ஆகியவை. 'எல்லைக் கோடுகள்' (Frontiers), இவரது முதல் நாவல்.

சமர்ப்பணம்

இந்திய விமானப்படையின் முன்னோடிகளில் ஒருவரும்,
நெருக்கடி நேரங்களில் துணிவோடு இருப்பதை
எனக்குக் கற்பித்தவருமான
என் மாமனாருமான
ஏர் கமோடர் எம்.பாஸ்கரன் பிவிஎஸ்எம்
அவர்களுக்கு

17 ஆம் நூற்றாண்டு இந்தியத் துணைக்கண்டத்தின் கொந்தளிப்பான ஒரு காலகட்டம். வட நாட்டில் மிக வேகமாக வளர்ச்சி பெற்றுவந்த முகலாயப் பேரரசுக்கு இந்து அரசர்கள் அடிபணிந்து நடந்து கொண்டிருந்தார்கள். தெற்குப்பகுதியிலும், தக்காணத்திலும் இருந்த இந்துமத நிலக்கிழார்கள் சர்வாதிகாரம் படைத்தவர்களாக இருந்தாலும் மத்திய ஆசியாவிலிருந்தும் அதற்கு அப்பாலிருந்தும் இந்தியாவுக்கு வந்த மூதாதையர்களின் வழித் தோன்றல்களான சக்திபடைத்த முஸ்லீம் அரசர்களுக்கு அவர்களும் கூட அடங்கி யிருக்க வேண்டியிருந்தது. கடற்கரையை ஒட்டியிருந்த தக்காணத்தின் பகுதியோ, அரசியல் பேராசை கொண்டவர்களும், தங்கள் தொழில் நுட்ப வளர்ச்சியால் வலிமையிலும் செல்வாக்கிலும் விரைவாக முன்னேறிக்கொண்டிருந்தவர்களுமான ஐரோப்பிய வணிகர்களால் நிரம்பி வழிந்து கொண்டிருந்து.

சிவாஜி போஸ்லே பிறந்தது அப்படி ஒரு காலகட்டத்தில் தான். ஒரு ஜாகீர்தாரின் மகனாகப் பிறந்த அவர், தன் முன்னோர்களின் அடிச்சுவட்டைப் பின்பற்றித் தானும் ஒரு ஜாகீர்தாராகவோ நில உடைமைக்காரராகவோ அதில்ஷாவின் அரசவையில் கௌரவமான ஒரு இடத்தைப்பெற வேண்டும் என்பதே அவரைக் குறித்த எதிர்பார்ப்பாக இருந்தது. அவருக்காக ஆயத்தம் செய்யப்பட்டிருந்த பாதை மிகவும் எளிதானது. அதில் அவர் ஆடம்பரமாக வாழ முடியும்; நன்கு பராமரிக்கப்பட்ட வலிமையான குதிரை'॥ ளை களை வைத்துக்கொள்ளவும், அவ்வப்போது போர்களில் ஈடுபட்டு மிகச் சிறந்த விருதுகளைப் பெறவும் முடியும். ஆனால் தன்னைச் சுற்றிலும் கொடுமையும் குரூரமும் மதப்பூசல்களும் நிறைந்திருப்பதையும், சர்வசாதாரணமாகப் பல படுகொலைகள் நிகழ்ந்து கொண்டிருப்பதையும். உயர்ந்த மனிதர்களும் கூட அற நெறி பிறழ்ந்து பேராசை

பிடித்த குருடர்களாய் இருப்பதையும் பொது மக்கள் அடிமைப் படுத்தப்பட்டு, அநாதரவாய் அல்லுறுவதையும் சிவாஜி கண்டார். அந்தக்காட்சிகள் அவரது பிறவி நோக்கத்தையே மாற்றி அமைத்தன. தன் நாட்டு மக்கள் விடுதலை பெறவும், மராட்டிய மண், சுதந்திர மான இந்து சாம்ராஜ்யமாக உருவாகவும் அவர் தன்னை அர்ப் பணித்துக்கொண்டார். முகலாயப்பேரசின் வாள் முனைகளும் ஆற்றல் மிக்க போர்ப்படைகளும் சிவாஜியின் கனவுகளின் மீது அவ்வப்போது நிழல்படரச்செய்து கொண்டே தான் இருந்தன. பல நூற்றாண்டுகளாக மாறி மாறி வரும் சூழ்ச்சிகள், போர்கள், வெற்றி தோல்விகள், வெற்றி பெற்றோரின் முழக்கங்கள் தோல்வியடைந் தோரின் மனமுடைந்த ஓலங்கள் ஆகியவை அன்றாட நிகழ்வுகளாக இடிபோல இறங்கிக்கொண்டேதான் இருந்தன.

தன் மக்களை விடுவிக்க வேண்டுமென்ற சிவாஜியின் கனவு, உலகின் பாதிப்பகுதிக்கு மேல் ஆக்கிரமித்து விட்டு ஐரோப்பாவின் கதவுகளையும் தட்டத் தொடங்கியிருந்த இஸ்லாமியர்களுக்கு ஒரு சவாலாக அமைந்து போயிற்று. புரட்சிக்காரன், கொள்ளைக்காரன், மறைந்திருந்து கொரில்லா போர் செய்யும் மலை எலி என்றெல்லாம் அவர்கள் அவரை அழைத்தனர். சிவாஜியின் வரலாறும் ஔரங்க சீப்பின் வரலாறும் வெகு சீக்கிரத்திலேயே ஒன்றோடொன்று பிணைந்து பிரிக்க முடியாதவையாகி விட்டன. சிவாஜியின் மிகச் சிறந்த தொலைநோக்குப்பார்வை, அவரை எதனாலும் தடைப் படுத்தப்பட முடியாதவராக மகத்தானவராக ஆக்கி விட்டது. ஆயுதங்களாலும் பீரங்கிகளாலும் அந்தப்புயலைக் கட்டுப்படுத்த இயலவில்லை.

ஆனால்..உண்மையில் சிவாஜி என்பவர் யார்? அவர் ஒரு அற்பமான கொள்ளைக்காரரா, அல்லது கெட்டிக்காரத் தளபதியா? பதவிப் பசி கொண்டு அலையும் மனிதரா அல்லது பிரகாசமான எதிர்காலத்தைக் குறித்த தீர்க்க தரிசனப்பார்வை உடையவரா? ஒரு புது யுகத்துக்கு அடித்தளமிட்டவரா..அல்லது வரலாற்றின் நீண்ட பக்கங்களில் ஒரு அடிக்குறிப்பாக மட்டுமே ஒட்டிக்கொண்டிருப்ப வரா? சிவாஜியை சிலர் தத்துவ ஞானியைப் போன்ற அரசர் என்று சொல்ல வேறு சிலரோ அவர் மிகப் பெரிய கொள்ளைக்காரர் என்கின்றனர். மகாராஷ்டிரத்தைப்பொறுத்தவரை அவர் கடவுளுக்கு அடுத்த இடத்திலேதான் போற்றப்பட்டு வருகிறார்.

நான் மேற்கொண்டிருந்த ஆய்வு சிவாஜி வாழ்க்கையின் பல பக்கங்களுக்குள் என்னைக்கூட்டிச்சென்றது. இந்தியாவின் இளம் தலைமுறை, தன் மிகச்சிறந்த மூதாதையர் ஒருவரைப்பற்றி இன்னும் சரியாக அறிந்து கொண்டிருக்கவில்லை என்பதை நான் உணர்ந்து

கொண்டேன். உண்மைக் கதையின் அடிப்படையிலான இந்த நாவலில் எந்த முன்னொட்டோ பின்னொட்டோ இல்லாமல் சிவாஜி என்று மட்டுமே அவரது பெயர் குறிப்பிடப்பட்டிருப்பதன் காரணம், இந்தக்கதை அவரது பதின் பருவத்தில் தொடங்குவ தால்தான். உண்மையில் மகாராஜா சத்ரபதி சிவாஜி யார் என்று இன்னும் கூடத் தெரியாமல் வியந்து பார்த்துக் கொண்டிருக்கும் மக்களுக்கு அவர் யாரென்பதை வெளிக்காட்டுவதே என் நோக்கம்.

'ஸ்ரீமான் யோகி' என்ற தலைப்பில் சிவாஜி பற்றி ரஞ்சித் தேசாய் எழுதிய புகழ்பெற்ற மராத்தி நாவலுக்கு நர்கர் குருண்ட்கர் எழுதியிருந்த அணிந்துரையை என் ஆய்வின்போது பார்க்க நேர்ந்தது. சிவாஜி தன்னளவில் எப்படி இருந்தார் என்று காட்டுவது மட்டுமே அவரைப் பற்றிய முழுமையான சித்திரமாகி விடாது என்றும் சிறியவனோ பெரியவனோ தன் எதிரிகளை அவர் எவ்வாறு எதிர்கொண்டார் என்று காட்டுவதே சரியானது என்றும் அவர் அதில் அழுத்தமாக வலியுறுத்தி இருந்தார். அதுவே இந்தப் புத்த கத்தை எழுதும் சிந்தனையையும் இதன் இரண்டாவது நாயகனாக ஔரங்கசீப்பை முன்னிறுத்தும் எண்ணத்தையும் ஏற்படுத்தியது. இந்தப்படைப்பு, வரலாற்றை அடிப்படையாகக் கொண்டிருந்தாலும் கற்பனையாக எழுதப்பட்ட நாவல் மட்டுமே. கடந்த பதினெட்டு வருடங்களாகக் கற்றுக்கொண்டதிலிருந்து நான் பெற்றவைகளை இணைத்துக்கொள்ளவும், என்ன வகையான சம்பவங்கள் நடந்திருக்கும், அவர்கள் என்ன பேசியிருப்பார்கள், எப்படியெல்லாம் போர் செய்திருப்பார்கள் என்று ஊகித்து எழுதவும் கற்பனைப் புனைவே தகுந்த வெளியை எனக்கு அமைத்துத் தந்தது.

இந்துஸ்தானத்தின் குருதியில் குளித்தபடியே தொடர்ந்து முகலாயப் பேரரசனாகிக்கொண்டு வருபவனாக இந்தப்படைப் பில் காட்டப்படும் ஔரங்கசீப், இந்திய வரலாற்றின் புரியாத புதிர்களில் முக்கியமானவன். அவனை வெறும் ஜிகாதி என்பதா, அல்லது போர்த்தந்திரம் மிக்கவன் என்பதா? ஆக்ராவில் அதிகாரப் பதவியில் இருந்தவர்கள் அவனுக்கு எதிராக சதித்திட்டம் தீட்டியது எப்படி? ஷாஜகானின் முதல் மகனான தாராஷிகோ அடுத்த பேரரசனாகக்கூடுமோ என்று முகலாய அரசவையிலிருந்த பிரபுக்கள் பயந்து கொண்டிருந்து ஏன்? இஸ்லாம் மதத்தின் தத்துவங்களையும் கோட்பாடுகளையும் தனக்கே உரித்தான தனிப்பட்ட பார்வையோடு அணுகுமாறு ஔரங்கசீப்பைத் தூண்டியதுதான் எது? அவன் அறிவிலியான போர்வெறி கொண்டவனா, அல்லது தன் கூர்மை யான கவிதைகள் வழியே தத்துவங்களை வெளிப்படுத்திய இலக்கிய மேதையா? அவனது நோக்கம்தான் என்ன... அவனது செயல்பாடு

எதை இலக்காகக்கொண்டது? இந்தியத் துணைக்கண்டத்தின் இதயத்தையும் ஆன்மாவையும் உருக்குலைத்துப்போடக்கூடிய அளவுக்கு அவன் ஆற்றல் பெற்றிருந்தானா? தன் சகோதரர்களையும் இந்து மக்களையும்..ஏன் தன் நம்பிக்கைக்கு எதிராக சவால் விடும் குரல் எந்த ஒருவரையும் வீழ்த்தி மாய்க்கும் அறிவில்லாத ஒரு கொலைகாரன் மட்டும்தானா அவன்?

மதக்கலவரம் என்று மட்டுமே சுருக்க முடியாதபடி விரிந்த தளத்தில் அமைந்திருப்பது சிவாஜி நிகழ்த்திய போர். இந்தியத் துணைக்கண்டத்தின் உள்ளிருக்கும் ஆன்மாவைக் குறிவைத்து வேறுபட்ட பார்வைகள் கொண்டோர்க்கிடையில் நடந்த யுத்தம் அது. மனிதகுலத்தின் அடிப்படையான நாகரிகத்தின் மீது சிவாஜி வைத்திருந்த அசைக்க முடியாத நம்பிக்கை அவரது வாழ்க்கை முழுவதும் இழையோடியபடி முற்றிலும் வேறான அவரது செயல்பாடுகளை ஒருங்கிணைக்கும் சரடாக விளங்கியிருக்கிறது.

வரலாறு என்பது, வெவ்வேறு நூல்களில் வெவ்வேறாய்த் தோற்றம் தருகிறது. 17 ஆம் நூற்றாண்டின் வரலாற்றை ஆராய்வ தென்பது ஒரு மகத்தான பெரும்பணி. அதற்காக நான் பல கோட்டைகொத்தளங்களுக்குப் போய் வந்தேன்; பல வரைபடங் களை நுட்பமாய் ஆராய்ந்தேன். துணைநூல்களாக எனக்கு உதவிய சில புத்தகங்களின் ஆசிரியர்களோடு கருத்துப் பரிமாற்றங்களும் செய்து கொண்டேன். இந்தக் கதைக்கான ஏகபோக உரிமையை என்னால் மட்டுமே கொண்டாட இயலாது என்பதை நான் அறிந் திருக்கிறேன். மிகுந்த அர்ப்பணிப்பு உணர்வோடிருக்கும் சில நல்ல மனிதர்களை இந்தப்பயணத்தில் நான் எதிர்ப்பட்டேன். அவர்களின் துணை இன்றி இந்தக் கதையை என்னால் எழுதியிருக்க முடியாது. அவர்களிடமிருந்து அறிந்தவைகளை வைத்து உள்ளார்ந்த ஈடுபாட் டோடும், ஆத்மார்த்தமாகவும் முயற்சி செய்தபடி, அவற்றின் அடிப் படையில் சிவாஜியின் வரலாறு எப்படி இருந்திருக்கும் என்பதை முழுமையாகச் சொல்லாவிட்டாலும் ஓரளவாவது மறு ஆக்கம் செய்திருக்கிறேன்.

ஷாஜகானும் ஔரங்கசீப்பும் அரபு மொழியில் எழுதிய கவிதை களின் ஆங்கில மொழியாக்கங்கள் சர் ஜாதுநாத் சர்கார் எழுதிய பல நூல்களிலிருந்து எடுக்கப்பட்டவை. அவற்றில் ஒரு சில வரிகளை நான் மாற்றி அமைத்திருக்கிறேன். மராத்தி மொழியில் எழுதிய சில சாதுக்களின் கவிதைகளை நானே ஆங்கிலத்தில் மொழிபெயர்த் திருக்கிறேன்..

நிகழ்ந்தது

1648

புரந்தர் மலைச்சரிவுகளுக்கு மேலே உயர்ந்து நிற்கும் கண்டாகடா சிகரத்தின் உச்சியிலிருக்கும் பிரம்மாண்டமான அந்தப் பாறைக்கு மேலே பிரகாசமான நிலவு அந்த மங்கலான வானத்தில் மிதப்பதைப் போல நகர்ந்து கொண்டிருந்தது. சிவாஜி போஸ்லே தன் கண்களைச் சுருக்கியபடி மலையின் அடிவாரத்தைக் கூர்ந்து நோக்கினார். மலையடிவாரத்தின் இருளைக் கிழித்தபடி ஆங்காங்கு தீப்பந்தங்கள் ஒளிர்ந்து கொண்டிருந்தன. கிழக்கிலிருந்து வந்த ஆதில்ஷாஹி சுல்தானின் குதிரைப்படை இம்மலையின் வடக்குப் பகுதியை அடையக் காத்துநிற்கிறது. அவர்களின் தளபதி ஃபத்தே கான் தன் மீது கடும் வெறியில் இருக்கிறார் என்பதை சிவாஜி அறிவார். அங்கிருக்கும் படைகளைப் பார்த்தவரையில், கான் தனது இரண்டாயிரம் வீரர்களை மலைமீது ஏவுவார் என்று தோன்றுகிறது. ஆனால் சிவாஜி அதுகுறித்து கவலைப்படவில்லை. சுல்தானின் ஆயுதம் ஏந்திய அந்தக் குதிரைப்படை வீரர்கள் சிறிய குன்றுகள் மீது ஏறும் பயிற்சியினைக் கூடப் பெற்றிருக்கவில்லை. மலைப் பாதைகளைக் கடந்து செல்லும் துடிப்பான குதிரைகளே கூட, இந்த மலையின் மீது ஏறப் பயனற்றவை. அவ்வாறு இருக்கையில், இந்தக் குதிரைகள் எந்த ஒன்றிற்கும் பயனளிக்கப் போவதில்லை. எதிரி களுக்கு இம்மலைமீது காலாட்படையாக ஏறி வருவதைத் தவிர வேறு வழி ஏதும் இல்லை.

அதுதவிர, புரந்தர் மலை மற்ற பகுதிகளை விட மிகவும் இருண்ட பகுதியாகவும் உள்ளது, அடர்த்தியான அந்தப்பசுமையே நிலவொளியை உள்வாங்கிவிடுவதால், வனம் அவ்வெளிச்சத்தைப் பிரதிபலிக்கவில்லை. மலைக் கோட்டையால் காக்கப்பட்டு பாதுகாப் பாக மேலே அமர்ந்திருக்கும் ஒரு எதிரி மீது தாக்குதலை நடத்த அடிவாரத்திலிருந்து ஏறிவருவது என்பது கண்டிப்பாக ஒரு தற்கொலை முயற்சியேதான். ஆனால் மியூஸ் கான் தனது தளபதி

ஃபத்தே கான் அளித்த உத்திரவாதத்தை நம்பி இதைச் செய்யத் துணிந்திருக்கிறார். மேலும் அவரது இராணுவ வலிமையை நிரூபிக்க அவர் இதை ஒரு வாய்ப்பாகவும் எண்ணிக்கொண்டிருக்கிறார்.

'மெல்ல நகருங்கள்! தீவட்டிகளை அணையுங்கள்! நாங்கள் மேலே செல்கிறோம்!' மியூஸ் கான் உரக்க உத்திரவிட்டபடி முன் சென்றார். அவருடைய வீரர்கள் தங்கள் குதிரைகளை மலையின் அடிவாரத்தில் விட்டுவிட்டு ஏறத் துவங்கினர். மியூஸ் கானைப் பொறுத்தவரை, இது ஒரு ஆபத்தான படையெடுப்புதான் என்றாலும் அதற்கிணையாகவே மிகவும் மதிப்பு வாய்ந்த ஒன்றும் கூட. சிவாஜி இப்பகுதியில் உள்ள சில மலைக் கோட்டைகளைச் சட்டவிரோத மாகக் கைப்பற்றியுள்ளான். மியூஸ் கான் சிவாஜியை வென்று, அவர்களின் மன்னர் முகமது ஆதில் ஷாவின் நீதிமன்றத்தில் அவரை உயிருடன் ஒப்படைக்க முடிந்தால், அவருக்கு ஜாகீர் உள்ளிட்ட பட்டங்கள் வழங்கப்படும். அவரது வாழ்க்கையே அத னால் மாறிவிடும்.

இப்பகுதி முகமது ஆதில் ஷாவுக்குச் சொந்தமானது, மற்றும் மலைக் கோட்டைகள் அவரது ராஜ்ஜியத்தின் இராணுவ கோட் டைகளாகவும் விளங்கின. மன்னருக்குச் சேவை செய்யும் குடும் பத்தைச் சேர்ந்த ஒருவன் கிளர்ச்சியாளனாக மாறி அவரது பகுதி களையே கைப்பற்றியிருக்கிறான். அவனிடமிருந்துதான் மியூஸ் கான் தனது ராஜாவின் நிலப்பரப்பை மீட்டெடுக்க வந்துள்ளார். ஆரம் பத்தில் இந்தப் படையெடுப்பு சிவாஜிக்கு ஒரு பாடம் கற்பிக்க வேண்டும் என்றும் அவனுக்கு அவனுடைய இடம் என்ன என்பதைக் காண் பிக்க வேண்டும் என்பதையுமே நோக்கமாகக் கொண்டிருந்தது.

'அந்தச் சிறுவனுக்கு கொஞ்சம் நமது புஜபலத்தைக் காட்டு, அவன் மண்டியிட்டுவிடுவான்; அவன் வெறும் பதினெட்டு வயதுச் சிறுவன்!' என்றுதான் ஆதில் ஷா அரசமன்றத்தில் அறிவித்திருந் தார், ஆனால் அந்தப்பையனோ அவரது அகங்காரத்தைச் சீண்டிப் பார்த்துவிட்டான். புரந்தர் மலையின் கிழக்கே சற்றுத் தொலைவில் அவர் தனது முகாம்களை அமைத்தபோது, சிவாஜியின் குதிரைப் படை அவர்களைத் தாக்கியது, முதலில் அவர்களின் கூடாரங் களைத் தாக்கி, பின்னர் அவர்களின் தகவல் தொடர்புகளையும் நாசப்படுத்தி அவர்களை முற்றிலும் துண்டித்துவிட்டது. சரக்கு வண்டிகளில் வண்டியோட்டியாக வந்து பதுங்கிக் காத்திருந்த சிவாஜியின் வீரர்கள் ஆதில் ஷாஹியின் குதிரைப்படை வீரர் களைக் கொன்றனர், பின்னர் விலங்குகளைக் காடுகளுக்குள் ஓட்டிச் சென்றனர். அடுத்த ஒரு வாரத்திலிருந்து, அவர்கள் இன்னும் தைரிய மானவர்களாக ஆகிவிட்டனர், மேலும் பிரதான முகாமின்

ஓரங்களையும் தாக்கத் தொடங்கினர். தாக்கிய பின்னர் விரைவாகக் காடுகளுக்குள் நுழைந்து பதுங்கியும் கொண்டனர்.

மியூஸ் கான் இந்தப் படையெடுப்பில் உள்ள தடைகள் அனைத்தையுமே அறிந்தவர்தான். ஆனால் அதுவே தன் மன வுறுதியைக் குலைக்க அனுமதிக்காதும் பார்த்துக்கொண்டார். அவர் ஒரு தேர்ந்த குதிரைப்படை வீரராகப் பயிற்சி பெற்றவர் மற்றும் உடலைச்சுற்றிக் கவசமும் அணிந்துள்ளார். ஆனால் அந்தக் கவசம் திடீரென்று கனமாக இருப்பதுபோல் அவருக்குத் தோன்றியது. அவரது முதுகில் கட்டப்பட்டக் கேடயமும் மிகவும் கனமாகி வருகிறது. தட்டையான சமவெளிகளுக்கு மிகவும் பொருத்தமான அவரது செருப்புகள், இங்கு நழுவி, முழங்கால்களை நிலத்தில் முட்டிக்கொள்ளச் செய்கின்றன, ஒரு முறை அல்ல, இரண்டு முறை அல்ல, பல முறை மீண்டும் மீண்டும் இவ்வாறே நிகழ்கிறது. மலைப்பாதையைச் சுற்றியும் ஆழமான சரிவுகள் சூழ்ந்துள்ளன; சில இடங்களில் அதுகூட இல்லாமல் செங்குத்தான கடும் பள்ளங் களே உள்ளன. தனக்குப் பின்னால், தனது வீரர்கள் ஏறமுடியாமல் சோர்வுடனும் சீற்றத்துடனும் முனகுவதை அவர் கேட்டார். ஒருகணத்தில் திடீரென்று அனைவரும் தத்தமது இடங்களில் தடம் மாறாமல் அப்படியே நின்றனர். எங்கிருந்தோ விறுவிறுவென ஒரு முரசொலி புறப்பட்டது. அதை அந்த மலையுமே நடுக்கத்துடன் எதிரொலிக்கத் துவங்கியது. காற்றைக் கிழித்தபடி அம்புகள் பாய்வதையும் அவரது ஆட்களில் சிலர் அலறுவதையும் ஒன்றன் பின் ஒன்றாக அவர் கேட்கத் துவங்கினார். பலர் தரையில் வீழ்ந்தனர்; அவர்களில் பெரும்பான்மையானோர் இறந்திருக்கலாம் என்றும் அவர் அஞ்சினார். அவர் திகைத்து நின்ற அக்கணத்தில் ஒரு அம்பு அவரைக் கடந்து செல்ல, அதன் அடிப்பாகம் அவரது தலைக்கவசத்தை உரசியது. மியூஸ் கான் நடுங்கியபடி நின்றார். முரசொலிகள் திடீரென ஆரம்பித்த வேகத்தில் அப்படியே நின்று, மலைப்பகுதியை ஒரு விசித்திரமான அமைதிப்படுகுழியில் வீசின. அந்த அமைதி அவரை இன்னும் நிலைகுலைய வைத்தது. திகைத்துப் போன அவர், ஒரு தெளிவான காட்சியைக் காண ஏதுவாக, தனக்கு மேலே உள்ள கிளைகளைப் பற்றிக்கொண்டு பக்கவாட்டில் நகர்ந்து கோட்டையினுடைய கோபுரங்களின் பயங்கரமான வெளிப்புறத்தைக் கண்டபடி நின்றார். தடைபட்ட முரசுகள் மீண்டும் ஒலிக்கத் துவங்கின. மியூஸ் கான், அங்கு மனிதர்களின் நிழல்கள் விரைவாக நகர்வதைக் கவனித்தபடியே, ஒரு குன்றிலிருந்து கீழே குதித்து அம்மலையில் பள்ளத்தாக்குகள் அதிகம் இல்லாத ஒரு பகுதிக்குள் விரைந்தார்.

சிவாஜி தனது வில்வீரர்கள் கோட்டையிலிருந்து அம்புகள் எய்வதை நிறுத்திவிட்டு, மலைக்கு இறங்கத் தொடங்கும்படி உத்தரவிட்டிருந்தார். கோட்டையை அடைவதற்குள் எதிரிகளைத் தடுத்து நிறுத்துமாறு அவர்களுக்கு உத்தரவு. அவர் உச்சியிலிருந்து அனைத்தையும் கவனித்துக் கொண்டிருந்தார். அவரது ஆட்கள் பினி என்ற பெயர் கொண்ட அந்த நுழைவாயில் வழியாக வெளி யேறுகின்றனர். வெளியேறும்போது, அந்தக் காட்டுடன் அப்படியே ஒன்றிணைந்து, மரங்களின் ஊடாக இருண்ட நிழலுருவங்களாக நகர்கின்றனர். அந்த வீரர்களில், சிவாஜியின் பழமையான வீரர் களில் ஒருவரான அறுபது வயது பசல்கரும் ஒருவர். நிழலுருவங்கள் வாயில் வழியாக சறுக்கியபடி இறங்கின. அவர்களின் அசைவுகள் கருமையான நீரில் விரைவாகவும் அமைதியாகவும் நீந்திச்செல்லும் ஒரு கருநாகத்தின் அசைவை ஒத்திருக்கின்றன. அவர்களில் பெரும்பாலோர் விவசாயிகள், மாடுமேய்ப்பவர்கள், முடிதிருத்துப வர்கள், செருப்பு தைப்பவர்கள் மற்றும் தச்சர்கள். அனைவரும் மரக் கட்டைகளுடனோ, கத்தி, ஆணி மற்றும் சுத்தியல்களுடனோ வேலை செய்யப் பிறந்தவர்கள்.

மலைச்சரிவுகளில், சிவாஜியின் வீரர்களில் ஒருவரான காவ்ஜி தனது ஈட்டியைத் தயார் செய்து காத்திருந்தார். அவரும் ஒரு சில வீரர்களும் மரங்களில் மறைந்திருக்கும் பினி வாயிலைத் தாண்டி தரையில் ஊர்ந்தபடி காத்திருந்தனர். எதிரிகள் சிவாஜி இருக்கும் கோட்டையை அடைய பினி வாயில் வழியாகத்தான் ஏறிச் செல்ல வேண்டும். வாயில் அருகே வருபவர்களைக் கொன்று அவர்கள் மேலே செல்வதைத் தடுக்க வேண்டியது காவ்ஜியின் பொறுப்பு.

தனது செவிகளைத் தாண்டிச் சென்ற அம்பிலிருந்து தப்பித்த மியூஸ் கான், வெல்வோம் அல்லது வீழ்வோம் என்று முடிவு செய்து எழுவதற்குள், அவர் முன்னிருந்த ஒரு மரத்தின் பின்னால் இருந்து ஒரு நிழல் வெளிப்பட்டது. மியூஸ் கான் அங்கு ஒரு மனிதனின் இருப்பை உணர்ந்து, முதுகில் இருந்த கேடயத்தை எடுக்கிறார். ஆனால் அதற்குள் காலம் பிந்திவிட்டிருக்கிறது. தன் கண்முன் காற்றில் எழுந்து வரும் ஒரு ஈட்டிமுனையைக் கண்டவர் உடனே பெருவலியோடு தூக்கி எறியப்பட்டார். அது அவரைப் பின்னால் தள்ளிக் கீழே வீழ்த்தியது. உச்சக்கட்ட வேகத்துடன் செலுத்தப்பட்ட அந்த ஈட்டியின் நேரான பாய்ச்சல், அவரது கவசத்தின் உலோக இணைப்புகள் வழியாகத் துளைத்துச் சென்று, அவரது விலா எலும்புகளை உடைத்துவிட்டது. அவர் தனது கவசத்தையும் வாளை யும் தரையில் வைத்துக் கொண்டு துழாவினார். பற்களைக் கடித்த படி, ஆற்றலைத் திரட்டிக் கொண்டு ஈட்டியின் தண்டுப் பகுதியைப்

தனது இரு கைகளிலும் பிடித்து, அதன் கூர்மையான இரும்புத் தலையை மார்பிலிருந்து வெளியேற்றினார். சூடான இரத்தம் வெளியேறுகிறது. அவர் தன் வாளைப் பிடித்தவாறு எழுந்து நடுங்கியபடி நின்றார். அவரால் சுவாசிக்க இயலவில்லை. தனது நுரையீரலையே இது துளைத்துவிட்டதோ என்று சந்தேகிக்கிறார். ஒரு கடும் வசையை உதிர்த்தபடி எழுந்து நின்று எதிரியின் வீச்சை எதிர் கொள்ளத் தயாராகிறார். மியூஸ் கானால் இப்போது அந்த மனிதனைக் காணமுடிகிறது அவர் தனது உறையிலிருந்து வாளை வெளியே எடுக்கிறார்.

காவ்ஜி, மியூஸ் கானின் வலிமையைக் கண்டு வியந்தபடியே, தனது வாளின் கைப்பிடியை இரண்டு கைகளாலும் பிடித்துக் கொண்டார். அவர் இப்போது உயரத்தில் இருக்கிறார். போரில் நாம் இருக்கும் இடத்தின் அனுகூலம் என்பதும் உண்டு. மியூஸ் கானுக்கு ஆற்றல் இழந்து கீழே நிற்கும் தன்னால் தனது வாளைச் சுழற்றுவது முற்றிலும் இயலாத ஒன்றாகவே தோன்றுகிறது. அந்தக் கணத்தில் காவ்ஜியின் வாள் அவரது கழுத்துக்கும் தோளெலும் பிற்கும் இடையில் துளைக்க முழு சக்தியுடன் இறங்கியது, உடலின் இந்தப்பாகம் மட்டும் கவசத்தால் பாதுகாக்கப்படவில்லை. மியூஸ் கான் சரிந்தார். சுல்தான் படையின் மீதமுள்ள வீரர்கள் ஓடிப் போவதைக் காவ்ஜி கண்டார். அப்பொழுது தனக்குப் பழக்கமான ஒரு குரலையும் அவர் கேட்டார். எங்கோ அப்பால், மரங்கள் வழியாக, பசல்கர், 'ஹர ஹர மகாதேவ்!' என கர்ஜிப்பது அவர் செவிகளில் விழுந்தது. அவர் சிவபெருமானின் வலிமையைப் பாடிய படி, எதிரிகளை வேட்டையாடக் கீழே ஓடுகிறார். அறுபது வயதான போர்வீரனின் அவ்வார்த்தைகள் காவ்ஜியின் இரத்தத்தில் போர் வெறியை இன்னும் கிளர்ந்தெழச் செய்தன. அவர் அந்த இறந்த மனிதனின் கழுத்திலிருந்து தனது வாளை உருவி வெளியே எடுத்து, காற்றில் சுழற்றி வானில் உயர்த்திப் பிடித்தபடி, தனது படைவீரர் களுடன் சேர மலையிலிருந்து ஓடத்துவங்கினார்.

அபாஜி கட்ஜூம் அவரது நூறு வீரர்களும் பினி வாயில் அருகே உள்ள மரங்களில் ஒளிந்துகொண்டு, அவர்களைச் சுற்றி எழும் கோஷங்களைக் கேட்டபடி நின்றனர். அங்கிருந்து தப்பி ஓடும் தன் தோழர்களுடன் சேர அவர்கள் விரும்பவில்லை. சிவாஜி போஸ்லே இறக்கும் வரை போராடுவதாகத்தான் கட்ஜ் சபதம் எடுத்திருக்கிறார், மேலும் மியூஸ் கானுக்கும் அதையே தனது வாக்குறுதியாக அளித்துள்ளார். சிவாஜியின் ஆட்கள் மலைச்சரிவி லிருந்து மறைந்து போவதை அவர் கவனித்தார். அந்தத் துரோகியை அழைத்துச் செல்ல இதுவே உகந்த நேரம். சிவாஜி போஸ்லே இந்த

மண்ணைச் சேர்ந்த ஒரு சாதாரணக் குடிமகன். அவரைப் போன்ற ஒரு இந்து, ஆனால் அவனோ ஒரு சுல்தானைப்போல வாழ விரும்புகிறான். மராட்டிய குடிகள் முஸ்லீம் மன்னர்களுக்குக் கீழ்ப்படிய வேண்டும் என்று கூறும் முன்னோர்களின் நெறி முறையை எதிர்த்துச் சவால் செய்வது எத்தகையதொரு பாவமான செயல்? அவர் தன்னைப் பின்தொடருமாறு தனது ஆட்களிடம் சைகை காட்டிவிட்டு ஏறத் துவங்கினார். அவர்கள் சில தப்படிகள் தான் எடுத்து வைத்திருந்தார்கள். அப்பொழுது ஏதோ உருண்டு வரும் ஒரு ஒலி அவர்களைத் தலையை உயர்த்திப் பார்க்கவைத்தது. ஒரு பெரிய பாறாங்கல் தன்னை நோக்கி உருண்டு வருவதை கட்ஜ் கண்டார். அவர் அதன் வழியை விட்டு விலகுவதற்கு முன்பே, அது அவர் மீது மோதியது. தூக்கிவீசப்பட்ட அவர் ஒரு பள்ளத்தை நோக்கிப் பறந்து விழுந்தார். அவருக்கு அருகிலேயே அந்தப் பாறாங் கல்லும் விழுந்து நொறுங்கியது. அவர் தனது நாவில் இரத்தத்தின் உலோகச் சுவையையும் வாய்க்குள் உடைந்து விழுந்த பற்களையும் உணர்ந்தார். கட்ஜின் உடல் முழுதும் கடுமையான ஒரு வலி பரவியது. அவர் எதையாவது காண எண்ணி தன் கண்களைத் திறந்து நோக்கினார். ஆனால் அங்கு இருள் மட்டுமே இருந்தது.

அத்தியாயம் ஒன்று

1

இரவு நேர வானம் தெளிவாக இருந்தது. வளர்பிறைச் சந்திரன் மங்கலான ஒளியைச் சுற்றுப்புறத்தில் பரவச் செய்திருந்தது. குத்புஷாஹி (கோல்கொண்டா) அரசின் தலைநகரான ஹைதராபாத் முகலாயப் படையினரால் சூழப்பட்டிருந்தது. ஔரங்கசீப்பின் மூத்த மகனான ஷாஸதா முகம்மது சுல்தான், மீர்ஜும்லாவுடன் அந்நகரத்தைக் கண்காணித்தபடி நின்றிருந்தான். அவனுடைய யானை, கடலில் மிதக்கும் கப்பலைப்போல் அப்படியும் இப்படியுமாய் அசைந்தபடி இருந்தது. தன் கவசத்துக்குக் கீழே கம்பளிச் சட்டை அணிந்திருந்தும் கிழக்குத் தக்காணத்தின் மலைப்பகுதியில் வீசும் கடுங்குளிர்காற்றில் அவனுக்கு நடுக்கமெடுத்தது. குளிர் பருவம் ஒருவாறு முடிந்த மாதிரிதான், ஆனாலும் குளிர் சுல்தானின் எலும்புகளை ஊடுருவியது. எனினும் அவன் ஹைதராபாத்தையும், அதன் கட்டிடங்களின் மீதுள்ள உருண்டை வடிவிலான கூரைகளையும், உயரமான ஒடுங்கிய கோபுரங்களையும் வியந்து நோக்குவதில் மும்முரமாக இருந்தான்.

நகரத்தைக் கூர்ந்து ஆராய்ந்தபடி இருந்தாலும், தற்போது முகலாய சாம்ராஜ்யத்தின், தக்காண நிலப் பகுதிகளுக்கு சுபேதாராக இருக்கும் தன் தந்தை ஔரங்கசீப்பை பற்றியே சுல்தான் எண்ணிக் கொண்டிருந்தான். அவர், பேரரசர் ஷாஜஹானின் நான்கு மகன்களில் மூன்றாவது மகன். சமீபகாலமாகவே சுல்தானின் தந்தை ஒரே சிந்தனையில்தான் இருந்து வந்தார். அது தெற்கில் சுயேச்சையாய் இயங்கிக்கொண்டிருந்த இஸ்லாமிய அரசுகளை விழுங்கிவிட வேண்டும் என்பதுதான். அவை முகலாயப் பேரரசுக்கு அடங்கிய சிற்றரசுகளாக இருப்பதைவிடப் பேரரசின் மாகாணங்களாகி விட வேண்டும் என்பதே அவருடைய விருப்பம்.

அரபியில் 'சன்னி' என்றால் அண்ணல்நபி(ஸல்) அவர்களின் மரபுகளைப் பின்பற்றுகிறவர் என்று பொருள். 'சன்னி'கள் ஆளப்

பிறந்தவர்கள் என்று தன் தந்தை உறுதிபடத் தெரிவிப்பதை முகம்மது சுல்தான் பலமுறை கேட்டிருக்கிறான். வெறும் முஸ்லீமாக இருப்பதைவிட சன்னியாக இருப்பது நூறுமடங்குமேல் என்கிற பெருமிதம் அதில் தொனிக்கும். இறைத்தூதர் இயற்கை எய்திய பின் இஸ்லாம் இரண்டு பிரிவுகளாய்ப் பிளவுண்டது. இரண்டு பிரிவினரும் மாறுபட்ட கருத்துடையவராய் ஒருவரை ஒருவர் சகித்துக் கொள்ள முடியாத அளவுக்குக் கோபம் கொண்டனர். அண்ணலின் தோழரான அபு பக்கர், தம்மை இஸ்லாமிய நாட்டின் தலைவராக (முகம்மது நபி அவர்களின் பின் தோன்றலாக) அறிவித்துக் கொண்டதை ஷியா பிரிவினர் வெறுத்தனர். தலைமைப் பதவி அண்ணலின் பெரியப்பா மகனான அலிபின் அபுதலிப் அவர் களுக்கே உரியது என்று அவர்கள் கருதினர். சன்னிகள் அந்தக் கருத்தை அருவருத்ததோடு, ஷியாக்களை 'அலியின் வம்பர் குழு' (ஷியாது அலி) என்று அழைத்தனர்.

'அண்ணலின் மரபுக்களைப் (நம்பிக்கைகள், செயல்முறைகள்) பின்பற்றாத ஷியாக்களின் அரசுகளை நாம் அழிப்போம்' என்று அரசவையில் ஔரங்கசீப் அறிவித்தார். அப்போது அவையில் இருந்த ஷியாக்கள் சிலரும், இந்து இராணுவ அதிகாரிகளும் கோபமுற்றனர். அவமதிக்கப்பட்ட உணர்வில் அவர்களுடைய முகங்கள் சிவந்தன. அந்தப் பிரச்னை குறித்து சுல்தானுக்குள் அநேகக் கேள்விகள் எழுந்தன. ஆனால், அவன் யார் அதைக் கேட்பதற்கு? சுல்தானைப் பெற்றெடுத்த தாய் பிறப்பால் இந்து, தற்போது வெறும் மதம் மாறியவள். சன்னிப் பிரிவைச் சேர்ந்த சமயத்தில் உறுதியான நம்பிக்கை கொண்ட அவனுடைய தந்தை யின் மனைவியருள் அவளும் ஒருவள். ஒருபோதும் பேரரசரின் பட்டத்து ராணியாக முடியாத மனைவி அவள்.

தற்போதைக்கு, ஆட்சிப்பரப்பை விரிவாக்கும் போர்களில் தந்தையுடன் தானும் பங்கேற்க முடிவதில் சுல்தான் மகிழ்ச்சி யடைந்தான்.

அவர்களுடைய முதல் தாக்கிலக்கு குத்புஷாஹி அரசுதான். அதைக் கைப்பற்றி பேரரசுடன் இணைக்கும் திட்டம் தக்காணத்தில் உள்ள அவர்களுடைய தலைநகரான அவுரங்காபாத்தில் உரு வானது. குத்புஷாஹி அரசில் முதல் அமைச்சராக இருந்து பதவி நீக்கம் செய்யப்பட்ட மீர்ஜும்லாவின் உதவியோடு உருவாக்கிய திட்டம் அது.

'குத்புஷாஹி அரசனால் மீர்ஜும்லாவின் குடும்பமே பாதாளச் சிறையில் அடைபட்டுக் கிடக்கிறது. நம்மால் அவனுக்கு உதவமுடியும் என்று மீர்ஜும்லா நினைக்கிறார். அவரைப்போல் கடும் பாதிப்பிற்கு

உள்ளான ஒருவர் நமக்காக எதையும் செய்யத் தயாராயிருப்பார்' என்று ஔரங்கசீப் சுல்தானிடம் முன்பே கூறியிருந்தார்.

சுல்தானின் தந்தைக்கு மீர்ஜும்லா கொடுத்த முதல் பரிசே விலைமதிப்பற்றதுதான். எழுநூற்றி ஐம்பத்தியாறு காரட் எடையுள்ள பட்டை தீட்டப்படாத வைரம் அது. அந்த வைரம் ஒரு மனிதனின் மடிக்கப்பட்ட கையைவிட பெரிதாய் இருந்தது. இந்த வைரம் மட்டும் பட்டை தீட்டப்படுமாயின் இது கோகினூர் – ஒளிமலைதான் தன் உடலை வளைத்துப் பேரரசரை வணங்கியபடி சொன்னார் மீர்ஜும்லா.

தங்கள் மாளிகைக்கு வெளியே தளமிடப்பட்ட இடத்தில் அணிமணிகள் பூட்டிய அலங்காரமான பொழுதைச் சுல்தான் ஒருபோதும் மறப்பதற்கில்லை. யானையின் அம்பாரி வெள்ளியால் செய்யப்பட்டு, நவரத்தினக் கற்கள் பதிக்கப்பட்டிருந்தது. பட்டாடையும் வண்ணத் தலைப்பாகையும் அணிந்த நூற்றுக்கு மேற்பட்ட குதிரை வீரர்கள் அந்த யானையின் பின்னால் கம்பீரமாக வந்தனர். அந்த அணிவகுப்புக்கு முன்பாய் வாத்தியக்காரர்கள் ஊதுகொம்பு, எக்காளம் ஒலித்தபடி வந்தனர். ஒரு அரசன் ஊர்வலமாய் வருவது போலிருந்தது. அம்பாரியில் அமர்ந்திருந்தவர் விரும்பத்தக்கத் தோற்றம் உடையவராய்த் தங்கத்தில் வைரம் பதித்த பட்டையொன்று பொருந்திய தலைப்பாகையுடன் காணப்பட்டார்.

தனது தந்தையுடன் மாடி முகப்பில் நின்றிருந்த சுல்தான் நீண்ட கறுப்பு அங்கியும், வைரங்கள் பதித்த அரைப்பட்டிகையும் அணிந்து மாயக்கவர்ச்சியுடன் தோற்றமளித்த தங்கள் விருந்தாளியை வியப்புடன் உற்று நோக்கினான். 'மீர்ஜும்லா எப்போதுமே கறுப்பு உடைதான் அணிவது, அது அவருடைய பாங்கு' என்று யாரோ முணுமுணுத்தார்கள். மீர்ஜும்லா என்பது அவருடைய பதவிப் பெயர், 'மாட்சிமை பொருந்திய அமைச்சர்' என்று பொருள். ஆனால் எல்லாருமே அவருடைய உண்மையான பெயருக்குப் பதிலாக மீர்ஜும்லா என்றே அழைத்தனர். மீருடைய அந்தஸ்து பற்றி சுல்தானுக்குச் சொல்லப்பட்டிருந்தது. குத்புஷாஹியில் ஆண்டுக்கு நாற்பது லட்சம் ரூபாய் வருமானம் தரக்கூடிய நிலங்கள் அவரிடம் இருந்தன. அவர் மிகுந்த செல்வம் படைத்த ஜாகீர்தார். அடேயப்பா, அந்தப் பணத்தில் இரண்டு லட்சத்தி ஐம்பதினாயிரம் *அஷ்ரஃபீ தங்கநாணயங்களை அடித்துவிட முடியுமே என்று விரைந்து ஒரு மனக்கணக்குப் போட்டுக் கொண்டான் சுல்தான். அவ்வளவுதான் என்றில்லை. மீர்ஜும்லாவுக்குச் சொந்தமாய்ப் பல வைரச் சுரங்கங்கள் இருந்தன. அவர் உலக அளவில் பிரசித்திப்

---

* ஒரு தீனார் தங்கநாணயத்திற்கு அஷ்ரஃபீ என்று பெயர்.

பெற்ற ஒரு வைர வியாபாரியும்கூட. அவருடைய செல்வத்துக்கு முன்னால் அரசவைச் சிறப்புகள் அடிபட்டுப் போய்விடும். அவர் கனரகத் துப்பாக்கிகள் பற்றி தேர்ந்த ஞானம் உடையவராகவும் இருந்தார். குத்புஷாஹியின் உயர் இராணுவ அதிகாரிகள் தம்மை விசுவாசிக்கும் அளவிற்கு அவர் ஆற்றல் மிக்கவர். அதுமட்டுமா, தமக்கென்று ஒரு குதிரைப் படையும் அவரிடம் இருந்தது. அவரு டைய பலம் பொருந்திய நிறுவன அமைப்பு கண்டு அரசர் குத்புஷாஹி பொறாமையில் புழுங்கினார், தூக்கத்தை இழந்தார் என்பதே உண்மை. போதாதற்கு அரசரின் அன்பிற்குரியவர்கள் வேறு அவருடைய பாதுகாப்பற்ற உணர்ச்சியை ஊதிப் பெரிதாக்கிக் கொண்டிருந்தனர். மீர்ஜும்லாவின் மகன் அமீன் இப்போது தன் ஆணவச் செயல்களால் எரிகிற தீயில் எண்ணெய் விட்டுக் கொண்டிருந்தான்.

ஒரு நாள் குடிபோதையுடன் அரசவைக்கு வந்து, தன் தந்தையின் அதிகாரச் செருக்கில் சிறுநீர்கழிக்கவும் செய்தான் அவன். கோபம் தலைக்கேறிவிட்டது அரசருக்கு. அவனையும், அவனுடைய குடும்பத்தாரையும் உடனே கோல்கொண்டா கோட் டையில் உள்ள பாதாளச்சிறையில் அடைத்துவிட்டார். மீர்ஜும்லா அப்போது வங்காளத்துக்குச் சென்றிருந்தார். அவர் அங்கிருந்து திரும்பாமல் ஓராண்டு காலம் உலகப் பயணம் மேற்கொண்டு, தம்முடைய குடும்பத்தைச் சிறையில் இருந்து மீட்க, தகுதியானவர் களைச் சந்தித்து உதவும்படிக் கேட்டுக் கொண்டார்.

தங்களுடைய உதவி மீர்ஜும்லாவுக்குத் தேவைப்படும் என்பதை சுல்தான் உணர்ந்திருந்தான். அதைவிட அவருடைய உதவி அவர் களுக்கு மிகவும் அவசியப்பட்டது என்பதே உண்மை. அவுரங்கா பாத்தில் உள்ள அரசமாளிகை தூய்மை செய்யப்பெற்று நேர்த்தி யான கோலம் கொண்டது. புதிய பட்டுத் திரைகள், தங்கமுலாம் பூசிய சரவிளக்குகள் என்று அலங்கரிப்புகளுடன் முக்கிய சந்திப்புக்கு மாளிகை தயாராயிற்று.

மற்ற சமயங்களைப் போலல்லாமல் ஔரங்கசீப் தமது விருந் தாளியை எதிர்பார்த்துக் காத்திருந்தார்.

மீர்ஜும்லா தன்னம்பிக்கை வெளிப்படும் நடையில் உள்ளே பிரவேசித்தார், கொஞ்சம்போல் தலைசாய்த்து வணங்கினார். தொடக்கமான இன்சொற்களுக்குப் பிறகு அவர் நேரடியாக விசயத் துக்கு வந்தார்.

'ஷாஸாதி' என்று கலப்பில்லாத பாரசீக மொழியில் (இளவரசர் என்று பொருள்படுவது) மீர், சுல்தானின் தந்தையை அழைத்தார்.

'நான் குத்புஷாஹியிடம் கடந்த இருபது வருசமாய்ப் பணியாற்றி யிருக்கிறேன். ஒரு இராணுவ அதிகாரியாகப் பணியைத் தொடங்கி, பிரதான அமைச்சராகப் பதவியில் உயர்ந்தேன். தங்கள் குத்புஷாஹி இராணுவத் தளபதிகள் பற்றிக் கவலைப்பட வேண்டியதில்லை. தங்களுடைய தலைவராகவே அவர்கள் என்னைப் பாவிக்கின்றனர். பல போர்களில் அவர்களுடைய வெற்றிக்கு நான் உதவியிருக் கிறேன். தெற்கில் பல கோயில் நகரங்களை இணைத்து அரசின் விரிவாக்கத்துக்கும் காரணமாய் இருந்திருக்கிறேன்.

அரசர் அப்துல்லா குத்புஷாஹி ஒரு காதல்பித்தன், கனவுலகில் சஞ்சரிக்கிற ஆசாமி. நிலவரியாக மட்டுமே ஆண்டுக்கு லட்சக் கணக்கில் வருமானம் உள்ள அரசுக்கு ஷாவாக இருக்கவே தகுதி யில்லாதவர் அவர். வைரங்கள், புகையிலை இவற்றின் மீதான வரியாக மேலும் பல லட்சங்கள் வருகிறது என்று பதவி நீக்கம் செய்யப்பட்ட மீர்ஜும்லா கோபத்துடன் தம்முடைய செயல் திட்டத்தை விவரிக்கத் தொடங்கினார்.

தம் தந்தை என்ன நினைக்கிறார் என்பது சுல்தானுக்குத் தெரிந்தேயிருந்தது. தம்முடைய சகோதரர்களுக்கு எதிராய் வாரிசு ரிமைப் போர் தொடங்கவிருந்த அவருக்கு நிறையவே பணம் தேவைப்பட்டது. படையைப் பலப்படுத்த பணம் வேண்டும். தக்காணத்தில் உள்ள ஷியா சிற்றரசுகள் இருபது ஆண்டுகளுக்கு முன்பே பேரரசிடம் பணிந்து அண்டியிருப்பவைதாம். ஆனால் சமீபகாலமாகவே அவை கப்பம் கட்டுவதில்லை.

'நீர் சொல்வதுபோல் அப்துல்லா ஒரு முட்டாளாக இருப்பின், அவனைச் சந்திக்க வருமாறு அழைத்துக் கொன்று விடலாமே. அவனுடைய கழுத்து தலைபாரம் சுமக்கவேண்டியிருக்காது' என்றார் சுல்தானின் தந்தை.

'ஆனால் அது அவருடைய ஆதரவாளர்களை மட்டுமன்றி என்னுடைய ஆதரவாளர்களையும் கோபப்படுத்திவிடும். மாறாக நாம் ஹைதராபாத்துக்கு படை நடத்திச் செல்லலாம். அவர் நகரத்தில் இருந்தபடி நம்மை எதிர்த்தால் நாம் அவரைக் கொன்று விடலாம். அவர் கோட்டையில் இருந்தால், கோட்டையை முற்றுகையிடுவோம். கோட்டை வீழ்ந்தால், குத்புஷாஹி அரசு நம் வசமாகிவிடும். இந்த நிலப்பகுதியே ஒரு சுரங்கம். ஹைதராபாத்துக்கு வடக்கேயுள்ள கிராமங்கள் இரும்புத்தாதுக்கு பிரசித்தமானவை. அங்கே கிடைக்கிற உலோகம் உயர்தரமானது என்று உலகெங்கிலும் உள்ள கருமார்கள் மதிப்பிட்டிருக்கிறார்கள். துறைமுக நகரமான மசூலிப்பட்டினத்தில் இருந்து பளபளப்பான பருத்தித் துணிகள் மெக்காவுக்கு ஏற்றுமதியாகிறது. எலூருவில் உள்ள கம்பள நெசவுக்

காரர்கள் பல நூற்றாண்டுகளாகவே தங்கள் நெசவுத் திறனுக்குப் பெயர் பெற்றவர்கள்!' மீர்ஜும்லா நயமாகத் தூண்டி அடுத்தவரைச் செயல்பட வைப்பதில் கெட்டிக்காரர். உலகளவில் புகழ்பெற்ற வைரவியாபாரியாயிற்றே! கண்களை உருட்டி, கைகளை அகல விரித்தபடி அவர் பேசினார், 'வைரச் சுரங்கங்கள் மட்டுமா... கூட்டம் கூட்டமாய் யானைகள் திரியும் காடுகள். புகையிலை வணிகமும், கள் வியாபாரமும் வரியாகக் கொட்டும் பணத்துக்குக் கணக்கேயில்லை.'

சுல்தான் தன் தந்தை பக்கம் விரைவாகப் பார்வையைச் செலுத்தினான், கண் சிமிட்டும் நேரமே என்றாலும், அவருடைய கண்களில் தெரிந்த பேராசையை அவன் கவனித்துவிட்டான். மீர்ஜும்லாவும் அதைக் கண்டிருக்கக் கூடும் என்று அவன் ஐயுற்றான்.

மீர்ஜும்லா ஒன்றும் தனியாளாய் வந்துவிடவில்லை. ஆறாயிரம் குதிரை வீரர்கள், பதினைந்தாயிரம் காலாட்படையினர் நூற்றியைம்பது போர் யானைகள், நவீன வெடிபொருட்களைப் பயன்படுத்தக் கூடிய இலகு ரகப் பீரங்கிப் படைப்பிரிவு இவற்றைத் தம் வசம் வைத்திருந்தார் அவர். அவருடைய படையும் ஔரங்க சீப்பின் படையும் இணைந்து போரிட்டாலே போதும், குத்பு ஷாஹியை நாசம் பண்ணிவிடலாம்.

'பெருமதிப்பு வாய்ந்த இளவரசே! நான் தங்களுடைய மகனுக்குக் கேடயமாக இருந்து பாதுகாப்பேன்' என்று ஔரங்க சீப்பிற்கு வாக்களித்தார் மீர்ஜும்லா.

2

குத்புஷாஹியின் பதவிநீக்கம் செய்யப்பட்ட பிரதான அமைச்சர் மீர்ஜும்லாவின் உதவியுடன், மியூஸி ஆற்றின் கரைகளில் சுல்தான் எந்தத் தொல்லையும் இல்லாமல் பயணம் செய்ய முடிந்தது. அவன் கண்டது எல்லாம் அவனைக் கவர்ந்திழுப்ப தாகவே இருந்தன. மழைக்காலம் முடிந்து பனிக்காலம் தொடங்கி விட்டிருந்த நிலையிலும், பழுப்பும் சிவப்புமாய்க் குவிந்து கிடந்த பாறைகளுக்கிடையில் அடர்ந்து செழித்த தாவரங்களால் வளமை ததும்பிக் கொண்டிருந்தது. தொடுவானத்துடன் இரண்டறக் கலப்பதுபோல் அமைந்த ஏரிகளை எதிர்கொள்ளும் அனுபவம் சுல்தானுக்கு கிடைத்தது. சாமை, தினைப் பயிர்கள் காற்றில் அசைந்தாடும் வயல்களால் கிராமங்கள் 'பசேல்' என்றிருந்தன.

நகரத்தின் வடக்கெல்லையில் ஹுசேன் சாகரின் கரைகளில் படை முகாமிட்டது.

சுல்தான் தன்னுடைய பெரிய படையுடன் புறநகர்ப் பகுதிகளில் புகுந்தபோது, படையை எவரும் தடுத்து நிறுத்தவில்லை. எவ்வித எதிர்ப்புமின்றி, போகிற வழியில் வீடுகளைத் தீயிட்டு எரித்தபடி அவர்கள் சென்றனர். கார்மேகக் கூட்டம்போல் எழுந்தது கரும்புகை. இருண்டது வானம். ஓங்கியுயர்ந்த மதில்களால் சூழப்பட்ட ஹைதராபாத் நகரத்தைச் சீக்கிரமே அவர்கள் சென்றடைந்தனர். தனக்கு இடப்புறத்து அடிவானில் கோல் கொண்டா கோட்டையின் மங்கலான உருவமைப்பை நிமிர்ந்து பார்த்தான் சுல்தான். அவனது அப்போதைய இலக்கு அந்தக் கோட்டையல்ல, ஹைதராபாத் நகரம்தான். நகரத்தின் காப்புச் சுவர்களுக்கும், அவனுக்கும் இடையே மியூஸி ஆறு ஓடிக்கொண்டிருந்தது, எவ்விதச் சலனமும் இல்லாமல்.

'காப்பு மதிலுடன் கூடிய நகரத்தையும், கோட்டையையும் மியூஸி ஆறு பிரித்து வைத்திருந்தது. அதன் தென்கரையில் நகரமும், வடகரையில் கோட்டையும் அமைந்துள்ளன. நீர் நிரம்பிய ஆழமான அகழியில் உள்ள முதலைகளுக்குக் கணக்கேயில்லை. உயரமான மதில்களாலும், அகழியை நோக்கியபடி அமைந்த எண்பத்தியேழு கோட்டை முகப்புகளாலும் கோட்டையின் பலம் கூடியிருக்கிறது. ஆனால், நகரத்துக்கு புறச்சுவர் ஒன்று மட்டுமே உண்டு' என்றார் மீர்ஜும்லா.

மீர்ஜும்லாவின் அருகாமையில் பாதுகாப்பாக உணர்ந்த சுல்தான், யானையை ஆற்றுப்பக்கம் செலுத்தும்படி தன்னுடைய யானைப்பாகனுக்கு உத்தரவிட்டான். ஆற்று நீருக்குமேல் வில் வளைவான கட்டமைப்புடன் கூடிய பாலம் இருந்தது. பாலத்தின் மறுமுனையில் கூர்முனை கொண்ட உலோகத்தாலான கதவு இறுக மூடியிருந்தது. அந்தப்பாலம் அதிகமாகப் பயன்படுத்தப் படாமலே இருந்திருக்க வேண்டும். நகரத்துச்சுவற்றின் காப்பரண்கள் எதிர்ப் புணர்ச்சி மிக்கவைபோல் காணப்பட்டதோடு, பகைவர்களின் தாக்குதலைச் சமாளிக்கத் தயாராகவே இருந்தன.

பாலத்தின் அருகே கோட்டையின் முகப்புப் பகுதிகளில் வில்லாளிகள் இருட்டைப் பயன்படுத்தி மறைவாக இருந்தனர். பாலத்தில் அவனுடைய (சுல்தான்) படையாட்கள் கால் வைக்கப் படும் என்று அவர்கள் காத்திருக்கக்கூடும். அதுபற்றி முன்பே அவன் எச்சரிக்கப்பட்டிருந்தான். ஆற்றில் நீர்த்திவலைகளின் தெறிப்பொலி அவன் காதில் விழுந்தது. அவனுடைய வேவுப்படை ஆட்களில் சிலர் ஆற்றின் குறுக்காக நீந்திச் சென்றனர். அம்பாரியில்

இருந்தபடி சுல்தான் குனிந்து பார்த்தபோது, தன்னைச் சுற்றிலும் குதிரை வீரர்கள் கடல் அலைபோல் அணி அணியாய்ப் பெருகி வருவது தெரிந்தது. மீர்ஜும்லா, பீரங்கிகளை நிலைநிறுத்துவதற்காக அமைக்கப்பட்டிருந்த *சாரக்கட்டை நோக்கித் தன் குதிரையைச் செலுத்தினார். அவருடைய உத்தரவை எதிர்பார்த்து, கனரகத் துப்பாக்கி படைப்பிரிவினர் அங்கே காத்திருந்தனர். அவர்கள் சாரக்கட்டில் சிலந்திகள்போல் தொற்றிக் கொண்டிருந்தனர். அவர்கள் வெடிமருந்து நிரப்பிய குண்டுகளைப் பீரங்கிகளில் விரைவாகப் பொருத்தி வெடிக்கச் செய்யும் திறன்மிக்கவர்கள்.

தம்முடைய ஆட்கள் திறமையானவர்கள் என்பதை மீர்ஜும்லா நன்கறிவார். ஆனாலும் சரியான நேரத்தில், சரியான இடத்தில் குண்டுகளை வெடிக்கச் செய்யும் நுட்பம் தமக்கு மட்டுமே தெரியும் என்பதையும் அவர் அறிவார். வெடிப்போசை பலமாக இருக்க வேண்டும் என்பதற்காக **வெடியுப்பின் அளவை அவர் அதிகரிப் பார். காதைப்பிளக்கும் வெடியோசையேப் பகைவரை அஞ்சி நடுங்கச் செய்துவிடும் என்பது அவரது கருத்து.

வெடிகுண்டு எதிராளியின் உடைமைகளை நாசம் செய்வ தோடு அவர்களுடைய உயிரையும் குடித்துவிடும் என்பதற்காக மட்டுமல்ல, அவர்களை அடிபணியச் செய்யவும் அதுவே சிறந்த உபாயம் என்றும் அவர் நம்பினார்.

‘தயார் நிலையில் இருங்கள்’ என்று பீரங்கிப் படையினரை நோக்கி உரத்த குரலில் உத்தரவிட்டார் மீர்ஜும்லா. வேவுப் படை யினருக்குச் சாதகமாகப் பீரங்கிக் குண்டுகள் வாயிலைத் தகர்த்துவிட வேண்டும்.

‘சுடுங்கள்’ அவர் முழங்கினார் –

ஒவ்வொரு குண்டு தாக்குதலிலும் பூமி அதிர்ந்தது. வாயிற்கதவு தீப்பிடித்து எரிந்தது. சிதைந்து, இடிந்த கட்டிடக்கூளம் எல்லா திக்கிலும் பறந்தன. குதிரைகள் அச்சத்தில் கனைப்பொலி செய்தன. யானைகளும் நடுங்கிப்பிளிறும் ஓசை கேட்டது. வெடியோசை தொடர்ந்தது, வாயுமண்டலத்தில் தீக்கங்குகளும், பற்றியெரியும் பொருட்களின் சிதைவுகளும் பரவின. புகைமூட்டம் வானைத் தொடுமளவிற்கு மேல் எழுந்தது.

நுழைவாயிலுக்கு அருகே நெடுஞ்சுவரின் ஒரு பகுதி வெடித் தாக்குதலில் தகர்ந்து போனதைக் கண்டான் சுல்தான். கோட்டை முகப்புகளில் இருந்த வில்லாளிகள், தீச்சுவாலைகளின் தீண்டலில் இருந்து தப்பிக்க ஓட்டமெடுத்தனர். வெடியோசைக்கும், பேரிரைச்

---

* சாரக்கட்டு – உலோகக் கம்பங்களும், மரப்பலகைகளும் கொண்ட கட்டமைப்பு.

** பொட்டாசியம் நைட்ரேட் – வெண்படிக உப்பு.

சலுக்கும் நடுவே வேவுப்படையினர் நீரில் இருந்து வெளிவந்தனர். ஆற்றின் மிகக் குளிர்ந்த நீரில் ஊறிப்போன அவர்களுடைய உடைகள் கனத்தன, உடல்கள் வெடவெடத்தன. வில்லாளிகளின் அம்பு மழையில் சிக்காமல் அவர்கள் விரைந்தோடினர்.

குத்புஷாஹியின் பீரங்கிகளால் அதிக சேதம் ஏற்படுத்த முடியவில்லை. குண்டுகளின் தாக்குதலுக்கு இலக்காகக் கூடிய இடங்களை மீர்ஜும்லா அறிந்திருந்தபடியால், தம்முடைய படை யாட்களை அங்கிருந்து சாதுர்யமாக அவர் அகற்றிக் கொண்டார். தம்முடைய நம்பிக்கைக்குரிய ஆதரவாளர்களிடம் சுடுவதை நிறுத்து மாறு அவர் உத்தரவிட்டார்.

வேவுப் படையைச் சேர்ந்த ஒருவன் சுவற்றில் இருந்த இடை வெளி வழியே புகுந்தான். வெடிமருந்து தீயில் புகைந்தெரியும் மரத்துண்டுகளிடமிருந்து, நீரில் ஊறிப் போயிருந்த அவனுடைய ஈர உடைகள் அவனைப் பாதுகாத்தன. சுட்டுக் கருகிப்போன வாயிற் கதவுக்கு மேலே இன்னமும் கொழுந்துவிட்டெரியும் சுவாலை ஒளியில், சார்மினாரை நோக்கிச் செல்லும் சாலையின் இருபுறமும் வரிசையில் நின்ற மரங்களைக் கண்டான் அவன். கி.பி. 1591இல் குத்புஷாவால் ஹைதராபாத்தில் கட்டப்பட்ட புராதனச் சின்னமே சார்மினார். இதில் நான்கு மினாராக்கள் அமைக்கப்பட்டிருப்ப தால் ‘சார்மினார்’ எனப் பெயர் வந்தது. நான்கு பிரதான வீதிகள் சந்திக்கும் இடத்தில் மிகவும் உயரமான நான்கு தூபிகளும், வளைவுகளும் கொண்ட நினைவுச்சின்னம் அமைந்திருப்பது பற்றி அவன் கேள்விப்பட்டிருந்தான். அங்கிருந்து மேற்காக அரசனின் அரண்மனை இருந்தது. மரங்களுக்குப் பின்னால் மறைவிடங்களில் பகைவனின் படையாட்கள் ஒளிந்திருப்பார்கள் என்பதையும் அவன் தெளிவாக உணர்ந்தேயிருந்தான். தற்போது எந்தக் கணத்திலும் அவர்கள் வெளிப்பட்டு அணிவகுக்கக் கூடும். நேரமே எல்லா வற்றுக்கும் அடிப்படை. தன் இடப்புறம் திரும்பியவன் தன்னுடைய படைப்பிரிவைச் சேர்ந்த சிலர் தன்னைத் தொடர்ந்து வருவதையும் அவன் உணர்ந்தான். பாதுகாப்பு அரண்களை நோக்கிச் செல்லும் இரகசிய படிக்கட்டு பற்றி அவனுக்குச் சொல்லப்பட்டிருந்தது. போதிய வெளிச்சமில்லாத, வளைந்து வளைந்து செல்லும் படிகளில் அவர்கள் ஏறிச் சென்றனர். குத்துவாள்கள் மட்டுமே அவர்களிடம் இருந்தன. வேறு போர்க்கருவிகள் எதையும் அவர்கள் வைத்திருக்க வில்லை. காப்பரண்களை அடைந்ததும் தூபிகளின் நிழலானப் பகுதிகளில் தங்களை மறைத்துக்கொண்டு, அவ்வழியே வில்லாளிகள் கடந்து செல்லும்வரை அவர்கள் காத்திருந்தனர். தங்களுடைய இரகசியத்தாக்குதல் எதிராளிக்குத் தெரிந்துவிடக் கூடாது அல்லவா. வில்லாளிகள் ஓசைபடாமல் சாகடிக்கப்பட்டு, தரையில் வீழ்ந்தனர்.

அவர்களுடைய அம்பறாத் தூணிகளில் இன்னமும் பயன்படுத்தப் படாத அம்புகள் அப்படியே இருந்தன. தன்னுடைய சகாக்களைப் பின்னே இருக்கச் செய்துவிட்டு, அந்தப் படைவீரன் கூடுதல் வில்லாளிகளை எதிர்நோக்கி மேலும் கிழக்கே ஓடினான். ஆனால், காப்பரண்களில் யாருமில்லை. வடக்கு நோக்கியிருந்த கைப்பிடிச் சுவர் அருகே நின்று, தன் அரைக்கச்சையில் தொங்கிய சிறு பறையை எடுத்துப் பேரொலி எழுமாறு விடாமல் அடித்தான். மூச்சுத்திணறும் அளவிற்கு பறையை முழக்கிக் கொண்டே இருந்தான்.

'உள்ளே போங்கள்' பறையொலி கேட்டதும் சுல்தான் தனது படையாட்களுக்கு உத்தரவிட்டான். அவனைச் சுற்றியிருந்த சில குதிரை வீரர்கள் உடனே விரைந்து, சற்று தொலைவில் யானை களில் இருந்த படைத் தலைவர்களுக்கு உத்தரவைத் தெரிவித்தனர். சீக்கிரமே அவர்கள் தங்கள் படைப்பிரிவுகளுடன் பாலத்தின்மீது அணிவகுத்துச் சென்றனர்.

'நாம் பத்திரமாகப் பாலத்தைக் கடக்கலாம். அவர்கள் வெடிப்பு வேலை செய்யமாட்டார்கள்' என்று மீர்ஜும்லா உறுதியாகச் சொன்னார். 'பாலம் அவர்களுடைய கடந்தகாலப் பெருமைக்கு அடையாளமாக இருப்பது. அவர்கள் அதைப் பற்றிப் பெருமிதப்படுகிற வர்கள். எழுபது ஆண்டுகளுக்கு முன் அது கட்டப்பட்டது. இந்தப் பாலத்தின் வழியே சென்றுதான் மியூஸி ஆற்றின் மறுகரையில் இருந்த தன் காதலியான இந்துப் பெண்ணை இளவரசர் சந்திக்கச் செல்வார். பிற்பாடு அவளை மணந்து தன் பட்டத்து ராணியாக்கிக் கொண்டார்.'

வேவுப் படையாட்களில் பலரும் தாங்கள் கொண்டு சென்றி ருந்த வாளிகளில் நீர்கொண்டு போய் நகரத்தின் நுழைவாயில் அருகே எரிந்த தீயை அணைத்தனர். சுல்தானின் படை பாலத்தைக் கடந்தது. குதிரைவீரர்களும், காலாட் படையினரும் சுவற்றின் இடைவெளியில் தாண்டிக் குதித்து நகரத்தில் நுழைந்தனர். சிலர் சார்மினாருக்குப் போகும் பாதையில் சென்றார்கள். சிலர் அமைச் சர்களும், உயர் சமுதாயப் பிரிவினரும் வசிக்கும் வீதிகளில் தங்கள் குதிரைகளைச் செலுத்தினர். அவர்கள் இஸ்லாத்தின் முதன்மை நிலையைப் போற்றும் விதமாய், '*தீன், தீன், தீன்' என்று உரத்த குரலில் முழங்கினர். அவர்கள் மாளிகை முகப்புப் பகுதிகளை நோக்கித் தீப்பந்தங்களை வீசினர். அங்கிருந்த மரத்தாலான

* 'இறைவனுக்கும், மதத்துக்கும் முழுமையாக அடிபணிதல்' என்பதுபோல் தீன் என்ற சொல்லுக்குப் பல விளக்கங்கள் உண்டு.

கைப்பிடிச்சுவர்கள் பற்றியெரியவும், மாளிகைவாசிகள் செய்வதறி யாது திகைத்தனர்.

குத்புஷாஹி படைவீரர்கள் அதிர்ச்சியுற்றனர். மக்கள் ஒளி வதற்கு இடம் தேடி, ஓடிக் கொண்டிருந்தனர். சுல்தானின் முப்ப தாயிரம் படைவீரர்கள் ஹைதராபாத் நகரத்தினுள் நுழைந்தனர்.

கடின சித்தம் கொண்ட முகலாயப் போர்வீரர்கள் குத்புஷாஹி படையை ஊடுருவிக் கொண்டு முன்னேறினர். போர்க் கவசம் அணிந்திருந்த மீர்ஜும்லாவைக் கண்டு நகரத்துப் படையாட்கள் திடுக்குற்றனர். தம்முடைய பிரசித்தமான கறுப்புநிறத் தளராடையும், பொன்னிற அரைப்பட்டிகையும் அணிந்திருந்தார் அவர். பல போர்க்களங்களில் தங்களுக்கு வெற்றி தேடித்தந்த அதே மீர்ஜும்லா தான். அவரைச் சுற்றியிருந்த குதிரை வீரர்களின் தீப்பந்த ஒளியில் அவர் முகம் பளிச்சென்று தெரிந்தது. குத்புஷாஹி வில்லாளிகள் அவரை வெறித்து நோக்கியவர்களாய் அம்பெய்வதை மறந்தனர். தாங்கள் போரிடுவதா, கூடாதா என்று படைத்தலைவர்களுக்கு உறுதியாய்த் தெரியவில்லை.

மீர்ஜும்லா சுல்தானின் யானை பக்கம் தம்முடைய குதிரை யைத் திருப்பிக் கொண்டு சொன்னார், 'இளவரசே! என் பின்னே வாருங்கள்.'

'சந்தேகமேயில்லை, இந்த நகரம் ஆக்ராவைவிடத் தனிச்சிறப்பு வாய்ந்ததுதான்' என்று சுல்தான் முடிவு செய்துகொண்டான். தெருக்களில் வீசியெறியப்பட்டிருந்த உடல் உறுப்புகளையும் முண்டப்பகுதிகளையும், துண்டிக்கப்பட்டுக் கிடந்த தலைகளையும் பற்றி அவன் கவலைப்படவில்லை. அவர்கள் அங்காடி வீதிவழியே சென்றபோது இருபுறமும் இருந்த கடைகளின் வரிசை கண்டு அவன் வியப்புற்றான். அந்த நகரத்தின் நிரந்தரப் பாதுகாவலர்களைப் போல் வானுயர்ந்து நின்ற சார்மினாரின் நான்கு தூபிகளையும் மங்கிய நிலவொளியில் அவன் கண்டான். குடியிருப்புப் பகுதிகளில் தீயின் சுவாலைகளையும் அவன் கவனிக்கத் தவறவில்லை. புகை மூட்டத்தில் வானம் மங்கிப் போயிருந்தது. அவனுடைய யானை இடப்புறமாய்த் திரும்பி, அரண்மனைக்குப் போகும் பாதையில் பிரவேசித்த பொழுது, தெளிவற்ற குரலில் மக்கள் அலறுவதையும் அவனால் கேட்க முடிந்தது.

எண்ணற்ற தீப்பந்தங்களின் வெளிச்சத்தில், தூண்களுடன் கூடிய அரண்மனை நடைக்கூடங்கள் இருளில் மூழ்கிக் கிடந்த தையும், குவிமாடங்களும், கட்டிடத்தின் மீதுள்ள உருண்ட வடிவி லான கூரைகளும் தீயிடப்பட்ட நகரத்தில் இருந்து வரும் புகையால்

போர்த்தப்பட்டிருப்பதையும் காணமுடிந்தது. அரண்மனை முற்றத்தில் இறந்த உடல்கள் குவியலாய்க் கிடந்தன. சுல்தான் கயிற்று ஏணியின் வழியே யானை மீதிருந்து இறங்கினான். பிணங்களை மிதித்துக் கொண்டு, இரத்தச் சிற்றாறுகளைக் கடந்து தான் அரண்மனைக்குள் அவன் பிரவேசிக்கும்படி இருந்தது.

அரசவை ஒரு அருங்காட்சியகம்போல் காட்சியளித்தது. ஐரோப்பாவில் இருந்து தருவிக்கப்பட்ட சரவிளக்குகளாலும், பாரசீகக் கம்பளங்களாலும், சீனத்துப் பீங்கான்களாலும், விலைமிக்க நவரத்தினங்கள் பதிக்கப்பெற்ற பொன், வெள்ளி கலைப்பொருட்களாலும் அது பொலிவுடன் விளங்கியது. பித்தளையிலான பெரிய சித்திரங்கள் சுவரை அலங்கரித்தன. சன்னல்களில் தொங்கிய நேர்த்தியான திரைச்சீலைகளை அதற்குமுன் எங்குமே அவன் கண்டிருக்கவில்லை.

அரசவைக்குப் பின்னால் பெரிய முன்கூடம் இருந்தது. அது வருவோர் காத்திருப்பதற்கும், சந்தித்துக் கொள்வதற்குமான இடமாய்த் தெரிந்தது. தன்னைச் சுற்றியிருந்த செல்வ வளமை கண்டு திறந்தவாய் மூடாமல் பிரமித்துப் போனான் அவன்.

'இளவரசே, இனி ஆகவேண்டியது என்ன?' அற்பச் சிரிப்புடன் கேட்டார் மீர்ஜும்லா. சுல்தானின் படையாட்கள் வலைப்பின்னலாய்க் கிடந்த பல்வேறு வழிகளிலும் புகுந்து புறப்பட்டனர். அறைகள், கூடங்கள், நிலவறைகள் என்று எல்லா இடங்களையும் அவர்கள் துருவித் தேடிவிட்டனர். அப்துல்லா குத்புஷாவை எங்குமே காணவில்லை.

சுல்தான் மீர்ஜும்லாவை நோக்கி ஐயப்பாட்டுடன் சொன்னான், 'அரண்மனையைப் பூட்டி, காவல் வையுங்கள்' என்று. எங்கே, எப்படிக் கொண்டு செல்வது என்று புரியாதபடி, கருவூலத்தில் பெரிய அளவிலான செல்வம் குவிந்து கிடந்தது.

அடுத்திருந்த வளாகத்தில், நடுக்கமுற்ற நடனமாதர்களின் கூட்டம். டெக்கான், துருக்கி, பாரசீகம் அர்மீனியா போன்ற நாடுகளைச் சேர்ந்த கேளிக்கைப் பெண்கள். அதற்கு முன் படைகளுக்கிடையிலான போரை ஒருபோதும் அவர்கள் பார்த்திருக்க மாட்டார்கள். வியர்வை நாற்றமும், அழுக்குமாய் அருவருக்கத்தக்க நிலையில் இருந்த படையாட்கள் அந்த அழகிய பெண்களைச் சுற்றிச் சூழ்ந்து கொண்டனர். பளபளப்பான நீண்ட கூந்தலும் வழுவழுப்பான சருமமும் கொண்ட அந்த இளம்பெண்கள் ஒருவர் பின்னே ஒருவர் மறைந்து தங்களைக் காத்துக் கொள்ள முயன்றனர். அவர்களுடைய பட்டுப்பாவாடைகளின் சலசலப்பும், கால் கொலுசுகளின் கிண்கிணி ஓசையும் அந்த வீரர்களுக்கு கிளுகிளுப்பூட்டியது.

அவர்கள் இன்பக் கிளர்ச்சியுற்று சீழ்க்கை ஒலி எழுப்பவும், காமத்தில் பிதற்றவும் செய்தனர்.

3

அந்திச்சூரியன் செந்நிறக் கோளமாய் மாறியிருந்தது. மேலை வானம் பலிபீடத்தீயாய்க் காட்சியளித்தது. ஓய்ச்சல் ஒழிவின்றி ஓடுகின்ற முத்தாநதிநீர் தீயின் வண்ணங்களைப் பிரதிபலித்தது. மாவலிக் குன்றுகளால் விழுங்கப்பட்டதுபோல் சூரியன் அஸ்தமித்தது. வண்ணங்கள் மாறி, இருள் சூழ்ந்தது. தொலைவில் வனத்தை ஆடையாய் உடுத்திக்கொண்ட மலைக்குன்றுகள் இளஞ்சிவப்பாகவும், கருநீலமாகவும், மயில்கழுத்துப் பச்சையாகவும் மாறிவிட்டிருந்தன. சீக்கிரமே சூரியனின் பொன்னிறக்கதிர்கள் மங்கிவிட, குன்றுகள் சாம்பல் குவியலைப்போலக் காட்சியளித்தன.

'நீங்கள் இப்போது காண்பது மாயையின் மந்திர வித்தை' என்று சிவாஜி, தன் அருகில் இருந்த ரகுநாத்தின் பக்கம் பார்வையைச் செலுத்தாமலே கூறினார். அவருடைய கைகள் கைப்பிடிச் சுவற்றில் பதிந்திருந்தன. அவர்கள் சிவாஜியின் அரண்மனையான லால் மஹாலின் மாடிமுகப்பில் நின்றிருந்தனர்.

ஐம்பது வயதான ரகுநாத் பாலால் கோர்டே சிவாஜியின் பிராமண ராஜதந்திரியும், சிறந்த போர்வீரரும் ஆவார். அரசியல் பேச்சுவார்த்தைகளைத் திறம்பட நடத்தக்கூடியவரான ரகுநாத் தம் தலைவரின் எளிதில் புரிந்து கொள்ள முடியாத சுபாவத்தை நன்கு அறிந்தவர். 'இந்த உலகம் ஒரு மாயை என்று தெரிந்திருந்தும் நாம் கடும்முயற்சியுடன், திட்டமிட்டு போரிடவே செய்கிறாம்' என்று நயம்படச் சொன்னார் அவர்.

'ஏனென்றால் பல நேரங்களில் உண்மை தன்னை மூடியிருக்கும் திரையைக் கிழித்துக்கொண்டு முகங்காட்ட வேண்டியிருக்கிறதே. சினமுற்ற நிலையில் கொட்டும் தேனீயைப் போலத்தான் அதுவும். உண்மையை நாம் காணமுடியாது, உணரவேண்டியிருக்கும். தேனீ தன் கொடுக்கினால் தாக்கி கண்ணீரை வரவழைக்கிறதே உண்மையும் அப்படித்தான் உணர்த்துகிற வேலையைச் செய்கிறது' என்றார் சிவாஜி.

'அரசே, தாங்கள என்னை அழைத்ததற்கு ஏதேனும் காரணம் இருக்குமே?' என்று தயக்கத்துடன் கேட்டார் ரகுநாத். அவர் பேச்சின் போக்கை மாற்றவே அவ்வாறு கேட்டது. வாதம் பண்ணுவதால் பயனேதுமில்லை என்பது அவருடைய கருத்து. இளம் மராத்தியரோ மாயை, வாழ்க்கை, போர், கனவு பற்றி தமக்கேயுரிய சொற்பொருள் விளக்கங்களை வைத்திருந்தார்.

'ரகுநாத்ஜி, நம்முடைய *ஜாகீர் சிறியது என்பது உங்களுக்கே தெரியும். புனேயைச் சுற்றியுள்ள சில மலைக்கோட்டைகள், வடக்கே சகான், மேற்கே மாவலி, ஷிர்வால், சுபே, இந்தாபூர் தென்கிழக்கில். இவ்வளவுதானே. நம்முடைய எல்லைகளை நாம் விரிவுபடுத்தியாக வேண்டும்.'

மன்னர் சிவாஜியால் எப்படித் தம்முடைய ஜாகீரை விரிவு படுத்த முடியும்? ரகுநாத்திற்கு வியப்பாக இருந்தது. ஆழ்ந்த விருப்பம் நிலம் தொடர்பான சட்டவிதிகளைப் பொருட்படுத்தாது தானே.

ரகுநாத்தின் எண்ண ஓட்டத்தைப் புரிந்துகொண்டவர்போல் சிவாஜி பேசினார்–

'நிலங்களுக்கான வரிவசூல் அதிகாரம் பெற்ற தேஷ்முக்குகளும், பட்டீல்களும் தூங்கி வழியும் பேர்வழிகள், அவர்களை நம் கட்டுக்குள் கொண்டு வந்து விடலாம். நம்மைக் கண்காணிக்க எந்தச் சுபேதாரும் இல்லை. நாம் செயல்படுவதற்கு இதுவே சரியான நேரம்' சிவாஜி வலியுறுத்தலாய் கூறினார்.

ரகுநாத் மறுமொழிக்கான வார்த்தைகளைத் தேடிக் கொண்டிருந்தார். மன்னர் சிவாஜியின் ஜாகீர் மலைப்பாங்கானது, ஒதுக்கமானதுங்கூட. ஆதில்ஷாவின் அரசு அதிகாரிகள் கூர்ந்து நோக்கு மளவிற்கு அத்தனை வளமானதுமல்ல. அதில் எவரும் கண் பதிக்காமல் இருப்பதற்கு வேறு காரணங்களும் இருந்தன. அந்த நிலப்பரப்பு சிவாஜியின் தந்தைக்கு நிஜாம் ஷாவால் வழங்கப் பட்டது. இருபது ஆண்டுகளுக்கு முன் நிஜாம்ஷா ஆண்ட நிலப் பகுதிகளை ஆதில்ஷா (பீஜப்பூர் அரசர்) தம்முடைய அரசுடன் இணைத்துக் கொண்டுவிட்டார். முகம்மது ஆதில்ஷா சமீபத்தில் இறந்து போனார். அவர் பத்தாண்டுகாலம் நோய்ப்படுக்கையில் இருந்ததால் அரசு காரியங்களைச் சரிவரக் கவனிக்க முடியவில்லை. அவருடைய மகன் அலி ஆதில்ஷா (தற்போதைய அரசர்) வயதில் மிகச் சிறியவர். தம்முடைய அரசின் தொலைதூரப் பிரதேசங்கள் பற்றி அவருக்குத் தெரிந்திருக்க நியாயமில்லை. சமீபத்தில் விதவை யான அவருடைய தாய் படீஸாஹிபா சட்டப்படியல்லாத (நடப்பில் உண்மையான) ஆட்சியாளராய் இருந்தார்.

'சுதந்திரம் இல்லாமல் நாம் செய்ய விரும்புகிற எதையும் நம்மால் செய்ய முடியாது, அடைய முயல்கிற எதையும் அடைய முடியாது. சுதந்திரம் இல்லாவிடில் நம் வாழ்வின் நோக்கத்தை அறிந்து கொள்ளாமலே நாம் சாக வேண்டியதுதான்.'

---

* தமக்குச் செய்த ஊழியத்தைப் பாராட்டி மன்னர் ஒருவருக்கு அளிக்கும் நிலம் 'ஜாகீர்'.

ரகுநாத் இதற்குமுன்பும் இதே வார்த்தைகளைக் கேட்டிருக்கிறார். சிவாஜி மன்னரின் தந்தை ஆதில்ஷாவின் பிரதிநிதியாகப் பெண்டகாலுருவில் தங்கி அரசு காரியங்களைக் கவனித்துக் கொண்டிருந்தார். தம்முடைய ஜாகீர் பக்கம் அவர் வந்து பல ஆண்டுகளாகி விட்டன. சிவாஜி தமது எட்டு வயதிலேயே சுயேச்சையாய்ச் செயல்படுமளவிற்கு விதி அவருக்குச் சுதந்திரத்தை வழங்கி இருந்தது. இயல்பிலேயே பிறருக்கு அடங்கிப் போகாதவர் அவர், கட்டுப்பாடுகளை அறவே வெறுத்தவர். வேறொரு அரசின் ஆளுமையின் கீழ் இல்லாத ஒரு இந்து சுயராஜ்யத்தை நிறுவும் கனவு கண்டார் அவர்.

'ஜாவலி தான் நம்முடைய கனவுக்கு முதன்மையானது. நம் சுயராஜ்யத்துக்கு அதுவே முதற்படி. அது நமக்கு இணக்கமான முறையில் கிடைக்காவிட்டால், கத்தி முனையில் அதைக் கைப்பற்றுவோம்' இதைக் கூறும்போது அதீத நம்பிக்கையில் சிவாஜியின் கண்கள் பளபளத்தன.

ஜாவலியின் ஜாகீர்தாரான சந்திரராவ் மோரேயை ரகுநாத் முன்பே சந்தித்திருக்கிறார். ஆதில்ஷாஹி அரசருக்கு எதிராக ஒரு செயலுறவு உடன்பாட்டை ஏற்படுத்திக்கொள்ளும் நோக்கில் அவரிடம் இவர் கோரிக்கை வைத்ததுண்டு. முதல் முறை பண்பார்ந்த கோரிக்கை வைத்து பலன் இல்லாமல் போகவே, பல எச்சரிக்கைக் கடிதங்களை அவருக்கு அனுப்பும்படியாயிற்று. ஆனால் அந்த மனிதரோ திரும்பத் திரும்ப ஆவேசத்துடன் மறுத்துக் கொண்டிருந்தார். இவர்கள் அளித்த வாய்ப்புகளை அவர் ஏற்பதாக இல்லை. இவர்களுடைய அச்சுறுத்தல்களுக்கு மசியவில்லை. சிவாஜி போன்றவர் தம்முடைய ஜாகீருக்குட்பட்ட தேஷ்முக்குகள் தமக்குப் பணிய மறுத்தால் அவர்களைக் கையாள்வதென்பது உள்நாடு சார்ந்த விவகாரம். ஆனால் மற்றொரு ஜாகீர்தாரை அச்சுறுத்துவது குற்றச்செயலாகிவிடும். சிவாஜி மலைக்கோட்டைகள் சிலவற்றைத் தன்வசப்படுத்திக் கொண்டார் என்பதில் ஆதில்ஷாஹி ஆட்சியாளர்கள் முன்பே அவர்மீது வன்மம் கொண்டிருந்தனர். புதிய அரசரான அலிஆதில்ஷா அவரைத் தேசத்துரோகி என்றே குறிப்பிட்டார். அவரை ஒரு *'நமக் ஹராம்' என்றே அழைத்தார்கள். பத்து வருடங்களுக்கு முன், தாம் நோய்ப்படுக்கையில் விழுவதற்கு முன்பு, அப்போதைய அரசரான முகம்மது ஆதில்ஷா சிவாஜியின் மரணத்தை விரும்பியிருந்தவர். புரந்தரில் நடந்த சண்டையை யார்தான் மறக்க முடியும்?

* தங்கள் உப்பைத்தின்று, தங்களுக்கே தீங்கு நினைப்பவர் (விசுவாசமற்றவர்).

‘பள்ளத்தாக்கை நீங்களே பார்த்திருக்கிறீர்கள். நம்முடைய மாவலிக் குன்றுகளைக் காட்டிலும் தொலைதூர ஜாவலிக் குன்றுகள் எதிர்ப்புணர்ச்சி மிக்கவைதாமே?’ சிவாஜி மனக்கிளர்ச்சியுடன் கேட்டார்.

ரகுநாத் தலையசைத்தார்.

ஸாஹ்யாத்ரி மலைத்தொடர் தக்காணத்தின் மேற்குப் பகுதியில் வடக்கில் இருந்து தெற்காய்ப் பரவியிருக்கிறது. இந்த மலைகள் தேஷ் என்கிற பீடபூமியை நீண்டு குறுகிய கடலோரப் பகுதியான கொங்கணத்தில் இருந்து பிரிக்கிறது. மாவலிப் பகுதிக் குன்றுகள் செங்குத்தாய், பாறைப்பாங்கில் அமைந்தவை. உச்சியை நோக்கிப் போகப் போகக் கரும்பாறைகள்தாம். கீழ்ப்பகுதியில் உள்ள சரிவுகளோ யானைத் துதிக்கைபோல் நீண்டு, பாம்புபோல் நெளிந்து நெளிந்து செல்லும் சிறுபள்ளத்தாக்குகள் கொண்டவை. இந்தக் குன்றுகள் வட்டாரத்துப் போர்யானைகள் என்றே கருதப்பட்டன. குன்றுகள் செங்குத்தானவை பள்ளத்தாக்குகள் ஆழமானவை. அடிவாரத்தில் உள்ள காடுகள் அடர்த்தியானவை.

‘மலைகளுக்கு இடைப்பட்ட தாழ்நிலப்பகுதியைத் தாக்கிக் கைப்பற்றுவதாயின் குதிரையேற்றம் தெரிந்த மலைவாழ் மக்களின் உதவி தேவைப்படும். நம் அரசரின் மிகப் பெரிய பலமே கவசமணிந்த குதிரைப் படைதான். ஆனால், பள்ளத்தாக்கு அதைக் கரைதட்டிப்போன கப்பலைப்போல் பயனற்றதாக்கிவிடும். மாவலி நமக்கு வாள் என்றால் ஜாவலி நமது கேடயம். நாம் மோரேயை அகற்றிவிடவேண்டும் எப்போதைக்குமாய்’ என்று அமைதியாகச் சொன்னார் சிவாஜி.

ரகுநாத் இமைப்பொழுதில் அதைப் புரிந்து கொண்டார்.

‘மேற்கில் விரிவுபடுத்துவதாயின் நாம் முகலாயர்களுடன் போரிட வேண்டியிருக்கும். கிழக்கிலோ தெற்கிலோ என்றால் ஆதில்ஷாஹியுடன் போர் செய்யும்படி இருக்கும். நாம் இன்னமும் போதிய பலத்தைப் பெற்றுவிடவில்லை. ஜாவலி நமக்கு வேண்டும். அது நம்முடைய கைக்கு வந்துவிட்டால், மேற்குப் பிராந்தியத்தை நாம் எளிதாய்க் கைப்பற்றிவிட முடியும் என்று (கொங்கணத்தின் கடலோரப் பகுதி) உணர்ச்சிப் பெருக்குடன் அவர் கூறினார்.

‘கொங்கணத்தின் சில பகுதிகள் முகலாயர்களின் ஆளுகைக்கு உட்பட்டிருக்கிறது. சில பகுதிகள் ஆதில்ஷாஹி சுல்தான்களிடம் உள்ளது. ஆப்ரிக்க சித்திகள் கடற்கரைக் கோட்டையான ஜன்ஜீராவைக் கைப்பற்றியிருக்கிறார்கள். தம்முடைய அரசர் மறந்துவிடாதபடிக்கு ஞாபகப்படுத்தினார் ரகுநாத்.

‘கொங்கணத்தின் மேற்குப்புறம் எல்லாமே கடல்தான். கிழக் கெல்லை முழுதும் குன்றுகள். அவர்களுடைய படைகளோடு, வேறெந்த இடத்தையும்விட அங்கே போரிடுவதுதான் எளிதாக இருக்கும். அவர்கள் எந்தப் பகுதிகளில் பலவீனமாய் இருக்கிறார் களோ அந்தப் பகுதிகளில் நாம் பலத்தை அதிகரித்துக் கொண்டுவிட வேண்டும்.’ என்றார் சிவாஜி.

‘இதன் பொருள்?’ குழப்பத்துடன் கேட்டார் ரகுநாத்.

‘நம்முடைய கப்பற்படையை மேம்படுத்திக் கொள்வதற்கான வாய்ப்புகளை கொங்கணம் வழங்கும்’ தமது கண்கள் தொலைவில் எங்கோ நிலைத்திருக்க, மிருதுவான குரலில் சொன்னார் சிவாஜி.

‘முகலாயப் பேரரசு, ஆதில்ஷாஹி என்கிற இரண்டு மலைப் பாம்புகள் வளையமாய்ச் சுற்றியிருக்க, நடுவே நாம் அகப்பட்டிருக் கிறோம். தக்காணம் முழுதுமே முகலாயர் கைக்குச் சென்றாலும்கூட, கொங்கணம்தான் நமக்கு முக்கியம்’ என்று ரகுநாத்தை நோக்கிய படி கூறிய சிவாஜி நெடுமூச்செறிந்தார். அவருடைய முகத்தில் சீற்றம் தெரிந்தது. ‘ஔரங்கசீப் ஹைதராபாத்தை வீழ்த்திவிட்டார். ஒட்டுமொத்தத் தக்காணமும் சீக்கிரமே இரத்தக் களரியாகிவிடும்.’

அதுவரை தாம் அறிந்திராத ஒன்றைத் தற்போது அறிந்து கொண்டுவிட்டதுபோல் தமது கண்ணைச் சிமிட்டினார் ரகுநாத். பெரிய அளவிலான ஒரு நீண்டகாலப் போரின் முதல் நடவடிக் கையை, ஜாவலியில் சிவாஜி தொடங்கப் போகிறார். அது அவருடைய அரசர் ஆதில்ஷாவிற்கு எதிரானதாய் இருக்காது, அவரைவிட மிகப்பெரிய ஆற்றல் மிக்க ஒருவருக்கு எதிராக இருக்கும்.

ரகுநாத் வெளியேறியதும், சிவாஜி லால்மஹாலின் நடைக் கூடத்தை நோக்கி வேகமாய் நடந்தார். அந்தச் செந்நிறமாளிகை வழக்கமான அரண்மனைபோல் தோட்டங்களையோ, மாட விதானங்களையோ, குவிமாடங்களையோ, காப்புச் சுவர்களையோ கொண்டிருக்கவில்லை.

அது உண்மையிலேயே இரண்டு தளங்களைக் கொண்ட சிவப்பு நிறக் கற்களாலான பெரியகட்டிடம், அவ்வளவுதான். புனேயின் தெற்கெல்லைக்குப் பக்கமாய் அமைந்திருந்தது. பின்பக்கத்தில் குதிரைகளுக்கான லாயமும், கால்நடைகளுக்கான தொழுவமும் இருந்தன. மையத்தில் இருந்த முற்றம் சந்திப்புக் கூடமாய்ப் பயன் படுத்தப்பட்டது.

வடமேற்கில் இருந்து குளிர்ச்சி பொருந்திய மென்காற்று உள்ளே வீசியது. பட்டினாலான சன்னல் திரை காற்றில் பட படத்தது. சிவாஜி முதல் தளத்திற்கு இட்டுச்செல்லும் படிக்கட்டு களில் நடக்கலானார். வீடு வழக்கத்துக்கு மாறாக நிசப்தமாக

இருந்தது. அவருடைய தாய் தங்கள் குலதெய்வமான பவானி தேவியை மந்திர உருவேற்றி வழிபடும் பூஜை அறை வெறுமையாக இருந்தது. ஊதுபத்தியின் நறுமணப்புகை மெல்லப் பரவி வெறுமையை இட்டு நிரப்ப முயன்றது. அவருடைய தாயும் மனைவியரும், மகள்களும் புரந்தர் மலைக்கோட்டைக்குச் சென்றுவிட்டனர். அவர், தமது காலணிகளைக் கழற்றிவிட்டு, பூஜை அறைக்குள் நுழைந்து பவானிதேவி முன்பாய் மண்டியிட்டார். அம்மை பார்வதியின் உக்கிர அவதாரமே பவானிதேவி. மை பூசிய பெரிய கண்களால் நோக்கினாள் அவள். அந்தச் சீற்றப் பார்வை வேறெவரையும் அச்சுறுத்தவே செய்யும்.

'தாயே! சுயராஜ்யம் சிவபெருமானின் விருப்பம். தாங்கள் அவருடைய சக்தியல்லவா. ஒரு நோக்கத்துடனேயே என்னை இங்கே கொண்டு வந்திருக்கிறீர்கள். அந்த நோக்கத்தை நிறைவேற்ற எனக்கு உதவியாக இருங்கள்' என்று தேவியிடம் சிவாஜி பிரார்த்தித்துக் கொண்டார்.

இருபது ஆண்டுகளுக்கு முன் சிவாஜியின் தந்தை ஷாஜி போஸ்லே ஆதில்ஷாஹியின் சேவைக்குக் கட்டாயப்படுத்தப் பட்டார். தவிர்க்க முடியாத நிலையில் பீஜப்பூர் அரசின் தெற்கெல்லையில் உள்ள பெந்தகாலூரு என்ற இடத்தில் தங்கி அவர் பணியாற்றிக் கொண்டிருக்கிறார். தந்தையின் ஜாகீரில் ஒரு பகுதியான ஜுன்னார் நகரத்துக்கு அருகில் உள்ள ஷிவ்னேரிக் கோட்டையில் தாயும் இவரும் தங்கிவிட, தந்தை தம்மோடு மூத்தமகனை அழைத்துச் சென்றது சிவாஜிக்கு நன்றாகவே நினைவில் இருந்தது.

அடுத்த சில ஆண்டுகளில் அகமதாபாத்தைத் தலைநகரமாய்க் கொண்டு ஆட்சி செய்த நிஜாம்ஷாஹி அரசைப் பேரரசர் ஷாஜஹானும், ஆதில்ஷாஹியின் அரசரும், செத்த முயலை இரையாக்கிக் கொள்ள சண்டையிடும் நாய்களைப் போல் கொள்ளையிட்டுச் சென்றனர். பீமா நதியின் வடக்கேயுள்ள வளம் மிக்க நகரங்களான அகமத் நகர், ஜுன்னார், நாஷிக் இவற்றை முகலாயர்கள் விழுங்கித் தீர்த்தனர். பீமாநதிக்கு தெற்கேயுள்ள வடகொங்கணம், புனே, வாங்கி, பராண்டா, ஷோலாப்பூர், பந்தர்பூர் பேராவலுடன் ஆதில்ஷாஹி விழுங்கிவிட்டது. ஷாஜியின் ஜாகீர் அளவில் கணிசமாய்க் குறைந்து போயிற்று.

நிஜாம்ஷாஹியிடம் பணிபுரிந்தவர்களைக் கொன்று போடுவதற்காக, முகலாயப்படை ஜுன்னார், அகமத் நகர் பகுதிகளை ஊடுருவியபோது அவருடைய தாயும், அவரும் தங்கள் ஜாகீரின் தென்பகுதிக்கு ஆதில்ஷாஹிக்கு உட்பட்ட பகுதிக்குத் தப்பிச் சென்றனர். அந்த முதற்பயண நினைவுகள் அவருடைய இதயத்தைக் குத்திக் கிழித்து ரணப்படுத்திவிட்டது. இருபதாண்டுகளுக்குப் பிறகு

இப்போது நினைவுபடுத்திக் கொண்டாலும் மனம் வேதனையில் ஆழ்ந்துவிடுகிறது. குதிரைகளின் குளம்படியில், பீமா, முத்தா ஆற்றுப்படுகைக் கூழாங்கற்கள் சிக்கிச் சிதறி எழுப்பிய ஓசை இன்னமும் அவர் காதில் ஒலித்துக் கொண்டிருக்கிறது. அது கடந்த காலத்துக்கு அவரைக் கொண்டு சென்று விடுகிறது.

ஓரிரவில், மக்கள் வீறிட்டலறும் ஓசை கேட்டு அவர் விழித்துக் கொண்டார், அவர்கள் வீதிவழியே அவசர அவசரமாய் ஓடுவதைக் கண்டார். 'முகலாயர்கள்'.... 'படையாட்கள்' 'அணிவகுப்பு.....' என்று சில வார்த்தைகள்தாம் அவருடைய காதில் விழுந்தது. சற்றுத் தொலைவில் அவருடைய தாய் அவர்கள் செய்ய வேண்டியது குறித்து கட்டளையிட்டுக் கொண்டிருந்தார். 'தீப்பந்தங்கள் வேண்டாம். நம்மால் முடிந்த அளவு சீக்கிரமாய் பீமா நதியைக் கடந்து போயாக வேண்டும்' என்று உரத்த குரலில் முழங்கினார் அவர். எல்லாமே துரிதகதியில் நடந்தன. அவர் புரிந்துகொள்வதற்கு முன்பே தாய் அவரைத் தன்னுடைய குதிரையில் தனக்குப் பின்னால் அமர்த்தி யிருந்தார்.

இருபது பேர் சூழ்ந்து வர, சிறு கூட்டமாய் அவர்கள் குதிரை களை மலைச்சரிவில் விரட்டிச் சென்றனர். இன்னமும் இருள் விலகியிருக்கவில்லை. ஷிவ்னேரிச் சரிவுகள் இருண்டு காணப் பட்டன. ஆயினும் பழகிய பாதை என்பதால் எளிதாய்த் தடம் பிடித்துச் சென்றார்கள். பொழுதுவிடியும் நேரத்தில் அவர்கள் பீமாநதிக்கரையை அடைந்துவிட்டிருந்தனர். அங்கே நதி குறுகிய சிற்றோடையாய், பழுப்பு நிறத்தில் ஊர்ந்து கொண்டிருந்தது. அவர்கள் வயல்கள், காடுகள், செப்பனிடப்படாத பாதைகள் வழியே தொடர்ந்து போய்க் கொண்டிருந்தனர். யாரும் அதிகம் பேசவில்லை மாலைப் பொழுதானபோது மற்றொரு ஆற்றை அவர்கள் கடக்க வேண்டியிருந்தது.

'முத்தா ஆறு' என்று யாரோ சொன்னார்கள்.

முத்தாவின் மறுபக்கத்தில், சூரியக்கதிர்கள், மரங்களின் இலைகளில்லாத கிளைகள் மீது சரிந்தோடி விழுந்தன. அவர்கள் இங்கேதான் வசிக்கப்போவதாய் அவருடைய தாய் சொன்னார். ஆனால், அங்கே வீடுகள் இருப்பதாய் அவருக்குத் தெரியவில்லை. தாய் தன்னுடைய குதிரையைக் குறுகலான பாதைகளில் செலுத்திய போது, அவர் தாயை இறுகப் பற்றிக் கொண்டார். அங்கே புல்லின் இதழ்கள் வெளிறிய மஞ்சள் நிறத்தில் காணப்பட்டன. நிலம் பாளம் பாளமாய் வெடித்துக் கிடந்தது. தரை ஒரு சொட்டுத் தண்ணீர் உறிஞ்சி ஆண்டுக் கணக்கில் ஆகியிருக்கும் போலத் தெரிந்தது. உடைந்த தூண்களும், உதிர்ந்த காரையுமாய் சிதைந்து கிடந்த கோயில்களை அவர் கண்டார். ஆங்காங்கே இறந்துபோன பசுக்கள்,

வெள்ளாடுகளின் வீச்சமடிக்கிற உடல்கள். நாற்றம் சகிக்க முடியாததாக இருந்தது. வறண்ட புழுதிக்காற்று வீசிய பொடிதூசு அவருடைய தொண்டையை உலர வைத்தது, கண்களில் நீரை வரவழைத்தது. தம் தாயின் சேலை முந்தியில் அவர் துடைத்துக் கொண்டார். முன்பின் பார்த்திராத மக்கள் தங்களை வெறித்து நோக்குவதை அவர் கவனித்தார். அவர்கள் பெரிய கண்களும், புழுதிபடிந்த முகங்களுமாய் வேறுபட்டவர்களாய்த் தெரிந்தனர். பறவைக் கூடுபோல் தங்கள் தலைமுடியை அவர்கள் வாரி முடிந்திருந்தனர்.

தங்களை அவர்கள் தாக்கக்கூடும் என்று அவர் பயந்தார். தம்முடைய இடுப்பில் மரத்தாலான கத்தி ஒன்றை அவர் தொங்க விட்டிருந்தார். கடின உலோகத்தாலான கத்தியில்லாமல் உண்மையில் ஒரு எதிரியைச் சமாளிக்க முடியாது என்று தாய் அவருக்குச் சொல்லியிருந்தார். எங்கும் இருள் பரவிக் கொண்டிருந்தது. தம்முடைய ராஜ்யத்தைத் தேடிக் கண்டடைய அவர் முயன்றார். வானுயர்ந்த கோபுரங்களுடன் கூடிய கோயில்கள், அவற்றின் மீது காற்றில் படபடக்கும் செம்மஞ்சள் நிறக் கொடிகள், உறுதியான தூண்களுடன் அமைந்த அரண்மனைகள்.

அவருடைய நாடு அவருக்காகக் காத்திருக்கவில்லை.

அத்தியாயம் இரண்டு

1

கோல்கொண்டா கோட்டையில் தாம் ஆபத்தில்லாமல் இருப்பதாய் உணர்ந்தார் அப்துல்லா குதுப்ஷா. தனிப்பட்ட தனது கலையரங்கின் மூன்றாவது தளத்தில் அமர்ந்திருந்தார் அவர். தன்னால் பெரிதும் நேசிக்கப்படுகிற ஹைதராபாத் நகரத்துக்கு என்ன நேர்ந்திருக்கும் என்பதை அவர் மறக்க விரும்பினார். சிறிதும் உணர்ச்சியற்ற, சிற்றின்ப இச்சைமிக்க, அருவருப்பான ஔரங்கசீப் படையாட்களின் கைகளில் தம் குடிமக்களைத் தவிக்க விட்டு வந்ததை நினைத்துப் பார்க்கவும் அவர் விரும்பவில்லை. ஔரங்கசீப் அனுப்பியிருந்த ஓலையை அவர் திரும்பவும் படித்தார். முகலாய இளவரசர் கலப்பில்லாத பாரசீக மொழியில் எழுதியிருந்தார்–

'உமக்கு எதிரான போர் அல்லாஹ் விதித்தது. சன்னிப் பிரிவினரின் தலைவன் என்கிற முறையில் அவருடைய விருப்பங் களை நான் நிறைவேற்றியாக வேண்டும். அவரது இஸ்லாமியக் கோட்பாட்டை அனுசரித்து நடக்காதவர்களை அழித்தொழிக்கும் பொறுப்பும் எனக்கிருக்கிறது. இருபது ஆண்டுகளுக்கு முன் பேரரசரும், எனது தந்தையுமான ஷாஜஹான் உம்மை எச்சரித்திருக் கிறார்–

ஒரு ஷியா முஸ்லீமான நீர் பேரரசுக்குப் பணிந்து அரசுபுரிய மகிழ்ச்சியுடன் ஒப்புக் கொண்டிருந்தீர். ஆண்டுக்கு பத்துலட்சம் ரூபாய் கப்பம்கட்ட உடன்பட்டிருந்தீர். நீர் முறையாகக் கப்பம் கட்டாவிட்டால் உமது அரசை பேரரசுடன் இணைத்துக்கொள்ள நேரிடும். நீர் எமக்கு இருபதுலட்சம் ரூபாய் தரவேண்டியிருக்கிறது. இது பணத்துக்காக மட்டுமல்ல. உம்மைப் புறக்கணித்தவராக நாங்கள் கருதுகிறோம். உமது குடிமக்களை உம்முடைய சமய நோக்கு முறையைப் பின்பற்றுவதிலிருந்து காப்பதாக நாங்கள் சத்தியம் செய்திருக்கிறோம். அவர்களை நரகத்தில் இருந்து காப்பாற்ற நாங்கள்

விரும்புகிறோம். உம்மை ஆள்வதற்கு நாங்கள் அனுமதித்தால் இந்துஸ்தானத்து மண்ணுக்கே அநீதி இழைத்தவராவோம். உம்மை அழிப்பதைத் தவிர எமக்கு வேறு வழியில்லை?"

கடிதம் ஔரங்கசீப்பின் உள்ளங்கைப் பதிவுடன் இருந்தது.

அவர் அவசர அவசரமாக சில கோப்பை ஒயினை விழுங்கித் தீர்த்தார். போதை ஏறிய நிலையில் கீழ்த்திசையில் இருந்த சன்னல்கள் பக்கம் தள்ளாடியபடி நடந்தார். கண்களைச் சுருக்கி, தொலைவில் இருந்த தன் பிரியத்திற்கு உகந்த நகரத்தை நீண்டநேரம் பார்த்தபடி நின்றார். அவருடைய பிரதான அமைச்சரான மீர்ஜும்லாவின் ஆதரவுடன் ஔரங்கசீப்பின் படையாட்கள் நகரத்தைக் கைப்பற்றி, மூர்க்கத்தனமாய் நாசம் பண்ணி இரண்டு மாதங்கள் ஆகிவிட்டிருந்தது. குதுப்ஷாஹியின் அரசரான அவர் அந்தப் பேரழிவைத் தடுக்க என்ன செய்தார்? ஒன்றும் இல்லை.

நகரம் வீழ்ந்தது. அரசுப்படை இந்தக் கோட்டையைக் கைப்பற்றுவதில் வெற்றி பெற்றுவிட்டால் அவருடைய ஆளுகையில் இருந்த நாடு ஒரு மங்கிய நினைவாகிவிடும். அவர் உயிரோடு இருக்கும் பட்சத்தில் உண்மையில் அப்படித்தான் ஆகும். நகரத்துக்கும் கோட்டைக்கும் இடையேயுள்ள போர்க்களத்தை அவருடைய கண்கள் அலசி ஆராய்ந்தது. புதிதாய்த் தோண்டப்பட்ட குழிகளால் நிலம் காயப்படுத்தப்பட்டது போலிருந்தது. மியூஸி நதியின் வடகரை ஒரு இடுகாடாகி விட்டது.

அவர் ஆயிரக்கணக்கான வாள் வீரர்களையும், வில்லாளிகளையும், துப்பாக்கிப் படைப் பிரிவினரையும் இழந்திருந்தார். அழுகிக்கொண்டிருந்த உடல்களின் வீச்சத்திலும், வெடித்துத் தீர்த்த வெடிமருந்தின் நாற்றத்திலும் காற்றுமண்டலம் கடினத்தன்மை கொண்டது. போர்க்களத்துக்கும் அப்பால் முற்றுகையை அவரால் காணமுடிந்தது. அவர் அதிர்ச்சிக்கு உள்ளானார். கோட்டையைச் சுற்றி நூற்றுக்கணக்கான பீரங்கிகள் அரைவட்டமாய் நிறுத்தப்பட்டிருந்தன. அவை உத்தரவுகளுக்காகக் காத்திருந்தன. ஔரங்காபாத்தில் இருந்து ஔரங்கசீப் தாமே கூடுதல் வலிமையூட்டும் படையாட்கள், ஆயுதங்களுடன் வந்திருக்கிறார். அவருடைய தனிப்பட்ட படையினர் காட்டுமிராண்டித் தனமானவர்கள். சிறிதும் இரக்கமற்ற மிருகங்கள், கொலைக்களத்துக்கு வெளியேயான வாழ்க்கையை அறியாதவர்கள் அவர்கள். ஔரங்கசீப்பின் தாய்மாமனும், அவருடைய தனிச்சலுகைக்குரிய படைத்துறை முதல்வருமான ஷெயிஷ்ட கானும் அவருடன் வந்திருந்தார்.

'எல்லாம் முடிந்தது' அப்துல்லா தனக்குள் சொல்லிக் கொண்டார். இனி புதிதாய் எதுவும் அவரைக் கவலைக்குள்ளாக்கப்

போவதில்லை. கோட்டைப் பாதுகாப்பு அரண்களில் ஆற்றல்மிக்க பீரங்கிகள் நீண்ட வரிசையில் இருந்தபோதும் போதிய பீரங்கிக் குண்டுகளும், வெடிமருந்துகளும் இல்லாத காரணத்தால் அவை பயனற்றவைதாம். அவருக்குப் பின்னால் தாராமதி பாடுகிறாள், இசைக்கேற்ப பரதநாட்டியத்துக்கான அங்க அசைவுகளும் அவளிடம் காணப்படுகிறது. தனியொரு இசைக்கலைஞனின் மிருதங்கம் த–தி–தோம் என்கிற தாள லயத்தை இழந்துவிட்டது போல் இருந்தது. அவளுடைய தோற்ற அமைவுகள் சில சமயம் பெண்மைக்குரிய நளினத்தையும், ஆண்மைக்குரிய வலுவான இயல்பையும் கொண்டிருந்தது. தன்னைச் சுற்றியுள்ள உலகத்தையே பற்றியெரியச் செய்துவிடுவதுபோல் அவளுடைய முக பாவங்களில் அனல் பறந்தது. தன்னுடைய இனிய குரலில் சஹானா ராகத்தை அவள் ஆலாபனை செய்து கொண்டிருந்தாள். ஆண் பெண் சேர்க்கையை தெய்வீக நிலைக்கு உயர்த்தும் சேத்திரய்யாவின் பாடல் வரிகளை அவள் பாடினாள். தாராமதியின் குரல் மலைகளில் இருந்து பீறிடும் நீரூற்றின் எழுச்சி இருந்தது.

2

“சென்ற ஆண்டில் முகலாயப் பேரரசு ஒரு லட்சம் அலகு தங்கம் பெறுமானத்துக்கு வரிகளை வசூலித்தது. ஆதில்ஷாஹி அதில் நாலில் ஒரு பங்கு வசூலித்தது. இந்து வீரர்களாகிய நாமோ நம்மிடம் வீசியெறியப்பட்ட துண்டு நிலங்களுக்காக நமக்குள் சண்டையிட்டுக் கொள்கிறோம். நம் நாட்டைத் தாக்கிக் கைப்பற்றும் நோக்கத்துடன் இங்கே நுழைந்தவர்களோ நம்மை மனிதர்களாகவே மதித்து நடத்த வில்லை. நாமும் மிருகங்களைப்போல் நடந்து நம்மை அவர்களுக்கு நிரூபித்துக் காட்டுவோம்” என்று முழங்கினார் சிவாஜி.

ரகுநாத் மீண்டும் அழைத்து வரப்பட்டார். இம்முறை உள்ளறை ஒன்றில் அவர்கள் கலந்துரையாடினர். அறையின் இருளைப் போக்க அங்கிருந்த ஒற்றைவிளக்கு போதுமானதாக இல்லை. அந்த மூத்த ராஜதந்திரி கூர்மையான உள்ளுணர்வுகளைக் கொண்டிருந்தார். சிவாஜியை நன்றாகவே அறிந்து வைத்தவர் அவர். சிவாஜியுடன் இணைந்து செயல்படும் திட்டத்தை ஜாவலி ஜாகீர்தார் மீண்டும் மறுத்திருக்க வேண்டும் என்று அவர் ஊகித்தார். அது சிவாஜியின் கோபத்தைக் கிளறிவிட்டிருக்கும் என்பதும் தெரிந்தது.

‘மோரேயைக் கழித்துக் கட்டவேண்டிய நேரம் வந்துவிட்டது. பேச்சுவார்த்தையின் போதே அதைச் செய்து முடிக்க வேண்டும்’ சிவாஜி உத்தரவிட்டார்.

'எனக்குப் புரிகிறது' மார்புக்கூட்டுக்குள் இதயம் விரைவாக அடித்துக் கொள்வதை உணர்ந்தவராய், காரியார்த்தமாய்ச் சொன்னார் ரகுநாத். வாதிடவோ, நியாயப்படுத்தவோ இடமில்லாத திட்டவட்டமான ஆணை அது. ஒரு ராஜதந்திரி எழுதப்படாத விதியொன்றைக் கடைப்பிடிப்பவர். அவர் யாரையும் கொல்ல மாட்டார், அவரை யாரும் கொல்லமாட்டார்கள். நிலப்பிரபுக்களின் வீடுகளிலும், இஸ்லாமிய ஆட்சியாளர்களின் அவைகளிலும் தடையின்றிச் செல்வதற்கு அவருடைய சாதுரியம் அவருக்கு இடமளித்திருந்தது. அந்த எழுதப்படாத விதியைத் தகர்த்துக் கொண்டு, உலகின் புதிய வகைமுறைப்படி அவர் நடக்கவேண்டிய நேரம் வந்திருக்கிறது.

'மிகச் சிறந்த காரணமிருப்பின் சட்டங்களைக்கூட திருத்தி யமைக்க வேண்டுந்தான்.'

தம் வயதிலும் இளமையான தோற்றத்துடன், நிமிர்ந்து நின்றி ருந்த தம்முடைய வக்கீலிடம் (தம் சார்பில் செயல்பட அதிகார பூர்வமாய் நியமிக்கப்படும் நபர்) கூறினார் சிவாஜி.

'அலி ஆதில்ஷா எப்படி எதிர்வினை புரிவார் என்று தாங்கள் நினைக்கிறீர்கள்?' ரகுநாத் கேட்டார்.

'முஸ்லீம் சுல்தான்கள் நகரங்களை ஆள்கிறார்கள். ஜாகீர்தார் களும், கிராம அதிகாரிகளும் கிராமங்களை நிர்வாகம் பண்ணு கிறார்கள். ஏழைகள் தொடர்ந்து அடிமைகளாய் இருக்கிறார்கள். அதிகாரத்தில் இருக்கிற ஒவ்வொருவரும் பழைய முறையே தொடரவேண்டும் என்று விரும்புகிறார்கள்.' கேள்வியைப் பொருட் படுத்தாது, சிவாஜி இப்படிக் கூறினார்.

விநாயகர் கோயிலில் மாலைநேர வழிபாட்டுக்காக மணிகள் ஒலிக்கத் தொடங்கின. தடைகளை அகற்றும் விக்னேஸ்வரனை விழிப்படையச் செய்ய முயல்வதாக இருந்தது. மணிகளின் கண, கண ஒலி. அந்த நிலப்பரப்பின் வரலாற்றுக் குமுறலை வெளிப்படுத்துவது போல் இருந்தது அதன் எதிரொலிகள். அங்குள்ள மக்கள் தற்போது அனுபவித்துக் கொண்டிருக்கும் அமைதி எளிதில் சேதமுறக் கூடியது, எப்போது வேண்டுமானாலும் நொறுங்கிப் போகும், சொல்லப் போனால் அது ஒரு கற்பனைதான். ரகுநாத் கருத்தார்ந்த முகபாவத்துடன் காணப்பட்டார். முகலாயர்கள் ஹைதராபாத்தைக் கைப்பற்றிய தகவல் அவருக்குக் கிடைத்திருந்தது. காத்திருந்து, கவனமாய்ப் பார்க்கவேண்டிய நேரம் இது. ஆனால், சிவாஜி வேளைவரட்டும் என்று காத்திருப்பவர் அல்ல. அவர் வலிந்து மேற்சென்று தாக்குவதற்கு திட்டம் வகுத்திருந்தார்.

'அலி ஆதில்ஷா நம்மை ஒழித்துக்கட்ட விரும்புகிறார். ஔரங்கசீப்போ ஆதில்ஷாஹி உட்பட தக்காணத்தையே ஒட்டு மொத்தமாய் விழுங்கிவிடப் பார்க்கிறார். என்றாவது ஒருநாள் வல்லமை பொருந்திய முகலாயரை நாம் நேருக்கு நேர் மோதும் நிலை வரலாம். வரலாற்றை ஆராய்ந்து, எதிர்காலத்தை வடிவமைக் கிற நேரம் இது' சிவாஜி இதமான குரலில் தம் வக்கீலிடம் சொன்னார்.

ரகுநாத் தலையசைத்தார். வரலாறு படிப்பினைகள் கற்பிக்கும் சுரங்கம். முப்பதாண்டுகளுக்கு முன்பே, ஜஹாங்கீர் பேரரசரான காலத்தில் இருந்தே முகலாயர்களின் திடீர்த் தாக்குதல்கள் தொடங்கிவிட்டன. அவருடைய பேரரசு கிழக்கே வங்காளத்தில் இருந்து மேற்கே சிந்து மாகாணம் வரையும், வடக்கே காஷ்மீரில் இருந்து தெற்கே குஜராத், கந்தேஷ் வரைக்கும் விரிவு பெற்றுவிட்டது. ஆனால், தெற்கே இன்னும் மேற்சென்று தக்காணம் வரை என்றால் அது வேறு கதை. வடக்கே அவர்களுடைய ஆட்சி உச்ச உயர் நிலையில் இருந்தாலும் தக்காணத்தில் மூன்று முஸ்லீம் ஷாஹிகளின் ஆட்சி நடக்கிறது. அகமத் நகரில் நிஜாம்ஷாஹி வம்சமும், பீஜப்பூரில் ஆதில்ஷாஹியும், கோல்கொண்டாவில் குத்புஷாஹியும் ஆண்டு வந்திருக்கிறார்கள். பேரரசர் ஜஹாங்கீரின் விரிவாக்கத் திட்டத்தில் முதல் இலக்கு நிஜாம்ஷா. அந்த மனிதர் ஒரு குடிகார உதவாக்கரை. அபிசீனியா (ஆப்ரிக்கா)வைச் சேர்ந்த மாலிக் அம்பர் என்கிற மாவீரர் நிஜாம்ஷாவிடம் அமைச்சராக இருந்து வடக்கே தௌலதாபாத் கோட்டையில் இருந்து அரசின் பல பகுதிகளைப் பாதுகாத்திருக்கிறார். சிவாஜி மன்னரின் தந்தை அப்போது நிஜாம்ஷாவின் அரசுப் பிரதிநிதியாக இருந்தபடியால் அகமத் நகரைக் காப்பாற்றியிருக்கிறார். ஜஹாங்கீர் தக்காணப் படை யெடுப்பில் திரும்பத்திரும்ப தோல்வியே காணும்படி ஆயிற்று. அவருடைய போதைப் பழக்கமே தோல்விகளை அவருக்குத் தந்தது. அதே சமயம் அவருடைய படைத்தலைவர்கள் கட்டுப்பாடற்றவர் களாய் கேளிக்கைகளில் மூழ்கிக் கிடந்ததும் முக்கியக் காரணம்.

ஆனால், காலம் மாறிவிட்டது. ஔரங்கசீப் ஒன்றும் ஜஹாங்கீர் அல்ல.

ரகுநாத் சிவாஜி பக்கம் பார்வையைச் செலுத்திய பொழுது, சிவாஜியோ மாவலிக் குன்றுகள் பக்கம் கூர்ந்து நோக்கியபடி இருந்தார். தம்மால் காணமுடியாதவைகளைக் கண்டுகொள்ளும் திறன் தம்முடைய அரசருக்கு இருப்பதாக ரகுநாத் வியந்து கொண்டார். பேரரசர் ஜஹாங்கீர் போயாயிற்று, ஆனால் தக்காணத் தின் மீது முகலாயர்களுக்கு இருந்த வேட்கை ஒரு அழிவற்ற

ஆவியைப்போல் அடங்காப் பசியும், அற்பத்தனமும் கொண்டு தக்காணத்து வானில் சஞ்சரித்தது. பேரரசர் ஷாஜஹான் ஒரு லட்சம் குதிரை வீரர்களோடு தக்காணத்துக்கு படை நடத்திச் சென்றார். நிஜாம்ஷாஹியின் கடைசி அரசரைக் கைது செய்து கொண்டு போய் குவாலியர் சிறையில் அடைத்தனர். அங்கே மிகையளவு அபின் கொடுத்து அவர் கொல்லப்பட்டார். ஆனால் நிஜாம்ஷாஹி நிலப்பகுதியை எப்படியும் பாதுகாப்பது என்று தீர்மானித்த சிவாஜியின் தந்தை மஹாராஷ்டிராவின் மலைகளையும், மலைக் கோட்டைகளையும் பயன்படுத்தி வந்தார். முகலாயர்களுக்கு எதிராக ஆதில்ஷாஹியுடன் கூட்டுச் செயல்பாட்டுக்கான ஒப்பந் தமும் செய்திருந்தார். அப்துல்லா குத்புஷா சீக்கிரமே முகலாயப் பேரரசிடம் அடிபணிந்தார். முகம்மது ஆதில்ஷா தம்முடைய அரசுக்காகப் போரிட முடிவு செய்தார். ஷாஜஹானின் படை மூன்று வெவ்வேறு வழிகளில் அவருடைய நிலப்பகுதிக்குள் நுழைந்தது. நாகரீகம், வளம் இவற்றின் சிறு அடையாளத்தையும் அவர்கள் விட்டு வைக்கவில்லை. நகரங்களையும், சிற்றூர்களையும் தீயிட்டுப் பாழ்படுத்தினர். அவர்கள் கால்நடைகளைக் கொண்டு சென்றனர், முதியவர்களை இரக்கமின்றிக் கொலை செய்தனர். இளைஞர்களையும், பெண்களையும் சிறைப்படுத்தினர். ஆதில் ஷாஹி முகலாயப் பேரரசின் துதிபாடி, கப்பம் கட்டும் நிலைக்கு வரும்வரை அடாவடிச் செயல்கள் தொடர்ந்தன.

'அவர்கள் நேசம் பாராட்டுவதும், ஒப்பந்தம் போடுவதும், தங்கள் வலையில் நம்மைச் சிக்க வைப்பதற்காகத்தான்' என்றார் சிவாஜி.

ரகுநாத் அதை நன்கறிவார். தோல்வியுற்ற முகம்மது ஆதில்ஷா வெற்றி பெற்ற ஷாஜஹானுடன் ஒப்பந்தம் செய்துகொள்ளும்படி நிர்ப்பந்திக்கப்பட்டார். ஷாஹியை அந்நியராக்கி, சரணடையும்படி கட்டாயப்படுத்தினர். அவர் ஆதில்ஷாஹிக்கு சேவை செய்ய வேண்டும் அல்லது சாவை எதிர்கொள்ள வேண்டும் என்பதே அவருக்கான இறுதி அறிவிப்பு. கூட்டுப்படைகள் அவருடைய ஜாகீரை அழிக்க முயன்றன. அவர் ஒருபோதும் மறக்காதபடி, அவருக்குத் தகுந்த பாடம் கற்பிக்கவே அவர்கள் விரும்பினர். அவர்களுடைய குதிரைப்படையினர் 'தீன், தீன், தீன்' என்று உரத்த குரலில் கத்திக்கொண்டு பூனாவிற்குள் வந்ததை ரகுநாத் நினைவு படுத்திக் கொண்டார். அது தெளிவான மனக் காட்சியை அவரிடம் உண்டுபண்ணியிருந்தது. வீடுகள் தீக்கிரையாக்கப்பட்டு, கரும்புகை சுருள் வட்டமாய் மேலெழுந்து, மேகங்களினூடே சென்று

வான்வெளியை இருட்டடிப்புச் செய்தது. காப்பரணும் அதன் முகப்புப் பகுதிகளும் சிறு துண்டுகளாய் உடைந்து, இடிந்த குவிய லாகி விட்டன.

அதிர்ஷ்டம் இல்லாத பூமி என்று அறிவிக்கும் விதமாய், கழுதைகளை ஏரில் பூட்டி வயல்களை உழுதார்கள். அது துரதிர்ஷ் டம் என்ற நம்பிக்கையை விதைத்தபின் யாருக்குத்தான் அதை மறுபடியும் உழுது பயிரிடத் துணிவு வரும்? விவசாயிகள் மிரண்டு போய் அருகில் இருந்த காட்டுக்கு ஓடிவிட்டார்கள். அப்போது மன்னர் சிவாஜி ஐந்து வயது சிறுவர். ஜுன்னார் அருகே ஷிவ்னேரிக் கோட்டையில் தம் தாயுடன் வசித்திருந்தார்.

'முஸ்லீம் ஆட்சியாளர்களை மட்டும் குற்றம் சாட்டக் கூடாது. நம்முடைய ஜாகீரைப் பாழ்படுத்த அவர்களுக்கு சுறுசுறுப்பாகத் துணைபுரிந்தவர்கள் இந்துக்கள்தானே. புனேயில் கழுதைகள் பூட்டி ஏர் உழுதது ஜகதேவ் அல்லவா. தானியக் களஞ்சியங்கள் வீடுகள் இவற்றைத் தீயிட்டு எரித்தது ராயராவின் உத்தரவுப்படி அவருடைய ஆட்கள் செய்த காரியம் என்பது தெரிந்ததுதானே. நம்முடைய அரசர் அவருக்கு வீரவிருது வழங்கியிருக்கிறார்' சிவாஜியின் சொற் கள் ரகுநாத்தின் மனசாட்சியைக் குத்தியது.

வீடு திரும்பும் வழியில், இந்துக்களின் நாடுகள் இல்லாது ஒழிந்ததை எண்ணிக் கொண்டார் ரகுநாத். தக்காணத்து அரசர்கள் பழங்காலக் கதைகளிலும், நம்பிக்கைகளிலும் காலம் கழிப்பவர்கள். தங்கள் கடவுள்களும், இராமாயணம், மகாபாரதம் இவற்றில் வரும் கடவுட்தன்மை உடைய மாந்தர்களும் போரில் பின்பற்றிய ஒழுங்கு முறைகளை அப்படியே அவர்களும் பின்பற்றிச் செயல்படுவார்கள் முந்நூறு ஆண்டுகளுக்கு முன் அலாவுதீன்கில்ஜி தக்காணத்தின் மீது படையெடுத்தபோது, போருக்கான அனைத்து விதிமுறை களையும் புறக்கணித்துவிட்டார். பதின்மூன்றாம் நூற்றாண்டின் இறுதியில் தமது படையாட்களைப் படுக்கையறைகளுக்கே சென்று வெட்டவும், படுகொலை செய்யவும் ஏவி விட்டார். பச்சிளம் குழந்தைகளையும் அவர்கள் விட்டுவைக்கவில்லை. சீக்கிரமே, தெற்கில் இருந்த இந்து வம்சங்கள் – சேர, சோழ, பாண்டியர், ஹோய்சாலர்கள், காகேதியர்கள் என்று எல்லாருமே அலாவுதீனு டைய குதிரைப்படை குளம்படியில் தங்கள் திறனை இழக்கும்படி ஆயிற்று. மற்றொரு அலாவுதீன் ஹஸன் பஹ்மனி தக்காணத்தின் வடபகுதிகளை வென்று பஹ்மனி அரசை நிறுவியவர்.

இவர் பாரசீகத்தை ஆண்ட கை பஹமான் என்பவரின் மகனாவார். தெற்கில் இன்னும் தூரம் சென்றால் தமிழ்நாடு,

கர்நாடகப் பகுதிகளைக் கொண்டு சங்கம வம்சத்தைச் சேர்ந்த ஹரிஹர, புக்கா என்கிற இருவரும் இணைந்து விஜயநகர சாம்ராஜ்யத்தை நிறுவினர். துங்கபத்ரா, கிருஷ்ணா, கோதாவரி நதிகளைச் சுற்றியுள்ள செழிப்பான நிலப்பகுதிகளுக்காக புதிய பேரரசுகள் ஒன்றோடொன்று மோதிக் கொண்டன. பதினாறாம் நூற்றாண்டு விஜயநகரப் பேரரசின் இந்து அரசர்களில் சிறந்தவரான கிருஷ்ண தேவராயரின் எழுச்சியைக் கண்டது. அவருடைய அகால மரணத்துக்குப் பிறகு தக்காணத்தில் இந்து சாம்ராஜ்யங்கள் சுருங்கத் தொடங்கின. பஹ்மனிப் பேரரசும் அப்போது துண்டு துண்டாய்ச் சிதறிவிட்டது. வடக்கே வரலாறு மாறிக் கொண்டிருந்தது. முகலாயப் பேரரசு தொடர்ந்து, நிலையுறுதியோடு எழுச்சியுற்றதைப் பதினாறாம் நூற்றாண்டின் பிற்பகுதியும் பதினேழாம் நூற்றாண்டின் தொடக்கமும் பார்த்திருந்தது. பேரரசர் அக்பர் காலத்தில் முகலாயப் பேரரசு நிறைவான முறையில் வளர்ந்து, செழித்தோங்கியது. அடுத்து வந்த ஆண்டுகளில் ஜஹாங்கீரும், அவருடைய மகன் ஷாஜஹானும் தென் பிராந்தியம் தவிர்த்து எல்லா பக்கங்களிலும் தங்கள் பேரரசின் எல்லைகளை விரிவுபடுத்தினர். தெற்கில் முஸ்லீம் ஷாஹிகளும், விஜயநகரப் பேரரசின் சில பகுதிகளும் தாக்குப்பிடித்துக் கொண்டிருந்தன. நிஜாம்ஷாஹி முகலாயப் பேரரசின் படைகளால் விழுங்கித் தீர்க்கப்பட்டது. ஆதில்ஷாஹியும் முகலாயப் படையோடு இணைந்து தன் பங்குக்குக் கொஞ்சத்தை விழுங்கியது. விஜயநகரப் பேரரசின் எஞ்சிய பகுதிகளை குத்புஷாஹி பசி வெறியுடன் விழுங்கிவிட்டது. இன்று, பதினேழாம் நூற்றாண்டின் நடுப்பகுதியில் அவருடைய தலைவரான சிவாஜி ஒரு பெரிய நோக்கத்துக்காக, எழுதப்படாத விதிமுறையொன்றை மீறச் சொல்கிறார்.

ரகுநாத் அவருடைய பல்லக்கின் சன்னல் வழியே வானம் தெளிவாக இருப்பதைக் காண்கிறார். இருண்ட வானில் நட்சத்திரங்கள் பளிச்சிட்டன. அவருடைய பிறந்த நாள், நேரம், இடம் இவற்றைக் கொண்டு அவருடைய வருங்காலத்தை அவை பதிவு செய்தன. ஆனால், ரகுநாத் தம்முடைய பார்வையைத் தமது கைகளின் பக்கம் திருப்பினார். அவர் குத்துவாள்களையும், கூரிய உடைவாள்களையும் கொண்டு தம்முடைய செயல்களுக்கு புத்துணர்ச்சியளிக்க வேண்டியிருக்கிறது. அவருடைய விதி அவர் செய்யும் செயல்களில் – அவரது கர்மாவில் இருக்கிறது. அவர் தொடக்கத்தில் இருந்தே பார்வைக் குறைபாட்டுடன் இருந்திருக்கிறார். இப்போது, அரசர் சிவாஜியின் பார்க்கும் திறன் கொண்டு, இந்த உலகை அவர் பார்க்க விரும்புகிறார்.

3

புனேக்கு பக்கமாய் இருந்தும் வெளியுலகின் பார்வை ஜாவலிக் கிராமத்தின் பக்கம் விழுந்திருக்கவில்லை. மலைகளுக்கும் பள்ளத் தாக்குகளுக்கும் இடையில் அது அகப்பட்டிருந்தது. சந்திரராவ் மோரே மிகவும் எரிச்சலுற்றவராய்க் காணப்பட்டார். அவருடைய கோபம் கொதிநிலையில் இருந்தது. தம்முடைய மதில்கள் சூழ்ந்த கோட்டையின் இரண்டாம் தளத்தில் தமது மறைவிடத்தில் இருந்தவர், சீற்றத்துடன் சன்னலைத்திறந்து வெளியே நோக்கினார். அந்தச் சிறிய கிராமம் மலைகளுக்கிடையே நெரிசலில் சிக்கிய மாதிரி காணப்பட்டது. அதற்கும் அப்பால் நம்ப முடியாத உயரம் கொண்ட மலைகள் மேலும் மேலும் நெருங்கியிருந்தது, அந்தப் பள்ளத்தாக்கைச் சுற்றி ஒரு பாதுகாப்பு அரணாகவே விளங்கின. சிவாஜி போன்ற மனிதர்கள் குறித்து அவர் கவலைப்படவே தேவையில்லை. இருந்தும், தன் கையில் கசங்கிக் கிடந்த காகிதத்தை அவர் திரும்பத் திரும்பப் படிக்கவே செய்தார். அது சிவாஜி அனுப்பியிருந்த கடிதம்.

‘பத்தாண்டுகளுக்குமுன் – சட்டப்படி ஜாவலியின் ஆட்சியதி காரியாக இருந்தவர் இறந்ததும், அவருடைய குழந்தைப் பேறில்லாத விதவைக்கு உம்மைச் சுவீகாரம் எடுத்துக்கொள்ள நாங்கள் உதவி னோம். அப்போது முப்பத்தியைந்து வயதினராக இருந்த நீர் பெரிதாய் எதையும் சாதித்திருக்கவில்லை, ரொம்ப காலமாகவே இந்தப் பகுதியின் ஜாகீர்தார்களாகிய எங்கள் வார்த்தைக்கு மதிப்பு இருப்பதால், தகுதியான நிலச்சுவான்தார்கள் அனைவரும் உமக்கு ஆதரவாக வாக்களித்தனர். பிரதியாக, எப்போதும் எங்களுக்கு விசுவாசமாக இருப்பதாக நீர் வாக்குறுதி அளித்திருந்தீர்.

எதிர்பாராமல் கிடைத்த அதிகாரமயக்கத்தில் உமது வாக்குறு தியை நீர் மறந்துவிட்டீர். எங்களுடைய நட்புக்கரத்தை உதறி விட்டீர். உமது செயல்களை நாங்கள் அறிந்தேயிருக்கிறோம். உம்மை ஒரு அரசர் என்று கூறிக்கொண்டு, எங்கள் அதிகார எல்லைக்குள் உமது வரிவசூல் அதிகாரிகளை அனுப்பியிருக்கிறீர். அவர்கள் எங்கள் விவசாயிகளின் உடைமைகளைப் பறிக்க முனைந்திருக் கிறார்கள். உங்கள் பள்ளத்தாக்கின் வழியே செல்லும் மலைப் பாதையைப் பயன்படுத்திக் கொள்ளுமாறு கொங்கணத்து வியாபாரி களை நீங்கள் கட்டாயப்படுத்தியிருக்கிறீர்கள். அந்த வியாபாரி களிடம் முறையற்ற விதத்தில் வரிவசூலிலும் ஈடுபட்டீர்கள். பணம் தர மறுத்தவர்களை உமது ஆட்கள் கொலை செய்திருக்கிறார்கள். எமது தந்தைக்கு எதிராக அரசவையில் கூட்டு சேர்ந்திருக்கிறீர். சுயராஜ்யத்தை நிறுவுவதற்கான எங்கள் முயற்சியில் எங்களோடு

இணைந்து செயலாற்றும் கடமை உமக்குண்டு என்பது நினைவிருக் கட்டும். அந்நிய சக்திகளுக்கு இடமளிக்காத ஒரு அரசு அமைந்தாக வேண்டும். இன்றே தீர்மானித்துக் கொள்ளும், இல்லையோ, நாளை உம்முடைய நிலப்பகுதியை நாங்கள் கைப்பற்றிக் கொள்வதோடு, உம்மையும் விலங்கிட்டு இழுத்துச் செல்ல நேரிடும்.'

சிவாஜியின் இலச்சினை பொறித்த அந்தக் கடிதச் செய்தி, அவருடைய சினத்தையும், மனக்கலக்கத்தையும் அதிகரித்தது.

சந்திரராவ் வெறுப்புடன் தலையைக் குலுக்கிக் கொண்டார். உணர்வின் உந்துதலில் திரும்பிப் பார்க்க, வாயிற் கதவருகே இடுப்பில் கை வைத்தபடி அவருடைய சகோதரர் பிரதாப் ராவ் நின்றிருந்தார்.

'ரகுநாத் கோர்டே ஆயுதம் தரித்த ஆட்களுடன் வந்து கொண்டிருக்கிறார்' பிரதாப் சொன்னார். அவருடைய பார்வை சந்திரராவ் மீது நிலைத்திருந்தது.

சந்திரராவ் புருவத்தைச் சுளித்துக் கொண்டு சொன்னார், 'அவர்களுடைய மிரட்டல் எதுவரை என்று பார்த்துவிடுவோம்?'

'அவர்கள் உண்மையிலேயே இந்தப் பள்ளத்தாக்கின் மையத்துக்கு வந்துவிடுவார்கள் என்று நினைக்கிறீர்களா?' பிரதாப் ராவின் குரலில் கவலை தொனித்தது.

சந்திரராவ் குறிப்பாக எதையும் உணர்த்தும் முறையில் தலை யசைக்கவில்லை. 'இந்த ஷாஹி போஸ்லேயின் வம்புக்கார மகன் ரொம்ப காலமாகவே அவர்களை மிரட்டிக் கொண்டிருக்கிறான். தொடக்கத்தில் அவருடைய கடிதங்கள் மரியாதைப் பண்புடைய தாய் இருந்தன. ஆனால் பிறகு அச்சுறுத்தும் தோரணையைக் கொண்டுவிட்டது. முதலில் அந்த ஆணவம் பிடித்த இளைஞரை அவர் பொருட்படுத்தாமல் தான் இருந்தார். பல நிலச்சுவான்தார் களை அந்த இளைஞர் தம்மோடு இணைத்துக்கொண்டு ஒரு மராட்டிய அரசை உருவாக்க முயற்சிக்கிறாராமே.'

'எனக்குச் சந்தேகமாக இருக்கிறது' என்று உரத்த குரலில் சொன்னார் சந்திரராவ்.

'ரகுநாத்தும் அவருடைய ஆட்களும் இங்கே வந்து போகும் வரை முரார்பாஜியை இங்கிருக்கும்படி வேண்டிக் கொள்வோமா?' பிரதாப் ராவ் கவலையுடன் கேட்டார்.

'வேண்டாம். அவருடைய பணியிடத்திலேயே அவர் இருக் கட்டும். இங்கிருக்கும் காவலே போதுமானது.' தம் சகோதரனின் யோசனையை அவர் கையசைத்து மறுத்துவிட்டார். 'ரகுநாத்துடன் ஒரு நபரை மட்டும் கோட்டைக்குள் நுழைய அனுமதிக்கலாம்.'

நூறு ஆண்டுகளுக்குமுன் ஜாவலி ஆதில்ஷாவின் ஆட்சியதிகாரத்துக்கு உட்பட்ட ஒரு பகுதியாக இருந்தது. அப்போது மோரே குடும்பத்தின் தலைவருக்கு அது மான்யமாக அளிக்கப்பட்டது. அப்போதைய அரசரான இப்ராகீம் ஆதில்ஷா 'சந்திர ராவ்' என்கிற விருதை ஜாகீர்தாருக்கு வழங்கினார். அதற்கு சந்திரனை ஆள்பவர் என்று பொருள். முதலாம் சந்திரராவும் அவருடைய ஆட்களும் பழங்குடி மக்களைக் கொன்று, அவர்களுடைய வசிப்பிடங்களைப் பாழாக்கினர். காடுகளை அழித்து, நிலங்களாக்கி உழுதனர். அந்தப் பள்ளத்தாக்கு கொங்கணக் கடலோர துறைமுக நகரமான தாபோலுக்கு அது ஓர் வளம் பொருந்திய வணிக மையமாக இருந்தது. உப்பு, உணவுக்கு நறுமணச் சுவையூட்டும் பொருட்கள், துணி, மரம் போன்ற முற்றிலும் வேண்டியிருக்கிற பொருட்கள் மற்ற துறைமுகங்களில் இருந்து தாபோல் துறைமுகத்தை வந்தடையும். பிறகு அவை அங்கிருந்து ஆதில்ஷாவின் தலைநகரமான பீஜப்பூருக்கு வாகனங்கள் மூலம் அனுப்பி வைக்கப்படும். வியாபாரிகள் ஜாவலி வழியே செல்வதற்கு இரண்டு அகலமான மலைப்பாதைகள் இருந்தன. தினமும் ஆயிரக்கணக்கான சுமை எருதுகள் அவருடைய பள்ளத்தாக்கைக் கடந்து சென்றன. அவர் வசூலித்த சுங்கவரி மூலம் அவர் பெரும் பணக்காரராகி விட்டார்.

எதுவும் அவருக்கு எளிதாய், இலவசமாய்க் கிடைத்து விடவில்லை. மோரேக்களுக்கு தூரத்து உறவான ஏழைக் குடும்பமொன்றில் பிறந்தவர், கடைசி சந்திரராவின் மலட்டு விதவையின் மனதில் இடம்பிடித்தார். அந்தப் பெண்மணியின் சுவீகாரப் புத்திரனாகும் உரிமையுள்ள இளைஞர்களைத் தமது புத்திசாலித்தனத்தால் அவர் பின்னுக்குத்தள்ளி, அனுகூலம் பெற்றுவிட்டார். சுவீகாரம் எடுப்பது நடைமுறை ஒழுங்கோடும், விதிமுறைகள் சார்ந்தும் இருக்கும்படி பார்த்துக்கொண்டார். தம் புதிய தாயாரின் உள்ளங்கை ரேகைப் பதிவுகள் கொண்ட ஆவணங்களைத் தம்முடைய காப்பறையில் அவர் பத்திரமாகப் பூட்டி வைத்திருக்கிறார். தற்போது, சிவாஜியானால் எல்லாவற்றையும் பறித்துக் கொள்ளப் போவதாய்ப் பயமுறுத்திக் கொண்டிருக்கிறார்.

'முடிந்தால் பார்க்கட்டும், நான் ஒன்றும் முட்டாளல்ல' சந்திரராவ் மோரே தமக்குள் எண்ணிக் கொண்டார்.

'சிவாஜியின் செயலாளரை நான் வரவேற்பது இதுவே கடைசி முறையாக இருக்கும்' அண்ணாந்து பார்த்தபடி அவர் சொன்னார்.

அத்தியாயம் மூன்று

1

ரகுநாத் இங்கே இரண்டாவது முறையாக வருகிறார். மோரேயின் வசிப்பிடம் நெடிதுயர்ந்த சுற்றுச்சுவர்களும், வலுவான முகப்புப் பகுதிகளும் கொண்டது. முற்றத்தில் வாட்களும், கோடரிகளும், ஈட்டிகளும் தரித்த எண்ணற்ற பேர்களின் பலத்த காவல். மாளிகையின் நுழைவாயிற் சுவற்றில் பொருத்தப்பட்ட இரும்பு ஆதார வளைகளில் தீப்பந்தங்கள். பலரும் கூடிப் பேசுவதற்கான பெரிய மண்டபம் தரையில் விரிப்புகளோடு, முதுகில்லாத நீண்ட இருக்கைகளும் போடப்பட்டதாய் இருந்தது. தேக்குமர உத்திரங்கள் கொண்ட கூரையைத் தூண்கள் தாங்கி நின்றன. வெள்ளியாலான தொங்கும் சரவிளக்குகள், கண்ணாடித் தாழிகளில் எண்ணெய்யில் எரியும் தீபங்கள். தாழிகள் தங்கமுலாம் பூசிய சங்கிலிப் பிணைப்புகளில் தொங்கிக் கொண்டிருந்தன. அறை மூலையில் இருபது பேர்கள் ஓய்வாக இருந்தனர். தங்கள் தலைவர் சொல்வதைக் கேட்டுக் கொண்டு, அவ்வப்போது எல்லாரும் சேர்ந்து சிரிக்கவும் செய்தனர்.

சந்திரராவ் மோரே, மஞ்சள் நிற பெரிய தலைப்பாகை அணிந்திருந்தார். அவருடைய அங்க அசைவுகளில் உற்சாகம் தெரிந்தது. உயர்ந்த மேடையில் அவர் அமர்ந்திருக்க, இரண்டு பணியாட்கள் மிருதுவான விசிறியால் அவருக்கு விசிறிக் கொண்டிருந்தனர். அந்த மண்டப வாயிலில் நின்றிருந்த ரகுநாத், நோயாலும் அச்சத்தாலும் வெளிறிக் கிடந்த மோரேயின் ஆரோக்கியமற்ற சருமத்தைக் கண்டு வியப்படைந்தார். பொதுவாக மிதமிஞ்சிக் குடிப்பவர்களுக்குத்தான் அப்படி ஆகிவிடும். மோரேயின் வலது பக்கத்தில் மெலிந்த தேக வாகு உடைய ஒருவர், எழுது மேசைக்குப் பின்னால், அசட்டையாக இறகுப் பேனாவை உருட்டிக் கொண்டிருந்தார். அவருக்கு இடது பக்கத்தில் (மேடைக்குச் சமீபமாய்), இருக்கைக்குப் பயன்படும் நீண்ட

தலையணையில் சாய்ந்தபடி மூக்குப்பொடி போட்டுக் கொண்டிருந்தார். ரகுநாத் அதற்கு முன் அவரைப் பார்த்திருக்கிறார் – ஜாகீரை நிர்வாகம் பண்ணுகிற அனுமந்த். அதிர்ஷ்டவசமாக மோரேயின் படைத்தலைவரான முரார்பாஜி அந்த இடத்தில் இருக்கவில்லை.

'வாரும், வாரும், வந்து அமர்ந்து கொள்ளும்' சந்திரராவ் மோரே தம்மை அழைப்பதை அவர்கேட்டார். ஜாவலியின் ஆட்சியதிகாரி கடைசியில் மது விருந்தாளியைக் கண்டுகொண்டிருக்கிறார்.

ரகுநாத்தும் அவருடைய உதவியாளரும் மரியாதை குறிப்பாகத் தலைதாழ்த்தி வணங்க, அவர்களுடைய விருந்தோம்புநர் சற்றே தலை யசைத்து ஏற்றார். அவர்கள் மோரேயின் குழுவினரோடு அமராமல், வெளிச் செல்லும் வாயிலருகே அமர்ந்து கொண்டனர். அங்கிருந்தபடி, மாளிகை வாயிலில் காவல் புரியும் வீரர்களை ரகுநாத் பார்க்க முடிந்தது.

'ஆக நீர் திரும்பவும் வந்திருக்கிறீர்?' சந்திரராவ் ஏளனமாய்க் கேட்டார்.

'அது என்னுடைய நற்பேறு' முணு முணுப்பாய்ச் சொன்னார் ரகுநாத்.

'உம்முடன் வந்திருக்கும் மனிதர் யார்?'

'இவர் சாம்பாஜி காவ்ஜி. குதிரைப்படைப் பிரிவுத் தலைவர்' நேர்த்தியான உடையணிந்து, கருத்த நிறத்தில் இருந்த தம்முடைய உதவியாளரைப் பார்த்தபடி சொன்னார் ரகுநாத்.

சந்திரராவ் மோரே வாய்திறவாமல் இருந்தார். அவர்களிடையே நிசப்தம் நிலவியது. ரகுநாத்தும் பேசவில்லை. சிறிது நேரத்தில் வெளிப்படையாகவே எரிச்சலைக் காட்டிக் கொண்டு மோரே கேட்டார் 'சிவாஜி போஸ்லேயின் ஜாவலியை இணைத்துக் கொள்ளும் திட்டம் என்னவாயிற்று? நீர் திரும்பவும் வந்திருப்பது வளையல்களுக்காகவா?'

ரகுநாத், அங்கே கடைசியாகத் தாம் வந்ததை நினைவுபடுத்திக் கொண்டார். மன்னர் சிவாஜியின் செய்தியைப் படித்தபின், கட்டுக் கடங்காத கோபத்துடன் உடனடியாகப் பதில் எழுதும்படி தம் எழுத்தரிடம் கூறினார். அதிகார முறையில் கூறும்போதே வார்த்தைகள் அவருடைய வாயில் பொருளற்ற உளறலாய் வந்து விழுந்தன. அவர் திரும்பத் திரும்ப அவற்றை மாற்றி தன்னைத் தானே தாழ்த்திக் கொண்டார்.

'நீர் ஒரு ஜாகீர்தாரின் அறியாமை நிரம்பிய மகன். உமக்கு என்ன தெரியும்? நாங்கள் ஒன்றும் ஜாகீர்தார்கள் அல்ல, பரம்பரையாய் இந்த நிலப்பகுதிக்குச் சொந்தக்காரர்கள். நூறு ஆண்டு

மேதா தேஷ்முக் பாஸ்கரன் ❖ 47

களுக்குமுன் ஆதில்ஷாஹியை ஆண்ட அரசர்கள் அரியாசனம் அளித்து எங்களைக் கவுரவித்ததோடு, சந்திரராவ் என்ற விருதுப் பெயரையும் எங்களுக்கு வழங்கினர். நான் அனைவராலும் ஏற்றுக் கொள்ளப்பட்ட ஜாவலியின் அரசன். அதை நீர் இணைத்துக் கொள்வதாயின் உம்மை வரவேற்கிறோம். ஆனால் எனது மண்ணில் வேட்டையாடப்பட்ட ஒரு விலங்கைப்போல் நீர் இறக்க நேரிடும். நான் உம்மிடம் ஊழியம் பார்க்கிற ஒருவனல்ல, உமக்கு அஞ்சி நடப்பதற்கு. நீர் ஏன் நாளை வரைக் காத்திருக்க வேண்டும்? உண்மையிலேயே ஒரு ஆண்மகனாயின் இன்றே வரலாம். இல்லையேல், வளையல்களை அணிந்துகொள்ளும். நான் உமக்குப் பரிசாக அனுப்பி வைக்கிறேன்.'

அது ஒரு மாதத்திற்கு முந்தையது.

இந்தக் கணத்தில் நேற்று என்ன நடந்தது, இன்று என்ன நடக்கும் என்பதை எண்ணமிட வேண்டியிருந்தது. கடந்த இரவு அவர்கள் அங்கே வந்து சேர்ந்ததும் அவரும் அவருடைய ஆட்களும் மாளிகை முற்றத்தில் நுழையவே அனுமதிக்கப்படவில்லை. அவர்கள் கோட்டையின் பின்புறம் இருந்த குதிரைத் தொழுவத்துக்கும் கொட்டகைக்கும் இடையே கட்டப்பட்டிருந்த படைவீரர்களுக்கான குடியிருப்பில் தங்க வேண்டியிருந்தது. அங்கே இரவைக் கழித்தனர். கால்நடைகளைப் பராமரிக்கிறவர்கள்தாம் அவர்களுக்கு உணவும், நீரும் கொண்டுவந்து கொடுத்தனர். காலைப் பொழுது கவலையில் கழிந்தது. மாலை வெகுநேரத்துக்குப் பிறகு, வெறுக்கத்தக்க தோற்றம் உடைய வேலையாள் ஒருவன் வந்து, 'இரண்டு பேர் மட்டும் என்னோடு வரலாம்' என்று முரட்டுக் குரலில் சொன்னான். ரகுநாத்தும், சாம்பாஜி காவ்ஜியும் அவன் பின்னே சென்றனர். எங்கும் இருள் பரவியிருந்தது. படைவீரர்களின் குடியிருப்புக்கு வெளியே ஆங்காங்கே தீ மூட்டி, அவருடைய ஆட்கள் குளிர்காய்ந்து கொண்டிருந்தனர், அவர்களது கேலிப்பேச்சும், கிண்டலும் உரத்துக் கேட்டது. சரியான நேரத்தில் அவர்கள் வாயிற்காவலர்களைக் கொன்றுவிட்டு மோரேயின் மாளிகைக்குள் நுழைய முடியும் என்று அவர் நம்பினார்.

இந்த இடத்தை அடைவது தொல்லை மிக்க அனுபவமாய் இருந்தது. அதேபோல் தப்பிச் செல்வதும் சோதனையாகவே இருக்கும். அவர்கள் வந்த பாதை மிகவும் குறுகியது. ஒருபக்கம் மலைகள், மறுபக்கம் ஒடுக்கமான ஆழ்ந்த பள்ளத்தாக்குகள். அடர்ந்த தேக்குமரங்களும் நாவல் மரங்களும் நண்பகல் நேரத்தையே நள்ளிரவு போல் இருட்டாக்கியிருந்தன. அவற்றுக்கும் மேலாய் அச்சமூட்டும் தோற்றத்தில் இருந்த மலைகள் சூரிய ஒளி உள்ளே புகவிடாமல் தடுத்திருந்தன. மரங்களில் படர்ந்திருந்த கொடி வகை

களில் குதிரைகள் சிக்கிக் கொண்டுவிடக்கூடும் என்பதால் குதிரை களை லாவகமாக அவர்கள் நடத்திச் செல்ல வேண்டியிருந்தது. இரண்டு முறை சரிவுப் பாறைகளில் அமர்ந்திருந்த சிறுத்தைகளை அவர் பார்த்தார். கணக்கற்ற முறை பாதையில் குறுக்கிட்ட பாம்பு களைக் கண்டு அவர்களுடைய குதிரைகள் வளைந்து நெளிந்தன. ஆபத்தான அறிகுறிகளைக் குறைப்பதுபோல் பச்சைநிற இறக்கை களும், நீண்டவாலும் உடைய கிளி வகைப் பறவைகளின் குரல்கள் ஒலித்தன, தலையில் கொண்டையும் இனிமையான குரலும் உடைய புல்புல் பறவைகள் பாடின, ஓரியோல் பறவையின் சீழ்க்கை ஒலி கேட்டது. மரங்களில்லாத இடங்களில் மூங்கில்களின் காடு. மன்னர் சிவாஜி சொன்னதை நினைத்துக் கொண்டார் அவர். குதிரைப் படைகள் அந்தப் பள்ளத்தாக்கில் மணலில் சிக்கிய கப்பலைப் போலாகிவிடும் என்றது நூற்றுக்கு நூறு உண்மை.

ரகுநாத் மனவலிமையைத் திரட்டிக் கொண்டு மென்மையாகச் சொன்னார், 'நான் ராஜா சிவாஜி போஸ்லேயிடம் இருந்து மற்றொரு கடிதம் கொண்டு வந்திருக்கிறேன்' என்று.

'நான் அந்தக் கடிதத்தைப் படிப்பதற்குமுன் 'ஏன் சுயராஜ்யம்?' என்பதை நீர் எனக்கு விளக்கிக் கூறும். நான் சென்ற முறை கேட்டிருந்தும் நீர் அதை விளக்கவில்லை. இப்போது பதிலளிக்கக் கடன்பட்டிருக்கிறீர்' என்றார் சந்திரராவ் மோரே.

தம் வாயைத் திறப்பதற்கு முன் சிலமுறை ஆழ்ந்து மூச்சுவிட்டுக் கொண்டார் ரகுநாத். சாதுர்யமாய்ப் பதில் சொல்ல வேண்டி யிருந்தது.

'பதின்மூன்றாம் நூற்றாண்டின் இறுதியில் முஸ்லீம் படை தக்காணத்தில் கால் பதித்தது. தேவகிரியில் யாதவர், வாரங்கல்லில் காகேதியர்கள், மதுரையில் பாண்டியர்கள், துவார முத்ராவில் ஹோய்சாலர்கள் என்று வல்லமை பெற்றிருந்த இந்துவம்சங்கள் அழிந்துவிட்டன. நாட்டைத் தாக்கிக் கைப்பற்றும் நோக்கத்துடன் உள்ளே நுழைந்தவர்கள் இரக்கமற்ற அரசர்களாயினர். மதத்தின் பெயரால் மக்கள் கொல்லப்பட்டனர். தங்களுடைய அடிமை வர்த்தகத்துக்குத் தீனிபோட பெண்களையும், குழந்தைகளையும் அவர்கள் கடத்திச் சென்றனர். தற்போது அவர்களை எதிர்த்துப் போரிட வேண்டும் அவர்களை எதிர்ப்பதற்கு நாம் ஒன்றுசேர வேண்டும் என்றே நான் கருதுகிறேன்.'

அங்கே நிமிடம்போல் நிசப்தம் நிலவியது. அந்தச் செய லாளரின் சிந்திக்கும் ஆற்றலையும், அந்த ஆற்றலை வெளிப்படுத்தும் முறையையும் கணப்பொழுதே கருத்தில் கொண்ட சந்திரராவ், தம்முடைய கைகளைக் கிளர்ச்சியுடன் அசைத்தபடி சொன்னார்,

'மிகச் சிறந்த அலங்காரப் பேச்சு. ஆனால், என்னுடைய கேள்விக்கு நீர் இன்னமும் பதிலளிக்கவில்லை. உமது ஆரவாரமான விளக் கங்கள் மழலை மாறாத குழந்தைகளை வேண்டுமானால் கவரலாம். உங்கள் சிவாஜிக்கு எங்கள் பள்ளத்தாக்கின் மீது என்ன அக்கறை என்பதைக் கூறும்?'

ரகுநாத் முயன்று சிந்திக்கும்படி ஆயிற்று. இந்த சந்திரராவ் குடிகாரர் என்றாலும் தந்திரக்காரர்தான்.

'ராஜா சிவாஜி உங்களைப்போல் ஆற்றல்மிக்க மனிதர்களிடம் ஆர்வமுடையவர். மலைக்கோட்டைகளைக் கட்டுவதால் உங்கள் நிலப்பகுதி மிகவும் சிறந்ததாகும். மராட்டிய அரசின் காவல் அரணாக அது அமையக்கூடும் என்று நாங்கள் நம்புகிறோம்.'

'எங்களை மூளை இல்லாதவர்கள் என்று எண்ணிக் கொண்டீரா? உங்கள் சிவாஜியின் உள்நோக்கம் என்ன என்பதை இப்போது நான் உமக்குச் சொல்கிறேன். முகலாய இளவரசர் ஔரங்கசீப் ஹைதரா பாத்தைக் கைப்பற்றிக் கொண்டுவிட்டார். இன்னும் கொஞ்சநாளில் ஒட்டுமொத்த தக்காணத்தையும் அவர் விழுங்கி விடுவார். உமது தலைவரின் ஜாகீர்கூட சீக்கிரமே முகலாயப் பேரரசின் ஒரு பகுதியாகிவிடும்.' தாம் பேசும் மராத்தியை ரகுநாத் புரிந்துகொள்ள வேண்டும் என்பதற்காகவே அவர் நிறுத்தி நிதானமாய்ப் பேசினார்.

'முகலாயப் படைகள் முன்னேறி வரும்போது, ஓடிவந்து ஒளியவும், உயிரைக் காத்துக் கொள்ளவும் உம்முடைய சிவாஜி போஸ்லேக்கு இந்தப் பள்ளத்தாக்கு தேவைப்படுகிறது. அவர் கவுர மான நடத்தை உடையவராக இருந்தால் தம்முடைய படையைத் திரட்டிக் கொண்டு இந்தப் பள்ளத்தாக்கிற்கு வரட்டும், தம்முடைய வீரத்தைக் காட்டி உரிமை கொண்டாடட்டும்' என்ற சந்திரராவ், தம்முடைய அதிகாரியிடம் கண்சிமிட்டி 'அனுமந்த் என்ன சொல்கிறீர்?' என்றார்.

'நான் ராஜா சிவாஜியிடம் இருந்து உங்களுக்குக் கடிதம் கொண்டு வந்திருக்கிறேன்' என்று விடாப்பிடியாகச் சொன்ன ரகுநாத், கடிதத்துடன் எழுந்து நின்றார். அவர் முன்நோக்கி அடி யெடுத்து வைப்பதற்கு முன், ஒரு பணியாள் எங்கிருந்தோ ஓடி வந்தான். அவரிடமிருந்த கடிதத்தைப் பறித்து, தன் எசமானரிடம் கொண்டுபோய்க் கொடுத்தான்.

செத்துப்போன தேளைக் கையில் பற்றுவதுபோல் இருவிரல் களுக்கிடையில் கடிதத்தைப் பிடித்திருந்த சந்திரராவ் தம்முடைய கரகரப்பான குரலில் கத்தினார், 'பாருங்கள் அந்த மனிதரின் தகாத நடத்தையை. அவருடைய கடித இலச்சினை கர்வமுடன் சொல் கிறது, 'ஷாஜியின் புதல்வராகிய சிவாஜியின் அரசு பிறைச்

சந்திரனைப்போல் வளர்கிறது, மக்கள் நலனையே எப்போதும் நாடுகிறது' என்று.

சந்திரராவ் கணப்பொழுது நிறுத்தி மூச்சு வாங்கினார் 'ஆ, இந்த மனிதருக்குத்தான் எத்தனை திமிர்! எல்லாரும் ஃபார்ஸியில் முத்திரையிட்டால் இவருடையது சம்ஸ்கிருதத்தில் இருக்கிறது!'

அறையின் அமைதியைக் குலைப்பதுபோல் சந்திரராவ் மோரே போல் உருவமுடைய ஒருவர் உள்ளே நுழைந்தார். செருக்குடன் நடந்து வந்தவர்,

'படியுங்கள் சகோதரரே. படியுங்கள்' என்று ஏளனமாய்த் தெரிவித்தார். அவர் பிரதாப் ராவாக – மோரே சகோதரர்களில் இளையவராக இருக்க வேண்டும் என்று ரகுநாத் ஊகித்துக் கொண்டார்.

சந்திரராவ் அந்தக் கடிதத்தைத் தம்முடைய எழுத்துக்காரர் பக்கம் வீசினார். அவர் அதைப் பொறுக்கியெடுத்து, கவனமாய்ப் பிரித்து, உரத்த குரலில் படித்தார்.

'நாங்கள் உமக்குப் போதிய அளவு அவகாசமும், முன்னறி விப்பும் அளித்திருந்தோம். இது கடைசியானது. உம்முடைய அனைத்து விருதுகளையும் நீக்கிவிட்டு, அரியாசனத்தைத் துறந்து, உம்மை அரசன் என்று சொல்லிக் கொள்வதை நிறுத்திவிட வேண்டும். கைகளை கட்டிக் கொண்டு எம்முடைய சேவகனாய் வந்துசேரும் உமக்கு விருப்பத்தேர்வாக நாங்கள் எதையும் விட்டு வைக்கவில்லை. சுயராஜ்யத்துக்காக எம்முடன் இணைந்து போராட வேண்டும் இல்லையேல் செத்து மடியலாம்.'

அந்த வார்த்தைகள் பீரங்கியில் இருந்து புறப்பட்ட வெடி குண்டுகள் போல் முழங்கின. சகோதரர்கள் இருவரும் கோபத்தில் முகம் சிவந்து, நெருப்புத்துண்டங்களாய்ச் சொற்களை வாரி யிறைக்கும் வரை அங்கே மயான அமைதி நிலவியது. சந்திர ராவ் மேடையில் தமது முஷ்டியால் ஓங்கிக் குத்தினார். பிரதாப் ராவ் பற்களை நறநறத்தபடி, தம் கோபத்தை வெளிப்படுத்த சரியான வார்த்தைகளைத் தேடி மூளையைக் குடைந்து கொண்டிருந்தார். அவர் சீற்றத்துடன் தலையைக் குலுக்கிக் கொண்டு ரகுநாத்திடம் கேட்டார், "சிவாஜிக்கு என்ன இந்துஸ்தானத்தின் சக்ரவர்த்தி என்று நினைப்பா?"

அங்கே பரபரப்புடன் பல குரல்கள் ஒலித்தன. ஒரே இரைச் சல். பிரதாப் உரத்த சிரிப்புடன், அருள் வந்தவர்போல் சொன் னார், 'முகலாயர்களின் வல்லமை என்கிற பெருங்காற்றில், சிவாஜி போஸ்லேயின், கனவு இலைகள் உதிர்ந்துவிடும்.' மோரே இனக்குழு மக்கள் தங்களுக்குள் விவாதிக்கலாயினர்.

பிரதாப் ராவ் மோசமாக வீறிட்டார்.

'இதுபோன்ற இக்கட்டான நேரங்களில் சிவாஜி போஸ்லே நம்முடைய பெருமதிப்பிற்குரிய அரசர் அலி ஆதில்ஷாவிற்கு உதவியாக அல்லவா போரிட வேண்டும், உறுதுணையாக நிற்க வேண்டும். சிவாஜியின் தந்தை ஆதில்ஷாஹியின் பிரதிநிதியாக நிர்வாகம் செய்தவராயிற்றே. அவருடைய ஜாகீர் சுல்தானின் ஆட்சிக் குட்பட்ட பகுதி என்பதை மறந்து விட்டாரா? ஆதில்ஷாஹிக்கு சேவை செய்யும் கடமை சிவாஜிக்கு உள்ளது. அது அவருடைய கர்மா. தம்முடைய எஜமானர்களைக் காப்பதற்காகப் போரிட்டு உயிர்த் தியாகம் செய்தால் அவருக்கு மோட்சமே கிடைக்கும்' என்று வசைமாரி பொழிந்தார்.

ரகுநாத் கசப்புணர்வுடன் புன்னகை செய்தார். 'மோட்சம்' என்கிற வார்த்தை மற்றவர்களை முட்டாளாக்கப் பயன்படுத்தப் படுவது. 'கர்மா' என்கிற சாட்டையைச் சொடுக்கி அதிகாரத்தில் இருப்பவர்கள் பலவீனர்களைத் தாங்கள் விரும்பியபடி செயல்பட வைக்கிறார்கள். அவர்களுக்கு ஊழியம் பண்ணி உயிரை விட்டால், உயிர்த்தியாகம் பண்ணுகிறவரின் குழந்தைகள் சுகஜீவனம் பண்ண முடியும். தங்கள் அரசுக்கு எதிராகப் போராடுகிறவர்கள் நாய்களைப் போல் வேட்டையாடப் படுவார்கள், அவர்களுடைய குடும்பத்தார் சிறையிலடைக்கப் படுவதுடன், மனைவியர் பாலியல் வன்முறைக்கு உள்ளாக நேரிடும், குழந்தைகள் அடிமைகளாய் விற்கப்படுவார்கள்.

சந்திரராவ் பலத்த கைதட்டி, கூடியிருந்தவர்களின் கவனத்தைத் தன் பக்கம் திருப்பினார். 'போய் அவரிடம் கூறும், அவர் ஒரு மாவீரராய் இருந்தால் தம் காரியஸ்தர்களை எங்களிடம் அனுப்ப வேண்டாம் என்று அவருடைய துண்டுச்சீட்டுக் கடிதம் பற்றி நான் என்ன நினைக்கிறேன் என்பதையும்தான்.'

எழுத்துக்காரர் துள்ளிக் குதித்து அந்தக் கடிதத்தைத் தம் எசமானர் கையில் கொடுத்தார். சந்திர ராவ் அதைச் சுருட்டிக் கசக்கி, ரகுநாத் பக்கம் ஒரு பந்துபோல் வீசியடித்தார். ரகுநாத் அதை எதிர்பார்க்கவில்லை.

சில கணங்களுக்கு மவுனமாய் இருந்துவிட்டு அவர் சொன்னார், 'நான் ஒரு சாதாரணமான காரியஸ்தன். எங்களால் உங்கள் உணர்வுகள் காயப்பட்டிருந்தால் என்னை மன்னித்து விடுங்கள்' என்று.

சந்திரராவ் குழப்பமடைந்திருக்க வேண்டும், அவர் பதற்றத்துடன் சொன்னார், 'நீர் ஒரு பிராமணர். சிவப்பு நிற தலைப்பாகை அணிந்து, பட்டாடை உடுத்தியிருக்கிறீர். காதில் தங்கக் கடுக்கன்கள்,

உம்முடைய மேன்மையைக் காட்டும் விதமாய் நெற்றியில் சந்தனப் பூச்சு. ஆனால், நீர் இவற்றைவிட அதிகமாய் ஏதாவது செய்திருக்க வேண்டும். உம்முடைய எசமானரின் மூளைக்குக் கொஞ்சம் அறிவூட்டியிருக்கலாம். அவருடைய தந்தையின் வழியில் ஆதில் ஷாவுக்கு சேவை செய்யும்படி அவருக்கு அறிவுறுத்தியிருக்கலாம்' என்று.

அரசியல் பேச்சுகளின் இடையே சாதியை இழுப்பது, அப்போது வழக்கமுறையாய் இருந்திருக்கிறது.

ரகுநாத் அமைதியாயிருப்பது போல் காட்டிக் கொண்டார். கோட்டை வலுமிக்கதாய்க் காட்சியளித்தாலும் காவல் முகப்புகளில் வில்லாளிகள் யாரும் இருக்கவில்லை பிரதான நுழைவாயிலில் ஒரு சிலரே காவலில் இருந்தாலும் சுற்றுக்கட்டு வெளியிடத்தில் ஆயுதம் தரித்த ஆட்கள் நிறைந்திருந்தனர். அவற்றைக் கருத்தில் கொள்ளத் தவறவில்லை அவர்.

'ஏன் பேச்சற்று நிற்கிறீர்?' பிரதாப் ராவ் சப்தம் போட்டார்.

'ராஜா சிவாஜிக்குத் தெரிவு செய்துகொள்ளும் வாய்ப்பு இல்லை' என்று தயக்கத்துடன் பதிலளித்தார் ரகுநாத்.

'ஆனால், எங்களால் தேர்வு செய்துகொள்ள முடியும். நீர் இன்னும் ஏதாவது சொல்லவேண்டியிருக்கிறதா?' பொறுமையின் எல்லைக்கே சென்றுவிட்டது போல் பிரதாப்பின் குரல் ஒலித்தது.

சந்திரராவின் பக்கம் திரும்புவதற்கு முன் தன் அணித் தலைவரின் மீது பார்வையைச் செலுத்திய ரகுநாத், 'ஒரு உண்மையை நீங்கள் தெரிந்து கொள்வது தகுதியாக இருக்கும்' என்றார்.

'என்ன உண்மை?' என்றபடி தம் பண்ணை நிர்வாகி அனுமந்த் பக்கம் கண்ணை ஓடவிட்டார் சந்திர ராவ். அனுமந்த் ஏதுவும் புரியாதவர்போல் தோள்களைக் குலுக்கிக் கொண்டார்.

'அதைக் கூறும்' பிரதாப் ராவ் அறைகூவல் விடுத்தார்.

'எனக்குத் தனிமை தேவைப்படுகிறது. சில உண்மைகளைப் பகிரங்கமாகப் பேசுவதற்கில்லை' ரகுநாத் தீர்மானமாக இருந்தார்.

ஆண்டுக்கணக்கில் பெற்ற செல்வமும், அதிகாரமும் சந்திர ராவை அகங்காரம் மிக்கவராக்கியிருந்தது. ரகுநாத் தமமுடைய கருத்தை உறுதியாகக் கூறக் காரணம் அவருடைய நேர்மை என்று சந்திரராவ் எண்ணிக் கொண்டார். ரகுநாத்தின் உறுதி கண்டு மற்ற வர்கள் அதிர்ச்சியுற்றபோது, அவர் மட்டும் அசட்டையாக இருந் தார். அவருடைய மூளை 'அது என்னவாக இருக்கமுடியும்?' என்று ஆராய்ந்து கொண்டிருந்தது.

'எங்களுக்கு என்ன தெரியுமோ அது உங்களுக்கும் தெரிந் திருப்பது முக்கியம். அதை நாம் மற்றவர் முன் வெளிப்படுத்தாமல், இரகசியம் காக்க வேண்டும். உங்களுடன் நாங்கள் இந்தச் செய்தியைப் பகிர்ந்து கொண்டது ராஜா சிவாஜிக்குத் தெரியக் கூடாது' ரகுநாத் ரொம்பவும் நயமாகச் சொன்னார்.

'எங்களை ஏமாற்றப் பார்க்காதீர்' கோபத்துடன் சத்தம் போட்டார் பிரதாப் ராவ்.

'நாங்கள் ஏன் அப்படிச் செய்யவேண்டும்? அதில் எங்களுக் கென்ன லாபம்? நீங்கள் அதைத் தெரிந்துகொள்ள விரும்பாவிட்டால் அப்படியே இருங்கள்.' ரகுநாத் நிதானமாகச் சொன்னார்.

'எங்களிடம் உண்மையைச் சொல்வதால் உமக்கு என்ன கிடைக்கும்?' அனுமந்த் வெடுக்கென்று கேட்டார்.

'நிறுத்துங்கள். நான் அதைத் தெரிஞ்சுக்க விரும்பறேன். என்னுடைய தனியறைக்குப் போவோம்' சந்திர ராவ் குடிமயக்கத்தில் தள்ளாடி நடந்தார்.

நான்கு பேரும் அறையைவிட்டு வெளியேறி மேல்தளத்துக்குச் சென்றனர். பிரதாப் ராவ் தமது இடைவாளின் கைப்பிடியைப் பற்றியபடி ரகுநாத்திற்குப் பின்னால் நெருங்கியே சென்றார். சிரமத்துடன் படியேறிய சந்திரராவைத் தொடர்ந்து ரகுநாத் சென்றார். ஜாவலிப் பகுதி ஆட்சியதிகாரி மிகவும் பருமனாகி விட்டி ருப்பதைக் கண்டார் சிவாஜியின் காரியஸ்தர். எல்லாருக்கும் கடைசியாக சாம்பாஜி காவ்ஜி சென்றார். அவருடைய கண்கள் பிரதாப் ராவின் கையில் கவனம் வைத்திருந்தது.

சந்திரராவின் இரகசிய அறை சிறியது, வளைவு சன்னல்கள் கொண்டது. தொலைவில் குன்றுகள் மங்கலாய்த் தெரிந்தன. நீலவானில் நட்சத்திரங்கள் பளிச்சிட்டன. அறையில் சரவிளக்குகள் இல்லை. செம்பினாலான குத்துவிளக்குகள் சில அறை மூலையில் ஒளிவிட்டுக் கொண்டிருந்தன.

'சிரமத்துக்கு வருந்துகிறேன்' ரகுநாத் குரலில் மரியாதை காட்ட முயன்றார்.

'பாசாங்கு வேண்டாம். உம்மிடம் உள்ள உண்மையை வெளிப் படுத்தும்.' சந்திரராவ் சத்தம் போட்டார், அவருடைய கண்களில் அச்சம் மினுக்கிட்டது.

ரகுநாத் எவ்விதக் குழப்பமுமில்லாமல் சொன்னார், 'உண்மை என்னவென்றால் எங்கள் தலைவர் அலி ஆதில்ஷாவுடன் ஒரு உடன்படிக்கை செய்துகொண்டார். ஔரங்கசீப்பின் படை

தம்முடைய ஜாகீருக்கு அணிவகுத்து வருமாயின் அரசர் அப்போது உதவவேண்டும் என்பதுதான் அது.'

'நீர் பொய் பேசினால் உம்மை நானே கொன்று இங்கே பள்ளத்தாக்கில் திரியும் ஓநாய்களுக்கு இரையாக்கி விடுவேன்' பிரதாப் அமைதியாக இருந்த ரகுநாத்தை அச்சுறுத்தினார்.

சிறிது நேரம் அங்கே நிசப்தமாக இருந்தது. பிரதாப் ராவ் தம் தாடியை வருடியபடி ரகுநாத்தை ஆழ்ந்த உணர்வுடன் கவனித்தார். ஆனால், அமைதியைக் குலைப்பதுபோல் வெளிமுற்றத்தில் வாட்கள் உரசிக்கொள்ளும் சப்தம் சற்று பலமாகவே கேட்டது.

'எனக்குத் தெரியும்' கூச்சலிட்டபடி சன்னலை நோக்கி விரைந் தார் பிரதாப் ராவ். அவர் அதிர்ச்சியில் நடுங்கினார். சந்திர ராவ் அந்தக் கணப்பொழுது தனித்து விடப்பட்டு விட்டார். ரகுநாத்தின் கண்களில் தீய அறிகுறி தெரிவதைக் கவனித்தார். சிவாஜியின் காரியதரிசி கொஞ்சமும் பெருந்தன்மையற்றவராய், கீழ்த்தர முகபாவத்துடன் காணப்பட்டார். அவருடைய தாடை இறுகி, நெற்றியின் சந்தனக் கீற்றுக்கும் கீழே இரத்தக் குழாய்கள் புடைத் திருந்தன.

சந்திரராவ் கூக்குரலிட வாயைத் திறந்தார். நேரத்தைச் சிறிதும் வீணடிப்பதற்கில்லை. ரகுநாத், தமது அரைக் கச்சையில் மறைத்து வைத்திருந்த தேளின் கொடுக்குபோல் வளைந்த பிச்சுவாக் கத்தியை உருவினார். தலையில் இருந்து இரத்தத்தை இதயத்துக்கு எடுத்துச் செல்லும் தொண்டை நரம்பைச் 'சரக்'கென்று அறுத்தார். ஓசையற்ற, உடனடி மரணத்துக்கு அந்த அறுப்பு தேவைப்பட்டது. மோரேயின் பருமனான உடம்பை சாம்பாஜி காவ்ஜி பற்றி இறுக்கிக் கொள்ள, ரகுநாத் சரியாக அதைச் செய்து முடித்தார். இறந்துகொண்டிருந்த மனிதரின் கண்களில் வியப்பே மிஞ்சியிருந்தது. அவர் ஏதோ சொல்ல முயன்றார். ஆனால், அவருக்கே அவருடைய குரல் கேட்க வில்லை. இரத்தம் பீறிட்ட தொண்டையில் இருந்து தெளிவற்ற ஒலியே வெளிப்பட்டது. காவ்ஜி ஜாவலி அதிபரின் உடல் கீழே சரிவதற்கு ஏதுவாய்த் தம் பிடியைத் தளர்த்திக் காண்டார். ஆழமான வெட்டில் இருந்து பெருகிய இரத்தம், தரைவிரிப்பெங்கும் வழிந்தோடியது.

தாம் சன்னல் வழியே வெளியில் கண்டதைத் தம் அண்ண னிடம் சொல்வதற்காகப் பிரதாப் ராவ் திரும்பி வந்தார். இறந்து கிடந்த அண்ணனைக் கண்டதும் ஒரு மிருகத்தைப்போல் பெருங் குரலெடுத்து அலறினார். ஆயினும், காவ்ஜி அவரைப் பிடிக்குமுன் அவர் போய்விட்டார், அனுமந்தும்தான்.

ரகுநாத்தும், காவ்ஜியும் சந்திர ராவின் தர்பார் மண்டபத்துக்கு வேகமாகப் பாய்ந்து சென்றனர். மோரேயின் ஆட்கள் பித்துப் பிடித்தாற்போல் அங்குமிங்கும் ஓடிக் கொண்டிருந்தனர். அனுமந்த் தையும், பிரதாப் ராவையும் காணவில்லை. பிரதான வாயில் விரியத் திறந்து கிடந்தது. வாட்கள் மோதிக் கொள்ளும் ஒலியையும், மரண ஓலத்தையும் முற்றம் எதிரொலித்தது. அத்தனை ஓசையும் அடங்கும் வரை காத்திருந்து ரகுநாத்தும் காவ்ஜியும் முற்றத்துக்கு வந்தனர். அவர்களுடைய ஆட்கள் அங்கே சிறு சிறு பிரிவுகளாய் நின்றி ருந்தனர். ரகுநாத்தும் தங்களிடம் இருந்த சிறு ஊது கொம்புகளை எடுத்து ஊதினர்.

பள்ளத்தாக்கு எக்காள ஒலியை எதிரொலித்தது.

2

கொயானா ஆற்றின் கரைக்கும், மேற்கத்திய மலைக் குன்று களின் அடிவாரத்துக்கும் இடையே உள்ள காடு இருண்டு காணப்பட்டது. காட்டில் இருந்து ஒருவர் பின் ஒருவராய் வெளிப் பட்ட தமது குதிரை வீரர்களைக் காண்பதில் சிவாஜியின் கண் களுக்குக் கொஞ்சம் சிரமம் இருந்தது. அந்தப் பள்ளத்தாக்கில் அணிவகுத்துச் செல்வதென்பது எந்தப் படைக்குமே இயலாத காரியந்தான். குறுகிய கணவாய்கள் பலவற்றின் வழியே அவர்கள் வழியமைத்துக் கொள்ள வேண்டியிருக்கும். ஒருமாத காலம் அவருடைய படையாட்கள் ஜாவலியில் அங்கும் இங்குமாய் அலைந் தனர். ஒவ்வொருவரும் தங்களுக்குத் தெரிந்த வழியில் புகுந்து ஜாவலிக்கு வடக்கே சில காத தொலைவில் உள்ள அந்த இடத்துக்கு வந்து சேர்ந்தனர். ஒவ்வொரு பிரிவிலும் இருநூறு படையாட்கள் என ஐந்து பிரிவுகளாய்ப் பிரிந்து, பள்ளத்தாக்கின் பல்வேறு இடங்களில் நிலைகொண்டிருந்தனர்.

பழங்குடியினர் பலரும் சிவாஜியின் வேவுப் படையாய்ச் செயல்பட்டனர். அவர்கள் மனித நடமாட்டத்தைக் கண்டறிய முன்னோக்கிச் சென்றனர். அவர்கள் ஆந்தை அலறியும், புலிபோல் உறுமியும் தேவையான எச்சரிக்கைகளைச் செய்தனர். அவர் செய்த சைகையின்படி குதிரை வீரர்கள் தெற்கு நோக்கிச் சென்றனர். தரை சமதளமாக இருக்கவில்லை. அவருடைய குதிரை நடையை விடக் கூடுதலான வேகத்தில் சென்றது.

அவை முன்னங்கால்களை நீட்டி வைத்து ஏறவும், பின்கால் களின் மேல்பகுதிகளையும் கால் துடையையும் உயர்த்தி இறங்கவும்

செய்தன. கொஞ்சதூரத்தில் நிஜமாகவே ஒரு புலி தோன்றி உறுமியது. அதன் சப்தம் பள்ளத்தாக்கெங்கும் எதிரொலித்தது. நீண்ட கால்களை உடைய நீர்ப்பறவை ஒன்று 'ச்சீத், ச்சீத்' என்று ஒலி எழுப்பிக் கொண்டு அவர்களுக்கு மேலே பறந்து சென்றது. பறவையின் காதைத் துளைக்கும் ஒலி அவருடைய இரத்தத்தில் புத்தூக்கத்தை விசையுடன் செலுத்தியது. காற்று இன்னொரு ஓசையையும் சுமந்து சென்றது அது வீரர்களுடைய ஊதுகொம்பு ஒலி. அது ஜாவலி நோக்கி அவர்கள் நேரிடச் செல்கிற தருணம்.

சந்திரராவ் மோரே இறந்துவிட்டார்.

'ரகுநாத்ஜியும், காவ்ஜியும் அதைச் செய்து முடித்து விட்டார் கள்' தானாஜி உற்சாகமும் மகிழ்ச்சியும் பொங்கக் கூவியதை சிவாஜி கேட்டார். தானாஜி தம்முடைய குதிரையின் விலாவில் உதைத்து அதை மிதமான பாய்ச்சலில் ஓடவிட்டார். ஏஸாஜிகாங்க் அவரைப் பின்தொடர்ந்தார். எல்லாம் திட்டப்படி தான் நடந்தது.

சிவாஜி தம்முடைய சிறந்த வாள் வீரரையும், மல்யுத்த வீரரையும் தாம் சந்தித்தது எப்படி என்பதை அப்போது ஞாபகப் படுத்திக் கொண்டார்.

சிவாஜி தமது எட்டு வயதிலேயே இனியதல்லாத ஓர் அனுப வத்தைக் கொண்டு படிப்பினைப் பெற்றிருந்தார். ஷிவ்னேரிக் கோட்டையில் இருந்து அவர்கள் மேற்கொண்ட நெடும்பயணம் முடிவுக்கு வந்திருந்தது. அவர்கள் ஒரு கிராமத்தை அடைந்த பொழுது, அடித்த குளிர்காற்றில் விறகு எரிவதில் உண்டாகும் புகைமணம் கலந்திருந்தது. கால்நடையாக வந்தசில ஆட்கள், தீப்பந்தம் ஏந்தியவாறு அவர்களுக்கு வழி காட்டினர். கடுகடுத்த முகமுடைய பிராமணர் ஒருவர் குதிரையில் வந்து அவர்களை வரவேற்றார். அவர் தான் சோனோஜி தபீர், 'உன் தந்தையின் ஆலோசகராய் இருந்தவர்' என்று அவருடைய தாய் அவரிடம் 'இது உங்கள் ஜாகீரில் ஒரு பகுதி, உங்களுடைய ஆளுகைக்குட்பட்ட நாடு' என்று.

அவர் பீஜப்பூரைப் பார்த்திருக்கிறார். அதுபோல் ஒரு பெரிய நகரம் தனக்காகக் காத்திருக்கும் என்று அவர் நினைத்திருந்தார். ஆனால் அங்கே யானைகள் வரிசையாய்ச் செல்லும் வீதிகளோ, குறுநடை ஓட்டம் கொண்ட பல்லக்குகளோ, குதிரைவீரர்களோ காணப்படவில்லை. மாறாக, தீப்பந்த ஒளியில் மின்னும் செந்நிறத் தோல்களை உடைய கொழுத்த நாய்களின் கூட்டமே காணப் பட்டது. இரை தேடிக் கொண்டிருந்த அவற்றின் கண்கள் தீக் கங்குகளால் ஒளிர்ந்தன. அவற்றைக் கண்ட சிவாஜி தம் தாயை இறுகப்பற்றிக் கொண்டார். அவர்கள் சிவப்பு ஓடுகள் வேய்ந்த,

கருங்கற் சுவர்களுடன் கூடிய சிறிய வீடொன்றைக் கடைசியாய்ச் சென்றடைந்தனர் இருண்ட வானில் கண்சிமிட்டும் நட்சத்திரங்கள் தொலைதூரத்தில். அந்த வீடு தனியாக இருந்தது. யாரோ ஒருவர் தம்மைக் குதிரையில் இருந்து தூக்கி வீட்டுக்குள் கொண்டு சென்ற பொழுது அவர் எதிர்ப்புக் காட்டவில்லை. அவர் வீட்டின் பின்பக்கம் சென்று பார்த்தார். சுற்றுச் சுவற்றில் இருந்த பெரிய ஓட்டை வழியே பெரிய நாய் ஒன்று ஊளையிடுவதைக் கண்டார். கூர்ந்து பார்த்த போது நாய்களின் கூட்டமே தெரிந்தது. அவை நாய்களல்ல, ஓநாய்களாகவே இருக்கவேண்டும். அவர் அச்சத்துடன் வீட்டின் முன்பக்கம் ஓடினார். ஆட்கள் குதிரைகளை அருகில் இருந்த மரங்களில் கட்டிப் போட்டனர். சிலர், வளாகத்தினுள் கூடாரம் அமைக்கும் பணியை மேற்கொண்டனர். தாயாரின் பணிப் பெண்கள் விறகுகளை எரியவிட்டு, இரவு உணவு தயாரிக்கும் பணியில் ஈடுபட்டனர். அறைகள் சுத்தமாக இருந்தன. தரைகள் மிருதுவான மெத்தைகள் போடப்பட்டிருந்தன. அவர் உடனே தூங்கிவிட விரும்பினார்.

காலையில் வெளியே கால் வைத்தபோது தரிசாகக் கிடந்த நிலங்களையும், தழைகளேயில்லாத மரங்களையும் கண்டு தூக்கி வாரிப் போட்டது அவருக்கு. போன இரவில் பார்த்த ஓநாய்களை நினைத்துக் கொண்டார், உடல் நடுங்கியது. இங்கேதான் அவர் வாழ்ந்தாக வேண்டும். ஏதோ உந்துணர்வில் வீட்டின் பின்பக்கம் சென்று பார்த்தார், அந்த ஓநாய்கள் அங்கே இருக்குமோ என்ற எண்ணம். இருளும் தெளிவற்றுத் தோன்றியிருந்த நிலவும், ஓநாயும் அங்கே இருக்கவில்லை. பதிலாக, சூரியனின் ஒளிக்கதிர்கள் நீர்வேட்கைமிக்க நிலத்தில் எங்கும் பரவியிருந்தது. இரண்டு சிறுவர்கள் பளபளக்கும் பெரிய பாறையொன்றைச் சுற்றி, சிரித்துக் கொண்டும் குதியாட்டம் போட்டுக்கொண்டும் இருந்தனர். ஒருவர் தானா மற்றொருவர் ஏஸா. இருவருமே அவரைவிட உயரமாய், வயதில் மூத்தவர்களாய்க் காணப்பட்டனர்.

3

கிழக்கில் விடிவெள்ளி மினுக்கிட்டுக் கொண்டிருந்த நேரம். ஜாவலிக்குத் தெற்கே சில கல் தொலைவில், படுக்கைவிரிப்பின் மீது அமர்ந்திருந்த, மோரேயின் படை அதிகாரியான முரார்பாஜி மூக்குப் பொடியைத் தனது உள்ளங்கையில் வைத்து உறிஞ்சினார். திடீரென்று, தொலைவில் கேட்ட சப்தங்களைக் கூர்ந்து கேட்டது

அவருடைய செவிகள். அவருடைய எஜமானரின் கோட்டைக்குப் போகும் வழியில் எக்காள ஒலி. அதற்கு ஒரேயொரு காரணந்தான் இருக்க முடியும்,

அவர் படுக்கையில் இருந்து குதித்தெழுந்து, கொயானா ஆற்றங்கரையில் கட்டப்பட்டிருந்த படைவீரர் குடியிருப்பில் இருந்து எழுச்சி நடையில் வெளிப்பட்டார். தீ மூட்டி குளிர்காய்ந்து கொண்டிருந்த அவருடைய ஆட்கள் சிறிதே அச்சம் கலந்த வியப்புடன், தொலைவில் கேட்ட ஒலியில் கவனம் செலுத்தியிருந்தனர். அந்தப் பள்ளத்தாக்கில் அதற்கு முன் ஊதுகுழல் ஒலித்து, யாரும் கேட்டதில்லை. இன்று, இரவின் பிற்பகுதியில் யாரோ தொடர்ந்து ஊதுகுழல் ஒலியை எழுப்பிக் கொண்டிருக்கின்றனர், தெரிவிப்புக் குறிபோல. தம்முடைய ஆட்கள் வனப்பகுதியில் மூலைக்கு மூலை சிதறிக் கிடப்பதை அவர் நினைத்துக்கொண்டார். குடிமயக்கத்தில் கிடக்கும் அவர்களை இந்த ஒலி விழிப்படையச் செய்யக்கூடும். எதுவாயினும் அவரும் அவருடைய ஆட்களும் எதிர்கொள்ள வேண்டியதுதான். சிவாஜியின் காரியஸ்தர் அவருடைய நினைவுக்கு வந்தார். அந்தப் பிராமணர் அன்று இரவு அவருடைய எசமானரைச் சந்திப்பதாய்த் திட்டம் இருந்தது. ஆனால், அவர் ஒரு சில குதிரை வீரர்களுடன் அல்லவா வந்திருப்பார். அந்த எக்காள ஒலி நிச்சயம் ஒரு தெரிவிப்புக்குறிதான், ஆனால், யாருக்கு? சிவாஜி தம்முடைய படையணியுடன் பள்ளத்தாக்கினுள் வந்துவிட்டாரா?

'புறப்படுங்கள்' தம்முடைய ஆட்களை நோக்கி அவர் உரக்கச் சொன்னார்.

தம் உடைவாளை உறையில் இருந்து உருவியெடுக்கும் நேரம் இதுவென்று அவருக்குப் புரிந்தது. நிலையடுக்குத் தட்டில் இருந்த பட்டாக்கத்தியை எடுத்தார். மரணத்தை உண்டாக்கக் கூடிய இருபக்கக் கூர்முனை கொண்ட கத்தி அது. நீண்ட உலோகக் கைப்பிடி கொண்டது. வெளியேறும்போது, சுவற்றில் தொங்கிய கேடயம் ஒன்றையும் அவர் எடுத்துக் கொண்டார்.

குற்றஉணர்வு முரார்பாஜியை அழுத்தியது. சிவாஜியின் செயலாளருடன் அவருடைய எசமானர் பேச்சுவார்த்தை நடத்தும் போது அவரும் அங்கே இருந்திருக்க வேண்டும். அது அவருடைய எசமானரின் பிராணாபத்தான பிரச்னை. அவரோடு புறப்பட அவருடைய ஆட்கள் தயாராக நின்றிருந்தனர். கிராமத்தை நோக்கி அவர்கள் விரைந்தனர். ஏனோ முடிவற்ற பாதைபோல் நேரம் நீண்டு கொண்டே போவதாய்த் தோன்றியது.

கர்ண கொடூரமான ஒரு சப்தம் காற்றில் கேட்டது. ஓநாய்கள் தங்கள் இரையை வேட்டையாடும்போது எழுப்புகிற சப்தம் அது.

காட்டின் இருளைக் கிழித்துக் கொண்டு அந்தச் சப்தம் கேட்டது. பக்கமாய் ஒரு மரத்தில் இருந்து, விழிப்புற்ற வானம்பாடியினப் பறவை ஒன்று கீச்சிட்டது. கிராமத்தை நோக்கிக் குதிரைகளின் குளம்படி ஓசை நெருங்கி வருவதைக் கேட்டார் முரார்பாஜி. தம்முடைய மனதை அவர் தெளிவாக வைத்துக் கொள்ள முயன்றார். வருகிறவர் யாராக இருந்தாலும் அவர்களை எதிர்கொள்ள அவருடைய ஐநூறு ஆட்கள் தயாராக இருந்தனர்.

அவர் பின்னால் திரும்பி, தம்முடைய ஆட்களைப் பார்த்தார். அவர்கள் ஏந்தியிருந்த தீவட்டி ஒளியில் அவர்களுடைய கடுகடுத்த முகங்கள் தெரிந்தன, வாட்கள் பளபளத்தன.

தாம் பறந்து செல்ல தமக்குச் சிறகுகள் இருந்திருக்கலாமே என்று அவர் எண்ணிக் கொண்டார்.

அவர்கள் சென்ற குறுகிய பாதை ஒரு வழியாய் முடிந்தது. அவர் பள்ளத்தாக்கினுள் பார்த்தார். கோட்டையின் கம்பிக் கதவு, சிறிது திறந்திருந்தது. உள்ளே சுற்றுக்கட்டில் இருந்து மங்கிய வெளிச்சம் நீண்ட மஞ்சள்பட்டையாய் விழுந்திருந்தது.

கிராமம் அமைதியாக இருந்தது. குளம்போசை இப்போது கேட்கவில்லை. ஆனாலும், வனப்பகுதியில் வழக்கத்துக்கு மாறான அசைவுகளை அவர் உணர்ந்தார். கோட்டைக்குள் யாரேனும் நுழைந்திருக்கக்கூடும் என்ற அச்சம் அவருக்குள். அவர்கள் பிரதான வாயிலை மூடுவதற்குள் அவர் விரைந்து உட்சென்றுவிட வேண்டும். தம்முடைய எசமானரைக் காப்பாற்றக்கூடிய வாய்ப்பைச் சிறிதும் அவர் நழுவ விடமாட்டார்.

'கோட்டைக்குப் போங்கள்' தமது ஆட்களிடம் கிசுகிசுப்பான குரலில் சொன்னார் அவர். ஆனால், வாயிற்கதவு மூடப்பட்டுக் கொண்டிருந்தது. அவருடைய இதயம் ஓசையுடன் அடித்துக் கொண்டது. பிரதானவாயிலில் ஓரிரு அங்குல இடைவெளிதான் தெரிந்தது. அணையின் பிளவுண்ட சுவற்றின் வழியே உடைத்துக் கொண்டு போகும் நீரைப்போல், வாயிற்கதவைத் துளைத்துக் கொண்டு, தம் ஆட்களுடன் உள்ளே புகுந்துவிடத் துடித்தார் அவர். சுற்றுக்கட்டு முழுதும் குதிரை வீரர்கள் கணக்கின்றிப் பரவியிருந்தனர்.

'இவர்கள் சிவாஜியின் மோசமான ஆட்கள்' என்று தம்முடைய ஆட்களை எச்சரிக்க வேண்டி, சற்றே குரலை உயர்த்திச் சொன்னார். ஆனால் நெருங்கி வரும் குதிரைகளின் குளம்படி ஓசையில் அவருடைய குரல் மங்கி மறைந்தது. ஊது குழலை ஒலித்தது சிவாஜியின் காரியஸ்தராக இருக்க வேண்டும். சிவாஜி போஸ்லேயை

கோட்டையை நோக்கி வரச் செய்யும் சமிக்ஞையாக அது இருக்கக் கூடும். சந்திர ராவ் சாஹிப் கொல்லப்பட்டு விட்டதற்கான தெரி விப்புக்குறி!

ஆற்றல்மிக்க ஒரு படையிடம் தமது ஆட்கள் சிக்கிக் கொண்ட தைப் பார்த்ததும், ஏதும் செய்யக் கூடாமல் திகைத்து நின்றார் முராார்பாஜி. அவருடைய ஆட்களின் கையில் இருந்ததோ வளை வான சிறிய வாட்கள்.

முற்றத்தில் ஓசையார்ந்த விசைப் பாய்ச்சல்கள். உரசி, மோதி, எங்கும் இரத்த வெள்ளம். சிவாஜியின் வீரர்கள் குதிரையில் இருந்தபடி, தரையில் நின்று போரிடுகிறவர்களைத் தாக்கும் விதத்தை நன்கறிந்தவர்கள்.

முராார்பாஜிக்குச் சற்று தூரத்தில் தானாஜி பட்டாக்கத்தி பளபளக்கக் கொலைக்களத்தினூடே, தம் குதிரையில் வந்தார். தம்முடைய வழியில் எதிர்ப்பட்ட பகை வீரர்களை அவர் வெட்டி வீழ்த்தத் தவறவில்லை.

அவர் 'ஹர ஹர மகாதேவ்' என்று போர்முழக்கம் செய்த பொழுது அவருடைய கருமைக்கு நெருக்கமான முகம் ஆவேசத்தில் சிவந்தது. அவரது உரத்த குரல் படையாட்களின் மனத்துணிவை அதிகரிப்பதாக இருந்தது. சீக்கிரமே தரைப்பகுதியைச் சிதைந்த உடல்களும், உடைந்த வாள்களும் நிரப்பிவிட்டன. வில்லாளிகள் இயங்குதற்கு வசதியாய் அமைந்த பலகணிகளையும், கோட்டை அமைப்பையும் விரைந்து நோட்டமிட்டார் ஏஸாஜி.

தமது படையாட்கள் பகைவனின் ஆட்களைத் துடைத் தழிப்பதை ஆர்வமாய்ப் பார்த்துக் கொண்டிருந்தார் சிவாஜி. அவர்கள் முன்நோக்கியும், பின்நோக்கியும் லாகவமாய் வாள் வீசி தலை வேறு முண்டம் வேறாய்த் துண்டாடிக் கொண்டிருந்தனர். இந்தச் சண்டை அவர்களுடைய போர்த்திறத்தைக் கண்டறிவ தற்கான ஒரு பரிசோதனை மாதிரி. ஒரு மனிதன் நீண்ட வாளினை வலதுகையில் பற்றிக்கொண்டு, இடது கையில் தோலினாலான கேடயத்துடன் களத்தின் மையத்தில் சுற்றிச் சுழன்று போரிடுவது கண்டு வியந்தார் அவர். அநத வாள் தீயின் நாக்குபோல் சுழன்று, சுவாலை வீசிப் பின் மறைந்தது. அதைப் பற்றியிருந்தவரின் விசைப்பாய்ச்சல்களில் ஒரு சீரான தன்மை இருந்தது. அவருக் கெதிராகப் போரிட முடியாமல் சிவாஜியின் வீரர்கள் திணறினர். அவரை எதிர்த்த சிலர் விழுந்து மடிந்தனர், சிலர் படுகாயமுற்று வேதனையில் உடலை வளைத்து நெளித்துக் கொண்டு கிடந்தனர்.

அந்த மனிதரின் அசைவுகளைக் கண்ட சிவாஜிக்கு, தாம் சண்டையில் மேற்கொள்ளும் நிலைகளே ஞாபகத்துக்கு வந்தன. அந்த மனிதர் முறையான வட்டப்பாதைகளில் இயங்கினார். அவருடைய அடுத்தத் தாக்குதல் எப்படியிருக்கும் என்று எவரும் தீர்மானிக்க முடியாத அளவுக்கு அவர் விரைவாகச் செயல்பட்டார். பட்டாக்கத்தியைச் சுழற்றுகிறவர் சில சுழற்சிக்குப் பின் மரண பயமே இல்லாதவராகி விடுவார். அவர்களுடைய வீச்சு மிகக் கொடூரமாக இருக்கும். சமயத்தில் தங்களைப் போன்ற திறமையுடைய மற்றொரு பட்டாக்கத்தி வீரருக்கு அவர்கள் எளிதில் இலக்காகி விடுவதுமுண்டு. அதை மனதில் வைத்துக் கொண்டுதான் சிவாஜி அந்த வீரரை நோக்கித் தமது குதிரையைச் செலுத்தினார். அவர் போரில் இறப்பதை சிவாஜி விரும்பவில்லை.

'நிறுத்தும். நீர் யார் என்பதை நான் அறிவேன் நீர் முரார்பாஜி தானே?' என்று சிவாஜி உரத்த குரலில் கத்தினார்.

முரார்பாஜி புற உலகிற்குக் காது கொடுக்காதவர்போல் காணப்பட்டார். சிவாஜி தம்மிடமும் பட்டாக்கத்தி இருப்பதை எண்ணிக் கொண்டார். அவர் நினைத்தால் முரார்பாஜியை எளிதாய்த் தடுத்து நிறுத்திவிட முடியும். அவர் இன்னும் நெருங்கிச் செல்லத் திட்டமிட்டார். ஆனால், தானாஜி மின்னலைப்போல் அங்கே தோன்றி, தம் குதிரையை விட்டிறங்கி சிவாஜிக்கும் முரார்பாஜிக்கும் இடையே சென்றார்.

தானாஜியின் வலது கையிலும் பட்டாக்கத்தி இருந்தது. தம் இடதுகையில் தோலினாலான கேடயமும் அவர் வைத்திருந்தார். பகைவனை நெருங்கிய தானாஜி தம்முடைய பட்டாவைப் பகைவனுடைய வாளுக்குப் பக்கமாய்ப் பெரும் வேகத்துடன் சுழற்றினார். அவருடைய கை நாலாபக்கமும் இயங்கியது. பகைவனின் பட்டா எப்படியெல்லாம் சுற்றும் என்பதையெல்லாம் முன்பே அறிந்தது போல் அவரது இயக்கம். இருவரின் வாள்களும் உரசிக் கொள்ளும் போது மின்மினிப் பூச்சிகளைப்போல் தீப்பொறி பறந்தது. தானாஜி உற்சாகத்துடன் செயல்பட்டார். ஆனால், ஒரு தவறான நகர்வில் எதிரியின் வாளின் வெட்டுப்பகுதி அவருடைய உடலின் திண்மையான பகுதியொன்றை இடம்பெயரச் செய்துவிட்டிருக்கும். தம் கண்ணெதிரே பட்டாக்கத்திகள் நிகழ்த்திய பரபரப்பான நிகழ்வைக் கண்ட சிவாஜி, தமது குதிரையை நிறுத்தினார். அவரால் நம்ப முடியாத அளவிற்கு துரிதமாய் அது நடந்திருந்தது.

முரார்பாஜி சீற்றத்துடன் இருந்தாலும், தன்னுடைய எதிரி ஒன்றும் வாள்வீச்சில் சாமான்யமான ஆளல்ல என்பதை உணர்ந்து கொண்டார். இருவரின் சுழற்சியும் சற்றே வெறித்தனமாய் இருந்தது.

முரார்பாஜி எதிராளியின் அசைவுகளை முழுமையாய்ப் புரிந்து கொள்ளும் முன்பே, தானாஜி முன்நோக்கிப் பாய்ந்து பக்கவாட்டில் தாக்கினார். அவருடைய வாள் முரார்பாஜியின் வலது தோளைக் காயப்படுத்தியது. இரத்தம் தொடர்ச்சியாக வெளியேறுவதை லட்சியம் செய்யாமல் முரார்பாஜி சுழன்றபடி இருந்தார். ஆனால் தன்னுடைய சக்தி குறைவதாய் அவருக்குத் தோன்றியது. தானாஜி மிக நெருங்கினார். ஒரே வீச்சில் எல்லாமே முடிந்திருக்கும்.

'இல்லை தானாஜி, அது வேண்டாம்' என்று ராஜா சிவாஜி தம்முடைய படைத்தலைவரைத் தடுத்து நிறுத்தினார். தானாஜி, எதிராளியின் பட்டாக் கத்தி சுழற்சிக்கு எட்டாதபடி பின்னாகத் தாவி நின்றார்.

முரார்பாஜி மிகுந்த சோர்வுடன் தொய்வாக நின்றார். வலிதாங்காமல் தரையில் விழுந்து புரண்டார். அவருடைய கண்கள் அங்குமிங்குமாய்ச் சுழன்றன. ஆணைகளைப் பிறப்பித்துக் கொண்டிருந்த மனிதர் தலைவரைப்போல் காணப்பட்டார். அவருடைய முகம் பரிச்சயமானதாக இருந்தது. அவர் முன்பே கேள்விப்பட்டிருந்த, குறிப்பிடத்தக்க ஒருவர். விரும்பத்தக்க தோற்றம் உடையவராய், செம்மஞ்சள் நிறத் தலைப்பாகையுடன் காண்கின்றவர்... முரார்பாஜி அடையாளம் கண்டுகொண்டார், அழுத்தமான வெறுப்புணர்ச்சி அவருடைய இதயத்தை நிறைத்தது. அது கண்களிலும் பளிச் சிட்டது.

சிவாஜி குதிரையை விட்டிறங்கி, அவர் முன்பாய் வந்து நின்றார். 'என்னுடைய தலைவர் எங்கே?' முரார்பாஜி வீறிட்ட லறினார். 'உம்முடைய செயலாளர் அவரைக் கொன்றுவிட்டார், இல்லையா? எக்காள ஒலி கேட்டதுமே உம்முடைய திட்டத்தை நான் புரிந்துகொண்டேன். சந்திரராவ் சாஹிப் உம்முடைய காரியதரிசியை வரவேற்றார். ஆனால் அந்தப் பரத்தை மகன் தன்னுடைய திட்டப்படி செய்து முடித்தாயிற்று தானே?'

சிவாஜிக்குள் ஏதோ ஒன்று முறிகிற மாதிரி திடீர் வல்லோசை கேட்டது.

சிவாஜி பற்களை நறநறத்தபடி, கிண்டலாகக் கேட்டார், 'ஓ, உம்முடைய மகாகனம்பொருந்திய சந்திரராவ் சாஹிப்? உமக்குப் பார்வை இருக்கிறதா, அல்லது எதையுமே பார்க்காத மாதிரி பாவனை செய்கிறீரா? இந்தப் பள்ளத்தாக்கில் உள்ள மக்களைப் பயன்படுத்தி, அவர்களிடம் இருப்பதை அபகரித்து, அவர்களைத் துன்புறுத்தி, தம் விருப்பம்போல் அவர்களைக் கொன்று தீர்த்தவர் தானே அவர்? இங்கே உள்ளவர்கள் உங்கள் பட்டியில் செயலற்ற வெள்ளாடுகளாய், எப்போது வேண்டுமானாலும் வெட்டுப்படக்

மேதா தேஷ்முக் பாஸ்கரன் ❖ 63

காத்திருப்பவர்கள்.' சிவாஜி சற்றே நிறுத்திவிட்டு, தொடர்ந்தார், 'உம்முடைய வாழ்க்கை நெடுக நீர் என்ன செய்து கொண்டிருந்தீர்? வக்கற்ற விவசாயிகளை அச்சுறுத்தி உம்முடைய துணிச்சலை வெளிக்காட்டிக் கொண்டீர். அறுவடைக்காலத்தில் அவர்களை உறிஞ்சி சக்கையாக்கினீர்கள்.

உம்முடைய எசமானர் எல்லாப் பயன்களையும் தமதாக்கிக் கொள்ள நீர் அனுகூலமாக இருந்தீர். உம்மை ஒரு மாவீரராக எண்ணிக் கொள்ள வேண்டாம். உம்முடைய அதிகாரத்தைக் கொண்டு மற்றவர்களை அச்சுறுத்திக் கொண்டிருந்த நீர் ஒரு சாதாரண அடாவடிக்காரர்? மோசமான நடத்தையுடைய ஒரு கொடியவருக் காகப் பணிபுரிந்தீர்?'

முரார்பாஜியால் ஏதும் பேச முடியவில்லை. இதற்கு முன் யாரும் இதுபோல் அவரிடம் பேசியதில்லை. சீற்றத்துடன் பெருமூச்சு விட்டார். தோளில் இருந்து பெருகிய இரத்தத்தில் அவருடைய உடை முற்றாக நனைந்தது.

சிவாஜி தமது வாளின் கைப்பிடியில் இருந்து தம் கையை எடுத்தார். இந்த மனிதரை அவர் பயன்படுத்திக் கொள்ள முடியும். அவருடைய பக்கத்தில் இப்படியொருவர் தேவைதான். எட்டி நடக்கவிருந்தவர் நின்று, 'உமக்கு இன்னொரு கடமை இருக்கிறது, உயர் பண்புடையோர்க்கான ஒன்று. நீரும் உமது ஆட்களும் கொங்கணத்தில் இருந்து வருகிற வியாபாரிகளிடம் உங்கள் விருப்பம் போல் வரிவசூல் செய்கிறீர்கள். அவர்கள் எதிர்ப்பு காட்டினால் அவர்களை ஓநாய்களுக்கு இரையாகக் கொன்று வீசியெறிகிறீர்கள். நாடோடிக் கூட்டத்தையும், அவர்களுடைய எருதுகளையும் கூட நீங்கள் விட்டு வைப்பதில்லை, உண்மைதானே?'

முரார்பாஜி பதிலளிக்கவில்லை – தற்காப்பு அல்லது வேறு காரணத்துக்காக இருக்கலாம்.

'இந்த மலைக்குன்றுகளுக்கு அப்பால் கிழக்கே இன்னொரு உலகம் உள்ளது, ஆதில்ஷாஹியின் உலகம். இந்தப் பள்ளத்தின் வடக்கெல்லையில் இருந்து தொலைவில் மற்றோர் உலகமும் உள்ளது. அது முகலாயப் பேரரசின் உலகம். வடக்கே இத்தகைய பேரரசர்களும், தெற்கே உள்ள சுல்தான்களும் கோட்டைகளை, அரண்மனைகளை, பெரிய தோட்டங்களை, கம்பீரமான கல்லறை மாடங்களைக் கட்டிக் கொண்டார்கள். நம் விவசாயிகளின் வியர்வையிலும், இரத்தத்திலும் அல்லவா அவை மேலெழும்பின. அவர்களுடைய படைகள் நம் மண்ணின் விளைச்சலில் பசியாறு கின்றனர்.

இந்த விவசாயிகள் படும் துன்பத்தைப் பற்றியோ, இவர்களுடைய வாழ்க்கை மதிக்கத்தக்கதாக இல்லை என்பது குறித்தோ அவர்கள் கவலைப்படுவதில்லை. மோரே போன்றவர்களுக்கும் அதில் எல்லாம் அக்கறை கிடையாது.'

மன்னர் சிவாஜி முரார்பாஜி மீது தம் பார்வையைச் செலுத்திய படி கேட்டார், 'நீரும் அப்படித்தானா' என்று.

முரார்பாஜி அவரை நேரடியாகப் பார்ப்பதைத் தவிர்த்தார்.

'இல்லை, நீங்கள் இருவருமே அக்கறை காட்டவில்லை. அத்தனை இழிவான செயல்களைச் செய்ய உமது தலைவருக்கு எப்படித் துணிச்சல் வந்தது? அதற்குக் காரணம் உம்மைப் போன்ற ஒரு சிறந்த மனிதரைத் தம் கையில் அவர் வைத்திருந்ததுதான்.'

இரவு கிட்டத்தட்ட முடிந்தே விட்டது. விடியல் கொஞ்சம் கொஞ்சமாய் அடிவானில் வெளிப்பட்டுக் கொண்டிருந்தது. பட்டாக் கத்தியைப் பற்றியிருந்த முரார்பாஜியின் கை தற்போது பிடியை நழுவ விட்டு, தன்னியல்பாய்த் தொங்கிக் கிடப்பதையும், அவர் மிகவும் சோர்வுற்று இருப்பதையும் கண்டார் மராத்தியத் தலைவர். சூரியன் தனது முதற் கிரணங்களை வானில் பரவ விட்ட பொழுது முரார்பாஜி மயக்கத்தில் விழுந்து, உணர்வை இழந்து விட்டிருந்தார்.

'இங்கிருந்து இவரைக் கொண்டுபோங்கள், இவரை நான் உயிரோடு காண விரும்புகிறேன்' உரத்த குரலில் தெளிவாகச் சொன்னார் சிவாஜி.

தானாஜி பக்கம் திரும்பி, 'வீட்டுப் பெண்களும் குழந்தைகளும் தாங்கள் எங்கே போக விரும்பினாலும் அவர்களை அனுமதியுங்கள். அவர்களுக்கு வேண்டிய பாதுகாப்பையும் அளியுங்கள். மோரேயின் ஆட்கள் பெருந்திரளாக இந்தப் பள்ளத்தாக்கில் இருப்பதை நாம் நினைவில் கொள்ளவேண்டும். காட்டுப்பகுதி சந்தேகத்திற்கு உரியதாய் இருக்கக்கூடாது, எல்லாவற்றையும் தெளிவாகக் காணும்படி மரக்கிளைகளைவெட்டச் செய்யுங்கள். நம்முடைய சிறந்த வில்லாளிகள் காவல் மாடங்களில் இருந்து கண்காணிப்புச் செய்யட்டும்.

பள்ளத்தாக்கில் ஊடுருவியிருக்கும் நமது படையணிகள் இரவே எதிரிப் படையின் வீரர்களைத் தாக்கிப் பணிய வைத்திருக்க வேண்டும். சரணடைகிறவர்களிடம், முரார்பாஜி முன்பே நமது படையில் சேர்ந்தாயிற்று என்பதைத் தெரிவித்துவிடுங்கள்' என்றார்.

கடைசிச் சொற்றொடர் எல்லாருடைய உதடுகளிலும் ஒரு புன்னகையைத் தவழவிட்டது.

அத்தியாயம் நான்கு

1

ஔரங்காபாத்திற்கு தென்கிழக்கேயுள்ள ஹைதராபாத் நகரத்தை ஔரங்கசீப் வந்தடைந்து ஒரு வாரம் ஆகியிருந்தது. ஆனால், அவர் அங்கே வந்து சேர்வதற்கு முன்பே அவருடைய தந்தை பேரரசர் ஷாஜஹானிடம் இருந்து ஒரு *'ஃபர்மான்' அவருக்காக அங்கே வந்திருந்தது. அவர் தொடர்ந்து மகனைக் கண்காணிப்பில் வைத்திருப்பதாகவே கொள்ளலாம். ஔரங்கசீப் மூஸி ஆற்றங்கரையில் சடங்கிற்குரிய ஒட்டகத்துக்காகக் காத்திருந் தார். அவருடைய நினைவுகள் அப்போது சுழன்று பாயச் செய்தது. இளவரசர் குர்ரம் என்று தம் தந்தை அழைக்கப்பட்ட காலத்தில், அவர் அரசின் பிடியில் சிக்காமல் இருக்க ஓடிக்கொண்டே யிருந்ததை ஔரங்கசீப் நினைவுபடுத்திக் கொண்டார்.

ஔரங்கசீப்பிற்கு அப்போது பத்து வயது இருக்கும். தக்காணத் தின் வடபகுதிகளில் அவர்களுடைய குடும்பம் முகாமிட்டிருந்தது. ஷாஜஹான் அப்போது தம் சிற்றன்னையின் கோபத்துக்கு ஆளாகி இருந்தார். சிற்றன்னை நூர்ஜஹான், எப்போதும் போதை மயக்கத்தில் இருக்கும் பேரரசர் ஜஹாங்கீரைத் தமது கைப்பாவை யாகவே பயன்படுத்தி வந்தார். ஔரங்கசீப், அவருடைய சகோதரர் கள், சகோதரிகள், பெற்றோர்கள் என எல்லாருக்குமே அரசகுடும்பத் தினருக்குரிய சகல சௌகரியங்களும் அனுபவிக்கக் கிடைத்தது. ஆனால், அவர்கள் கண்காணிக்கப் பட்டனர். எங்கும், எப்போதும் கூர்ந்த கவனிப்பிற்கு உள்ளாகி இருந்தனர். நூர்ஜஹான் அவர்களை அழிக்கவே விரும்பினார். நெஞ்சை விட்டு நீங்காத நினைவாக என்றென்றும் மறக்கவே முடியாத இரவு அது. சுற்றியிருந்த காடு காரிருளால் சூழப்பட்டிருந்தது. ஆக்ராவில் இருந்து வருகிற அரசுப் படைவீரர்களுக்காக அவர்கள் காத்திருந்தனர். தாங்கள் வாழ்வா

---

* ஃபர்மான் – எழுதப்பட்ட உத்தரவு அல்லது ஆணை.

சாவா என்கிற இக்கட்டு நிலையில் இருந்ததைப் புரிந்துகொள்கிற வயதுதான் அப்போது ஔரங்கசீப்பிற்கு.

நூர்ஜஹான் ஔரங்கசீப்பின் தாய்க்கு அத்தை, பேரரசர் ஜஹாங்கீர் தம்முடைய அத்தனை மனைவியருக்கும் வழங்காத பேரரசி என்கிற அங்கீகாரத்தை, சிறப்பை நூர்ஜஹானுக்கு வழங்கி யிருந்தார். அதை அதிகாரப்பூர்வமாக அறிவிக்கவும் செய்தார். நூர்ஜ ஹான் போதை மருந்தான அபினியை அரைத்து உணவில் கலந்து பேரரசருக்குக் கொடுத்துவிட்டதாக ஒரு வதந்தியும் அப்போது பரவியிருந்தது. தன் மாற்றாள் மகனான இளவரசர் குர்ரத்துக்கு எதிராக அவருடைய மனதை நூர்ஜஹான் மாற்றிவிட்டதாகப் பேசப்பட்டது. நூர்ஜஹான் தன் முந்தைய கணவர் மூலம் பெற்ற மகளை இளவரசர் ஷஹ்ரீயருக்கு மணம் செய்து கொடுத்து, அவரையே அடுத்த பேரரசராக்கத் திட்டமிட்டிருந்தார். பேரரச ருக்கு எதிராகக் கலகம் செய்தார் என்று ஷாஜஹான் (குர்ரம்) மீது குற்றம் சாட்டப்பட்டது. ஷாஜஹானை உயிரோடு விட்டு வைப்ப தற்கு பிரதியாய்த் தம்முடைய மகன்கள் இருவரை நூர்ஜஹானின் பார்வையில் வளர அவர் அனுமதிக்க வேண்டும் என்றொரு நிபந்தனை. பார்வையில் இருக்கவேண்டும் என்று சொல்லப் பட்டாலும் உண்மையில் பிணையக் கைதிகளாகவே அவர்கள் வைக்கப்படுவர். ஔரங்கசீப் பிணையக் கைதியாக இருக்க அஞ்ச வில்லை. அதுபற்றிய விவரம் முழுமையாய்த் தெரியாவிட்டாலும் அவர் ஒப்புக்கொண்டார். அவர்கள் அரசுப் படையாட்களுக்காகக் காத்திருந்தபோது ஔரங்கசீப்புக்கு அருகே அவருடைய உடன் பிறப்புகளான ஜஹானாரா (பதினான்கு வயது) ஷுஜா (பன்னி ரண்டு வயது) ரோஷனாரா (பதினோரு வயது) முராத் (மூன்று வயது) ஆகியோரும் தாயுடன் அமர்ந்திருந்தனர். ஆனால், படை யாட்கள் மற்றவர்களை விட்டுவிட்டு தம்மையும், தாராபாயையும் அழைத்துச் சென்றது ஏன் என்று ஔரங்கசீப் தமக்குள் கேட்டுக் கொண்டார். நூர்ஜஹானின் லாகூர் அரண்மனையில் (வீட்டுச் சிறை) தாம் இருந்தபோதுதான் ஔரங்கசீப் கேள்விக்கு விடை கிடைத்தது.

நூர்ஜஹான் லாகூரில் வைத்து இரண்டு பையன்களையும் கொன்றுவிடவே எண்ணியிருந்தார் பையன்களின் உயிருக்கு ஆபத்து நேரிடாதவண்ணம் ஷெயிஷ்டகான் அவர்களைப் பாது காத்து வந்தார். அவர்களுக்கு வழங்கப்படுகிற உணவில் யாரும் நஞ்சு கலந்து கொடுத்துவிடாதபடிக்கு அவர் எச்சரிக்கை காட்டி னார். ஷெயிஷ்டகான் பேரரசர் ஜஹாங்கீரின் உற்ற துணை யாயிருந்த உதவியாளர் என்பதோடு, அவருக்கு மைத்துனருமாவார். பையன்களின் தாய் அவருடைய சகோதரி.

ஒரு சமயம் பையன்களோடு தமாஷாகப் பேசிக் கொண்டிருந்த பொழுது, ஷெயிஷ்டகான் ஒரு உண்மையைத் தன் மருமகன்களிடம் கூறினார். பேரரசி பிணையாகக் கோரிய இருவரில் தாராபாய் முக்கியம் என்றும், மற்றொரு பிள்ளை வேறு யாராகவும் இருக்கலாம் என்று உத்தரவிட்டதாய் அவர் தெரிவித்தார். *தாராபாய் அவர்களுடைய தந்தைக்குக் கண்ணின்மணி போன்றவர் என்பது எல்லாரும் அறிந்ததே என்றார் மாமா. அந்தச் சொற்கள் ஔரங்கசீப்பின் இதயத்தை நொறுக்கிவிட்டது. தந்தை தன்னை ஒரு இழந்துவிடத்தக்க பொருளாகவன்றோ கருதியிருக்கிறார். மற்ற பிள்ளைகளைத் தன்னோடு வைத்துக் கொண்ட தந்தைக்கு தான் முக்கியத்துவமற்றவன் என்ற எண்ணம் ஔரங்கசீப்பிற்கு வருத்தத்தைத் தந்தது. பிற்பாடு கோபமாக மாறக்கூடிய வருத்தம் அது. தாரா மீது ஔரங்கசீப்பிற்கு உண்டான பொறாமை பகையாகவே பின்பு உருவெடுத்தது.

பழைய நினைவுகளில் இருந்து மீண்ட ஔரங்கசீப் ஒரு கசந்த புன்னகையை உதிர்த்தார். தம் தந்தையின் அன்புக்காகத் தமது வாழ்க்கை நெடுகிலும், அவர் ஏங்கியிருக்கிறார். அன்பு இல்லாவிட்டாலும் அங்கீகாரமாவது கிடைக்கும் என்று நம்பியிருந்தார். நாற்பது வயதான ஔரங்கசீப் திடீரென்று மயக்கம் வருவதுபோல் உணர்ந்தார்.

மனித உடல் எரிக்கப்படுவதால் உண்டாகும் வீச்சமும், சந்தனக் கட்டையின் புகை வாடையும் அவருக்கு வயிற்றைக் குமட்டியது. மூஸி ஆற்றின் வடகரை அவருடைய மாண்டுபோன ராஜபுத்ர வீரர்களுக்கான மயானமாக மாற்றப்பட்டிருந்தது. காலைச் சூரிய வெளிச்சத்தில் சடலங்களை எரிக்கும் ஈம விறகின் சுவாலையும், மேலெழும் புகையும் ஊக்கமிழக்கும் சூழலை உண்டு பண்ணி இருந்தது. அவருடைய தரப்பில் ஒரு மூவாயிரம் பேர் இறந்திருப்பார்கள் என்றால் ஹைதராபாத் படையாட்களின் இறப்புக் கணக்கு பதினேழாயிரத்தைத் தொட்டு விட்டிருந்தது. அவருடைய இடப்புறம் இருந்து தட தடவென்று கடுமையான சப்தம் கேட்கவும், அவர் அந்தப் பக்கம் திரும்பிப் பார்த்தார்.

அடிமை ஒருவன் வந்து, ‘இளவரசே, அரசரிடம் இருந்து செய்தி வந்திருக்கிறது’ என்றான்.

அவர் பறையொலி கேட்டு வடதிசையில் பார்வையைச் செலுத்தினார். அவர் கண்களைச் சுருக்கிப் பார்த்தபோது சற்று தொலைவில் பறையொலிப்பவர்கள் சூழ, ஒட்டகம் ஒன்று வந்து

* தாராபாய் என்கிற தாராஷுகோ ஷாஜஹானின் அன்பிற்குரிய முதல் மகன்.

கொண்டிருப்பதைக் கண்டார். அவர் இருந்த இடத்தில் இருந்து மரியாதைக்கு தொலைவில் அந்த ஊர்வலம் அவருடைய அடுத்த அசைவுக்காகக் காத்திருப்பதுபோல் நின்றது. ஔரங்கசீப், தாம் மட்டும் அந்த ஒட்டகத்தை நோக்கி எழுச்சி நடை நடந்தார். ஓடும் நதியும் அதில் உலவும் காலை இளங்காற்றும் அவருடைய கவனத்தைக் கவரவில்லை. மயானமும், அங்கே எரிகிற நெருப்பும், படைவீரர்களின் பதுங்குக் குழிகளும், பீரங்கி வண்டிகளும், கோட்டையும், காவல் அரண்களும் ஒரு பொருட்டாகத் தெரிய வில்லை அவருக்கு. தந்தையின் அங்கீகாரத்தைத் தேடிப்பெற முயலும் ஒரு சிறுவனைப் போன்று, தம் தந்தை என்ன எழுதியிருக்கிறார் என்பதை அறிய ஆவல் கொண்டார் அவர். முன் எப்போதையும் விட அது இப்போது ரொம்பவும் முக்கியமாய்ப் பட்டது, அதுவும் ஷாஜஹான் வயோதிகராய்ப் பலவீனமுற்றிருக்கும் நிலையில்.

அவரைக் காண்பதற்காகச் சற்றுதொலைவில் எவ்வித நோக்கமு மில்லாத கும்பலொன்று கூடியிருந்தது. அவர்களில் ஒருவர் தம் வலது உள்ளங்கையை நெற்றி மீது வைத்து அதன் பிறகு தமது தலையை முன்நோக்கித் தாழ்த்தினார். அது கவனமாகவும், மென்னயத்துடனும் தலையை உள்ளங்கையில் பிடித்திருப்பது போல் இருந்தது. அது பேரரசருக்கு வணக்கம் தெரிவிக்கிற முறை யாகும். தம் அறிவின் இருக்கையான சிந்தனையை ஒருவர் தன்ன டக்கத்துடன் தமது கையில் வைத்து, தான் மற்றவர்களைவிடச் சிறந்தவர் எனக் கருதாதப் பண்பை வெளிப்படுத்தும் செய்கை அது.

ஒட்டகத்தில் வந்தவன் தம்மிடம் சேர்ப்பித்த மரியாதைக்குரிய அங்கியை எடுத்துக் கொண்ட ஔரங்கசீப், அடுத்து, கடிதத்தையும் கைக் கொண்டார். தந்தை, நிறைவாக அவருடைய தகுதிப்பாடுகளை அங்கீகரித்திருக்கிறார்! புனித குர்ஆனின் ஒரு பிரதியைப்போல், அந்தக் கடிதத்தை அவர் கவனமாகப் பற்றியிருந்தார். அதைத் தமது நெற்றியில் ஒற்றிக் கொண்டு, சில அடிகள் பின்நோக்கி வந்து, முன்பு தாம் இருந்த இடத்தை அடைந்தார்.

பண்பாட்டுக்கு உதாரணமாய்த் திகழும் ஷெயிஷ்டகான் அந்த சம்பிரதாய முறையைக் கவனமாகத் தவிர்த்திருந்தார். மாறாக, தம் மருமகனின் கூடாரத்தினருகே பொறுமையுடன் அவருக்காகக் காத்திருந்தார். ஷெயிஷ்டகான் அப்போது கந்தேஷ் மண்டலத்தின் சுபேதார். தப்தி ஆற்றின் கரையில் இருந்த பர்ஹன்பூர், அவருடைய நிர்வாக மையமாக இருந்தது. கோல்கொண்டா அரசைக் கைப் பற்றுவதில் ஔரங்கசீப்பிற்கு உதவுவதற்காக அவர் அங்கே வந்திருந் தார். ஹைதராபாத் வந்த பிறகு வெற்றிக் கொண்டாட்டங்களில் அவர் கவனம் செலுத்தினார். மீர்ஜும்லா, முகம்மது சுல்தான்

மற்றும் அதிகாரிகள் நான்கு நாளும் விருந்து, கேளிக்கை என்று மகிழ்ச்சியாய்ப் பொழுதைக் கழித்துக் கொண்டிருந்தனர். போரின் போதான தற்காப்பு, எச்சரிக்கையெல்லாம் இப்போது தேவைப் படாதுதானே. ஆனால், மருமகன் ஔரங்கசீப் மட்டும் போர் முகாமில் உள்ள தமது கூடாரத்திலேயே பிரார்த்தனை, புனிதகுர் ஆனை வாசிப்பது, ஆழ்ந்த சிந்தனை என்று இருந்து கொண்ட தையும் அவர் கவனிக்கத் தவறவில்லை. ஔரங்கசீப் எப்போதுமே அப்படித்தான், அவர் இளைஞராக இருந்த காலத்திலும் கவலை தோய்ந்த முகத்துடன் காணப்படுவாரேயன்றி, ஒருபோதும் வாய்விட்டுச் சிரித்ததில்லை.

அரசரின் ஆணை என்னவென்று அறிவதில் ஷெயிஷ்ட கானுக்கும் ஆவல் இருந்தது. அவருடைய நினைவோட்டத்துக்குத் தடையாய் காலடியோசை கேட்டது. அது ஔரங்கசீப்தான். அவருடைய முகம் உணர்வெழுச்சியில் சிவந்து காணப்பட்டது. தம் மாமா பக்கம் பார்வையைச் செலுத்தாமல் அவர் பாட்டுக்கு உள்ளே சென்றுவிட்டார். ஷெயிஷ்டகான் விரும்பத்தகாத ஏதோ ஒன்று நிகழக்கூடும் என்ற ஐயமும், கவலையும் கொண்டவராய், தம் மருமகனின் பின்னே சென்றார்.

ஷெயிஷ்டகான் தம்முடைய மருமகனைச் சொந்த மகனைப் போல் நேசித்தார். ஔரங்கசீப் ஒரு திடப்பற்றுடைய 'சன்னி'யாக இருந்தபோதும், தாம் ஒரு 'ஷியா'வாக இருந்தாலும் ஷெயிஷ்டகான் அவரிடம் வைத்திருந்த பிரியத்தில் மாற்றம் எதுவுமில்லை. உண்மையில் ஔரங்கசீப் நாற்பது வயதினர், அவரோ பத்து வயது தான் தன் மருமகனைவிட மூத்தவர். ஷெயிஷ்டகான் அவர்மீது பிரியம் வைக்க வேறு காரணங்களும் இருந்தன. தன் மைத்துனர் மீது வெறுப்பு இருந்தது அவருக்கு. அதன் விளைவாகவோ என்னவோ தம் சகோதரி மகன் மீது அவர் கொண்ட நேசம் கூடுத லாய் இருந்தது. வெளியே, ஆயிரம் பீரங்கி வண்டிகள் தத்தமக்கு உரிய நிலையில் இடம்பெற்றிருந்தன. கனரகத் துப்பாக்கிப் படைப் பிரிவினர் மீர்ஜும்லாவின் உத்தரவுகளுக்காகக் காத்திருந்தனர். அவர் ஔரங்கசீப்பின் ஆணையை எதிர்நோக்கியிருந்தார். கருத்துக்கு எட்டாத ஒரு சக்தியுடன் காற்று வலிமை கொண்டிருந்தது. வாளேந்திய ஆயிரக்கணக்கான வீரர்கள் தாக்குதலின் போது மறைந்து கொள்வ தற்கான பதுங்குக் குழிகளில், உடலைத் தாழ்த்திய நிலையில் இருந்தனர். கோல்கொண்டா கோட்டைச் சுவற்றை வெடிமருந்து களால் தகர்க்கும் நிகழ்வைக்காண சூரியன் ஆவலுடன் எதிர்நோக்கி யிருந்தது. பேரரசரின் கட்டளைச் செய்தி என்ன சொல்கிறதோ அதைப் பொறுத்தே எல்லாமும்.

பதுங்குக் குழிகளின் பக்கமாய் உள்ள மண்மேடுகளில் இருந்து வறண்ட தூசியையும் மணல் துகள்களையும் காற்று தன் கால்களால் ஏற்றிச் சென்றதை, ஷெயிஷ்டகான் சன்னல் வழியே பார்த்தார். புழுதிப்படலம் போர்க்களத்துக்கு மேலே எழும்புவதுபோல் அவருடைய மனம் கடந்த காலத்தில் தங்காமல் நிகழ்காலத்துக்கும் எதிர்காலத்துக்கும் விரைந்து சென்றது. ஒவ்வொரு முகலாயப் பேரரசரின் மகன்களும், அரியாசனத்தில் அமர தங்களுக்குள் சண்டையிட்டுக் கொண்டனர். உடன்பிறந்தவர்களின் கண்களைக் குருடாக்கினார்கள் அல்லது உயிரையே பறித்தெடுத்தார்கள். ஷாஜஹான் கூட தமது சகோதரர்களுக்கு நஞ்சூட்டவோ அல்லது அவர்களைக் கொலையுண்டு போகவோ செய்திருக்கிறார். ஷெயிஷ்டகானின் காலஞ்சென்ற சகோதரி தாஜ்மகாலில் மீளாத்துயிலில் ஆழ்ந்திருக்கலாம் ஆனால் அவளுடைய மகன்கள் தங்கள் விதியின் பிடியில் இருந்து நழுவிவிட முடியாது. அவர்களில் ஒருவர்தான் பேரரசராக முடியும் மற்ற மூவரும் கொல்லப்படுவார்கள் அல்லது பாதாளச் சிறைக்குள் தள்ளப்படுவார்கள்.

ஷெயிஷ்டகான் தற்போதைய நிலவரத்தைப் பற்றி ஆழ்ந்து சிந்திக்கலானார். மூத்த இளவரசனான நாற்பத்திரண்டு வயது தாராஷிகோவிற்கு வளமான சில மாகாணங்களை நிர்வகிக்கும் ஆளுநர் பதவி வழங்கப்பட்டுள்ளது. அவர் தம்முடைய நூலகங்களில் அமர்ந்து இந்து புராணங்களை பாரசீக மொழிக்கு, மொழி பெயர்த்துக் கொண்டிருக்கிறார். சமயத்தில் இந்து பண்டிட்களையோ சூஃபி துறவிகளையோ கூட்டி கருத்தரங்குகளை நடத்துகிறார். வங்காளக் கிராமப் பகுதிகளில் இருந்து கொண்டு வரப்பட்ட நூற்றுக்கணக்கான பெண்களுடன் உல்லாசமாக இருக்கிறார். அத்துடன் அவரை மகிழ்விக்க பாரசீக, ஐரோப்பிய அரசர்கள் அனுப்பிய அழகிகளும் இருக்கிறார்கள். ஔரங்கசீப்போ தன் வாழ்வின் பெரும்பகுதியைப் போர்க்களங்களிலேயே கழித்தவர், தக்காணத்தின் சுபேதார். சமயப் பற்றுடையவராய், அமைதியாக இருந்து கொண்டிருக்கிறார். பேரரசர் இவரைத் தம்முடைய பிரியத்திற்குகந்த மகனான தாராஷிகோவிற்குப் போட்டியாக இருப்பதாய்க் கருதுகிறார். முராது பக்ஷ் நான்காவதாய்ப் பிறந்த மகன். குஜராத்தின் சுபேதார். புகழ்ச்சிக்கு மயங்குகிறவன், போதை அடிமை.

'இந்தப் போரை நாம் நடத்த முடியாது' ஔரங்கசீப் உடைந்த குரலில் சொன்னார்.

'ஏன் மகனே, என்னவாயிற்று?' என்று கேட்டார் ஷெயிஷ்டகான்.

மேதா தேஷ்முக் பாஸ்கரன் ❖ 71

‘நீங்களே படித்துப் பாருங்கள்’ பேரரசரின் ஆணைக் கடிதத்தை அவரிடம் கொடுத்தார் ஔரங்கசீப். தம்முடைய தாய்மாமனை, குடும்பத்தில் அவர் ஒருவரை மட்டுமே ஔரங்கசீப்பால் நம்ப முடியும்.

அது ஒரு சுருக்கமான கடிதம். ஷெயிஷ்டகான் கடிதத்தைத் தம்முடைய கண்களுக்கு நெருக்கமாய் வைத்துப் படித்தார். படிக்கும்போதே அவர் முகஞ்சுளித்து தன் வெறுப்பைக் கோபத்தை வெளிப்படுத்தினார். கடிதச் செய்தி

‘என் மகனுக்கு, பேரரசர்களும் அவர்களுடைய மைந்தர்களும் தங்கள் துணிவையும், வலிமையையும் வெளிக்காட்டப் போரில் இறங்குவது இயல்பே. புதிய நிலப்பரப்புகளைக் கைப்பற்றி, எல்லைகளை விரிவுபடுத்திக் கொள்ள எண்ணம் தோன்றும். ஆனால் அதை தக்க நேரத்தில் செய்யப்பட வேண்டும். தக்காண அரசுகள் முன்பே நம்மிடம் பணிந்துவிட்டவை. அவர்கள் நமக்குக் கப்பம் கட்டிக் கொண்டிருக்கிறார்கள். சொல்லப் போனால் அவர்கள் நம்முடைய பாதுகாப்பில் இருப்பவர்கள். குத்புஷாஹியைக் கைப்பற்ற சரியான நேரம் இதுவல்ல. நான் அப்துல்லா குதுப் ஷாவுடன் தொடர்பில் இருக்கிறவன். நாம் அவருக்கெதிராக போர் நடவடிக்கைகளில் இறங்க மாட்டோம் என்று அவரிடம் வாக்களித்திருக்கிறேன். அவர்கள் செலுத்தும் வரித்தொகை ஆக்ராவில் உள்ள மத்திய கருவூலத்துக்கு வந்து சேரவேண்டும். உன்னுடைய போர்த் திட்டங்களை ரத்து செய்துவிட்டு உடனே திரும்பவும்.’

‘புதுமையாக இருக்கிறது’ முணுமுணுத்தார் ஷெயிஷ்டகான்.

‘தாங்கள் என்ன நினைக்கிறீர்கள் மாமா?’ கவலையுடன் கேட்டார் ஔரங்கசீப்.

ஷெயிஷ்டகான் பதில் சொல்ல அவகாசம் எடுத்துக் கொண்டார். தம்முடைய வாழ்க்கை நெடுகிலும் அரச குடும்பத்துடனேயே அவர் இருந்து வந்திருக்கிறார். அவருடைய தந்தையும் பாட்டனாரும் பேரரசுக்கு உறுதுணை புரிவதற்காகவே தங்களை அர்ப்பணித்தவர்கள். அவருடைய அத்தை நூர்ஜஹான் பேரரசர் ஜஹாங்கீரின் மனைவி மட்டுமல்ல, பட்டத்தரசியுங்கூட. அவருடைய சகோதரி அஞ்சுமன்பானு பேரரசர் ஷாஜஹானின் பட்டத்தரசி. ஆனால் தற்போது நடப்பதை எல்லாம் அவரால் நம்பவே முடியவில்லை. ஷாஜஹான் முன் எப்போதும் இருந்திராத வழக்கமாய்த் தம் மூத்தமகன் தாராவிற்கு ‘ஷா புலன்த்’ என்ற விருது வழங்கிப் பெருமைப் படுத்தியிருக்கிறார். அவருடைய மகன்களுக்கு அரசவையில் தங்கத்தாலான ஆசனங்கள் போடப்பட்டிருக்கின்றன.

அதுவும் அரசருக்கு மிக அருகிலேயே அவர்களுக்கு இடமளிக்கப் பட்டிருக்கிறது. ஔரங்கசீப்பிற்கான விதிகளோ வேறுவிதமாய் தீர்மானிக்கப்பட்டிருந்தது. கடந்த இருபத்தியிரண்டு ஆண்டு களாகவே அவர் தொடர்ந்து ஆக்ராவிற்கும், டில்லிக்கும் வெளியி லேயே வைக்கப்பட்டிருக்கிறார். அவருடைய படைபலமோ, பொருள்வளமோ பெருகிவிடவில்லை என்பதைப் பேரரசர் அவ்வப் போது உறுதி செய்து கொள்கிறார். ஔரங்கசீப் இரண்டாவது முறையாக தக்காணத்துக்கு மாற்றப்பட்டது கூட உள்நோக்கத்துடன் கூடிய சதியாகவே இருக்கவேண்டும். தக்காணத்தில், முகலாயப் பேரரசின் வசமுள்ள நிலப் பகுதிகளில் இருந்து, வரியாகக் கிடைக்கும் ஒரு கோடி ரூபாய்க்கும் குறைவான தொகை (ஆண்டுக்கு) தான் ஔரங்கசீப்பின் கைக்கு வருவது. அங்கே ஊழலைக் கட்டுப்படுத்த முடியவில்லை, வரிவசூலும் அத்தனை எளிதாயில்லை. காரணம், அது வசதி குறைவானவர்கள் வசிக்கும் பகுதி. தொடக்கத்தில் படையாட்கள் பராமரிப்பு, போர்க்கருவிகள் இவற்றுக்கு மத்திய கருவூலத்தில் இருந்து உதவியை எதிர்பார்க்க வேண்டியிருந்தது.

ஔரங்கசீப் கருவூலத்திற்கு செலுத்த வேண்டிய கடன் தொகை நிலுவை இருப்பதாக அதிகாரி தாராஷிகோவிடம் தெரிவிக்கவும், தாரா ஔரங்கசீப் மீது குற்றஞ்சாட்டினார். தற்போது ஔரங்கசீப் கோல்கொண்டாவைப் பேரரசின் ஆதிக்கப்பகுதிகளுடன் இணைக் கிறார் என்றால் அவருடைய வருமானம் ஏழுமடங்கு அதிகரித்து விடும். அவருக்குப் பொருளாதாரத் தன்னுரிமை கிடைத்து விட்டால், தம்முடைய படைபலத்தை அவர் அதிகரித்துக் கொள் வதில் தடையிருக்காது. போரிடவும், போரில் வெற்றிக்காகத் திட்ட மிடவும் கூடிய வலுவான படை, அவரிடம் சேர்ந்து விடும்.

சுருங்கக்கூறின், ஔரங்கசீப் அப்போது தாராவிற்கு உண்மை யான அச்சுறுத்தலாக இருப்பார்.

ஷெயிஷ்டகான் மிகச் சரியாகச் சொன்னார், 'தக்காணத்துச் சிற்றரசர்கள் பேரரசை அண்டியிருப்பவர்கள் என்றாலும் ஒழுங் காகக் கப்பம் கட்டுவதில்லை. கடிதம் இதனைப் புரிந்து கொள்ளத் தவறிவிட்டது. தாராஷிகோவை விட, உன்னுடைய ஆற்றலும், அதிகாரமும் மிஞ்சுவதை உன் தந்தை விரும்பவில்லை என்பதையே இது காட்டுகிறது' என்று.

'இத்தனை ஆண்டுகளிலும், தாராபாய் மூளைக்குத் தீனி போடு வதிலும், மதநம்பிக்கை இல்லாதவர்களுடன் தத்துவ விசாரணை மேற்கொள்வதிலுந்தான் மும்முரமாய் இருந்திருக்கிறார். ஆனால் நீங்களும் நானும், நம்முடைய படை அதிகாரிகளும், போர்வீரர்களும்

முல்தான், பால்க், குஜராத், தக்காணம் என்று ஓயாது போர்க்களங்களில் அல்லாடுகிறோம். புழுதிக்காற்று, வெள்ளம், வறட்சி, கொள்ளைநோய் இவற்றுடன் போராடித் துன்பங்களை அனுபவிக்கிறோம். வடக்கிலும், தெற்கிலும், கிழக்கிலும் பேரரசின் எல்லைகளை விரிவுபடுத்தப் போரிடுகிறோம்' என்று கண்டனக்குரலில் சொன்னார். அவருடைய குத்தலான பேச்சு மாமாவுக்குப் புரியவே செய்தது.

ஷெயிஷ்டகான் தலையசைத்தார். 'இந்துஸ்தானத்துப் பேரரசருக்கு மனதால் உணரும் திறன் மங்கிவிட்டதா? அவரால் எப்படி ஒரு மகனை நேசிக்கவும் மற்றொரு மகனை வெறுக்கவும் முடிகிறது? இருமகன்களும் ஒரே தாய்க்குப் பிறந்தவர்கள்தானே' என்று தனக்குள் கேட்டுக் கொண்டு ஆச்சரியப்பட்டார்.

அம்மா (மும்தாஜ் இறப்புக்குப் பிறகு அவர் என்னிடம் கொடுமனங் கொண்டவராகவே நடந்து கொள்கிறார்.) அவர் தாராவையும், ஜஹானராவையும் மட்டுமே நேசிக்கிறார். அவர்கள் இருவரும் பார்ப்பதற்கு அம்மாவின் சாயலில் இருக்கிறார்கள்.

மருமகன் இப்படிச் சொல்லவும் ஷெயிஷ்டகான் அவரைக் கூர்ந்து நோக்கினார். ஔரங்கசீப் தன்னை மறந்த நிலையில் தனக்குத்தானே சொல்லிக்கொள்வதுபோல் இருந்தது. தனக்குப் பிடித்தமான பொம்மையைத் தொலைத்துவிட்ட சிறுவனைப்போல் அவர் காணப்பட்டார். அவருடைய இதயம் நொறுங்கி விட்டிருப்பது முகத்திலேயே தெரிந்தது.

பல ஆண்டுகளுக்கு முந்தைய நிகழ்வொன்றை ஷெயிஷ்டகான் நினைவுபடுத்திக் கொண்டார். ஷாஜஹான் அரியணையேறுவதற்கு முன்பு நடந்தது அது. அந்த ஒருமுறை மட்டுமே ஷாஜஹான் ஔரங்கசீப்பிடம் அன்பு காட்டியது. குளிர்பருவத்திய காலைப் பொழுதொன்று பிரகாசமாக இருந்தது. யமுனா நதியின் நீர் நீலப்பசுமை நிறங்காட்டியது. ஷாஜஹானுடைய அரண்மனை முன்பாய்ப் பெரிய அரங்கம் அமைக்கப்பட்டது. ஆக்ரா நகரத்து மக்கள் நடைபெறவிருந்த விளையாட்டைக் காண அங்கே வந்து கூடினர். எக்காளம் (ஊதுகொம்பு) வாசிக்கப்பட, யானைகள் தங்கள் துதிக்கையை உயர்த்தியபடி வந்தன. யானைகளுக்கான போட்டி நடந்தது. அவை ஒன்றையொன்று பற்றி, முரட்டுத்தனமாகத் தள்ளி, மோதிச் சண்டையிட்டன. சண்டையின் இடையே இரண்டில் சிறியதாக இருந்த ஒன்று காயமடைந்து, இரத்தம் வடிந்தது. ஒருகணம் அச்சத்தில் திகைத்து நின்ற அந்த யானை, மறுகணமே நதிப்பக்கம் ஓடிவிட்டது. தன்னுடைய எதிரியைக் காணாத மற்றொரு யானை கோபமுற்று, தடுப்பு வேலியை முறித்துக் கொண்டு கூட்டத்தின்

மீது பாய்ந்து, தாக்க முனைந்தது. அதன் விளைவாக மக்கள் பீதியுற்று, அலறி, விழுந்து, நசுங்கி தாராவும், முராதும் எங்கே ஓடி மறைந்தார்கள் என்றே தெரியவில்லை. ஔரங்கசீப் ஒருவர் மட்டும் தன் குதிரை மீது அமைதியாக இருந்தார். யானை கோபத்துடன் தன்னுடைய தும்பிக்கையைச் சுழற்றி அவரைத் தரையில் வீச முற்பட்டபொழுது, தம்முடைய வாளை உருவியவர் அதை வெட்டிச் சாய்க்க முற்பட்டார். யானைப்பாகன் தடுத்திராவிட்டால் யானை தன் கடைசி மூச்சை விட்டிருக்கும். அன்று, ஷாஜஹான் ஔரங்கசீப்பைத் தழுவி, அவரைப் 'பகதூர்' என்று அழைத்தார்.

மறுநாள் நடந்த துலாபாரம் சடங்கின் போது, ஔரங்கசீப்பின் எடைக்கு எடை தங்கக்கட்டிகளைத் தானம் செய்தார். இரண்டு லட்சரூபாய் மதிப்புடைய பரிசுகளை ஔரங்கசீப்பிற்கு வழங்கினார். அரசவைப் பாடகர்கள் அவருடைய வீரத்தைப் பாரசீக மொழியில் போற்றிப் பாடினர். அதெல்லாம் அஞ்சுமன்பானு இருந்த காலத்தில் நடந்தது. ஆனால், அதன் பிறகு தந்தைக்கும் மகனுக்கும் இடையே நிலைமை மாறிவிட்டது.

'நீ என்ன செய்கிற முடிவில் இருக்கிறாய்? மீர்ஜும்லாவின் குடும்பம் பற்றிய கருத்து என்ன?'

'நீங்கள் பார்க்கத்தான் போகிறீர்கள்' என்றவர், ஒரு கவிதையை உரத்த குரலில் கூறினார்.

'அரசுரிமை என்கிற மணமகளின்
கரம் பற்ற யாருக்கு தகுதியிருக்கிறது.
கூர்வாளின் உதடுகளில் முத்தமிட்டு
அந்த வாளை தன் வாழ்வோடு உறுதியாய்
பிணைத்துக் கொண்டவர்க்கே
அது சாத்தியமாகும்.'

'நீயதை எழுதினாயா?' பாராட்டிக் கேட்டார் ஷெயிஷ்டகான்.

'ஆமாம்' என்ற ஔரங்கசீப், தன் மாமாவின் கண்களைக் கூர்ந்து நோக்கினார். 'எது என்னுடைய எல்லைகள்? உண்மையான எல்லைகள்?' என்று கேட்டார்.

ஔரங்கசீப்பின் கூர்மையான பார்வையை ஷெயிஷ்டகானால் எதிர்கொள்ள முடியவில்லை. அவர் தரையைப் பார்த்தபடி மென்மையாகச் சொன்னார், 'சாதாரண மக்களுக்கு வாழ்க்கை இடையறாத போராட்டமாய் உள்ளது. ஆனால் உனக்கோ வாழ்க்கை என்பதே எல்லைகள்தாம். அங்கே உன் தந்தையோடும், சகோதரர்களோடும் ஏன் உன்னுடைய மகன்களோடும் கூட நீ

போரிட வேண்டியிருக்கும்'. ஔரங்கசீப்பின் எதிர்வினையைக் காண்பதற்காக அவர் மெல்ல, கவனமாகத் தலையை உயர்த்தினார்.

நேர்த்தியான தாடியுடன், எளிதில் வளையக்கூடிய உருவின ராய் ஒரு உலோகக் கட்டிலில் அமர்ந்திருந்தார் ஔரங்கசீப். வழக்கத் துக்கு மாறான நிமிர்ந்த நிலையில், தலையைச் சற்றே பின்னால் சாய்த்திருந்த ஷாஜஹானின் மூன்றாவது மகன் தாராஷிகோவிடம் இருந்து முற்றிலும் மாறுபட்டவர். இவர் ரொம்பவே ஒல்லியான உடல்வாகு உடையவர், வெயிலில் காய்ந்து பழுப்பு நிறமான முகத்தில் சுருக்கங்கள். மரகதம் பதித்த தலைப்பாகைக்குப் பொருத்த மாய், சித்திரப் பூவேலை செய்த பச்சை நிற மஸ்லின் துணியில் உடை அணிந்திருந்தார். பொன்னிற அரைக்கச்சையில் இருந்து கற்கள் பதித்த கைப்பிடியுடன் கூடிய சில குத்துவாள்கள் தொங்கின. தோலினாலான இடைவார் அவற்றைத் தாங்கியிருந்தன. ஔரங்கசீப்பிற்கு வெளிறிய சாம்பல் நிறக் கண்கள். வன்முறை அவருடைய மனதுக்குள் உருகிக் குழம்பாய்க் கொதித்துக் கொண்டி ருப்பதை, கண்கள் சாடைக்குறிப்பில் உணர்த்திக் கொண்டிருந்தது.

2

ஔரங்கசீப் தம்முடைய அறையில் படுக்கை விரிப்புக்கும் தொழுகை விரிப்புக்குமாய் மாறியபடி செபமாலை மணிகளை உருட்டிக் கொண்டு, மீதமுள்ள நாள் முழுதும் தம்முடைய கூடாரத்தில் தனியே அமர்ந்திருந்தார். முத்ஆமத் என்கிற அலி அடிமை மட்டுந்தான் அவருக்கு உணவு கொண்டுபோக உள்ளே அனுமதிக்கப்பட்டான். தம்முடைய எசமானர் மெதுவாக உண்பதைக் கருத்தூன்றிக் கவனித்தான். இளவரசரை எது வருத்திக் கொண்டிருக்கிறது என்பதை அவன் அறிவான். தன் எசமானரின் வாழ்க்கை போலவே அவர்களுடைய வருத்தங்களும் பகட்டானவை என்ற எண்ணம் அவனுக்கு வரவே செய்தது.

தம்முடைய பணியாளைக் கவனிக்காத அளவுக்கு ஔரங்கசீப் மும்முரமாக இருந்தார். அதிமுக்கியமான வேறு எதையோ பற்றிய ஆழ்ந்த சிந்தனை அவருக்கு. தந்தையின் கடிதத்துக்கான தம்முடைய எதிர்வினை எப்படி இருக்க வேண்டும் என்கிற எண்ணத்திலேயே அவருடைய கவனம் இருந்தது. தம்செயலின் போக்கை அந்தி சாயும் நேரத்தில்தான் அவர் முடிவு செய்தார். மீர்ஜும்லாவின் செல்வம் குத்புஷாஹியின் முட்டாள் அரசனிடம் இருந்து பெறக்கூடிய கப்பம்

இவற்றைக் காட்டியே தந்தையை அவர் நயமாகத் தூண்ட வேண்டும். 'உயர்மதிப்புடைய பேரரசர் இந்த அடிமையிடம் அன்பிரக்கம் கொண்டு எழுதிய கடிதம் சொர்க்கத்தின் வியப்பூட்டக் கூடிய வெளிப்பாடாய் வந்து சேர்ந்தது. நான் தங்கள் விருப்பம் போல் போரில் இருந்து பின்வாங்கத் தயாராயிருக்கிறேன். பேரரசரிடம் பணிபுரிவதற்காக கோல்கொண்டாவைச் சேர்ந்த மீர்ஜும்லாவை நான் அனுப்பி வைக்கிறேன். அவர் தக்காணத்தின் மிகப் பெரிய செல்வந்தர் என்பது பேரரசர் அறிந்ததுதான். அவருடைய ஜாகீரில் இருந்து மட்டும் நாற்பது லட்ச ரூபாய் வருமானமாய் அவருக்கு வந்து கொண்டிருக்கிறது. தனிப்பட்ட முறையில் உலகின் அருமையான வைரச் சுரங்கங்களுக்கும் அவர் சொந்தக்காரர். அவரிடம் தேர்ச்சி பெற்ற ஐயாயிரம் குதிரைகளும் வீரர்களும் கொண்ட குதிரைப்படை இருக்கிறது. அதுவன்றி பத்தாயிரம் படையாட்கள் கொண்ட காலாட்படையும் உண்டு. கனரகத் துப்பாக்கி, வெடிமருந்துத் தயாரிப்பில் சிறப்பறிவு கொண்டவர் அவர். நம்முடைய அரசுப்படையின் வல்லமையை அதிகரித்துக் கொள்ள அவர் உதவுவார். மீர்ஜும்லா விலைமதிப்பற்ற வைரம் ஒன்றையும், பதினைந்து லட்சம் ரூபாய் மதிப்புள்ள உயர்தரமான தங்கத்தையும் தங்களுக்கு அன்பளிப்பாக்க அவர் விரும்புகிறார்.'

இரண்டாவது கடிதம் அப்துல்லா குத்புஷாவிற்கு எழுதப்பட்டது.

'முறைப்படி அறிவிக்கப்படுவது நாங்கள் ஹைதராபாத்தை முன்பே கைப்பற்றிவிட்டோம். சீக்கிரமே கொல்லூரில் உள்ள உமது வைரச் சுரங்கத்தைக் கைப்பற்றி விடுவோம். மீர்ஜும்லாவின் குடும்பத்தை நீர் விடுவித்தால் உம்மை ஒட்டுமொத்த அழிவில் இருந்து நீர் காத்துக் கொள்ள முடியும். உமது அரசு பேரரசிடம் கப்பம் கட்டுகிற நாடு என்பதை இருபது ஆண்டுகளுக்கு முன் நீரே அறிவித்திருந்ததை மறந்துவிட வேண்டாம். உடனடியாய் நிலுவைப் பணத்தைச் செலுத்திவிட வேண்டும். முன்பே கட்ட வேண்டிய தொகை இருபது லட்சம் ரூபாய்க்கு தற்போதைய பரிமாற்ற விகிதப்படி தங்கத்தை அனுப்பவும் அதன்பிறகே உம்முடைய மகளை எமது மகன் சுல்தானுக்கு மணமுடிப்பது குறித்து இசைவளிக்க முடியும். ஆனால் ராமகிரி கோட்டையையும், ஆண்டுக்கு ஆறுலட்ச ரூபாய் வருமானம் வரக்கூடிய நிலப்பகுதியையும் (கோட்டையைச் சுற்றியுள்ளது) நீர் கொடுத்தால்தான் திருமணம் நடக்கும். எல்லாக் கொடுக்கல் வாங்கல்களும் கண்டிப்பாய் உமக்கும் எமக்கும் இடையில் நடைபெற வேண்டியது.'

3

ஜாவலிக்குத் தெற்கான ஆகாயத்தில் கருமேகங்கள் மிதமான வேகத்தில் சறுக்கிச் செல்கின்றன. சிந்துசாகர் (அரபிக்கடல்) பக்கம் நாரைகள் மேற்கு நோக்கிப் பறக்கின்றன. பறவைகளின் சிறகுகள் காலைச் சூரியனின் பொற்கிரணங்களால் பளபளக்கின்றன. பள்ளத்தாக்கின் குறுக்காக ஓடும் கொயானா ஆறு பருவமழைக்குக் காத்திருக்கிறது. ஆலிவ் பச்சை நிறத்தில் ஓடிக் கொண்டிருக்கும் அதன் நீரானது மழைக்குப் பின் நீலப் பழுப்பு நிறத்துக்கு மாறிவிடும். அதன் கரையில் செங்குத்தாய் மேலெழுந்து காணப்படு கிறது போர்பியா குன்றுகள் அங்கேதான் சிவாஜியின் கனவு நனவாய் வடிவம் கொள்கிறது. போர்பியா குன்று பரந்த மேடான சமதளப்பகுதி. தட்டையாகவும், மென்மையாகவும் உள்ள அந்த இடம் கோட்டை கட்டுவதற்கு மிகச் சரியாக அமைந்திருந்தது. சிவாஜி அங்கே கோட்டை கட்டத் தொடங்கிவிட்டார். 'பிரதாப் காட்' என்று முன்பே அதற்குப் பெயரையும் சூட்டியிருந்தார் வீரச் செயல்களுக்கான கோட்டை என்று பொருள். அதன் மையத்தில் பெரிய அரசவை, சற்றுத் தொலைவில் அறைத் தொகுதிகள் கொண்ட கட்டிடங்கள். ஆட்கள் வேலை செய்து கொண்டிருந்தனர். கற்பலகைகள், தூண்கள் என்று அளவாக வெட்டியெடுக்கும் ஓசை காதைச் செவிடாக்குவதோடு, பள்ளத்தாக்கிலும் எதிரொலித்தது. மேட்டு நிலத்தின் வடமேற்காய் நடந்து கொண்டிருந்தார் சிவாஜி. கோட்டை எழுகிற முறையையும், ஆட்களின் வேலையையும் கவனித்தபடி சென்றார். மோரோஜி பின்னே அவரைத் தொடர்ந்து ஓட்டமும் நடையுமாய்ப் போய்க் கொண்டிருந்தார். சிவாஜியின் மெய்க்காவலர் சிலர் மரியாதைக்குரிய இடைவெளிவிட்டு விரை வாக அணிவகுத்துச் சென்றனர்.

வேலையாட்களில் சிலர் அவரைக் கண்டதும் மண்டியிட்டு வணங்கினர், தங்கள் ஓரக்கண்களால் திருட்டுப் பார்வை பார்த்துக் கொண்டனர். அவரோ நேர்ப்பார்வையாய் அவர்களைப் பார்த்தார். அவர்கள் கணநேரக் காட்சியாகவே அவருடைய முகத்தைப் பார்க்க முடிந்தது. அவருடைய மூக்கு கழுகின் மூக்கைப்போல் கூர்மையாய் வளைந்து காணப்பட்டது. அவரதுபெரிய பழுப்பு நிறக் கண்கள் எதையும் அறிந்துகொள்ளும் ஆர்வம் உடையதாய் இருந்தன. அவை இணக்க நயம் கொண்டவை. குறுந்தாடியும் மெலிதான மீசையும் அவருடைய கம்பீரத்தை அதிகரித்தன. முத்துக்களால் அலங்கரிக்கப் பட்ட அவருடைய செம்மஞ்சள் நிற தலைப்பாகை அவர்களை

வசீகரித்தது. அவர் உடுத்தியிருந்த மேலாடை முழங்காலைத் தொடு மளவிற்கு இருந்தது. அவரது கம்பளி அரைக்கச்சையும், இறுக்கமான அரையாடையும் அவர்களுக்கு ரொம்பப் பிடித்திருந்தது.

சிவாஜி மேற்குப் பக்க இறுதி எல்லையைச் சென்றடைய அதிக நேரம் தேவைப்படவில்லை. அவர் கடுங்காற்றுக்கெதிராய் நிலை யுறுதியுடன் சிறுநடையாக நடந்தார். பாதுகாப்புக்காகக் கட்டப் படும் மதில் சுவரில் சாய்ந்துகொண்டு அவர் கீழே நோக்கினார். செங்குத்தான பாறை நிலத்தை மோதுவதுபோல் நேராகக் கீழிறங்கி யிருந்தது. அதற்கும் கீழே ஒடுக்கமான பள்ளத்தாக்குகள், அவற்றைச் சூழ்ந்து மலைக்குன்றுகள், காடுபோல் புதர்கள். வழக்கமாக குன்று களை மறைக்கும் பனிமூட்டம் இல்லாமல், பகற்பொழுது தெளி வாயிருந்தது. பல காத தூரத்துக்கு அப்பால் தொடுவானம் மெல்லிய நீலக் கோடாய் விழுந்து கிடந்தது, அரபிக் கடலின் நீர்ப்பரப்பும் அதே போன்று காணப்பட்டது.

'இந்த இடத்தில் இருந்து பார்க்கிற போது 'பிரதாப் காட்டு'க்கும், கடலுக்கும் இடையேயுள்ள எல்லாவற்றையுமே காண முடிகிறது' என்று கருத்துரைத்தார் சிவாஜி.

'இந்த வழியாக யாரும் கோட்டைக்குள் நுழைந்துவிட முடியாது' என்று தன் பங்குக்குச் சொன்னார் பிங்ளே. அந்தக் குட்டையான, வல்லுறுதி வாய்ந்த பிராமணரை நோக்கி சிவாஜி புன்னகையுடன் சொன்னார், 'பூனாவில் உள்ள நம்முடைய மற்ற கோட்டைகளைப் போன்றதல்ல இது. கற்பனையில் கூட யாரும் இதனை முற்றுகை யிட முடியாது' என்று.

பேசிக்கொண்டே தெற்கு நோக்கி நடந்தார் சிவாஜி. பிங்ளேயும் அவருந்தான் இந்தக் கோட்டையின் வரைபடத்தை உருவாக்கியது.

தீவிரம் மிகுந்த கண்களும், ஆழ்ந்த சிந்தனையுடன் பேசுகிற பேச்சும் கொண்ட இந்த மனிதர் பத்து ஆண்டுகளுக்குமுன் சிவாஜி யிடம் வந்து சேர்ந்தார். அவரிடம் அநேக திறமைகள் இருப்பதை சிவாஜி அடையாளங் கண்டு கொண்டார். போர்க்களத்தில் தலைமையேற்று நடத்தும் திறனும், பல மொழிகளில் பேச்சுவார்த்தை நடத்தும் தேர்ச்சியும், கட்டிடக் கலையில் சிறப்பறிவும் உடையவராக அவர் இருந்தார்.

'பெரும் செலவு பிடிக்கிற கோட்டையிது' என்ற பிங்ளேயின் கருத்துரையைக் கேட்டார் சிவாஜி. அவருடைய கண்களில் கவலை படர்ந்திருந்தது, அது ஏன் என்பதையும் அவர் அறிவார். நிலோஜி சந்தேவ் என்கிற நிதி ஆலோசகரும், பொக்கிசதாரர் தத்தோவும் கட்டுமான செலவு கூடிக்கொண்டே போவது பற்றி அவரிடம் தெரிவித்திருந்தனர்.

சந்திரராவ் மோரேயின் கருவூலத்தில் இருந்த தங்கத்தையும், வெள்ளியையும் கைப்பற்றிக் கொண்ட பின்பே, சிவாஜி அங்கே கோட்டை கட்டுவதென்று தீர்மானித்தார். ஒரு மாத அலைச்சலுக்குப் பிறகே பள்ளத்தாக்குகளின் மையத்தில் உள்ள இந்த மேட்டு நிலத்தை அவர்கள் ஆராய்ந்து தேர்வு செய்தனர். கோட்டை நிர்மாணத்துக்கான பொறியாளர்களுடன் தாங்கள் உருவாக்கிய வரைபடத்தைப் பற்றி விவாதித்து, செயல்திட்டத்தை முடிவு செய்தனர். ஆபத்துக் காலங்களில் தற்காப்புக்கும், பாதுகாப்புக்கும் பயன்படும் நோக்கிலேயே அந்தக் கோட்டை வடிவமைக்கப்பட்டது. கோட்டையைச் சுற்றி இரண்டு மதில் சுவர்கள், பகைவர்கள் ஒன்றைத் தகர்த்துக் கொண்டு உள்ளே புக முற்பட்டாலும் அவர்களைத் தாக்கி அழிக்க இரண்டாவது சுவற்றில் காவல் மாடங்கள் அமைக்கப்பட்டன. அங்கிருக்கும் வில்லாளிகள் எந்தத் தேவைக்காகவும் வெளியில் போக வேண்டியிருக்காது. காவல் மாடங்களிலேயே அவர்களுக்கான அனைத்து வசதிகளும் இருந்தன. பகைவர்களின் பீரங்கிகள் குறிவைக்க முடியாத விதத்தில் பிரதான நுழைவாயில் அமைக்கப்பட்டிருந்தது.

'சரியான நேரத்தில் நமக்கு உதவக் கூடிய தகுதியான இடம் இது' என்றார் பிங்ளே.

'மோரோஜி' என்று அழைத்த சிவாஜி, அந்தப் பிராமணரின் முகத்தைப் பார்த்தபடி சொன்னார்

'கோட்டைகளை ஆற்றங்கரை, நதிகள் சங்கமிக்கிற இடம், கடல்களின் நடுவேயுள்ள தீவுகள், பாலைவனம், காடு அல்லது இதுபோல் மலையுச்சி என்று எங்கு வேண்டுமானாலும் கட்டலாம். மலைக்கோட்டையைப் பிடிப்பதுதான் கடினம். ஆனால் பகைவரின் குதிரைப்படை மலையடிவாரம் வரை எளிதாய் வந்துவிட முடியும். பிரதாப்காட் தனிச்சிறப்புடையது. எவரும் நுழைய முடியாத பள்ளத்தாக்கில், எவராலும் வெல்ல முடியாத கோட்டையாக இது இருக்கும். மிகவும் பலம் வாய்ந்த குதிரைப்படை இருந்தால் மட்டுமே பகைவர்கள் இங்கே வர முடியும். ஆனால், இது போன்ற கட்டுறுதி மிக்க கோட்டை எந்த எதிரியையும் அளவற்ற பலவீனத்துக் குள்ளாக்கி விடும்.'

இந்த முதலீட்டின் மூலம் பெறக்கூடிய ஆதாயங்களை அந்தப் பிராமணர் புரிந்து கொள்ளத் தொடங்கினார்.

சிவாஜி மேலும் சொன்னார், 'போர்களை மட்டுமே கருத்தில் கொள்வது போதாது. விவசாயிகள் வாழத் தகுதியுடையதாக இந்தப் பள்ளத்தாக்கை மாற்ற வேண்டும். இந்தப் பள்ளத்தாக்கு இனி

நம்முடைய மாவட்டங்களில் ஒன்றாகி விட்டது என்று அதிகாரி களை அழைத்து அறிவிப்பு வெளியிடச் செய்யுங்கள்.'

பிங்ளே தலையாட்டினார்.

'இந்தப் பள்ளத்தாக்கு சிவப்பு நிறத்தில் காட்சியளிக்கிறது. இது வானம் பார்த்த மண். பருவ மழை தவறிப் போனால் குடியானவர் களுக்கு உதவி தேவைப்படும்.'

பிங்ளே புன்னகைத்தார். மற்ற ஜாகீர்தார்களைப் போன்றில் லாமல் இவருடைய எசமானர் வேளாண் இயலில் அக்கறை கொண்டவராயிருக்கிறார்.

'இங்கே எவ்வளவு நிலத்தில் விவசாயம் நடக்கிறது என்பது எனக்குத் தெரியவேண்டும். இங்கே எந்த வகைப் பயிர்களைச் சாகுபடி செய்கிறார்கள் என்பதை நீங்கள் கண்டறிந்தீர்களா?'

பிங்ளே சொன்னார், 'ஆம் அரசே! இங்கே வழக்கமாய் நல்ல மழை பெய்கிறது. இந்த மண்ணில் கரும்பு, சோளம், தினை, சாமை போன்ற சிறு தானியங்கள், துவரை, நிலக்கடலை, கோதுமை இவை நன்றாக விளைகிறது' என்று.

'இங்குள்ள சாகுபடி நில விபரங்கள் பற்றிப் பதிவேடு தயார் செய்யவேண்டும். எந்தெந்தப் பருவத்தில் என்னென்ன பயிர்கள் எவ்வளவு நிலத்தில் பயிரிடப்படுகிறது என்பதையெல்லாம் பதிவு செய்யுங்கள். நம் வருவாய்த்துறை அதிகாரிகளிடம் விபரங்களைத்தர வேண்டும் என்று இங்குள்ள தேஷ்முக்களுக்கும், பட்டீல்களுக்கும் தெரிவித்துவிடுங்கள்' என்றார் சிவாஜி.

'அப்படியே' என்றார் பிங்ளே. தமக்கு வழங்கப்பட்டுள்ள புதிய பொறுப்புகள் அவருக்கு மகிழ்ச்சியைத் தந்தது. ஆனாலும், இந்தப் பள்ளத்தாக்கில் உள்ள கிராமங்களின் பட்டியல் இன்னமும் அவருடைய கைக்கு வந்தபாடில்லை. அரசரின் ஜாகீரில் ஒவ்வொரு கிராமமும் தன்னளவில் ஒரு சிறிய உலகந்தான். அத்துமீறல் இல்லாது, வரைமுறை செய்யப்பட்ட எல்லைகளைக் கொண்டவை. மாவட்டங்கள் வட்டங்களாய்ப் பிரிக்கப்பட்டிருந்தன. வட்டங்களை (தாலுக்கா) நிர்வகிக்க தாசில்தார்கள் இருந்தனர். தாசில்தார் அலுவலகங்கள் நிலப்பகுதிவேடுகளைப் பற்றி அரசர் சிவாஜியிடம் நேரடியாக அறிக்கை செய்துவிடுவார்கள். உழுது பண்படுத்தக் கூடிய நிலம் வயல்களால் பிரிக்கப்பட்டிருக்கும் குடியானவர்களுக்கு வட்டியில்லாக் கடன் வழங்கப்பட்டது. போதிய மழை இல்லாத காலங்களில் குறைவான தொகையே வரியாக வசூலிக்கப்பட்டது.

அரசரின் ஜாகீரில் ஓர் ஆயிரம் கிராமங்கள் இருந்தன, அவற்றின் மூலம் ஆண்டு வருவாய் மூன்று லட்சம் ரூபாய் என்பது

பிங்ளேவுக்குத் தெரிந்ததுதான். தற்போது ஜாவலியும் அரசுடன் இணைக்கப்படுவதால் வருவாய் கணிசமான அளவு அதிகரிக்கக் கூடும்.

தம்முடைய வலப்பக்கம் திரும்பிய சிவாஜி, பிரதான வாயிலை நோக்கி நடந்து சென்றார். அவருடைய இடப்பக்கம் பெண்கள் குழுவொன்று ஆண் பணியாளர்களுக்கு உதவுவதில் மும்முரமாயிருந்தது. சுண்ணாம்புக் காளவாய் பக்கம் வேலை நடந்து கொண்டிருந்தபடியால், அவர்களுடைய புழுதி படிந்த முகங்கள் வியர்த்துப் பளபளத்தன. அவர்கள் உடுத்தியிருந்த சேலைகள் நைந்து, அழுக்கேறிக் காணப்பட்டன. ஆலமரக்கிளை நிழலில் அவர்களுடைய குழந்தைகளுக்கான தூளிகள் கட்டப்பட்டிருந்தன. வளர்ந்த குழந்தைகள் தொடர்ந்து வீசும் குளிர்க்காற்றை லட்சியம் பண்ணாமல் புழுதி மண்ணில் விளையாடிக் கொண்டிருந்தன.

'மோரோஜி, அந்தப் பெண்களுக்கும், குழந்தைகளுக்கும் அவர்களைக் குளிரில் இருந்து காக்கக்கூடிய கதகதப்பான ஆடைகளைக் கொடுக்கவேண்டும். அவர்கள் நமக்காக உழைப்பதையும், அவர்களைப் பராமரிப்பது நம் பொறுப்பு என்பதையும் மறந்து விடாதீர்கள். அதற்குத் தேவையான பணத்தை நம்முடைய கருவூலத்தில் இருந்து பெற்றுக் கொள்ளுங்கள்' என்றார் சிவாஜி.

சிவாஜி ஓய்வுகொள்ள இரவு நெடுநேரமாகிவிட்டது. அவருடைய கூடாரம் ஊதற்காற்றில் படபடத்தது. அது எந்த நேரத்திலும் பிய்த்துக்கொண்டு, அவரை நேரடிக் குளிர்பாதிப்பிற்குள்ளாக்கி விடக்கூடும். சுவர்த் தடுப்புப் பகுதியில் இருந்த சன்னல் போன்ற அமைப்பின் வழியே, பாதுகாப்புப் பணியில் இருந்த காவலர்கள் தீ மூட்டிக் குளிர்காய்ந்தபடி நட்பு முறையில் கேலி பேசி கிண்டலடித்துக் கொண்டிருந்தது அவர் காதில் தெளிவின்றிக் கேட்டது. அவர் தம்முடைய கையை மடித்துத் தலையணையாக்கிக் கொண்டு தரையில் படுத்திருந்தார். தரைக்கும் அவருக்கும் இடையே இருந்தது ஒரு கம்பள விரிப்புதான். அவர் அயர்ந்து உறங்குவதற்கு முன், அநேக எண்ணங்கள் அவருடைய மனதில் சுழன்றபடி இருந்தன.

'முகலாயப் படைகள் தங்கள் எல்லைகளில் குவிக்கப்படுவதற்கு அவசரகாரியம் ஒன்றைச் செய்தாக வேண்டும். ஆதில்ஷாஹி தக்காணத்தின் பெரும்பகுதியை உள்ளடக்கிய ஔரங்கசீப் முகலாய அரசுடன் இணைத்துக் கொண்டாலும், அலி ஆதில்ஷாவுடன் முகலாய அரசுக்குள்ள சமாதான உடன்படிக்கையை அவர் புதுப்பித்துக் கொண்டாலும் நமக்கு ஆபத்துதான். அப்போது என்னுடைய ஜாகீர் முகலாய ஆட்சிக்குட்பட்டப் பகுதியாகிவிடும். நாம் ஔரங்கசீப்புடன் (தக்காணத்து சுபேதார்) இராஜதந்திரமான

முறையில் உறவை ஏற்படுத்திக் கொள்ளச் சரியான நேரம் இது. ஆதில்ஷாஹிப் படைகள் விரிகுடாவை உட்சென்று வளைவாக அமைந்திருக்கும் கடற்கரைப் பகுதி தாண்டி வராமல் தடுக்க அதுதான் ஒரே வழி. அத்துடன் ஆதில் ஷாஹியின் பகுதியான கொங்கணத்தைக் கைப்பற்ற தாக்குதல் நடத்தும்படி இருக்கும். போர் நடவடிக்கைக்குத் தேவையான நிதியைப் பெறவும் அதுவே உரிய செயல்முறை.'

4

பூனாவிற்குச் சற்று தொலைவில் ஸாஹ்யாத்ரி மேட்டு நிலப் பகுதியில் ஒரு பெரிய மலை உள்ளது. புரந்தர் மலைக்கோட்டையை இருள் மூடி மறைத்திருந்தது. மூடிய சன்னல்களுக்கு மேலிருந்த சாளரங்கள் வழியே இருந்த நிலவின் கிரணங்களால் அறைக்குள் மங்கிய வெளிச்சம்.

முதலில் ஜீஜாபாய்க்கு ஏதோ கனவு போலிருந்தது, பிறகு கதவைத் தட்டுகிற ஒலி தெளிவாய்க் கேட்டது. தம்முடைய போர்வைகளை உதறிவிட்டு அவர் விரைவாய் எழுந்தார். உறைபனிக் கடுங்குளிர் அவருடைய வயதேறிப் போன எலும்புகளை ஊடுருவி அவரைச் சில்லிடச் செய்தது. தம்முடைய புடவை முந்தியால் தலையை மூடிக்கொண்டு, தடுமாறி எதிலும் மோதிக் கொள்ளாமல், கதவை நோக்கிச் சென்றார். கதவைத் திறக்கும்போது கணக்கற்ற எண்ணங்கள் அவருடைய மனதில் ஓடிக் கொண்டிருந்தன. கதவுக்கு வெளியே பணிப்பெண் ஒருத்தி நின்றிருந்தாள். கையில் சிம்னி விளக்கொன்றைப் பற்றியிருந்த அவளுடைய முகம் அச்சத்தில் நடுங்கிக் கொண்டிருந்தது.

'சாயி பாய் சாஹீப் ஏதோ துன்பத்தில் இருக்கிறார்' என்று முணுமுணுத்த பணிப் பெண்ணின் பற்கள் குளிரில் கடகடத்தன.

ஜீஜாபாய் ஒன்றும் சொல்லாமல் அவளைத் தொடர்ந்து தன் மகனின் முதல் மனைவி இருந்த அறைக்குச் சென்றார். உள்ளே கதகதப்பாய் இருந்தது. அறையின் மாடக் குழிகளில் அகல் விளக்குகள் எரிந்து கொண்டிருந்தன. சாயி தன்னுடைய படுக்கையில் உட்கார்ந்திருந்தாள். அவளுடைய கைகள் வயிற்றை இறுக்கிப் பிடித்துக் கொண்டிருந்தன. ஜீஜாபாய் அதைக்கண்டு பீதியடைந்தார். கம்பளித் துணியைக் கழுத்தில் சுற்றியிருந்த மூன்று சிறிய பெண்கள், அறையின் ஒரு மூலையில், விட்டால் அழுதுவிடுவார்கள் போலிருந்தது.

‘உங்க அம்மா நல்லாதான் இருக்காங்க. நானும் இங்கே இருக்கேன்ல’ என்று சன்னக்குரலில் சொன்னவர், அவர்களை அங்கிருந்து அழைத்துச் செல்லும்படி பணிப்பெண்ணுக்கு சாடை காட்டினார்.

சாயி வலியில் முனகிக் கொண்டிருந்தார். ஜீஜாபாய் அவளுடைய படுக்கைப் பக்கம் விரைந்தார்.

அந்த இளம்பெண் தலையை உயர்த்திப் பார்த்தாள், அவளுடைய கன்னங்களில் கண்ணீர் உருண்டோடியது. ‘அம்மா, இந்தக் குழந்தையை நான் இழந்துவிடக் கூடாது. எனக்குத் தெரியும், அது ஒரு ஆண் குழந்தைதான்’ என்று அழுதபடி சொன்னாள்.

ரொம்பவும் மெலிந்து காணப்பட்ட சாயியைப் பார்த்துக் கொண்டு, அவளுடைய படுக்கையில் ஜீஜாபாய் பக்கமாய் அமர்ந்தார்.

இது அவளுக்கு நாலாவது பிரசவம்.

குழந்தையை வயிற்றில் தாங்கியிருக்கும்போது பெண்களிடம் காணப்படுகிற தேககாந்தி அவளிடம் இருக்கவில்லை. அவளுடைய கண்கள் குழிவிழுந்து கிடந்தன, பசியால் வாடி மெலிந்தவர்களைப் போல் அவளுடைய உடல் பிணியால் ஒட்டி உலர்ந்திருந்தது. ‘இவளை மணமகளாய் வீட்டுக்குக் கொண்டபோது விளையாட்டுத் தனமான சிறுபெண்ணாக இருந்தாள். எவ்வித சுருக்கமோ, வடுக்களோ இல்லாத அழகிய இளம்பெண்ணாக மளமளவென்று வளர்ந்துவிட்டாள்.’ ஜீஜாபாய் வருத்தத்துடன், குரலைத் தாழ்த்திக் கொண்டு சொன்னார், ‘நம்பிக்கையோடு இரு. இந்தக் குழந்தையை நீ முழுசா நல்ல முறையில் பெற்றெடுப்பேன்னு சோதிடர் சொல்லியிருக்கார்’ என்று.

‘கடுமையான இசிவு. என்னால் தாங்கிக்க முடியலை. அதனால் தான் உங்களைக் கூப்பிடச் சொன்னேன்.’

ஜீஜாபாய் தம் மகனைப் பார்த்து நாளாகிறது. அவருடைய மனதின் ஏதோ ஒரு மூலையில் குற்றஉணர்வு. தனிமை அவரை மனக் கலக்கத்திற்கு உள்ளாக்கி இருந்தது. சிவாஜிக்கு பதினாலு வயது நிறைவடைவதற்கு முன்பே அவருக்காக எட்டு இடங்களில் வரன் பார்த்தார் அந்தத் தாய். சாயி, சொயாரா, புடாலா, லட்சுமி, கஷி, சகுணா, குன்வந்தி, ஸக்வர் என்று எட்டு மருமகள்களை வீட்டுக்குக் கொண்டுவந்து விட்டார். இந்தத் திருமணங்கள் சிவாஜியை அரசியல் ரீதியாகப் பலப்படுத்தி விட்டது என்றே சொல்ல வேண்டும். நிம்பல்கர், மொஹைத், பல்கார், விச்சாரர், ஜாதவ், ஷிர்க், இங்கேல், கெய்குவாட் என்று பல இனக் குழுக்களைச் சேர்ந்த

பெண்கள் அவர்கள். ஆனால் அவருக்குத் தெரியும் தம் மகனுக்கு மிகப் பிரியமான மனைவி சாயி என்பதும், அவளே சிவாஜிக்கு உண்மையான தோழி என்பதும். தற்போது பாதுகாப்புக் கருதி அவர்கள் எல்லாருமே புரந்தர் கோட்டையில் ஒன்றாக வசிக்க வேண்டிய கட்டாயம் ஏற்பட்டிருந்தது. ஜீஜாபாய் எவ்வளவோ முறை வேண்டிக் கொண்டும், சாயி ஒவ்வொரு நாளும் ஒருமுறை மட்டுமே உணவுகொண்டு, நோன்பு நோற்றாள். தெரிந்தோ தெரியாமலோ செய்யும் தீமைகளை நீக்கிக்கொள்ளவே நோன் பிருப்பது. தான் ஆண்மகவைப் பெறவேண்டும் என்கிற வைராக்கி யத்தில் இருந்தார் அவள். ஜீஜாபாய் நெடுமூச்செறிந்தார்.

'அம்மா, உங்களுக்கு ரொம்பவும் வருத்தத்தைத் தந்து விட்டேனா?' என்றாள் சாயி.

தன் மருமகளின் வயிற்றை அன்பாகத் தட்டிக் கொடுத்தபடி ஜீஜாபாய் சொன்னார், 'அவனைப் பற்றிக் கவலைப்படு, அவன்தான் முக்கியம்' என்று.

அறையின் மூலைகள் இருட்டில் மறைந்திருந்தன, விளக்கின் ஒளி, சூழ்ந்திருந்த இருளின் ஊடுருவலைத் தடுக்கத் தவறிவிட்டது. அங்கிருந்த விளக்கின்மீதும் அதன் சுடரொளியிலும் ஜீஜாபாயின் பார்வை படிந்தது. அந்த விளக்கின் திரிபோன்றது தானோ தன்னு டைய வாழ்க்கை என்று அவர் எண்ணிக் கொண்டார். திரியின் ஒருமுனை எண்ணெயில் தோய்ந்திருக்க, அதன் மற்றொரு முனை எரிந்து கொண்டிருந்தது. அவருடைய வாழ்வின் ஒளியாகிய மகன், அவர் ஊட்டிய எழுச்சிக் கனவுடன் போராடிக் கொண்டிருக்கிறார்.

'நாம் இதில் வெற்றி பெற்றுவிடுவோம் இல்லையா?' சாயி கேட்டது அவருடைய காதில் விழுந்தது.

ஜீஜாபாய் பதில் சொல்லவில்லை. சிவாஜி, பிரதாப் காட்டில் உள்ள தம்முடைய இராணுவ தளத்தில் மும்முரமாயிருக்கிறார். 'பலத்த காப்பரணை ஏற்படுத்திக் கொள். இல்லையோ உன் தந்தையின் பயனற்ற விதியைத்தான் நீயும் பகிர்ந்து கொள்ளும்படி ஆகும்' என்று தன் மகனிடம் ஒருசமயம் அவர் சொன்னதுண்டு.

'என் மகன் நல்லபடியா இருப்பான்தானே?' சாயி திரும்பவும் கவலைப்பட்டது அவருக்குக் கேட்கவே செய்தது.

ஜீஜாபாய்க்கு வருத்தமாயிருந்தது, சாயியின் வயிற்றில் வளரும் குழந்தை குறித்து எதையும் உறுதியாய் அவரால் சொல்ல முடிய வில்லை. சாயி நம்பிக் கொண்டிருப்பதுபோல் அது ஒரு மகனாக இருக்குமா? கடந்தகாலத்தில் அவருடைய குடும்பத்து ஆண்களுக்கு என்ன நேர்ந்தது? வருங்காலத்தில் மீண்டும் அப்படி ஆகிவிடுமா?

அவர்களில் சிலர் தங்களுடைய முகலாய அரசர்களுக்காகப் போரிட்டுச் செத்துப் போனார்கள். சிலரோ கொலை செய்யப் பட்டார்கள் மற்றும் சிலரோ முகலாய அரசுகளில் பணியாற்றிக் கொண்டிருக்கிறார்கள். நிஸாம்ஷாவின் அரசவையில் அவருடைய தந்தையும், சகோதரனும் சிரச்சேதம் செய்யப்பட்டனர்.

சாயி கண்மூடி உறங்குவதைக் கண்டார் ஜீஜா. விளக்கின் ஒளி மங்கிவிட அறை இருண்டு காணப்பட்டது. தன் மருமகளைக் கம்பளியால் போர்த்தியவர் மீண்டும் சிந்தனை வயப்பட்டவரானார்.

இன்றுவரை, கடந்த இருபது வருடங்களாகவே அவருடைய கணவர் ஆதில்ஷாவின் விசுவாசம் மிக்க படை அதிகாரியாகவே பணிபுரிந்து வருகிறார். தம்முடைய இஸ்லாமிய எசமானருக்காக விஜயநகரப் பேரரசின் மிச்சப் பகுதிகளைக் கையகப்படுத்தியதோடு பீஜப்பூர் அரசவையில் பிரபலமாகி, பலராலும் விரும்பப்படுகிறவ ராய் இருந்தார். ஆனாலும், அந்தப் பிரபலம் அரசியலில் அவருக்கு எதிராக ஒரு அணி தோன்றக் காரணமாகி விட்டது. அதற்குத் தலைவன் அப்சல்கான். ஜீஜாபாயின் அமைதியான வாழ்வை நிலைகுலையச் செய்து, அவரை அதிர்ச்சியடையச் செய்துவிட்டான் அவன். ஜீஜாபாய் ஈன்றெடுத்த சாம்பாஜி குடும்பத்தின் தலைமகன். தன் தந்தையுடன் பணியில் இருந்த சாம்பாஜி மீது அப்சலின் பார்வை விழுந்தது.

‘நீ படையுடன் சென்று கனககிரி அரசைக் கைப்பற்று’ என்று அப்சல் ஆணையிட்டான். சாம்பாஜியுடன் ஒரு படையை அனுப்பி வைத்தான். கனககிரிக் கோட்டையை முற்றுகையிட்ட சாம்பாஜி, போரில் இறங்கக் கூடுதல் படைகளைக் கோரினான். அப்சல் அனுப்புவதாகச் சொல்லியிருந்த படை வரவேயில்லை. ஆனாலும், போரைத் தொடங்கிவிட்ட சாம்பாஜி, அப்சலின் சூழ்ச்சியால் கொல்லப்பட்டான். ஜீஜாபாயின் மூத்த மகன் தன் இருபத்தியைந்து வயதில் கொலையுண்டான். அப்சல் வேண்டுமென்றே படைகளை அனுப்பாமல் இருந்ததாய் ஒரு பேச்சு. அப்சல்கான் கனககிரி அரசனுக்குக் கையூட்டு அளித்து சாம்பாஜியைக் கொல்லச் செய்ததாகவும் மக்கள் பேசிக் கொண்டார்கள். ஜீஜாவின் கணவர் கேள்விகள் கேட்கும் தைரியமற்றவராய் இருந்தார். அவர் யாரை அணுக முடியும். அரசரோ மரணப்படுக்கையில். நியாயம் வழங்கப் படும் என்று எப்படி எதிர்பார்ப்பது?

ஜீஜாபாய், சிறுவனாக இருந்தபோதே சிவாஜியிடம் சொன் னார், ‘அவர்களுக்கு ஊழியம் செய்தால் கடைசிவரை சுதந்திரம் இருக்காது’ என்று.

பூனாவில் இருந்தபோது, அவர்களுடைய வசிப்பிடத்தைச் சுற்றியிருந்த மலைகளையும், குன்றுகளையும் காட்டி, 'நன்றாகப் பார்த்துக் கொள். அந்த மலைகளின் மீது கோட்டைகள் உள்ளன. பழைய முறைகளைத் தகர்த்து, நீ சீரமைக்க விரும்பினால் பல கோட்டைகளும், வாளேந்தி, வில்லேந்திப் போரிடக் கூடிய ஆயிரக் கணக்கான வீரர்களும் உன்னிடம் இருக்கவேண்டும். உன் தந்தையோ, என் தந்தையோ தொட்டிராத எல்லைகளை நீ கண்டடைய வேண்டும்' என்றார் ஜீஜாபாய். இதுபோல் பலமுறை தன் மகனுக்கு அவர் சொல்லியிருக்கிறார். அப்போது சிறுவனாக இருந்த சிவாஜிக்குத் தன்னுடைய வார்த்தைகள் புரிந்திருக்குமா, இல்லையா என்பதில் அவருக்குச் சந்தேகந்தான்.

அத்தியாயம் ஐந்து

1

பூனாவிற்குக் கிழக்கே நூறு காத தொலைவில் இருக்கும் கோட்டை நகரமான பீடார், ஒரு மேட்டு நிலத்தில் அமைந்தது. ஆதில்ஷாஹி அரசின் வடகிழக்கில் உள்ள வலுமிக்க கோட்டை யாய் அது கருதப்பட்டது, நாற்புறமும் மதில்களால் சூழப்பட்டதாய், கனரகத்துப்பாக்கிகள் பொருத்திய காவல் முகப்புகள் கொண்டதாய் அது இருந்தது. தன்னுடைய மசூதிகளுக்காகவும், மாளிகைகளுக் காகவும் நீராவிக் குளியலறைகள் மற்றும் நாணயச் சாலைக்காகவும் அந்த நகரம் தற்பெருமையடித்துக் கொள்ள முடியும். அதை யாரும் வெற்றி கொள்ள முடியாது, எந்தத் தாக்குதலுக்கும் அது அசைந்து கொடுக்காது என்று நம்பப்பட்டது. ஆனால், முகலாயர்களோ வேறு விதமாய்த் தங்கள் வலிமையை மெய்ப்பித்துக் காட்டி விட்டனர். நகரம் தீப்பற்றி எரிந்தது, ஔரங்கசீப்பின் படையாட்கள் ஆங்காங்கே பதுங்குக் குழிகளை அமைத்து நகரத்துக்கு அருவருப் பான தோற்றத்தை உண்டுபண்ணிவிட்டார்கள். அவை மிக்க நீளமும், அகலமும் கொண்டவை, பெரிய கூடாரங்களை அமைக்கும் அளவிற்கு அவற்றுள் ஒரு கூடாரத்தில்தான் ஔரங்கசீப் தங்கி யிருந்தார்.

ஷெயிஷ்டகான், ஒரு வரைபடத்தைத் தம்முடைய கையில் வைத்திருந்தார். அதைக் கூர்ந்து ஆராய்வதற்காகத் தம் முகத்தருகே வைத்துக் கொண்டிருந்தார். அந்தப் படம் மிகத் தெளிவாக வரையப் பட்டிருந்தது.

நூற்றியைம்பது நீளத்துக்கு வடமேற்கில் இருந்து தென்கிழக்கு நோக்கி பீமா ஆறு ஓடுகிறது. அது விசைப் பாய்ச்சலுடன் தக் காணத்தின் குறுக்காக ஓடி, கிருஷ்ணா ஆற்றை எதிர்கொள்கிறது. கிருஷ்ணாநதி முகலாயப் பேரரசின் தெற்கெல்லை. அத்துடன் மகாராஷ்டிரா, கர்நாடகா (பீமா ஆற்றுக்கு வடக்காய் அமைந்தவை)

இவை பேரரசின் ஆட்சிக்குட்பட்ட நிலப்பகுதிகள். ஆதில் ஷாஹியின் வடகிழக்குக் கோட்டையான பீடார் முன்பே வீழ்ந்து விட்டது. அந்த அரசிடம் இருந்து குல்பர்கா மட்டும் இன்னும் அகற்றப்படவில்லை.

'பேரரசர் அனுமதி அளித்தால் ஹைதராபாத்தைப் போல் கோல்கொண்டாவையும் கைப்பற்றி விடலாம். பீமாவிற்கு வடக்கே யுள்ள ஒட்டுமொத்தத் தக்காணமும் பேரரசின் ஆதிக்கத்துக்கு வந்துவிடும்.' ஔரங்கசீப் மீது பார்வையைச் செலுத்தியிருந்த ஷெயிஷ்டாவின் மனதில் இப்படியொரு எண்ணம் ஓடியது.

ஓய்வுக்கூட வாயில் அகலமானதாய் இருந்தது. ஔரங்கசீப் உயரமான, நீண்ட இருக்கையில் அமர்ந்திருந்தார். அவர் இருந்த இடத்தில் இருந்தே பீடார் கோட்டையைப் பார்க்க முடியும். அதன் பாதுகாப்பு மதில்கள் ஆங்காங்கே விழுந்து விட்டிருந்தன. இரண்டு முகப்புப் பகுதிகள் உடைந்து சிறு குவியலாய்க் கிடந்தன. கோட்டைக்குள் சில கட்டிடங்கள் இன்னமும் சீற்றம் தணியாதது போல் எரிந்து கொண்டிருந்தன. ஷியா அரசுகளை அவர் கைப் பற்றுவதைத் தடுக்க அவருடைய சகோதரன் மேற்கொண்ட முயற்சியையும் மீறி தம்முடைய நோக்கத்தை அவர் நிறைவேற்றிக் கொண்டார். அலிஆதில்ஷா காலஞ்சென்ற முகம்மது ஆதில் ஷாவின் சுவீகாரப் புத்திரன் என்றும், அலியின் ஆட்சி சட்டவிரோத மானது என்றும் வாதிட்டு, ஆதில்ஷாஹியைக் கைப்பற்றப் பேரரசரின் அனுமதியை அவர் வேண்டினார். தொடக்கத்தில் அவருடைய தந்தை மறுத்தாலும், மீர்ஜும்லா சமர்ப்பித்த விலைமதிப்பற்ற பரிசுகள் குறிப்பாக கோகினூர் வைரம் அவருடைய மனதை மாற்றிவிட்டது. உரிய நேரத்தில் ஷாஜஹான் ஔரங்க சீப்பிற்கு நிதியுதவி செய்ததோடு, படைப்பிரிவுகளையும் அனுப்பி வைத்தார். குத்புஷாவின் பிடியில் இருந்து தம் குடும்பத்தினரை மீட்ட மீர்ஜும்லா ஔரங்கசீப்பிடம் விசுவாசம் காட்டி நடந்து கொண்டார்.

'சிவாஜி போஸ்லேயின் பிரதிநிதி இங்கே வந்திருக்கிறார்' ஔரங்கசீப் முணுமுணுத்ததைக் கேட்டார் ஷெயிஸ்டா.

விடிவதற்கு சற்று நேரம் இருந்தது. பனிக்காலம் முன்பே முடிந்து விட்டிருந்தாலும் இன்னமும் குளிர் இருக்கவே செய்தது. இருள் முற்றாக விலகிவிடவில்லை. முத்ஆமத் பித்தளையாலான விளக்குகளில் மேலும் எண்ணெய் ஊற்றினான். அவனுடைய எசமானரின் பகற்பொழுது நீண்டதாயிருக்கும். உள்ளூர் நிலப்பிரபுக் கள் தங்களுடைய ஆதரவை இளவரசருக்குத் தெரிவிப்பதற்காக வருகிறார்கள். பிற்பகலில் ஔரங்கசீப்பின் படை அதிகாரிகள் சிலர்

வந்து, புதிதாய்ச் சில போர்த் தந்திரங்களை அவரிடம் விளக்குவதாயிருக்கிறது. ஆனால், அதற்கு முன்பாய் சிவாஜியின் பிரதிநிதியான மூத்த பிராமணர் சோனோஜி தபீரை அவர்கள் அவசியம் சந்தித்தாக வேண்டும்.

வெளியே, பனிமூட்டத்தில் இருந்து, சிவப்புநிறத் தலைப்பாகை அணிந்த ஒடிசலான ஒரு மனிதர் வெளிப்பட்டு, அவர்களுடைய கூடாரத்தின் பிரதான வாயிலை நோக்கி விரைந்து வந்தார். மனிதர் காரிய நோக்குடையவராய்த் தெரிந்தார். ஆயுதம் தரித்த இரண்டு காவலர்கள் அவர் பின்னே வந்தனர். மராத்தியர்களை ஒருவர் திடமாய் நம்புவதற்கில்லை.

தம்முடைய மாமன் பக்கம் பார்வையைச் செலுத்திய ஔரங்கசீப், ஏளனச் சிரிப்பொன்றை உதிர்த்தார்.

சோனோஜி, வளர்ந்து கொண்டிருக்கும் சிவாஜியின் அரசில், வெளி விவகாரங்களைக் கவனிக்கிற பொறுப்பில் இருந்தார். அந்த ஏளனப் புன்னகையை அவர் தவறவிடவில்லை. ஔரங்கசீப்பை கள்ளப்பார்வை பார்த்துக்கொண்டு, தலை தாழ்த்தி வணங்கினார். ஔரங்கசீப் பாதி மூடித்திறந்திருந்த கண்களுடன் தம் கையில் இருந்த செபமாலையை உருட்டிக் கொண்டிருந்தார். வெண்ணிற அங்கியில் மாசற்றவராய்க் காட்சியளிக்கிற இவர்தான் பீடார் படுகொலைகளை நிகழ்த்தியது என்று சொன்னால் யாரும் நம்ப மாட்டார்கள். மனிதர்களின் முகத்தைப் பார்த்தே குணத்தையறியும் தம்முடைய திறமையில் தபீர் பெருமிதப்பட்டுக் கொண்டார். ஆனால், பண்பட்ட நயநாகரீகமும், அபாயகரமான அறிவும் கொண்ட ஒரு ஆபத்தான நபரை, முரண்பாடுகளின் மொத்த உருவை அதற்குமுன் அவர் கண்டதேயில்லை. ஔரங்கசீப் கண்களைத் திறந்ததும் உண்மை பளிச்சிட்டது. தபீரின் முதுகுத்தண்டில் ஒரு நடுக்கம் பரவியது.

ஔரங்கசீப்பின் கண்கள் வெறுமையாயிருப்பதாகவே முதலில் அவர் எண்ணியிருந்தார். ஆனால், விழித்திரைப் படலம் வெளிறிய சாம்பல் நிறத்தில் இருப்பதைப் பிறகு புரிந்துகொண்டார்.

சிறிது நேரத்துக்கு அங்கே நிசப்தம் நிலவியது.

'நான் சோனோஜி தபீர். ராஜா சிவாஜி போஸ்லேயின் ஆலோசகர். மாட்சிமை பொருந்திய தங்களை வணங்குகிறேன். பணிவு நிரம்பிய இதயத்துடன் தங்கள் முன்பாய் இங்கே வந்து நிற்கிறேன்' என்று தக்காண உச்சரிப்புடன் கூடிய உருதுவில் தபீர் தெரிவித்தார்.

'காலம் தாழ்த்தாமல், நீர் சொல்ல வந்ததைச் சொல்லிவிடும்.'

'ராஜா சிவாஜி தமது வணக்கத்தைத் தெரிவித்துக் கொள்வதோடு, மாட்சிமை தங்கிய இளவரசருக்குக் கடிதமும் கொடுத்து அனுப்பியிருக்கிறார். பேரரசுக்கு சேவை செய்யும் பணிப் பொறுப்புக்குத் தங்கள் அனுமதியை எதிர்பார்க்கிறார். ஆதில்ஷாஹி அரசை வெற்றி கொள்வதில் தங்களுக்கு உதவத் தயாராயிருக்கிறார். பிரதியாகத் தம் வசம் உள்ள கோட்டைகள் நிலங்களில் தமக்குள்ள உரிமையைத் தாங்கள் அங்கீகரிக்க வேண்டும் என்பதே அவருடைய விருப்பம்.' தபீர் வெகு நிதானமாக, ஒவ்வொரு சொல்லையும் அழுத்தந்திருத்தமாகக் கூறினார்.

ஔரங்கசீப்பால் சிரிப்பை அடக்கமுடியவில்லை. ஓ, அந்தப் பண்பு நயமற்ற மலைவாழ் மக்கள்! முகலாயர் சுவாதீனத்தில் இருக்கும் தக்காணத்தின் சுபேதாருக்கு எந்த சிவாஜியின் துணையும் தேவைப்படாது. சிவாஜி போன்றவர்கள் முகலாய வகை முறைக்குச் சரிப்பட்டு வரமாட்டார்கள். முகலாயப் பேரரசின் நிலையுறுதி கொண்ட கட்டமைப்பை சிவாஜி அறிந்திருப்பின் அது வியப்பிற்குரியதுதான். தலைமை வகிப்பவர் பேரரசர், அவரைத் தொடர்ந்து அவருடைய மகன்கள். அடுத்து முதலமைச்சர் (வஸீர்). படை நியமனங்களில் முடிவெடுப்பவர் மீர்பக்ஷி. மாகாணத்தலைமை சுபேதார்கள் கையில். படைப் பிரிவுகளின் அதிகாரிகள் மான்ஸப்தார்கள். படிநிலையில் உயர்ந்த மான்ஸப்தார்களுக்கே ஜாகீர்கள் வழங்கப்படுவது. ஆனால், உசிதம்போல் அவர்கள் மாற்றப்படுவார்கள். அவர்கள் ஒரே இடத்தில் நீண்டகாலம் இருந்தால் பிற்பாடு அரசுக்கு எதிராய்க் கலகம் செய்யக் கூடும் என்பதே காரணம்.

இராஜபுத்ரர்கள் மட்டுமே விதிவிலக்கு. தங்கள் ஆட்சியதிகாரப் பகுதிகளை அவர்கள் தொடர்ந்து வைத்துக்கொள்ள முடியும். ஆனால், தொலைதூரத்தில் உள்ள எல்லைப்பிரதேசங்களிலேயே அவர்கள் பணியாற்றும்படி இருக்கும். அங்கிருந்து கொண்டு அவர்களால் கலகம் செய்ய முடியாதல்லவா?

'உங்கள் ராஜா சிவாஜி ஏன் பீஜப்பூருக்குப் போகக் கூடாது? அங்கே எளிதாய் அரசு அங்கீகாரம் பெற்று விடலாமே' என்று முகத்தைக் கடுமையாக வைத்துக்கொண்டு சொன்னார் ஷெயிஸ்டகான்.

தபீர் விரைவாகக் கண்களை மூடித்திறந்தார். அவரால் உடனே பதில் கூற முடியவில்லை.

ஔரங்கசீப்பின் முகபாவத்திலேயே தெரிந்தது அவருடைய எண்ண ஓட்டம். ஜாகீர்தார் சிவாஜி தம்முடைய சொந்த அரசர் அலி ஆதில்ஷாவிற்கு எதிராகக் கிளர்ச்சி செய்ய விரும்புகிறார்!

தக்காணத்தில் உள்ள ஜாகீர்தார்கள், அவர்களுடைய நிலப்பகுதி ஒரு அரசுக்கு உரியதாயிருந்தாலும் தாங்கள் எந்த அரசுக்கும் கட்டுப்படாமல் செயல்படுகிறவர்கள். சிவாஜி போன்றவர்கள் மரபு வழியில் தங்கள் தந்தையின் ஜாகீருக்கு உரிமை கொண்டாடு கிறவர்கள். தங்களுக்கென்று ஒரு அரசவை, சிம்மாசனம் எல்லாம் அவர்கள் வைத்திருப்பார்கள். சில ஜாகீர்தார் அரசுக்கு வரி செலுத்துவதைத் தவிர்த்து விடுவார்கள். சிலர் தங்கள் அரசர்களை விடவும் செல்வத்திலும், ஆற்றலிலும் மிஞ்சி விடுவார்கள். மீர்ஜும்லா ஓர் உதாரணம்.

'கடிதத்தில் என்ன இருக்கிறதோ அதைச் சுருக்கமாய்க் கூறும்' ஷெயிஷ்டா அதிகாரக் குரலில் சொன்னார்.

'தாம் ஒரு சுதந்திரமான அரசராக இருந்துகொண்டு பேரரசின் படைக்கு உதவ விரும்புவதாய் ராஜா சிவாஜியின் கடிதம் தெரிவிக் கிறது. அவர் முன்பே பூனா, சுபே, சகான், இந்தாபூர், ஜாவலி பள்ளத் தாக்கு, குன்றுகளால் சூழப்பட்ட மாவலி இவற்றைத் தம்முடைய சுவாதீனத்தில் கொண்டிருக்கிறார். கொங்கணத்தின் வடபகுதி ஆதில்ஷாஹி அரசின் ஒரு பகுதியாக உள்ளது. தாங்கள் அனுமதி யளித்தால் அவர்களிடம் இருந்து அந்த நிலப்பகுதியை அவர் பற்றிக் கொண்டு வருவார்.'

'நாம் வளர்ச்சியில் பின்தங்கியிருப்பதாகவும், விட்டுக் கொடுத்து உடன்பாட்டுக்கு வருவோம் என்றும் சிவாஜி நினைக்கிறார் போலும்' ஔரங்கசீப் கொதித்துப் போனார்.

'சிவாஜி இத்தனை காலத்திலும் பத்தாயிரம் குதிரை வீரர் களுக்கும் மேல் திரட்டியிருந்தார். அவருடைய குதிரைப்படை துரித கதியில் இயங்கக்கூடியது. தக்காணத்தின் குன்றுகள் சூழ்ந்த பகுதியில் போர் செய்ய ஏற்றது. பேரரசின் தக்காணப் பகுதிகளைப் பாதுகாப்பதிலும் அது பயன்படும்.' சிவாஜியின் பிரதிநிதி உரை யாடலை வேண்டுமென்றே இழுப்பதுபோல் இருந்தது.

அந்தப் பிராமணரின் உள்நோக்கம் இன்னதென்று ஆராய முற்பட்டார் ஔரங்கசீப். ஆதில்ஷாவின் ஆட்சிக்குட்பட்ட பகுதியில் இருந்துகொண்டு பேரரசின் பாதுகாப்பை விரும்புகிறார் சிவாஜி. ஒட்டுமொத்த நிலப்பரப்பும் பேரரசின் ஆளுகைக்குட்படுகிற நிலையில் தன்டைய ஜாகீரின் பாதுகாப்பை உறுதிசெய்து கொள்வதே அவருடைய நோக்கமாக இருக்க வேண்டும். அத்துடன், தற்போது ஆதில்ஷாவின் வசம் இருக்கும் கொங்கணக் கடலோரப் பகுதியைக் கைப்பற்றித் தனது ஜாகீரை விரிவுபடுத்திக் கொள்ளவும் அவர் விரும்புகிறார். கப்பல்களுக்கு உப்பு விநியோகம் செய்யக்கூடிய செல்வச் செழிப்புடைய வணிகர்கள் அங்கே இருக்கிறார்கள்.

'கல்யாண்' நகரைப்போல் அங்கே நிறைய சந்தைகள் உண்டு. சிவாஜி அங்கிருந்து பெருந்தொகையை வரியாக வசூலிக்க முடியும். எல்லா வற்றையும் பேரரசின் பாதுகாப்பில் நிறைவேற்றிக் கொள்ளவே விரும்புகிறார் அவர். எவ்வகையிலும் மோசமானதல்ல.

'நட்பிணக்கமும், அன்பாதரவும் கொண்ட முகலாய இளவரசே! மாட்சிமை பொருந்திய தாங்கள் சமீபத்தில் ஹைதராபாத்தைத் தங்கள் ஆளுகைக்குட்படுத்தி இருக்கிறீர்கள். அது சிவாஜி மன்னரின் நம்பிக்கையைப் பெருகச் செய்திருக்கிறது.' மனக்கிளர்ச்சியுடன் படபடத்தார் தபீர்.

ஔரங்கசீப்பின் கைவிரல்கள் சீற்றத்துடன் செபமாலை மணிகளை உருட்டிக் கொண்டிருந்தது. இந்தத் திறமைசாலி மிகத் தந்திரமாகவே மீர்ஜும்லாவைக் குறிப்பிடுவதாய்த் தெரிகிறது. இவரைப்போல் மந்தபுத்திக்காரருக்கு என்னவெல்லாம் தெரிந் திருக்கும்? மீர்ஜும்லாவிடம் ஒரு பலவீனம் இருந்தது. அவருடைய குடும்பம் கோல்கொண்டா கோட்டை பாதாளச் சிறையில் துன்பப் பட்டுக் கொண்டிருந்தது. தம்முடைய குடும்பத்தை எப்படியாவது மீட்கவேண்டும் என்பதற்காக ஔரங்கசீப் விரும்புகிற எதையும் செய்யத் தயாராயிருந்தார் அவர். சிவாஜியின் சூழ்நிலை வேறு. அவருக்கு எந்தப் பலவீனமும் கிடையாது. போர்களின் பொருட்டு தம்முடைய படைபலத்தை அதிகரித்து, கோட்டைகளைப் புதுப் பித்திருக்கிறார். அதிகாரத்தைப் பெருக்கிக் கொண்டதுமே தம்மு டைய நச்சுப் பற்களை அவர் வெளிக்காட்டிவிடுவார். மரங்களில் ஏறக்கூடிய சிறுத்தைகளை வேட்டையாடுவதற்கு தனித் திறமை வேண்டும்.

'சிவாஜியின் தந்தை எப்படி இருக்கிறார்?' ஔரங்கசீப் ஆர்வமில்லாதவர்போல் கேட்டார்.

'மேன்மை பொருந்திய முகலாய இளவரசர் அவர்களுக்குத் தெரிந்திருக்கும், ஆதில்ஷாவின் பிரதிநிதியாக நிர்வாகம் பண்ணிக் கொண்டிருக்கிறார்.' அவர் கலக்கத்துடன் பதிலளித்தார்.

'சிவாஜி ஆதில்ஷாவிடம் சேவை செய்ய இது பொருத்தமான காரணமாயிருக்கும்' என்று கேலியாகச் சொன்னார் ஷெயிஷ்டா. ஔரங்கசீப்பும் தம்முடைய வெறுப்பை வெளிக்காட்ட பலமாகத் தலையாட்டினார். சிவாஜி போன்ற சாதாரண ஜாகீர்தார்கள் தங்களை ராஜாக்கள் என்று அழைத்துக் கொள்கிறார்கள். உண்மையான அரசில்லாத இவர்கள் அரசர்களாம்! தக்காணத்து சுல்தான்கள் கூட தங்களைப் பேரரசராகவோ அரசராகவோ சொல்லிக் கொள்ள அனுமதிக்கப்படவில்லை. தக்காண அரசுகளின் இராணுவ அமைப்புகள் தாறுமாகிக் கிடக்கிறது. தக்காணத்தை

ஆளுகிறவர்களுக்கு போர்க்காலங்களில் இத்தகைய ஜாகீர்தார்களின் தயவு தேவைப்படுகிறதே. சிவாஜி போன்றவர்களைக் கொடுக் கில்லாத தேள்களாய், தசைகளைக் கிழிக்கும் பற்களில்லாத புலி களாய் உணரச் செய்ய வேண்டும். சிவாஜியையும் அவருடைய தந்தையைப்போல் ஆதில்ஷாஹியில் பணியாற்றும்படி செய்து விட்டால் – மாவலிக் குன்றுகளில் இருந்து அகற்றிவிட்டால் – தன் கூர்நகங்களை இழந்த கழுகு போலாகிவிடுவார்.

'பெரியவர் போஸ்லே தம் முதுமை காரணமாய் சோர் வடைந்திருப்பார். அவருடைய மகன் அவரிடம் இருந்து கற்றுக் கொள்ள வேண்டும்' வரைபடங்களைச் சுருட்டியபடி ஷெயிஷ்டா சொன்னார்.

தபீர் ஷெயிஸ்டகானை வியப்புடன் நோக்கினார். கற்கள் பதித்த தலைப்பாகையும், வெண்ணிறத் தாடியுமாய் இருந்த மனிதர்தாம் எத்தனை பொலிவாகக் காட்சியளிக்கிறார். இவர் முன் எவரும் தாங்கள் மறைக்க நினைப்பதையெல்லாம் மறைக்க முடி யாமல் கொட்டித் தீர்த்து விடுவார்கள். இவரைப் போன்றவர்கள் கேலியாகப் பேசி, எதிராளியைப் பேசத்தூண்டி விடுவார்கள். தங்கள் வாயாலேயே இவரிடம் அவர்கள் சிக்கிக்கொள்ள நேரிடும். ஷெயிஸ்டா தக்காணத்தின் முன்னாள் சுபேதாராவார். அவரும் அரசகுடும்பத்தைச் சேர்ந்தவர். கணிசமான அதிகாரத்தைக் கையில் வைத்திருக்கிறார். தபீர் இத்தகைய அவமதிப்புகளைச் சாதாரணமாக விட்டுவிடுவதில்லை, தகுந்த பதிலடி கொடுத்து விடுவார். ஆனால், அவர் முன் நிற்கிற இருவரும் உலகின் இந்தப் பகுதியிலேயே ஆற்றல்மிக்க போர்த்திறன் படைத்தவர்கள். அத்துடன், அவர் ராஜா சிவாஜி வகுத்துக் கொடுத்தவாறு தம் தூதுப்பணியில்தான் கவனம் வைக்க வேண்டும். ராஜா சிவாஜி அவரிடம் சொல்லியிருந் தார், 'வரலாறு திரும்பும். நம்முடைய அரசர் அலி ஆதில்ஷா பீடார் போன்ற வடகிழக்கில் உள்ள தமது கோட்டைகளை இழக்கும்படி ஆகும். அவர் முகலாயப் பேரரசுடன் பழைய சமாதான உடன் படிக்கையைக் கொண்டு, நம்முடைய நிலப்பரப்பு உட்பட சில பகுதிகளை முகலாய இளவரசரிடம் ஒப்படைத்து விடுவார். அவர் வளைந்து கொடுக்க வேண்டிய கட்டாயத்தில் இருக்கிறார். ஒன்று முகலாயர்களுடன் செயலுறவு உடன்பாட்டை ஏற்படுத்திக் கொள் வார் அல்லது தம்முடைய தோல்வியை ஒப்புக்கொண்டுவிடுவார். அதுபோன்ற சூழ்நிலைகள் நமக்கு ஆபத்தாகவே முடியும். ஆனால், ஔரங்கசீப்பின் ஆதரவை நாம் பெற்றுவிட்டால், கொஞ்ச காலத்துக்கு நம்மைப் பாதுகாத்துக் கொண்டுவிடலாம்' என்று. குறைந்தபட்சம் இன்னும் தமது பலத்தை அதிகரித்துக் கொள்ளவும்,

படையைப் பெருக்கிக் கொள்ளவும் அது அவசியம் என்று அவர் கருதியிருக்கக்கூடும்.

'மொஷிகெலி.... மொஷிகெலி' என்று பாரசீக மொழியில் முணுமுணுத்தார் ஷெயிஷ்டா. அவருடைய கண்கள் களிப் புணர்ச்சியை வெளிக்காட்டின. அடுத்தவர் துன்பத்தைக் கண்டு சிலர் அடைவார்களே அந்த மகிழ்ச்சி!

கான் எதை முணுமுணுத்தார் என்பதையும், எதற்காக அவர் மகிழ்ந்தது என்பதும் தபீருக்குப் புரிந்தேயிருந்தது. பாரசீக மொழியில், 'மொஷிகெலி' என்பதன் பொருள் கஷ்டம் அல்லது பிரச்சனை. தங்களை மற்றவர்கள் புரிந்துகொள்ளக் கூடாது என்ப தற்காக அரசகுடும்பத்தினர் பார்ஸி அல்லது அரபிக்குத் திரும்பி விடுவார்கள் என்பது அவருக்குத் தெரியும். தம்முடைய நோக்கத் துக்குப் பங்கம் ஏற்படாத வகையில் அவர்களுடைய ஆட்ட முறை யிலேயே அவர்களைத் தோற்கடிப்பது என்று அவர் தீர்மானித்துக் கொண்டார்.

தபீர் துல்லியமான பாரசீக மொழியில் 'மேன் ராபாபாயேக்ஷ்' என்று ஔரங்கசீப்பிடம் மன்னிப்பு வேண்டினார். மிக உயர்ந்ததும், வலிமை மிக்கதுமான அந்த மொழியிலேயே அவர் தொடர்ந்து பேசினார். 'என்னுடைய எசமானருக்கு நான் ஒரு சாதாரண ஆலோசகன். தங்களுடைய கேள்விகளுக்குப் பதிலளிக்கும் திறன் எனக்கில்லை, என்னுடைய பணிப்பொறுப்பை மட்டுமே நான் அறிவேன். மரியாதைக்குரிய இளவரசரே, தங்களுடைய மேலான செய்தியை ராஜாவிடம் கொண்டு செல்லவே நான் இங்கே வந்திருக்கிறேன்.'

அவர்கள் இருவரும் அதிர்ச்சியில் இருந்து மீள சில நிமிடங் களாயிற்று.

ஷெயிஸ்டகான் எரிச்சலுற்றவராய் 'ஆகில், ஆகில்' என்றார் பார்ஸியில். தபீரை அறிவாளி என்று குறிப்பிடவே அந்தச் சொல்லை அவர் பயன்படுத்தியது. தாம் அவமதிக்கப்பட்ட உணர்வில் தம் கையை அவர் உயர்த்தி, அசைத்தார் கோபத்துடன். 'உருதுமொழி யிலேயே பேசும். உம்முடைய ராஜா எங்களுக்குச் சேவை செய்ய விரும்பினால் எங்கள் படையின் தரநிலையில் அவர் இணைந்து, மான்ஸப்தாராக வேண்டும்.'

தபீர், எரிச்சலடைந்து ஷெயிஸ்டகானைப் பார்த்துப் புன்னகைச் செய்தார். மற்றவர்களைச் சீண்டி மகிழ்கிறவர்கள் தங்களை மற்றவர்கள் சீண்டினால் சகித்துக் கொள்ளமாட்டார்கள். ஆனால், அவருக்கு அது ஒன்றும் பெரிய பிரச்சனையல்ல. ஷெயிஸ்டகான்

முன்வைத்த யோசனைதான் அவரைக் குழப்பத்தில் ஆழ்த்திவிட்டது. தக்காணத்தில் ஒருவர் ஜாகீர்தார் என்றால் காட்டில் இருக்கும் சிங்கம் மாதிரி. முகலாய இராணுவத்தில் ஒருவர் மான்ஸப்தார் என்றால் அவருடைய நிலை சர்க்கஸ்காரர்கள் கூண்டில் அடைத்து வைத்திருக்கிற சிங்கத்தின் கதிதான். பணிய மறுக்கிற – எதிர்த்து நிற்கிற மான்ஸப்தார்கள் எல்லைப்புற மாகாணங்களைக் கிழக்கு அல்லது வடமேற்கு பிராந்தியங்களுக்கு அனுப்பப்பட்டு விடுவார்கள். அங்கே உயிரைத் துச்சமாக மதித்து அவர்கள் போர் புரிய வேண்டி யிருக்கும். ராஜா சிவாஜியையும் ஔரங்கசீப் அப்படிச் சிக்க வைத்து விடக் கூடும்.

ஷெயிஸ்டகான் சொன்னார், 'இன்னொரு பிரச்சனையும் இருக்கு. ஜாவலியில் சிவாஜி நிகழ்த்திய படுகொலைகள் பலருடைய மனதில் அப்படியேதான் இருக்கிறது. நாங்கள் அதுகுறித்து யோசித் தாக வேண்டும்.'

தபீரின் முகம் கோபத்தில் சிவந்தது. இவர் என்ன இப்படி, அடுத்தவர் மனதைப் புண்படுத்துகிறோம் என்ற எண்ணமே இல்லாமல் பேசுகிறார். இவர்கள் ஹைதராபாத்திலும், பீடாரிலும் நிகழ்த்திய படுகொலைகளை என்னவென்பார்கள்? ஔரங்கசீப்பின் பீரங்கித் தாக்குதல்களில் பீடார்ப் பகுதி ஜாகிர்தார் சித்தி மர்ஜானும் அவருடைய மகன்களும் மாண்டு போனார்களே. அவருடைய குடும்ப உறுப்பினர்கள் எல்லாரும் அவர்களது அரண்மனைகளில் இருந்து விரட்டி அடிக்கப்பட்டார்களே. அவர்களைத் துரத்திச் சென்று கொலை செய்தார்களே. ஆயிரக்கணக்கான பெண்கள் தங்களுடைய விடுகளில் இருந்து முகலாய முகாமிற்கு இழுத்துச் செல்லப்பட்டார்களே. ஔரங்கசீப் பெண்களிடம் இருந்து விலகியே இருப்பவர் என்பது எல்லாரும் அறிந்ததுதான். ஆனால் அவரு டைய சிப்பாய்கள் அந்தப் பெண்களை அனுபவித்து மகிழச் சலுகை வழங்கப்பட்டிருந்தது.

ஔரங்கசீப் சினம் தொனிக்கப் பேசினாலும், தாழ்ந்த குரலில் பேசினார், 'சிவாஜியிடம் கூறிவிடும், அவர் ஏற்புடைய முறையில் நடந்துகொள்ள வேண்டும் என்று. ஜாவலியில் செய்த மாதிரி இரத்தக்களரி கூடாது. தக்காணம் சீக்கிரமே பேரரசின் நிலப் பகுதியாகி விடும். கலகக்காரர்களும் அவர்களுடைய ஆதரவாளர் களும் செத்துப் போவார்கள். ஆயிரக்கணக்கானவர்களின் மரணத்துக்கு அவர் பொறுப்பேற்க வேண்டியிருக்கும்' என்று.

தபீர் உரக்க சிரித்துவிடவே விரும்பினார். இது என்ன மிரட்டலா? போர்க்களத்தில் ஆட்கள் எப்போதும் சாகவே செய்கி றார்கள். தம்முடைய படையாட்கள் மடிகிறபோது ஔரங்கசீப் என்ன செய்வார்? அவருக்கென வேறு சட்ட விதிகள் உள்ளனவா?

‘நாம் இன்னொன்றையும் உமக்குத் தெரிவிக்கிறோம். சரியான வகையில் பார்த்தால் தக்காண ஷியா அரசுகளின் நிலப்பகுதிகள் முன்பே பேரரசின் ஒரு பகுதிதான். அத்துடன், எங்களைப் பணிந்து அண்டியிருப்பவர்களிடம் இருந்து எங்களைப் பாதுகாக்க யாருடைய உதவியும் எங்களுக்குத் தேவைப்படாது’ அரைவாசி மூடிய கண்களுடன் தம் செபமாலை மணிகளை உருட்டியபடி சொன்னார் ஔரங்கசீப்.

‘எங்களுடைய நெடிய வரலாற்றில் எங்களுடைய எல்லைகளில் கால் வைக்கவோ, எங்கள் நிலப்பகுதிகளில் தாக்குதல் நடத்தவோ எவரும் துணிந்ததில்லை என்பதைச் சிவாஜிக்கு நினைவுபடுத்தும்.’

தபீர் மிகவும் பவ்யமாக வணங்கி, ஆயுதபாணியாய் நின்ற காவலாள் ஒருவனிடம் கடிதத்தைக் கொடுத்தார். ‘எங்கள் தலைவரிடம் நான் என்ன கூறவேண்டும்?’

‘ஜாவலிப் பள்ளத்தாக்கைக் கைப்பற்றியதும், அதன் ஆட்சியாளரைக் கொன்றதும் குற்றம் என்பதை அவரிடம் கூறிவிடும். நாம் கேள்விப்பட்ட வரைக்கும் அது முன்பே திட்டமிட்டு நிகழ்த்திய இரக்கமற்ற படுகொலைதான். அது தற்காப்புக்காகச் செய்யப்பட்டதல்ல, சுயலாபத்துக்காகச் செய்யப்பட்டது. இதுபோன்ற குற்றச் செயல் புரிந்தவரை நாங்கள் மான்ஸப்தராகக் கூட ஏற்க மாட்டோம்.’

சந்திப்பு முடிந்தது. முதியவரான தபீரின் தளர்ந்த உடல் அங்கிருந்து வெளியேறியபோது நடுங்கியது.

அந்தப் பிரதிநிதியின் மூளையை எது குடைந்து கொண்டிருக்கும் என்பதை ஔரங்கசீப் அறிவார். அவருக்குத் தெரியும் எவ்வித முன்னறிவிப்பும் இல்லாமலே எப்படித் தாக்க வேண்டும், எப்படி அவமதிக்க வேண்டும் என்பது. முகலாயர்கள் அண்டை அரசுகளின் நிலப்பகுதிகளைக் கைப்பற்ற கொலை செய்தால் அது விரிவாக்கத்துக்கானப் போர், ஆனால் மற்றவர்கள் அதைச் செய்கிறபோது அது குற்றச்செயல். இதனை உலகத்துக்கு அறிவிப்பதில் ஔரங்கசீப் சிறிதும் நாணவில்லை.

ஔரங்கசீப் வெகுசீக்கிரமே அந்த மராத்தியப் பிரதிநிதியை மறந்துவிட்டு, தம்முடைய முழுமையாய் நிரம்பிவிட்ட மூத்திரப் பையையும், வெற்றாக இருக்கும் இரைப்பையையும் நினைத்துக் கொண்டார். காலையுணவுக்கு முன் மீர்ஜும்லாவுடனான சந்திப்புத் திட்டம் இருந்தது. அந்தச் சந்திப்பு வெற்றிகரமாய் அமைய வேண்டும் என்பதில் அவர் தீர்மானமாயிருந்தார். ஷெயிஸ்டகானின் கையில் உலோகத்தாலான புகைபிடிக்கும் சாதனம் இருந்தது. காற்றில் புகைவளையங்களை விட்டுக்கொண்டு, கண்களை மூடிப் பரவச நிலையில் இருந்தார் அவர்.

ஷெயிஸ்டா கண்களைத் திறந்தபொழுது, காது வரைக்கும் அகன்ற பல் இளிப்போடு நின்றிருந்தார் மீர்ஜும்லா. அந்தப் பாரசீகத்துக்காரர் மகிழ்ச்சி நிறைந்த மனநிலையில் இருப்பதுபோல் காணப்பட்டார். அவருடைய குடும்பம் தில்லியில் பத்திரமாக இருந்தது. பேரரசின் ஒட்டுமொத்த இராணுவமும் அவருடைய நிர்வாகத்தில். பீரங்கித் தயாரிப்பில் புதுமையைப் புகுத்தியிருந்தார் அந்தச் சமர்த்தர். பதினாறு குதிரைகள் அல்லது எருதுகளால் இழுக்கப்பட்ட பழைய பீரங்கி வண்டியை, ஒரேயொரு குதிரை இழுத்துச் செல்லும் வகையில் புதிதாய் உருவாக்கியிருந்தார் அவர். துப்பாக்கி ரகங்களையும் அவ்வாறே மாற்றிப் போரிடும் முறையிலும் புதுமை செய்தார். அவருடைய நவீன ஆயுதங்கள் பீடார் கோட்டை யின் பழைய பீரங்கிகளைச் செயலற்றுப் போகச் செய்துவிட்டன.

தம் கைகளை உயர்த்தி, காற்றில் அசைத்தபடி மீர்ஜும்லா உரத்த குரலில் சொன்னார், 'என்னுடைய இளவரசர் வெற்றி யாளராக பீடாருக்குள் பிரவேசிக்கிற நேரம் வந்துவிட்டது' என்று.

'வெற்றிவீரர்', 'வெற்றி பெறுதல்' போன்ற சொற்கள் ஔரங்க சீப்பிற்கு நிரம்பப் பிடித்தமானவை. அவர் முதல்முறையாகப் புன்னகை செய்தார். அதற்கு இன்னொரு காரணமும் இருந்தது. சித்தி மர்ஜானுடைய சிம்மாசனம் கட்டித் தங்கத்தால் அமைக்கப்பட்டு, விலைமதிப்பற்ற ரத்தினக் கற்கள் பதிக்கப்பட்டதாகும். அந்த ஆசனத்தின் உத்தேச மதிப்பு நான்குகோடி ரூபாய்கள். அத்தகைய செல்வங்களைக் கொண்டு ஆயிரமாயிரம் ஆதில்ஷாஹிச் சிப்பாய் களை அவரால் விலைக்கு வாங்கிவிட முடியும்.

2

தபீர் பீடாரில் இருந்து திரும்பி ஒருவாரம் ஆகியிருந்த நிலை யில், ராஜா சிவாஜி ஓர் அவசரக் கூட்டத்துக்கு அழைப்பு விடுத் திருந்தார். கூட்டம் நிலத்திலமைந்த சஹான் கோட்டையில் ஏற்பாடாகியிருந்தது. பீமா ஆற்றுக்குச் சற்று தொலைவில் அமைந்த கோட்டையது.

கோடைகால இரவு ஒரு நீர்வீழ்ச்சிபோல் விரைவாக இறங்கவும், இருளில் மறைந்த கோட்டை எளிதில் காண முடியாததாக இருந்தது. கருமை பூசிக்கொண்ட வானத்தில் சோகையாய்க் காட்சியளித்தது நிலவு. கோட்டையின் இழுவைப்பாலம் அகழிக்குமேல் உயர்த்தப் பட்டு, வாயில்கள் மூடப்பட்டது. பாதுகாப்பு அரண்களில்

வில்லேந்திய வீரர்கள் அமைதியாய் நகர்ந்து கொண்டிருந்தனர். இருண்டு கிடந்த முற்றத்துக்கு பக்கத்தில் இருந்தது அதிகாரபூர்வ சந்திப்புகளுக்கான கூடம். சமயத்தில் இரகசிய கலந்துரையாடல்களும் அங்கே நடக்கும். சுவர்களில் தீப்பந்தங்கள் பொருத்தப்பட்டிருந்தது. தற்போது, கூடத்தின் ஒவ்வொரு மூலைகளையும் ஆட்கள் நிரப்பியிருந்தனர். அவர்கள் மரத்தாலான பேச்சு மேடையில் நின்றிருந்த சிவாஜியையே கண்கொட்டாமல் பார்த்திருந்தனர். சோனோஜி தபீர், அவருடைய மகன் திரியம்பக் தபீர், தானாஜி, ஏஸாஜி, கோட்டை அதிகாரி பிராங்கோஜி நர்ஸலா குதிரைப்படைத் தலைவர்களான மினாஜி, கஷிராவ், மோரோஜி பிங்ளே என்று அங்கே குழுமியிருந்தவர்களைச் சுற்றிவரப் பார்த்துக் கொண்டார் சிவாஜி. 'நான் எங்கே தொடங்குவது? நான் வைத்திருக்கும் செயல் திட்டம் அவர்களை அதிர்ச்சியடையச் செய்துவிடுமோ?' என்ற சிந்தனை அவருக்கு. 'நான் நிதானமாய்ப் படிப்படியாக அவர்களுக்கு உணர்த்தவேண்டும்' என்று கடைசியாய்த் தீர்மானித்துக் கொண்டார் அவர்.

'ஜாவலிக்குப் பிறகு நாம் கொங்கணத்தை நோக்கிப் போய்க் கொண்டிருக்கிறோம். இந்தப் போர் நடவடிக்கைக்கு ஓராயிரம் போர்க் குதிரைகள் தேவை. நமக்குப் போர்க்கள செலவுத்தொகை, உணவுப்பொருட்கள் தளவாடங்கள் தேவை. ஆதில்ஷாஹிக்கு எதிரான இந்தப் போர்த்திட்டத்தில் முகலாயர்களின் நிதியுதவியை நாம் வேண்டினோம். ஆனால், ஔரங்கசீப் நம்முடன் உடன்பாடு ஏற்படுத்திக் கொள்ள மறுத்துவிட்டார்.'

'ஆம்' என்பதுபோல் தபீர் தலையசைத்தார்.

சிவாஜி சற்றே நிறுத்தி மீண்டும் பேசத் தொடங்கினார். 'ஔரங்கசீப் தம்முடைய அத்தனை படைகளையும் ஆதில் ஷாஹியின் வடகிழக்கு எல்லைகளில் கொண்டு குவித்திருக்கிறார். தக்காணத்தில் உள்ள மற்ற நிலப்பகுதிகளில் எவ்விதப் பாதுகாப்பும் செய்யப்படவில்லை.'

'ஆனால் அவர்களுடைய நிலப்பகுதியைத் தாக்குவதற்கு யார் துணிவார்கள்?' ஏஸாஜி கேட்டுக்கொண்டு, தபீர் பக்கம் பார்வையைச் செலுத்தினார்.

'நாம் அதைச் செய்வோம்' சிவாஜி உறுதிபட அறிவித்தார்.

'அது கொள்ளையர் நடவடிக்கையல்லவா' கலவரத்துடன் மறுப்பு தெரிவித்தார் பிங்ளே.

'அப்படியென்றால் அவர்கள் எல்லாருமே கொள்ளையர்கள் தாம்' என்று மறுமொழி கூறினார் தபீர். 'விஜயநகரப் பேரரசின்

– எஞ்சிய பகுதிகளைப் பாழாக்கி, தெற்கில் உள்ள கோயில்களின் செல்வங்களைச் சூறையாடியவர்கள் தக்காணத்து ஷாஹிகள் அல்லவா. இருபதாண்டுகளுக்கு முன் தக்காணத்தில் உள்ள சிற்றரசு களை முகலாயர்கள் தாக்கினர். நிஜாம்ஷாஹி அழிந்துபோனது, மற்ற ஷாஹிகள் பேரரசுக்குக் கப்பம் கட்டிக் கொண்டிருக்கின்றன. தம்முடைய படைகளின் பராமரிப்புக்குப் பணம் வேண்டி தற்போது ஔரங்கசீப் ஹைதராபாத்தில் புகுந்து கொள்ளையடிக்கிறார். பீடாரின் சீரழிவை நீங்கள் பார்த்தீர்களானால் இப்போது நீங்கள் சொன்னதை இனி ஒருபோதும் சொல்லமாட்டீர்கள்' என்றார் அவர்.

'பேரரசின் நிலப்பகுதி புனிதமானதாய்க் கருதப்படுகிறதே' மோரோஜி பிங்ளே விடாது சொன்னார்.

'யார் அப்படிக் கருதுவது?' என்ற சிவாஜி பேசினார், 'நமக்கு நூறுகல் தொலைவில் இருக்கிறது பீடார். ஆதில்ஷாஹி உட்பகுதி களில் பேரரசின் படைகள் புகுந்துவிட்டன. ஜுன்னார், அகமது நகர் இவற்றைச் சுற்றியுள்ள பகுதிகளில் போதிய படைப் பாது காப்பில்லை. தானாஜி, ஏஸாஜி இவர்களுடன் நானும் நம்முடைய படையோடு ஜுன்னாருக்குப் போகிறோம். மினாஜி, கஷிராவ் இவர்கள் அகமது நகருக்கும் அப்பால் வடக்காகப் போகட்டும்.'

சிவாஜி தொடர்ந்தார், 'நம்முடைய தன்னுரிமையை நாம் தக்க வைத்துக் கொள்ள, நம் வலிமையை நாம் அதிகரித்துக் கொண்டாக வேண்டும். கடைசியில் அலி ஆதில்ஷா நம்மைத் தாக்கக்கூடும். இதுவரை அவர்கள் அப்படிச் செய்யாததற்குக் காரணம் முகம்மது ஆதில்ஷா இறப்பதற்கு முன் பத்தாண்டுகாலம் நோய்ப்படுக்கையில் இருந்ததுதான். அப்போது அவருடைய மகன் அலி சிறுவனாக இருந்ததால் இராணுவ நடவடிக்கைகளை மேற்கொள்ளவில்லை. கொஞ்ச நாளாகவே முகலாயப் படையெடுப்புகள் அவரைக் கவலைக்குள்ளாகிவிட்டன. தற்போது அவர்களோடு போரிடுவதில் அவர் மும்முரமாக இருக்கிறார்.'

'ஆதில்ஷாஹிக்கு ஏற்பட்டிருக்கும் சொந்தப் பிரச்சனைகளால் நாம் தப்பித்திருக்கிறோம், இது நம் அதிர்ஷ்டம் என்பதுதானே தாங்கள் சொல்வதன் உட்கருத்து?' என்று ஏமாற்றம் தொனிக்கக் கேட்டார் பிங்ளே.

சிவாஜி தம்முடைய மனிதர்களைக் கூர்ந்து கவனித்தார். அவரைப்போலவே அவர்களும் உண்மையை உணர்ந்தேயிருக் கிறார்கள். ஆனால் யாரும் அதை ஒப்புக்கொள்ள விரும்பவில்லை. 'பிறகென்ன? இந்த அதிர்ஷ்டம் ரொம்ப நாளைக்கு நீடிக்காது.

அரசியல் என்பது பச்சோந்தி மாதிரி. அது தப்பிப் பிழைப்பதற்காகத் தன்னுடைய நிறத்தை மாற்றிக் கொண்டேயிருக்கும். தக்காணத்தில் அதன் நிறம் செங்குருதி.'

எல்லாவற்றையும் சொல்லியாக வேண்டும். இதுவே அதற்கான நேரம். 'இப்படித் தொடங்குகிறேன். நான் வெறும் ஜாகீர்தார் என்ற நினைப்பை விட்டுவிட்டேன். நீங்களும், நம்மைக் கலகக்காரர்கள் என்று நினைப்பதை விட்டுவிடுங்கள். ஒரு புரட்சிக்காரன் முதலில் மேலாட்சி செய்பவர்களுக்குப் பணிய மறுக்கிறான் அத்துடன் அந்த அதிகார அமைப்பை வலுவிழக்கச் செய்கிறான். நாம் யாருக்கெதிராக அல்லது எதனை எதிர்த்துப் போராடவிருக்கிறோம்? அலி ஆதில் ஷாவுக்கு எதிராகவா? அல்லது பேரரசர் ஷாஜஹானை எதிர்த்தா?' பரிகாசம் கலந்த வெறுப்புடன் கேட்டார் சிவாஜி. அவர்கள் படை யெடுத்து வந்தார்கள், உள்ளே புகுந்தார்கள். நம்முடைய மண்ணுக் காக நாம் போரிடுகிறோம். அவர்களுடைய தாக்குதல்களில் இருந்து நம் மக்களைக் காப்பதற்காகவே நாம் சண்டை செய்கிறோம். நம் செல்வங்களை அவர்கள் சூறையாடுகிறார்கள். நம் பெண்களையும், குழந்தைகளையும் கடத்திச் செல்கிறார்கள். நம் வீடுகளும், பண்ணை களும் அழிந்து கொண்டிருக்கின்றன.

'படையுடன் இங்கே புகுந்தவர்கள் பல நூற்றாண்டுகளாக நம்மை ஆண்டு கொண்டிருக்கிறார்கள்...' தபீர் பேசினார்.

'நாம் இடமளித்துவிட்டோம், அது நடந்தது. பேரரசர் ஷாஜஹான் தம்முடைய *மாற்றுநிலைச் சகோதரர்கள் ஆறுபேரைக் குருடாக்கினார் அல்லது கொன்று போட்டார். நம்முடைய அரசர், காலஞ்சென்ற முகம்மது ஆதில்ஷா தம் மூத்த சகோதரர் தர்வேஷைச் சிறையிலடைத்ததோடு அவருடைய கண்களையும் தோண்டிவிட்டார். தம் இளைய சகோதரர்கள் அரசுரிமையை இழக்கவேண்டும் என்பதற்காக அவர்களுடைய மோதிர விரல் களைத் துண்டிக்கச் செய்தார். நான் அத்தகைய மனிதர்களுக்கோ அவர்களது மகன்களுக்கோ ஒருபோதும் அடிபணிய மாட்டேன்', தம் வலது கை முஷ்டி பிடித்து, தமது இடது உள்ளங்கையில் அவர் குத்திக் காட்டியபோது சிவாஜியின் கண்களில் அவருடைய தீர்க்கமான முடிவு தெரிந்தது. 'நாம் அவர்களை முந்திக் கொண்டு தாக்குதலில் இறங்குவோம்.'

தபீர் கவலையுடன் காணப்பட்டார். சிவாஜி முழக்கமிடுவது போல் அது ஒன்றும் அத்தனை எளிதான காரியமல்ல. தங்கள் அரசுகளைக் காத்துக் கொள்ளும் முயற்சியில் சுதேசி மன்னர்கள் பலரும் இறந்துவிட்டனர். படையெடுத்த முகலாயர்களை முதலில்

---
* தந்தையின் மற்ற மனைவியர் வழிப்பிறந்தவர்கள்.

கடுமையாக எதிர்த்த இராஜபுத்ரர்கள் முடிவில் தங்கள் முயற்சியைக் கைவிட்டார்கள். அதையெல்லாம் அவர் ஞாபகப்படுத்திக் கொண்டார்.

சிவாஜி சொன்னார், 'அவர்களுடைய ஆட்ட முறையிலேயே அவர்களை நாம் முறியடிப்போம்' என்ற சிவாஜி தம் சொற்கள் ஏற்படுத்தும் விளைவைக் கவனிப்பதற்காக சற்றே பேச்சை நிறுத்தினார்.

'நமக்குப் பணம் தேவைப்படுகிறது என்கிற காரணமும் அதில் இருக்கிறதுதான். பலம் பொருந்திய பீடார் கோட்டை வீழ்ந்து விட்டது. ஆதில்ஷாஹியின் வடகிழக்கு எல்லைகள் விரைவிலேயே இன்னும் பல காப்பரண்களை இழக்கக்கூடும். ஔரங்கசீப் கர்வம் மிக்கவர், தட்டிக் கழிக்கிற ஆசாமி. அவர் ஒன்று ஆதில் ஷாஹியை விழுங்கிவிடுவார் அல்லது அவர்களோடு உடன்பாடு செய்து கொள்வார்.'

தபீர், அந்தச் சொற்களை சரியென ஏற்றுக்கொண்டார். பீடார் கோட்டையை நாசம் பண்ணிவிட்டுப் போவதற்குமுன் ஔரங்கசீப், சிவாஜிக்கு எழுதிய கடிதம் அவரிடம் கொடுக்கப்பட்டது. அவர் எழுதியிருந்ததாவது–

'இப்போதைக்கு உம் வசம் உள்ள நிலப்பகுதியை உம்மிடமே நாம் விட்டுவைக்கிறோம். பலம் மிக்கது, எவராலும் வெல்லப் படாதது என்று இதுவரை பேசப்பட்ட பீடார் கோட்டையை நாங்கள் சில வாரங்களிலேயே சின்னாபின்னமாக்கி விட்டோம். வேறொருவருக்கென்றால் ஓராண்டுகால அவகாசம் தேவைப்பட்டி ருக்கும். சீக்கிரமே ஆதில்ஷாஹி ஆட்சியாளர்களை அச்சத்தில் அறிவுகலங்கச் செய்வோம். அவர்களுடைய அரசை ஒன்று தரைமட்டமாக்குவோம் அல்லது அவர்களை எங்களுக்குக் கப்பம் கட்ட வைப்போம்.....'

ஆதில்ஷாஹியின் படைகள் ஔரங்கசீப்புடன் போரிடுகிற வரைதான் நமக்குப் பாதுகாப்பு. ஆனால் அலி ஆதில்ஷா ஔரங்க சீப்புடன் சமாதான உடன்படிக்கைக்குத் தயாராகி விட்டதாய்த் தெரிகிறது. நிஜாம்ஷாஹி முழுவதையும் கொடுப்பதோடு, ஒன்றரைக் கோடி ரூபாய் பணமும் அவருக்குக் கொடுக்கப் போகிறார்.

அங்கிருந்தவர்கள் வியப்பில் வாய் பிளந்தனர். சிவாஜி கூறினார், 'ஆனால் அதுவல்ல பிரச்சனை. அவர்களிடையே ஒப்பந்தம் போடப்பட்டுவிட்டால், நம்முடைய நிலப்பகுதி முகலாயர்களுடைய தாகிவிடும். அவர்களோ நம்மைவிட அதிக ஆற்றல் படைத்தவர்கள். எனவே, எப்படியாவது அலி ஆதில்ஷாவை முகலாயர்களோடு, தொடர்ந்து போரிடுவதற்கு நாம் தூண்டிவிட வேண்டும்.'

‘தாங்கள் நெருப்போடு விளையாடுகிறீர்கள்’ த்ரிம்பக் முதல் முறையாக வாய்திறந்து பேசினார். அவருடைய தந்தையின் சாயலில் அச்சு அசலாய் அப்படியே இருந்தார் அவர். தபீரின் கருமை யில்லாத நிறமும், அறிவொளி வீசும் கண்களுமாய்...

சிவாஜி தம்முடைய பால்யகால நண்பரை வியந்து நோக்கிய படி சொன்னார். ‘இந்தத் தீ ஒளியைத் தருவது. தீயே இருட்டைப் போக்கி, வெளிச்சத்தை உண்டுபண்ணுவது. தீயைத் தூண்டி, விசிறி, எரியவிடுங்கள்.’

மோரோஜி பிங்ளே முன்னெச்சரிக்கைச் செய்வதுபோல் சொன்னார், ‘தாங்கள் ஆபத்தான எல்லைகளைத் திறந்து வைக்கி றீர்கள், அவர்கள் நம்முடைய உலகை எரித்து, கரித் துண்டுகளாக்கி விடுவார்கள்.’

சிவாஜி நல்லதே நடக்கும் என்கிற நம்பிக்கையோடு சொன் னார், ‘நாம் இப்போதைக்கு வெளிச்சத்துக்காகத் தீயை மூட்டு வோம்.’

‘ஆக நீங்கள் பீமா ஆற்றைத் திரும்பவும் கடந்து செல்லப் போகிறீர்களா?’ தபீர் கேட்டார். ஒரு நீண்ட போரின் தொடக்கம் அது என்பதை அவர் அறிவார்.

வெளியே, நிலவு ஆகாயத்தின் உச்சிக்கு வந்து விட்டிருந்தது, காற்று மிகுந்த குளிராக இருந்தது. காட்டுப் பகுதியில் இருந்து வீசிய காற்றில் மூர்க்கம் தெரிந்தது. ஓநாய்களின் ஊளைச்சத்தம் இப்போது கேட்கவில்லை.

3

கோடைகாலத்துக் காலை நேர வெப்பத்தில், ஜுன்னார் பிரதேசத்தைச் சுற்றியிருந்த குன்றுகள் சூடேறிக் கிடந்தன. மேற்புற வாயிலருகே நின்றுகொண்டு சலீமும் அவருடைய ஆட்களும் எருதுபூட்டிய வண்டிகளையும், குதிரைச் சவாரியாய்ச் செல்பவர் களையும், நகரத்துக்குள் நுழைகிற பல்லக்குகளையும் சோதனை யிட்டுக் கொண்டிருந்தனர். அது மதியச் சாப்பாட்டு நேரம் தாண்டி, கடைசியாக வந்த வண்டியும் ஒரு வழியாய்ப் போய்ச் சேர்ந்த நேரம். ஆக்ரா, தில்லி, குவாலியர், உஜ்ஜயினி, அவுரங்காபாத், அகமது நகர் போன்ற பேரரசின் நகரங்களில் இருந்து அந்த வண்டிகள் வருகின்றன. சலீம் முன்பே களைத்துப் போனார், ஆனால், அவரு டைய வேலை நேரம் முடிவது மாலையில்தான். அதற்கு இன்னும் பலமணி நேரம் இருந்தது.

‘எனக்கு இரவுக் காவலர்கள் மீது பொறாமை ஏற்படுகிறது’ என்று எரிச்சலுடன் முனகிக் கொண்டார் அவர்.

அவர் அங்கே புதிசு, ஆனாலும் எப்படியோ ஜுன்னார் நகரத்து மேற்குவாயில் காவலர்களின் தலைவராகி விட்டார். அவர் களுக்குக் காலை நேரப்பணி.

‘இரவுக் காவலர்கள் சோரபுத்ரர்கள்’ என்றபடி மற்றவர்கள் ஓசைப்படாமல் நகைத்துக் கொண்டனர். இரவில் சந்தைக் கடைகள் மூடியபின் அவர்கள் சீட்டாடவும், புகைக்கவும் செய்வார்கள். அவர்களில் பலரும் குடித்துவிட்டு, மிச்ச இரவை குறட்டை ஒலியோடு உறங்கிக் கழிப்பார்கள். இரவு நேரத்தில் கள்ளத்தனமாக மதுபானங்களை நகரத்துக்குள் கொண்டு வருகிற வியாபாரிகள், மதுப்புட்டிகளைக் கையூட்டாகத் தந்து செல்வார்கள். வணிக வளாகங்களில் பெருமளவு ஆள் நடமாட்டம் இருந்தது. தக்காணத் தின் பிரபலமான சந்தை சுறுசுறுப்பாக இயங்கிக் கொண்டிருந்தது. சலீம் உட்புறமாகவே தன் பார்வையைச் சுழற்றியிருந்தார். சந்தை இன்று ரொம்பப் பரபரப்புதான். சோழமண்டலத் துறைமுகத்தில் இருந்து குதிரை வியாபாரிகள் வந்திருக்கிறார்கள். பாரமேற்றிய வண்டிகள் கூட்ட நெரிசலில் தங்கள் பாதையைக் கண்டுபிடிக்க வேண்டியிருந்தது. வழியை அடைத்துக் கொண்டிருக்கும் ஜனங்கள் மீது வண்டிக்காரர்கள் வசைமாரி பொழிந்தார்கள். ஒரே இரைச்சல். சிறுவர்கள் கூச்சல் போட்டுக் கொண்டு ஓடினர். பிச்சைக்காரர்கள் கவளச் சோற்றுக்கும், காசுக்கும் கத்திக் கொண்டிருந்தனர். சிலர் கரகரப்பான குரலில் கடவுளின் புகழைப் பாடிக் கொண்டி ருந்தனர். கூலிகள் தங்கள் தலையிலும், முதுகிலும் மூட்டைகளைச் சுமந்து சென்றனர். துணிகள் விற்கும் அங்காடிகளுக்கு அப்பால் நகைக் கடைகள் இருந்தன. அவற்றுக்குப் பின்னே குதிரைகள் வரிசையாய் நின்றிருந்தன, அங்கே குதிரைகளை வாங்குகிற, விற்கிற கூட்டம்.

‘பார்த்தியா, அவன் மறுபடியும் இங்கே வந்தாச்சு’ தம்முடைய ஆட்களில் ஒருவன் சொல்வதைச் சலீம் கேட்டுக் கொண்டிருந்தார்.

தன் உடலுக்குக் கொஞ்சமும் பொருந்தாத பெரிய அங்கி யணிந்த ஒரு பிச்சைக்காரன் நிதானமாய் நடந்து வந்தான். அது அங்கங்கே கிழிந்தும், தைந்தும் காணப்பட்டது. அவனுடைய முகத்தில் காயங்களில் இருந்து ஊனீர் கசிந்து கொண்டிருந்தது. விரல்களில் கட்டுப்போட்டிருந்தான். அவனிடம் இருந்து செத்த எலியின் வீச்சமடித்தது.

அவன் தொழுநோய்க்காரனா?

காவலாட்கள் அவனை எதுவும் கேட்டறியவில்லை. அவன் பக்கம் நெருங்கவே அருவருத்தனர். அவர்களுக்குத் திகிலாக இருந் தது.

அந்தப் பிச்சைக்காரன் முன்னேறிச் சென்றான். வாயிற்காப் போரின் எதிர்வினையை அவன் கவனிக்கவே செய்தான். அவர் களை அவன் லட்சியம் பண்ணவில்லை, தனக்குக் கிடைத்த பிச்சைகளில் அவன் மகிழ்ச்சியாய் இருந்தான். முதல் சில நாட்கள் பிச்சையெடுத்ததில், உணவு வாங்கி உண்ணும் அளவிற்கு போதிய காசு கிடைத்தது. அதன் பிறகு அவனுக்குச் சில நண்பர்கள் கிடைத்தார்கள். தனக்கு தொழுநோய்க் குறிகள் எதுவும் இல்லை, தன் உடம்பில் இருப்பது சாதாரண காயங்கள் என்றும் அவன் சொன்னதும் அவனை அவர்கள் ஏற்றுக் கொண்டார்கள். அவன் அதுவரை போட்டிருந்த கட்டுகளை எடுத்துவிட்டு தன்விரல்களை அவர்களுக்குக் காண்பித்தான். அவை முழுமையாகவும், ஆரோக்கிய மாகவும் இருந்தன. இரவில், அவர்கள் ஒன்று கூடிப் பேசுவார்கள். அப்போது குறிப்பாக செல்வம் படைத்த வியாபாரிகள் பற்றியே பேச்சு இருக்கும். இன்று, சுட்டெரிக்கும் வெய்யிலில், ஒரு காலை இழுத்துக் கொண்டு கடை கடையாய் விரைந்து நடந்தான். சிறிய செப்புக்காசோ, தாங்கள் உண்டு முடித்தபின் தங்கள் உணவுக் கலத்தில் எஞ்சியுள்ளதென்று வியாபாரிகள் கொடுத்ததோ அவனுக்குக் கிடைத்தது. சிலர் மிருதுவான துணிகளைக் கொடுப்பதும் உண்டு. யார், எதைக் கொடுத்தாலும் இன்முகத்தோடு அவன் ஏற்றுக் கொண்டான். சிலரோ 'போ, போ' என்று விரட்டினர். அப்போதும் அவனுடைய புன்னகை மாறாது. ஒரு தெருவில் முழுக்கவும் துருக்கி யர்களின் கடைகள் இருந்தன. அவர்கள் பூப்போன்ற வரையுருக்கள், வடிவொழுங்குடைய உருவரைகள் கொண்ட விரிப்புகள் விற்றனர். அவை கம்பள நூல் கொண்டோ பட்டு நூலிலோ நெய்யப் பட்டவை. பெரிய கட்டிடமொன்றின் வாசலில் நின்றிருந்தவன், செல்வந்தனாய்த் தோற்றமளித்த வாடிக்கையாளன் ஒருவனைப் பார்த்தான். அந்த மனிதன் நீளமான வெண்ணிற அங்கி அணிந் திருந்தான். அவன் அப்பகுதிக்குப் புதியவனாய் இருக்கவேண்டும்.

கடை உரிமையாளர் அவனிடம் எந்தெந்த அயிட்டங்கள் அசலானவை, எவையெவை போலியானவை என்பதை விவரித்துக் கொண்டிருந்தார். கடை ஊழியன் அந்த ஆப்ரிக்கன் முன்பாய் சுருட்டி வைக்கப்பட்டிருந்த விரிப்புகளைப் பிரித்துக் காண்பித்தான். பிச்சைக்காரன் அந்த வாடிக்கையாளனையோ, விரிப்புகளையோ வெறித்து நோக்கிக் கொண்டிருக்கவில்லை. கடைக் கணக்காளன் நாணயப் பைகளை ஒரு பெட்டிக்குள் போட்டுத் திணிப்பதை அவன் நோட்டமிட்டான்.

யாரோ நீண்ட நேரமாய்ப் பணப் பைகளைப் பார்ப்பதை உணர்ந்த கணக்காளன், கதவுக்கு வெளியே நின்ற பிச்சைக்காரனிடம் எரிந்து விழுந்தான், 'போ, அப்பால்' என்று. தன் கையை நீட்டி, 'எங்கள் வசூல் பணத்தில் திருஷ்டி போட்ட உன் கண்கள் குருடாய்ப் போகட்டும்' என்று சபித்தான்.

அந்தப் பிச்சைக்காரன் கூட்ட நெரிசலில் மறைந்து காணாமல் போனான். அவன் யார் கண்ணிலும் படவில்லை. இரவாகிவிட்டது. கடைகளை அடைக்கத் தொடங்கினார்கள்.

அவனைக் காணவில்லை என்பதற்காக யாரும் கவலைப்படவில்லை.

4

சிவாஜி தம்முடைய குதிரையைக் கவனமாய்ச் செலுத்தினார். பீமா ஆற்றுநீர் அவர் காலைச் சுற்றிக் கொண்டு, நீரோட்டத் திசையில் தன் போக்காய்ப் போனது. ஓராயிரம் மராத்திய குதிரை வீரர்கள் அவரைத் தொடர்ந்து சென்றனர். சிவாஜியும் அவருடைய வீரர்களும் தங்கள் குதிரைகளை மிதமான பாய்ச்சலில் ஓட விட்டனர். ராஜா சிவாஜியும் தானாஜியும் தங்கள் ஆட்களை ஜுன்னார் நோக்கி இட்டுச் சென்றபொழுது, தலைக்கு மேலாய்ப் பிறைவடிவிலான நிலவு தொங்கிக் கொண்டிருந்தது. அவர்கள் சில மணிநேரம் இருட்டில் சவாரி செய்திருப்பார்கள், சமவெளிக்குமேல் ஒரு குன்றின் நிழல் வடிவத்தை சிவாஜி அடையாளம் கண்டு கொண்டார். அந்தக் குன்றின் உச்சியில் ஷிவ்னேரிக் கோட்டை இருப்பதை, உண்மையில் யாரும் ஊகித்திருக்க முடியாது. அவருடைய இதயத்தினூடே கூறுபோடுவது போல் ஒரு விசித்திரமான வேதனை.

அங்கேதான் அவர் பிறந்தார். அவருடைய தொடக்க கால ஞாபகங்களில் அவரது சகோதரனின் குறும்புப் புன்னகையுடன் கூடிய முகமே எப்போதும் தோன்றிக் கொண்டிருக்கும்.

தம்முடைய தலையைச் சற்றே அசைத்து பழைய நினைவுகளில் இருந்து விடுபட்டவர், நிகழ்காலத்தில் கவனத்தை ஒருமுனைப் படுத்திக் கொண்டார். வடகோடித் தொடுவானில் ஜுன்னாரின் புறமதில் உருநிழலைத் தெளிவாகப் பார்க்க முடிந்தது. அவர்கள் முன்பே முகலாய நிலப்பகுதிக்குள் பத்துகாத அளவிற்கு வந்து விட்டிருந்தனர். அதுவரை எவ்வித எதிர்ப்பையும் காணாதது அவர்களுக்கு விசித்திரமாய்ப் பட்டது. யாரும் அவர்களுடைய குளம்படி

கேட்டதாய்த் தெரியவில்லை. ஆனால், சிவாஜி அதுபற்றி வியப் படையவில்லை. அவருடைய வேவுப்படையாட்கள் மாதக் கணக்காய் அந்தப் பகுதியில் சுற்றித் திரிகிறார்கள். தங்கள் மீது யாரும் படையெடுத்து வருவார்கள் என்ற அச்சம் முகலாயர்களிடம் இருக்கவில்லை. தங்கள் நிலப்பகுதி புனிதமானது, யாரும் அதைத் தாக்கமாட்டார்கள் என்றே அவர்கள் நம்பினர். அவர்கள் மட்டுமீறிய மகிழ்ச்சியோடு இருந்து கொண்டிருந்தனர். கடைசியில் அடிவானத்துக்கு வடக்கே மதிற்சுவரின் உருவமைப்பைக் கண்டார் சிவாஜி. சுவற்றுக்கு அப்பால் இராக்காலத்து ஆகாயம் வெளிறிய மஞ்சள் நிறத்தைக் கொண்டிருந்தது. அவர்கள் சுவற்றை நெருங்கி விட்டபொழுது கீழைவானில் விடிவெள்ளி பளிச்சிட்டது. அந்த மதிற்சுவர் அடிப்புற நிழலிலேயே அவர்கள் குதிரைகளைப் பாய்ந்தோடவிட்டனர். புறமதில் பாதுகாப்புக்கு அகழி எதுவும் இருக்கவில்லை. கடவுப் பாலங்களும் கிடையாது. காப்பரண்களில் வில்லாளிகளோ, காவலர்களோ இருக்கமாட்டார்கள் என்பதை வேவுக்காரர்கள் முன்பே அவருக்குத் தகவல் அனுப்பியிருந்தனர். தானாஜி தம் குதிரையின் வேகத்தைக் குறைப்பதைக் கண்டார் அவர். கிழக்கு நோக்கியிருந்த வாசற்பக்கம் தங்கள் குதிரைகளை அவர்கள் நிறுத்தினர். களைத்து, புழுதி படிந்திருந்த குதிரைகள் தங்கள் பொறுமையின்மையை வெளிப்படுத்தும் முறையில் செறுமின. சிவாஜியுடன் சவாரி வந்திருந்த பணியாளர்கள் குதிரைகளை விரைவாக அப்புறப்படுத்தினர். ஆட்கள் கையோடு கொண்டிருந்த இரும்புக் கொக்கியோடு கூடிய கயிறுகளை வேகமாக வீசினர். சிவாஜி காத்திருந்தார். அவருக்கு அருகாமையில் ஏஸாஜி நின்றிருந்தார். தானாஜி உயர்த்திப் பிடித்த தீப்பந்தத்தின் மங்கிய ஒளியில், ஆட்கள் சிலந்திகளைப்போல் சுவற்றின் மீது ஏறிக் கொண்டிருந்தனர்.

சீக்கிரமே அவருடைய ஆட்கள் காப்பரண்களில் நிறைந்து விட்டனர். சிலர் சுவற்றின் மற்றொரு பக்கத்தில் ஏறி நகரத்தினுள் நுழையத் தயாராயினர். மேற்கத்திய கோட்டை முகப்புத் தளத்தில் விளையாட்டாகவே போல் ஏறிவிட்டார் சிவாஜி. அப்படி ஏறிக் குதிப்பது, ஆபத்து என்று மற்றவர்கள் கருதினாலும் அவருக்கு அது பிடித்திருந்தது. கீழே வாயிலுக்கும், சந்தைப் பகுதிக்கும் இடையே சிலர் – காவலர்களாக இருக்கவேண்டும் – அணைந்து போன கணப்பருகே தரையில் படுத்துக் கிடந்தனர். அவர்களிடம் எவ்வித அசைவும் காணப்படவில்லை, அநேகமாய் அவர்கள் மதுவில் மயங்கியிருக்க வேண்டும். வணிகவளாகம் வெறிச்சோடியிருந்தது. மூடப்பட்டிருந்த கடைவாயில்களில், மணற் கூடைகளில் செருகிய

தீப்பந்தங்கள் ஒளிவிட்டுக் கொண்டிருந்தன. சந்தைப்பேட்டைக்கு அப்பால் குடியிருப்புப் பகுதியில் கட்டிடங்கள் ஒன்றுக்கொன்று விலகியே இருந்தன. அவற்றுக்கும் மேலாய் எழும்பியிருந்த பள்ளிவாசல் தூபிகள் மங்கிய நிலவொளியில் மினுக்கின.

மற்ற விலங்குகளைக் கொன்று தின்னும் பெருவிலங்கைப் போல், அவருடைய ஆட்கள் ஓசைபடாமல் வணிகவளாகத்தைக் கடந்து சென்றனர். முகலாயப் பேரரசின் ஒரு பகுதியான அந்தச் செல்வச் செழிப்புடைய நகரத்துள் நுழைவதற்கு அதுவே சரியான நேரம். மேல்தளத்தில் நின்று பார்வையிட்ட சிவாஜி, கீழே இறங்கி வருவதற்காக தானாஜி காத்திருந்தார். சிவாஜி தரையில் கால்பதித்த பொழுது, அவருடைய உடலெங்கும் இலேசாய் ஒரு நடுக்கம் பரவியிருந்தது. ஜுன்னார், அவருடைய தந்தை பெரிதும் நேசித்த நகரம்! அவரது கண்கள் அங்குமிங்குமாய்ச் சுழன்றது. சலீமுடன் சந்தை வாயிலில் நின்றிருந்த ஒரு பிச்சைக்காரன் தம்மை நோக்கிக் கையசைப்பதைக் கண்டார். அந்தக் கை கிழக்குவாயிலைச் சுட்டிக் காட்டியது. அவன் கைகாட்டிய பக்கம் கவனம் செலுத்தினார் சிவாஜி. அங்கிருந்த காவலர்கள் சோம்பல் முறித்தபடி எழ முயன்றனர். இன்னமும் மதுவின் மயக்கம் நீங்காமையால், அவர்கள் குழப்பத்தில் இருந்தனர். சிலர் உணர்வெழுச்சியில் உரக்க சப்தமிட்டனர். ஆனால் அவர்களில் யாருமே நிதானத்தில் இருக்க வில்லை. தானாஜி, வாளேந்திய சில வீரர்களுடன் அவர்களை நோக்கி ஓடினார். வரலாற்றில் முதல்முறையாய்ப் பேரரசின் மண் அவர்களுடைய காவலர்களின் இரத்தத்தால் நனைந்தது.

சிவாஜியும் அந்தப் பிச்சைக்காரனும் சலீம் தங்களோடு வந்து இணைந்து கொள்வதற்காகக் காத்திருந்தனர். தம்முடைய வேவுக் காரர்களில் ஒருவர் பிச்சைக்காரனாகவும், மற்றொருவன் முஸ்லீம் காவற்காரனாகவும் மாறியிருந்தது கண்டு அவர் வியப்புற்றார். அந்தப் பிச்சைக்காரன்தான் அவருடைய வேவுப்படைத் தலைவன் பாஹிராஜ். அவருடைய ஆட்கள் அவர் எதிர்பார்ப்புக்கு ஏற்ப செயல்பட்டிருந்தார்கள்.

தானாஜியும் அவரது ஆட்களும் இரத்தம் தோய்ந்த வாட் களுடன் திரும்பியிருந்தனர். பிச்சைக்காரன் அவர்களோடு மறைந்து போனான். வணிக வளாகத்தில், பணப்புழக்கம் மிகுந்த வியாபாரி களின் கடைகளை அவன் அடையாளம் கண்டு வைத்திருந்தான். மாவலிப் பகுதியில் இருந்து வந்திருந்த ஆட்கள் அந்தக் கடைகளின் கதவுகளை உடைத்துத்திறந்தனர். நேராக, இரும்புப் பெட்டிகளை நோக்கிச் சென்றனர். நகரம் விழித்துக் கொண்டதுபோல் தெரிந்தது, அங்கே வசிப்பவர்களின் கூக்குரல் காற்றில் அதிர்வை ஏற்படுத்தியது.

அந்தப் பிச்சைக்காரன், ஒரு கோடரியைப் பற்றியபடி திரும்பவும் தோன்றினான், சிவாஜியை நோக்கி சைகை செய்தான். சிவாஜி உருவிய வாளுடன் அவன் பின்னே ஓடினார். ஏஸாஜியும் அவர் களைப் பின்பற்றிச் சென்றார். அவர்கள் ஒரு பெரிய கடையின் முன்பாய் நின்றனர். மரத்தாலான அதன் கதவுகள் மூடியிருந்தன. அவர்கள் கதவை எட்டி உதைப்பதற்கு முன் உட்புறமிருந்து அதைத் திறந்துகொண்டு வாளேந்திய சிலர் வெளியே பாய்ந்தனர். அவர்கள் ஒன்றும் பயிற்சி பெற்ற வீரர்களல்ல, உண்மையான சண்டையில் ஒருபோதும் அவர்கள் ஈடுபட்டதாய்த் தெரியவில்லை. சில நொடி களிலேயே அவர்கள் வீழ்ந்துபட்டனர். சிவாஜி கடைக்குள் நுழைந் தார். உள்ளே சிறிய எண்ணெய் விளக்கு ஒளிவிட்டுக் கொண்டி ருந்தது. பிச்சைக்காரன் தன் கையில் இருந்த கோடரியால் பெட்டியை உடைத்துத் திறந்தான். தரமான தங்க தீனார்கள் தரையெங்கும் சிதறின.

சந்தைக்குப் பின்னால் உள்ள லாயத்தில் இருந்து இருநூறு குதிரைகள் கைப்பற்றப்பட்டன. அவை அரிதாகவே கிடைக்கக்கூடிய அரபுக் குதிரைகள். அந்த முகலாயக் குதிரைகள், முகலாயர்களிடம் களவாடப்பட்ட செல்வத்தை சிவாஜியின் நிலப்பகுதிக்குச் சுமந்து செல்லப் போகின்றன.

அத்தியாயம் ஆறு

1

'மா ஸாஹிப்' தன் மகன் தன்னை அழைப்பதைக் கேட்டார் ஜீஜாபாய்.

அவருடைய பாதங்களை மகன் தொட்டபோது அந்தத் தாயின் நலிந்த உடல் நடுங்கியது. தன் மகனை அவர் கூர்ந்து நோக்கினார், அதிர்ச்சிக்குள்ளானார். மகன் முன்னிலும் மெலிந்து, சருமம் கருமையுற்றுக் காணப்பட்டார். அவருடைய முகம் கூர் முனை கொண்டு, கண்களின் கீழ்ப்புறத்தில் சுருக்கங்கள் விழுந்து விட்டிருப்பதைக் கவனிக்கவே செய்தார். அந்தத் தாய்க்கு வயிற்றைப் பிசைந்தது. தங்களுடைய மலைக்கோட்டைக் காப்பில் தான் சவுகரியமாய் வாழ்ந்து கொண்டிருக்க, மகனோ பகைவர் நிலப் பகுதியிலும் வன்பாலையிலும் காட்டியல்பான இடங்களிலும் அன்றோ தங்கிக் காலம் கழிக்கிறார். பகல் முழுக்கக் குதிரைச் சவாரி, இரவிலோ வெட்டவெளியில் உறக்கம். சாவின் நிழல் எப்போதுமே அவர்மீது கவிந்திருக்கிறது.

'நீ முகலாயர்களின் நிலப்பகுதியில் சூறையாடி விட்டு வருகிறாய் தானே?' அன்னை வியப்புடன் கேட்டார். அவருடைய கண்கள் வியப்பு காட்டியது, குரலில் பெருமிதம் இருந்தது.

தம்முடைய தாய் தமக்குச் சிறு வயதில் கூறிய போர்க்களக் கதைகளை சிவாஜி நினைவுபடுத்திக் கொண்டார். தம் தாயின் மீது பார்வை நிலைத்திருக்க, அவர் அமைதியாய் உட்கார்ந்திருந்தார். வீரசாகச நிகழ்வுகளை விவரிக்கும்போது, அம்மாவின் முகத்தில் பொங்கும் ஆவேசத்தை அவர் நினைத்துக் கொண்டார். 'அவர் களிடம் இரண்டு ஆயுதங்கள் உண்டு. ஒன்று இரக்கமற்ற அவர் களுடைய மனம், எவரிடமும் அது பரிவுகாட்டாது, கொஞ்சமும் மனச்சாட்சி கிடையாது அவர்களுக்கு. இரண்டாவது நம்முடைய மனம் அது அச்சம் உடையது, அடிமைப்பட்டுக் கிடப்பது' என்ற தாயின் விவேகம் வியக்கத்தக்கது. 'விளைவுகள் பற்றி நீ எண்ணிப்

பார்ப்பதில்லையா?' தாய் கேட்டார். தம்முடைய திட்டங்கள் பற்றித் தம் தாயிடம் அவர் கூறுவதில்லை.

'என் சிறகுகளுக்குள் அவனை நான் பத்திரமாக வைத் திருந்தேன். புதிய எல்லைகளை உருவாக்குவது பற்றி அப்போது நான் எளிதாய் அவனிடம் பேசியிருப்பேன்' என்று தாய் எண்ணிக் கொண்டார்.

'அம்மா, என் மனதில் புதிய எல்லைகளுக்கான எண்ணங் களைத் தாங்கள் விதைத்தீர்கள். அவை அச்சமற்ற கனவுகளில் தங்கச் சிறகுடைய குதிரைகளாய் மாறி விட்டிருக்கின்றன. அவை சுதந்திரம் பற்றிய சிந்தனைகளில் எழுச்சி கொண்டுவிட்டன' தன் தாயின் மனஓட்டத்தைப் புரிந்துகொண்டு பேசினார் சிவாஜி. 'பேரரசுகளும், அரசுகளும் ஆக்கிரமிப்பில் இறங்காவிட்டால், கொடுமைகள் செய்யாவிட்டால் நான் எதற்கு அவர்களுடைய வழியில் குறுக்கிடப் போகிறேன்?' என்று இதமாகச் சொன்னார் அவர்.

தன் மகன் என்ன சொல்கிறார் என்பதைத் தாய் புரிந்து கொண்டார். ஒருசமயம் காபூலின் கிழக்குப் பகுதியில் என்ன நடந்தது என்பதைச் சிவாஜியின் சிறுவயதில் அவர் கதையாய்ச் சொல்லியிருக்கிறார். அங்கே மகாராஜா ஜெயபாலன் என்ற இந்து ஷாஹிய வம்சத்து அரசர் ஆறு நூற்றாண்டுகளுக்கு முன் ஆண்டு கொண்டிருந்தார். அப்போது துருக்கியர்கள் அவருடைய எல்லை களில் அவருக்குத் தொந்தரவு கொடுத்தனர். முகமது கஜினி ஐம்பதி னாயிரம் வீரர்களுடன் வந்து சண்டை செய்தார். ஜெயபாலன் அவருக்குப் பெருந்தொகையைக் கொடுத்து, தற்காலிக சண்டை நிறுத்தத்துக்கு உடன்பாடு செய்து கொண்டார். சில ஆண்டுகள் கழித்து கஜினி திரும்பவும் வந்துவிட்டார். இம்முறை ஏழுகோடி ரூபாய்கள், ஏராளமான தங்கம் வெள்ளி இவற்றைப் பறித்துக் கொண்டு போனார். ஆண்கள், பெண்கள், குழந்தைகளின் இரத்தம் ஆறாய் ஓடி ஏரிகளையும், கால்வாய்களையும், கிணறுகளையும் செந்நிறமடையச் செய்துவிட்டு, குடிப்பதற்கு ஒரு சொட்டுத் தண்ணீரும் கிடைக்கவில்லை.

'நீங்கள் போரிட்டால் அவர்கள் உங்களைக் கொல்வார்கள், நீங்கள் சமாதானம் செய்து கொண்டாலோ அவர்கள் உங்களுக்குத் துரோகமிழைப்பார்கள். நீங்கள் மண்டியிட்டாலோ, உங்களைச் சிரச்சேதம் செய்வார்கள். உனக்கு எது விருப்பமோ அதைத் தேர்ந்துகொள்' சில ஆண்டுகளுக்கு முன் அவருடைய தாய் சொன்ன வாசகம் இது.

'மகாராஜா ஜெயபாலனின் வீழ்ச்சிக்குப்பிறகு விதியின் சதுரங்க விளையாட்டு இந்துஸ்தானத்தின் தலையெழுத்தையே மாற்றி விட்டது. அந்நியர்கள் படையெடுத்து வந்தார்கள். அவர்களுக்குச் சினமூட்ட வேண்டிய அவசியமே இல்லை' மகன் முணுமுணுத்தார்.

'நான் இப்போதைய நிலைமை குறித்துக் கவலைப்படுகிறேன். முகலாயர்கள் நேரத்தை வீணடிக்க மாட்டார்கள். அவர்கள் சீக்கிரமே சில நாட்களுக்குள் வரக்கூடும்' என்றார் ஜீஜாபாய்.

சிவாஜி வானத்தைச் சுட்டிக் காண்பித்து, 'அம்மா! அந்த இருண்ட மேகங்களைக் கவனியுங்கள். அவை சும்மா போய்க் கொண்டிருக்கவில்லை, தமக்கென ஒரு திட்டத்தை நியமித்துக் கொண்டுதான் போகின்றன. மேகம் கடமைப் பொறுப்புடன் பள்ளத்தாக்கில் மழையைப் பொழிகிறது. மழை பொழிவதே அதன் பணி. ஆறுகளும் ஓடைகளும் மழைநீரால் நிரம்பி வழியும். அந்த நீருக்கடியில் தடங்களும், சுவடுகளும் மறைந்துவிடும். இந்தப் பிரதேசத்துக்குள் அவர்கள் நுழைவதென்றால், இன்னும் மூன்று மாதங்களுக்கு மேல் அவர்கள் காத்திருக்க வேண்டும்' என்றார்.

ஜீஜாபாய் கலக்கத்துடன் புன்னகை செய்ய முயன்றார். கோயில் அர்ச்சகர் அவருடைய வழக்கமான பூசையை முடித்திருக்க வேண்டும். கோயில் சந்நிதியின், சிறிய கதவைத் திறந்து கொண்டு, வெளிப்பட்டார். அவர்களை நோக்கி வந்தார். அவர் ஏந்தியிருந்த தட்டில் வெள்ளி விளக்கொன்று, அதன் சுடரொளி காற்றில் அலைந்தது. ஜீஜாபாய் அந்தச் சுடரைக் கையால் தொட்டு, தன் நெற்றியில் ஒற்றிக் கொண்டார். அர்ச்சகர் சிவாஜி பக்கம் நகர்ந்ததும், தாய் வானத்தை அண்ணாந்து பார்த்தார். மேகங்கள் அப்போதே கொட்டித் தீர்ப்பதுபோல் காணப்பட்டது. அவர் உடனே விரைந்து கோயிலுக்குள் புகுந்தார். உள்ளே வெம்மையை உணரமுடிந்தது, ஊதுபத்திகளின் நறும்புகை வாசமும், பூக்களின் மணமும் அங்கே பரவியிருந்தது. மலையடிவாரத்துப் பூக்களால் லிங்கம் அலங்கரிக்கப் பட்டிருந்தது. ஆக்கலும், அழித்தலும் செய்கிற சிவபெருமானின் இருப்பாற்றல் அங்கே அந்தச் சிறிய இடத்தில் தெளிவாய்ப் புரிந்து கொள்ளத்தக்கதாய் இருந்தது. ஜீஜாபாய் அதைத் தொட்டுணர்ந் திருப்பார். இறைவனின் அருட்சக்தியில் பகுதியளவையேனும், பிந்தைய பயன்பாடு கருதிக் கையோடு கொண்டு சென்றிருப்பார். சிவாஜி கைகளைக் கட்டி, கண்களை மூடிக்கொண்டு மண்டியிட்டு வணங்கினார்.

'நான் எதைச் செய்திருக்க வேண்டுமோ அதைத்தான் செய்தேன் அவர்கள் எப்போதும்போல் தாங்கள் செய்ததையே செய்து கொண்டிருப்பார்கள். இறைவா, நீ செய்ய வேண்டிய

தென்னவோ அதைச் செய்வாய்' தமக்குள் பிரார்த்தித்துக் கொண்டார் அவர்.

அவர்கள் படியிறங்கி வெளியே வரும்போது, படிகளில் தாய்க்கு ஆதரவாக அவருடைய கையைப் பற்றிக்கொள்ள முயன்றார் சிவாஜி. ஆனால், ஜீஜாபாய் விரைவாகத் தம் கையை விலக்கிக் கொண்டார். தாய் எப்போதுமே சுயேச்சையாய்ச் செயல்படுகிறவர், சுதந்திர உணர்வுடையவர் என்பதை அறிந்திருந்த சிவாஜி இலே சாய்ப் புன்னகைத்துக் கொண்டார். தன்னுரிமையையும், தற்சார்பும் அந்தத் தாயின் மதிப்புமிக்க உடைமைகள். அவர் அவளைக் கூர்ந்து நோக்கினார். அவள் மூக்கில் அணிந்திருந்த பெரிய முத்தணியும், நெற்றி யில் விளங்கும் சிவந்த சாந்துப் பொட்டும் அவளுடைய முகத்தைச் சிறிதாக்கிக் காட்டுவதாக சிவாஜி எண்ணிக் கொண்டார்.

ஜீஜாபாய் தம்முடைய பேச்சை முடிக்கவில்லை. 'பருவமழை ஓய்ந்த பிறகு ஔரங்கசீப் தன்னுடைய படைகளை ஏவிவிடுவார். நம்முடைய சிறிய நிலப்பகுதியை அவர்கள் தீயிட்டு எரித்து விடுவார்கள். குடியானவர்கள் அச்சத்துடன் தப்பியோடுவார்கள். அவர்கள் வீட்டுப் பெண்களும், குழந்தைகளும் அடிமைகளாக்கப்படு வார்கள்' அவர் உடைந்த குரலில் இதைச் சொல்லும்போது அவருடைய கண்களில் நீர் பளபளத்தது.

'விரிவாக்கத் திட்டம் என்கிற பெயரில் தாக்குதல் நடத்தும் உரிமை தங்களுக்கு இருப்பதாய் முகலாயர்கள் நினைக்கிறார்கள். அவர்களை யாரும் தூண்டிவிடத் தேவையில்லை. எவ்வாறாயினும் அவர்கள் அதைச் செய்கிறவர்கள்தாம்' சிவாஜி இப்படிக் கூறிய போது அவருடைய கண்களில் தெரிந்த கடினத் தன்மை அதற்கு முன் அந்தத் தாய் கண்டிராதது.

'இருபது ஆண்டுகளுக்கு முன்னால் உன்னுடைய தந்தை நம்மையெல்லாம் விட்டுவிட்டு, ஆதில்ஷாஹிக்குப் பணிபுரியச் சென்றார். நீயும், நானும் நம் பண்ணை நிலங்களைக் கவனித்துக் கொண்டோம்.

அந்தச் சமயத்தில்தான் பீஜப்பூர் அரசவையில் உன் தந்தைக்கு எதிரியான அப்ஸல்கான் உன் தமையனைச் சதிசெய்து கொன்றான். போதிய படைகளை அனுப்பி உதவாமல் திட்டமிட்டே அந்தக் காரியத்தை அவன் செய்தான். என் அருமை மகனே, உன்னையும் நான் இழக்க முடியாது.' தாய் தன்னுடைய கடைசி அஸ்திரத்தைக் கையிலெடுத்தார்.

'மரணம் என்பது இறுதியானது, மாற்ற முடியாதது. ஆனால், நான் சாவதற்காக முகலாயர்களின் நிலப்பகுதியில் இருக்கவில்லை.

நான் இங்கேதான் புரந்தரில் இறப்பேன் அது பாம்புக்கடியால் நேரக்கூடும்.'

ஜீஜாபாய் தன் சங்கட உணர்ச்சியை வெளிப்படுத்தும் முறையில் முகம் சுளித்தார். மரணம் குறித்து மகன் கொடுத்த விளக்கம் அவருக்குப் பிடிக்கவில்லை. 'ஆனால், ஔரங்கசீப்பை சீண்டுவது, வேண்டுமென்றே பாம்பை மிதிப்பது போலத்தான். அது தற்கொலைக்கு ஒப்பாகும்.'

தாய் தன்னுடைய மனதின் சமநிலையை இழந்து விட்டதாகக் கருதினார் சிவாஜி. 'ஒரு கோழையைப்போல் வாழ்வதால் நான் எப்போதும் சாகாமல் இருக்க முடியும் என்பது உங்கள் எண்ணமா? படீஸாஹிபும், அலி ஆதில்ஷாவும் ஔரங்கசீப்போடு பழைய சமாதான உடன்படிக்கையைப் புதுப்பித்துக் கொண்டுவிட்டால் என்னவாகும் என்று நினைக்கிறீர்கள்?'

ஜீஜாபாய் ஒன்றும் கூறவில்லை. அவருக்குத் தெரியும். முகலாயப் பேரரசும் ஆதில்ஷாஹியும் முன்பு செய்துகொண்ட ஒப்பந்தம் முழுமையாய்த் தோல்வியுற்றதை அவர் அறிவார்.

'நாம் முகலாய நிலப்பகுதியில் சூறையாடியது நம் படையை விரிவுபடுத்தத் தேவைப்படும் பணத்துக்காகத்தான். அத்துடன் ஆதில்ஷாஹியை ஆள்பவர் நெஞ்சங்களில் துணிவைத் தூண்டி விடுகிற நோக்கமும் அதில் உண்டு. அது மட்டுமா, முகலாயரை எதிர்த்து ஒருவர் போரிட முடியும் என்பதை அவர்களுக்கு உணர்த்தவும் நாம் விரும்பினோம். ஒருமுனையில் சமாதானம் ஏற்படுகிறபோது, மற்ற முனைகளில் போர் ஊக்குவிக்கப்படும். அப்படி நேரும்போது நமக்கு எதிராக அணிவகுக்கக் கூடியவர்கள் யார்?'

'யார்?' ஜீஜாபாய் கவலையுடன் கேட்டார்.

'அது ஆதில்ஷாஹியின் தளபதி கான்முகம்மதுவாகவோ அல்லது அப்ஸல்கானாகவோ இருக்கக் கூடும். அலி ஆதில்ஷா மனப்பக்குவமும், அறிவுத் திறனும் கொண்டவராகக் காணப்படு கிறார். அப்பா சாஹிபுக்கும் அப்ஸல்கானுக்கும் இடையே உள்ள பகைமையை அவர் கருத்தில் கொள்ளவே செய்வார். தற்போது நம்மிடம் உள்ள ஜாவலி முன்பு வேய் மாகாணத்திற்கு உட்பட்டதாய் இருந்தது. அப்ஸல்கான் அந்த மாகாணத்தின் சுபேதார். வடகிழக்கு எல்லையில் சமாதானம் ஏற்கப்பட்டுவிட்டால், அப்ஸல்கான் கொஞ்சமும் தயங்காமல் நம்மோடு போர் தொடுப்பான்.'

ஜீஜாபாய் தன் மகனை ஆவலுடன் நோக்கினார்.

சிவாஜி புன்னகைத்தபடி சொன்னார், 'ஆனால் அம்மா நான் எதற்கும் தயாராகவே இருக்கிறேன்.'

தங்களுக்காகப் பல்லக்குச் சுமப்பவர்கள் காத்திருந்த இடத்தை நோக்கி அவர்கள் நடந்தனர்.

போரைப் பொருத்தவரை சிவாஜி தமக்கென்று சில விதிமுறை களை வைத்திருந்தார். தம்மிடம் தோற்பவர்களின் மதத்தை இழிவுபடுத்துவதோ, மதத்தின் பெயரால் அவர்களைக் கொல்வதோ கூடாது. அவருடைய போர்முறை வித்தியாசமானது. அது தம்முடைய மக்களின் சுதந்திரத்துக்காகப் போரிடுவது.

'நம்முடைய சிறப்பு விருந்தினரை நீ சந்திக்க வேண்டும் என்பது என் விருப்பம். நீ முகலாயர்களின் நிலப்பகுதியில் இருந்தபோது அவருடைய வருகை பற்றி செய்தி அனுப்பினோம்' என்று தாய் சொல்லவும் சிவாஜி கேட்டுக்கொண்டார். ராஜ்காட் குன்றின் மீது அமைந்திருந்த அவர்களுடைய தனிமுறைப்பட்ட மாளிகையை அவர்கள் சென்றடைந்தனர்.

சிவாஜிக்கு இதயம் துள்ளிக்குதித்துத் தொண்டைக் குழிக்கு வந்துவிடும்போல் இருந்தது.

கற்களாலான அந்தக் கட்டிடம் கதகதப்பாக, களிப்பூட்டக் கூடியதாயிருந்தது. அவர்கள் உள்ளே வருவதைக் கண்டதும், தங்கள் காலைப் பணிகளில் மும்முரமாயிருந்த பணிப்பெண்கள், அவசர மாய் தங்கள் முக்காட்டை இழுத்துவிட்டு, தலையை மறைத்துக் கொண்டனர். சிலர் உள்ளாக இருந்த கூடத்துக்குச் சென்று விட்டனர். இரண்டு பேர் மட்டும் பொதியப்பட்ட ஒன்றை எடுத்துக் கொண்டு திரும்பி வந்தனர். அவருடைய உடம்பெங்கும் உற்சாகமும், மகிழ்ச்சியும் ஒருசேரப் பரவியது. அது தெய்வீகமானது.

கோயிலில் ஆயிரமாயிரம் அகல்விளக்குகள் ஒளிர்வது போன்ற ஒத்த பண்புடையதாய் அது இருந்தது. அப்படி இப்படி அசைவதோ, ஒலியெழுப்புவதோ கூட அவரைக் கவலைக்கு உள்ளாக்கி இருக்கும். பணிப்பெண்கள் பக்கமாய் வந்தனர். ஜீஜாபாய் அந்தப் பொதிவைத் தம் கைகளில் எடுத்துக்கொண்டார். தான் வைத்திருப்பது என்ன வென்பதை தன்னுடைய மகனுக்கு அவர் மெல்லக் காண்பித்தார்.

சிவாஜி மகனின் சின்னஞ்சிறு முகத்தை வியப்புடன் நோக்கி னார், அவருடைய முதல் மகன். நேர்த்தியான பளிங்குக் கல்லில், தேர்ச்சியுள்ள சிற்பி நுட்பமாய் செதுக்கிய மிகச்சிறிய சிலைபோல் இருந்தது குழந்தை. தலையில் தரித்த மகுடம்போல் சுருண்ட தலைமுடி. அவனுடைய சின்ன இதழ்கள் அழவோ அல்லது சிரிக்கவோ செய்வதுபோல் நடுங்கின. அவனது கண்கள் மூடி யிருந்தன. கன்னத்தில் கரிய பொட்டு வைக்கப்பட்டிருந்தது, கண்ணேறு கழிப்பதற்கு. சிவாஜி தன் மகனின் முகத்தைச் சுட்டுவிரலால் தொட்டார், பட்டு போல் மென்மையாய் இருந்தது. பிறந்து

இருபத்தியோரு நாட்களே ஆகியிருந்த பையன் உடனே கண்களைத் திறந்துகொண்டு, மெல்லச் சிரித்தான். கண்கள் அவருடைய கண்களைப்போல் பழுப்பு நிறமாயில்லை. பையன் தன் தாயினுடையதைப்போல் களங்கமற்ற கருநிறக் கண்களைக் கொண்டிருந்தான்.

'நீ போய் அவனுடைய அம்மாவைப் பார்' என்று தன் மகனை முழங்கையால் தள்ளினார் ஜீஜாபாய்.

சிவாஜி பிரசவ அறைக்குள் நுழைந்தார். அங்கே ஒரு கட்டிலைச் சுற்றி அமர்ந்திருந்த பணிப்பெண்கள் அவரைக் கண்டதும் எழுந்து வணங்கினர். அறையை விட்டு விரைந்து வெளியேறினர். எண்ணெயிட்ட தீபங்களின் ஒளி அறையின் மூலைகளைத் தொடத் தவறியிருந்தன. திடுதிப்பென்று கூரைமீது இறங்கிய மழைநீர் ஓசை, அறையில் விடாப்பிடியாய் நிலவியிருந்த நிசப்தத்தை விரட்டியடித்தது. பெண்கள் தங்கள் குழந்தைகளைப் பிரசவிப்பதற்கான பெரிய அறையது. கருங்காலி மரத்தால் செய்யப்பட்ட கட்டிலில், மயிற்கண்நிற சேலையுடுத்தியிருந்த அவருடைய பிரிய மனைவி சாயி அமர்ந்திருந்தாள். அந்த நிறம் அவருக்குப் பிடித்தமானது. அவர் தன்னுடைய தலைப்பாகையை அகற்றிவிட்டு நின்ற போது அவருடைய தலைமுடி தோளில் சரிந்தது. அவள் நிமிர்ந்து பார்த்தாள், நம்ப முடியாதவளாய்க் கணவனையே பார்த்துக் கொண்டிருந்தாள்.

அவர் தோற்றப் பொலிவுடன், பழுப்புநிறக் கண்களும், சுருண்ட மயிர்க்கற்றைகளும், திரண்ட தோள் தசைகளும் உடையவராய் இருந்தார். அவளுடைய இதயம் மட்டுமீறிய பெருமிதம் கொண்டது. எங்கே அது விம்மி வெடித்துவிடுமோ என்ற அச்சஉணர்வும் அவளிடம் இருந்தது. மணமான காலத்தில் இருந்தே தான் மனதார நேசித்த கணவனை அவள் கடைசி முறையாய்ப் பார்த்து மாதக் கணக்கில் ஆகியிருந்தது.

'அவனைப் பார்த்தீங்களா?' என்று புன்னகையுடன் அவள் கேட்டாள்.

அவர் அவளையே உற்றுப் பார்த்தார். அவர் கேள்விப்பட்டது உண்மைதான். அவள் பிணியுற்றிருந்தாள் என்பதோடு பிணியில் கடுமையாய்ப் பாதிக்கப்பட்டிருந்தாள் என்பதே உண்மை. மானின் மருண்ட பார்வையுடைய அவள் விழிகளின் கீழே கருவளையங்கள். அவளது ரவிக்கையின் மடித்துத் தைக்கப்பட்ட ஓரப் பகுதியில் கழுத்துப்பட்டை எலும்புகள் துருத்திக் கொண்டிருந்தன. தலைப் பகுதியை அவள் மூடி மறைத்திருக்கவில்லை. நோயின் கொடுமையில் அவளுடைய சுருண்ட குழற்கற்றைகள் கொள்ளை போயிருந்தது. மிருதுத் தன்மையை இழந்துவிட்டிருந்த அவளது கைகளைத் தம்

கைகளில் பற்றிக் கொண்டார் அவர். அந்தக் கைகளைச் சற்றே உயர்த்திப் பார்வையிட்டபோது, அவை ஒரு முதிய பெண்மணியின் கைகளைப்போல் இருப்பதைக் கண்டார்.

'குழந்தை அழகாயிருக்கிறான், உன்னுடைய அதே கண்கள் அவனுக்கு' என்றபடி இனந்தெரியாத மகிழ்ச்சியில் பளபளக்கும் அவளுடைய கருவிழிகளைக் கூர்ந்து நோக்கினார் அவர்.

அவள் சற்றே பொய்க் கோபத்துடன் சொன்னாள், 'அப்படியே உங்களுடைய பார்வைதான் அவனுக்கு' என்று. 'உங்களைப்போல் தொலைநோக்கு உடையவன் என்றே நம்புகிறேன்...'

'கூடவே உன்னுடைய அறிவாற்றலும்...' என்று இடைமறித்தவர் கேட்டார், 'நீயும் அம்மாவும் அவனுக்கு என்ன பெயர் வைப்பதாக இருக்கிறீர்கள்?' மகனைப் பற்றிப் பேசுவது விரும்பத்தக்க உணர்வைத் தந்தது அவருக்கு.

அவள் தயங்கியபடி கூறினாள், 'சாம்பாஜிங்கற பெயர் சிறப்பாருக்கும்னு நான் நினைத்தேன். உங்களுடைய சகோதரனை நாம் இழந்துவிட்டோம். நம்முடைய குழந்தை *மாசாஹிப்பின் வாழ்வில் ஏற்பட்ட வெற்றிடத்தை இட்டு நிரப்பட்டும்.'

சிவாஜி தம்முடைய இளம் மனைவியையே உற்றுப் பார்த்தார். படுகொலை செய்யப்பட்ட அவருடைய சகோதரனின் நினைவாக வன்றோ தங்கள் மகனுக்கு அவள் பெயர் சூட்ட விரும்புகிறாள்! அவர் மனைவியை நெருக்கமாக இழுத்துக் கொண்டார். கண்ணீர் மெள்ள அவளது கண்களை நிறைத்தது. குழந்தையைப் பிரசவித்த போது தனக்கு ஏற்பட்ட கடுமையான இரத்தப்போக்கு அவருக்குத் தெரியவேண்டாம் என்று நினைத்தாள் அவள். இரத்தப்போக்கின் விளைவாய்ப் 'பிள்ளைப் பேற்றுப் பிணி' அவளைப் பாதிக்கக்கூடும் என்று கோட்டையில் உள்ள மருத்துவச்சி எச்சரித்திருந்தாள். குழந்தைக்கு இரண்டு வயதாகும் முன்பே, பிரசவித்த பெண்களில் பாதிப் பேர் அந்த நோய்ப் பாதிப்பிற்குள்ளாகி விடுகிறார்கள். அவருக்குத் தெரியும் அது சயரோகம் என்று. கோட்டை மருத்து வச்சியும் அதுபற்றிய ஐயத்தோடுதான் அதைச் சொல்லியிருக்கிறாள். போர்க்களத்தில் வாளையிழந்து நிற்கும் வீரனைப் போல் தாம் செயல்பட முடியாத நிலையில் இருப்பதை உணர்ந்தார் அவர்.

'நம்முடைய மகன் புரந்தர் கோட்டையில் பிறந்தது எனக்கு மகிழ்ச்சியைத் தருகிறது. இந்தக் கோட்டைதானே உங்களால்

---

* சாஹிப் – என்ற சொல் இஸ்லாமியர்களைப் போலவே இந்துக்களும் பயன்படுத்துகிற சொல்தான். ஆண்களைப் போலவே பெண்களுக்கும் அது பயன்படுத்தப்படுகிறது. 'உறுதுணையாய் உடன் இருப்பவர்' என்று பொருள்.

அவர்களைத் தடுக்க முடியும் என்று உங்களுக்குக் கற்றுத் தந்தது' அவள் முணுமுணுத்தாள்.

'அது உண்மைதான்' என்றவர், மூஸிகானைத் தாம் தோற் கடித்ததை நினைவுபடுத்திக் கொண்டார்.

'நீங்கள் போகவேண்டியிருக்கும். நாம் சாயந்திரமா சந்திப் போம்', தொண்டைக்குள்ளாகவே விம்மலை முயன்று அடக்கிக் கொண்டு சன்னக்குரலில் சொன்னாள் அவள்.

அவள் சொன்னது சரிதான். இன்று அவருக்கு முக்கிய ஆலோசனைக் கூட்டம் இருந்தது.

முகலாய நிலப்பகுதியில் சூறையாடிய பொருட்கள் புரந்தருக்குக் கொண்டுவரப்பட்டிருந்தது. நிதிகளை எந்தெந்த வகையினங்களில் செலவிட வேண்டும் என்பது குறித்து அவர்கள் திட்டமிட்டாக வேண்டும். பிரதாப்காட் கட்டுமானச் செலவு அதிகரிக்கும்போல் தோன்றியது. ஜாவலியைக் கைப்பற்றியபின் குதிரைப் படையினர் எண்ணிக்கை பத்தாயிரத்துக்கும் மேல் கூடிவிட்டது. அரசுக் கருவூலத்தில் இருந்து அவர்களுக்கு நேரடியாக ஊதியம் வழங்கப் பட்டது. தம்முடைய தரைப்படையை விரிவுபடுத்தவும் அவர் திட்டமிட்டிருந்தார்.

'முகலாயத் தாக்குதல்கள் பற்றி நீ கவலைப்படுகிறாயா?' அவளிடம் கேட்டார் அவர்.

'ஸாஹ்யாத்ரி மலைகள் பருவ மழைகளின் மூலம் நமக்குத் தெய்வீகப் பாதுகாப்பை அளிக்கிறது. இந்த நிலப்பகுதியில் எவரும் நுழைந்துவிட முடியாது. உங்களுக்கு நிறைய அவகாசம் இருக்கிறது' சாயி பதிலளித்தாள். அவளுடைய சொற்கள் அவரைப் பேச்சற்ற வராக்கிவிட்டது. 'இங்கே படுக்கையாய் இருக்கிறாள், இவளுடைய உயிர் கொஞ்சம் கொஞ்சமாய் வற்றிப் போய்க் கொண்டிருக்கிறது. இந்த நிலையில் அவருடைய படைத்துறை பிரச்சனைகள், தீர்வுகள் இவற்றையும் சிந்திக்கிறாள்!'

'சாயீ!... நீ என்னை வியக்கச் செய்கிறாய்' என்றபடி அவளை மேலும் இறுக்கிக் கொண்டார்.

'நான் சிந்திக்கிறேன், வேறென்ன செய்கிறேன். ஆனால், உங்களைத் தவிர வேறு எதைப் பற்றியும் என்னால் சிந்திக்க முடியாது.' தனக்குத் தோன்றுவதை அப்படியே சொல்லிவிடுகிற சுபாவம் அவளுக்கு. 'தயவுசெய்து சந்தேகங்களுக்கு இடமளிக் காதீர்கள். கருத்தூன்றிய, நேர்மையான செயல் தன்னுள் அற்புதங் களைக் கொண்டிருக்கும். முக்தாபாயின் கவிதை உங்களுக்கு ஞாபகமிருக்கிறதா? அது எழுதப்பட்டு சில நூற்றாண்டுகள் ஆன

பின்னும் முக்கியத்துவம் குறையாமல், இருக்கிறதல்லவா?' அவள் மென்மையாகக் கேட்டாள். பழசுகளை நினைவுபடுத்திக் கொண்டு, அவளுடைய உதடுகள் நடுங்கின. 'நாம் குழந்தைகளாக இருந்த பொழுது அடிக்கடி அதைப் பாடியதுண்டு!' தன் பேச்சை இடையே சிறிது நிறுத்திவிட்டு, உதடு பிரியாமல் பாடலானாள்.

'சித்தெறும்பு வானத்துக்குப் பறந்து போனது
சூரியனை வாயில் போட்டு விழுங்கிவிட்டது
அதிசயந்தான் ஒரு மலடிப் பெண்ணும்
பிள்ளையொன்றை அதுபோலப் பெற்றெடுத்ததும்.'

அவளுடைய சொற்கள் சிவாஜியின் முகத்தில் புன்னகை யையும், கண்களில் நீரையும் வரவழைத்து விட்டது. சாயி இப்படித் தான் மகான்களின் பாடல் வரிகள்மூலம் தான் சொல்ல விரும்பு வதைச் சொல்லிவிடுவாள். அவள் முக்தாபாயின் பாடல்களை மனப்பாடம் செய்திருந்தாள். இந்து சமயத்தின் சடங்குகளுக்கும், குருட்டு நம்பிக்கைகளுக்கும் மேலாக எழுந்த முக்தாபாய் புனிதர் ஞானேஷ்வரின் இளைய சகோதரி என்பது குறிப்பிடத்தக்கது.

'சாயி, நீ என்னுடைய இதயத்தில் வாழ்கிறாய்' சிவாஜி இதமாகச் சொன்னார்.

சாயி உயரே சுட்டிக் காட்டி, மறுமொழி கூறினாள் –

'இறைவனின் உறைவிடம் நம் ஆன்மாதான்
நம் இதயங்களின் வாழிடம் அவனேதான்
என்பார் முக்தாபாய்'

சாயி தன் இறப்பின் பொருட்டு அவரை ஆயத்தப்படுத்தவே இதையெல்லாம் சொல்கிறாள் என்பது அவருக்குத் தெரியும்.

அவருக்குப் போவதில் தயக்கம், பேசுவதற்கு நிறைய இருந்தது. ஆனால் அவருடைய ஆட்கள் அவருக்காகக் காத்திருக்கிறார்கள். இன்று, தம்முடைய முக்கிய அமைச்சர்களை அவர் அறிவிக்க விருக்கிறார். பிங்ளேக்கு முதலமைச்சர் பதவி வழங்கப்படும். அத்துடன் இது முதற்கொண்டு அவர் மராத்தா அரசின் பேஷ்வா என்று அழைக்கப்படுவார். நீலோஜி ஸொந்தேவ் மஸீம்தாராகத் தொடர்வதோடு, அரசின் நிதி விவகாரங்களையும் கவனிப்பார். அன்னாதத்தோ நீலோஜிக்கு துணைபுரிவார், மனிதர் கணித சாஸ்திரத்தில் அறிஞர். அத்துடன் வருவாய்த் துறையையும் அவரே கவனிப்பார். ஏஸாஜிகாங்க் மாவலித் தரைப்படையின் தலைவராகப் பொறுப்பேற்பார். தானாஜி கொங்கணக் காவற்படைக்குத் தலைமை வகிப்பார். சோனோஜி தபீர் அயல் விவகாரங்களைக்

கவனித்துக் கொள்வார். ரகுநாத் கோர்டே சம்பளப்பட்டுவாடாத் துறைத் தலைவராக இருப்பார்.

மராத்தியப் படையின் தலைமைத் தளபதியாக நெட்டோஜி பால்கர் நியமிக்கப்படுவார். இவர்களில் பலரும் போர்களின் போது மராத்தியப் படைப்பிரிவுகளுக்கு ஆணை பிறப்பித்து, படை நடத்துவர். போர்க்காலத்தில் அரசைப் பாதுகாக்கவும் செய்வர். புரந்தர் கோட்டையின் புதிய தலைவரான முரார்பாஜியை நெட்டோஜிபால்கர் சந்திக்க வேண்டும் என்பதை சிவாஜி நினைவுபடுத்திக் கொண்டார்.

2

கோட்டையின் முன்புற முகப்புப் பகுதிகள் கருங்கற்களால் அமைந்தவை, ஒன்றைவிட மற்றொன்று பெரிதாய் இருப்பவை. முரார்பாஜி முதல் முறையாக அந்த முகப்புப் பகுதிகளை நெருங்கிப் பார்த்தார். கோட்டைக்குள் நுழையும் வாசல் அவற்றுக்கிடையே மறைந்திருப்பதைக் கண்டு வியப்படைந்தார். முந்தினநாள் அங்கே அவர் வந்திருந்ததால் அவர்தான் தங்கள் புதிய தலைவராக இருக்கவேண்டும் என்பது காப்பரண் காவலர்களுக்குப் புரிந்தது. அந்த வில்வீரர்கள் புன்னகையுடன், அவரை நோக்கிக் கையசைத் தனர். மழைத்துளிகள் அவர்மீது விழுந்து தெறித்தன. ‘இது ஓர் நற்குறி’ என்று ஆகாயத்தை அண்ணாந்து பார்த்தபடி, அவர் எண்ணிக்கொண்டார். கருத்த மேகங்கள் ஒன்று திரண்டன. காற்றின் வீச்சில் காலூன்றி நிற்பதே அவருக்குச் சிரமமாய் இருந்தது. வெட்டிய மின்னல் கீற்று அவரை ஒருகணம் கண்சிமிட்ட வைத்தது. மேகங்கள் செய்த இடிமுழக்கத்தில் மலைக்குன்றுகளுக்கு நடுக்க மெடுத்தது. வெள்ளித்தகடுகளாய் மழை இறங்கியது. அவர் வாசற் கதவின் பெருங்கல் வளைவின் கீழ் மழைக்காக ஒதுங்கி நின்றார். அங்கே வாயிலைக் கண்காணிக்கும் காவலர் சிலரும் நின்றிருந்தனர்.

அவருடைய ஜாவலிக் காலம் முடிந்துவிட்டது. அவர் போர்க் களத்தில் உணர்வின்றி விழுந்ததோடு அந்தப் பழைய உலகத் தொடர்பு முடிந்துபோனது. தோளில் பெரிய வெட்டுக் காயத் துடனும், தாங்க முடியாத வலியுடனும் அவர் கண்விழித்தார். ராஜா சிவாஜி பல நாட்கள் வரை இராணுவ மருத்துவரோடு வந்து அவரைப் பார்த்துச் சென்றார். ராஜா சிவாஜி எவ்வித வெறுப் புணர்ச்சியோ, அருவருப்போ கொள்ளாமல் அவரைப் பார்த்திருப் பார். ஒவ்வொரு நாளும் திரும்பிச் செல்லும் போது, ‘நீர் பிழைத்துக்

கொண்டீர். உம்முடைய நெற்றியில் என்ன எழுதியிருக்கிறது என்பதை என்னால் படிக்க முடிகிறது. நீர் எனக்காகப் போரிடு வதை, எனது ஆட்களை வெற்றியை நோக்கி நீர் இட்டுச் செல்வதை நான் காண்கிறேன்' என்று சொல்வார்.

அப்படியொரு முடிவெடுப்பது அத்தனை எளிதாயிருக்க வில்லை. அவர் சிறுவனாக இருந்தபோதே அவருடைய பெற்றோர் களைக் கொள்ளை நோய் கொண்டு போனது. அவரும், அவரைவிட சிறியவர்களான சகோதரர்களும் நிர்க்கதியாய் நின்றபோது மோரே குடும்பத்தினர்தான் அவர்களுக்கு உண்ண உணவளித்து இருக்க இடமும் கொடுத்து அவர்களை ஆதரித்தது. மோரே வீட்டு பருப்புச்சோறும், ரொட்டியும்தான் அவருடைய தசைகளை உறுதியாக்கி, விம்மிப் புடைக்கச் செய்தது. அவருடைய இயல்பான தனித்திறமை பற்றி யாரோ சொல்லவும், சந்திர ராவ் அவருக்கு போர்ப்பயிற்சி அளிக்கச் செய்தார். தம் எசமானருக்குக் கீழ்ப்படிந்து, விசுவாசமாய் நடந்து தம்முடைய நன்றிக் கடனைச் செலுத்த முயன்றார் முரார்பாஜி. எவ்விதக் கேள்வியும் கேட்காமல் தம் எசமானரின் விருப்பங்களைப் பூர்த்தி செய்வதையே தம்முடைய கடமையாய்க் கொண்டிருந்தார் அவர். ஆனால் பிரதாப்காட் கோட்டை நிர்மாணிக்கப்பட்டதும் அதைக் கண்டு வியந்த அவருடைய மனம் மாறிவிட்டது. சந்திரராவ் அதுபோல் ஒரு கோட்டை கட்ட ஒருபோதும் எண்ணியதேயில்லை. அவருடைய நிலப்பகுதியில் மலைகள் இருந்ததுடன், அவரிடம் ஏராளப் பணம் இருந்தும் கோட்டை கட்டுகிற எண்ணம் அவருக்குத் தோன்ற வில்லை.

கடுமையாய் மோதுகிற காற்றும், கசையடியாய் விழுகிற மழையும் முரார்பாஜியை நடப்புக் காலத்துக்குக் கொண்டுவந்தது. தாம் நனையாதிருக்க என்ன வழி என்று அவர் எண்ணமிட்ட போது, தம் வலப்பக்கத்தில் நிற்கும் உயரமான மனிதரைக் கவனித் தார்.

'மழையைப் பார்த்தா சரிப்பட்டு வராது, நாம் போகலாம்' என்று கரகரப்பான குரலில் அழைத்தார் நெட்டோஜி பால்கர்.

முரார்பாஜி தலையசைத்தார், பால்கரோ அவசரப்படுத்தினார். அவர் பேசிக்கொண்டே கோட்டையின் உட்புறம் நகர்ந்து விட்டார். அவருடைய வேகநடைக்கு ஈடுகொடுக்க முடியாமல், முரார்பாஜி ஓட்டநடையாய் அவரைத் தொடர வேண்டியிருந்தது. அவர்களின் இடப்புறம் குன்றின்மீது குன்று எனச் சொல்லும்படி உயர்ந்து காணப்பட்டது ஒரு குடியிருப்புப் பகுதி.

இந்தக் குன்று 'ராஜ்கட்டி' என்று அழைக்கப்படுவது, 'அரசரின் இருக்கை' என்று பொருள்.

இதன் முகப்புப் பகுதிக்குப் பின்னால் தெரிகிறதே அந்தப் பெரிய மாளிகைதான் ராஜா சிவாஜியின் வீடு. முதலில் கோட்டையைப் பற்றிச் சுருக்கமாய் உமக்குச் சொல்லிவிடுகிறேன். பூனாவிற்கு தென்மேற்காய், கோந்துவானா கோட்டையில் இருந்து ஸாஹ்யாத்ரி மலைத்தொடரின் ஒரு பிரிவு கிழக்கு நோக்கிச் செல்கிறது. அந்தத் தொடரின் விரிவு புலேஸ்வர மலைகள் ஆகும். இந்தக் குன்றுகளின் வரிசை சிவபெருமான் அவதாரப் பெயரால் அறியப்படுகிறது. இங்குள்ள கோட்டை அந்தக் குன்றுகளில் ஒன்றின் மீதே அமைந்திருக்கிறது.

பால்கரின் சொல்மாரிக்கிடையே முராார்பாஜி கேட்டார், 'இங்கே பக்கமாய் உள்ள நகரம் எது?' என்று.

'இந்த வட்டாரத்தில் பிரபலமான சாஸ்வாத் சில காத தொலைவில் உள்ளது.'

'ஆதில்ஷாஹியின் எல்லைகளில் இருந்து புரந்தர் கோட்டைக்கு எவ்வளவு தூரம்?'

'கிழக்கே இருபத்தியைந்து காத தொலைவில் உள்ளது இந்தாபூர், அதுவே நம் கிழக்கெல்லை ஆகும். புரந்தரில் இருந்து பத்து காத தொலைவில் உள்ளது. ஆதில்ஷாஹியின் வேய் மாகாணம், ஜாவலி ஒருகாலத்தில் அந்த மாகாணத்தின் பகுதியாய் இருந்தது. நூறாண்டுகளுக்கு முன்னால் அது மோரேக்களுக்கு வழங்கப்பட்டது. அதெல்லாம் உமக்கு நன்றாகவே தெரிந்திருக்கும்.' பால்கர் இணக்கமற்றவர். ஒரு அளவுக்கு மேல் கலந்துரையாடக் கூடாது என்கிற தம்முடைய நிலைப்பாட்டில் உறுதியாக இருந்தார் அவர்.

முரார்பாஜி வேய் மாகாணத்தைப் பற்றியும், அப்ஸல்கான் அதன் சுபேதார் என்பதையும் முன்பே அறிந்திருந்தார். சந்திர ராவ் ஸாஹிப் சொல்லியிருக்கிறார். 'நாம் அப்ஸல்கானிடம் இருந்து நம்மைக் காப்பாற்றிக் கொண்டுவிட்டால், கடவுள் கூட நம்மைத் தொட முடியாது' என்று.

பால்கர் இப்போது கிழக்கு நோக்கிச் சென்றாலும், தம் கையை அசைத்து, வடக்கில் சுட்டிக் காட்டியபடி சொன்னார், 'அந்தக் குன்றுகளில் செங்குத்தான சரிவுகள் இருந்தாலும், வடக்கில் இருந்து எதிரி எளிதாய் வந்துவிடக் கூடும். அதைப் பிற்பாடு நீரே கண்டு கொள்வீர். இங்குள்ள மதிற்சுவர்கள் பலம்மிக்கவை, பாதுகாப்பானவை. கண்காணிப்புக் கோபுரங்களில் எப்போதும் ஆட்கள் இருந்தாக வேண்டும் என்பதை நீர் மறந்துவிடக் கூடாது.'

சமீபத்திய தகவல்களுக்கிணங்க, ராஜா சிவாஜி மராத்தியப் படைகளின் படைத்துறை முதல்வராக பால்கரை நியமிக்கவிருப்ப தாய்த் தெரிகிறது.

போகிறபோதே, குன்றில் பரவியிருக்கும் சுங்கச் சாவடிகள் பற்றியும், கண்காணிப்புக் கோபுரங்கள் பற்றியும் முரார்பாஜிக்குச் சொல்லப்பட்டது. நிஷானபர்ஜ், ஷேந்திரி பர்ஜ், ஹட்டி பர்ஜ், கோங்கினியா பர்ஜ் என்ற பெயர்களில் கண்காணிப்புக் கோபுரங்கள் இருப்பதையும் அவர் தெரிந்துகொண்டார். மழையின் சீற்றம் இப்போது தணிந்து, சிறு தூறலாய் விழுந்து கொண்டிருந்தது. கோங்கினியா பர்ஜிற்கு அருகேயிருந்த கருங்கல்லாலான கட்டி டத்துக்கு அவர் அழைத்துச் செல்லப்பட்டார். அதில் ஒரேயொரு சன்னல் இருந்தது, கம்பிகளற்ற பெரிய சன்னல். கூடம் வெறிச் சோடிக் கிடந்தது. கனமானக் கத்தியைக் கையில் வைத்துக்கொண்டு ஒரு கறுத்த மனிதன் அங்கே காவல் இருந்தான். முரார்பாஜி அந்தச் சன்னல் வழியே குனிந்து பார்த்தார். அங்கிருந்து ஒரு செங்குத்தான பாறைச் சரிவு பள்ளத்தாக்கில் போய் முடிந்தது.

'மரண தண்டனை விதிக்கப்பட்ட குற்றவாளிகள் இங்கிருந்து தள்ளிவிடப்படுவார்கள், அவர்களுடைய உடற்பகுதி போர்வையால் சுற்றப்பட்டு, தலைப்பகுதி மட்டும் மூடப்படாமல் இருக்கும்' என்று பால்கர் சொன்னது அவரைத் திகிலடையச் செய்துவிட்டது.

முரார்பாஜி அறிந்து கொள்ளும் ஆர்வத்துடன் கேட்டார், 'மரண தண்டனை எந்தெந்தக் குற்றங்களுக்கு விதிக்கப்படுகிறது?' என்று.

'நம்பிக்கைத் துரோகம் முக்கியக் குற்றம். ஆனால் நம்முடைய படைவீரர்களில் இரண்டு பேர் பெண்களைப் பாலியல் வன் முறைக்கு உட்படுத்தியதற்காக இந்தப் பலகணி வழியே வீசியெறிப் பட்டார்கள்' சலனமற்ற முகத்துடன் சொன்னார் பால்கர். அடுத்து தானியக் களஞ்சியம், ஆணை பிறப்பிக்கும் இடம், பண்டகச் சாலைகள், ஆடுமாடு குதிரை இவைகளைத் தற்காலிகமாக வைக்கும் பட்டிகள் என்று பலவற்றையும் அவர் முரார்பாஜிக்குக் காண்பித் தார்.

மழை சுத்தமாய் நின்றுவிட்டிருந்தது. காற்று அவர்களுடைய மேலாடையை ஊடுருவி, அவர்களைக் குளிரில் நடுங்க வைத்தது. 'புரந்தர் கோட்டையை நாங்கள் உமது பொறுப்பில் ஒப்படைக்கிறோம் என்பது நினைவிருக்கட்டும். நீரே கோட்டையின் காவல் தலைவர். இந்தக் கோட்டை பீமா ஆற்றில் இருந்து பன்னிரண்டு காத தொலைவில் உள்ளது. அந்த ஆற்றுக்கு இருப்பது

முகலாயரின் நிலப்பகுதி.' பால்கரின் சுருக்கங்களுடன் கூடிய கரிய கண்கள் அவருடைய கண்களைத் துளைப்பதுபோல் பார்த்தது.

முரார்பாஜியின் நெஞ்சம் பெருமிதத்தில் புடைத்தது. ராஜா சிவாஜி போர்த்திறக் கட்டமைப்புடன் கூடிய கோட்டையல்லவா அவரிடம் ஒப்படைத்திருக்கிறார்!

புது நபரின் கண்களில் மகிழ்ச்சியொளி பாய்வதைக் கண்டார் பால்கர். அவர் வெடுக்கென்று சொன்னார், 'கோட்டைக்குப் பொறுப்பாளர் நீர் மட்டுமல்ல. ஒவ்வொரு கோட்டையும் மூன்று பேர் பொறுப்பில் ஒப்படைக்கப்படுகிறது. ஒரு படையதிகாரி, அவருக்கு உதவ ஒரு எழுத்தர், உணவுத்துறை அதிகாரி என மூவர். அதுவன்றி நுழைவாயில், ரோந்து, காவல் கோபுரக் கண்காணிப்பு ஆயுதப் பண்டகச் சாலை இவற்றுக்கென தனித்தனி அதிகாரிகள் உண்டு. அவர்கள் தலைமைப் பொறுப்பாளர்களாகிய உங்கள் மூன்று பேரிடமும் தங்கள் செயல்பாடுகள் பற்றி அறிவிக்கை செய்வார்கள்.'

'மலையடிவாரக் குன்றுகளை யார் காப்பது?' முரார்பாஜி தம் தொண்டையைச் செருமிக் கொண்டு எச்சரிக்கையுடன் கேட்டார்.

'புறக்காவல் பணியை இனமரபுக் குழுக்களைச் சேர்ந்தவர்கள் கவனித்துக் கொள்வார்கள். ராஜா அவர்களை நகரக் காவலர்கள் என்று அழைப்பார். அவர்களைத் தாழ்வாகக் கருதாமல் மிகவும் மரியாதை காட்டி நடத்தவேண்டும். அவர்கள் ராஜாவின் படையில் பணிநிரந்தரம் செய்யப்பட்டவர்கள். அவர்களுடைய சவுகரியமான வாழ்வைக் கருத்தில் கொண்டு அவர்களுக்கு இறையிலி நிலமும் வழங்கப்பட்டுள்ளது.'

முரார்பாஜி இதுபோல் எதையும் இதற்குமுன் கேள்விப் பட்டதேயில்லை.

'நீரும், நானும் கோட்டையின் காப்பரண், முகப்புப் பகுதி என்றால் அவர்கள் அவற்றின் அடித்தளமாவர். நீரும் நானும் மரத்தின் கிளைகள் என்றால் அவர்கள் வேர்கள். சொல்லப் போனால் நம்மைவிட அவர்களுக்கு முக்கியத்துவம் அதிகம்.'

முரார்பாஜி அமைதியாகத் தலையசைத்தார். பால்கர் தொடர்ந்தார், 'இந்தக் கோட்டையில் அநேகக் கோயில்களும், ஏரி களும் உண்டு. இந்தக் கோட்டையைத் தன்னளவில் ஓர் உலகம் என்றே கூறலாம். பகைவர்கள் முற்றுகையிட்டால் பல மாதங் களுக்குத் தாக்குப் பிடிக்கும் திறன் கொண்டது.'

தமது பணி கூடுதல் அழுத்தம் உடைய பொறுப்பு என்பதைப் புரிந்துகொண்டார் முரார்பாஜி. பால்கர் மறுபடியும் கிழக்குப்

பக்கம் நடந்து, 'நாம் ஒரு குன்றின்மீது ஏறிச் செல்வோம். அங்கே குறிப்பிடும் படியான ஒன்றை உமக்கு நான் காண்பிக்க வேண்டி யிருக்கும்' என்றார்.

புரந்தருக்குத் தொடர்பில்லாத ஒன்றைப் பற்றிக் கேட்க விரும்பினார் முரார்பாஜி. மலையடிவாரத்தை அடைவதற்குமுன் தைரியத்தை வரவழைத்துக் கொண்டு கேட்டார், 'நீங்கள் டில்லி அல்லது ஆக்ரா போயிருக்கிறீர்களா? உண்மையிலேயே அப்படி நகரங்கள் உள்ளனவா?' என்று.

அகல விரித்த கண்களுடன், வினோத உச்சரிப்பில் மராத்தி பேசுகிற அந்த எளிமையான மனிதரை வெறித்த பார்வையுடன் நோக்கினார் பால்கர். 'ஜாவலியில் இருந்து வந்திருக்கும் இந்த நாட்டுப்புறத்து ஆசாமி சரியான முட்டாள்' என்று எண்ணிக் கொண்டார் அவர். புன்னகையில் தன்னை மறைத்துக் கொண்டு விட்டார்.

'நான் டில்லிக்கோ ஆக்ராவிற்கோ போனதில்லை. பீஜப்பூரில் கொஞ்சகாலம் இருந்திருக்கிறேன்' என்று சினக் குறிப்புடன் சொன்னார். 'இந்த மனிதனிடம் ராஜா என்னத்தைக் கண்டு விட்டார்? வெறும் வாள்வீச்சைத் தவிர?'

ஒரு குன்றின் அடிவாரத்துக்கு அவர்கள் வந்தனர். மேலே செல்வதற்கு இருந்த பாதை சேற்றின் வழுக்கலுடன் இருந்தது. படர்ந்து கிடக்கும் கொடிகளைப் பற்றிக் கொண்டு அவர்கள் ஏறிச் சென்றனர். முரார்பாஜி மெல்ல, கவனமாய் அவரைப் பின் பற்றினார். குன்றின் உச்சியை அடையக் கூடுதல் அவகாசம் தேவைப்பட்டது. பாதையின் முடிவில் ஒரு கண்காணிப்புக் கோபுரம் இருந்தது. அந்த இடத்தில் காற்று வீச்சு பலமாக இருந்தது.

'இதுதான் கண்டாகடா. இந்தக் கண்காணிப்புக் கோபுரத்தில் இருந்து, புரந்தருக்குப் பாதுகாப்பாக உள்ள வஜ்ரகாட் கோட்டையை நீர் காணலாம்.' பால்கர், காற்றின் பேரோசையை மீறிச் சத்தமாய்ச் சொன்னார்.

முரார்பாஜி வடக்குப் பக்கம் குனிந்து நோக்கி, பாறைப் பிதுக்கம் ஒன்றைக் கண்டார். அங்கேயும் இரண்டு கண்காணிப்புக் கோபுரங்கள் வடகிழக்கு மூலையில் காணப்பட்டது. இரண்டையும் இணைக்கிற காப்பரணில், ஒரு மேடைமீது பீரங்கி ஏற்றி வைக்கப் பட்டிருந்தது.

'அந்தச் சிறிய கோட்டையைப் பகைவர் வந்தடையும் போது தாக்குதல் நடத்தவே இந்தக் காவல் கோபுரங்கள். காவல் கோபுரங் களுக்குக் கீழே பீரங்கிக் குண்டுகளும், வெடிமருந்துகள் நிலவறையில் வைக்கப்பட்டுள்ளன.'

முராார்பாஜி காவல் கோபுரங்களின் மற்றொரு பக்கம் பார்வையைச் செலுத்தினார். அந்தக் குன்றுக்கும் புரந்தர் குன்றுக்கும் இடையே அவற்றைப் பிரிப்பதுபோல் குறுகிய பள்ளத்தாக்கு ஒன்று இருந்தது.

'முகலாயர்கள் வடக்கில் இருந்து வந்தாலும் அல்லது ஆதில்ஷாஹி குதிரைப்படைகள் கிழக்கில் இருந்து அணிவகுத்து வந்தாலும் அவர்கள் முதலில் 'வஜ்ரகாட்' பகுதியைத் தாக்குவார்கள். அவர்களுக்கு வஜ்ரகாட் குன்றில் ஏறுவது எளிதாயிருக்கும். வஜ்ரகாட் காவல் கோபுரங்களை வெடிமருந்து வைத்துத் தகர்ப்பார்கள். பிறகு அந்தக் குறுகிய பள்ளத்தாக்கைக் கடந்தால் போதும், புரந்தரின் வாயில்களில் ஒன்றை அடைந்து விடலாம்' முராார்பாஜி சட சடத்தார்.

'அதற்கான வாய்ப்பு மிகக் குறைவு' தயக்கத்துடன் சொன்னார் பால்கர். 'இந்த முட்டாள் ஒன்றும் மோசமான அளவிற்கு மூடன் அல்ல' என்று தனக்குள் சொல்லிக் கொண்டார் அவர்.

'வஜ்ரகாட் தளங்கள் யாவும் புரந்தரில் உள்ள காப்பரண்களை விட மிகவும் தாழ்வாக அமைந்தவை. காவல் கோபுரங்களைத் தகர்ப்பது எளிதல்ல' இறுதிக் கருத்து தம்முடையதாய் இருக்க வேண்டும் என்று விரும்பினார் பால்கர்.

'ஆனால் எதுவும் சாத்தியமற்றதாய் இருந்துவிடாது. பகைவன் புத்திசாலியாய் இருந்தால் சாரக்கட்டில் (உலோகக் கம்பங்களும், மரப்பலகைகளும் கொண்ட கட்டமைப்பு) பீரங்கியை வைத்துப் பயன்படுத்துவான்.'

புரந்தரின் தாக்குக் கருவிகள் அப்போது பலவீனப்பட்டுவிடும். முராார்பாஜி தனக்குத்தானே சொல்லிக் கொண்டாலும் கூட இனந்தெரியாத பயம் அவரைக் கவ்விக் கொண்டது. அவருடைய இமைகள் துடித்தன, அது நல்ல அறிகுறி அல்ல.

அத்தியாயம் ஏழு

1

தில்லியில் பருவமழை தள்ளிப்போனது. பேரரசின் தலை நகரத்தில் பிற்பகற்பொழுதுகள் தாங்கமுடியாத வெப்பத்தைச் சுமந்திருந்தன. குளிர்ச்சியையும் நறுமணத்தையும் கொடுப்பதற்காக அறைகளில் உள்ள வெட்டிவேர் தட்டிகள் மீது நீர்மத்துளிகள் வீசப் பட்டன. ஏழைகள் வண்டிகளைத் தள்ளிக்கொண்டோ, நகரத்தின் கட்டுமானப் பணிக்கான பொருட்களைச் சுமந்து கொண்டோ சென்றார்கள். செல்வந்தர்கள் பிற்பகல் நேரங்களில் வீட்டுக் குள்ளேயே இருந்து கொண்டார்கள். தலைநகரம், செயலற்ற வீதிகளும், சோர்வுற்ற மரங்களுமாய் மக்கள் நடமாட்டமின்றி வெறிச்சோடிக் கிடந்தது. வசதிபடைத்தவர்கள் வாழும்பகுதியில் வளமான பூஞ்சோலையின் நடுவே அமைந்திருந்தது மிர்ஸா ராஜா ஜெய்சிங்கின் மாளிகை. சூரியனின் வெப்பக் கிரணங்கள் உட்புகாத படி மரங்களும், பூஞ்செடிகளும் அங்கே செழித்து வளர்ந்திருந்தன. பரந்தகன்ற கட்டிடம், வில்வளைவானக் கட்டமைப்புடன் கூடிய நடைக்கூடங்கள், அமைதியான நீர்நிலையின் கரைகளில் மாட விதானங்கள் (உருண்டை வடிவிலானவை). நடைக்கூடம் பரபரப் பாக இருந்தது. குதிரைவீரன் ஒருவன் கோட்டையில் இருந்து தகவலுடன் வந்திருந்தான். பேரரசர் ஷாஜஹான் மிர்ஸாவை உடனே காணவிரும்புகிறார்.

வீட்டுப் பணியாட்கள் பதற்றமாகி, வந்திருந்தவன்மீது அக்கறை காட்டி அமர்க்களப்படுத்திவிட்டார்கள். அரைத்த பாதாம் கலந்த இனிய பாலைச் சுவைத்துக்கொண்டு மாளிகை முற்றத்தில் காத்திருந் தான் அவன். பூஞ்செடிகள், நேர்த்தியான பளிங்குச் சிலைகள், நீரூற்றுகள், தோட்டப்பகுதி என்று எல்லாவற்றையும் அவன் பார்த்தபடி இருந்தான். அவனை வியப்பிலாழ்த்தியது முற்றத்தில் இருந்த கோயில். அதன் கூம்புவடிவக் கோபுரம், சலவைக்கல் தளத்தில் அமைக்கப்பட்டு, இரண்டு தங்கத்தூண்களால் தாங்கப்

பட்டிருந்தது. அதன் தங்கமுலாம்பூசிய உச்சிப்பகுதியில் செம்மஞ்சள் நிறக் கொடியொன்று பெருமிதமாய் அசைந்து கொண்டிருந்தது. மிர்ஸா ராஜா ஜெய்சிங் பேரரசரின் மான்ஸப்தார் ஆவார். இராஜபுத்ர இந்துக்கள் மங்கலச் சின்னமாய்க் கருதும் செம்மஞ்சள் நிறக்கொடியைப் பயன்படுத்த அவர் அனுமதிக்கப்பட்டிருந்தார்.

உள்ளே, இரண்டாம் தளத்தில் மிர்ஸா பரபரத்தார். ஐம்பது வயதுக்காரரான அவர் ஒரு இளைஞனுக்குரிய சுறுசுறுப்புடன் படிகளில் இறங்கி, முற்றத்துக்கு வந்தார். பணியாள் ஒருவன், சித்தப்படுத்தியிருந்த குதிரையொன்றைக் கொண்டு நிறுத்தியிருந்தான். மரங்கள் அணிவகுத்திருக்கும் ஜெய்சிங்புரத்துத் (அவர் பெயரில் அமைந்த புறநகர்ப் பகுதி) தெருக்களின் வழியே, அரசாங்கக் குதிரை வீரன் பின்னே தன் குதிரையை வேகப்பாய்ச்சலில் ஓடவிட்டார் அவர். பேரரசரின் உடல்நிலைகுறித்து நகரத்தில் பரவி யிருந்த வதந்தி அவரைக் கவலைக்குள்ளாக்கி இருந்தது. போர்க் களத்தின் மீது கழுகு வட்டமிட்டுப் பறப்பது போன்ற தீக்குறி. ஆயினும், அது ஐயத்திற்கிடமில்லாதது. பேரரசரின் உடற்பிணி அவருடைய உயிரைப் போக்கிவிடுவது என்று சிலர் சொன்னார்கள் ஒருவரிடம் இருந்து மற்றொருவருக்கென்று அந்தச் செய்தி எங்கும் பரவிவிட்டது. மிர்ஸா பேரரசரைப் பார்த்து கொஞ்சநாள் ஆகிவிட்டிருந்தது. சமீபகாலத்தில் பேரரசர் அரசுமுறைப் பயணமாக எங்கும் செல்லவில்லை, நகர்வலம் வரவில்லை என்பதால் அவர் கவலைக்குள்ளாகி இருந்தார். ஷாஜஹான் தம்முடைய செல்வ வளத்தையும், இராணுவ பலத்தையும் வெளிக்காட்டி மெச்சப் படுவதை விரும்புகிறவர்.

கோட்டையின் சுவர்கள் செந்நிறக் கற்களாலானவை. அதன் தூபிகளும், முகப்புகளும் அந்திச் சூரியனின் பொன்னொளியில் பளிச்சிட்டன. சுவர்களுக்கு மேல் வளைவான கூரையுடன் கூடிய கண்காணிப்புக் கோபுரங்கள் அவற்றின் குவிமாடங்களுடன் நேர்த்தியாகக் காணப்பட்டன. கோட்டையின் நுழைவாயிலிலும், முகப்புப் பகுதியிலும் காவல் பலமாக இருந்தது. அவர்கள் நுழைந்தபோது பல தூண்களுடன் எழுப்பியிருந்த கூடம் அவருக்குப் பேரரசரின் கொலுமண்டபக் காட்சியை நினைவுபடுத்தியது. அரசவையில் ஷாஜஹான் மயிலாசனத்தில் அமர்ந்திருப்பார். முத்து இழைவரிசையுடன் கூடிய கவிகையை தங்கத் தூண்கள் தாங்கி நிற்கும். அந்தத் தூண்களில் மாணிக்கமும் வைரங்களும் பதித் திருக்கும்.

அந்த ஒளிமயமான மேடையை நேரிட்டுக் காணக் கண்கள் கூசியவர்களாய் இளவரசர்களும், முதலமைச்சரும், பேரறிஞர்களும்,

மான்ஸப்தார்களும், அயல்நாடுகளின் அரசுப்பிரதிநிதிகளும் அமர்ந்திருப்பர். அவர்களுடைய கண்கள் அரசரை நிமிர்ந்து நோக்குவதில் தயக்கம் கொண்டு, கீழ்நோக்கியிருக்கும். மிர்ஸாவுக்கோ தம் தலைவரை உற்றுப்பார்த்திருக்கப் பிடிக்கும். பேரரசரைத் தம் தந்தையாகவே மதிப்பவர் அவர். நல்ல ஆரோக்கியத்துடன் இருந்த பொழுது ஷாஜஹானின் அழகான சருமம் மினுமினுப்பாக இருக்கும். விருதுகள், பதவி உயர்வுகள், வெகுமதிகள் வழங்கும்போது அவருடைய முகத்தோற்றம் காண்பவரைக் கவரும்படியாய் நம்பிக்கையோடு பிரகாசிக்கும்.

கடைசி முறையாய் அவர் தர்பாரில் அமர்ந்து வெகு நாளாகி விட்டது.

மிர்ஸா பேரரசரின் உடல்நிலையை அறிவதில் ஆவலாக இருந்தார். குதிரை வீரன் பேரரசரின் அறைத் தொகுதியை நோக்கி வலப்புறம் குதிரையைத் திருப்பினான். ஷாஜஹான் ஒருபோதும் தாம் வசிக்கும் பகுதியில் சந்திப்புக்கூட்டம் வைத்துக்கொள்வதில்லை. அரசகுடும்பத்தினர் வசிக்கும் இடத்தில் தார்த்தாரியப் பெண்களின் கூட்டம் வளைய வந்து கொண்டிருந்தது. உறுதியான, பெரிய தசைகளை உடைய அந்தப் பெண்களின் முன்னோர்கள் வோல்கா ஆற்றின் கரையோரம் வசித்தவர்கள், அவர்கள் போர்த் தொழில் புரியும் இனத்தவர்கள். தம்முடைய கோட்டைகளையும், மாளிகைகளையும் அவர்களின் காவலில் பேரரசர் ஒப்படைத்திருந்தார். அவர்கள் கவசம், கால்சராய், தலைக்கவசம் அணிந்த வீராங்கனைகள். சூரிய வெப்பம் குறித்து அவர்கள் கவலைப்பட்டதாய்த் தெரியவில்லை. தங்கள் முகத்தை மெல்லிய திரைகொண்டு மூடியிருந்தனர், ஆனால் கைகளில் கூர்முனை கொண்ட நீளமான ஈட்டிகளை வைத்திருந்தனர். எவ்வித உணர்ச்சியையும் காட்டாத அவர்களுடைய மைதீட்டிய விழிகள் மிர்ஸாவின் பக்கம் பார்வையை வேகமாய்ச் செலுத்தின. அவர்கள் கைகளை மட்டுமே பயன்படுத்தி சண்டை செய்கிற திறன் பெற்றவர்கள், ஒரே சமயத்தில் பல ஆண்களைத் தாக்கும் வல்லமை கொண்டவர்கள். அவர்கள் பெற்ற பயிற்சி அத்தகையது. குதிரையில் வந்த இருவரும் இறங்கியதும் குதிரைகள் வேறுபக்கம் கொண்டு செல்லப்பட்டன. செய்தி கொண்டு வந்தவன் தலையசைக்கவும், பெண்கள கூட்டம் விலகி, ஆண்கள் உள்ளே செல்ல வழிவிட்டது.

நடைக்கூடத்தின் இருளுக்குப் பழக்கப்பட சிறிது நேரமாயிற்று மிர்ஸாவிற்கு. அறை மிகவும் குளிர்ச்சியாய் இருந்தது. பேரரசரைப் பார்த்த பின்பே சூழ்நிலையின் தீவிரத்தை அவர் புரிந்துகொண்டார். அந்தப் பெரிய அறையின் மையத்தில் படுக்கை அமைந்திருந்தது.

திரைகள் இழுத்து விடப்பட்டிருந்தன. அறையின் தொலைதூர மூலையில் கொத்துவிளக்கொன்று தொங்கிக் கொண்டிருந்தது. பேரரசர் தமது படுக்கையில் படுத்திருந்தார். ஊக்கம் குன்றியவராய், சலிப்புடன் காணப்பட்டார். மூத்தமகன் தம் தந்தையின் பக்கத்தில் அமர்ந்திருந்தார். அறையின் ஒரு மூலையில் மருத்துவர் இருவர் தங்களுக்குள் கிசுகிசுப்பான குரலில் பேசிக் கொண்டிருந்தனர். அவ்வப்போது தங்கள் பார்வையை நோயாளி மீது அவர்கள் செலுத்தியிருந்தனர். அறையில் முன்பின் அறிந்திராத மூலிகைகளின் வாசம்.

மிர்ஸா பேரரசரைப் பார்த்து கிட்டத்தட்ட எட்டுமாத காலம் இருக்கும். ஒரு கொள்ளை நோய் பரவி தில்லியையும் அதன் சுற்று வட்டாரத்தையும் நாசம் பண்ணிக் கொண்டிருந்தது. தெருக்களிலும், வீடுகளிலும், வழிபாட்டுத் தலங்களிலும் எலிகள் செத்து, அந்த வாடை, காற்றில் கலந்துவிட்டது. மக்கள் பூச்சிகள் போல் விழுந்து மடிவதைக் கேள்விப்பட்டார் அவர். சிலருக்கு பிறப்புறுப்பிலோ, அக்குளிலோ வீக்கம் ஏற்பட்டு சிகிச்சைக்கு அவகாசம் இல்லாமலே தங்கள் கடைசி மூச்சைவிட்டனர். செல்வந்தர்கள் நகரத்தை விட்டு ஓட்டம் பிடித்தனர். பேரரசர் அரசுக்குச் சொந்தமான படகில் பயணித்து, 'ஸிர்முர்' மலையடி வாரத்தில் உள்ள தமது மாளி கைக்குச் சென்று தங்கிவிட்டார்.

பேரரசர், ஸிர்முரில் இருந்தபொழுது, தம் முப்பதாண்டுகால ஆட்சி நிறைவை விழாவாகக் கொண்டாடியது பற்றியும் மிர்ஸா கேள்விப்பட்டார். விமரிசையாக நடந்த விழாவில் எழுநூற்றி ஐம்பத்தியாறு கேரட் எடையுள்ள கோகினூர் வைரம் முக்கியஸ் தர்கள் பார்த்துப் பாராட்டுவதற்காகக் காட்சியில் வைக்கப்பட்ட தாகவும் தகவல். மிர்ஸா அந்த நிகழ்ச்சியில் கலந்து கொள்ளவில்லை. கொள்ளைநோய்ப் பாதிப்பில் இருந்து தம் குடும்பத்தினரைக் காப்பதற்காக அவர் ஜெய்ப்பூருக்குச் சென்று விட்டிருந்தார்.

அவர் பேரரசரின் பக்கம் மெள்ள நடந்து, சிரம் தாழ்த்தி வணங்கினார், 'ஜஹன்பனாஹ்... ஸோர் பெகெய்ர் ஜகன்பனாஹ்' என்று வாழ்த்தினார். தம்முடைய வாழ்த்துகளை ஏற்குமாறு பேரரசரை வருந்திச் செயலுக்குத் தூண்டினார். உருதுவிலும், பாரசீக மொழியிலும் பேரரசருக்கு மாலை வணக்கம் தெரிவித்தார். அவர் எப்போதுமே பேரரசரை 'ஜஹன்பனாஹ்' என்ற சிறப்புப் பெயரில் தான் அழைப்பார். 'உலகின் சரணலாயம்' என்பதே இதன்பொருள். இது ஈரானியர்கள் தங்கள் பேரரசரை அழைக்கும் சொல்.

ஐந்து லட்சம் போர் வீரர்கள் கொண்ட பெரும்படையைத் தம் கட்டுப்பாட்டில் வைத்திருக்கும் பேரரசர், தமது நம்பிக்கைக்குரிய

இராஜபுத்ர மான்ஸப்தாரைக் காண வேதனையுடன், கடும் முயற்சி செய்ய வேண்டிதாயிற்று. மூச்சுத்திணறலுடன் மெதுவாகச் சொன்னார், 'எங்களுக்கு உமது உதவி தேவைப்படுகிறது' என்று. தம்முடைய எசமானர், அத்தனை நெகிழ்வுடன் எப்போதுமே உதவி வேண்டுமென்று கேட்டதில்லை என்பதை அவர் நினைத்துக் கொண்டார்.

அவருடைய முகம் தன்னடக்கத்தை வெளிக்காட்டியது. தம் வாழ்க்கை நெடுகிலும் பேரரசர் தம்மால் முடிந்த அளவு வாரி வழங்கிக் கொண்டேயிருந்தவர். மிர்ஸாவின் மனக்கண்ணில் அத்தகைய காட்சி ஒன்று விரிந்தது. விருது வழங்கும் விழா. *கான் அல்லது கான் கானன் என்கிற பட்டங்களைப் பெறுவதற்காக இஸ்லாமிய மான்ஸப்தார்கள் வந்து காத்திருந்தனர். இந்து மான்ஸப்தார்கள் ராஜா, ராய் அல்லது ராவ் என்பதில் ஏதாவதொரு பட்டம் தங்களுக்குக் கிடைக்கும் என்று காத்திருந்தனர். பேரரசர் 'கிலாத்' என்கிற கவுரவ அங்கியையும் 'ஸெர்பெக்' என்கிற அணிகலனையும் (தலைப்பாகையை அலங்கரிப்பது), சிறப்புப் பெயர் பொறித்த கணையாழிகளையும், ஆபரணங்களையும், வேட்டை நாய்களையும், பந்தயக் குதிரைகளையும் அந்த விழாவில் வழங்கினார்.

ஏன் யானைகளும், 'ஜாகீர்'களும் கூட பரிசுகளாய் வழங்கப் பட்டன. பரிசு பெறுபவர், பேரரசரின் சிம்மாசனத்தையே அணுகும் போது நிலந்தோய உடலை வளைத்து மும்முறை தலைவணங்குவார். அப்போது அவருடைய வலக்கரத்தின் புறப்பகுதி தரையைத் தொட்டிருக்கும். அந்த மனிதர் எழுந்து, தம் நெற்றியைத் தம்முடைய புறங்கையால் தொட்டுக் கொள்வார். தம் உடலையும் மனதையும் அவர் பேரரசருக்கு அர்ப்பணிப்பதை அது குறிக்கும்.

ஆனால், தற்போதோ பேரரசரின் உடலும் மனமும் திடமிழந்து விட்டதாய்த் தெரிகிறது. மருத்துவர்கள் கடுகடுப்பான தோற்றத்தில் இருந்தனர். தங்கள் கருத்தை முன்னிறுத்தி தங்களுக்குள் அவர்கள் வாதிட்டுக் கொண்டிருந்தனர். தாராஷிகோ 'உஷ்' என்று சைகை செய்து அவர்களுடைய இரைச்சலை அடக்கியதோடு, மிர்ஸாவை நோக்கி 'நம்மால் முடிந்த அளவு அனைத்து வகை ஆதரவுகளையும் பெறவேண்டும், படைகளைத் திரட்ட வேண்டும்' என்றார்.

---

* கான் – துருக்கியப் பட்டங்களுள் ஒன்று. அரபுச் சொல்லான ஹாக்கான் என்பதன் திரிபு. இதன் பொருள் 'சிற்றரசர்' என்பதாகும். இது அரபியில் 'மாலிக்', பார்ஸியில் 'ஷா' இவற்றுக்குச் சமம்.

கான் கானன் – தலைவர்களின் தலைவன்.

'கான்' விருது பெரிய ஆளுநர்களுக்கு வழங்கப்பட்டது. 'கான் கானன்' பிரமுகர்களுக்கும், அமைச்சர்களுக்கும் தளபதிகளுக்கும் வழங்கப்பட்டப் பட்டமாகும்.

நாற்பதுகளின் தொடக்கத்தில் இருந்த தாரா, தம் வயதுக்கும் குறைவான இளமைத் தோற்றத்தில் காணப்பட்டார். கோளவடிவான முகத்தையும் குழந்தைகளுக்கேயுரிய மென்மையான சருமத்தையும் கொண்டிருந்தார் அவர். அவருடைய சகோதரர்களிலேயே அவர்தான் அதிக அழகும், கவர்ச்சியும் வாய்ந்தவர் என்பதில் சந்தேகமேயில்லை.

'அச்சமூட்டும் வகையில் போர் அபாயம் நம்மீது கவிந்து கொண்டிருக்கிறது' பேரரசர் முணுமுணுத்தார். 'ஒரு பேரரசரின் வாழ்க்கையே ஒருவித மாயைதான். வானவெளியில் பலவண்ணம் காட்டும் வாணவேடிக்கை கணப்பொழுது ஜாலங்காட்டி மறுகணத்தில் மறைவது போலவே அதுவும்', மிர்ஸா தனக்குள் சொல்லிக் கொண்டார்.

ஷாஜஹானைப் பொருத்தவரை 'அந்தக் கணப்பொழுது' முப்பதாண்டுகாலம் நீடித்திருக்கிறது. எட்டாயிரம் மான்ஸப்தார்களையும் அவர்களுடைய இரண்டு லட்சம் குதிரைகளையும் தம் கட்டுப்பாட்டில் வைத்திருந்தவர் கட்டிலில் படுத்திருக்கிறார், எவ்விதத்திலும் ஒரு பேரரசரைப்போல் அவர் காட்சியளிக்கவில்லை. ஜெய்ப்பூரின் அரசரான மிர்ஸா பேரரசரின் பராமரிப்பில் வளர்ந்தவர். தம்முடைய சிறுவயதிலேயே தமது அரசை விட்டு வந்து பேரரசின் இராணுவத்தில் சேர்ந்து கொண்டவர். பேரரசின் விரிவாக்கத்திற்காக நிகழ்த்தப்பட்ட போர்களில் மிர்ஸா படைகளுக்குத் தலைமையேற்றிருந்தார். பேரரசரின் விருப்பப்படி வடக்கில் ஆப்கன், தெற்கில் தக்காணம், மேற்கில் காந்தஹாரில் இருந்து கிழக்கில் முன்கீர் வரை எல்லைகளை விரிவுபடுத்துவதில் அவருக்கு முக்கியப் பங்களிப்பு இருந்தது எனலாம். 'பேரரசரின் நோய் என்னமோ பொத்திவைக்கப்பட்ட ராஜாங்க இரகசியம் போல் கருதப்படுகிறது. இந்த மருத்துவர்களும், மிகச் சில உயர்குடிமக்களும் மட்டுமே அதை அறிந்தவர்கள். ஆக்ராவில் உள்ள எங்கள் சகோதரிகளாலும் அதைப் புரிந்துகொள்ள முடியவில்லை. ஆனால், என்னுடைய சகோதரர்கள் பற்றி எனக்கு உறுதியாய் எதுவும் தெரியவில்லை' என்று துயரார்ந்த குரலில் சொன்னார் தாரா.

'நாம் தயாராக இதுவே சரியான தருணம், நீங்கள் என்ன நினைக்கிறீர்கள்?'

மிர்ஸா திகைத்துவிட்டார், 'தாராஷிகோ எந்த உலகில் வாழ்கிறார்?' வசதிபடைத்த, மேல்தட்டு மக்கள் முன்பே பேரரசரின் நோய்பற்றி வம்பளப்புகளில் ஈடுபட்டிருக்கிறார்கள். ஆக்ராவில் உள்ள அவர்களுக்கு மற்றவர்களின் வாழ்க்கை பற்றிப் பேசுவதே பொழுதுபோக்கு. ஆனால், இவருக்கு முன்பாய் உள்ள தாராஷிகோ

132 ❖ எல்லைக் கோடுகள்

மட்டுமீறிய சிறப்புரிமைகளைக் கொண்டவர். மணிமுடி சூடும் இளவரசர். அவருக்கு எதிராக யார் அறைகூவல் விடுக்க முடியும்?'

'இளவரசே! தாங்கள் சொல்வது உண்மையே' மிர்ஸா முணு முணுத்தார்.

'நாங்கள் சோதிடர்களிடம் ஆலோசித்துவிட்டோம். என் தந்தையார் நீண்டகாலம் வாழும்படியாய் முன்பே விதிக்கப்பட்டிருக் கிறது. தாரா அதீத நம்பிக்கையுடன் சொன்னார். அதில் ஒளிவு மறைவு இல்லை. தம்முடைய சொந்த வார்த்தைகளில் இருந்தே தமக்கான நம்பிக்கையை அவர் பெறுவதுபோல் இருந்தது. 'ஆனால், தந்தையின் நோய் பற்றிக் கேள்விப்பட்டு, என் சகோதரர்கள் அரியணைக்கு உரிமை கொண்டாடத் தலைநகர் நோக்கி வருவ தாய்த் தெரிகிறது. எங்களைச் சுற்றிப் போர்க் கொந்தளிப்பு ஏற்படக் கூடும்.' தாரா நேரடியாய் விஷயத்துக்கு வந்தார்.

தங்கள் குடும்ப வரலாறு மோசமான நிலையை அடைந் திருப்பதை தாரா நன்கறிந்திருக்கிறார். பேரரசரின் மகன்களுக்கு மூன்று தேர்வுரிமைகளே இருந்தன. ஒன்று அடுத்த பேரரசராவது அல்லது கொலையுண்டு போவது அல்லது பாதாளச் சிறையில் வதைபட்டுக் கிடப்பது. ஹுமாயூனுக்கு இரண்டு சகோதரர்கள். ஒருவர் மெக்காவுக்கு அனுப்பப்பட்டு அங்கேயே மர்மமான முறையில் செத்துப் போனார். தம்மைப் பேரரசராக அறிவித்துக் கொண்ட மற்றவருக்குக் கண்கள் குருடாக்கப்பட்டன. ஹுமாயூனின் மகன் அக்பருக்கு சகோதரர்கள் இல்லை, அதனால் நல்ல காலமாய் யாரும் கொல்லப்படவோ, குருடாக்கப்படவோ இல்லை. ஆனால் ஒன்றுவிட்ட சகோதரன் ஒருவன் இருந்தான். அவன் குவாலியரில் அரசியல் குற்றவாளிகளுக்கான சிறையில் அடைக்கப்பட்டு, மிதமிஞ்சிய அபினை விழுங்கி செத்துப்போனதாய் தகவல். அக்பரின் மகன்கள் குடித்துக்குடித்தே இறந்துவிட்டார்கள். சலீம் (ஜஹாங்கீர்) மட்டுமே போதை அடிமையாய் இருந்தும், அதிர்ஷ்ட வசமாய் உயிருடன் இருந்து ஆட்சி செய்தார். குஸ்ரோ என்கிற மகனால் அவருடைய அரியணைக்கு அச்சுறுத்தல் இருந்தது. அக்பர் தம்முடைய பேரன்மீது அளவற்ற பிரியமும், நல்லெண்ணமும் கொண்டிருந்தார். தம் தந்தையின் மறைவிற்குப் பிறகு, ஜஹாங்கீர் தம்முடைய மகனின் எழுச்சியைத் தடுத்து, அவனுடைய கண்களைக் குருடாக்கி, பாதாளச் சிறையில் அடைத்துவிட்டார். மிர்ஸாவின் எசமானரான ஷாஜஹானுக்கு மாற்று யாரும் இல்லாதபோதும் தம்முடைய மாமன்களை, ஒன்றுவிட்ட சகோதரர்களை, சித்தப்பாக் களை, சித்தப்பா பிள்ளைகளைக் கொல்லவோ, குருடாக்கவோ செய்தார். அரியணைக்கு ஆசைப்படக் கூடிய எல்லாரையும் தம்

வழியில் இருந்து அறவே துடைத்தெறிந்து விட்டார் அவர். சிலரைப் பலவந்தமாக நாட்டைவிட்டு வெளியேற்றினார். குருடாக்கிச் சிறையில் அடைக்கப்பட்டிருந்த குஸ்ராவின் சிறுவயது மகன் உறக்கத்திலேயே கொல்லப்பட்டான். அப்படியெல்லாம் செய்யாமல் இருந்திருந்தால் மிர்ஸாவின் எசமானர் முப்பதாண்டுகாலமாய் கல்லறையில்தான் ஓய்வுகொள்ள நேர்ந்திருக்கும்.

'அவர்கள் தலைநகரை நெருங்காதபடித் தடுப்பதற்கு நாங்கள் வியூகம் வகுத்திருக்கிறோம். போர்க்கவசத்தை அணிவதற்கான நேரம் வந்துவிட்டது. மிர்ஸா, நீங்கள் கிழக்கு நோக்கிச் சென்று ஷுஜாவை எதிர்கொள்ளுங்கள்' என்று மிருதுவான குரலில் சொன்னார் பேரரசர்.

'ஷுஜாபாய்க்குத் தெரிந்திருக்கும் என்றே தோன்றுகிறது. தன் நிர்வாகத்தில் உள்ள பகுதியிலேயே முடிசூட்டிக் கொண்டு தன்னை அடுத்த பேரரசராய் அறிவிக்கத் திட்டமிட்டிருப்பதாய்த் தகவல். இந்த வெட்கப்படத்தக்கச் செய்தியை நான் தந்தைக்குத் தெரிவிக்கும் படியாயிற்று' தாராஷிகோவின் சொற்கள் மிர்ஸாவை அதிர்ச்சி யடையச் செய்தது. அவர் பேரரசரை உற்றுநோக்கினார். ஷாஜ ஹானின் கண்கள் கண்ணீரில் பளபளத்தன.

பேரரசர் உயிரோடு இருக்கும்போதே இரண்டாவது இளவரசர் தம்மைப் பேரரசராய் அறிவித்துக் கொள்ள விரும்புகிறார். உங்கள் மகனே உங்கள் மரணத்தை விரும்புவதைவிட, உங்களை வேதனைப் படுத்தக் கூடியது வேறொன்றும் உலகில் இருக்கமுடியாது.

'நான் சித்தமாயிருக்கிறேன் ஜஹன்பனாஹ்' என்ற மிர்ஸாவின் முகம் அவருடைய பெருமிதத்தை வெளிக்காட்டியது. தாராஷி கோவின் மகன் சுலைமானிடம், அவருக்குக் கீழ்ப் பணியாற்றும் பொறுப்புத் தரப்பட்டிருந்தது.

எனினும், மிர்ஸாவின் மனம் எப்படிச் செயல்படும் என்பதை தாராஷிகோ அறிவார். சுலைமானை மிர்ஸாவுடன் அனுப்புவது அவர்மீது ஒரு கண் வைத்திருக்கத்தான் என்பதே உண்மை.

'முராத்தின் போக்கும் விசித்திரமாயிருக்கிறது' என்றார் தாராஷிகோ. அது மிர்ஸாவை மேலும் அதுபற்றித் தெரிந்து கொள்ளத் தூண்டியது.

'முராத்பக்ஷியை யார் எதிர்கொள்வது?' அவர் இன்முகத் துடன் கேட்டார்.

'முராத் ஒன்றும் பெரிய அச்சுறுத்தலாக இல்லை. உண்மையில் பேராபத்தை விளைவிக்கக்கூடியது ஔரங்கசீப்தான். அவர் தக்காணச் சுல்தான்களிடம் இருந்து கோடிக்கணக்கான ரூபாயை

வசூலித்திருக்கிறார். அதை அரசுக் கருவூலத்தில் ஒப்படைக்க வில்லை. தம்முடைய படைப் பராமரிப்புக்காக பீடார் பிரதேசத்தில் இருந்தும் பெரிய அளவு பணத்தை அவர் பறித்துக் கொண்டதாய்த் தெரிகிறது' கோபத்துடன் கூறிய பேரரசர், பட்டுத் தலையணை களில் சவுகரியமாய் சாய்ந்து கொண்டார். வேதனையின் சாயை அவரது கண்களில் பரவியிருந்தது. அவருடைய இளைய மகனான முராத் ஒரு மூடனாகவே வளர்ந்துவிட்டிருந்தான், எப்போதும் குடித்து, குடித்துப் பரவசப்படுகிறவன். ஔரங்கசீப்போ மூளைத் திறன் மிக்கவர், சூழ்ச்சியில் வல்லவர், பணத்தைச் சிக்கனமாய்ச் செலவிடுகிறவர். அவருடைய ஆழ்ந்த அமைதியே ஆபத்தான ஆயுதம். நடைமுறையை ஒட்டியே செயல்படுகிறவர், ஒருபோதும் அவர் மனச்சோர்விற்கு உள்ளானதில்லை. ஆனால், ஔரங்கசீப் தாராவைக் கடுமையாக வெறுத்தார். அவர் மட்டும் பேரரசரானால் அந்த மூத்த இளவரசனை நிச்சயம் கொன்றுவிடுவார்.

ஷாஜஹானுக்கு வயிற்றைக் குமட்டியது, வாயில் அமிலக் கசப்பு. அச்சமும் கவலையும் அவரைக் கலங்கடித்திருந்தது. துளைத் தெடுக்கும் இருமலைத் தடுத்து வைக்க, அந்தக் கசப்பு மருந்தை அவர் விழுங்கினார். 'ஒருபிள்ளை கோமாளி, இன்னொருத்தன் முரடன்' என்று முனகினார். அவர் முராத்தைக் கோமாளி என்றும், ஔரங்க சீப்பை மிருகத்தன்மையுள்ளவன் என்றும் குறிப்பிட்டார்.

'நோய் விபரம் ஔரங்கசீப்பிற்குத் தெரியுமா?' மிர்ஸா கவன மாகக் கேட்டார்.

'எங்களுக்குத் தெரியாது' தாராஷிகோ ஒப்புக்கொண்டார்.

மிர்ஸா அறிந்துகொள்ளும் ஆர்வத்துடன் கேட்டார், 'அவரைத் தடுத்து நிறுத்த ஏதாவது திட்டம் உண்டா?'

'உங்களுடைய யோசனை என்ன?' தான் பதிலளிப்பதைத் தவிர்த்து, கடுப்புடன் கேட்டார் தாரா.

மிர்ஸா சிறிது நேரம் அது குறித்து சிந்தித்தார். அது எளிதான கேள்வியல்ல அதற்கு ஒரேயொரு தீர்வும் இருக்க முடியாது. இத்தனை காலத்திலும் முடிவு செய்ய இயலாத ஒரு நிலையை இப்போதுதான் அவர் உணர்ந்தார். 'முதலில் செய்யத்தக்கது படை களைக் கூடுதலாய்த் திரட்டுவதுதான்' என்றார்.

'அதைச் செய்தாயிற்று. நஸிரிகான், ராவ் சத்ரஸால், மீர்ஜும்லா, கர்த்தலப்கான் இவர்களோடு மற்றவர்களையும் தொடர்பு கொண் டாயிற்று. அவர்கள் சீக்கிரமே அவரவர் படைப்பிரிவுகளோடு வந்துவிடுவார்கள்.'

'அவரைத் தடுப்பதற்காகத் தெற்கே போவது யார்?' மிர்ஸா எச்சரிக்கையுடன் கேட்டார்.

தாரா எந்தப் பெயரையும் வெளிப்படுத்த விரும்பவில்லை. 'இராஜபுத்ரர்கள் படைத்திறம் மிக்கவர்கள், அவர்கள் ஒவ்வொரு வருக்கும் அவர்களுடைய இனக்குழுவைச் சேர்ந்த ஆயிரக்கணக் கான வீரர்களின் ஆதரவு உண்டு. அவர்களில் ஒருவரை முறையாகக் கையாளத் தவறினாலும் தன்னால் பேரரசராக முடியாது' என்பதை அவர் அறிந்திருந்தார். ஆனால், இந்த இராஜபுத்ர வீரர்களிடம் ஒரு பலவீனம் உண்டு. ஒருவர் மீது ஒருவர் வெறித்தனமாய்ப் பொறாமை கொண்டு விடுவார்கள். ஒருவருக்கெதிராக இன்னொரு வரை எப்படிக் கையாள வேண்டும் என்பதை தாராஷிகோ தெரிந்து வைத்திருந்தார். வாரிசுப் போர் தொடங்கும்போது அவர் வகையாக அதைச் செய்வார்.

மிர்ஸா நேரிடையாகவே கேட்டார், 'அது யார் ஜஸ்வந்த்சிங் ரதோட் தானே?'

'இருக்கலாம், நாங்கள் இன்னமும் தீர்மானிக்கவில்லை' என்றார் பேரரசர்.

மிர்ஸா அமைதியாக நின்றிருந்தார். ஜஸ்வந்த்சிங் ஜோத்பூர் அரசன், அவருடைய மகன் வயதுகூட இருக்காது. ஆனாலும் இராணுவப் படிநிலையில் அந்த அரசர் உயர்ந்திருக்கிறார் அவருக்கு 'மகாராஜா' என்ற பட்டம் வழங்கப்பட்டிருக்கிறது. இவருடைய விருதோ மிர்ஸா. 'அரசகுமாரன்' என்பதாகும்.

'இந்த உலக வாழ்வில், என்னுடைய கடைசி விருப்பம் என் மூத்தமகன் தாராஷிகோ நான் போன பிறகு பேரரசனாய் இருக்க வேண்டும் என்பதுதான்' ஷாஜஹான் கிசுகிசுப்பான குரலில் கூறினார். அது ஒட்டுமொத்த உலகத்துக்கும் முன்பே தெரிந்தது தான். பேரரசர் இவ்வளவு காலமும் அதைத் தெளிவுபடுத்தியிருக் கிறார். ஆனால், தம்முடைய தலைவரின் வாய் வார்த்தையாக மிர்ஸா கேட்பது இதுவே முதல் முறையாகும்.

வல்லமைமிக்கவர்கள் விரும்புகிறபோது அவர்களுடைய விருப்பம் கட்டளையாகி விடுகிறது. நலிவுற்றவர்கள் விரும்புகிற போது அவர்களுடைய விருப்பம் ஒரு திறனற்ற நம்பிக்கையாகவே நின்றுவிடுகிறது. ஆனால் வலிமையாயிருந்தவர் நலிவுற்ற நிலை யிலும் தங்கள் பழைய விருப்பங்களையே உறுதியாகப் பற்றியிருந்தால் என்னவாகும்? மிர்ஸா தம்முடைய தலைவரை வியப்புடன் நோக்கினார். ஷாஜஹான் 'உலகின் அரசர்' அவருக்குச் சிறகொடிந்து, செத்துக் கொண்டிருக்கிற ஒரு சிட்டுக்குருவியை நினைவுபடுத்து கிறவராய் இருந்தார்.

'தந்தையே, இன்னும் பல காலத்துக்குத் தாங்கள் இருக்க வேண்டும்' தாராஷிகோவின் குரல் தழுதழுத்தது. தந்தையின் இறப்பு பற்றிய சிந்தனையையே அவரால் தாங்கிக் கொள்ள முடியவில்லை. தந்தையில்லாத எதிர்காலம் நம்பிக்கையூட்டுவதாய் இருக்காது.

2

நீண்ட நாளாய் எதிர்பார்த்திருந்த மழைப்பருவங்கள் பீடார் பகுதிக்குக் கடைசியில் வந்தேவிட்டன. இரக்கமற்றக் கோடையின் பிடியில் இருந்து விடுவித்து, மனநிம்மதியை அது வழங்கும். மதில்களால் சூழப்பெற்ற அந்த நகரம் தக்காண பீடபூமியின் கிழக்காய் அமைந்திருக்கிறது. நகரத்தின் கீழ்ப்பகுதியில் உள்ள கோட்டை மற்றொரு உயர்ந்த மதிலால் காக்கப்படுகிறது. அதன் பாதுகாப்புக்கு ஒரு ஆழமான அகழியும் உண்டு. கோட்டையின் சுற்றுக்கட்டு வெளியிடத்தில் மாளிகைகளும், மசூதிகளும், ஆவிக் குளியலுக்கான பொதுக் குளியலறைகளும், ஆயுதக் கிடங்குகளும் வழக்காடு மன்றங்களும் அமைந்திருந்தன. பெரிய வாயிற் கதவுகளும், பீரங்கியேற்றும் கொத்தளங்களும், மாளிகைகளும் மழை நீரால் சூழப்பட்டு, மாலை ஒளியில் பளபளத்தன. காவிநிறக் கட்டிடங் களுக்கு இடையேயான திறந்தவெளிகளைப் பசும்புல் பரப்பும், கத்தரித்து விடப்பட்ட பூஞ்செடிகளும் நிரப்பியிருந்தன.

பிரதான முற்றத்தில் ஆங்காங்கே செந்நிறக்கற்கள் நேர்த்தியாக அடுக்கி வைக்கப்பட்டிருந்தன. சமீபத்திய போரில் ஏற்பட்ட சீரழிவு களைச் சரிசெய்து, காப்பரண்களைப் புதுப்பிக்கும் வேலையில் ஆயிரத்துக்கும் மேற்பட்ட தொழிலாளர்கள் ஈடுபடுத்தப்பட்டி ருந்தனர். ஔரங்கசீப் தமக்குப் பிடித்தமான கோட்டைப் பள்ளி வாசலில் இருந்து வெளியே வரும்போது மழை இலேசாகத் தூறிக் கொண்டிருந்தது. எனினும் அவருடைய இதயம் சீற்றத்தில் பலமாக அடித்துக் கொண்டது. தபீருடனான அவரது சந்திப்பு நடந்து ஒரு மாதத்திற்குள்ளாகவே பேரரசுக்குரிய நிலப்பகுதிகளில் சிவாஜி நுழைந்து திடீர்த் தாக்குதல்களை நடத்தியிருக்கிறார். முதல் தாக்குதல் ஜுன்னார் மீது நடந்திருக்கிறது. அவர்கள் பத்தாயிரம் தங்க நாணயங்களுக்கு மேல் சூறையாடியதாய்த் தெரிகிறது. பெரிய பெரிய சிப்பங்களில் தங்கநகைகளைக் கொண்டு போயிருக்கிறார்கள். அத்துடன் விலை மதிப்பற்ற இருநூறு அரபுக்குதிரைகளும் அவர் களால் அபகரிக்கப்பட்டிருக்கிறது. அதற்குப் பிறகு சிவாஜியின் குதிரைவீரர்கள் நாலாபக்கமும் பரவிச்சென்று செல்வச் செழிப்புள்ள

கிராமங்களைச் சேதப்படுத்தியிருக்கிறார்கள். அந்த வட்டாரமே பயணிகளுக்குப் பாதுகாப்பற்றதாகிவிட்டது. அந்தப் பகுதியில் உள்ள வியாபாரிகள் வியாபாரத்தையே நிறுத்திவிட்டார்கள். கடைக் காரர்கள் ஊரை விட்டே போய்விட்டார்கள். அஹ்மத் நகரையும் அவர்கள் விட்டு வைக்கவில்லை.

ஔரங்கசீப் பிரதான வாயிலை நோக்கியபோது, அந்த வாயில் வழியே சிலர் குதிரைச்சவாரியாய்க் கோட்டைக்கு வந்துகொண்டிருந்தார்கள். அவர்கள் *'சமர்கந்த்' என்கிற தொலைதூர நகரத்தில் இருந்து வந்திருந்தார்கள். அவர் உடனே தன் இடதுபக்கம் திரும்பி, மாளிகையின் அறைத்தொகுதிகளை நோக்கி விரைந்தார். முத்ஆமத் அவருக்கு குடைபிடித்துக் கொண்டு வந்தான். தன் எசமானரின் வேகநடைக்கு ஈடுகொடுக்க முடியாமல் அவன் ஓட்டநடையாய் அவரைத் தொடர்ந்தான். பல வளைவுகளுடன் கூடிய நடைவழி கடந்து ஔரங்கசீப் வருவோரைச் சந்திப்பதற்கான முன்கூடத்தை அடைந்தார். எண்ணற்ற குத்துவிளக்குகளும், சரவிளக்குச் சட்டங் களும் எரிந்து கொண்டிருந்ததால், அங்கே வெளிச்சம் தாராள மாகவே இருந்தது.

கர்த்தலப்கான் வியப்பில் இருந்தார். தன்னை உடனே போர்க்களத்தில் இருந்து திரும்பும்படி அழைப்பாணை வந்ததால் ஏற்பட்ட வியப்பு கலந்த திகைப்பு அவருக்கு. பீஜப்பூரை முற்றாகத் தோல்வியுறச் செய்யும் முயற்சியில் இருந்தது முகலாயப்படை. ஆதில்ஷாஹியின் தலைநகருக்குத் தெற்காகவும், கிழக்காகவும் சில பகுதிகளை முன்பே அவர்கள் கைப்பற்றியிருந்தனர். அவர் கூடத்தை அடைந்ததும், தங்கவேலைப்பாட்டுடன் கூடிய கருங்காலி மரச் சிம்மாசனத்தில் தன்னுடைய எசமானர் வீற்றிருப்பதைக் கண்டார். ஔரங்கசீப் அரைவாசித் திறந்த கண்களுடன் செபமாலை மணிகளை உருட்டிக் கொண்டிருந்தார். ஈட்டி தாங்கிய காவலர் இருவர் அவருக்குப் பின்னால் நின்றிருந்தனர். இளவரசர் ஒருநாள் விட்டு ஒருநாள், சில சமயம் ஒவ்வொரு நாளும் தம்முடைய மெய்க்காவலர்களை மாற்றிவிடுவதாய் ஒரு வதந்தி உலவியது. ஆனால், அதைப்பற்றித் தெரிந்துகொள்வதல்ல கர்த்தலப்பின் பணி.

'நம்முடைய நிலப்பகுதிகளில் சிவாஜியும், அவருடைய ஆயுதம் ஏந்திய கொள்ளைக்கூட்டமும் தொல்லை கொடுத்துக் கொண்டிருக் கிறார்கள்.'

---

* புகழ்மிக்க முஸ்லீம் நகரம். செங்கிஸ்கான் வழிவந்த தைமூர் பிறந்த ஊர் இது. தைமூர் இதனைத் தலைநகரமாய்க் கொண்டு ஆட்சிபுரிந்தார். சமர்கந்த்தை, 'கீழைநாட்டுச் சுவனம்' என்பர்.

‘நீர் நம்முடைய மற்ற மான்ஸப்தரர்களான நஸீரி, இராஜ் இவர்களுடன் இணைந்து அங்கே பழைய ஒழுங்கமைவை ஏற்படுத்தவேண்டும் என்று விரும்புகிறேன்.’ ஔரங்கசீப் கண்களைக் குறுக்கிக் கொண்டு மேலும் சொன்னார், ‘அவர்கள் ஒவ்வொரு வரையும் வெட்டிச் சாய்க்க வேண்டும். சிறைப்பிடித்தவர்களை நம்முடைய முகாம்களுக்கு இழுத்துவர வேண்டும். சிவாஜியின் ஆட்களுக்குப் பாடம் கற்பியுங்கள். அவர்கள் உடல் வேதனையில் துடிதுடித்து மரணத்தை யாசிக்கட்டும்.’

அந்த மராத்தியன் தன் காலில் விழுந்து பணியும்வரை, முடிந் தால் முச்சந்தியில் நிறுத்தி முரட்டுத் தோற்சவுக்கால் அடிக்கவும் ஔரங்கசீப் விரும்பக்கூடும் அல்லது, அடக்கமாட்டாத தன்னுடைய கோபம் தீரும் வரை, அந்த மனிதனின் உடம்பை வெட்டித் தீர்க்கவும் செய்யலாம். அவர்கள் கொண்டு சென்றது பணவகையில் முக்கியத்துவம் பெறாதுதான். ஆற்றல் மிக்க பேரரசின் நிலப்பகுதிக் குள் புகுந்து அவர்கள் அட்டூழியம் செய்திருக்கிறார்கள் என்பது தான் பிரச்சனை. எதிரிகளின் நெஞ்சங்களில் அச்சத்தீ அணை யாமல், எப்போதும் எரிந்துகொண்டேயிருக்க வேண்டும். ஆனால், சிவாஜி இவர்களுக்குச் சேதம் விளைவிக்கிற காரியங்களை அல்லவா செய்து கொண்டிருக்கிறார். அது ஆபத்தின் அறிகுறி. தக்காணத்துச் செம்மறி ஆடுகள் தசையைக் கிழிக்கும் பற்கள் கொண்ட புலிகளாய் மாறிவிடக்கூடும்.

கர்த்தலப்கான் பலமாகத் தலையாட்டினார். மராத்தியர்களைப் பேரரசின் நிலப்பகுதிகளில் இருந்து வெளியேற்றும் வேலையை நஸீரிகான் வெற்றிகரமாய்ச் செய்திருந்ததை அவர் அறிவார். நஸீரியின் வீரதீரச் செயல்களைவிட, பெருமழையின் காரணமாகவே மராத்தியர்கள் பின்வாங்கிச் சென்றதாகவும் அப்போது ஒரு பேச்சு இருந்தது.

‘உம்முடைய படைகளை மலைப்பகுதிகளுக்குள் அணிவகுத்துச் செல்வதற்கு தயாராக வைத்திரும்’ ஔரங்கசீப் உத்தரவிட்டார்.

சற்றும் பொருந்தாத இப்பருவத்தில் எப்படிக் குன்றுகள் சூழ்ந்த பகுதிக்குப் படை நடத்திச் செல்வது? கர்த்தலப் திகைப்புற்றார். அந்த வட்டாரத்துக் குன்றுகளிலும், பள்ளத்தாக்குகளிலும் பெரும் மழை தொடர்ச்சியாகப் பெய்துகொண்டிருப்பதாக அவர் கேள்விப் பட்டிருந்தார். சிவாஜி சட்டவிரோதமாகக் கைப்பற்றியிருக்கும் மலைக்கோட்டைகள் சமவெளிகளில் இருந்து எட்டாத தொலைவில் இருந்தன.

'கொஞ்சமும் இரக்கம் காட்டவேண்டாம். சிவாஜியின் ஜாகீரை நாசம் பண்ணுங்கள். அவருடைய ஊர்களைத் தீக்கிரையாக்குங்கள். அங்கிருப்பவர்களைக் கொல்லுங்கள், அடிமைகளாக்குங்கள், உங்கள் விருப்பம்போல் எதையும் செய்யலாம்' என்றார் ஔரங்கசீப். தம்மு டைய படைப் பிரிவுகள் சீற்றத்துடன் வன்முறையில் இறங்க வேண்டும் என்று விரும்பினார் அவர்.

'வாழ்க்கை கவர்ந்திழுக்கும் இயல்புடைய பெண்' என்று துருக்கி மொழியில் சன்னமாய் வசைமொழிந்தார் கர்த்தலப். ஔரங்க சீப்பிற்கு அது கேட்டிருக்காது. மூன்றாவது இளவரசரை அவர் சந்திப்பதற்குச் சற்று முன்பாக, 'மழைக்கால படையெடுப்புக்கு வாக்குறுதியளிக்க வேண்டாம்' என்று அவருடைய சகாக்கள் அவரிடம் சொல்லியிருந்தனர். மழை இரக்கமற்றவிதத்தில் தக்காணத்தின் மேற்குப் பகுதியைப் பாதித்துவிட்டதாய் அவர்கள் தெரிவித்தனர். ஆற்றின் விசையோட்டத்தில் யானைகளும் அவ்வப் போது அடித்துச் செல்லப்படுவதாகவும் அவர்கள் குறிப்பிட்டனர்.

'அப்படியே' என்று கர்த்தலப்கான் மிகப்பணிவுடன் வணங் கினார்.

தம் எசமானர் சொல்கிற ஒவ்வொன்றுக்கும் 'ஆமாம் சாமி' போடுவதில் கொஞ்சமும் விருப்பமில்லை சமர்கந்த்தில் இருந்து வந்த அந்த மனிதருக்கு. ஆனாலும், வேறு வழியில்லை. அவர் ஒரு உஸ்பெக்கியர். ஆப்கனுக்கும், பாரசீகத்துக்கும் அப்பால் உள்ளது அவருடைய ஊர். ஐரோப்பியர்கள் கடற்பாதைகளைப் பயன் படுத்தத் தொடங்கியபின், அங்கே வருவாய்க்கான ஆதாரங்கள் குறைந்தன. இந்துஸ்தான், அரபு நாடுகள், ஐரோப்பா இவற்றிடையே 'பட்டுப் பாதை' (சில்க் ரூட்) வழியே நடந்த வர்த்தகம் தற்போது அவருடைய நிலப்பகுதியைத் தவிர்த்துவிட்டது. உஸ்பெக், தாஜிக், கஸாக், துருக்கி, கிர்கிஸ் என்கிற பல்வேறு இனத்தவரும் அதனால் தொழிற்பட முடியாமல் போயிற்று. தற்போது, ஔரங்கசீப் அவரை இரண்டாயிரம் குதிரைகள் வைத்துக் கொள்கிற ஒரு மான்ஸப்தா ராக்கியிருக்கிறார். கர்த்தலப் அதிர்ஷ்டக்காரர்தான். அவருக்கு ஜாகீரும் வழங்கப்படலாம். வாழ்க்கை கவலையில்லாமல் போய்க் கொண்டிருக்கிறது. போதிய வசதிகள் கிடைத்திருக்கிறது. அதற் கெல்லாம் காரணம் அவர் 'சன்னி' மதப்பிரிவினர் என்பதும், பார்ஸியில் பேசத் தெரிந்தவர் என்பதுந்தான். அவருடைய உயரம், ஒளிவிடும் கண்கள், ஏற்புடைய தோற்றம் இவை கூடுதல் தகுதி.

'என்னால் முடிந்த அனைத்தையும் செய்வேன், என்னுடைய பேரரசின் இளவரசருக்காக, அவருடைய விருப்பங்களை நிறைவேற்ற மரணத்தையும் எதிர்கொள்வேன்' என்று அடங்கிய குரலில்

தெரிவித்த கர்த்தலப்கான், வழக்கத்தை விடவும் கூடுதல் பணிவு காட்டி வணங்கிக் கொண்டார்.

4

ஆதில்ஷாஹி அரசின் வடகிழக்கு எல்லைப்பகுதிகளில் இருந்து அப்ஸல்கான் வந்து சேர்ந்தார். தம்முடைய படைவீரர்கள் வீழ்ந்துபட்ட போர்க்களங்கள் குப்பைமேடு போல் காட்சியளிக்க, அவர் பலமணிநேரம் குதிரைச்சவாரி செய்து பீஜப்பூருக்கு வந்தார். பேரரசின் நாய்கள் அவருடைய படைவீரர்களின் எண்ணிக்கையை விடக் கூடுதலாயிருந்தது. அதனால் ஆயிரக்கணக்கானவர்கள் இறக்கவும், சிறைப்பிடிக்கப்படவும் நேர்ந்தது. அவரும், ஆதில் ஷாஹியின் மற்ற படைத்தலைவர்களும் இனி இழப்பதற்கு எதுவு மில்லை. மிருகத்தன்மையுடைய முகலாயர்கள் இவர்களுடைய போர்க் கருவிகளையும், வாகனங்கள், கனரகத் துப்பாக்கிகள் இவற்றையும், அடிமைப் பெண்களையும், குதிரைகளையும் பற்றிக் கொண்டு விட்டனர். பீடாருக்கு தெற்கே குல்பர்க்காவில் இருந்து பீடாரின் மேற்குப் பகுதியான கல்யாண் வரை எல்லா கிராமங் களையும் அவர்கள் தரைமட்டமாக்கி விட்டனர். பீடார் கோட்டை நகரம். அதுபோல் அநேகக் கோட்டைகளும் அழிக்கப்பட்டன. அப்சல்கான் அவ்வளவு தூரம் பயணம் செய்து பீஜப்பூர் வருவதற்கு அதுவல்ல காரணம். தம்முடைய வளர்ச்சிப் பாதையில் தடை யாயிருக்கும் ஒரு முள்ளை அகற்றவே அவர் தலைநகருக்கு வந்தது.

பீஜப்பூரைப் பாதுகாத்திருக்கும் மதில் சுவற்றையே அவர் பார்த்துக்கொண்டிருந்தார். அது மிகப் பெரியது, பலம் பொருந்தியது. பத்துப் பதினைந்து அடி உயரம் உள்ளதாகவும், அதில் பாதியளவு அகலம் உடையதாகவும் கட்டப்பட்ட மதிற்சுவர் அது. தாக்குதல்களுக்கு ஈடுகொடுக்கக்கூடிய தொடர்க் காப்பரண்களும், தொண்ணூற்றியாறு கோட்டை முகப்புப் பகுதிகளும் கொண்ட கோட்டை! காப்பரண்கள் கனரகத் துப்பாக்கிகளையும், இலகு ரகப் போர்க்கருவிகளையும் பயன்படுத்த ஏற்றதாய் வடிவமைக்கப்பட்டி ருந்தன. அவர் சோர்வுடன் புன்னகைத்தார். அவருடன் சையது பண்டா என்ற முதன்மைக் காவலரும் வந்திருந்தார். அவர்களைப் பின்பற்றி ஆயுதம் ஏந்திய காவலர்கள் ஐம்பது பேர் வந்தனர்.

இரண்டு வட்டமான கண்காணிப்புக் கோபுரங்களுடன் கூடிய அலிப்பூர் வாயிலை நோக்கிச் சென்றபோது அவர் ஒரு வெற்றி லையை மென்றார். பெரிய இரும்புக்கதவுகள் அவருடைய வருகைக் காகத் திறந்துகொண்டன. வாயிற்காவலர்கள் மரியாதையுடன்

மண்டியிட்டு அவரை வணங்கினர். படீஸாஹிபாவிற்கு இவருடைய வருகை குறித்துத் தெரிவிக்கப்பட்டதாகவும், அவர் இவரைச் சந்திக்க விரும்புவதாகவும் யாரோ வந்து அப்ஸலிடம் சொன்னார்கள்.

பீஜப்பூருக்குள் எப்போது பிரவேசித்தாலும் வீட்டுக்கு வந்து விட்ட உணர்வுதான் அப்ஸலுக்கு. அவருடைய கண்கள் நகரத்தின் கிழக்கெல்லைப்பக்கம் நோக்கியது. அங்கே, மரத்தாலான சாரக்கட்டு வானைத் தொடுவதுபோல் உயரமாய் அமைக்கப்பட்டிருந்தது. சாரத்தில் தொங்கிக் கொண்டு வேலைக்காரர்கள் மிகவும் சிறுத்துக் காணப்பட்டனர். அவர்கள் கம்பீரமான கல்லறை மாடத்தைக் கட்டியெழுப்பிக் கொண்டிருக்கிறார்கள் பதினைந்தாண்டு காலமாய். உலகிலேயே மிகப் பெரிய கவிகைமாடத்தை அது கொண்டிருந்தது. அடர் சாம்பல் நிறத்தில் குவிமாடம், பிரமிப்பூட்டுகிற அளவில் எழும்பிக் கொண்டிருந்ததை சாரத்தினூடே அவரால் காண முடிந்தது. அந்தக் கட்டமைப்பு அவருடைய எசமானரின் நினைவுச் சின்னம் கொண்ட கல்லறையாகும். இறந்துபோன சுல்தானின் இழப்புணர்ச்சியில் அவருக்கு நெஞ்சு வலித்தது.

‘முகம்மது அலி ஆதில்ஷா இருந்தபோது இந்த உலகமே முற்றிலும் வேறாகத்தான் இருந்தது.’ தக்காண உருது உச்சரிப்பில் சையதுவிடம் சொன்னார். அவரது கண்கள் தொலைதூரம் போய்விட்ட கடந்தகாலத்தையே கருத்தூன்றிப் பார்த்திருந்தது.

சையது தலையசைத்தார். தம்முடைய தலைவர் மறைந்த அரசர் மீது கொண்டிருந்த அளவற்ற நேசத்தை அவர் அறிந்திருந்தார். படீ ஸாஹிபா தம்முடைய மகன் அலிமீது உலகில் வேறெதையும் விட மிகுந்த பிரியத்துடன் இருந்தார். இத்தனைக்கும் அலி அவருடைய கருவில் உதித்தவரல்ல. வயதேறிப் போன அரசவை உறுப்பினர் களிடம் கூட அந்தச் சிறுவரின் தோற்றம் குறித்து எந்த ஆதாரத் தகவலும் இல்லை. ஒரு குழந்தையைத் தத்தெடுப்பது இஸ்லாத்தில் அங்கீகரிக்கப்பட்டிருக்கவில்லை. ஆக, அலி அவர்களுடைய உண்மையான அரசரல்ல. அலி அப்ஸல்கான் மீது அதிக நம்பிக்கை வைத்திருக்கவில்லை.

அவர்கள் அங்காடி வீதிகள், யானைக் கொட்டடிகள், கோயில்கள், பள்ளிவாசல்கள் இவற்றின் வழியே சென்றனர். காலை வியாபாரத் தைக் கவனிப்பதற்காக கடைகளைத் திறந்து கொண்டிருந்தார்கள். அவர் இளைஞராய், ஏழ்மையில் உழன்றுகொண்டிருந்த காலத்தில் இந்த அங்காடி வீதிகளில் நடந்துசெல்வது அப்ஸலுக்கு மிகவும் பிடிக்கும். கடை சன்னல்களில் காட்சிக்கு வைக்கப்பட்டிருக்கும் பொருட்களைக் கண்டு வியப்பார். ‘தங்கள் எல்லைப்பகுதிகளில் என்ன நடக்கிறது என்பது பற்றி எந்தத் துப்பும் அவர்களிடம் இல்லை’ அப்ஸல் எரிச்சலுடன் எச்சிலைத் துப்பினார்.

சையது ஒவ்வொரு கட்டிடத்தையும் விழிப்புடன், நுணுகி ஆராய்ந்தபடி விரைந்தார். பருந்துப்பார்வை அவருக்கு. அவருடைய அம்பறாத்தூணி நிரம்பியிருந்தது. இடதுபக்கத் தோளில் வில் தொங்கியது. இடுப்பில் பட்டாக்கத்தி. தன்னுடைய தலைவருக்குக் கூட்டம் பிடிக்காது என்பது அவருக்குத் தெரியும்.

'அந்தக் கசப்பான அனுபவங்களில் இருந்து விடுபடுவதற்கே என்னுடைய வாழ்க்கையில் பாதிகாலம் கழிந்துவிட்டது' தன்னுடைய தலைவர் சொல்வதைக் காதில் வாங்கிக்கொண்டார் சையீது. இதற்கு முன்பும் அப்படிச் சொல்லக் கேட்டிருக்கிறார், அது எதற்காக என்பதையும் அவர் அறிவார். அப்ஸல்கானின் பார்வை முன்நோக்கி இருந்ததையும் அவருடைய கண்கள் பளபளத்ததையும் அவர் கண்டார். அது கண்ணீராலோ, பழசை ஞாபகப்படுத்திக் கொள்வதாலோ இருக்கலாம்.

சையதின் மவுனத்தைத் தனக்குள் பாராட்டிக் கொண்டார் அப்ஸல்கான். சிறுவயது அப்ஸல் முயன்று ஓடி, முட்டி மோதித் தான் ஒவ்வொன்றையும் பெற முடிந்தது. மற்ற பையன்களுக்கு சாத்தியமான விஷயங்களை வியர்வையும், இரத்தக் கண்ணீரும் சிந்தியே இவர் அடையும்படி இருந்தது. அரண்மனையில் ஊழியம் செய்தார் அவருடைய தாய். அந்தப் பெண்மணி காய்கறிகளைக் கழுவி, வெட்டிக் கொண்டிருக்கும்போது, அவர் இறைச்சியோ, மசாலாப் பொருட்களோ எடுத்துவர ஓடிக் கொண்டிருப்பார். தாய் ஒரு அறை முழுக்க நிரம்புமளவிற்கு பானைகளையும், தட்டுகளையும் கழுவி வைத்துக் கொண்டிருப்பார். ஒரு துணியால் அவற்றைத் துடைத்து உலரவிடுவதில் இவருக்குக் கைகள் வலி கண்டுவிடும்.

'மறைந்துபோன அரசர்தான் எனக்குப் புது வாழ்வைக் கொடுத்தார்' அவர் முணுமுணுப்பாகச் சொல்லவும் சையது மிகுந்த மதிப்புணர்ச்சியுடன் அவரைப் பார்த்திருந்தார்.

அது நூறு சதவீத உண்மை. அப்ஸல் அந்த நாளில் ரொம்பவும் மனச்சோர்வுடன் இருந்தார், சாப்பிட்டால் மட்டுமே அவருடைய மந்தநிலை நீங்கும். ஆனால், சாப்பிட்டுக் கொண்டே இருந்ததில் குண்டாகிவிட்டார். ஒருநாள் முகம்மது ஆதில்ஷா அவரைப் பார்த்துவிட்டு, 'இவனை இனிமேல் சமையற்கட்டில் விடக்கூடாது' என்று இராணியிடம் கண்டிப்பாகச் சொல்லிவிட்டார். அத்தோடு, 'பையனுக்கு இராணுவப் பயிற்சி கொடுங்கள்' என்று உத்தரவு பண்ணிவிட்டார். அப்ஸலுக்கு பயிற்சி முகாம் பிடித்துவிட்டது. மற்ற பையன்களின் தந்தையர் தங்கள் மகனின் பயிற்சித் திறன்காண அடிக்கடி வந்து போய்க் கொண்டிருந்தார்கள். கத்திச் சண்டையிலும், வில்வித்தையிலும் தேர்ந்திருந்த அப்ஸலைப் பாராட்ட எவருமே

இல்லை. அவர் படையில் ஒரு போர் வீரனாக நியமனம் பெற்ற நாளில், தன் தாயைக் காண ஆவலோடு சென்றார். ஆனால் அவள் இறந்து வெகு நாட்களாகியிருந்தது, அவருக்குத் தகவல் தெரிவிக்க வேண்டும் என்று யாருமே அக்கறை காட்டவில்லை.

'மறைந்த அரசர்தான் என்னை 'மகனே' என்று அழைத்துக் கொண்டிருப்பார்' என்று வருத்தத்துடன் சொல்லிவிட்டு சையது பக்கம் பார்வையைச் செலுத்தினார் அவர்.

முகம்மது அலிஷாவின் பரிவு அத்தோடு நின்றுவிடவில்லை. ஆதில்ஷாஹிப் படைத் தலைவரான ரணதுல்லாகானை அழைத்து, அப்ஸலை அவருடைய பாதுகாப்பில் வைத்துக் கொள்ளும்படி வேண்டிக் கொண்டார். அப்ஸல் படைத்தலைவரைப் பெரிதும் மதித்துப் போற்றினார், படைத் தலைவரும் அவரிடம் பிரியமாக இருந்தார். அவர் அப்ஸலை முதலில் கர்நாடகப் பேதாராக உயர்த்தினார். அந்தப் படைத்தலைவர் இறந்ததும், கான்முகம்மது என்கிற ஆப்ரிக்க முஸ்லீம் பிரதான அமைச்சர், படைத்தலைவர் பதவிகளை ஒருங்கே நிர்வகித்து வந்தார். அவருக்கு அப்ஸல் மீது இனந்தெரியாத வெறுப்பு. விளைவாக, ஒரே வீச்சில் அப்ஸலின் வாழ்வே மாறிப்போனது.

இராணுவத் துறையில் பல உயர்நிலைகளை அடைய வேண்டும் என்ற அவருடைய கனவு நொறுங்கிப்போனது. கான்முகம்மது உயிரோடு இருந்தவரை அப்ஸலின் கனவு நனவாகவேயில்லை. ஆனால், தற்போது எல்லாவற்றையும் நல்லவிதமாக மாற்றிப் போடுகிற நேரம் வந்திருக்கிறது.

அப்ஸல் அரண்மனை வாசலில் குதிரையை விட்டு இறங்கினார். சிலர் விரைந்தோடி வந்து அவருடைய குதிரையை வேறிடத்துக்குக் கொண்டுபோனார்கள். அவர் மட்டுமே கால்நடையாக உள்ளே செல்லமுடியும். ஆட்சியாளரின் அரசவை நோக்கி சுறுசுறுப்பாகச் சென்ற கான், எல்லாம் நல்லபடியாக அமைய வேண்டும் என்று இறைவனிடம் இறைஞ்சினார். அரசவை பிரகாசமாக இருந்தது. இருபது வயதே நிரம்பிய அலி ஆதில்ஷா தங்கத்தால் அலங்கரிக்கப்பட்ட சிம்மாசனத்தில் அமர்ந்திருந்தார். அவருடைய இருட்சாயலான சருமம் கொத்துவிளக்குகளின் மஞ்சள் ஒளியில் மினுமினுத்தது. ஒளி ஊடுருவக்கூடிய திரைக்குப் பின்னே படீ ஸாஹிபாவின் நிழலுருவத்தை அவரால் கண்டுகொள்ள முடியும். அவர்கள் அவரை எதிர்நோக்கி இருந்தனர். அவர் முதலில் திரையிருந்த பக்கம் வணங்கினார். அடுத்து இளைஞரான அரசரையும் வணங்கிக் கொண்டார்.

அலி ஆதில்ஷா தம்முன் நிற்கும் சுபேதாரையே கூர்ந்து கவனித் திருந்தார். பீடார் வீழ்ந்துவிட்டது, மற்ற நகரங்களும் அச்சுறுத்தலுக் குள்ளாகியிருந்தன. இந்நிலையில் அப்ஸல்கான் தலைநகருக்கு விரைந்து வருவதற்கு என்ன காரணம்?

'அப்ஸல்கான் அவர்களே, பேசுங்கள்' பாரசீக மொழியில் தம்முடைய போர் வீரரை வரவேற்றார்.

'நான் எல்லைப்பகுதியில் இருந்து மோசமான செய்தியுடன் வந்திருக்கிறேன். பேரரசைச் சேர்ந்தவர்களின் பிடியில் சிக்கி நமது படையாட்களுக்குப் பலத்த சேதம். தோல்வியை விடவும் இழிவான நிலையை அடைய நேரிட்டது.' அப்ஸல் மென்மையாகக் கூறினார்.

அலி கண்களை மூடித்திறந்தார். அவருடைய மூளையில் சந்தேகத்தின் மெல்லரவம் கேட்டது.

திரைக்குப் பின்னால் இருந்து படீஸாஹிபா உயர்குடி யினருக்கே உரிய தோரணையில் பேசினார், 'எதையும் மூடி மழுப் பாமல், அஞ்சாது கூறுங்கள்' என்று.

'நாம் முன்பொரு சமயம் ஔரங்கசீப்பையும், அவருடைய படைப்பிரிவுகளையும் முற்றுகையிடுவதில் வெற்றி பெற்றோம். அவர்களுடைய குடிநீர், உணவு விநியோகத்தைத் துண்டித்தோம். அவர்கள் சீக்கிரமே நம்மிடம் சரணடையக் கூடிய நிலை இருந்தது...' அந்த வீரர் சொற்களைக் கவனமாய்த் தேர்ந்தெடுத்துக் கொண்டு, எச்சரிக்கையாய்ப் பேசினார்.

தங்கள் படைத்துறை முதல்வர் அவருடைய தோற்றத்துக்கு சற்றும் பொருந்தாத பெண் தன்மை கொண்ட குரலில் பேசவும் அலி திகைப்புடன் அவரை உற்று நோக்கினார்.

'எனக்குச் சுத்தமா புரியல' என்றார் அலி. திரைகளுக்குப் பின்புறம் மவுனம் நிலவியது.

'அப்போது முகலாய இளவரசர் நம் கையில் சிக்கியிருந்தார். ஔரங்கசீப்பிடம் இருந்து ஒரு செய்தி வந்திருந்தது. அந்தக் கடிதத்தை நான் பார்த்தேன். அவர்கள் உரத்த குரலில் அதைப் படித்தபோது நானும் அங்கே இருந்தேன். தாம் பின்வாங்கிச் சென்றுவிடுவ தாகவும், தம்மிடம் கருணை காட்டும்படியும் அவர் வேண்டிக் கேட்டிருந்தார்' அநேகமாய் ஒரு கருத்துரை அல்லது உணர்வு வெளிப்பாட்டை எதிர்பார்த்து அவர்களுடைய எதிர்வினைக்காகத் தம் பேச்சைச் சற்றே நிறுத்தினார். அவர்கள் இருவரும் அதிர்ச்சி யுற்று, பேசாமல் இருப்பதுபோல் பட்டது. அப்ஸல் அசவுகர்ய உணர்வுடன் சுற்றிவரப் பார்த்தார்.

'மேலே சொல்லுங்கள்' அலி கவனமாய்க் கேட்டுக் கொண்டிருந்தார். செய்தியை வெளிப்படுத்துவதில் அப்ஸல்கான் வேண்டுமென்றே தாமதிப்பதாய்க் கருதி, எரிச்சலுற்றார் அவர்.

'அந்தக் கடிதத்துக்கு அனுப்பிய பதில் புதுமையாய் இருந்தது. நாளை விடியற்காலை உமது படையினரோடு தப்பித்துச் செல்வது போல் சென்றுவிடுங்கள். நாங்கள் உங்களைப் போக விடுகிறோம்' என்றிருந்தது.

படீ ஸாஹிபா திணறலாய் மூச்சுவிட்டார். அப்ஸல் உணர்வெழுச்சியுடன் தொடர்ந்தார். 'நம்முடைய முற்றுகை பல இடங்களில் தகர்க்கப்பட்டது. ஔரங்கசீப் தப்பிச் செல்ல அனுமதிக்கப்பட்டார். இந்த உண்மை நம்முடைய முகாமில் மிகச் சிலருக்கே தெரியும்.'

'அந்த ஆணையில் கையெழுத்திட்டது யார்? ஆணையிடும் அதிகாரம் யாரிடத்தில் இருந்தது?' படீஸாஹிபா கோபத்துடன் கேட்டார். ஒரு நல்ல வாய்ப்பை நழுவவிட்டிருக்கிறார்கள். ஔரங்கசீப் எத்தனை கடிதங்கள் எழுதியிருப்பார், ஷியா பிரிவு ஆட்சியாளர்கள், தவறான சமயக் கோட்பாட்டைப் பின்பற்றுகிறவர்கள், மதத்துக்கு எதிரானவர் என்றெல்லாம் இவர்களை அவமதிக்கும் விதத்தில். அவர்களால் ஏற்பட்ட மனஇறுக்கம் ஆண்டுக்கணக்கில் அப்படியே இருக்கிறது. அவர்களை நெருங்க விடாமல் தடுக்க கோடிக்கணக்கில் செலவிட்டிருக்கிறோம்.

'என்னால் அத்தனை எளிதாய் அதைச் சொல்லிவிட முடியாதுபோல் தோன்றுகிறது. இந்தப் பிரச்சனை தொடர்பாய் முன்பே அந்த மனிதரிடம் வாதிட்டு, என்னுடைய உயிருக்கே ஆபத்தாகியிருக்கிறது' என்றார் அவர்.

'உம்மைப் பாதுகாப்பது எங்கள் பொறுப்பு. அந்தப் பெயரை மறைக்காது வெளியிடுங்கள்' என்றார் அலி.

'கான் முஹமது சாஹிப். மாட்சிமை பொருந்திய நம்முடைய அரசரின் முதன்மைத் தளபதி, பிரதான அமைச்சர்', தம் நெற்றியைக் கைகளால் தேய்த்துவிட்டபடி, உரத்த குரலில் சொன்னார் அப்ஸல்.

அங்கே இயல்பாகச் சிந்தித்துச் செயல்பட முடியாத ஒரு நிசப்தம் ஏற்பட்டிருந்தது.

அரசுக்கெதிரான காரியம் செய்துவிட்டதாய் முதன்மைத் தளபதியைக் குற்றஞ்சாட்டி நிந்தித்தார் அலி.

தம்மீது அடுக்கடுக்காய்க் கேள்விகள் தொடுக்கப்படும் என்று எதிர்பார்த்த அப்ஸல், தாம் அதில் ஒரு தவறு செய்தாலும் அது

விரும்பத்தகாத விளைவை ஏற்படுத்திவிடும் என்று நம்பினார். அவர் உடனே பேச்சின் போக்கை மாற்றிவிட வேண்டும்.

‘சிவாஜி போஸ்லேயும் அவருடைய ஆட்களும் முகலாய நிலப்பகுதிகளைத் தாக்கியிருக்கிறார்கள்’ என்று சொன்னார்.

‘அதுபற்றி நாம் அறிவோம்’ என்றார் படீஸாஹிபா. ‘அவர்கள் நம்மை வீழ்த்த முற்பட்டபோது, இவர் அவர்களைத் தாக்கியிருக்கிறார்’ என்று சினத்துடன் சொன்னார்.

‘அப்ஸல்கான், சிவாஜி மட்டும் நம்மோடு இருந்திருந்தால் நாம் பீடார், கல்யாண் போன்ற கோட்டைகளை இழந்திருக்க மாட்டோம்’ என்ற அலியின் குரலில் ஏளனம் இருந்தது.

அத்தியாயம் எட்டு

1

பீடார் கோட்டையின் வெளிமுற்றத்தில் ஆட்கள் பழுது பார்க்கும் வேலையில் மும்முரமாய் ஈடுபட்டிருந்தனர். ஔரங்கசீப், சித்திமர்ஜானின் நாலுகோடி ரூபாய் மதிப்புள்ள சிம்மாசனத்தில் வீற்றிருந்தார். அவருடைய கைவிரல்கள் செபமாலை மணிகளை உருட்டிக் கொண்டிருந்தன. தமக்குப் பின்னால் காகிதக் குவியல் நடுவே சிறிய மரமேசையைப் போட்டுக் கொண்டிருந்த எழுத்தர் மீது தம் பார்வையைச் செலுத்தினார் அவர். தம்முடைய இராணுவ அதிகாரிகளுக்கு எழுதப்பட்ட, அவர்களிடம் இருந்து பெறப்பட்ட கடிதங்கள் இலையுதிர்காலத்து இலைகளைப்போல் சிதறிக் கிடப்பதைக் கண்டு அவர் முகஞ்சுளித்தார். ஷியா பிரிவு அரசர் களோடு அவர் நிகழ்த்திய கடும் போர்கள் கால விரயமாகி விட்டி ருந்தன.

ஔரங்கசீப்பின் மனநிலையும் வெளியே காணப்பட்ட வானிலை போலவே வாட்டத்துடன் இருண்டிருந்தது. அவரைப் பீடாரிலேயே தங்கியிருந்துவிடும்படி பேரரசர் அவருக்குக் கடிதம் எழுதியிருந்தார். மக்பத்கான், ராவ் சத்ரஸால், நஸீர்கான், கர்த்தலப்கான், பீரங்கிப் படைத்தலைவரான மீர்ஜும்லா ஆகியோரை அவர் நேரடியாக அழைத்துப் பேசியிருந்தார். தங்களுடைய கணக்கு விபரங்களுடன் திரும்பவும் தில்லிக்கு வரும்படி அவர்களுக்கு அறிவுறுத்தப்பட்டிருந்தது. அவர்களும் தில்லிக்குப் போய்க் கொண்டிருப்பதாய்க் கேள்வி. ஷெயிஸ்டகான் அவருடைய மாகாணத்துக்குத் திரும்பிப் போய்விடுமாறு கோரப்பட்டார். கப்பத்தொகைத் தொடர்பாய்ப் பேரரசர் ஆதில்ஷாஹி ஆட்சி யாளருடன் நேரடித் தொடர்பை ஏற்படுத்திக் கொண்டிருக்கிறார். முகலாயர் வசம் உள்ள தக்காணப்பகுதி சுபேதாரான ஔரங்கசீப் ஓரங்கட்டப்பட்டிருந்தார். ஆதில்ஷாஹியின் பீடார், கல்யாண் போன்ற கோட்டை நகரங்களைக் கைப்பற்றப் போராடியவருக்கு

எவ்வித முக்கியத்துவமும் அளிக்கப்படவில்லை. ஆதில்ஷாஹி ஆட்சியாளருக்கு எத்தகைய தகவல் அனுப்பப்பட்டிருக்கும்? இத்தனை நிகழ்வுகளையும் பார்க்கும்போது, அவர் நிதி ஆதாரங்களோ மதிப்பு மரியாதையோ இல்லாமல், ஒரு இராணுவத்தானைக் கைவிடுவது போல விடப்பட்டதாய்த் தெரிகிறது. கதியற்ற நிலையில், ஒரு பகைவனின் நிலப்பகுதியில் ஒரு இளவரசனுக்கு இழைக்கப்படுகிற அவமதிப்பு...

'இளவரசே! குதிரைச்சவாரியாய் ஒருவர் வந்திருக்கிறார். தங்களை நேரில் காணவிரும்புகிறார்' என்று முத்ஆமத் வந்து ஔரங்கசீப்பிடம் தெரிவித்தான்.

'வரட்டும்! நம் காவலர்களுடன் அந்த மனிதரை அனுப்பி வை' என்ற ஔரங்கசீப் எச்சரிக்கையானார். அரசின் அஞ்சல் காரனாயிருந்தால் கடிதத்தை நேரில் கொடுக்கவேண்டும் என்று வற்புறுத்த மாட்டான்.

சில நொடிகளே கடந்திருக்கும், ஔரங்கசீப் காலடியோசை கேட்டார். ஒருவன் உள்ளே வந்து வணங்கினான். தன்னுடைய கடமைப் பொறுப்பில் களைப்புற்றுக் காணப்பட்டான்.

'மாண்புடையீர், தில்லியில் இருந்து செய்தி, கான்கானன் ஷெயிஸ்டா அவர்கள் பர்ஹன்பூரில் என்னிடம் கொடுத்து அனுப்பியிருக்கிறார். கடிதத்தை என் நெஞ்சோடு பிணைத்து வைத்திருக்கிறார்கள்.'

அந்த வறண்ட குரலுக்குரியவன் மீது பார்வையைச் செலுத்தினார் ஔரங்கசீப். அவன் முழந்தாள் மடித்துக் கீழே விழுந்தான். அவனுடைய தலைப்பாகை அழுக்கேறியும், ஆடை கசங்கியும் இருந்தது. அவர் சைகை செய்ததும் காவலரில் ஒருவன், அவனைத் தூக்கி நிறுத்தி, அவனுடைய நெஞ்சில் வைத்து நூற்கயிறால் கட்டப்பட்டிருந்த கடிதத்தை எடுத்தான். மற்றொரு காவலன் அந்தக் கடிதத்தைக் கொண்டு வந்து ஔரங்கசீப்பிடம் கொடுத்தான்.

'அவனை இங்கிருந்து கொண்டு போங்கள்' இணக்கமற்ற குரலில் சொன்னார் ஔரங்கசீப். அந்தக் கடிதத்தைப் படித்தபோது அவருடைய கைகள் நடுங்கின.

'பேரரசர் ஆக்ராவிற்கு இடப்பெயர்ச்சி செய்யப்பட்டிருக்கிறார். அவர் நோய்வாய்ப்பட்டிருப்பதால், ஆக்ரா கோட்டையில் தம்முடைய தனிமுறையான வசிப்பிடத்தில், திரையிட்ட மூடிய அறையில் வைக்கப்பட்டிருக்கிறார். இரண்டு மருத்துவர்கள் மட்டுமே உள்ளே அனுமதிக்கப்படுகிறார்கள். அந்தப் பகுதியே தார்த்தாரியப் பெண்களின் கட்டுக்காவலில் இருக்கிறது. தாராஷிகோ, தன்னுடைய நேரத்தில் பெரும்பகுதியைப் பேரரசருடன் செலவிடுவதாய் தெரிகிறது.

பேரரசரின் முத்திரையிடப்பட்டிருந்தாலும் கடிதங்களை மூத்த இளவரசரே எழுதுகிறார். அடுத்த பேரரசராகும் வாய்ப்பு தனக்கே வழங்கப்பட்டிருப்பதுபோல் தாராஷிகோ நடந்துகொள்கிறார். கடிதத்தில் கையெழுத்திடுவதற்கு பிறைவடிவிலான குறியீடு இருந்தது. கடிதம் அவருடைய நம்பிக்கைக்குரிய தூதன் ஐஸாபெக்கி னால் எழுதப்பட்டிருக்கிறது. கோபத்தில் அவருக்கு உடம்பே நடுங்கத் தொடங்கியது.

அந்தக் கடிதம் அவருடைய கவனத்தை முழுமையாய் ஆட் கொண்டு, ஒரு ஆவேசத்தை உண்டுபண்ணிவிட்டது. அவர் ரங்கீன் மஹாலில் உள்ள தமது பிரத்யேக அறையில் பலமுறை அந்தச் செய்தியைப் படித்துவிட்டார். அவர் என்ன செய்ய வேண்டும்? பேரரசரின் சமீபத்திய கடிதத்தின்படி பீடார் கோட்டை யிலேயே இருந்துகொள்வதா? ஆனால், அது தாராபாய்க்குப் போதிய அவகாசத்தையும், படை திரட்டுவதற்கான வழிவகையையும் தருவதாகிவிடும். அதிகாரபூர்வ ஆணைக்குக் கீழ்ப்படியாவிடில் அதுவும் ஆபத்தாகிவிடும். தந்தை குணமடைந்துவிட்டால் என்ன வாகும்! அந்தக் கடிதம் உண்மையிலேயே அவரால் அனுப்பப் பட்டதுதானா?

கூண்டுப் புலியைப்போல் முன்னும், பின்னும் பலமுறை நடந்த ஔரங்கசீப், தன் மனதை அமைதிப்படுத்திக் கொள்ள முயன்றார். சிறிய கண்ணாடிக் குமிழ்களுக்குள் எரிந்து கொண்டிருந்த சில விளக்குகள் மங்கலாய் ஒளி சிந்தின. தாம் புதிதாய்க் கைப்பற்றியிருந்த பீடார் கோட்டையை ஏனோ திடீரென்று ஒரு பாதாளச் சிறைபோல் உணர்ந்தார் அவர். அவருக்கு அங்கிருந்து வடக்கே போகத் தோன்றி யது. அவர் பறவையாகிவிடவும், அந்தக் கணமே பறந்துபோய் தந்தை படுத்திருக்கும் அறையில் என்ன நடக்கிறது என்று கண்டறிய விரும்பினார். தந்தைக்கு என்ன ஆகியிருக்கும்? அந்த முதியவர் உண்மையிலேயே நோய்ப்படுக்கையில் இருக்கிறாரா? அல்லது முன்பே இறந்துவிட்டாரா?

அவரது மனதில் மின்னலாய் ஒரு யோசனை. பீடாரை விட்டுச் செல்வதற்கு ஏற்கத்தக்க ஒரு காரணத்தை அவர் கண்டுபிடித்தால் என்ன? அந்தக் காரணம் அரசாணையை ஒதுக்கிவிடுமளவிற்கு வலுவானதாய் இருக்கவேண்டும். அது சாத்தியந்தானா?

*'லா இலாஹ இல்லல் லாஹு' என்று உரத்த குரலில் அவர் இறைஞ்சினார். உட்கூரையில் இருந்து தொங்கும்கொத்துவிளக்கு மங்கலான ஒளியை உமிழ்ந்து கொண்டிருந்தது. சுவர்களை

* அல்லாஹ் என்ற அந்த மாபெரும் பரம்பொருளைத் தவிர்த்து, வணக்கத்திற்குரியவர் வேறு எவரும் இல்லை என்பது பொருள்.

அலங்கரித்த நேர்த்தியான பூக்களின் வரைபடங்கள் அந்த ஒளியில் பளபளத்தன. முத்ஆமத் அப்போது மற்றொரு கடிதத்துடன் உள்ளே நுழைந்தான். பெண்மையின் சாயல் கொண்ட அந்த மனிதன் இம்முறை அழுதுகொண்டே வந்தான். கடிதத்தில் என்ன இருக்கும் என்பதை ஒளரங்கசீப் தமது உள் உணர்வால் அறிய முற்பட்டார். ‘தந்தை இறந்துவிட்டார்!’ அவர் கொத்துவிளக்கின் கீழே நின்று கடிதத்தைப் படித்தார். அவருடைய கைகளில் இலேசாய் ஒரு நடுக்கம். கண்கள் ஒரு வார்த்தையில் இருந்து மற்றொன்றுக்கு நகரும்போது அவருக்கு வயிற்றைப் பிசைந்தது. அது அவருடைய அருமை மனைவி பற்றிய கடிதம். அவள் இறந்துவிட்டாள். அவரால் பெரிதும் நேசிக்கப்பட்ட அந்தப்பெண் அவரைப் பிரிந்துவிட்டாள் எப்போதைக்குமாய். அவருடைய மூன்று மகள்களுக்கும், இரண்டு மகன்களுக்கும் தாய் இப்போது அல்லாவின் அன்பிற்குரியவளாகி விட்டாள். தில்ராஸ் பானு அரசகுடும்பத்துப் பெண், அவருடைய இஸ்லாமிய மனைவி. சரியாக இருபத்திநாலு ஆண்டுகளுக்கு முன் அவருடைய பதினேழு வயதில் சம்பிரதாய முறைப்படி மிகச் சிறப்பாக நடந்தது அவர்களுடைய திருமணம். தற்போது மகப்பேறுக் கோளாறில் இறந்திருக்கிறாள். இறப்பு நேர்ந்தது ஒளரங்காபாத்தில். தற்போது அவள் பிரசவித்திருக்கும் குழந்தைக்கு இன்னும் பெயரிட்டிருக்கமாட்டார்கள். கண்ணீர், ஓடையாய்ப் பெருகியோடு வதை உணர்ந்தார். அவர் எதிர்நோக்கியிருந்த செய்தி இதுவல்ல, ஆனால் இந்த வேதனையிலும் அவருடைய எண்ணங்கள் வேறோர் பக்கம் நகர்ந்தன. யாரை அவர் நேசித்தாரோ, யாரால் அவர் நேசிக்கப்பட்டாரோ அந்தப்பெண் தன் இறப்பின் மூலம் அவர் வெளியேறிச் செல்வதற்கான வாய்ப்பை வழங்கியிருக்கிறாள். ஆக, அவர் பீடாரைவிட்டுப் போவதற்குச் சரியான காரணம் கிடைத் திருக்கிறது. பேரரசரின் கடிதத்தையும் வலுவிழக்கச் செய்யும் சரியான சான்று.

அவர் தூய்மையான காற்றைச் சுவாசிக்க விரும்பி, ரங்கீன் மஹாலின் எண்ணற்றத் தூண்களுடன் கூடிய நடைவழியை நோக்கிச் சென்றார். பளிங்கினாலான சிறிய நடைமேடைகளுக்கு மேல் இரும்புக் கூடைகளில் உயர்த்தியிருந்த தீப்பந்தங்கள் ஒளிவீசிக் கொணடிருந்தன. அவர் காலடியோசையைக் கேட்டார். அது ஜாஃபர்கான். அவருடைய சம்பளப்பட்டுவாடா அதிகாரி, காலஞ் சென்ற அவரது தாயின் சகோதரியின் கணவருங்கூட. அநேகமாய் அந்தத் துயரச் செய்திகள் அவருக்கும் தெரிந்திருக்கும். அந்த மனிதர் வாயெடுத்து ஏதோ சொல்ல வந்தார். ஒளரங்கசீப் தமது கையை உயர்த்தி, அவரைத் தடுத்துவிட்டார்.

‘நான் ஔரங்காபாத் போகிறேன். பீடார் சேமக்காப்பாறையில் நம்முடைய பணம் பத்துலட்சம் ரூபாய் உள்ளது. நீங்கள் இங்கேயே இருந்து கொள்ளுங்கள். இந்த மண்டலத்து ஜாகீர்தார்களுடனும், தேஷ்முக்குகளுடனும் தொடர்பில் இருங்கள். அவர்களுக்குப் பெரிய தொகைகளாய்க் கொடுத்து அவர்களை நம் பக்கம் இருக்குமாறு செய்யுங்கள். நம்முடன் இருக்க ஒப்புக்கொள்கிறவர்களை அவர்களுடைய படைகளுடன் ஔரங்காபாத்துக்கு அனுப்பி வையுங்கள். அங்கே நமக்குப் படைபலம் தேவைப்படுகிறது.’

தும்பைப்போல் தாடி வெளுத்த ஜாஃபர்கான் வணங்கிவிட்டு, வெளியேறினார்.

ஔரங்கசீப் அண்ணாந்து பார்த்திருந்தார். நிலவு முழுவட்டமாய்க் கீழைவானில் தொங்கிக் கொண்டிருந்தது. அதற்கு இடையூறாய் மங்கலான உருநிழல்கள் கடந்தகால நினைவுகள் நிகழ்கால மனதில் ஓயாது ஊடாடுவதுபோல் அதை வருத்திக்கொண்டிருந்தன. சிவாஜியின் காரியஸ்தர் முன்பு சொன்னதை பீஜப்பூர் அரசிற்குச் சொந்தமான வடகொங்கணத்தைத் தாக்கும் திட்டம் தங்களிடம் இருப்பதாகச் சொன்னதை அவர் நினைவுபடுத்திக் கொண்டார். அந்தப் பகுதி தொடக்கத்தில் அகமத் நகர் நிஜாம் ஷாவிற்குச் சொந்தமானது. அவர் இடைவழிகள் பலவற்றைக் கடந்து தம்முடைய அலுவலக அறைக்குச் சென்றார். அந்த நேரத்தில் அவரைக் கண்டதும் காவலர்கள் திகைப்புற்றனர். இளவரசர் அங்கே நுழைந்தபோது, அவருடைய எழுத்தர் தமது உதவியாளருடன் தம் பணியிலேயே இன்னமும் ஈடுபட்டிருந்தார். அந்த நேரத்தில் ஔரங்கசீப்பைக் கண்டதும் உண்டான வியப்பைக் காட்டிக் கொள்ளாமல், புதிய மைக் கூட்டையும், புதிதாய் ஒரு காகிதத்தையும் எடுத்துக்கொண்டார். ஔரங்கசீப் எழுதுவதற்கான செய்தியை உரத்த குரலில் கூறத் தொடங்கினார். அது படீஸாஹிபாவிற்கான கடிதம்.

‘நம்மிடையேயான அரசாங்க உறவு காலஞ்சென்ற தங்கள் கணவர் முகம்மது ஆதில்ஷா காலத்தில் இருந்தே இருப்பதுதான். பேரரசுக்குத் திறை செலுத்துவதாக அவர் ஒப்புக்கொண்டிருந்தார். பேரரசின் இறையாண்மையை ஏற்றுக் கப்பம் செலுத்துகிற ஓர் அரசாகவே ஆதில்ஷாஹி இருந்து வந்திருக்கிறது. அதனைக் கருத்தில் கொண்டு பழைய சமாதான உடன்படிக்கையை நான் பேரரசின் சுபேதார் என்கிற முறையில் தங்கள் நிலப்பகுதியின்மீது இனி தாக்குதல் எதுவும் நடத்தப்படாது என்பதற்கு உறுதியளிக்கிறேன். தங்களுக்கு அதில் இணக்கம் இருப்பின் இரண்டு காரியங்களை நீங்கள் செய்தாக வேண்டும். பழைய கப்பத்தொகை நிலுவைகளை உடனடியாய்ப் பைசல் செய்வதோடு, தங்கள் சுவாதீனத்தில்

இருக்கும் நிஜாம் ஷாவின் நிலப் பகுதிகளில் சிலவற்றை எமக்குக் கொடுத்துவிட வேண்டும். வடகொங்கணத்தில் துறைமுக நகரமான கல்யாண் மற்றும் அதைச் சுற்றியுள்ள பகுதிகளை எங்களுக்குத் தருவதென்று முன்பே தாங்கள் முடிவு செய்திருந்தீர்கள். எம்மைத் தவிர்த்துவிட்டு பேரரசரிடம் தொடர்பு ஏற்படுத்திக் கொள்கிற எண்ணம் வேண்டாம். தங்கள் சுவீகார மகனை சட்டபூர்வ அரச ராக நான் தயவுடன் அங்கீகரித்திருக்கிறேன்; தத்தெடுக்கும் முறை நம்முடைய சமயத்துக்கு ஏற்புடையதல்ல என்கிற நான் கருணை காட்டி நடந்திருக்கிறேன். சொற்படி நடக்கவும் அல்லது வேறொன் றாகட்டும்.'

இவ்வாறு எழுதுவதற்காகச் சொல்லி முடித்த ஔரங்கசீப், சமீபத்திய முகலாய வெற்றியான கல்யாண் நகரத்தைப் பற்றிச் சிந்திக்கலானார். ஆதில்ஷாஹி ஆட்சியாளர் நியமித்திருந்த சுபேதார் சீக்கிரமே அங்கிருந்து வெளியேறிவிடுவார். ஆனால், அந்தத் துறைமுக நகரத்தைக் கட்டுப்பாட்டில் வைக்கக்கூடிய திறமையான நபர் யாரும் ஔரங்கசீப்பிடம் இருக்கவில்லை. கல்யாண் நகரம் இன்னும் கொஞ்ச நாளைக்கு நிர்வாகத் தலைமை இல்லாமலே இயங்க வேண்டியதுதான், ஏமாற்றமும் வருத்தமும் கலந்த உணர்வு அவரை ஆட்கொண்டிருந்தது.

2

மாலைச் சூரியனின் செவ்வொளியில் ஸாஹ்யாத்ரி மலைக் குன்றுகள் பளபளத்தன. குன்றுகளின் பக்கமாய்ச் செல்லும் குறுகிய தடத்தில் அபாஜிசொந்தேவ் தலைமையில் ஐநூறு பேர் மிகுந்த கவனத்துடன் அணிவகுத்துச் சென்றனர். அவருடைய கண்கள் மரக்கூட்டங்களையும், புதர்க் காடுகளையும் நுணுகி ஆராய்ந்த படியும், காதுகள் சிறு சப்தத்தையும் ஊன்றிக் கேட்டபடியும் இருந்தன. அவர் கேட்டதெல்லாம் நீரோடையின் சலசலப்பும், பூச்சிகளின் 'ஙொய்'யெனும் தாழ்வொலியும், கிளிகளின் கிறீச் கிறீச்சுகளும், மர இலைகளின் உரசலும், நீண்டவால் மஞ்சள் முகம் கொண்ட கருங்குரங்குகளின் கீச்சொலியும் மட்டுமே. அவை யெல்லாம் வழக்கமாய்க் காடுகளில் கேட்கக்கூடிய ஓசைகள்தாம்.

கல்யாண் நகரத்து சுபேதார் முல்லாஅகமது அந்த வழியில் தான் பீஜப்பூர் செல்லத் திட்டமிட்டிருக்கும் தகவல், தைல்பேலா கிராமத்துப் பழங்குடியின் மூலம் அவருக்குக் கிடைத்திருந்தது. அவருடைய பெரிய வாகனத்தைத் தொடர்ந்து, கல்யாண் நகரில்

இருந்து பீஜப்பூர் வரை அவரது ஆட்களும் பாதுகாப்புக்கு வந்து கொண்டிருந்தனர். அவர்கள் பீஜப்பூரை அடைய இன்னும் நெடுந் தொலைவு பிரயாணம் செய்யவேண்டியிருக்கும். அபாஜியிடம் வேறு திட்டங்கள் இருந்தன. அவர் சுபேதாரின் பயண வண்டியைத் திரும்பவும் கல்யாண் நகருக்கே கொண்டு செல்லவேண்டும். சிவாஜி முதல்முறையாக ஒரு பெரிய பொறுப்பை அவரிடம் ஒப்படைத் திருக்கிறார். அதைச் சரிவர செய்து முடிக்கிற பொறுப்பு அவருக் கிருந்தது. அவர் தம்முடைய உடம்பைச் சற்றே பின்னுக்குச் சாய்த்து, ஒரு சமநிலையில் இருந்துகொண்டு தமது குதிரையை மிதமான பாய்ச்சலில் ஓடவிட்டார். தமக்கு வெகு சமீபத்திலேயே பயண வண்டி வருகிற ஓசையையும், ஆட்களின் இரைச்சலையும் அவர் கேட்டார். அவர்கள் வாக்ஜெய் அம்மன் கோயிலருகே வந்து கொண்டிருக்க வேண்டும். அவர் மனக்கிளர்ச்சியுற்றவராய்த் தம் குதிரையை நிறுத்தி, இறங்கினார். அவருடைய ஆட்களில் பாதிப் பேர் குதிரையை விட்டிறங்கி பக்கமாய் இருந்த மரங்களில் தங்கள் குதிரைகளைக் கட்டிப் போட்டனர். மற்றவர்கள் தேவைப்படும் போது உதவுவதற்காகத் தங்கள் குதிரைகளிலேயே அமர்ந்திருந்தனர்.

முல்லா அகமது பயணவண்டியில் உட்கார்ந்திருந்தார். சலிப்பு காரணமாய்க் கொட்டாவிவிட்டார். அவருக்கு முன்னால் ஆயுதம் தரித்த குதிரைவீரர்கள் ஐநூறு பேரும், வண்டியைத் தொடர்ந்து இருநூறு பேரும் வந்து கொண்டிருந்தனர். இந்த மலைப்பாதையைத் தேர்ந்தெடுத்து அவருடைய யோசனைதான் கல்யாண் நகரத்துக்கும் பீஜப்பூருக்கும் இடையேயான தடங்களில் பெருமளவு முகலாய நிலப்பகுதியில் அல்லது மாவலி மூலம் செல்கிறவைதாம். இந்த ஒன்று வெகு அரிதாகவே பயன்படுத்தப்படுவது. இவ்வழியே பயணியர் வாகனம் அடிக்கடிப் போவதில்லை. அதனால் வழிப்பறிக் கொள்ளையர்கள் வழக்கமாக இங்கே ஒளிந்திருந்து தாக்குவதில்லை. அவருக்கு அது ஒரு சாதகம் என்றால், அவருடன் ஆயுதம் தரித்த குதிரை வீரர்கள் வருவது கூடுதல் பயன். பயணத்தைப் பற்றி அவர் கவலைப்படவில்லை. எதிர்வரும் கேடான காலத்தைத் தாமும் தம் குடும்பத்தினரும் எப்படித் தாங்கிக்கொள்வது என்ற கவலைதான் அவருக்கு. இத்தனை ஆண்டுகளாய் கல்யாண் அவருடைய சொந்தவீடுபோல் இருந்தது. அந்தப் பகுதி வியாபாரிக்கு சொர்க்கம், வரிவசூலும் நன்றாக நடந்தது. கடந்த காலங்களில் ஆதில்ஷாஹி ஆட்சியாளர்களுக்கு செல்வ வளம் பெருக்கித் தந்தவர் அவர். தற்போது அதே ஆட்சியாளர்கள், தங்கள் அரசு முற்றாக அழிந்து விடக் கூடாது என்பதற்காக, அவர் நேசித்திருந்த கல்யாண் நகரை முகலாயர்களுக்கு தாரை வார்த்திருக்கிறார்கள். பழைய சமாதான உடன்படிக்கை மீண்டும் புதுப்பிக்கப்பட்டு விட்டது. படீஸாஹிபா

ஆவணத்தில் கையெழுத்திட்டிருக்கிறார். சீக்கிரமே முகலாயச் சுபேதார் ஒருவர் வந்துவிடுவார். எனவேதான் அவருடைய அரசர் அவரை அவசரமாய்ப் பீஜப்பூருக்குப் புறப்பட்டு வரும்படி உத்தர விட்டிருக்கிறார்.

'அரசகுடும்பத்தினரின் அரசியலே தவறானது, தீங்கு செய்யக் கூடியது' என்று உரத்த குரலில் அவர் சொல்லிக் கொண்டார். ஆதில்ஷாஹி படை வடகிழக்குக் கோட்டைகளைப் பாதுகாக்கத் தவறியதற்கு அவர் என்ன செய்யமுடியும்? திடீரென்று சலசலப்பும் ஏதோ உடைவது போன்ற ஓசையும் கேட்டது. அவருடைய பயண வாகனத்துக்குப் பின்னால் அவரது அடிமைகள் எருதுகள் பூட்டிய வண்டிகளைச் செலுத்தி வந்தனர். அவர் தமது வண்டியில் இருந்த சிறிய சன்னல் வழியே தலையை வெளியில் திரும்பிப் பார்த்தார். நுகத்தடிகளில் பிணைக்கப்பட்டிருந்த எருதுகள் மேடுகளில் ஏறச் சிரமப்படவும், வண்டியோட்டிகள் அவற்றை அதட்டவும், சாட்டையைச் சுழற்றவும் செய்தார்கள். தாங்கள் வண்டிகளில் கொண்டுபோகும் மூட்டைகளில் என்ன இருக்கிறது என்பது அவர்களுக்குத் தெரியாது. அத்தனை மூட்டைகளிலும் தம் கருவூலத்தில் இருந்த தங்கத்தையும், வெள்ளியையும், விலைமிக்க இரத்தினங்களையும் கட்டி வைத்திருந்தார் அவர். வண்டிகளின் பின்னே ஆட்கள் பலர் வந்தனர். பல்லக்குகளில் இருந்த அவரு டைய குடும்பத்துப் பெண்களைக் கவனத்தில் கொண்டு, அவரது மகனும் அவர்களுக்கு இணையாக வருவதைக் கண்டார். ஏதோ ஒன்று அவரை முன்னோக்கிப் பார்க்கச் செய்தது. அவருக்கு முன்பாய் ஓடிய பாதை ஒரு திருப்பத்தில் மரக் கூட்டங்களுக் கிடையே மறைந்துவிட்டது. கல்யாண் நகரத்துச் சுபேதார், ஏதோ ஆபத்துக்கான முன்னறிவிப்புக் குறியைத் திடீரென்று உணர்ந்தார். தனிவழியும், வனப்பிரதேசத்தின் விநோத ஒலிகளும் அவரை அச்சத்திலாழ்த்தின. யாரோ சிலர் கூச்சலிடுவது கேட்டது. அவருடைய மகன் தம்முடைய பயண வாகனத்தைக் கடந்து முன்னால் செல்லும் குதிரை வீரர்களிடம் நெருங்கிப் போவதைக் கண்டார். தமது ஆட்கள் எச்சரிக்கையுடன் முன்னேறுவதைக் கவனித்தார். தங்கள் வாள்களை உறையில் இருந்து அவர்கள் உருவியிருந்தனர். இப்போது கவலை அவரைப் பற்றிக்கொண்டது. சில குதிரை வீரர்கள் இடதுபக்கம் திரும்பிக் காணாமல் போவதை யும் அவர் பார்த்தார். ஏதோ பெரிய அளவில் தீங்கு விளையும் போல் அவருக்குத் தோன்றியது. விநோதத் தோற்றமுடைய ஆட்கள் பலர் புதர்களில் இருந்து வெளிப்பட்டனர். அவரைக் கிலி பிடித்துக் கொண்டதில் அவருடைய எலும்புகள் விறைத்துப் போயின.

மரக்கூட்டங்களில் இருந்து இருநூறு ஆட்கள்போல் திடீரென்று வெளிப்பட்டனர். அந்த ஆட்கள் உறுதியான தசைகளோடு, குட்டையான உருவத்துடன், தலைப்பாகை கட்டியிருந்தனர். சீற்ற மடைந்த தேனீக்கூட்டம்போல் அவர்கள் விரைந்து செயல்பட்டனர். அவர்கள் வாட்களுடன் தாவிக்குதித்து அவருடைய குதிரை வீரர்களின் பின்னே ஓடினர். அவர்களின் உரத்த குரல் ஒலிகள் போர் முழக்கம்போல் இருந்தது. அவருடைய குதிரை வீரர்கள் பரபரப்புடன் திரும்பினர். தீயைச் சுற்றிப் பழங்குடியினர் ஆடுவது போல், பகைவர்கள் தமது வீரர்களைச் சூழ்ந்துகொண்டதைக் கண்டார் முல்லா அகமது. அவருடைய அரபுக் குதிரைகள் கலவர உணர்ச்சியில் கனைத்தன. பகைவர்கள் தரையில் நின்றபடி, தங்கள் வாட்களை நேர் நிமிர்வாக இறக்கித் தமது குதிரைவீரர்களின் முழங்கால்களிலும், கணுக்கால்களிலும் வெட்டுவதைக் கண்டார் அவர். குதிரை வீரர்கள் எதிர்த்தாக்குதலை மேற்கொண்டாலும், தங்களுடைய குட்டையான வாள்களை வைத்துக்கொண்டு அவர் களால் எதுவும் செய்ய முடியவில்லை. அவர்களில் பலரும் தரையில் விழுந்தனர். சில நிமிடங்களில் அங்கே குழப்பமாகிவிட்டது. அங்கி ருந்து நகர்ந்து செல்ல முற்பட்டவர்கள் பகைவர்களிடம் பிடி பட்டனர். திகிலடித்துப்போன பல்லக்குத் தூக்கிகள் அப்படியே உறைந்ததுபோல் நின்றுவிட்டனர். அவர், தம்முடைய வாளின் கைப் பிடியைப் பற்றியபடி வெளியே குதித்தார். ஆனால், அவர் வாளை உயர்த்துமுன் சிலர் திடுமெனப் பாய்ந்து அவரைத் தாக்கினர். சீக்கிரமே அவர் விலங்கிடப்பட்டார்.

அநேகமாய் அவருடைய வாழ்க்கையில் அதுவே மிக மோசமான இரவாக இருக்கக் கூடும். ஆக முல்லா அகமதுவும், அவருடைய ஆட்களும் கைது செய்யப்பட்டனர். பொழுதுவிடிந்த பின்பே அவருக்குத் தெரிந்தது, தம்மைத் திரும்பவும் கல்யாண் நகருக்கே கொண்டு வந்திருக்கிறார்கள் என்பது.

அதே நேரத்தில் சிவாஜி, நூறு குதிரை வீரர்கள் புடைசூழ கல்யாண் நகரை வந்தடைந்தார். அவர் நேர்த்தியான உடையணிந் திருந்தார். அவருடைய செம்மஞ்சள் நிறத் தலைப்பாகையில் இருந்த முத்துக்கள் காலைச் சூரிய ஒளியில் பளபளத்தன. தம்முடைய அரைக் கச்சையில் அவர் செருகியிருந்த குத்துவாள்களின் கைப் பிடிகளில் மாணிக்கமும் மரகதமும் பதிக்கப்பட்டிருந்தன. கோட்டை யின் பிரதான வாயிலில் இருந்த காவலர்கள் அவரையும், அவரது ஆட்களையும் கவனிக்கவே செய்தனர். புதிய முகலாயச் சுபேதாரை எதிர்நோக்கியிருந்த அந்தக் கோட்டைக்குள் சிவாஜி கம்பீரமாக நுழைந்தார். வந்திருப்பது முகலாயச் சுபேதார் என்றே காவலர்கள்

நினைத்துக்கொண்டனர். அவர்கள் ஒருவரையொருவர் மிஞ்சுகிற விதமாய் அவரைப் பணிந்து வரவேற்றனர். அது ஒரு நல்ல வாய்ப்பு, சிவாஜி அதைப் பயன்படுத்திக் கொண்டார். ஆக, கல்யாண் கோட்டை எவ்வித இரத்த சேதமும் இல்லாமல் அவருடைய கைக்கு வந்தது.

ஒருமணி நேரத்தில் அவருடைய ஆட்கள் வாயிற்காவலரைத் தங்கள் பொறுப்பில் எடுத்துக்கொண்டனர். பாதுகாப்பு அரண்களில் அவருடைய வில்லாளிகள் நிறைந்துவிட்டனர். காலைப் பொழுதின் பிற்பகுதியில் மராத்திய வீரர்கள் கோட்டையைத் தங்கள் ஆளுகைக்குட்படுத்தினர். நண்பகல் நேரத்தில், புதிய ஆளுநர் வந்துவிட்டதாகச் சுற்றுவட்டாரமெங்கும் செய்தி பரவியது. உள்ளூர் நிலப்பிரபுக்களும், செல்வந்தர்களான மீனவர்களும், கிராமத் தலைவர்களும் கல்யாண் நகருக்கு விரைந்து வந்தனர்.

3

அந்திசாயும் நேரம் சிவாஜி, முல்லா அகமதுவின் அதிகாரபூர்வ அவைக்குள் நுழைந்தார். அவையின் முகப்பில் செம்மஞ்சள் நிறக் கொடி ஏற்றப்பட்டது. அவருடைய ஆட்கள் அணிந்திருந்த உடையும், துருக்கியத் தலைப்பாகையும் பார்ப்பவர்களுக்கு சீருடை அணிந்த ஒரு படைப்பிரிவாகவே தெரிந்தது.

சிவாஜி அவைக்குச் செல்லும் வழியில் அவருடைய ஆட்கள் வரிசையில் நின்றிருந்தனர். ஏஸாஜிகாங்க் அவரைத் தொடர்ந்து வந்தார். கோட்டையின் திறந்த முற்றத்தில் புதிய சுபேதாரைக் காண்பதற்காகக் கூடி நின்றவர்களை அவர் பார்த்தார். அவையில் வசதிபடைத்த இந்துக்களும் முஸ்லீம்களும் குழுமியிருந்தனர். அவர்களில் பலர் நிலப்பிரபுக்களாகவோ, அதிகாரிகளாகவோ இருக்கக்கூடும். சிவாஜி அரியணையை நோக்கிச் சுறுசுறுப்பாக நடந்தார், வெகு இயல்பாக ஆசனத்தில் அமர்ந்துகொண்டார். அவையில் இருந்த ஒவ்வொரு முகத்தையும் நிதானமாகப் பார்த்தார். அவையில் இருந்தவர்கள் ஐயத்தோடு அவரைப் பார்த்தனர். அவர்களுடைய கண்களில் சந்தேக ரேகை ஓடியது. அவர்கள் தங்களுக்குள் முணுமுணுப்பாகப் பேசிக் கொண்டனர். காதோடு காதாய் அவர்கள் முணுமுணுத்தது, தெளிவாய்க் கேட்குமளவிற்கு சற்றே உரத்து ஒலிக்கத் தொடங்கியது. சிவாஜி அதைக் கவனிக்கவே செய்தார், தாம் அவர்களுடைய இதயத்தைக் கவர்ந்துவிட முடியும் என்று அவர் நம்பினார்.

கல்யாண் நகரின் நெரிசல்மிக்க தெருக்களின் வழியே விலங் கிடப்பட்டக் கைதிகள் இருவர் கால்நடையாய் நடத்தி வரப் பட்டனர். அவர்களுடைய நெற்றியில் வியர்வை வழிந்தோடியது, கண்கள் களைத்துச் சோர்ந்திருந்தன. அவர்கள் யாரென்று அடை யாளம் காண மக்களுக்கு கொஞ்சம் அவகாசம் தேவைப்பட்டது. அவர்கள், அந்த நபர்களை அதிகாரத் தோரணையில் குதிரையில் வந்து பார்த்திருக்கின்றனர். தற்போது விலங்கிடப்பட்டுக் கைதிகளாய் வருவது அவர்களுடைய பழைய சுபேதாரும் அவரது மகனுந்தான். ஏதோ முறைகேடாக நடந்துகொண்டிருக்கிறது. நகர் முழுக்கச் செய்தி பரவியதும், பெண்களும், குழந்தைகளும் தங்களைப் பாது காத்துக் கொள்ள தங்கள் வீடுநோக்கி விரைந்தனர்.

பயண வாகனம் எங்கிருந்து புறப்பட்டுச் சென்றதோ அங்கேயே கோட்டையின் முற்றப்பகுதிக்குத் திரும்பவும் கொண்டுவந்து நிறுத்தப்பட்டது.

முன்பே நிரம்பி வழிந்த அவையில் தமது ஆட்கள் நுழைவதைக் கண்டார் சிவாஜி. அவருடைய பார்வை குறிப்பாக அபாஜி சொந்தேவ் மீது படிந்தது. அந்த மனிதர் தம்மிடம் ஒப்படைக்கப் பட்டப் பணியை வெற்றிகரமாகச் செய்து முடித்திருக்கிறார். அவரு டைய தலைமையில் செயல்பட்ட ஆட்கள் தாங்கள் கைப்பற்றிக் கொண்டு வந்திருந்த மூட்டைகளைப் பிரித்து, தரையில் கொட்டத் தொடங்கினர். முகலாய முத்திரைபொறித்த தங்க நாணயங்களும். ஆதில்ஷாஹி தங்கக்கட்டிகளும் தரையில் குவியலாய்க் குவித்து வைக்கப்பட்டன.

'அரசே, வேறொன்றும் உள்ளது என்றார் அபாஜி. அவருடைய கண்கள் நுழைவாயில் பக்கம் திரும்பியது. அதைத் தொடர்ந்து சிவாஜியின் பார்வையும் அங்கே சென்றது. காவலர்கள் முண்டி யடித்த மக்களை ஒதுக்கித் தள்ளி, தாங்கள் ஏற்படுத்திய பாதையில் ஒரு பெண்மணியை வரவிட்டனர். அவளைத் தொடர்ந்து கனவானுக்குரிய தோற்றத்தில் இரண்டு ஆண்கள். அந்த உயரமான ஆண்கள் இருவரும் அநேகமாய் அராபியர்களாகவோ, துருக்கியர் களாகவோ இருக்கவேண்டும். அவர்களுடைய பாதங்களில் காலணிகள் இல்லை. இருவரும் விலங்கிடப்பட்டிருந்தனர். சிவாஜி ஒரே பார்வையில் கவனப்படுத்திக் கொண்டார். அவர்களுடைய முகத்தில், தங்கள் கைதுக்கு எதிர்ப்பு காட்டுகிற சினம் தெரிந்தது, அதே சமயம் கண்களில் பயம் இருந்தது.

'இந்த மனிதர் அடுத்து என்ன செய்யப் போகிறார்' என்பதைக் கணிப்பதுபோல, அவையோர் சிவாஜியையே கூர்ந்து நோக்கினர். தங்கள் சுபேதாரின் ஆசனத்தில் அமர்ந்திருப்பது யார் என்பதை

இப்போது அவர்கள் புரிந்துகொண்டிருக்கவேண்டும். அவர்களில் சிலர் முன்பே அவரைப் பார்த்திருக்கிறார்கள். அவர்கள் ஜாவலி மலைப் பிரதேசம் வெற்றி கொள்ளப்பட்டதையும், முகலாயர் ஆதிக்கத்தில் இருந்த நிலப்பகுதிகளில் திடீர்த் தாக்குதல்கள் நடத்தப்பட்டதையும் கேள்விப்பட்டிருந்தனர்.

அவையில் இருந்தவர்களுக்கு என்ன நடக்கிறது என்பதைத் தெரிந்துகொள்கிற ஆவல் அதிகரித்தது. ஒரு பெண்ணுக்கு நேரும் சோதனையை முன்பே அவர்கள் பார்த்திருக்கிறார்கள், இது ஒன்றும் முதல் முறையல்ல. முகலாயப் படைகள் கிராமங்களைத் தாக்கிச் சூறையாடுவது வழக்க முறையாகவே நடந்திருக்கிறது. பெண்களைக் கவர்ந்து செல்வதும், குழந்தைகளை அடிமையாக்குவதுமே பிரதான நோக்கமாய் இருந்தது.

இந்த மாவலிப் பிரதேசத்து மனிதர் மாறுபட்டவர் என்று இவர்கள் கேள்விப்பட்டதால் உண்டான ஆர்வந்தான் அது.

ஆட்கள் நிறைந்திருந்தபோதும் அவையில் அச்சமூட்டுகிற நிசப்தம். அந்தப் பெண் அணிந்திருந்த கொலுசுமணி நாதம் மட்டுமே அங்கே ஓசைப்படுத்தியது. அவள் அமைதியாய்க் காணப் பட்டாள். அது புயலுக்கு முன் தோன்றுகிற அமைதி.

'அவளைப் போகவிடுங்கள்' விலங்கிடப்பட்டவர்களில் இளைஞனாயிருந்தவன் சத்தம் போட்டான். வயதான கைதி முழங் காலளவிற்கு மடிந்து விழுந்திருந்தான். அவனுடைய விலங்குகளின் உலோக ஓசை கடுமையாக இருந்தது.

சிறைப்பிடிக்கப்பட்டிருந்தவர்களைப் பார்த்த சிவாஜி 'அழுகையை நிறுத்துங்கள், அச்சப்பட வேண்டாம்' என்றார் உரத்த குரலில். 'அபாஜி, இந்தப் பெண்மணி யார் என்று எனக்குக் கூறும்.'

தம் எசமானரின் முகத்தில் தெரிந்த கோபம், அபாஜிக்கு அவருடைய முதுகெலும்புவரை நடுக்கத்தைத் தந்தது. 'இவள் சுபேதார் குடும்பத்தைச் சேர்ந்தவள்' என்றார் கலக்கத்துடன்.

'குறிப்பிட்டுக் கூறும்'

'இவள் அவருடைய மகனின் மனைவி.'

'கல்யாண் நகரத்துச் சுபேதாரும், அவருடைய மகனும்.'

'இந்தப் பெண்ணை எதற்காக இங்கே கொண்டு வந்திருக்கிறீர்?' சிவாஜியின் கண்களில் கோபம் கொப்பளித்தது.

'இவளும் சூறையாடப்பட்டவற்றில் ஒரு பகுதி.'

மராத்தியர்களின் தலைவர் துன்பநிலையில் கடுமையான தன்னடக்கங்காட்டுகிற முகபாவத்துடன் இருந்தார். பேரரசர்களும்,

ஆற்றல் படைத்தவர்களும் முன்னுதாரணத்தை ஏற்படுத்தியிருக்க யாரை யார் குறை கூறமுடியும்?

முகலாயப் படையாட்கள் பெண்களையும், குழந்தைகளையும் போரில் கைப்பற்றப்படும் பொருட்களாகவே கருதியிருந்தனர். அவர்கள் போதுமான அளவு சேதத்தை ஏற்படுத்தியாயிற்று.

'நாமும் அவர்களைப்போல், மனிதர்களைப் போரில் கைப்பற்றும் கொள்ளைப் பொருளாய்க் கருதினால், பிறகு எதற்கு சுயராஜ்யம் பற்றிய கனவு?' அவர் கவலையுடன் கேட்டார்.

அபாஜி கண்களைத் தாழ்த்தி நின்றார்.

'அவர்களுடைய விலங்குகளை அகற்றுங்கள். அவர்களது குடியிருப்புக்கு அவர்களைக் கொண்டு செல்லுங்கள். அபாஜி, சுபேதாரும் அவருடைய மகனும் நமது விருந்தாளிகள்.'

அபாஜி நிம்மதியானார்.

'அவர்கள் எப்போது போக விரும்பினாலும் நூறு பாதுகாவலர்களுடன் அவர்களை பீஜப்பூருக்கு அனுப்பி வையுங்கள். ஒரு குடும்ப உறுப்பினராக அந்தப் பெண்மணியை மரியாதையுடன் நடத்துங்கள். அவருக்கு ஆடைகளையும், வளையல்களையும் கொடுத்து அனுப்புங்கள். அத்துடன் பயணம் நெடுகிலும் தேவைப்படுகிற உணவைக் கொடுங்கள்.'

சிவாஜி இவ்வாறு உத்திரவிடவும், சுபேதார் தம்முடைய முகத்தில் புன்னகையுடன் எழுந்து நின்றார். அந்த இளம்பெண் மண்டியிட்டுப் பணிந்து 'ஷுக்ரன்' என்று அரபியில் நன்றி தெரிவித்தாள்.

அங்கே வியப்பு கலந்த முணுமுணுப்புகளும், நிம்மதிப் பெருமூச்சுகளுமாய் இருந்தன.

4

பீஜப்பூரில் மெல்ல இருள் கவிந்து இரவாகிக் கொண்டிருந்தது. தெருவிளக்குகளைப் பராமரிப்பவர்கள் குறுநடை ஓட்டமாய் விரைந்து, ஏணிகளில் ஏறி விளக்குகளை எரியவிட்டனர். சில தெருநாய்கள் இருட்டில் விட்டுவிட்டு குரைத்துக் கொண்டிருந்தன. படீசாஹிபாவின் அரண்மனை நோக்கிச் செல்லும் சாலைகள் வெறிச்சோடிக் கிடந்தன. அரசின் முதன்மைத் தளபதியும், பிரதான அமைச்சருமான கான்முகம்மது கவலையில் இருந்தார். 'படீசாஹிபா என்னை எதற்காக உடனே வருமாறு அழைப்பு விடுத்தது?

என்னுடைய வருகையை உறுதிப்படுத்திக் கொள்ள எதற்காக அவருடைய காவலர்களை அனுப்பி வைத்தார்? அல்லது வேறு காரணம் ஏதும் இருக்குமோ?'

அரண்மனையை நோக்கிப் பல்லக்கில் செல்கிறபொழுது இப்படித் தம்முன் கேள்வியெழுப்பி, மண்டையை உடைத்துக் கொண்டார் அவர். அரசியார் உயர் சமுதாயப் பிரிவினருக்கு இப்படி வழக்கமீறிய நேரத்தில் அழைப்பாணை விடுப்பதில்லையே. அந்த ஆப்ரிக்க வீரர் பதற்றமானார்.

மறைந்த அரசருக்கான சேவைகளில் தம் வாழ்க்கையைப் அர்ப்பணித்திருந்தார் அவர், படீஸாஹிபாவிடமும் அதேயளவு விசுவாசமாய் இருந்து வருகிறார். அவருடைய மனைவிகளும், குழந்தைகளும் பீஜப்பூரில் வசிக்கின்றனர். அரசு அவருக்கு செல்வத்தையும், புகழையும் அவர் கற்பனையே செய்ய முடியாத அளவுக்குக் கொடுத்திருந்தது. சமீபகாலமாகவே வாழ்க்கை மிகவும் கடுமையாகிவிட்டது. ஔரங்கசீப்பும் அவரது படையினரும் வன் செயல்களில் ஈடுபடுகிறார்கள். சுல்தானின் வடகிழக்கு எல்லை களில் உள்ள நகரங்களிலும் பேரூர்களிலும், சிற்றூர்களிலும் புகுந்து சேதப்படுத்திக் கொண்டிருக்கிறார்கள். இவர் தம்மால் ஆனவரை எல்லாவற்றையும் ஒரு நிலையில் வைக்க முயற்சி செய்து வருகிறார்.

அவர், தூரத்தில் குதிரைகள் பாய்ந்தோடி வரும் ஓசை கேட்டதும், தம்முடைய மனத் தளர்ச்சியில் இருந்துவிடுபட வெகுவாய்ப் போராடினார் அவருடைய குதிரைவீரர்கள் எப்போதுமே மிதமான வேகத்தில்தான் அவரைக் காணவருவார்கள். ஆக, வருவது அவர்களல்ல என்பது புரிந்தது. வெளியே எட்டிப் பார்த்தார். நெருங்கிவரும் குதிரை வீரர்களின் நிழல்களைக் கண்டதும் அவருக்கு நாடித்துடிப்பு வேகம் அதிகரித்தது. தெரு நெடுக மங்கிய விளக்கொளியில், மரங்களின் வரிசை. கான்முகம்மது தம்முடைய வாளை உருவிக்கொண்டு, வெளியே குதித்தார். அவருடைய கனம் தாங்காமல் பல்லக்குக் குலுங்கியது. சுமப்பவர்கள் தங்கள் சமநிலையை இழந்தார்கள். பல்லக்குப் பெருத்த சப்தத்துடன் தரையில் மோதியது. தளபதியின் வீரர்கள் ஆபத்தை உணர்ந்தனர் கொஞ்சம் தாமதமாகவே. தங்கள் ஆற்றல்களை அவர்கள் திரட்டிக் கொள்வதற்கு முன்பே, கவசமணிந்த குதிரைவீரர்களால் முழுமை யாய்ச் சூழ்ந்து கொள்ளப்பட்டனர். எதிரிகள் அதிக எண்ணிக் கையில் இருந்ததால் சண்டை மிகக் குறுகிய நேரமே நீடித்தது.

கான்முகம்மது தப்பியோடி விட முயன்றார், ஆனால், அச்சத்தில் தடுமாறிவிட்டார்.

அவருடைய பாதங்கள் தரையில் நிற்கமுடியாமல் நழுவின. தம் வீரர்களின் இரத்தச் சேற்றில் அவர் விழுந்தார். எழுந்துகொள்ள முயன்றும் முடியாமல், தரையில் மல்லாக்க விழுந்துகிடந்தார். அவரைச் சுற்றிலும் ஆட்கள். பல வாட்கள் மேலே உயர்ந்தன. அவர் தடுத்துக் கொள்ளப் போராடினார். ஆனால் வாட்களின் வெட்டு வாய்கள் அவர் மீது இறங்கின.

'அல்லாஹ்....' தம் கடைசிச் சொல்லை அவர் உதிர்த்தார். அவர் பெரிதும் நேசித்த பீஜப்பூர் தெருவில் அவருடைய இரத்தம் பெருக்கெடுத்து ஓடியது.

அத்தியாயம் ஒன்பது

1

கிழக்கே, மலைக்குன்றுகளுக்கப்பால் வானம் மஞ்சள் நிறத்துக்கு மாறிக்கொண்டிருந்தது. இளங்காலைச் சூரிய ஒளிபட்டு, முகலாயர் களின் ஆளுகைக்கு உட்பட்டிருந்த தக்காணத்தின் தலைநகரான ஔரங்காபாத், மங்கலாய் மினுமினுத்தது. அது வசந்தகாலம், பறவைகள் சீற்றமுடன் கிறீச்சிட்டன. நிஜாம் ஷாஹி புகழின் உச்சத்தில் இருந்தபொழுது, அரசின் பிரதான அமைச்சர் மாலிக் அம்பர் 'கிர்க்' என்ற குக்கிராமத்தைச் சொர்க்கமாகவே மாற்றி யிருந்தார். வானளாவிய கட்டிடங்களை வில் வளைவு அமைப்புகள் உருண்டை வடிவிலான கூரைகள், உயரமான கூம்புவடிவக் கோபு ரங்கள், தூபிகள் என்று கலைஞனின் ரசனையோடு அலங்கரித் திருந்தார். நீருக்கு அதிபதி போன்று செயற்கைக் கால்வாய்களை அமைத்து பள்ளிவாசல்களுக்கும், மாளிகைகளுக்கும், தோட்டங் களுக்கும் தட்டுப்பாடின்றித் தண்ணீர் கிடைக்கச் செய்தார். முகலாயர்கள் நிஜாம்ஷாஹியைப் பேரரசுடன் இணைத்துக் கொண்டபோது, இருபதுவயதே நிரம்பிய ஔரங்கசீப் சுபேதா ரானார். அவர் 'கிர்க்'கிக்கு 'ஔரங்காபாத்' என்ற புதுப்பெயரைச் சூட்டினார். அந்த ஊரைத் தமது தலைமையகமாக்கிக் கொண்டார்.

நௌகந்தா மாளிகை மேல் முற்றத்தில் நின்றிருந்த ஔரங்கசீப், தம்முடைய தக்காணத்துத் தலைநகரையே வெகுநேரம் பார்த்துக் கொண்டிருந்தார்.

மதில்களுடன் கூடிய ஔரங்காபாத்தையும் அதன் சுற்றுப் புறங்களையும் அவருக்கு நிரம்பப் பிடிக்கும். அந்த நகரத்தின் மீது அவர் கொண்டிருந்த வியப்பு ஒருபோதும் குறைவதேயில்லை. தௌலதாபாத் கோட்டை அமைந்திருந்த குன்றின்மீது தாம் ஆர்வத் துடன் ஏறிச்சென்ற இளம்பருவ நாட்களை அது நினைவுபடுத்திக் கொண்டிருக்கும். அப்போது எலுரா குகைகளுக்குச் செல்வது, அருகில் உள்ள காடுகளில் வேட்டையாடுவது என்று கழிந்த இனிய

பொழுதுகள் அவை. ஆற்றுப்பள்ளத்தாக்கு அவர் அடிக்கடி போகிற இடம். ஆகாய நீலத்தை அப்படியே பிரதிபலிக்கும் ஏரிகள், நீர்ப் பரப்பில் நிறையும் வெண்ணிறக் கொக்குகள். அவற்றையெல்லாம் பார்க்கிறபொழுது தாம் வளர்த்த 'ஷெர்பாஸ்' என்ற பருந்து அவருடைய ஞாபகத்துக்கு வந்துவிடும்.

சில வருட காலம் அந்த ஷெர்பாஸைப் பயன்படுத்தி கவுதாரி களை அவர் வேட்டையாடி மகிழ்ந்ததுண்டு. தன்னுடைய செல்லப் பறவையை இழக்க நேர்ந்த நாளை அவரால் மறக்கமுடியாது. அன்று ஷெர்பாஸ் ஒரு காக்கைக்குஞ்சினைக் கவ்விக்கொண்டு வந்தது. எங்கிருந்தோ திரண்டு வந்த காக்கைகள், தங்கள் அலகினால் ஷெர்பாஸைக் கொத்திக் குதறின. நகங்களால் கீறிக் கிழித்தன. தான் பிரியமாய் வளர்ந்த பறவை வீழ்ந்துபட்டபோது, இளவரசர் அதில் இருந்து ஒரு படிப்பினையைப் பெற்றார். அது வெற்றி பெறுகிற வருக்கும், வீழ்ந்துபடுகிறவருக்கும் இடையே இருப்பது ஒரு மெல்லிய கோடுதான் என்கிற உண்மை. அந்தக் கணமே தம் கருத்தை ஒரு குறுங்கவிதையாக்கினார் அவர்.

'உலகமே மாறிவிடுகிறது
ஒரு கண்சிமிட்டலில், விடுமூச்சில்
சென்றகணத்தில் வாழ்வாயிருந்தது
இந்தக் கணத்தில் மரணமானது'

அந்தக் கவிதையை நினைத்துக்கொண்டபோது, சிவாஜி போஸ்லே பற்றிய நினைவுகளும் அவருக்கு வந்து விட்டது. அரசுக் கெதிரான அந்த மனிதர் வடகொங்கணத்தில் பிரவேசித்து, நிலை மையை மோசமாக்கிவிட்டார். அவருக்குக் கொள்ளையடிப்பதே வழக்கமாகியிருக்கிறது. ஒரே மூச்சில் ஒழித்துக்கட்டிவிட வேண்டும். விட்டுவைத்தால் தக்காணத்தையே நாசம் பண்ணிவிடுவார். அத்தகைய நபர்களை அவர் முன்பே கையாண்டிருக்கிறார். ஜுஷார் என்கிற அரசனை அவர் தியோகர் காட்டுப்பக்கம் ஓட, ஓட விரட்டியடித்தார். பிற்பாடு ஜுஷாரைக் கைதுசெய்து கொன்று போட்டார். அந்த அரசனின் மக்களும் கொல்லப்பட்டனர்.

சிவாஜியைப் பிடித்து உயிரோடு எரிக்கவேண்டும் அல்லது யானைகளின் காலடியில் போட்டு நசுக்கிவிடவேண்டும் என்கிற அளவுக்கு ஆத்திரப்பட்டார் அவர். ஆனால், சிவாஜியை வேட்டை யாட இதுவல்ல நேரம். அதைவிட வடக்கில், அவர் விரைந்து முடிக்கவேண்டிய காரியங்கள் காத்திருக்கின்றன. தக்காண அரசியலைப் பற்றியே சிந்தித்துக் கொண்டிருப்பதில் அர்த்தமில்லை.

வடக்கில் என்ன நடக்கிறதோ அதுவே அவருடைய எதிர்காலத்தை முடிவுசெய்யப் போகிறது. ஒன்று அரியணை அல்லது கல்லறை.

தாரா இந்துஸ்தானத்தின் பேரரசராகிவிட்டால் பேரரசர் என்கிற முறையில் அரியாசனமும், குடையும், கொடியும் அவரால் பயன்படுத்தப்படும், அவரைக் குறிப்பதாகவே அவை அமைந்து விடும். அவரையோ, அவருடைய பெயரையோ, அவரைப் பிரதி நிதித்துவப்படுத்துகிற எதையுமோ யாரும் எதிர்க்க முடியாது. அவரை எதிர்த்தால் அது அரசுக்கு எதிரானக் குற்றமாய்க் கருதப் படும். அத்தகைய குற்றத்திற்கு மரணதண்டனை விதிக்கப்படும். அதிகார ஆட்சிக் கட்டமைப்பே அவருக்குக் கைகட்டி சேவகம் செய்வதாக இருக்கும். மான்ஸப்தார்கள் அவர் நடந்துசெல்கிற மண்ணை நக்கிக் கொண்டிருப்பார்கள். *'ஷரீஅத்' சட்டத்தையே நியாயாதிபதிகள் அவருக்குச் சாதகமாய் மாற்றிவிடவும் கூடும். தாராபாயின் சகோதரர்கள் (ஔரங்கசீப் உட்பட) சாகடிக்கப்படு வார்கள். அவர்களுடைய பிள்ளைகள் பாதாளச் சிறைகளில் தங்கள் கடைசி மூச்சைவிட நேரிடும். அவர்கள் மிகையளவு அபினை உட்கொண்டு, தங்கள் அசுத்தங்களின் மீதே புரண்டு செத்துப் போவார்கள்.

மற்றவர்களுடன் பேசவிரும்பாது எரிச்சலான மனநிலையில் இருந்த ஔரங்கசீப், ஒவ்வொன்றாக நடைக்கூடத்து வளைவுகளைக் கடந்து செல்கையில் கண்ணீருடன் காணப்பட்ட அலிஅடிமைகள் அவருக்குத் தரையளவு தாழ்ந்து சலாம் செய்ததை அவர் பொருட் படுத்தவில்லை. அவர்கள் அனைவருமே அவருடைய மனைவியின் நம்பிக்கைக்குரிய பணியாளர்கள். அவர் தில்ராஸ் பானுவின் செல்வ வளம்மிக்க அறைக்குள் நுழைந்தார். அவருடைய மனைவியின் படுக்கை வெறுமையாய்க் காட்சியளித்தது. வயதில் மூத்த பருமனான பெண்மணி ஒருத்தி, தன் மடியில் குழந்தையை வைத்துக்கொண்டி ருந்தவள் அவரைக் கண்டதும், அவசரமாய் எழுந்துகொண்டாள். அவள் வைத்திருந்த குழந்தை உறக்கம் கலைந்து, உரத்த குரலில் அழத் தொடங்கியது.

அவள் உணர்ச்சி மீதுர 'அல்லாஹ்' என்றபடி, தன்னால் முடிந்த அளவு தன் பருமனான உடம்பை வளைத்து, வணங்கினாள். முகலாய இளவரசர் முன்பாய், இன்னும் பெயரிடப்படாத அவருடைய நான்காவது குழந்தையைக் காண்பிப்பதற்காகத் தனது கைகளை நீட்டினாள். குழந்தைக் கம்பளியில் பொதியப்பட்டிருந்தது. அந்தப் பிறந்த குழந்தை தந்தை வழியில் 'சன்னிப்' பிரிவையும், தாய் வழியில் 'ஷியாப்' பிரிவையும் சேர்ந்ததாகும். குழந்தை திடீரென்று

---

* இஸ்லாமிய மார்க்க வரைமுறைகளுக்கு ஷரீஅத் என்று பெயர்.

அழுகையை நிறுத்தி, கண்களைத் திறந்து பார்த்தது. ஔரங்கசீப் கள்ளங்கபடமற்ற அந்தக் கண்களை உற்றுநோக்கி, அமைதியை உணர்ந்தார்.

'என்னுடைய கொள்ளுப்பாட்டனாரின் பெயரான முகம்மது அக்பர் என்பதையே இவனுக்குச் சூட்டுகிறேன். இந்தக் குழந்தை எனது ஏற்புடைய வாரிசாக இருக்கக்கூடும்' என்று தமக்குள் சொல்லிக்கொண்டார். அவருடைய பார்வை அந்தப் பெண் மணிக்கும் அப்பால் சென்றது. அங்கே அவருடைய ஏழு வயது நிரம்பிய முதல் மகன் ஆஸம் நின்றிருந்தான். அவர் முன்னோக்கிக் குனிந்து, அவனைத் தொட முயன்றார். பையன் அச்சத்துடன் குதித்தோடி, கண்ணில் படாமல் மறைந்தான்.

தம்முடைய இரண்டாவது மனைவி நவாப் பாயைக் காண்ப தைத் தவிர, வேறு காரியம் எதுவும் அங்கே இருக்கவில்லை அவருக்கு.

சில சுற்றுக்கட்டுகளைக் கடந்து, முகம்மது சுல்தானின் தாய் இருக்கும் மனைப்பகுதிக்குச் சென்றார் அவர். வாயிலருகே அவரைக் கண்டதும் காவலாளிகள் பணிவுடன் வணங்கினர். அவர்களுக்கு தலையசைக்கக் கூட நேரம் இல்லாதவராய், கொஞ்சநாளாய்ப் பார்க்காமல் இருந்த மனைவியைச் சந்திக்க விரைந்து சென்றார் அவர். ஒரு சமயத்தில் அழகியென்று அவர் நினைத்திருந்தவள் சற்றே சுருண்ட மேலுதட்டுடன், வயதேறிக் காணப்படுவதை அவரால் நம்பவே முடியவில்லை. அவர் உண்மையிலேயே திகைத்துப் போனார்.

நவாப் பாய் தன் கணவனின் முன்பாய் எழுந்து நின்றாள். தன்னுடைய இதயக்கொந்தளிப்பையும், கோபத்தையும் வெளிக் காட்டிக் கொள்ளாமல் இருந்தாள் அவள். வாழ்வின் விசித்திரமான கூறு அது. ஒரு ஆண் பெண்ணொருத்திமீது வைக்கிற அன்போ, மறுதலையாக பெண் வைக்கிற அன்போ தொடர்ந்து வளர்ந்தபடி யிருக்கும் என்பதற்கில்லை. ஆனால் வெறுப்போ தொடர்ந்து இருப்பதோடு, பெரிதாகிவிடவும் செய்யும்.

'எங்கள் *சுல்தான் ஹைதராபாத் போரில் வென்று வந்திருக் கிறார்' அவருடைய உணர்ச்சியைத் தூண்டவே அந்தச் சொற்களை அவள் பயன்படுத்தினாள்.

'ஆம், மீர்ஜும்லாவின் உதவியோடு' ஏமாற்றமும், நகைச்சுவையும் இழைந்தோடியது அவருடைய சொற்களில்.

---

* அரசர்களும், இளவரசர்களும் சுல்தான் என்று அழைக்கப்படுவர். பெயருக்கு முன் இப்பட்டம் புனைந்து கொள்ளப்பட்டது. சுதந்திர அரசர், வன்மை வாய்ந்தவர் என்று பொருள்.

அவள் மூலம் தனக்குப் பிறந்திருந்த குழந்தைகளிடம் ஏளன உணர்வோடுதான் அவர் நடந்துகொள்வார். அவளுடைய கண்கள் அவரைத் துளைப்பதுபோல் பார்த்தன. பல ஆண்டுகளுக்குப் பிறகு, அவரைப் பார்க்கிறபோது, வித்தியாசமாகத் தெரிந்தார். காலம் கொஞ்சமும் கருணையே இல்லாமல் மனிதர்களை மாற்றிப்போட்டு விடுகிறது. அவருடைய முகம் ஒட்டியுலர்ந்து காணப்பட்டது, அவரது நாசி முடியுமிடத்தில் கத்தியின் கூரிய அலகுபோல் இருந்தது, புருவங்கள் பிதுங்கிக் கொண்டிருந்தன. போர்க்களங்களில் கழிந்துபோகிறது வாழ்க்கை. அவள் சுயபச்சாதாபத்தில் துவண்டு கொண்டிருந்தாள்.

இந்த மனிதர் அவளுடைய கணவர் அவளை அறிவில்லாதவள், உணர்ச்சியற்ற ஜடம் என்றே புறக்கணித்து வந்திருக்கிறார். அவள்மீது அவருக்கு இச்சைதான் இருந்தது, அன்பு ஒருபோதும் இருந்திருக்க வில்லை. அரசின் அந்தப்புரத்தில் அவளும் ஒரு எண்ணிக்கை, வயதேறிப்போன அவலட்சணம். அந்தப்புரத்தில் இருந்த மற்ற பெண்கள் முஸ்லீம்கள், அவளை அந்தப்புரத்தின் இயல்பான உறுப்பினராகவே கருதவில்லை. அவர்கள் அவளை 'பவிசு இல்லாத பெண்டாட்டி' என்றே தங்களுக்குள் பேசிக் கொள்வார்கள். ஒரு அற்பப் புழுவாகவே அவள் மதிக்கப்பட்டாள். ஆனாலும், தான் சட்டபூர்வ மனைவி என்பதை நிரூபிக்க இரண்டு பிள்ளைகள் இருந்தன அவளுக்கு. அவளுடைய மனைக்கு கணவன் வந்து போய்க்கொண்டிருந்தவரை எதைப்பற்றியும் அவள் கவலைப் படாமலே இருந்தாள். ஆனால், இப்போதோ நிலைமை வெகுவாய் மாறிவிட்டிருக்கிறது.

'இப்போ என்ன செய்யணும்கறே....' அவர் பொறுமையிழந்த வராய்ப் பேசினார்.

கணவன் மனைவிக்கிடையேயுள்ள எல்லாவற்றையுமே சொற்களாக்கிவிட முடியாது. தில்ராஸின் இறப்பு புதிய நம்பிக்கை களை, எதிர்பார்ப்புகளை ஊட்டி வளர்த்திருந்தது. தன் இடுப்பில் இருந்து தொங்கும் ஆடை பக்கவாட்டில் அசைந்தாட, நெஞ்சம் படபடத்தது அவளுக்கு. தான் ஒரு இந்துவாகப் பிறந்ததற்காக அவள் தண்டிக்கப்பட வேண்டுமா? அவள் அப்படி நினைத்துக் கவலைப்பட்டிருக்கலாம். ஆனால் அவளோடு இரவுகளைக் கழிப்பதில், ஏன் பகற்பொழுதுகளிலும் அவள் மடியில் கிடப்பதில் அவருக்கு ஊக்க இழப்பு ஏற்பட்டதேயில்லை. அவளுடைய சுருண்ட கூந்தல் கூடாரத்தின் அலங்காரத் தடுப்பு போல் அவரை மூடி மறைத்திருக்கும். மதம் சார்ந்த வகையில் அவள் கொண்டிருந்த முரண்பாடு பற்றி அவர் கவலைப்பட்டதில்லை. அதனால்தான்,

தன்னுடைய இரண்டு பிள்ளைகளுக்கு அவளைத் தாயாக்கியிருக் கிறார். தனது தனிமைக்கும், தான் தனித்து விடப்பட்டதற்கும் அவரே காரணம் என்ற நினைப்பில் அவரைக் கோபத்துடன் உற்று நோக்கினாள் அவள்.

'தாங்கள் வடக்கே போவதாய்க் கேள்விப்பட்டேன்....' வேறுபேச எதுவும் தெரியாதவளாய் அவள் பேசி வைத்தாள். 'நான் வரவே விரும்பாத இடத்துக்கு, என்னை எதற்காக வரச் செய்தாய்?' கோபக் குரலில் கேட்டார் அவர்.

அவள் அவமதிக்கப்பட்டதாய் உணர்ந்தாள். அவருடைய கைகளைப் பார்த்தாள், அவை கடினப்பட்டு கறுத்துப் போயிருந்தன. முன்பெல்லாம் அவளது மூடப்படாத உடம்பில் எதையோ தேடிக் கொண்டிருந்த கைகள்தாம் அவை. அந்த ஞாபகம் அவளுள் மேலெழுந்தது. மறுபடியும் அது நிகழவேண்டும் என்கிற விருப்பம் தோன்றியது. கடந்த காலத்தில் போலவே அவருடைய கண்களின் அதே பார்வையை மீண்டும் அவள் காணவிரும்பினாள். தன் உதடுகளைச் சிவப்பாக்கிக் கொள்ளத்தான் தாம்பூலம் தரித்ததையும், தன் மூச்சுக்காற்றில் இனிய நறுமணம் வீச கஸ்தூரியைப் பயன் படுத்தியதையும் அவள் மறந்துவிடவில்லை. தன்னுடைய நிறத்தை மேம்படுத்திக் கொள்வதற்காக சில மாதங்களாகவே சந்தனத்தைப் பசைபோலாக்கித் தன் உடம்பில் அவள் பூசி வந்திருக்கிறாள்.

'தாங்கள் என்னுடைய மனையில் காலடி வைத்து வருசக் கணக்கில் ஆகிறது' என்று முணுமுணுத்தபடி இரண்டு தப்படி முன்நோக்கி நடந்துவந்தாள். அவளுடைய குரலில் எள்ளல் குறிப்பு இருக்குமோ என்ற எண்ணத்தில் அவர் முகம் சுளித்தார். ஆனால் அப்படி எதையும் அவர் காணவில்லை. அது அவரைச் சங்கட உணர்வில் ஆழ்த்தியது. அவளுக்காக இரங்கும் நிலைக்கு அவர் வந்துவிட்டிருந்தார். கணநேரம் அவள்மீது அக்கறை பிறந்தது. தன் கூந்தலை அவள் கட்டாமல், இடுப்பு வரை இறங்கவிட்டிருந்தாள். அவளையே உற்றுப்பார்த்தார் அவர். தில்ராஸின் இறப்புக்கு இவளல்லவா காரணம். 'பெண்பிள்ளையாகவே பெற்று வைத்திருக் கிறாள்' என்று இவள் பழித்ததால் தானே, அவள் மேலும் குழந்தை பெற்றுக்கொள்ள வற்புறுத்தினாள். ஒவ்வொரு முறை பெண் குழந்தை பிறந்ததும் அடுத்தது ஆண் குழந்தையாக இருக்கும் என்று நம்பினாள். முன்பே மூன்று பெண்குழந்தைகளுக்குத் தாயாகி, அவள் பலவீனமாகி இருந்தாள். தில்ராஸை மீண்டும் தீண்டுவ தில்லை என்றுதான் அவர் முடிவு செய்திருந்தார். ஆனால், அந்த முடிவு அவள்மீது வெறுப்பு கொண்டு எடுக்கப்பட்டதல்ல. பலமுறை பிரசவிப்பது ஆபத்து என்று அவர் கருதினார். தில்ராஸ் மேலும்

குழந்தை பெற்றுகொள்ள வேண்டும் என்று பிடிவாதம் பிடித்து, இரண்டு ஆண் குழந்தைகளைப் பெற்ற பின்பே இறந்துபோனாள்.

'இன்னும் சில நாளில் வடக்கே புறப்பட்டுப் போகிறேன்' என்றார் உணர்ச்சியற்ற குரலில்.

அவள் கணப்பொழுது உறைந்துபோனாள். அதை மறுப்பது போல் தலையசைத்தாள். அவள் காஷ்மீரைச் சேர்ந்த ஒரு அரசனின் மகள்.

'நம்முடைய பையன்கள் முகம்மது சுல்தான், மூஆஸம் இவர்களும் என்னோடு வருகிறார்கள்.'

'பேகத்துக்காக நான் வருந்துகிறேன்' அவள் கனிவுடன் சொன்னாள்.

அவளை உறுத்து நோக்கியபடி கேட்டார் அவர், 'நீ அவளை வெறுத்தால்தானே?'

அவள் எதுவும் பேசாமல் அவர் போவதையே பார்த்திருந்தாள். தன் வாழ்வில் இடம்பெற்ற ஆண்களை வெறுத்த அளவு தில்ராஸை அவள் வெறுத்ததில்லை. முதலில் அவளுடைய செயல் வல்லமையில் இருக்கிறது அவளுடைய இரு மகன்களின் பாதுகாப்பு. அவள் அல்லாவை இறைஞ்சியதோடு, தான் மறந்துவிட்டிருந்த தன் குழந்தைப்பருவத்து இந்துக் கடவுள்களிடமும் பிரார்த்தனை செய்து கொண்டாள். அவளுடைய விண்ணப்பங்களை ஏற்று, கடவுள் விடையளிப்பாரா?

2

'மாண்புடையீர், அப்போ அது முடிவாயிட்டதுதானே?' நிஜபத்கான் மரியாதையுடன் வினவினார்.

நல்ல உயரமும், தசைமுறுக்கும் உடைய மான்ஸப்தாரை ஏறிட்டு நோக்கிய ஔரங்கசீப் தலையசைத்தார். அவர் முகாமிற்கு இடம்பெயர்ந்து பத்து நாள் ஆகியிருந்தது. அவருடைய கூடாரம் ஏராள இடவசதி கொண்டிருந்தாலும் கிட்டத்தட்ட காலியாகவே இருந்தது. மையப்பகுதியில் ஒரு மரத்தாலான இருக்கையும், ஒரு மூலையில் எழுத்தருக்கான மேசையும் போடப்பட்டிருந்தது. படையாட்களின் ஆரவாரம், பணியாட்களின் உரத்த குரல்கள், வண்டிகளின் தடதட ஒலி, ஆயுதம் தயாரிப்பவர்களின் சம்மட்டி ஓசை, விலங்குகளின் இணைப்பு பிளிறல் என்று முகாம் நிரம்பித் ததும்பியது. அந்த இரைச்சல் தம் வாழ்விடத்தில் இருப்பது போன்ற

உணர்வையே அவருக்குத் தந்தது. சில சமயங்களில் பெரிய மண்பானைகளில் கொதிக்கும் இறைச்சி மணத்தைக் காற்று கொண்டு வந்தது. எரியும் விறகுகளின் புகை அவருக்கு எரிச்சலூட்டவில்லை.

முத்ஆமத் தன்னுடைய எசமானருக்குப் பின்னால் நின்றிருந் தான். அவனுடைய கண்கள் நிஜபத்கான் மீதே நிலைத்திருந்தன.

'நாம் கணிசமான அளவு குதிரைவீரர்களைத் திரட்டியிருக் கிறோம்', கட்டில் வகையான இருக்கையில் அமர்ந்து செபமாலை மணிகளை உருட்டிக் கொண்டிருந்த எசமானரைப் பார்த்தபடிக் கூறினார்.

நிஜபத் உணர்ச்சித் தீவிரத்துடன் கூறியது ஔரங்கசீப்பை முகஞ்சுளிக்கச் செய்தது. தாழ்வான எழுதுமேசைக்குப் பின்னால், மலைபோல் குவிந்த காகிதங்கள் மத்தியில் அமர்ந்திருந்த தமது எழுத்தர் மீது பார்வையைச் செலுத்தினார் அவர். அந்த மனிதர் சலிப்பூட்டுகிற தோற்றத்தில் இருந்தார். அரிதாகவே பேசுகிறவர், ஒருபோதும் சிரித்தறியாதவர். ஆனால், அபார நினைவாற்றல் உடையவர். 'இந்த ஒரு வாரத்தில் பீடாரில் இருந்து வந்திருக்கும் படையாட்கள் எத்தனை பேர்?' என்று ஔரங்கசீப் கேட்டார்.

எழுத்தர் தம்முடைய விரல்களை மடக்கியும், நீட்டியும் துரிதமாய்க் கணக்கிட்டு, தாழ்ந்த குரலில் சொன்னார், 'இளவரசே! அவர்கள் ஐயாயிரம் பேர்' என்று.

ஔரங்கசீப் தமக்குப் பதில் பீடார் நிர்வாகத்தைப் பார்த்துக் கொள்ள ஜாபர்கான் என்பவரை நியமித்திருந்தார். இவர் அங்கிருந்து வந்தபின், அந்த மனிதர் நிர்வாகத்தைத் திறம்படக் கவனிப்பதாகவே தெரிந்தது. படீஸாஹிபா கப்பமாகச் செலுத்திய பணத்தைக்கொண்டு பத்தாயிரம் பேரை படையாட்களாகத் தயார்படுத்தியிருந்தார்.

நிஜபத் தம்முடைய தாடியைத் தேய்த்து, மூளையைத் தெளிவுபடுத்திக் கொண்டார். பேரரசர் அனுப்பியிருந்த படைகள், இளவரசரை விட்டு நீங்கிப் போயிருந்தாலும், சில நூறு மான்ஸப் தார்கள் இன்னமும் இவர்களோடு தான் இருக்கிறார்கள் (தக்காணத் துக்கென பணி ஒதுக்கீடு பெற்றவர்கள்). ஆதில் ஷாஹியில் இருந்து வருகிற படையாட்களுடன் சேர்த்துக் கணக்கிட்டால் எப்படியும் குதிரைப்படை இருபத்தி ஐயாயிரம் பேர்களைக் கொண்டதாகி விடும்.

'எமது இளவலும், அன்பிற்குரியவருமான முராத்பக்ஷ் என்ன எழுதியிருக்கிறார் என்பதை நீரும் தெரிந்துகொள்ள வேண்டும்' என்றார் ஔரங்கசீப். 'குஜராத் ஆளுநர் எழுதியிருப்பதைப் படியும்' என்று தம் எழுத்தருக்கு உத்தரவிட்டார்.

'சகோதரருக்கு, நம் எதிரியின் வலிமை பெருகிக் கொண்டிருக்க, நம்முடைய காத்திருப்பு தொடர்கிறது. ஔரங்காபாத்தில் இருந்து வடக்கு நோக்கிச் செல்வதை விரைவுபடுத்தவும்,

நாம் தாமதித்தால் நம்முடைய மூத்த சகோதரன், நம் தந்தைக்குப் பிரியமான மகன் தாராபாய் சந்தர்ப்பத்தைப் பயன்படுத்தி மேலும் மேலும் படையாட்களைத் திரட்டிவிடுவார். தாராபாய்க்கு எதிராக நான் தங்களுடன் இணைந்து போரிட விரும்புகிறேன். தங்கள் உத்தரவுகளைப் பொருத்தே என்னுடைய அடுத்த செயல்பாடுகள் இருக்கும். பேரரசின் விவகாரங்களை அரியணைக்குப் பின்னால் இருந்து தாராபாய் இயக்குவதாகவே எனது உள்மனம் சொல்கிறது. அவருடைய மரணத்தை, அவரது தலை வெட்டப்படுவதை, உடலின் முண்டப்பகுதி இரத்தத்தில் உருள்வதை நான் காணவிரும்பு கிறேன்.'

நிஜபத்திற்கு வேடிக்கையாக இருந்தது. முராபத்தைப் பற்றிக் கூறுவதாயின் முதலில் அவன் ஒரு குடிகாரன், தன்னுடைய விசுவாசியான அமைச்சரையே சமீபத்தில் அவன் கொலை செய்திருக் கிறான். அவன் ஒரு உதவாக்கரை. தானே அடுத்த பேரரசர் என்று தனக்குத்தானே முடிசூட்டிக் கொண்டதோடு, பேரரசின் கருவூலத்தில் கொள்ளையடித்தவன். பேரரசின் புகழ்மிக்க துறைமுக நகரமான சூரத்தில் ஒரு கோட்டை உண்டு. அங்கேயுள்ள கருவூலத்தில், இராணுவச் செலவுகளுக்காக சுங்க வரிவசூல் சேமிப்பில் இருக்கும். முராத் தன்னுடைய அலிகள் படையை அனுப்பி அந்தப் பணத்தைக் கொள்ளையிட்டான். கடவுள் நம்பிக்கையில்லாத ஒருவன் மரணத் தறுவாயில் வேறு வழி தெரியாமல் கடவுளை நாடுவதுபோல, தனக்கு ஔரங்கசீப் என்றொரு சகோதரன் இருக்கிற நினைப்பு திடுதிடுப்பென்று வந்திருக்கிறது முராத்திற்கு. தாராஷிகோவை வசைபாடி, அவரைக் கொல்வதற்கான திட்ட வரைவுகளுடன் இதுவரை பல கடிதங்கள் வந்துவிட்டது குஜராத்தில் இருந்து.

தம் நம்பிக்கைக்குரிய மான்ஸப்தார் என்ன நினைக்கிறார் என்பது ஔரங்கசீப்பிற்கும் தெரிந்ததுதான். அவர் மென்மையாகச் சொன்னார், 'தாராபாயின் பயணம் வேறு நோக்கம் உடையது. தம்மைப் பரந்த மனப்பான்மையுடையவராக அவர் காட்டிக் கொள்ள முயல்கிறார், (மிதவாதக் கோட்பாட்டில்) தாமும் இன்னொரு அக்பராகிவிட விருப்பம் அவருக்கு. எங்கள் கொள்ளுப்பாட்டனார் பிறவியிலேயே ஆற்றல்மிக்க படைப்பெருந்தலைவர், நிர்வாகத்திறன் கைவரப் பெற்றவர். தாராபாய்க்குப் புத்தகம் படிப்பதில் நாட்டம் உண்டே தவிர அவருடைய இராணுவ அறிவு பூஜ்யம். தமக்கு எளிதாய்க் கிடைக்கும் செல்வச் சிறப்பில் குளிர்காயப் பார்க்கிறார்.'

'அரசவைக் காரியங்களைக் கவனிக்கிற பழைமையான மான்ஸப் தார்கள், காஃபிர்களிடம் இளவரசருக்குள் நேசத்தைக் கண்டு சோர்ந்து விட்டிருக்கிறார்கள். அவர், இந்து பண்டிதர்களுக்கு முக்கியத்துவம் அளிப்பதால், அவர்மீது அவர்களுக்கு வெறுப்பு ஏற்பட்டிருக்கிறது. மூத்த இளவரசர் ஆட்சியதிகாரத்தைப் பெற்றுவிட்டால் தங்கள் முக்கியத்துவம் போய்விடும் என்று முல்லாக்களும் உலமாக்களும் அச்சப்பட்டனர். அவருக்கு நெருக்கடி ஏற்பட்டால் அவர்கள் உதவமாட்டார்கள் என்பது நிச்சயம்' நிஜபத் வெளிப்படையாகவே அதைத் தெரிவித்தார்.

இளவரசர் முகத்தில் ஒரு மர்மப் புன்னகை தோன்றியது.

நிஜபத்தும் புன்னகைத்தார், 'புதிதாய் எதுவும் உண்டா?' என்று கேட்டார்.

ஔரங்கசீப் எழுத்தர் பக்கம் பார்வையைச் செலுத்தினார். தம் எசமானருக்கு என்ன தேவை, எது விருப்பம் என்பதை நன்கறிந்தவர் அவர். ஆக்ரா மாவட்ட ஆட்சியரிடம் இருந்துவந்த குறிப்புச் சீட்டொன்றை அவர் எடுத்தார். அந்த மனிதர் ரொம்பவும் பழைய ஆள். பரந்த மனப்பான்மை உடைய தாராஷிகோவைக் கட்டோடு அவருக்குப் பிடிக்காது. எழுத்தர் உரக்க வாசித்தார்,

'தாராஷிகோ பேரரசரை இடப்பெயர்ச்சி செய்து, ஆக்ரா கோட்டையில் வைத்திருப்பது முன்பே தங்களுக்குத் தெரிந்திருக்கும். பெண்புலி தன் குட்டிகளைப் பாதுகாப்பது போல், அவருடைய மனைத்தொகுதியைக் கண்காணிப்பில் வைத்திருக்கிறார்கள். நோயாளி இருக்கும் அறையில் ஜஹானாரா பேகம், சில மருத்துவர்கள், சில அடிமைகள் மட்டுமே அனுமதிக்கப்படுகிறார்கள். பேரரசர் மக்களுக்குக் காட்சி தருவதில்லை என்பது அநேக ஊகங்களுக்கு இடமளிப்பதாக இருக்கிறது. அவர் வழக்கமாகக் காட்சிதரும் மேல் தள சன்னல் பக்கம் மக்கள் கூட்டமாய் வந்து காத்திருக்கிறார்கள். தினமும் ஏமாற்றத்துடனேயே அவர்கள் திரும்பிச் செல்கிறார்கள். காட்சிமாடம் வெற்றாகவே இருக்கிறது. நான்கூட பேரரசரைப் பார்த்து வாரக்கணக்கில் ஆகிறது.'

'மாடி முகப்பில் நின்றபடி தம் குடிமக்களுக்குக் காட்சிதருவது தந்தைக்குப் பிடிக்கும். அவர்களுடைய வணக்கத்தை அவர் ஏற்றுக் கொள்வார். தற்போது, அவர் நோய்வாய்ப் பட்டிருப்பதால் பரவியிருக்கும் வதந்தியை முறியடிப்பதற்கு, தம்முடைய குடிமக்கள் முன் அவர் தோன்றுவது ரொம்பவும் முக்கியம். தாம் உயிரோடு இருப்பதை, உடல் நலத்தோடு இருப்பதை அவர் நிரூபிக்க வேண்டும்' என்று தனக்குத்தானே சொல்லிக் கொண்டார் ஔரங்கசீப்.

'நாம் உடனே வடக்கே போயாக வேண்டும். என்னிடம் ஒரு வேண்டுகோள் உள்ளது. நாம் எப்போது வடதிசைப் பயணம் மேற்கொண்டாலும், எந்த இடத்திலும் இரண்டு நாட்களுக்குமேல் தங்கக் கூடாது. அப்படி இருந்தோம் என்றால் அது அவர்களுக்கு துணிச்சலைத் தந்துவிடும்' என்று தம்முடைய யோசனையைக் கூறினார் நிஜபத்.

ஔரங்கசீப் தம்முடைய புருவத்தை உயர்த்தினார். நிஜபத் பேசுகிற முறையில் அதுவரை யாரும் அவரிடம் பேசியதில்லை. தம்முடைய மாமன் ஷெயிஸ்டகானைத் தவிர்த்து வேறு எவரிடம் இருந்தும் அத்தகைய கருத்துக் குறிப்பை அவர் கேட்டுக் கொண்டதில்லை. ஆனால், நிஜபத் பெரிய துணிச்சல்காரர் மட்டுமல்ல, இளவரசரிடம் பற்றுறுதி மிக்கவருங்கூட.

'முதலில் எப்படி என்று என்னிடம் கூறுங்கள், அதன் பிறகு என்னுடைய கருத்துக்களை நான் கூறுகிறேன்' ஔரங்கசீப்பின் கேள்வியை நிஜபத் உள்வாங்கிக் கொண்டார்.

அவர் விரைந்து பதிலளிக்கவும் செய்தார். 'மிர்ஸாராஜா ஜெய்சிங்கும், இளவரசர் சுலைமானும் கிழக்கு நோக்கிச் சென்றிருப்பதாய் நான் கேள்விப்படுகிறேன். ஆக்ராவை நோக்கி முன்னேறிச் செல்லும் இளவரசர் ஷுஜாவைத் தடுத்து நிறுத்தவே இருபதாயிரம் படையாட்களுடன் சென்றிருக்கின்றார். அதுதான் அவர்களுடைய திட்டம். நம்முடைய வழியில் குறுக்கிடுகிற எண்ணமும் அவர்களுக்கு இருக்கக் கூடும்.'

ஔரங்கசீப் புன்னகைத்தபடி, 'அவர்கள் வரட்டும், நானும் அதையே விரும்புகிறேன். தாராபாயின் படையில் பாதிப்பேர் ஆக்ராவைப் பாதுகாப்பதற்காக நிறுத்தி வைக்கப்படுவார்கள், மறுபாதிப் படையை அனுப்பி நம்மைத் தடுத்து நிறுத்தப் பார்ப்பார். நம்முடைய படையாட்களைக் கொண்டு ஒரு பெரும் படையை எதிர்ப்பதைவிட, நம் படையை இரண்டு பிரிவுகளாக்கிப் போரிடுகிற போது இரண்டு போர்க்களங்களிலும் நமக்கு வெற்றி வாய்ப்புகள் அதிகம். நர்மதை ஆற்றைக் கடப்பதற்கு முன் இரண்டுவார காலம் நாம் செயல்படாமல் தங்கிவிட்டால், அவர்களுக்கு நம்மை நோக்கி வரவும், நம்மைத் தடுக்கவும் அவகாசம் கிடைக்கும்.'

'இளவரசர் தாராவே நேரில் வருவாரா? அல்லது வேறு யாரையேனும் அனுப்பி வைப்பாரா? தாங்கள் என்ன நினைக்கிறீர்கள்?' நிஜபத் கண்களில் ஆர்வம் பளிச்சிடக் கேட்டார்.

'தக்காணத்தில் இருந்த படைகளைத் திருப்பி அழைக்கும்படி தந்தையைத் தூண்டிய தாராபாயி, என்னைப் போர்க்களத்தில்

எதிர்கொள்வார் என்றே நம்புகிறேன். ஆக்ரா கோட்டையில் பாது காப்பாக உட்கார்ந்திருக்கும் அந்தக் கோழை அலி ஆதில்ஷாவிடம் நேரடித் தொடர்புகொண்டு, பெரிய தொகையை இழப்பீடாய்ப் பெற்று சமாதானத்தை வழங்கியதாய்க் கேள்விப்பட்டேன். இம் முறை அவர் என் தந்தையின் கோட்டைப் பாதுகாப்புகளை விட்டு வெளியில் வந்து என்னோடு போரிடுவார் என்றே நம்புகிறேன்' சுருக்கென்று கூறிய ஔரங்கசீப், திடுமென்று கவிதைநடையில் புகுந்து உரக்கச் சொல்லலானார்:

> 'தன் புகலிடத்தைவிட்டுத் தொலைதூரம் வந்தவன் தன் செயலற்றவனாய் கைவிடப்படுவான், பெருவேட்கை கொண்ட மரணம் அவனை விழுங்க முற்படும், அவனோ விழுந்து புலம்புவான், அழுகை ஓசை நெடுநேரம் கேட்கும் சிங்கங்களும் மீன்களால் சிதைந்து போகும். முதலைகளை எறும்புகளும் தின்று தீர்க்கும்.'

என்ன சொல்வதென்று தெரியாமல் திகைத்த நிஜபத்கான் மெல்ல அங்கிருந்து வெளியேறினார். முத்ஆமத் வாயில் அருகே இருக்கிறதை உறுதிப்படுத்திக்கொண்ட எழுத்தரை எழுதப் பணித்து, ஔரங்கசீப் சொல்லத் தொடங்கினார்: அது முராத் பக்ஷிற்கான கடிதம்.

'சகோதரனே! என்னுடைய இதயத்தைவிடவும் எனக்கு நீயே அருமையானவன். இந்தப் புனிதமான முயற்சியில் என்னோடு நீயும் இணைந்துகொள்ள விரும்புகிறாய். உன் விருப்பம் நம்பிக்கையையும், கூட்டுச் செயல்பாட்டையும் உறுதிப்படுத்துகிறது. இதில் நமக்கு ஏற்படும் லாப நஷ்டங்களை நான் ஒன்றாகவே கருதுவேன். நம் பாதையில் உள்ள தடையை அகற்றியதுமே, பல அனுகூலங்களை உனக்கு நான் செய்யவிருக்கிறேன். என் மனதில் உள்ளதை உன்னால் கற்பனை செய்தும் பார்க்க முடியாது. நம் தந்தையின் மயிலாசனத் தில் நீ அமரும் நன்னாளையே நான் ஆவலுடன் எதிர்நோக்கி யிருக்கிறேன்.'

3

கொங்கணக் கடற்கரையில் உள்ள ஜன்ஜீராக் கோட்டையில் வழக்கம்போலவே எல்லாமும் நடைபெற்றுக் கொண்டிருந்தது. சித்தி காசிம் சிரித்தபடி தான் அணிந்திருந்த தளர்ச்சியான ஆடையைக் கழற்றி வீசிவிட்டு, குளத்தின் ஆழப்பகுதிக்கு நீந்திச் சென்றான். குளத்தின் கரையோரம் அவனுடைய குழந்தைகள் ஆரவாரத்துடன்

ஓடியாடிக் கொண்டிருந்தனர். சிலர் கருப்பாகவும், சிலர் பழுப்பாக அல்லது வெளிறிய நிறத்திலும் இருந்தனர். தன் குழந்தைகளின் எண்ணிக்கையைக் கணக்கிட முயன்று, எண்ணாமல் விட்டு விட்டான். அவர்களைப் பார்த்தபடி தன்னுடைய வலிமையையும், ஆண்மையையும் குறித்துப் பெருமித உணர்வு கொண்டான் அவன். நீரில், தன்னை அமிழ்த்திக் கொண்டு அதன் குளிர்ச்சியை அனுப வித்தான், பிறகு மல்லாக்க மிதந்தபடி, குளத்தைச் சுற்றியமைந்த சுவர்களுக்கப்பால் ஓங்கி உயர்ந்த காப்பரண்களைக் கண்டு மகிழ்ந் தான். எவராலும் வெல்ல முடியாத இந்தக் கடலோரக் கோட்டை அவனுடைய முன்னோர்களால் கட்டப்பட்டது.

பெண்களின் சிரிப்புக்கும், கிறீச்சொலிகளுக்கும் மத்தியில் ஒரு காவலாள் தன்னை அழைப்பதையும் அவன் கேட்டான். குளிப்ப வரின் தனிமைக்கு இடையூறில்லாதபடிக்கு, குளக்கரையையொட்டி நாற்புறமும் தடுப்புச் சுவர் அமைக்கப்பட்டிருந்தது. மிக முக்கியமான காரணம் இருந்தாலன்றி அவனைத் தொந்தரவு செய்ய யாரும் துணிவதில்லை. அவன் இழிவான சொற்களை உதிர்த்தபடி கரைக்கு நீந்திவந்தான். அலி அடிமை ஒருவன் பெரணிச் செடிகளின் மறைவில் இருந்து வெளிப்பட்டு, துவாலையொன்றை அவனிடம் கொடுத்தான்.

தன் உடம்பைத் துடைத்துக்கொண்டு, தோட்டத்தின் குறுக்காக நடந்து, படீரெனக் கதவை அடித்துக்கொண்டு வெளிப்பட்டான். காவலாள் தன் எசமானைக் காண அச்சத்துடன் நின்றிருந்தான். அவனுடைய எசமான் ஆலமரத்துக் கிளையைப்போல் உறுதியான தசைகளும், கத்திபோல் கூர்மையான கண்களும் உடையவன். திடுமெனக் கோபம் வந்துவிடும் அவனுக்கு. அவனுடைய கோபம் பிரசித்தமானது. அவன் கோபாவேசமாகி விட்டால் கைமுட்டியால் தாக்கியோ, காலால் உதைத்தோ மனிதர்களைக் கொன்றுவிடுவான்.

'பணி முதல்வர் யாகூப்பிடம் இருந்து தங்களுக்குச் செய்தி வந்திருக்கிறது' என்றான் காவலன்.

சித்திகாசிம் காவலனை உறுத்துநோக்கியபடி, தலையசைத்தான். அந்தத் தலையசைப்பு 'மேலே சொல்' என்று அனுமதிப்பது. காவலன் நிம்மதிப் பெருமூச்சுடன்,

'மராத்தியர்கள் கோஸாலைக் கைப்பற்றியிருக்கிறார்கள். ஆனால், கோட்டையைத் தாக்குவதற்காக சிறிய படகுகளில் வந்த வர்கள் நம்முடைய குண்டு வீச்சுத் தாக்குதலில் ஜலசமாதி அடைந்துவிட்டனர்' என்று செய்தியைத் தெரிவித்தான்.

சித்திகாசிம் புன்னகைத்தபடி, கதவை அறைந்து மூடினான்.

திரும்பவும் நீர்நிலைக்கு வந்தவன் சிவாஜியையும் அவருடைய ஆட்களையும் எண்ணிச் சிரித்துக் கொண்டான். அந்த முட்டாள்கள் மீன்பிடி படகுகளில் வந்து கோட்டையைத் தாக்க முற்பட்டிருக்கிறார்கள். தவளைகள் கூடி முதலையைப் பிடிப்பதுபோலல்லவா இருக்கிறது. கடல் ஆமைகளால் திமிங்கிலத்தை என்ன செய்ய முடியும்? ஜன்ஜீரா கோட்டை பலம் இவர்களுக்குத் தெரிந்திருக்கவில்லை. தெரிந்திருந்தால் தங்களுடைய படகுகளைத் தாங்களே மூழ்கடித்துக் கொண்டிருப்பார்கள். அவனுடைய ஆட்களைப் பற்றியும் அவர்கள் அறிந்திருக்கமாட்டார்கள். அவர்கள் ஆப்ரிக்க இரத்தம். தேர்ச்சி பெற்ற கடலோடிகள், போர் வீரர்கள். பொலி குதிரைப்போல் உடல்தகுதி கொண்டவர்கள். ஒவ்வொருவனும் பலத்தில் உள்ளூர்வாசிகளில் பத்து பேருக்குச் சமம். பேரரசுகளும், சிற்றரசுகளும் கடற்படை வலிமை இல்லாதவர்கள் என்பதால் அவர்களுடைய தயவு அவனுக்குத் தேவையில்லை, சொல்லப்போனால் அவனுடைய தயவுதான் அவர்களுக்குத் தேவைப்படும். மெக்காவுக்கு கடல்மார்க்கத்தில் பயணம் செல்ல அவனுடைய உதவியைத்தான் அவர்கள் வேண்டி நிற்பார்கள். ஆக, எப்போதுமே அவனுக்கு ஆபத்தில்லை, அவன் பாதுகாப்பானவன்.

கப்பல் கப்பலாய் அடிமைகளைக் கொண்டுவந்து முஸ்லீம் அரசுகளுக்குக் கொடுப்பதன் மூலம் அவனுக்கு நிறையப் பணம் கிடைக்கிறது. அந்த அரசர்கள் அவனைப் பாதுகாப்பதோடு, உள்ளூர் மக்களிடம் அவன் அடிக்கிற கொள்ளைகளையும் கண்டு கொள்ளாமல் இருந்து விடுகிறார்கள். கொங்கணத்தின் பிரதானப் பகுதி அவன் கையில்.

அந்தக் கப்பல் கடலின் ஆழ்பகுதியை அடைந்து விட்டிருந்தது. பாலாஜி ஆவ்ஜியும் அவனைச் சுற்றியிருந்த நூற்றுக்கணக்கானவர்களும் அப்படி இப்படி அசைய முடியாமல் கிடந்தார்கள். ஒருவனின் கணுக்காலை இன்னொருவனின் கணுக்காலோடு பிணைத்துத் தளையிட்டிருந்தார்கள். சிலருடைய கழுத்துகளை அல்லது கைகளை தளத்தோடு சேர்த்து விலங்கிட்டிருந்தார்கள். நாள் முழுக்க ஒடுக்கமான ஓர் இடவரம்பிற்குள் கட்டுப்படுத்தப் பட்டிருந்ததில் அவனுடைய உடம்பே மரத்துப் போனது, பசி வயிற்றைப் பிசைந்தது. வலதுதோள் எரிச்சல் கடுமையாய் இருந்தது. செம்மறி ஆடுகளையும், குதிரைகளையும் போல் அவர்களைக் கொண்டுவந்து தளத்தில் திணிப்பதற்குமுன், பழுக்கக் காய்ச்சிய இரும்பால் அவர்களுக்கு சூடு (முத்திரை) போடப்பட்டது. கப்பல் ஊசலைப்போல் அசைந்தாடியபடி, புயல்வீசும் கடலில் போய்க்கொண்டிருந்தது. அவனுடைய மனம் பரிவும், கனிவும் உடைய தன் தந்தையின் நினைவில்

பின்னோக்கிச் சென்றது. அந்த முதியவர் ஜன்ஜீரா கோட்டையில் உள்ள எசமானர்களுக்காகப் பணியாற்றிக் கொண்டிருந்தார். கணக்கீட்டாளராகவும் எழுத்தாளராகவும் வேலைபார்த்து கண்ணில் புரைவிழுந்து, கழுத்து வளைந்து, முதுகு கூன்போட்டது தான் மிச்சம். சித்திகளுக்கு உழைக்கவேண்டும் என்று அவருடைய தலையில் எழுதியிருந்திருக்கும். முப்பதாண்டு பணிக்காலத்தில் ஒரேயொரு முறைதான் அவர் தீவினைக்கு எதிர்ப்பு தெரிவிக்க முயன்றார். விளைவு, அவர்மீது பழிசுமத்தப்பட்டது. அவர் தங்களைப் பற்றிய இரகசியங்களை மராத்தியர்களிடம் வெளிப் படுத்திவிட்டதாக சித்திகள் சந்தேகப்பட்டனர். ஒருநாள் கோணிப் பையில், அவருடைய உடலைப் பாறாங்கல் இணைத்துக் கட்டி, கடலில் போட்டுவிட்டனர். இதே கடலில், ஏதோ ஓர் இடத்தில் அடியாழத்தில் அவருடைய உடல் கிடக்கக் கூடும்.

பாலாஜியின் உடல் நடுக்கமுற்று, விம்மியது. அவனுக்குப் பின்னால் இருந்த யாரோ தன்னுடைய கழிவை வெளியேற்றியிருக்க வேண்டும், நாற்றம் சகிக்க முடியவில்லை. சிறிய தொட்டி நிறையத் தண்ணீர் இருந்தது. ஆனால், அவர்களால் அத்தொட்டியை எளிதாய் அணுகமுடியாது. கனத்த சங்கிலியால் அவர்கள் கட்டிப் போடப்பட்டிருந்தனர். அவனுக்குப் பக்கத்தில் இருந்தவன் வாந்தி யெடுக்கலானான். அவன் கண்களை மூடிக்கொண்டு, அழத்தொடங் கினான். அவனுக்கு வயது வெறும் பதினேழுதான். எழுத்தராக வேண்டும் என்கிற அவனுடைய கனவு கலைந்து போயிற்று. அடிமையாக வேண்டும் என்று அவனுக்கு விதிக்கப்பட்டிருக்கிறது அல்லது ஒரு அலியாகவும் ஆக்கப்படலாம். அதை நினைக்கவே அதிர்ச்சியாயிருந்தது.

வாந்தியெடுத்தவன் நிறுத்திக்கொண்டான். அவன்மீது இவன் பார்வையைச் செலுத்தினான். அந்த மனிதன் பின்னாக்க விழுந்து கிடந்தான், விலங்கிடப்பட்ட கால்கள் முறுக்கிக் கொண்டன. அவன் செத்துப்போன வெட்டுக் கிளியைப்போல் காணப்பட்டான். தங்களிடையே செத்துப்போன ஒருவனும் இருப்பதாக யாரோ கூச்ச லிட்டான்.

தளத்தில் இரண்டு மாலுமிகள் வெளிப்பட்டார்கள். யாரேனும் உண்மையில் செத்துப் போனார்களா என்பதைத் தெரிந்துகொள் வதில் அவர்களுக்கு அக்கறையில்லை.

தளத்தின் மீது மழை தாக்கவும், கப்பல் பக்கவாட்டில் கடுமை யாய் ஆட ஆரம்பித்தது. அந்த மாலுமிகளில் ஒருவன் பாலாஜியை ஒருகணம் கூர்ந்து நோக்கினான். அவனுடைய விலங்கை அகற்றி, செத்தவனைத் தூக்கிக் கடலில் வீசும்படி சைகை செய்தான்.

அவன் எழுந்தான், மயக்கமாய் உணர்ந்தான். கால்கள் மரத்துப் போயிருந்தன. செத்துப் போனவனின் வாயிலிருந்து, திரவப்பொருள் இன்னமும் வெளியேறியிருந்தது. அந்த நாற்றம் அவனுக்குக் குமட்டலைத் தந்தது. சங்கிலியால் பிணைக்கப்பட்டவர்களின் வரிசைகளில் அந்தக் கணத்தைச் சுமந்துகொண்டு அவன் தடுமாற்றத்துடன் நடந்தான். பலரும் வாந்தியெடுப்பார்கள் போலிருந்தது, மரத்தாலான தளம் வழுக்கியது. அவன் கப்பல்களைப் பற்றி அறிவான், இது அகலமான தளத்துடன் இருந்தது.

கப்பலின் முன்புறத்திற்கு அருகே ஒரு பாய்மரம், அதன் பின்னால் அச்சுறுத்தும் விதமாய் ஒரு துப்பாக்கி இருந்தது. அவர்கள் தடைவேலிப் பக்கம் அவனை இழுத்துப்போய் அவனுடைய தோள் மீது கிடந்தவனை அப்படியே கடலில் தள்ளிவிட்டார்கள்.

பாலாஜி, கடலையே வெறித்துப் பார்த்தான், கடல் தன்னுடைய கவனத்தை முற்றிலுமாய் ஈர்த்து, தன்னை வசியப்படுத்தி விட்டது என்று உணர்ந்தான். அத்தனை பிரம்மாண்ட அலைகளை அதற்கு முன் ஒருபோதும் அவன் பார்த்ததில்லை. அடுத்தடுத்து தண்ணீர் மலைகள் தன்னை நோக்கி வருவதுபோல் இருந்தது. எது வானம், எது கடல் என்று தெரியாமல் கணநேரம் திகைத்து விட்டான். அந்த மாலுமிகள் அவனைப் பிடித்திழுத்துக் கொண்டு போய், மறுபடியும் அவனைச் சங்கிலியில் பிணைக்க முயன்றனர். அவர்கள் தன்னை வெடுக்கென்று இழுத்தபோது, கடலைக் கடைசி முறையாக அவன் பார்த்தான், மிகப்பெரிய அலையொன்று தளத்தைத் தாக்குவதைக் கவனித்தான். கப்பல் திடீரென விசையாகக் குலுங்கியது, கட்டுப்படுத்த முடியாத அளவுக்குத் திரும்பி, அப்படியே கவிழ்ந்தது.

பாலாஜிக்கு மிகப் பெரிய அலைகள் மட்டுமே நினைவுக்கு வந்தது. ஒரு திறந்த படகும், சிலபேர் போட்ட கூச்சலும் மட்டுமே கடைசியாய் அவனது ஞாபகத்தில் நின்றது.

அத்தியாயம் பத்து

1

அது குளிர்பருவம். இலையுதிர் காலத்துக்கும் வசந்த காலத்துக்கும் இடைப்பட்ட பனிக்காலம். சிவாஜியும் நிராஜி ராவ்ஜி, அபாஜி சொந்தேவ், தானாஜி போன்றவர்களும் கப்பல் கட்டும் துறையருகே நின்றிருந்தனர். நிராஜி சட்டம், வரலாறு, நிதித்துறைகளில் தேர்ந்த அறிவுடையவர். சிவாஜிக்கு ஆலோசனை வழங்கும் பணியைப் பல ஆண்டுகளாய் அவர் செய்து வருகிறார். இப்போது அவருடைய அறிவுரை மிகவும் தேவைப்பட்டது. மராத்திய கடற்படை உருவாக்கப்பட்டிருக்கிறது. அதற்கான முதலீட்டுத் தொகை பேரளவிலானது. ஆனால், அதன் விளைபயன் உடனே கிடைத்துவிட்டது. சிவாஜி தம்முடைய பார்வையை உல்லாஸ் ஆற்றுப்பக்கம் திருப்பி புன்னகைத்தார். அதன் அகன்ற பரப்பு முறைகேடாகப் பயன் படுத்தப்படும் கப்பல்களுக்குச் சிறந்த நீர்வழி. அங்கிருந்து கடற் பரப்பில் நேரடியாய்ப் பிரவேசிக்க முடியும். மிகப் பாதுகாப்பாகவும் அது இருந்தது என்பதால் சிவாஜிக்கு அதன்மீது பெரிய ஈர்ப்பு ஏற்பட்டுவிட்டது.

இந்த ஆறும், சுற்றியுள்ள தேக்குமரக் காடுகளும், வடகொங் கணத்தின் இருபத்தியைந்து மலைக்கோட்டைகளும் தொடக்கத்தில் நிஜாம் ஷாஹியின் ஒரு பகுதியாய் இருந்திருக்கின்றன. இருபது ஆண்டுகளுக்குமுன் முகலாயப் பேரரசரும் ஆதில்ஷாவும் செய்து கொண்ட உடன்படிக்கை மூலம் அந்த நிலப்பகுதி ஆதில்ஷாஹியின் ஒரு பகுதியாகி விட்டது. சமீபத்தில் மற்றொரு சமாதான உடன் படிக்கைக்காக அதை முகலாயர்களிடம் ஒப்படைத்துவிட்டனர். ஆனால், வடக்கில் தொல்லை இருக்கிறது. ஔரங்கசீப் முன்பே ஔரங்காபாத்தை அடைந்து விட்டிருந்தார். அவருடைய மான்ஸப் தார்களில் பலரும் ஆக்ராவிற்குத் திரும்ப அழைக்கப்பட்டுவிட்டனர். சந்தர்ப்பச் சூழ்நிலைகள் வல்லமை பொருந்திய முகலாயர்களின்

எதிர்ப்பின்றி வடகொங்கணத்தைக் கைப்பற்றிக் கொள்ள சிவாஜிக்கு அருமையான வாய்ப்பை வழங்கியிருக்கிறது.

'இந்த வட்டாரத்தின் போர்த்திறம் சார்ந்த முக்கியத்துவத்தை அவர்கள் ஒருபோதும் அறியமாட்டார்கள்' நிராஜி மெல்லிய குரலில் சொன்னார். கொஞ்ச நேரமாகவே கொங்கணத்தின் இராணுவ முக்கியத்துவத்தைத்தான் அவர் ஆராய்ந்து கொண்டிருந்தார். அந்தக் கடற்கரை பற்றியும், அங்கே இரகசியமாய்ச் சுற்றிக் கொண்டிருக்கும் கடற்கொள்ளைக்காரர்களின் கப்பல்களைப் பற்றியும் அதிகம் தெரிந்துகொள்ள உள்ளூர் மீனவர்களை அவர் சந்தித்தாக வேண்டும். அந்த அறிஞரின் பின்னால் நின்றிருந்த தானாஜி, சிவாஜிக்கும் நிராஜிக்கும் இடையே நடந்த உரையாடலை ஆர்வமுடன் கேட்டுக் கொண்டிருந்தார். அவர் தலையசைப்பில் அது தெரிந்தது. அவரிடமும் ஒரு திட்டம் ஒப்படைக்கப்பட்டிருந்தது. அவர் வடகொங்கணப் பிரதேசத்து மலையடிவாரக் கிராமங்களை ஆராய்ந்து வரவேண்டும். அந்த நிலப்பகுதி பெரிய தேக்கு மரங்கள் கொண்டது. மலையில் இருந்து இறங்கிவரும் ஆறுகளால் அந்தக் காடு குறுக்குவெட்டாய்ப் பிரிந்து கிடந்தது. தம்முடன் வந்திருக்கும் இரண்டாயிரம் காலாட் படையினரை வைத்துக்கொண்டு சாலைகளை அமைத்து, அங்கே விழுந்து கிடக்கும் தேக்குமரங்களை கல்யாண் நகருக்கு அவர் கொண்டு சென்றாக வேண்டும். அவருடைய பொறுப்பில் அவர்களுடைய முதல் கப்பல் கட்டும் துறையும் அமையவிருந்தது.

சிவாஜி ஆற்றில் இருந்து, திறந்தவெளியில் காணப்பட்ட நீளமான பெரிய கட்டமைப்பை நோக்கி நடந்தார். அவருடைய சகாக்களும், சில பாதுகாவலர்களும் அவரைத் தொடர்ந்து சென்றனர். அவர்களுடைய கண்கள் அந்தப் பகுதியை விரைந்து நோட்டமிட்டன. ஒரு வில்லாளி அல்லது ஈட்டி ஏந்திய நபர் அங்கே ஒளிந்திருந்தாலும் உடனே கண்டுகொள்ளும் அளவிற்கு பயிற்சி பெற்றவை அவை. அந்தப் பெரிய கூடத்தின் உள்ளே கதகதப்பாக இருந்தது, கப்பல் கட்டுவதற்கான தளவாடங்கள் அங்கே திணிந்து கிடந்தன. கூரை மரத்தாலானது, பெரிய செங்கற்தூண்கள் அதைத் தாங்கி நின்றன. ஒரு கோடியில் ஏராளமான மரக்கட்டைகள் சீராக சுவற்றோரம் அடுக்கி வைக்கப்பட்டிருந்தன. தரைமுழுக்க உயரமான கம்பங்கள் (பாய் மரங்கள்), நீண்ட கழிகள் (துடுப்பு தயாரிக்க), மரச் சம்மட்டிகள், படகுகளின் அடித்தட்டுக்கான பலகைகள் என்று குவிந்து கிடந்தன. மையப்பகுதியில் மரத்தாலான பெரிய மேசை. அதில் காகிதங்களும், வட்டம் வரைய உதவும் கருவிகளும் அளந் தறிய உதவும் 'டேப்' புகளும், பென்சில்களும், மசிப்புட்டிகளும்,

பேனாக் கத்திகளும், வளைந்தபரப்புடைய கண்ணாடி (லென்ஸ்)களும் பரவிக் கிடந்தன. ஒரு சிறிய மரமேசையைச் சுற்றி நின்ற சிலர் தங்களுடைய பணியில் மும்முரமாக இருந்தனர்.

ரூயிடி குவேரா ஒரு போர்ச்சுகீஸிய பொறியாளர். தம்முடைய புதிய தலைவரை எதிர்நோக்கியிருந்தார் அவர். அந்தப் பொறியாளர் சமீபத்தில்தான் சிவாஜிக்காக வேலை செய்யத் தொடங்கியிருந்தார். கோவாவில் உள்ள போர்ச்சுகீஸிய வைஸ்ராயின் விருப்பத்துக்கு மாறாகவே அந்தப் பணியை அவர் ஏற்றிருந்தார்.

நுழைவாயில் அருகேயிருந்த பணியாளர் சிலர் வெற்றாக ஆர்ப்பரித்துக் கொண்டிருந்தனர். அவர்கள் எடுத்ததற்கெல்லாம் பதற்றப் படுபவர்கள் என்பது பார்த்தாலே தெரிந்தது. சில தச்சுத் தொழிலாளிகள் உற்சாகத்துடன் பேசிக் கொண்டிருந்தனர். சிவாஜி தமது சகாக்களுடன் வருகிறபோது அவர்கள் எப்போதுமே அப்படிச் செய்கிறதுதான். குவேராவின் உதவியாளர்களும் தங்கள் கைகளில் பற்றியிருந்த கருவிகளைப் போட்டுவிட்டு, அசையாமல் நிற்கும் நிலையில் நிமிர்ந்து நின்றனர்.

பழுப்பு நிறக் கண்களையுடைய, உயரக்குறைவான அந்த மனிதரைக் கண்டதும் குவேரா அவரை வணங்கி வரவேற்றார். சிவாஜி சிறிதாய்ப் புன்னகைத்து, வேகமாய் பேசத் தொடங்கிவிட்டனர். மொழிபெயர்ப்பாளரான உள்ளூர் கத்தோலிக்கர், அதுவரை குவேராவின் ஆட்களுடன் பேசிக்கொண்டிருந்தவர் ஒரே தாவலில் முன்னால் வந்து நின்றார்.

'நாம் முன்பே பேசியவாறு படைக்கப்பல்கள் அளவில் சிறியனவாய், குறைவான எடையில் இருக்கவேண்டும். சிறியதே பொருத்தமானது. அப்போதுதான் மிகக் குறுகிய நிலப்பரப்பிலும் அவை பாதுகாப்பாக இருக்கமுடியும். அவை பாய்மரங்களைப்போலவே அலைகளாலும் உந்திச் செல்லப்படுவதை உறுதி செய்துகொள்ள வேண்டும். அவை எளிதாய் நகர்த்தவும், திருப்பவும் கூடியதாக இருப்பது அவசியம். வேகம் முக்கியம். மாலுமிகளும், வீரர்களுமாய் ஒரு நூறு பேர் பயணிக்கவும், வண்டியில் பொருந்திய துப்பாக்கிகள் தொகுதியொன்றைக் கொண்டு போகவும் ஏற்றதாய் ஒன்று அல்லது இரண்டு தளங்களை அமையுங்கள்.'

மொழிபெயர்ப்புச் செய்கிறவர், தான் அணிந்திருந்த தொப்பியைக் கழற்றி, வியர்வைத் தலையைத் துடைத்துவிட்டுக் கொண்டார்.

அவர்கள் கப்பல் கட்டுவது தொடர்பான நுணுக்க விபரங்களை முன்பே விவாதித்திருந்தாலும், சிவாஜி அவற்றை முழுமையாய் உறுதி செய்துகொள்ள விரும்பினார். திருத்தமாய் உடையணிந்து,

பெரிய சிவப்புத் தலைப்பாகை அணிந்து, தம் தலைவரைப் போலவே பழுப்புநிறக் கண்களுடன் காணப்பட்ட அந்த மெலிந்த பிராமணரை, குவேரா அதுவரை கவனிக்கவில்லை.

'எங்களுக்கு இருபது கப்பல்கள் வேண்டும், எங்கள் தலைவர் விளக்கிய மாதிரி. ஓராண்டுக்குள் வேலை முடிய வேண்டும்' என்றார் அந்தப் பிராமணர்.

'எடை குறைவாய் இருக்கவேண்டும், இரண்டு பாய்மரங்கள் பொருத்தினாலே போதும்' என்று கூறியிருந்தார் சிவாஜி.

குவேரா தம்முடைய நூறு தொழில்நுட்ப வல்லுனர்களுடன், எண்ணற்ற கைவினைஞர்களையும் சேர்த்துக் கொண்டு, இரவு பகலாய் வேலை பார்த்தால்தான் அது சாத்தியம். அவர்களுடைய கோரிக்கை தட்டமுடியாத ஆணை என்பதை அவர் அறிவார். ஆனால் அதை நிறைவேற்றுவதற்கான காலக்கெடுவோ மிகக் குறுகியது. கப்பல்களைக் கட்டி முடிப்பதற்காகும் தொகையை அவர் கணக்கிட்டார். தாமும் தமது ஆட்களும் இந்த வேலையில் கணிசமான சதவீதத்தைத் தங்கள் ஆதாயமாய்ப் பெறமுடியும் என்று நம்பினார். அந்தப் பெருந்தொகையைத் தரப்போகிற இந்த நாட்டுக்காரர் எவ்வளவு பெரிய பணக்காரராக இருப்பார் என்றும் அவர் வியந்துகொண்டார். அவருடைய உதவியாளர்களில் ஒருவர், 'நாம் நான்கே வாரங்களில் அதற்கான வடிவமைப்புகளைக் கொடுத்துவிட முடியும்' என்று முணுமுணுத்தார். துணிச்சல் பேர்வழிதான்.

'காகிதத்தில் மட்டுமல்ல, மரத்திலும், உலோகத்திலும் உங்கள் வடிவ மாதிரிகளைத் தயார் செய்யுங்கள்' என்ற சிவாஜி, 'சீக்கிரமாய் முடித்து, எங்களுக்கு அனுப்பி வையுங்கள்' என்றார்.

செயலின் திட்டவட்ட முடிவை இவ்வாறு அவர் அறிவித்த தோடு அந்தச் சந்திப்பு முடிந்தது. தம்முடைய ஒப்புதலைக் கூட எதிர்பார்க்காமல், தமக்குப் பணி வழங்கியவர் செல்வதைக் கண்டு அந்தப் பொறியாளர் வியப்படைந்தார்.

குவேரா நினைப்பதை நிராஜி அறியவே செய்தார். மரியாதை போன்ற சமுதாய ஆசார முறைகளைத் தம் தலைவர் பெரிதாய்க் கருதுவதில்லை என்பதையும் அவர் அறிவார். குறிப்பாக, முக்கியப் பணிப் பொறுப்புகள் பற்றிக் கலந்து பேசுகிறபோது நடத்தை சார்ந்த விதிமுறைகளை அவர் கருத்தில் கொள்ளமாட்டார் என்பதும் நிராஜிக்கு நன்றாகவே தெரியும். சிவாஜி அங்கிருந்து வெளிச் செல்லவும், நிராஜியும் அவரைத் தொடர்ந்து சென்றார். தானாஜியும் தம் ஆட்களுடன் அவர்களுடன் பின்னே நடந்தார். அங்கே அரைகுறையாய்க் கட்டப்பட்டிருந்த இரண்டு போர்க் கப்பல்களையும் சிவாஜி பார்வையிட்டார். அவர் சரிவுப் பாதையில்

ஏறிச்சென்று, கப்பலின் உடற்பகுதியைப் போர்த்தியிருந்த பலகை களையும், கட்டுமானத்தின் உட்புறத்தையும் கவனமாக ஆராய்ந்தார்.

சிவாஜி, ஒரு பலகையைத் தொட்டபடி தம் சகாக்களை நோக்கி, 'நீங்கள் ஒரு வாளின் கைப்பிடியையோ அல்லது குதிரையின் சேணத் தையோ தொடும்போது அவை உங்களுடன் பேசுவதை உணர முடியும். ஆனால் இந்தக் கப்பலைக் கட்டமைக்கும் பலகைகள் அதிக மாகவே பேசும் என்று நான் நம்புகிறேன்' என்றார்.

'அந்த மரப்பலகைகள் என்ன பேசும் என்கிறீர்கள்?' நிராஜி வலுவற்ற புன்னகையுடன் கேட்டார்.

'ஒரு வலிமை மிக்க போர்க்கப்பலில் தாங்களும் ஒரு பகுதி என்பதைத் தாழ்ந்தடங்கிய குரலில் அவை கூறும். சில மாதங்களில், ஒரு போர்க்கப்பலாய் உல்லாஸ் ஆற்றின் நீர்ப்பரப்பில் இறங்கி, மெல்லிழைவாய் கடலுக்குச் செல்லும். பீரங்கிகளைச் சுமந்து கொண்டு, பாய்விரித்துப் பயணிக்கிறபோது அது எழுப்புகிற அதிர்வலைகள் பயங்கரமாக இருக்கும்.'

நிராஜி அது குறித்து விமர்சிக்கவில்லை. பறங்கியர்கள் கடலை ஆள்கிறார்கள். நன்னம்பிக்கை முனையில் இருந்து சீனத்து மகாவ் வரை அவர்களுக்குக் குடியேற்றப் பகுதிகள் உள்ளன.

வடகொங்கணத்தின் டையூ துறைமுகத்தில் இருந்து, தெற்கில் கொச்சிவரை இடைப்பட்ட துறைமுகங்களில் அவர்களுடைய ஆதிக்கந்தான்.

'நிராஜி, நீங்கள் என்ன நினைக்கிறீர்கள் என்பதை நான் அறிவேன்' என்ற சிவாஜி, மேலும் சொன்னார் 'நமக்கு இது வெறும் தொடக்கந்தான் என்பதை நான் மறுக்கவில்லை. சீக்கிரமே வாணிபத்தை நம் கட்டுப்பாட்டிற்குக் கொண்டு வந்து விடலாம் அல்லது குறைந்தபட்சம் அதன் பகுதியளவேனும்...' என்று.

நிராஜி தலையசைத்தார். அதுபற்றி ராஜா சிவாஜியுடன் அவர் முன்பே விவாதித்திருக்கிறார். வாழ்வின் அடிப்படைத் தேவைகள் பற்றியதாக அது இருந்தது. கொங்கணத்தில் உப்பு நிறையக் கிடைக் கிறது, உணவுக்குச் சுவையூட்டும் நறுமணப் பொருட்களும் நன்றாய் விளைகிறது. அவற்றை ஒரு துறைமுகத்தில் இருந்து மற்றொன்றிற்கு கொண்டு செல்ல வேண்டியிருக்கிறது. அங்கிருந்து எருதுச் சுமை களாய் அவை நகரங்களைச் சென்றடையும். ஜாவலியில் உள்ள பாதைகளின் வழியே, மலைகளின் மேட்டுப்பகுதிகளைக் கடந்து அவை பயணிக்கின்றன. வியாபாரிகள் உள்நாட்டுக்காரர்கள் என்றாலும் நீர்வழிப் பயணத்தில் பறங்கியர்களுக்கு பெருந் தொகையைக் கொடுத்து, கடவுச் சீட்டைப் பெற்றாக வேண்டும். கடற்கொள்ளை

நடத்தும் சித்திகள் அந்த வியாபாரிகளின் கப்பல்களைத் தாக்கக் கூடும். அவர்களுடைய சரக்குகள் எருதுச் சுமைகளாய் மலைகளைக் கடக்கிறபோது, மோரே போன்ற ஜாகீர்தார்கள் அவற்றை அபகரித்துக் கொள்வதும் நடக்கிறதுதான். அந்த வியாபாரிகளுக்காகக் கப்பல் விட்டு அவர்களுடைய சக்திக்குட்பட்ட தொகையைக் கட்டணமாய் பெறலாம், சரக்குகளுக்கு ஒரு நியாயமான அளவில் வரிவிதிக்கலாம் என்று அவர் விரும்புகிறார். கடவுச்சீட்டை விட்டொழிக்கிற எண்ணமும் அவரிடம் இருக்கிறது.

கப்பல் கட்டும் தளத்தில் வெளிவந்தவர்கள் தென்னை மரங் களின் கீழே நின்றனர். தென்னங்கீற்றுகளின் குளிர்நிழல் தரையில் நடம் புரிந்தது. பனிக்காலமாய் இருந்தபோதும், வீசிய மென்காற்றில் ஈரப்பதமும், வெது வெதுப்பும் இணைந்தேயிருந்தது. எங்கோ பக்கத் தில் உள்ள புதரில் வானம்பாடியினப் பறவையொன்று திரும்பத் திரும்ப செவிக்கினிதாய்ச் சீழ்க்கையொலி செய்து கொண்டிருந்தது.

‘கப்பல் கட்டுவது நாம் எடுத்து வைக்கிற முதல் அடி, துறை முகங்களை வாள்முனையில் நாம் கைப்பற்ற வேண்டும்’ என்று கூறினார் சிவாஜி.

நிராஜி அவரைக் கூர்ந்து நோக்கியபடி தலையசைத்தார். சிவாஜியின் கனவுகளை நடைமுறைப்படுத்த பணம் நிறையவே தேவைப்படும். சட்டமுறையாகக் கிடைக்கக்கூடிய நிதி ஆதாரங்கள் நிலவரி, சாலைகளில் வசூலிக்கப்படும் சுங்கவரி, மற்றும் சிற்றரசர்கள் கட்டுகிற கப்பத்தொகை, அவ்வளவே. கொங்கணம் பாக்கியம் செய்த பூமி. ஏராளமாய்த் தென்னந்தோப்புகள், எண்ணி முடியா பழத் தோட்டங்கள் கூஸ்பெர்ரி, வாழை, மா, பலா, பப்பாளி, நாவல், முந்திரி என்று. கடல்நீரில் இருந்து பதனம் செய்யப்பட்ட தரமான உப்பு, அபரிமிதமாய் விளைகிற நறுமணச் சுவையூட்டிகள். மண்ட லத்தின் கிழக்குப் பகுதியில் தேக்குமரக் காடுகள். கப்பல் கட்டும் தொழிலில் தேக்குமரம் அதிகம் பயன்படுத்தப்படுவதால் பல்வேறு நாடுகளுக்கும் ஏற்றுமதியாகிறது.

‘நம்முடைய படைவீரர்களுக்கும், வருவாய்த்துறை அதிகாரி களுக்கும் மாதச் சம்பளத்தை நம்முடைய கருவூலத்தில் இருந்தே நாம் பட்டுவாடா செய்கிறோம். குதிரைகள் அரசுக்குச் சொந்த மானவை நம் காலாட் படையினரும் சம்பளப் பட்டியலில் இடம் பெறுகிறார்கள். நம்முடைய நிலப்பகுதிகளில் உள்ள விவசாயி களுக்கு கால்நடைகள், விவசாயக் கருவிகள், தரமான விதைகள் வழங்கப்படுகின்றன. ஒருவேளை பருவமழை தவறிவிட்டால் நாம் அவர்களிடம் வரிவசூலிக்க மாட்டோம். எங்கிருந்து நிதிகளை நாம் பெறப்போகிறோம்?’ சிவாஜி கேட்டார்.

நிராஜி தொண்டையைக் கனைத்துவிட்டு, அமைதியாக இருந்தார். அவர்களுடைய சிறிய படையைப் பராமரிக்க தற்போது கிடைக்கிற நிலவரியே போதுமானது. உப்பு, நறுமணப் பொருட்கள், மரம் இவற்றின்மீது வரிவிதிக்கும் வாய்ப்புகளைக் கொண்டது கொங்கணம். கொங்கணத்தின் இயற்கைத் துறைமுகங்களில் துணிஆலைகள் நிறைவான முறையில் வளர்ச்சி கண்டிருக்கின்றன. அதன் திறமைமிக்க நெசவாளிகள் பட்டு மற்றும் பருத்தி நூலிழைத் தயாரிப்பில் ஈடுபட்டிருக்கிறார்கள். கொங்கணத்துக்கு வருகிற மரக்கலன்கள், கட்டு கட்டாய் ஸாட்டின், டஃபேட்டா, மஸ்லின் துணிகளை உலகநாடுகளுக்குக் கொண்டு செல்கின்றன. அவை பெருமளவு பேரரசர்களிடமும், அரசர்களிடமுமே விற்கப்படு கின்றன.

சிவாஜி மேலும் சொன்னார், ‘பணம் திரட்ட மற்றொரு வழி, கடல்வாணிகம் செய்கிற நம்முடைய வியாபாரிகளுக்குக் கப்பல் களைத் தருவித்துக் கொடுப்பது. நமக்குக் கிடைக்கிற பணத்தைக் கொண்டு நாம் துறைமுகங்களைக் கட்டமைக்கவும், போர்க் கப்பல் களைக் கட்டவும், கடலோரக் கோட்டைகளை நிறுவவும் முடியும்’ என்று.

‘நாம் ஜன்ஜீராவை வெற்றிகொள்ளத் தவறிவிட்டோம்’ என்று அபாஜி மெல்ல நினைவூட்டினார்.

ஒருநாள் நாம் அதை வசப்படுத்துவோம் அல்லது எதிர்வரும் நாளில் அதேபோல் சமவலிமையுள்ள கடலோரக் கோட்டை யென்றைக் கட்டி முடிப்போம். அபாஜி, நீங்கள் நிறைய வேலை களைச் செய்யவேண்டியிருக்கும். கல்யாண் நகருக்கு நீங்கள் நம்முடைய சுபேதாராகப் போகிறீர்கள். அவருடைய சொற்களில் ஏளனக் குறிப்பு சிறிதும் இல்லை.

அபாஜியின் கண்கள் பளிச்சிட்டன.

‘என் ஞாபகத்துக்கு வருகிறது’ தானாஜி சொல்லலானார், ரகுநாத்ஜி கடலில் இருந்து பாலாஜி ஆவ்ஜி என்கிற இளைஞனைக் காப்பாற்றியிருக்கிறார். அவன் சித்திகளின் அடிமைக் கப்பலில் இருந் திருக்கிறான். அந்த இளைஞனின் கனவுகள் பிரமிப்பை ஏற்படுத்து கிறவை. அவன் தங்களுடைய எழுத்தராக விரும்புகிறான்.

‘அருவருப்பான கடந்தகாலத்தை உடைய இந்த அழகான கடலோரத்தில் இருந்து எத்தனை பேரை மீட்டெடுக்க வேண்டி யிருக்குமோ’ சிவாஜி மனம் கசந்து எரிச்சலுடன் சொன்னார்.

‘ரகுநாத்ஜி இப்போது எங்கிருக்கிறார்?’ நிராஜி கேட்டார். ‘அவர் ஔரங்கசீப்பைச் சந்திப்பதற்காக ஔரங்காபாத் சென்றிருக் கிறார். பேரரசரின் உடல்நிலை பற்றி தக்காணத்தில் பலவிதமாய்

வதந்திகள் உலவிக் கொண்டிருக்கின்றன. ஔரங்கசீப் வடக்கே ஆக்ரா போவதாக மக்கள் பேசிக் கொள்கிறார்கள். தக்காணத்தில் அவர் இல்லாத இந்த நேரத்தில் ஆதில்ஷாஹி ஆட்சியாளர்கள் நம்முடன் பேச்சுவார்த்தை நடத்த வாய்ப்பிருக்கிறது. முன்பு எப்போதையும்விட முகலாயர்களின் ஆதரவு இப்போது நமக்குத் தேவைப்படுகிறது' என்றார் சிவாஜி.

நிராஜி புருவம் உயர்த்தினார்.

'ஔரங்கசீப் அவரை வரவேற்றுக் கொள்வாரா?' என்று கேட்டார் அவர்.

'இதுதான் அரசியல். எதுவாயினும் அதற்கேற்ப நடந்து கொள்வோம்.'

2

'சிவாஜி போஸ்லேயின் சார்பாக வந்திருப்பவரை, இருபக்கங் களிலும் ஆயுதமேந்திய காவலர் இருவரோடு அனுப்பி வை, அத்துடன் கூடாரத்துக்கு வெளியேயும் படைவீரர்களின் காவல் இருக்கட்டும். அவர்களை விழிப்போடு இருக்கச் சொல்' என்று ஔரங்கசீப் வாயிலருகே நின்றிருந்த முத்ஆமத்திற்குக் கட்டளை யிட்டார். திவானில் (கட்டில் வகை இருக்கை) அமர்ந்துகொண்டு, தமக்கு அருகில் இருந்த மேசைப்பக்கம் கைநீட்டித் தமது செபமாலையை எடுத்தார். மணிகளை ஒவ்வொன்றாய் உருட்டத் தொடங்கினார். பாதிக் கம்பத்தில் பறக்கிற கொடியைப்போல் தமது கண் இமைகளை அரைவாசித் திறந்திருந்தார்.

ரகுநாத் மனக்கலக்கத்துடன் இருந்தார். அவர் ராஜ்காட்டில் இருந்து நெடுந்தூரம் குதிரைச் சவாரி செய்து வந்திருக்கிறார். பயணம் அத்தனை எளிதாக இல்லை. தாம் சேர வேண்டிய இடத்தை அடைந்த பிறகு, அவர் எதைக் கண்டாரோ அதுதான் அவரை முனைப்பு குன்றி கவலைப்பட வைத்தது. அது மிகப்பெரிய இராணுவ முகாம் முஸ்லீம் படைப்பிரிவினர் பயன்படுத்தும் பச்சை நிறக் கூடாரங்கள், செம்மஞ்சள் நிறத்திலான இராஜபுத்ரர்களின் கூடாரங்கள், புறஎல்லையில் கண்ணுக்கெட்டிய தூரம் குதிரைத் தொழுவங்கள், யானைக் கொட்டில்கள். முகாமில் அயல்நாட்ட வரும் இருந்தனர். அவர்கள் நீலநிறக் கண்களுடன் உயரமான தோற்றம் கொண்ட ஆப்கானியர்களாகவோ அதற்கும் அப்பால் இருந்து வந்தவர்களாகவோ இருக்க வேண்டும், ஐரோப்பாவைச் சேர்ந்த வெள்ளையர்களும் இருந்தனர். ஆயுதம் தயாரிப்பவர்

களையும், அவர்களுடைய வலைக்களங்களையும், சரக்குவண்டி களையும், கால்நடைகளையும் கண்டு அவர் திகைப்பில் மூழ்கினார்.

ஔரங்கசீப்பின் கூடாரத்தை அவற்றுடன் ஒப்பிட்டு நோக்கும் போது அது அளவில் சிறியதாகவே இருந்தது. கடந்தகாலத்தில், ரகுநாத் முக்கியத்துவம் வாய்ந்த சில இஸ்லாமியப் பெருமக்களைச் சந்தித்திருக்கிறார். ஆனால் இந்த இளவரசர் அவர்களைப் போல் இல்லாமல் நீண்ட வெண்ணிறத் தாடியுடன், அமைதியானவராய்க் காணப்படுகிறார். அவர் அமர்ந்திருந்த திவான் எவ்வித அலங் கரிப்பும் இல்லாமல் இருந்தது. வெள்ளை நிறத்தில் முழுக்கை அங்கியும், தலைப்பாகையும் அணிந்திருந்தார். அவருடைய கை விரல்கள் செபமாலை மணிகளை உருட்டியபடி இருந்தன. அவரு டைய கண்கள் இறைவனை இறைஞ்சுவதுபோல் அரைவாசி மூடிக் கொண்டிருந்தன.

'நான் ராஜா சிவாஜி போஸ்லேயின் பணிவான காரியஸ்தன். மேன்மை பொருந்திய தங்களுக்கு வணக்கம். தக்காணத்தின் அரசு சுபேதாராகிய தங்களை வணங்கிக் கொள்கிறேன்.'

வந்திருப்பவரைப் பார்வையிலேயே புரிந்துகொண்ட ஔரங்க சீப்பிற்கு, 'இந்த ஆள் தந்திரம் மிக்க ஒரு புத்திசாலி' என்றே தோன்றி யது. சிவாஜியினுடைய காரியஸ்தர் கொஞ்சமும் நாணமில்லாமல், தம் சாதுர்யத்தைக் கொண்டு எதையோ சாதிக்கிற நோக்கத்துடன் வந்திருக்கிறார்.

'எங்கள் தலைவரான ராஜா சிவாஜி போஸ்லே தம்மை மன்னிக்குமாறு தங்களிடம் வேண்டுகிறார்' என்றார் ரகுநாத். அவர் நேரத்தை வீணடிக்காமல், மிகப் பணிவாக இதனைத் தெரிவித்தார். மராத்தியர்கள் இந்தப் பண்புக்கூறு ஔரங்கசீப்பிற்கு அறவே பிடிக்காத ஒன்று. வளர்ந்த புற்களிடையே மறைந்து கிடக்கும் நேர்மையற்ற நரிகளைப்போல் சூழ்ச்சிக் குணமுடையவர்கள் இந்த மராத்தியர்கள். தங்களை உலகத்திடம் வெளிக்காட்டிக் கொள் ளாமல், தொலைவில் இருந்தபடியே அதை மதிப்பீடு செய்கிறவர்கள்.

முகலாய இளவரசரின் கண்களை உற்றுநோக்கி அவருள் ஒளிந்திருப்பவைகளைக் கண்டுபிடித்து விடலாம் என்று எண்ணி யிருந்த ரகுநாத்திற்கு ஏமாற்றமே மிஞ்சியது. ஔரங்கசீப் ஒருமுறை கூட அவரை நேர்படப் பார்க்கவில்லை, எதிராளியின் பார்வையை அவர் வேண்டுமென்றே தவிர்ப்பதாய்த் தெரிந்தது.

'மோரேயைக் கொன்றது நீர்தானா?' ஔரங்கசீப்பின் குரல் ஆழ்ந்ததாய், எதிராளியிடத்தில் அதிர்வை உண்டு பண்ணுவதாய் ஒலித்தது.

'எங்கள் இளவரசே, அது தற்காப்பு முயற்சியில் நடந்துவிட்டது' எச்சரிக்கையுடன் கூறினார் ரகுநாத். தக்காணத்து உச்சரிப்புடன் கூடிய உருதுமொழியில் நிதானமாய்ப் பேசினார். முதலில் தம்முடைய தாய் மொழியில் எண்ணியதை உருது மொழிக்கு மாற்றிக் கொண்டார் அவர்.

'கல்யாண் நகரில் உம்முடைய ராஜாவால் பட்டப்பகலில் நடத்தப்பட்ட அந்தக் கொள்ளைச் சம்பவம்?' ஔரங்கசீப் கடுப்பாகக் கேட்டார். இத்தனை நேரமும் அந்தக் கேள்வியைக் கேட்கவே அவர் காத்திருக்கிறார்.

'கல்யாண் நகரத்துச் செல்வம் பேரரசின் கருவூலத்திற்குரியது, இளவரசே! சுல்தான்கள் அந்த நிலப்பகுதியை பேரரசிற்குக் கொடுத்திருந்தார்கள். ஆனால், அங்கிருந்த ஆளுநர் அத்தனை செல்வத்தையும் கொள்ளையிட்டு, தப்பியோடி விட்டார்' எவ்வித குற்றஉணர்வும் இல்லாமல், சங்கடமில்லாமல் அந்தக் காரியஸ்தர் பதிலளித்தார்.

'எங்களைப் பற்றிக் கவலைப்பட சிவாஜி என்ன பேரரசின் பிரதிநிதியா?'

'மாண்புடையீர், அவர் அப்படிச் செயல்படவே விரும்புகிறார்' என்றார் ரகுநாத்.

அவருடைய கரியவிழிகள் ஔரங்கசீப்பின் மீதே நிலைகுத்தியிருந்தன, திடீரென்று ஔரங்கசீப் தமது கண்களை முழுமையாய்த் திறந்தார். அவருடைய வெளிறிய விழித்திரைப் படலத்தைக் கண்டதும் ரகுநாத் அச்சத்தில் உறைந்தார்.

'அவர் அத்தகைய பதவியில் விருப்பம் உடையவர் என்றால் அப்போது அவர் எங்களுடைய விரோதியாக மாட்டார், எங்களிடம் பணிபுரிகிறவராகிவிடுவார். ஆக, பேரரசின் நிலப்பகுதியில் அவர் தாக்குதல் நடத்தியது அரசுக்கு எதிரான காரியம், இராஜ துரோகம். அதற்கு விதிக்கப்படுவது மரணதண்டனை.'

ரகுநாத் உறுதியான குரலில் பதிலளித்தார், 'அந்தத் தவறு எங்கள் தலைவரின் வாழ்க்கையையே புரட்டிப் போட்டுவிட்டது. அப்போதிருந்தே அவர் பேரரசின் நலன்களைப் பாதுகாக்கத் தொடங்கிவிட்டார், தம்மை முன்பே அரசுப்பிரதிநிதியாய் அவர் பாவித்துக் கொண்டிருக்கிறார்.'

ஔரங்கசீப் அவநம்பிக்கையுடன் அந்தக் காரியஸ்தரை உறுத்து நோக்கினார்.

'அவர் என்ன செய்தாரோ அதற்குத் தண்டனை மரணந்தான். அவர் இஸ்லாமியப் பேரரசுக்கு எதிராக வாளை உயர்த்தி இருக்கிறார். எங்கள் நிலப்பகுதியில் புகுந்து சூறையாடியிருக்கிறார். அது கிட்டத்தட்டக் கடவுளுக்கெதிராகப் போரிடுவதாகும்.'

ரகுநாத் உதட்டைக் கடித்துக் கொண்டார். வாதுக்கு நிற்பதால் பயனில்லை. அவர்கள் கடைப்பிடிக்கும் ஷரீஅத் சட்டப்படி ஔரங்கசீப் மரண தண்டனைக்குரியவைகள் பட்டியல் போட்டுக் காட்டுவார். அவருடைய பட்டியலில் முதல் குற்றம் இறைவனின் இருப்பை மறுப்பது – நம்பிக்கையின்மை.

காரியஸ்தர் தம்முடைய தொண்டையைச் சரிசெய்து கொண்டு 'பேரரசின் இளவரசர், சிவாஜி வசமிருக்கும் கிராமங்கள், கோட்டைகளை அதிகாரபூர்வமாக அவருக்கே வழங்கிவிட்டால், பேரரசின் தக்காணத்து எல்லைகளைப் பாதுகாப்பதில், தன்னாலான அனைத்தையும் அவர் செய்வார்' என்றார்.

'முல்லா அகமத்திடம் பறித்தவற்றையெல்லாம் கொண்டு வந்து அரசுக் கருவூலத்தில் செலுத்திவிடுவாரா?' ஔரங்கசீப் இடைமறித்துக் கேட்டார்.

'ஆம், அதிகாரபூர்வமான அங்கீகாரம் கிடைத்ததும்' என்று துரிதமாய்ச் சொன்னார் ரகுநாத்.

ஔரங்கசீப்பிற்கு கோபத்தில் உடல் நடுங்கியது. அப்படியே அந்தக் காரியஸ்தரைப் பிடித்து உலுக்கி, அறைந்து, துண்டு துண்டாய் வெட்டி ஓநாய்களுக்கு இரையாக்கிவிட ஆசைப்பட்டார். ஆனால், அதைவிட முக்கியமான வேலைகள் அவருக்கிருந்தன. தம்முடைய இராணுவ பலத்தைத் தமது பெரிய எதிரிகளைச் சமாளிப்பதற்கு அவர் பயன்படுத்தியாக வேண்டும். பேரரசின் வெற்றி தோல்வி உறுதியற்றதாய், ஆபத்தில் இருக்கிறது.

*'மாஷா அல்லாஹ்!'

'தம்முடைய உதவி எங்களுக்குத் தேவைப்படும் என்று சிவாஜி நினைப்பதற்கு என்ன காரணம்?' ஔரங்கசீப் கேட்டார்.

'உயர்மதிப்பிற்குரிய இளவரசே, தங்களுக்கு உதவுவதைவிட தங்களிடம் பணிபுரிவதே அவருடைய முக்கியக் கருத்து.'

சிவாஜியின் காரியஸ்தர் அறிவுத் திறமையுள்ள போக்கிரி. ஒட்டுமொத்த மராத்தியர்களுமே சரியான மலை எலிகள். தங்களுடைய வலுவான மோப்பசக்தியைப் பயன்படுத்தி எலிகள் தப்பித்துக் கொள்ளும் என்று அவர் கேள்விப்பட்டிருக்கிறார். நடப்புகளைக் கிரகித்துக்கொள்ள அந்தச் சக்தி அவற்றுக்குப் பயன்படுகிறது. பேரரசர் நோய்வாய்ப்பட்டிருப்பதை சிவாஜி தெரிந்துகொண்டிருப்பார். ஔரங்கசீப் நெடுநாளாக தலைநகரில் இல்லையென்பதும் அவருக்குத் தெரிந்திருக்கும். இந்தச் சந்தர்ப்பத்தில் ஆதில்ஷாஹி

---

* 'அல்லாஹ் நாடியது நடக்கும்' என்பது இதன் பொருள். மகிழ்ச்சியான செய்தி கேட்டதும் இது கூறப்படுகிறது.

படையைத் தூண்டிவிட்டு வேடிக்கை பார்ப்பார். இப்போது ஔரங்கசீப் வளைந்து கொடுத்து, சார்பாக இருந்துகொண்டால் கதை வேறுமாதிரி ஆகிவிடக் கூடும். அவருக்கு சிவாஜி தேவைப் படுவதைவிட, சிவாஜிக்குத்தான் அவர் மிகவும் தேவைப்படுகிறார். கச்சிதமான நடவடிக்கை. தம்மை வலுப்படுத்திக்கொள்ள அவகாசம் வேண்டியிருக்கிறது அவருக்கு (சிவாஜிக்கு).

'ஆக, அவர் எங்களுக்குப் பணிபுரிய விரும்புவதாய்ச் சொல்கிறீர். அப்படியானால், சிவாஜி காரியார்த்தமாகவே குற்றச் செயல்களைச் செய்திருப்பினும், நாங்கள் அவருடைய வேண்டு கோளைக் கருத்தில் கொள்கிறோம். அவரையும், அவரது குதிரைப் படையையும் தேவைப்படுகிற இடத்தில் பயன்படுத்திக் கொள்கி றோம். எங்கள் அதிகாரபூர்வமான கடிதத்தை ஏதோ ஒரு நாளில் அவருக்கு அனுப்பி வைக்கிறோம்.' ஔரங்கசீப் தம்முடைய செபமாலை மணிகளை உருட்டியபடி, எவ்வித உணர்ச்சிகளையும் வெளிப்படுத்தாதக் குரலில் கூறினார்.

ஔரங்கசீப், ரகுநாத்தைப் போகவிட்டு, கடிதம் ஒன்றை எழுது மாறு எழுத்தரைப் பணித்தார். கடிதத்திற்கான விசயத்தை உரத்த குரலில் கூறத் தொடங்கினார் அவர். அது – படீஸாஹிபாவிற்கு எழுதப்படுகிற கடிதம்.

'இருபது ஆண்டுகளுக்கு முன் எமக்குக் கப்பம் கட்டுவதாய்ச் செய்துகொண்ட உடன்படிக்கைப்படி தாங்கள் தொடக்கத்தில் கப்பத் தொகை செலுத்தி வந்தீர்கள். பாக்கித் தொகை நிலுவையில் இருக்கிறது. ஆனால், தற்போது பேரரசருடன் தொடர்பை ஏற்படுத்திக் கொண்டிருக்கிறீர்கள். நாம் தக்காணத்தின் சுபேதார் என்பதைக் கருத்தில் கொள்ளாமல் எம்மை ஒருபுறம் ஒதுக்கிவிட்டு, கப்பத் தொகையைப் பேரரசரிடம் நேரடியாய்ச் செலுத்த வாக்களித் திருக்கிறீர்கள். நீங்கள் என்ன நினைக்கிறீர்கள்? பேரரசர் எம்மிடம் இருந்து உங்களைப் பாதுகாப்பார் என்றா? நீங்கள் சமாதான உடன்படிக்கைச் செய்துகொண்டது எம்மிடந்தான் என்பதையோ, இருபது ஆண்டுகளுக்குமுன் கைப்பற்றிய நிஜாம்ஷாஹி நிலப் பரப்பில் ஒரு பகுதியை எங்களிடம் விட்டுவிடுவதாக எமக்கு வாக்களித்ததையோ மறந்துவிட வேண்டாம். ஆனால், அந்த நிலப்பகுதி தற்போது உங்கள் வசம் இல்லை. கல்யாண் நகரத்தையும் இழந்துவிட்டிருக்கிறீர்கள். நீங்கள் தேவைப்பட்டால் சிவாஜியின் விரோதிகளிடமோ அல்லது ஜன்ஜீரா கோட்டை சித்திகளிடமோ உதவியைப் பெறக்கூடும். நாம் சொல்வதுபோல் நடந்துகொள்ளுங்கள், இல்லையேல் நாங்கள் பீஜப்பூரை வலிந்து கைப்பற்றிக் கொள்வோம். நகரத்தைத் தீக்கிரையாக்குவோம். நீங்கள் ஒருவரைச் சுவீகார

மகனாக்கி, அவருக்கு முடிசூட்டியிருக்கிறீர்கள். அவர் நிலவறையில் கிடந்து சாக நேரிடும்.'

3

வடகொங்கணத்தின் மேடுபள்ளமற்ற நிலப்பரப்பில் சிவாஜி யைச் சுமந்திருந்த குதிரை ஈட்டிபோல் பாய்ந்து சென்றது. ஐயாயிரம் குதிரைவீரர்கள் அவரைத் தொடர்ந்து சென்றனர். காலைக் குளிர் காற்று சுளீரென்று அவரைக் கடந்து போனது. அவர்களுடைய குதிரைகளின் குளம்போசையில் நிலம் கிடுகிடுத்தது. அவரது படைப்பிரிவினர் மாவலிக் கோட்டையைக் கைப்பற்றுவதற்காக அவருடன் சென்றனர். வடகொங்கணத்தில் முகலாயருக்குச் சொந்த மாயிருந்த ஒரே கோட்டை அது. ஔரங்கசீப் சிவாஜிக்கு உதவப் போவதில்லை. அவருடைய மழுப்பலான பதிலில் அது தெளிவாகி விட்டது. எனவே மாஹுலிக் கோட்டையைக் கைப்பற்றுவது முற்றிலும் நியாயப்படுத்துகிற காரியமாக இருக்கும். கீழ்வானத்தைத் தொடுவது போன்று மேலெழும் குன்றுகளின் வரிசையை நெருங்கும் வரை சிவாஜியின் கண்கள் ஆகாயத்தையே ஆராய்ந்து கொண்டி ருந்தது. மலைக்குன்றுகளின் அடிவாரக் காட்டில் தேக்குமரங்களும், ஆலமரங்களும் நிறைந்து காணப்பட்டன. அவர்கள் திட்டமிட்டி ருந்தபடி அது நிறுத்தத்திற்கான நேரம். அவருடைய ஆட்கள் குதிரைகளின் வேகத்தைக் குறைத்து, அவரைச் சுற்றிலும் கூடினர். அவர்களை உற்றுநோக்கிய அவருடைய கண்கள், பிங்களே, அபாஜி சொந்தேவ், நேடோஜி பால்கர், தானாஜி, ஏஸாஜி, காவ்ஜி, முரார்பாஜி மற்றும் இப்ராகிம்கான் என்று ஒவ்வொரு முகத்தையும் பார்த்தபடி பார்வையை நகர்த்திச் சென்றது. அவர்கள் பல்வேறு குலத்தைச் சேர்ந்தவர்கள். ஆனால், அனைவருமே போர் வீரர்கள். தங்கள் வாள்களைப் பகைவரின் இரத்தத்தில் கழுவிட அவர்கள் தயாராயிருந்தனர். தங்கள் சுயராஜ்யத்துக்கான போரில் தங்களு டைய பங்களிப்பை வழங்குகிறவர்கள் அவர்கள்.

அவருடைய கண்கள் மாவலிக் குன்றை நோக்கி மெள்ள நகர்ந்தது. குன்றின் உச்சியில் கோட்டையின் மதில்கள் மங்கலாய்த் தெரிந்தன. இருபது ஆண்டுகளுக்குமுன் கூட்டுப் படைகளிடம் தம்மை ஒப்புவித்துக் கொள்வதற்கு முன்பாய் அவருடைய தந்தை இங்கேதான் மறைந்திருந்தார். தம்மை வேட்டையாட முற்பட்ட பேரரசு மற்றும் ஆதில்ஷாஹிப் படைகளிடம் இருந்து காப்பாற்றும் படி போர்ச்சுக்கீசியர்களிடம் அவர் மிகவும் மன்றாடி வேண்டினார். ஆனால், அவர்களோ பேரரசருக்குத் துணை நின்று இவரைக் கொண்டு போகச் செய்தனர்.

இந்தத் தாக்குதலுக்கு ஔரங்கசீப்பின் எதிர்வினை எப்படி யிருக்கும் என்று கற்பனை செய்த சிவாஜி, புன்னகைத்துக் கொண்டார். கோட்டைக்கு மேற்காய் வஸாய்–பறங்கியர் குடியிருப்பு இருந்தது. கடலைப் பார்த்தவாறு அர்னாலா கோட்டையைச் சுற்றி அது அமைந்திருந்தது. கிழக்காக, முகலாயர்களின் தக்காணத் தலை நகரான ஔரங்காபாத்திற்கு செல்லும் மலைவழிகள் (கணவாய்). கஸாராவில் இருந்து உம்ப்ரஜ் செல்லும் அத்தனை வழிகளையும் கோட்டையில் இருந்தே கண்காணிக்க முடியும். பேரரசின் படைகள் கொங்கணத்தில் நுழைவதற்கு வழக்கமாய்ப் பயன்படுத்துகிற பாதைகள் அவை. கல்யாண் நகரைச் சுற்றிப் பரவிக் கிடக்கும் கப்பல் கட்டும் தளங்களைப் பாதுகாக்கவும் இந்தக் கோட்டை அவருடைய படைகளுக்கு உதவிகரமாக இருக்கும். தம்முடைய ஆட்களை அவர் திரும்பிப் பார்த்தார். அவரது உத்தரவுக்காக அவர்கள் காத்திருந் தனர். ‘குன்றைச் சுற்றி இன்றிரவே முற்றுகையிடுங்கள்’ என்று அறிவித்தார் அவர்.

பால்கர் வியப்படைந்தார். முற்றுகையிடுவது என்பதே கடும் முயற்சி வேண்டப்படுகிற ஒரு செயல்முறை. சிறிய கோட்டையைப் பாதுகாக்கிறவர்களே என்றாலும் வீரர்கள் அத்தனை எளிதில் விட்டுக் கொடுத்துவிட மாட்டார்கள். அவர்களைப் பணிய வைக்க எப்படியும் சில வாரங்கள், ஏன் மாதங்கள் கூட ஆகிவிடும். முற்றுகையிடுவது பெரிய படையேயாயினும் அதுதான் நிலைமை.

‘வழிகளைத் தடுத்து வைக்க போதிய ஆட்களோ, வாரக் கணக்கில் சமாளிக்கத் தேவையான உணவுப் பண்டங்களோ நம்மிடம் இல்லை’ என்றார் பால்கர்.

‘சிவாஜி நிறைவாகத் தம்முடைய செயல்திட்டத்தை அவர் களுடன் பகிர்ந்து கொண்டார். ‘கோட்டைக்குள் இருக்கும் முகலாயக் காவற்படையினர் கற்பாளங்களைக் கொண்டு நம்மை நசுக்கிவிட ஆர்வமாயிருப்பார்கள். அவர்களுக்கு உடனே எந்த ஆபத்தும் இல்லை, நாம் முற்றுகையிட்டிருக்கிறோம் என்று அவர்கள் எண்ணிக்கொள்ளட்டும். ஐந்தாம் நாள் இரவில், நிலவொளியில்லாத இரவில் நாம் கோட்டையின் எல்லாப் பக்கங்களிலும் ஏறவேண்டும், எந்தப் பக்கத்தைப் பாதுகாப்பது என்று தெரியாமல் அவர்கள் திகைப்பார்கள். இடைப்பட்ட சமயத்தில் நம்முடைய வேவுப் படையாட்களை அனுப்பி, குன்றின் அடிவாரத்தில் இருந்து மேலே ஏறிச் செல்லும் வழிகளை நாம் கண்டறிய வேண்டும். வடமேற்குப் பக்கத்தில் இருந்து மேலே ஏறிச் செல்லும் சரிவுப் பாதைகளை சோதித்தறியும்படி அவர்களிடம் கூறவேண்டும். அது அடர்த்தியான காடு, ‘பைன்’ மரங்களிடையே உள்ள பாதைகள் யார் கண்ணிலும்

படாமல் மறைந்தேயிருக்கும். அந்த மறைவான வழியே சென்றால் உச்சிக்குப் போய்ச் சேர்ந்துவிடலாம்.'

காத்திருத்தலுக்கான ஐந்து நாட்களிலும் குறிப்பிடும்படியாய் எதுவும் நடந்துவிடவில்லை. சில நேரங்களில் கோட்டையின் முகப்புகளில் முகலாயப் படையாட்கள் சிறிய உருவங்களாய்த் தெரிவதை அவர்கள் காணமுடிந்தது. ஆனால், அவர்களுடைய செயல்களைக் கண்டறிய முடியாத அளவிற்கு அவர்கள் இருந்த பகுதி மிகவும் உயரமானது. ஐந்தாம் நாள் இரவில் சிவாஜியின் ஆட்கள் குன்றின் எல்லாப் பக்கங்களிலும் இருந்து மேலேறத் தொடங்கினர். காற்றில் பைன் மரத்தின் இனிய வாசம் கலந்திருந்தது. குன்று செங்குத்து எழுச்சியாய் இருந்தது, ஆனால் சமாளிக்க முடியாத அளவிற்கு ஒன்றும் இருட்டாக இல்லை. ஆயிரமாயிரம் மின்மினிப் பூச்சிகளின் கண்சிமிட்டல் அவர்களுக்கு வழிகாட்டியது. ஆனால், இரகசியமாய் நுழைகிறவர்களைக் காட்டிலும் கொடுப்பதுபோல் ஒளியைக் கசியவிடவில்லை.

சிவாஜி, கோட்டையின் மதிற்சுவர் அடிப்புறத்திற்கு வந்துசேர்ந்தார். கோட்டை முகப்புப் பகுதிகளிலோ, காப்பரண்களிலோ இரவுக் காவலாளிகள் யாரும் தென்படவில்லை. சில கணப்பொழுதுகளில் அவர்கள் சுவர்களின் மீது ஏறிவிட்டனர். சிலர் காப்பரண்களையே சென்றடைந்தார்கள். திட்டமிட்டப்படி, நூறு படையாட்கள் ஊது கொம்புகளை எடுத்து ஊதினர். காதைப் பிளக்கிற பேரோசையில் மலையே குலுங்கியது. முகலாயக் காவற்படையினர் ஒருவழியாய் விழித்துக்கொண்டாலும், அந்தப் பேரொலியால் குழம்பிவிட்டார்கள். முகலாயப் படையாட்கள் மீது அம்பு மழை பொழிந்தது.

தம் அருகாமையில் தானாஜியும், ஏஸாஜியும் வந்துசேரும் வரை சிவாஜி காத்திருந்தார். அவர் காப்பரண்களில் இருந்து ஓலங்களைக் கேட்க, ஒரு மணிநேரமே தேவைப்பட்டது.

'எல்லாம் முடிஞ்சது' பால்கர் உரக்கக் கத்துவதை அவர் கேட்டார். 'அவர்கள் கொல்லப்பட்டார்கள். கோட்டை நம் கைக்கு வந்துவிட்டது.'

கல்யாண் நகரப் பிரதான வாயில் விரியத் திறந்து கிடந்தது.

முற்றமெங்கும் உடல்கள் சிதறியிருந்தன. அவற்றைக் கடந்து உள்ளே பிரவேசித்த சிவாஜி அறிவார் அது ஒன்றும் சாதாரண வெற்றியல்ல என்பதை. இங்குதான் அவருடைய தந்தை வெற்றி மீதான நம்பிக்கையை இழந்து, சரணடைந்தது. இதே இடத்தில்தான் ஆதில்ஷாஹியின் பணியாளராக அவருடைய தந்தையின் எதிர்காலத்தை விதி உறுதி செய்தது.

‘அவர்களுடைய கொடியை இறக்குங்கள், நம்முடைய கொடியைப் பறக்கவிடுங்கள்’, சிவாஜி முழங்கினார்.

4

அவர்கள் ராஜ்காட்டில் உள்ள தங்களுடைய புதிய வாழிடத்திற்குக் குடிபெயர்ந்து விட்டனர். கோட்டையின் காப்பரணிற்கு மேலாக எழும்பியிருக்கும், கண்காணிப்புக் கோபுரத்தில் இருப்பது ஜீஜாபாய்க்குப் பிடித்தமான பொழுதுபோக்காக இருந்தது. காலைச் சூரியனின் ஒளிக்கற்றையில் மாவலிக்குன்றுகள் நனைந்திருந்தன. பனிக்காலத்து மென்காற்று கோட்டையைச் சுற்றிலும் வீசிக் கொண்டிருந்தது. மலையின் குறுக்காக மனிதர்களால் குடையப் பட்ட வழிகளில் காற்று இரைச்சலுடன் புகுந்து புறப்பட்டது. கொங்கணத்துப் போர்க்களத்தில் இருந்து இன்று திரும்பி வரும் தன் மகனுக்காக அவர் காத்திருந்தார்.

அவரைத் தவிர இன்னொருவரும் சிவாஜியின் வரவை எதிர் நோக்கியிருந்தார்.

தன்னுடைய படுக்கையில் இருந்த சாயி விம்மல்களை அடக்க முயன்று கொண்டிருந்தாள். எத்தனை மணிநேரம் கடந்தது என்பதைக் கணக்கிடுவது சிரமமாக இருந்தது. பணிப்பெண் இரண்டு முறை வந்திருந்தாள். ஒருமுறை வந்து கசப்பான மருந்தை அவளுடைய வாயில் ஊற்றிச் சென்றாள். மற்றொரு முறை அவளுக்கு ‘லெண்டில்’ சூப் கொடுப்பதற்காக வந்தாள். ஆனால், அவளுக்குப் பசியார்வம் குறைந்து, உணவு நாட்டமே இல்லாமலிருந்தது. அவளுக்கு மூன்று முறைக் காய்ச்சல் கண்டுவிட்டது. காய்ச்சலின் தீவிரம் அவளை வியர்த்து, நடுங்கச் செய்தது. போனமுறை அவள் வாந்தியெடுக்க முயன்றபோது, சளியுடன் இரத்தமும் கலந்து வெளிப் பட்டது. தான் தூங்குகிறோமா, செத்துவிட்டோமா என்றே அவளுக்குத் தெரியவில்லை. பேரிகைகளும், எக்காளமும் முழங்கும் ஒலி கேட்டது. அவர் வந்துவிட்டார். அவளுடைய படுக்கை அதிர்ந்தது. அவளுக்குக் கீழே மலையே அசைந்தாடுவதுபோல் இருந்தது. கோட்டையின் காப்பரண்களில் பீரங்கிக் குண்டுகள் வெடிக்கும் பேரோசையில் அவள் விழித்துக் கொண்டாள். அவர் அவளைக் காண வருவதற்கு நிறையவே அவகாசம் இருந்தது. அவள் ஆயத்த மானாள்.

அவர் வந்தாலும் அவளுடனேயே தங்கியிருக்கமாட்டார், தன்னுடைய அறைக்குச் சென்றுவிடுவார். அவள் அவரைப்

பிடித்து வைத்துக் கொள்ளமாட்டாள். அவள் தீர்மானமாய் இருந்தாள். தன்னுடைய வேதனையை வெளிக்காட்டி அவரை மகிழ்ச்சியற்றவராக்கி விடக் கூடாது, அவர் முன்னிலையில் அழக்கூடாது என்கிற தீர்மானம்.

சிவாஜி, தம்முடைய அரசியைக் காணவருவதற்கு இரவு வெகு நேரமாகிவிட்டது. மாலைப் பொழுதில் அவருடைய மற்ற மனைவியர் கோட்டையின் வாசலுக்கே வந்து அவரை வரவேற்றார்கள். அவர்கள் வண்ணப் பட்டுடுத்தி ஆர்வமும், ஈடுபாடும் கொண்டவர்களாய் 'ஆரத்தித்' தட்டுகளுடன் நின்றிருந்தனர். தீயவர் கண்பட்டுத் தீங்கு விளையக் கூடாது என்பதற்காகவே திருஷ்டி கழிக்க ஆரத்தி எடுப்பது அவர்கள் ஒருவரையொருவர் முழங்கையால் இடித்து, அசட்டுச் சிரிப்பு சிரித்துக்கொண்டனர். தங்கமுலாம் பூசிய தட்டுகளில் ஏற்றிவைத்த மெழுகுவர்த்திகள், எரிகிற கற்பூரம் நீர் நிரம்பிய சங்குகள், சிந்தூரப் பொடி, ஊதுபத்தி என வைத்திருந்தனர். அவர்கள் ஏழு பேரும் கண்ணேறு கழிக்கும் சடங்கை நிறைவேற்றும் வரை அவர் பொறுமையுடன் காத்திருந்தார். அவர்களுடைய பூரித்த இளமை அவ்வப்போது நாணத்தைப் புறந்தள்ள, தங்கள் மையிட்ட கருவிழிகளால் அவரைப் பேராவல் பொங்கப் பார்த்திருந்தனர். குற்றஉணர்வின் சாயல் சிறிதும் வெளிப்படாதவாறு அவரும் அவர்களுக்கு எதிர்வினை புரிந்தார்.

சாயியின் அறைக்குச் சென்றபொழுது, அவருடைய இதயம் கவலையில் கணத்திருந்தது. அவர் சென்ற முறை அவளைப் பார்த்தபோதே அவள் நோயை எதிர்த்துப் போராடத் திராணியற்றவளாக இருந்தாள். சயரோகம் அவளது உடம்பைப் பாழ்படுத்தி விட்டது. அவள் இப்போது பார்க்க எப்படியிருப்பாள் என்று எண்ணித் துன்பப்பட்டார் அவர். அந்த அறை அநேக தீபங்களின் ஒளியில் பிரகாசமாக இருந்தது. அவள் படுக்கையில் படுத்திருந்தாள். அவர் நெருங்கிச் சென்று, அவளையே கூர்ந்து நோக்கினார். வாரி முடிக்காத கூந்தல் அவளது மார்பின் மீது சரிந்துகிடந்தது. அவள் வைத்த கண் வாங்காமல் அவரையே பார்த்திருந்தாள்.

சாயியின் களங்கமற்ற பெரிய விழிகள் ஈரக்கசிவுடன் இருந்தன. முத்தும் மாணிக்கமும் பதித்த அவளுடைய மூக்கு வளையம் தண்ணொளி வீசியது. நோயின் தாக்கத்தை அளவிட்டறிவதுபோல், அவளது முகத்தை நுணுகி ஆராய்ந்தது அவருடைய பார்வை. ஒருவேளை அந்த அழகு முகத்தை மூடி மறைத்த மரணத் திரையை அது விலக்க முற்பட்டிருக்கலாம், அல்லது காலத்தின் எஞ்சிய பகுதியைக் கணக்கிடுவதாகவும் இருக்கலாம். எதிர்பாராத விதத்தில் புன்னகையொன்று அவளிடம் மின்னி மறைந்தது. விளைவுக்கான

வளமற்ற கடும்பாறை நிலத்தில் புதிதாய் மலர்ந்த சின்னப் பூக்களை அவருக்கு நினைவூட்டுவதுபோல இருந்தது அது. அவளுடைய கண்களில் மகிழ்ச்சியின் சுடர்கள். இருந்தாற் போலிருந்து சிறு பெண்போல் அவள் எழுப்பிய சிரிப்பலைகள் அந்த அறையை நிறைத்தது.

'கல்யாண் நகரத்து மங்கை உண்மையிலேயே அழகானவளா?' அவளது குரலில் கேலியும், கண்களில் குறும்புத்தனமும் இருந்தது.

'நான் அவளைப் பார்க்கவில்லை' அவர் பதற்றத்துடன் சொல்லிவிட்டு, அரசி முன் தலைதாழ்த்தினார்.

அத்தியாயம் பதினொன்று

1

உஜ்ஜயினி நகரத்துக்கு மேலாக எழுந்தது சூரியன். இராஜஸ்தான் பாலைவனத்தில் இருந்து வீசும் மென்காற்று போர்க்களத்துப் புழுதியைக் கூட்டிப் பெருக்கிக் கொண்டு போனது. ஔரங்கசீப்பின் படை தென்புறத் தொடுவானில் எப்போது தோன்றும் என்று மனக்கலக்கத்துடன் எதிர்நோக்கியிருந்தார் மகாராஜா ஜஸ்வந்த்சிங் ரதோட். அவருடைய கடமைப் பொறுப்பு உஜ்ஜயினி அருகே ஔரங்கசீப்பிற்கு அச்சுறுத்தலை ஏற்படுத்துவது என்று அவருக்குச் சொல்லப்பட்டிருந்தது. பேரரசின் ஆயிரமாயிரம் கொடிகளை அசைத்தபடி, அவருடைய முப்பதாயிரம் பேர் கொண்ட குதிரைப் படை ஔரங்கசீப்பைக் களத்தில் எதிர்கொள்ள வேண்டும்.

ஔரங்கசீப் நர்மதை ஆற்றைக் கடப்பதற்குமுன் நீண்ட இடைத்தங்கல் இருக்காது என்ற தகவல் இரண்டு நாட்களுக்கு முன்பாகத்தான் ஜஸ்வந்த்திற்குத் தெரிவிக்கப்பட்டது. குஜராத்தில் இருந்து புறப்பட்ட முராத்பக்ஷ் பர்ஹன்பூரில் ஔரங்கசீப்புடன் இணைந்து கொண்டான். சகோதரர்கள் இருவரும், தங்கள் படைகளுடன் நர்மதையாற்றின் கரையில் சந்தித்துக் கொண்டனர். அந்தச் சந்தர்ப்பத்தில் அங்கிருந்தவர்கள், சகோதரர்களின் கூட்டுப்படைகள் ஒரு கடலைப்போல் திரண்டிருப்பதாய் அவருக்குத் தெரிவித்தனர். அவர்கள் உறுதியான குறிக்கோளுடனும், நெஞ்சுரத்துடனும் அணிவகுத்து வந்திருக்கிறார்கள்.

அவர் எதிர்பார்த்ததற்கு ஒருவாரம் முன்னதாகவே குதிரைப் படை உஜ்ஜயினிக்குத் தெற்காகச் சில காததூரத்தில் வந்து சேர்ந்திருந்தது, ஜஸ்வந்த் விரைந்து செயல்பட்டார். அவருடைய படை இரண்டு குன்றுகளுக்கிடையே நெருக்கமாய் இருந்தது. அது ஒரு தீவுமாதிரி. சுற்றிலும் பள்ளங்கள் நீரால் நிரப்பப்பட்டிருந்தது. கடந்த இரண்டு நாட்களிலும் ஆயிரம் படையாட்கள் பெரிய வாளிகளில் நீர் கொண்டு வந்து பள்ளங்களை நிரப்பியிருந்தனர். அந்தப் பகுதியே நீரும், சேறுமாய் இருந்தது.

ஜஸ்வந்த் தம்முடைய படையைத் தற்காப்பு நிலையில் வைத்திருந்தார். ஔரங்கசீப், முராத் இவர்களின் படைகள் அந்தச் செயற்கைச் சதுப்பு நிலத்தில் மந்தகதியில் வரும்போது தம்முடைய படையை ஏவுவதுதான் ஜஸ்வந்த்தின் திட்டம்.

ஜஸ்வந்த்தும் அவருடைய படைகளும் காத்திருந்த இடத்தில் இருந்து சில காத தொலைவில், தமது யானைமீது அம்பாரியில் அமர்ந்திருந்தார் ஔரங்கசீப். அவர் எச்சரிக்கையாக இருந்தாரே யன்றி அச்சத்திற்குள்ளாகி விடவில்லை. பகடையாட்டத்தை முதலில் தொடங்கியிருப்பது தாராபாய்தான். ஔரங்கசீப் தாராபாயின் நம்பிக்கைக்குரிய மகாராஜா ஜஸ்வந்த்சிங் ரதோட் பற்றி நன்றாகவே தெரிந்து வைத்திருந்தார். தமக்கு இரண்டு விசயங்கள் சாதகமாயிருப்பதாக ஔரங்கசீப் கணக்கிட்டுக் கொண்டார். ஒன்று, ஜஸ்வந்த் கடந்த காலத்தில் அத்தனை பெரிய படையைத் தலைமை தாங்கி நடத்தியவரல்ல. அத்துடன் ஜஸ்வந்த்துடன் வந்திருக்கும் ஆற்றல்மிக்க மான்ஸப்தாரான காசிம்கானுக்கு, தாராவின் பரந்த மனப்பான்மையும், மிதவாதப் போக்கும் கட்டோடு பிடிக்காது. சொல்லப்போனால் தாராபாயை அவன் வெறுக்கவே செய்தான். அதுமட்டுமா, நவீனமான இலகுரகத் துப்பாக்கிகள், பீரங்கிகளின் பயன்பாடுபற்றி ஜஸ்வந்த்திற்கு எதுவும் தெரியாது. தொடர்ந்து போர்களில் ஈடுபட்டு வந்த ஔரங்கசீப் புதிய உத்திகளைக் கையாளும் திறன் பெற்றிருந்தார்.

அவருடைய யானை அப்படியும் இப்படியுமாய் அசைந்து கொண்டிருந்தது போலவே, ஔரங்கசீப்பும் படைநிலவரத்தை (தகுதி, தரம்) மதிப்பிட்டுக் கொண்டிருந்தார். எதிரிப்படையின் கட்டமைவு மிகப் பழைமையான முறையிலேயே இருந்தது. முக்கியக் கூறான மையப்பகுதி, இட, வல இறக்கைகள் (பக்கப்பகுதிகள்), முன்னேறிச் செல்லும் படைக்காப்புப் பிரிவு இவற்றில் எவ்வித மாறுதலும் செய்யப்படாமலே இருந்தது. மையப்பகுதியில் இருந்தது ஜஸ்வந்த்சிங்கின் சொந்த நிலப்பகுதியான ஜோத்பூரில் இருந்து வந்திருக்கும் சில ஆயிரம் குதிரைவீரர்கள் கொண்ட படையாகும். அவர்களில் இரண்டாயிரம் பேர் ஜஸ்வந்த்தின் யானையைச் சுற்றியிருந்தனர். முன்வரிசைப் படையில் பத்தாயிரம் குதிரைப் படையை எதிர்ப்பவர்கள். ஜஸ்வந்த்தின் இட, வலப் படைப் பிரிவுகளில் நாலாயிரம் அல்லது ஐந்தாயிரம் பேர் இருக்கக்கூடும். முன்வரிசையில் பத்தாயிரம் வீரர்கள் கொண்ட அந்தப் படையமைப்பு, மிகவும் வலிமையான தோற்றத்தைக் கொடுக்கும், எதிர்ப்பவருக்கு தடுமாற்றத்தை உண்டுபண்ணும். ஆனால், ஔரங்கசீப் இதுபோன்ற படைகளுடன்

முன்பே பலமுறை போரிட்டிருக்கிறார். அத்தகைய சூழ்நிலைகளை எப்படிக் கையாள்வது என்பதை மிக நன்றாகவே அவர் அறிவார். தம்மைச் சுற்றியிருக்கும் தமது படையையும் அவர் மதிப்பிட்டுக் கொண்டார். அவருடைய முன்னணிப் படையில் எட்டாயிரம் வீரர்கள் இருந்தனர். அவர்களுக்குத் தலைமையேற்றுப் போர் புரியப் போவது அவரது மூத்த மகன் முகம்மது சுல்தான். அவருடைய வலங்கைப் படையில் அவரது இரண்டாவது மகன் மூஆஸம் தலைமையில் ஐயாயிரம் பேர் இருந்தனர். சகோதரன் முராத்தின் தலைமையில் ஐயாயிரம் பேர் இடங்கைப் படையில் இருந்தனர். அவரைச் சுற்றியிருந்த குதிரை வீரர்கள் பல்லாயிரம் பேர். ஆதில்ஷாஹியில் இருந்து தருவிக்கப்பட்ட கூலிப்படை, முராத்தின் படை இவற்றைச் சேர்த்துக் கணக்கிட்டால், அவருடைய படை எண்ணிக்கையில் ஜஸ்வந்த்சிங்கின் படையை விஞ்சியிருந்தது. ஆனால் படையின் உண்மையான பலம் வேறோர் இடத்தில் இருந்தது. அவரது முன்வரிசைப் படைக்கு ஆதரவாக பல்லாயிரம் வில்லாளிகளும், துப்பாக்கி ஏந்திய வீரர்களும் பின்புலத்தில் இருந்தனர். அதுமட்டுமா, அவருடைய பீரங்கிப் படையினர் ஒரு குன்றின் மீது நிறுத்தி வைக்கப்பட்டிருந்தனர். அங்கிருந்து குண்டுமாரி பொழிந்து, ஜஸ்வந்த்தின் படைக்குப் பெருத்த சேதத்தை அவர்கள் விளைவிப்பார்கள். மீர்ஜும்லாவுக்காக வேலை செய்த பறங்கியர்களும் அந்தப் படைப் பிரிவில் இருந்தனர். பேரரசரின் அழைப்பை மீர்ஜும்லா ஏற்றிருந்தபோதிலும், தம் குடும்பத்தை மீட்டுத் தந்த ஔரங்கசீப்புக்கு உதவ தம்முடைய போர்த் துறை வல்லுநர்களை அவர் அனுப்பி வைத்திருந்தார். இவை யெல்லாம் ஜஸ்வந்த்சிங்கின் கணிப்பிற்கு அப்பாற்பட்டவை என்றே சொல்ல வேண்டும்.

மகாராஜா ஜஸ்வந்த்சிங், தம்முடைய முன்னேறித் தாக்கும் படையின்மீது பார்வையைச் செலுத்தினார். அவர்கள் அணி செய்யும் கவசமணிந்து, பேரரசின் பளபளக்கும் கொடிகளை உயர்த்தியிருந்தனர்.

அதுவெல்லாம் அவருக்குக் கணநேரப் பெருமிதத்தையே தந்தது. தென்புற அடிவானில் இருந்து வெளிப்பட்ட ஔரங்க சீப்பின் படையைத் தமது கண்களை இடுக்கிக்கொண்டு அவர் ஆராய்ந்தார். எண்ணற்ற கடல் அலைகளில் இடையீடின்றி படை அணிகள் வந்துகொண்டிருந்தன. சற்றே சரிவான பாதையில் அவர்கள் இறங்கி வரும்போது அச்சுறுத்தும் மழைமேகங்கள் அகன்ற நிலப்பரப்பைத் துடைத்துப்போட வருவதுபோல் தோன்றியது

அவருக்கு. அவருடைய எலும்புகள் சில்லிட்டன. அந்தக் கூட்டம் நூறு காத தொலைவில் இருந்து வந்தபோதும், அவர்களுடைய ஆற்றலும், ஊக்கமும் சிறிதும் குறையாமல் இருப்பதைக் கண்டார் அவர்.

ஔரங்கசீப்பின் தாக்குப்படை முன்னேறி வரட்டும், தம்முடைய பொறியில் வந்து விழட்டும் என்று காத்திருந்தார் ஜஸ்வந்த்சிங். மாறாக, வெடிப்போசை திடீரென்று கேட்டது, நிலமே நடுங்கும் அளவிற்கான பலத்த ஓசை. உயர்ந்ததோர் இடத்தில் இருந்து பீரங்கிக் குண்டுகள் பாய்ந்து வந்து, ஜஸ்வந்த்தின் முன்னணிப் படையின் மத்தியில் விழுந்தன. ஔரங்கசீப்பின் துப்பாக்கி ஏந்திய வீரர்கள் துரிதமாய் இயங்கினர், துல்லியமாய் வெடித்தனர். அவர்களுடைய துப்பாக்கிக் குண்டுகள் வச்சகுறி தப்பாமல் இலக்குகளைத் தாக்கின. ஔரங்கசீப்பின் துப்பாக்கி வீரர்களைப் போலவே வில்லாளிகளும் முன்னேறிச் சென்றனர். இப்படி துப்பாக்கித் தாக்குதலும், அம்பு மாரியும் தொடரவே ஜஸ்வந்த்தின் படை பிளவுண்டது. ஔரங்கசீப்பின் துப்பாக்கி வீரர்கள் மின்னலாய்ச் செயல்பட்டனர். அவரது குதிரைப்படை முன்னோக்கிப் பாய்ந்து, முரட்டுத்தனமாக இயங்கியது. பறைகளும், எக்காளங்களும் எழுப்பிய ஓசைகளுக்கு இணையாய் *'தீன், தீன், தீன்' என்கிற உரத்த ஒலிகளும் எழுந்தன.

எதிர்த்தரப்பு இராஜபுத்ரர்களோ ஜஸ்வந்த்திற்காகத் தங்கள் இன்னுயிரைத் தியாகம் செய்யத் தயாராயிருந்தனர். தங்கள் மரணத்தின் மூலம் தாங்கள் பெரிதும் நேசிக்கும் ஜோத்பூர் மண்ணின் மேன்மையை அவர்கள் உலகறியச் செய்வார்கள். தங்கள் அணியொழுங்கைப் பொருட்படுத்தாமல், ஆளுக்காள் தங்களுடைய குதிரைகளை வேகப் பாய்ச்சலில் விட்டு, ஔரங்கசீப்பின் துப்பாக்கி வீரர்களை அவர்கள் தாக்க முனைந்தனர். அவர்களுடைய துரதிர்ஷ்டம் பறங்கியர்களும் வாட்போரில் தேர்ச்சி பெற்றவர்களாக இருந்தனர். அவர்கள் உணர்ச்சி வேகத்தில் செயல்பட்ட ஜஸ்வந்த்தின் படையாட்களை வெட்டிச் சாய்த்ததுடன், தொடர்ந்து சுட்டபடி இருந்தனர். ஜஸ்வந்த்தின் இட, வல குதிரைப்படைப் பிரிவினர் களத்தில் தப்பியோடுவதைக் கண்டார் ஔரங்கசீப். தண்ணீர் நிரப்பிய பள்ளங்களில் தடுமாறிய குதிரைகள் சகதியில் விழுந்தன. ஜஸ்வந்த்தின் ஆட்கள் தங்களுடைய பொறியில் தாங்களே சிக்கிய நிலை ஔரங்கசீப்பிற்குச் சிரிப்பை ஏற்படுத்தியது.

---

* தீன் – இஸ்லாம் மார்க்கத்தைக் குறிக்கும் சொல். இறைவனுக்கு அடிபணிந்து, இறைவனிடம் நற்கூலி பெறுவோம் என்பது பொருள்.

ஜஸ்வந்த் இழிவையும், அவமானத்தையும் ஏற்கும்படியாயிற்று. ஔரங்கசீப்பின் படையாட்கள் அலைகளைப்போல் வந்து கொண்டே யிருப்பதைக் கண்டார் அவர். அவருடைய வியூகத்தை உடைத்துக் கொண்டு, அவர்கள் களத்தின் மையப்பகுதியில் ஆதிக்கம் செலுத் தினர். அவர்களுடைய வேகத்துக்கு ஈடுகொடுக்க முடியவில்லை. பேரரசின் பதாகைகள் தரையில் சாய்ந்தன. ஜஸ்வந்த்தின் வீரர்கள் அவரை யானையை விட்டு இறங்கிவிடும்படி வேண்டினர். அவருடைய பாதுகாப்பைக் கருதியே அந்த வேண்டுகோள். அவர் குதிரைக்கு மாறினாலும், எதிரிப்படைக் குதிரைவீரன் ஒருவன் அவருடைய பாதுகாவலர்களின் வளையத்தைத் தகர்த்துவிட்டதை அவர் காணத் தவறிவிட்டார். திடீரென்று தம்முடைய உடம்பில் பயங்கர வலியையும் வேதனையையும் உணர்ந்தார் அவர். அவருடைய வலது கையில் இருந்து இரத்தம் பீறிட்டு வழிந்தது. கூரிய அம்பொன்று கையைத் துளைத்துவிட்டது. அவருடைய பாதுகாவலர்கள் அந்த வில்லாளியை விரைந்து கொன்றுவிட்டனர். எதிர்பாராத ஒன்று நிகழ்ந்தபோதும் அதிர்ச்சி அடையாத ஜஸ்வந்த், முன்னேறி வரும் பகைவரின் படைக்குள் பாய்ந்து, ஊடுருவ விரும்பினார். அப்படியொரு மோசமான தோல்வியை ஏற்க விருப்ப மில்லை. ஆனால், யாரோ அவருடைய குதிரையின் கடிவாளத்தைப் பற்றியிழுத்து, அவரைக் களத்துக்கு வெளியே கொண்டு சென்றனர். பகைவரின் வலிமைக்குக் கீழடங்க நேர்ந்ததிலும், படுகாயமுற்றதிலும் அவருடைய கோபம் அதிகரித்தது. அவருடைய பீரங்கிகளையும், துப்பாக்கிகளையும், குதிரைகளையும், பகைவர்கள் கைப்பற்றிக் கொண்டு செல்வதை ஒரு சாட்சிபோல் அவர் காண நேர்ந்தது.

ஆக, அந்தப் போர் ஒரே நாளில் முடிந்தது.

காசிம்கான் தன்னுடைய ஐந்தாயிரம் வீரர்களுடன் எங்கோ மறைந்து போனான். ஔரங்கசீப்பின் படைகள் அணிவகுத்து, களத்தைவிட்டு வெளியேறிய பின்பே ஜஸ்வந்த் தம்முடைய பதுங்கிடத்தில் இருந்து வெளிப்பட்டு, களத்தைப் பார்வையிட வந்தார். அரசுப்படைத் தளபதியான அந்த இருபத்தியெட்டு வயது வீரர் மானக்கேட்டில் மனம் நொந்தவராய்த் தலைகுனிந்து நடந்தார். எங்கும் பிணக்குவியல். அவர் கவனமாக, மெல்ல நடந்து சென்றார். அன்றைய போரில் பத்தாயிரம் வீரர்களை அவர் இழந்துவிட்டார். உஜ்ஜயினி நகரத்துக்கு தென்மேற்காக தர்மாத் என்ற கிராமத்தில் அந்த இரத்தசேதம் ஏற்பட்டது. அவருடைய வீழ்ந்துபட்ட வீரர்களின் உடல்கள் சீக்கிரமே கழுகுகளுக்கு உணவாகி விடும்.

2

ஔரங்கசீப் ஆழ்ந்து சுவாசித்து, இளங்காற்றின் குளிர்ச்சியைத் தம்முடைய நுரையீரல்களில் நிரப்பிக் கொண்டார். அவருடைய ஆயிரக்கணக்கான படையாட்கள் யமுனை ஆற்றின் நீரில் கும்மாள மிட்டுக் கொண்டிருந்தனர். அவர்கள் குளித்து வாரக் கணக்கில் ஆகியிருந்தது. இன்றிரவு அவர்கள் உண்டு களித்து, ஓய்வெடுப் பார்கள். யமுனைக் கரை ஊர்களில் இருந்து அவருடைய அனுதாபிகள் ஆடுகளையும், கால்நடைகளையும், எண்ணெய் விறகு அரிசி முதலானவற்றையும் அனுப்பியிருந்தனர்.

ஔரங்கசீப் செய்து முடிக்க வேண்டிய வேலை ஒன்று இருந்தது. அவருடைய முகாமின் விளிம்புப் பகுதியில் முகலாய அதிகாரிகள் ஒரு மேடையைச் சுற்றி அரைவட்டமாக அமர்ந்திருந் தனர். அந்த இடத்துக்குச் சென்றார் அவர். அவருடைய புதல்வன் சுல்தான், சகோதரன் முராத், அவரது மாமா ஷெயிஸ்டகான் எல்லாம் முன்பே வந்து விட்டிருந்தார்கள். தம்முடைய மாமாவிற்கு பின்னால் சிலர் நின்றபடித் தங்களுக்குள் ஏதோ முணுமுணுத்துக் கொண்டிருந்ததை அவர் கவனித்தார். அவரைக் கண்டதும் தங்கள் பேச்சை நிறுத்திவிட்டு, அவர் சொல்வதைக் கேட்பதற்கு அவர்கள் தயாராயினர். சிலர் அவருடைய மகன் மற்றும் சகோதரன் பக்கம் சைகை செய்து அவர்களுடைய கவனத்தைத் திருப்பினர். அவர் கொஞ்சமும் அவசரம் காட்டாமல் கம்பீரமாக நடந்தார். தாம் முன்பே எடுத்திருந்த முடிவு குறித்த சிந்தனையில் அவர் இருந்தார். இனி நிகழவிருக்கும் போர் சாதாரணமான ஒன்றாக இருக்காது. பேரரசின் விரிவாக்கத்துக்காக நடந்த போர்களில் அவர்களுடைய வலிமையும், திறமையும் அவருக்குத் தேவைப்பட்டது. இப்போது நடக்கவிருப்பது வாரிசுப்போர், இதில் அவர்களுடைய பேரார் வத்தையே பெரிதும் அவர் எதிர்பார்க்கிறார். அங்கிருந்தவர்கள் ஒன்றல்ல, இரண்டல்ல, மூன்று முறை தலைதாழ்த்தி வணங்கினர்.

ஔரங்கசீப் அந்த மரத்தாலான மேடை மீது ஒரே தாவலாய் ஏறி நின்றார். அவருடைய பார்வை ஒவ்வொருவர் மீதும் படிந்து, நகர்ந்து, அப்பால் சென்றது. அங்கிருந்து வடமேற்காக, தொலை தூரத்தில் தாராபாயின் பெரும்படைத் தங்கியிருந்தது அவருக்குத் தெரியும். தம்முடைய ஆட்களுக்குப் புரியும்படியாய்ப் பாரசீக மொழியும், அரபியும் கலந்த உருதுவில் அவர் பேசத் தொடங்கினார்.

'இங்கே கூடியிருக்கிற நாம் எல்லாருமே அச்சமற்ற வீரர்கள், தளராத ஊக்கம் உடையவர்கள், பேரரசுக்காக இரத்தம் சிந்தத் தயங்

காதவர்கள். கடந்தகாலத்தில் அதை நாம் பலமுறை நிரூபித்திருக்கி றோம். கொள்கைக்காக உயிர்த் தியாகம் செய்யப் பிறந்தவர்கள் நாம். ஆனால், இந்த வாழ்க்கையைத் தெய்வீகமான முறையில், அர்த்தமுடையதாக்கிக் கொள்ள ஒரு சந்தர்ப்பம் நமக்கு வாய்த் திருக்கிறது. ஒரு புனிதப் போராளிக்குரிய மரணம் நம்மைக் கை காட்டி அழைக்கிறது. ஒரு உயர்ந்த நோக்கத்துக்காக நாம் உயிரைப் பறிக்கலாம், உயிரை இழக்கவும் நேரலாம். நம்முடைய போரின் அடுத்தகட்டத்தை நோக்கி நாம் போய்க்கொண்டிருக்கிறோம்.'

அவர் சற்றே நிறுத்தி, மூச்சு வாங்கினார்.

அங்கிருந்தவர்கள் குழப்பத்துடன் அவரையே உற்றுப் பார்த்துக் கொண்டிருந்தனர். தங்கள் எண்ணத்தையோ, உணர்வையோ தங்களுடைய முகபாவத்தில் அவர்கள் வெளிப்படுத்தியிருக்கலாம். ஆனால், அதையெல்லாம் அவர் பொருட்படுத்தவில்லை.

'வாழ்க்கையே ஒரு போராட்டந்தான், எல்லாருமே சாகப் போகிறவர்கள்தாம். ஒரு முஜாஹிதீனுக்கு இறைவனின் சபையில் உயர்ந்த விருதுகளைப் பெறுவதற்கான தகுதியும், உரிமையும் கிடைத்துவிடுகிறது.'

ஔரங்கசீப் கருத்தை ஈர்க்கும் குரலில், உரிய ஏற்ற இறக்கத் துடன் உணர்ச்சி வெளிப்பாட்டுடன் பேசினார். அவருடைய பேச்சு நிதானத்துடன் இருந்தது. ஒவ்வொரு சொல்லும் கவனத்துடன் தேர்ந்தெடுக்கப்பட்ட கடல் முத்து எனலாம். அவை அழுத்தமான விருப்பத்தைக் கோருவதாய் இருந்தன.

வருங்காலத்தில் என்ன நடக்கப் போகிறது என்பதை அறியா விட்டாலும், கூட்டம் பலமாகத் தலையாட்டியது.

'காஃபிர் என்கிற அரபுச் சொல்லுக்கு என்ன பொருள்? இதன் நேர்பொருள் உண்மையை மறைத்தல், மூடுதல் என்பதாகும் இறைவனை மறைத்தல் அல்லது நிராகரித்தல் என்ற பொருளில் திருமறை குறிப்பிடுகிறது. உண்மையைச் சிந்திக்காதவர்கள் இருக் கிறார்கள், உண்மையைக் கண்டுணர்ந்தும் ஏற்றுக் கொள்ளாதவர்கள் இருக்கிறார்கள். இறைவன் அதையெல்லாம் தன்னால் தேர்ந் தெடுக்கப்பட்ட தூதரிடம் வெளிப்படுத்தியிருக்கிறான். உண்மையை வேறெங்காவது தேடுகிறவர் மதிப்புக் குறைவாக நடந்து கொண்டவ ராகிறார்.'

தம்முடைய சொற்கள் அவர்களுடைய மனதின் அடி யாழத்தைச் சென்றடையும்வரைக் காத்திருந்தவராய், ஆழ்ந்து சில மூச்சுகளை உள்வாங்கினார் அவர்.

'இறைமார்க்கத்தை மறுப்பவர் கருத்துக் குருடராகவோ, முட்டாளாகவோ, சித்த சுவாதீனமற்றவராகவோதான் இருக்க வேண்டும்.'

தம்முடைய வீரர்களின் முகபாவங்களை ஆராய்கிறவராய், சில கணங்களுக்குத் தமது பேச்சை அவர் நிறுத்தினார்.

'எவரொருவர் விசுவாசமற்றவராய் வேற்று சமயத்தில் அக்கறை காட்டுகிறாரோ அவர் சைத்தான் (பாம்பிலும் கொடியவர்) ஆவார்' என்றவர் மீண்டும் சற்றே பேச்சை நிறுத்தினார்.

'ஒரு நற்செயல் நிகழக் காரணமாயிருப்பவர் அவ்வகையில் கூட்டாளியாகிறார். ஒரு பாவ காரியத்துக்குத் துணை போகிறவர் பாவத்தைச் சுமப்பதிலும் பங்கேற்கிறார்.'

*'ஜிஹாத்', அவர் உரத்த குரலில் நிறைவாகச் சொன்னார், தீயவர்களைக் கையாள ஒரே வழி அவர்களை எதிர்த்துப் போரிடுவதுதான். சமயத்திற்கு விசுவாசமில்லாத தாராஷிகோவை எதிர்த்துப் போரிடுவோம் என்பதை, நாம் இதன்மூலம் அறிவிக் கிறோம். யார் இறைவனை நிராகரித்தல் செய்தாலும் அவர் உண்மையை மறைக்கிறவர்தான், அவருக்கு ஆளத் தகுதியில்லை.' தம் தொண்டையில் எரிச்சல் ஏற்பட்டுப் புண்ணாகும் வரை அவர் திரும்பத் திரும்பச் சொல்லிக் கொண்டிருந்தார்.

'எனக்காக ஒன்றைச் செய்பவர் உயிர் துறந்தால் அது மரணம் அல்ல, உயிர்த் தியாகம் ஆகும்.' தவறான கோட்பாட்டைப் பின்பற்றுகிற ஒரு அற்பன் அடுத்தபேரரசராக விரும்பினால், அதைப் போரிட் டேனும் நாம் தடுப்போம்.

சில அதிகாரிகளின் தர்க்க நியாயப் போக்கைத் தகர்க்கும் விதமாய் வாளின் கூர்மையுடைய வார்த்தைகளை அவர் பயன்படுத் தினார். அவருடைய பேச்சை முழுமையாய் நம்பாத சிலரும், தங்கள் தலைவரின் பேச்சைக் கவனமாய்க் கேட்டுக்கொண்டிருந்தனர். பின்வரிசையில், மறுப்பதுபோல் எழுந்த முணுமுணுப்புகளால் அவர் எரிச்சலுற்றாலும், தன் கோபத்தை வெளிக்காட்டாமல், அவர்கள் மீது பதித்த பார்வையை விலக்கிக் கொள்ளாமல் மவுன மாய் நின்றிருந்தார்.

'கணப்பொழுது தீர்மானித்துவிடுகிறது
ஆயிரம் இதயங்கள் கவரப்படுமா
தவறவிடப்படுமா என்பதை.

---

* ஜிஹாத் – முயற்சி செய்தல், பாடுபடுதல் என்று பொருள். இறைநெறியை மக்களிடம் எடுத்துரைப்பதில் தீவிர முயற்சியாற்றுதல்.

ஒருகணத்தில் இவ்வுலகம்
பெறப்படுகிறது அல்லது இழக்கப்படுகிறது.'

வெறுப்பும், கோபமும், குழப்பமும், சந்தேகமும் நிரம்பிய கண்கள் அவரையே கூர்ந்து நோக்கிக் கொண்டிருந்தன. அவர்கள் அவருக்கு ஆதரவானவர்களா, எதிரானவர்களா, அவர்கள் தாராபாயை ஆதரிப்பவர்களா, எதிர்ப்பவர்களா? அவருக்கு உறுதி யாய் எதுவும் தெரியவில்லை.

'உங்கள் விருப்பம் உங்களுக்கு, அவர்களின் விருப்பம் அவர் களுக்கு, ஆனால், அல்லா தனக்கு எது விருப்பமோ அதையே செய்து முடிப்பார்' என்று கலப்பில்லாத அரபுமொழியில், முடிந்த அளவு தம் குரலை உயர்த்திச் சொன்னார் ஒளரங்கசீப்.

கொதிப்படங்கிய எரிமலையில் இருந்து உருகிய குழம்பு வெடித்துப் பரவுவது போல், அவருடைய நூற்றுக்கணக்கான முக்கிய அதிகாரிகள் 'தீன், தீன், தீன்' என்று முழக்கமிட்டபடி கைகளை உயர்த்தினர். ஒருவர்கூட மிச்சம் இல்லாமல் எல்லாரு டைய கைகளும் உயர்ந்தன, போர் முழக்கம் எதிரொலித்தது. எதிர்ப்பும், வெறுப்பும், சந்தேகமும் கொண்டிருந்த இதயங்கள் பெரு மிதத்தில் வீறுகொண்டன. தங்களிடையே சகோதரத்துவத்தையும், விசுவாசத்தையும் அவர்கள் உணர்ந்தனர்.

முகம்மது சுல்தான் கண்களில் வியப்பு பளிச்சிட தந்தையின் பக்கம் பார்வையைச் செலுத்தினான். அவனுடைய மனம் அமைதிக் குலைவுக்கு உள்ளாகியிருந்தது. அவன் 'சன்னிப்' பிரிவைச் சேர்ந்த தன்னுடைய தந்தையை ஒருபோதும் வெறுத்ததில்லை. அதே சமயம் தந்தை நம்பிக்கைக்குரியவர் அல்ல என்பதும் நிச்சயம்.

பொறாமை அரித்துத் தின்கிற இதயத்துடன் முராத் பக்ஷும், தன் சகோதரரையே பார்த்துக் கொண்டிருந்தான். அத்தனை இராணுவ அதிகாரிகளின் நேசத்தையும், பாராட்டுதலையும் தன்னுடைய சகோதரர் பெற்றிருக்கிறார் என்பதை அவனால் ஏற்க முடியாது. அத்தனைப் போற்றுதல்களுக்கும் தானே தகுதியானவன் என்பது அவனுடைய எண்ணம்.

3

ஜஸ்வந்த் சிங்கின் தோல்வி பற்றிச் சிந்திக்கவே தாராஷி கோவிற்கு விருப்பமில்லை. அவனுடைய இராணுவ அதிகாரிகளின் முறையீடு வேறு மாதிரியாக இருந்தபோதும், தாராஷிகோ இன்னும் மூன்று நாட்கள் பொறுத்திருப்பது என்றே முடிவு செய்தார். தானே

முந்திக்கொண்டு தாக்குதலை மேற்கொள்ள அவர் விரும்பவில்லை. தன்னுடைய சகோதரர்கள் அணிவகுத்து வரட்டும் என்று காத்திருந் தார். தாமதத்தால் விளையக்கூடிய ஆபத்துகளைச் சுட்டிக் காட்டி, அவருடைய ஆலோசகர்கள் எச்சரித்தும், அவர் காதில் போட்டுக் கொள்ளவில்லை.

தாரா ஒரு சிறிய துவாலையில் தம்முடைய முகத்தைத் துடைத்து விட்டுக்கொண்டார். கடும் வெப்பத்தில் பித்துப்பிடித்து விடும்போல் இருந்தது. உலோகக் கவசமணிந்திருந்த அவருடைய படையாட்கள் புழுக்கத்திலும், சுடுமணல் தகிப்பிலும், கொப் பளிக்கும் அனற்காற்றிலும் அவதிப்பட்டனர். அவர்களுடைய காத்திருப்பில் அது மூன்றாவது நாள். 'புறப்படு, செயல்படு' என்ற உத்தரவுக்காக அவர்கள் காத்திருந்தனர். மூவகைப் படைகள் மீதும் தம் பார்வையைச் செலுத்தினார் அவர். அநேகமாய் அவர்களுடைய எண்ணிக்கை ஐம்பதினாயிரம் அல்லது எழுபதினாயிரமாக இருக்கக்கூடும். காற்றில் புழுதியுடன், குதிரைகளின் கனைப்பும், யானைகளின் பிளிறலும் கலந்து இரைச்சலாய் இருந்தது.

தாராவுக்காக பிரத்யேக வடிவமைப்புடன் ஒரு உலோக அம்பாரி தயாரிக்கப்பட்டிருந்தது. அதன் உலோகத் தகடுகள் செங்கல் அளவிற்குத் தடிமனாய் இருந்தது. அம்புகள் துளைக்க முடியாது தானே. உலோகத் தண்டுகள் பொருத்திய அந்த அம்பாரி பார்ப் பதற்கு ஒரு கூண்டுபோல் இருந்தது. யானைக்குப் பின்னால் ஈட்டி ஏந்திய காலாட்படையினரும், பக்கவாட்டில் ஏராளமாய் வாளேந்திய வீரர்களும் இருப்பார்கள் பாதுகாப்பிற்கு. யானையின் துதிக்கையில் உலோகக் குண்டுகளுடன் கூடிய இரும்புச் சங்கிலி இணைக்கப் பட்டிருந்தது. அவற்றை வீசிய பகைவர்களைக் கொல்லுமாறு அந்த யானைக்குப் பயிற்சியளிக்கப்பட்டிருந்தது.

எனினும், மூத்த இளவரசர் கலக்கமுற்றிருந்தார். தாம் செய்த தாமதத்தால் ஏற்பட்ட விளைவுகளைத் தற்போது அவர் உணர்ந்து விட்டதாய்த் தெரிந்தது. அவரது சந்தேக நிலை, அவருடைய சகோதரர்களின் படைகள் கிழக்கில் மேலும் முன்னேறி யமுனை யாற்றின் கரைகளை அடைவதற்கு இடமளித்துவிட்டது. உஜ்ஜயினி யில் இருந்து குவாலியர் அங்கிருந்து ஆக்ரா என அவர்கள் மேற்கொண்ட நெடும் பயணத்தில், ஓய்வாக இருந்து தங்கள் பயணச் சோர்வை அவர்கள் போக்கிக்கொள்ளப் போதிய அவகாசத்தை அவரே வழங்கிவிட்டார்.

தாராஷிகோ கீழே குனிந்து பார்த்தபோது, அவருடைய யானையின் முன்பாய் மீர்ஜும்லா நின்றிருந்தார்.

'மாண்புடையீர்! கவலை வேண்டாம். நாம் ஆயத்தமாகவே இருக்கிறோம்' என்று வணக்கத்துடன் கூறி, தலைநிமிர்ந்தார் அவர். தாராஷிகோ அம்பாரியில் தனது இருக்கையில் இருந்து எழும்பி, கம்பிகளின் வழியே கவனித்தார்.

மீர்ஜும்லா உரக்கச் சொன்னார், 'நாம் திட்டமிட்டபடி எல்லாம் சரியாகவே உள்ளன. பீரங்கிப் படையினரும், துப்பாக்கிப் படையினரும் சுடுவதற்குத் தயாராக முன்னணியில் நிற்கிறார்கள்' என்று.

மீர்ஜும்லா, மற்ற இராணுவ அதிகாரிகளோ தாராஷிகோவின் கவலையைப் போக்கி, மன அமைதியைத் தருபவர்களாய்த் தெரிய வில்லை. தாராவைப் பொறுத்தவரை அவர்கள் முன்பின் தெரியாத வர்கள்தாம். இவருக்கு போர்க்கள அனுபவம் அரிது, அவர்களுடன் பழகும் வாய்ப்பும் மிகமிகக் குறைவு. அவர்கள் தன்னுடைய கட்டுப்பாட்டில் இல்லை என்பதால் அவர் கலக்க உணர்வுடன் இருந்தார். அவர் பக்கமுள்ள மாகாணங்களில் இருந்தும், தூரப் பிரதேசங்களில் இருந்தும் மான்ஸப்தார்களைத் திரட்டியிருந்தார். அவர்களுடைய படைகள் ஆக்ரா கோட்டையில் இருந்து அவசர அவசரமாய்க் கவசங்களையும், ஆயுதங்களையும் வெடிபொருட் களையும் பெற்றுக்கொண்டு வந்திருக்கின்றன. அரசுக் கருவூலத்தில் இருந்து பெறப்பட்ட பெருந்தொகைகளில் அவர்கள் உண்டு களித்து, ஏராளமான சலுகைகளை அனுபவித்துக் கொண்டிருக்கிறார்கள். அவர்களைக் கையாளும் ஆற்றல் இவரிடம் இருக்கவில்லை. அவர்கள் உண்மையிலேயே தம்முடன் இருக்கிறார்களா, இல்லையா என்பதும் அவருக்குத் தெரியாது. இன்னதென்று சொல்ல முடியாத ஒரு பயம் அவருடைய குடலை அரித்துத் தின்று கொண்டிருந்தது. தன்னுடைய சொந்தப் படைக்கும், அதிக ஊதியம் பெறுகிற அவருடைய தந்தையின் 'அஹாடி' படைக்கும் இடையே கருத்து வேறுபாடு இருப்பதும் தெளிவு. அரபியில் 'அஹாடி' என்றால் 'தனிச்சிறப்புடையவர்கள்' என்று பொருள். அந்த வீரர்கள் எந்தவொரு மான்ஸப்தாரின் கீழும் பணிபுரிபவர்களல்ல. அவர்கள் பேரரசருக்காக ஒதுக்கீடு செய்யப்பட்டு, நல்ல முறையில் பேணப் படுகிறவர்கள். அவர்கள் உத்தரவுகளை ஏற்பதோ, போர்க்களத்தில் இறங்கிச் சண்டை செய்வதோ கிடையாது. காண்போரின் கவனத்தை ஈர்க்கக் கூடிய அணிவகுப்புக் காட்சிக்கு மட்டுமே தகுதியானவர்கள்.

இந்து மற்றும் முஸ்லீம் படைத் தலைவர்களிடையே இருந்த பரஸ்பர பொறாமையும் அவரைக் கவலைக்குள்ளாக்கியது. ஔரங்கசீப்பின் வெற்றியும், ஜஸ்வந்த் சிங்கின் தோல்வியும் மக்கள் மனதில், ஒரு புதிய சமநிலையைத் தோற்றுவித்துவிட்டது. ஒரே

தாக்குதலில் இவரைப் பட்டத்து இளவரசர் என்கிற நிலையில் இருந்து வெற்றான இளவரசர் என்கிற நிலைக்குத் தாழ்த்திவிட்டார் ஔரங்கசீப். ஆனால், அதைவிடவும் இவரைத் துன்புறுத்திக் கொண்டிருப்பது, தாம் ஔரங்கசீப்பைவிடக் கீழ்மட்டத்தில் இருப்பதாகத் தோன்றும் உணர்வைத் தவிர்க்க முடியாததுதான். தாம் இந்தப் போரைத் தலைமையேற்று நடத்தமுடியும் என்று அவரால் உறுதியாக நம்ப முடியவில்லை. இருந்தாற் போலிருந்து, அவர் பேரச்சத்துக்கு உள்ளானார். தெற்கே தொடுவானம் இருண்டு காணப்பட்டது. அவருடைய சகோதரர் நெருங்கி வந்துவிட்டதாய்த் தெரிகிறது.

அவர் கீழே குனிந்து நோக்கினார். மீர்ஜும்லா உத்தரவுகளை எதிர்பார்த்துக் காத்திருப்பதுபோல் அவரை உற்றுநோக்கினார்.

‘அவர்களைக் கண்டதுமே சுட்டுத் தள்ளுங்கள்’ தாரா உரக்கக் கத்தினார்.

மீர்ஜும்லா எதுவும் பேசாமல், திரும்பிச் சென்று, எங்கோ மறைந்தார்.

தாராஷிகோ கண்களைச் சுளித்து, முன்னோக்கிப் பார்வையைச் செலுத்தினார். தெற்கே காலாட்படையும், குதிரைப் படையும், யானைகளும் வருவது தெளிவாய்த் தெரிந்தது. கொடிகள் வெறித்தனமாய் காற்றில் படபடத்தன. அவருடைய சகோதரர்கள் இப்படியொரு பெரும் படையோடு வருவதை அவரால் நம்ப முடியவில்லை. தமக்குக் கீழே பூமி நழுவுவதுபோல் இருந்தது அவருக்கு. அவருடையதும் அவருடைய சகோதரர்களுடையதுமான படைகளுக்கு இடையே சமதள நிலப்பகுதியில் மேகமூட்டம்போல் கரும்புகை திரையிட்டிருந்தது. அவர் பேரச்சமும், திகைப்பும் கொண்டவராய்ச் செயலற்ற நிலையில் நடப்பதைப் பார்த்துக் கொண்டிருந்தார். மீர்ஜும்லா கையிருப்பு வெடிமருந்துகளைக் காலி செய்யும் நோக்கில் வெடித்துத் தீர்ப்பதாய்த் தோன்றியது. எதிரில் படை துப்பாக்கிச் சூடு நடத்துவதற்கான இலக்கை நெருங்கும் முன்பே வெடிபொருட்கள் பயன்படுத்தப்பட்டன. தாராவின் யானை வெடியோசையிலும், எக்காள ஒலியிலும் மிரள ஆரம்பித்து விட்டது. யானைப்பாகன் தன் அங்குசத்தைக் கொண்டு அதை அடக்குவதற்குப் பெரிதும் முயன்றான். காற்றில் கலந்த அமிலப் புகைத் தாராவை மூச்சுத் திணற வைத்தது.

கடலலைபோல் பாய்ந்து வந்தன எதிரிப்படைகள். அவருடைய படையாட்கள் மீது வெடிபொருட்களும், அம்புகள், ஈட்டிகளும் மழைபோல் பொழியத் தொடங்கின. அதிர்ச்சியில் உணர்வுகள்

மரத்துப்போய், ஏதும் செய்ய முடியாதவராக இருந்தார் அவர். பாய்ந்து வந்த அம்புகளில் சில அவருடைய யானையின் முகப்புத் தகட்டைப் பதம் பார்த்தன.

அவர் கீழே குனிந்து பார்த்தார். அவருடைய மெய்க்காவலரில் ஒருவன் ஈட்டியால் தாக்கப்பட்டு நிலத்தில் சரிந்தான்.

போர் தொடங்கப்பட்டுவிட்டது. தாரா தம்முடைய இடப் பக்கம் திரும்பி, 'தாக்குங்கள்' என்று உரக்க கத்தினார்.

அவரது இடப்பக்கப் படை ருஸ்தம்கான் என்பவரின் தலைமையில் இருந்தது. அந்தப் படையின் ஆயிரமாயிரம் குதிரை வீரர்களும், ஔரங்கசீப்பின் வலப்பக்கத்தைப் பாதுகாத்திருந்த ஐரோப்பியத் துப்பாக்கிப் படைமீது பாய்ந்து மோதினர்.

தாரா தம்முடைய வலப்பக்கம் பார்த்தார், ஆனால், எதுவும் சொல்லவில்லை. வலப்பக்கம் இருந்தது, சத்ரஸால் ஹதா என்பவரின் தலைமையில் இயங்கும் இராஜபுத்ரப் படையாகும்.

ஔரங்கசீப் கவலையற்றுக் காணப்பட்டார். ஆனால், தாராவோ போரிட்டுப் பழக்கமில்லாதவர், அவர் பழைய உத்தி களையே பயன்படுத்தும் தவற்றைச் செய்துகொண்டிருந்தார். தாராவிப் படை எண்ணிக்கையில்தான் பேரளவு, அவருடைய படைப்பிரிவுகள் கூட்டாக இணைந்து செயல்படாதது மிகப்பெரிய பலவீனம். தம்முடைய எதிரிப்படை ஒழுங்கமைவு இல்லாதிருப் பதைக் கண்ட ஔரங்கசீப் தமது கனரகத்துப்பாக்கிப் படையை இரண்டு பிரிவுகளாகப் பிரித்தார். இரண்டுக்கும் மத்தியில் தம்மு டைய வலிமைமிக்க குதிரைப்படையை இடம்பெறச் செய்தார். குதிரைப்படைக்கு முகம்மது சுல்தான் தலைமையேற்றிருந்தான். பகைவர்கள், விளைவுகளைப் பற்றிச் சிந்திக்காமல், திடீர் விருப்பத் துடன் தாக்கக்கூடிய வாய்ப்பு நிகழுமெனில் இருகூறுகளாய்ப் பிரிந்து நிற்கும் துப்பாக்கிப் படை அவர்களைத் தடுத்து நிற்கும், அதே சமயத்தில் நடுவில் உள்ள முகம்மது சுல்தானின் படை வலுத் தாக்கலை மேற்கொள்ளும். அப்போது பகைவரின் மையப்படைத் தாக்குதலுக்கு உள்ளாகும்.

ஔரங்கசீப், தம் சகோதரன் முராத் பக்ஷையும் அவனது படையையும் இடப்புற துப்பாக்கிப் படைக்குப் பின்னால் நிற்கச் செய்தார். அந்நிலையில் முகம்மது சுல்தானின் படைப்பிரிவுக்குப் பின்னால், குதிரைப் படையினர் சூழ அவர் இருந்து கொண்டார். தம்முடைய துப்பாக்கிப் படையின் இரண்டு பிரிவினரும் ஒரே நேரத்தில் சுடத்தொடங்கிவிட்டதைத் தமது யானை அம்பாரியில் இருந்தபடி அவர் கவனித்தார். தாராவின் குதிரைப் படையினரில்

மிகப் பலரும் கொல்லப்பட்டனர். தாரா படையின் மையப்பகுதியை நோக்கி முகம்மது சுல்தானின் படைப்பிரிவு முன்னேறிச் சென்றது. முராத்தின் தலைமையிலான மற்றொரு பிரிவு தாராவின் வலப் பக்கப் படைக்கு நெருக்கடியைத் தந்தது. சற்றும் எதிர்பாராத விதமாக, சத்ரஸாலின் கட்டுப்பாட்டில் உள்ள இராஜபுத்ரக் குதிரை வீரர்களின் படை முராத்தின் யானையை நோக்கிப் பாய்ந்தது. வில்லாளிகள் மோசமான முறையில் அம்பு மழை பொழிந்தனர். ஆனால், அம்புகள் முராத்தைத் தவறவிட்டாலும், அவனுடைய யானையைப் படுகாயப்படுத்தியதோடு, மாவுத்தனையும் மண்ணில் சாய்த்துவிட்டன.

முராத்தின் படைப்பிரிவு ஒழுங்கு குலைந்து, ஔரங்கசீப்பின் துப்பாக்கிப் பிரிவின் முன்னேற்றத்துக்கு தடையாகி விட்டதைத் தாரா கவனித்தார்.

சத்ரஸால் ஹதாவும், கார், சிஸோடியா, ரதோட் இனமரபுக் குழுக்களைச் சேர்ந்த குதிரைப்படை வீரர்களும் தங்கள் வாட்களை உயர்த்தி, தாக்குதல் முனைப்புடன் பாய்ந்தனர். தாரா முதல் முறை யாகப் பரவசப்பட்டார். ஆனால், அந்த உணர்வெழுச்சி கணநேரமே நீடித்தது. தம்முடைய இடப்புறமாக அவர் நோக்கியபொழுது ருஸ்தம் கானைக் காணவில்லை. அவனும், அவனுடைய யானையும் காற்றில் கலந்து, மறைந்துவிட்டாற் போலிருந்தது. பச்சை நிறத் தலைப்பாகை அணிந்த ஔரங்கசீப்பின் வீரர்கள் அவருடைய அதிகார எல்லைக்குள் நுழைந்துவிட்டதை அவர் கவனித்தார். செம்மறியாட்டை வெட்டுவதைப்போல் அவருடைய ஆட்களை அவர்கள் வெட்டிச் சாய்த்துக் கொண்டிருந்தனர். ஔரங்கசீப்பின் துப்பாக்கிப் படைப் பிரிவினர் சுடுவதில் முனைப்பாக இருந்தனர். தம்முடைய ஆட்கள் அம்புகளுக்கும், ஈட்டிகளுக்கும் இரையாகிக் கொண்டிருப்பதை அவர் கண்டார்.

'இடதுபக்கம் போ' தாரா தமது மாவுத்தனிடம் கத்தினார். ருஸ்தம் எங்கோ மறைந்துவிட்டதைக் கண்டுபிடிக்க முயன்றார் அவர். அவருடைய யானை கடல் போன்ற சேனையின் இடையே புகுந்து, முன்னோக்கிச் சென்றது. அவருடைய வலப்பக்கப் படையையோ, படைத் தலைவன் செயல்படுவதையோ அவரால் காணமுடியவில்லை. அவர் மீர்ஜும்லாவைத் தேடியபோது, அந்த மனிதரும் மாயமாகியிருந்தார். தாரா அச்சத்திற்குள்ளானார். போர்க் களம் முன்பே உடைந்த போர்க்கருவிகளாலும், இறந்து போனவர் களின் உடல்களாலும் நிரம்பியிருந்தது. காயமுற்றவர்கள் உதவிக் காகக் கதறிக் கொண்டிருந்தனர். மரணத்தின் விளிம்பில் துடித்துக் கொண்டிருந்தவர்களிடம் கொஞ்சமும் இரக்கம் காட்டாமல்,

ஔரங்கசீப்பின் வெறிபிடித்த குதிரைவீரர்கள் கண்மூடித்தனமாய்த் தாக்குதல் நடத்தினர். வாட்கள் உரசிக்கொள்ளும் ஓசையும், பாய்ந் தோடும் குதிரைகளின் குளம்பொலியும், ஆவேசமுற்ற வீரர்களின் ஆரவாரமும் அவருடைய செவிப்பறைகளில் மோதின.

அவர் போர்க்களத்தில் சாகசங்கள் செய்வதற்காகப் பிறந்தவ ரல்ல, இறையியல் படித்து, சமயங்களின் உண்மைப் பொருளைக் கண்டறியவும், நூல்கள் எழுதவும் பிறந்தவராயிற்றே அவர்!

'நம்முடைய முன்வரிசைப் படையைக் காணோம்' என்று யாரோ கூச்சலிட்டார்கள். அவர்கள் அழிந்துவிட்டார்களா, அல்லது தொலைந்து போனார்களா? அவர்கள் எங்கே? வலப்பக்கம் திரும்பியவரின் முதுகுத்தண்டு சில்லிட்டது. அவர் எதிரிகளின் துப்பாக்கிச் சூட்டு எல்லைக்குள் வந்துவிட்டிருந்தார். அதற் கெல்லாம் பழக்கப்பட்டவரல்ல அவர்.

'போ, திரும்பிப் போ' மாவுத்தனை நோக்கிக் கூவினார் தாரா பாய். சக்கரவண்டிகளில் பொருத்தப்பட்ட கனரகப் பீரங்கிகளையும், இலகு ரகப் பீரங்கிகளையும் கவனித்த மாவுத்தன் விரைவாக யானையைத் திருப்பினான். அவர்களுடைய படையின் மையப் பகுதியை நோக்கி யானை சென்றது. அவருடைய திசை நோக்கியே பீரங்கிகள் முழங்கின, துப்பாக்கிகள் சடசடத்தன. ஔரங்கசீப்பின் வில்லாளிகளும் மூர்க்கத்தனமாய்ச் செயல்பட்டனர். உலோகத் தாலான எறிபடை (தாக்கும் ஆயுதமாக வீசப்படும் பொருள்)கள், அவருடைய எஞ்சியிருந்த காவற்படையினரின் தலைகளையும், உடலுறுப்புகளையும் துண்டித்துச் சென்றன. அவர் இன்னமும் தமது அம்பாரியில் பத்திரமாக இருந்தார். அதன் உலோகத் தகடுகள் துப்பாக்கிக் குண்டுகளில் இருந்து அவரைப் பாதுகாத்துக் கொண்டிருந்தது. ஆனால், தம்முடைய இடப்பக்கத்தில் திடீரென மர்மமாய்த் தோன்றிய குதிரைவீரன் ஒருவனை அவர் காணத் தவறிவிட்டது. அவனுடைய வில்லில் இருந்து புறப்பட்ட அம்புகள் அவருடைய யானையைத் துளைத்தன. யானை பலமாகக் குலுங்கியது. மாவுத்தன் சற்றும் எதிர்பாராத விதமாய் உருண்டு விழுந்தான். தன் பெரிய உடம்பில் இருந்து உயிர் வெளியேற யானை நிலத்தில் சரிந்தது. அம்பாரி கீழே விழுந்து மோதியது. தாம் தரையில் கிடக்கக் கண்டார் தாரா. அவரைச் சுற்றிலும் புழுதிப்படலம். அவர் தலை குப்புற, அலங்கோலமாய் விழுந்து கிடந்தார். அவரது உடற்கவசம் தாடையில் இடித்து, சில பற்களை உடைத்து விட்டது. அவருடைய வாய் முழுக்க இரத்தம். அவருக்குப் பின்னால் இருந்து யாரோ அவரைப் பிடித்துத் தூக்கி, ஒரு குதிரை மீது போட்டனர்.

'நம்முடைய மூத்த இளவரசர் இறந்துவிட்டார், நம் நேசத்திற் குரிய தாராஷிகோ இறந்து போனார்' குதிரைவீரன் ஒருவன் கூவிக் கொண்டே போரிடும் வீரர்களைக் கடந்து சென்றான்.

தாராஷிகோவின் படை சிதறுண்டு, ஓடத் தொடங்கியது. ஆட்கள், விலங்குகள், பீரங்கி வண்டிகள் எல்லாம் நெருக்கியடித்து ஓடவும் ஒரே பதற்றம், குழப்பம். ஸாமர்க்கண்ட் தேசத்தில் இருந்து வந்திருந்த கலீல் உல்லாகான் தாராஷிகோ தரையில் விழுந்ததை, தொலைவில் இருந்தபடி கவனித்துக் கொண்டுதான் இருந்தார். இவர் தாராவின் மான்ஸப்தார்களில் ஒருவர். இவருக்கு தாராமீது ஏக வெறுப்பு. ஒரு சமயம் ஏதோ ஒரு அற்ப காரணத்துக்காக தாரா தம்முடைய காலணியைக் கழற்றி இவரை அடித்துவிட்டார். இந்த ஸாமர்க்கண்ட் வீரருக்கு ஔரங்கசீப்பிடம் பணியாற்ற விருப்பமே யன்றி, தாராவைப் பாதுகாப்பதிலோ தாராவின் தரப்பில் நின்று போரிடுவதிலோ கொஞ்சமும் சம்மதமில்லை. கலீல் உல்லாகான் தன்னையே வெறித்து நோக்குவதைக் கவனித்தாலும், ஏதும் செய்ய முடியாதவராய் இருந்தார் தாரா. அவர் தம்முடைய கோபத்தைக் காரி உமிழ்ந்து வெளிப்படுத்தினார். தம் குதிரையை ஆக்ரா நோக்கி வேகப் பாய்ச்சலில் ஓடவிட்டார். போர்க்களத்தின் வெப்பத்திலும் புழுதியிலும் அவர் பெற்றிருந்த நூலறிவும், கற்ற இசையும், கவித்திறனும், இறைமையாலும் வெற்றாகிப் போனது. சகோதரப் பாசம் பீறிடுகிற வேறொரு நாடகமும் களத்தில் அப்போது அரங்கேறிக் கொண்டிருந்தது. முராத் காயம்பட்டதைக் கண்டு ஔரங்கசீப் அவனிடத்தில் விரைந்து சென்றார். சிறந்த மருத்துவர் ஒருவர் அவனுக்குச் சிகிச்சையளித்துக் கொண்டிருந்தார். சாதாரண காயங்கள்தாம். ஆனாலும் ஔரங்கசீப், 'சகோதரனே, என் அருமை சகோதரனே' என்று உரத்த குரலில் புலம்பலானார். 'உனக்கு ஏதாவது ஆகியிருந்தால், நான் என்ன செய்வேன்?' என்றபடி ஆதரவாக அவனுடைய கையை எடுத்துத் தன்னுடைய முழங்கால் மீது வைத்துக் கொண்டார். அந்தக் கையைப் பரிவுடன் தடவியபடி, 'என் சகோதரா, வருங்காலப் பேரரசனே! இந்தப் போர் நடத்தப் படுவதே உனக்காகத்தான். எனக்கு நீதான் முக்கியம். உடம்பைக் கவனமாகப் பார்த்துக்கொள்' என்றார்.

4

கார்காலம் தொடங்கியிருக்கவில்லை. ஆனாலும் ஆக்ரா நகரத்தின் மீது மழை மேகங்கள் கவிந்துகொண்டிருந்தன. போர்க் களத்தில் வீழ்ந்துபட்ட ஆயிரமாயிரம் வீரர்களின் இரத்தத்தைக்

கழுவிவிட வானம் முயற்சிப்பதைப் போலிருந்தது. ஆக்ரா ஔரங்கசீப்பின் கையில் விழுந்து பதினோரு நாட்களாகி விட்டன. 'ஷாபுலந்த் இக்பால்' (ஏராள செல்வத்துக்கு அதிபதி) 'ஜலால்உல் காதிர்' (மேன்மையும், திறமையும் கொண்டவர்) இப்படி மதிப்புமிக்க பல விருதுகளைப் பெற்ற தாராஷிகோ அச்சத்தில் ஓடி ஒளியும் முயலைப்போல் ஆகிவிட்டார். முதலில் ஆக்ரா கோட்டைக்கு ஓடியவர் பின்பு அங்கிருந்து டில்லிக்கு ஓட்டம் பிடித்தார். ஔரங்க சீப்பின் முகத்தில் புன்னகை வெளிப்பட்டது. பேரரசர் ஆக்ரா கோட்டையின் கதவுகளை இறுக மூடிக்கொண்டார். ஔரங்கசீப், கோட்டைக்கு போய்க் கொண்டிருந்த யமுனை ஆற்றின் நீரை, போக வொட்டாமல் தடுத்துவிட்டார். கோட்டைக்குள் இருந்தவர்களில் பலர் தாக வறட்சியில் செத்துப் போனதாய்த் தகவல் பரவியது. அவர் 'நூர் மன்ஸில்' பக்கமிருந்த தம்முடைய முகாமை நோக்கித் துரித நடைபோட்டார். (நூர்மன்ஸில் ஆக்ராவுக்கு தொலைவில் உள்ள புறநகர்ப்பகுதி) அவருக்குப் பின்னால் ஓட்ட நடையாய் வந்து கொண்டிருந்த ஷெயிஷ்டகான் சொன்னார், 'மகனே! உன் தந்தை திடீர்ப்பாசம் காட்டுவார், ஏமாந்து விடாதே' என்று. அவருடைய குரலில் கோபம் இருந்தது.

'அநேகமாய், அவர் சொல்வது சரியாக இருக்கலாம். தந்தையார் என் முகத்தில் அறைவது போலல்லவா கோட்டைக் கதவுகளை மூடிக் கொண்டார். தற்போது கோட்டைக்குத் தண்ணீர் போகாத படி நான் அடைத்துவிட்டதால், அவர் சாதுரியமாக நடந்து கொள்ள முயற்சிப்பார்' என்று எண்ணிக் கொண்டார் ஔரங்கசீப்.

அவர் ஒன்றும் பேசவில்லை. ஆனால், தம்முடைய 'ஷாமி யானா'வை நோக்கி விரைந்தார்.

போரில் வெற்றிவாகை சூடிய இளவரசருக்குத் தகுதியான தாகவே அது அமைக்கப்பட்டிருந்தது. தரையில் பாரசீகக் கம்பளம், பளபளப்பான பட்டுத் துணியில் தடுப்புத் திரைகள் என்று அழகு படுத்தியிருந்தார்கள். நுழைவாயிலில் இருந்து கடைக்கோடியில் தங்க முலாம் பூசிய சிம்மாசனம் ஒன்று காணப்பட்டது. அந்த ஆசனத்துக்கு எதிரே, வெண்ணிற மேலாடை உடுத்தி, மெல்லிய துணியில் முகத்திரை அணிந்த ஒரு பெண்மணி தரையில் அமர்ந் திருந்தார். மற்றொரு மூலையில் முத்ஆமத் சிலைபோல் அசையாமல் நின்றிருந்தான். தரையில் அமர்ந்திருந்த பெண்மணி, பேரரசருக்கு உலகிலேயே மிகவும் பிரியமான மகள், 'படீஸா பேகம்' என்று குறிப்பிடப்படுகிறவர்.

தம் சகோதரனின் காலடியோசைக் கேட்டும், முகலாய இளவரசி ஏறிட்டுப் பாராமல் இருந்தார். அவர் தங்கமுலாமிட்ட

சிம்மாசனத்தில் வந்தமர்ந்த பின்னும் இவரிடம் எந்தச் சலனமும் இல்லை. ஔரங்கசீப் என்ன பேசுவது என்று தெரியாமல், படீஸா பேகத்தையே உற்று நோக்கியிருந்தார். படீஸா பேகம் அவருடைய மூத்த சகோதரி, பேரரசரின் இதயத்துதுடிப்பு. தன் இளைய சகோதரனின் காலடியில் அந்த இளவரசி ஒரு *குலாமைப்போல் அமர்ந்திருந்தார். தம் முகத்திரையை விலக்கி, அவர் கண்களை உயர்த்திப் பார்த்ததை ஔரங்கசீப் கவனித்தார். படீஸா பேகத்தின் பசிய நீல நிறக் கண்கள் தம் இளைய சகோதரனையே பார்த் திருந்தன. ஒரு காலத்தில் பொலிவுடன் இருந்த முகத்தில் நுட்பமான சுருக்கங்கள் கூந்தலுக்கு மருதோன்றிச் சாயமிட்டிருந்தது. தம் சகோதரியின் ஆடைக்குள் பயங்கர தீக்காயத்தின் வடுக்கள் மறைந்து கிடப்பதை அவர் அறிவார். அந்த இளவரசி தம்மீது சுமத்தப்பட்ட அபாண்ட குற்றச்சாட்டைப் பெறாமல் தம்மைத்தாமே எரித்துக் கொள்ள முயன்றதால் ஏற்பட்ட வடுக்கள் அவை. ஔரங்கசீப், தாம் அதிகாரம் செலுத்தும் இடத்தில் இருப்பதைக் கருத்தில் கொண்டு தலையைச் சற்றே பின்னாக உயர்த்தியிருந்தார்.

இளவரசியால் அங்கே நிலவிய மவுனத்தை நெடுநேரம் தாங்கிக் கொள்ள முடியவில்லை. அவர் அழத் தொடங்கிவிட்டார். ஒவ் வொரு விம்மலின் போதும் அவருடைய மெலிந்த உடல் குலுங் கியது.

ஔரங்கசீப், தம் சகோதரியின் அழுகையைத் தடுக்கவில்லை. தம் சகோதரி பட்டாடை அல்லது பலவண்ண பருத்தியாடை உடுத்தி, இந்துஸ்தானத்தின் புகழ்பெற்ற நகை வியாபாரிகள் சமர்ப்பித்த சிறந்த ஆபரணங்கள் அணிந்த கம்பீரத் தோற்றத்திலேயே எப்போதும் அவரைப் பார்த்திருக்கிறார். இளவரசி ஜஹானாரா மற்றவர்களைக் கட்டுப்படுத்தும் ஆற்றல் உடையவர், அதிகாரம் செலுத்தியே பழக்கப்பட்டவர். தம்முடைய தத்துவார்த்தமான பேச்சின் மூலம் மற்றவர்களை வியப்பிலாழ்த்திவிடுவார். ஔரங்க சீப்பும் மற்ற சகோதரர்களும் அவரோடுதான் சுற்றித் திரிவார்கள். தங்கள் தமக்கையின் மெல்லமைதியும், அடக்கமாய்ச் செயல்படும் நேர்த்தியும் அவர்களை வெகுவாய்க் கவர்ந்துவிட்டிருந்தன. ஆனால் அதன்பிறகு பலநூறு பிறைகள் வந்து போய்விட்டன. நீண்ட நாளைக்குப் பிறகு பார்க்கிறபொழுது, பழைய அன்னியோன்யம் இப்போது இருக்கவில்லை என்ற உணர்வுதான் அவருக்கு.

* குலாம் – நேர்ப்பொருள் பருவம் எய்தாச் சிறுவன். ஆனால் இச்சொல்லுக்கு அடிமை என்ற பொருளும் உண்டு.

ஜஹானாரா இன்னமும் அழுதபடி இருந்தார். ஔரங்க சீப்பிடம் கடிதமொன்றைக் கொடுத்து, 'இது தந்தையிடம் இருந்து' என்று முணுமுணுப்பாய்ச் சொன்னார்.

தந்தை இப்போது தோற்கடிக்கப்பட்டவர். அவருடைய கடிதம் இனி ஆணையிடும் தோரணையில் இருப்பதற்கில்லை.

அவர் உறையில் இருந்து கடிதத்தை அலட்சியமாய் பிரித்தெடுத்து படித்தார். கலப்பில்லாத அரபியில், கறுப்பு மசியில் எழுதப்பட்ட ஒரு கவிதை:

'அருமை மகனே! நீ வெற்றிவீரன்
ஐந்துலட்சம் படையாட்கள் இருந்தும்
பேரரசனாகிய நானோ பிச்சைக்காரன்
இரக்கமற்ற என்விதி என்னை
சிறைக்கைதியாக்கி விட்டது
நினைவிருக்கட்டும், மரத்தின் இலைகூட
இறைவனின் இசைவின்றி உதிர்வதில்லை
இருந்தும் நாமோ விரைந்து கெடும் உலகில்
வெற்றி குறித்துப் பெருமிதப்படுகிறோம்
சாக்கடையில் சுருண்டுகிடக்கிற
புழுவிற்கு அதுவே வாழ்க்கை
என் மகனே! வாழ்வென்னும் அமுதத்தை
நான் உண்ணாதபடிச் செய்துவிட்டாய்,
உயிர்க்கொலைக்குச் சமம் தானே அது.'

ஔரங்கசீப் வாய்விட்டுச் சிரிக்க விரும்பினார். அவருடைய தந்தை முதல் முறையாக, ஒரு பாமரனைப்போல் இறுமாப்பின்றிப் பேசியிருக்கிறார். அவர் அந்தக் காகிதத்தை வீசியெறிந்தார். 'இப்போது, அவரை நான் வெற்றிகொண்டு விட்டேன். இனி எதையும் தேர்ந்துகொள்ளும் உரிமை அவருக்கில்லை' என்று தன் சகோதரியை நோக்கிச் சொன்னார்.

'சகோதரா, நம்முடைய குடும்பத்துக்கு என்ன ஆச்சு? ஏன் இப்படி?' உணர்வெழுச்சியில் குரல் நடுங்கக் கேட்டார் ஜஹானாரா.

'நீங்கள் கூறுவது செயலற்றுக் கிடக்கிற நம் குடும்பத்தைப் பற்றியா?' தம் சுட்டு விரலை ஆட்டியபடி இகழ்ச்சியாகக் கேட்டார் அவர். உங்களுக்கும், உங்கள் தாராபாய்க்கும் என்னைவிடவும் நன்றாகவே தெரிந்திருக்க வேண்டும். நீங்கள் செல்வ வளங்களுடன் அழகான மாளிகைகளிலும், அரண்மனைகளிலும் வசித்து வந்தீர்கள். இரத்தத்தில் ஊறிக் கிடக்கிற, பிணங்களின் நாற்றமெடுக்கிற போர்க் களங்களைக் கொண்ட உலகத்துக்கும் உங்களுக்கும் வெகுதூரம்.

அந்த உலகம் உங்களுக்குப் பழக்கமானதல்ல, ஆனால் அந்த உலகந் தான் ரொம்ப காலமாகவே எனது வீடாக இருந்து கொண்டி ருக்கிறது.

'ஆனால், நீ எதற்காக அதையெல்லாம் செய்து கொண்டி ருப்பது?'

'நான் என்ன செய்தேன்? நோயுற்றுக் கிடக்கும் என் தந்தை யைக் காண நான் வந்துகொண்டிருந்தேன், ஜஸ்வந்த்தோ தன் படையுடன் வந்து என்னை வழிமறித்தார். உங்கள் தந்தை நோய்ப் படுக்கையில் இருக்க, அவரைக் காண வருவது குற்றமா?'

'தாராபாய்க்கு எதிராக நீ 'ஜிஹாத்'தை அறிவித்தது பற்றிதான் நான் பேசிக் கொண்டிருக்கிறேன். உன்னுடைய சொந்த இரத்தத் திற்கு எதிராக ஏன் போரிடுவது?'

'உங்களுக்கு அது தெரியாதா?'

'கொஞ்சம் எனக்குத் தெளிவுபடுத்து' ஜஹானாரா சிறிதும் வெறுப்பு தொனிக்காத குரலில், முணுமுணுப்பாகச் சொன்னார். கொஞ்சமாவது வெறுப்பின் சாயல் இருக்குமோ என்கிற எண்ணத் தில் சகோதரியை உற்றுநோக்கினார் ஔரங்கசீப். ஆனால், அவரோ உண்மையான கவலையுடன் காணப்பட்டார்.

'தாராபாய் என்னைத் தடுத்து நிறுத்துவதற்காக ஜஸ்வந்த்தை அனுப்பியதிலேயே அவருடைய நோக்கம் இன்னதென்று புரிந்து விட்டது. தாராவின் செயல்கள் இஸ்லாத்திற்கு எதிரானது என்பதை நீங்கள் ஒப்புக்கொண்டாக வேண்டும். அவர் என்னுடைய சகோதர னாக இருக்கும் நிலையில், என்னைப் போன்ற எளிமையும், தூய்மையும் உடைய முஸ்லீம் வேறு என்ன செய்ய வேண்டும்? அவரை எதிர்த்துப் போரிடுவது என்னுடைய கடமை. அதை நீங்கள் ஏற்றுக்கொள்ளத்தான் வேண்டும். இஸ்லாத்திற்கு எதிரான ஒருவருடன் போரிடுவதை வேறு எப்படி அழைப்பது? அது 'ஜிஹாத்' என்பதை நீங்கள் ஒப்புக்கொண்டேயாக வேண்டும்.'

கணநேரம் ஜஹானாரா பேசாமல் இருந்தார். 'திருமறை சகிப்புத் தன்மை பற்றிக் கூறுகிறதே. மற்ற சமயத்தினரிடமும் வெறுப்புக் காட்ட வேண்டாம் என்கிறதல்லவா. இங்கே நம்முடைய சொந்த சகோதரனைப் பற்றி, ஒரு முஸ்லீமை, பரந்த மனப்பான்மை யுடைய ஒரு முஸ்லீமைப் பற்றி நாம் பேசிக் கொண்டிருக்கிறோம்' என்று மென்மையாகக் கூறினார்.

'அது உங்களுடைய விளக்கம்' என்று இடைமறித்தார் ஔரங்கசீப்.

'பரந்த மனப்பான்மையுள்ள ஒரு முஸ்லீமைக் கொல்லலாம் என்கிறதா உன்னுடைய கோட்பாடு? உன்னுடைய சகிப்புத்தன்மை என்னவாயிற்று?' அவர் இன்னயத்துடன் கேட்டார்.

'அருமைச் சகோதரியே! அத்தகைய சந்தர்ப்பத்தில் நான் எப்படிப் போரிடுவது? சொற்களைக் கொண்டா அல்லது வாட்களைக் கொண்டா? நான் சொற்களைக் கொண்டு முயற்சித்திருக்கலாம். ஆனால் தாரா அதற்கான சந்தர்ப்பத்தை எனக்குத் தரவில்லை. அவர் போருக்கான ஆயத்தத்துடன் இருந்தார்.'

ஔரங்கசீப் தம்முடைய அங்கியின் பையில் இருந்து செபமாலை எடுத்து, மணிகளை உருட்டலானார்.

ஜஹானாரா கவனமாய்க் கேட்டிருந்தார். அவருடைய கண்கள் சகோதரனின் மணிமாலையில் நிலைத்திருந்தது. சொற்கள் நுரை போல் அவருடைய வாயில் திரண்டன. அவற்றை வெளியேற்றுவது மரணத்தை வரவேற்றுக் கொள்வதாகிவிடும். 'எல்லாப் போரும் இரத்தக் கறைபடிந்த சிம்மாசனத்துக்காகத் தானே?'

'தாராபாய்க்குப் பரிந்து பேசுகிற உங்களுக்கு, ஏனோ என்னைப் புரிந்துகொள்ள முடியவில்லை. உங்கள் சிம்மாசனத்தின் மீது விருப்பம் கொண்டவனல்ல நான்.' அமைதியாகச் சொன்னார் ஔரங்கசீப்.

'அப்படியானால் அடுத்து பேரரசராகப் போவது யார்?' அன்பற்ற குரலில் கேட்டார் ஜஹானாரா.

சகோதரியின் கேள்வியைப் பொருட்படுத்தாமல் அவர் கேட்டார், 'தந்தை எப்படியிருக்கிறார்?'

'அவர் குணமாகிக் கொண்டிருக்கிறார்' என்று இணக்கமற்ற குரலில் சொன்னார் சகோதரி. அரசியல்சார்ந்த முறையில் தந்தையின் உடல் நலத்துக்கு அத்தனை முக்கியத்துவம் இருக்காது என்பது அவருடைய உள்மனதுக்குத் தெரியும். தாராபாயிடம் விசுவாசம் உள்ள சத்ரஸால்ஹதா, ராம்சிங் ரதோட், பீம்சிங் கவுர் போன்ற வீரர்கள் போரில் கொல்லப்பட்டனர். தாராவிற்காகக் களத்தில் இறங்கிய ஆயிரக்கணக்கான மான்ஸப்தார்கள், மீர்ஜும்லா உட்பட அனைவரும் வெற்றியாளருடன் இணைந்துவிட்டனர். மகாராஜா ஜஸ்வந்த்சிங் ரதோரும், திலேர்கானும் கூட அதே முடிவைத்தான் எடுத்தனர். தாராஷிகோவின் மூத்த மகனான சுலைமான் ஷிகோவை விட்டு மிர்ஸா ராஜா ஜெய்சிங்கும் விலகிச் சென்றுவிட்டதாகத் தகவல். சமயக் கோட்பாடுகளில் நம்பிக்கையுள்ள முஸ்லீம் வீரர்கள் பலரும் ஔரங்கசீப்பிடம் வந்து சேர்ந்தனர்.

தாராபாய் போன்ற சமய நம்பிக்கையற்றவர்களைத் தண்டிப்ப தென்று அவர் முடிவெடுத்துவிட்டால், புனித நூலில் உள்ள கருத்து களை ஆணையாய்க் கொண்டு அவர் ஆட்சியைத் தொடரக் கூடும்.

இல்லையெனில், முன்பே தங்கள் பெயரில் 'குத்பா' வாசித்து நாணயங்களை அச்சிட்ட முராத்தும், ஷுஜாவும்கூட பேரரசராக விருப்பம் காட்டலாம்.

'முராத்?' ஜஹானாரா தமக்குத்தானே தாழ்ந்த குரலில் சொல்லிக் கொண்டதோடு, மவுனமாகிவிட்டார். முராத் எப்போதுமே கடுமனங் கொண்டவனாகவும், கேடு செய்பவனாகவும், கையாள முடியாதவனாகவுமே இருந்து வந்திருக்கிறான். கவண் கொண்டு நீரில் வாழும் பெரிய வெண்ணிறப் பறவைகளைக் காயப்படுத்துவான். அவை சிறகுகளைப் படபடவென்று அடித்துக்கொண்டு, கிரீச்சொலி எழுப்புகிறபோது, தரையில் உருண்டு, புரண்டு சிரிப்பான். சில சமயம் அவை செத்துப்போகும். அரண்மனைப் பணியாளர்களும் அவனுக்குக் குறியீட்டு இலக்குகள்தாம். அவர்கள் மீது கூழாங்கற்களையும், ஏன் பாறாங்கற்களையும் கூட வீசியெறி வான். அவனுடைய காலில் விழுந்து, தங்களை விட்டுவிடும்படி அவர்கள் கெஞ்சவேண்டும். வளர்ந்த பின்னும் அவன் வழிக்கு வராமல், முப்பத்தியெட்டு வயதிலும் அப்படியேதான் இருந்தான். பால்க்கிலும், குஜராத்திலும் வெற்றி பெற முடியாமல் போனதில் அவன் குடிகாரனாகி விட்டான். அவையில் உள்ள சில அடி வருடி களின் புகழ்ச்சியுரைகளில் மயங்கி, தன் காலத்தை வீணடித்துக் கொண்டிருந்தான்.

ஔரங்கசீப், தம் சகோதரியின் முகத்தைக் கூர்ந்து கவனித்துக் கொண்டிருந்தார். தமது உதடுகளைச் சுழித்து அவநம்பிக்கையுடன் புன்னகைத்தார் அவர்.

'பிறகு, என்ன நினைக்கிறீர்கள்? ஷாஷுஜா ஒரு நல்ல தேர்வாக இருக்கும் என்று நினைக்கிறீர்களா?' ஔரங்கசீப் ஏளனமாய்க் கேட்டார்.

'ஏன் சுலைமான் இல்லையா?' ஜஹானாரா முன் கருதாது கூற முற்பட்டவர், தன்னுடைய தவறை உணர்ந்தவர் போல் நாக்கைக் கடித்துக்கொண்டார். இருபத்தி நான்கு வயதான சுலைமான்ஷேக் அவருடைய குடும்பப் பெருமிதம்.

அழகும், துணிவும் கொண்ட அந்த இளைஞன் தாராபாயின் மூத்தமகன். அவனுடைய தந்தையின் மதிப்பில் அவன் ஒரு புகழொளி வீசும் நட்சத்திரம்.

தமக்கையின் கண்களை ஊடுருவலாய்ப் பார்த்துக் கொண்டு, 'அவனுடைய தந்தை எங்கே?' என்று ஔரங்கசீப் கேட்டார்.

ஜஹானாரா அதிர்ச்சியுற்றார், ஔரங்கசீப்பிற்கு அது தெரியும் என்பது இவருக்கும் தெரியும். இரவு வேதனைக்குரியதாகி விடுகிறது தோற்றவர்களுக்கு. ஆக்ரா நகரத்துத் தெருக்கள் கல்லறைப் பகுதிபோல் சந்தடியற்றுக் கிடந்தன. கோட்டையில் இருந்தவர்கள் மவுனித்திருந்தனர். அடிமைகளும், பணியாளர்களும் வழிதவறவிட்ட ஆடுகளைப்போல் நடைக்கூடங்களிலும், முற்றங்களிலும் வந்து போய்க் கொண்டிருந்தார்கள். களத்தில் இருந்து தப்பித்து வந்த வர்கள் நகரத்துக்குள் வரத் தொடங்கினர். அமைதியைக் குலைத்து அச்சுறுத்துவதுபோல் குளம்போசைகள் கேட்டன. 'வெற்றி அல்லது கல்லறை' என்பது போன்ற தாராஷிகோவின் முழக்கங்கள் மறைந்ததுபோலவே, தாரா உயிரோடிருந்தாலும் எங்கோ மறைந்து வாழ்கிற நிலை. தம் குடும்பத்தினரைக் காண அவர் வரா விட்டாலும், அவருடைய முகத்தில் கொப்புளங்கள் ஏற்பட்டிருப்ப தாய்ச் சகோதரி கேள்விப்பட்டிருந்தார். அவருடைய கண்கள் வீங்கியிருந்ததாகவும், உடைகள் தீயில் பொசுங்கியிருந்ததாகவும் கேள்வி. தாராவின் குடியிருப்புப் பகுதியில் இருந்து அவருடைய மனைவியரின் புலம்பல்களும், அழுகை ஓலங்களும் கேட்டுக் கொண்டிருந்தன. ஜஹானாராவும் அதைக் கேட்க நேர்ந்தது. தாம் பிடிபடுவதற்கு முன்பாக தாரா அங்கிருந்து எங்காவது மறைந்து போக வேண்டும். தந்தையார் கோவேறு கழுதைகள்மீது தங்கமும், வெள்ளி நாணயங்களுமாய் மூட்டைகளை ஏற்றச் செய்து, அவருடன் அனுப்பி வைத்தார். போரில் முறியடிக்கப்பட்டு, மறைந்து வாழவிருக்கும் இளவரசனுக்கு டில்லிக் கோட்டையை மட்டுமன்றி, கருவூலத்தையும் திறந்துவிடும்படி டில்லி ஆளுநருக்கு ஒரு ஆணையும் அனுப்பப்பட்டது. மூத்த இளவரசர் டில்லிக்குப் புறப்பட்டுப் போவதை, தமது மாடி முகப்பில் இருந்து ஜஹானாரா பார்த்துக் கொண்டிருந்தார்.

குதிரைவீரர்களும், பல்லக்குகளும், கோவேறுக் கழுதைகளும், அடிமைகளும் மேற்கு நோக்கிச் செல்வது நிழல்களாய்த் தெரிந்தன. அவர், தந்தையின் மனைத் தொகுதி நோக்கி ஓடினார். தந்தையாரும் தம்முடைய மாடி முகப்பில் இருந்து அவர்கள் போவதைப் பார்த்துக் கொண்டிருந்தார். நீண்ட முகமும், நரைத்த தாடியும், பார்வை மழுங்கிய கண்களும் கொண்ட ஒடிசலான அந்த மனிதர், தமது மூத்தமகனும் அவரது மிகச் சிறிய பாதுகாப்புக் குழுவும் நிழலுருவங் களாய் நகர்ந்து இருளில் கரைவதைப் பார்த்தபடி நின்றிருந்தார்.

மேதா தேஷ்முக் பாஸ்கரன் ❖ 219

'இன்றிரவு நான் தில்லிக்கு போகப் போகிறேன்' என்று ஔரங்கசீப் சொல்வதைக் கேட்டிருந்தார் ஜஹானாரா. அவர் பெரிதும் அச்சமுற்றார். இந்த விசயத்தைத் தாராபாய் அறியும் படியாய், அவர் உடனே தகவல் அனுப்பியாக வேண்டும். வகையாய் மாட்டிக் கொண்ட எலியை உறுத்து நோக்கும் பூனைபோல், தம் சகோதரியின் முகத்தையே உற்றுப் பார்த்தார் ஔரங்கசீப்.

'கவலைப்படவேண்டாம். அந்தக் கோழை முன்பே தில்லியை விட்டுத் தப்பிப் போயாயிற்று.'

ஔரங்கசீப்பின் குரலில் கேலி தொனித்தது. ஆனாலும் அதைக் கேட்ட தமக்கைக்கு அப்பாடா என்றிருந்தது. நிம்மதிப் பெரு மூச்சுவிட்டார். அவருக்குப் பேசத் தோன்றியது. 'ஆக, கொலை வெறியாட்டமும், சாவும் நம் குடும்பத்துக்கு விதிக்கப்பட்டிருக்கிறது தானே?' என்றார்.

தம் சகோதரரி மீது வைத்த கண்களை எடுக்காமலே ஔரங்க சீப் சொன்னார், 'உங்கள் அன்பிற்குரிய தாராபாயை ஐம்பதி னாயிரம் சிப்பாய்களுடன் என்னை எதிர்கொள்ளும்படி ஸாமு காட்டிற்கு தந்தை அனுப்பி வைத்தாரே, அதற்கு முன்பாய் அவரிடம் நீங்கள் இதைக் கேட்டிருக்க வேண்டும்.'

'அதைப்பற்றிச் சிந்தித்துப் பார்க்கும்படி அவர்களிடம் நான் மன்றாடினேன்' பலவீனமானக் குரலில் சொன்னார் ஜஹானாரா.

'உங்கள் பிரியமான தந்தையும், சகோதரனும் அதைக் கவனத்தில் கொண்டார்களா? நீங்களானால் உங்கள் பேச்சை நான் ஏற்று நடக்கவேண்டும் என்று எதிர்பார்க்கிறீர்கள். தாராபாயின் முரண் சமயக் கோட்பாடுகளுக்கு நீங்களும் உடன்பட்டு, அவரு டைய கருத்துகளை உயர்த்திப் பிடிக்கவும் செய்தீர்கள் அல்லவா?' ஔரங்கசீப் தங்கமுலாமிட்ட ஆசனத்தின் முதுகுப்பகுதியில் தளர்வாகச் சாய்ந்து கொண்டு கேட்டார்.

'தாராவின் கருத்துகளை நான் போற்றவில்லை. உண்மையில், இந்துக்களின் சமய முக்கியத்துவம் உள்ள உபநிஷதம் போன்ற நூல்களைப் பாரசீக மொழியில் மொழிபெயர்க்கச் சொன்னேன், அவ்வளவுதான்' எவ்வித சங்கடத்துக்கும் உள்ளாகாமல் சொன்னார் ஜஹானாரா.

'நான் உங்களுடன் வாதிடவிரும்பவில்லை. உஜ்ஜயினுக்கு அருகே என்னைத் தடுத்து நிறுத்துவதற்காக ஜஸ்வந்த் அனுப்பப் பட்டார். அது தந்தையும், தாராபாயும் போட்டதிட்டம் என்பதை நீங்கள் ஒப்புக்கொள்ளத்தான் வேண்டும். ஸாமுகாட் அருகே நடந்த சண்டை தகுந்த முன்னேற்பாட்டுடனேயே நடந்தது?'

'நீ உன்னுடைய படைகளோடு, முராத்தின் படைகளையும் சேர்த்துக்கொண்டு ஆக்ராவை நோக்கி வருகிறாய். அவர்கள் என்ன செய்ய முடியும்?'

'நோய்ப் படுக்கையில் இருக்கும் தந்தையைக் காண ஒரு மகன் வருவது குற்றமா? தம்முடைய சொந்த மகன்களால் நிர்வகிக்கப் படுகிற தமது சொந்தப் படையைக் கண்டே பேரரசர் அஞ்சு கிறாரா?' சாந்தமாகக் கேட்டார் ஔரங்கசீப்.

தம் வெற்றி பெற்ற சகோதரரின் பேச்சுக்கு மறுபேச்சு பேச முடியாமல் ஜஹானாரா திகைத்ததில், அங்கே நெடுநேரத்துக்கு மவுனம் நிலைகொண்டிருந்தது. அவர் கவனமாய்ச் சிந்தித்துக் கொண்டு மென்மையாகச் சொன்னார், 'உன்னுடைய சகோதரர் களுக்கு நீ தீங்கு செய்யலாகாது என்று தந்தை உன்னிடம் வேண்டு கிறார். என்ன இருந்தாலும் அவர்கள் உன்னுடைய குடும்பத்தைச் சேர்ந்தவர்கள் அல்லவா?'

அவருடைய விழிகளில் இருந்து உருண்டோடிய கண்ணீர்த் துளிகள் தரைவிரிப்பில் சிந்தின.

'நெறிகளைப் போதிக்கும் தகுதி நிலையில் தந்தை இருக்க வில்லை. நம் தந்தை அவருடைய மாமன்களுக்கும், ஒன்றுவிட்டச் சகோதரர்களுக்கும், சித்தப்பா பிள்ளைகளுக்கும், மருமக்களுக்கும் என்ன செய்தார் என்று அவரிடம் நீங்கள் கேட்டதுண்டா? அவர்களையெல்லாம் அவர் கொன்று போட்டார், அவர்களுடைய கண்களைக் குருடாக்கினார், அவர்களை நாடு கடத்தினார்.'

'அப்படி அவர் செய்யாவிட்டால் நாமெல்லாம் உயிரோடு இருந்திருக்கமாட்டோம். உண்மையில் மற்றவர்களைவிட உன்னையும், தாராபாயையும் பாதுகாக்கவே அது செய்யப்பட்டது.'

'உண்மையாகவா?' என்று கேட்டபடி உரக்கச் சிரித்தார் ஔரங்கசீப்.

'நம்முடைய அம்மா மீது அவருக்கிருந்த அன்பை எண்ணி யாவது, தம் மூத்த மகனை இழந்து வேதனைப்படும் நிலைக்கு அவரைத் தள்ளிவிடாதே.' ஜஹானாரா தம்முடைய கடைசிச் சீட்டைப் (துருப்புச் சீட்டு) பயன்படுத்தினார்.

ஔரங்கசீப்பிற்கு அதற்கு மேலும் அமைதியாய் இருக்க முடியவில்லை. அவர் பலமாகச் சிரித்தார்.

'அம்மா மீது அன்பா? அந்த மனிதர் சரியான காமநோய் பிடித் தவர். அம்மா இறந்த பிறகு அவர் எத்தனை பெண்களைப் பயன் படுத்தியிருக்கிறார் தெரியுமா? உங்களுக்கு நன்றாகவே தெரிந் திருக்கும்' என்றபடி தமக்கையைக் கூர்ந்து நோக்கினார்.

தரக்குறைவான பேச்சைத் தாளாமல் கண்களை மூடிக் கொண்டார் ஜஹானாரா. கண்ணீர் ஆறாய்ப் பெருகியது.

தன்னுடைய எசமானர் இப்படியெல்லாம் பேசுவார் என்று முத்ஆமத் எதிர்பார்க்கவேயில்லை. அவன் மனக் கவலையுடன் நெளிந்தான்.

ஜஹானாரா வருத்தத்துடன் சொன்னார், 'நீ கோட்டைக்கு வரவேண்டும், தன்னை வந்து பார்க்கவேண்டும் என்று தந்தையார் விரும்புகிறார்.'

தாம் அப்படி ஒருபோதும் செய்யப் போவதில்லை என்பதை நன்கு தெரிந்தவராய், அவர் உறுதியாய்த் தலையசைத்தார். நீண்ட தளராடை அணிந்த நாணல் போல் காட்சியளித்த சகோதரி மிகவும் நலிவுற்றிருப்பதை அவர் உணர்ந்தார். ஜஹானாரா அவருடைய கண்களைக் கூர்ந்து நோக்கியபடி சொன்னார், 'நாம் போரிட வேண்டியது நமக்குள் இருக்கும் இச்சைகளை எதிர்த்துதான்.'

*'லா இலாஹ இல்லல்லாஹு' என்று தாழ்ந்த குரலில் கூறினார் ஔரங்கசீப்.

5

ஔரங்கசீப்பிற்கு தன் மீதுள்ள பாசத்தை எண்ணி உருகிக் கொண்டிருந்தான் முராத். அந்த அன்பான தமையன் தம்பி மீது கொண்ட பற்றுறுதியில் ஒரு லட்சத்து ஐம்பதினாயிரம் பொற்காசு களையும், இருநூற்று ஐம்பது அரபுக் குதிரைகளையும் அல்லவா அனுப்பி வைத்திருக்கிறார்.

'என்னுடைய சகோதரனே, எதிர்காலப் பேரரசே, நம்முடைய வெற்றியை நாம் கொண்டாடி மகிழ்வோம்' என்று கடிதம் மூலம் தெரிவித்திருந்தார் ஔரங்கசீப்.

'முராத் அவருடன் இரவு விருந்து உண்பதற்கு ஒப்புக் கொண் டிருந்தான். அதை ஏன் ஏற்கக் கூடாது? என்னைச் சுற்றி என்னு டைய பத்தாயிரம் வீரர்கள் இருக்கிறார்கள்' என்று அவன் எண்ணிக் கொண்டான்.

பல வண்ணங்கள் கொண்ட துணிப்பந்தலில் (ஷாமியானா) பளபளக்கும் பித்தளை விளக்குகள் நூற்றுக்கணக்கில் ஒளிவிட்டன.

---

* 'அல்லாஹ் என்ற அந்த மாபெரும் பரம்பொருளைத் தவிர்த்து வணக்கத்திற்குரியவர் வேறு எவரும் இல்லை' என்பதாம்.

விழாவிற்கான கூடாரத்தில் துருக்கி நாட்டுக் கம்பளம் விரிக்கப் பட்டிருந்தது. இறைச்சியை அடுப்பில் இட்டு வாட்டும் வாசம் காற்றில் மிதந்து வந்தது. ஆனால், வெள்ளிக்கோப்பைகளில் நிரப்பப்பட்ட மதுபானத்தையே ஆவலுடன் நோக்கினான் முராத். அவன் குடிப்பதென்று தீர்மானித்துவிட்டான், தன்னுடைய பாதுகாப்பைப் பற்றிய கவலை அவனுக்கில்லை. அவனுடைய மெய்க்காவலன் நிரூத்தீன்கவாஸ் அவனோடு இருக்கிறான். நிரூத்தீன் குடிக்கமாட்டான், தேவைப்பட்டால் அவனுக்காக உயிரையும் விடுவான். துருக்கி முறையில் தயாரிக்கப்படும் காவியைச் சிறிய கோப்பையில் ஊற்றிப் பருகிக் கொண்டிருந்தார் ஔரங்கசீப். முராத் கோப்பை கோப்பையாய் ஒயினை உள்ளே தள்ளிக் கொண்டி ருந்தார். இரவின் மிச்சப்பொழுது முராதுக்கு நினைவில் இல்லை. அவனுக்கு விழிப்பு வந்தபோது, தான் விலங்கிடப்பட்டு ஒரு பயண வண்டியில் அடைக்கப்பட்டிருப்பதைக் கண்டான். அவன் சப்தம் போட முயன்றான். ஆனால் அவனுடைய வாயும் அடைக்கப்பட்டி ருந்தது.

அத்தியாயம் பன்னிரண்டு

1

மஹாத் ஒரு சிறிய நகரம். அதன் குறுகிய தெருக்கள் வழியே சிவாஜியும், மோரோஜி பிங்ளேயும் குதிரைச் சவாரியாய்ப் போய்க் கொண்டிருந்தனர். குதிரைகள் காந்தாரி ஆற்றின் கரையில் ஒய்வாக நடை பயின்றன. ஒரு ஓலமிடும் பெண்ணைப்போல் காற்று ஊளை யிட்டது. பசேலென்று வளர்ந்திருந்த செடி கொடிகள் மனதுக்கு இன்பமூட்டுவதாய் இருந்தது. மேகக் கூட்டங்களைத் தகர்த்துக் கொண்டு வெளிப்பட்ட சூரியன், பளிச்சென்று பிரகாசித்தது. அதன் ஒளிக்கதிர்கள் மலைகளை உரசிப் பிரகாசித்தது. அடி வானில் அணிவகுத்த மலைகளின் உருத்தோற்றம் பெரிய விலங்கு களை ஒத்திருந்தன. அவற்றினிடையே மிகப்பெரிய மலையொன்று சிங்கத்தைப்போல் பெருமிதமாய்க் காட்சியளித்தது.

'அதோ அந்த மலை ஸாஹ்யாத்ரி மலைத்தொடரில் இருந்து வெட்டிப் பிளந்ததுபோல் காணப்படுகிறதே' என்று பிங்ளே பக்கம் பார்வையைச் செலுத்திய சிவாஜி முணுமுணுப்பாகச் சொன்னார்.

'இந்த மலை ரெய்ரியைச் சேர்ந்தது, தனிச்சிறப்புடையது' என்று விரைந்து பதிலளித்தார் பிங்ளே.

'இது அரபிக்கடலில் இருந்து சில காத தூரத்தில் உள்ளது, ராஜ்காட் கோட்டையில் இருந்து மூன்று அல்லது நான்கு நாள் குதிரைச்சவாரியில் இங்கே வந்துவிடலாம்.'

அந்த மலையின் அடிவாரத்தைச் சென்றடைய அவர்களுக்கு அதிக நேரம் தேவைப்படவில்லை. பிங்ளேக்கு அந்தப் பாதை முன்பே தெரியும் போலிருந்தது. மலைமீது ஏறத் தொடங்கியதும், அதுவரை வேக நடை பயின்ற குதிரைகளை அவர்கள் நிதானமாகச் செலுத்தினர். ஒரு பெரிய பாம்பின் அகல விரித்த படம்போல், தங்கள் தலைக்குமேல் கொடுஞ் சரிவுப்பாறையொன்று அச்சுறுத்தும் முறையில் தொங்கிக் கொண்டிருப்பதை அவர் கவனித்தார்.

கொஞ்சம் முன்நோக்கி நகர்ந்ததும் பேரவாவாய் இரைச்சலிடும் பெரிய நீர்வீழ்ச்சி ஒன்று அவருடைய பார்வையில் பட்டது. அவர் குதிரையின் கடிவாளத்தைப் பிடித்திழுத்து, கணப்பொழுதிற்கு அங்கே நிறுத்தினார். ஏரியோ, நதியோ, கடலோ நீர் எப்போதுமே அவரை வெகுவாய்க் கவர்ந்துவிடும். இங்கே இரண்டு பெரும்பாறை களுக்கிடையே பேரோசையுடன் அருவியாய் அது இறங்கிக் கொண்டிருக்கிறது.

'உண்மையான ஆச்சரியம் முன்னால் இருக்கிறது' என்று பிங்ளே, கண்கள் பளிச்சிட அறிவித்தார். அவர் வழிகாட்டிபோல் தம்முடைய குதிரையை முன்நோக்கிச் செலுத்த, நூறு குதிரை வீரர்கள் பின் தொடர்ந்தனர். அவர்களுக்கு முன்பாய்த் தெரிந்த பாதை திடீரென்று குறுகி செங்குத்தாய்ச் சென்றது. அவருடைய குதிரை ஒரு நேரத்துக்கு ஒன்று என கவனமாய்த் தப்படி போட்டது. தரை சீரற்று சகதியும், கற்களுமாய் இருப்பதை அவர் கவனித்தார். ஒரு ஆபத்தான வளைவை அவர்கள் கடந்தபொழுது, எதிர்பாராத விதமாய் கடும் சூரிய ஒளி தோன்றி அவர்களைக் கண்கூச வைத்தது. கனத்த திரைபோல் இருந்த பனி எங்கோ மறைந்துவிட்டது. சிவாஜி பள்ளத்தாக்கினைக் கூர்ந்து கவனித்தார். கீழே உலகம் இருண்ட மேகக் கூட்டத்தில் மூழ்கிக் கிடந்தது. மேலிருந்த உலகம் பிற்பகல் சூரியனின் பொன்னிறக் கிரணங்களில் குளிர்காய்ந்து கொண்டி ருந்தது. மலையின் உச்சியில் மேடான சமதளப்பகுதி. 'அரசே! இங்கிருக்கும் மலைக்கோட்டை, பிரதாப் ராவ் மோரே விரட்டி யடிக்கப்பட்டப்பின், தங்களுக்குச் சொந்தமாகிவிட்டது' என்று தெரிவித்தார் பிங்ளே.

சில ஆட்களிடம் குதிரைகளை ஒப்படைத்து அவற்றுக்குத் தீனி போட்டு, அவற்றை நீர் பருகச் செய்யுமாறு கூறிச் சென்றனர். கால்நடையாகவே அவர்கள் மேல்நோக்கிச் சென்றனர். அங்கிருந்த ஆயர்கள் அவர்களுக்கு வழிகாட்டினர். மெலிதாக வீசிய காற்றில் குளிர்ச்சியிருந்தது. அவர்கள் ஆழ்ந்து சுவாசித்து, தங்கள் நுரையீரல் களை நிரப்பிக் கொண்டனர். அவர்களுடைய கனம் தாங்காமல் சின்னச் சின்ன கற்கள் இடம்பெயர்ந்தன. அவர்களுடைய காலணி களின் அடிப்பகுதி நெகிழ்வுத் தன்மையுடன் இருந்ததால் அவர் களுக்குக் கால் சறுக்கவில்லை. அவர்கள் மேலேறும்போது பாறை வெடிப்புகளையோ, பக்கப் பகுதியில் துருத்திக் கொண்டிருக்கும் ஒடுக்கமான பாறைகளையோ அல்லது கடினமான கொடிகளையோ பற்றிக்கொண்டு நடந்தனர். சிவாஜிக்கு முழங்கால்களில் கூரிய கூச்ச உணர்வு ஏற்பட்டது. தன்னைவிட வயதில் மூத்தவரான அந்தப் பிராமண பேஷ்வாவை நோக்கியவர், அவரிடம் சோர்வின் அறிகுறி

காணப்படாததை அறிந்தார். அவர்கள் மலையுச்சியைச் சென்றடைய ஒரு மணிநேரம்போல் ஆகிவிட்டது. அங்கே சில கருங்கல் கட்டமைப்புகளும், கற்சுவரின் சிதைவுகளும் காணப்பட்டன. மலையுச்சித் தட்டையாய், மிகப் பெரியதாய், முடிவேயில்லாதது போல் இருந்தது.

'இங்கே ஒரு நகரத்தையே நிர்மாணிக்க முடியும்' என்று எண்ணிக்கொண்ட சிவாஜி, தன்னையே கவனித்துக் கொண்டிருந்த பிங்ளே பக்கம் திரும்பிப் பார்த்தார். 'நம்முடைய சுயராஜ்யத்தின் தலைநகரத்துக்கு ஏற்ற இடமிது. வானத்தில் மிதந்தபடி, சிந்து சாகரை இது நோக்கியிருக்கிறது' என்று சிவாஜி தெரிவித்தார். அவருடைய கண்கள் கனவில் ஆழ்ந்திருந்தது.

மராத்தியர்களின் தலைவர் ஆழ்ந்த உணர்ச்சிக்கு உள்ளாகியிருந்தார். சற்றே முன்நோக்கி நடந்தவர், அங்கே மரக்கத்திகளை வைத்து சண்டைப் பயிற்சி செய்து கொண்டிருந்த சிலரைக் கண்டார். அவர்களில் இரண்டு பேர் மட்டும் மற்றவர்களிடம் இருந்து தனியே விலகி நின்று சண்டை போடுவதைக் கவனித்தார். அவர்கள் வேகமாகவும், அதே சமயத்தில் ஒருவருடைய அசைவுகளை மற்றவர் உணர்ந்தும் சண்டையிட்டனர். தேவைக்கேற்றபடி தாக்கு நிலையிலோ, தற்காப்பு நிலையிலோ நின்று தங்கள் வாள்களை அவர்கள் சுழற்றினர். இருவரில் ஒருவன் பெரிய உருவத்துடன் குட்டையாகவும் வல்லுறுதியோடும் இருந்தான். மற்றொருவன் சிறுத்து, மெலிந்து இருந்தாலும் கம்பிபோல் வலிமையாக இருந்தான். தங்கள் எதிரியைப் பின்னோக்கித் தள்ளவே இருவரும் முயன்றனர். அவர்கள் தரையில் நின்று சண்டையிட்டதோடு, பாறை போன்ற மணல் மேடுகளில் தாவிச் சென்றும் சண்டையிட்டனர். பருத்திருந்தவன் தன்னுடைய சமநிலையை இழந்துவிட்டிருந்தான். அவர்கள் சண்டையிடுவதை சிவாஜி ஆர்வத்துடன் பார்க்கத் தொடங்கி, பின்பு அவர்கள்பால் ஈர்க்கப்பட்டு விட்டார்.

கம்பிபோல் மெலிந்து வலிமையோடு காணப்பட்டவன் எதிராளியின் வாள் எந்தப் பக்கம் திரும்பும் என்பதை ஊகித்து, விரைவாக இயங்குவதைக் கண்டார் அவர்.

சிவாஜி அவனைச் சுட்டிக்காட்டி, பிங்ளேயிடம் கேட்டார், 'யார் அது?' என்று.

'ஜீவ மஹ்லே'

'அவர்களுடைய சண்டை முடிந்தபிறகு, நான் அவனைச் சந்திக்க வேண்டும்.'

'அவன் வருவான்' பிங்ளே உறுதி கூறினார்.

அவர்களுடைய சண்டை முடியும் வரை சிவாஜி காத்திருந்தார். அந்த ஒல்லியான மனிதனின் ஆற்றல்மிக்க வாள் வீச்சுகளுக்கு ஈடுகொடுக்க முடியாமல் எதிராளியின் வாள் திணறியது. அவர்களுடைய சண்டை முடிந்தது. வெற்றி பெற்றவன் அவர்களை நோக்கி வந்தான்.

'உங்களுடைய வாளை அவனிடம் கொடுங்கள்' என்றார் சிவாஜி.

'இந்தப் பயிற்சியை முடித்த நீயும் சரி, செங்குத்தான குன்றின் மீது ஏறிவந்த நானும் சரி களைத்துப் போனோம். நாம் இருவருமே நம் சக்தியை ஒரே அளவில் செலவிட்டிருக்கிறோம்' என்று பழுப்பு நிறக் கண்களையுடைய அந்த மனிதர் அரசர்க்கே உரிய தோரணையில் கூறினார்.

மஹ்லே தன்னுடைய மரக்கத்தியை வீசியெறிந்து விட்டு, பிங்ளே கொடுத்த வாளைப் பெற்றுக் கொண்டான். அந்த வாள் அசலான உலோகத்தில் பளபளத்தது. அது வளையாமல் கோணாமல் நேராக இருந்தது.

அரச தோரணையில் இருந்தவரைக் கூர்ந்து நோக்கினான் அவன். அப்படியொரு இளஞ்சாயலான நிறத்துடன், பளபளக்கும் கண்களும் கொண்ட ஒருவரை அதற்குமுன் அவன் பார்த்ததில்லை. பிரகாசமான வண்ணத்தில் விலைமிக்க பருத்தியாடையையும், செம்மஞ்சள் நிறத்தில் தலைப்பாகையும் அணிந்திருந்தார் அவர்.

'இவர் நிச்சயம் ராஜா சிவாஜியாகத்தான் இருக்க வேண்டும்' மஹ்லே தீர்மானித்துக் கொண்டான். பிற்பகல் நேரத்துச் சூரியனில் அவருடைய வாள் தண்ணொளி காட்டியது.

'எதிராளி முகத்தில் சாந்தம் தவழ்ந்தாலும் அது சாதாரணமானதல்ல' என்று மஹ்லே எண்ணிக் கொண்டான். தன் இரண்டு கால்களுக்கும் இடையே போதிய இடைவெளி இருக்குமாறு நின்று தன்னுடைய நிலையை அவன் உறுதிப்படுத்திக் கொண்டான். சிவாஜியின் வாள் சுழலும் வேகத்தையும், அது எந்தப் பக்கம் தாக்கும் என்பதையும் அவன் ஊகிக்க முயன்றான். தன் மன எல்லை கடந்து யோசிக்கும் திறனுடையவனே, தனது உயிரைக் காத்துக்கொள்ள முடியும் என்பதை அவன் அறிந்திருந்தான். மஹ்லேயின் நெற்றியில் துளிர்த்த வியர்வை அவனுடைய கண்களில் தெறித்தன. அந்நிலையில் கண்ணைச் சிமிட்டுவதும் ஆபத்தாகிவிடும். சிவாஜி மன்னர் அபாரமான வாள்வீச்சுத் திறன்கள் கொண்டவர், ஒரு நாள் விட்டு ஒருநாள் வாட்பயிற்சி செய்கிறவர் என்பதை முன்பே அவன் கேள்விப்பட்டிருந்தான். மன்னரின் வலுத்தாக்குதல் முனைப்பில்

பகைவர்கள் தங்கள் உறுதி நிலையை இழந்துவிடுவார்கள், அவர்களுடைய நம்பிக்கையும் சிதறிப் போகும். மஹ்றலே, தன்னுடைய வாளைத் தனது உடலுக்குப் பக்கமாகவே பற்றியிருந்தான். தன் கைகளின் வலிமையைத் தக்க வைத்துக்கொண்டு, புகழ்பெற்ற எதிராளியின் தாக்குதல்களை அந்த முறையில்தான் அவன் சமாளிக்க முடியும். அவர்களிடையே இருந்த தொலைவு குறுகி வந்ததும், சிவாஜி மேலுங் கீழுமாக இல்லாமல் கிடைமட்டமாக, தன்னுடைய வாளை முன் நோக்கி வீசினார். மஹ்றலே பின்னுக்குத் தாவி அந்த வீச்சைத் தவிர்த்துக் கொண்டான். சிவாஜியின் பின்னோக்கிய வாள்வீச்சு அவனுடைய வலது முழங்காலைப் பதம் பார்த்திருக்கும். ஆனால், அவன் உயரத் தாவி அவருடைய வாளின் வெட்டுப் பகுதி கீழாகப் போகவிட்டான்.

ஆற்றலும், ஊக்கமும் கொண்ட அவர்களுடைய வாள்வீச்சைக் காண, பயிற்சியில் ஈடுபட்டிருந்தவர்கள் ஆர்வமுடன் ஓடிவந்தனர். கூட்டம் ஒரு பெரிய வட்டமாய் நின்றது. சிவாஜியின் வாள்வீச்சு பலமாக இருந்தது. மஹ்றலேயும் அப்படியும் இப்படியுமாய் அசைத்து கொடுத்து அந்தத் தாக்குதல்களைச் சமாளித்தான். ஆனால் சிவாஜி மேலும் கடுமையாகத் தாக்க, அவன் பின்னாக நகர்ந்து கொண்டேயிருந்தான்.

ஒரு கட்டத்தில் மேலும் பின்னோக்கிச் செல்ல முடியாத நிலையில் தான் முன்னேறிச் சென்று தாக்குவதே பொருத்தமாயிருக்கும் என்று அவன் கருதினான். ஆனால், அவன் செயல்படுவதற்கு முன்பாய், சிவாஜியின் கூரிய வாள் நுனி அவனுடைய குரல்வளைப் பக்கம் தொட்டு நின்றது. மஹ்றலே கண்களை மூடிக் கொண்டான்.

‘நீ என்னுடைய மெய்க் காப்பாளனாக இருப்பாயா?’

‘ஜி, ஜி, ஜி’ என்று மகிழ்ச்சியுடன் கூவியபடி, தரையில் விழுந்து கிடந்தவன், விரைவாக எழுந்து கொண்டான்.

‘இவனுக்கு முறையான வாட்பயிற்சி கொடுக்கச் செய்யுங்கள்’ என்று சிவாஜி பிங்ளேயிடம் கூறினார்.

‘இவன் ஜாவலி எல்லைப் புற கிராமமொன்றைச் சேர்ந்தவன், தாழ்ந்த இனக்குழுவினன்’ என்று தெரிவித்தார் பிங்ளே.

‘மோரோஜி, எல்லாவற்றையும் வாள் சமநிலைப்படுத்திவிடும். அது பகைவரைக் கொல்கிறது, ஏற்றத் தாழ்வுகளைச் சரிசெய்து விடுகிறது. வாளைப் பொருத்தவரை அப்போது அது கடவுளாகிறது. அதை வைத்திருப்பவர் பின்பற்றுபவராகிவிடுகிறார். வாளைக் கையிலெடுத்தவர்கள் தாங்கள் வகுத்துக் கொண்ட விதிகளின்படியே

தங்கள் வாழ்க்கையை வாழ்கிறார்கள். அந்த விதிமுறைகள் வாழ்வுக்கும் மரணத்துக்கும் இடையே எதையும் வேறுபடுத்திப் பார்ப்பதில்லை. அதேபோலத்தான் ஆதாயம் இழப்பு, செல்வம் வறுமை இவற்றிடையே அது வேறுபாடுகளைக் கற்பிப்பதில்லை. ஜீவ மஹ்லேயும் அப்படித் தலைவனைப் பின்பற்றுகிற ஒருவன்தான். அதை நீங்களே கண்டுணர்வீர்கள்.' தம்முடைய பேஷ்வாவிடம் மன்னர் சிவாஜி இவ்வாறு கூறினார். கடந்த காலத்தில் பல சிறந்த மனிதர்கள் அவருடைய வாழ்வில் பிரவேசித்திருக்கிறார்கள். இப்போது, நாட்டின் வருங்காலத்தைக் கருத்தில் கொண்டு சிறந்தவர்களை அவரே உருவாக்கப் போகிறார். அவர் தாதாஜியை நினைவுபடுத்திக் கொண்டார்.

அப்போது அவருக்குப் பதினோரு வயது. பெரியதோர் பஞ்சம் வந்து போயிருந்தது. பருவமழை முழுவீச்சில் வந்துவிட்டது. கற்களால் அமைந்த அவருடைய மாளிகையைச் சுற்றியிருந்த காடு, தற்போது பசிய ஆடை கொண்டு தன் நிர்வாணத்தை மறைத்துக் கொண்டுவிட்டது. மரத்தின் மெலிதான கிளைகளில் இலைகள் துளிர்விட்டன. தொல்லை தரும் புழுதிப் பேய்களின் நடமாட்டம் இனி இருக்காது. ஓடிவரும் சிற்றாறுகள் உருளைக் கற்களின் மீது பாய்ந்து, பெரும்பாறைகளைச் சுற்றி நடனமாடும். தங்கள் பாதையைக் கண்டுகொண்ட பலவகைப் பறவைகளும் கூட்டம் கூட்டமாய் வான்வெளியில் பறந்துபோகும். தம்முடைய சிறுவர் குழாமுடன் சேர்ந்து விளையாடி, அவர் கும்மாளமிட்ட அந்த நாட்கள் மறைந்து போயின. அவர்கள் தேங்கிக் கிடக்கும் சேற்றுநீரில் குதித்து தங்கள் ஆடைகளை அழுக்காக்கிக் கொண்டார்கள். அவர்கள் அங்கவடிகளுடன் (சேணத்தில் தொங்கும் வளையங்கள்) நிற்கும் மட்டக் குதிரைகளில் ஏறி, பறந்துபோகும் கழுகுகளின் நிழல்களைத் தொடர்ந்து சென்றார்கள். அவருடைய தோழர்களின் எண்ணிக்கை பெருகிவிட்டது – தானா, ஏஸா, தானாவின் சகோதரன் சூர்யா, பீமா, பீகா, காவ்ஜி, சிம்னா, பாலா என்று அவர்களுள் பத்து வயதுக்காரர்களும் உண்டு, இருபது வயதுக்காரர்களும் உண்டு. பாஜி பஸால்கர் மட்டுந்தான் விதி விலக்கு, அவர் அறுபது வயதான முதியவர். ஆனால், காலப்போக்கில் எல்லாமே மாறத்தான் மாறுகிறது.

ரொம்பவும் வயதான ஒருவர் சோனாஜி தபீருடன் பல்லக்கில் வந்திறங்கினார். 'அவர்தான் தாதாஜி. உன் தந்தையின் ஜாகீரில் திவானாக இருப்பவர்' – வராந்தாவில் விரிப்பொன்றில் அமர்ந்திருந்த அவருடைய தாய் தாழ்ந்த குரலில் சொன்னார். அந்த மனிதர் ஜீஜாபாயை வணங்கினார். தாதாஜியின் தலைமீது பெரிய, சிவப்பு நிறப்பட்டுத் தலைப்பாகை ஒரு குடைபோல்க் காட்சி

யளித்தது. அவருடைய கண்கள் கத்திபோல் கூர்மையாய் இருந்தன. அவர்கள் ஊரைவிட்டு ஓடி மலைப்பக்கம் ஒளிந்துகொண்ட விவசாயிகள், கழுதைகள் பூட்டிய ஏர்களால் உழப்பட்ட நிலங்கள், கால்நடைகளைக் கவ்விச் செல்லும் ஓநாய்கள் என்று பல்வேறு விசயங்களை அவர்கள் பேசிக் கொண்டிருந்தார்கள். சிவாஜி அவற்றைக் கவனமாய்க் கேட்டிருந்தார்.

'நாடு இல்லாத மக்கள், மக்கள் இல்லாத நாடு' என்று தாதாஜி முணுமுணுத்தார்.

இந்த முறை அவருடைய ஆழ்ந்த கண்கள் சிவாஜியின் ஆன்மாவையே ஊடுருவிப் பிளப்பதுபோல் பார்த்தது.

'ராஜனே, என்னுடன் வாரும். இந்த நாட்டு மக்களை நாம் தேடிக் கண்டுபிடிப்போம். அவர்கள் உம்முடையவர்கள், நீர் அவர்களுடைய ஜாகீர்தார் அல்லவா. அவர்களுடைய குழந்தைகளையும், பெண்களையும் பாதுகாக்கிற கடமை உமக்கு உள்ளது.'

நிலத்தைப் பண்படுத்திப் பயிர் செய்வதன் மூலம் எப்படி லாபம் காண்பது, விவசாயிகளை எப்படிப் போர் வீரர்களாய்ப் பயன்படுத்துவது என்பதையெல்லாம் தாதாஜி அவருக்கு விளக்கினார்.

2

பீஜப்பூர் அரண்மனையின் கவிகை மாடங்களும் (உருண்டை வடிவிலான கூரை), தூபிகளும் காலைச்சூரியனின் ஒளிக்கதிர்கள் பட்டுப் பளபளத்தன. கோட்டைக்குள் இருந்த மாளிகைகள் காண்பவரை வியப்பிலாழ்த்துகிறவை. படீஸாஹிபா தம்முடைய ஏழடுக்கு மாளிகையான ஹவா மஹாலின் இரண்டாவது தளத்தில் தமது பிரத்யேகக் குளியலறையில் குளித்துக் கொண்டிருந்தார். அவருடைய அடிமைப் பெண்கள் மருதோன்றிச் சாய்ந்த அவரது தலைமுடியில் பன்னீரைக் கவனமாய் ஊற்றிக் கொண்டிருந்தனர். குளியலுக்கான பளிங்குத் தொட்டியில் வெது வெதுப்பான நீர் நிரப்பப்பட்டிருந்தது. மிதமான சூடுள்ள நீரில் குளிப்பது அவருக்குப் பிடித்தமான காரியம். தம்முடைய குளியல் சடங்கில் சிறு தவறு கண்டாலும் அவருக்குக் கோபம் வந்துவிடும். எளிதில் கோபம் கொள்கிறவர் அவர். கணவனை இழந்து ஒரு பெண்மணி சுயமாய் ஒரு தேசத்தை நிர்வாகம் செய்வது எளிதல்லவே. அலியை தத்தெடுத்து, படிக்க வைத்து, அவனுடைய அன்பைப் பெறுவதற்கு அவர் ரொம்பவே சிரமப்பட்டார். போதாதற்கு, ஔரங்கசீப்பின்

அடுத்தடுத்த படையெடுப்புகளாலும் அவர் மன உபாதைக்கு உள்ளாகியிருந்தார். அவருடைய வடகிழக்குப் பிராந்தியத்தில் உள்ள வலுவான கோட்டைகளை, பீடார் நகரம் உட்பட ஔரங்கசீப் கைப்பற்றிக் கொண்டுவிட்டார். அவர் பீஜப்பூரையும் தம் வசமாக்கிக் கொண்டிருப்பார். ஆனால், அவருக்கு வடக்கே போக வேண்டி யிருந்தது. ஔரங்கசீப் ஆக்ராவையும், தில்லியையும் வெற்றிகொண்ட தகவல், செய்திகளை முன்னறிவிப்புச் செய்பவர்கள் மூலம் அவரை வந்தடைந்தது. கொஞ்சநாளைக்கு ஔரங்கசீப்பின் கவனம் தக்காணத்தின் மீது திரும்பாது என்று நம்பலாம். படீஸாஹிபாவின் மனதில் ஏதோ பொறிதட்டியது. தம்முடைய அரசைப் பாதுகாத்துக் கொள்வதற்கான நடவடிக்கைகளை அவர் மேற்கொள்வதற்கு இதுவே சரியான தருணம்.

'சீக்கிரம், தம்முடைய பணிப்பெண்களை அவர் துரிதப்படுத் தினார். ஏழாவது தளத்தை நோக்கி அவசரமாய் விரைந்து சென்றார். அரண்மனைச் சேவகர்கள் அச்சமும், திகைப்பும் கொள்ளும்படியிருந்தது அவருடைய வேகநடை. அவர்கள் பதற்றத் துடன் வணங்கினர். அரசியார் எப்போதுமே பணிமுறை சார்ந்த நடையொழுங்கில் கண்டிப்பாயிருப்பவர். தற்பொழுது அந்த மரபுச் சீர்முறைகளை அவர் கருதியதாய்த் தெரியவில்லை.

'அலி! அலி!' என்று கூப்பிட்டவருக்கு மூச்சு திணறியது.

அலிக்கு ஒரே குழப்பம். தம்மைக் காண அம்மா ஏழாவது தளத்துக்கு வருவது அபூர்வமாயிற்றே. அவர் எப்போதுமே தூதுவன் மூலம் எதையும் தெரிவிப்பதுதான் வழக்கம். தோட்டத்தை நோக்கி யிருக்கும் கைப்பிடிச் சுவரருகே தமக்காகக் காத்திருந்த தாயை நோக்கி அவர் ஓட்டமும் நடையுமாய் வந்தார்.

'படீஸாஹிபா' என்று வியப்பு மீதூர அழைத்தபடி, தம் தாயைப் பணிவுடன் வணங்கினார். முத்துக்களும், சிவப்பு நிற மாணிக்கங் களும் பதித்த நீண்ட அங்கியை உடுத்தியிருந்த அரசியார் தம்மு டைய உயரமான தோற்றத்துடன், நிமிர்வாக நின்றிருந்தார். அவரு டைய பழுப்பு நிறக் கண்களைச் சுற்றிலும் நுட்பமான சுருக்கங்கள். இந்த வயதிலும் மதிக்கத்தக்க வகையில் அமைதியாக, வலிமையுடன் இருந்தார் அவர்.

அரசியார், அலியைப் பிரியமுடன் நோக்கினார். அலி அவரை 'படீஸாஹிப்' என்றே அழைப்பார். குழந்தைப் பேறு இல்லாத அந்தத் தாய் தம்மை உலகிலேயே அருமையான ஒன்றாய்ப் போற்றி வளர்த்ததை அவர் அறிவார். அரசியார் இவ்வுலகில் விரும்பிய எல்லாவற்றையுமே உலகம் அவருக்கு வழங்கியிருந்தது.

அவர் கோல்கொண்டா அரசர் அப்துல்லா குதுப்ஷாவின் சகோதரி, ஆதில்ஷாஹியின் காலஞ்சென்ற அரசரான முகம்மது ஆதில்ஷாவின் மனைவி. தாம் அவருடைய தத்துப்பிள்ளை என்பது தெரியவந்தபோது இயற்கைத் தம்மை வஞ்சித்துவிட்ட உணர்வு அலிக்கு. அவர் தம்முடைய சொந்தத் தாயில்லை என்ற உண்மை அவருக்கு ஏமாற்றத்தைத் தந்தது. ஆனாலும், அந்தத் தாய் அவரை எவ்வித நிபந்தனைக்கும் உட்படுத்தியதில்லை.

'அலி, என் மகனே!' ஆர்வமுடன் அழைத்தவர்,

'ஔரங்கசீப் ஆக்ராவைக் கைப்பற்றி விட்டார், இனி அவரே பேரரசராகி விடுவார்' என்று கூறினார்.

அலிக்கும் தெரிந்த செய்திதான் அது.

'இதன் பொருள் தக்காணத்தின் பக்கம் ரொம்ப காலத்துக்கு அவருடைய கவனம் திரும்பாது என்பதுதான். இது நமக்கெல்லாம் ஒரு நல்ல செய்தி' என்றார் படீஸாஹிபா.

அரசியாரின் உற்சாகத்துக்கு ஆதார அடிப்படை இல்லாமலில்லை. ஔரங்கசீப், தக்காணத்தின் சுபேதாராக இரண்டாவது முறை பதவியேற்றது, இவருக்குப் பெரும் மன வேதனையைத் தந்திருந்தது. கடந்த சில வருடங்களில் ஒவ்வோர் இரவும் தம்முடைய படுக்கையறை சன்னலருகே நின்று, தம் நகரத்தைச் சுற்றிப் பாதுகாப்பு வளையமாய் நிற்கும் மதிற்சுவர்களை அவர் நோக்கியிருந்தார். ஆயுதமேந்திய காவலர்களால் பாதுகாக்கப்படும் கோட்டை முகப்புகளில் அவரது பார்வை படிந்திருக்கும். உறக்கமற்ற இரவுகளால், பகற்பொழுதுகள் ஊக்கமற்றவையாயின. அவருடைய கணவர் மறைந்தபின் இந்த ஓராண்டு காலத்தில் ஔரங்கசீப் அவருக்கு எழுதிய அவமதிப்பான கடிதங்களைப் படித்து அவர் அச்சத்துக்கும், கவலைக்கும் உள்ளாகியிருக்கிறார்.

சமீபத்தில் வந்த கடிதம் மிகவும் வெறுப்பூட்டுவதாய் இருந்தது. அவர்கள் சிவாஜியை வெளியேற்றி, அவர் வசம் உள்ள நிலப்பகுதிகளை ஔரங்கசீப்பிடம் ஒப்படைக்க வேண்டும், தவறினால் பீஜப்பூர் நகரமே தீக்கிரையாக்கப்படும் என்று அந்தக் கடிதம் எச்சரித்தது. அவருடைய அன்பு மகன் அலி முகலாயச் சிறையில் மிக மோசமான முறையில் சாகக் கூடும்.

'இந்த நேரத்தில் முகலாயர்களின் கட்டுப்பாட்டில் உள்ள நமது வடகிழக்கு எல்லைப் பகுதிகளை நாம் கைப்பற்றியாக வேண்டும்' தம்முடைய மகனைக் கூர்ந்து நோக்கியபடி சொன்னார் அவர்.

'படீஸாஹிபா! முகலாயர்களுடன் போரிட்டோ அல்லது சிவாஜியை வெளியேற்றியோ அந்தப் பகுதியை நாம் திரும்பப்

பெற்றுவிட முடியும். நம்முடைய அரசு நீண்டகாலமாகவே பேரரசுக்குக் கப்பம் கட்டுகிற நிலையில் இருந்து கொண்டிருக்கிறது. அத்துடன் பழைய சமாதான உடன்படிக்கையைச் சமீபத்தில்தான் புதுப்பித்துக் கொண்டுள்ளோம். அவர்களோடு போரிடுவது குற்றச் செயலாகிவிடும். பேரரசர் விரும்புகிறபடி செயல்படுவோம். சிவாஜி போஸ்லேயை நாம் வெளியேற்றியாக வேண்டும்.'

அலி இப்படி விவேகத்துடன் பேசவும், படீஸாஹிபா அதை ஏற்றுக் கொண்டார். அவர்களுடைய படை, பேரரசின் படையுடன் ஒப்பிடுகையில் அத்தனை தகுதி நிலையில் இருக்கவில்லை. அரசியாருடைய படைத்தலைவர்களில் பலர், ஔரங்கசீப்பின் கட்டுப் பாட்டில் உள்ள பேரரசின் படையில் சேர்ந்துவிட்டனர். இப்படிக் கூட்டமாய் இவர்கள் வெளியேறியது இவருடைய அரசுக்குப் பலவீனம். சிவாஜியோடு போரிடுவதும் கூட எளிதில் வெற்றியைத் தந்துவிடாது. 'அது எளிதாக இருக்காது. சிவாஜி, தம்முடைய மலைக்கோட்டைகளுக்குள் இருந்துகொண்டு தாக்குதல் நடத்துவார், அவரைத் தோற்கடிக்க முடியாத அளவுக்கு வலிமை வாய்ந்தவை அவை. அவரை யாரால் வீழ்த்தமுடியும் என்று நீ எண்ணுகிறாய்?' அவர் நம்பிக்கையிழந்தவராய்க் கேட்டார். தங்கள் பேச்சை யாரும் ஒட்டுக் கேட்கக் கூடும் என்ற சந்தேகத்தில் சுற்று முற்றும் பார்த்துக் கொண்டார்.

அலி இன்னும் பக்கமாய் வந்து, அரசியிடம் தாழ்ந்த குரலில் 'நாம் அப்சல்கானை கருத்தில் கொள்ளப் பல காரணங்கள் இருக்கிறது. அவர் நம்முடைய வேய் மாகாணத்துக்கும், மேற்கத்திய எல்லைப் பகுதிக்கும் ஆளுநராய் இருப்பவர். ஜாவலி, மாவலி மலைப்பிரதேசங்கள் அவருக்கு நன்கு பழக்கமானவை. அத்துடன்...' என்றவன், மேலும் அடங்கிய குரலில், 'அவர் தனிப்பட்ட முறையில் பழிவாங்கக் காத்திருக்கிறார். ஷாஜி போஸ்லேயைக் கட்டோடு வெறுக்கிறவர் அவர்.'

இந்த அரசான கர்நாடகத்தை நம்முடன் இணைத்துக் கொள்ள தன் வாள் மூலமோ, வஞ்சனை மூலமோ அவர் நமக்குத் துணை புரிந்திருப்பதை நாம் நினைவில் கொள்ளவேண்டும். 'ஸிரா' இனக் குழுவின் தலைவரான கஸ்தூரிரங்கனைத் தந்திரமாக ஒரு சந்திப்புக்கு அழைத்து அவர் கொன்றிருக்கிறார்.

'ஷாஜி எப்படி எதிர்வினை புரிவார்?' படீஸாஹிபா கேள்வி கேட்டார். ஷாஜிக்குத் தீங்கிழைப்பதை அவர் விரும்பவில்லை. அவர் ஆட்சிக்கு எதிராகக் கிளர்ச்சியில் இறங்கிவிட்டால், இவர்களுடைய அரசு பெரும் இடர்ப்பாட்டில் சிக்கிக் கொண்டுவிடும்.

'நான் ஷாஜிபோஸ்லேயைக் கவனமாய்ப் பார்த்துக் கொள் கிறேன்' என்று அலி அவரிடம் உறுதி கூறினார்.

முடிவில், அலியின் யோசனையை ஏற்பதுபோல் தலையசைத் தார் படீஸாஹிபா.

அலியும், அவருடைய எழுத்துக்காரரும் தங்கள் இரவுப் பொழுதை நூலகத்தில் செலவிட்டனர். ஒவ்வொரு சொல்லையும் இலட்சம் முறை சிந்தித்துக் கொண்டு, ஷாஜிபோஸ்லேக்கு கடித மொன்றை அவர்கள் தயாரித்தனர்.

மகாராஜா பர்ஸாந்த் ஷாஜிபோஸ்லேக்கு இதன்மூலம் தெரியப் படுத்துவது –

'சமீபகாலமாய், தங்கள் மகன் சிவாஜி ஆணவத்துடன் செய்து வரும் தேசத்துரோகம், தங்களை மனவேதனைக்கு உள்ளாக்கி யிருக்கும். தங்களுக்குத் தேவையில்லாத மனச்சுமையது. தங்களு டைய இக்கட்டுநிலையை நாங்கள் நன்றாகவே புரிந்துகொண்டிருக் கிறோம். உங்கள் மகன் சிவாஜியின் அடாத செயல்களுக்கு நீங்கள் எவ்வகையிலும் பொறுப்பாக மாட்டீர்கள். அவர் மட்டுமே எங்கள் வழியில் சரி செய்யப்பட வேண்டியவர். அனைத்து இனக்குழுத் தலைவர்களையும் தங்களுக்குத் துணை நிற்கும்படி அறிவுறுத்தி யிருக்கிறோம். யாரேனும் வேறுவிதமாய் நடந்துகொண்டால் அவர்கள் எங்களால் கடுமையாகத் தண்டிக்கப்படுவார்கள்.'

3

அப்ஸல்கானின் அணிமணிகள் பூட்டி அலங்கரிக்கப்பட்ட யானை அலிரஸா முகப்புவாயில் வழியே நகரத்துக்குள் புகுந்தது. இந்த மேற்கு வாயில் சில அனுகூலங்கள் கொண்டது. வேய் மாகாணத்து சுபேதார் மாலிக்-இ-மைதானில் உள்ள ஐம்பத்தி ஐந்து டன் எடையுள்ள பீரங்கியைப் பார்க்க விரும்பியதோடு, கிழக்கத்திய புறநகர் மக்கள் நெரிசலையும், கெட்டுப்போன உணவுப் பொருட் களின் அழுகல் நாற்றத்தைத் தவிர்க்க விரும்பியே அந்த வழியைத் தேர்ந்தெடுத்தார் எனலாம். அந்த கனரகப் பிரங்கி பீஜப்பூரின் பெருமிதம். அதன் திறந்த வாய்ப்பகுதி ஒரு சிங்கத்தின் தலையைப் போன்றது, அதன் பிளந்த தாடை இரும்பாலான யானையொன்றை இறக்குமளவிற்கு நெருக்கிக் கொண்டிருந்தது. அந்த பீரங்கியைத் தாம் வியந்து நோக்கும்பொழுது, மக்களின் அச்சம் நிறைந்த பார்வை தம்மீது படிவதையும் அவர் உணர்ந்தார். தம்முடைய தலை தாம் அமர்ந்திருந்த அம்பாரியின் கூரைப்பகுதியைத் தொடுமளவிற்கு

மிகப்பெரிய உடலமைப்புக் கொண்டவர் அவர். பீஜப்பூரின் 'வஸீர்' கான்முகம்மதுவைக் கொல்ல அரசியைத் தூண்டியவர் அப்ஸல் கான் தான் என்றொரு வதந்தியும் நகரத்தில் பரவியிருந்தது.

அப்ஸல் ஆணவம் கலந்த இறுமாப்புடன் ஆதில்ஷாஹியின் மிகப்பெரிய அரசவைக்குள் நுழைந்தார். தம்முடைய கண்கள் எவ்வித பாவத்தையும் வெளிப்படுத்தி விடாதபடிக்குக் கவனமாக இருந்தார் அவர். அவையின் கடைக்கோடியில் தங்கச் சிம்மாசனத்தில் இளைஞரான அரசர், தம் வலக்கைத் தாங்கலில் முகவாய் வைத்து அமர்ந்திருக்கக் கண்டார். சிம்மாசனத்தின் வலப்புறம் மற்றொரு ஆசனத்தில், மெல்லிய திரைக்குப் பின்னால் படீஸாஹிபா அமர்ந் திருந்தார். அவையில் வேறெவரும் இருந்திருக்கவில்லை.

அப்ஸல் முதலில் அரசிக்கும் அடுத்து அவருடைய மகனுக்கும் வணக்கம் தெரிவித்தார்.

'உமது குடும்பம் எப்படி இருக்கிறது? ஃபஸல்கான் நலந்தானே?' படீஸாஹிபாவின் குரல் இனிமையாகவும், தாய்மைக் குணத்தோடும் இருந்தது.

அப்ஸல்கானுக்கு அவருடைய மகன்மீது அதிகப் பிரியம் என்பதை அரசியார் அறிவார்.

'அல்லாவின் கருணையால்...' என்று தாழ்ந்த குரலில் கூறியவர், மறுபடியும் தலைவணங்கினார்.

'பர்ஸாந்த் அப்ஸல்கான்...' அவர் சொல்லத் தொடங்கினார். 'நாம் முகலாயர்களுடனான உடன்படிக்கையைப் புதுப்பித்துக் கொண்டோம். நம்முடைய வடகொங்கணம், ஷாஜி போஸ்லேயின் ஜாகீர் உள்ளிட்ட பகுதிகளை அவர்களுக்குக் கொடுத்து விட்டோம்...'

அரசியார் மவுனமானதும், அலி உடனே பேசலானார். 'சிவாஜி போஸ்லேயுடன் நாம் போரிட்டாலன்றி தம்முடைய ஜாகீரை அவர் விட்டுக் கொடுக்கமாட்டார் போல் தெரிகிறது. அத்துடன், நாம் வாக்களித்தபடி நடந்து கொள்ளாவிட்டால் பீஜப்பூர் பற்றி எரியும் என்று ஔரங்கசீப் கடிதம் எழுதியிருக்கிறார். நம்முடைய எல்லை யில் தொல்லை கொடுக்கும் சிவாஜியை விட்டு வைத்தால் அது நமக்கே தீங்காகிவிடும். அந்த மனிதர் நம்மை அழித்து விடுவார்.'

சில நிமிடம் கழித்து அப்ஸல் சொன்னார், 'எனக்குப் புரிகிறது. ஆனால், ஷாஜி போஸ்லேயின் எதிர்வினை எப்படி இருக்குமோ?' எதையும் ஐய உணர்வுடன் நோக்குகிற அவருடைய கண்கள் அலியைக் கூர்ந்து கவனித்தன.

'ஷாஜி போஸ்லே முத்திரையிட்ட கடிதம் ஒன்றை நமக்கு அனுப்பியிருக்கிறார். சிவாஜி விசயத்தில் நமக்கு எது தகுதியாய்

படுகிறதோ அப்படி அவரைக் கையாளலாம் என்று கடிதத்தில் அவர் தெரிவித்து விட்டார்' என்று அலி பதிலளித்தார்.

படீஸாஹிபா இடைமறித்து, 'நாம் கருத்தில் கொள்ள வேண்டியது நம்முடைய வருங்காலத்தைத்தான், ஷாஜி இந்த விசயத்தை எப்படி எடுத்துக் கொள்வார் என்பதையல்ல' என்றார். அவர் மேலும் சொன்னார், 'நாம் தாமதிக்க முடியாது. சிவாஜி குதிரை வாங்க நிறைய செலவிடுவதாய் நாம் கேள்விப்படுகிறோம்' என்று.

'சிவாஜியின் குதிரைவீரர்கள் பலரும் பர்கீர்கள். அவர் தாமே நேரடியாக ஒவ்வொருவரையும் தேர்ந்தெடுக்கிறாராம். அவர் வெறும் தந்திரசாலி மட்டுமல்ல, இராணுவ அறிவுநுட்பத்திலும் சிறந்தவர்' அலி கோபத்தைக் கிளறிவிடுவது போல் சொன்னார்.

'சிவாஜியிடம் கொள்ளையிட்டும், சூறையாடியும் ஏராளமான பணம் குவிந்து கிடக்கிறது. முன்பு நம்மிடம் பணியாற்றிக் கொண்டிருந்த நோடோஜி பால்கர்தான் தற்போது அவர்களுடைய படைத் தலைவராம். சில ஆயிரம் படையாட்களைத் திரட்டுவதில் சிவாஜிக்கு அவர்தான் உதவியாக இருந்திருக்கிறார்' என்ற படீஸாஹிபாவின் குரலில் கவலை தொனித்தது.

அப்ஸல் உடனே பதில் கூறவில்லை. சிவாஜி திறமை மிக்கவர். அவரிடம் பர்கீர்கள், ஷிலேதார்கள் என்று இருவகைக் குதிரை வீரர்கள் உண்டு. அரசின் குதிரைகளைப் பயன்படுத்தி, அரசிடம் ஊதியம் பெறுகிறவர்கள் பர்கீர்கள். தங்கள் சொந்தக் குதிரைகளையும், ஆயுதங்களையும் பயன்படுத்தி, அரசின் பணத்தில் பணியாற்றுகிறவர்கள் ஷிலேதார்கள். முகலாயர்கள் கூட மான்ஸப்தார்களைச் சார்ந்தே தங்கள் குதிரைப்படையைப் பராமரிக்கிறவர்கள்தாம். அவர்கள் குறைந்த எண்ணிக்கை காட்டி, பேரரசை ஏமாற்றிப் பணம் பறிக்கிறவர்கள்தாம். ஆதில்ஷாஹியிலோ நிலைமை அதைவிட மோசம். ஆட்சி செய்பவர்கள் யுத்தகாலத்தில் படைச் செலவுகளுக்காக ஜாகீர்தார்களிடமும், தேஷ்முக்குகளிடமும் இருந்து பணம் பெறுவார்கள். ஒன்று அவர்களை அச்சுறுத்துவது அல்லது அவர்களிடம் கெஞ்சுவதுதான் நடக்கும். அவர்களில் யார் தங்கள் பக்கம் இருக்கிறார்கள், யார் எதிரியோடு சேர்ந்து கொண்டிருக்கிறார்கள் என்பதே ஆட்சியாளருக்கு உறுதியாய்த் தெரியாது.

'சிவாஜியின் செயல்முறையே வேறு. அவர் சீக்கிரமே அண்டை அயலில் உள்ள ஜாகீர்தார்களிடமும் தேஷ்முக்குகளிடமும் இருந்து நிலங்களைப் பறித்து அவற்றைத் தம்முடைய வரிவசூல் அதிகாரிகளின் நிர்வாகத்துக்குக் கொண்டுவந்து விடுவார். ஜாவலியில்

அதைத்தானே அவர் செய்திருக்கிறார்' என்று அப்ஸல் கடைசியாகச் சொன்னார்.

'நீங்கள் மாவலி தேஷ்முக்குகளிடம் நயம்படப் பேசி உங்கள் பக்கம் இழுத்துக் கொண்டுவிடலாமே. சிவாஜியின் கை ஓங்கி விட்டால் அவர்களுடைய வசதியான வாழ்க்கை முடிந்துவிடும் என்று அவர்களிடம் கூறுங்கள்' என்று படீஸாஹிபா அழுத்தமாகச் சொன்னார்.

'வடகொங்கணம் அபகரிப்பட்டு விட்டது. அவருடைய ஆட்கள் ஜன்ஜீரா கோட்டையைத் தாக்க முயன்றிருக்கிறார்கள். கப்பல் தளங்களிலும் தம்முடைய வேலையை அவர் தொடங்கிவிட்டார். நாளை கடலோரக் கோட்டைகளையும் அவர் நிறுவக் கூடும். நம்முடைய வேய் மாகாணம் ஜாவலிக்குக் கிழக்கில்தான் இருக்கிறது. நம்முடைய மற்ற நிலப்பகுதிகளிலும் அவர் எளிதாய் நுழைந்து விடுவார்.' அலியின் வார்த்தைகள் சுரீரென்று தாக்குவதாய் இருந்தன.

'சிவாஜியின் பலம் நாளுக்கு நாள் கூடிக்கொண்டே போகிறது. நம்மிடம் இருந்த இப்ராகிம்கான் தன்னுடைய ஆயிரம் வீரர்கள் கொண்ட குதிரைப்படையுடன் அவரிடம் போய்ச் சேர்ந்து விட்டதாய்த் தெரிகிறது' என்றார் படீஸாஹிபா.

'நிஜாம்ஷாஹியைக் கைப்பற்றிய பின்னும், ஷாஜிபோஸ்லே தம்முடைய பழைய ஜாகீரைத் தொடர்ந்து வைத்துக்கொள்ள நாம் இடமளித்துவிட்டோம். அவருடைய மகன் துரோகியாவார் என்று யாருக்குத் தெரியும். அந்த ஜாகீரில் உள்ள மலைக்கோட்டைகளை அவர் தம்முடையதாக்கிக் கொண்டுவிட்டார். இவ்வளவு காலமும் நாம் என்னதான் செய்து கொண்டிருந்தோம்? வடக்கு கல்யாண் பகுதியில் நம்முடைய இருபத்தியைந்து கோட்டைகள் சிவாஜியின் கைக்குப் போய்விட்டது. வடகிழக்கு எல்லைகளுக்குப் பாதுகாப்பாக இருந்த வலிமை மிக்க பீடார் கோட்டையை முகலாயர்கள் விழுங்கிவிட்டார்கள்' அலி எரிச்சலுடன் கூறினார்.

அப்ஸல் தம்முடைய புருவங்களை உயர்த்தினார். எல்லாவற்றுக்கும் நாம்தான் காரணம் என்பதுபோல் அரசர் நம்மீது பழி சுமத்துகிறாரா? அவர் ஆதில்ஷாஹியின் படைத்தலைவரல்ல. வேய் மாகாணத்து ஆளுநர் அவ்வளவே. தளபதியாகவும், பிரதான அமைச்சராகவும் இருந்த கான்முகம்மது இறந்தபின் அலி புதிய அமைச்சரின் பெயரையும் அறிவித்திருந்தாரே. ஆனால், படைத் தலைமை இன்னமும் இவருக்கு வழங்கப்படவில்லையே. ஆனால், அலி எப்படி இவரைப் பொறுப்பாளியாக்க முடியும்?

கடந்த பத்தாண்டுகளில் அரசின் விரிவாக்க முயற்சியில் இவருடைய பங்களிப்பு இருந்திருக்கிறது. இந்துக்களிடம் இருந்த கர்நாடகத்தைப் பீஜப்பூர் அரசின்வசம் கொண்டு வந்தது இவர்தான். வடக்கில் ஔரங்கசீப்பின் வலுத்தாக்குதலை இவர் எதிர்கொண்டிருக்கிறார். முகம்மது ஆதில்ஷா இருந்த காலத்தில் இவர் போர்க்களங்களில் இறங்கிச் சண்டை செய்திருக்கிறார். முகம்மது ஆதில்ஷா நோய்வாய்ப்பட்டு கைகால் முடங்கி படுக்கையில் இருந்த சமயம் அது. தந்தையார் பிணியுற்றிருந்தபோது அலிக்கு பத்து வயது தான் இருக்கும். தற்போது இளமையின் வாயிலை எட்டியிருக்கும் இந்தச் சிறுபிள்ளை தன்னைச் சிறுமைப்படுத்துவதுபோல் பேசிக் கொண்டிருக்கிறது. காலஞ்சென்ற அரசரின் தத்துப்பிள்ளைக்கு என்ன தெரியும்?

அலியின் முரட்டுத்தனமானப் பேச்சை ஈடுசெய்வது போல், படீஸாஹிபா இடையில் குறுக்கிட்டு இதமாகப் பேசினார், ‘மகனே, இது இப்படியே போனால் சிவாஜி நம்மைக் கையேந்த வைத்து விடுவார். வணிகப்பாதையான தாபோலைச் சார்ந்தே நம்முடைய உப்பு, நறுமணப் பொருட்கள், மரம், துணி போன்றவைகளின் வியாபாரம் நடந்திருக்கிறது. ஜாவலியைத் தனது கட்டுப்பாட்டில் சிவாஜி வைத்திருப்பதால் இங்கிருப்பவர்கள் பட்டினி கிடந்து சாகவேண்டியதுதான்.’

‘சவாலாக இருக்கிறது நிலைமை. அதைச் சரிசெய்யும் சாமர்த்தியம் உங்களுக்கிருப்பதாய் நாங்கள் நினைக்கிறோம்’ என்றார் அலி. தாம் எதையாவது சொல்லப் போக அது தவறாகிவிடக் கூடாதே என்ற எண்ணம் அப்ஸலுக்கு, அவர் பேசாமல் இருந்தார். பொறிக்குள் பொறி அதற்குள் இன்னொரு பொறி என்று எத்தனை பொறிகள், ஆனால் அத்தனை சிக்கல்களிலும் இருந்து விடுபட நேரம் இருக்கவில்லையே. தம்முடைய வழியில் இருந்து கான் முகம்மதுவை ரொம்ப சாமர்த்தியமாக அவர் களையெடுத்து விட்டார். ஆனால் தற்போது கவாஸ்கான் என்கிற ஆப்ரிக்க வீரரல்லவா புதிய படைத்தலைவராய் நியமிக்கப்பட்டிருக்கிறார். அலி ஆதில்ஷாவுக்கு நெருக்கமான பேர்வழி. அலி தம்முடைய சொந்தபுத்தியில் செயல்படுகிறாரா அல்லது கவாஸ்கான் அவருக்குத் தூண்டுதலா என்பதை அவர் கண்டுபிடித்தாக வேண்டும்.

சிவாஜி என்கிற ஆபத்தை நோக்கி இவரை அனுப்புவது கவாஸ்கானுடைய யோசனையின்படியும் இருக்கலாம். ஆனால், தாம் உறுதியான முடிவெடுக்க வேண்டும் என்ற அவர் எண்ணிக் கொண்டார். இது, இறைவன் அளித்த நல்வாய்ப்பு, முறையாகப் பயன்படுத்திக் கொள்ள வேண்டும். இவர் சிவாஜியை வெளியேற்றி விட்டால், புதிய அமைச்சர் உட்பட அரசவையில் இவருக்கு எதிராக இருப்பவர்கள் இருந்த இடம் தெரியாமல் போய்விடுவார்கள்.

'மாவலி தேஷ்முக்குகளுக்குக் கையூட்டு அளிப்பதற்காக நாம் நிதிஒதுக்கீடு செய்திருக்கிறோம்' என்று படீஸாஹிபா உறுதிப்படுத்தினார்.

'நீர் மாவலி தேஷ்முக்காக இருக்கும் கனோஜிஜெதே என்பவரை விலைக்கு வாங்கிவிட்டாலே பாதிவேலை முடிந்த மாதிரிதான். சிவாஜியின் ஜாகீரில் உள்ள மற்ற தேஷ்முக்குகள் அவருடைய பேச்சைத் தட்டமாட்டார்கள். அவருடைய ஆற்றல், அதிகாரம், செல்வாக்கு அப்படி' என்றார் அலி.

'இந்தச் செயல்முறை முழுக்கவும் எனது கட்டுப்பாட்டில் இருக்குமா? அல்லது அமைச்சரும் இதில் அதிகாரம் செலுத்துவாரா?' நெஞ்சுரத்துடன் கேட்டார் அப்ஸல்.

'அப்ஸல்கான் ஸாஹிப், இப்போது நீங்கள்தான் ஆதில் ஷாஹியின் படைத்தலைவர். அதனால் யாருடைய கட்டளைக்கும் நீங்கள் கீழ்ப்படிய வேண்டியிருக்காது' என்று தெரிவித்தார் அலி.

அப்ஸல் தலையசைத்தார், தம்முடைய மகிழ்ச்சியை மறைத்துக் கொள்ள வெகுவாய் முயன்றார். தம் கைகளை உயர்த்தி காரியப் பாங்குடன் சொன்னார், 'எனது மரியாதைக்குரிய அரசர் அவர்களே, சிவாஜியின் தலையைத் தங்கள் காலடியில் கொண்டுவந்து போடுவதாய் நான் வாக்குறுதியளிக்கிறேன். அதில் நான் தவறினால் என்னுடைய கைகளை நீங்கள் துண்டித்து விடலாம்.'

4

தாம் வீடு திரும்பும் வழியில், அப்ஸலுக்கு கடந்த காலத்தைப் பற்றி நினைக்காமல் இருக்க முடியவில்லை. முற்றாகத் துடைத்தழிக்கப்படும் நிலையில் இருந்த ஆதில்ஷாஹியைப் பெரிதும் முயன்று காப்பாற்றியவர் அவர். முகலாயப் பேரரசரும், இவருடைய காலஞ்சென்ற அரசரும் நிஜாம் ஷாஹியைக் கைப்பற்றுவதிலும், பிற்பாடு ஷாஜி போஸ்லேயைத் தோற்கடிப்பதிலும் இணைந்தே செயல்பட்டனர். இவருடைய அரசர் பேரரசருக்குக் கப்பம் கட்ட ஒப்புக்கொண்டார். கப்பத்தொகையாக இரண்டு கோடி ரூபாய் செலுத்தவும் சம்மதித்தார். ஆனால், சில ஆண்டுகளுக்குப் பிறகு முகம்மது ஆதில்ஷா உடன்படிக்கை நடையொழுங்குகளைப் பின் பற்றாமல் உதாசீனம் செய்துவிட்டார்.

பேரரசர்களுக்கே உரிய சிறப்புரிமைகளை ஆதில்ஷா கைக்கொள்ளக்கூடாது என்று பேரரசர் கண்டனம் தெரிவிக்கவும் செய்தார். ஆதில்ஷாவோ தம் கோட்டைக்கு வெளியே பல இடங்களிலும் சபை நடத்துவது, யானைகளைப் போரிடச் செய்து

கண்டுகளிப்பது, உச்ச உயர் அதிகாரம் உடையவர்போல் சூரியன், மீன், உயர்த்தியகை, நீதித்துலாக்கோல் இவற்றைத் தங்கத் தகட்டில் சின்னங்களாய் அமைத்துக் கொள்வது என்று தம்மைத் தாமே பெருமைப்படுத்திக் கொண்டார். இவையெல்லாம் பேரரசரிடம் சீற்றத்தை உண்டு பண்ணியது. போர் மூளும் அபாயம் ஏற்பட்டது.

ஓர் இரவில் நடந்த கொண்டாட்டங்கள் அப்ஸலுக்கு இன்னமும் தெளிவாக நினைவில் இருக்கிறது. வலுவற்ற சில இந்து அரசர்களின் கையில் இருந்த கர்நாடக நிலப்பகுதிகளை இவர்கள் போரிட்டு வசப்படுத்திக் கொண்டனர். அந்த வெற்றியைக் கொண்டாட முகம்மது ஆதில்ஷா ஏராளமான பொருட்செலவில் விருந்தளித்தார். தம்முடைய ஏழடுக்கு மாளிகையின் மேல்தளத்தில் தமது நட்பு வட்டத்தில் இருந்த பெருங்குடிமக்களுடன் அரசர் மதுவருந்திக் களித்திருந்தார்.

'சொல்லுங்கள், அப்ஸல்கான்ஜி, என்னுடைய குடிமக்கள் என்னைப்பற்றி என்ன பேசிக் கொள்கிறார்கள்?' என்று அவர் கேட்டார்.

'அவர்கள் உங்களுடைய புகழைப் பாடிக்கொண்டு இருக்கிறார்கள். அவர்களால் வேறு என்ன செய்யமுடியும்?' என்று எச்சரிக்கையுடன் பதிலளித்தார் அப்ஸல்கான்.

'ஷாஜஹான் தன்னைப் பற்றி என்ன நினைக்கிறார்? முகலாயர்களுடன் நாம் செய்துகொண்ட ஒப்பந்த நடைமுறைகளை மீறினால் என்ன நடந்துவிடும்?'

'எங்கள் அரசே, தாங்கள் அதைச் செய்தால் இங்கே ஆனந்த ராகத்துக்குப் பதிலாக அழுகை ஓலங்கள் கேட்கும். தீபங்கள் ஒளிவீசும் தெருக்கள் எல்லாம் நம் மக்களின் இரத்தத்தில் முழுமையாய் நனைந்து கிடக்கும். ஆதில்ஷாஹி முகலாயர்களின் தக்காணத்தில் ஒரு பகுதியாகிவிடும்.'

அரசர் அளவுக்கதிகமாய் மதுவருந்தியிருந்த நிலையிலும், இவருடைய அறிவுரையை கவனத்தில் கொண்டார். ஷாஜஹானிடம் மன்னிப்புக் கேட்டுக் கடிதம் எழுதி, தம்முடைய அரசைக் காப்பாற்றிக் கொண்டார்.

தெற்கே உள்ள ஷியா அரசுகளுக்கு எதிராக ஔரங்கசீப் போர் தொடங்கும் வரை, பத்தாண்டுகாலம்போல் அமைதியான சூழல் இருந்தது. இது பீஜப்பூரை மறுபடியும் பாதுகாத்தாக வேண்டிய நேரம். தம்மால் வெகுவாய் நேசிக்கப்படும் ஆதில்ஷாஹியைக் கடந்த காலத்தில் காப்பாற்றியதுபோலவே வருங்காலத்திலும் அதை மீண்டும் அவர் காத்திருப்பார்.

அத்தியாயம் பதின்மூன்று

1

ஏஸாஜி காங்க் மல்யுத்தப் பயிற்சிக் கூடத்தில் நின்றிருந்தார். அவருடைய கவனம் அப்போது ஈரக் குழைவான மண்கொண்ட பள்ளத்தில் பயிற்சி செய்து கொண்டிருந்த இருவர் மீதே நிலைத்திருந்தது. அவர்களுடைய உடம்பின் முண்டப் பகுதியும், உறுப்புகளும் ஒரு மலைப்பாம்புபோல் எதிரியின் உடம்பை இறுக்கி, முறுக்கி செயலற்றுப் போகச் செய்து கொண்டிருந்தன. அவர்கள் போட்ட மல்யுத்தப் பிடிகள் அநேகக் குறைகள் இருப்பதை அவர் கவனித்தார். அவரைப் பொருத்தவரை ஒவ்வொரு அசைவும், ஒவ்வொரு பார்வையும், அசைவற்றிருக்கிற கணப்பொழுதும்கூட ஒரு செயல் அல்லது எதிர்ச் செயல் ஆகும்.

திடீரென்று, அவருக்கு நன்கு பழக்கப்பட்ட குதிரையின் குளம்படியோசையை அவருடைய செவிகள் கேட்டன. அவர் மல்யுத்தப் பயிற்சிக் களத்தை விட்டு வெளியே வந்தார். பயிற்சிக் கூடத்தின் நுழைவாயிலை நோக்கி நடந்தார். சிவாஜியும் அவருடைய மெய்க்காவலர்களும் தங்கள் குதிரைகளை விட்டு இறங்கும் நேரத்துக்குச் சரியாக அவர்கள் முன்பாய் நின்றார். ஏதோ கவலைக்குரிய ஒன்று நடந்திருக்க வேண்டும் என்று அவருடைய உள்ளுணர்வு கூறியது. வந்திருந்தவர் எச்சரிக்கையுடன் சுற்றிவரப் பார்த்தார். சற்று தொலைவில் சிலர் கமலை போட்டு நீர் இறைத்துக் கொண்டிருந்தனர். மற்றபடி அந்த இடம் வெறுமையாக இருந்தது.

அங்கேயிருந்த அடிமரத்துண்டினமீது, அதில் படிந்திருந்த புழுதியைக் கண்டுகொள்ளாமல் சிவாஜி அமர்ந்துகொண்டார். பதினைந்து ஆண்டுகளுக்கு முன் அந்த மரத்தை மையமாக வைத்துத்தான் அவர்கள் கண்ணாமூச்சி ஆட்டம் ஆடுவது. ஏஸாஜியும், அவருடைய மல்யுத்த வீரர்களில் சிலரும் அவரைச் சுற்றி வட்டமாக நின்றனர்.

‘அந்தத் தகவல் உண்மைதான். அப்ஸல்கான் சவாலான காரியத்தில் தன்னை ஈடுபடுத்திக் கொண்டிருக்கிறார். ஆதில் ஷாஹியின் புதிய படைத் தலைவராக அவரை நியமித்திருக் கிறார்கள்’ சிவாஜி அமைதியற்றவராய் முணுமுணுத்தார்.

ஏஸாஜி கணப்பொழுதில் அதைப் புரிந்துகொண்டார். ஆதில் ஷாஹி ஆட்சியாளர்கள் அப்ஸல்கானின் இராணுவப் படி நிலையைக் கருத்தில் கொண்டிருப்பது இதுவே முதல்முறை. அது மனஅமைதியைக் குலைக்கிற செய்திதான்.

ஏஸாஜி விறைப்பாகத் திரும்பினார்.

‘ஆதில்ஷாஹியின் சுபேதார்கள் பலரும் தாங்கள் கடமையாற்ற வருவதை முன்பே தெரிவித்திருக்கிறார்கள். பல ஜாகீர்தார்களும், தேஷ்முக்குகளும் புதிய படைத்தலைவருக்கு துணை நிற்பதாக ஒப்புக் கொண்டிருக்கிறார்கள். அவரவரும் தங்கள் ஆட்களுடன் பீஜப்பூரில் வந்து கூடியிருக்கிறார்கள். அப்ஸல்கான் பத்தாயிரம் குதிரைப்படை வீரர்களையும், அதேயளவு காலாட் படையினரையும் திரட்டியிருக் கிறார். இன்னும் சில நாட்களில் அவர்களுடைய போர் யானைகள், ஒட்டகங்கள், பீரங்கி வண்டிகளின் எண்ணிக்கை நமக்குத் தெரிந்து விடும்.’

ஏஸாஜி தலையசைத்தார்.

‘நமக்குப் புதிய வாட்கள் தேவைப்படுகின்றன. நீர் உடனே போய் கத்தி தயாரிக்கும் கருமார்களைச் சந்திக்க வேண்டும். தேவைப்பட்டால் புதிய கருமார்களையும் சந்தித்தாக வேண்டும். அவர்கள் ஒவ்வொருவரிடமும் வாளின் நீளம், எடை, வெட்டுவாய்ப் பகுதியின் கூர்மை போன்ற விபரங்களைத் தெரிவிப்பது அவசியம். இருபக்கமும் கூர்உடைவாள், பட்டாக்கத்தி, குத்துவாள், ஈட்டி இப்படி எல்லாவற்றிலும் அளவு விகிதம், பரிமாணம் இவற்றைக் குறிப்பிடுவது முக்கியம்.’

ஏஸாஜிக்கு இவையெல்லாம் முன்பே தெரிந்ததுதான்.

‘அத்துடன் பட்டாக்கத்தியின் வெட்டுவாய்ப் பகுதியில் ஒடுக்கமான நீண்ட கரையும் கனமாக இருக்கவேண்டும். கைப்பிடி அருகில் உலோகம் கூடுதலாய்ச் சேர்க்கப்பட வேண்டும். அது வாள் பிடிக்கிற கைக்கு நெருக்கமாய் ஈர்ப்பு மையத்தை ஏற்படுத்திக் கொடுக்கும்.’

ஏஸாஜி விரல் விட்டு எண்ணிக் கொண்டார். அனைத்து விளக்கக் குறிப்புகளையும் நினைவில் வைத்துக்கொள்ள வேண்டும்.

சிவாஜி புன்னகைத்தார், ஆனால் சீக்கிரமே கருத்தூன்றியவ ராகி விட்டார். அப்ஸல் கானுக்கு ஆதரவாக பீஜப்பூர் ஆட்சி யாளர்கள் தங்கள் கருவூலக் கதவுகளைத் திறந்து வைத்திருக் கிறார்கள். நம்மை ஒழித்துக் கட்டுவதற்காகப் பெரும்படை ஆயத்த நிலையில் வைக்கப்பட்டுள்ளது சீக்கிரமே, நம்முடைய சிறிய நிலப்பகுதி போர்க்களமாக மாறிவிடும்.

ஏஸாஜியும், அவருடைய மல்யுத்த வீரர்களும் அமைதியாக இருந்தனர்.

'நான் போயாக வேண்டும். ஸார்னோபட்பால்கர் எனக்காகக் காத்திருப்பார். மாவலி தேஷ்முக்குகளுக்கு நாம் கடிதங்கள் அனுப்ப வேண்டியிருக்கிறது. அப்ஸல்கான் முன்பே அவர்களுக்குக் கடிதம் எழுதி, அவர்களைத் தம்முடைய தரப்பில் இணைந்து கொள்ளும் படியும், இல்லையேல், அவர்கள் எங்கு மறைந்திருந்தாலும் அவர் களை வெளிக்கொண்டு வந்து கொன்றுவிடுவதாய் மிரட்டியிருக் கிறார். அவர்களுடைய குடும்ப உறுப்பினர்களின் உடல்களை எண்ணெய்ச் செக்கிலிட்டு அரைத்து விடுவதாகவும் அவருடைய அச்சுறுத்தல் இருக்கிறது.'

'அவருடைய வழக்க முறையே அதுதான்' ஏஸாஜி முணு முணுப்பாகச் சொன்னார்.

சிவாஜியும், அவருடைய பாதுகாவலர்களும் அங்கிருந்து புறப் பட்டுச் செல்வதை, நுழைவாயிலருகே நின்று பார்த்துக் கொண்டி ருந்தார். குதிரைகளை வேகப்பாய்ச்சலாய் விட்டுக் கொண்டு அவர்கள் போனார்கள். அந்தப் பரப்பில் எழுந்த புழுதிப்படலம் அடங்கச் சிறிது நேரம் ஆகும். அவர்கள் சிறுபுள்ளிகளாய், தம் பார்வை எல்லையை விட்டு மறையும்வரை அவர் நீண்ட நேரம் பார்த்திருந்தார்.

கடந்தகாலத்தை அவர் ஞாபகப்படுத்திக் கொண்டார், குறிப்பாக அவர்களுடைய ராஜாவான சிவாஜிக்குப் பதினைந்து வயது ஆகியிருந்தபோது – அவர்கள் பழைமை வாய்ந்த சிவன் கோயிலுக்குச் சென்றிருந்தனர்.

'நண்பர்களே...' இளைஞர் சிவாஜி தம் கீழுதட்டைக் கடித்தபடி, தாழ்ந்த குரலில் கூறினார். 'நீங்கள் என்னை ஒரு அரசனாய்க் கருதிக்கொண்டு, 'ராஜா' என்று அழையுங்கள். நான் ஒரு ஜாகீர் தாரின் மகன் அல்லவா. தக்காணத்து ஜாகீர்தார்கள் எல்லாருமே தங்களை ராஜா என்றே அழைத்துக் கொள்கிறார்கள். இந்த ஜாகீர் தார்கள் முஸ்லீம் அரசுகளுக்கு வரிவசூல் செய்து கொடுக்கிற

வேலையைச் செய்பவர்கள்தாம். நம்முடைய படைகள் அவர்களுக் காகப் போரிடும். போர்க்களங்களில் ஓடும் இரத்த ஆறுகள் நம்முடையவைதாம்.

பையன்கள் கண்களை அகல விரித்துக் கவனித்திருந்தனர்.

'நம்மை ராஜாக்கள் என்று நாம் அழைத்துக் கொண்ட பொழுது, உண்மையான ஆட்சியாளர்களுக்கு அது நகைச்சுவை யாய்த் தெரிந்தது. நாய்களின் குதிரைப்பொலியை அலட்சியம் செய்யும் சிங்கங்களாய் தங்களை அவர்கள் கருதிக் கொண்டார்கள்.'

சிவாஜி நிதானமாய் மூச்சு வாங்குவதற்காக நிறுத்தினார்.

'பயிற்சிக் களத்தில் பயன்படுத்தப்படுகிற மரக்கத்திகள் போலத் தான் நாமும். அவைக் கத்திகள் என்றாலும் உண்மையான கத்திகள் அல்ல. பகைவரை வெட்டித் தள்ளும் வெட்டுவாய்ப் பகுதி இல்லாத கத்திகள் அவை.'

அங்கே ஒரே நிசப்தம். ராஜாவின் சொற்களில் இருந்த உண்மை, அவர்களுடைய காதுகளில் முழக்கமாய் ஒலித்தன.

'அந்த மரக்கத்திகளை விடவும் நாம் ஏற்படுத்துகிற விளைவு மிகக் குறைவுதான். நம்முடைய எதிரி யார் என்றே நமக்குத் தெரியாததுதான் அதற்குக் காரணம்.'

'நம்முடைய கடவுளான சிவபெருமானின் பெயரால் நான் கனவு காணும் சுயராஜ்யத்தைப் பற்றி உங்களுக்குச் சொல்ல விரும்புகிறேன். நம்மால் ஆளப்படுகிற நம்முடைய சொந்த அரசு அது. நமக்கென்று இராணுவத் தளங்கள், கோட்டைகள் இருக்க வேண்டும். அவற்றைப் பாதுகாக்க நம்மிடம் ஆயுதம் தாங்கிய படை இருக்க வேண்டும். நம்முடைய இடங்கள் ஆதில்ஷாஹி அல்லது முகலாயப் படைகள் நெருங்க முடியாததாய் இருக்கவேண்டும். அவர்களில் எவருக்கும் நாம் தலைவணங்கக் கூடாது.'

அரசர் அவசரம் காட்டாமல் பேசினார். பிற்பாடு சுற்றிவரப் பார்த்து, அவர்கள் ஒவ்வொருவரின் எதிர்வினையையும் கவனித் தார். ஒரு நமட்டுச் சிரிப்பு, இகழ்ச்சிப் புன்னகை அல்லது ஓர் ஏளனப் பார்வை அவர்கள் அவருடைய பேச்சைத் தீவிரமாக எடுத்துக் கொள்ளவில்லை என்பதாகிவிடும்.

'இந்தப் பிரதேசத்தில் இடையிடையே குன்றுகள் இருப்பதை நாம் காண்கிறோம். அவற்றில் பலவற்றின் உச்சியில் ஒரு கோட்டை கட்டப்பட்டிருக்கிறது. அவற்றையெல்லாம் நம்முடையதாக்கிக் கொள்வோம். அவை நம்முடைய இராணுவத் தளங்களாக இருக்கும். அது ஒரு கடினமான வேலைதான், நிலவைச் சென்று தொடுவதைப் போல. இன்று, இந்தப் பழைமையான கோயிலில் நான் ஒரு சபதம்

செய்கிறேன். என்னுடைய முதல்நடவடிக்கை சரிவரக் கவனிக்கப் படாத, பாழடைந்த ஆதில்ஷாஹி மலைக்கோட்டைகளை அடைவதுதான். குறிப்பாக நம்முடைய ஜாகீரில் உள்ள அவற்றைப் பழுதுபார்க்க வேண்டும். அவை நம்முடைய இராணுவத்தின் பலம் பொருந்திய கோட்டைகள் மட்டுமல்ல, நம் சுயராஜ்யத்துக்கான விதைகளும் ஆகும்.'

ராஜா சிவாஜி தம்முடைய அரைக்கச்சையில் இருந்து புதிய, நிஜமான ஒரு வாளை உருவி, சிவலிங்கத்தின் முன்பாக நீட்டி, தம் இடதுகைக் கட்டைவிரலை வைப்பதை ஏஸா கவனித்திருந்தார். அவர்கள் எதையும் ஊகிப்பதற்கு முன்பாகவே தம்முடையக் கட்டை விரலை அவர் ஆழமாய்க் கீறிக் கொண்டார். செந்நிறத் துளிகள் சிந்தின.

'நான் மரக்கத்தியாய் இருக்க விரும்பவில்லை. இரும்பு உலோகத்தாலான கூரிய, வெட்டுக்கத்தியாய் இருக்க விரும்புகிறேன். இது என்னுடைய முதல் வழங்கீடு' என்கிற தீர்மானத்துடன் தம் உரையை முடித்துக்கொண்டார் அந்த இளம் ஜாகீர்தார்.

அவர்கள் எல்லாருமே அவரைப் பின்பற்றி, தங்கள் இரத்தத் தால் லிங்கத்துக்கு அபிசேகம் செய்தனர்.

2

அப்ஸல்கான் பீஜப்பூருக்குக் கிழக்கே அமைந்திருக்கும் தமது இராணுவ முகாமின் வழியே குதிரையில் சென்றார். குதிரை துரித நடை பயின்றது. சையதுபாண்டாவும், அவருடைய காவலர்களும் விழிப்புடன் அவரைப் பின்தொடர்ந்தனர். ஒரு கையில் வாளேந்தி, மறுகையால் குதிரையை அவர்கள் செலுத்தினர். முரசடிப்பவர்கள் அந்த ஊர்வலத்துக்கு முன்னால், முரசை ஒலித்தும், எக்காளம் ஊதியும் எழுப்பிய பேரொலி காதைச் செவிடாக்குவதாக இருந்தது. அவர் ஒன்றும் சாதாரண ஆளுநர் அல்லவே, ஆதில்ஷாஹியின் படைத்தலைவர் ஆயிற்றே. அதற்கு முன் ஒருபோதும் அத்தகைய வெளிப்படையான போற்றுதல்களை அவர் அனுபவித்ததில்லை, எல்லாருடைய கவனத்தையும் ஈர்க்கும்படியாய் இருந்ததில்லை. அவரைப் பார்ப்பதற்காகப் படையாட்கள் முண்டியடித்தனர். சமூகப் படிநிலையில் இந்த உயர்வு அவருடைய நாற்பது வயதில் அவருக்குக் கிடைத்தது. உண்மையிலேயே அவரைத் தன்வயப் படுத்துவதாக இருந்தது. அவரது உடல் உருவளவும், வடிவமைப்பும் பிரமிப்பூட்டுவதாக இருந்தது. அவருக்கு அருகில் வைத்துப் பார்க்கும்

போது முழுவளர்ச்சியடைந்த அவருடைய குதிரை மட்டக்குதிரை (சிறியவகை) போல் காணப்பட்டது. அவர் அணிந்திருந்த அங்கி வெள்ளிச்சரிகையில் பூவேலைப்பாட்டுடனும், தலைப்பாகை பச்சைநிறக் கற்களுடனும் பளபளத்தன. தங்கள் புதிய தலைவரை வாழ்த்தி வரவேற்கும் விதமாய்ச் சிப்பாய்கள் தங்களுடைய வாட்களை உயர்த்தினர். அவரும் அவர்களை நோக்கிக் கையசைத்தார்.

அவர்களுடைய உற்சாக முகஸ்துதிகள் அவரைப் பெரிதும் மகிழ்ச்சியடையச் செய்தது. தம்முடைய மருதோன்றிச் சாயமிட்ட நீண்ட தாடியை அவர் வருடிக்கொண்டார். தம்முடைய அலுவல் சார்ந்த கடிதங்களுக்கு அவர் இடுகிற முத்திரை தக்காணமெங்கும் விவாதப் பொருளாயிற்று. அந்த முத்திரையுடன் தங்களுக்கு அனுப்பப்பட்ட கடிதங்களைக் கண்டு இந்து நிலச்சுவான்தார்கள் அஞ்சி நடுங்கினர். அப்படி என்னதான் இருந்தது அந்த முத்திரையில்? 'மதநம்பிக்கையற்றவர்களைக் கொல்பவர், தெய்வங்களை ஒழித்துக்கட்டுபவர்' என்கிற வாசகமே அவர்களை மிரட்சியடையச் செய்தது.

தம்முடைய பெயர் குறித்த பெருமிதமும் அவருக்கு உண்டு. அரபியில் 'அப்ஸல்' என்ற சொல்லுக்கு மேம்பட்டவர், சிறப்பானவர், முதன்மையானவர் என்று பொருள். அவர் திடீர் உணர்ச்சிக்கு ஆட்பட்டவராய், சையது பக்கம் திரும்பி, 'நம் அதிகாரிகள் எல்லாருக்கும் ஊக்கமளிக்கும் சொற்களுடன் எனது முத்திரையிட்ட கடிதங்களை அனுப்பி வையும். அவர்கள் தத்தமது படைப்பிரிவுகளுக்கு அவற்றை வாசித்துக் காட்டவேண்டும் என்பதையும் அதில் ஆணையாய் இடம்பெறச் செய்யும்' என்று உரத்த குரலில் சொன்னார்.

'நீங்கள் சுவர்க்கத்தை அடைய விரும்பினால் அப்ஸல், அப்ஸல் என்ற பெயரை உச்சரியுங்கள் உங்கள் செவிகள் அப்ஸல், அப்ஸல் என்கிற ஒரு பெயரை மட்டுமே கேட்க வேண்டும்.'

தம் தலைவருக்குப் பிடித்தமான அந்தச் சொற்களைத் தமது நினைவில் பதித்துக்கொண்டு, பணிவுடன் தலையசைத்தார் சையது.

அப்ஸலுடைய மனதில் வேறு பல விசயங்களும் இருந்தன. அவர் சையதை ஒரு சமிக்ஞைமூலம் அனுப்பிவிட்டு, தனியே புறப்பட்டுச் சென்றார். பீஜப்பூர் நகரத்துச் சுவர்ப் பக்கமாய், இணை நிலைப் பாதையில் அவருடையக் குதிரை வேகப் பாய்ச்சலில் சென்றது. கோட்டையின் முகப்புப் பகுதியில் இருந்த வில்லாளிகள் அவரை அடையாளம் கண்டு கையசைத்தனர். அவர்களுடைய

வரவேற்பை அங்கீகரிப்பதுபோல் அவரும் கையசைத்து, வடக்கு நோக்கிய பாமினி வாயிலைக் கடந்து சென்றார். அதன்பிறகு, தம் குதிரையை வடமேற்குப் பக்கமாய்ப் பறந்து செல்லும்படி தட்டி விட்டார். பெரிய விவசாய நிலப்பரப்புகளைத் தாண்டி நாலுகால் பாய்ச்சலில் குதிரை ஓடியது. மாலை நேரத்தில் ஒரு குன்றுப் பகுதியைச் சென்றடைந்தார் அவர். குன்றின் அடிவாரத்தில் சுற்றுச் சுவர்களுடன் கூடிய ஒரு கட்டிடம் இருந்தது. உயரம் அதிகமில்லா விட்டாலும், அலங்கரிப்புடன் அது காணப்பட்டது. அவர் அமைதியாகக் கீழிறங்கி, குதிரையை நடத்திக் கொண்டு மேலே சென்றார். அந்தப் பாதை நன்கு பராமரிக்கப்படுவதாய்த் தெரிந்தது. இருபுறமும் பூஞ்செடிகள் இருந்தன. அப்ஸல், களைத்துச் சோர்ந் திருந்த குதிரையை அங்கிருந்த ஒற்றை மாமரத்தில் கட்டிப் போட்டார். தம்முடைய காலணிகளைக் கழற்றிவிட்டு, அந்தக் கட்டிடத்திற்குள் நுழைந்தார்.

அங்கே, திருவிடத்திற்கு அருகாமையில் பார்வையற்ற ஒருவர் அமர்ந்திருந்தார். அந்தத் திருவிடம் சிவப்பு, பச்சை வண்ணப் பூவேலைப்பாட்டுடன் கூடிய வெல்வெட் துணியால் போர்த்தப் பட்டிருந்தது. சுற்றிலும் ரோஜாக்களும், மல்லிகைப் பூக்களும் குவிந்து கிடந்தன. அவருடைய நீண்ட அங்கியின் நிலையான மடிப்புகள் சுற்றிலும் பரவியிருக்க வெள்ளிபோல் வெளுத்த தாடி அவருடைய மார்பை நிறைத்திருந்தது. தம்முடைய சந்தன மாலையின் மணிகளை உருட்டி உருச் செய்து கொண்டிருந்தார் அவர். அங்கிருந்த இன்னொரு மனிதர் சூஃபி துறவி ஹஸ்ரத் பீர் அமீன் – சிஷ்டியின் தெய்வீக ஆற்றல்கள் வெளிப்படுமாறு பண்ணிசைத்துப் பாடிக் கொண்டிருந்தார். அந்தச் சூஃபி ஞானி முகம்மது ஆதில்ஷாவின் தந்தை காலத்தில் வாழ்ந்தவர்.

'நீர்தானா? நீண்ட நாளைக்குப் பிறகு வந்திருக்கிறீர்' அந்தப் பார்வையற்ற முதியவர் முணுமுணுத்ததை அவர் கேட்டார். புகழ்பெற்ற ஹஸ்ரத் பீர் அமீன் சிஷ்டி தம் இதயத்தில் இருந்து தெய்வீக ஒளியை இந்தப் பார்வையற்றவருக்குப் பரிமாற்றம் செய்து ஐம்பது ஆண்டுகள் ஆகியிருப்பதாய் எல்லாரும் பேசிக் கொண் டார்கள்.

அப்ஸல் தம்முடைய தலைப்பாகையை அகற்றிவிட்டு, அந்த முதியவருக்கு முன்பாய் நிலந்தோய விழுந்து வணங்கினார்.

'மகனே, போய்விடாதே. உன்னுடைய உடலும், தலையும் வெவ் வேறாய்த் துண்டிக்கப்பட்டு விழுவதை என்னுடைய அகக் காட்சி யில் நான் காண்கிறேன்' என்று நடுங்கும் குரலில் சொன்னார் அந்த முதியவர்.

இத்தனை ஆண்டுகளில் முதல்முறையாய் அவருடைய இதயம் ஒரு துடிப்பைத் தவறவிட்டது. அந்த முதியவர் தன்னுடைய நடுங்கும் கரத்தைத் தம் தலைமீது வைப்பதை அவர் உணர்ந்தார். இறைவனின் ஆணையை ஏற்கும்படி அந்த சூஃபி துறவி அவரை இணக்கப்படுத்த முயன்றார். அப்ஸல் ஒன்றும் கூறவில்லை. தம் இருப்பிடத்துக்குத் திரும்பும்போது அவர் மேலும் மேலும் சிந்தனை வசப்பட்டவரானார்.

அப்ஸல் வெகுநேரம் கழித்தே உறங்கச் சென்றார். இரவின் பிற்பகுதியிலும் உறக்கம் வருவேனா என்றது. அதை அப்படியே விட்டுவிடுவதா, அல்லது அந்தப் பார்வையற்றவர் கூறியதை நம்புவதா?

தம் எதிர்காலத்தை அறிய தாம் தர்காவிற்குச் சென்றதற்காக அவர் தம்மைத் தாமே கடிந்துகொண்டார். அது முடிந்துவிட்டது. அத்துடன் சந்தேக விதையும் முன்பே ஊன்றப்பட்டு விட்டது. சரவிளக்குகள் எரிந்து, பொன்னொளியை அவரது மிகப்பெரிய படுக்கை மீது வீசிக் கொண்டிருந்தது. மோசமான எண்ணங்கள் அவருடைய மனதில் பேரளவில் குவிந்தன. அவர் மேற்கத்திய போர் நடவடிக்கையில் இறங்குமுன் அவருடைய சொந்த விவகாரங்களை முடித்தாக வேண்டும்.

அவரது சட்டபூர்வமான பதினைந்து மனைவிகளும், அவர்களுடைய குழந்தைகளும் அவரோடு உடன் வருவார்கள். அவருடைய இருபது வயது மகன் ஃபஸல் அவருக்கு வலதுகை. தம் ஆசைநாயகிகளை அவர் விட்டுச் செல்லும்படியாகும். அவர்கள் நாட்டின் பல்வேறு பகுதிகளில் இருந்து கொண்டு வரப்பட்டவர்கள், சிலர் அடிமை வியாபாரிகளிடம் இருந்து விலைக்கு வாங்கப் பட்டவர்கள், சிலரை அவருடைய அதிகாரிகள் அவருக்குப் பரிசாக அளித்திருந்தார்கள். இன்னும் அவரது கைப்படாத இளம்பெண்கள் எழுபத்தி ஒன்பது பேர் புதிதாய் இருப்பில் வைக்கப்பட்டிருந்தனர். அரசுகளிடையேயான போர்களும், அரசவை அரசியல் நடவடிக்கைகளும் அவருடைய ஓய்வுநேரத்தையும், பாலுணர்வு உந்துதலையும் பாழ்படுத்திவிட்டன. அவர் போர்க்களத்தில் இறந்துவிட்டால் அவர்களை அடையப் போகிறவர்கள் யார்? அந்தப் பெண்கள் யாருடைய படுக்கையையோ நிரப்புவார்கள், யாருடைய குழந்தைகளையோ சுமப்பார்கள். இந்த கன்னிப் பெண்கள் அடுத்தவர் அணைப்பில் இருப்பதைக் கற்பனை செய்வதே அவருடைய மண்டையில் சம்மட்டியால் அடித்துப் பிளப்பதுபோல் இருந்தது. அவர் பொறாமை உணர்வில் துடித்தார்.

‘ஆமினாவைக் கொண்டு வாருங்கள்’ என்று அவர் உரத்த குரலில் கத்தினார். கதவுக்கு வெளியில் இருந்த அலி அடிமைகள் விரைந்தோடிப்போய், அவருடைய அறைக்குள் அவளைக் கொண்டுபோட்டனர். கதவை வெளிப்புறம் மூடிக்கொண்டு சென்றனர். மெலிந்த உடல்வாகும், அகன்ற விழிகளும், நீண்ட கேசமும் கொண்ட அந்தப்பெண், உள்ளீடு தெளிவாகத் தெரிகிற குட்டைப் பாவாடையும் சின்ன ரவிக்கையும் அணிந்திருந்தாள். அவரிடம் சிக்கிய பெண்களிலேயே மிகச் சிறு வயதினள் அவள். அவர் காத்திருந்தார். அவளோ நடுக்கத்துடன் தன் மார்பகங்களை மறைக்க முயன்றாள். அவரை ஈர்க்கும் திறனற்ற அந்தப்பெண் அவருடைய ஆண்மையைத் தூண்டிவிடத் தவறி விட்டாள். அவர் சீற்றமடைந்தார். முன்பே வேறொரு விலங்கால் வீழ்த்தப்பட்ட உயிரினத்தின் மீது பாயும் கழுதைப் புலியைப்போல் அந்தப் பெண் மீது அவர் பாய்ந்தார். அவளுடைய முடியைப் பற்றித் தூக்கி, தம்முடைய ஒரு கையில் வைத்தபடி தமது குளியலறையை நோக்கி நடந்தார். அங்கிருந்த பளிங்கிலான குளியல் தொட்டி நீரில் அவளை அமிழ்த்தினார். அவள் ஒரு பூவிதழ்ப் போல் மிதந்தாள். அழுத்தமான மனப்பதிவை உண்டாக்குகிற அவளுடைய முகத்தையும், ஒளிவிடும் சருமத்தையும், சின்னஞ்சிறு மார்பகங் களையும் அவர் நீண்ட நேரம் பார்த்தபடி இருந்தார். ஆகாயத்தில் இருந்து மரித்து விழுகிற பறவையின் சிறகுகளைப் போல் அவளுடைய உடைகள் ஒழுங்கு முறையின்றி அவளைச் சுற்றி அசைந்தன. ரோஜா மற்றும் சந்தனத்தின் மெலிதான வாசம் காற்றில் மிதந்து சென்றது. புலால் உண்ணும் விலங்கொன்றால் விழுங்கப்படுவதற்கு முன்பாய்க் கடும் தசைச்சுளிப்பு கொள்ளுமே அப்படி அந்தப்பெண் அவருடைய கைகளில் குலுங்கினாள். தன் உடலுறுப்புகளால் பலமுறை அடித்தாள். அவரோ தம்முடைய ஒரு கையால் அவளுடைய இடுப்பைப் பற்றிக் கொண்டு, மறுகையால் நீருக்குள் அவளது முகத்தை மூழ்கடித்தார். அவள் பலவீனமாக முயன்று தோற்று சில கணங்களிலேயே தளர்ந்து போனாள். அவளுடைய பதினான்கு வயது வாழ்க்கை சீக்கிரமே முடிந்து விட்டது. அவளை அப்படியே போட்டுவிட்டு, கனமாக மூச்சு விட்டபடி, தம்முடைய அறைக்குத் திரும்பினார்.

எஞ்சிய பெண்களையும் இனிவரும் நாட்களில் அவ்வாறே கொன்றுவிடுவதென்று, அதே முறையில் அவர்களும் மூழ்கடிக்கப் படுவார்கள். அவர்களுக்காக வரிசைக்கு ஏழாய், பதினோரு வரிசைகளில் நேர்த்தியான கல்லறைகளை அவர் கட்டுவிப்பார்.

இந்த மாளிகையின் பின்புறத்தில் ஒரு மேடையெழுப்பி அவர்களுடைய பெயர், தேதிகள் பொறித்த கல்லறைக் கற்களையும் அங்கே இடம்பெறச் செய்வார். இந்த உலகமே தமது தீவிரமான பாலியல் கவர்ச்சியை அறிந்துகொள்ளும்படியாய் அந்த இடத்துக்கு 'சத்காபார்' என்று பெயரிடுவது என மனதில் கருதிக் கொண்டார்.

3

ராஜ்காட் கோட்டையின் பாதுகாப்பு அரண்களில் நின்றிருந்த சிவாஜி பரந்து விரிந்த நிலப்பரப்பிலும், அப்பால் உள்ள குன்றுகளின் மீதும் தம்முடைய பார்வையைச் செலுத்தினார். இரவானது ஒரு நீர்வீழ்ச்சியின் ஆர்வத்துடன் கிழக்கில் இருந்து இறங்கிக் கொண்டிருந்தது. ராஜ்காட்டின் மேற்கத்திய எல்லைக்கப்பால் வெகு ஆழத்துக்குக் கீழ்நோக்கிப் பாயும் சரிவுகளின் மீது அவருடைய பார்வை நகர்ந்தது. ஆரஞ்சு நிறச் சூரியன் அரைவாசிக்கு அடிவானில் புதைந்துவிட்டதைக் கண்டார். நாளை எதற்கு சாட்சியாய் இருக்கப் போகிறது – கொலைக்கா அல்லது வீரத்துக்கா? அதிக நேரம் இல்லை, அவகாசம் மிகக் குறைவு. ஆதில்ஷாஹியின் படைத் தலைவன் சீக்கிரமே பாரமதிக்கு வந்துவிடுவான். அங்கிருந்து, இந்தக் கோட்டையின் மலை அடிவாரத்துக்கு வந்து சேர்வதற்கு அவன் வடமேற்காக இருபது காத தொலைவுக்குப் பயணம் செய்தால் போதும். அந்த வல்லமை பொருந்திய கான் தன் பாதையில் எதிர்ப்படுகிற எதையும் தகர்த்து, வெட்டிச் சாய்த்து, எரித்து நாசம் பண்ணிவிடுவான். ஆதில்ஷாஹி படைத்தலைவன் பாரமதியில் இருக்கும் போதே அவனுடைய மனதை மாற்ற ஒரு சந்தர்ப்பம் இருக்கிறது.

சிவாஜி தொலைதூரக் குன்றுகளில் அமைந்த தோரணா மற்றும் லோஹகாட் கோட்டைகளின் மீது பார்வையைச் செலுத்தினார். தாம் அவற்றை எப்படிக் கைப்பற்றினார் என்பதை நினைத்துக் கொண்டார். அப்போது அவருக்குப் பதினைந்து வயது. அவருக்காக உயிரையும் கொடுக்கக் கூடிய மராத்திய நண்பர்கள் அவருடன் இருந்தனர். தானா, ஏஸா, பாஜி பஸால்கர். ஷோனாஜிதபீர், தாதாஜி கொண்டதேவ் என்கிற இரண்டு ஆலோசகர்களும் அவருக்குத் துணை நின்றனர். அவர்களோடு பால்கரும் இருந்தார். மோரோஜி பிங்ளேயும் அப்போதுதான் அவர்களோடு வந்து இணைந்து கொண்டார். மிகப் பழைமையான முரம்ப்காட் மலைக்கோட்டை ஒன்றுதான் அப்போது அவருடைய சுவாதீனத்தில் இருந்தது.

புனேயில் இருந்து தென்மேற்காக ஆறுகாத தொலைவில் இருந்த தோரணாக் கோட்டையைத் தம்முடையதாக்கிக் கொள்ள விரும்பினார் அவர். அந்தக் கோட்டை நீரா ஆற்றங்கரையில் ஒரு செங்குத்தான குன்றின்மீது அமைந்திருந்தது. அதைக் கைப்பற்றுவதற்காக ஆழ்ந்த ஆலோசனைகளை நடத்தினார். ஏஸா, தானா, பாஜி பஸால்கர் இவர்களுடன் புறப்பட்டார். தோரணாவை நோக்கிக் குதிரைகளை வேகப் பாய்ச்சலில் அவர்கள் ஓடவிட்டனர். குன்றின் உச்சிக்குச் செல்வதில் சிரமம் இருந்தது. எனவே, நடந்து சென்றனர். அவர்கள் நேர்த்தியான பட்டாடைகளை உடுத்தி, முத்துக்கள் பதித்த தலைப்பாகைகளைத் தரித்திருந்தனர். நரைத்த மீசையுடன் அறுபது வயதில் இருந்த பாஜி, பார்ப்பதற்கு ஆதில் ஷாஹியின் இராணுவ அதிகாரிகள்போல் இருந்தார்.

அவர்கள் ஆதில்ஷாஹி அதிகாரிகள்போல் பாவனை செய்து கொண்டு, கோட்டையைப் பராமரித்து வந்த ஒரு முஸ்லீம் முதியவருக்கு நூறு ரூபாய்களும், பத்துப் பொற்காசுகளும் கொடுத்து, அவரை அங்கிருந்து வெளியேற்றினர். கோட்டை சிதிலமடைந் திருந்தது. அதன் சுற்றுப்புற மதில்கள் ஆங்காங்கே விழுந்து கிடந்தன. குடியிருப்புப் பகுதிகளில் ஈரக்கசிவு இருந்தது. மரக் கட்டமைப்புகளில் கரையான் அரிப்பு. சுற்றுக்கட்டுப்பகுதியில் களைச் செடிகள் மட்டுமீறி வளர்ந்திருந்தன. தானியக் களஞ்சியம் வெற்றாக இருந்தது. கூரைகளில் இருந்து வௌவால்கள் தலை கீழாய்த் தொங்கின. தோரணா கோட்டையைப் பழுதுபார்க்க உத்தரவிட்டபோது அங்கே ஒரு அற்புதம் நிகழ்ந்தது.

நிலத்தைத் தோண்டுகிறவர்கள், விழுந்துகிடந்த ஒரு தூபிக்குக் கீழே, புதைந்து கிடந்த ஒரு பெட்டியைக் கண்டனர். அந்தப் பெட்டி நிறைய பழைமையான தங்கக் காசுகள். அதைக்கொண்டு தோரணாக் கோட்டையையும், தற்போது ராஜ்காட் என்ற அழைக்கப்படுகிற முரம்ப்காட் கோட்டையையும் அவர் புதுப்பித்தார். காப்பரண்கள் சீரமைக்கப்பட்டு அவற்றின் மீது புதிதாய்ப் பீரங்கிகளும் நிறுவப் பட்டன. கோட்டைப் பாதுகாப்புக் காவலர்கள் நியமிக்கப்பட்டனர். மலையடிவாரப் பாதுகாப்புப் பொறுப்பு பழங்குடியினர் வசம் ஒப்படைக்கப்பட்டது.

சீக்கிரமே அந்தச் செய்தி முகம்மது ஆதில்ஷாவின் செவி களுக்கு எட்டியது.

தாதாஜி மூப்பின் காரணமாய் மிகவும் நலிந்து மரணப் படுக்கையில் இருந்தார். சிவாஜி அவரைக் காணச் சென்றிருந்தார், அதுவே அவர்களுடைய கடைசிச் சந்திப்பாகி விட்டது. ‘நான்

என்ன சொல்லட்டும். நான் உங்களுடைய தந்தைக்கு ஊழியன், உங்கள் தந்தையோ அரசரிடம் பணியாற்றுகிறவர். நீங்கள் அரசருக்கு விசுவாசமாய் இருக்கவேண்டும். இந்த மண்ணின் மைந்தர்களாகிய விவசாயிகளின் நலனில் அக்கறை காட்டவேண்டும். நிலத்தின் அளவையும், நீர்வரத்தையும், அவர்கள் விளைவிப்பதையும் கணக்கில் கொண்டு வரிவிதியுங்கள். பருவகால மாற்றங்கள், மழை, மனிதத் தவறுகள் இவற்றையும் கருத்தில் கொள்ளவேண்டும். நிலங்களை நிலையான மதிப்பீடு செய்துவிடக் கூடாது. இது காளிமாதாவின் பூமி' தம் கடைசி அறிவுரையைக் கூறிவிட்டுக் கண்ணை மூடிவிட்டார் தாதாஜி.

அடுத்த அதிர்ச்சியும் உடனே அவருக்குக் காத்திருந்தது. அவரை வெளியேற்றுவதற்காக முகம்மது – ஆதில்ஷா ஒரு படையை அனுப்பியிருந்தார். புரந்தர் என்ற இடத்தில் தாம் நிகழ்த்திய முதல் போரை அவரால் ஒருபோதும் மறக்க முடியாது. ஆதில்ஷாஹி படை தோற்றோடியது, மூஸ்கான் கொல்லப்பட்டான். சிவாஜி தரப்பிலும் இழப்பு இருந்தது, ஆதில்ஷாஹி படையுடன் மோதியதில் பாஜிபஸால்கர் கொல்லப்பட்டார்.

இனி வரப்போவது இரண்டாவது போர். இதில் வெற்றி பெறப் போகிறவர் யார்? தோல்வியடையப் போகிறவர் யார்?

இறைவன் விடுக்கும் செய்தியைப் புரிந்துகொள்ள முயல்பவராய் ஆகாயத்தை ஆராய்ந்து கொண்டிருந்தார் சிவாஜி. அவர் சாயியைச் சந்திக்கப் போவதை எண்ணி நடுங்கினார், ஒருவேளை அதுவே கடைசி முறையாகவும் இருக்கக்கூடும். நாளை ஜாவலிப் பள்ளத்தாக்கிற்கு அவர் போய்விடுவார். படிக்கட்டுகளில் இறங்கிக் கீழே சென்றபோது எல்லையற்ற வருத்தத்தில் அவருடைய மன உறுதி தகர்ந்துவிட்டது.

தாருணி அரண்மனையில், சாயியின் அறையை அவர் அடைந்தபொழுது, அது இருளில் மூழ்கியிருந்தது. மரணத்தை எதிர்நோக்கியிருக்கும் ஒருவரைப்போல் அவள் படுக்கையில் கிடந்தாள். அவருடைய காலடியோசை கேட்டுக் கண் திறந்தாள். அவளை நெருங்கியபோது, அவளுடைய கண்கள் வெளிப்படுத்திய ஆழ்ந்த துயரத்தை அவர் கண்டுகொண்டார்.

'இப்போதிருந்து சம்பாஜிக்கு நீங்களே தந்தையும், தாயுமாய் இருந்து அவனைப் பார்த்துக் கொள்ளவேண்டும். கடவுள் உங்களுக்கு நீண்ட ஆயுளைக் கொடுக்கட்டும், வரப்போகிற சுல்தானுக்கெதிரான யுத்தத்தில் வெற்றியுடன் திரும்பி வாருங்கள்' என்று தாழ்ந்த குரலில் சொன்னாள் அவள்.

'நானும் அப்படித்தான் நம்புகிறேன்.'

'வாழ்க்கையில் நம்பிக்கைகள்தாம், மரணம் உள்ளிட்ட எல்லா வற்றுக்கும் எதிராக நம்மைத் தளைப்படுத்துவது. மரணமும் இந்தத் தளைகளுக்குத் தலைவணங்கவே செய்யும்.'

'நீ எப்பொழுதுமே என்னைத் திகைப்பிலாழ்த்தி விடுகிறாய். சொல்லப் போனால், நான் குழப்பத்திற்குள்ளாகி விடுகிறேன்.'

'நீங்கள் எனக்குக் கற்பித்தது தானே இதுவும்' அவள் சோகை யாய்ப் புன்னகைத்தபடி, தொடர்ந்தாள். 'ஆனால் இது ரொம்ப வெளிப்படையானதுதான். நீங்கள் என்னுடைய தெய்வம், என் வாழ்வை இயக்கும் ஆற்றல், என் நெற்றிக் குங்குமத்தின் தலைவன். ஈமச்சடங்கில் என் சடலத்துக்கு நீங்கள்தான் எரியூட்ட வேண்டும் என்று எப்போதுமே நான் விரும்பியிருந்தேன். மரணத்தையும் தங்கள் நம்பிக்கைகளின் கைதியாக்கிவிடுவது பெண்களின் சுபாவம்.'

'உன் நம்பிக்கைகள் ஒருபோதும் பொய்த்துப் போய்விடாது. நீ எதிர்பார்க்கிறவைகளை நான் நிறைவேற்றுவேன்.'

'ஒரு இந்துப் பெண் எதை விரும்புவாளோ, எதை வேண்டிப் பிரார்த்திப்பாளோ அது எனக்கு முன்பே வழங்கப்பட்டுவிட்டது.'

'சாயீ...' அவளை இடைமறித்த சிவாஜிக்குத் தொண்டை இறுகி யது. 'உனக்காக இதுவரையில் நான் என்ன செய்தேன்? உன்னைப் பிரிந்து எங்கோ தொலைவில் அல்லவா அலைந்து கொண்டி ருந்தேன்.'

'அதுவும் உங்கள் வாழ்வின் ஒரு பகுதியாயிற்று' என்றாள் அவள். இதைச் சொல்லும்போது அவளது விழிகளில் கண்ணீர் பளபளத்தது.

திடீரென்று விளக்கின் ஒளி மங்கியது. அவர் நம்பிக்கை இழந்தவராய்ப் பார்வையை வேறு பக்கம் திருப்பினார். இது ஒரு கெட்ட கனவாக இருந்துவிடக் கூடாதா என்று எண்ணிக் கொண் டார்.

'நாம் எப்போதுமே நம் சக்திக்கு அப்பாற்பட்ட விசயங்களையும் நம் கட்டுப்பாட்டில் வைக்க முயல்கிறோம். நம் கைக்கெட்டக் கூடியவைகளைப் போகவிடுகிறோம்.'

'நீ சொல்வதன் பொருள் என்ன?'

'என் சாவையும், உங்கள் வாழ்வையும் பற்றித்தான் சொல் கிறேன். உங்களை ஒரு கலகக்காரராகப் புறக்கணிக்காமல் உங்களுக் கெதிராகப் பெரும்படையை அவர்கள் அனுப்பியிருப்பது இதுதான் முதல்முறை. இப்போதுதான் உங்களைச் சரியான எதிரியாக

அவர்கள் கருதியிருக்கிறார்கள். இது உங்களுடைய வலிமை பெருகி யிருப்பதற்குக் கிடைத்திருக்கும் நற்சான்று. நான் போவதற்குள் இது நடந்திருப்பது எனக்கு மகிழ்ச்சியைத் தருகிறது.'

'சம்பாஜி பற்றி...?'

'அவனுக்குத்தான் நீங்கள் இருக்கிறீர்களே.' அவளுடைய சொற்கள் ஓரளவே கேட்கும்படியாய் இருந்தது.

காய்ச்சலிலும், பலவீனத்திலும் நடுங்கிக் கொண்டிருந்த அவளு டைய உடலைத் தம் நெஞ்சோடு சேர்த்தணைத்தார் அவர்.

'நமக்குக் கல்யாணம் நடந்தபோது நாம் சிறுவர்களாக இருந் தோம். நாம் சேர்ந்தே வளர்ந்தோம். உங்களுடைய திட்டங்க ளெல்லாம் ஆரம்பத்தில் என்னை ஆச்சரியப்பட வைத்தது. நம்மு டைய தந்தையர்கள் அரசரிடம் பணியாற்றினர். உங்கள் தந்தையின் எசமானருக்குக் கடமையாற்றவே நீங்கள் பிறந்தீர்கள். ஆனால், ஒரு புதிய பாதையை உங்களுக்கென நீங்கள் அமைத்துக் கொண்டீர்கள். உங்கள் சுயராஜ்யத்தின் எல்லைகளை முன்பே நீங்கள் வரையறை செய்துவிட்டீர்கள்' அவள் மென்னயத்தோடு சொன்னாலும் அதில் பெருமிதம் தொனித்தது.

தம்முடைய இறந்து கொண்டிருக்கும் மனைவியை அவர் குனிந்து நோக்கினார். தம் கைகளுக்குள் அவளுடைய கைகளை வைத்துக் கொண்டு, அவர்களது திருமணமாகி இந்தப் பதினெட்டு ஆண்டுகளில் முதல்முறையாய், 'நான் உன்னை நேசிக்கிறேன், சாயி. உன்னை நான் வெகுவாய் நேசிக்கிறேன்' என்று உறுதிபடத் தெளி வாய்த் தெரிவித்தார்.

சற்றும் எதிர்பாராத விதமாய் அந்த அறை சாயியின் சிரிப்பால் நிரம்பித் ததும்பியது. 'இதுபோல் காதல் உணர்வை உங்களால் வெளிப்படுத்த முடியும் என்று நான் ஒருபோதும் நம்பியதில்லை.'

திடீரெனத் தோன்றி சுரீர் எனக் குத்தும் குறும்பை அவளு டைய கண்களில் பார்த்தார் அவர். அவளுடன் சேர்ந்து அவரும் சிரித்தபடி, அவளுடைய கரத்தைத் தன் இதயத்துக்குச் சமீபமாய்ச் சேர்த்துக் கொண்டார்.

சிறிது நேரத்துக்குப் பிறகு, தம் தாயாரைக் காணச் சென்றார் அவர். ஜீஜாபாய் தம்முடைய பூஜை அறையில் இருந்தார்.

'மா சாஹிபா!' அவர் மென்மையான குரலில் அழைக்கவும், அன்னையார் உடனே திரும்பி நோக்கினார். இத்தனை நாளும் தன் மகனின் வருகைக்காக அந்தத் தாய் காத்திருந்தார். சிவாஜி அவருடைய பாதத்தைத் தொட்டபின், அவருக்கருகில் அமர்ந்து

கொண்டார். தாய் கேட்டார், 'சண்டை நிறுத்தத்திற்கான சாத்தியம் இல்லை என்று நீ நம்புகிறாயா?'

'இல்லை மா சாஹிப். இப்போது விருப்பத் தேர்வாக எதுவும் இல்லை' என்ற சிவாஜி, துல்ஜாப்பூர் பவானி தேவியைத் தமது கண்களால் ஒற்றி, தமக்குள் உறையும்படிச் செய்தார். பீஜப்பூர் அரசின் மேற்கெல்லையில் இருக்கிறது துல்ஜாப்பூர் நகரம். அங்குள்ள மலைக்கோயிலில் இருக்கும் தேவியின் அசலான வடிவத்தின் நகல்தான் இவர்களுடைய பூஜையறையில் உள்ள பிரதிமை.

பார்வதி தேவியின் அழிக்கும் சக்தியே பவானி தேவி அவதாரம். சக்தி பீடம் என்ற அறியப்படுவது. தேவி தன்னுடைய எட்டுக் கைகளிலும் எட்டு ஆயுதங்களைத் தரித்திருக்கிறாள். அவளுடைய கண்கள் பேரச்சத்தை உண்டுபண்ணும் அளவிற்குப் பயங்கரமானவை. அவை, அவருடைய இரப்புணர்வின் புற அடுக்குகளை ஒவ்வொன்றாய் நீக்கிக்கொண்டு, அவரது ஆன்மாவைத் தாக்குவது போல் காணப்பட்டன. அவருடைய ஐயப்பாடுகளை, நிச்சயமற்ற தன்மைகளை முற்றாக நசுக்கிப் போட்ட அந்தப் பார்வை எளிதில் புரிந்துகொள்ளத்தக்கதாய் இருந்தது.

அத்தியாயம் பதினான்கு

1

அங்கொன்றும், இங்கொன்றுமாய்ச் சில மேகங்கள் அலைந்து கொண்டிருந்தபோதும், ‘பிரதாப்காட்’டின் வானம் தெளிவாக இருந்தது. கோட்டையின் முன் தள்ளிக் கொண்டிருக்கும் பெரிய முகப்புப் பகுதிகளும், சுற்றுச்சுவருமாய்ப் பலமான அந்தக் கட்டமைப்பு, பழங்குடித் தலைவன் ஒருவன் தன் தலையில் சூடிய இரும்புக் கிரீடம்போல் காட்சியளித்தது. பேருருபடைத்த அந்தக் கோட்டையின் விரிவாக்கம் அவனது நீண்ட, தசைமுறுக்குடைய கைகளைப் போல் காணப்பட்டது. கோட்டைக்குக் கீழே அடர்ந்த காடுகளுடன் கூடிய பள்ளத்தாக்கு இருந்தது. கோட்டையின் மேற்பகுதியில் ஈட்டி ஏந்திய காவலர்கள் இரண்டு அரைவட்ட அமைப்பாக இருந்து கோட்டையைப் பாதுகாத்தனர். பேஷ்வா மோரோஜி பிங்ளே காவலர்கள் மீது பார்வையைச் செலுத்தி உறுதிப்படுத்திக் கொண்டார். திருப்தியுற்றவராய், பெரிய அவைக் கூடத்துக்குத் திரும்பிச் சென்றார். அந்தக் கூடம் கற்களால் கட்டப்பட்டு, தாங்கி நிற்க பல கற்றூண்களைக் கொண்டது. சில பணியாட்கள் மூலைக்கு மூலை உயரமான பித்தளை விளக்குகளைக் கொண்டு வைப்பதில் முனைந்திருந்தனர். கூடத்தின் இடது பக்கத்தில் சாய்வுப் பகுதியில்லாத, நீளக் குறைவான இருக்கையொன்று போடப்பட்டிருந்தது. பக்கத்தில் மேற்கு நோக்கிய பெரிய சன்னல் இருந்தது. திறந்த சன்னலைப் பார்த்தாற்போல் எழுத்தருக்கான சிறிய சாய்வுமேசை ஒன்றும் இருந்தது.

முதலில் சோனோஜி தபீரும் அவருடைய மகன் திரியம்பக் தபீரும் அடுத்து அன்னாஜி தத்தோவும் வந்தனர். அதன் பிறகு புதிதாய் நியமிக்கப்பட்ட செயலரும், எழுத்தருமான பாலாஜி ஆவ்ஜி வந்தார். முன்பு, கடலில் இருந்து காப்பாற்றப்பட்டாரே அவரே தான். கையில் நோட்டுப் புத்தகம், மசிப்புட்டி, இறகுப் பேனா சகிதம் அவர் உள்ளே நுழைந்தார். அவர்களுடைய சிவாஜி அரசரால்,

ஜாவலிக்கு அவர்கள் அழைக்கப்பட்டிருந்தனர். எதற்காக என்பது அவர்களுக்குத் தெரியும். புதிதாய்க் கட்டப்பட்ட கோட்டை அவர்களுடைய முகத்தில் மலர்ச்சியை ஏற்படுத்தியிருந்தது. நிலைமேடைகளில் எழுப்பப்பட்டிருந்த பிரம்மாண்டத் தூண்களும், பளபளப்பான மர உத்திரங்களும், கண்ணாடியினாலான கொத்து விளக்குகளும், தரைவிரிப்புகளும், சவுகரியமாய் அமர்ந்து கொள்ள உதவும் நீளத் திண்டுகளும் அவர்களை வியப்பிலாழ்த்தின.

அந்த அறை அங்கே கூடியிருந்தவர்களின் அச்சம் கலந்த முணு முணுப்பால் நிரம்பியிருந்தது. ஆதில்ஷாஹி அரசுப் பணியில் இருந்து விலகி தற்போது மராத்திய இராணுவத்தில் இடம்பெற்றி ருக்கும் இப்ராஹிம்கான், ஸர்னோபட் பால்கர், காலாட்படைத் தலைவர்களான தானாஜி, ஏஸாஜி ஆகியோர் வந்திருந்தனர். சிவாஜியின் வருகையை அறிவிக்க முரசுகள் ஒலித்தன. அவர் நீண்ட தப்படி வைத்து நடந்து, மேடையில் ஏறினார்.

'எல்லாரும் அமருங்கள்' மராத்தியத் தலைவர் கூறினார். அவர்கள் கீழ்ப்படிந்தனர். எந்த நிலையில் அமர்ந்திருந்தாலும் எல்லாருடைய கண்களும் சிவாஜி மீதே நிலைத்திருந்தன. அங்கே சிந்தித்துக் கவனம் செலுத்த வேண்டிய முக்கிய விசயம் ஆதில் ஷாஹி படைத் தலைவருடனும், அவருடைய படையினருடனும் நிகழவிருந்த சண்டை பற்றியதுதான். அவர்கள் அழிக்கப்படலாம், அவர்களுடைய குடும்பத்தினர் கொல்லப்படலாம் அல்லது அவர் களைக் கடத்திச் சென்று அடிமைகளாக்குகிற அபாயம் அதில் இருந்தது. அப்ஸல்கானின் பலத்தையும் கருணையற்ற சுபாவத்தை யும் பற்றிச் சொல்லப்படும் கதைகளை அவர்கள் கேட்டிருக் கிறார்கள், அதனால் அவர்கள் அச்சத்தில் உறைந்திருந்தார்கள்.

தம்முடைய ஆட்கள் சமாதானத்தை வலியுறுத்துவார்கள் என்பது சிவாஜிக்கு உள்ளூரத் தெரிந்தேயிருந்தது.

தம்முடைய முகத்தில் அச்சத்தின் அடையாளம் சிறிதேனும் தெரிகிறதா என்று அவர்கள் ஆராய்ந்து கொண்டிருப்பதையும் அவர்களுடைய பார்வையிலேயே அவர் உணர்ந்திருந்தார்.

'போர் நமது வாயிற் கதவருகே வந்துவிட்டது. இந்தக் கோட்டை யில் இருந்து முப்பது காதம் வடகிழக்காக உள்ள பாரமதிக்கு எதிரி வந்தாயிற்று. நம்முடைய சொந்த மண்ணில் அப்ஸல்கான் முன்பே கால் வைத்தாயிற்று. கொடூரமான அவருடைய படையால் நம்மு டைய நிலப்பகுதி சீக்கிரமே போர்க்களமாகிவிடும். பூமி இரத்தத்தால் நனைந்து போகும், அங்கங்கள் எங்கும் சிதறிக்கிடக்கும். பாரமதியில் ஒருவாரம் தங்கியிருந்தபின் அவர் புனேயை நோக்கி அணிவகுத்து வரப்போவதாய்த் தகவல் கிடைத்திருக்கிறது. அது நடந்துவிட்டால்

அவருடைய பேரளவிலான குதிரைப்படை நம்முடைய ஜாகீரை அழித்துவிடும். அவரது வில்லாளிகள் நிலங்களில் வேலை செய்யும் விவசாயிகள் மீது அம்புவிட்டு துன்புறுத்தத் தொடங்கியிருக் கிறார்கள்.

தபீர் சட்டென்று குறுக்கிட்டு, 'ஆனால் நாமோ எதையும் செய்யாமல் இருக்கிறோம்' என்றார்.

'நான் என்ன செய்யவேண்டும் என்று நீங்கள் எதிர் பார்க்கி றீர்கள்? வெளிப்படையாக அவரை எதிர்க்கவேண்டும் என்றா? சரி யாகச் சொன்னால் அப்ஸல் எதிர்பார்ப்பதும் அதைத்தான்' என்று ஏளனச் சிரிப்புடன் கேட்டார் சிவாஜி.

பிங்ளேக்கு அருகில் நின்றிருந்த பால்கர், 'முன்பே சில காரியங் களைச் செய்தாயிற்று' என்று தெளிவான குரலில் சொன்னார். 'நம்முடைய கோட்டைகள் அனைத்திலும் பலத்த காவல் போட்டி ருக்கிறோம். அங்கெல்லாம் நமது வீரர்கள் ஆயத்த நிலையில் இருக் கிறார்கள். நம்முடைய உளவுப் பிரிவும் நன்கு செயல்படுகிறது. பகீர்ஜி நாயக்கும் அவருடைய ஆட்களும் ஆதில்ஷாஹி தளபதியின் படையில் இரகசியமாய் ஊடுருவியிருக்கிறார்கள்.'

சிவாஜி இசைவாகத் தலையசைத்தார். 'கடந்த சில மாதங் களாகவே பால்கர் செயலில் இறங்கியிருக்கிறார். கோண்டுவானா, புரந்தர், தோரணா, லோஹகாட் மலைக் கோட்டைகளுக்குப் போய் வருகிறார்.

கோட்டைத் தலைவர்களிடம் களஞ்சியங்களில் போதிய அளவு தானியங்களையும், உப்பு, எண்ணெய் இவற்றுடன் மருந்துப் பொருட்களையும் கொண்டு நிரப்புமாறு பணி விபரக் குறிப்புகள் அளித்திருக்கிறார். கனரகத் துப்பாக்கிகள், ஆயுதங்கள், வெடிமருந்து களின் தரம் இவற்றை ஆராய்ந்து கொண்டதோடு, ஆயுதக் கிடங்களின் இருப்பு நிலைகளையும் சோதித்து அறிந்திருக்கிறார். வனப்பகுதிகள் விழிப்புடன் காக்கப்படுகின்றனவா என்பதையும் அடிக்கடி மலைப்பகுதியில் உள்ளவர்களைச் சந்தித்து உறுதிப்படுத்தி யிருக்கிறார். கோட்டையை நோக்கி வரும் காட்டுவழிகள் கண்காணிப்பில் உள்ளன.

கல்யாண் நகர் கோட்டைப் பகுதிகளில் இருந்து நமது மேற் கத்திய எல்லைகளைச் சுபேதார் அபாஜி சொந்தேவ் பாதுகாத்து வருகிறார். புரந்தர் கோட்டையில் இருந்து நமது கிழக்கெல்லைகளை முரார்பாஜியும், சகான் கோட்டையில் இருந்த வடக்கெல்லையை பிராங்கோஜி நர்ஸலாவும் பாதுகாக்கின்றனர்' என்று உண்மை நிலையை உறுதிபடக் கூறி, கூடியிருந்தவர்களுக்கு நம்பிக்கை யூட்டினார் பால்கர்.

'அப்படியானால் நாம் போருக்குத் தயாராகிறோமா? அமைதி ஒப்பந்தத்துக்கு வழி இல்லையா?' பிங்ளே கவலையுடன் கேட்டார்.

தம்முடைய பேஷ்வாவைக் கூர்ந்து நோக்கிய சிவாஜி உரத்த குரலில், தெளிவாகக் கூறினார். 'அப்ஸல் கானுடன் அமைதி ஒப்பந்தமா? ஸிராவை ஆண்ட கஸ்தூரி ரங்கன் அப்ஸல்கானிடம் சரணடையச் சென்றபோது என்ன நடந்தது என்று உங்களுக்குத் தெரியாதா? கூடுதல் படையை அப்ஸல் அனுப்பி வைப்பார் என்று நம்பிக் களத்தில் போராடிக் கொண்டிருந்த என் சகோதரனுக்கு என்னவாயிற்று? ஆதில்ஷாஹியின் விசுவாசமிக்க படைத் தளபதி கான் முகம்மதுவிற்கு என்ன கதி ஏற்பட்டது? அவர்கள் எல்லாருமே கொடூரமாகவும், தந்திரமாகவும் கொல்லப்பட்டார்கள்.'

'அப்படியென்றால் போர் மட்டுமே தேர்வாக இருக்கும், இல்லையா?' தபீர் கேட்டார். அவருடைய முகத்தில் கவலைக்குறி. 'இப்போது அரசுக்கெதிராக நாம் வாளை உயர்த்தினால், பிறகு ஆதில்ஷாஹி எவ்வகையான அமைதி ஒப்பந்தத்துக்கும் இடமளிக்காது.'

சிவாஜி கணப்பொழுது கண்களை மூடியிருந்துவிட்டு, உறுதி படச் சொன்னார், 'எதிர்கால நிகழ்வுகளை ஊகித்தறிய முயன்றால் குழப்பமே மிஞ்சும். அப்ஸல்கான் வேண்டுவது அமைதி ஒப்பந்தத்தையா அல்லது என்னுடைய தலையையா என்பதை நாம் கண்டறிய வேண்டும். ஆனால் அதைச் செய்து கொண்டே, போரை எதிர்கொள்ளவும் நாம் தயாராக இருக்கவேண்டும்.'

பால்கர் மேற்கொண்டு பேசினார், 'நம்முடைய முதல் வேலை நமக்குச் சாதகமான போர்க்களத்தை நாம் தேர்ந்தெடுத்துக் கொள்வது. சமயத்தில் ஆபத்தை உண்டு பண்ணுகிற இடமாக மாறிவிடக்கூடும். மக்கள் கொல்லப்படுவது, வீடுகள் எரிக்கப்படுவது, விளைநிலங்கள் எரிக்கப்படுவது என்று வன்முறைகளுக்குக் குறைவிருக்காது.'

'நீர் என்ன சொல்கிறீர்?' பிங்ளே அதிர்ச்சியுடன் பால்கரை உறுத்து நோக்கினார்.

'நான் அதை விளக்குகிறேன்' சிவாஜி இடைமறித்தார். நம்முடைய ஜாகீரில் கரும்பு, முத்துச்சோளம், பயறு, கொள் போன்றவை பலன் தரும் நிலைக்கு வளர்ந்திருக்கின்றன. அப்ஸல் புனேயை நோக்கிப் படை நடத்தினால் விவசாயிகள் கொல்லப் படுவார்கள், அவர்களுடைய வயல்கள் நாசமடையும். அதுமட்டுமல்ல அவர்களுடைய ஒழுங்குணர்வு, வாழ்வாதாரம், குடும்பங்கள், கால்நடைகள் இவை எல்லாமே போர் விலங்குகளின் காலடியில் மிதித்துத்

மேதா தேஷ்முக் பாஸ்கரன் ❖ 259

துவைக்கப்பட்டுவிடும். புனேயைச் சுற்றியுள்ள இடங்களில் கான் பிரவேசிக்காதபடி நாம் தடுத்தாக வேண்டும்.

'நாம் விரும்பித் தேர்ந்து கொள்ள ஏதும் உண்டா?' தபீர் கேட்டார்.

அவர்களுடைய விவாதத்தின் அடிப்படைக் கருத்தை – சாரத்தை, சிறிய மேசையின் பின்னால் அமர்ந்திருந்த பாலாஜி ஆவ்ஜி எழுத்தில் கொண்டுவர முயன்றார். சிவாஜி கொஞ்சநேரம் பேசாமல் இருந்துவிட்டுச் சொன்னார் 'அது நம்மால் முடியும்' என்று.

தபீர் நிச்சயமற்றவராய்ப் புன்னகைத்தார்.

சிவாஜி சொன்னார், 'அப்ஸல் கான் புனேக்குச் செல்கிற திட்டத்தை ரத்து செய்துவிட்டு, தம்முடைய குதிரைப் படையைத் தம் சொந்த மாகாணமான வேய் மாகாணத்துக்கு திருப்பிக்கொண்டு போவதும் நடக்கலாம்தானே.

நான் இங்கிருப்பது அவருக்கு நன்றாகவே தெரியும். அந்தச் செய்தியை உறுதிப்படுத்திக் கொள்வதற்காகச் சில வேவுகாரர்களை அவர் அனுப்பியிருந்தார். அவர்களுக்கு வழிகாட்டுவதுபோல் நடித்து, பாகிர்ஜியின் ஆட்கள் அவர்களை இங்கே கொண்டு வந்து விட்டார்கள். அந்த வேவுகாரர்கள் மலையடிவாரத்தில் என்னைப் பார்த்தனர். சரியாகச் சொன்னால் அவர்கள் என்னை வந்து காண ஏற்பாடு செய்யப்பட்டது.'

தபீர் மகிழ்ச்சியை வெளிப்படுத்துவதுபோல் தலையாட்டினார். அப்ஸல், தம்முடைய நிபந்தனைகளின்படி ஒரு ஒப்பந்தத்தைப் போட விரும்பினால், தம்முடைய வலிமையை வெளிக்காட்டும் விதத்தில் முதலில் நிலப்பகுதிகளை நாசம் பண்ணுவார். ஆனால், சிவாஜி அரசரின் தலைதான் தனக்கு தேவையென எண்ணியிருந்தால் 'வேய்' பகுதிக்கு மிகச் சமீபமாய் உள்ள ஜாவலியை நோக்கிப் படையுடன் வருவார்.

'அப்படி நிகழ வாய்ப்பில்லை, ஏன் அப்படி என்ற பகுப்பு செய்வதானால், நாம் பிரத்தியட்ச நிலைக்கு அப்பால் நம்முடைய சிந்தனையைச் செலுத்த வேண்டியிருக்கும்' என்றார் சிவாஜி. 'நம்மைவிட முகலாயர்கள்தாம் ஆதில்ஷாஹிக்குப் பெரிய அச்சுறுத்தலாக இருக்கிறார்கள். ஔரங்கசீப் தம்முடைய சகோதரர்களுக்கு எதிராகக் காரண காரியத் தொடர்புடைய ஒரு போரை நடத்திக் கொண்டிருக்கிறார். இந்தச் சமயத்தில் முகலாயர்களிடம் தாங்கள் இழந்த கோட்டைகளையும், நிலங்களையும் மீட்கும் முயற்சியைத் தான் ஆதில்ஷா மேற்கொண்டிருக்க வேண்டும். அதற்குப் பதிலாக,

தம்முடைய படையை நம்மீது அவர் ஏவியிருக்கிறார். இதில் இருந்து என்ன தெரிகிறது?'

பால்கர் பதிலளித்தார், 'ஒரு ஒழுங்கமைக்கப்பட்ட முறையில் நிகழ்ச்சிகள் வரிசையாய் நடப்பது தெரிகிறது. அலி ஆதில்ஷா ஔரங்கசீப்புடனான பழைய சமாதான ஒப்பந்தத்தைப் புதுப்பித்திருக்கிறார். பேரரசுக்கு அவர் கப்பம் கட்டும் நிலை உறுதிப்படுத்தப்பட்டிருக்கிறது. ஔரங்கசீப் நம் மீது பெருஞ்சீற்றத்துடன் இருப்பது தெரிந்ததே. அவருடைய நிலப்பகுதியில் நாம் சூறையாடியிருக்கிறோம்.

நம்முடைய கிராமங்களைப் பாழ் பண்ணும்படியும், கொஞ்சமும் இரக்கமின்றி மக்களைக் கொல்லும்படியும் அவர் உத்தரவு பிறப்பித்திருக்கிறார். ஆனால், வாரிசுப்போர் காரணமாய் அவருடைய கவனம் வடக்கே திரும்பிவிட்டது. எனவே, அரசர் சிவாஜி பிரச்சனையைக் கையாளும்படி அவர் ஆதில்ஷாஹிக்கு உத்தரவு பிறப்பித்திருக்கலாம். அவர்களுக்குள் போடப்பட்டிருக்கும் ஒப்பந்தத்தில் நம்முடைய அரசரை வெளியேற்றுவது ஒரு கட்டளை விதியாய் இடம்பெற்றிருக்கக் கூடும்.'

சிவாஜி மென்மையாகச் சொன்னார், 'ஔரங்கசீப் தமக்கென்று வாழ்க்கையில் ஒரு திட்டத்தை நியமித்துக் கொண்டிருப்பவர். அவருடைய கனவு என்னவென்பதை உண்மையில் நான் அறிவேன். பிற சமயத்தைச் சேர்ந்த ஒருவரின் எழுச்சியை அவர் ஏற்கமாட்டார். 'சிவாஜி கொல்லப்பட வேண்டும், இல்லாவிடில் நடப்பதே வேறு' என்று அலியை அவர் எச்சரித்திருப்பார்.'

'நான் ஒன்றைக் கூறவா?' இப்ராகிம் கான் அனுமதி வேண்டினார், அவருடைய அழகிய முகத்தில் உள்ளார்ந்த அக்கறையும், கவலையும் தெரிந்தது. அவர் ஆப்கானிஸ்தானத்தில் இருந்து வந்திருந்த ஒரு ஷியா முஸ்லீம். முன்பு ஆதில்ஷாஹி இராணுவத்தில் குதிரைப்படைப் பிரிவுத் தலைவராக இருந்தவர். அவர் அவையில் நடக்கும் பல இரகசிய ஆலோசனைகளைக் கவனித்திருக்கிறார். கல்யாண் நகர் அரசவையில் சிவாஜி எப்படி ஒரு பெண் கைதியை மரியாதையுடன் நடத்தினார் என்பதை அவர் அறிவார். அந்த நிகழ்வின்போது அதே அவையில் அவரும் இருந்திருக்கிறார். அப்போதே ஆதில்ஷாவின் படையில் இருந்து விலகி கண்ணியம் மிக்க மராத்திய தலைவரிடம் வந்துசேர அவர் தீர்மானித்து விட்டார். தம்முடன் ஐநூறு குதிரைவீரர்களையும் அவர் அழைத்து வந்தார். 'அவர்கள் சமய ஒழுக்கம் தொடர்பான மனப்போக்கைக் கொண்டிருந்தால் தன்னை அறிந்து இறைவனை அறிந்த – ஔலியாக்களாகவும், எல்லாத் தேவைகளுக்கும் இறைவனை

எதிர்பார்க்கிற ஃபக்கீர்களாகவும் இருந்திருப்பார்கள். ஆனால் அரசியலில் சக்தி வாய்ந்தவர்கள், அதிகாரத்தைக் கைப்பற்ற மதத்தை ஒரு கருவியாகப் பயன்படுத்துகின்றனர். பேரரசரின் இராணுவத்தில் பழைமையான நம்பிக்கை கொண்டவர்களை ஔரங்கசீப் தம்முடைய சொந்த சகோதரர் தாராஷிகோவிற்காகத் தூண்டிவிட்டது அப்படித்தானே.'

அவர் தாராவை 'முரண்சமயக் கோட்பாட்டாளர்' என்று அழைத்தார். 'சீக்கியர்களும், இராஜபுத்ரர்களும், புரந்தலர்களும் மராத்தியர்களும் இன்ன பிறரும் பேரரசுக்கு எதிரான காஃபிர்கள் என்றே அவர் முத்திரையிட்டார். ஆபத்தான முன்னோடி என்று தாம் கருதுகிற ஒருவரை அழிக்க விரும்பினார் அவர். தம்முடைய நோக்கத்தை ஆதில்ஷா மூலம் நிறைவேற்றிக் கொள்ளத் திட்டமிட்டார். தம் அரசின் மீது முகலாயர்கள் இனித் தாக்குதல் நடத்தாமல் இருப்பதற்காக, பேரரசரைத் திருப்திப்படுத்தும் முயற்சியில் இறங்கியிருக்கிறார் ஆதில்ஷா' என்று இப்ராகிம் கான் தெரிவித்தார்.

இப்ராகிமை முழுமையாய் நம்புவதில் இன்னமும் சிலருக்கு இடர்ப்பாடு இருந்தது. அவர்கள் அவரை உற்று நோக்கினர். அரசர் சிவாஜியோ புன்னகைத்தபடி சொன்னார், 'இப்ராகிம் சொல்வது உண்மைதான். ஒன்று என்னைக் கைது செய்யவேண்டும் அல்லது கொல்லவேண்டும். அதுவே ஔரங்கசீப்பின் விருப்பம். அந்த விருப்பமே ஆதில்ஷாஹி அரசர்க்கான ஆணை.'

'அப்ஸல் இன்னும் ஒரு வாரத்தில் வேய் மாகாணத்தைச் சென்றடைவார். பருவ மழைக்காலம் நமக்குச் சாதகமாய் உள்ளது. வேய் பகுதியில் இருந்து ஜாவலிப் பகுதிக்குள் நுழைவது எந்தப் படைக்கும் சாத்தியமல்ல. பருவ மழைக்காலங்களில் இந்தப் பள்ளத்தாக்கே மோசமான சூழ்நிலையை உருவாக்கிவிடும். ஆறுகளில் வெள்ளமெடுக்கும், மண் சரிவு ஏற்பட்டு மலைப் பாதைகள் தடைபட்டுவிடும். இது எதிரிகளைச் சிக்க வைக்கும் ஆபத்தான பொறியாக மாறிவிட்டிருக்கும்' என்றார் பால்கர்.

'ஆக, இந்தப் பள்ளத்தாக்கு நமக்குச் சாதகமான போர்க்களமாயிருக்கும்' என்றார் சிவாஜி.

பால்கர், பலகையில் தொங்கவிடப்பட்டிருந்த வரைபடத்தின் பக்கம் சென்றார். அவருடைய ஆள்காட்டிவிரல் ஒரு நீள் தடத்தை உருவாக்கிக் கொண்டிருந்தது. 'இந்தக் கோட்டையில் இருந்து ஆறு மைல் தொலைவில் இருக்கிறது வேய் பகுதி. ஆனால் அங்கிருந்து மலைகளையும், பள்ளத்தாக்குகளையும் கடந்து இங்கே வர பன்னிரண்டு மைல் பயணம் செய்தாக வேண்டும். மகாபலேஸ்வரின்

மேடான சமதளப்பகுதியை எச்சரிக்கையாக ஏறிக் கடந்து, ரதட்டோண்டி காட்டின் மோசமான சரிவுகளில் இறங்கி வந்தாக வேண்டும். 'ரதட்டோண்டி' என்றாலே 'அழுமூஞ்சி' என்று பொருள். இந்தப் பாதை மலைவாசிகளையே அழவைத்துவிடும்.'

தபீர் தம்முடைய கருத்தைச் சொன்னார்,

'அப்ஸல் கானுக்கு ராஜா சிவாஜி தேவையென்றால் அவர் வேய் பகுதிக்கு வருவார். பெரும் இடர்ப்பாடு நிலைகளில் பயணம் செய்து, நாம் தேர்வு செய்யும் களத்துக்கு எது அவரை வரத் தூண்டும்? அந்தப் பள்ளத்தாக்கு பற்றி நன்றாகவே அவருக்குத் தெரிந்திருக்கும். கடந்த பத்து வருசங்களாய் வேய் மாகாணத்து சுபேதாராய் இருப்பவர் அவர். வேய் பகுதியில் தம்முடைய இரகசிய இருப்பிடத்தில் தாம் ராஜா சிவாஜியைச் சந்திப்பதாக அவர் வற்புறுத்தலாமல்லவா?'

'ஆமாம். அவர் அப்படிச் செய்யத்தான் விரும்புவார். ஆனால், நாம் அவரை ஜாவலிக்கு வரும்படி அழைப்போம்' சிவாஜி அக்கறையற்றவராய்ச் சொன்னார்.

சிவாஜி கணப்பொழுதிற்குக் கண்களை மூடியிருந்தார். பின்பு பேசினார், 'அலி ஆதில்ஷா ரொம்பவும் இளையவர், அவர் நிதி நிர்வாகத்தில் தேர்ந்தவராயிருந்தாலும், போர்த்திறனற்றவர். அப்ஸல்கான் பீஜப்பூரை விட்டுப் புறப்பட்டு பல மாதங்களாகி விட்டன. அவர் இவ்வளவு நாளும் இலட்சக்கணக்கில் பணத்தைச் செலவிட்டிருப்பார். நாம் அவரை ஜாவலிக்கு அழைக்கும்போது மழைக்காலத்துக்கு முந்தைய மூன்று மாதங்களை அவர் வீணடித்திருப்பார். தம்முடைய முதலீட்டுக்கான ஆதாயத்தைப் பெறுவதில் அரசர் பொறுமையை இழந்துவிட்டிருப்பார்.'

'அப்ஸல்கான் நம்முடைய பொறியில் வந்து சிக்கிக் கொள்வதற்கு, அவருடைய ஆலோசகர்கள் விட்டுவிடுவார்களா?' தபீர், தம்முடைய ஐயப்பாட்டைத் தெரிவித்தார்.

இப்ராகிம் அதற்கு மறுமொழி கூறினார், 'அப்ஸல்கான் தன் முனைப்புக் கொண்டவர். பிறருடைய கருத்துகளையோ, உணர்வுகளையே அவர் பொருட்படுத்த மாட்டார். யாரும் அவருக்கு அறிவுரை சொல்வதில்லை. அப்படிச் சொல்ல முற்படுகிறவர்களை அவர் கேலிப் பொருளாக்கி விடுவார்'

'நம்மிடம் எத்தனை பேர் இருக்கிறார்கள், இன்னும் எத்தனை பேர் தேவைப்படுவார்கள்?' ஏஸாஜி தயக்கத்துடன் கேட்டார்.

'அது எண்ணிக்கை பற்றியதல்ல, அவர்கள் எப்படிப்பட்டவர்கள் என்பதுதான். அதனால்தான் நீங்கள் அனைவரும் உங்கள்

படைகளில் உள்ள மலைவாசிகளையும், பாறைகளில் ஏறக்கூடியவர் களையும் கூட்டி வரவேண்டும் என்கிறோம். இன்னும் இரண்டு வாரங்களில் நிறைய பேரை நீங்கள் திரட்டிக் கொண்டு வாருங்கள்' பால்கர் அதிகார முறையில் கூறினார்.

'மரம் வெட்டுகிறவர்களையும், தானிய வணிகர்களையும், கசாப்புக்காரர்களையும், சமையற்காரர்களையும் பக்கத்தில் உள்ள கிராமங்களில் இருந்து அழைத்து வரவேண்டும். நாம் ஆயிரக்கணக் கான விருந்தாளிகளை உபசரிக்கப் போவதாய்த் தோன்ற வேண்டும், தளபதியின் படைக்கு விறகு, தானிய வகைகள், இறைச்சி, உணவுத் தயாரிப்பில் பயன்படுத்தும் நறுமண மூட்டிகள், ஒயின் உட்பட எல்லாவற்றையும் நாம் வழங்க வேண்டும். வெற்றிக்கான வழிமுறைகளில் எதையுமே விட்டுவிடக் கூடாது' சிவாஜி மெள்ளத் தம்முடைய திட்டத்தை வெளிப்படுத்தினார்.

'நீங்கள் என்ன அவருடைய படைக்கு சாப்பாடு போடத் திட்ட மிட்டிருக்கிறீர்களா?' அவநம்பிக்கையுடன் கேட்டார் அண்ணாதத்தோ. அவர் அறிவிக்கைச் செய்யும் நிலோஜி சொந்தேவ் பண விசயத்தில் கெடுபிடியான அதிகாரி. வருடாந்திரக் கணக்குகளை அவர் முடித்து அரசு செலுத்த வேண்டிய நிலுவைத் தொகைகளை ரொக்கமாகவோ, வரிவசூல் தொகை கணக்கிட்ட தாள் மூலமோ செலுத்தியாக வேண்டும். இந்தத் திடீர்ச் செலவுக்கு பெரும் தொகை தேவைப் படும். அதற்கு இவர்தான் பொறுப்பாளி.'

'படைக்கு மட்டுமல்ல, அவருடைய யானைகள், குதிரைகள், ஒட்டகங்களுக்கும் சேர்த்துத்தான்.'

'இது மிகவும் செலவு பிடிக்கிற சூதாட்டம்' அண்ணாதத்தோ கவலைப்பட்டார். இதற்கெல்லாம் பல்லாயிரக்கணக்கில் ஏன் இலட்சங்களிலும் பணம் தேவைப்படும் என்பதை அவர் அறிவார்.'

ஸோனோஜி எதிர்மறை எள்ளல் குறிப்புடன் கேட்டார், 'நீங்கள் அவர்களுக்கு பணியாட்களையும், பணிப்பெண்களையும், அவர்களு டைய வாட்களைக் கூர்மைப்படுத்த கருமார்களையும் கூட வழங்கு வதற்குத் திட்டம் வைத்திருப்பீர்கள் போல் தெரிகிறது?'

'ஆம், அதே திட்டந்தான். நாம் போரில் வென்றால் அண்ணாஜியின் நிதி இருப்பில் பற்றாக்குறை இருக்காது. போரில் கைப்பற்றப்படும் பொருட்கள் நம்முடைய செலவுத் தொகையை ஈடுகட்டிவிடும்' சிவாஜி கூறிய வார்த்தைகள் அண்ணாஜியிடம் எந்த விளைவையும் ஏற்படுத்தியதாய்த் தெரியவில்லை. 'அண்ணாஜி, இந்தக் கோட்டையைக் கட்டியபொழுது பெருந்தொகை செல வாயிற்று. அதுபற்றிக் கேள்விகள் எழவே செய்தது. கோட்டை

தொலைதூரத்தில் ஒதுக்கமாக இருப்பது, எளிதில் எவரும் புக முடியாமை, ஆபத்து நிறைந்த பள்ளத்தாக்கில் அமைந்திருப்பது, பகைவர்களின் படைகள் இங்கே வரத்துணியாது என்று பல பிரச்சனைகள் பெரிதுபடுத்தப்பட்டன. ஒன்றை நினைவில் வையுங்கள், இந்தப் போரில் நாம் வெற்றி பெற இந்தக் கோட்டை காரணமாய் இருக்குமென்றால், நாம் இதனை அமைத்ததன் நோக்கம் நிறைவேறிவிட்டது எனலாம். இராணுவ முதலீடுகள் ஒன்றும் சூதாட்டமல்ல. வெற்றிக்கும் தோல்விக்கும் இடையே உள்ள மெல்லிய கோட்டை அவைதாம் உருவாக்குகின்றன.'

'அப்ஸலுடன் சந்திப்பு, கலந்துரையாடல் இவற்றுக்கு ஏற்பாடு செய்யப்போகிற திறமைசாலி யார்?'

தபீரின் ஆர்வம் தூண்டிவிடப்பட்டது.

சிவாஜி கரவொலி செய்துகொண்டு சொன்னார், 'நான் ஒருவரை மனதில் எண்ணியிருக்கிறேன்.'

இரண்டு காவலர்கள் ஒருவரை அழைத்துக் கொண்டு உள்ளே நுழைந்தனர். 'இந்த நடவடிக்கையில் நாம் ஈடுபடுத்தப் போகிற நபர் கோபிநாத் போகில். அவர் அப்ஸல்கானைக் கலந்து பேசி இங்கே ஜாவலிக்கு அவரை அழைத்து வந்துவிடுவார். தாக்க வருபவர்கள் தங்களைத் தற்காத்துக் கொள்கிற நிலைக்கும், தற்காத்துக்கொள்ள வேண்டியவர்கள் தாக்குகிற நிலைக்கும் தள்ளப்படுகிற கட்டாயம் ஏற்படும்.' ராஜா சிவாஜி இவ்வாறு அறிவிக்கவும் அவருக்கு முன்பாய் அமர்ந்திருந்தவர்கள் நம்ப இயலாதவர்களாய் கண்ணி மைத்தனர்.

கோபிநாத் பலவீனத் தோற்றமுடைய ஒரு முதிய பிராமணர். அவரிடம் அந்தப் பணி ஒப்படைக்கப்பட்டது.

2

தில்லியின் வடமேற்கு புறநகர்ப் பகுதியில் உள்ள ஷாலிமார் தோட்டம் சமீபத்திய மழையில் முற்றிலும் ஈரமாகியிருந்தது. குளங்களும், ஏரிகளும் தூய்மையான நீரால் நிரம்பியிருந்தன. நீர்ப் பரப்பின் பெரும்பகுதி தாமரைப் பூக்களிலும், இலைகளிலும் மறைந்து கிடந்தது. கால்வாய்களுக்கு மேலான வளைவுகளை சாமந்தி வகைப்பூக்கள் அலங்கரித்தன. வெண்ணிறச் சிறகுகளை யுடைய அன்னப் பறவைகள் சின்னஞ்சிறு பாய்மரப் படகுகளாய் மிதந்து கொண்டிருந்தன. பழமர நிழல்களில் பேரளவிலான மயில்கள் நடம் பயின்றன. 'ஷீன்மஹல்' பக்கமாய் அமைந்த மனைத்

தொகுதிகளில் ஔரங்கசீப்பின் தனிமுறை விருந்தாளிகளின் கூட்ட நெரிசல். சீருடை அணிந்த பணியாளர்கள் அவர்களுக்கு சர்பத் வகைகளையும் அவர்கள் புகைப்பதற்காக ஹுக்காக்களையும் தயார் பண்ணிக் கொண்டிருந்தனர்.

முரசுகள், கஞ்சிராக்கள், ஊதுகொம்புகள் இவற்றின் பேரொலி களுடன் ஊர்வலம் தொடங்கியது. மரங்கள் வரிசை கட்டி நிற்கும் அகன்ற சாலையில் மக்களின் கூட்டம். தங்கமுலாம் பூசிய சங்கிலி கள், மணிகள் கொண்டு அலங்கரிக்கப்பட்ட யானைகள் தோட்டத் தின் தென்புற வாயிலில் இருந்து ஷீன் மஹல் வரை கூட்டமாய் நிறுத்தி வைக்கப்பட்டிருந்தன. அங்குசம் ஏந்திய யானைப் பாகர்கள் செம்பட்டு அங்கிகள், தலைப்பாகைகள் அணிந்திருந்தனர். மற்ற யானைகளில் இருந்தவர்கள் முகலாயப் பேரரசுச் சின்னங்களைத் தாங்கியிருந்தனர். அந்தச் சின்னங்களில் சூரியன், உயர்த்திய கை, நியாயத் தராசு, மீன், புலித்தலை, குதிரைத்தலை பொறிக்கப்பட்டி ருந்தன. அவர்களுக்குப் பின்னால் குதிரை வீரர்கள் வெள்ளியினா லான தண்டாயுதங்களைத் தங்கள் கைகளில் பிடித்திருந்தனர். அவர்களைத் தொடர்ந்து சீருடையணிந்த காலாட் படையினர், துப்பாக்கிப் படைப் பிரிவினர், வேவுப் படையினர் வந்தனர். அவர்களையடுத்து, பட்டுடுத்தி, குல்லாய் அணிந்த பெருங்குடி மக்கள் கருத்தூன்றிய முறையில் நடந்து வந்தனர். கடைசியாய் வந்த பெரிய, அணிமணிகளால் அலங்கரிக்கப்பட்ட யானையின் அம் பாரியில், அன்று முடிசூடவிருந்த ஔரங்கசீப் அமர்ந்திருந்தார். தங்களின் புதிய அரசரைக் காண்பதற்காக மக்கள் முண்டியடித் தனர்.

ஆனால், பேரரசராக இருந்தவரிடம் உண்மையில் மகிழ்ச்சி ததும்பிக் கொண்டிருக்கவில்லை. அவருடைய இதயம் உவகையால் நிரம்பியிருக்கவில்லை, அவரது மனசு முழுக்கக் கவலைகளே இடம் பெற்றிருந்தன.

தாராபாய் பஞ்சாப் சட்லஜ் நதிக்கரையில் கால்போன போக்கில் போய்க் கொண்டிருந்தார். தோல்வியுற்ற அந்த இளவரசர் ஆக்ராவிற்கு வடமேற்காக முந்நூறு மைல் தொலைவில் இருந்த போலன் கணவாய் வழியாக பெர்ஸியா போயிருக்கவேண்டும். பெர்ஸிய பேரரசர் தாராபாயிடம் நட்புப் பாராட்டியவர், அவர்கள் இணைந்து டில்லியைத் தாக்குவதாகத் திட்டம் இருந்தது. மறுபக்கம் சயீத்களும், முல்லாக்களும், இமாம்களும், ஃபக்கீர்களும் குறிப்பாக மெக்காவைச் சேர்ந்தவர்கள் ஔரங்கசீப்பைப் புதிய பேரரசராக ஏற்கத் தயங்கினர். முந்தைய பேரரசர் இன்னமும் உயிரோடு இருந்ததால் உண்டான தயக்கம். அவர் முன்பே மெக்காவில் உள்ள

சையது மீர் இப்ராஹிமிற்கு நாற்பத்தி ஐயாயிரம் தங்க நாணயங்களை அனுப்பி வைத்திருந்தார். தாராபாய்க்கு உதவியாக இருக்கும் தாராள மனப்பான்மையுள்ள முஸ்லீம்களின் உயிர் பறிக்கப்பட்டாக வேண்டும். ஆனால் அதை ஷரீஅத் சட்ட வரம்பிற்குட்பட்ட வகையில் சாமர்த்தியமாய்ச் செய்து முடிக்க வேண்டும்.

தக்காணத்தில் இருந்து வந்துகொண்டிருந்த செய்திகளும் உற்சாகம் அளிப்பதாக இல்லை. ஆதில்ஷாஹி படைத்தலைவர் தம்முடைய குதிரைப் படையுடன் ஜாவலியின் கிழக்கெல்லையில் உள்ள வேய் நகரத்துக்குக் கொண்டு சென்றிருப்பதாய்க் கேள்வி. சிவாஜி பள்ளத்தாக்கில் உள்ள ஒரு இக்கட்டான இடத்தில் இருப்பதாய்த் தகவல். ஆனால் இன்னமும் சிக்கவில்லை, கொல்லப்படவில்லை.

அரசு யானை, பளபளப்பான மேற்கூரையுடன் கூடிய பெரிய மைதானத்தின் முன்பாய் நின்றது. அந்த இடம் பூ வேலைப்பாட்டுடன் கூடிய வெல்வெட்டாலும், வண்ண வண்ணச் சித்திரத் துணிகளாலும் அலங்கரிக்கப்பட்டிருந்தது. ஐரோப்பிய தடுப்புத் திரைகளும், சீனம் துருக்கி நாடுகளில் இருந்து தருவிக்கப்பட்ட தங்கச் சரிகைகளும் வியப்பை அதிகரித்தன. அவர் யானை மீதிருந்து இறங்கியதும், எல்லாரும் மண்டியிட்டனர், சிலர் நெடுஞ்சாண் கிடையாக விழுந்து வணங்கினர். அவர் அரங்கினுள் நுழைந்ததும் அங்கே நிசப்தம் நிலவியது, எவரும் வாயைத் திறக்கவே அஞ்சினர். அவர்கள் மூச்சுவிடவே பயப்படுவதாய்த் தெரிந்தது. சோதிடர்கள் நேரத்தை அறிவித்தனர். ஔரங்கசீப் மேடைப் படிகளில் ஏறிய பொழுது, முடிசூட்டு விழாப் பந்தலின் எல்லா வாயில்களிலும் மக்கள் நெரிசல், அத்தனை வழிகளும் அடைபட்டன. சமயப் பெரியோர்களின் திருமறை வாசகங்களால் உண்டான தெய்வீக உணர்வுக் காற்றில் அதிர்வலைகளை உண்டு பண்ணியது.

ஔரங்கசீப் தம்முடைய செருக்கு நடையைவிட்டு, ஒரு பேரரசரின் நடைக்கு மாறியிருந்தார். திறந்த முற்றத்தில், முடிசூடுவதற்கான பட்டு மெல்லணையுடன் கூடிய ஆசனத்தில் அமர்ந்தபோதும், தம்முடைய தந்தையின் தோரணையோடு அவர் காணப்பட்டார். அவர் தரித்திருந்த தலைப்பாகையில் வைரங்களும், மாணிக்கமும், மரகதப் பச்சையும் ஒளிவிட்டன. சமயம் சார்ந்த உரையின்போது அவருடைய பெயரும், அவர் பெற்ற விருதுகளும் மக்கள் அறியும்படி வெளிப்படையாய் அறிவிக்கப்பட்டன. பதவியில் இருந்து அகற்றப்பட்ட முதிய பேரரசர் இன்னமும் உயிரோடு இருந்த நிலையில் இவருடைய பெயரில் குத்பா ஓதப்படுவதைச் சமய குருமார்கள் பொருட்படுத்தவில்லை. இவருடைய பெயரில் அச்சிடப்பட்ட

நாணயங்கள் அங்கே காத்திருந்த கூட்டத்தின் மீது வீசப்பட்டது. பகதூர், ஆலம்கீர் (உலகத்தை வென்றவர்) பாதுஷா, காஸி போன்ற அவருடைய விருதுகள் உரத்த குரலில் அறிவிக்கப்பட்டன. இறுதி அறிவிப்பு ஒரு கவிதைபோல் இருந்தது:

'புதிதாய் அச்சிடப்பட்ட நாணயங்களில்
பொறிக்கப்பட்டிருந்தது அவருடைய பெயர்
அவை நிலவொளிக் கற்றையாய் ஒளிவிட்டன
அகிலத்தை வெற்றிகொண்ட ஔரங்கசீப்
இரவு பகல் நண்பகல் என்று
எப்போதும் இங்கே பிரகாசித்திருப்பார்.'

3

உடைந்த கண்ணாடியில் தன்னை உற்றுப்பார்த்த தாராஷிகோ தன்னிரக்கத்தில் நடுக்கம் கொண்டார். தன்னுடைய பிம்பத்தைக் காணவே அவருக்கு வெறுப்பாக இருந்தது. கண்களைச் சுற்றிக் கருவளையங்கள் கட்டுப்பாடற்ற தாடி என்று ஒரு நோயாளி தோற்றத்தில் இருந்தார் அவர். அவருடைய முன் பற்கள் விழுந்து விட்டிருந்தன. தலை நிறைய வெளுப்பு. அழுக்கேறிய தலைப்பாகை.

தடூர் ஒரு பாழிடம், ஆப்கன் எல்லைக்குப் பக்கமாய்ப் போலன் கணவாயில் இருந்து மூன்று காத தொலைவில் அது இருந்தது. அவருடைய இருப்பிடமான ஆக்ராவில் இருந்து பலநூறு காதம். அவருடைய மனைவி செத்துப் போனாள். நாதிரா பேகம் தன் வாழ்வின் கடைசி நாளில் மூச்சுவிடவே சிரமப்பட்டாள். அவருடைய தோளில் தலை சாய்த்தபடி தண்ணீர் கேட்டாள், கிடைக்கவில்லை. அவருடைய மகன்களான சுலைமான், ஸிஃபிர் இவர்களின் தாய், பேரரசிக்கான தகுதியில் இருந்தவள். அந்தப் பிரதேசத்தின் தீயாய்ச் சுட்டெரிக்கும் வெப்பத்தில் பறவைகள் வானில் இருந்து செத்து விழுந்தன. அவருடைய மென்மையான மனைவியும் அப்படித்தான் மடிந்து போனாள்.

அவருடைய குடும்பத்துக்கு என்ன ஆயிற்று? அவர் வாழ விரும்பிய வாழ்க்கையல்ல இது. அவருடைய மாளிகைகள், பூவனங்கள், ஓய்வுக்கூடங்கள், சொகுசான அறைத் தொகுதிகள், அவருடைய தேவைகளைக் கவனிக்கிற அடிமைகளின் பரிவாரம், விலைமிக்க ஆடைகள் கொண்ட நிலைப்பேழைகள், அரிதினும் அரிதான கையெழுத்துப் படிகள் கொண்ட நூலகம், அவருடைய கருத்துக்

களைக் கேட்பதற்காகக் கூடும் பண்டிதர்களின் கூட்டம், கணக்கிலடங்காத ஆசை நாயகிகள் – அவர்களின் அழகு ஒருவரையொருவர் மிஞ்சுவதாக இருக்கும், அவருடைய காவலர்கள், அவரது குதிரைகள், சடங்குக்குரிய யானைகள், ஆபரணங்கள் நிரம்பிய சேமக் காப்பறைகள், அவருடைய இருபதினாயிரம் குதிரை வீரர்கள், அதே எண்ணிக்கையில் காலாட்படையினர் – அவை எல்லாமும் மறைந்துபோயின ஒருபோதும் இருந்ததில்லை என்பது போன்று.

நினைவுகள் ஒரு குத்துவாளாகி அவருடைய நெஞ்சில் செருகி வேதனை செய்யுமெனில், தம் தந்தையை அவர் எண்ணிப் பார்க்கும் போதெல்லாம் குற்றஉணர்வு அவரை அரித்துத் தின்றுவிடும். ஔரங்கசீப்பை எதிர்த்து நிற்கும் ஆற்றல் இல்லாத நிலையில் அவர் தந்தையை விட்டுப் பிரிய நேர்ந்தது. அவருடைய மகன்களின் எதிர்காலம் நம்பிக்கையூட்டுவதாக இல்லை. சுலைமான் பற்றி அவர் கண்ட கனவு நொறுங்கிப் போனது. தன் இருபதுகளில் இருந்த அந்த இளவரசன், தன்னுடைய படையாட்களுடன் விடுபட்டு வரமுடியாத ஓர் இடத்தில் சிக்கிக் கொண்டான். சுலைமானுடன் இருந்த மிர்ஸா ஜெய்சிங் அவனைக் கைவிட்டு, தில்லிக்கே திரும்பிச் சென்று ஔரங்கசீப்புடன் சேர்ந்துகொண்டது அவருக்குக் கிடைத்த கடைசிச் செய்திகளில் ஒன்று. அவருடைய இரண்டாவது மகன் ஸிஃபிர் மட்டுமாவது அவருடன் இருக்க முடிந்தது. அவன் மற்றொரு அறையில் உறங்கிக் கொண்டிருக்கிறான். இந்தக் கொடிய வெய்யிலில் காய்ச்சல் கண்டு அவனுடைய உடம்பு அனலாய்க் கொதிக்கிறது. அளவற்ற வேதனையில் இருந்த தாரா ஆத்திரத்துடன் தன் தலைப்பாகையை வன்மையாக இழுத்து வீசியெறிந்தார், இயலாமையுடன் படுக்கையில் போய் விழுந்தார்.

தம்மால் முடிந்த அளவு அவர் முயன்று பார்த்துவிட்டார். ஔரங்கசீப்புடனான போரில் தோற்றவர், தில்லியில் இருந்தால் ஆபத்து என்று தெரிந்துகொண்டு, லாகூரை அடைவதற்காகப் பலநூறு காதம் பயணம் செய்தார். தம்முடன் வருபவர்களுக்காகத் தம்மிடம் இருந்த பணத்தை அவர் தாராளமாகச் செலவிட்டார். குறுகிய காலத்தில் இருபதினாயிரம் பேரை அவரால் திரட்ட முடிந்தது. ஆனால் ஔரங்கசீப்பின் கொலைவெறி கொண்ட படை அவரைப் பின்தொடர்ந்தது. ஆறுகளின் வெள்ளப்பெருக்கையும், கடுமையான பருவ மழையையும், சதுப்பு நிலங்களையும் கடந்து அவரைப் பிடிப்பதற்காக அவர்கள் வந்து கொண்டிருந்தனர். அவரால் திரட்டப்பட்ட படையாட்கள் வெட்டிச் சாய்க்கப் பட்டார்கள் அல்லது விலைக்கு வாங்கப்பட்டார்கள். பஞ்சாபில் சட்லஜ் நதியின் உறைகுளிர்நீரில் இறங்கிக் கடந்து, அவரும்

அவருடைய குடும்பமும் ஒளிந்திருக்க நேர்ந்தது. சில காவலர்கள், அலி அடிமைகளோடு ஒரு நாட்பொழுதைத் திறந்தவெளியில் கழிக்கும்படியாயிற்று. உறைவிடமில்லாத மனிதர்களாய் மோசமான நிலையில் உள்ள உடைகளுடன் குளிரில் நடுங்கிக் கிடந்தனர்.

அவருடைய வாழ்விலேயே பேரச்சத்தை உண்டு பண்ணிய நாள் அது. ஔரங்கசீப் முடிசூடும் விழா விரைவில் நிகழவிருக்கும் தகவலை அங்கிருந்த போதுதான் அவர் அறிந்தார். எல்லாமும் முடிந்துவிட்டன. அவர் ஆபத்துக்கு பயந்து ஓடிக் கொண்டிருந்தார். சிந்து மாகாணம், கட்ச் பிரதேசம் என்று போகிற இடத்திலெல்லாம் உணவு, உடை, பணம் என்று கேட்டுப் பெற்றார். ஒரு நேரத்தில் யாரெல்லாம் அவரிடம் அனுகூலம் பெற மண்டியிட்டார்களோ அவர்களிடமெல்லாம் அவர் உதவி கேட்டுப் போய் நின்றார். தம் விதியை எண்ணி அவர் அழுது புலம்பினார். கடைசியாக ஆப்கன் எல்லைக்கு அவர் போய்ச் சேர்ந்தார். அங்கே மாலிக் ஜுவான் என்பவரின் முகாமில் அடைக்கலம் பெற்றார். அந்த ஆப்கன் இனக் குழுத்தலைவன் முன்பொரு சமயம் சிறைப்பிடிக்கப்பட்டு ஆக்ராவில் யானை மிதித்து சாகும்படி தண்டனை விதிக்கப்பட்டவன். தாராஷிகோ தலையிட்டு, தம்முடைய தந்தையின் கோபத்தில் இருந்து அவனைக் காப்பாற்றினார். அவருடைய முயற்சியால் அவன் விடுவிக்கப்பட்டான்.

மாலிக் ஜுவான் சில நாட்களேனும் தமக்குத் தங்குமிடமளித்து, தம்மைக் காப்பாற்றுவான் என்று அவர் நம்பியிருந்தார்.

'மாண்புடையீர், விழித்துக் கொள்ளுங்கள், தயவுசெய்து விழித்துக் கொள்ளுங்கள். நாம் இங்கிருந்து உடனே போயாக வேண்டும்' தம்முடைய மெய்க்காப்பாளன் சொன்னதைக் காதில் வாங்கினார் அவர். மாலிக் ஜுவான் நம்பிக்கை மோசம் செய்து விட்டார்.'

அந்தத் தகவல் அவரை இடிபோல் தாக்கியது. அவர் தலையைக் குலுக்கிக் கொண்டு படுக்கையில் இருந்து குதித்தார். புலியின் தாக்குதலில் காயம்பட்ட மான்போல் அவர் சிறிய இடை வழியை நோக்கி விரைந்தார். எங்கும் காரிருள் பரவியிருந்தது, ஒளிவீசி வழிகாட்ட ஒரு தீப்பந்தம் கூட எரியவில்லை. தம்முடைய மகன் இருந்த அறைக்கு ஓடியவர், அந்தச் சிறுவனைத் தம் கைகளில் வாரியெடுத்தார். ஸிஃபிரின் உடம்பு காய்ச்சலில் அனலாய்க் கொதித்தது.

'மற்றவர்களை அழைத்துக் கொள், குதிரைகளைத் தயார்ப் படுத்து' என்று உத்தரவிட்டவர், மகனைத் தோள்மீது போட்டுக் கொண்டார். தாம் மெய்க்காவலன் பேச்சை நம்பாவிட்டால் அது

ஆபத்து என்று அவருக்குத் தோன்றியது. அதேபோன்று மாலிக் ஜுவானுக்காகக் காத்திருந்து, அவனுடன் மோதுவது தானே தன்னை அபாய நிலைக்கு உட்படுத்திக் கொள்வதாகிவிடும் என்பதையும் அவர் உணர்ந்திருந்தார். அவர் வடக்கே காந்தஹார் மாகாணத்துக்குப் போவதென்று தீர்மானித்து, பிறகு பெர்ஸி யாவிற்குத் தப்பியோடினார். குதிரைகள் போதிய தீவனம் இல்லாது களைத்துச் சோர்ந்தன. அவருடைய குதிரை பொறுமையின்மையை வெளிப்படுத்தும் விதமாய்ச் செறுமியது. ஆனாலும், அவர் கடுமை யாய் உதைத்து அதைப் பாய்ந்தோடச் செய்தார். அவர்கள் வடக்கு நோக்கிச் சென்றனர். பதினைந்து பாதுகாவலர்களும், அலி அடிமை களும் மட்டுமே தங்கள் குதிரைகளில் அவரைப் பின் தொடர்ந்தனர். குதிரை லகானை ஒரு கையில் பிடித்து, மறுகையில் மகனைப் பற்றிக் கொண்டு சவாரி போவது கடினமாக இருந்தது.

வளர்பிறை நிலவொளி வழிகாட்ட, விசுவாசம் மிக்கக் குதிரைகள் விரைந்தோடின. வெப்பக்காற்று தீச்சுவாலைகளை முகத்தில் வீசிய டித்தது. சில மணிநேரங்களில் கிழக்கே விடிவெள்ளி தோன்றியது. வடக்கத்திய அடிவானில் போலன் கணவாய்த் தெரிந்தது. அவர்கள் நிதானமாய்ப் பிரவேசித்தனர். குதிரைகள் சிற்றடி வைத்து விரைந்து நடந்து சோர்ந்தன. கணவாய்ப்பகுதி அகன்று காணப்பட்டாலும் அது ஒரு உலைக்களம் போலிருந்தது. வெப்பக் காற்று அவர்களை வரவேற்றது. அவர்களால் மூச்சுவிட முடியவில்லை. தம்முடைய மகன், உயிரோடு இருக்கிறானா என்பதைச் சோதித்தறிவதற்காக அவனை இறுக்கமாய்ப் பற்றிக் கொண்டார். சில இடங்களில் சுண்ணாம்புப் பாறைகளின் நெருக்கத்தில், பாதை இரண்டு பேர் மட்டுமே போகுமளவிற்குக் குறுகலாக இருந்தது. அவர் அண்ணாந்து நோக்கியபொழுது நட்சத்திரங்கள் காணாமல் போயிருந்தன, நிலவு சோகையாய்க் காணப்பட்டது. சூரியனின் முதற்கிரணங்கள் மெள்ள இரவைப் பகலாக்கிக் கொண்டிருந்தது. அவர் வானிலிருந்து தம்முடைய பார்வையைத் திருப்பி, கண்ணெதிரே படிப்படியாய் வெளிப்பட்ட பாதையில் கவனம் வைத்தார். தொலைவில் சிறு புள்ளிகள் தோன்றி மேலும் கீழுமாய் அசைவதைக் கண்டார். கண் களைச் சுருக்கிக் கொண்டு பார்த்ததில் அவை வேகப் பாய்ச்சலில் வரும் குதிரைகள் என்பது தெரிந்தது. அவை தம்மை நோக்கியே முனைப்புடன் வருவதும் அவருக்குப் புரிந்தது. அவருடைய இரத்தம் உறையத் தொடங்கியது.

எல்லாமே, கண் சிமிட்டும் நேரத்தில் துரிதமாய் நடந்து விட்டது. அவரைத் துரத்தி வந்தவர்களிடம் அவர் பிடிபட்டார், ஸிஃபிர் அவரிடமிருந்து பறித்துக் கொள்ளப்பட்டான். அவருக்கு

விலங்கிட்டு மற்றொரு குதிரையில் அவரை அமர்த்தினர். அவரைச் சிறைப் பிடித்தவன் மிர்ஸா ராஜா ஜெய்சிங்.

நெடுந்தொலைவில் உள்ள தில்லியை நோக்கித் திரும்பிச் செல்கிற அந்தப் பயணம் மிகுந்த துன்பத்தைத் தருவதாய், அவமான கரமாய் இருந்தது. விரைந்து செல்லும் குதிரையின் முதுகில் அவர் பிணைக்கப்பட்டிருந்தார். அவரை ஒரு நாடோடிபோல் கருதி உணவை அவரிடம் வீசியெறிந்தார்கள். கிலா–இ–முபாரக் நீதி மன்றத்தில் அலி அடிமைகள் அவரைக் கொண்டு நிறுத்தியது மட்டுமே அவரது ஞாபகத்தில் இருந்தது. கைகளை அவருடைய முதுகுப்பக்கம் கட்டி, கால்களுக்குக் கனமான விலங்கிட்டிருந் தார்கள். ஸிஃபிர் ஷிகோவும் அதே நிலையில்தான் வைக்கப்பட்டி ருந்தான். தாம் நடந்து செல்லவில்லை, தம் விருப்பத்துக்கு மாறாகத் தம்மை இழுத்துச் சென்றார்கள் என்பது நன்றாக அவருடைய நினைவில் இருந்தது.

அவருடைய குழம்பிக் கிடந்த மனம், ஔரங்கசீப் பிறப்பித் திருந்த ஆணைகளைத் தனக்குள் மீண்டும் ஓடவிட்டுப் பார்த்தது. ‘அவர்களை ஒரு பெண்யானையின் முதுகில் ஏற்றி, எல்லாரும் காணும்படியாய் நகரத்தின் பிரதான வீதிகளில் அணிவகுப்பு நடத்துங்கள். அந்த யானையின் மீது சேற்றையும் புழுதியையும் பூசி அழுக்காக்கி வையுங்கள். அவர்கள் அதற்குத்தான் தகுதியான வர்கள்.’

‘தம்முடைய தந்தை உயிரோடு இருக்கிறாரா, தம் மூத்தமகனுக்கு நேர்ந்திருக்கும் கதியை அவர் அறிவாரா?’ என்று தாராவிற்குள் ஓர் ஐயம் எழுந்தது.

சூரியனின் உக்கிரம் தாங்க முடியாமல் இருந்தது. யானை பக்கமாய் அசைய, தாரா தம் நேசத்துக்குரிய தலைநகரையே உற்று நோக்கியபடி இருந்தார். அவர் அம்பாரியில் அமர்ந்திருக்கவில்லை. ஒரு சிறிய பெண்யானையின் முதுகில் கட்டப்பட்டிருந்தார். அவருக்கு நன்கு பழக்கமான வீதிகள். அச்சத்தில் உறைந்த ஆயிரக் கணக்கான கண்கள் அவரையே கவனித்திருந்தன. அவற்றுள் பலவற்றிலும் வருத்த உணர்வு இருந்தது.

முன்பு மரியாதையோடும், அன்போடும் அவரைப் பார்த்திருந்த மக்கள் இப்போது அச்சம் கலந்த அதிர்ச்சியுடன் பார்க்கும்படி ஆயிற்று. ஏராளமான செல்வங்களுக்கு அதிபதியாய் ஆடம்பர உடைகளும் அணிமணிகளும் தரித்திருந்த, ‘ஷா புலந்த் இக்பால்’ என்று அழைக்கப்பட்ட மூத்த இளவரசர் தாராஷிகோ அல்ல இவர்! கண்களை உயர்த்திப் பார்க்கவே வெறுப்பாக இருந்தது

அவருக்கு. வளைந்த முதுகுடன் ஒரு முதியவனைப்போல் அமர்ந் திருந்தார் அவர். தம் தோள்களை வளைத்து, கைகளைத் தமது மடியில் வைத்திருந்தார். அவருக்குத் தாகமாய் இருந்தது. அவருக்குப் பக்கத்தில் துவண்டு கிடந்தார் ஸிஃபிர். ஆயிரக்கணக்கில் மக்கள் தம்முடைய பெயரை உச்சரித்துக் கொண்டு, வீறிட்டலறுவதைக் கண்டார் அவர்.

மக்கள் தாராபாயின் பெயரை உச்சரிப்பதை, கண்காணிப்புக் கோபுரத்தில் இருந்தபடி ஔரங்கசீப்பும் கேட்கவே செய்தார். அவருக்குள் சீற்றம் பொங்கியது. அவருடைய குடிமக்கள் தாராவை நேசிக்கிறார்கள்!

உள்நாட்டுப் போர் மூளும் அபாயம் இருக்கிறது.

'என்னுடைய ஆலோசகர்கள் எங்கிருந்தாலும் உடனே இங்கு அழைத்து வா' சப்தம் போட்டார் ஔரங்கசீப். தன்னுடைய எசமானர் இதற்கு முன் ஒருபோதும் இப்படி ஆவேசப்பட்ட தில்லை என்பதால் முத்ஆமத் அதிர்ச்சியுற்றான்.

மாலையில் கூட்டம் தொடங்கியது. கொத்துவிளக்குகளிலும், சரவிளக்குச் சட்டங்களிலும் எண்ணெய்விட்டுத் தீபங்கள் ஏற்றப் பட்டன.

ஔரங்கசீப் தம்முடைய மனக்குமுறலை அடக்கிக் கொண்டு, உணர்ச்சிகளைக் கட்டுப்படுத்தி அமைதியாய் அமர்ந்திருந்தார். அவருடைய புதிய மாளிகையின் அழகு சிறிதும் அவருக்கு மகிழ்ச்சி யைத் தரவில்லை. தம்முடைய தந்தையின் மயிலாசனத்தில் அமர்ந்து கொண்டு, தம் சகாக்களின் மீது பார்வையைச் செலுத்தினார் அவர். அவருடைய தாய்மாமன் ஷெயிஸ்டகான், மிர்ஸா ராஜா ஜெய்சிங், மீர்ஜும்லாவின் மகன், முகம்மது ஆமின்கான், அவருடைய விசுவாசியான பகதூர்கான், முன்பு தாராவிடம் விசுவாசமாக இருந்து பிறகு மனதை மாற்றிக் கொண்ட தனிஷ்மந்த் கான், மரபு வழிப்பட்ட நம்பிக்கைகள் கொண்ட ஹக்கீம் தாவூத். இவர்க ளெல்லாம் அவர் முன் சிடுசிடுப்பான முகங்களுடன் நின்றிருந்தனர்.

அவர் பேச்சைத் தொடங்கவில்லை, மவுனத்தை நீடிக்க விட்டார். அவர்கள் மனஅமைதி குலைந்து தங்கள் உணர்ச்சிகளை வெளியே கொட்டட்டும் என்றிருந்தார்.

'அவரைப் பிழைத்துப் போக விடுங்கள்' என்றார் தனிஷ்மந்த் கான்.

ஷெயிஸ்டகான் அமைதியற்றுக் காணப்பட்டார். அவருடைய அன்பிற்குரிய மருமகன் பெரிய தவறைச் செய்துவிட்டார். தாராஷிகோவை மக்களின் ஏளனத்துக்குள்ளாக்க அவர் விரும்பியது

தவறு. தில்லி மாநகரத்து வீதிகள் அருவருப்பான வம்பளப்புகளுக்கு இடமாகிவிட்டது. மக்கள் கோபத்தில் பொங்கிக் கொண்டிருக் கிறார்கள், அவர்களை இப்போது கட்டுப்படுத்துவது முடியாத காரியம். எதுவும் நடக்கலாம். இளவரசர் தாராஷிகோவின் இறப்பே எல்லாவற்றிலும் சிறந்தது. எல்லாருக்கும் நல்லது.

ஷெயிஸ்டகானின் கண்களில் கவலை தெரிந்தது, அவர் கருத்தூன்றியவராய்ச் சொல்லத் தொடங்கினார், 'தீர்மானிப்பதற்கு நாம் யார், முரண் சமயக் கோட்பாட்டாளரை எப்படித் தண்டிக்க வேண்டும் என்பதை ஷரீஅத் நீதிமன்றத்தைச் சேர்ந்த இறைமை யியல் வல்லுநர்களே முடிவு செய்யட்டும்.'

ஹக்கீம் தாவூத் சொன்னார், 'அவரைக் கொல்லுங்கள், வழக்கிடத் தேவையில்லை. அவருடைய மரணத்தை இஸ்லாத்தும், பேரரசும் புகழ்ந்து பேசும்.'

அந்தக் கூட்டத்தில் இடம்பெற்றிருந்த ஒரே இராஜபுத்ரரான மிர்ஸா ஜெய்சிங் துடுக்காகச் சொன்னார், 'பேரரசர்தான் முடிவெடுக்க வேண்டும்.'

ஔரங்கசீப் கண்களை மூடி, செபமாலை மணிகளை உருட்டியபடி இருந்தார். அவரவரும் தங்கள் கருத்துகளை, யோசனை களை முன் வைப்பதில் ஒருவரையொருவர் விஞ்சி அனுகூலம் காண முயன்றனர். தன்னுடைய சகோதரர் எதற்காகச் சாகடிக்கப்படுகிறார் என்பதற்கான காரணங்களைச் சிந்தித்துக் கொண்டிருந்தார். தாரா செத்துப் போகவேண்டும் என்று இளவரசி ரோஷனாரா தகவல் அனுப்பியிருந்தார். இளவரசி பல காரணங்களைக் குறிப்பிட்டிருந் தாலும், மற்ற இளவரசர்கள் வெவ்வேறு இடங்களில் இருந்த நிலையில் மற்றவர்களைவிட தாராவையே மக்கள் அதிகம் தெரிந்து வைத்திருந்தார்கள், அதனால் மக்கள் அவரை ஆதரிக்கிறார்கள் என்பதையே முக்கியமாய் அவர் சுட்டிக் காட்டியிருந்தார். ஆனால் ஔரங்கசீப், தம் மனதில் வேறு சங்கதிகளை வைத்திருந்தார். 'உடம்பின் உட்கூற்றழிவுக்கு ஓர் உறுப்பு காரணமாக இருப்பின் அந்த உறுப்பை அகற்றிவிடுவதே நல்லது.' மக்களின் ஞாபக சக்தி மிகவும் குறைவு. தாராபாய் பேரரசரானால், பழைமை விரும்பிகளான பெருங்குடிமக்கள் தங்களுடைய முக்கியத்துவம் குறைந்துவிடும் என்று அஞ்சவே செய்வார்கள் (தாராவின் பரந்த மனப்பான் மையை வெறுப்பவர்கள் அவர்கள்). அவர் திடீரென்று தம்முடைய ஆசனத்தில் இருந்து எழுந்து, மேடையை விட்டிறங்கினார்.

'என்னுடைய சகோதரரின் வழக்கை நியாயமான முறையில் நடத்துவது நம் கடமை! உரியவர்கள் விசாரணை செய்யட்டும்'

என்று சொல்லிவிட்டுச் சென்றார் அவர். இப்போது அவர் மவுன மாய் நம்பிக்கையோடு காத்திருக்க வேண்டும்.

அடுத்தநாள் காலையில் தம்முடைய வசிப்பிடத்துக்கு அப்பால், வெறுமனே திரையிட்ட அறையொன்றில் வழக்கு விசாரணையை நடத்தச் செய்தார் அவர். அறையின் ஒரு மூலையில் மற்றவர்களின் கவனத்தை ஈர்க்காத இடத்தில் அவர் நின்றுகொண்டார்.

காஸிகளும் (நீதிபதிகளும்) இமாம்களும் (சமயத் தலைவர்கள்) முஃப்திகளும் (மார்க்கமேதைகள்) அங்கே குழுமியிருந்தனர். தாரா விலங்கிடப்பட்ட நிலையில், தம் தந்தையை விடவும் வயதானவரைப் போல் முதுமையான தோற்றத்துடன் நின்றிருந்தார். இளவரசர் தாராஷிகோ எழுதியிருந்த காகிதமொன்றை அவருக்கு முன்னால் சாட்சியாய் நின்றிருந்த ஒருவன் வாசிக்கலானான்.

'வேதாந்தத்தை விளக்கும் இந்தக் கதை எனக்கு விருப்பமானது. அது வெளிப்படையாகவும், எளிமையாகவும் இருக்கிறது. ஒரு மரத்தில் இரண்டு பறவைகள். முதலாவது மேலே உள்ள மரக்கிளை யில் அமர்ந்திருக்கிறது. அது அங்குமிங்கும் தத்திக் குதிக்காமல், முன்னும் பின்னுமாய் அசைந்தாடாமல் இருந்தபோதும் அமைதி யாய் அசைவற்று இருக்கிறது. மற்றொரு பறவையோ அமைதியற்ற தாய்க் கிளைவிட்டு கிளை தாவிக் கொண்டும், இனிப்பு, புளிப்பு பார்த்துப் பழங்களைச் சுவைத்துக் கொண்டிருக்கிறது. ஒரு புளிப் பான பழத்தைத் தின்கிறபோது, அது ஒரு கிளை மேலே தாவுகிறது. கொஞ்சநாளில், மகிழ்ச்சியான பறவை அமர்ந்திருந்த அதே கிளையில் தானும் அமர்ந்திருக்கக் காண்கிறது. அதன் ஆன்மாவில் முதல் தரமான ஒரு உண்மை உதயமாகிறது. இந்த உலகத்தில் இருந்து எதையும் விரும்பாத அந்த முதல் பறவைதான் உண்மையானது என்பதை அது உணர்ந்து கொள்கிறது. அதன் ஆன்மா பரம் பொருளின் ஒரு பகுதி. இந்து சமயத்திலும், சூஃபி மார்க்கத்திலும் இதுபோல் உள்ள அடிப்படை உண்மைகளின் ஒத்தத் தன்மைகளை எனது தன்னடக்கமுள்ள செயல் முயற்சியான ஒருங்கிணையும் கடல்கள் நூலில் விவரித்திருக்கிறேன். 'நீயே பரம்பொருள், பரும்பொருளே நீ' என்பது இதன் உட்பொருள்.

சான்றாளன், தான் வாசித்ததை முடித்துக் கொண்டான். காஜி (நீதிபதி)களின் கருத்து என்னவாக இருக்கும் என்பதை ஔரங்கசீப் அறிந்தேயிருந்தார். அவருடைய சகோதரர் சொந்த சமயக் கோட் பாட்டுக்கு முரணாக இருந்தார் என்பதை உறுதிப்படுத்தும் சான்றாக அவர் வடமொழி (சம்ஸ்கிருதம்) கற்றதையும், இந்துக் களின் புனிதத்தலமான வாரணாசிக்குச் சென்றதையும், பண்டிதர் களிடம் இருந்து கற்றுணர்ந்ததையும் கூறமுடியும்.

மற்றொரு சாட்சி அழைக்கப்பட்டார்.

'நான் ஆண்டுக்கணக்கில் முயன்று, 'ஒருங்கிணையும் கடல்கள்' நூலை எதற்காக எழுதினேன்? இராமர் வசிஷ்ட முனிவரிடம் மெய்ப்பொருள் பற்றி அறிந்ததெல்லாம் 'போகவாசிஷ்டம்' என்னும் நூலில் உள்ளது. அந்த நூலில் எனக்கிருந்த புரிதல் காரணமாகவே எனது நூலை நான் எழுதினேன். இந்த உலகம் மாயையின் வடிவம். மாயை தன்னை அழித்துக்கொண்டு ஞானத்தைத் தருகிறது. மாயையை நீங்கள் அறிந்துகொண்டுவிட்டால் பழுதைப் பாம்பல்ல என்பது உங்களுக்கு விளங்கிவிடும், மாயை மீது கொண்ட கவர்ச்சியும் விலகிவிடும்.'

மூன்றாவது சாட்சி தாராஷிகோவின் கவிதையொன்றை வாசித்தார்.

'இந்தச் சட்ட மேதைகளின் இரைச்சலில் இருந்தும்
இவர்கள் கூறும் முடிவுகளில் இருந்தும்
இவ்வுலகம் விடுபடுவதாக.
இவர்களால் புனிதர்களுமன்றோ
மனவேதனைக்கு உள்ளாகிறார்கள்.'

காஜிகளும், முஃப்திகளும் திகைப்படைவதை ஔரங்கசீப் கவனித்திருந்தார். அவர்கள் எதுவும் செய்வதற்கில்லை என்பது போல் தோள்களை உயர்த்தி, பார்வைகளில் பரிமாறிக் கொண்டார்கள்.

யாரோ ஒருவர் எழுந்து நின்று இறுதித் தீர்ப்பை வாசித்தார்.

'தாராஷிகோ பண்டிதர்களுடன் கொண்டிருந்த தோழமைக் காகத் தண்டிக்கப்படுகிறார். இந்து வேதங்களை அவர் பாரசீக மொழியில் மொழிபெயர்த்ததும் தண்டனைக்குரிய குற்றமே. அவருடைய 'ஒருங்கிணையும் கடல்கள்' நூலுக்காகவும் அவர் தண்டிக்கப்பட வேண்டியவர். அந்நூலில் இரு சமயங்களையும் ஒன்றுபடுத்தி அவர் போதித்திருக்கிறார். அத்துடன் பாரசீக மொழி நூலையும் சம்ஸ்கிருதத்தில் அவர் மொழிபெயர்த்திருக்கிறார். யூதர்களின் இறுதி விருப்ப ஆவணமான 'தால்முத்' நூலைப் படித் திருக்கிறார். இந்தக் குற்றங்களும் தண்டனைக்குரியது.'

'குற்றஞ்சாட்டப்பட்டவர் தம்முடைய சொந்த மதத்தின் பெருமையைச் சிதைத்திருக்கிறார்.' 'காஜிகள்' ஏகமனதாய்த் தீர்ப்பை அறிவித்தனர். முஃப்திகள் மரணதண்டனைக்குப் பரிந்துரைத்தனர். தங்கள் சமயத்தின் பழைமையான நம்பிக்கைகளுக்கும், கோட்பாடு களுக்கும் முரணாக நடந்த குற்றத்துக்காக அவர்கள் மரண தண்டனை விதித்து தீர்ப்பு எழுதினர். அவர் சிரச்சேதம் செய்யப்பட

வேண்டும் என்று தங்கள் தீர்ப்பில் அவர்கள் தெளிவாகக் குறிப்பிட்டனர்.

ஔரங்கசீப் தீர்ப்பு விவாதிக்கப்பட்ட உடனேயே அங்கிருந்து வெளியேறினார். அரச குடும்பத்தைச் சேர்ந்த ஒருவருக்கு வழங்கப்பட்ட மரணதண்டனை என்பதால் உடனே அது நிறைவேற்றப்பட வேண்டும். அவர்கள் தாராவைக் கொண்டு செல்லும்வரை ஓய்வுக் கூடத்தில் அவர் காத்திருந்தார். பக்கத்தில் உள்ள பாதாளச்சிறையில் என்ன நடந்துகொண்டிருக்கும் என்பதை அவர் அறிவார்.

கதவு 'கிறீச்' சென்று ஒலி எழுப்பியது. தாராவின் கக்கத்தில் கைகொடுத்து அடிமைகள் அவரைத் தூக்கி நிறுத்தினர். ஔரங்கசீப்பின் உத்தரவுக்காகச் சில கணப்பொழுது அவர்கள் காத்திருந்தனர். ஔரங்கசீப் அவர்களைக் கடமைப்படுத்தும் விதத்தில் சைகை செய்தார். சிறையின் உள்ளேயிருந்த அறைக்கு அவர்களைப் பின்தொடர்ந்து அவரும் சென்றார். அந்த இருண்ட அறையில் ஒரேயொரு தீப்பந்தம் மட்டும் எரிந்துகொண்டிருந்தது. அடிமைகள் தாராவை மண்டியிடச் செய்து, அவரது கைகளை அவருடைய இடுப்பில் வைத்துக் கொள்ளுமாறு செய்தனர். அவரைப் பிணைத்திருந்த இரும்புச் சங்கிலிகள் வருந்தத்தக்க வகையில் ஒலியெழுப்பின. தங்கள் கைகளில் வாட்களை ஏந்தியபடி தசை முறுக்குடைய அடிமைகள் தாராவைச் சுற்றிச் சூழ்ந்தனர். ஔரங்கசீப் தம்முடைய வலதுகையை உயர்த்தியதும், வாட்கள் வேகமாய் இயங்கின. குற்றவாளியின் தலை தரையில் உருண்டது. பெருமளவில் இரத்தம் பீறிட்டு முன்னால் பாய்ந்தோடியது.

அத்தியாயம் பதினைந்து

1

கிருஷ்ணாஜிக்கு தம்முடைய பேச்சுவார்த்தை நடத்தும் திறன்களில் அதிக நம்பிக்கை இருந்தது. ஆனால், சிவாஜியும் அவருடைய ஆட்களும் ஆபத்தானவர்கள். 'வேய் நகரத்துக்கு வருமாறு சிவாஜிக்கு அழைப்பு விடுத்து, அவரது வருகையை உறுதிப்படுத்திக் கொள்ளுங்கள்' என்று உத்தரவிட்டார் அவருடைய தலைவரான அப்ஸல்கான். பல்லக்குத் தூக்கிகளால் சுமந்து வரப்பட்ட அவருடைய பல்லக்கு மலையடிவாரத்தை அடைந்தது. தம்முடைய கண்களைச் சுருக்கிக்கொண்டு புதிதாய்க் கட்டப்பட்ட 'பிரதாப் காட்'டைப் பார்த்தார் அவர்.

'பார்' கிராமத்தின் குறுகலான தெருக்களைக் கடந்து அவருடைய பல்லக்கு மலை மீது ஏறிக் கொண்டிருந்தது. அந்த மலைப்பாதை வளைந்து, நெளிந்து சென்றது. பல்லக்கு கோட்டையின் பிரதான வாயிலைச் சென்றடைந்தது. மழை, புதிதாய் கட்டப்பட்டிருந்த காவற் சுவரை, கழுவி விட்டிருந்தது. பாறைக் கற்கள் சூரிய ஒளியில் பளபளத்தன. பாதுகாப்பு அரண்களும், கோட்டையின் முன்தள்ளிக் கொண்டிருந்த முகப்புப் பகுதிகளும் அவரை வியப்பில் ஆழ்த்தின. எனினும் கோட்டை சிறியதாய், ஏககாலத்தில் சில நூறுபேர் மட்டுமே தங்கிக் கொள்ளக்கூடியதாய் இருந்தது. அரண்களில் வில்லாளிகள் காவல் இருந்தனர். ஒரு ஜாகீர்தாருக்கு எப்படி இதையெல்லாம் நிர்மாணிக்கும் தகுதி ஏற்பட்டிருக்கும்? ஆதில்ஷாஹி அரசுக்கு எதிரான பெரியதொரு கிளர்ச்சிக்காரரைச் சந்திப்பதற்கு நேரம் வந்திருக்கிறது. வாளேந்திய புறக்காவல் வீரர்கள் அவரைச் சூழ்ந்துகொண்டனர். தமக்காகக் காத்திருக்கும் சிவாஜியை நேர்படக் காண்பதற்குள் பொறுமையை இழந்துவிட்டார் அவர்.

சிவாஜி சாய்வுப்பகுதி இல்லாத நீண்ட இருக்கையில் நிமிர்வாக அமர்ந்திருந்தார். தம் கைகளை மடக்கி, மடியில் வைத்திருந்தார். கோபிநாத் போகில் தம் தலைவருக்குப் பக்கமாய் நின்றிருந்தார்.

நல்ல உயரமும், தசைமுறுக்கும் உடைய அப்ஸலின் காரியஸ்தர் உள்ளே நுழைவதை அவர்கள் கவனித்தனர். பட்டுவேட்டியும், செம்மஞ்சள் நிற மேலங்கியும், பெரிய மீசையுமாக இருந்தார் அவர். புத்தம் புதிய சிவப்புத் தலைப்பாகை பூவேலைப்பாட்டுடன் கூடிய சால்வையைத் தோள்மீது போட்டிருந்தார். அரைக்கச்சையில் அவர் உடைவாள் தரித்திருந்ததையும் சிவாஜி கவனிக்கத் தவறவில்லை.

கிருஷ்ணாஜி, இருவரையும் மதிப்புணர்ச்சியுடன் நோக்கினார். இருக்கையின் பக்கம் நின்றிருந்த பிராமணர் மழித்த தலையுடன் குள்ளமாய்க் காணப்பட்டார். சூதுவாதற்ற முகம். இவர் சிவாஜியின் காரியஸ்தராக இருக்கவேண்டும் என்று அவர் ஊகித்தார், இவரிடம் சிறப்பம்சம் எதுவும் இருப்பதாய்த் தெரியவில்லை என்று எண்ணிக் கொண்டார். ஆனால், இருக்கையில் அமர்ந்திருப்பவர் சாதாரண மனிதரல்ல. சிவாஜியின் பழுப்பு நிறக் கண்கள் குறிப்பிடத்தக்கவை என்று அவர் கேள்விப்பட்டிருந்தார். இந்த மனிதரின் கண்களை ஊடுருவிப் பார்த்து உள்ளோடும் எண்ணங்களையும், சிந்தனைப் போக்கையும் எவரும் புரிந்துகொண்டுவிட முடியாது. முகத்தில் தீவிரத் தன்மை, நெற்றியில் கிடைமட்டமாய்ச் சந்தனக் கீற்றுகள். எதற்கும் பின்வாங்காத நெஞ்சுரம் உள்ளவராய்த் தெரிகிறது. முத்துக்கள் பதித்த தலைப்பாகையும், செம்மஞ்சள் நிற உடையுமாய்க் காட்சியளிக்கிற இந்தப் புரட்சிக்காரர் ஒரு அரசரைப்போல் காணப்படுவதை கிருஷ்ணாஜி தனக்குத்தானே ஒப்புக்கொண்டார்.

சிவாஜியின் கண்களை ஆராயும் நோக்குடன் அவர் கூர்ந்து பார்த்தபோது, தம் முதுகெலும்பினுள் 'சிலீர்' என்று ஒரு நடுக்கம் பரவுவதை உணர்ந்தார். தாம் கலக்கமடைந்திருப்பதாய்த் தோன்றியது அவருக்கு. ஆனாலும் தொண்டையைச் சரிசெய்து கொண்டு சொன்னார், 'அப்ஸல்கான் தங்கள் விசயத்தில் உள்ளார்ந்த அக்கறையும், கவலையும் கொண்டிருக்கிறார்.'

'எனக்குத் தெரியும், நாங்களும் அப்படித்தான். தற்பெருமை சிறிதுமின்றி, தன்னடக்கத்துடன் ஒலித்தக் குரலைக் கேட்டார் அவர். தம்முடன் உரையாடிக் கொண்டிருப்பவரின் பார்வையில் முன்பிருந்த கடுமையோ, அன்பற்ற தன்மையோ தற்போது இருக்க வில்லை என்பது புரிந்தது.'

தாம் மனதில் கருதியதைச் சொல்வதில் ஆர்வமானார் கிருஷ்ணாஜி. இந்த ஆட்சி எதிர்ப்பாளர் தம்முடைய படிநிலை யையும், தாம் இருக்கும் சூழலையும் அறிந்து நடப்பது அவசியம். 'ராஜா சிவாஜி அவர்களே! தம் எல்லைகள் என்ன என்பதை ஒருவர் அறிந்திருப்பது நல்லது. தங்களுக்கு அதை நான் சொல்லியே ஆகவேண்டும். நாமெல்லாம் அவர்களோடு நம்மை ஒப்பிட்டுக் கொள்ள முடியுமா?'

‘அன்பாதரவான அரசர் அலி ஆதில்ஷா நம் ஆகாயத்துச் சூரியன் ஆவார். அந்தச் சூரியனின் ஒளிக்கதிர் போன்றவர் நம் படைத்தலைவர். நாம் தொலைந்துவிட்ட நிழல்கள் – மீட்டெழுச் சிக்குக் காத்திருப்பவர்கள்’ சிவாஜி சற்றே சிரம் தாழ்த்தி கூறினார்.

‘மிக நேர்த்தியான ஒப்பீடு’ இலேசாய் நழுவியிருந்த தமது சால்வையை மேலேற்றிக் கொண்டு ஆமோதித்தார் கிருஷ்ணாஜி.

‘என்றாலும், இரவின் இருண்ட பாதையில் எங்களை வழிநடத்த உதவும் தீப்பந்தமல்லவோ தாங்கள்’ என்று தலையசைப்புடன் சொன்னார் போகில்.

சிவாஜி போன்றவர்கள் எதற்காக கிளர்ச்சிகளில் ஈடுபட்டு காலத்தை வீணடிக்கவேண்டும் என்று வருந்துகிறவர்போல் கிருஷ்ணாஜி சொன்னார், ‘அரசருக்கு எதிராகக் கலகம் செய்து ஆகப்போவது எதுவுமில்லை. நான் உங்களுக்குத் தெரிவிக்க விரும்புவது இதுதான், ‘வேய்’ நகரத்துக்கு வந்து, படைத்தலைவரிடம் தங்களை ஒப்படைப்பு செய்துகொள்ளுங்கள். அரசர் உங்களுக்கு வாரி வழங்கும் வசதிகளைக் கொண்டு வாழ்க்கையை அனுபவி யுங்கள்.’

‘பீஜப்பூர் எங்களை மேன்மைப்படுத்தி, இன்ப உணர்வில் திளைக்கச் செய்யும் என்று உண்மையிலேயே நீங்கள் எண்ணு கிறீர்களா?’ மிகுந்த ஊக்கமுடன் கேட்டார் போகில். ‘நான் எதற்காக இத்தகைய தவறுகளைச் செய்தேன்? அதனால் எனக்கு என்ன கிடைத்தது?’ வருந்திப் புலம்பினார் சிவாஜி.

கிருஷ்ணாஜிக்கு அந்த இளைஞரின் முகத்தைப் பார்க்கையில் இரக்கம் உண்டாயிற்று, அவர் ஆதரவாகச் சொன்னார், ‘நீங்கள் வசதியானவர். ஒரு ஜாகீர்தாரின் மகனாக இருந்துகொண்டு, எதற்காகப் போராட வேண்டும்? அரசரின் அவையில் ஒரு பெருங் குடிமகனாக நீங்கள் மதிக்கப்படுவீர்கள். நம்முடைய வாரிசுரிமைச் சட்டப்படி ஒரு ஜாகீர்தாராகிய உங்களிடம் அதற்கான வழிவகைகள் உள்ளன.’

சிவாஜி கண்களைத் தாழ்த்தி, வருத்தப்படுவதுபோல் முகபாவனை செய்தார். தம் கருத்தை அலங்கரிக்கும் முத்து மாலை யின் இழைக் கம்பிகளைச் சுண்டி ஒலியெழுப்பினார். ‘மனிதர்கள் தவறுகளைச் செய்கிறார்கள். ஒருவர் காலச் சக்கரத்தைப் பின்னோக்கிச் சுழற்றித் தாம் செய்தவற்றை மாற்றிவிடுவதற்கில்லை. நாம் முடிந்த அளவு மறக்கவோ அல்லது மன்னிக்கவோ செய்ய முடியும். ஆனால் உங்களிடம் ஒரு உண்மையை நான் சொல்லியே தீரவேண்டும், நான் ஆதில்ஷாஹியின் சாதாரண ஊழியன்

என்பதை மனமார ஒப்புக் கொள்கிறேன். என்னுடைய தவறுகளுக் காக வருந்தி, கடவுளிடம் மன்னிப்பை வேண்டுகிறேன்.'

ராஜா சிவாஜியின் சொற்களில் உண்மை ஒலித்தது. அப்ஸல் கான் வளையில் இருந்த எலியை ஆத்திரமூட்டி வெளியே கொண்டு வர அநேகத் தந்திரங்களைப் பயன்படுத்திவிட்டார். துல்ஜாப்பூர் பவானிதேவி கோயில் புரோகிதர்களை அச்சுறுத்தினார், அவர் களிடம் இருந்து பெருந்தொகைகளைப் பிடுங்கிக் கொண்டார். புல்டான் ஜாகீர்தாரும், சிவாஜியின் மனைவியுடைய சகோதரனு மான சாயி பாய் சாஹிபை மதம் மாறும்படி கட்டாயப்படுத்தினார். சிவாஜியின் நிலப்பகுதியில் உள்ள விவசாயிகளைக் கொல்வதற்கு வில்லாளிகளை ஏவினார். ஆனால், எவ்விதத்திலும் அப்ஸலால் சிவாஜியைத் தூண்ட முடியவில்லை.

போகில், தம் தொண்டையைக் கனைத்துக் கொண்டு தயக்கத் துடன் பேசினார், 'நாங்கள் மோசமான தவறுகளைச் செய்து விட்டோம். ஆனால், பாழ்பட்டுக் கிடந்த மலைக்கோட்டைகளைப் பழுது நீக்கியதோடு, இந்த ஒன்றைத்தான் புதிதாய் கட்டியிருக்கி றோம். தளபதிக்கு இது தெரிவிக்கப்பட வேண்டும் என்பதே எங்கள் விருப்பம். எங்கள் நிலப்பகுதியில் ஆண்டுக்கு பத்து லட்சம் ரூபாய் வசூலாகிறது. அரசரின் நலன் கருதி அதைத் தந்துவிடுகிறோம். அத் துடன், தளபதிக்கென்று தனிப்பட்ட முறையில் சில அன்பளிப்பு களும் வைத்திருக்கிறோம். இருநூறு அரபுக் குதிரைகள், ஓராயிரம் தங்க நாணயங்கள்.'

கிருஷ்ணாஜி துரிதமாய்ச் சில கணக்குகளை மனதுக்குள் போட்டுப் பார்த்துக்கொண்டார். 'கான்சாகிப் தனிப்பட்ட முறையில் வெகுமதிகளை ஏற்க விரும்ப மாட்டார். சரி, நீங்கள் எப்போது அவரிடம் அவற்றைக் கொடுப்பதாய் இருக்கிறீர்கள்?' சிவாஜியைக் கவனமாய் ஆராய்ந்தபடி, அக்கறையற்றவர்போல் கேட்டார்.

'ஒரு பக்தன் தனது இஷ்ட தெய்வத்தின் திருவடியில் பூக்களைச் சமர்ப்பிப்பதுபோல், நாங்கள் அவரைச் சந்திக்கிறபொழுது அவரிடம் நேரில் அவற்றைக் கொடுப்போம்' என்று தாழ்ந்த குரலில் சொன்னார் சிவாஜி. கனவு காணும் கண்களுடன் அவர் மேலும் சொன்னார், 'கிருஷ்ணாஜி, உங்களுக்குத் தெரியுமா, எங்கள் பாவங் களில் சிலவற்றையேனும் அது துடைத்தெறியக் கூடும். படைப் பெருந்தலைவர் என்றால் எங்களுக்கு ஆதில்ஷாஹி அரசரை விடவும் மேலே. அவர் ஒரு துரானியோ அல்லது ஈரானியரோ அல்ல, நம் சொந்த மண்ணான தக்காணத்துக்காரர். நான் அவரிடம் மண்டியிட ஆவலாக இருக்கிறேன். அவர் நம்மில் ஒருவர்.'

‘அவர் நம் எல்லாரைக் காட்டிலும் மேலானவர்’ என்ற கிருஷ்ணாஜிக்கு, தம் தலைவரைச் சந்திக்க சிவாஜியே விரும்புகிறார் என்பது உள்ளூர மகிழ்ச்சியைத் தந்தது.

‘நம்முடைய அப்ஸல்கான் சாஹிப் சுயமாய் உயர்ந்தவர். அவருடைய தந்தை சுபேதார் போன்ற எந்தவொரு பதவியிலும் இருந்ததில்லை. தளபதி இப்படியொரு உயர்நிலையை அடைந்திருப்பது ஒன்றும் இலேசுப்பட்டக் காரியமல்ல.’

‘நீங்கள் சொல்வது சரிதான். இலட்சக்கணக்கானப் பேர்களின் மத்தியில் நாங்களும் இருக்கிறோம். ஆனால், தளபதியோ இலட்சத்தில் ஒருவர்.’ எங்களுக்கு ஒளிமயமான பாதையைக் காட்டவே உங்களை அவர் தேர்ந்தெடுத்திருக்கிறார். அதிலேயே தெரிகிறது நீங்கள் எவ்வளவு அறிவும், திறமையும், ஆற்றலும் உடையவர் என்பது.

‘நாம் அவருக்கான வெகுமதிகளை எப்படிக் கொண்டு போகப் போகிறோம்?’ போகில் தம் கைகளிரண்டையும் தமது நெஞ்சில் வைத்தபடி கேட்டார்.

சிவாஜி தம் காரியஸ்தர் பக்கம் பார்வையைச் செலுத்தி, காரியப்பாங்குடன் சொன்னார், ‘கோபிநாத்ஜி, நாம் பேசிக் கொண்டதுபோல்தான், நம்முடைய குறிக்கோளை நாம் அறிவோம். தளபதியின் பாதங்களைத் தரிசிப்பதில் நம் பயணம் நிறைவடையும்.’

‘கான் சாஹிப்பைக் காணவேண்டும் என்கிற உங்களுடைய ஆர்வம் எனக்குப் புரிகிறது. உங்கள் கனவை நனவாக்கவே நான் வந்திருக்கிறேன்’ என்றார் கிருஷ்ணாஜி.

‘எங்களுக்காக நீங்கள் வைத்திருக்கும் திட்டம்தான் என்ன? சொல்லுங்கள், கேட்போம்’ போகில் கேட்டார்.

கானின் காரியஸ்தருக்கு அவகாசம் தேவைப்பட்டது. அவர் சுற்றும் முற்றும் பார்த்துக் கொண்டார். அவருடைய கண்கள் தூணுக்குத் தூண் துழாவியது. தம்முடைய பார்வையைச் சிவாஜி பக்கம் திருப்பியவர், மனமார்ந்த வேண்டுகோள் வைப்பதுபோல் சொன்னார், ‘அப்ஸல்கான் சாஹிப் ஒரு காலத்தில் உங்கள் தந்தைக்கு ரொம்பவும் நெருக்கமாக இருந்தவர். அந்தத் தொடர்பைக் காப்பாற்றவே அவர் விரும்புகிறார். மாட்சிமை பொருந்திய அலி ஆதில்ஷாவிடம் உங்கள் பெயரைப் பரிந்துரைத்து, உங்களுக்கு உயர்படிநிலைகளையும், விருதுகளையும் பெற்றுத் தருவதே அவருடைய விருப்பம்.’

‘அது தளபதி அவர்களின் பெருந்தன்மை. அவரிடம் இருந்து எங்களுக்கான செய்தி என்ன?’ சிவாஜி நன்னயப் பாங்குடன் கேட்டார்.

கிருஷ்ணாஜி தம்முடைய அரைக் கச்சையில் இருந்து ஒரு கடிதத்தை எடுத்து கோபிநாத்திடம் கொடுத்தார். ஆழ்கடலின் அரிய முத்துக்களை உள்ளடக்கியிருக்கும் தங்கப்பேழையைத் திறப்பதுபோல், கோபிநாத் கவனமுடன் கடிதத்தைப் பிரித்தார்.

நிதானமாகப் படித்தார் ஃபார்ஸி சொற்கள் கலந்த மராத்தியில் அது எழுதப்பட்டிருந்தது.

'நீர் மரியாதையற்ற முறையில் அடிக்கடி துடுக்குத்தனமாக நடந்துகொள்வது அரசருக்கு மனவேதனையைத் தந்திருக்கிறது. உம்முடைய ஜாகீரில் மட்டுமே மரபு வழியிலான உரிமை உமக்கு உண்டு. ஆனால் நீரோ கோட்டைகளையும் ஜாவலி நிலப்பகுதி களையும் அபகரித்திருக்கிறீர். சந்திராவ் மோரேயை உமது ஆட்கள் மூர்க்கத்தனமாய்க் கொன்றிருக்கிறார்கள். கல்யாண் நகரத்தைச் சேர்ந்த எங்கள் சுபேதாரின் உடைமைகளை நீர் சூறையாடி யிருக்கிறீர். இறைவனையும் இறைதூதர்களையும் விசுவாசிக்கிற 'ஸித்தீக்'கள் உறையும் ஜன்ஜீராவில் தொல்லை கொடுத்திருக்கிறீர். வடகொங்கணத்தை சட்டவிரோதமாய்க் கைப்பற்றியிருக்கிறீர். அந்தப் பிராந்தியத்தில் அமைதி நிலவ வேண்டும் என்பதற்காகவே, சில பகுதிகளை முகலாயர்களுக்குக் கொடுத்திருந்தோம். நீர் அதில் கைவைத்தது பெருந்தவறு. நான் போர் தொடங்கி நடத்துவதற்கு முன்பாய் எல்லாக் கோட்டைகளையும், மாகாணங்களையும் நீர் எம்மிடம் ஒப்படைத்துவிட வேண்டும். அதுவே அலி ஆதில்ஷா அவர்களின் விருப்பமும்.'

அந்தக் கடிதத்தில் அப்ஸல்கானின் உருது மொழியிலான இலச்சினை பொறித்திருந்தது. அதன் பொருள் – 'மத விரோதி களைக் கொல்பவர், சிலைகளை அழிப்பவர்' என்பதாம்.

கடித வாசகம் படித்து முடிக்கப்படும் வரை கிருஷ்ணாஜியின் பார்வை ராஜா சிவாஜி மீதே தங்கியிருந்தது. சிவாஜியின் பழுப்பு நிறக் கண்கள் புயற்காற்றில் அலைப்புண்டு, அணையப் போகிற தீபங்களைப்போல் இருந்தன. முடிவில், வருத்தமுற்றிருந்த புரட்சிக் காரர் வினாக்குறி தேக்கிய பார்வையுடன் கேட்டார், 'நான் என்ன செய்ய வேண்டும்?'

'வேய் நகரத்துக்கு வந்து அப்ஸல்கான் ஸாஹிபைச் சந்திக்க வேண்டும்' கிருஷ்ணாஜி பரிவையும், தாராள மனப்பான்மையையும் வெளிப்படுத்துவதுபோல் கூறினார்.

சிவாஜி, அவருடைய கோரிக்கைக்கு மறுமொழி கூறாது அவரையே உறுத்து நோக்கினார். நீண்ட மவுனத்திற்குப் பிறகு அவர் பேசினார், 'கான் சாகிப் சுபேதாராக இருக்கும் வேய்

மாகாணத்தின் மேற்கெல்லையில்தான் இந்தப் பள்ளத்தாக்கு உள்ளது. சொல்லப் போனால் இந்தப் பள்ளத்தாக்கு, இந்தப் புதிய கோட்டை எல்லாமே படைத்தலைவரின் நிர்வாகத்திற்கு உட்பட்ட ஒரு பகுதி என்பது தெளிவு. அவர் இங்கே உரிமையுடன் வரமுடியும். போர் முன்பே முடிந்துவிட்டது. அவரே வெற்றியாளர், நான் தோற்றவன்.'

கிருஷ்ணாஜி எதுவும் சொல்லவில்லை, சொன்னால் பிற்பாடு வருத்தம் வரக்கூடும். அவர் முன்பாய் உட்கார்ந்திருக்கும் மனிதர் ஆபத்தானவர், அதற்காக அவர் கூறுவதில் உண்மையில்லை என்றாகிவிடாது. வெற்றி பெற்றவர் தாம் வென்ற இடத்துக்கு வருவதுபோல் படைத்தலைவர் வரட்டும் என்கிற கருத்தையே அவருடைய சொற்கள் உள்ளடக்கியிருக்கிறது.

கோபிநாத் நீண்ட பெருமூச்சுடன் சொன்னார், 'அச்சம் தயக்கத்தை உண்டுபண்ணும், தயக்கம் நிச்சயமற்ற தாமதத்தைக் குறிக்கும்.'

கிருஷ்ணாஜி தலையசைத்தார். சிவாஜி தம்முடைய தலைவரை வேய் நகரில் சந்திக்கத் தயங்கினால் அது சூழ்நிலையை மிக மோசமானதாக்கிவிடும். காலம் ஒரு கள்வனைப்போல் நழுவியோடுகிறது. ஓடுகிற ஒவ்வொரு நாளும் பேரளவான நிதியைப் பறித்துச் சென்றுவிடும். முன்பே ஐந்து மாதங்கள் கழிந்துவிட்டன. படீஸாஹிபா பொறுமையிழந்துவிட்டார், உண்மையான பலனை எதிர்பார்க்கிறார்.

'உங்கள் தலைவர் துணிவு மிக்கவர். வல்லமையே எதையும் தீர்மானம் செய்கிறது. தளபதி முடிவெடுப்பார் என்று நான் நம்புகிறேன். ஆனால் இது ஒரு கடிதத்திலேயே தெளிவுபடுத்தக் கூடிய விசயமல்ல, நேருக்கு நேர் விவாதித்தாக வேண்டும்.'

கிருஷ்ணாஜி திடுதிப்பென்று அசவுகர்யமாக உணர்ந்தார், கீற்றாக அச்ச உணர்வு அவருடைய மனதுக்குள் புகுந்தது.

'தளபதியைச் சந்திக்க தயவுசெய்து என்னையும் தங்களோடு அழைத்துச் செல்லவேண்டும்' என்று கேட்டுக் கொண்டார் போகில். தம் கையில் இருந்த வெல்வெட் பையைத் திறந்து கற்கள் பதித்த ஒரு தங்கக் காப்பையும், பத்துத் தங்க நாணயங்களையும் வெளியில் எடுத்தார்.

'இது தங்களுக்கு எளிய முறையிலான ஒரு கவுரவிப்பு'

'இதெல்லாம் எதுக்கு?' கிருஷ்ணாஜி உளறியபடி அந்தத் தங்கக் காப்பை எடுத்துக்கொண்டார். மரகத, மாணிக்கக் கற்கள் வேலைப் பாட்டுடன் பிரகாசித்தன. அதைத் தமது வலது முன்னங்கையில்

வைத்து, இலேசாய் மேலும் கீழும் ஆடவிட்டு அதன் எடையை உணர்ந்தறிய முயன்றார். தங்கக் காசுகளையும் அவர் மறுத்துவிடவில்லை.

'ஒரு அரபுக் குதிரையையும் எங்கள் நல்லெண்ணப் பரிசின் பகுதியாகத் தங்களுக்கு வழங்குகிறோம். கோட்டையின் கீழ்ப்பகுதி முற்றத்தில் அது உங்களுக்காகத் தயாராயிருக்கிறது.' வலியுறுத்தலாய்க் கூறினார் சிவாஜி.

நாம் 'வேய்' நகரத்துக்கு எப்போது புறப்படுகிறோம்?' ஆவலுடன் கேட்டார் போகில்.

'நாளை ஏற்றதாக இருக்கும்' என்றார் கிருஷ்ணாஜி.

'நீங்கள் களைத்துப் போயிருப்பீர்கள், தங்களைத் தங்குமிடத்துக்கு அழைத்துச் செல்கிறேன்.'

போகிலும் கிருஷ்ணாஜியும் அந்தக் கூடத்தைவிட்டு வெளிச் செல்கிறபோது சிவாஜி இப்படிக் கூறலானார் – 'இதயத்தில் அச்சம் இருப்பின் ஒன்று போரிடவோ அல்லது தப்பியோடவோ செய்யலாம். ஆனால், அது என்னுடையதுபோல் குற்ற உணர்வால் நிரம்பியிருப்பின், இழிவு என்னும் விலங்குகள் அதை இறுகப் பிணைத்துவிடும்.'

2

ஜஹானாரா பேகம் வருத்தத்தில் செயலற்றுக் கிடந்தார். இளங்காலைச் சூரிய ஒளியில், செந்நிறக் கற்களாலான ஆக்ரா கோட்டைச் சோகையாய் ஒளிவிட்டது. கோட்டையின் வெளி முற்றம், ஓய்வுக்கூடங்கள், தொழுகைக்குரிய இடங்கள், தோட்டங்கள் என்று எங்குமே ஔரங்கசீப்பின் வீரர்கள் நிரம்பியிருந்தனர். அவருடைய தனிமுறை அடிமை முத்ஆமத் அவர்களுக்குத் தலைமையேற்றிருந்தான். அவன் சுடுவதற்கான உத்தரவு பிறப்பித்துக் கொண்டிருப்பது ஜஹானாராவின் காதில் விழுந்தது.

கோட்டைக்கு உள்ளேயும், வெளியேயும் தாராபாய்க்குச் சொந்தமாயிருந்த மாளிகைகளை அவர்கள் கையப்படுத்துவதாய் அவர் கேள்விப்பட்டார். அவருடைய ஏராளமான செல்வங்கள் பெட்டி பெட்டியாய்த் தில்லிக்குக் கொண்டு போகப்பட்டன.

அரசு அந்தப்புர ஓய்வுக்கூடத்தின் நிலவறைகள் நிசப்தத்தில் இருந்தன. அவருடைய அத்தைகளும் மைத்துனிகளும், உணவுக் கூடத்தில் உணவு பரிமாறும் பணிப்பெண்களும், அடிமைப் பெண்

களும், ஆசைநாயகியரும் துக்கம் கொண்டாடினர். அரசகுடும்பத்துப் பெண்களின் தங்குமிடங்களை இணைக்கும் நிலத்தடிப்பாதைகள் வெறிச்சோடிக் கிடந்தன. ஜஹானாரா அவற்றைக் கடந்து செல்லும் போது, சன்னல்களின் இடைவெளி வழியே பல ஜோடிக் கண்கள் தன்னையே பார்த்திருப்பதாய் அவர் உணர்ந்தார். இங்குள்ள பெண் கள் மட்டுமீறிய சலிப்பில் இருப்பவர்கள், செவி வழித் தகவல்களில் சுவாரசியம் காண்பவர்கள் என்பதை அவர் அறிவார். செத்துப் போன ஒரு விலங்கின் உடலை நார் நாராய்க் கிழித்து, இரத்தக் களரியாக்கும் குள்ளநரிகளைப்போல் இவர்கள் ஒரு துணுக்குச் செய்தி கிடைத்தாலும் அதைத் துளைத்து, குதறி எடுத்துவிடுவார்கள்.

ஜஹானாரா அவர்களுடைய பார்வைகளைப் பொருட் படுத்தாமல் 'அங்கூரிபாக்' தோட்டத்தில் நடந்தார்கள். மிகுந்த பொருட்செலவில் அலங்கரிக்கப்பட்ட தனது மனைத் தொகுதியின் முன்கூடத்தைச் சென்றடைந்தார். அந்தரத்தில் இரண்டு கொத்து விளக்குகள் அசைந்தாடின. அவற்றுள் நூற்றுக்கணக்கான சிறு விளக்குகள் ஒளி வீசிக் கொண்டிருந்தன. அவர் சுவற்றில் தொங்கிய ஒரு ஓவியத்தில் பார்வை பதித்தார். அது அவருடைய தாயின் உருவப்படம். வயதேறிக் கொண்டிருந்த மகள் அந்த ஓவியத்தை நெருங்கிச் சென்று, தம் அழகிய தாயின் கண்களையே உற்றுநோக்கிய படி இருந்தார். ஆனால் அந்தத் தாய் அவரைப் பார்க்கவில்லை, தாயின் பார்வை தன் கல்லறை இடம்பெற்றிருக்கும் தாஜ்மகால் மீது பதிந்திருக்கவேண்டும். ஜஹானாராவின் கண்களில் வெள்ள மாய் பெருகியது கண்ணீர். அவர் மாடியின் முன்பகுதிக்கு மெல்ல நடந்து சென்றார். அவருடைய கண்கள் யமுனையாற்றின் மணற் பரப்பிற்கு அப்பால் இருந்த தாஜ்மகாலில் நின்று நிலைத்தன. அவரது தாயின் உயிரற்ற உடல் அந்தக் கம்பீரமான கல்லறை மாடத்தில் துயில் கொண்டிருக்கிறது. தம் ஆட்சி அதிகாரத்தை இழந்து, மனம் உடைந்து போயிருக்கும் அப்பாவை விட, அம்மா அதிர்ஷ்டக்காரர்தான். அம்மாவின் பிரமிப்பூட்டும் நினைவிடத்தை நோக்கியிருக்கும் முஸாமன் பர்ஜ் கட்டிடத்தில் அவர் சிறைவைக்கப் பட்டிருக்கிறார். தற்போதைய துயர நிகழ்வுகளை, அவல நிலை களைக் கண்டு மனம் வெதும்பாதபடிக்கு மரணம் ஜஹானாராவின் தாயைக் காப்பாற்றிவிட்டது. அவர் யமுனையாற்றின் பக்கம் பார்வையைச் செலுத்தினார். அது அரசகுடும்பத்தின் விதியை நினைத்து வருந்துவதுபோல் மெதுவாய்ப் போய்க் கொண்டிருந்தது.

'அவர் நிறுத்தமாட்டார். தன்னைச் சுற்றியுள்ள எல்லாரையும் எரித்து அவர்களுடைய சாம்பல் தூசியாகும் வரை ஓயமாட்டார்', ஜஹானாரா தாழ்ந்த குரலில் தனக்குத்தானே சொல்லிக் கொண்டார்.

தனக்கும், தன் சிம்மாசனத்துக்கும் இடையில் நிற்கிற யாரேனும் ஒருவரை ஔரங்கசீப் வெறுக்கும் அளவிற்கு உலகில் எவரும் வேறு எவரையும் வெறுக்க முடியாது என்பதை ஜஹானாரா நன்கறிவார். தம் சந்தேகத்திற்குள்ளாகிற நபர்கள் மீதும் அவருக்கு வெறுப்பு இருந்தது.

முந்தைய நாளைப்போல் மோசமான நாள் ஜஹானாராவின் வாழ்வில் இருந்ததில்லை. தில்லியில் இருந்து ஒரு சவப்பெட்டி வந்திருந்தது. அதிகாரம் பறிக்கப்பட்ட பேரரசரின் அறைக்கு அது கொண்டு செல்லப்பட்டது. அவர் பார்க்கும்படியாய் அந்தச் சவப்பெட்டியின் மூடியை அகற்றினார்கள். அறையில் மட்டுமன்றி, அந்தக் கட்டிடமெங்கும் பிணவாடை பரவியது. ஜஹானாராவின் பிரியமான சகோதரனும், அவருடைய சொந்த இரத்தமும் சதையுமாய் இருந்த தாராபாயின் உடல் சவப்பெட்டியில் கிடத்தியிருந்தது. அவருடைய சிக்குப்பிடித்த நீண்ட தலைமுடி முகத்தின் பெரும் பகுதியை மறைத்திருந்தது. விலங்குகள் இன்னும் அவருடைய உடலைப் பிணைத்தபடி இருந்தது.

அவருடைய அகலத் திறந்த கண்களில் வெறுமையே காணப்பட்டது. அதிகாரமற்ற பேரரசரின் கடைவாயில் இருந்து பசுமஞ்சள் நிறத்தில் பித்தநீர் ஒழுகிக் கொண்டிருந்தது. காயமுற்ற பறவையின் சிறகுகளைப்போல் அவருடைய கைகள் படபடவென்று அடித்துக் கொண்டன. அவருக்கு மூச்சுத்திணற ஆரம்பித்தது. தந்தையையே பார்த்துக் கொண்டிருந்த ஜஹானாரா, அதே கணத்தில் தொலைவில் தெரிந்த பளிங்குக் கல்லறை மாடமான தாஜ்மகால் பக்கம் திரும்பினார். அவருடைய பெற்றோர்களுக்கிடையேயிருந்த காதலை அடையாளம் காட்டும் நினைவுச் சின்னமது!

முதலில் அது தெளிவின்றி மங்கலானது, பின்பு, இலட்சோபலட்சம் துண்டுகளாய் உடைந்து சிதறியது. அந்தத் துண்டுகள் தாக்க முனையும் வெட்டுக்கிளிகளின் கூட்டம்போல் பறந்து வானில் மறைந்தது. பளிங்குக் கல்லாலான அந்த நினைவு மண்டபம் திடீரென்று காணப்படவில்லை. ஜஹானாரா தன் தாயின் உடலைக் காண முடிந்தது. அது வேகமாய் அசைந்தது. அப்போது எங்கும் இருள் சூழ்ந்திருந்தது. அவர் மயங்கி விழுந்தார், மயங்கிய நிலையிலேயே மாலை வரை கிடந்திருக்கிறார். கண்விழித்ததும் குழப்பம் தீர்ந்து, அறிவுத் தெளிவுடன் இருப்பதாய் உணர்ந்தார். புகழ்பெற்ற சூஃபி கவிஞர் அமீர்குஸ்ருவின் கவிதை வரிகள் அவருடைய சிந்தையில் வந்து மோதின. 'சமய நம்பிக்கை இல்லாதவன்கூட நீ செய்த காரியத்தைச் செய்யமாட்டான். என் இதயத்தை நீ உடைந்தெறிந்தாய், அது ஏற்கக் கூடியதாகுமா' – அந்தக் கவிதை வரிகளின் பொருளிது.

இரவின் பிற்பகுதியில் தம்முடைய நாள்குறிப்பேட்டை எடுத்து, இப்படி எழுதினார் அவர் –

'அந்தத் தீயிடமிருந்து நான் தப்பித்தேன்,
அதைவிட மோசமான ஒன்றை எதிர்கொள்ளத்தான்.
கொடிய மரணம் எத்தனை பேருக்கு விளையப் போகிறதோ?
எத்தனைபேர் ஆவியுருவில் அல்லற்படுவரோ?
நரகத்தீக்கு எத்தனை பேர் இரையாகுவரோ?
என் குடும்பத்தின் சாபம் அத்தனை வலியதாகும்.'

3

ஒரு சின்னக் குழந்தையின் ஓயாத அழுகையில் போகில் தம்முடைய தூக்கத்தைத் தொலைத்துவிட்டார். அவர் வேய் நகரத்தில் கிருஷ்ணாஜி வீட்டில் தங்கியிருந்தார். அப்ஸல் கானிடம் இருந்து தமக்கு அழைப்பு வரும் என்று அவர் காத்திருந்து ஆறுபகல் ஆறு இரவுகள் ஓடிவிட்டன. விடியற்காலை நேரத்திலேயே அவர் குளித்துவிடுவார். கிணற்றடியில் முன்பே நீரிறைத்து, வாளிகளில் யாரோ நிரப்பியிருந்தார்கள். ஒரு வாளியில் பித்தளைச் செம்பு மிதந்து கொண்டிருந்தது. அவர் ஓசையெழும்பாத வகையில் மெல்லமாகவும், கவனமாகவும் சில்லென்றிருக்கும் நீரைத் தம் தலையில் கொட்டிக் கொண்டார். அது மிகவும் குளிர்ச்சியாக இருந்து சங்கடப்படுத்தியது, நடுங்க வைத்தது. வல்லமை பொருந்திய கானைச் சமாளிக்க ராஜா சிவாஜி அவரை அனுப்பியதால் அவர் கவலைக்கு உள்ளானார். மற்றவர்களின் எண்ணங்களைக் கூறுபடுத்தி ஆராயக் கூடியவர் அவர், மற்றவர்களைக் கோபத்திற்குள்ளாக்கும் சூழ்நிலைகளிலும் அமைதியாக இருக்க அவரால் முடியும். ஆபத்து நெருங்கி வந்தாலும் அவர் கொஞ்சமும் அசராது இருப்பார். சிவாஜி மன்னர் பிறப்பதற்கு பல காலம் முன்பிருந்தே அவருடைய தந்தை யிடம் பணியாற்றி வந்தவர் இவர். பிறருடைய கவனத்தை ஈர்க்காத முறையில் மிக எளிமையாய் நடந்து கொள்பவர். பதவி ஓய்வு பெற்றபின் நிதி ஆலோசகர் நிலோஜி சொந்தேவிற்கும், வருவாய்த் துறை அண்ணா தத்தோவுக்கும் அவ்வப்போது தேவையான உதவிகளைச் செய்வதோடு சரி. ஆனால், இப்போதோ அவருடைய தலைவர், அப்ஸல்கானையும், இறுமாப்புடன் பகட்டித் திரியும் அவருடைய காரியதரிசி கிருஷ்ணாஜியையும் கையாள்கிற பொறுப்பை அவர் மீது சுமத்தியிருக்கிறார்.

தமது அறைக்குத் திரும்பியவர், பத்மாசனமிட்டு தியானத்தில் அமர்ந்தார். தம் கண்களை மூடிக்கொண்டு, எண்ணங்கள் அலை மோதும் மனதை ஒரு நிலைப்படுத்த முயன்றார். எண்ணங்கள், சிந்தனைகள், கணக்கிடுதல், திட்டமிடல், கேள்வி பதில்கள் உள்ளே நுழையாதபடிக்கு மனதை ஒரு வெற்றிடமாக்கிக் கொள்வதில் தானே தியான வெற்றி. சூன்யவெளி அவருடைய தனிப்பட்ட செயற்களம்.

ஒருமணி நேரத்துக்குப் பிறகு, தம்முடைய அறையில் இருந்து அவர் இறங்கி வந்தார். வெளி முற்றத்தில் யாரையும் காணாமை யால் சிறிது தூரம் உலவி வருவோம் என்று தீர்மானித்தார். இன்னமும் விடிவதற்கு நேரம் இருந்தது, வேய் நகரத்து வீதிகள் வெறிச்சோடிக் கிடந்தன. அவர் கடந்த சில நாட்களில் செய்யாத ஒன்றைச் செய்துவரத் தீர்மானித்ததன் காரணம் முகாமைப் பார்த்து வரலாம் என்பதுதான். அவர் கொஞ்ச தூரம் நடந்திருப்பார், அவருக்கு முன்னால் கிருஷ்ணா நதியின் கரை மெல்ல வெளிப் பட்டது. படிக்கட்டுகள் அகலமாய் பளபளப்புடன் இருந்தன. கருங் கல்லால் கட்டப்பட்ட கோயில் கோபுரங்கள் நீரில் பிரதிபலித்தன. அவர் ஆற்றின் போக்கில் நடந்தார். குதிரைகளின் கனைப்பொலி யையும், யானைகளின் பிளிறலையும், ஆட்களின் இரைச்சலையும் அவர் கேட்டார். அது என்னவென்று ஆராய்வதற்காக ஒரு சிறிய குன்றின் மீது வேகமாய் ஏறினார். பெரிய நிலப்பரப்பில் யானை களும், குதிரைகளும், எருதுகளும், ஒட்டகங்களும் காணப்பட்டன. அடிமைகள் கூட்டம் ஒன்று விலங்குகளைக் கயிறு கொண்டு கட்டுவதிலும், அவற்றுக்குத் தீனி போடுவதிலும் முனைப்பாக இருந்தது. அங்கே விலங்குக் கழிவுகளின் நாற்றம் பொறுக்க முடியாமல் அந்தப் பிராமணர், தம் கைகளால் மூக்கைப் பொத்திக் கொண்டார். அவர் திரும்பிப் பார்த்தபோது, கிருஷ்ணாஜி அவரை நோக்கி ஓடி வந்து கொண்டிருந்தார்.

'தளபதி நாளை மதியம் தம்மைச் சந்திக்க உமக்கு அனுமதி வழங்கியிருக்கிறார்.'

ஆறுநாள் காத்திருப்புக்குக் கடைசியில் பலன் கிடைத் திருக்கிறது. போகிலுக்குச் சோர்வு நீங்கி, ஓய்வுகொண்ட உணர்வு.

அடுத்தநாள் கிருஷ்ணாஜி போகிலை பிராமணர்கள் வசிக்கும் குறுகிய தெருக்களின் வழியே அழைத்துச் சென்றார். 'வேய்' மராத் தியப் பண்புகளை வெளிப்படுத்துகிற ஒரு வகை மாதிரி நகரம் எனலாம். குலமரபுப்படி குடியிருப்புப் பகுதிகள் தனித்தனியே பிரிக்கப்பட்டிருந்தன. பெரும்பாலான வீடுகளின் கதவுகள் மூடிக் கிடந்தன.

காரியஸ்தர்கள் இருவரும் ஒரு சந்து வழியில் சென்றனர். அங்கே சில கருமார்கள் சம்மட்டி கொண்ட இரும்பை அடிப்பதிலும், உலைக்களத் தீயை எரிய விடுவதிலும் மும்முரமாக இருந்தனர். அவர்கள் ஆற்றுக்கும், கரும்பு வயல்களுக்கும் இடையில் உள்ள ஒரு வழியில் நுழைந்தனர். வயல்களுக்கப்பால், ஆற்றில் இருந்து கொஞ்ச தூரத்தில் கோட்டையொன்று அவர்களுடைய கண் முன்பாய்க் காட்சியளித்தது.

'அதுதான் அப்ஸல்கான் சாகிப்பின் இருப்பிடம்' கிருஷ்ணாஜி சொன்னார். தளபதியுடனான சந்திப்புக்குத் தயாராக இருந்தபோதும், போகிலின் முதுகுத்தண்டில் ஒரு நடுக்கம் அவரை உறையச் செய்து கொண்டிருந்தது. ஒரு பெரிய நுழைவாயிலை அவர்கள் அடையும் வரை அவர் தொடர்ந்து மூச்சுக்காற்றைப் பேரளவில் உள்ளுக் கிழுத்து, தம் மனதை அமைதிப்படுத்திக் கொள்ள முயன்றார். வெற்றிலை குதப்பிக் கொண்டு நின்ற சில காவலர்கள், அவர்கள் பக்கம் பார்வையைச் செலுத்தவில்லை.

'நான் இங்குதான் அப்ஸல்கானை நேருக்கு நேர் சந்திக்கப் போகிறேன்', போகில் தமக்குள் ஊகித்துக் கொண்டார். நுழை வாயில் தாளிட்டிருக்கவில்லை, கிருஷ்ணாஜி ஒரு தள்ளலில் அதைத் திறந்தார். வாயிற்கதவுக்கு அப்பால் பெரிய மாளிகை. கருங்கல் கட்டமைப்பு. சில படிகள் ஏறிக் கடந்தால் உள்முற்றம். படிக்கட்டு வரிசையின் ஒவ்வொரு பக்கமும் இரு நீரூற்றுகள். நீரைப் பூத்தூவ லாய் எங்கும் பரவச் செய்து கொண்டிருந்தன. முற்றத்தில் வருபவர் களைக் கண்காணிக்க வாளேந்திய காவலர்கள். அவர்கள் இருவரும் கூடத்தின் முக்கிய அறைக்குச் செல்வதற்கான இடைவழியில் நடந்து, சந்திப்புக்கான முன்கூடத்தை அடைந்தனர்.

நல்ல உயரமும், கம்பீரத் தோற்றமும், உயரத்துக்கேற்ற பருமனும் கொண்ட ஒரு மனிதர் தங்கமுலாம் பூசிய ஆசனத்தில் அமர்ந்திருந் தார். அமர்வு நிலையிலேயே தம்மைச் சுற்றி நின்றவர்களின் உயரத்துக்குச் சமதையாய் அவர் காணப்பட்டார். 'கான்சாகிப், சிவாஜியின் காரியஸ்தர் வந்திருக்கிறார்' என்று யாரோ அறிவித் தார்கள்.

மிகப்பெரிய உடற்கட்டு படைத்த அந்த மனிதர் ஈட்டிபோல் ஒரு பார்வையைப் போகில் பக்கம் ஏவினார்.

அப்ஸல் தக்காண உச்சரிப்பு கலந்த உருதுவில் பேசினார். 'உம்முடைய சிவாஜி எங்கே ஒளிந்திருக்கிறார்?' அந்த நிசப்த அறையில் அவருடைய குரல் ஓங்கி ஒலித்தது.

உடனே எல்லாருடைய கவனமும் போகில் பக்கம் திரும்பியது. அவர் முன்நோக்கி வரவும், தளபதியைச் சுற்றி நின்ற கூட்டம் அவருக்கு வழிவிட்டது. அவர் மண்டியிட்டு, தாம் சாலை முடிச்சில் இருந்து எதையோ அவிழ்த்தெடுத்து கானின் காலடியில் வைப்பதை அவர்கள் கவனித்திருந்தனர். அவர் நிமிர்ந்தபொழுது கறுப்புச் சீருடை அணிந்த காவலன் ஒருவன் அந்தப் பரிசைத் தளபதியிடம் சேர்ப்பிப்பதைக் கண்டார்.

அணிகளால் அழகு செய்யப்பட்ட குறுவாள் உயர்மதிப்பைக் குறிக்கும் அடையாளம். அது ஒரு வீரரைக் கவுரவித்து, அவருடைய வீரத்துக்கு அளிக்கப்படுகிற அங்கீகாரம். அது தாக்கு விசையுடன் செல்லும், செருகும், ஊடுருவி, உட்புகும். இத்தகைய பரிசு ஒருவருடைய தன்முனைப்பை ஊதிப் புடைக்கச் செய்யும். கத்தி மிகவும் கூர்மையாக இருந்தது. அதன் பளபளப்பான வெட்டுப்பாகம் உறுதியான எஃகினாலானது. அதன் கைப்பிடி மரகதப்பச்சைக்கல் பதித்து, அலங்கார வடிவமைப்புடன் அழகூட்டப்பட்டிருந்தது.

அப்ஸல் அந்தக் குறுவாளை இருகையிலும் ஏந்தியபடி, எழுந்து நின்றார். அவருக்கு ஆயுதச் சேகரிப்பில் அதிக ஈடுபாடு. அவர் எழுந்து நின்றபோது அவருடைய தலைக் கவசம் கூரையின் மரஉத்திரத்தைத் தொடுவதுபோல் இருந்ததை வியப்புடன் நோக்கினார் போகில். தம்மைச் சிற்றுரு உடையவராய் உணர்ந்தார். தளபதி அந்தப் பரிசைக் கவனமாக ஆராய்ந்து கொண்டு கேட்டார், ‘களவாடியதா,’ என்று.

சிலர் இகழ்ச்சியாகப் பார்க்க, சிலர் ஓசையின்றி நகைத்தனர்.

‘எங்களுடையதாகவும் இருக்கலாம், எங்கள் பள்ளத்தாக்கைக் கைப்பற்றியதும், அங்கிருந்து எடுத்துச் சென்றதுபோல் தெரிகிறது’ என்றான் தளபதிக்குப் பின்னால் நின்றிருந்த ஒரு பருத்த மனிதன். அவனுடைய குரலில் அழுத்தமான வெறுப்புணர்ச்சி இருந்தது.

‘ம்... அப்படியா பிரதாப்ராவ். இது உண்மையிலேயே உமது சகோதரர் சந்திரராவினுடையதுதானா?’ எங்கோ கவனமாய் இருந்துவிட்டுக் கேட்டார் அப்ஸல்.

‘மேன்மை தங்கிய தளபதி அவர்களே, ராஜா சிவாஜியிடம் இருந்து ஓர் கடிதம்...’ அப்ஸல்கானின் கவனத்தைக் காரிய மனப் பான்மையுடன் திருப்ப முயன்றார் போகில்.

அப்ஸல் தொல்லை படுத்தப்பட்டதுபோல், போகியை எரிச்சலுடன் நோக்கினார். ஏதோ சலுகை வழங்குவதுபோல் புன்னகைத்தபடி, கடிதத்தை எடுத்து, கிருஷ்ணாஜியிடம் கொடுத்தார். முதலில் தட்டுத் தடுமாறிய காரியஸ்தர், பிறகு மளமளவென்று படிக்கலானார்.

‘ஆதில்ஷாஹியின் படைப் பெருந்தலைவர் அவர்கட்கு, தாங்கள் வல்லமை மிக்க கர்நாடகச் சிற்றரசர்களைத் தோற்கடித்த துடன், வெறியாட்டம் போட்ட முகலாயப் படைகளையும் வெற்றி கரமாய்ச் சமாளித்தீர்கள். தங்களைச் சந்திப்பது எங்களுக்கு வழங்கப் பட்ட சிறப்புரிமையாகவே கருதுகிறோம். தங்கள் வருகை எங்கள் மகிழ்ச்சிக்குரிய நற்பேறு. தங்களுடைய வீரதீரச் செயல்களை, எதையும் அழித்தொழிக்கும் பெருந்தீயுடன்தான் ஒப்பிட முடியும். தங்களைப் பள்ளத்தாக்குப் பிரதேசத்துக்கு வருமாறு நாங்கள் பணிவுடன் அழைக்கிறோம், அந்த நிலப்பகுதி சீக்கிரமே தங்களு டையதாகிவிடும். நாங்கள் அரசர்களைக் கண்டோ, பேரரசர்களைக் கண்டோ அஞ்சுவதில்லை. அவர்களையெல்லாம் உருவாக்கும் மாமனிதரான தங்களைக் குறித்தே நாங்கள் அஞ்சுகிறோம். தாங்கள் தயவுசெய்து தங்கள் படையுடன் வரவும். எங்கள் இதயத்தில் வஞ்சனையாய் எதுவும் இல்லை. அவர்களைக் கவனித்துக் கொள்கிற பொறுப்பு எங்களுக்கு உண்டு. உணவு, குடிநீர், விறகு, பணியாளர்கள் இவற்றைக் கனிவுடன் வழங்கி, விருந்தாளிகளை இன்முகத்துடன் உபசரிக்கக் காத்திருக்கிறோம்.’

அப்ஸல் தமது தங்கமுலாமிட்ட இருக்கைக்குத் திரும்பிச் சென்றதை ஓரக்கண்ணால் கவனித்திருந்தார் போகில். அப்ஸல் வேண்டுமென்றே மவுனத்தை நீடிப்பதாய் அவர் சந்தேகித்தார், அவர் ஏதாவது சொல்வார் என்று எதிர்பார்த்தார்.

தளபதிக்கு நெருக்கமானவர்கள் நிகழவிருப்பதை எதிர்நோக்கி, பரபரப்புடன் காத்திருந்தனர். தங்கள் தலைவரின் மனப்போக்கிற்கு ஏற்பச் செயல்படத் தயாராக இருந்தனர்.

அப்ஸல் சீற்றத்துடன் இருப்பதைப் பார்த்தே தெரிந்துகொள்ள முடிந்தது. தம்முடைய தொண்டையைச் சரிசெய்து கொண்டு, சிவாஜியின் காரியஸ்தர் பக்கம் பார்வையைத் திருப்பினார். ‘சந்திர ராவ் மோரேயைக் கொன்றது யார்?’ என்று கடுமையாகக் கேட்டார்.

தாம் உண்மை பேசியாக வேண்டும் என்பதை போகில் அறிந் திருந்தார்.

‘ரகுநாத் கோர்டே’ என்று அமைதியாகப் பதிலளித்தார். ‘கஸ்தூரிரங்கனைக் கொன்றது யார்?’ என்று கேட்கத் தோன்றியது அவருக்கு.

‘அதற்கான உத்தரவுகளைப் பிறப்பித்தது யார்?’

‘ராஜா சிவாஜி போஸ்லே.’

‘அவர் என்னுடைய அண்ணனை வஞ்சனையால் கொன்றார்’ தம்முடைய வலது கையை விசையுடன் காற்றில் மோதிக் கூச்ச லிட்டார் பிரதாப் ராவ்.

'நான் சிவாஜியை நம்பவேண்டும், அத்தோடு ஜாவலிக்கு வரவேண்டும் என்றும் நீர் விரும்புகிறீர்?' தளபதி ஏளனமாய்க் கேட்டார்.

போகில் ஆழ்ந்து சுவாசித்துக் கொண்டார். இப்போது அவர் சொல்லப் போவதுதான் வெற்றி அல்லது தோல்விக்கு வழிவகுக்கப் போகிறது. அவர் கண்களைச் சிமிட்டாமல் அப்ஸலின் கண்களை நேரடியாகப் பார்த்துக்கொண்டு சொன்னார் –

'நான் உண்மையைச் சொல்வதற்காக என்னை மன்னிக்க வேண்டும். ஒரு நூறு வருடங்களுக்கும் மேலாகவே மோரேக்கள் பள்ளத்தாக்குப் பகுதியைப் பயன்படுத்தி நிலவரி, சாலைவரி என்று நிலையான வருவாய்கள் மூலம் ஏராளமான செல்வத்தைக் குவித்தனர். ஆதில்ஷாஹியின் பெருந்தன்மை மிக்க அரசர்கள் அது பற்றி அவர்களிடம் எந்த விளக்கமும் கேட்டதில்லை. மரியாதைக் குரிய தளபதியாகிய தாங்களோ ஆதில்ஷாஹியின் வடக்கு மற்றும் தெற்கு எல்லைகளை விரிவுபடுத்துவதில் மும்முரமாய் இருந்தீர்கள். மோரேக்கள் வரிப்பணத்தில் சிறுபகுதியைக் கூட அரசருக்குச் செலுத்தாமல், தங்கள் பணப்பெட்டிகளை நிரப்பிக் கொண்டு விட்டனர். அவர்களுடைய சேமக்காப்பறைகளை நாங்கள் திறந்து பார்த்தபோது பெட்டி பெட்டியாய்த் தங்கமும் வெள்ளியும் இருப்பதைக் கண்டோம்.'

போகில் மூச்சுவாங்கினார். கிருஷ்ணாஜி அதிர்ச்சியுற்றார். சிவாஜியின் இந்தச் சாதாரண காரியஸ்தர் உண்மையிலேயே சிறந்த கதை சொல்லிதான், என்னமாய் சுவாரசியமானத் திருப்பங்களுடன் கதை சொல்கிறார்!

பிரதாப்ராவ் மோரே படபடப்புடன் தளபதிக்குப் பின்னால் நின்றிருந்தார்.

'வயதிலும், அறிவிலும் முதிர்ந்தவரான நீர், சிவாஜி ஒரேயொரு செப்புக்காசைக்கூட எங்களுக்குச் செலுத்தவில்லை என்பதை அறிந்திருக்கவேண்டும்' அப்ஸல் குறுக்கிட்டு, போகிலின் வாதத்தைத் துண்டித்தார்.

'பேரரசு மற்றும் ஆதில்ஷாஹிப் படைகள் கூட்டு சேர்ந்து ராஜா சிவாஜியின் ஜாகீரை நாசம் பண்ணியது தளபதி அறிந்தது தான். விவசாயிகள் அச்சத்துடன் ஓட்டம் பிடித்தனர். தானியங் களை விளைவித்துக் கொண்டிருந்த நிலங்களில் முட்புதர்கள் மண்டிக் கிடக்கின்றன. நாங்கள் காணாமல் போன விவசாயிகளைக் கொண்டு வந்து நிலங்களை உழச் செய்வதற்கு மூன்று ஆண்டு களாகிவிட்டன. அத்தனை காலமும் அங்கே பஞ்சத்தால் மக்கள்

அவதிப்பட்டனர். சமீபத்தில் ஜாவலியையும், வடகொங் கணத்தையும் ராஜா சிவாஜி கைக்கொண்ட பிறகுதான் வருவாய் நல்லபடியாய்க் கிடைக்கிறது. தம்முடைய நிலப்பகுதியைத் தங்கள் காலடியில் ஒப்படைப்பதற்கு, அவர் ஆர்வத்துடன் இருக்கிறார்.'

போகிலின் வார்த்தைகளில் ஒன்றுகூட பொய்மையின் சாயலைக் கொண்டிருக்கவில்லை.

'சிவாஜி போஸ்லே மலைக்கோட்டைகளைத் தம்முடைய படைகளின் காப்பரண்களாய் மாற்றியிருக்கிறார்.'

'விவேகம் மிக்க தளபதியவர்கள் விவாதத்தில் இதையும் இழுத்துவிட்டது மகிழ்ச்சியைத் தருகிறது. அச்சத்தை ஒருபுறம் தள்ளிவிட்டு இப்போது பேசியே ஆகவேண்டும்.'

ஆதில்ஷாஹி ஆட்சியாளர்களால் நியமிக்கப்பட்ட கோட்டைத் தலைவர்கள், பாதுகாப்பான கோட்டைகளை விபச்சாரம், சூதாட்டம் நடத்துகிற விடுதிகளாக்கிவிட்டனர். காலஞ்சென்ற நமது அரசர் முகம்மது ஆதில்ஷா நோய்ப்படுக்கையில் விழுந்த சமயத்தில், வடக்கு தெற்கு எல்லைப் போர்களில் தாங்கள் ஈடுபட்டிருந்த நேரத்தில் முதலமைச்சர் கான்முகம்மது அரசு நிர்வாகத்தில் கவனக் குறைவாக இருந்துவிட்டார். நாங்கள் செய்ததெல்லாம் அந்த விபச்சாரத் தரகர்களை வெளியேற்றிவிட்டு, கோட்டைகள் பாழாகி விடாதபடி அவற்றைப் பழுது பார்த்ததுதான்.

'நல்லது...' அப்ஸல் சிறிதுநேரம் கருத்தூன்றிய நோக்குடன் போகிலைக் கவனித்திருந்தார். இந்தக் குள்ளமான, ஒடிசலான தேகவாகுடைய முதியவர் அப்பாவிபோல் தோற்றமளித்தாலும், இத்தகைய கேள்விகளை முன்பே எதிர்பார்த்திருக்கவேண்டும். நன்கு ஒத்திகை பார்த்துக் கொண்ட பதில்களாய்த் தெரிகிறது. அவருடைய தற்காப்பு நிலையைத் தகர்த்துவிட வேண்டும். அப்ஸல் திடீரென்று கேட்டார், 'சிவாஜி பத்து ஆண்டுகளுக்கு முன் முஸேகானை எதற்காகப் புரந்தரில் தாக்கவேண்டும்?'

போகில் கண்ணைச் சிமிட்டாமல், பேசுவதற்கு முன் தொண்டையைச் சரிசெய்து கொண்டு, 'முஸேகான் தம் வலிமையைப் பயன்படுத்தித் தாக்குவதற்காகவே படைகளை அணிவகுத்துக் கொண்டு வந்தார். பேச்சுவார்த்தைக்கோ, சமரசத்துக்கோ இடமில்லாமல் போய்விட்டது. நீங்கள்தாம் பேச்சுவார்த்தைக்கு சூசகமாய் வழி அமைத்திருக்கும் முதல் நபர்.'

'சிவாஜி போஸ்லே எங்களுடைய சுபேதாரின் பயண வாகனத்தைக் கொள்ளையிட்டதோடு, கல்யாண் நகரையும் கைப்பற்றியிருக்கிறார்.

அதற்காக முகலாய சுபேதாரைப்போல் ஆள்மாறாட்டம் செய்திருக்கிறார். அதற்கெல்லாம் ஏற்ற காரணங்களை நீர் கற்பித்துக் கொண்டிருக்க வேண்டாம்.'

போகில் தயங்காமல் பதில் கூறினார். 'அது உண்மையிலேயே மிகப்பெரிய தவறுதான். அப்போது சுபேதார் முல்லா அகமது கட்சி மாறிக் கொண்டிருப்பதாய் எங்களுக்குத் தகவல் கிடைத்தது. அவர் கருவூலப்பணத்துடன் ஓடி, முகலாயர்களுடன் சேர்ந்துகொள்ளத் திட்டமிட்டிருந்தார்.'

'இப்போது முல்லா அகமது எங்கிருக்கிறார்?'

அப்ஸல் முதல் முறையாய்ப் புன்னகைத்தார். இந்த மனிதர், தன்னுடைய வசீகரப் புன்னகை மூலம் மற்றவரை நிராயுதபாணியாக்கி விடக் கூடியவர் என்பதை, போகில் புரிந்துகொண்டார்.

முல்லா அகமதுவும் அவருடைய குடும்பமும் சமீபத்தில் ஔரங்காபாத்திற்குச் சென்றுவிட்டது. முல்லாவின் மகன் இப்பொழுது ஐயாயிரம் குதிரைகளைத் தன்னுடைய பராமரிப்பில் வைத்திருக்கும் ஒரு முகலாய மான்ஸப்தார்.

போகில் பதிலுக்குப் புன்னகைக்கவில்லை. அவர் முகத்தைச் சோகமாய் வைத்துக்கொண்டு, 'தளபதி, தயவுசெய்து இதற்கெல்லாம் ஒரு முடிவு கட்டிவிடுங்கள். இளைஞரான எங்கள் அரசர் சரணடையத் தயாராக இருக்கிறார். தங்களை அவர் நம்புகிறார். தயவுசெய்து தாமதப்படுத்தாமல் முடிவெடுங்கள். ராஜா சிவாஜி தம்முடைய தவறுகளுக்காக வருந்தி, மனச்சோர்வுடன் இருக்கிறார். நீங்கள் மன்னிப்பது குறித்த நம்பிக்கை போய்விட்டால், அவர் ஏதாவதொரு மலைக்குள் மறைந்துகொண்டுவிடுவார். இதன் பொருள் போர்தான். போரில் அழியப்போவது உயிர்களும், உடைமைகளும், விலைமதிப்பற்ற காலமும்தான். அதன்பிறகு எப்போதுமே அவரை நீங்கள் கண்டுபிடிக்க முடியாது.'

ஆட்சிக்கு எதிராய்க் கிளர்ச்சி செய்பவர்கள் தலைமறைவாக அந்தப் பள்ளத்தாக்கு தகுதியான இடம், அதேபோன்று பேராபத்தை விளைவிக்க வாய்ப்பான இடமும்கூட. அப்ஸல் இதனை அறிந்தேயிருந்தார்.

'சிவாஜி ஏன் வேய் நகரத்துக்கு வரக்கூடாது, அவர் எதற்காக அஞ்சவேண்டும்?'

'அதற்கு விடை காண்பது மிக எளிது. ராஜா சிவாஜி தங்களைக் குறித்தே அஞ்சுகிறார், நீங்கள் அவருக்குத் தீங்கு செய்துவிடுவீர்கள் என்று அவர் எண்ணவில்லை. ஆனால், உங்களை எதிர்கொள்ளும்

தார்மீகத் துணிவு அவரிடம் இல்லை என்பதே காரணம். பள்ளத் தாக்கிற்கு வெளியே எந்த இடத்துக்கும் அவர் போகத் துணிய மாட்டார் என்பதே உண்மை.' போகில் மன உறுதியுடன் இருந்தார்.

'நான் அவருக்கு ஒரு மாமா அல்லது சித்தப்பாபோல, சிவாஜி இதனைப் புரிந்துகொள்ள வேண்டும்.' நானும், அவருடைய தந்தையும் பல போர்களில் ஒன்றாக ஈடுபட்டிருக்கிறோம். 'நான் சிவாஜியை என்னுடைய மருமகனாகவே கருதுகிறேன்' அப்ஸலின் குரலில் கனிவு இருந்தது. அவருடைய பார்வையில் இதம் தெரிந்தது. கிருஷ்ணாஜி உட்பட அவரைச் சுற்றியிருந்தவர்கள் சிலர் பலமாகத் தலையாட்டினர்.

போகில் தம்முடைய இணக்கமானப் பாவனையுடன் இருந் தாலும், வருத்தத்தின் சாயை கண்களில் படர, 'மரியாதைக்குரிய தளபதி அவர்களே, எங்கள் ராஜாவைத் தாங்கள் மருமகனாய்க் கருதுவதை நான் புரிந்துகொண்டேன். சிலவற்றை நான் கூறுவதற்கு தாங்கள் அனுமதிக்க வேண்டும். பாதையை அறிந்திருப்பதும், பாதையில் நடப்பதும் இரு வேறானவை' என்றார்.

'நீர் சொல்வதன் பொருள் என்ன?' ஆராயாது கேட்டார் கிருஷ்ணாஜி.

போகில் அவர்மீது கருத்து செலுத்தாது, தொடர்ந்தார். 'தாங்கள் கூறுகிற யாவற்றிலும் சிவாஜி நம்பிக்கை கொண்டவர்தாம். ஆனாலும் வேய் நகரத்துக்கு வந்து, தங்களுக்கு மரியாதை செலுத்துவதென்பது அவரைத் திகிலடையச் செய்துவிடும். தங்கள் விருப்பம்போல் நடப்பதற்கு அவர் விரும்பினாலும்கூட, அப்படி நடப்பது அவருக்கு இயலாத காரியம்.'

'சிவாஜியை வழிக்குக் கொண்டுவர நாங்கள் என்ன செய்ய வேண்டும்?' அப்ஸல் கேட்டார். அவருடைய கண்களில் முன்பிருந்த இதம் இல்லை, எச்சரிக்கை தெரிந்தது.

'தங்களுக்கிருக்கிற ஒரே தேர்வு தாங்கள் பள்ளத்தாக்கிற்கு வருவதுதான். அங்கே தங்களிடம் சரணடைவதற்கு ராஜா சிவாஜி ஆர்வமாக இருக்கிறார்.'

'பிரதாப்காட் கோட்டைக்குள் அவருடன் இருப்பவர்கள் எத்தனை பேர்?'

தயக்கத்துடன் என்றாலும் மீன் தூண்டில் இரைக்கு வாயைத் திறக்கிறது.

'கோட்டையின் கீழ்ப்பகுதியில் சில நூறு பேர்கள் இருக்கக் கூடும். மேற்பகுதியில் நூறு பேருக்கு மேல் இருக்கமாட்டார்கள்' கவனமுடன் பதிலளித்தார் போகில்.

அப்ஸல் திடீரென்று ஒரு கேள்விக் கணையை வீசினார்.

'உம்மால் எங்கள் பாதுகாப்புக்கு புனித உறுதிமொழி வழங்க முடியுமா?'

'இங்கே கொஞ்சம் கங்கா தீர்த்தம் கிடைக்குமா, வழங்கி விடுகிறேன்...' போகில் பதிலளித்தார். அவருக்குத் தெரியும், ஒரு பிராமணன் கூறும் உறுதிமொழி, கூரிய கத்திகொண்டு கரும்பாறை மீது நீண்டகோடு கிழிப்பதுபோல என்று. தாங்கள் அளிக்கும் வாக்குறுதியில் இருந்து தவறினால் அவர்களுடைய ஏழு தலைமுறைகளும் நரகத் தீயில் வெந்துபோக நேரும், மோட்ச பதவி கிட்டாது. உறுதிமொழியை மீறுவது இறைத் துரோகத்துக்குச் சமம். ஒரு பிராமணன் வாக்குறுதியளிப்பதற்கு முன்பும், உறுதிமொழிக்கான பிரதிக்ஞை செய்கிற பொழுதும் தான் என்ன சொல்கிறோம் என்பதை நிச்சயித்துக் கொள்ள வேண்டும். கடவுளிடம் ஆணையிட்டுச் சொல்கிறவன் அதற்கு மாறாக நடந்தால் பூவுலகிற்கும் நரகத்துக்கும் மாறி மாறிப் போய் வந்துகொண்டிருக்க வேண்டியது தான்.

கிருஷ்ணாஜி தம்முடைய தலைவரை மதிப்புணர்வுடன் நோக்கினார், இதுபற்றி தனக்கு ஏன் முன்பே தோன்றாமல் போயிற்று?

கருப்புச் சீருடையணிந்த பணியாள் ஒருவன் வெளிமுற்றத்துக்கு ஓடினான். ஒரு இலையும், செப்புக் குவளையில் நீரும் கொண்டு வந்தான்.

போகில் சம்மணமிட்டு தரையில் அமர்ந்தார். அப்ஸல், கிருஷ்ணாஜி, பிரதாப் ராவ் இவர்களோடு, அங்குள்ள மற்றவர்களும் தெளிவற்று, அச்சத்துடன் அவரையே நோக்கியிருந்தனர். அவர் கண்களை மூடித் தியானம் செய்தார். அவர் அந்த இலையை எடுத்துக் கசக்கி, 'என்னுடைய உறுதிமொழியில் நான் தவறினால், ஜாவலிப் பள்ளத்தாக்கிற்கு வரும்போது தளபதியின் பாதுகாப்புக்குக் குந்தகம் ஏற்பட்டால் கடவுள் என்னையும் என்னுடைய நாற்பத்தியிரண்டு மூதாதைகளையும் இதுபோல் நசுக்கி எறியட்டும்' என்று எல்லாரும் அறியும்படி சூளுரைத்தார். அந்த இலையைக் கசக்கி எறிந்த பிறகு, கங்கா தீர்த்தத்தைத் தம் இடதுகையில் வைத்துக் கொண்டு ஒரு மந்திரத்தை உச்சரித்தார்.

அப்படி உச்சரிக்கும்பொழுது, சிறிதளவு நீரைத் தமது உள்ளங்கையில் ஊற்றிக்கொண்டு தம் கட்டைவிரல் அடிப்பகுதி வழியே உறிஞ்சினார். அதுபோல் மூன்று முறை செய்தபின், நான்காவது முறை எடுத்த நீரை, 'என் கையில் இருக்கும் கங்கா தீர்த்தத்தின் தெய்வீக சக்தி மீது ஆணையாக, நான் உயிரோடு உள்ளவரை என் உறுதிமொழிக்கு உண்மையாக இருப்பேன்' என்று அறிவித்தார்.

வெளியே மழை கொட்டத் தொடங்கியது. அவர் மழையைச் சுட்டிக்காட்டி, ‘தெய்வங்களும் என் சூளுரையை ஆமோதித்து, மழை மூலம் தங்கள் இசைவை வெளிப்படுத்துகிறது’ என்றார்.

அங்கே நீடித்த மவுனத்தைக் கலைப்பதுபோல் அப்ஸல் சொன்னார், ‘நான் அதைத் தீர ஆராய்ந்து கொள்கிறேன்.’ தம்மு டைய அரைக்கச்சையில் இருந்து ஒரு வாளை உருவி, அதைத் தமக்குப் பரிசாகத் தரப்பட்ட வாள்மீது வைத்து உரசினார்.

அந்த ‘கிறீச்’ ஒலியில் நடுங்கிப்போன போகில் ‘என் உறுதி மொழியை ஒருபோதும் நான் மீறமாட்டேன்’ என்று சினத்துடன் முணுமுணுத்தார்.

தம்மைப்போல் செயற்பொறுப்பில் உள்ளவரின் சொற் பொருளை உணர்ந்த பிராமணரான கிருஷ்ணாஜி அதில் நம்பிக்கை வைத்தார். ஒரு பிராமணன் தான் அளித்த வாக்குறுதியை மீற மாட்டான், மீறுவது பற்றிச் சிந்திக்கவும் மாட்டான்.

‘தங்களுக்குத் துரோகம் செய்தால் அது பேரரசருக்குத் துரோகம் செய்ததற்குச் சமம். ராஜா சிவாஜி இதனை நன்கறிவார்’ என்ற உறுதியளித்த போகில், கடைசி முறையாய்ப் பணிவுடன் வணங்கிக் கொண்டார். ‘சாஹிப், நீங்கள் வரத் தீர்மானித்துவிட்டால் நாங்கள் வேய் நகரத்துக்கும் பிரதாப் காட்டுக்கும் இடையேயுள்ள மலைப் பாதையைச் சீரமைத்து விடுவோம். இது ஒரு பிராமணனின் வாக்குறுதி.’

அத்தியாயம் பதினாறு

1

பிரதாப்காட் கோட்டைக்குள் இருக்கும் குடியிருப்புப் பகுதிகள் இருண்டு கிடந்தன. தீவர்த்திகளைச் சுற்றி மட்டும் மங்கலாய் ஒளி வட்டம். நூற்றுக்கணக்கானவர்கள் கோட்டையில் இருந்தபோதும், அங்கே மயான அமைதி நிலவியது. அந்த அமைதியைக் குலைப்பது போல் நரிகளின் ஊளையோ, ஒரு ஆந்தையின் அலறலோ அவ்வப்போது கேட்டுக் கொண்டிருந்தது. சிவாஜி கொங்கணத்தின் மேற்கத்திய பாதுகாப்பு அரண்களின் பக்கம் நெடுக நடந்துகொண்டிருந்தார். வேய் நகரம் சென்ற போகில் திரும்பி வந்து நாட்களாகியும் அப்ஸல்கானிடம் இருந்து தகவல் எதுவும் வரவில்லை. முன்னெச்சரிக்கைபோல் வினோதமான ஒன்றைத் தம் உள்ளுணர்வில் அவர் உணர்ந்தார். ஏதோ சிந்தனையில் அல்லது கவலையில் இருப்பதுபோல் நடந்தார். காலடியோசை கேட்டது. அவர் விழிப்புடன் உடைவாளின் கைப்பிடியைத் தொட்டார். ஆனாலும் யார் வருவது, என்ன வருகிறது என்பதை அவர் அறிவார்.

ராஜ்காட்டில் இருந்து வந்த தூதன் சாயி இறந்துவிட்ட செய்தியைத் தெரிவித்தான்.

சிவாஜியால் அழுகையைக் கட்டுப்படுத்த முடியாதுபோல் இருந்தது. அவர் ஓவென்று வாய்விட்டு அழவிரும்பினார். ஆனால், அவருடைய கண்களில் ஈரம் வற்றிப் போயிருந்தது. அந்தத் துயரச் செய்தி அவர் எதிர்பார்த்ததுதான், ஆனால் ஒரு அற்புதம் விளையாதோ என்கிற ஆசையும் அவருடைய உள்மனதில் இருந்தது. கோட்டை மருத்துவர் முன்பே அவரிடம் நோய் பற்றியும், அதன் தீவிர நிலை மதிப்பீடு குறித்தும் தெரிவித்திருந்தார். அந்த முன்கணிப்பு பற்றியெல்லாம் தம் மனைவியிடம் அவர் ஒருபோதும் கூறியதில்லை, எனினும் மனைவிக்கும் தெரிந்திருக்கும் என்ற சந்தேகம் இருந்தது. மரணத் தறுவாயில் மனைவியின் பக்கத்தில் தாம் இருக்க முடியாமல் போயிற்றே என்று அவர் வருந்தினார்.

குற்றஉணர்வில் இதயம் நொந்தது. ஈமத்தீ தம் மனைவி பற்றிய தமது நினைவுகளையும் சுட்டெரித்துவிடுமோ என்று எண்ணிக் கொண்டார்.

சிவாஜிக்கு அப்போது பதின்மூன்று வயது. அவர்கள் அப்போதுதான் ஒரு புதிய வீட்டுக்குக் குடிபெயர்ந்திருந்தனர். செங்கற்களால் கட்டப்பட்ட பெரியவீடு. அவர் தரைத்தளத்தில் இருந்த முன்கூடத்தின் வழியே ஓடி மாடிப்படிகளில் ஏறிச் சென் றார். அவருடைய நண்பர்களும் கூட்டமாய் அவரைத் தொடர்ந் தனர். படிகள் முடியுமிடத்தில் நீண்ட செல்வழியும், ஒரு பக்கத்தில் பெரிய சன்னல்களும், மறுபக்கத்தில் அறைகளும் இருந்தன. மேல் தளத்தின் பால்கனியில் நின்று தொலைதூர மலைக்குன்றுகளை அவர் பார்த்து ரசித்தார். இன்னும் எவற்றையெல்லாம் அங்கிருந்து பார்க்க முடியும் என்று அறிகிற ஆர்வமும் அவருக்கிருந்தது. அவருக் கும், அந்தக் குன்றுகளுக்கும் இடையே ஓர் ஆறு ஓடிக் கொண்டி ருந்தது.

'சிவா....' அன்னையார் அழைப்பது கேட்டது. அதில் அவசரம் இருந்தது.

மாசாஹிப்புடன், வண்ணத் தலைப்பாகை தரித்த ஒருவரும், ஒரு பெண்மணியும் இருந்தனர். அந்தப் பெண்மணி அவருடைய மனைவியாய் இருக்கக்கூடும். அந்த மனிதர் ஜாவலிப் பக்கம் உள்ள புல்தான் ஜாகீர்தார் என்பது பிற்பாடு அவருக்குத் தெரிய வந்தது. அவர்களுக்குப் பின்னால் மெலிந்த உடல்வாகு உடைய ஏழு எட்டு வயது மதிக்கத்தக்க ஒரு சிறுமி நின்றிருந்தாள். பெரிய மனுசிபோல் புடவைகட்டி, தலையை முக்காடு போட்டு மறைத்திருந்தாள். தனது அகன்ற விழிகளால் அவரை உற்றுநோக்கினாள் அவள். அவருக்குள் கோபம் எட்டிப் பார்த்தது. தம் அன்னையின் முகத்தில் முன்பு பாத்திராத ஒரு புன்னகை. அவர் அசௌகர்யமாக உணர்ந்தார். 'இவள்தான் சாயி. உனக்கும் இவளுக்கும் கல்யாணம் செய்ய ஏற்பாடாகிறது' என்று தாழ்ந்த குரலில் தாயார் சொல்லவும் அவர் கூச்சப்பட்டார்.

அவருடைய நண்பர்கள் கட்டுப்படுத்த முடியாமல் சிரித்தனர். இது உண்மையாய் இருந்துவிடக்கூடாது. அவர் ஏதாவது செய்தாக வேண்டும் அல்லது சொல்லித் தீரவேண்டும்.

'இவளை எனக்குப் பிடிக்கலை, இவளோட கண்கள் வட்ட மாய்த் தட்டுபோலிருக்கு' அவர் கோபத்தில் வெடித்தார். அவரு டைய நண்பர்கள் சட்டென்று தங்கள் இளிப்பை நிறுத்திக் கொண்டனர். சிலர் மதிப்புடன் அவரைப் பார்த்தனர்.

‘எனக்கும் இவனைப் பிடிக்கலை, இவனுடைய மூக்கு ரொம்பப் பெரிசா இருக்கு’ சாயி சிறிதும் அச்சமில்லாமல் தெளிவாகச் சொல்வதை அவர் கேட்டார்.

இப்படிப் பழைய நினைவுகள் அவருள் ஓயாது ஓடாடிக் கொண்டிருந்தன. அவர் தம்முடைய வசிப்பிடத்துக்குத் திரும்பிச் சென்றார். சில எண்ணெய் விளக்குகள் மங்கலாய் ஒளிவிட்டுக் கொண்டிருந்தன. தம்முடைய உடைவாளை ஒரு பக்கமாய் வைத்து விட்டு, அவர் படுக்கையில் சாய்ந்தார். தீநாக்குகளின் நிழல்கள் கூரையில் நர்த்தனமிட்டன. துக்கம் அவரது தொண்டையை அடைத்தது. அடக்கி வைத்த விம்மல்கள் அழுகையாய் வெளிப் படுவதுபோல் அச்சுறுத்தியது. தம் தலையைக் கைகளில் மறைத்துக் கொண்டு சரிந்து கிடந்தார், விம்மல்களில் உடல் குலுங்கியது. விடியும் பொழுதை எதிர்நோக்கி அவர் வேதனையில் இருந்தார். காலைப் பூசைக்குக் கோயில் மணி ஒலிப்பதைக் கேட்டார். சன்னலுக்கு வெளியே வானம் வெளிறிக் கிடந்தது. அவர் ஒருவாறு படுக்கையை விட்டு எழுந்துகொண்டார். அவர் வாயிலை நோக்கி நடந்து, படிகளில் இறங்கி, கோட்டையின் கீழ்ப்பகுதிக்குச் சென்றார். கோட்டையின் காவலன் ஒருவன் அவரை நோக்கி ஓடி வந்தான்.

‘அப்ஸல்கான் பள்ளத்தாக்கிற்கு வருவதாய் முடிவெடுத்திருக்கி றாராம் தகவல் வந்திருக்கிறது’ என்றான்.

சிவாஜி தம்முடைய துயரத்தை இதயத்தின் அடியாழத்தில் தள்ளி மூடிக்கொண்டார். ஹிர்தாஸ்மாவலில் இருந்து ஆட்களை அவர் எதிர்பார்த்துக் கொண்டிருந்தார். மதியத்தில்தான் அந்த வருகையாளர்களை அவர் சந்திப்பதாய் இருந்தது. சிவாஜி வாயிற் பக்கம் சென்றபொழுது வெண்ணிறத் தாடியுடன் கூடிய முதியவர் ஒருவர், தம் மக்கள் ஐவருடன் அவரை நோக்கி வந்தார். அந்த மனிதர் பணிவுடன் வணங்கினார், அவருடைய கண்களில் கண்ணீர் பள பளத்தது.

சிவாஜி இருக்கையில் அமர்ந்ததும், அவர்கள் அவரைச் சூழ்ந்துகொண்டனர்.

‘அரசே! நாங்கள் அந்தச் செய்தியைக் கேட்டோம்.’ முதியவர் முணுமுணுப்பான குரலில் சொன்னார். வந்தவர் சாயி பற்றிப் பேசுவதற்குமுன், சைகையில் தடுத்தார் சிவாஜி. அவர் உடைந்து, நொறுங்க விரும்பவில்லை. அதற்கான நேரம் இதுவல்ல.

‘கனோஜி, அப்ஸல்கானிடம் இருந்து உங்களை அச்சுறுத்திக் கடிதம் வந்திருப்பதாய்த் தெரிகிறது. ஆனாலும் தாங்கள் என்னிடம் வந்திருக்கிறீர்கள்.’

நான் போரில் வெற்றி வாய்ப்பை இழந்து போனால், உங்கள் குடும்பம் உட்பட எல்லாவற்றையுமே நீங்கள் இழக்க நேரிடும். இன்னமும் அவகாசம் இருக்கிறது. போங்கள், அப்ஸல்கானுக்கு உதவப் பாருங்கள்!

முதியவரின் கண்களில் கண்ணீர் தளும்பியது. அவர் நடுங்கும் குரலில் சொன்னார், 'அரசே, என் குடும்பத்துக்காக அல்ல, என்னுடைய உயிருக்குப் பயந்துதான்... தாங்கள் எங்களுடைய சுதந்திரத்துக்காகப் போரிடுகிறீர்கள். தங்களுடைய நல்ல நோக்கத்துக்காக நாங்கள் உயிரைக் கொடுக்கத் தயாராயிருக்கிறோம்.'

'உறுதியாகவா?' கடுமையான குரலில் கேட்டார் சிவாஜி. 'உங்களுடைய அக்கம் பக்கத்தார்களும், தேஷ்முக்குகளும்–கண்டோஜி கோபாடே, உத்ரவலிகர், கேதார்ஜி. ஜக்தேவ் போன்றவர்களும் அப்ஸல்கானிடம் போயிருக்கிறார்கள். அவர் வெற்றி பெற்றால் இவர்களுக்கெல்லாம் விருதுகள், இராணுவத்தில் பதவிகள், பெருமளவில் செல்வங்கள் கிடைக்கும்.'

கனோஜி பணிவுடன் வணங்கி, முணுமுணுப்பான குரலில் சொன்னார், 'அது அவர்களுடைய முன்வினைப் பயன். நான் சிலிம்காரர்களையும், பஸல்காரர்களையும், மற்ற தேஷ்முக்குகளையும் தங்களிடம் அழைத்து வந்திருக்கிறேன். அப்ஸல்கான் நேர்மையற்றவர், புரட்டுக்காரர் என்பதை அவர்களிடம் நான் கூறியிருக்கிறேன். அவருடைய நோக்கம் நிறைவேறிவிட்டால் எங்கள் எல்லாரையுமே அவர் அழித்துவிடுவார். மராத்திய அரசுதான் எங்களுடைய அரசு.'

2

வேய் நகரத்து அப்ஸலின் கோட்டையில் ஏதோ திட்டத்துடன் நடந்து கொண்டிருந்தது. ஆட்கள் முன்கூடத்தில் கூடியிருந்தனர். அவர்கள் கவலையுடன் காணப்பட்டனர். தளபதி எடுத்த முடிவில் உடன்பாடில்லாத சிலர் கோபமாய் இருந்தனர். அவருடைய நம்பிக்கைக்குகந்த மகன் ஃபஸல், காரியஸ்தர் கிருஷ்ணாஜி, மூத்த தளபதியின் மூத்த மகன் ரணதுல்லா, தலைமைக் காவலர் சையது பண்டா, அதிகாரிகளான யாகுத், மாம்பாஜி போஸ்லே (சிவாஜியின் தந்தைக்கு ஒன்றுவிட்ட சகோதரன்) ஆகியோர் அவரைச் சுற்றி நின்றிருந்தனர். அப்ஸல் பீஜப்பூரை விட்டுச் சென்றதும், தம் மனதில் சில செயல்திட்டங்களையும், உத்திகளையும் வைத்திருந்தார். கர்நாடக சிற்றரசர்களை அச்சுறுத்தியோ, எதிர்த்தோ அவர்களைப் பணிய வைத்தார் அவர். தம்மைச் சந்திக்க மறுப்பவர்களிடம் மோதல் போக்கை அவர் கடைப்பிடித்தார்.

சிவாஜியை அச்சுறுத்தவோ, கோபமூட்டவோ அவரால் முடியவில்லை.

பத்தாயிரம் குதிரைவீரர்கள், அதே எண்ணிக்கையில் காலாட் படையினர், ஐயாயிரம் துப்பாக்கி வீரர்கள், ஆயிரம் ஒட்டகங்கள், நூறு யானைகள், ஐநூறு பீரங்கிகள், எண்ணற்ற அடிமைகள், பெண்கள் என்று அவருடைய பலம் மக்களுக்கு திகிலூட்டுவதாக இருந்தது. சிவாஜியின் ஜாகீரைச் சேர்ந்த சிலர் அவர் முன் அடக்க ஒடுக்கமாய் வந்து நின்றபோது அவர் கருணையுடன் அவர்களை ஏற்றுக்கொண்டார். அவர் எவ்வித பரபரப்புமில்லாமல் அந்த நிலப்பகுதிக்குச் சென்றார், புகழ்பெற்ற கோயில்களின் அருகாமையில் முகாமிட்டார். சமய குருமார்களை மிரட்டி அவர்களுடைய சேமக் காப்பாறையில் இருந்த செல்வங்களைப் பிடுங்கிக் கொண்டார். ஆனால், சிவாஜியை அவரால் நிலை குலையச் செய்ய முடியவில்லை. சிவாஜியின் மனைவிக்குச் சகோதரனான புல்டான் ஜாகீர்தாரைச் சிறைப்பிடித்தார், சுன்னத் செய்தார். சிவாஜியின் கோபத்தைத் தூண்ட அவர் எடுத்த முயற்சிகள் எல்லாமே தோற்றுப் போயின. அந்நிலையில்தான் புதிய போர்த்தந்திரங்களை யோசிக்கும் கட்டாயம் ஏற்பட்டது அவருக்கு.

புதிய பேரரசரான ஔரங்கசீப், ஆதில்ஷாஹியில் அமைதி நிலவ வேண்டும் என்றால், சிவாஜியிடம் உள்ள நிலப்பகுதிகளைத் தம்மிடம் ஒப்படைத்துவிடும்படி பேரம் பேசினார். அப்ஸலின் அரசர் தெளிவாக இருந்தார், சிவாஜி உயிருடனோ அல்லது பிணமாகவோ அவருக்கு வேண்டும். எனவேதான் அப்ஸல் வேட்டைக்காரரும், வேட்டையாடப் படவேண்டிய விலங்கும் நேருக்கு நேர் சந்தித்தாக வேண்டும் என்று தீர்மானித்தது. வேட்டை விலங்கோ தந்திரமான முறையில் வேட்டைக்காரரைத் தவிர்த்துக் கொண்டிருக்கிறது. அந்நிலையில் வேட்டைக்காரர் ஆபத்தான குன்றுகளில் உள்ள ஓநாய்களின் மறைவிடங்களுக்குள் தாமே புகுந்து பார்க்க முடிவு செய்துவிட்டார்.

தவிரவும், படீஸாஹிபாவும், அரசரும் வேறு இப்போது பொறுமையற்றவர்களாகி விட்டனர். அவர் பீஜப்பூரில் இருந்து புறப்பட்டு வந்து ஆறுமாதங்கள் ஆகிவிட்டது. இந்த இலக்கு நோக்கிய பயணம் இதுவரை பத்துலட்சம் ரூபாய்களை விழுங்கித் தீர்த்தாயிற்று. குதிரை வீரர்களுக்கு மிகை ஊதியம், மராத்திய நிலப்பிரபுக்களுக்குக் கையூட்டு, இருபத்தி ஐயாயிரம் படையாட்களுக்கு உணவு, ஆயிரக்கணக்கான போர் விலங்குகளுக்குத் தீவனம், இதுவன்றி இன்னொரு பிரச்சனையும் இருந்தது. கனோஜி ஜெத், கடுமையாய் அச்சுறுத்தியிருந்தும் அதைப் பொருட்படுத்தாமல்

சிவாஜிக்குத் துணை நிற்கத் தீர்மானித்துவிட்டார். அத்துடன் மாவல் பகுதி தேஷ்முக்குகள் பலரையும் நயந்து பேசி நம்ப வைத்து, சிவாஜியிடம் சேர்த்துவிட்டார். இன்னமும் தாமதித்தால் மேலும் பல தேஷ்முக்குகள், வெளிப்படையாக இல்லாவிட்டாலும் விரோதியுடன் கைகோர்த்துக் கொண்டு விடுவார்கள்.

'சாஹிப், இதைத் தவிர வேறு வழியே இல்லையா?' அப்ஸலின் இடதுபக்கம் நின்றிருந்த சையது, முறையாகக் கேட்க வேண்டும் என்பதற்காகச் சற்றே முன்நோக்கி வளைந்து நின்று கேட்டார்.

'சையது, அதீத எச்சரிக்கை காட்டுகிற கடைசி ஆள் நீயாகத்தான் இருக்கவேண்டும்' அப்ஸலின் குரல் இடிமுழக்கம் போல ஒலித்தது.

'சாஹிப், நான் அச்சப்படுவதாய் நினைக்கிறீர்களா?'

'இல்லையா பின்னே?' அப்ஸல் கோபப்பட்டார், ஆனால், அடுத்தகணமே கவலைக்குள்ளான ஒருவனைப்போல் தன் குரலைத் தாழ்த்திக் கொண்டு 'எல்லாருக்கும் என்ன ஆச்சு?' என்று கேட்டார்.

'அப்பா, நாங்க எல்லாருமே உங்களுடைய பாதுகாப்பு பற்றியே கவலைப்படுகிறோம்' மகன் ஃபஸல் தெரிவித்தான். அழகிய குழந்தை போன்ற அவனுடைய முகம் வெய்யிலில் வாடி சற்றே பழுப்பு நிறமாயிருந்தது.

அப்ஸல், தம்முடைய இருபத்தியோரு வயது மகனைக் கலக்கத்துடன் பார்த்தார். பையன் குதிரைச் சவாரியில் நன்கு தேர்ச்சி பெற்றிருந்தான், வாட்போரில் சிறந்தவர்களிடம் பயின்று வாள் வீச்சிலும் வல்லவனாக இருந்தான். ஆனால், மாளிகைகளில் பாதுகாப்பான எல்லைகளுக்குள்ளாகவே வைக்கப்பட்டு வளர்ந்தவன். வாழ்வின் கடுமையான நடைமுறைகளை மெய்ம்மை நிலைகளை இன்னமும் அவன் எதிர்கொண்டதில்லை. பிரதாப்ராவ் மோரே முதல்முறையாகப் பேசினார், 'ஜாவலி ஒன்றும் நாம் நினைப்பது போல் அத்தனை ஆபத்தானதல்ல' தலையசைப்புக்காகக் காத்திருந்தார்.

'நீர் என்ன நினைக்கிறீர் என்பதைக் கூறும்' என்றார் அப்ஸல்.

'பள்ளத்தாக்கின் ஒவ்வொரு மூலையும் எனக்கு அத்துப்படி. வல்லமை கொண்ட நம் படை இருக்கும்போது நமக்குக்கெடுதலாய் என்ன நடந்துவிடும்?' என்றார் பிரதாப்ராவ்.

'அது ஜாவலி பற்றியதல்ல, சிவாஜி பற்றியது. தன்னுடைய தந்தையைப் போலவே எனது மருமகனும் ஆபத்தானவன். அவர்கள் சொல்வது ஒன்றாகவும், செய்வது வேறாகவுமே இருக்கும்' பிரதாப் ராவின் பேச்சை மறுத்துப் பேசினார் மாம்பாஜி போஸ்லே.

மராத்தாவின் முதியவரையே உற்றுநோக்கியிருந்த அப்ஸல் கேட்டார், 'யாரேனும் எனக்கொரு தீர்வைத் தரமுடியுமா? சிவாஜி வேய் நகரத்துக்கு வருவாரா?'

'அப்படி நிகழ வாய்ப்பில்லை' என்றார் கிருஷ்ணாஜி.

'நம்முடைய மலைக்கோட்டைகளில் இருபத்தியைந்தை சிவாஜி கைப்பற்றியிருக்கிறார். அவற்றைப் பழுதுபார்த்து ஆயுதத் தள வாடங்கள், வெடிமருந்துகள், உணவு, நீர் என்று தேவையானவற்றை ஆயத்தப்படுத்தியிருக்கிறார். அந்தக் கோட்டைகள் எல்லாம் நம்மிடம் இருந்த பொழுது, நம்முடைய ஆட்கள் ஓயின் சாடி களாலும், ஒழுக்கமற்ற பெண்களாலும் அவற்றை நிரப்பியிருந் தார்கள். சிவாஜி நம்முடைய கோட்டைப் பொறுப்பாளர்களை இனிமையாகப் பேசியும், அச்சுறுத்தியும், கையூட்டுக் கொடுத்தும் அங்கிருந்து வெளியேற்றிவிட்டார். குன்றுகளை வாழிடமாய்க் கொண்ட, பிரமிப்பூட்டும் கோட்டைகளை வைத்திருக்கிற ஒருவரை எதிர்கொள்வது எளிதான காரியமல்ல. நம்மை மேடான சமதளப் பகுதியில் அவர் சந்திக்க மறுப்பது கவனிக்கத்தக்கது. பத்து ஆண்டு களுக்கு முன் நாம் புரந்தர் கோட்டையில் சண்டையிட்ட பொழுது நம்முடைய வீரர் மூஸேகான் கொல்லப்பட்டதை நாம் மறந்துவிடக் கூடாது?'

அப்ஸலைச் சுற்றியிருந்தவர்கள் பேச்சிழந்து, திகைத்துப் போயினர்.

அவர் கையசைத்துவிட்டு, தொடர்ந்தார். 'நம்முடைய கோட் டைகளில் ஒன்றைக் கைப்பற்றுவதற்குள் சில மாதங்கள் ஓடிவிடும். முற்றுகையிடுவதென்றால் பெரிய அளவில் முன்னேற்பாடுகள் செய்ய வேண்டியிருக்கும். நம்மால் சிவாஜியின் நிலப் பகுதிகளை அழித்து, வெறுமையாக்கிவிட முடியும். ஆனால், அப்படிச் செய்தால் மக்களுக்கு நம்மீது வெறுப்பு ஏற்பட்டுவிடும். சிவாஜியின் வசம் பல கோட்டைகள் இருந்துகொண்டுதான் இருக்கும். அவரு டைய படைகள் நம்மீது புதிதாய்த் தாக்குதல்கள் நடத்தும். அத்துடன், பாழான நிலப்பகுதிகளைத் தம்மிடம் கொடுத்துவிட்ட தாய், பேரரசர் நம்மீது அதிருப்தியடையக் கூடும். தற்போது, தம்மிடம் இருப்பதை யெல்லாம் ஒப்படைத்து, நம்மிடம் சரணடை வதாய்ச் சிவாஜி கூறுகிறார். அடுத்து நாம் செய்ய வேண்டியது என்னவென்று கூறுங்கள். அப்படிப்பட்ட மனிதனை நாம் நேரில் சந்திக்காமல் எப்படிக் கையாள்வது?'

'வேய் பகுதிக்கு வரும்படி சிவாஜியைத் திரும்பவும் நாம் கட்டாயப்படுத்த வேண்டும். நாம் அதைச் செய்வதற்காக வழி இல்லாமல் போகாது' என்றார் சையது.

கிருஷ்ணாஜி படபடப்பாக இருந்தார். அவருடைய முகம் சிவந்து காணப்பட்டது. சையது சொல்வது தாம் சரிவர முயற்சிக்க வில்லை என்று குத்திக் காட்டுவது போலல்லவா இருக்கிறது. ஆனால், அப்ஸல் கான் வேறு எதைப் பற்றியோ சிந்தித்துக் கொண் டிருந்தார். முன்பு, பார்வையற்ற சூஃபி சொன்ன வார்த்தைகளை அவர் நினைத்துக் கொண்டார். 'மகனே, நீ போக வேண்டாம். உன்னுடைய உடம்பில் இருந்து தலை துண்டிக்கப்பட்டுக் கிடப்பதை என் மனக் கண்ணால் நான் பார்க்கிறேன்' என்று அவர் சொன்னது இன்னமும் இவரது காதுகளில் ஒலித்துக் கொண்டி ருக்கிறது.

அப்ஸல், சூஃபி துறவியிடம் இருந்து தம் எண்ணங்களை வலிந்திழுத்துக் கட்டுப்படுத்திக் கொண்டார். அவருடைய சிந்தனை பீஜப்பூர் அரசவைச் செயல்பாடுகள் பற்றி ஆராயத் தொடங்கியது.

தற்போதைய முக்கிய அமைச்சர் கவாஸ்கான் எப்போதும் அரசரையே வட்டமிட்டுக் கொண்டிருப்பதாய்க் கேள்வி. தாம் தோற்கவேண்டும் என்று அந்த முக்கிய அமைச்சர் விரும்புவதாய் அவருக்குத் தோன்றியது. தம்முடைய முயற்சியில் தாம் இறந்து விட்டால் கவாஸ்கான் எவ்விதத் தடையுமின்றி அதிகாரத்தை முழுமையாய் கைப்பற்றிவிடுவார் என்று அப்ஸல் உறுதியாக நம்பினார். அப்ஸல் கான் வெற்றி பெற்றுவிட்டால் முழு அதிகார மும் இவருடைய கைக்கு வந்துவிடும். இவரே முக்கிய அமைச்சராகி ஆதில்ஷாஹியின் பெருங்குடி மக்கள் மத்தியில் சர்வ வல்லமை படைத்தவராய் விளங்குவார்.

தம்முடைய திட்டத்தில் எதுவும் தவறிவிட்டிருக்குமோ என்று மனதுக்குள் அவர் மறுபரிசீலனை செய்துகொண்டார். பயணத்தில் அவருக்கோ, அவருடைய படைக்கோ திடீர்த் தாக்குதல் எதையும் எதிர்கொள்ளும் நிலையிருக்காது. பிரதாப்காட்டிற்கு அவர் பத்திர மாய்ப் போய்ச் சேர்ந்துவிடலாம். சிவாஜியின் காரியஸ்தர் பிரதிக்ஞை செய்திருக்கிறார். அவருடைய கவலை படிந்த முகத்தில் மெலிதாய் ஒரு புன்னகை. சிவாஜி அவருடைய முகாமிற்கு வருவார். வரட்டும், அந்தத் தருணத்துக்காகத்தான் அவர் காத்திருக்கிறார்.

அப்ஸல் கண்களை மூடியபடி, 'இன்ஷா அல்லாஹ், எல்லாம் நல்லபடியாகவே நடந்தேறும்' என்று தமக்குள் கூறிக்கொண்டார். பின்பு கண்களைத் திறந்து வெடுக்கென்று சொன்னார், 'நாம் தீர்மானித்தபடி இன்னும் ஒரு வாரத்திற்குள் ஜாவலிக்குப் புறப் படுகிறோம்.' பழைய நினைவுகளும், மாறாத வன்மமும் அவருக்குள் குமிழியிட்டு, மேலெழும்பின.

'நாம் இன்னும் சில நாள் பொறுத்திருக்கக் கூடாதா?' ஃபஸல் தன்னுடைய யோசனையைத் தெரிவித்தான்.

அப்ஸல் கான் சிரித்துக் கொண்டார், அரசியல் சூழ்ச்சிகள் பற்றி இவனுக்கு என்ன தெரியும்? சிவாஜியை உயிருடனோ, பிண மாகவோ கொண்டுவருவதாய் அரசரிடம் அவர் உறுதி கூறியிருக் கிறார். சிவாஜி சரணடைய ஒப்புக் கொண்டது அலி ஆதில் ஷாவிற்கு முன்பே தெரிந்திருக்கும். அவர் மேலும் தாமதம் செய்து, ஜாவலிக்குப் போவதைத் தவிர்த்தால், கையூட்டுப் பெற்றதாய் கருதிக் கொள்ள இடமாகிவிடுமே. பலவிதமான கேள்விகள் எழும், அரசவையில் வதந்திகள் இறக்கை கட்டிப் பறக்கத் தொடங்கிவிடும்.

'மறைமுகத் தாக்குதல்களுக்கு நிறையவே வாய்ப்புகள் இருக்கின்றன' ஃபஸல் விடாப்பிடியாய்ச் சொன்னான்.

'நீ வீணே கலவரப்படுத்துகிறாய், பேசாமல் வளையல் போட்டுக்கொள்' என்று மகனிடம் சொல்ல விரும்பிய அப்ஸல், தன்னைக் கட்டுப்படுத்திக் கொண்டார். 'நாம் எடுத்த முடிவின் படியே நடப்போம்' என்று கூறி, கூட்டத்தைக் கலைத்தார். அதுபற்றி மேலும் பேசுவதற்கில்லை. ஒட்டுமொத்தப் படையில் பாதிப் பேரை தம்முடன் அழைத்துச் செல்வது, மீதிப் பேர் வேய் நகரத்திலேயே தங்கியிருப்பது என்று அவர் முடிவு செய்துவிட்டார். ஒட்டகங்கள் நகரத்திலேயே விட்டு வைக்கப்படும். போர் யானைகளில் ஒரு பகுதி மட்டும் பள்ளத்தாக்கில் பிரவேசிக்கும்.

புறப்படுகிற நாளில் வழக்கமான பரபரப்பு எதுவும் காணப்பட வில்லை. அப்ஸல் கானின் அதிகாரிகள் மனவெழுச்சிக் குன்றியவர் களாய் இருந்தனர். மலைகள் சூழ்ந்த நிலப்பகுதிகளில் அவர்கள் நடந்தும், மலையேறியும் மகாபலேஷ்வரை அடைய முழுசாய் ஒருநாள் ஆகிவிட்டது. யானைமீது அம்பாரியில் அமர்ந்து சென்ற அப்ஸல் சீக்கிரமே குதிரைக்கு மாறிவிட்டார். மிகக் கவனமாய் மேற்கொள்ள வேண்டிய பயணம் அது. ஒரு சிறு தவறு நேர்ந்தாலும், ஓரடி சறுக்கினாலும், காலடியில் ஒருகல் இடம்பெயர்ந்து விட்டாலும் படுபாதாளத்திற்கு போய்ச் சேர வேண்டியதுதான். குன்றுகளின் செங்குத்து எழுச்சி அல்லது திடீர்ச்சரிவுகளில் ஏறவோ இறங்கவோ வேண்டியிருந்தது. ஆட்களைப் போலவே விலங்குகளும் அபாய நிலைகளுக்குத் தங்களை உட்படுத்திக் கொள்ளும்படி ஆயிற்று.

ஒருநாள் முழுக்கப் பிரயாணம் செய்து முடித்த நிலையில் பள்ளத் தாக்கிற்கு மேலே சிறு நூறு அடிகள் உயரத்தில் ஒரு மேடான சமதளப்பரப்பை (பீடபூமி) அவர்கள் அடைந்தனர். உச்சிப்பகுதியில் முகாம் அமைத்தனர். இரவில் காற்று வீச்சு அதிகரித்திருந்தாலும், சூழல் தெளிவாக இருந்தது. தம்முடைய கூடாரத்தில் அமர்ந்து

ஹுக்கா புகைத்த அப்ஸல் அமைதியாக உணர்ந்தார். எது தகுதி யானதோ அதைத்தான் அவர் செய்திருக்கிறார்.

சூரியன் மலைக்குமேல் முகம் காட்டவும், பயணம் மீண்டும் தொடங்கியது. அடுத்து தாழ்வுநோக்கி சரிவில் இறங்குவது அச்ச மூட்டுகிற அனுபவமாக இருந்தது.

தம் தந்தையின் குதிரைக்குப் பின்னால் சவாரியாய் வந்த ஃபஸல், 'இது மிகவும் ஆபத்தானதாய்த் தெரிகிறது' என்றான். கொசுக்கடி தாளாமல் அவனுடைய தோல் சிவந்துவிட்டிருந்தது.

அப்ஸல் பரபரப்பு கொள்ளாமல், அமைதியாக இருந்தார். 'நிகழக் கூடிய எதைவிடவும் அதுபற்றிய மனக்கலக்கமே அதிக ஆபத்து' என்பதை அவர் நன்கறிவார். இந்தப் பிரயாணத்தின் போது சிவாஜியின் ஆட்கள் தம்முடைய படையைத் தாக்க மாட்டார்கள் என்று அவர் உறுதியாய் நம்பினார். சிவாஜியின் பிராமண காரி யஸ்தர் பிரதிக்ஞை செய்திருக்கிறார். ஒரு பிராமணரின் உறுதிமொழி சக்தி வாய்ந்தது என்பதில் சந்தேகமில்லை, எதுவும் அவரைக் கட்டுப்படுத்தாது. ஆபத்து நிலைகளுக்கு உட்படுத்திக் கொள்வது தவிர்க்க முடியாததாய் இருந்தது. ஒரு போர் வீரனின் வாழ்க்கையில் அதுவும் ஒருங்கிணைந்த பகுதிதான். அவர் அஞ்சவில்லை, ஒரு போதும் அஞ்சியதில்லை.

அவர்களைச் சுற்றிலும் மிக உயரமான மலைகள், பள்ளத்தாக்கு எங்கோ ஆழத்தில் மறைந்து கிடந்தது. அப்ஸலுடைய ஆட்கள் பயத்தில் அழுதே விட்டார்கள். மிகக் குறுகலான வழியில் சென்ற பொழுது பலருக்கும் தலை சுற்றியது, ஒரு யானை சதுப்பான விளிம்பில் கால் வைத்து கீழே விழுந்தது, அதைத் தொடர்ந்து இன்னொன்று. அவற்றின் அச்சத்துடன் கூடிய பிளிறல் பக்கத்து கிராமவாசிகளை நடுங்க வைத்தது. தங்களுக்கு முன்னால் சென்ற யானைகள் பாதாளத்தில் விழக்கண்டு பின்னால் வந்த யானைகளும் அச்சத்தில் பிளிறின. மலைகளும் நிலை குலையுமாறு அவை வீறிட்டன. பறவைகள் அதிர்ந்து, பறந்தோடின. குதிரைகள் திகில டித்துப் போயின. குதிரைகளும் எருதுகளும் நீண்ட ஒலிகளுடன் பின்வாங்கின. அவற்றுக்கு உதவ முயன்ற ஆட்களில் சிலர் அவற்று டன் இழுபட்டு ஆழமான படுகுழியில் வீழ்ந்தனர்.

அப்ஸல் கட்டுப்பாடாக இருந்தார். அந்த இடர்ப்பாட்டில் நூறு மனிதர்களையும், ஐம்பது குதிரைகளையும், இரண்டு யானை களையும் அவர் இழக்க நேர்ந்தது. அது அவர் நடத்துகிற போர், அவருடைய முடிவுகள். தம்முடைய குதிரை கோயனா ஆற்றின் பசிய பழுப்பு நீரில் பாய்ந்து செல்கிறபோது, பிரதாப்காட்டின் பெரிய குன்றின்மீது அவருடைய பார்வை சென்றது. 'என்னை

அச்சுறுத்துகிற மாதிரி எதுவும் இல்லை' என்று தனக்குத்தானே நம்பிக்கையூட்டிக் கொண்டார் அவர். சுற்றிலும் இருந்த காடு இருண்டு கிடந்தது, அதைரியத்தை உண்டுபண்ணுவதாய் இருந்தது. ஆற்றில் இருந்து முகாமிற்கு அவர்களை இட்டுச் சென்ற பாதை பேரளவில் பாறைக் கற்களையும், பள்ளங்களையும் கொண்டிருந்தது. அவருடைய பதினைந்தாயிரம் படையாட்கள் தங்குவதற்கான இடம் ஆற்றில் இருந்து அதிகத் தொலைவில் இல்லை. அது திறந்த வெளி. அங்கிருந்த கூடாரங்கள் பெரியனவாகவும், சௌகர்யமாகவும் இருந்தன. உள்ளூர்வாசிகள் கூடிவந்து, அவர்களுடைய தேவை களைப் பூர்த்தி செய்வதில் ஆர்வம் காட்டினர். பலரும் பார்த்த மாத்திரத்திலேயே விழுந்து வணங்கினர். 'ஏழ்மைப்பட்ட மலைவாழ் மக்கள்' என்று அவர் எண்ணிக் கொண்டார். 'தங்கள் வாழ்நாளில் என்னைக் கணப்பொழுதேனும் காணமுடிந்தது அவர்கள் செய்த அதிர்ஷ்டம்.'

கோயனா ஆற்றின் கரையோர நிலப்பகுதியைச் சமதளமாய் ஒழுங்குபடுத்தியிருந்தார்கள். புதர்களை வேரோடு களைந்து, மேடு பள்ளங்களைத் திருத்தியிருந்தது. பள்ளத்தாக்கின் எல்லாப் பகுதி களில் இருந்தும் மரத் துண்டுகளும் (எரிபொருளாய்ப் பயன்படுத்து வதற்கு), மூட்டை மூட்டையாய் தானியங்களும் வந்திறங்கிக் கொண் டிருந்தன. அக்கம்பக்கத்துக் கிராமங்களில் இருந்து நூற்றுக்கணக் கான பேர்கள் உதவுவதற்காக வந்திருந்தனர். ஆதில்ஷாஹியின் படைத் தலைவர் தங்குவதற்கு ஏற்ற வகையில், அவருடைய படிநிலைக்குத் தகுந்தாற்போல் மிகுந்த பொருட்செலவில் சிவாஜி கூடாரங்களை அமைத்திருந்தார். கோயனா ஆற்றங்கரையில் ஒரு அங்காடி வீதியும் திடீரென்று முளைத்திருந்தது. அப்ஸலின் படையாட்கள் விரும்பியவற்றைக் கொடுக்கவும் அவர்களுடைய தேவைகளைக் கவனிக்கவும் கசாப்புக்காரர், நாவிதர், வியாபாரிகள், அணிகலன்களை விற்பவர்கள், கத்தியைச் சாணைப் பிடிப்பவர்கள் என்ற பலரும் கடை போட்டிருந்தனர்.

அவர் கடைகளைத் துருவி ஆராய்ந்தார். அங்கிருந்த ஆயிரக் கணக்கான கூடாரங்களுக்கும் தனித்தனியே சமைப்பதற்கான பண்டங்கள், எரிபொருட்கள், பாத்திரங்கள் குவிக்கப்பட்டிருந்ததை அவருக்குத் தெரிவித்திருந்தார்கள். அவர்களுக்குக் குளிப்பதற்காக வெந்நீர் தயாரித்துக் கொடுக்கவும், மயில்விசிறி கொண்டு விசிறவும் ஆயிரக்கணக்கான உள்ளூர் ஆட்கள் விரைந்து செயல்பட்டுக் கொண்டிருந்தனர். ஆட்களில் சிலர் விலங்குகள் பருகுவதற்காகப் பெரிய கொள்கலன்களில் நீரைக் கொண்டு சென்றனர். அப்ஸலின் பாராட்டுணர்வையும், மதிப்புணர்ச்சியையும் தூண்டுவதற்காகவே சிவாஜி எல்லாவற்றையும் சிறப்பாகச் செய்திருந்தார்.

3

தம்முடைய விருப்பத்திற்கு உகந்த அடிமையின் உதவியுடன் குளித்து முடித்த அப்ஸல், உடையுடுத்தி சந்திப்புக்குத் தயாரானார். ஆயுதம் தரித்த ஆட்கள் பலருடன் கிருஷ்ணாஜியும், சையதுவும் வாயிற் பக்கம் காத்திருந்தனர். அவர்களுடன் நின்றபடி, சிறிது நேரம் கோட்டைப் பக்கம் பார்வையைச் செலுத்தினார் அவர். குன்றானது பல நூறு அடி உயரத்தில் இருந்தது. கீழ்ப்பகுதி சரிவாகவும், மேற்பகுதி செங்குத்தாகவும் காணப்பட்டது. கோட்டை மிகச் சிறந்த முறையில் கட்டப்பட்டிருப்பதாக கிருஷ்ணாஜி தெரிவித்தார். அதன் சுற்றுச் சுவர்கள், காப்பரண்களும், முகப்புகளும், தளங்களும், அவைக் கூடமும், தனிமுறையிலான மாளிகைகளும் கற்களால் கட்டமைக்கப் பட்டிருந்தன. தாமே அவற்றையெல்லாம் நேரில் காணவேண்டும் என்று ஆசைப்பட்டார் அவர். இப்படியொரு கோட்டையைக் கட்டும் சாமர்த்தியம் உள்ளவன் எது பற்றியும் கவலைப்பட மாட்டான், எதைக் குறித்தும் கலங்குகிறவனல்ல அவன் என்றே அவருக்குத் தோன்றியது. அது கணநேர சிந்தனைதான். அதிகம் சிந்திக்க விரும்பவில்லை. தம்முடைய கூடாரத்தில் போகிலுக்காகக் காத்திருப்பதென்று தீர்மானித்தார். இருக்கை ஆதாரத்தில் சாய்ந்து கொண்டு, ஹுக்காவைக் கொண்டு வரும்படி தம் அடிமைக்குச் சைகை செய்தார் அவர்.

கடைசியில், கிருஷ்ணாஜி சையது மற்றும் போகில் அவருடைய கூடாரத்துக்கு வந்தார்கள். அவரைக் காண்பதற்காகப் போகில் அங்கே வருவது மூன்றாவது முறை. அப்ஸல் அவருடைய முதல் வருகையை நினைத்துக் கொண்டார். முகாமைச் சுற்றிப் பார்த்து, எல்லாமும் சரிவர ஏற்பாடு செய்யப்பட்டிருக்கிறதா என்று உறுதி செய்து கொண்டவர், கிருஷ்ணாஜியிடம் ஒரு பட்டுப் பையைக் கொடுத்தார். ஆயிரம் தங்க நாணயங்கள் கொண்ட அந்தப் பையை சிவாஜி கிருஷ்ணாஜிக்குப் பரிசாகக் கொடுத்திருப்பதாய்த் தெரிவித் தார்.

அப்ஸல் அப்போது சிவாஜி பற்றிக் கடுமையான குரலில் கேட்டார். போகில் கொஞ்சமும் பணிவில்லாமல், உரத்த குரலில் சொன்னார், 'சந்திப்பு இருவருக்கும் பொதுவான இடத்தில் நடக்கும். இதுவே சிவாஜி அரசரின் செய்தி' என்று. அந்த சூழ்ச்சித்திறம் கொண்ட பிராமணர், வேறு யாரும் எதுவும் கேட்பதற்குமுன் அங்கிருந்து போக அனுமதி வேண்டினார்.

'இதன் பொருள் அவர் இந்தக் கூடாரத்துக்கு வரமாட்டார் என்பதா?' கிருஷ்ணாஜி கேட்டார்.

கிருஷ்ணாஜியைப் பொருட்படுத்தாமல் அப்ஸலை நோக்கி, 'தாங்கள் மிகப்பெரிய செல்வந்தர், பீஜப்பூரின் சொகுசுகளை அனுபவித்துக் கொண்டு, மேலான வாழ்க்கை வாழ்பவர். நாங்கள் ஏழ்மையில் இருப்பவர்கள், ஆனாலும் படிநிலையில் தங்களுக்கு ஏற்ற வரவேற்பை அளிக்கவே சிவாஜி விரும்புகிறார். தங்களைப் போல் சமுதாயத்தில் உயர்ந்த நிலையில் இருப்பவர்களை ஒரு போதும் அவர் சந்தித்ததில்லை' என்றார்.

அவர்களுடைய நிபந்தனையை ஏற்பதைத் தவிர தாம் எதையும் தேர்வு செய்வதற்கில்லை என்பதை அப்ஸல் புரிந்துகொண்டார். அவர்கள் அளிக்கிற வாய்ப்பை மறுத்துவிட்டு, அவர் வேய் நகரத் துக்குப் பத்திரமாய்த் திரும்பிச் சென்றுவிட முடியாது. இது குறித்து கூடுதல் பேச்சுவார்த்தை நடத்தினால் அது மேலும் கால தாமதத் துக்கே வழிவகுக்கும். ஜாவலியில் நீண்ட நாள் தங்குவது என்பது ஆபத்தை முன்மொழிவதாகிவிடும்.

அப்ஸல் உரத்த குரலில் வற்புறுத்தலாய்க் கூறினார், 'இரு வருக்கும் பொதுவான அந்த இடம் எங்களால் அங்கீகரிக்கப்பட்ட பின்பே முடிவு செய்யப்பட வேண்டும்.'

போகில் உடனே அதை ஒப்புக்கொண்டார். 'தாங்கள் சொல்வது சரிதான். நானும் அதை யோசித்து விட்டேன். தங்களுடைய நம்பக மான ஆலோசகர்கள் அந்த இடத்தை ஆய்வு செய்து ஒப்புதலளிக் காமல், தங்களை நாங்கள் அழைக்கமாட்டோம்.'

சையது பண்டா, பிரதாப்ராவ் மோரே, கிருஷ்ணாஜி ஆகியோரைத் தம்முடைய ஆய்வுக் குழுவாக அப்ஸல் அப்போதே நியமித்து விட்டார்.

தம்முடைய இரண்டாவது வருகையின்போது, போகில் குரலைத் தாழ்த்திக் கொண்டு சொன்னார், 'சந்திப்புக்குப் பொருத்த மான இடத்தை முடிவாக நாங்கள் கண்டுபிடித்து விட்டோம். பிரதாப் காட் குன்றின் சரிவில் ஒரு சமதளமான இடம் அது. கோட் டைக்கும், முகாமிற்கும் இடையில் உள்ள மிக உயர்வான இடம். தளபதி அவர்களே! அரண்மனை போன்று மிகப் பெரிதாகவும், விசாலமாகவும் பல்வண்ணத் துணிப்பந்தலை எங்கள் மக்கள் அங்கே அமைப்பார்கள்.'

அப்ஸல் தம்முடைய ஆய்வுக் குழுவினரை நோக்கினார், அவர் கள் மவுனமாய்த் தலையசைத்து, தங்கள் இசைவைத் தெரிவித்தனர்.

மூன்றாவது முறை, அந்தக் கிழட்டு நரி அவர் முன்பாய்த் தலைவணங்கி நின்றது.

'சந்திப்புக் கூடம் தயாராகி விட்டதா அல்லது உங்களுடைய ஆட்கள் இன்னமும் அதே வேலையாய் இருக்கிறார்களா? அவர்கள் இன்னொரு தாஜ்மகால் கட்டுகிறார்களா?' அப்ஸல் கேட்டார்.

'இன்று எல்லாவற்றையும் – நாள், நேரம், வரையறைகள், விதி முறைகள் என்று சந்திப்புக்கான சகலத்தையும் இறுதி செய்து கொண்டு விடலாம்' என்று போகில் அமைதியாகக் கூறினார்.

பல மணிநேரம் பேச்சுவார்த்தைக்குப் பிறகு நிபந்தனைகள் ஏற்கப்பட்டன. 'அமாவாசைக்குப் பிறகு ஏழாம் நாள் பிற்பகலில் சந்திப்பு நடைபெறும். தளபதியும், சிவாஜியும் முழுமையாக ஆயுதம் தரித்திருப்பார்கள். இருவருமே தத்தமது காரியதரிசியை உடன் வைத்துக் கொள்ளலாம். வண்ணத்துணிப்பந்தலில் இருந்து, ஒரு அம்புவிடும் தூரத்தில் இருதரப்பிலும் பத்து பத்து வீரர்கள் ஆயுதபாணிகளாய் இருப்பார்கள்.' காகிதத்தில் நிபந்தனைகளை எழுதி, அப்ஸலின் ஒப்புதலுக்கு அனுப்பியிருந்தனர்.

கவலையுடன் காணப்பட்ட கிருஷ்ணாஜி ஏதோ சொல்ல விரும்பினார். அப்ஸல் தம்முடைய காரியஸ்தரை அமைதியாய் இருக்கும்படி கையசைத்தார். அவர் நீண்ட நேரம் சிந்தித்தபடி இருந்ததில், போகில் சலிப்புற்று அப்படியும், இப்படியும் நெளிந்து கொண்டிருந்தார். அவர் இப்போது எதையாவது காரணம் காட்டி மறுத்தால், விவகாரம் இழுத்துக் கொண்டே போய்விடும். தாம் ஆதில்ஷாஹியின் படைப் பெருந்தலைவர், இந்த நேரத்தில் சிவாஜி முட்டாள்தனமாக எதையும் செய்யத் துணியமாட்டார் என்று தமக்குத் தாமே நம்பிக்கையூட்டிக் கொண்டார் அவர்.

முடிவாக, தோளைக் குலுக்கியபடி அவர் சொன்னார், 'உம்முடைய வாக்குறுதியை நீர் மறக்க மாட்டீர் என்று நம்புகிறேன்.'

'சிவ சிவ' என்று இலேசாய் நடுங்கியபடி, முணுமுணுத்தார். 'ஒரு பிராமணனின் வாக்குறுதியை நீங்கள் எப்படிச் சந்தேகிக்கலாம்? நான் அப்படி மீறி நடந்தால் நானும், என்னுடைய நாற்பத்திரண்டு மூதாதைகளும் காலத்துக்கும் நரகத்தில் கிடந்துதான் அவதிப் படுவோம். அங்கே நரகவேதனைகளை நாங்கள் அனுபவிக்கும் படியாகும். அவர்கள் எங்களுடைய கண்களைக் குருடாக்குவார்கள், சாட்டை கொண்டு அடிப்பார்கள், எங்களைக் கொதிக்கிற நீரில் விட்டு அமிழ்த்துவார்கள், பாம்புக்கூட்டம் நிறைந்த பாதாள அறைக்குள் எங்களைத் தூக்கியெறிவார்கள்.'

தம்முடைய வசீகரமான புன்னகையொன்றை உதிர்த்த அப்ஸலின் கண்களில் கள்ளத்தனம் ஒளிர்ந்தது.

அவர் சொன்னார், 'என் மருமகனிடம் கூறும், நான் ஒப்புக் கொண்டபடி அவரைத் தனியாகச் சந்திப்பேன். பீஜப்பூரில் அவர் கனவிலும் கண்டிராத செல்வங்களைப் பெறப் போகிறார்.'

'இந்த அருமையான செய்தியை, எங்கள் அரசரிடம் நான் சென்று தெரிவிப்பேன்' போகில் மகிழ்ச்சியுடன் கூறினார்.

தம்முடைய பார்வையில் இருந்து சிவாஜியின் காரியஸ்தர் போய் மறையும் வரை கவனித்திருந்த அப்ஸல், கிருஷ்ணாஜியிடம் கேட்டார், 'இந்த சிவாஜி எவ்வளவு உயரம் இருப்பார்?' என்று.

'அவருடைய தலை உங்கள் நெஞ்சைத் தொடுகிற உயரம்'

அந்தப் பதில் அவரிடத்தில் வினோதப் புன்னகையைத் தோற்றுவித்தது. தம்முடைய மனதை அமைதிப்படுத்திக்கொள்ள முயன்றார் அவர்.

'சையது, நம்முடைய காலாட்படையினரில் மிகச் சிறந்த ஒரு ஆயிரத்தி ஐநூறு பேரைத் தேர்வு செய். அவர்கள் கவசம் அணிந்து, வாள் வில் அம்புடன் தயாராகட்டும். சந்திப்பு நடக்கப் போகிற இடத்துக்கு நம்முடன் அவர்களும் வரவேண்டும். ஆனால், இதை இரகசியமாய் வைத்துக் கொள்.'

4

சந்திப்புக்கு இரண்டு நாள் முன்பாக சிவாஜி தம்முடைய ஆட்களை ஒரு இறுதிக் கூட்டத்துக்கு அழைத்திருந்தார். கூட்டம் நடந்த கட்டிடத்தில் காற்றும் கவலையுடன் படபடத்தது. அந்த நேரம் நிச்சயமற்ற நிகழ்வுகளுக்கு உரியதாய் இருந்தது. வல்லமையுள்ள மனிதர்களும் வீழ்ச்சியடையக் கூடும். கடும் சிரத்தையுடன் தயாரிக்கப்படுகிற திட்டமும் குழப்படியில் முடிந்துவிடலாம். நம்பிக்கைகள் முற்றாய் இழக்கப்பட்டு மனமுறிவுக்கு உள்ளாகலாம், மரணமும் நேரிடலாம். அதனால்தான் சிவாஜியும் அவருடைய ஆட்களும் தங்களுடைய திட்டங்களைக் கடைசி முறையாய் ஆராய்ந்து, விவாதித்துத் தெளிவு கண்டது.

சிவாஜி, தம்முடைய வழக்கமான செம்மஞ்சள் நிறத் தலைப் பாகை, வெண்ணிற உடையணிந்து அவர்கள் மத்தியில் நின்றிருந் தார். அப்ஸலின் முகாமை அவர்கள் பார்த்தனர். தாங்கள் அவர் களைவிட எண்ணிக்கையிலும் ஆயுத பலத்திலும் குறைவு என்பதை உணர்ந்தனர். ஆதில்ஷாஹிப் படை கோட்டையைச் சுற்றிச் சூழ்ந் திருந்தது. மேலிருந்து பார்த்தால், கோட்டைக்குள் இருப்பவர்கள் ஏதோ பொறியில் சிக்கிக்கொண்டதுபோல் தோன்றும்.

மனக்கலக்கத்துடன் காணப்பட்ட தமது ஆட்களை நோக்கி சிவாஜி கூறினார், 'தளபதி முகாம் வசதிகள் பற்றியோ, முகாம் அமைந்திருக்கும் இடம் பற்றியோ மறுப்பாக எதுவும் சொல்லாதது வியப்பைத் தருகிறது. அவருடைய ஒட்டுமொத்தப் படையும் கோயனா ஆற்றங்கரைகளில் பரவலாய்க் கிடக்கிறது. நீங்கள் குன்றின் மீதிருந்து பார்த்தால் தெரியும், நாம் அவர்களிடம் அகப்பட்டிருக்க வில்லை, அவர்கள் தாம் பள்ளத்தாக்கு வட்டத்துக்குள் சிக்கிக் கொண்டிருக்கிறார்கள்.'

'அவர் தம்முடைய பலம் குறித்து மிகை மதிப்பீடு செய்திருக் கிறார்' என்று தபீர் சொன்னார்.

'அதே போன்று நம்மையும் அவர் குறைத்து மதிப்பிட்டு விட்டார்' என்றார் பிங்ளே.

'படை சார்ந்த வகையில் விரோதியின் பலத்தைக் குறைத்து மதிப்பிடுவது மிகப்பெரிய முட்டாள்தனம்' என்றார் சிவாஜி. 'மேலும், அப்ஸலின் மதிப்பீடுகளே நமக்குப் பலம். நாம் செய்ய வேண்டியதெல்லாம் அவருடைய நம்பிக்கைக்குச் சிறிதும் சேதம் ஏற்படாதபடி, அதை அப்படியே விட்டு வைப்பதுதான்' என்ற உறுதிபடக் கூறினார் அவர்.

'போரிடும் நிலை குறித்து நாம் கவனமாக ஆராய்ந்து கொள்வோம்' என்ற ஸார்னோபட் பால்கர், அதுபற்றி விவரித்தார். 'இங்கேயிருக்கும் நமது சிலநூறு வீரர்களும் கோட்டையிலேயே இருந்து கொண்டிருப்பார்கள். மாவலியில் இருந்தும் கொங்கணத்தில் இருந்தும் நம்முடைய மற்ற படைப்பிரிவினர் நாளையே வந்துவிடு வார்கள். அவர்கள் பள்ளத்தாக்கினுள் இரகசியமாகப் பிரவேசிப் பார்கள். அவர்கள் காட்டுப்பகுதியில் சுற்றிக் கொண்டிருக்கும் ஆதில்ஷாஹி வேவுப்படையின் கண்களில் சிக்காமல் இருக்க அனைத்து வழிமுறைகளையும் கையாள வேண்டியிருக்கும்' என்று.

'கோட்டையைப் பாதுகாக்க உரிய அணுகுமுறைகளை மேற் கொள்வோம். கோட்டைக்கு வரும் வடகிழக்கு வாயிலை அவர்கள் பயன்படுத்த முடியாதபடி மரங்களை வெட்டிச் சாய்த்து வழியை அடைத்தாயிற்று. அதனால் கும்ப்ரோஷி கிராம வழி தடை செய்யப் பட்டுவிட்டது. தெற்கில் ஸோன்பார் கிராம வழியாகத்தான் ஒருவர் கோட்டைக்கு வரமுடியும். அது சுற்று வளைவான பாதை. அதில் சுழன்று மேல் நோக்கி வருவது பெரும்படைக்கு இயலாத காரியம்' என்றார் சிவாஜி.

'நாம் அவர்களைத் தடுத்து, வன்முறையில் கொல்ல வேண்டி யிருக்கும். அவர்கள் நம்மை நோக்கி முன்னேறி வந்தாலும், நம்மிட மிருந்து தப்பித்து ஓடமுயன்றாலும் நாம் அவர்களைக் கொல்வோம்.'

‘மலையடிவாரத்தில் நம்முடைய காலாட்படையினர் மறைந் திருக்க வேண்டும். பகைவரின் படைப்பிரிவுகள் கோட்டைக்குள் நுழையாதபடி அவர்கள் தடுத்து விடுவார்கள். தொலைதூரக் காடுகளில் மறைந்திருக்கும் நம்முடைய குதிரைப் படைவீரர்கள் தப்பியோட முயல்பவர்களைக் கொன்று போடுவார்கள்’ என்றார் வன்னெஞ்சரான பால்கர்.

எல்லாரும் அமைதியாய்த் தலையசைத்தனர். ஸார்னோபட் தொடர்ந்தார்.

‘கோட்டையின் வடமேற்குப் பகுதிக்கு பாதுகாப்பு தேவைப் படாது. அந்தப் பக்கம் செங்குத்தான பாறை படுபாதாளத்துக்கு இறங்குகிறது. ஆனால், மலையடிவாரத்தை எல்லாப் பக்கங்களிலும் பாதுகாத்தாக வேண்டும். கனோஜி ஜெத், பந்தல் தேஷ்முக், ஏஸாஜி காங்க் இவர்கள் மூவரும் தங்களுடைய காலாட்படையை அழைத்திருக்கிறார்கள். அவர்கள் ஐயாயிரம் பேரும் தேர்ந்தெடுக்கப் பட்ட வீரர்கள். அவர்கள் ஸோன்பாரைச் சுற்றியுள்ள காடுகளில் மறைந்திருந்து, அதிரடித் தாக்குதலை மேற்கொள்வார்கள். பேஷ்வா மோரோஜியின் காலாட்படை ரெய்ரியில் இருந்து வருகிறது. அவர்களில் ஒரு பாதிப்பேர் கினேஷ்வர் கிராமத்தில் காத்திருப் பார்கள். கோட்டையின் மேற்கத்திய மலையடிவாரம் அவர்களு டைய பொறுப்பில் இருக்கும். மறுபாதியினர் வடகிழக்கு மலையடி வாரத்துக்கு அப்பால் அம்பினாலியில் நிலை கொண்டிருப்பார்கள்.’

அதை ஏற்கிற பாவனையில், பால்கர் சிறிதளவு தலையசைத்தார்.

சிவாஜி விட்ட இடத்தில் இருந்து தொடர்ந்தார்.

‘அரசின் பல வண்ணத்துணிப் பந்தல் (ஷாமியானா) மலையடி வாரத்தில் இருந்து சற்று மேலே அமைந்துள்ளது. அப்ஸலின் பல்லக்கு சிறிது தூரம் மேலேறித்தான் சந்திப்புக் கூடத்துக்கு வரவேண்டியிருக்கும். அவர்கள் ஸோன்பார் வழியாக வருவார்கள். ரகுநாத்ஜி அண்ணாஜி தத்தோ, ஹிரோஜி இவர்கள் தங்கள் காலாட்படையுடன் சந்திப்புக் கூடத்துக்குப் பக்கமாய் உள்ள சிறு குன்றுகளின் இடுக்குகளிலும், ஆழ்ந்த பள்ளத்தாக்குகளிலும் மறைந்திருக்க வேண்டும்.

பால்கர் சொன்னார், ‘இப்போது குதிரைப் படையைப் பற்றிச் சொல்லியாக வேண்டும். முகாமிற்கு சிறிது தொலைவில் என்னு டைய ஐயாயிரம் குதிரை வீரர்களுடன் நான் காத்திருப்பேன். வேய் நகரத்துக்குப் போகும் பாதையை பாபாஜி போஸ்லே தம்முடைய இரண்டாயிரம் வீரர்களுடன் முடக்கிவிடுவார்.’

‘ஏதும் கேள்வி உண்டா? சந்தேகம் உண்டா?’ சிவாஜி கேட்டார். அங்கே நிசப்தம் நிலவியது. ‘தகவல் தொடர்புக்கான நடவடிக்கையாய்

ஊதுகொம்பு (எக்காளம்) ஊதி வாசிக்கிற இருவர் ஷாமியானா அருகே அமர்த்தி வைக்கப்பட்டிருப்பார்கள். நான் சந்திப்புக் கூடத்தில் நுழைந்த பின், அங்கே எதுவும் நடக்கலாம். தளபதி என்னைச் சிறைப் பிடிக்கவோ அல்லது கொன்று போடவோ முயற்சிப்பார். அப்போது என்னை நான் காத்துக் கொண்டாக வேண்டும். எங்களில் யார் கொல்லப்பட்டாலும் அப்போது ஊதுகொம்பை ஊதி, கோட்டையின் மேல்பகுதியில் உள்ள கனரகத் துப்பாக்கிப் படைக்கு ஆபத்து பற்றிய எச்சரிக்கை அறிவிப்புச் செய்வார்கள். எச்சரிக்கையடைந்த துப்பாக்கி வீரர்களும், பீரங்கிப் படைவீரர்களும் உடனே இயங்கத் தொடங்கிவிடுவார்கள்.'

சிவாஜி நிறுத்தியதும், பால்கர் தொடர்ந்தார்.

'வெடியோசை கேட்டதும், மலையிடுக்குகளிலும், ஆழப் பள்ளத் தாக்குகளிலும் மறைந்துள்ள வீரர்கள் உடனே ஷாமியானாவை நோக்கி விரைந்தோடி வருவார்கள். சந்திப்புக் கூடத்தில் அப்ஸலின் பத்து மெய்க்காவலர்கள் கொல்லப்படுவார்கள். அவர்களில் ஒருவர் தப்பித்தாலும் முகாமில் உள்ளவர்களுக்கு எச்சரிக்கை கிடைத்து விடும்.'

சிவாஜி கூறினார், 'முகாமில் உள்ளவர்களுக்கு எவ்வித சந்தேகமும் ஏற்பட்டு விடக்கூடாது. பீரங்கி வெடிப்போசை கேட்டதும் கனோஜி, ஏஸாஜி இவர்கள் தங்களுடைய காலாட்படையினருடன் தெற்கு மலையடிவாரத்தின் வழியே முகாமைச் சுற்றி வளைத்துக் கொள்ளவேண்டும். மோரோஜியின் காலாட்படை மேற்கிலும், வடகிழக்கிலும் தாக்குதல் நடத்தவேண்டும். நாம் வெற்றி பெறுவ தோடு, அவர்களுடைய குதிரைகளையும், ஆயுதங்களையும், கருவூலத் தையும் கைப்பற்றியாக வேண்டும்.'

அங்கே நிலவிய மவுனத்தைக் கலைத்துக் கொண்டு சிவாஜி மறுபடியும் பேசினார்.

'கடந்த முறை கூடிய கூட்டத்தில், நாம் வெற்றி பெற்றால் அடுத்து என்ன செய்யவிருக்கிறோம் என்று தானாஜி கேட்டார். நான் அதற்கான பதிலை இப்போது கூறுகிறேன். மூன்று பக்கங் களிலும் இருந்து முகாம் தாக்கப்பட்டால், எதிரிப் படையில் ஏராள மானவர்கள் அழிந்துவிடுவார்கள்.

வேய் நகரத்துப் பக்கம் பலரும் தப்பியோட முனைவார்கள். பாபாஜி போஸ்லேயும் அவருடைய ஆட்களும் அவர்களைக் குறுக் கிட்டுத் தடுப்பார்கள். நம்முடைய ஸார்னோபட், அதே சமயத்தில் தம் குதிரைப் படையை வேய் நகரத்துக்கு இட்டுச் செல்வார். அங்கே எஞ்சியுள்ள அப்ஸலின் படையைத் தாக்கி, அந்தச் செய்தி

பீஜப்பூரை எட்டும் முன்பே அழித்துவிடுவார். நாம் ஆதில் ஷாஹியின் மையப்பகுதி வரை ஆக்ரமித்துவிட திட்டம் உள்ளது. தளபதி வெற்றியில் ஆதில்ஷாஹி உறுதியான நம்பிக்கை கொண்டிருக்கும்.'

'ஆதில்ஷாஹியின் தலைநகரான பீஜப்பூரைத் தாக்குகிற உத்தேசம் உண்டா?' எதையும் எளிதில் நம்பாதவரான தபீர் கேட்டார்.

சிவாஜி புன்னகைத்தபடி சொன்னார், 'நாம் முதலில் ஷாமியானாவுக்குத் திரும்புவோம். மைதானத்தில் பூஜ்யத்தில் இருந்துதானே தொடங்கியாக வேண்டும். தானாஜி, சம்பாஜி காவ்ஜி, ஜீவ மஹலே, இப்ராஹிம் கான் இவர்களுடன் இன்னும் சிலரும் என்னுடைய மெய்க்காவலர்களாக உடன் வரட்டும். நண்பகலில் தொடங்கும் சந்திப்புக் கூடத்தில் அப்ஸல் அவருடைய செயலாளரான கிருஷ்ணாஜி, நம்முடைய கோபிநாத் இவர்களுடன் நானும் என நான்கு பேர் மட்டுமே இடம்பெறுகிறோம்.'

சிவாஜி வெளிப்படுத்திய தன்னம்பிக்கை அவையில் இருந்தோரை வியப்பிலாழ்த்தியது. அவருடைய புன்னகை அவர்களுக்கு உறுதி அளிப்பதாக இருந்தது. ஒரு இரகசியத்தைப் பகிர்ந்து கொள்வதுபோல் அவர் மென்மையான குரலில் பேசினார், 'ஞாபகமிருக்கட்டும், ஒட்டுமொத்தச் செயல்முறையும் நண்பகலில்தான் தொடங்குகிறது. இது பனிக்காலத்தின் தொடக்கப் பகுதி, சூரியன் வழக்கமான நேரத்துக்கு முன்பே அஸ்தமித்துவிடும். உண்மையில் சூரியன் மறைவதற்கு ஒருமணிநேரம் முன்பாகவே இருள் சூழ்ந்து விடும். அந்த இரவில் நிலவு தாமதமாகவே தோன்றும். இரண்டுமணி நேரம்போல் கும்மிருட்டாக இருக்கும். அந்த இருளும், இடமும் உங்களுக்குப் பழக்கமானதுதான். ஆனால் அவர்களோ வௌவால் களைப்போல் பார்க்கும் திறனில்லாமல் திண்டாடுவார்கள். அந்த நிலப் பகுதியும், நேரமும் நமக்குப் பெருமளவு உதவியாக இருக்கும்.'

பால்கர் சொன்னார், 'தகவல் பரிமாற்ற வரைமுறைகளைப் பின்பற்றிச் செயல்படுங்கள். தேவையில்லாமல் பரபரப்போ, கலக்கமோ கொண்டுவிடக்கூடாது. எதையும் அதற்குரிய நேரத்தில் செய்து முடிக்க வேண்டும். உங்களுககு என்ன சொல்லப்பட்டிருக்கிறதோ அதன்படி நடத்துகொள்ளுங்கள்' என்றும் 'ராஜாவின் சிறப்புக் குதிரைப்படை அவருக்காக மகாபலேஸ்வர் குன்றின் அடிவாரத்தில் காத்திருக்கும். குன்றின் அடிவாரத்தில் சண்டை முடிந்ததும், நம் திட்டப்படி வேய் நகரத்தில் சந்திப்போம். நாம் நடத்துகிற இந்தப் போர் ஔரங்கசீப்பின் ஆணைப்படி நடக்கிற

ஆதில்ஷாஹி ஆட்சியாளர்களுக்கு எதிரானதாகும். அப்ஸலின் மரணம் ஒரு தொடக்கந்தான்.'

தம் கண்களில் நீர் பளிச்சிட ஏஸாஜி பேசினார், 'அரசே! தளபதி மல்யுத்தத்தில் வல்லவர். அப்ஸல் கான் தங்கள் உயரம் குறித்து கேட்டறிந்திருக்கிறார். தங்களுடைய தலை அவருடைய நெஞ்சுப் பகுதியைத் தொடுமளவுதான். தம்முடைய இடதுகை உட்பகுதியில் தங்களுடைய தலையை அகப்படுத்தி, அதை எளிதாய் அவர் நசுக்கிவிடுவார். அநேகமாய் தம் வலக்கையால் வாள்கொண்டு தங்களை அவர் தாக்கக் கூடும். அந்தச் சமயத்தில் தங்கள் கை தன்னியல்பாகத் தொங்கும், தங்களால் அதைப் பயன்படுத்த முடியாமல் போகும். அத்தகைய சூழ்நிலையில், தங்கள் இடக் கையைக் கொண்டு சில நொடிகளுக்குள் தங்களைப் பாதுகாத்துக் கொண்டாக வேண்டும்.'

எல்லாருடைய கண்களிலும் கவலை படர்வதைக் கண்டார் சிவாஜி.

அவர்களுடன் சிவாஜி கடைசியாய்ப் பகிர்ந்துகொள்ள ஒரே யொரு விசயம் மட்டும் எஞ்சியிருந்தது. அவர் ஒவ்வொருவரையும் நிதானமாகவும், கவனமாகவும் ஆழ்ந்து நோக்கினார். பின்பு, 'நான் சிறைப்பிடிக்கப்படலாம் அல்லது கொல்லப்படலாம், ஆனால், எது நடந்தாலும் அப்ஸலோ அவருடைய ஆட்களோ கோட்டையை நெருங்கிவிடக்கூடாது. இந்தப் போரில் நாம் வெற்றி பெற்றேயாக வேண்டும், இது தவிர்க்க முடியாதது. நான் இறக்க நேர்ந்தாலும், என் மகனை உங்கள் தலைவனாக்கிக் கொண்டு சுயராஜ்யப் போரைத் தொடருங்கள்.'

அவர்களுடைய தலைவரின் சொற்கள், நம்பிக்கையூட்டும் ஒளிப்பொறிகளாய் அவர்களுக்குள் விழுந்து பரவின.

'நான் விண்ணுலகம் சார்ந்த ஒரு காட்சியைக் கண்டேன். தன்னுடைய தெய்வீக சக்தியை அவள் என்மீது பொழிந்தாள்...' என்றார் அவர்.

'யார் அது?' அவர்கள் ஒரு குரலாய்க் கேட்டனர்.

'துல்ஜாப்பூர் பவானி' என்று கூறிய சிவாஜியின் கண்கள், அரசவைக்கு அப்பால் தொலைதூரத்தில் பார்வையைச் செலுத்தி யிருந்தன. 'அது ஓர் உன்னத அனுபவம், கருத்தைக் கவர்ந்து தன் வயப்படுத்துவதாக இருந்தது. வானவெளியில் ஒளிவிடும் இலட்சோப லட்சம் தீபங்களைப் பார்ப்பதுபோல் இருந்தது. அல்லது இலட்சக் கணக்கான மணிகளின் ஓசையை ஒருசேரக் கேட்பதைப் போலி ருந்தது எனலாம். என்னுடைய மனம் ஆசைகளற்று சூன்யமானது

போலவும், எனது ஆன்மா ஏதோ ஒன்றிற்காக ஏங்குவது போலவும் நான் உணர்ந்தேன். சுயம்புவான சிவலிங்கம் அவளுடைய தலையில் ஒரு வைரமாய்ப் பிரகாசித்தது. அவளது சிங்கவாகனம் சீற்றத்துடன் கர்ஜித்தது. அவள் பார்வதியின் உக்கிர அவதாரம், அவளுடைய கண்களில் தீயின் சுவாலையாய்க் கோபம் இருந்தது. ஆனால் அந்தக் கண்களில் கருணையின் சாயலையும் நான் கண்டேன். அவளுடைய எட்டுக் கரங்களிலும் ஆயுதங்கள் இருந்தன. தன் முதுகில் ஒரு அம்பறாத் தூணியை அவள் கட்டியிருந்தாள். அவளது தோள்களில் பெரியதோர் வில்லும் காணப்பட்டது. ‘சுயராஜ்யம் இறைவனின் விருப்பம்’ என்றவள் சொல்வதையும் நான் கேட்டேன்.

சிவாஜியின் உணர்ச்சிமிக்க சொற்கள் அவர்களுடைய மனங் களில் துணிவைப் பரவச் செய்ததோடு, அவர்களது ஆன்மாக்களுக்கு ஒளியூட்டின. அவர்களுடைய உள்ளார்ந்த ஆற்றல், இயக்கச் சக்தி யாய் இனி வெளிப்படும்.

5

கோட்டை சூரிய ஒளியில் பிரகாசித்தது. மன்னர் சிவாஜி கோட்டையின் மேல் தளத்தில் உள்ள தம்முடைய மனைத் தொகுதியில், நிகழ்ச்சிக்கான பிரத்யேக உடைகளை அணிந்து கொண்டிருந்தார். தளபதி ஜாவலிக்கு வருகை புரிந்திருப்பதன் நோக்கம் தெளிவாகத் தெரிந்தது. அப்ஸல் அவரைக் கைது செய்து பீஜப்பூர் அவையில் கொண்டு போய் நிறுத்துவார் அல்லது தம் வெற்றியின் அடையாளமாய் அவருடைய தலையை வெகுமதி யாக்குவார். அரசரின் கட்டளைப்படி அப்ஸல் மேற்கொண்டி ருக்கும் பணிக்குத் தேவைப்படுவதெல்லாம் நயவஞ்சகம், தந்திரம், பிறரை ஏமாற்றுவதற்காக நேர்மையின்றிச் செயல்படுவது, மோசடி இவை மட்டுமே.

சிவாஜி எஃகு வலையமைப்பிலான குறுஞ்சட்டை அணிந்து, தம்முடைய வழக்கமான நீளப்பட்டாடையை அதற்கு மேல் உடுத்திக்கொண்டார். பணியாள் ஒருவன் உறுதியான தலைக் கவசத்தைக் கொண்டு வந்து அவருடைய தலையில் பொருத்தி னான். முத்துக்கள் கோர்த்த செம்மஞ்சள் நிறத் தலைப்பாகை தலைக் கவசத்தை மூடி மறைத்துக் கொண்டுவிட்டது. மற்றொருவன் அரைக்கச்சையைக் கொண்டு வந்து அணிவித்தான். சிவாஜி ஒரு மேசை இழுப்பறையைத் திறந்து ‘பக்நாச்’ எனப்படுகிற ஆயுதத்தை எடுத்தார். அது உலோகத்தாலான புலி நகம், இருபக்கமும் இரண்டு

வளையங்கள் இருந்தன. வைரமும், மாணிக்கமும் பதித்த அந்த வளையங்களை மோதிரம் போல் விரல்களில் மாட்டிக் கொள்ளலாம். பார்ப்பவர்களுக்கு அது மோதிரம் போல் தெரியுமேயன்றி, மறைந்திருக்கும் புலிநகம் வெளியில் தெரியாது. அந்தச் செயற்கருவியைத் தமது இடதுகை சுண்டு விரலுக்கும், ஆட்காட்டி விரலுக்குமாய் அவர் பொருத்திக் கொண்டார். அந்தக் கருவியின் குறுக்குக் கம்பியில் கூர்மையான நான்கு அலகுகள் இருந்தன. ஒருமுறை தம் உள்ளங்கையை மூடித் திறந்து அதன் இயக்கத்தைச் சோதித்துக் கொண்டார். வளைநகம் படைத்த புலிபோலவோ, பிற உயிர்களைக் கொன்று தின்னும் கூர்நகம் படைத்த பறவை போலவோ தம்மை அவர் உணர்ந்தார். மேசையின் மற்றொரு இழுப் பறையில் இருந்து அவர் எடுத்த இன்னொரு ஆயுதம் பிச்சுவா. அது தேளின் கொடுக்குபோல் அமைந்திருந்தது. அதை இடது சட்டைக் கையினுள் அவர் மறைத்துக் கொண்டார். தம்முடைய அறையில் இருந்து புறப்படும் முன் தம் வாளை எடுத்து அரைக் கச்சையில் இறுக்கிக் கொண்டார்.

'இப்போது எல்லாமும் சிவபெருமானின் கையில் இருக்கிறது. ருத்ரதாண்டவம் தொடங்கப் போகிறது.'

போகில், குன்றின் அடிவாரத்தில் இருந்த முகாமிற்கு உள்ளூர் வாசிகள் பலரை உடன் அழைத்துக் கொண்டு போனார். அவர் அமைதியற்றவராய்க் காணப்பட்டார்.

பகற்பொழுது நல்ல வெளிச்சத்துடன், தெளிவாக இருந்தது. சமீபத்தில் பெய்த மழையில் பள்ளத்தாக்கு பச்சைக் கம்பளம் போர்த்தினாற்போல் தெரிந்தது. மேற்கில் இருந்து பல வண்டிகள் பழங்களையும், காய்கறிகளையும் இறைச்சியையும் சுமந்து சென்றன. பழங்குடிப் பெண்கள் கூட்டமொன்று தலையில் விறகுக் கட்டுகளுடன் வடகோடியில் உள்ள முகாம் நோக்கிப் போய்க் கொண்டிருந்தது. அப்ஸலின் ஆட்கள் ஓய்வாக இருந்தனர். அவர்களில் சிலர் சொக்கட்டான் ஆட்டத்தில் முனைப்புக் காட்டினர். அவர்களைப் பொருத்தவரை ஜாவலிக்கு வந்து சேர்ந்ததுமே போர் முடிந்துவிட்ட மாதிரி இருந்தது. அவர்கள் வென்றுவிட்டனர், அவர்களுடைய தளபதி முன்பே வெற்றியாளர்தான். போகில் குதிரை லாயத்தின் பக்கம் பார்வையைச் செலுத்தினார். குதிரைகள் சேணமிடப் பட்டிருக்கவில்லை, யானைகள் முகாமில் இருந்து சற்றுத் தொலைவில் மூங்கில்களை உணவாக்கிக் கொண்டிருந்தன.

அந்தக் காரியஸ்தரின் கண்கள் பிரதான விருந்தினர் பக்கம் சென்றது. தளபதி வெளிர் பச்சை நிறப்பட்டில் அரையாடையும்,

பொன்னிழையில் சித்திரப்பூவேலை செய்த மேலாடையும் அணிந் திருந்தார். அரைக்கச்சையில் சரிகை பளபளத்தது. வெண்ணிறத் தலைப்பாகையில் வைரங்கள் அணி செய்தன. அவருடைய காலணியில் கூட கற்கள் பதிக்கப்பட்டிருந்தன. ஆயுமேந்திய பத்து மெய்க்காவலர்கள் அவருக்குப் பின்னால் காத்திருந்தனர். அவர்களில் இரண்டு பேரைப் போகில் அடையாளம் கண்டுகொண்டார் – ஒருவர் சையது பண்டா, மற்றொருவர் ரஹீம், அப்ஸலின் மருமகன். தளபதியின் வலப்பக்கம் கிருஷ்ணாஜி நின்றிருந்தார். பெரிய வாளுறை அவருடைய அரைக்கச்சையில் காணப்பட்டது. போகில் வணங்கக் குனியுமுன்பே, தளபதி பல்லக்கினுள் நுழைந்து கொண்டு விட்டார். தளபதியின் பல்லக்கைத் தொடர்ந்து கிருஷ்ணாஜியுடன் நடந்த போகில் கோபமாய் உணர்ந்தார். அவர் தற்செயலாய்த் திரும்பிப் பார்த்தபோது வாள், கேடயம், வில் அம்பு இவற்றுடன் ஒரு படைப் பிரிவு ஓசைபடாமல் அவர்கள் பின்னே வந்து கொண்டிருந்தது.

போகிலுக்கு ஏமாற்றப்பட்டதுபோல் இருந்தது, ஆனாலும், போகட்டும் என்று இருந்துவிட்டார்.

அவர்கள் எவ்வித ஒலியும் எழுப்பாமல் போய்க் கொண்டி ருந்தனர். சந்திப்புக்கூடத்தைச் சுற்றி அவர்கள் இருப்பு நிலை கொள் வார்களெனில் நிச்சயமாக அது தொல்லைதான். அவர் குன்றின் பக்கம் கூர்ந்து நோக்கினார். காலைச்சூரிய ஒளியில் ஷாமி யானாவின் உச்சப் பகுதிகள் தகதகத்தன. மலையில் இருந்து வீசிய மென்காற்றில் துணிக் கொடிகள் படபடத்தன. அவர் பின்நோக்கிப் பார்வையைச் செலுத்தியபோது முகாம் கண்ணுக்குத் தென்பட வில்லை. இந்தப் படையாட்களை முன்நோக்கிச் செல்ல விடுவது பாதுகாப்பாக இருக்காது. சீக்கிரமே அவர்கள் குன்றில் ஏறி ஷாமியானா இருக்குமிடத்தை அடைந்துவிடுவார்கள். அவர் கிருஷ்ணாஜியைப் பார்த்து, 'கடவுளே! நமக்குப் பின்னால், ஆயுத பாணியாய் ஆயிரம் பேருக்கு மேல் படையாட்கள் வருகிறார்களே. அவர்கள் இங்கேயே இருக்கட்டும். இல்லையோ, ராஜா சிவாஜி குறுக்குமறுக்காய்ப் பள்ளத்தாக்கில் எங்காவது மறைந்து போய் விடுவார்' என்றார்.

கிருஷ்ணாஜி திடுக்குற்றார். ஆனால், வருத்தம் தெரிவிப்பதற்கு பதிலாக வெறுப்பூட்டும் முறையில் ஓசைப்படாமல் சிரித்துக் கொண்டார்.

போகில் குன்றின் அடிவாரத்தில் கோவணத்துடன் திரிந்து கொண்டிருந்த சிலரைச் சுட்டிக்காட்டி, 'அவர்களைப் பாருங்கள், அவர்கள் முறையாக உடுத்தியிருக்கவில்லைதான், ஆனால் இந்த வட்டாரத்திலேயே மலை ஏறுவதில் வல்லவர்கள். அவர்கள்

சிவாஜியிடம் சென்று எச்சரிக்கை பண்ண அதிக நேரமாகாது' என்றார்.

எரிச்சலுற்ற கிருஷ்ணாஜி வாயில் இருந்த வெற்றிலைச்சாற்றை 'புளிச்' சென்று துப்பி தம்முடைய கோபத்தை வெளிக்காட்டினார். போகிலை ஒரு பொருட்டாகவே கருதாமல் அப்ஸலின் பல்லக்கை நோக்கி விரைந்து சென்றார். கிருஷ்ணாஜி தம்முடைய தலைவரிடம் ஏதோ சொல்லிவிட்டு, கடுகடுப்பாகத் திரும்பி வந்தார். 'ஆயுதம் தாங்கிய படையாட்கள் இங்கேயே காத்திருப்பார்கள்' என்று போகிலிடம் சொன்னார்.

சிவாஜி புறப்பட்டு கோட்டைக்கு வெளியில் வந்தார். கோட்டையின் பிரதான வாயிலையும், அதன் கம்பீரமான முகப்புப் பகுதிகளையும் நின்று பார்த்தார். 'கடைசி முறையாய்ப் பார்க்கிறோமோ' என்றொரு எண்ணம் மனதில் குறுக்குவெட்டாய்த் தோன்றியது. அத்தகைய எண்ணம் கூடாது என்று உடனே அதைப் புறந்தள்ளிவிட்டார். அவர் பல்லக்கில் பயணிக்க, மெய்க்காவலர்கள் பத்து பேரும் பின்னால் நடந்து வந்தனர். அவர் ஷாமியானாவை நெருங்கும் சமயத்தில், போகில் அவரை நோக்கி வேகமாய் நடந்து வருவதைக் கவனித்தார். போகிலின் மனதில் ஏதோ கவலைக்குரியதாய் இருக்கும் என்று தோன்றியது. அவர் பக்கம் வரும் வரை, பல்லக்கை நிறுத்திவிட்டு காத்திருந்தார்.

போகில் வேகமாய்ப் பேசினார், குரலில் பதட்டம் தெரிந்தது. 'ஒரு கெட்ட செய்தி. அப்ஸலின் படைப்பிரிவொன்று ஸோன்பார் அருகே காத்திருக்கிறது. ஆயுதபாணியாய் ஆயிரம் பேர் இருக்கும்' என்றவர், 'ஒரு நல்ல செய்தியும் உண்டு, தளபதி வந்தாயிற்று, மகிழ்ச்சியாய் காணப்படுகிறார்' என்றார். ஆழ்ந்து மூச்சுவிட்டு, தம்மை ஆசுவாசப்படுத்திக் கொண்டு சொன்னார், 'சையது பண்டா இன்னமும் உள்ளே இருக்கிறார்.'

அவர்கள் சந்திக்கவிருந்த ஷாமியானா கூடத்தை சிவாஜி கூர்ந்து கவனித்தார். அந்த ஷாமியானாவிற்கு அப்பால் அளவிட முடியாத ஆழமும், விவரிக்க முடியாத அபாயமும் கொண்ட பள்ளத்தாக்கு அமைதியாய்க் காணப்பட்டது. அவருக்குப் பின்னால் தன் செயலற்று நின்றது கோட்டை. ஷாமியானாவிற்குச் செல்கிறவர் ஒரு குறுகிய பாலத்தைக் கடந்தே போயாக வேண்டும். அதன் இருபுறமும் செங்குத்துச் சரிவுகள். அங்கிருந்து யாரும், வேறு எந்த வழியிலும் தப்பித்துச் சென்றுவிட முடியாது.

'இந்தச் சந்திப்பு நடக்கவேண்டும் என்றால் சையது வெளியேறியாக வேண்டும் என்று அவரிடம் கூறுங்கள்' தம்முடைய பல்லக்கில்

இருந்தபடியே சிவாஜி தாழ்ந்த குரலில் சொன்னார். போகில் தலையசைத்துவிட்டுச் சென்றார்.

'நமக்கிடையே செய்துகொண்ட ஒப்பந்தப்படி கிருஷ்ணாஜியும், நானும்தான் இங்கே இருக்கமுடியும். சையது உள்ளே இருந்தால் சந்திப்பு ரத்து செய்யப்படும்' என்று போகில் தளபதியிடம் தெரிவித்தார்.

தம்முடைய பாதுகாவலனை வெளியில் சென்றுவிடுமாறு அப்ஸல் சைகை செய்தார். நீண்ட பயணங்களில் நிறைய படையாட்களையும் போர்விலங்குகளையும் இழந்து பல மாதங்களுக்குப் பிறகு தம்முடைய இலக்கை அவர் அடைந்திருக்கிறார். லட்சோப லட்சம் கணங்களை வேதனையிலும், பரபரப்பு உணர்விலும் கழித்தாயிற்று. இப்போது அற்ப சமாச்சாரங்களில் காரியம் கெட்டு விடக் கூடாது. அதுவுமல்லாமல் அவர் அஞ்சும்படியாய் எதுவுமில்லை, அவருடைய பகைவர்கள் அல்லவா அச்சப்பட வேண்டும்.

சையது தன்னுடைய காலடிகளை அழுத்தப் பதித்து, தயக்கத்துடன் வெளியேறுவதைக் கண்டார் சிவாஜி. முறுக்கேறிய தசைகளையுடைய அந்த மனிதன் மார்புக் கவசமும், தலைக்கவசமும் தரித்திருந்தான். அவன் சிவாஜியை எரிச்சலுடன் பார்த்துக் கொண்டு, வண்ணத் துணிப்பந்தலை விட்டு வெளியே சென்றான். சிவாஜி தம்முடைய காவலர் இருவர் பக்கமும் பார்வையைச் செலுத்தினார். மஹலேயின் கண்கள் சையது மீதே நிலைத்திருந்தன. சம்பாஜி காவ்ஜி வெறித்த பார்வையாய் அண்ணாந்து பார்த்திருந்தார். மற்றவர்களின் கண்கள் ஷாமியானாவை விட்டு அகலாமல் இருந்தன. அவர் உள்ளே போகவேண்டிய நேரமிது. சிவாஜி பல்லக்கில் இருந்து இறங்கி, நிகழ்விடத்தை நோக்கி நடந்தார். பின்தங்கிய போகிலிடம், தம்முடைய உடைவாளை அரைக் கச்சையில் இருந்து அகற்றி, கொடுத்துவிட்டுச் சென்றார். பிறகு படிகளில் ஏறி, கூடாரத்துக்குள் நுழைந்தார்.

அப்ஸல் நீண்ட இருக்கையில் அமர்ந்து, பட்டினாலான மெல்லணையில் சாய்ந்து கொண்டிருந்தார். நாலா பக்கமும் அவருடைய கண்கள் சுழன்றன. அந்தக் கண்களில் முத்துக்கள் கோர்த்த வண்ணப்பட்டுத் திரைகளையும், வெள்ளியினாலான பெரிய கொள்கலங்களையும், பாரசீக விரிப்புகளையும் கண்டதில் உண்டான வியப்பும், பொறாமையும் தெரிந்தது. அவரைக் கவுரவிப்பதற்காக மேடை போடப்பட்டிருந்தது. சிவாஜி படிகளில் ஏறி, அந்த மேடைக்குச் சென்றபோது, அப்ஸலின் வாள் அவருக்குப் பக்கத்தில் வைக்கப்பட்டிருந்ததைக் கவனித்தார்.

கணங்கள் ஓசைபடாமல் நகர்ந்தன. பதுங்கியிருந்த புலி பகிரங்கமாய் வெளிப்படுவதுபோல் தளபதி எழுந்து நின்றார். அப்ஸல் நிற்கையில் தம்முடைய விருந்தினர் எவ்வளவு பெரிய தோற்றத்தினர் என்பதை சிவாஜி கண்டுணர்ந்தார்.

தளபதியின் முகத்தை அவர் அண்ணாந்து நோக்க வேண்டி யிருந்தது. அப்ஸல் தரித்திருந்த தலைப்பாகை அவருடைய உயரத்தை மேலும் அதிகரித்துக் காட்டியது. கரடுமுரடான முகமும், உருண்டையான கண்களும், நெஞ்சைத் தொடுமளவு நீண்ட தாடியும் கொண்டிருந்தார் அவர்.

கோபமேலீட்டில், எரிச்சலுற்ற அப்ஸல் எண்ணிக்கொண்டார் – அவர்களை விலங்கிட்டுச் சிறைப்படுத்தினாலும், இழிவுபடுத்தி னாலும், பீரங்கிக் குண்டுகளால் பிளந்தாலும் போஸ்லேயின் குடும்பத்தினர் மீண்டும் மீண்டும் எழுச்சி பெற்றுவிடுகிறார்கள். செல்வம் கொழிக்கும் 'பெந்தகாலுரு' ஜாகீரை ஷாஜி முதலில் கைப்பற்றினார். அவருடைய மகனோ இப்போது மேற்கு மண்டலத் தையே விழுங்கிவிடப் பார்க்கிறார்.

அப்ஸலின் இதயத்தில் கத்தியைச் செருகியதுபோல் பொறாமை அவரைத் துன்புறுத்தியது. அவர் சிவாஜியை உன்னிப்பாகக் கவனித்தார். முத்துக்களால் அணி செய்யப்பட்ட செம்மஞ்சள் நிறத் தலைப்பாகை, கச்சிதமான கிருதா, மாணிக்கக் கற்கள் பதித்த பெரிய காதுவளையங்கள், விலைமிக்க பூவேலைப்பாட்டுடன் கூடிய உடைகள், காஷ்மீரத்துச் சால்வை. அவருடைய தாமரை வடிவிலான தன்னம்பிக்கை நிரம்பிய கண்களைத்தான் அப்ஸல் மிகவும் வெறுத்தார். அந்தக் கண்களில் அவர் காண விரும்பிய குற்ற உணர்வோ, தன்னடக்கமோ, வருத்தமோ சிறிதும் இருக்கவில்லை. ஒரு கோழையை, மனமுதிர்ச்சியற்ற சிவாஜியை தம் பாதங்களில் பணிய ஆவல் காட்டுகிறவரை தம்மிடம் கெஞ்சி மன்றாடப் போகிற ஒருவரையே அவர் விருப்புடன் எதிர்பார்த்திருந்தார். தம்முடைய ஊகங்கள் அனைத்தும் தவறாகி விட்டதை இப்போது அவர் புரிந்து கொண்டார்.

தம்முடைய எதிரியைத் தாழ்வுபடுத்தி உரைக்க வேண்டும் என்ற உணர்ச்சி வேகம் அப்ஸலுக்கு. அந்த மனத் தூண்டுதல் அவர் திட்டமிட்டிருந்த நடையொழுங்கை முந்திக் கொண்டுவிட்டது. 'நீரும் உமது கொள்ளைக் கூட்டமும் சேர்ந்து பீஜப்பூர் அரசிடமும், பேரரசிடமும் கொள்ளையடித்தது, வெட்ட வெளிச்சமாகிவிட்டது' என்று சொற்கள் சுடுசரமாய் வெளிப்பட்டன.

சிவாஜி அப்ஸல்மீது பதித்த பார்வையை எடுக்காமலே 'தளபதி அவர்களே! திருடன் யார் என்பது கடவுளுக்குத் தெரியும். முன்பு,

இந்த மலைக்கோட்டைகள் எல்லாம் குற்றச்செயல் புரிவோரின் கைகளில் சிக்கிக் கிடந்தன. நிலங்கள் வளங்குன்றி, விளைவற்றுப் போயின. அந்த நிலப்பகுதிகளையெல்லாம் நான் ஒழுங்குபடுத்தினேன். கோட்டைகள் நல்ல முறையில் பராமரிக்கப்படுகின்றன. நிலங்களில் இருந்து வருவாய் கிடைக்கிறது' என்று மென்மையாகச் சொன்னார். தன் விருந்தாளியின் பெண்தன்மை மிக்க குரல் சிவாஜியை வியப்படையச் செய்தது. 'காஃபிர்களைக் கொல்பவன் என்று தன்னைத் தானே அழைத்துக் கொண்டவரல்லவா இந்த மனிதர். பெரும் வருத்தத்தைத் தந்த என் சகோதரனின் இறப்புக்கு இவரல்லவா பொறுப்பு. இவர்தானே கஸ்தூரிரங்கன் என்ற அரசனை சமாதான ஒப்பந்தம் போடுவதாய் அழைத்து வஞ்சனை யாய்ப் படுகொலை செய்தது.'

'இதுவரை நடந்ததெல்லாம் நடந்தவைகளாகவே இருக்கட்டும்' என்ற அப்ஸல், 'நீர்வசப்படுத்திய நிலப் பகுதிகளையும், கோட்டை களையும் என்னிடம் ஒப்படைத்து விட்டு, என்னுடன் பீஜப்பூருக்கு வரவேண்டும்' என்று கூறினார்.

'அரசரிடம் இருந்து உத்தரவுக் கடிதம் ஏதும் பெற்றிருக்கிறீர் களா? தளபதி அவர்களே, அப்படி இருந்தால் அதை என் தலைமீது வைத்துக்கொண்டு, தங்களுக்குக் கீழ்ப்படிகிறேன்' என்று கேட்ட சிவாஜியின் குரலில் ஏளனம் தொனித்தது.

கிருஷ்ணாஜி குறுக்கிட்டுப் பேசினார், 'தங்களுக்கு அப்ஸல் கான் சாஹிப்பின் ஆதரவு கிடைத்திருக்கிறது. தளபதியிடம் தங்கள் குற்றங்களுக்கு மன்னிப்பு கேட்டுக் கொண்டு, அதன்பிறகு அரசரின் ஆணையை எதிர்பாருங்கள்.'

அச்சம் சிறிதுமற்ற கண்களால் அப்ஸலைக் கவனித்தபடி, சிவாஜி கூறினார், 'தளபதியும், நானும் அலி ஆதில்ஷாவுக்குப் பணி புரிகிறவர்கள். என்னை மன்னிக்க இவர் யார்? அது அரசரிடம் இருந்து அல்லவா வரவேண்டும்.'

அந்தச் சொற்கள் கொட்டுவலிபோல் இருந்தது அப்ஸலுக்கு. அவர் சிறுமைப்படுத்தப்பட்டார். ஆனாலும் அவர் அமைதிகாக்க வேண்டியவராக இருந்தார். பகைவன் ஒன்றும் கோழையல்ல, அவர் எண்ணியதுபோல் ஆபத்தான சூழ்நிலை கண்டு அச்சப்படுகிறவ ரல்ல. தம்முடைய விருந்தோம்புநர் மீது அவருடைய பார்வை நிலையாகப் பதிந்திருந்தது. அவர் கருணை காட்டுகிறவர் போல் மென்மையாகச் சொன்னார், 'அரசர் என்னை நம்புகிறார், நான் உம்மை மன்னித்தால் அவரும் மன்னித்துவிடுவார். நாம் இருவரும் சமநிலையில் இருப்பவர்கள் என்கிற உமது கூற்றை நான் ஏற்கிறேன். நாம் ஒத்த தகுதியுடையவர்களாகவே நடந்துகொள்வோம். நீர் அச்சம் கொள்ளத் தேவையில்லை.'

மேதா தேஷ்முக் பாஸ்கரன்

'நான் பயப்படுகிறவனல்ல, பணிவு நயம் வாய்ந்தவன்' என்ற சிவாஜி மரியாதையை வெளிப்படுத்துவதுபோல் தலை தாழ்த்தினார். எதிரியிடம் தெரிந்த திடீர் மாற்றம் கண்டு திகைக்காமல் அவர் தொடர்ந்தார் 'ஆதில்ஷாஹி தளபதியுடன் நான் எதிர் எதிராய் இங்கே நிற்பதை என்னால் நம்பவே முடியவில்லை.'

'பிடிவாதக்கார இளைஞரே, நீர் எங்களுடன் தொடர்ந்து போரிடவே விரும்புகிறீர். இருந்தாலும் நீர் இளைஞர், உம்முடைய மதிப்பீட்டை மேம்படுத்திக் கொள்ளவும் நற்பெயரை மீட்டுக் கொள்ளவும் காலம் இருக்கிறது. இளமைத் துடிப்பில் ஆணவம் கொண்டு நம்முடைய அரசரையும், இந்துஸ்தானத்துப் பேரரசரையும் நீர் அவமதித்திருக்கிறீர். அலி ஆதில்ஷாவின் மூத்த பணியாளர் என்கிற முறையில் அதிகாரபூர்வமாக உம்முடைய தவறைச் சுட்டிக் காட்டவே நான் வந்திருக்கிறேன். உம்வசமுள்ள நிலப் பகுதியை ஒப்படைப்பதாக நீர் ஒப்புக்கொண்டிருக்கிறீர்.'

'முன்பு ஒப்புக்கொண்டபடி என்னிடம் உள்ள எல்லாவற்றையுமே நான் உறுதியாக ஒப்படைப்பு செய்வேன். ஆனால், எனக்கான அரசரின் ஆணை எதையும் நீங்கள் வைத்திருக்கிறீர்களா?'

அப்ஸல் தம்முடைய கோபத்தை மறைத்துக் கொண்டு புன்னகைத்தார்.

'இந்தத் துணிவு ரொம்பவும் அபூர்வமானது. உம்மைச் சந்திப்பது அரசரை மகிழ்ச்சியடையச் செய்யும். நீர் நேரிடையாகவே அரசரிடம் வந்து சரணடையலாம். எனது அருமைத் தோழர் ஷாஜியின் மகனே, வாரும். நாம் இருவருமே சமதையானவர்கள், அவ்வாறே நம் சந்திப்பும் அமையட்டும்' அப்ஸல் தம் கைகளை முன்நோக்கி நீட்டியபடி, சிவாஜியை நோக்கி நடக்கலானார்.

அப்ஸலின் விரைவுத்தன்மை கண்டு போகில் அதிர்ச்சியுற்றார். அந்தச் செம்மாந்த செருக்கு நடையில் மோசமான ஒன்று நிகழவிருப்பதற்கான அறிகுறி இருப்பதை அவர் கவனித்தார். கிருஷ்ணாஜியும் தம்முடைய தலைவரிடம் அத்தகைய துரித நடவடிக்கையை எதிர்பார்க்கவில்லை. சிவாஜி நிலையுறுதியோடு இருந்தாலும், ஒரு கணப்பொழுதில் தம் விருந்தாளியின் இறுக்கமான பிடியில் தாம் அகப்பட்டிருப்பதைக் கண்டார். அவருடைய முகம் அப்ஸலின் நெஞ்சில் புதைந்திருந்தது. தளபதி பூசியிருந்த கஸ்தூரி நறுமணப் பூச்சியின் கடுமையான வாசம் அவரை மூச்சுத் திணற வைத்தது. கண்ணிமைக்கும் நேரத்தில் தம் விருந்தினரின் இடது அக்குளுக்குக் கீழே தம்முடைய கழுத்து சிக்கியிருப்பதை அவர் உணர்ந்தார். அந்தப்பிடி மேலும் இறுகினால் அவருடைய எலும்புகள் நொறுங்கிப்

போவது உறுதி. உடனே தம்முடைய இடது கையால் செயல்படுவ தென்று அவர் தீர்மானித்தார். தம் உள்ளங்கையை அகலவிரித்து முழுவேகத்துடன் தமது உலோக நகங்களை எதிரியின் இடுப்பில் செலுத்தினார். நான்கு உலோக நகங்களும் அப்ஸலின் விலா எலும்புக் கூட்டுக்குக் கீழே தோலையும், தசைகளையும் கிழித்துக்கொண்டு உள்ளே சென்றன. சிவாஜி எதிர்பார்த்ததைவிட அது கூடுதலாகவே பலனளித்தது. எதிர்பாராதவிதமாய் அன்று தளபதி கவசம் எதுவும் தரித்திருக்கவில்லை. தசைகளில் குத்தி நின்ற வெட்டுவாய்ப் பகுதி களை வட்ட வடிவில் சுழற்றினார் சிவாஜி.

தம் வயிற்றுப் பகுதியில் கடும் வலியை உணர்ந்த அப்ஸல் தமது பிடியில் இருந்து விரோதியை உதறினார். சிவாஜி தம்முடைய இடது சட்டைக் கைப் பகுதியில் மறைத்து வைத்திருந்த பிச்சுவாவை உருவி அப்ஸல்கானின் வயிற்றில் திரும்பத்திரும்பச் செருகினார். அப்ஸலின் உடம்பு திடீரென வெட்டி இழுத்தது. அவர் முன்னோக்கிக் குலுங்கி, அடுத்து பின்னுக்குச் சாய்ந்துவிட்டார். சமநிலை இழந்தவ ராய் நுழைவாயிலை நோக்கித் தள்ளாடி நடந்தார். பிளவாகியிருந்த காயத்தின் வழியே குடலின் உள்ளுறுப்புகள் வெளியே பிதுங்கின. இரத்தம் சிற்றோடையாய் தடம்பிடித்து ஓடியது.

'மோசமான கொலைகாரன், கொடூரமான கொலை' என்று யாரோ கூச்சல் போட்டதைக் கேட்டார் சிவாஜி. திட்டமிட்டிருந்த படியே வெளியில் எக்காளம் ஊதுகிற ஓசை கேட்டது. சையது ஓங்கிய வாளுடன் உள்ளே புகுந்தார். அவருடைய வாள் காற்றைக் கிழிப்பதுபோல் சாடியது. எதிரிக்கு மரணஅடி கொடுக்கத் தயாரா னார் சிவாஜி. ஆனால், உள்ளே பாய்ந்த மஹலே தம்முடைய வாளை வீசி சையதுவின் கையைத் துண்டித்துவிட்டார்.

கிருஷ்ணாஜி தம்முடைய வாளை உருவிக்கொண்டு போகிலை நோக்கிக் கூச்சலிட்டார் 'வாக்குத் தவறி விட்டீர் பிராமணரே' என்று.

'நாங்கள் தற்காப்புப் பற்றி வாக்குறுதி கொடுக்கவில்லை' என்று சத்தம் போட்டார் போகில்.

அப்ஸலின் காரியஸ்தர் வாளை ஓங்கிக் கொண்டு பாய்ந்தார். ஆனால், அவர் தாக்குவதற்கு முன்பாகவே சிவாஜியின் வாள் அவருடைய கழுத்தைப் பதம் பார்த்தது. கிருஷ்ணாஜி சுருண்டு விழுந்தார். சையது தலையும் உடலும் வேறாகி கற்பாளம் போல் சரிந்து கிடந்தார். பக்கத்தில் மஹலே நின்றிருந்தார். சந்திப்புக்கூடம், சண்டைக்கான களமாகி, அதுவும் சடுதியில் நடந்து முடிந்தது. சிவாஜி விரைவாக அங்கிருந்து வெளியேறினார். அப்ஸலின் ஓலம் தெளிவற்றுக் கேட்டது. மிகப் பெரிய உடல் படைத்த அந்த மனிதர்

மிகுந்த பிரயாசையுடன் தம் உடம்பைப் பல்லக்கினுள் நுழைத்துக் கொண்டார். பல்லக்குத் தூக்கிகள் தங்கள் சுமையுடன் வாயு வேகத்தில் ஓடத் தொடங்கினர். வெளியே, பதினேழு பேர் கடுமையான சண்டையில் ஈடுபட்டிருந்தனர். காவ்ஜி தன்னுடைய எதிரியை வெட்டிச் சாய்த்துவிட்டு, பல்லக்கை நோக்கிப் பாய்வதைக் கண்டார். அவர் இரை மீது பாயும் பறவைபோல் பாய்ந்து, தம்முடைய வாளால் பல்லக்குச் சுமப்பவர்களின் கால்களை வெட்டினார். அவர்கள் ஒருவன்பின் ஒருவராய் நிலத்தில் விழுந்தனர். பல்லக்குத் தரையில் மோதியது. இரக்கமற்ற காவ்ஜி இரத்த சேதமாகிக் கொண்டிருந்த அப்ஸலை வெளியே இழுத்தார். அவருடைய வாள் அப்ஸலின் தலையைத் துண்டித்தது. உடலின் முண்டப்பகுதி உடைந்த பல்லக்கின் மீது வேரற்ற மரம்போல் சாய்ந்தது.

6

தில்லி அரசவை. புதிய பேரரசரின் வருகையை அறிவிக்கும் முகமாய் முரசுகள் ஒலித்தன. நூற்றுக்கணக்கான கண்கள் அவர்மீது நிலைத்திருந்தன. அவற்றின் பார்வையில் மதிப்பு கொடுக்கும் உணர்வும் பக்தியும், பயமும் நிறைந்திருந்தன. ஔரங்கசீப் சிம்மாசனம் இருந்த மேடைப் படிகளில் ஏறும்போது, யாரையும் ஏறெடுத்துப் பார்க்கவில்லை. அவர் பெரும் சீற்றத்துடன் இருந்தார். வெல்வெட் போர்த்திய இருக்கையில் சவுகர்யமாக அமர்ந்து கொண்டார்.

ஷெயிஸ்டகான், மிர்ஸா ராஜா, ஜெய்சிங், மீர்ஜும்லா, பகதூர் கான், தனிஷ்மந்த்கான், ஹக்கீம் தாவூத், திலேர்கான், மகாராஜா ஜஸ்வந்த் சிங் ரதோட், ஜாஃபர்கான் உட்பட அநேகரும் அவர் முன்பாய் நின்றிருந்தனர். மெக்காவில் உள்ள தலைமை சமய குரு அவரை இந்துஸ்தானத்து பேரரசராக அங்கீகரிக்க மறுத்துவிட்டார் என்பதே அவருடைய கோபத்துக்குக் காரணம். அங்கிருந்து வந்த கடிதத்தின் சாராம்சம்.

‘தீர்க்கதரிசியின் சட்டம், இயற்கையின் சட்டம் இரண்டுமே தந்தை உயிரோடு இருக்கும்போதே மகன் பேரரசராகத் தன்னை அறிவித்துக் கொள்வதை ஏற்கவில்லை. மேலும், பேரரசர் ஷாஜஹானின் இறப்புக்குப் பின்னால், அந்தப் பேரரசு யாருக்கு உரியதாகுமோ அவரை–உமது சகோதரரை நீர் கொலை செய்திருக்கிறீர்.’

மெக்காவில் இருந்து வந்த கடிதத்தை விடவும் அவரை மிகவும் அவமதிக்கிற இன்னொரு கடிதமும் இருந்தது.

அவருடைய பிரதிநிதி தர்பயத்கான் ஈரான் பேரரசர் ஷாஅப்பாஸைச் சந்தித்தபோது, தாராஷிகோவைக் கொன்றதற் காகவும், தந்தையைச் சிறையில் அடைத்திருப்பதற்காகவும் ஷா வெளிப்படையாகவே ஔரங்கசீப்பை நிந்தித்திருக்கிறார். ஷாஅப்பாஸ் ஆற்றல்மிக்க பேரரசர், அவர் நினைத்தால் தம்முடைய பெரும் படையை அனுப்பி தில்லியையே கைப்பற்றிக் கொள்ள முடியும். ஔரங்கசீப் தங்கப்பிடி போட்ட வாட்கள், வைரங்கள் என்று விலை மிக்க பரிசுகளை ஷாவிற்கு அனுப்பி வைத்திருந்தார். அவற்றின் மொத்த மதிப்பு ஏழு லட்ச ரூபாய். ஆனால், ஷா அவற்றை அலட்சியப்படுத்துகிற விதமாய், தம் வேலையாட்களிடம் விநியோகம் செய்துவிட்டார். அத்துடன் நின்று விடவில்லை. தம் அரசவை யிலேயே தர்பயத்கானின் தாடியையும் எரித்துவிடச் செய்தான். அந்தப் பிரதிநிதியை அவமதித்ததோடு, அவரிடம் ஒரு கடிதமும் கொடுத்தனுப்பியிருந்தார். கடிதத்தில் இருந்த சொற்கள், புதிய பேரரசரின் இதயத்தைச் சுட்டெரிப்பதாய் இருந்தது.

‘இந்துஸ்தானத்தின் புதிய பேரரசர் பலவீனமாகவும் திறமைக் குறைவாகவும், போதிய அறிவுத்திறனற்றவராகவும் இருப்பதால் அங்கே கிளர்ச்சிக்காரர்கள் பெருகிவிட்டனர். அது கலகபூமியாகி விட்டதாய் உணர்கிறோம். இத்தகைய பேரரசரால் எப்படி சிவாஜி போஸ்லேயே எதிர்கொள்ள முடியும்? சிவாஜி பற்றிய உண்மை நிலையை யாரும் அறிந்திருக்கவில்லை. ஆனால், மக்கள் அவரைப் பற்றியே நிறையப் பேசிக் கொண்டிருக்கிறார்கள். நாங்கள் கேள்விப் பட்ட வரையில் சிவாஜி தெற்கில் உள்ள ஷியா அரசுகளுக்குச் சொந்தமான பல கோட்டைகளையும், நகரங்களையும், துறைமுகங் களையும் கைப்பற்றிவிட்டதாய்த் தெரிகிறது. பேரரசின் ஆளுகைக் குட்பட்ட பகுதிகளிலும் தாக்குதல் நடத்தி, சூறையாடியிருக்கிறார் அவர். சமயத்துக்குப் புறம்பானவர்களுக்கெல்லாம் ஒரு முன்னு தாரணத்தை அவர் ஏற்படுத்தியிருக்கிறார். உம்மை ‘ஆலம்கீர்’ (உல கத்தை வெற்றி கொண்டவர்) என்று நீர் அழைத்துக் கொள்கிறீர்.

உம்முடைய சகோதரர்களை வஞ்சனையாய்க் கொன்று, தந்தையைச் சிறையிலடைக்கும் அளவிற்குத்தான் உமக்கு துணிச்சல் இருந்திருக்கிறது. ஆனால், உம்மால் சிவாஜியைக் கையாள முடிய வில்லை. அது உம்முடைய வலிமைக்கும் அப்பாற்பட்டது போலும். கடந்தகாலத்தில் உங்களுக்குப் புகலிடம் அளித்தவர்கள் நாங்கள். இந்துஸ்தானத்து ஆட்சியதிகாரத்தை உமது முன்னோரான ஹுமாயூன் திரும்பவும் பெறுவதற்கு நாங்கள் உதவியதை மறந்துவிட வேண்டாம். அவருடைய வழித்தோன்றலான உமக்கும் எமது

உதவியைக் கோரும் மோசமான நிலை ஏற்பட்டிருப்பதாய்த் தெரிகிறது. எங்கள் பெரும்படையுடன் அங்கே வந்து உம்மை நாங்கள் காப்பாற்றுகிறோம். இந்துஸ்தானத்தில் பற்றி எரியும் கிளர்ச்சித்தீயை எங்களால் மட்டுமே அணைக்கமுடியும்.'

ஔரங்கசீப் மூளை கொதிப்படையும் அளவிற்குக் கோபத்தில் இருந்தார். ஆதில்ஷாஹி தளபதியைப் பேச்சுவார்த்தைக்கு அழைத்த சிவாஜி, விருந்தாளியைக் கொன்றுவிட்டிருக்கிறார். தளபதி கொல்லப்பட்ட பின், சிவாஜியின் காலாட்படையினர் தளபதியின் முகாமைச் சுற்றி வளைத்து ஆவேசத்துடன் அழிவு வேலையை மேற்கொண்டிருக்கிறார்கள். ஆயிரக்கணக்கான படையாட்கள் கொலையுண்டு, வெட்டுப்பட்டு, தப்பியோடுகிற அவலநிலைக்குத் தள்ளப்பட்டார்கள். தப்பியோடியவர்களையும் சிவாஜியின் குதிரைப் படையினர் விட்டுவைக்கவில்லை. மராத்தியர்கள் தளபதியின் போர்க் கருவிகளையும், போரில் பயன்படுத்துகிற விலங்குகளையும், இருப்புப் பணம் முழுவதையும் கையகப்படுத்திக் கொண்டார்கள். இந்துஸ்தான மக்களை அதிர்ச்சிக்குள்ளாக்கிய நிகழ்வு இது. தக்காணம் பாணர்களின் இசையில் உயிரோட்டம் கொண்டு விட்டது. அவர்கள் மராத்தியர்களின் வெற்றியைப் போற்றிப் பாடுகிறார்கள். ஆங்கிலேயர்களும், போர்ச்சுகீசியரும் வெறிபிடித்தாற் போல் கடிதப் பரிமாற்றங்களில் '10 – நவம்பர், 1659' நாளை வரலாற்றின் முக்கிய காலப்பகுதி என்று குறிப்பிட்டுக் கொள்கிறார்கள்.

ஔரங்கசீப் தம்முடைய கைகளைத் தட்டினார்.

அழுதுகொண்டிருந்த அரசுத் தூதனை யாரோ அழைத்து வந்தார்கள்.

ஔரங்கசீப் அவனுடைய முகத்தைப் பார்க்க விரும்பவில்லை, ஆனால் அவன் சொல்வதை அவர் கேட்கும் படியாயிற்று.

'ஷா அப்பாஸ் வெளிப்படையாகச் சிரித்தார், என்னுடைய மாண்புமிகுவை போலி வேடதாரி என்று அழைத்தார், அவக் கேடர் என்று குறிப்பிட்டார்' என்றான் அவன்.

அவை முழுமையாய் நிசப்தத்தில் இருந்தது. பேரரசரின் முகம் சிவந்து காணப்பட்டது. அவர்கள் எதையுமே கேளாதவர்கள் போல் இருந்தனர். அவர்களுடைய கண்கள் தங்களுடைய கால்களையே நோக்கியிருந்தன.

'அந்தக் கொள்கலனைக் கொண்டு வாருங்கள்' என்று உத்தர விட்டார் அவர். எல்லாரும் அச்சம் கலந்த வியப்பிற்கு உள்ளாயினர்.

சில அடிமைகள் கூடை முடைதற்கான மெல்லிய மிலாறு களைக் கொண்டுவந்தனர். அவர்களைத் தொடர்ந்து வந்தவன்

பெரிய பித்தளைக் கொள்கலன் ஒன்றைத் தன் கையில் வைத்திருந் தான். அரியணைக்கு முன்பாய் அதை வைத்தான். அதில் இமாலயப் பிரதேசத்து சிறிய வகை நச்சுப்பாம்பு ஒன்று இருந்தது. ஒருவன் மிலாறை எடுத்து அதை உசுப்பினான். தன்னுடைய தட்டையான முக்கோண வடிவத் தலையை அது நாலாபுறமும் திருப்பியது. அதன் கண்பகுதி மஞ்சள் நிறத்தில், பார்க்கவே பயங்கரமாக இருந்தது.

அவர் தன்னுடைய கைகளைத் தட்டினார். மேலும் சில அடிமைகள் வந்து அரசுத்தூதனை அசையாதபடி இறுகப் பற்றிக் கொண்டனர். யாரோ ஒருவன் தூதனின் வலது கையைக் கொள் கலன் பக்கம் நீட்டிப் பிடித்தான். மற்றொருவன் ஒரு மிலாறினால் பாம்பைச் சீண்டினான். அது தன்னுடைய ஒட்டுமொத்த நஞ்சையும் தூதனின் கையில் விரைவாகச் செலுத்திவிட்டது. தர்பயத்கானின் கதை முடிந்தது. அடிமைகள் அவனுடைய உடலைத் தரையில் சரித்தனர். தங்கள் பார்வையில் எந்த உணர்ச்சி யையும் அவர்கள் பிரதிபலிக்கவில்லை. மக்கள் தங்கள் பேரரசரையே உற்று நோக்கியபடி இருந்தனர். அவரோ தம்முடைய செபமாலை மணிகளை உருட்டியபடி இருந்தார். அவருடைய வெளிறிய நிறமுடைய கண்கள் தொலைவில் எங்கோ நிலைத்திருந்தன.

அத்தியாயம் பதினேழு

1

ஜாவலிப் பள்ளத்தாக்கில் அப்ஸல் கானின் மரணத்திற்குப் பிறகு, மராத்தியர்கள் வேகமாய்ச் செயல்பட்டனர். ஆதில்ஷாஹி அரசின் மையப்பகுதி வரை அவர்களுடைய படை ஊடுருவிச் சென்றது. அப்ஸல்கானின் வெற்றி உறுதியென்று நம்பியிருந்த அரசரும், படீஸாஹிபாவும் அதிர்ச்சிக்கு உள்ளாயினர்.

சிவாஜியும் நேடோஜிபால்கரும் பீஜப்பூர் போகும் பாதையில் வேகப்பாய்ச்சலாய்ச் சென்றனர். அவர்களுக்கு மேலே, தேய்பிறை நிலவு தொலைதூரவானில் மங்கலாய்த் தெரிந்தது. அவர்களுக்குப் பின்னால் ஆயிரக்கணக்கான குதிரை வீரர்கள் ஈட்டிபோல் பாய்ந்து வந்தனர். ஆதில்ஷாஹியின் புதிய தளபதி ருஸ்தம் கான் தன் படையுடன் எவ்வளவு தூரம் போயிருப்பார் என்று கணிப்பதில் பால்கர் மும்முரமாக இருந்தார். சில வாரம் முன்புதான் பத்தாயிரம் படையாட்களுடன் தலைநகரை விட்டு அவர் புறப்பட்டுச் சென்றதாய்க் கேள்வி. சீக்கிரமே பொழுது விடிந்துவிடும். சீக்கிரமே ஆதில்ஷாஹிப் படையை அவர்கள் எதிர்கொள்ளக் கூடும்.

மிராஜ் நகரத்தின் மேற்கு பகுதி ஒரே இரைச்சலாய் இருந்தது. ருஸ்தம், ஊதுகொம்பின் ஒலி செய்த எச்சரிக்கையுடன் எழுந்து கொண்டார். சில நிமிடங்களிலேயே சூழ்நிலை அவருக்குப் புரிந்து விட்டது. அவர் படுக்கையை விட்டுத் துள்ளியெழுந்தார், தம்முடைய முகாமின் விளிம்பை நோக்கி விரைந்தார். பகைவன் மிகச் சமீபத்தில் வந்து கொண்டிருப்பதாய்த் தோன்றி, நேரத்தை வீணடிப்பதற் கில்லை. தம்முடைய காவலர்களிடம் சப்தம் போட்டு, உத்தரவு களைப் பிறப்பிக்கலானார். முகாம் முழுக்கக் குளம்போசை. செயல் முறை குறித்த ஆணைகள் பறந்தன. படையாட்களுக்குக் காலைச் சடங்குகளை முடிக்கவும் நேரமில்லை. இரவுச் சாப்பாட்டுக்கு முன் அவர்கள் குடித்திருந்த சாராயத்தின் போதை முற்றாக இன்னமும் தெளியாத நிலை. ருஸ்தமின் போர் முறை, வியூகம் எல்லாம் மரபு

சார்ந்தவை. அவர் யானைமீது வைத்த அம்பாரியில் அமர்ந்து கொண்டார். தம் இடதுபக்க படைப்பிரிவைப் ஃபஸல் கானிடம் ஒப்படைத்திருந்தார்.

அவருடைய பாதுகாப்புக்காக, அவருக்குப் பின்னால் படை வீரர்களின் தடுப்பு அரண் ஒன்றையும் அவன் அமைத்திருந்தான். அவரைச் சுற்றிலும் இந்து, முஸ்லீம் படைப்பிரிவுகளின் ஆணை அதிகாரிகள் தங்கள் படைகளுடன் ஒரு வளையம்போல் சூழ்ந்து, வந்து கொண்டிருந்தனர்.

கொஞ்சநேரம் மன உளைச்சலுடன் கூடிய காத்திருப்பில் சென்றது. மரங்களின் மறைப்பை விலக்கிக்கொண்டு சூரியனின் முதற்கிரணங்கள் ஒளிபரப்பவும், பகைவருக்கு இவர்களின் இருப்பு வெளிப்பாடானது.

மேகம்போல் தூசிப்படலம் மேலெழவும், ருஸ்தமின் படைக் கட்டமைவைப் போல் வியூகத்தை பால்கர் தாம் முதலில் கவனித்தது. அதிகப் பதற்றமோ, பரபரப்போ கொள்ளாமல் மராத்தியப் படை யின் ஒரு பிரிவு பால்கரின் தலைமையில் பகைவரின் இடப்பக்கப் படைமீது தாக்குதல் மேற்கொண்டது. மற்றொரு படைப்பிரிவு, தானாஜி தலைமையில் பகைவரின் வலப்பக்கப் படையைத் தாக்கியது. ருஸ்தமின் வியூகத்தை உடைக்கும் திட்டத்தில் சிவாஜியும் அவருடைய குதிரை வீரர்கள் சிலரும் பகைவர் படையின் மத்தியப் பகுதியைத் தாக்கினர். மராத்தியரின் போர் முழக்கத்தில் ஆதில் ஷாஹி நிலப்பகுதி அதிர்ந்தது. நீடித்த ஒலி அதிர்வு ருஸ்தமின் இரத்தத்தை உறையச் செய்தது. சிவாஜியின் காலாட்படையினர் அவருடைய குதிரை வீரர்களை வெட்டிச் சாய்த்தனர். அவரது வியூகத்தையும் அழித்தனர். பகைவர்கள், நீண்ட வாளை அனாயச மாகச் சுழற்றி, வெட்டுவாய்ப்பகுதியை வேகமாய் உயர்த்தி இறக்கும் போது, ருஸ்தமிற்கு பித்தநீர் தொண்டை வரை குமட்டிக்கொண்டு வந்தது. அவருடைய ஆட்களில் சிலர் களத்தை விட்டு ஓட்ட மெடுத்தனர். ருஸ்தமிற்கு மூச்சு திணறியது. அவர் மராத்தியப் படை கைப்பற்றிக் கொள்ளும்படி ஆயுதங்களையும், போர்விலங்குகளையும் அப்படியே விட்டு விட்டுத் தப்பியோடினார், அத்தோடு போர் முடிந்துவிட்டது.

‘பால்கர், நீங்கள் உடனே சில படைப்பிரிவுகளுடன் பீஜப் பூருக்குச் செல்லுங்கள்’ என்று சிவாஜி உத்தரவிட்டார். தம்முடைய தலைவர் தமக்கு நிர்ணயிக்கும் இலக்குகளை எட்டமுடியுமா என்று பால்கர் கவலைப்பட்டதே இல்லை. ஆதில்ஷாஹி கோட்டை யொன்றை ஒரே நாளில் அவர் கைப்பற்றியிருக்கிறார்.

ஜாவலிப் பள்ளத்தாக்கில் அப்ஸலின் படைவீரர்கள் கொல்லப் பட்டார்கள், அல்லது படுகாயத்துடன் பிரதாப்காட் குன்றின் அடிவாரத்தில் விதிப்படியாகட்டும் என்று விடப்பட்டார்கள். சரணடைந்த பலரும் சிறையில் அடைக்கப்பட்டார்கள். வேய் நகரத்து இராணுவமுகாமில் ஆயுதங்களோ, போர் விலங்குகளோ இல்லையென்பதால் அங்குள்ள படைவீரர்களால் ஆபத்து நேரி டாது, அவர்கள் கொடுக்கு வெட்டப்பட்ட தேள் மாதிரி. பால்கர் இப்போது அரசருக்கு உணர்வு ரீதியான பாதிப்பை உண்டு பண்ணும் விதமாய், பீஜப்பூரின் புறநகர்ப் பகுதிகளில் தாக்குதல் நடத்த முடிவு செய்தார்.

மக்கள் பயன்பாட்டில் இல்லாத பாழிடம் ஒன்றில், தமது போர் விலங்குகளுக்கு ஓய்வளிப்பதற்காகச் சில மணிநேரம் தம் படையை முகாமிடச் செய்தார் அவர். ஓய்வெடுத்தபின் பால்கரும், அவரு டைய படையினரும் பீஜப்பூர் நோக்கி வேகப் பாய்ச்சலில் சென்றனர்.

அப்ஸல்கானின் இறப்புக்குப் பிறகு, இந்த ஒரு மாத கால மாகவே பால்கரின் வாழ்க்கை தொடர்ந்து போரிலேயே கழிந்து கொண்டிருக்கிறது. தாம் எப்போது ஓர் இரவு முழுக்க நிம்மதியாய்த் தூங்கினார் என்பதே அவருக்கு நினைவில் இல்லை. ஒரு வேளையாவது சூடான உணவைச் சாப்பிட்டிருப்பாரா என்றால் அதுவும் இல்லை. பனிக்காலக் காற்று அவருடைய சருமத்தைத் துளைத்து, கொடுக்கால் கொட்டுவதுபோல் தாக்கியது. திடீரென்று அவருடைய பார்வையில் பீஜப்பூர் தென்படவும், மணிக்கணக்கில் சவாரி செய்த சோர்வு அவருக்கு மறந்தே போயிற்று. பெரிய மதிற் சுவர், கோட்டையின் முகப்பகுதிகள் இவற்றின் பக்கம் பார்வையைச் செலுத்தினார். ஒரு காலத்தில் அவர் வெகுவாய் நேசித்த நகரம் அது. காப்பரண்களுக்கு மேலாய் எழுந்து நின்ற கோபுரங்களும், பள்ளிவாயில் தூபிகளும் அந்த நகரத்தில் அவர் வசித்திருந்த பழைய நாட்களை நினைவுபடுத்தின. அது வேறு காலம், அது வேறு உலகம். அப்போது முகம்மது ஆதில்ஷா அரசை ஆண்டு வந்தார். பால்கர் புறமதில் சுவற்றையும், காப்பரண்களில் மனிதர்கள் ஒன்று கூடுவதை யும் பார்த்தார்.

இளைஞரான அரசர் அலி ஆதில்ஷா புறமதில் சுவற்றின் காப்பரண்களை நோக்கி விரைந்து வந்தார்.

அவருடைய பாதுகாவலர்கள் உளறிக் கொட்டியபோது அவருக்குப் புரிந்தும் புரியாததும்போல் இருந்ததால், அவர் அவ நம்பிக்கையுடன் கண்களைக் குறுக்கிப் பார்த்தார். குதிரை வீரர்கள் பலர் வேகப் பாய்ச்சலில் புறநகர்ப் பகுதியான ஷாஹ்பூர் நோக்கிச்

செல்வதைத் தாங்கள் பார்த்ததாய் வில்லாளிகள் சான்றுரைத்தனர். மராத்தியர்கள் தமது வாயிற்கதவருகிலேயே வந்துவிட்டிருப்பதை அலி புரிந்துகொண்டார், தமக்கு நேர்ந்த பெரும் அவமதிப்பாகவே அதைக் கருதினார் அவர். தமது அரசின் விளிம்புப் பகுதியில் இருக்கும் ஒரு ஜாகீர்தாரின் மகன் இருநூறு ஆண்டு பழைமை வாய்ந்த தமது அரசுக்குச் சவாலாக வளர்ந்தாயிற்று!

குதிரைவீரர்கள் சென்ற திக்கில் பார்த்தபடியே அவர் கேட்டார், 'எத்தனை பேர்?'

யாரிடமும் அதற்கு விடை இருக்கவில்லை.

அலி, வேவுப்படையினரின் பக்கம் பார்வையைத் திருப்பிய போது, தம்முடைய பிரதான அமைச்சர் கவாஸ்கான் இராணுவ அதிகாரிகள் பலருடன் வருவதைக் கவனித்தார்.

நல்ல உயரமும், ஈட்டி போல் உடல்வாகும் கொண்ட அந்த ஆப்ரிக்கரிடம், 'நம்முடைய குதிரை வீரர்களை உடனே திரட்டிக் கொண்டு, அவர்களை ஷாஹ்பூருக்கு இட்டுச் செல்லும்' என்று உத்தரவிட்டார்.

கவாஸ்கான் தலையாட்டினார், ஆனால் உள்ளுக்குள் மராத்தியர்கள் பற்றிய அச்சம் இருந்தது அவருக்கு. அரசரை வணங்கிவிட்டு, கடுகடுத்த முகத்துடன் அதிகாரிகள் பக்கம் அவர் பார்வையைச் செலுத்தினார். ஒருமணி நேரத்துக்குள் ஐயாயிரம் குதிரைவீரர்கள் கொண்ட படை சித்தமாயிற்று. அவர் வேகப் பாய்ச்சலில் தம் குதிரையை ஷாஹ்பூரை நோக்கிச் செலுத்தினார். அவரைத் தொடர்ந்தது குதிரைப்படை. சூரியஒளி பிரகாசமாக இருந்தபோதும், வடதிசைவானில் கார்முகில் கூட்டம்போல் புகைமூட்டம். எரியூட்டப்பட்ட வீடுகளில் இருந்து எழுந்தது கரும்புகை. பகைவர்களின் எண்ணிக்கை குறித்து கவாஸ்கானுக்கு உறுதியாய் எதுவும் தெரியவில்லை. அவர்களுடைய திட்டம், முன்னேற்பாடுகள், அவர்கள் என்ன செய்யவிருக்கிறார்கள் என்று எது பற்றியும் அறியாதவராகவே இருந்தார் அவர். அவர்கள் பீஜப்பூரில் பிரவேசிக்க விரும்புகிறார்களா? மராத்தியர்கள் வந்தார்கள், ஷாஹ்பூரில் பல இடங்களுக்குத் தீ வைத்தார்கள். அப்போதுதான் ஏதோ ஒன்று அதிர்ச்சியளிக்கிற மாதிரி இருந்ததை அவர் கவனித்தார். வடக்கில் ஒரு தூசிப்படலம் மேலெழுநதது. அது முன்நோக்கிச் சென்றது, குதிரைகளின் குளம்போசை மெல்லக் குறைந்தது. பகைவர்கள் தப்பியோடி விட்டார்களா? அவர் கூர்ந்து கவனித்தபோது குதிரைகளின் வரிசை சிறுத்து, சிறு புள்ளிகளாய் மறைவது தெரிந்தது.

பீஜப்பூர் இனியும் வெல்ல முடியாததல்ல என்பதைப் பகைவன் சொல்லாமல் சொல்லிச் சென்றிருக்கிறான்!

2

அரசவையின் சூழல் உண்மையிலேயே மனம் குன்றச் செய்வ தாக இருந்தது. அந்த ஆப்ரிக்கர் செம்மாந்த செருக்கு நடையுடன் வருவதை அலி ஆதில்ஷா கவனித்தது போலவே, அவையில் இருந்த பெருங்குடிமக்களும், அவர் மீது ஆர்வத்துடன் பார்வையைச் செலுத்தினர். சித்திஜௌஹர் பீஜப்பூரில் இருந்து அறுபது காதத் துக்கு அப்பால் உள்ள கர்நூலில் இருந்து தலைநகருக்கு வந்திருக்கும் ஜாகீர்தார். மனிதர் ரொம்பவே மாயக் கவர்ச்சியும், பகட்டுமாய் வந்திருந்தார். அவர் அரசுக்கு வரி செலுத்தி ரொம்ப காலம் ஆகிறது. அத்துடன், அலி ஆதில்ஷாவைப் பீஜப்பூரின் அரசராய் ஏற்கவும் அவர் மறுத்துவிட்டார். 'யார் அந்த அலி? அவருடைய உண்மையான பெற்றோர்கள் யார்? அவருக்குள் யாருடைய இரத்தம் ஓடுகிறது? என்னைப் பொருத்தவரை, அவரை ஒரு சோரபுத்ர அரசனாகவே நான் பார்க்கிறேன்' என்று அலி முடிசூடிய பின், ஜௌஹர் வெளிப்படையாகவே தெரிவித்தார். அலிக்கு இப்போது தெரிவு செய்யும் வாய்ப்புகள் அதிகம் இல்லை. அவருடைய அரசு அழிவின் விளிம்பில் இருந்தது. ஜௌஹர் மராத்தியர்கள் பற்றிய அச்சம் இல்லாதவராய் இருந்தார். அவரிடம் சொந்தமாகவே வலிமைமிக்க படை இருந்தது. அலி பத்து வயது சிறுவனாய், ஒடிசலான தேகத்துடன் இருந்தபோதுதான் ஜௌஹர் அவரைக் கடைசியாய்ப் பார்த்தது. இப்போது கனத்த உடம்புடன் காணப் பட்ட அலி மீது அவருடைய பார்வை நிலைத்திருந்தது.

பீஜப்பூர் அரசவையின் செல்வச் செழிப்பையும், கண்கவர் தோற்றத்தை அவர் பொருட்படுத்தினால்தானே அவற்றை வியந்து நோக்குவதற்கு. அரசின் இராணுவ பலம் குன்றிப்போய் இருக்கும் போது, அதன் சிறப்புகள் எல்லாம் பொய்யாகி விடாதோ. அவர் வேண்டுமென்றேதான் அலட்சியப் பார்வையுடன் இருந்தார். ஒரு சிறிய ஜாகீர்தார் ஆதில்ஷாஹியின் அடித்தளத்தையே குலுங்க வைப்பதைக் கண்டு ஜௌஹர் உரத்த குரலில் சிரிக்க விரும்பினார். அலிக்குச் சந்தேகம் இருந்தது. படையொழுங்கு இல்லாமல் திடீர்த் தாக்குதல் நடத்தும் ஒரு போர்க் குழுவாகத் தலையெடுத்த சிவாஜி, இன்னும் படைபலம் மிக்கவராகி விட்டிருக்கிறார். இந்த மனிதரிடம் சிவாஜியை நசுக்கிப் போடும் ஆற்றல் இருக்குமா என்ற சந்தேகம்.

அலி, வழக்க முறையாய்த் தம்முடைய வலப்பக்கம் பார்வையைச் செலுத்தினார், ஆனால் திரைக்குப் பின்னால் அவருடைய தாயின் இருக்கை வெற்றாக இருந்தது. அப்ஸல் இறந்துவிட்ட செய்தியைக் கேட்டதும் அவரால் அதை நம்பமுடியவில்லை. அவருடைய தாய்

அப்போதிருந்து பேச்சற்றவராக இருந்தார், அவரது கண்கள் எந்த உணர்வையும் வெளிப்படுத்தாமல் வெறுமையாயிற்று. அப்போதிருந்து அவர் அரசவைக்கு வருவதை நிறுத்திக் கொண்டுவிட்டார், ஓரளவே பேசினார். 'நான் மெக்காவுக்குப் போகணும்' என்று வலியுறுத்தலாய்ச் சொன்னார். ஒருநாள் முன்பு அவரை அரசவைக்கு வரும்படி இவர் வருந்திக் கேட்டுக் கொண்டபோது வந்த பதில் இது.

தம்முடைய அரசரைக் கவனித்திருந்த ஜௌஹரின் மனதில் அநேக எண்ணங்கள் தோன்றி மறைந்தன. வல்லமைமிக்க அப்ஸல் கானின் மரணம் எதிர்பாராததும், நம்ப முடியாததுமாய் இருந்தது. அந்த மோசமான ஜாவலிப் பள்ளத்தாக்கில் ஆயிரக்கணக்கான வீரர்களை இழந்ததும், கோலாப்பூர் அருகே போர்க்களத்தில் ருஸ்தமும், ஃபஸலும் தோற்று நிலை குலைந்ததும் அரசின் பெருங் குடிமக்களுக்கு அதிர்ச்சியைத் தந்துவிட்டது. கொங்கணத்துக்கும் பீஜப்பூருக்கும் இடையே உள்ள வர்த்தகப் பாதையில் பதினான்கு கோட்டைகளைச் சிவாஜி தன் வசப்படுத்திக் கொண்டுவிட்டார். விஷால்காட்டை அவர் கைப்பற்றிக் கொண்டார். பன்ஹலா கேல்னா, ரங்னா இவையும் வீழ்ந்தன. அவர்கள் கைப்பற்றிய ஒவ்வொரு கோட்டையும் அவர்களுடைய காவற் படையினரின் பொறுப்பில் இருந்தன. அரசின் பொருளாதார அமைவுக்கே அது பேரிழிவு. போதாததற்கு துறைமுக நகரமான தபோலையும் அவர்கள் சூறை யாடியிருக்கின்றனர். ஷாஹ்பூர் வரை வந்தாயிற்று. அது அலியின் கன்னத்தில் அறைந்த மாதிரி. சமீபத்திய செய்தி பேரளவு அச்சத் தையும், அதிர்ச்சியையும் உண்டு பண்ணுவதாக இருந்தது. பால்கர், தம்முடைய படைப்பிரிவுடன் மிராஸ் கோட்டையைச் சுற்றி வளைத் திருக்கிறார். பீஜப்பூரில் இருந்து இருபது காத தூரத்தில் உள்ள கோட்டையது.

ஜௌஹரைக் கூர்ந்துநோக்கிக் கொண்டிருந்த அலியின் கண் களில், துயரத்தின் சாயை படிந்திருந்தது. பகைவனை எதிர்ப்பதற்கு அரசவையில் உள்ள யாரும் முன்வரவில்லை. ஆனால், அவையில் உறுப்பினராக இல்லாதவரும், குற்றச் செயல் புரிந்தவராய்க் கருதப் பட்டவருமான இந்த மனிதர் ஒரு கடிதத்தின் மூலம் தெரிவிக்கிறார், நடந்ததை எல்லாம் அரசர் மன்னித்து, மறந்து விடுவதாய் இருந்தால் சிவாஜியைத் தம்மால் கையாள முடியும் என்று. அதனை ஏற்று அலி ஏராளமான பணத்தை ஜௌஹரின் கருவூலத்துக்கு அனுப்பி யிருந்தார். அத்துடன் 'ஸலாபத்கான்' என்ற விருதும் வழங்கி அவரைக் கவுரவித்திருந்தார்.

'ஸலாபத்கான் சாஹிப்' (எவராலும் வெல்ல முடியாதவரே) என்று ஏளனக் குறிப்புடன் அழைத்து, அலி சொன்னார், 'நம்முடைய அவையில் சிறந்த வீரர்கள் சிலர் இருந்தாலும், சிவாஜியைத் தாக்க உம்மால் முடியும் என்று நீர் ஆர்வம் காட்டியதால் அந்தப் பொறுப்பை ஏற்க உம்மை அழைத்தோம். வெற்றியுடன் வாரும், அரசவையின் ஆற்றல்மிக்க பெருந்தகையாய் உம்மை ஏற்கிறோம்' என்று.

ஜௌஹர் அரசவையில் இருந்தவர்கள் பக்கம் தம்முடைய பார்வையைத் திருப்பினார். ஆதில்ஷாஹி அரசர்கள் நல்ல வருவாய் தரக்கூடிய செல்வ வளம்மிக்க ஜாகீர்களைச் சில பெருங்குடி மக்களுக்கு அடிக்கடி வழங்கிக் கொண்டிருந்தார்கள். அவர்கள் எல்லாம் ஆதாய நோக்கில் மிகைப்படியாக அரசரைப் புகழ்ந்து அண்டிப் பிழைப்பவர்கள், வீரத்தில் சிறந்தவர்களல்ல. அவர்கள் ஒருபோதும் தங்களுக்கு அளிக்கப்பட்ட ஜாகீர்களில் இருப்பதில்லை.

மாறாக, தங்கள் குடும்பத்தினருடன் தலைநகரிலேயே அவர்கள் வசித்து வந்தனர். அவையில் அடுத்தவர் அந்தரங்க வாழ்க்கையை அலசும் வம்புப் பேச்சிலும், பதவிகள் விருதுகள் இவற்றுக்காகப் போட்டி போடுவதிலும் காலம் கழித்தனர். அரசியல் சார்புள்ள இந்தப் பெருங்குடிமக்கள் தங்கள் வசம் உள்ள நிலப்பகுதிகளை வளர்ச்சியடையச் செய்வதிலோ, வலிமை வாய்ந்த படையை உருவாக்குவதிலோ ஆர்வம் காட்டுவதில்லை. பீஜப்பூர் அரசின் வடகிழக்குப் பிராந்தியங்களையும், பீடார் மண்டலத்தையும் முகலாயர்கள் கைப்பற்றிக் கொள்ள இடமளித்து விட்டனர். ஔரங்கசீப்பின் கவனம் முகலாய அரியணையில் பதிந்திருந்தபடியால் பீஜப்பூர் தப்பியது.

'நீங்கள் உடனே புறப்பட வேண்டும். உங்களுக்குக் கீழே பணியாற்றக் கூடிய பெருங்குடி மக்களின் பட்டியலை அமைச்சர் உங்களிடம் தருவார். நம்மிடம் தயார் நிலையில் உள்ள வீரர்கள் போர்க்கருவிகள் பற்றிய நுணுக்க விபரங்களையும் அவர் கொடுப்பார்' அலி உறுதியான முடிவோடு சொன்னார்.

ஜௌஹர் உடனே தலையசைத்துவிடவில்லை. 'சிறந்த போர் வீரர்கள் பலரும் ஜாவலியில் செத்துப் போனார்கள். மிச்சம் உள்ளவர்கள் தாம் இவருக்குக் கிடைப்பார்கள், எண்ணிக்கையில் பேரளவாக இருந்தாலும் பலனில்லை.'

'நீங்கள் பெரும்படையுடன் சிவாஜியைத் தாக்கச் செல்கிற பொழுது, அவர் என்ன செய்வார் என்று நினைக்கிறீர்கள்? தம்முடைய ஜாகீருக்கு அவர் ஓடி ஒளிவார் என்றா?' அலி ஒளிவுமறைவின்றி நேரடியாகக் கேட்டார்.

இது உண்மையிலேயே ஒரு தந்திரமான கேள்விதான். ஔரங்கசீப், முகலாயர் வசம் உள்ள தக்காணத்திற்கு தம்முடைய தாய்மாமன் ஷெயிஸ்டகானைச் சுபேதாராக்கியிருப்பதும், சிவாஜியை எதிர்க்க பெரும்படையொன்றை அவரிடம் ஒப்படைத் திருப்பதும் பற்றி, ஜௌஹர் முன்பே கேள்விப்பட்டிருந்தார். இப்படிச் சூழ்நிலையை மாற்றும் நிகழ்வுகள் பற்றி சிவாஜிக்கும் தெரியாமல் இருக்காது, அவர் தம்முடைய ஊருக்குத் திரும்பினால், அவரை அகப்படுத்தும் பொருட்டு கிழக்கில் இருந்துவரும் ஜௌஹ ரையும், வடக்கில் இருந்து முகலாயர்களையும் அவர் எதிர்கொள்ள வேண்டியிருக்கும். இருமுனைத் தாக்குதல்களைச் சமாளிக்கிற ஆற்றல் அவரிடம் உண்டா?

'சிவாஜி நம்முடைய நிலப்பகுதியை விட்டு வெளியேறிவிட மாட்டார் என்றே நான் நம்புகிறேன். அவர் நம்மிடம் இருந்து கைப்பற்றிய கோட்டைகளில் எதாவதொன்றில்தான் ஒளிந்திருக்க வேண்டும்' என்று எச்சரிக்கை உணர்வுடன் கூறினார் ஜௌஹர்.

அலி தம்முடைய புருவத்தை உயர்த்தினார். ஜௌஹர் கிழக்கில் இருந்து படை நடத்திச் சென்றார் என்றால், மராத்தியர்கள் மேற்கு நோக்கி நகரக்கூடும். மிராஸில் இருந்து பன்ஹலா கோட்டை நாற்பது காத தூரத்தில் உள்ளது. அது பக்கமாய் இருப்பதோடு, ஆயிரக்கணக்கானவர்கள் தங்கும் வசதி கொண்டதுங்கூட.

3

ஜௌஹரைச் சந்தித்த சில நாட்களுக்குப் பிறகு, அலி தம்முடைய பருமனைப் பொருட்படுத்தாமல், கோட்டை முகப்புகள் வழியே ஓடினார். வெவ்வேறு கோணங்களில் எது காட்சிக்கு உகந்தது என்று கண்டறியும் ஆவல். ஆயிரக்கணக்கான காலாட்படையினர் துருக்கியர் பாணியில் மேற்சட்டையும், ஓரம் மடித்துத் தைத்த காற் சட்டையும் அணிந்திருந்தனர். அவர்களுடைய தலையில் உலோகக் கவசம் பளபளத்தது. தங்கள் உடைகள், தண்ணீர் அடங்கிய பையை முதுகில் சுமந்தனர். அவர்கள் கவசமணிந்து நீண்ட ஈட்டிகளை ஏந்திச் சென்றனர். சிலர் அம்பறாத்தூணியில் நிறைய அம்புகளுடன் காணப்பட்டனர். இடையிடையே நன்கு அலங்கரிக்கப்பட்ட யானைகள், அம்பாரிகளுடன் சென்றன. அம்பாரிகளில் அமர்ந் திருந்தவர்கள் தன்னம்பிக்கையுடன் நன்றாக நிமிர்ந்த நோக்குடன் இருந்தனர். அலியின் குதிரைப்படையில் அரேபியாவில் இருந்தும், துருக்கியில் இருந்தும் தருவிக்கப்பட்ட உயர் ரகக் குதிரைகள்

கொண்டது. நிறைய எண்ணிக்கையில் ஆப்கானியக் குதிரைகளும் இருந்தன. ஆதில்ஷாஹியின் போர்க்கொடியில் வெள்ளிநிற வளர் பிறை இடம்பெற்றிருந்தது. பட்டுத்துணியில் தைக்கப்பட்ட அந்த அதிகாரச் சின்னம் காற்றில் படபடத்தது. உள்ளூர் மராத்திய வீரர்களின் படைப்பிரிவும் தனியாக இருந்தது. அவர்கள் உருவிய வாளைக் கையிலேந்தியபடி குதிரைகளில் சென்றனர். இலகுரகப் பீரங்கிகளை ஒட்டகங்களும், கனரகப் பீரங்கிகளை யானைகளும் சுமந்து சென்றன. சில போர் விலங்குகள் வெடிமருந்து மூட்டை களுடன் சென்றன. வீதிகள் தோறும் மக்கள் கூடி நின்று, தங்கள் அரசுப் படையினர் ஒரு சிறப்புப் பணியை நிறைவேற்றச் செல்வதை வியப்புடன் பார்த்திருந்தனர்.

அலி பெருமிதம் அடைந்தார். அப்ஸல்கானின் இறப்புக்குப் பிறகு உற்சாகமற்றிருந்த படையாட்களின் நெஞ்சில் துணிவையும், நம்பிக்கையையும் அவர் ஊட்டியிருக்கிறார். இப்போது சித்தி ஜௌஹரை எப்படியோ சமாளித்து, படைப்பெருந்தலைவர் பொறுப்பை ஏற்கச் செய்துவிட்டார்.

'மெக்கா கேட்' பகுதியைக் கடந்து போய்க் கொண்டிருந்தது சித்தி ஜௌஹரின் யானை. அவர் அமர்ந்திருந்த அம்பாரி இப்படி யும் அப்படியுமாய் அசைந்தது தாலாட்டுவதுபோல் இருந்தது. ஆனால், அந்த அசைவுகளில் அவர் உறங்கிவிடவில்லை. கண்களை விரியத் திறந்து வைத்துக் கொண்டு, நாற்புறமும் பார்வையைச் சுழலவிட்டார். கடினமான மரத்துண்டுகளும், கனத்த இரும்புக் கம்பிகளும் கொண்டு உருவாக்கப்பட்ட வாயிற்கதவுகள், உறுதியான மதிற்சுவர்கள், காவல் கோபுரங்கள், தற்காப்புக்கான தூபிகள், அம்பெறியவோ துப்பாக்கியால் சுடவோ தேவையான இடைவெளி களுடன் அமைந்த தாழ்வான சுவர்கள், பீரங்கியேற்றும் கொத்தளங் கள் இவற்றைப் பார்த்துப் புன்னகைத்தார். கடப்பதற்கு இன்னொரு வாயிலும் இருந்தது. 'காப்பரண்கள் மட்டுமே வெற்றியை ஈட்டித் தரும் என்றால்...' என எண்ணிக் கொண்டார் அவர்.

படையினர் அணிவகுப்பு தம் பார்வையில் இருந்து மறையக் கண்ட அலி, ரஸ்ஸா மசூதியில் இருந்து அன்றைய பொழுதின் கடைசித் தொழுகைக்கான அழைப்பொலியைக் கேட்டார். வானத்தை அண்ணாந்து பார்த்தார். சிவாஜியின் கட்டுப்பாட்டில் உள்ள நிலப்பகுதிகளைத் தாம் மீட்டெடுத்து ஔரங்கசீப்பிடம் ஒப்படைக்காவிட்டால் தம்முடைய அரசு, தம் குடும்பம், வாழ்க்கை எல்லாவற்றையுமே அவர் இழக்க நேரிடும். காப்பரணின் சீரற்ற தரையிலேயே 'சிவாஜியை வெளியேற்றுவதில் எனக்குப் பெருந் துணை புரிவீர்' என்று மண்டியிட்டுத் தொழுதார்.

4

இருள் சூழும் அந்திப் பொழுதின் பிற்பகுதி. ஆக்ரா கோட்டையின் முஸாம்மன்பர்ஜ் மாளிகை. யமுனையாற்றில் இருந்து புறப்பட்ட மென்காற்று திருட்டுத்தனமாய்ப் பதுங்கிப் பதுங்கி, கனத்த சன்னல் திரைகள் வழியே அறைகளில் புகுந்தது. மிகப்பெரிய அறையில் அகலமான படுக்கையில், பட்டுத் தலையணை அடுக்கின் மீது, தலையை உயர்த்தி வைத்துப் படுத்திருந்தார் ஷாஜஹான். ஆட்சியதிகாரத்தை இழந்த பேரரசரின் எலும்புகளை, ஒவ்வாத குளிர் ஊடுருவித் துண்டாடிக் கொண்டிருந்தது.

படுக்கையின் விளிம்பில் அமர்ந்து, தந்தையையே கூர்ந்து நோக்கியபடி இருந்தார் ஜஹானாரா. தந்தையின் முகத்தில் காணப் பட்ட நம்பிக்கைத் தளர்ச்சியும், கண்ணீர்த் தடங்கலும் அவருக்குக் கவலையைத் தந்தது. அவருக்குள் இருந்த அன்பின் வேகமும், பரிவும் அவரை வதைத்தது. அவர் முன்நோக்கிக் குனிந்து தந்தையின் நெற்றியை மெல்லத் தடவிக் கொடுத்தார், மகனால் ரணப்பட்ட ஆன்மாவுக்கு அந்த வருடல் இதமளிக்கக் கூடும்.

தன் மகளின் கண்களில் ததும்பும் இரக்கத்தைக் கண்ட ஷாஜஹான், ‘மகளே, என் மீது இரக்கம் காட்ட வேண்டாம்’ என்றார்.

தன் முகத்தில் தோன்றிய உணர்வெழுச்சியை மறைத்துக் கொண்ட ஜஹானாரா, கூரையில் தொங்கிய கொத்துவிளக்கின் பக்கம் பார்வையைத் திருப்பினார். ஒருவர்மீது இரக்கப்படுவது எளிது, ஆனால் பிறருடைய இரக்கத்திற்கு இலக்காகி இருப்பதுதான் கடினம். அதிலும் ஒரு பேரரசர் அந்த நிலைக்குத் தள்ளப்படுவா ரெனில் அதை எப்படி விவரிப்பது?

‘ஷுஜாவிற்கு எதிரான போரில் ஔரங்கசீப் கோட்டைக் கருவூலத்தை காலி செய்துவிட்டதாய்த் தெரிகிறது’ என்று நெடுமூச் செறிந்தபடி, முணுமுணுத்தார் ஷாஜஹான்.

ஜஸ்வந்த்சிங் ரதோட் தம்முடைய படையினருடன் ஔரங்க சீப்பை எதிர்த்து போரிட்டபோது தங்கள் நம்பிக்கை அதிகரித்ததை நினைத்து வருத்தப் பெருமூச்சுவிட்டார் ஜஹானாரா. ஷுஜா திட்டமிட்டு நடத்திய அந்தப் போரில் ஔரங்கசீப் கைது செய்யப் பட்டார், கொல்லப்பட்டார் என்றெல்லாம் செய்திகள் வந்தன. ஒரு யானை சங்கிலி கொண்டு தாக்கியதில் அவருடைய உடல் சின்னாபின்னமாகி விட்டதாகவும், அதைக் கண்டு அவரது தொண்ணூறாயிரம் படையாட்கள் நாற்புறமும் சிதறியோடிய தாகவும் ஒரு வதந்தி. ஜஸ்வந்த்சிங் வந்தால் உண்மை நிலவரத்தை

அறியலாம் என்று தந்தையும், மகளுடன் கவலையுடன் காத்திருக்க, அவரோ ஜோத்பூருக்கு ஓட்டமெடுத்துவிட்டார். ஷுஜாபாய் வந்தால் தங்கள் இடர்ப்பாடு நீங்கும் என்று இவர்கள் எதிர்பார்த் திருக்க, ஷுஜா வரவேயில்லை. முன்பு, அவர்களுக்குக் கிடைத்திருந்த செய்திகள் எல்லாம் தவறானவை. ஔரங்கசீப் ஷுஜாவைத் தோற்கடித்து விட்டார் என்பது பிற்பாடு தெரியவந்தது.

அன்றொரு நாள் பட்டப்பகலில் அவருக்குத் தெரிந்தே ஒரு கொள்ளை நடந்தது. ஔரங்கசீப்பின் தனிமுறை அடிமையான முத்ஆமத், அவர்களுடைய மனைத் தொகுதியில் உள்ள தாரா பாயின் நகைகளையும், அவர் வைத்திருந்த கலைப்பொருட்களையும் அள்ளிக்கொண்டு போனான். அவற்றில் பலவும் தந்தை மகனுக்குத் தந்த பரிசுகள். அத்துடன் பெர்ஸியா, உஸ்பெக், ஐரோப்பா, சீனா போன்ற நாடுகளைச் சேர்ந்த அரசர்கள் அளித்த வெகுமதிகளும் அதில் அடங்கும்.

அடக்கமாட்டாத கோபம், அடக்கமாட்டாத இருமலாய் வெளிப்பட்டது ஷாஜஹானிடம். தந்தை இருமும்போது ஜஹா னாரா அவருடைய நெஞ்சையும், வயிற்றுப்பகுதியையும் இறுக்க மாகப் பற்றிக் கொள்ளவும், நீவி விடவும் செய்தார். ஒருகாலத்தில் உலகையே நடுங்கச் செய்வதாயிருந்த அவருடைய கோபம் இப்போது வீரியமற்றதாகிவிட்டது, ஒரு ஈ கூட அவருக்கு அசைந்து கொடுக் காது.

'என்னுடைய ஆடைகளையும் ஔரங்கசீப் எடுத்துக் கொள்ளட்டும். ஒரு காலத்தில் உலகத்தையே தனதாக்கிக் கொண்டி ருந்தவன் இன்று ஆடையற்றக் கிழவனாயிருப்பதை உலகம் பார்க் கட்டும்.' ஷாஜஹான் எரிச்சலுடன் சொன்னார். ஒரு மருத்துவப் பணியாளர் உமிழ்நீர் உமிழும் பாத்திரத்துடன் ஓடிவந்தார். ஜஹானாரா தந்தையைப் படுக்கையில் இருந்து நிமிர்த்தி, தாங்கிப் பிடித்து, அவருடைய முதுகை அயர்ச்சி நீங்கத் தேய்த்துவிட்டார். அப்போது அந்த இளவரசியின் கண்ணீர் ஓடையாய்ப் பெருக் கெடுத்து, கீழிறங்கியது. ஆடைகள், கலைப்பொருட்கள், ஆபரணங் கள் இருந்த அறைகள் எல்லாம் பூட்டி, அவற்றிற்கு அதிகார முத்திரையிடப்பட்டன. பெட்டி பெட்டியாய் இருந்த தங்க நாண யங்களை முத்ஆமத் அரசுக் கருவூலத்துக்குக் கொண்டு போய் விட்டான்.

ஜஹானாரா சன்னல் வழியே பார்த்திருந்தார். மாலைச் சூரியன் பொன்னொளி வீசியபடி அஸ்தமனம் ஆகிக்கொண்டி ருந்தது. அவரது அன்னையின் கம்பீரமான கல்லறை மாடம் திரும்ப வும் உடைந்து நொறுங்குவதுபோல் காணப்பட்டது. ஒரு கெட்ட

கனவில் அந்தக் காட்சியை முன்பே அவர் கண்டிருக்கிறார். தாராபாயின் சிதைந்த உடல் ஒரு சவப்பெட்டியில் வந்து சேர்ந்த போது, அவர் தந்தையிடம் ஆவேசமாய்ப் பேசிக்கொண்டிருந்தார். அவருடைய சினம் தெறிக்கும் சொற்களை ஒருவர் இரகசியமாய் நின்று கேட்டுக் கொண்டிருந்தது அவருக்குத் தெரியாது.

முத்ஆமத் ஒரு தூணுக்குப் பின்னால் அசையாமல் நின்று அத்தனையும் கவனமாய்க் கேட்டிருந்திருக்கிறான். அப்போது முதல் ஆக்ராவில் நடக்கிற அனைத்தையும் ஒன்றுவிடாமல் தன் எசமானருக்கு எழுதித் தெரிவிக்கும்படி அவனுக்கு அறிவுறுத்தப் பட்டது.

ஜஹானாரா தொண்டையை அடைக்கும் விம்மல்களை உணர்ந்தார். ஔரங்கசீப்பைத் தடுத்து நிறுத்த யாரால் ஆகும்? அவர் இப்போது முகலாயப் பேரரசர். ஸாஹிருத்தீன் முகம்மது பாபர் ஒரு நூற்றாண்டுக்குமுன் நிறுவிய பேரரசின் ஆட்சியாளர். ஔரங்கசீப் தம்முடைய முடிசூட்டு விழாவை மிக ஆடம்பரமாக நடத்தி, தம்முடைய பேரரசின் செல்வ வளத்தையும், இராணுவ பலத்தையும் வெளிக்காட்டிக் கொண்டார்.

ஔரங்கசீப்பின் முடிசூட்டு விழாவிற்கு வந்திருந்த *உம்ராக் களும் உலமாக்களும் ஷாஜஹானின் மோசமான நிலைமைப் பற்றி வாயைத் திறக்கவேயில்லை.

பிணியுற்று, சிறைப்பட்டிருக்கும் முன்னாள் பேரரசர் பற்றி ஒரு சொல்கூட கேட்கப்படவில்லை. இத்தனைக்கும் இவர்கள் எல்லாம் அவரால் பதவியும், பொருளும் தந்து கவுரவிக்கப்பட்டவர்கள். சிலர் அடிமைகளாயிருந்து அவரால் விடுவிக்கப்பட்டவர்கள், சிலரை வறுமையில் இருந்து அவர் முழுமையாய் மீட்டெடுத்திருக்கிறார். ஒரு வார்த்தையில் சொல்வதெனில் இவர்கள் எல்லாருமே அவருக்கு நன்றிக்கடன் பட்டவர்கள். ஆனால், இப்போதோ அவருடைய தந்தையின் வீழ்ச்சிக்குக் காரணம் கற்பிப்பதிலும், ஔரங்கசீப்பின் இராணுவ அறிவை, தலைமைப் பண்புகளை உயர்த்திப் பிடிப்பதிலும் முனைப்புடன் இவர்கள் ஈடுபட்டிருக்கிறார்கள். ஔரங்கசீப்பிடம் தானே இப்போது முழு அதிகாரமும் இருக்கிறது. மயிலாசனம், ஸத்ர்(திரை), விசிறி வடிவிலான அடையாளச் சின்னம் (ஸாயா பான்) போன்றவை அவரது அதிகாரக் குறியீடுகள். ஔரங்கசீப்பிற்கு யாரேனும் சவாலாக இருந்தால் அவர் துரோகியாய்த் தீர்ப்பு செய்யப்படுவார், அவருக்கு மரண தண்டனை விதிக்கப்படும். பேரரசரைத் தவிர வேறெவரும் குடிமக்களுக்கு 'பொது தரிசனம்' வழங்க முடியாது. பேரரசில் உள்ள ஆயிரமாயிரம் பள்ளிவாசல் களிலும் அவருடைய பெயரால் 'குத்பா' ஓதப்படும்.

* உம்ரா – மெக்காவில் தலைமுடி நீக்கியவர், உலமா – மார்க்க அறிஞர்.

அத்தியாயம் பதினெட்டு

1

தக்காணத்துச் சுபேதாரும், சிவாஜிக்கெதிரான போரில் படைப் பெருந்தலைவருமான ஷெயிஸ்டகானிடம் ஒற்றைக் குறிக்கோளுடன் வலுத்தாக்குதல்களை மேற்கொள்ளும் பொறுப்பு வழங்கப்பட்டிருந்தது. சிவாஜி ஆதில்ஷாஹியில் பிடிபடுகிற அல்லது கொல்லப்படுகிற நிலையில் ஷெயிஸ்டகான் அவருடைய நிலப்பகுதியைக் கைப்பற்றிக் கொண்டுவிட வேண்டும்.

அவருடைய முகாமில் குதிரைகளின் கனைப்போ, யானைகளின் பிளிறலோ, எருதுகள் எழுப்பும் ஒலியோ கேட்கவில்லை. அவையெல்லாம் இடைக்கால ஏற்பாடாக அகமது நகர் தென்கோடியில் உள்ள தொழுவங்களுக்கும், கொட்டில்களுக்கும் மாற்றப்பட்டு, தங்கள் மாலை நேரத் தீவனத்தை உண்பதில் முனைப்பாக இருந்தன.

முகாமில் படைவீரர்கள், பணியாட்கள், குடும்பப் பெண்கள், பணிப்பெண்கள், அலிகள், விலைமாதர்கள் மற்றும் குழந்தைகள் என ஒட்டுமொத்தமாய் ஒரு லட்சம் பேர் இருந்தனர். அவர்கள் இன்னொரு இரவை வனப்பகுதியிலேயே கழித்தாகவேண்டும்.

அந்தப் பனிக்கால மாலைப் பொழுதில் அவர் தனித்திருக்க விரும்பினார். தம் எதிரேயிருந்த கடிதத்தை நூறாவது முறையாக அவர் பிரித்துப் படித்தார். அதில் உள்ள செய்தி மிகச் சுருக்கமாகவும், தெளிவாகவும் இருந்தது.

'நான் வேறெவரையும் விட தங்களையே வெகுவாய் நம்புகிறேன். ஒருவேளை நான் நோய்வாய்ப்பட்டாலோ, உடல்நலக் குறைவு காரணமாய் ஒன்றைச் செய்ய முடியாதிருந்தாலோ என்னுடைய முத்திரை மோதிரத்தைப் பயன்படுத்த உங்களையே நான் நியமனம் செய்திருக்கிறேன். அதுவே தங்கள் மீது நான் கொண்டுள்ள நம்பிக்கைக்குப் போதிய நிரூபணமாகும். நான் தில்லியில்

இருந்தாக வேண்டிய நிலை. ஷுஜாபாயும், சுலைமானும் இதுவரை சுதந்திரமாய் (அகப்படுத்தப்படாமல்) இருந்து கொண்டிருக்கிறார் கள். முகலாய ஆட்சிக்குட்பட்ட தக்காணத்துச் சுபேதாரான தாங்கள் தாம் சிவாஜியை அகற்றும் பொறுப்பைத் தங்கள் தோளில் ஏற்றிருக்கிறீர்கள். இப்போதே ஔரங்காபாத்தில் இருந்து புறப்பட்டு தெற்கு நோக்கிச் செல்ல வேண்டும். ஆதில்ஷாஹி நிலப் பகுதி களைக் கைப்பற்றுவதில் மராத்தியர்கள் மும்முரமாக இருக்கிறார்கள், ஆதில்ஷாஹி படைத்தளபதியாக ஒரு ஆப்ரிக்கர் நியமனம் செய்யப்பட்டிருப்பது கண்டிப்பாய் உங்களுக்குத் தெரிந்திருக்கும். அந்தத் தளபதி சித்தி ஜௌஹர் அவர்களைப் பார்த்துக் கொள்வார். இரண்டு போர்முனைகளில் ஒரே சமயத்தில் போரிடுவதற்கான ஆள்பலமோ, வளவாய்ப்புகளோ சிவாஜியிடம் இல்லை என்பதால், அதிக எதிர்ப்பில்லாமல் அவருடைய நிலப்பகுதிக்குள் நீங்கள் பிரவேசித்துவிட முடியும். வீடுகளைத் தீக்கிரையாக்கி கிராமங்களை வெறுமையாக்குங்கள். கோட்டைகளைக் கைப்பற்றுங்கள், அவரு டைய குடும்பத்தைச் சிறைப்படுத்துங்கள். தங்களுடைய கட்டுப் பாட்டில் எழுபத்தியேழாயிரம் குதிரைகள், நானூறு யானைகள், இலகு ரகப் பீரங்கிகளைச் சுமந்து செல்ல நூறு ஒட்டகங்கள் உள்ளன. அத்துடன் சிறப்புத் தேர்வினராய்த் திறமைமிக்க முப்பதி னாயிரம் காலாட்படையினரும் தங்களிடம் உள்ளனர்.

தங்கள் ஆணைக்குக் கட்டுப்பட்டு நடக்கவும், படையைச் செலுத்துவதில் துணை நிற்கவும் அறுபத்தியெட்டு மூத்த மான்ஸப் தார்கள் தங்கள் வசம் உள்ளனர். அவர்களில் இருபத்தியொன்பது பேர் துருக்கி, மத்திய ஆசியா, ஆப்ரிக்கா, ஆப்கன் பூர்வீகத்தைக் கொண்ட முஸ்லீம்கள், எஞ்சிய முப்பத்திரண்டு பேர் இந்துக்கள்.'

அது ஒன்றும் சாதாரண கடிதமல்ல, புதிய பேரரசரும் அவரது மருமகனுமான ஔரங்கசீப் அனுப்பியிருக்கும் ஆணைக்குறிப்பு. ஷெயிஸ்டகானிடம் ஒரு திட்டம் இருந்தது. சிவாஜியின் ஜாகீரில் புனே ஒரு முக்கியப் பகுதி. அதற்கு வடக்காகச் சகான் பகுதியும், மேற்கில் மாவலிக் குன்றும் உள்ளது. அதன் தென்கிழக்கில் சுபே, இந்தாப்பூர் மண்டலங்கள் ராஜ்காட்டின் பிரதான கோட்டைகள், தோரணா, கோந்தானா, புரந்தர் இவை புனேயின் தென்கிழக்கு, தென்மேற்கு எலலைகளில் உள்ளன. ஷெயிஸ்டகானின் செயல் திட்டம் மிக எளிமையானது. பீமா ஆற்றைக் கடந்து, ஒரு மைல் நீளமுள்ள அவருடைய பெரும்படை சிவாஜியின் ஜாகீரில் நுழைந்ததுமே, இந்தாப்பூருக்கும், சுபேக்கும் இடையில் உள்ள பாரமதி நகரத்துக்கு அவர்களை அவர் வழிநடத்திச் செல்வார். கிராமங்களைத் தரைமட்டமாக்கிவிட்டு, பாரமதிக்கு மேற்கேயுள்ள

ஷிர்வாலை நோக்கி அவர் முன்னேறுவார். அதன் பிறகு ராஜ்காட் கோட்டைக்கும் புரந்தர்கோட்டைக்கும் இடையே உள்ள வழியில் தம்படையை புனேக்கு வழி நடத்துவார். அது ஒட்டுமொத்த நிலப்பகுதியையுமே உழுபடை சால்களாய் அகழ்ந்து விடுகிற தன்மை கொண்டதாகும். ஆப்ரிக்க வீரரான சித்தி ஜௌஹரின் பிடியில் இருந்து ஒருவேளை சிவாஜி தப்பிவிட்டாலும், அவர் திரும்பிச் செல்ல அவருக்கென்று ஒரு நாடு இருக்காது.

அலி ஆதில்ஷாவை ஒன்றும் உயர்மதிப்புடையவராய் ஷெயிஸ்டகான் கருதிக் கொண்டுவிடவில்லை. நாட்டைப் பாதுகாக்கக் கூடிய கோட்டைகளின் பராமரிப்பு பற்றியும் பீஜப்பூர் சுல்தான் பெரிதாய்க் கவலைப்படுகிறவராய் தெரியவில்லை. கோட்டைகளுக் கென்று திறம்மிக்க கோட்டைத் தலைவர்களோ, கோட்டைக் காவலுக்கென தனிப்பிரிவோ அவரிடம் இருக்கவில்லை. சிவாஜி யின் ஆட்கள் பன்ஹாலா கோட்டையைச் சுற்றி வளைத்தபோது கோட்டைத் தலைவர் இரத்த சேதமின்றி, கோட்டையை விட்டு வெளியேறுவதிலேயே ஆர்வமாய் இருந்ததை ஷெயிஸ்டகான் கேள்விப்பட்டிருக்கிறார். பன்ஹாலா கோட்டை வீழ்ந்தபின், கோலாப்பூர் பக்கமாய் இருந்த கோட்டைகளையும் கைப்பற்றும்படி, தமது ஆட்களுக்கு சிவாஜி உத்தரவிட்டார். கிருஷ்ணா நதியின் செல்வழிப் பகுதிகள் இவ்விதமாய் அவருடைய கட்டுப்பாட்டுக்கு வந்துவிட்டது.

இது உண்மையிலேயே கவலைக்குரிய ஒரு நிகழ்வுதான்.

2

வடமேற்கில் வானம் ஊதாவையும், செம்மஞ்சள் நிறத்தையும் பூசிக் கொண்டிருந்தது, அதன் பின்னணிக்குக் கொஞ்சம் பொருத்த மில்லைதான். சமவெளிக்கு மேல் பெரிய குவியலாய் எழுந்த மஸாய் பாறை அச்சுறுத்தும் விதமாய்க் காட்சியளித்தது. சிவாஜி தம்முடைய வருங்காலம் குறித்துச் சிந்தித்தாக வேண்டிய நிலையில் இருந்தார். பன்ஹாலாவில் ஆபத்தான சூழ்நிலையில் அவர்கள் சிக்கிக் கொள்வதற்கு முன், சிவாஜிக்குக் கவலை தரக்கூடிய செய்தியொன்று வந்தது. அது – ஷெயிஸ்டகானின் பெரும்படை அவருடைய ஜாகீரை நோக்கி முன்னேறிக் கொண்டிருக்கிறது என்ற செய்தி.

எட்டாயிரம் காலாட்படையினருடன் அவர் மிராஜில் இருந்து பன்ஹாலா சென்றது சரியான காரியமாக இருக்குமா? தம்முடைய

ஆட்களுடன் தம்முடைய ஊரில் உள்ள ராஜ்காட் கோட்டைக்குத் திரும்பியிருந்தால் என்ன நடந்திருக்கும்? இதற்கு விடை காண்பது எளிது. சித்தி ஜௌஹர் தம் படையுடன் இவரைத் துரத்திக் கொண்டு வந்திருப்பார். ஒரு பக்கம் இவரைப் பிடிக்கும் முயற்சியில் ஜௌஹர், மறுபக்கம் ராஜ்காட்குன்றின் அடிவாரத்தை நெருங்கிக் கொண்டிருக்கும் ஷெயிஸ்டகான். உண்மையிலேயே அதிர்ச்சி யூட்டுகிற அளவிற்கு நிலைமை மோசந்தான். ஆனால், அவர் எடுத்திருக்கும் முடிவிலும் ஆபத்துகள் இருந்தன.

'அவர்கள் சேற்று மண்ணில் குடில்கள் அமைத்துக் கொண்டி ருக்கிறார்கள்' என்ற பாஜியின் சொற்கள் அவருடைய சிந்தனை யைக் கலைத்தது.

சிவாஜி திரும்பி பாஜியையும், பன்ஹாலா கோட்டைத் தலைவராய் நியமிக்கப்பட்டிருந்த திரியம்பக் தபீரையும் நோக்கினார். தங்கள் எதிர்காலத்தை ஊகித்தவர்கள்போல் அவர்கள் காணப் பட்டனர். வெயிலில் காய்ந்து கறுத்திருந்த அவர்களுடைய முகங் கள் இப்போது கவலையில் தோய்ந்திருந்தன.

அவர்களுக்கு நன்றாகவே தெரிந்திருந்தது. அவர்கள் பன்ஹாலா கோட்டையைப் புகலாய்க் கொண்ட சில நாட்களிலேயே ஆதில் ஷாஹி படை குன்றின் அடிவாரத்துக்கு வந்துவிட்டது. அப்போதி ருந்து, தங்களுடைய முற்றுகை நடவடிக்கையை அவர்கள் முழு வீச்சில் மேற்கொண்டு விட்டனர். ஜௌஹரின் முற்றுகை மழைக் காலம் வரும் வரைதான் நீடிக்கக்கூடும் என்று கருதியே சிவாஜி பன்ஹாலாவில் தங்கியிருக்கத் திட்டமிட்டது. அத்தாட்சியின்றி ஒன்றை உண்மையெனக் கருதுவது ஊகம். அது கற்பனையன்றி வேறேயென்ன? ஊகங்கள் வெறும் ஊகங்களாகவே நின்று விடுகின்றன. கோட்டைக்கு வரும் உணவுப் பண்டங்களின் விநி யோகம் தடைபடுமளவு முற்றுகை இறுகிவிட்டால், மழைக் காலத் துக்குப் பிறகும் முற்றுகை நீடிக்குமெனில் கோட்டைக்குள் இருப்ப வர்கள் பட்டினி கிடந்து சாக வேண்டியதுதான்.

'அது எதைக் குறிக்கிறது?' சிவாஜி கேட்டார்.

'ஜௌஹர் மழைக்காலத்துக்கான முன்னேற்பாடுகளைச் செய்வதாய்த் தெரிகிறது' பாஜி நகைச்சுவையாய்ச் சொன்னாலும் அவருடைய பெரிய மீசை அவரது கவலையை மறைக்கத் தவறி விட்டது.

'நம்முடைய உணவுப்பண்டங்களின் இருப்பு எத்தனை நாளைக்குத் தாக்குப்பிடிக்கும்?'

திரியம்பக் தபீர் தம்முடைய தந்தை சோனாஜி தபீர் போலவே அறிவு நுட்பம் உடையவர். 'அரசே நம்முடைய பண்டகச் சாலையில் அரிசி, சோளம் மற்றும் தானியங்களின் இருப்பு மழைக்காலம் முடியும் வரை சமாளிக்கும் முழுக் கொள்ளளவில் சரிபாதி அளவிற்கு உள்ளது' என்று மிகத் துல்லியமாகப் பதிலளித்தார்.

'ஹும்... ம்' சிவாஜி தீர எண்ணிப் பார்க்கலானார். பன்ஹாலா அவர்களுக்கு இடுகாடாகி விடுமாயின், ஷெயிஸ்டகான் திட்டவட்டமாக அவருடைய ஜாகீரை அழித்து விடுவார். ஆயிரக்கணக்கானவர்கள் வாளுக்கு இரையாகியோ, சித்ரவதைக்கு உள்ளாகியோ இறக்க நேரிடும். இளம் பருவத்தினர் எல்லாருமே பிடிபட்டு, அடிமைகளாக்கப்படுவார்கள். அவருடைய குடும்பம் சிறையில் அடைக்கப்படுவார்கள். அன்னை அறுபது வயதினர், மகன் மூன்று வயதினன். முகலாயர்கள் யாரிடமும் இரக்கம் காட்ட மாட்டார்கள். அவருடைய நேசத்துக்குரியவர்கள் எல்லாம் சொல்ல முடியாத கொடுமைகளுக்கு ஆட்படுவார்கள். அவரது தாயை அவர்கள் தூக்கிலிடுவார்கள், அவருக்கு உரிமையான மனைவிகளும், மகள்களும் யாரோ ஒருவரின் அந்தப்புரத்துக்கு அனுப்பப்பட்டு விடுவார்கள். அவருடைய மகனை மதமாற்றம் செய்யக்கூடும் அல்லது மிகையளவில் அபின்கொடுத்துக் கொல்லவும் செய்யலாம்.

'அவர்கள் இந்த மலைமீது ஏறி, கோட்டைக்குள் புகுவதற்கான வாய்ப்புகள் எந்த அளவில் உள்ளன?' பாஜியிடம் சிவாஜி கேட்டார்.

'நாம் இரவு முழுக்க அயர்ந்து தூங்காமல் இருந்துவிட்டாலும், அவர்கள் கோட்டைச் சுவர்களை ஆற்றல் மிக்க பீரங்கிகள் கொண்டு தகர்க்கத் தவறினாலும் அதற்கான சந்தர்ப்பங்கள் மிகக் குறைவு' என்ற பாஜி மேலும், 'ஜௌஹரிடம் அத்தகைய பீரங்கிகள் கிடையாது' என்று கூறினார்.

சிவாஜி தலையசைத்தார். சில மாதங்களுக்கு முன்புதான், இந்தக் கோட்டையில் இருந்த ஆதில்ஷாஹி தலைவன் சொற்ப அவகாசத்திலேயே இவர்களிடம் சரணடைந்து விட்டான். சிவாஜியின் ஆட்கள் இரவில் குன்றின்மீது ஏறி, அதிகாலையில் கோட்டையை நெருங்கிய பொழுது, கோட்டைவாசல் விரியத் திறந்து கிடந்தது. அந்தச் சுளுவான வெற்றி சிவாஜிக்கு வியப்பாக இருந்தது. பள்ளத்தாக்கிற்கு மேலே பல நூறு அடிகள் உயரத்தில் இந்தக் கோட்டை அமைந்திருக்கிறது. பகைவர்கள் இதன் பலம் மிக்கச் சுவர்களைத் தாண்டி உள்ளே வந்துவிட முடியாது. அத்துடன் இயற்கையாகவே ஆழமான பள்ளங்கள் அகழிபோல் அமைந்திருக்கின்றன, சரிவுகளில் ஏறிவர முயல்கிறவர்களுக்குத் தடையாய்ப் பெரிய கற்பாளங்கள் வேறு. கடும் விஷமுடைய பாம்புகளுக்குக்

கணக்கேயில்லை. சிவாஜியின் வீரர்களைப்போல் மலையேற்றத்தில் பயிற்சி பெற்றவர்கள் ஆதில்ஷாஹிப் படையாட்கள். இந்தச் சிந்தனை அவருக்கு சௌகர்ய உணர்வைத் தந்தது. 'ஜௌஹர் பற்றி நாம் முன்மதிப்பீடு செய்யமுடியாது. அவர் கணிப்புகளுக்கு அப்பாற்பட்டவர்' என்றார் பாஜி.

'அவர் விடாப்பிடியானவர், அத்தனைச் சீக்கிரம் முயற்சியைக் கைவிடவோ, தோல்வியை ஒப்புக்கொள்ளவோ முன்வர மாட்டார்' என்று திரியம்பக் எச்சரித்தார்.

'நாம் முற்றுகையை ஆராய்வோம்' என்ற சிவாஜி 'சஜ்ஜா கோத்தி'யை நோக்கி நடக்கத் தொடங்கினார். மூவரும் குடியிருப்புப் பகுதிகளைக் கடந்து, படையாட்களின் கூடாரங்கள் வழியே சென்றார்கள். காற்று பலமாக வீசியது. தெற்கத்திய வானில் அங்கொன்றும் இங்கொன்றுமாய்ச் சில மேகங்கள் காணப்பட்டன. மற்றபடிக்கு வானம் ஊதா நீலத்தில் இருந்தது. சிவாஜி இரண்டாவது தளத்திற்குச் செல்லும் படிக்கட்டுகளில் வேகமாய் ஏறிச் சென்றார். கோத்தியின் கீழ்ப்புறத்தில் இருந்த விசாலமான அறையை அடைந்தார். அங்கிருந்த பெரியதோர் சன்னல் வழியே சற்றுத் தொலைவில் இருந்த பள்ளத்தாக்கின் பக்கம் தம்முடைய பார்வையைச் சுழற்றினார் அவர். அங்கே ஆயிரக்கணக்கான தொழிலாளிகள் மண்குடில்களை அமைப்பதிலும், பதுங்குக் குழிகள் தோண்டும் பணியிலும் ஈடுபட்டிருந்தனர்.

3

நடுத்தர உருவமைப்பும், உடலும் முண்டிதம் செய்யப்பட்ட தலையும் உடையவரான கங்காதரர் பல காலமாகவே கோட்டையில் தங்கியிருப்பவர். சிவாஜி கோட்டையைக் கைப்பற்றி, அங்கே வரத் தொடங்கியதில் இருந்தே, இவரும் சிவாஜியின் கனவால் எழுச்சி பெற்று விட்டார். கோயில் காப்பாளரான கங்காதரர், தம் வாழ்விலும் பரவசப்படக்கூடிய ஒன்று நடைபெறாதா என்று ஆவலுடன் எதிர்நோக்கியிருந்தார். இடிமுழக்கம்போல் பேரோசை கேட்டதும், கோயிலில் இருந்தவர் ஓட்டமும் நடையுமாய் வெளியே வந்தார். ஜௌஹர் இன்னொரு தாக்குதலில் இறங்கியிருக்க வேண்டும். வெடியோசையில் நிலம் அதிர்ந்தது. தம்முடைய பழுப்பு நிறக் குதிரை கட்டியிருந்த லாயத்துக்கு விரைந்தார். குதிரைக்குக் கடிவாளமும், சேணமும் இட்டு, அதன்மீது தாவியமர்ந்தார். தம் காலணியின் குதிமுள்ளால் தீண்டி, அதை ஓடவிட்டார். குதிரை

மிதமான பாய்ச்சலில் சில நூறு அடிகள் தொலைவில் இருந்த சஜ்ஜாகோத்தியை நோக்கி ஓடியது. அரசரும், அவருடைய ஆட்களும் தாக்குதலில் இருந்து காத்துக்கொள்ள என்ன செய்கிறார்கள் என்பதை அறிய விரும்பினார் அவர். இடிபோன்ற பேரோசை தொடரவும், நிலமும் தொடர்ந்து குலுங்கிக் கொண்டிருந்தது. முரசு கொட்டுபவர்களும், துப்பாக்கிப் படையினரும் கோட்டையின் முகப்புப் பகுதிகளில் கூடியிருந்தனர். காப்பரண்களைக் காவல் புரிவோர் வில் வளைத்து, அம்பு தொடுக்க ஆயத்தமாக இருந்தனர். சூழ்நிலையைப் புரிந்துகொண்ட கங்காதரர், தம்முடைய குதிரையில் இருந்து குதித்து, சஜ்ஜாகோத்தியை நோக்கி விரைந்தோடினார்.

நுழைவாயிலிலேயே சிவாஜியும், அவருக்கு முன்னால் சென்ற பாஜி பிரபுவும் காப்பரண்களின் மீது, உத்தரவுகளைப் பிறப்பித்துக் கொண்டு ஓடுவதைக் கண்டார். துப்பாக்கிப் படைப்பிரிவினர் எதையோ கூர்ந்து நோக்குவதைக் கண்டு தாமும் அதைக் காண்பதற்காகக் கைப்பிடிச்சுவர்ப் பக்கம் தாவிக் குதித்தார் கங்காதரர். பன்ஹாலா குன்றில் இருந்து தொலைதூரத்தில் பகைவரின் புறக்காவல் பாசறைகள் அமைந்திருப்பதைப் பார்த்தார். அவர்களுடைய சுற்றி வளைப்புப் பகுதிக்கும், கோட்டைக்கும் இடையில் பதுங்குக் குழிகளை அமைத்துக் கொண்டிருந்தார்கள். கோட்டையில் உள்ளவர்களின் துப்பாக்கிச் சூட்டில் இருந்து, தங்களைப் பாதுகாத்துக் கொள்வதற்காக, பகைவர்கள் மேற்கொண்டிருக்கும் தற்காப்பு நடவடிக்கை அது. பதுங்குக் குழிகளை அலை வரிபோல் பல வளைவுகளாய் அமைத்திருந்ததில் அவர்களுடைய புத்திசாலித்தனம் தெரிந்தது. அதன்மூலம் பதுங்குக்குழிகளில் மறைந்திருப்பவர்கள் பறந்துவரும் அம்புகளில் இருந்து தங்களைக் காத்துக்கொள்ள முடியும். பதுங்குக் குழிகளில் இருந்தவர்கள் சிறு வடிவங்களாய்த் தெரிந்தனர். அவர்களுடைய பீரங்கிகள் புகையைக் கக்கிக் கொண்டிருந்தன. அவருடைய கண்கள் பவன்காட் பக்கம் அலைந்தன. அந்தக் குன்றின் உச்சியில் பெரிய பீரங்கி நிறுவப்பட்டிருந்தது தெரிந்தது. அங்கே சிவப்புக் கோடுகளுடன் கூடிய நீலக் கொடி பறந்து கொண்டிருந்தது. அது வர்த்தகர்கள் என்கிற போர்வையில் நாடு பிடிக்க வந்தவர்களின் கொடி. ஆக, ஆங்கிலேயர்கள் ஜௌஹருக்கு உதவிக் கொண்டிருக்கிறார்கள்.

'சுடுங்கள்' பாஜி பிரபு முழங்கினார்.

'சுடுங்கள்' பீரங்கிப் படையினர் கூட்டாக ஒலித்தனர்.

காப்பரண்களில் நிறுத்தப்பட்டிருந்த பீரங்கிகள் குண்டுகளை உமிழத் தொடங்கின.

'கோத்திக்குக் கீழே நின்றிருந்த முரசடிப்பவர்கள் தங்கள் முரசுகளை ஒலிக்கத் தொடங்கினர். சீர்த்தன்மையுடன் உச்ச அளவில் எழுந்த ஒலி படிப்படியாகப் பெருகி, போரிடும் வீரர் களுக்குச் செயலூக்கத்தை வழங்கும் ஆற்றல்மிக்க சக்தியாய் மாறியது. அது கங்காதரரின் செவிப்பறைகளில் மோதி, அவருடைய நாடி நரம்புகளில் ஓடும் இரத்தத்தில் புத்துணர்வூட்டியது. இவர்கள் மழையெனப் பொழிந்த வெடிபொருட்கள் ஜௌஹரின் பதுங்குக் குழிகளின் மீது தாக்கி பாதிப்பை உண்டு பண்ணின. இருவேறு தரப்பினரும் நடத்தும் துப்பாக்கிச் சூடு பற்றிக் கவலைப்படாமல் அவர் உறுதியாக அங்கேயே இருந்தார். வெடிப்போசை சிலமணி நேரம் தொடர்ந்து கேட்டபடி இருந்தது. கடைசியில் நின்று போனது. பகைவர்களின் துப்பாக்கிச் சூட்டில் இவர்களுக்கு எந்தப் பாதிப்புமில்லை. ஆங்கிலேயர்களின் பீரங்கிக் குண்டுகள் மட்டும் கோத்தியின் காப்பரண்களுக்குச் சமீபமாய் வந்து விழுந்தன.

4

ஷெயிஸ்டகானின் படைப்பிரிவுகள் சிவாஜியின் நிலப் பகுதியில் பிரவேசிப்பதற்காக, பீமா ஆற்றைக் கடந்து வந்தன. புரந்தர் கோட்டையில் இருந்து சில காத தூரத்தில் பாரமதியில் இருந்து ஷிர்வால் வரையும், அங்கிருந்து ஸஸ்வாத் வரையும் வழித்தடத்தைப் படையாட்கள் நிறைத்திருந்தனர். அவர்கள் வந்த வழியில் இருந்த ஊர்களை அவர்கள் நாசப்படுத்தினர், போதும் போதும் என்கிற அளவுக்குக் கிராமத்து மக்களைக் கொன்று தீர்த்தனர், அச்சத்தை ஏற்படுத்துவதற்காக கால்நடை மனை களையும், தானியக் களஞ்சியங்களையும் தீயிட்டு அழித்தனர். அவர் வெளிக்காட்டிய பலம் எதிரியைத் திணறடிப்பதாக இருந்தது, ஆனால், அவர் எண்ணியிருந்தது இன்னமும் செயல் வடிவம் பெறவில்லை.

சிவாஜிக்குச் சொந்தமான ஜாகீரின் மையப்பகுதியை நோக்கி முன்னேறுவதும், மராத்தியர்களுடன் ஒரு முறையாவது நேருக்கு நேர் போரிடுவதும் அவருடைய திட்டமாகும். மாறாக, மராத்தி யர்கள் அவரது குதிரைப்படைக்குத் தொடர்ந்து தொல்லை கொடுத்தனர். பக்கத்தில் நெருங்கி வராமலும், பார்வையில் இருந்து மறையாமலும் போக்குக் காட்டினர். அவர்கள் ஈக்களைப்போல் சுற்றி வட்டமிட்டனர். அவர்களைத் தாக்குவதற்காக ஒரு படைப் பிரிவைத் தனியே பிரித்து அனுப்பினால், அதைக் காட்டுப்பகுதிக்கு ஈர்த்து, அங்கே காத்திருக்கும் மற்ற மராத்தியர்களையும் சேர்த்துக்

கொண்டு துன்புறுத்தினர். எதிர்பாராத வகையில் தாக்குவதற் காகவே காட்டுக்குள் அவர்களுடைய ஆட்கள் பதுங்கியிருந்தனர்.

புரந்தர் கோட்டையில் இருந்து காலாட்படையினர் ஒரு குழுவாக இறங்கி வந்து, இவர்களுடைய முகாமில் சுற்றுக்காவல் புரிபவர்களைக் கொன்று போட்டனர். ஒரு முறையல்ல, சில முறை அதுபோல் நடந்திருக்கிறது. எதிரிகள் நெருங்கி வராமல் தடுப்பதற் காகவே மூவாயிரம் குதிரை வீரர்கள் கொண்ட ஒரு தனிப்படைப் பிரிவையும் அவர் வைத்துக்கொள்ள வேண்டியிருந்தது.

ஷெயிஸ்டாவின் யானையைத் தொடர்ந்து அறுபத்தியெட்டு யானைகள் முக்கிய மான்ஸப்தார்களைச் சுமந்து வந்தன. அந்த மான்ஸப்தார்களில் மகாராஜா ஜஸ்வந்த்சிங் ரதோடும் ஒருவர். இளைஞரான அவர் மிகுந்த கோபத்துக்கும், மதிப்புக் குறைவுக்கும் உள்ளாகியிருந்தார். விதியின் பலமான தாக்குதல் அவரை வெறும் மான்ஸப்தாராக்கி வைத்தது. தளபதியின் கட்டளைகளுக்குக் கீழ்ப்படிந்து நடக்க வேண்டிய நிலைக்குத் தள்ளப்பட்டிருந்தார் அவர். வாரிசுரிமைப்போரில் தாம் தாராஷிகோவுக்கு ஆதரவாக இருந்தும் ஔரங்கசீப் தம்மைக் கடுமையாகத் தண்டிக்காமல் விட்டு வைத்ததால் அவர் பேரரசர்பால் நன்றியுணர்வு கொண்டவராக இருந்தார். அது அவருடைய மனதின் மறுபக்கம். இந்த முறை போரில் தம்முடைய திறமைகளைக் காட்டி, அனைத்து வழிமுறை களையும் கையாண்டு தாம் இழந்துவிட்ட மதிப்பை மீண்டும் அடைவதில் ஆவலாக இருந்தார் அவர். தன்மானம் இல்லாமல் என்ன வாழ்க்கை?

மகாராஜா ஜஸ்வந்த்சிங் ரதோடின் குதிரைப்படையைத் தொடர்ந்து ஜாஃபர் கானின் மகன்களாகிய நாம்தார்கான், காம்தார் கான் இவர்களின் யானைகள் வந்தன.

ஔரங்கசீப் தாயினுடைய சகோதரியின் கணவர் ஜாஃபர்கான். ஷெயிஸ்டகான் எப்படி ஔரங்கசீப்புக்கு உறவோ அப்படித்தான் இந்தச் சகோதரர்களுக்கும், இவர்களுக்கும் அவர் தாய்மாமன்.

பின்னே வரும் பெரும்படையின் வசதிக்காக சில மைல்கள் முன்பாக ஆயிரக்கணக்கான தொழிலாளர்கள் சாலையைச் சீரமைக் கும் பணியில் ஈடுபட்டிருந்தனர். முப்பதாயிரம் குதிரை வீரர்கள் கொண்ட முன்னணிப்படை கர்த்தலாப்கான் என்பவரின் தலைமை யில் முன்னோக்கிச் சென்றது.

கடல் போன்ற குதிரைப்படையைத் தொடர்ந்து காலாட் படையினர் சுறுசுறுப்பாகச் சென்றனர். பாதை அகலப்படுத்தப் பட்டிருந்தபடியால் கவசப் பாதுகாப்புடைய யானைகளும், ஒட்ட கங்களும் பக்கமாய் செல்ல முடிந்தது. கோவேறுக் கழுதைகளும்,

எருதுகளும் உணவுப் பொருள், கால்நடைத் தீவனம், விறகுக் கட்டு, குடிநீர் இவற்றைச் சுமந்தபடி காலாட்படையைத் தொடர்ந்து சென்றன. சில போர்விலங்குகள் கத்திகள், கேடயங்கள், ஈட்டிகள், வில் அம்புகள் வைக்கப்பட்ட பயணப் பேழைகளைச் சுமந்து சென்றன. விலங்குகளுக்குப் பின்னால், எண்ணற்ற அபிசீனிய அடிமைகள் நாணயங்கள் நிரப்பிய பெட்டிகளைச் சுமந்து சென்றனர்.

சிவாஜியின் நிலப்பரப்பில் சென்றபொழுது முகலாயப் படையினர் வழியெங்கும் உள்ள கிணறுகளில் இருந்து குடிநீரையும், ஏழை விவசாயிகளிடம் இருந்து உணவையும் தங்கள் பயன்பாட்டுக்காக எடுத்துச் சென்றனர். அவர்களுடைய விலங்குகள் மரங்கள் அல்லது செடிகளின் இலைத் தொகுதிகளைத் தின்று தீர்த்தன. பட்டுப்போன மரக்கிளைகளையும் விறகுக்காக அவர்கள் கொண்டு போயினர்.

குன்றின் அடிவாரப் பகுதிகளில் என்ன நடக்கிறது என்பதைக் கண்டறிவதற்காக முரார்பாஜி புரந்தர் கோட்டையில் இருந்து இறங்கி வந்து சரிவுப்பாறை ஒன்றில் மறைந்திருந்தார். முகலாயப் படையின் பக்கப் பிரிவுகளைத் தாக்குவதற்காக தம்முடைய ஆட்களைச் சிறு சிறு குழுக்களாக அனுப்பியதன்றி வேறெதையும் அவரால் செய்ய முடியவில்லை. அந்த வகையில் சிலரை அவர்கள் கொன்றார்கள். குன்றின் அடிவாரத்தில் பல கிராமங்கள் இருந்தன. ஒரு குடியிருப்பின் பின்பகுதியில் மேகம்போல் தூசிப்படலம் எழுவதைக் கண்டார் அவர்.

சில கணங்களில் அந்தத் தூசிப்படலத்தில் இருந்து கறுத்த பெரும்புள்ளிகளாய் ஆட்கள் வெளிப்பட்டனர். அவர்கள் குறிப்பிட்ட பணிக்கென ஒதுக்கப்பட்ட தனிப் பிரிவினர். திடீர்த் தாக்குதலை மேற்கொள்கிறவர்கள். கிராம மக்களை எச்சரிக்க அவருக்குப் போதிய அவகாசம் இருக்கவில்லை. ஏதும் செய்ய இயலாதவராய்த் தம்முடைய மறைவிடத்தில் இருந்தபடி நடப்பதைப் பார்த்துக் கொண்டிருந்தார். அந்தக் குதிரைவீரர்கள் குடியிருப்புக்குள் புகுந்திருக்க வேண்டும். அங்கிருந்த மக்கள் எவ்வித இலக்கும் இல்லாமல் நாலாபக்கமும் ஓட்டமெடுத்தனர். புரந்தர் குன்றைச் சுற்றியிருந்த பள்ளத்தாக்கில் அவர்களுடைய தெளிவற்ற கதறல்கள் எதிரொலித்துக் கொண்டிருந்தன.

5

கீழைவானில் மேலேறிக் கொண்டிருந்தான் சூரியன். முகலாயர் படையெடுப்பை எதிர்கொள்வதற்காக கர்நாடகாவில் இருந்து

திரும்பி வந்திருந்த பால்கர், அத்தனை உயரமற்ற ஒரு குன்றின்மீது நின்று கண்ட காட்சி அவரைத் திகைக்க வைத்தது. தம் வாழ்நாளில் அதற்கு முன் காணாத பெரும்படையை இப்போது கண்ணெதிரே கண்டார் அவர். அந்தப் படை ஸாஸ்வாத்தில் இருந்து புனேயை நோக்கிச் சென்று கொண்டிருந்தது. மிகப்பெரிய ஊர்வலம்போல் ஆட்களும், போர் விலங்குகளும் அணியணியாய்ப் போய்க் கொண்டிருப்பதைப் பார்த்தார். தம்முடைய குதிரையைத் திருப்பிக் கொண்டு தமக்குப் பின்னால் நின்ற தமது படைப்பிரிவை நோக்கினார் அவர். மூவாயிரம் குதிரை வீரர்கள் கொண்ட படைப்பிரிவு அது. பாதையைச் சீர்படுத்திக் கொண்டிருக்கும் தொழிலாளர் களைத் தாக்குவதில் அர்த்தமில்லை. எதிரியின் முன்னணிப் படையே ஒரு கடல்போல் இருந்தது. படையின் இருபக்கங்களிலும் உலோகக் கவசமணிந்த குதிரைவீரர்கள் அணிகளைப் பாதுகாப்பது போல் போய்க் கொண்டிருந்தனர்.

பால்கரின் படைவீரர்கள் அவருடைய உத்தரவை எதிர்பார்த் திருந்தனர். அவர்களுடைய சோர்வுற்ற முகங்களையும், வேதனை தேங்கிய கண்களையும் கண்டு வருத்தமுற்றார். அவர் அதற்கு முன் அப்படியொரு உற்சாகமற்ற நிலையில் அவர்களை அவர் பார்த்த தில்லை. 'நாம் அந்தப் படையின் வால்பகுதியைத் தாக்குவோம்' என்று உரத்தகுரலில் முழங்கினார். தம்முடைய குதிரையைத் தட்டி விட்டு வேகப் பாய்ச்சலில் முகலாயர் படையைப் பின்தொடர்ந்தார்.

அவர்கள் முகலாயப் படையின் வால்பகுதியை நெருங்கும் போது, முகலாய வீரர்களின் ஆயிரக்கணக்கான துப்பாக்கிகளும் சுடத் தொடங்கிவிட்டன. காதைப் பிளக்கிற ஓசை. அந்தப் படையின் வால்பகுதியைப் புகை மண்டலம் மூடி மறைத்தது. ஆனாலும், பகைவரை நோக்கிச் செல்லும் பால்கர் தொடர்ந்து வேகப் பாய்ச்சலிலேயே சென்றார். இடிமுழக்கத்தின் இன்னோர் அலை எழுந்தபோது, பால்கரின் குதிரை வீரர்கள் பலரும் 'சொத்' தென்று மடிந்து விழுந்தனர்.

'நம்முடைய பெருமிதத்தையே பெரிதாய் எண்ணி நம் ஆட்களை உயிர்ப்பலி கொடுக்கக் கூடாது. எவ்விதப் பலனும் இல்லாமல் களத்தில் உயிர்களை இழக்க வேண்டாம். அது உயிர்த் தியாகம் ஆகாது. அதனால் படைபலத்தை இழக்க நேரிடும்' என்று சிவாஜி ஒரு சமயம் சொன்னதை அப்போது அவர் நினைத்துக் கொண்டார்.

'பின்வாங்கிச் செல்லுங்கள்' கனத்த இதயத்துடன் கத்தினார் பால்கர். அவர்கள் திரும்பிப் போகையில், தம் நாட்டின் கதி என்ன வாகும் என்று தமக்குள் கேட்டுக் கொண்டவர், விடை காண

முடியாமல் திகைத்தார். அவர் பன்ஹாலாவுக்குச் செல்ல வேண்டும், முற்றுகையைத் தகர்க்க வேண்டும். முகலாயர்களிடம் இருந்து தங்கள் சுயராஜ்யத்தைக் காக்க வேண்டுமானால், சிவாஜி அரசர் தடையின்றிச் செயல்பட்டாக வேண்டும்.

6

ஷெயிஸ்டகானுடைய படை அணிவகுப்பில் இருந்து சில காததொலைவில், இப்ராகிம்கான் தம்முடைய குதிரையில் வேக மாய்ப் போய்க் கொண்டிருந்தார். தம்முடைய அரசர் சிவாஜி பன்ஹாலா கோட்டையில் அடைபட்டிருப்பதைச் சிந்தித்தபடி போனார் அவர்.

இந்திராயணி ஆற்றங்கரையில் போய்க் கொண்டிருந்தபோது கிராமங்கள் வெறிச்சோடிக் கிடப்பதைக் கண்டார், 'இந்த ஜனங்கள் எல்லாம் எங்கே போனார்கள்?' அவருக்குத் திகைப்பாக இருந்தது. இந்தப் பகல்நேரத்தில் கிராமத்துக் கடைவீதியில் மக்கள் கூட்டம் நிரம்பியிருக்குமே. அங்கு நிலவிய மயான அமைதியைக் கலைப்பது போல், அவருடைய குதிரையின் குளம்போசை மட்டுமே கேட்டுக் கொண்டிருந்தது. கிராமத்து மக்கள் முகலாயப் படையினரால் ஒன்று கொல்லப்பட்டிருக்க வேண்டும் அல்லது வனப்பகுதியில் ஓடி ஒளிந்திருக்க வேண்டும். உடனே ராஜ்காட்டிற்கு விரைந்து சென்று ஜீஜாபாய் சாஹிப்பிடம் நிலவரத்தைத் தெரிவித்தாக வேண்டும். பாரமதியில் இருந்து ஷிர்வால் – ஸாஸ்வத் வரை ஊர்கள் நாசமாகிக் கிடக்கின்றன.

'இறைவா, ஷெயிஸ்டகானின் வீரர்கள் இப்படியா இரக்க மில்லாமல் நடந்துகொள்வது?'

அத்தியாயம் பத்தொன்பது

1

புனேயின் இருண்ட தெருக்களில் உள்ள பெரியதும் சிறியது மான வீடுகள் அச்சத்தின் காரணமாகவோ அல்லது குளிரின் காரணமாகவோ ஒடுக்கி மடக்கிக் கொண்டு கிடந்தன. அதற்கு நேர்மாறாக இருந்தது முகலாயர்களின் படை முகாம். நகரத்தைச் சுற்றி விரிந்து பரந்து காணப்பட்டது அந்த முகாம். அங்கே எண்ணற்ற தீப்பந்தங்கள் நல்ல வெளிச்சத்தைத் தந்து கொண்டி ருந்தன. முகாமில் அமைக்கப்பட்டிருந்த அங்காடி வீதிகளில் படை வீரர்களும் அவர்களோடு ஒட்டிக் கொண்டிருப்பவர்களும் சுற்றித் திரிந்தனர். காற்றில் உணவின் வாசம் பரவிக் கொண்டிருந்தது. ஷெயிஸ்டகானின் ஒரு லட்சம் படையாட்களுக்கு அல்லவா உணவு சமைத்தாகிறது.

சிவாஜிக்குச் சொந்தமான 'லால் மஹால்' இப்போது ஷெயிஸ்டகானின் இருப்பிடமாகி இருந்தது. மையத்தில் மிகப்பெரிய முற்றத்தைக் கொண்ட மாளிகையது. அங்கிருந்த எல்லா அறை களும் முற்றத்துக்கு இட்டுச்செல்லும் வழிவகைக் கொண்டவை. அரசு சமையற்காரர்களும் உதவியாளர்களுமாய்ச் சமையற்கூடம் நிரம்பி வழிந்தது. இறைச்சிகலந்து தயாரிக்கப்படும் பிரியாணி வாசம் நீக்கமற எங்கும் நிறைந்திருந்தது.

மாளிகையின் மேல்தளத்தில் இருந்த அறைகளில் ஷெயிஸ்ட கானின் மனைவியரும், மருமகப் பெண்களும், மகள்களும், பெண் அடிமைகளும், அலிகளும் தங்கியிருந்தனர் அவர் தரைத்தளத்தில் உள்ள முன்கூடத்தைத் தமக்கெனத் தேர்வு செய்துகொண்டார். பட்டினாலான தடுப்புத் திரைகள் கொண்ட பெரிய சன்னல்கள், தரையில் பாரசீக விரிப்புகள் உள்முற்றத்துக்கு அருகாமையில் இருந்தது அவருடைய இருப்பிடம். அந்த இடம் தமக்கு அமைதி யளிப்பதாய் உணர்ந்தார் அவர். தோட்டக்காரர்கள் தினமும் வண்ணப்பூக்களால் தமது பூத்தொட்டிகளை அலங்கரிக்க வேண்டும்

அவருக்கு. அவர் போகிற இடமெல்லாம் அவருடைய பூத்தொட்டிகளும் அவரோடு பயணம் செய்யும். அன்று, பொன்னிற துலீப் மலர்கள் அச்சிட்ட வெளிறிய மேற்சட்டையும், பச்சைநிற காற்சட்டையும் அணிந்திருந்தவர், தம்மோடு இரவு உணவு உண்ண வரும் சில முக்கிய நபர்களுக்காகக் காத்திருந்தார்.

நீண்ட இருக்கையில் அமர்ந்து ஒற்றை ஆளாய்ச் சதுரங்கம் ஆடத் தொடங்கினார். தாமே எதிராளியின் இடத்திலும் இருந்து காய்களை நகர்த்துவார். அந்தச் சதுரங்கப் பலகை பளிங்குக் கல்லால் செய்யப்பட்டது. அவர் சில நகர்த்தல்களை மேற்கொள்வதற்குள்ளாகவே ஒருவர் பின் ஒருவராய் அவருடைய விருந்தாளிகள் வந்துவிட்டனர். மூன்று பேர்கள் தாம் மூவருமே மான்ஸப்தார்கள். அவர்களோடு இருக்கும் போதுதான் இளைப்பாறுதலை அவரால் உணரமுடியும். போர் உத்திகளைப்பற்றி அவர்களோடு விவாதிப்பார் அவர். பொன்னிற தோள்பட்டியும், தோலினாலான இடைவாரும் அணிந்து நாம்தார், காம்தார் சகோதரர்கள் ஒன்றாக வந்தனர். இடையில் செருகியிருந்த குத்துவாள் அவர்களுடைய தோற்றத்துக்கு மேலும் பொலிவூட்டியது. மூன்றாவது நபரான கர்த்தலாப் அணிந்திருந்த உடை மிக நேர்த்தியாக இருந்தது. அவர்கள் உள்ளே வந்ததும் முதலில் தளபதிக்கு வணக்கம் செலுத்தினர். பொழுது நல்லபடியாக அமையட்டும் என்று வாழ்த்தினர். அவரைச் சுற்றி அவர்கள் அமர்ந்துகொண்டனர். அப்போது அவருடைய மூத்தமகன் அபுல் ஃபத்தும் உள்ளே வந்தார்.

அவர் தனியாளாய்ச் சதுரங்கம் ஆடுவதை அவர்கள் வியப்புடன் நோக்கியிருந்தனர். 'நாம் எப்படிப் போகிறோம் என்பதல்ல, எங்கே போய்ச் சேர்கிறோம் என்பதே முக்கியம்' என்று முணுமுணுத்தார் அவர்.

சில நொடிகளில் அவர்கள் பருகுவதற்கு பழச்சாறு, ஒயின் கோப்பைகளைப் பணியாளர்கள் கொண்டு வந்தனர். தங்கள் தலைவரின் ஒற்றையாள் ஆட்டத்தைப் பார்த்தபடி, அவருடைய இருக்கையைச் சுற்றி நின்றுகொண்டு அவர்கள் ஒயினை உறிஞ்சினர்.

அடுத்து, அவர்களுடைய இரவு உணவு அங்கேயே கொண்டு வந்து பரிமாறப்பட்டது. வாயில் உணவை மென்றபடி ஷெயிஸ்டகான் சொன்னார், 'நாம் புனே வந்து ஒரு மாதம்போல் ஆகிவிட்டது. சில திட்டங்களை நான் வைத்திருக்கிறேன்.'

அவர்கள் தலையசைத்தபடி சாப்பிட்டனர். தம் வாயில் இருந்த உணவை விழுங்கிய ஷெயிஸ்டகான், கோப்பையில் இருந்த ஒயினை ஆவலுடன் பருகினார். 'மழைக்காலம் நெருங்குகிறது, நாம்

பற்றாக்குறையில் அவதிப்பட நேரும். மழை வந்துவிட்டால் அக்கம் பக்கத்து தானியக் களஞ்சியங்களில் சூறையாடுவதற்கு எதுவும் மிச்சம் இருக்காது. நமக்குச் சமீபமாய் உள்ள நமது அகமத்நகர் தளத்தில் இருந்து உணவுப்பொருட்களைப் பெறுவதும் நடவாத காரியம். ஆறுகளில் வெள்ளம் கரைபுரளும், அகமத் நகர் – புனே இடையிலான பாதைகள் அனைத்துமே துண்டிக்கப்பட்டுவிடும்.'

விருந்தாளிகள் கவலையுடன் புருவம் உயர்த்தினர். அதே அச்சந்தான் சில நாட்களாகவே அவர்களையும் தொல்லைப்படுத்திக் கொண்டிருந்தது. 'இதற்கு இராணுவம் சார்ந்த தீர்வு ஒன்று உண்டு' என்று ஷெயிஸ்டா தெரிவித்தார்.

அவர்கள் சாப்பிடுவதை நிறுத்திவிட்டனர். அதுபற்றிக் கூடுதலாய் அவர்கள் அறிந்துகொள்ள விரும்பினர்.

'அகமத் நகர் போகும் வழியில் இருக்கிறது சகான். மழைக் காலத்தில் புனேக்கும், சகானுக்கும் இடையில் உள்ள ஆறுகளைக் கடப்பது கடினம். அத்துடன் ஒப்பிட்டால் சகான் அகமத்நகர் இடையேயுள்ள நீர்வழிகள் ஆழமற்றவை. அந்த நிலப்பகுதிகளும் சமதளமானவைதாம். மலைவழிகளைக் (கணவாய்கள்) கடந்து செல்கிற இடர்ப்பாடெல்லாம் கிடையாது. நம்முடைய படைத் தளத்தை நாம் சகானுக்கு மாற்றிக்கொண்டுவிட வேண்டும். அங்கே இருந்து கொண்டு, அகமத் நகரில் இருந்து தேவையான பொருள் களை எளிதாய்ப் பெற முடியும்' என்றார் அவர்.

'அத்துடன், ஒரே கல்லில் இரண்டு பறவைகளை அடிச்சாப் போலவும் இருக்கும்' நாம்தார் துடுக்காகச் சொன்னார்.

ஷெயிஸ்டா புன்னகைத்தார். அவருக்கு நாம்தாரின் அறிவுத் திறனும், விரைவுத்தன்மையும் பிடிக்கும்.

'ஆமாம்' என்று முகலாயத் தளபதி ஆமோதிக்கவும், அவர்களது ஆர்வம் தூண்டப்பட்டது. 'நாம் சகானில் உள்ள கோட்டையை முற்றுகையிடுவோம், அதைக் கைப்பற்றுவோம்' என்றார் அவர்.

எல்லாரும் தலையசைத்து, அந்தத் திட்டத்தை ஏற்றுக் கொண்டனர். சகானைக் கைப்பற்றுவது ஒரு சிறந்த செயலாக இருக்கும். அதைக் கைக்கொண்டிருப்பது அகமத் நகருடன் தடையற்ற தகவல் தொடர்புக்கும், எதிர்காலப் போர் நடவடிக்கைகளுக்கும் பெரிதும் பயன்படும்.

'தந்தையே, சிவாஜி திரும்ப வந்துவிட்டால்....?' அபுல்ஃபத் கிளர்ச்சியுற்றவராய், உரத்த குரலில் கேட்டார்.

ஷெயிஸ்டா எதிர்க்கேள்விகள் போட்டார். ‘அவர் எங்கிருந்து திரும்பிவருவது? அவருடைய பன்ஹாலா கல்லறையில் இருந்தா?’

தங்கள் மகிழ்ச்சியை அவர்கள் உரக்க ஒலித்தனர்.

‘நாம் சகானில் இருக்கும்பொழுது, கர்த்தலாப்கான் புனேயில் தங்கிக்கொண்டு, கொங்கணத்தில் உள்ள சிவாஜியின் நிலப்பகுதி களைக் கைப்பற்ற வேண்டும். நான் அவரை வடகொங்கணத்தின் சுபேதார் ஆக்க விரும்புகிறேன்’ என்று ஷெயிஸ்டகான் தம்முடைய முடிவைத் தெரிவித்தார்.

கர்த்தலாப் சாப்பிடுவதை நிறுத்திவிட்டு, நம்ப முடியாமல் தளபதியை வியப்புடன் நோக்கினார். அது உண்மையிலேயே அதிக முக்கியத்துவம் உள்ள பதவி உயர்வுதான். ‘உலகின் முகம்’ என்று போற்றப்படும் மிகப் பழைமையான ‘சமர்க்கந்த்’தின் புறநகர்ப் பகுதியில் இருந்து வந்த ஒரு எளிய சிப்பாய் முகலாய ஆளுநர் பதவிக்கு உயர்வது மகத்தான பயணமாகவே இருக்கும்.

‘புனேயைச் சுற்றியுள்ள கோட்டைகளைக் கைப்பற்ற நாம் எப்போது திட்டமிடுவது?’ நாம்தார் கேட்டார்.

‘சகான், கல்யாண் நகரங்களை நாம் கைப்பற்றிய உடனேயே...’ என்று புன்னகையுடன் கூறிய ஷெயிஸ்டா, பலமாக ஏப்பம் விட்டபடி, கனத்தத் திண்டில் சாய்ந்து கொண்டார்.

2

பனாலாக் கோட்டை இருளில், நிசப்தத்தில் மூழ்கிக் கிடந்தது. மரங்களடர்ந்த சரிவில் எங்கோ ஆந்தை ஒன்று தீனமாய் அலறிக் கொண்டிருந்தது. பனாலாக் குன்றின் வடமேற்கு சரிவொன்றின் விளிம்பில் மது அமர்ந்திருந்தான். ரொம்பவும் கீழே குன்றின் அடிவாரத்தில் மினுக்கு மினுக்கென தீப்பந்தங்கள் ஒளிர்ந்தன. அங்கே ஜௌஹரின் புறக்காவல் நிலைகள் அமைந்திருந்தன.

வானில் பிறைநிலா அரிவாளைப்போல் பளபளத்தது. எதிரியின் ஆட்கள் யாரும் இரகசியமாய் மேலே வரக்கூடும் என்றே மதுவின் கண்கள் சரிவுகளில் சுழன்றபடி இருந்தன. அவனுக்குக் கீழே சில அடிகள் தொலைவில் ஒரு மனிதனின் கருநிற வடிவம் தெரிந்தது. அத்துமீறி நுழைந்திருக்கும் அந்த மனிதன் மீது பாய விருந்தவன் தன் வேகத்தைக் கட்டுப்படுத்திக் கொண்டான். ஒரு தவறான அசைவோ, சரியற்ற காலடி வைப்போ அவனைத் தாறு மாறாக உருண்டு விழச் செய்து சாவின் மடியில் கிடத்தியிருக்கும்.

மது நேராக நிமிர்ந்து நின்றபடி, தன் அரைக்கச்சையில் இருந்த வாளின் கைப்பிடியைப் பற்றினான்.

'நான் ஏறிவருவதற்கு ஒரு கயிறு வேண்டும்' மராத்தியில் சொல்லப்பட்ட சொற்கள், கடுமையாய் வீசிய காற்றில் மிதந்து வந்தன. குரல் தனக்குப் பழக்கப்பட்ட குரலாக இருந்தது. மது கண்களைக் குறுக்கி, பார்வையைக் குவித்தான். அங்கே வந்திருந்தவன் லங்கோடு தரித்து, கிட்டத்தட்ட நிர்வாணமாகவே இருந்தான். அவனுடைய முரட்டுத் தலைமுடி கலைந்து முகத்தை மறைத்துக் கொண்டிருந்தது, ஒழுங்கற்ற தாடி அவனது தாடைப்பகுதியை மூடியிருந்தது. மது மகிழ்ச்சி அடைந்தான். அவன் யாரை எதிர்பார்த்திருந்தானோ அந்த நபர்தான் அது, பல மாதங்களுக்குப் பிறகு அவர்களுக்கு வெளியில் இருந்து செய்திகள் கிடைத்திருக்கின்றன.

பனாலா கோட்டையில் அடைபட்டுக் கிடக்கும் எட்டாயிரம் சீவன்கள் தங்கள் குடும்பங்களுக்கு என்ன நேர்ந்தது என்று அறிய விரும்பின.

மது கீழிருந்தவனை மேலே இழுத்துக்கொண்டான். 'என்னைத் தொடர்ந்து வாரும்' என்று முணுமுணுப்பாய்ச் சொன்னவன் அடுத்து, கீச்சிடுகிற மாதிரி சீழ்க்கையொலி செய்தான். அவன் கோட்டை உள்ளே செல்வதை காப்பரண்களில் இருந்த காவலர்கள் அறிந்து கொள்வதற்கான தெரிவிப்புக்குறி அது. அந்த இரவில் வந்த பார்வையாளனை முடிந்த அளவு விரைவாக அரசரிடம் அவன் கொண்டு செல்லவேண்டும். மதுவுடன் வருகிற நபர் பற்றி காவலர்கள் முன்பே அரசருக்குத் தெரிவித்து விட்டனர்.

'மது, உள்ளே வா, யார் இந்தப் புது மனிதர்?' சிவாஜி அவனிடம் கேட்டபடி, அவர்களை அமரும்படி சைகை செய்த வண்ணம் கணப்பை நோக்கிச் சென்றார். அவர் தரையில் இருந்த கம்பளத்தில் கால்மடக்கி அமர்ந்தனர். சிவாஜி அவர்களைக் கூர்ந்து கவனித்தார், அவருடைய கண்கள் புதிய நபர்மீது குவிந்திருந்தன. ஆளை இனங்கண்டு கொண்டதால் பார்வையில் சுடர்ப்பொறி. அவர் பெரிதாய்ப் புன்னகைத்தார்.

'பாஹிர்ஜி நாயக், நீர்தானா?' சிவாஜி கிட்டத்தட்ட கூவி விட்டார். அவருடைய உளவுத்துறைத் தலைவரைக் கண்டதில் அளவற்ற மகிழ்ச்சி. மது திகைத்துவிட்டான். நாயக் அவனுடைய ஆசான்!

பாஹிர்ஜி அகலப் புன்னகைத்தார், அவருடைய கண்கள் கண்ணீரில் பளபளத்தன.

ராஜ்காட் குன்றின் அடிவாரக் காடுகளில் தாம் கழித்த குழந்தைப் பருவ நாட்களை அவர் நினைத்துக் கொண்டார். அவர் சாகும்வரை வனத்தில் தொலைந்த ஒரு சீவனாகவே இருந்திருப் பார். ஆனால், சிவாஜி அந்த வாழ்க்கையில் இருந்து அவரை வெளியே கொண்டுவந்து மராத்திய இராணுவத்தின் உளவுத்துறைத் தலைவராக்கினார்.

'வெளியுலகில் நிலைமை எப்படி?' சிவாஜி ஆர்வமுடன் கேட்டார்.

'ஷெயிஸ்டகானும் அவருடைய கடல் போன்ற சேனையும் நம்முடைய நிலத்தைக் கிளறியபடி புனேயை வந்தடைந்தாயிற்று.'

'முகலாயர்கள் எங்கே முகாம் அமைத்திருக்கிறார்கள்?' என்று கேட்ட சிவாஜியின் முகம் எந்த உணர்ச்சியையும் வெளிப்படுத்த வில்லை.

'ஷெயிஸ்டகானும் அவருடைய குடும்பத்தினரும் லால் மஹாலில் தங்கியுள்ளனர். நகரத்தின் தென்பகுதியில் கிட்டத்தட்ட ஐம்பதினாயிரம் கூடாரங்கள் முளைத்திருக்கின்றன. நாயக் தாழ்ந்த குரலில் சொன்னார், அவருடைய கண்கள் கீழ்நோக்கியிருந்தன.

'நம்முடைய ஸார்னோபாட் எங்கே?'

'அவர் இரண்டு போர் முனைகளிலும் செயல்பட்டுக் கொண்டிருக்கிறார். முகலாயப் பெரும்படை அணிவகுத்துச் சென்ற போது பல இடங்களில் பல தாக்குதல்களை அவர் நடத்தினார். ஆனால் அவை வெற்றிகரமாக அமையவில்லை. அவர் பனாலாவை நெருங்கி வந்து, பகைவரின் முற்றுகையை உடைக்க முயன்றார். பல இரவுப் பொழுதுகளில் மேற்கொண்டும் அந்த முயற்சி பலன ளிக்கவில்லை. நமது காலாட்படையினர் மலையின் குறுகலான இடுக்குகளிலும், பள்ளங்களிலும் மறைந்து கொண்டு போரிட்டனர். ஆனால், ஜௌஹரின் முற்றுகை வளையத்தை உடைக்க முடிய வில்லை.'

'மழைக்காலம் தொடங்கிவிட்டது. ஜௌஹர் இன்னும் எத்தனைக் காலம் இங்கே முகாமிட்டிருப்பார்?' சிவாஜி கேட்டார்.

'அவர்கள் மழைக்காலத்தை எதிர்கொள்ளத் தயாராகவே இருக்கிறார்கள். கோதுமை போன்ற தாவரங்களின் நீண்ட நேர்த் தண்டுகளும், பனைமட்டைகளும் வண்டி வண்டியாய்க் கொண்டு வரப்பட்டிருக்கின்றன. எண்ணற்ற மழைநீர் வடிகால்களைத் தோண்டியிருக்கிறார்கள். கூடாரங்களுக்குப் பதிலாக மண்குடில் களை அமைப்பதில் மும்முரமாக இருக்கிறார்கள்.'

‘முற்றுகை எந்த அளவு இறுக்கப்பட்டிருக்கிறது?’ சிவாஜி கேட்டார்.

‘பனாலாவைச் சுற்றி மேடுபள்ளமற்ற நிலப் பகுதி என்பதால் முற்றுகையை மேலும் இறுக்கியிருக்கிறார்கள்.’

கிழக்குப் பகுதியில் சிறு இடைவெளியும் விடவில்லை. புறக்காவல் நிலையங்களும் ஏராள எண்ணிக்கையில் அமைக்கப் பட்டுள்ளன. எனினும், மேற்கில் மஸாய் குன்றின் அடிவாரத்தில், மலைப்பாங்கான இடம் என்பதால் கட்டுக்காவல் கொஞ்சம் குறைவுதான்.

‘ஷெயிஸ்டகான் அலி ஆதில்ஷாஹியுடன் தொடர்பில் இருப்ப தாய் ஒரு தகவல் பரவியிருக்கிறது’ நாயக் சொன்னார்.

‘நான் எதைப் பற்றிப் பயந்தேனோ அது நடந்துவிட்டது. முகலாயர்கள் அலி ஆதில்ஷாவுடன் கைகோர்த்துக் கொண்டு விட்டார்கள்.’ சிவாஜி ஏமாற்றம் தொனிக்கக் கூறினார். கூண்டில் அடைபட்ட புலிபோல் அறைக்குள் உலவத் தொடங்கினார். திறந் திருந்த கதவின் வழியே காற்று அறையைத் தாக்கவும், கணப்பில் இருந்து தீச்சுவாலை பாம்பைப்போல் வளைந்து நெளிந்து சென்றது.

‘எதிரியின் தடுப்பரணைத் தகர்த்துக் கொண்டு எப்படி உம்மால் வரமுடிந்தது?’

நாயக் தொண்டையைச் சரிசெய்து கொண்டு, நிதானமாய்ப் பதிலளித்தார், ‘ஒரு துறவிபோல் வேடம் அணிந்தேன். மாவலில் இருந்து ஜோஹர் போகும் குழுவுடன் பிரயாணம் செய்தேன். குறி சொல்கிறவனைப்போல் இரண்டு வாரங்களைக் கழித்தேன். நான் வருவதை உரைப்பதில் வல்லன் என்று மக்கள் நம்பத் தொடங் கினர். அவர்கள் என்னிடம் மனம் திறந்து பேசினர். முற்றுகை எப்போது முடியும், தாங்கள் எப்போது ஊர் திரும்பக் கூடும் என்று முகாமில் உள்ள படையாட்கள் என்னிடம் கவலையுடன் கேட்டனர். ஜௌஹர் இந்தப் போரில் தோற்க வேண்டும் என்ப தற்காக ருஸ்தம் உள்ளடி வேலையில் ஈடுபட்டிருப்பது தெரிந்தது. ருஸ்தம் வடபகுதிக் காவல் பொறுப்பில் உள்ளவர். தம்முடைய எதிர்ப்பைக் காட்டும் விதமாய், இரவில் தம்முடைய படையாட் களைத் தொலைதூர இடங்களில் காவல்புரிய அனுப்பிவிடுகிறார். இன்றிரவு, காலநிலை மாறுபட்டு காற்றின் தாக்கம் அதிகரித்திருப்ப தால் அவருடைய ஆட்கள் தங்கள் நிலைகளில் காவல் இருக்க வில்லை. குன்றின் வடகிழக்குப் பக்கம் காலியாக விடப்பட்டிருந்தது. நள்ளிரவில் ஒரு சரிவுப்பாறை வழியே ஏறிவந்து படர் கொடிகளைப் பற்றிக்கொண்டு, கோட்டைக்கு இட்டுச் செல்லும் ஒற்றையடிப் பாதையில் வந்து சேர்ந்தேன்.’

‘இந்த ஜௌஹர் எப்படிப்பட்டவர்?’ சிவாஜி கேட்டார். அவர் நடப்பதை நிறுத்தியிருந்தார்.

‘அவர் மூர்க்கமானவர், எதைக் கண்டும் அஞ்ச மாட்டார், எளிதில் நம்பிவிடுகிறவர் என்று பேசிக் கொள்கிறார்கள். ஆனால், தம்முடைய கடுஞ்சினத்துக்கும் கொடூரத் தன்மைக்கும் அவர் பெயர் பெற்றவர் என்றே ஒரு பொதுக் கருத்து உள்ளது’ நாயக் இப்படிப் பதிலளித்தார்.

‘ஜௌஹரிடம் சரணடைவது விவேகமுள்ள செயலாய் இருக்கும் அல்லவா? இன்னும் ஓரிரு மாதங்களில் தானியக் கையிருப்புத் தீர்ந்துவிடும். இங்குள்ள நம்முடைய ஆட்கள் எட்டாயிரம் பேரும் பட்டினியில் சாகவேண்டியதுதான்’ என்று ஒரு குண்டைத் தூக்கிப் போட்டார் சிவாஜி.

நாயக் அதிர்ச்சியுற்றவராய், சிவாஜியையே நெடுநேரம் பார்த்துக் கொண்டிருந்தார். பிறகு, அவருடைய கருத்துக்கு உடன்படுகிற வரைப் போல் தலையாட்டினார். ஆகாயத்தில் இடிமுழக்கம் ஆதிக்கம் செலுத்திக் கொண்டிருந்தது, அடிவானத்தில் மின்னலின் தாக்குதலும் இருந்தது.

3

குன்றின் அடிவாரத்தில் உள்ள முகாமில், சித்தி ஜௌஹரின் அறை இடியோசையில் குலுங்கியது. அவர் அமர்ந்திருந்த கைவைத்த மர நாற்காலி அவருடைய புதிய நண்பரான ஹென்றி ரெவிங்டன் அவருக்கு அன்பளிப்பாக வழங்கியது. அறை மூலைகளில் இருந்த உயரமான பித்தளை விளக்குகள் அரசராலும், பட்டுத் திரைகள் அரசரின் தாய் படீஸாஹிபாவாலும் வழங்கப்பட்டவை.

அவர் ஒரு பெரிய சன்னல் வழியே பனாலாக் குன்றை கூர்ந்து கவனிக்க முயன்றார். ஆனால் அவரால் காணமுடிந்தது கனத்த விரிப்புபோல் இறங்கிக் கொண்டிருந்த மழையைத்தான். இப்போது எதையும் செய்வதற்கில்லை என்கிற நிலையில் அவருடைய மனம் பின்னோக்கிச் சென்றது. கடந்த காலத்தில் வாழ்க்கை ஒன்றும் சுக மான அனுபவமாய் இருந்திருக்கவில்லை. தொடக்கத்தில் மாலிக் ரைஹான் என்பவரிடம் ஒரு அடிமையாக இருந்தார் அவர். மாலிக் ரைஹான் ஆதில்ஷாஹியின் தென்மாவட்டமான கர்னூல் ஜாகீர் தார். ரைஹான் இறந்தபின், ஜௌஹர் அவருடைய மகன் மாலிக்வஹாக்கைக் கொன்றுவிட்டு தாமே ஜாகீர்தாராகிவிட்டார். இத்தனை ஆண்டுகளில் தம்முடைய குதிரை வீரர்களின் எண்ணிக் கையைப் பத்தாயிரமாகப் பெருக்கிவிட்டார். அலி ஆதில்ஷாவின்

அரசவையில் வேறெவரையும் விட அதிக முக்கியத்துவம் கிடைத்தது. அரசர் முகம்மது அலி ஆதில்ஷாவுக்கு முடக்குவாதம் வந்து பத்து வருடங்களாய்ப் படுத்த படுக்கையாகி விட்டார். மற்றொரு பக்கம் ஔரங்கசீப் சீற்றமுள்ள ட்ராகன் போல் ஆதில்ஷாஹி அரசை விழுங்கக் காத்திருந்தார். இப்படிச் சொந்தப் பிரச்சனைகளில் சிக்கியிருந்த அரசரால் ஜௌஹரை கர்னூல் கொலைக்காகத் தண்டிக்க முடியவில்லை.

'கனவுகள் நனவாகும் காலம் வந்துவிட்டது' என்று எண்ணிய ஜௌஹர், நிகழ்காலத்துக்குத் திரும்பினார். 'எல்லாமும் சிவாஜியைக் கொல்வது அல்லது சிறைப்பிடிப்பதைப் பொருத்தே நடக்கும்' என்று தமக்குள் சொல்லிக் கொண்டார். அவர் தம்முடைய படையுடன் கர்னூலை விட்டுவந்து மாதக்கணக்கில் ஆகிறது. அவருடைய மருமகன் மஸ்வத் அமைதியற்றவனாய்க் காணப்பட்டான், ஜௌஹரின் மகள் ஆண்குழந்தையை ஈன்ற நிலையில் வீட்டில் இருக்கிறாள். அவருடைய படையாட்களும் நீண்ட நாளாய்த் தங்கள் குடும்பங்களைப் பிரிந்திருப்பதால் கவலையில் மூழ்கியிருக்கிறார்கள். இரவில் வழக்கம்போல் தீமூட்டிக் குளிர்காய்வதுமில்லை. அவர் களுக்கு வீடு திரும்புகிற விருப்பம் அதிமாகி விட்டது. அவர்களு டைய இரவுகள் ஏக்கத்தில் கழிகின்றன. அரசர் எண்ணிச் செலவிடுகிறவராய் இருந்தது அவருடைய அதிகாரிகளைச் சஞ்சலத்தில் ஆழ்த்தியது. அலி ஆதில்ஷா தம்முடைய திறமைகளில் சந்தேகம் கொண்டுவிட்டாரோ என்கிற எண்ணம் ஜௌஹரை வதைத்தது.

ஜௌஹருக்கு ஆங்கிலேயேப் பீரங்கிப் படையின் ஆதரவு கிடைத்திருந்தாலும், அந்தப் பீரங்கிக் குண்டுகளால் பனாலாக் கோட்டைச் சுவற்றின் ஒரு கல்லைக் கூட பெயர்க்க முடியவில்லை. ஆனாலும், தம்முடைய நம்பிக்கையை அவர் இழந்துவிடவில்லை. கோட்டைக்குள் இருப்பவர்கள் பட்டினி கிடந்து சாகும் வரை அவர் காத்திருக்கத் தயாரானார். ஆனால், அது நடக்க இன்னும் எத்தனை மாதங்கள் ஆகுமோ! பனாலாக் கோட்டையில் இருப்பவர்களின் பட்டினிச் சாவை அவர் எதிர்பார்த்திருக்கும் நிலையில் சிவாஜி ஒருவேளை அங்கிருந்து தப்பிச் சென்று விட்டால்.... அந்த எண்ணம் இரவில் அவரைத் தூங்கவிடாமல் துன்புறுத்தியது.

மருமகன் மஸ்வூத் பரபரப்பாக உள்ளே வந்தான்.

'ராஜா சிவாஜியிடம் இருந்து தகவல் வந்திருக்கிறது. அவர் சரணடைய விரும்புகிறாராம், அவருடைய ஆட்கள் நாளை உங்களைச் சந்திக்க வருவார்களாம்' என்றான்.

4

நாயக் துருக்கி தலைப்பாகையும், பட்டினாலான நீள அங்கியும் தரித்து பழைய தாடி அவதாரத்தைத் துறந்திருந்தார். தம்முடைய முதுகில் வெல்வெட் துணியால் மூடப்பட்ட பெரிய கூடையொன்றைச் சுமந்து கொண்டு, வலக்கரத்தில் வெள்ளைக் கொடியைப் பிடித்துக்கொண்டுப் புறப்பட்டார்.

அவரோடு, கனத்த இதயத்துடன் கங்காதரும் வந்தார். அத்தனை சண்டைகளுக்குப் பிறகு, அவர்கள் ஜௌஹரிடம் சரணடைகிற தகவலைக் கொண்டு செல்கிறார்கள்.

ஆனால் நாயக் ஒன்றும் அவரைப்போல் மன உளைச்சலில் இருக்கவில்லை. ஜௌஹரிடம் சரணடைவது அவர்களுடைய இரகசியத் திட்டத்தில் ஒரு அம்சம் என்பது அவருக்குத் தெரியும்.

ஜௌஹரைக் காணச் செல்வதற்கு மூன்று வாசல்களை அவர்கள் கடக்க வேண்டியிருந்தது. ஆதில்ஷாஹி தளபதியின் வசிப்பிடத்துக்குள் யாரோ திருட்டுத்தனமாக நுழைந்திருப்பதாய் அவருடைய காவலர்கள் எண்ணிக்கொண்டு விடக் கூடாது அல்லவா. அதற்காகத்தான் வெள்ளைக் கொடியுடன் அவர்கள் சென்றது.

கோட்டையில் இருந்து இறங்கி பள்ளத்தாக்கைக் கடந்து, எதிரியின் பாசறையைச் சென்றடைய ஒரு மணிநேரம் ஆயிற்று. பகைவரின் முகாமை நெருங்குவதற்கு முன் பல பதுங்குக் குழிகளையும், மரப்பாலங்களையும் அவர்கள் கடக்க வேண்டியிருந்தது.

தங்கள் எதிரே வந்துகொண்டிருந்த இருவரைக் கண்டதும் நாயக் தம்முடைய கையில் இருந்த கொடியை உயர்த்திப் பிடித்தார். அவர்கள் ஜௌஹரின் காவலர்களாக இருக்கவேண்டும்.

'நாங்கள் கோட்டையில் இருந்து வருகிறோம். சிவாஜியின் தூதர்கள் நாங்கள். சித்தி ஜௌஹர் சாஹிபிற்கு ஒரு செய்தி கொண்டு வந்திருக்கிறோம்.' கங்காதர் முடிந்தவரை அமைதியான குரலில் சொல்ல முயன்றார்.

கங்காதரின் விளக்கத்துக்கு மறுமொழி கூறாது 'அவர்களைச் சோதனையிடு' என்று ஒருவன் மற்றவனிடம் சொன்னான்.

அதே சமயத்தில், ஜௌஹருக்கு இருப்பு கொள்ளவில்லை. அவர் வரவிருக்கும் தூதர்களுக்காகப் பொறுமையற்றுக் காத்திருந்தார். அவர் தம்முடைய புகைப்பதற்கான சுக்கானைச் சோதித்துக் கொண்டும் இடுப்பில் செருகியிருந்த குத்துவாளைக் கையிலெடுத்துத் தட்டிப் பார்த்தபடியும் இருந்தார்.

அவர்கள் வந்துவிட்ட தகவல் கிடைத்தது. தம்முடைய கண்களை அவர் உயர்த்தியபோது, அவர்கள் உள்ளே வந்து சிரம்தாழ்த்தி வணங்கினர். தாங்கள் கொண்டுவந்த பரிசுகளைப் பவ்யமாக அவர்முன் வைத்தனர். ஜௌஹர் அவர்கள்மீது பார்வையைச் செலுத்தினார். அவர்களில் பெரிய தலைப்பாகை அணிந்திருப்பவர் நிச்சயம் ஒரு பிராமணராக இருக்கவேண்டும். சிவாஜியின் பிராமணக் காரியதரிசிகள் குள்ளநரிகளைவிடவும் தந்திரம் மிக்கவர்கள், சிறுமனம் படைத்தவர் என்று அவர் கேள்விப்பட்டிருக்கிறார். அவசியப்பட்டால் அந்த நரிகள் கூரிய பற்களால் புலியின் தசையைக் கடித்துக் குதறிவிடக்கூடும் என்பதும் அவருக்குத் தெரியும்.

அந்தத் தசையுறுதி மிக்க ஆப்ரிக்க வீரர் புகைத்துக்கொண்டே தங்கள் மீது பார்வை செலுத்தியிருப்பதை கங்காதர் அறிந்தார். அவர் சங்கடத்தோடு புன்னகைத்தார். அதைக் கண்டும் காணாதது போல் ஜௌஹர் புகை வளையங்களை விடத் தொடங்கினார்.

'ஆதில்ஷாஹி தளபதி அவர்கட்கு சலாம். நாங்கள் சிவாஜியின் தூதர்கள்' கங்காதர் பண்பு நயத்துடன் கூறினார். அவர் சைகை காட்டவும் நாயக் முன்னால் வந்து, வெல்வெட் துணியால் மூடப்பட்டிருந்த கூடையை மெல்ல இறக்கி வைத்தார். சிவாஜியின் தூதர்கள் விலைமதிப்பற்ற வெகுமதிப் பொருட்களைக் காட்டி எதிரியின் இதயத்தை மென்மையாக்கி விடுவார்கள், அப்போது தங்களுடைய பற்களை அதில் இறக்குவது அவர்களுக்கு எளிதாகிவிடும் என்று பிறர் சொல்லிக் கேட்டிருக்கிறார் அவர். அந்தப் பரிசுகளை அவர் எடுத்து ஆராயவோ, ஏறெடுத்துப் பார்க்கவோ செய்யவில்லை. தொடர்ந்து புகை வளையங்களை விட்டுக் கொண்டிருந்தார். கண்களைச் சுளித்து, அவர்களைச் சீண்டுகிற விதமாய் 'உங்களுடைய தலைவர் என்ன நினைக்கிறார்? நாங்கள் என்ன முட்டாள்கள் என்றா?'

கங்காதர் மென்று விழுங்கியபடி, விரல்கள் ஒருசேர இறுக்கமாய் மூடப்பட்ட கையை வாயருகே வைத்துக்கொண்டு, 'அப்படியெல்லாம் இல்லை....' என்கிற மாதிரி முணுமுணுத்தார். தம்முடைய கையை உயர்த்தி அவரை இடைமறித்த ஜௌஹர் – 'எதையும் மறைக்க வேண்டாம். இங்கே நீங்கள் சொல்ல வந்ததைச் சொல்லுங்கள்' என்றார்.

கங்காதர் தம்முடைய நாவைக் கடித்தபடி, தம்முடைய அங்கியின் உள்சட்டைப் பையில் இருந்து கடிதத்தை எடுத்து, தளபதியிடம் கொடுப்பதற்காகக் கையில் வைத்துக் கொண்டார். ஆனால், ஜௌஹர் அதைப் பார்ப்பதற்கு ஆர்வமில்லாதவர் போல் இருந்தார். கங்காதர் தொடர்ந்து கடிதத்தை நீட்டியபடி, அவரையே

நோக்கியிருந்தார். தம்முடைய வாயில் இருந்து ஹுக்காவின் உலோகக் குழாயை அப்புறப்படுத்தத் தயங்கியவர்போல், சிறிதுநேரம் தாமதித்தபின்பே ஜௌஹர் கடிதத்தைக் கையில் வாங்கினார்.

அந்தக் கடிதத்தில் ஏதோ வெடிகுண்டு இருப்பதுபோல் அதை நெடுநேரம் ஆராய்ந்தவர், தம் பணியாளரையோ, எழுத்தரையோ அழைக்காமல் தாமே கடிதத்தைப் பிரித்துப் படித்தார். படித்தபின் அதை மடியில் வைத்துக்கொண்டு, தொடர்ந்து புகைத்தார். கங்காதர் அவருடைய எதிர்வினையை அறிய அவரது முகத்தையே பார்த்தார். ஆனால் அந்த முகத்தில் இருந்து எதையும் அவரால் கண்டறிய முடியவில்லை. மேலும், சிறிது நேரம் அங்கே மவுனம் நிலவியது. சில நிமிடங்களுக்குப் பிறகு ஜௌஹர் கங்காதரரின் கண்களையே உற்று நோக்கினார். ஒரு வசீகரப் புன்னகையுடன் அவர் கேட்டார், ‘சிவாஜி எதற்காகத் திடீரென்று சரணடைய விரும்புகிறார்?’

கங்காதர், அதைப் பற்றிச் சொல்லவே வெட்கப்படுகிறவர் போல், தயக்கத்துடன் சொன்னார், ‘எங்களுக்கு வேறு வழியில்லை. உணவுப் பண்டங்களின் கையிருப்புக் குறைந்துவிட்டது. எட்டாயிரம் பேர் பட்டினி கிடந்து சாவதைக் கொஞ்சம் கற்பனை செய்து பாருங்களேன். சும்மா பெருமைக்காகக் கோட்டையை வைத்துக் கொண்டிருப்பதைவிட, சரணடைந்து விடுவதுதானே சரியாக இருக்கும்.’

ஜௌஹர் சற்றே திகைப்படைந்து, பிராமணரை நோக்கினார். அவர்கள் போதிய உணவின்றி, பட்டினியில் மெலிந்தவர்கள்போல் காணப்பட்டனர்.

அவர் உரக்கச் சிரித்தபடி சொன்னார், ‘நான் விரலைச் சொடுக்கினால் போதும் ஆயிரக்கணக்கான எனது படைவீரர்கள் கோட்டைக்குள் நுழைந்துவிடுவார்கள். சிவாஜி முன்பே தோல்வி யடைந்து விட்டவர்தான்.’

‘அது உண்மையல்ல,’ நாயக் இடைமறித்தார்.

‘கோட்டைவாயில் பலத்த காவலுடன் உள்ளது. அதுவு மில்லாமல் ஒரே நேரத்தில் பேரளவில் பலரும் உள்ளே நுழைவது சாத்தியமில்லாத காரியம். அத்துடன் காப்பரண்களில் சில ஆயிரம் வீரர்கள் இராப்பகலாய்க் காவல் காப்பதும் உங்களுக்கே தெரிந்தி ருக்கும். எங்கள் துப்பாக்கிப் படைப்பிரிவினர் குன்றுப்பக்கம் வருகிற எவரையும் சுட்டு வீழ்த்திவிடுவார்கள், பீரங்கிகளும் குண்டுகளை வீசும்.’

‘அப்படியானால் நீங்கள் எதற்காக இங்கே வரவேண்டும்? சண்டையைத் தொடர வேண்டியதுதானே?’ தமக்கு ஈடுபாடு இல்லை என்பதுபோல் கையசைத்துக் கொண்டு, கடுமையாய்க் கேட்டார் ஜௌஹர்.

‘நாங்கள் இங்கே வரும்படி நிர்ப்பந்திக்கப்பட்டோம். கடைசி வரை போரிட்டு, பட்டினி கிடந்து சாகவும் தயார். ஆனால், எங்கள் தலைவர் நாங்கள் உயிர்வாழ வேண்டும் என்று விரும்புகிறார். எங்கள் பொருட்டே அவர் சரணடைய முன்வந்திருக்கிறார்’ கங்காதர் மென்மையாகச் சொன்னார்.

‘ஆனால், அவருடைய சரணாகதியை நீங்கள் தயவுசெய்து ஏற்றுக்கொள்ளாதீர்கள்’. நாயக் மன்றாடினார்.

‘ஆதில்ஷாஹியின் பெரும்படைத் தலைவரே, பெருமைக் குரியவரே. தாங்கள் அவருடைய கோரிக்கையை ஏற்கவேண்டாம். எங்கள் பொருட்டு அவர் சரணடைவதை நாங்கள் விரும்பவில்லை’ கங்காதரின் குரல் இலேசாய் நடுங்கியது.

ஜௌஹர் வியப்புடன் அவர்களை நோக்கினார். இவர்களில் யாரை நம்புவது? யாரை நம்பாமல் இருப்பது?

‘நான் உங்களை நம்ப வேண்டுமா?’ ஜௌஹர் இகழ்ச்சியாகக் கேட்டார்.

‘மதிப்பிற்குரிய தளபதி அவர்களே, அது உங்கள் பொறுப்பு’ நாயக் வணக்கமுடன் கூறினார்.

நீங்கள் இசைவு தெரிவித்தால், சிவாஜி தங்கள் காலடியில் சரணடைவதற்கு இருபத்தியைந்து பேருடன் கீழிறங்கி வருவார், அவருடைய கோரிக்கையை நீங்கள் புறக்கணித்தால் அவர் வரமாட்டார்.

‘சிவாஜி வெறும் இருபத்தியைந்து பேருடன் என்னுடைய முகாமிற்கு வரவிரும்புகிறார். இதை நம்புவது கொஞ்சம் கடினந் தான் இல்லையா?’

கங்காதர் தம்முடைய கண்களைத் தாழ்த்திக் கொண்டு சொன்னார், ‘நாங்களும் நம்பவில்லைதான். எட்டாயிரம் பேர்களின் உயிரைக் காப்பாற்ற வேண்டிய கட்டாயத்தில் இருக்கிறார் அரசர். அவர் கைதாகி, சிறையில் அடைபட்டிருக்க விரும்பியே முன் வருகிறார். மற்றவர்களின் நலனுக்காகத் தம்மைச் சித்ரவதைக்கு உட்படுத்திக் கொள்ளவும் அவர் தயார்.’

அவர்கள் அங்கிருந்துபோய் வெகுநேரத்துக்குப் பின், ஜௌஹர் அந்தக் கடிதத்தை மீண்டும் மீண்டும் படித்துக் கொண்டிருந்தார்.

'கர்னூல் பகுதியின் ஜாகீர்தாரும், நாட்டின் புதிய தளபதியு மான தாங்கள் துணிச்சலானவர், உண்மையில் ஒரு அரசனாகிற தகுதியும் தங்களிடம் உள்ளது. தங்களுடைய பாதங்களில் நான் சரணடைகிறேன், நான் இருபத்தியைந்து பேர்களுடன் கீழிறங்கி வருகிறேன், ஆனால் தங்களிடம் நான் வேண்டிக் கேட்டுக் கொள்வதெல்லாம் என்னுடைய எட்டாயிரம் ஆட்களைத் தடை யின்றிப் போக விடுங்கள் என்பதைத்தான். நாளைய பொழுது எங்களுக்காக என்ன வைத்திருக்கிறதோ, யாருக்குத் தெரியும். ஒருவேளை தாங்களே மனதை மாற்றிக் கொண்டுவிட்டால், நாம் ஒரு உடன்பாட்டுக்கு வரவும் முடியும். நாம் இணைந்து செயல்பட்டு, அலி ஆதில்ஷாவைவிட ஆற்றல் மிக்கவர்கள் என்று நிரூபித்துக் காட்டுவதும் சாத்தியந்தான்.'

5

தில்லி 'கிலா இமுபாரக்'கிற்கு வெளியே, வளைந்து செல்லும் கோட்டைச் சுவர்களுக்கு இணையாக யமுனை ஆறு மேலும் கீழும் குதித்து, பேரோசையுடன் விசைப்பாய்ச்சலாய் ஓடிக் கொண்டி ருக்கிறது. அந்தச் சுவர்களுக்குள் என்ன நடக்கிறது என்பது பற்றிய கவலை அதற்கில்லை.

ஔரங்கசீப்பின் மூத்தமகனான முகம்மது சுல்தான் விலங்கிடப் பட்டு, சிறைக் கூடமாய் மாற்றப்பட்டிருந்த நிலவறைகளுள் ஒன்றில் அமர்ந்திருந்தார். அவருடைய கண்கள் வெறுமையாக இருந்தன. வெளியே இயற்கையின் சீற்றம் எப்படியிருக்கிறது என்று அவருக்குத் தெரியாது. ஆனால் பேரழிவை உண்டு பண்ணக் கூடிய பெரும் புயல் ஒன்று அவருடைய இதயத்தில் சீற்றமுடன் உருவெடுத் திருந்தது. தாம் ஒரு பெரிய தவறு செய்து விட்டதை அவர் உணர்ந் தார். அந்தத் தவறு அவருடைய உயிருக்கே உலை வைக்கக் கூடியது என்பது அப்போது அவருக்குத் தெரிந்திருக்கவில்லை. ஆனால் அதை எண்ணி வருந்துவதற்கான காலம் கடந்துவிட்டது. தம்முடைய தந்தையை அவர் குறைத்து மதிப்பிட்டிருக்கக் கூடாது. கஜ்வா அருகே நடந்த மூர்க்கமான சண்டையில் ஔரங்கசீப் ஷாஷுஜாவைக் கொன்று, வெற்றி பெற்றதைத் தாம் நேரில் கண்ட பின்னும், அந்தத் தவறை அவர் செய்தேயிருக்கக்கூடாது. உஜ்ஜயினி யில் நடந்த வீழ்ச்சிக்குப் பிறகு ஜஸ்வந்த் சிங் ரதோட் அவருடைய தந்தையிடம் சரணடைந்தும், துரோகியாகி விட்டார். சுல்தானின் மாமா ஷுஜாவுடனான போருக்கு முந்தின நாள் (அவர் ஆக்ராவை

நோக்கி வருகிறபோது) ஜஸ்வந்த்தும் அவருடைய ஆட்களும் தங்கள் முகாமில் விழித்தெழுந்து, கொலை வெறியாட்டத்தை நள்ளிரவில் தொடங்கி நடத்தினர். அவர்கள் சுல்தானின் கூடாரத்தை நோக்கி வந்தபோது, அவர்களுடைய வாளுக்கு இரையாகாமல் அவர் தப்பித்து விட்டார். அவர்கள் உள்ளே புகுந்து பொருட்களைக் கொள்ளையிடுவதற்கு முன் பல நூறு பேர்களைக் கொன்று விட்டனர்.

சுல்தானுடைய தந்தையின் முகாமிற்குள் கால் வைக்க அஞ்சி, தப்பியோடிவிட்டனர். பொழுது விடிந்ததும் மாமா ஷுஜாவிற்கு எதிராக நிஜமான போர் தொடங்கிவிட்டது.

சுல்தானுக்கு அந்தப் போரை எப்போது நினைவுபடுத்திக் கொண்டாலும், நேற்று நடந்த மாதிரி இருக்கும். முதல்நாள் போரில் அம்புகள், ஏவுகணைகள், பீரங்கிக்குண்டுகளின் வெடிப்பு, துப்பாக்கிச்சூடு என்று புகைமூட்டத்தில் வானம் இருண்டது, பேரோசையில் காது கிழிந்தது. இரண்டாவது நாள் ஷாஷுஜா திகைப்பூட்டும் கொடிய செயலொன்றை மேற்கொண்டார். போரில் ஆட்களைக் கொல்ல பயிற்சி பெற்ற மூன்று யானைகளைக் களத்தில் இறக்கிவிட்டார். அந்தக் கனத்த இரும்புச் சங்கிலிகளைத் தங்கள் துதிக்கையில் பற்றிக் கொண்டு ஆட்களைத் தாக்கின. அவருடைய தந்தையின் படை வரிசையில் அவை புகுந்து தாக்கியதில் ஆட்கள் குவியல் குவியலாய் விழுந்து மடிந்தனர். பலரும் படுகாய முற்றனர். ஔரங்கசீப்பின் குதிரை வீரர்கள் களத்தைவிட்டே ஓட்டமெடுத்தனர். யானைகள் ஏற்படுத்திய சேதத்தை முகம்மது சுல்தான் கவனிக்கவே செய்தார். இரண்டு யானைகள் திசைமாறிக் களத்தின் மறுகோடிக்குச் சென்றுவிட்டன. ஒரு யானை மட்டும் அவருடைய தந்தையின் யானையை நோக்கி வந்தது. நடுக்கமுற்றப் படையாட்கள் நாலாபக்கமும் சிதறியோடினர்.

அவருடைய தந்தை புத்திசாலித்தனமாக கீழே குதித்து, ஒரு குதிரையில் ஏறித் தப்பிச் சென்றிருக்கலாம். ஆனால், அவரோ தம்முடைய அம்பாரியிலேயே அமர்ந்திருந்தார். அந்த யானை மூச்சுவிடும் தூரத்தில் இருந்தும் அவர் அஞ்சவில்லை. அப்போது குறிப்பிடத்தக்கதாய் ஒன்று நடந்துவிட்டது. அவருடைய தந்தையின் துப்பாக்கி வீரன் ஒருவன் அந்தக் கொலை வெறிபிடித்த யானையின் மாவுத்தனைச் சுட்டு வீழ்த்தினான். சில கணங்களில் அவருடைய தந்தையின் மாவுத்தன் கீழே குதித்து, அந்த யானையின் மீது தாவி ஏறினான். அதே சமயம், சுல்தானின் தந்தை தமது அம்பாரியில் இருந்து சுழன்று வெளியே வந்து தாமே மாவுத்தனாகி, தமது யானையைச் செலுத்தினார். அவருடைய தந்தையின் மாவுத்தன்,

தன்னுடைய அங்குசத்தால் அந்த முரட்டு யானையைத் தாக்கி அதைக் கட்டுப்படுத்தி விட்டான்.

வியப்பூட்டும்படியான அந்த நிகழ்ச்சி சில கணங்களிலேயே நடந்து முடிந்தது.

அப்போதே, ஷுஜா அனுப்பிய வெறிகொண்ட யானை அவருடைய தந்தையைக் கொன்றுவிட்டதாய் ஒரு வதந்தி கிளம்பி விட்டது. ஆனால், அது அத்தோடு நின்றுவிட்டது. அவருடைய தந்தை எப்போதும்போலவே வெற்றி பெற்றார் அவரது எதிரிக்குப் படுதோல்வி.

பிற்பாடு முகம்மது சுல்தான் ஒருவாறு துணிச்சலை வர வழைத்துக் கொண்டு, தம் தந்தையிடம், அவர் ஏன் யானையை விட்டு இறங்கவில்லை என்று கேட்டார். தந்தை சொன்னார். 'களத்தில் தலைமையேற்றுப் போர் புரிகிற ஒருவன் தன்னுடைய உயிரைக் காப்பாற்றிக் கொண்டால் போதும் என்று நினைக்கக் கூடாது. அது அறிவுடைய காரியமல்ல. என்னுடைய அம்பாரி வெற்றாக இருப்பதைக் கண்டு நம்முடைய படையாட்கள் ஓடி விட்டால் அது நம்மை அவல நிலைக்கு உள்ளாக்கி விடும்.'

மாமன் ஷுஜா வங்காளத்துக்கு ஓடிப்போனார். தந்தை அவரைக் கழித்துக் கட்டுவதற்காக முகம்மது சுல்தானையும், மீர்ஜும் லாவையும் அனுப்பினார். அப்போதுதான் சுல்தானுக்கு அவரு டைய மாமாவிடம் இருந்து கடிதம் வந்தது.

'வாரிசுரிமைப் போரில் உன் தந்தை ஒருபோதும் வெற்றி பெறப் போவதில்லை. அப்படியே அவர் வெற்றி பெற்றாலும் உன்னை அவருடைய வாரிசாக்கும் எண்ணம் அவருக்கு ஒருபோதும் இருக் காது. காரணம், உன் தாய் பிறப்பால் முஸ்லீம் அல்ல, மதம் மாறியவர். என்னோடு வந்து சேர்ந்து கொள், என் மகளை மணந்து கொள். நான் பேரரசனானதும் உன்னை என்னுடைய வாரிசாக அறிவிப்பேன்.'

ஒரு முட்டாளைப்போல் தன் மாமன் மகளை அவர் மணந்து கொண்டு, தம் தந்தைக்கு எதிராகப் போரை அறிவிக்கவும் செய்தார். பிறகு கைது செய்யப்பட்டு, தில்லிக்கே திரும்பவும் கொண்டு வரப்பட்டார். ஒரு இளவரசராக இருந்து சிறைக் கைதியாகும் நிலை மாற்றம் வேகமாய் நடந்துவிட்டது. இதுதான் அவருடைய இன்றைய நிலை, இனி என்றென்றைக்குமே அவர் கைதிதான். சுல்தானை மிகவும் துன்புறுத்திக் கொண்டிருப்பது ஒரேயொரு சங்கதிதான். ஜஸ்வந்த்தை மன்னித்து, ஏற்றுக் கொண்ட அவருடைய தந்தை, தன்னை மன்னிக்காதது ஏன்? சொந்த மகனாய் இருந்தும் அவருக்குப் பேரரசரின் கருணை கிடைக்காமல் போயிற்று.

6

‘அறிவை மயக்கும் மதுபானம் போன்ற போதைப் பொருட்கள் தடை செய்யப்பட்டவை. உங்களுக்கும், உங்கள் தாய்மார்களுக்கும், உங்கள் மகள்களுக்கும், உங்கள் சகோதரிகளுக்கும், உங்கள் அத்தைமார்களுக்கும் உங்கள் சகோதரர்களின் மனைவியர்க்கும் அதைப் பயன்படுத்த அனுமதியில்லை....’ ஔரங்கசீப் இப்படி அறிவுரை நிகழ்த்தியபோது அவருடைய குரலில் இருந்த தெய்விக உணர்வு பார்வையாளர்களை வெகுவாய் ஈர்த்தது. அவரைப் பார்த்த அவர்களுடைய பார்வையில் நேசம் இருந்தது. தம்முடைய சொற்கள் அவையோர் மீது ஏற்படுத்தக்கூடிய தாக்கத்தை ஔரங்கசீப் அறிந்தேயிருந்தார். ஒருமணி நேரம் உரையாற்றியபின், வருத்தத்தை உண்டு பண்ணும் ஒருவித மதிமயக்க நிலையிலேயே அவர்களை விட்டுச் சென்றார் அவர்.

அந்த மாலைப்பொழுது அவ்வாறு கழித்த பின்பு, பிரத்யேக மாளிகைகள் உள்ள திவான்–இ–காஸ் வளாகத்திற்குள் சென்றார். நேர்த்தி செய்யப்பட்ட புல் பரப்புகளையும், மலர்ப்பாத்திகளையும், வண்ணப் பகட்டான போகன்வில்லா குறுமரங்களின் வரிசை களையும், நீரூற்றுகளையும் கடந்து சென்றார். தம்முடைய படுக்கை யறையை நோக்கி நடந்தவரிடம் அவசரம் தெரிந்தது. மஹோகனி (கருங்காலி) மரத்தால் செய்யப்பட்டு, பளபளப்பான பட்டு விரிப்புகள் போர்த்தப்பட்ட தமது கட்டிலைப் பேராவலுடன் நோக் கினார். பதினெட்டு வயதேயான அழகுப் பாவையொருத்தி கட்டிலில் படுத்திருந்தாள், ஒரு காலத்தில் தாராபாய்க்கு மிகப் பிடித்தமான ஆசைநாயகி அவள். வண்ணவண்ணக் கண்ணாடிகள் பதித்த சன்னல்கள் வழியே கசிந்த நிலவின் ஒளியில் அவள் செதுக்கிய பளிங்குச்சிலையாய்ப் பளபளத்தாள். ஔரங்கசீப் அவளை நெருங்கினார்.

சற்றே குனிந்து அவளுடைய முகத்தை அன்புடன், மென்மை யாய்த் தடவிக் கொடுத்தார். அதீத காதல் உணர்வில் அவருடைய கைகள் நடுங்கின. அவளைத் திருமணம் செய்துகொள்ளாத நிலை யிலும் அவளுடன் ஒன்றாக உறங்கியிருக்கிறார். அவளுடைய மதுப் பழக்கத்தை அவர் அனுமதிக்கவும் செய்தார்.

அவள் புரண்டு படுத்தாள். அவருடைய விருப்பங்களுக்கு எதிர்வினையாய் எதையும் செய்ய முடியாத அளவிற்கு அவள் மதுமயக்கத்தில் கிடந்தாள். ஔரங்கசீப் ஏமாற்றத்துடன் அவளுக்குப் பக்கத்தில் படுத்துக் கொண்டார். அவருடைய கண்கள் அகலத்

திறந்தேயிருந்தன. தண்டிக்கப்படவேண்டிய மூன்று நபர்கள் அவருடைய மனக்கண்ணில் தோன்றினர். ஷுஜா பாய், சுலைமான் ஷிகோ மற்றும் சிவாஜி போஸ்லே. சுலைமான் இன்னமும் காஷ்மீரில் இருப்பதாய்க் கேள்வி. பிருத்விசிங் என்கிற சிற்றரசர் தம்முடைய மகளைச் சுலைமானுக்கு மணம் செய்து கொடுத்திருக்கிறார். இந்துஸ்தானத்தின் ஆற்றல்மிக்க குடும்பத்துடன் உறவை ஏற்படுத்திக் கொள்கிற நப்பாசை. அந்த அரசரின் ஆலோசகர்களுடன் ஔரங்கசீப் முன்பே தொடர்பை ஏற்படுத்திக் கொண்டு, அவர்களுக்குக் கோணிப்பை மூட்டைகளாய்ப் பொற்காசுகளை கொடுத்தனுப்பியிருக்கிறார். நேரம் வரும்போது தங்கள் அரசருக்கு எதிராய்த் திரும்புவதுடன், அவருடைய மருமகனையும் ஔரங்கசீப்பிடம் அவர்கள் ஒப்படைத்து விடுவார்கள். துரோகிகளைச் சும்மாவிடுவதில் அர்த்தமில்லை. உறக்கம் பிடிக்காமல் வெகுநேரம் விழித்தேயிருந்தார் அவர். ஒரு கவிதையின் சில வரிகள் அவருடைய மனவெளியில் மிதந்து வந்தன.

'தாளாத மனவேதனையைத் தருகிற ஒருவர்
தம் இறப்புக்குப்பின்னும் உயிர்த்தெழுகிறார்,
மரித்துவிட்ட கழுகின் இறகுகள்
மரணம் தரும் கூரம்பின்
இறுதிப்பகுதியில் இடம்பெறுவது போல
உங்களுக்கு அருமையான ஒன்றையும் அவர்
தொடர்ந்து துன்புறுத்தவே செய்வார்.'

7

ஷெயிஸ்டாவும் அவரது படையினரும் சிவாஜியினுடைய ஜாகீரின் வடக்குப் பகுதியைச் சென்றடைந்தனர். தீயிடப்பட்ட சிற்றூர்களில் தூபிகளைப்போல் மேலெழும் கரும்புகையால் சகான் கோட்டையைச் சுற்றியுள்ள நிலப்பகுதி இருண்டு காணப்பட்டது. கடந்த ஐம்பது நாட்களாக முகலாயர்கள் இந்தச் சிறிய கோட்டையை முற்றுகையிட்டிருக்கிறார்கள். முற்றுகை மேலும் இறுக்கப்பட்டிருக்கிறது. கோட்டையின் வடக்குப் பக்கத்தில் ஷெயிஸ்டாவும், பத்து மான்ஸப்தார்களும், அவர்களுடைய குழுவினரும் முகாமிட்டுள்ளனர். பிரதான வாயிலை நோக்கியிருக்கும் கிழக்குப் பகுதியில் ஆறு படைப்பிரிவுத் தலைவர்கள் தங்கிக் கொண்டனர். துப்பாக்கிப் படைப் பிரிவின் தலைவரான மீர்அப்துல் மபூத்தும், அவருடைய ஆட்களும் துப்பாக்கிச் சண்டையில் பயிற்சி பெற்றவர்கள்.

மற்றவர்கள் சுற்றியுள்ள இடங்களில் பரவலாய்த் தங்கியிருந்தனர். முந்தின நாளில் இருந்தே மழை கடுமையாய்ப் பெய்து கொண்டிருந்தது. மழையைப் பொருட் படுத்தாமல் சகான் கோட்டை சமதள நிலப்பகுதியில் அமைந்த சிறிய கோட்டைதான். ஆனால், கோட்டையைச் சுற்றி சதுர வடிவிலான மதிற்சுவர். எட்டு காவற் கோபுரங்களுடன் அமைந்திருந்தது, அகழி ஒன்றும் அமைக்கப்பட்டிருந்தது. ஒரு நுழை வாயிலுக்குள் காவல் பாதுகாப்புடைய ஐந்து செல்வழிகளும் இருந்தன. முகலாயர்கள் கோட்டைச் சுவர்ப்பக்கம் செல்ல முயன்றாலே, கோட்டை முகப்புப் பகுதிகளிலும், காப்பரண்களிலும் நிற்கிற மராத்தியர்கள் ஏவுகணைகளையும், வெடிகுண்டுகளையும் வீசத் தொடங்கிவிடுவார்கள். தாக்க முற்படுகிறவர்கள் மீது பெரிய கற்களும் வந்து விழும். ஈட்டி முனைகள் பொருத்தப்பட்ட பிரதான வாயிலை முட்டி மோதிய சில யானைகள் ரணப்பட்டு இறந்து போயின.

ஷெயிஸ்டகான் துப்பாக்கிப்படை ஆலோசகரான மீர்அப்துல் மபூத்தை அவசரக் கூட்டமொன்றுக்கு அழைத்திருந்தார். அவருடைய கூடாரம் ஒரு சிறிய அரண்மனைபோல் அமைக்கப்பட்டிருந்தது. மழையில் இருந்து காப்பதற்காக கூடாரத்துக்குமேல் உலோகக் கூரையும் பொருத்தியிருந்தார்கள். அவர் உபயோகிக்கும் இருக்கைகள் பளபளப்பான பட்டுத் துணியால் போர்த்தப்பட்டிருந்தன. இப்படி அவரைச்சுற்றி பல வசதிகள் செய்யப்பட்டிருந்தும் அவர் அசௌகர்ய உணர்வோடு இருந்தார். துரித வெற்றிக்கான துரித வழிமுறைகளை அவர் எதிர்பார்த்தார்.

'இந்தத் துக்கடா கோட்டையை ஒன்றரை மாதங்களாய்ச் சுற்றி வளைத்திருக்கிறோம்' தம் கையில் இருந்த தங்க மோதிரங்களை ஆராய்ந்தபடி பேசினார். பிறகு தம்முடைய பார்வையை அப்துல் பக்கம் மெள்ளத் திருப்பியவர், 'ஒரு சிறிய கோட்டையைக் கூட உங்களால் பிடிக்க முடியவில்லையே என்று தில்லியில் உள்ளவர்கள் கேள்விமேல் கேள்வி கேட்கப் போகிறார்கள். நம்முடைய புதிய படைத் தலைவருக்கு சகான் கோட்டையைப் பிடிப்பது குழந்தைகளின் பொம்மை விளையாட்டு மாதிரி ஒரே வாரத்தில் அந்தக் கோட்டையை அவர் கைப்பற்றி விடுவார்' என்று நம்முடைய பேரரசர் அவையில் கூறியதாய்ச் சமீபத்திய தகவல்.

மீர் அப்துல் மபூத் பளிச்சிடும் கண்களும், குட்டையான வல்லுறுதி வாய்ந்த உடலும் கொண்டவர். அவர் அதிர்ச்சியுடன் தளபதியை உற்று நோக்கினார். தளபதியோ அரை முறைப்பாகப் பார்த்தார். அப்துல்லின் முதுகுத்தண்டில் நடுக்கம் பரவியது. 'ஒரு நாள் அவகாசம் கொடுங்கள், நான் திட்டமொன்றைத் தயாரித்துக்

கொண்டு வருகிறேன்' என்றார். தென்திசையில் மாறி மாறிச் சுடுகிற ஓசை தொடர்ந்து கேட்டுக் கொண்டேயிருந்தது.

'எலிகளைப் புகையூட்டி வெளியே கொண்டுவர இதுவே சரியான நேரம். நிறைய பதுங்குக் குழிகளை அமைத்துக் கொண்டு, கோட்டையை மேலும் நெருங்கிச் செல்லப் பாருங்கள். ஏதாவது செய்தாக வேண்டும்' தம் இடது புருவத்தை உயர்த்தியபடி, ஷெயிஸ்டா கட்டளையிட்டார்.

அப்துல் மபூத் அனைத்து படைப்பிரிவுத் தலைவர்களை அன்றிரவே ஆலோசனைக்கு அழைத்தார். அடுத்தடுத்து பல கூட்டங்களை நடத்தினார். அடுத்த ஏழு நாட்களும் சலிப்பூட்டு வதாகவே இருந்தன. ஆனால், நிலம் ஈரமாக இருந்தது. ஆறு இரவு களிலும் நூற்றுக்கணக்கான முகலாயப் பணியாளர்கள் சேற்றிலும் பனியிலும் கடுமையாகச் செயல்பட்டு பதுங்குக் குழிகளைக் கூடுத லாய் அமைத்தனர். அங்கிருந்து நிலத்தடி செல்வழியாய் சுரங்கங்கள் தோன்றின. நீளவாக்கில் தோண்டப்பட்ட குழியொன்று வெடி மருந்துகளால் நிரப்பப்பட்டது. அது கோட்டையின் வடகிழக்கு முகப்பை நோக்கியிருந்தது. தேர்ச்சிமிக்க பெருச்சாளிகள்போல் ஏழாம் நாள் இரவில், அந்த நிலத்தடி வழியே ஓடி அவர்கள் வெளிப் பட்ட இடம் போர்க்களமானது.

அத்தியாயம் இருபது

1

சிறு தூறல் மழையாகி, கனத்த மழையாய்ப் பொழிந்து தள்ளியபோதும் ஜௌஹரின் மன உரத்தையும், ஊக்கத்தையும் அது குறைத்துவிடவில்லை. அந்த இரவு முறையார்ந்த உடன்பாட்டை எட்டுவதற்கும், கொண்டாடுவதற்குமான தனிச்சிறப்பு கொண்டது. அவர் சன்னல் வழியே பனாலாக் கோட்டைப்பக்கம் நோக்கியிருந்தார். அது பவுர்ணமி இரவாக இருந்தபோதும், வானத்தில் கருமேகம் திரண்டு, இடியிடித்து கும்மிருட்டாகி விட்டது. மழையும் இசையைப் போல் அநேக உணர்வுகளை உண்டுபண்ணக் கூடும். அவருடைய ஆட்கள் கடும் உழைப்பிலும், நிச்சயமற்ற நிலையிலும் கழித்துவிட்டு இப்போதுதான் விளையாட்டியல்பாக மகிழ்ச்சியுடன் இருப்பதை அவர் அறிவார். உயிருடனோ, பிணமாகவோ அவர்கள் கொண்டு செல்ல விரும்பிய மனிதர் கடைசியாக சரணாகதி அடையவிருக்கிறார்.

இரண்டு வாய்ப்புகளையும் சிந்தித்துக் கொண்ட ஜௌஹர், சிவாஜி இறந்தாக வேண்டிய நேரம் இதுவென்று முடிவு செய்தார். நெடுநாளைக்குமுன் வேறொருவரைக் கொல்லவும் இப்படித்தான் முடிவு செய்திருந்தார். உயிரோடு இருக்கும் பகைவனால் எப்போதும் கேடுதான் விளையும். அவனைச் சிறையில் அடைத்து வைத்தால் எப்படியும் பழிக்குப் பழி வாங்கவே முற்படுவான்.

அன்றொரு நாள் இரவில், கர்னூல் ஜாகீர்தார் குடும்பத்து வழித்தோன்றலான மாலிக் வஹாவைப் பிடிப்பதற்காக அவர் துரத்திச் சென்றார். அந்த இளம் ஜாகீர்தார் சூது வாது அறியாத ஓர் அப்பாவி, எளிதில் பிறரை நம்பிவிடுகிறவன். இடர்பாட்டு நேரங்களில் தப்பிச் செல்ல சுரங்க வழியைத் தெரிந்து வைத்திருக்க வேண்டும் என்றும், ஆனால் அதைப் பயன்படுத்துவதைப் பிறர் அறியாதவாறு இரகசியமாய் வைத்திருக்க வேண்டும் என்றும் அவனிடம் அவர் சொன்னார். மாலிக் ஒரு சமயம் துங்கபத்திரை

ஆற்றைக் கடக்க சுரங்கவழியைப் பயன்படுத்துவதாக இருந்தான். அதை ஒரு தீரச் செயலாகச் செய்து முடிக்கிற எண்ணம் அவனுக்கு. அதனை அறிந்த ஜௌஹர் மாலிக்கின் மெய்க்காவலர்களுக்கு கையூட்டு அளித்தார். மாலிக் அறியாதவாறு அவனைப் பின் தொடர்ந்தவர், சுரங்கப்பாதையில் வைத்து தன் குறுவாளால் அவனுடைய உயிரைப் பறித்தார். தலைக்குமேல் படபடத்துக் கொண்டிருந்த வௌவால்களே அந்தச் சம்பவத்துக்குச் சாட்சி.

அப்போது அது மாலிக் வஹா, இப்போது சிவாஜி.

முகாமின் வடபுறத்தில் ஒரு பெரிய செங்கல் வீடு இருந்தது. அங்கே எண்ணற்ற அகல்விளக்குகள் ஏற்றி வைக்கப்பட்டிருந்தன. குன்றின் பக்கமாய் அமைந்த பள்ளத்தாக்கில் இருந்து, புதுமலர்கள் கொண்டுவந்து, அதை அலங்கரித்திருந்தார்கள். அங்கே கூடியிருந்தவர்கள் உற்சாக மனநிலையில் இருந்தனர். வெளியே புயல்வீசிக் கொண்டிருந்தாலும் வீட்டின் உட்புறம் மகிழ்வூட்டத்தக்க வெப்பநிலையுடன், சொகுசாக இருந்தது. பலரும் சுக்கான் வைத்துப் புகைத்துக் கொண்டிருந்ததால் புகையிலை நெடி. ஜௌஹரின் மருமகன் சித்திமஸூத் தன்னுடைய பக்கத்து கிராமத்தில் இருந்து ஒரு நாட்டியக்காரியை அழைத்து வரச் செய்திருந்தான். அதிகாரிகளுக்கு ஒரு கேளிக்கையுணர்வை உண்டுபண்ணுவதற்காக. பணியாட்கள் கோப்பைகளில் மது நிரப்புவதையும், சில அதிகாரிகள் ஒரே மூச்சில் கோப்பையைக் காலி செய்வதையும் கவனித்திருந்தவன், தன்னுடைய முதல் கோப்பையைக் கையில் வைத்து ரசித்துக் கொண்டிருந்தான். எதிரி சரணடையப் போகிற தகவலை அறிவிக்க தன்னுடைய மாமா ஏன் இத்தனை அவசரப் படுகிறார் என்று யோசித்தான், இன்றிரவு ஏதோ நடக்கப் போகிறது என்ற சந்தேகமும் வந்தது.

ஒரு நடனமங்கை, ஒரு பாடகர், சில இசைக்கலைஞர்கள் கொண்ட கேளிக்கையாளர் குழுவொன்று முண்டியடித்துக் கொண்டு உள்ளே வந்தது. மல்லிகைப்பூச்சரங்களால் அலங்கரிக்கப்பட்டிருந்த வெற்று மூலையை நோக்கிச் சென்றது. ஊதுவத்தி நறுமணம் காற்றில் கமழ்ந்தது. கூடவே சாம்பிராணிப் புகை வேறு. அந்தக் கடுமையான வாசம் தலையைக் கிறுகிறுக்க வைத்தது. கருநிறச் சாயலில், புலனிச்சையைத் தூண்டக் கூடியவளாக இருந்த அந்தப் பெண் இசைக்கேற்ப நடனமாடினாள். அவளுடைய காற்சதங்கையொலி உற்சாகத்தை அதிகரிப்பதாக இருந்தது. தன்னுடைய அங்க அசைவுகள் அங்கிருந்த ஆண்களிடம் பால் சார்ந்த கிளர்ச்சியை உண்டுபண்ணும் என்பதை அவள் அறிந்தேயிருந்தாள். பாடகி, தன் முகத்தில் எந்தப் பாவமும் காட்டாமல் பாடத்

தொடங்கினாள். அவளுடைய பாட்டில் அவலச் சுவையும், முறைகேடான பாலியல் ஒழுக்கம் உடையவர்களின் விரகச் சுவையும் போட்டி போட்டது. பாட்டைக் கேட்கிற ஒவ்வொருவரிடமும் அது தனக்காகவே பாடப்பட்டது என்கிற உணர்வு. பால்சார்ந்த சொற்கள் வெளிப்படையாகவே வந்துவிழுந்தன. அவள் சொற்களுக் கிடையே விட்ட பெருமூச்சுகள் ஆண்களைப் பலவீனப்படுத்தியது. ஒரு அரைமணி நேரத்திற்குள்ளாகவே அங்கிருந்த ஆடவர்கள் தன் வசமிழக்கும் நிலைக்குத் தள்ளப்பட்டார்கள்.

மாலைப் பொழுது புயல் வீசும் இரவானது. முழுநிலவை மூடிமறைத்த கருமேகங்கள் மழையின் சீற்றத்தை அதிகரிப்பதாய் இருந்தன. ராஜ்திண்டி கோட்டை முகப்புக்கெதிரே இருந்த சுரங்க நுழைவாயிலில் சில நூறு பேர்கள் கூடியிருந்தனர். அவர்கள் இரண்டு பல்லக்குகளுடன் அந்தச் சுரங்க வழியில் போவதாய்த் தெரிந்தது. பாஜி பிரபு ஒரு பல்லக்கைத் தொடர்ந்து வெறுங் காலுடன் நடந்தார். சுரங்கச் சுவற்றின் மாடக்குழிகளில் அகல் விளக்குகள் எரிந்தன. தம்முடைய ஒற்றர்கள் மூலம் அவர் கேள்விப் பட்ட விசயம் அவரைக் கவலைக்குள்ளாக்கியது. சில இடங்களில் கனமழையால் மண்சரிவு ஏற்பட்டிருப்பதாகவும் பாறைச் சிதைவுகள் குப்பலாய் விழுந்து கிடப்பதாகவும் அவர்கள் எச்சரித்திருந்தனர். அவரும், பந்தால் பகுதியில் இருந்து வந்திருந்த அறுநூறு பேர்களும் ராஜா சிவாஜி தப்பிச் செல்வதை உறுதி செய்தாக வேண்டும்.

பனாலாவுக்கும் விஷால்காட்டிற்கும் இடையேயான அந்தப் பயணமே அவர்களுடைய கடைசிப் பயணமாகிவிடக் கூடும் என்பதை பாஜியும் அவருடைய ஆட்களும் அறிந்தேயிருந்தார்கள். ஆனாலும், தங்கள் தலைவரை விஷால் காட்டின் எல்லைக்குள் பாதுகாப்பாய்க் கொண்டு சேர்க்கும் வரை மரணம் தங்களைத் தீண்டிவிடாதபடி மரணத்திடம் அவர்கள் சமாதான ஒப்பந்தம் போட்டுக் கொண்டிருக்க வேண்டும். அந்த இருட்டில், மின்னலின் வெட்டொளியை நம்பியே அவர்கள் சென்றார்கள். மின்னல் இரண்டு பக்கமும் வெட்டுவாய் உள்ள கத்தி மாதிரி. அது அவர் களுக்குப் போகிற வழியைக் காட்டும், ஆனால் அதுவே அவர் களைப் பகைவர்களிடம் காட்டிக் கொடுக்கவும் கூடும்.

பல்வேறு எண்ணங்களும், கேள்விகளும் பாஜியின் மூளைக்குள் அழுத்தமான கிளர்ச்சியை உண்டுபண்ணிக் கொண்டிருந்தன. பனாலா, சமதள நிலப்பகுதி கொண்டது. அதனால், இடைவெளியே யில்லாமல் முற்றுகை இறுக்கப்பட்டிருந்தது. அனைத்துப் பக்கங் களிலும் புறக்காவல் நிலையங்கள் அமைக்கப்பட்டிருந்தன. குன்றைச் சுற்றி வளைத்து ஆயிரக்கணக்கான வீரர்கள் முகாமிட்டிருந்தனர்.

378 ❖ எல்லைக் கோடுகள்

ஜௌஹரும் ஃபஸலும் கிழக்குப் பகுதியைத் தங்கள் கட்டுப்பாட்டில் வைத்திருந்தனர். ருஸ்தம்கான் மேற்குப் பகுதிக்கும், சித்திமஸூத் வடக்கிற்கும், பாஜி கோர்பாடே தெற்கிற்கும் பொறுப்பேற்றிருந்தனர். கிழக்கில் முற்றுகை பலமாயிருந்தது. மஸாய்ப் பாறைத் தொகுதியின் அடிவாரத்தில் – வடமேற்குப் பகுதியில் மிகக் குறைவாக இருந்தது. பகைவரின் முற்றுகையில் அதுவே ரொம்பவும் பலவீனமான இணைப்பு.

பனாலாக் குன்றின் அடிவாரத்தை அடைந்ததும் பாஜிபிரபு, பெரிய எண்ணிக்கையிலான ஆட்கள் பின்பற்றிச் சென்ற ஒரு பல்லக்கை வழிநடத்தினார். அவர்கள் அம்புகள் நிறைந்த அம்பறாத் தூணியை முதுகில் கட்டிக்கொண்டு, வில்லைத் தங்கள் தோளில் தாங்கியிருந்தனர். நீண்ட வாளை அரைக்கச்சையில் கட்டியிருந்தனர். அந்தக் குழுவிற்கு தலைமையேற்றிருந்த பாஜி கவலையில் இருந்தாலும் எந்தத் தாக்குதலையும் எதிர்கொள்ளும் ஆயத்த நிலையில், விழிப்போடு காணப்பட்டார். படுதாக்கலாய் இறங்கிக் கொண்டிருக்கும் மழையினூடே இரைச்சல் ஒன்று அவருடைய செவிப்பறைகளில் வந்து மோதியது. தாம் நடத்திச் செல்லும் பல்லக்கை நிற்கும்படி அவர் உத்தரவிட்டார். சீக்கிரமே அந்த ஊர்வலம் நின்றது. எல்லாரும் சிலைகளைப்போல் அசைவற்று நின்றனர். அவர்களுடைய இதயங்கள் வேகமாய் துடித்தன, மனங்களில் அச்சம் புகுந்தது. பாஜியின் இதயத்தையே நின்றுவிடச் செய்வதுபோல் ஒலித்த குளம்புகளின் ஓசை மெள்ளத் தேய்ந்து மறைந்தது. மஸாப் குன்றில் அவர்கள் ஏறிச் சென்றபோது இருட்டிலும், மழையிலும் அவர்களுடைய கால்கள் சறுக்கின. பலரும் விழுந்து, காயமுற்றனர். அவர்கள் சமதளமான பாறை நிலத்தில் நடந்து பந்தர்பானி என்ற சிற்றூரைச் சென்றடைந்தனர். அந்த நிலப்பரப்பு குட்டையான, முரட்டுப்புற்களால் போர்த்தப் பட்டிருந்தது.

இரண்டாவது பல்லக்கு மல்காபூர் செல்லும் திக்கில் சென்றது. அதனுடன் சென்றவர்கள் இருபத்தியைந்து பேர் மட்டுமே.

2

நாயக் முதல் பல்லக்குடன் சென்றுவிட்டார். மது, மல்காபூர் செல்லும் இரண்டாவது பல்லக்கின் பின்னே ஓடிக்கொண்டிருந்தான். சிறிது நேரத்திற்கெல்லாம் அது திறந்தவெளியில் நுழைந்தது. தான் கண்டுபிடிக்கப்பட்டு, அகப்படுத்தப்பட வேண்டும் என்று

விரும்பியே அது சென்றிருக்கும். கடைசியில் மஸீத்தும், அவனுடைய குதிரை வீரர்களும் அதை நிறுத்தினர். பல்லக்கில் இருந்த முக்கிய நபரை மூடி மறைப்பதுபோல் இருந்த திரையை அவர்கள் அகற்றினர்.

'விளக்குக் கொண்டு வா' என்று கூச்சலிட்டான் மஸீத். உடனே ஒருவன் தீப்பந்தத்துடன் ஓடி வந்தான். தீவர்த்தி ஒளியில் நேர்த்தியான உடையணிந்து, முத்துக்கள் அணி செய்யும் தலைப் பாகையுடன் உட்கார்ந்திருந்த நபரைக் கண்டு அவர்கள் வியப்பும், திகைப்பும் அடைந்தனர். பல்லக்கில் அமர்ந்திருந்த நபரும் அவர் களையே உற்று நோக்கியபடி இருந்தார்.

'நீர் யார்?' மஸீத் அதிகாரமாய்க் கேட்டான். அவன் இன்னமும் விருந்தின்போது அணிந்திருந்த உடையுடனேயே காணப்பட்டான். பூவேலைப்பாட்டுடன் கூடிய உடையணிந்து, பச்சைக்கற்கள் பதித்த தலைப்பாகையும் தரித்திருந்தான். தன்னுடைய உடையலங்காரம் மழைநீர்ச் சொட்டுகளில் பாழாவது பற்றி அவன் கவலைப்பட வில்லை. அவன் கண்டுபிடித்துவிட்ட ஒன்று, அவனைத் திகைப்புக் குள்ளாக்கியிருந்தது.

'இந்த மனிதர் உண்மையிலேயே சிவாஜிதானா?' அவன் ஆச்சரியப்பட்டான்.

பல்லக்கில் அமர்ந்திருந்த நபர் வாய் திறந்து ஒரு வார்த்தையும் பேசவில்லை. பல்லக்கின் பின்னே வந்திருந்த படையாட்கள் தங்களு டைய வாட்களை உருவினர்.

'மோதிப் பார்க்கிற எண்ணம் வேண்டாம். உங்களைச் சுற்றி நூற்றுக்கணக்கான வீரர்கள் இருக்கிறார்கள்' என்று மஸீத் அவர் களை எச்சரித்தான்.

அவன் சைகை செய்ததும், இரண்டு வீரர்கள் குதிரையில் இருந்து குதித்து, பல்லக்கில் இருந்த நபரின் கைகளில் விலங் கிட்டனர். பல்லக்கைச் சுமப்பவர்கள் அச்சத்தில் நடுங்கினர், மது அழலானான்.

'வாயை மூடு' காவலர்களில் ஒருவன் வெடுக்கென்று சொன்னான். காதைப் பிளக்கும் இடியோசையில் அவனுடைய சொற்கள் தொலைந்து போயின.

பல்லக்குத் தூக்கிகளையும், பரிவாரமாய் வந்தவர்களையும் மஸீதின் குதிரை வீரர்கள் கும்பலாய்த் தள்ளிக்கொண்டு போனார் கள். மஸீதின் குதிரை வெற்றி வீரனைப்போல் மிதமான பாய்ச்சலில் சென்றது.

செய்தி பரவியதும், பனாலா குன்றின் அடிவாரத்தில் உற்சாகமும், பரபரப்பும் உண்டானது. பல்லக்கு வெகு கவனமாய் முகாமிற்குள் கொண்டு செல்லப்படுகையில் முரசுகள் ஒலித்தன. பல்லக்கின் முன்பாய் அடிமைகள் அதற்காகவே காத்திருந்தது போல் ஆடத் தொடங்கினர். மஸீத் தன்னுடைய மதிப்புமிக்க மாமனாரிடம் தன்னுடைய வெற்றிச் சின்னத்தை பெருமிதத்துடன் சமர்ப்பித்தான். கைதான நபர் மண்டியிட்டிருந்தாலும், அவருடைய கண்கள் ஜௌஹரின் கண்களைத் துணிவுடன் நோக்கின.

ஜௌஹர் நம்ப முடியாமல் பார்த்துக் கொண்டிருந்தார். அவர் எண்ணிக் கொண்டிருந்த நபர்தானா இங்கே அகப்படுத்தப்பட்டிருப்பது?

அவருடைய அறைச் சுவற்றில் இரண்டு தீப்பந்தங்கள் பொருத்தப்பட்டிருந்தன. அறையின் சுத்தமான தரைவிரிப்பில் ஆட்கள் தங்களுடைய சேறு படிந்த கால்களைப் பதித்திருந்தார்கள். மராத்தி, தக்காணி, துருக்கி மொழிச் சொற்கள் காற்றில் கலந்தே ஒலித்தன. முன்பே சிவாஜியைப் பார்த்தவர்கள், மீண்டும் அவரை நன்றாகப் பார்க்க முண்டியடித்தனர். விலங்கிடப்பட்ட மனிதரை அவர்கள் கூர்ந்து கவனித்தபோது, அவர்களையே பார்த்துக் கொண்டிருந்த ஜௌஹருக்கு மூளைக்குள் மின்னலடித்தது, ‘எங்கோ எதுவோ தவறாகிவிட்டது.’ அவருடைய மூளைக்கு அதீத வேகத்தில் இரத்தம் பாய்ந்தது, இதயம் பலமாக அடித்துக் கொண்டது, தசைகள் முறுக்கிக் கொண்டன, முகம் நிறம் வற்றிப் போனது. இது எல்லாமே தம்மை முட்டாளாக்க நடத்தப்பட்ட நாடகம் என்பதை அவர் அறிந்தார். அவர்கள் எதற்குப் பயன்படுத்துவார்கள்?

‘சிவாஜி எங்கே, நீ யார்?’ வாளை உறையில் இருந்து உருவியபடி ஜௌஹர் கேட்டார். அரசருக்கெதிராக சிவாஜி தம்மோடு கைகோர்ப்பார் என்ற நம்பிக்கையே சுருக்குக் கயிறாகி விட்டதா?

‘நான் சிவா... சிவா காஷித். மன்னர் சிவாஜி எங்கிருக்கிறாரோ, எனக்குத் தெரியாது. நான் பீஜப்பூரை நோக்கிச் செல்கிற ஒரு சாதாரணப் பயணி.’ சிவா என்கிற அந்த நாவிதர் தம் உயிரைப் பற்றி அதற்குமேல் கவலைப்படவில்லை. சில ஆண்டுகளுக்கு முன் தன்னையும், தன் குடும்பத்தாரையும் ஆதில்ஷாஹி சிப்பாய்களிடம் இருந்து காப்பாற்றிய மன்னர் சிவாஜிக்கு அவர் செய்கிற நன்றிக்கடன் இது. கடவுளைப் பிரார்த்தித்துக் கொள்வதற்காக நிமிர்ந்து நோக்கியவர் ஜௌஹருடைய வாளின் பளபளப்பான வெட்டுவாய்ப் பகுதியைக் கண்டார்.

சிவாஜியைப் போலிருந்த ஒருவர் மரண தண்டனை பெற்ற செய்தி வேகமாய்ப் பரவியது. பெரிய குழப்பந்தான். முதலில்

நம்பாத உணர்வு. அடுத்து ஏமாற்று வேலை நடந்ததில் கோபம். முடிவில் ஆற்றாமை. கோபச் சூறாவளியில் சில மராத்தியர்கள் சிக்கிக் கொண்டனர், சிலர் மெல்ல நழுவி மறைந்தனர். கூட்ட நெரி சலைப் பயன்படுத்திக் கொண்டு மது அங்கிருந்து மாயமானான். மெள்ள நகர்ந்த கணங்களில் ஜௌஹர் விரைவாகச் சிந்தித்தார். சிலர் சிதைந்துபோன சிவா காஷித்தின் உடலை அப்புறப்படுத்து வதிலும், சிலர் தரைவிரிப்பைச் சோப்புநீர் விட்டுக் கழுவிக் கறைகளை நீக்குவதிலும் முனைப்பாக இருந்தனர். 'இந்தக் கூத்தின் உள்நோக்கம் என்ன? எதற்காக ஆள்மாறாட்ட வேலை? இதில் எந்த அளவு உண்மை இருக்கும்?'

மீண்டும் மின்னலடித்தது. மின்னல் ஒளியில் குழப்பமுகங்கள். ஜௌஹரின் மூளையிலும் ஒரு மின்வெட்டு. அவர்கள் போலி நபரின் பல்லக்கை வேண்டுமென்றே கிழக்கில் அலையவிட்டு, அதே நேரத்தில் சிவாஜி மேற்கே தப்பிச் செல்வதற்கான வாய்ப்பை ஏற்படுத்தியிருக்க வேண்டும்.

சிவாஜியும் அவருடைய ஆட்களும் குதிரைகளைப் பயன் படுத்தியிருக்க முடியாது, அவர்கள் சமீபமாய் உள்ள விஷால் காட்டிற்குத்தான் சென்றிருக்க வேண்டும்.

'பந்தர்பானி' ஜௌஹர் மஸீத்தை நோக்கி, 'அவர்களைத் துரத்திச் செல்லுங்கள், பிடித்துக் கொல்லுங்கள். அவர்கள் எல்லாருமே நடந்துபோய்க் கொண்டிருக்க வேண்டும்' என்று கூச்சல் போட்டார்.

3

பாஜி வழி நடத்திச் சென்ற பல்லக்கு குன்றில் இருந்து கீழிறங்கி, பந்தர்பானி கிராமத்தைக் கடந்து போனது. தங்கள் முன்பாய் விரிந்த காடொன்றில் அவர்கள் புகுந்தனர். மழைநீரும் உள்ளே இறங்காத அளவிற்கு அந்தக் காடு சில இடங்களில் மிகவும் அடர்ந்து காணப்பட்டது. மின்மினிப் பூச்சிகள் திரளாகப் பறந்து கொண்டிருந்ததால் சிறிதளவு வெளிச்சம் இருந்தது. பின்பு பொழுது விடிந்து வெளிச்சம் மெள்ளப் பரவத் தொடங்கியது. அவர்கள் மழைநீர் ஓடைகளையும், தேங்கிக் கிடந்த நீர்நிலைகளையும் பின்னுக்குத் தள்ளிப்போய்க் கொண்டேயிருந்தனர். மழை நின்று, மேகங்கள் கலைந்து, கீழ்வானம் பளிச்சிட்டது. ஆற்றுப்பள்ளத் தாக்கிற்கு இட்டுச் செல்லும் பாதையை அவர்கள் அடைவதற்கு மேலும் சில மணி நேரங்களாயிற்று. பாஜி குதிரைகளின் வெறுப் பூட்டும் குளம்படியோசையை மீண்டும் கேட்டார். சீக்கிரமே அந்தக் குளம்புகள் இடியிடிப்பதுபோல் பேரொலி எழுப்பின. ஜௌஹரின்

படை அவர்களை எட்டிப் பிடிக்கவிருந்தது. அவர்கள் சேமித்திருந்த நேரம் தீர்ந்து போனது. சிவா காஷித் பெரும்பாலும் செத்துப் போயி ருப்பார். நீண்ட, கூர்மையான முட்கள் பாதங்களைத் துளைத் திருந்தும், பாஜி தொடர்ந்து ஓடிக் கொண்டிருந்தார். அவரும் அவருடைய ஆட்களும் பதினைந்து மணிநேரத்தில் பலகாத தூரம் பயணம் செய்து வந்திருக்கிறார்கள். அவர்கள் கஸாரி ஆற்றை நோக்கிப் போய்க் கொண்டிருந்தனர்.

பாஜி ஒரு முடிவெடுத்தார். சிவாஜியின் பல்லக்கை நோக்கிச் சென்று, ஓடிக்கொண்டே சொன்னார், 'அரசே, நமது ஆட்களில் பாதிப் பேருடன் நீங்கள் விஷால்காட் நோக்கிச் செல்லுங்கள், நான் மீதிப் பேருடன் இங்கேயே இருந்து எதிரியைக் கவனித்துக் கொள் கிறேன்?'

'இல்லை' சிவாஜி குரலை உயர்த்திச் சொன்னார்.

'மனிதர்கள் இலட்சக்கணக்கில் சாகக்கூடும், ஆனால் அந்த இலட்சம் பேர்களையும் கவனித்துப் பார்த்துக் கொள்கிறவர் கட்டாயம் உயிரோடு இருந்தாக வேண்டும்' பாஜி உறுதியாக இருந்தார். வேறு மாதிரி தீர்மானிக்க நேரமில்லை. நாயக்பந்தால் ஆட்களில் பாதிப்பேருடன் சிவாஜியைத் தொடர்ந்து சென்றார். அவர்கள் கஸாரி ஆற்றைக் கடந்தனர். பாஜியும் மீதமிருந்தவர்களும் ஆற்றின் மறுகரையிலேயே இருந்து கொண்டனர். பல்லக்கு, கோட் டைக்குள் பாதுகாப்பாய்ச் சென்றடைந்ததும் மூன்று முறை பீரங்கி முழங்கும்படி அதிகாரிகள் ஏற்பாடு செய்திருந்தார்கள். தலைவர் பத்திரமாக இருக்கிறார் என்பதற்கான தெரிவிப்புக்குறி அது.

'புதர்களுக்குப் பின்னால் மறைந்து கொள்ளுங்கள்'

தம்முடன் எஞ்சியிருந்த முந்நூறு பேர்களுக்கும் உத்தர விட்டார் பாஜி. சற்றைக்கெல்லாம் ஜௌஹரின் ஆட்கள் அவர் களை நோக்கி, குதிரைகளில் வந்து கொண்டிருந்தனர். பாஜியின் ஆட்கள் தங்கள் விற்களில் அம்புகளைப் பொருத்தினர். சிலர் கவண் எறிந்து தாக்குவதற்குத் தயாரானார்கள். சில நொடிகளிலேயே அம்புகளும் கூழாங்கற்களும் பறந்து தாக்கியதில், வேகப் பாய்ச்சலில் வந்த குதிரை வீரர்கள் மோசமாகச் சேதமடைந்தனர். பாஜி திரும்பிப் பார்த்தார் – சிவாஜி விஷால்காட் சென்றடைய எப்படியும் மூன்று மணிநேரம் ஆகும். ஆக, அடுத்த மூன்று மணிநேரத்துக்கு எதிரி ஆட்கள் ஆற்றில் இறங்காதபடி அவர்களைத் தடுத்து நிறுத்தியாக வேண்டும். எதிரிப் படையினரின் எண்ணிக்கையை ஊகிக்க அவர் விரும்பவில்லை. ஆற்றை நோக்கிச் செல்லும் ஒரே காட்டுப் பாதை யின் மையத்தில் அவர் நிலைத்து நின்றார். தம்முடைய இரண்டு கைகளிலும் அவர் வாட்களை ஏந்தியிருந்தார். அவருக்குக் கேடயம்

தேவைப்படவில்லை. அவருடைய போர் முழக்கம் ஆட்களின் இதயத்தில் துணிச்சலைச் சுவாலை விட்டு எரியச் செய்தது. அவருடைய வாள்வீச்சுக்கு இரையாகாமல் எவரேனும் தப்பினால், அவர்களுக்கு முடிவுகட்ட நூற்றுக்கணக்கான வாட்கள் காத்தி ருந்தன. பாஜிபிரபு தசைகளாலான பாதுகாப்பு அரண்போல் இருந் தார். அவர் குதிரை வீரர்களுக்கும், ஆற்றுக்கும் இடையே நின்றிருந் தார். அவருடைய தலைக்கவசம் வீழ்ந்து, மண்டையில் இரத்தம் கொட்டியது. ஆனாலும் கையில் இருந்த வாட்கள் கன வேகத்தில் சுழன்றன.

இரண்டு மணிநேரம் இவ்வாறு கழிந்த நிலையில், பாஜி சோர்ந்து போகத் தொடங்கினார். அவருடைய ஆட்களில் பலரும் மாண்டு போனார்கள், ஆனால் அவருடைய கண்கள் விஷால்காட் பக்கம் அலைந்து கொண்டிருந்தது, அவரது காதுகள் சங்கேத ஒலிக் காகக் காத்திருந்தது.

அவர்கள் பனாலாவை விட்டுப் புறப்பட்டு வந்து இருபத்தி யோரு மணிநேரம் ஆகியிருந்தது. இதற்குமேல் தம்மால் தாக்குப் பிடிக்க முடியாது என்பது பாஜிக்கு நன்றாகவே தெரிந்தது. பகைவரின் குதிரைப்படை மேலும் வலுப்பெற்று இருந்ததுடன், தரைப்படையினரும் உற்சாகத்துடன் காணப்பட்டனர். அவர் பின்நோக்கிப் பார்வையைச் செலுத்தியபோது அவருடைய ஆட்களில் எஞ்சியிருந்த சிலர் மட்டும் போரிட்டுக் கொண்டிருந் தனர். அந்தக் கணத்தில் உயரமான குதிரைவீரன் ஒருவன் அவரைப் பக்கவாட்டில் தாக்கினான். அவருடைய இடக்கை வாளோடு தொங்கிப் போகுமளவிற்கு, மேற் கை முன் தசையில் வெட்டு விழுந்தது. ஆனாலும், வெடியோசையை அவர் கேட்கும் வரை மரணம் அவரை விட்டு வைக்க வேண்டும். அவரது இடதுகையின் வெட்டுண்ட பகுதியில் இருந்து, ஒடுக்கமான பகுதியின் ஊடே நீர் விரைந்து ஓடுவதைப் போல் இரத்தம் ஓடிக்கொண்டிருந்தது. அதைப் பொருட்படுத்தாமல் பாஜி தம் வலதுகை வாள் வீச்சைத் தொடர்ந் தார். அவர் கணப்பொழுது நிறுத்தி அண்ணாந்து நோக்கினார். மாலைச் சூரிய ஒளி மேகங்களினூடே விட்டு விட்டு பிரகாசித்துக் கொண்டிருந்தது. அந்தக் கணத்திலேயே பலத்த வெடியோசை மூன்று முறைக் கேட்டது. அது அவருடைய மனதையும், ஆன் மாவையும் அமைதிப்படுத்துவதாக இருந்தது. அவர் விஷால்காட் பக்கம் கடைசியாய் ஒரு முறை தன் பார்வையைச் செலுத்தினார். ஆனால் எதையும் தெளிவாகப் பார்க்க முடியாதபடி பார்வை மங்கலாயிற்று. கண்கள், கண்ணீரால் நிரம்பியிருந்தன. இன்னமும்

உடலைவிட்டு உயிர் நீங்காத நிலையில், ராஜா சிவாஜியின் சொற்களை அவர் நினைவுபடுத்திக் கொண்டார்.

'உம்முடைய வாளை நிராயுதபாணி மீதோ, தாக்குதலில் இருந்து தன்னைக் காத்துக் கொள்ள முடியாதவர் மீதோ நீர் வீசினால் அது ஒரு பிசாசாக மாறிவிடுகிறது. அதைக் கொண்டு தகுதியற்றவர்களுக்கும், பழிபாவங்களுக்கு அஞ்சாதவர்களுக்கும் நீர் உதவுகிற போது அது ஒரு துரோகியாகி விடுகிறது. வலுச்சண்டைக்காரர்களிடம் இருந்து பலவீனர்களைக் காப்பதற்காக அதை நீர் பயன்படுத்துகிற பொழுது அது கடவுள் வழிபாடாகிறது. அதைக் கொண்டு தனித்துச் செயல்பட முடியாதவர்களை நீர் தாங்கி நிறுத்துகிற போது அதுவே கடவுளாகி விடுகிறது.'

பாஜி புன்னகைத்தார். அவர் வீழ்ந்துபடுகிற நிலையில், 'இன்று என்னுடைய வாள் எல்லா தெய்வங்களுக்கும் சக்தியூட்டுகிற தேவி பவானியாகிவிட்டது' என்று முணுமுணுப்பாகச் சொல்லிக் கொண்டார்.

அத்தியாயம் இருபத்தியொன்று

1

பத்மாவதி ஆலயம் சாமந்தி போன்ற மஞ்சள், ஆரஞ்சு வண்ணப் பூக்களால் அலங்கரிக்கப்பட்டிருந்தது. அவை புதிதாய்க் கொய்துவரப்பட்ட பூக்கள், காலைப் பொன்னொளியில் பிரகாசித்தன. கணக்கற்ற அகல்விளக்குகள் கருவறையை ஒளி மயமாக்கின. உள்ளே கொலுவிருக்கும் தேவியின் விக்ரகம், குருதிச் சிவப்பு செம்பருத்திப் பூக்களில் மினுக்கிட்டது. கோட்டை உச்சியில் செம்மஞ்சள் நிறக் கொடிகள் காற்றில் படபடத்தன. முரசுகள் ஒலிக்கத் தொடங்கின. ராஜ்காட் காப்பரண்களில் நிறுவப்பட்டிருந்த பீரங்கிகளின் வெடிப் போசை சிவாஜியை வரவேற்பதாக இருந்தது. இலாயத்தில் இருந்த குதிரைகள் திடீரென்று ஏற்பட்ட அதிர்ச்சியில் கனைக்கவும், குளம்பு களைத் தட்டவும் செய்தன. குன்றின் அடிவாரத்தில் வயல் வேலைக்குச் சென்றிருந்த குடியானவர்கள் தங்கள் கண்களைக் குறுக்கி, கோட்டையை அண்ணாந்து நோக்கினர். கோட்டையில் வசிக்கிற எல்லாருமே முரசுகள் ஒலிப்பதன் காரணத்தை அறிந்தே யிருந்தனர். ஆனால், ஒரு நபருக்கு மட்டும் அங்கே என்ன நடக்கிறது என்று புரியாத குழப்பம் இருந்தது.

முழங்கால் உயரம் கூட வளர்ந்திராத அந்தச் சிறுவன், எதற்கும் கட்டுப்படாதவனாய்த் தன் பாட்டிக்கும் அன்னையர்க்கும், சகோதரி களுக்கும் இடையே ஓடி ஆட்டம் காட்டிக் கொண்டிருந்தான். தன் கையில் இருந்த மரத்தாலான வாளை இப்படியும் அப்படியுமாய் வீசியபடி இருந்தான் அவன். அவனுடைய பாட்டியார் அவனுக்கு புத்தாடை அணிவித்து, தலைப்பாகையும் கட்டிவிட்டிருந்தார். அவனுக்கோ அதுவெல்லாம் கனமாயும், புழுக்கத்தைத் தருவதாகவும் இருந்தன. தன்னைப் போலவே தாயார்களும் சகோதரிகளும் புத்தாடை அணிந்திருப்பதைக் கண்டான். அவர்கள் ஆபரணங் களால் தங்களை அலங்கரித்து, கூந்தலில் நிறையப் பூச்சூடியிருந் தனர். பலரும் வெள்ளித் தட்டுகளில் விளக்கேற்றித் தங்கள் கைகளில் வைத்திருந்தனர்.

திடீரென்று, அவனுக்குத் தெரியாத ஒரு மனிதர் அங்கே தோன்றியதை, அவர் மீது எல்லாரும் பிரியம் காட்டியதை அவன் பார்த்தான். அவன் எல்லாரையும் சுற்றிவரப் பார்த்தபோது, அவர்களுடைய பார்வை வந்தவர் மீதே பதிந்திருப்பதைக் கண்டான். அவனும் அவர் பக்கம் தன் கண்களைத் திருப்பினாலும், அவரு டைய இடுப்பில் இருந்த நீண்ட வாள் அவனுடைய கவனத்தை ஈர்த்தது. அவரை விடவும் அவரது வாள் மீதே அவனுக்கு ஆர்வம் அதிகமாயிற்று.

'கத்தி' வாளுறையைச் சுட்டிக்காட்டி அதிகாரமாய்ச் சொன்னான் அவன். அவனது குரலில் இருந்த கட்டளைத் தொனி, தான் விரும்பிய எதையும் பெறுவது தன் பிறப்புரிமை என்று அறிவிப்பதாக இருந்தது.

புதியவர் மண்டியிட்டு, அவனுடைய கண்களை உற்று நோக் கினார். 'ஷாம்பு ஸாஹிப், தங்களுக்கு என்னுடைய வாள் வேண்டுமா?' என்று புன்னகைத்தபடி கேட்டார்.

அவருடைய கோரிக்கையைப் பரிசீலிப்பதைப்போல் கணநேரம் யோசித்தவன், தன்னைக் கட்டுப்படுத்துகிற எதையும் தான் விரும்புவ தில்லை என்கிற தோரணையில், தன் கையில் இருந்த மரக்கத்தியை அவரிடம் கொடுத்தான். தான் எதையும் இலவசமாய்ப் பெறவிரும்ப வில்லை என்பதுபோல் இருந்தது அவனுடைய செய்கை.

'உருவத்தைப் பார்த்து எடைபோட்டு விடக் கூடாது. இவன் இரும்பு மாதிரி, வளைந்து கொடுக்கமாட்டான்' என்று ஜீஜாபாய் சொன்னதைக் கேட்டதும், சிவாஜி தம் தாயின் பக்கம் திரும்பினார். தாய் நலிவுற்ற உடலுடன், கண்களைச் சுற்றி அநேக சுருக்கங்களுடன் முதுமையின் பிடியில் இருப்பதைக் கண்டார். மகனைக் கண்ட தாயின் கண்கள் கண்ணீருடன் பளபளத்தன. அவருடைய மகன் பனாலாவில் இருந்து மரணத்தை வெட்டி விலக்கிக் கொண்டு, வீட்டுக்கு வந்திருக்கிறார்.

'அம்மா, பலரும் தங்கள் வீட்டுக்குத் திரும்பி வரவில்லை. எங்களுடைய பாஜிபிரபுவும், நூற்றுக்கணக்கான அவருடைய படையாட்களும், சிவாகாஷித்தும் நான் உயிரோடு இருக்க வேண்டி தங்கள் இன்னுயிரைத் தியாகம் செய்திருக்கிறார்கள்' என்று அமைதியான குரலில் சொன்னவர், சற்றே குனிந்து தாயின் பாதங் களைத் தொட்டு வணங்கினார். தாம் பத்திரமாகத் திரும்பியிருப்ப தற்காக மகிழ்ச்சியுடன் அவர்கள் கொண்டாடுவதை அவர் விரும்ப வில்லை.

'கத்தி' ஷாம்பு வீறிட்டதை அவர்கள் கேட்டனர். தான் விரும்பி யது இன்னமும் தன் கைக்கு வந்து சேராததில் கோபம் அவனுக்கு.

புதியவரை நிமிர்ந்து நோக்கிய அவனுடைய கண்களில் நீர் தளும்பியது. செம்மஞ்சள் நிறத் தலைப்பாகை அணிந்திருக்கும் இந்த மனிதர் ஷாம்புவின் கத்தியை வாங்கிக்கொண்டு, தம்முடைய கத்தியைத் தராமல் அவனை ஏமாற்றியிருக்கிறார்.

சிவாஜி குனிந்து நோக்கினார், தாம் மிகுந்த வருத்தத்திற்கு உள்ளாகியிருந்த நிலையிலும் அவர் சிரிக்கத் தொடங்கினார். பையனை வாரியெடுத்து, அவனுடைய நெற்றியில் முத்தமிட்டார். கணப்பொழுது பிரமித்துவிட்டார். மகனுடைய கண்களைக் கூர்ந்து நோக்கியவர் அச்சு அசலாய் சாயியின் கண்களைப் போலவே இருப்பதை உணர்ந்தார். சாயியின் அகன்ற, கருமையான, ஆழ்ந்த, களங்கமற்ற அதே கண்கள்!

சிவாஜி, பாஜியின் நினைவுகளில் மூழ்கித் தன்னை மறந்த நிலையில் இருந்தார்.

பாஜியின் பெரிய உடம்பு, உலர்ந்த இரத்தத்துடன் கருஞ் சிவப்பாகக் காணப்பட்ட கோணிப்பையில் அடைக்கப்பட்டு வந்து சேர்ந்திருந்தது. அவருடைய சடலத்தை அவர்கள் தரையில் கிடத்த முயன்றபோது எதிரிகள் கொஞ்சமும் இரக்கமின்றி அதைத் துண்டு துண்டாக வெட்டிப் போட்டிருந்ததைக் கண்டனர். குறைவுபடாமல் இருந்தது அவருடைய பாதங்கள் மட்டுமே. ஆனால் அதிலும் உள்ளங்கால் பகுதி நீளமான முட்கள் தைத்து வீக்கம் கண்டிருந்தது. அந்தப் பாதங்களைப் பார்த்துக் கொண்டிருந்தபோது தம்மில் ஒரு பகுதியை இழந்துவிட்டதாகவே உணர்ந்தார் சிவாஜி. பாஜிபிரபுவின் ஒட்டுமொத்த போராட்டமும், துணிவும், தியாகமும் சிவாஜி உயிரோடு இருக்க வேண்டும் என்பதற்காகவன்றோ அவர் நிகழ்த்தியது.

தம்முடைய சுதந்திரம் குறித்த கனவுக்கு விலையாகவன்றோ பாஜி, சிவாகாஷித் போன்றோரின் உயிர்கள் இழக்கப்பட்டிருக்கிறது, அவர்களுடைய உயிர்த் தியாகத்துக்கு முன்னே, தம்முடைய கனவின் பெறுமானம் என்ன என்று எண்ணி வியந்தார் சிவாஜி. சமாதானத்தையும், வளமையையும் பெறுவதற்காகவன்றோ போர்க்களத்தில் உயிர்கள் கொடூரமாய்ப் போக்கடிக்கப்படுகின்றன. பின்பு, எல்லாமே நியாயப்படுத்தப்பட்டு விடுகின்றன. அவர்களுடைய சாவுக்கு இவர் தானே பொறுப்பு, இல்லையா? இவரால் தானே அவர்களுடைய மனைவிமார்கள் விதவைகளாயினர், குழந்தைகள் தந்தையற்றவ ராயினர்? இவருக்கு யார் புத்தி சொல்வது? ஜாவலிக் காட்டில் வாழும் புனிதக் கவி சமர்த்த ராமதாசரைப் பற்றிய நினைவு வந்தது இவருக்கும், கூடவே அந்தக் கவியின் சொற்களும்,

'அவர்களுடைய ஈமத்தீ எரிகிறது பிரகாசமாகவே அந்தத் தீயின் சுவாலை, எது சரி எது தவறு என்பதை நமக்கு எடுத்துக்காட்டவே முடிவற்ற இரவில் ஒளிர் கிறது எப்போதைக்குமாய்.'

இந்தச் சொற்கள் சிறிதளவு ஆறுதலளிக்கக் கூடும், ஆனால் சுமக்கிற துயரத்தின் அளவோ மிக அதிகம். பனாலாக் கோட்டை யில் சிக்கியிருக்கும் ஏழாயிரம் பேரின் கதியைப் பற்றிய கவலையும் அவருக்கிருந்தது.

பனாலாக் கோட்டைத் தலைவரான திரியம்பக் தபீருக்கு, இரத்த சேதமில்லாமல் கோட்டையை ஒப்படைத்துவிடும்படி கடிதம் எழுதினார். அரசர் வேண்டுகோளுக்கு இணங்குவார் என்று நம்பினார்.

சற்றேறக் குறைய நள்ளிரவு நேரம் அது. கோட்டை அமைதி யாக இருந்தது. கோட்டையின் விரிவாக்கப் பகுதிகளில் யாரும் இருந்திருக்கவில்லை. மலைக்காற்றின் ஓங்கொலி மட்டுமே பள்ளத் தாக்கை நிரப்பியிருந்தது. சாயி இறந்தபின் அப்போதுதான் முதல் முறையாக அவளுடைய அறைக்குள் நுழைந்த சிவாஜி, அவளது வெறுமையாகி விட்டிருந்த படுக்கை முன்பாக நின்றார். இங்கேதான் அவளுடைய கடைசி மூச்சை அவள் விட்டிருக்க வேண்டும். அவளது அந்திம காலத்து நினைவுகளை, கடைசி எண்ணங்களை அந்த அறை தன்னுள் நிரப்பிக் கொண்டிருக்கும்.

'மரணம், மரணம்' அவர் உரக்கச் சொன்னார்.

'மரணத்தை யார்தான் தவிர்க்க முடியும்?' சோயராவின் இசையாய் ஒலிக்கும் குரலை அவர் கேட்டார். அவர் சுற்றிச் சுழன்ற போது உயரமான அந்த எழிலரசியைக் கண்டார். அவளுடைய அழகுமுகத்தைக் கண்ட யாரும் தங்கள் பார்வையை அதிலிருந்து எடுக்க முடியாது. அப்படி மீட்டெடுப்பதற்கு அசாத்திய மனஉறுதி வேண்டும்.

'யாரும் இல்லை. நீயும் நானும் கூட' என்று பண்பார்ந்த முறையில் கூறினார் அவர்.

'அது முற்றிலும் உண்மை' தன் கணவரின் கருத்தை அவள் உடனே ஆமோதித்தாள். 'ஆனால், அவரவரின் 'முன் வினைப்'படி தான் ஒவ்வொருவரின் மரணமும் எப்படி, எப்போது என்பது முடிவாகிறது' பட்டு போன்ற தன்னுடைய மென்குரலில் முணு முணுத்தாள் அவள்.

சோயரா சொல்ல முயல்வதைப் புரிந்துகொள்ள சில கணங் களாயிற்று சிவாஜிக்கு. அவர் சோகத்துடன் புன்னகைத்தபடி

சொன்னார், 'பெருந்துயர் நம்மைத் தாக்கியிருக்கிறது. நீ ஏன் புதிர் போட்டுப் பேசுகிறாய்?'

அவள் வெளிறிய பொன்னிறச் சேலையுடுத்திக் காதிலும் கைகளிலும், கழுத்திலும் ஆபரணங்கள் ஜொலிக்க பளிங்குச் சிலை போல் இருந்தாள். அவள் கூந்தலில் சூடியிருந்த மல்லிகையின் வாசம் அந்த அறை முழுக்கப் பரவியிருந்தது, ஆனால் அவளுடைய முகமோ வெளிறியதுபோல் காணப்பட்டது. சாயி அவளுடைய கணவரின் காதல் மனைவிதான், அதற்காக எல்லாமும் அவளுடைய மரணத்தில் மாறியாக வேண்டும் என்பதில்லை.

தான் சொல்வதற்கு எந்த நோக்கமும் இல்லாமலே அவள் சொன்னாள். அதற்கு அச்சமோ, பாதுகாப்பாற்ற உணர்வோ காரண மாக இருக்கலாம்.

'அவள் ஒரு ஆற்றல்மிக்க பெண்மணி' சோயரா தாழ்ந்து அடங்கிய குரலில் சொன்னாள். தான் கணவனை வேதனைப் படுத்திவிட்ட எண்ணத்தில், அதைக் குறைப்பதுபோல் அப்படிச் சொல்லி வைத்தாள்.

'என் தலைக்குமேல் சாவு சுழன்று கொண்டிருக்கும் போது, நான் செய்த யுத்தங்கள் பற்றி என்னிடம் நீ கேட்க மாட்டாயா?' சிவாஜி பரிகசிப்பாகக் கேட்டார்.

அவள் பதில் சொல்வதற்குமுன் பணிப்பெண் ஒருத்தி செய்தியொன்றுடன் ஓடி வந்தாள், 'வேவுப்படையைச் சேர்ந்த ஒருவர் சகானில் இருந்து வந்திருக்கிறார். ஏதோ தகவல் இருப்ப தாய்ச் சொன்னார்' என்றாள்.

சிவாஜி மீண்டும் சோயராவைப் பாராமல் விரைந்து வெளியில் சென்றார். தன்னுடைய வாய்ப்பை தான் இழந்துவிட்டது அவளுக்குப் புரிந்தது. ஏமாற்றமும் வருத்தமுமாக இருந்தது.

2

சகானிலும் மழை பெய்யத்தான் பெய்தது, ஆனால் அப்துல் மாபூத் அதைப் பற்றிக் கவலைப்படவில்லை. அவருடைய ஆட்கள் கோட்டைச் சுவரை நோக்கி நீண்டு ஒடுக்கமான குழிகளைத் தோண்டிக் கொண்டிருந்தனர். சரி நேர்வான இடங்களில் உயர மான நடைமேடைகளையும் அமைத்தனர். அவருடைய பீரங்கிப் படைப் பிரிவினர் அந்த மேடைகளில் பெரிய பீரங்கிகளை நிலைப் படுத்தினர். தக்காணத்து முகலாயக் கோட்டைகளில் இருந்து கொண்டுவரப்பட்ட பீரங்கிகள் அவை.

அப்துல் மாபூத் முற்றுகையை இறுக்கினார். கோட்டை முகப்பில் இருந்து, மழையைப் பொருட்படுத்தாமல் அம்புகளாலும், கற்களாலும், வெடிமருந்துப் பொருட்களாலும் அவர்களைத் தாக்கினார். ஆனால் அதையெல்லாம் அவர் லட்சியம் பண்ணவில்லை. அவருடைய மனதில் ஒரேயொரு குறிக்கோள் தான் இருந்தது – கோட்டையை எப்படியும் கைப்பற்றியாக வேண்டும், கோட்டைக்குள் இருக்கும் மராத்தியப் படையினரை ஒருவர் விடாமல் கொல்ல வேண்டும். இரவு வந்ததும், அப்துல் முற்றுகை யிட்டிருந்த படைத்துறை ஆணை அதிகாரிகளுக்கு தகவல்கள் அனுப்பினார். கோட்டையின் இடது பக்கத்தில் வெட்டப்பட்டி ருக்கும் நீண்ட குழியில் வெடிமருந்துகள் முழுமையாய்த் திணிக்கப் பட்டிருக்கிறது. திட்டம் மிக எளிமையானது, உறுதியானது. ஷெயிஸ்டகான் திரியைக் கொளுத்தியதும் வெடிமருந்துப் பொருட்கள் வெடிக்கும். வடபக்கமுள்ள வாயிலும், சுவரும் சிதைந்து பெரிய பிளவு உண்டாகும். முகலாயர்கள் அந்த வழியே உள்ளே புகுந்துவிட வேண்டும்.

கோட்டைக்குள் அரவமற்றிருந்தது. சூரிய அஸ்தமனத்துக்கு சிலமணிநேரம் முன்பாக பிராங்கோஜி சில சோள ரொட்டிகளை விழுங்கி விட்டு, கை கழுவினார். அவருடைய முன் எச்சரிக்கை உணர்வு ஏதோ ஒன்று நடக்கப் போவதாய் அவருக்குச் சொல்லியது. தம்முடைய பாசறையை விட்டு அவர்வெளியே வந்து, கருமேகம் சூழ்ந்த வானத்தை அண்ணாந்து நோக்கினார். பிறகு, பிரதான வாயிற்பக்கம் உள்ள கோட்டை முகப்புப் பகுதிகளில் பார்வையைச் செலுத்தினார். வில்லாளிகள் பலரும் விழிப்புடன் காவல் இருப்பதைக் கண்டார். எல்லாமே வழக்க முறைப்படி இருப்பதாய்த் தோன்றினாலும், மோசமான ஆபத்து நடக்கப் போகிறது என்ற எண்ணம் வலுப்பட்டது. அவருடைய முகபாவத்தைக் கண்டு கோட்டைக் காவலர்கள் சிலர் அவரைச் சுற்றிக் கூடினர். எல்லாரும் வெளிமுற்றத்துக்கு வந்து சேரவேண்டும் என்று அவர் ஆணை பிறப்பித்தார். அவர்கள் உண்டு முடித்து படைவீரர்களுக்கான குடி யிருப்புப் பகுதிகளில் இருந்தனர்.

‘எல்லா வெடிப் பொருட்களையும், பெரிய கற்களையும், துப்பாக்கிகளையும், வில் அம்புகளையும் முற்றத்தில் கொண்டுவந்து குவியுங்கள்’ என்று அவர் உரக்கச் சொன்னார்.

‘எது நிகழ்ந்தாலும், அதை எதிர்கொள்வதற்கு உரிய நேரம் இது. நேரம் வந்துவிட்டது’ என்று எண்ணிக் கொண்டார் அவர்.

முகலாயர்களால் திட்டமிட்டபடியே, போருக்கான ஏற்பாடு கள், கோட்டைக்கு வெளியே நிகழ்ந்து கொண்டிருந்தன. திட்டப்

படியே சூரிய அஸ்தமனத்துக்கு மூன்றுமணி நேரம் முன்பாக ஷெயிஸ்டா வெடிமருந்துக்கான திரியைப் பற்ற வைத்தார். அந்த வட்டாரத்தையே குலுங்க வைப்பதுபோல் காதைப் பிளக்கும் வெடியோசை தொடர்ந்து கேட்டது. பெரிய அளவில் கட்டுமானச் சிதைவு ஏற்பட்டது. கோட்டை முகப்புப் பகுதிகளில் இருந்த வில்லாளிகள் மிக மோசமான முடிவை எதிர்கொள்ள நேர்ந்தது. கோட்டைக்கு மேல் பெரிய மேகக் கூட்டம்போல் புகைமண்டலம். வெடிமருந்தின் கார்ப்பு நெடி அந்த வட்டாரம் முழுக்கப் பரவியது. பிராங்கோஜியும், நூற்றுக்கணக்கில் இருந்த அவருடைய படையாட்களும் கோட்டைச் சுவர் தகர்ந்தது கண்டு அச்சத்தில் உறைந்தனர். முகலாயர்களை அவர்களிடம் இருந்து விலக்கி வைத்த சுவரல்லவா அது. இப்படியொரு பேரழிவை முன்பே எதிர்பார்த்திருந்தார் கோட்டைத் தலைவர். அவர் கணநேரம் கண்களை மூடிக்கொண்டு, மன்னர் சிவாஜியின் சொற்களை நினைவு கூர்ந்தார்.

'நம்முடைய கோட்டைகளே நமக்குச் சிறந்த பாதுகாப்பு. நமது வடக்கத்திய காப்பரணான சகான்கோட்டை எளிதில் தாக்க முடியாதது. அது உம்முடைய பராமரிப்பில் உள்ளது. நீர் அதைப் புத்திசாலித்தனமாகக் காப்பீர் என்று நான் நம்புகிறேன்...'

பிராங்கோஜி தமது ஆட்கள் பக்கம் திரும்பி முழக்கமிட்டார், 'இந்தக் கோட்டை வீழ்வதை நாம் பார்த்துக் கொண்டு நிற்க மாட்டோம். நாம் ஏதும் செய்யாமல் இருந்துவிட்டால் அது எவ்வளவு பெரிய அவமானம். நம்முடைய அரசுக்கு முக்கியப் பாதுகாப்பான இந்தக் கோட்டையை, மன்னர் சிவாஜி நம்மை நம்பி ஒப்படைத்திருக்கிறார். அதிகபட்ச மனித சக்தியைப் பயன்படுத்தி, அதை நாம் பாதுகாப்போம்.'

கோட்டை முகப்புகள் குப்பலாய் விழுந்து மண்மேடானது. சில மணி நேரத்திற்குள்ளாகவே முகலாயப் படைப்பிரிவுகள் தொடர்ந்து முன்னேறின. காலாட்படையினரும் அவர்களைப் பின்பற்றி குதிரைப்படையினரும் அவர்களுக்குப் பின்னால் போர் யானைகளும் சென்றன. இரவானதும் மழை இலேசாய் தூறத் தொடங்கியது. முகலாயரின் போர் முழக்கத்தில் வாயு மண்டலமே அதிர்ந்தது. 'தீன், தீன், தீன்' என்றபடி ஷெயிஸ்டகானின் ஆட்கள் தீப்பந்தங்களை உயர்த்தினர். அணிவகுத்து வரும் முகலாயர்கள் மீது, சில கணங்களுக்குள்ளாகவே துப்பாக்கிக் குண்டுகளும், கையெறிக் குண்டுகளும், கற்களும், அம்புகளும் சரமாரியாய்த் தாக்கின. அந்தத் தாக்குதலில் ஷெயிஸ்டகானின் தரைப்படை, குதிரைப்படையைச் சேர்ந்த நூற்றுக்கணக்கானவர்கள் மடிந்தனர்.

முகலாயர்கள் கொந்தளிப்புடன், இரத்தச் சகதியான மண்ணில் மழையைப் பொருட்படுத்தாமல் இரவு முழுக்க நின்றிருந்தனர்.

அடுத்த நாள் காலை தங்கள் செயல்திட்டத்தை முகலாயர்கள் மாற்றிக் கொண்டனர். ஐம்பது போர் யானைகளும் அவற்றைத் தொடர்ந்து ஆயிரக்கணக்கான குதிரைவீரர்களும் முனைப்புடன் தாக்குதலை மேற்கொண்டனர். கோட்டைக் காவற் படையினர் துப்பாக்கிச் சூட்டில் உயிரைவிட்டனர். பிராங்கோஜியும், எஞ்சியவர் களும் இரகசிய வழியில் கோட்டையை விட்டு வெளியேறினர். அவர்கள் பக்கத்தில் இருந்த காட்டில் புகுந்து மறைந்தனர். 'பகைவரின் தாக்குதலைத் தொடர்ந்து சமாளிக்க முடியாத போதும், எதிர்த்துப் போரிட முடியாத போதும் புகழுக்காக களத்தில் நின்று வீணே மடிவதில் பயனில்லை. அந்நிலையில் உயிரைக் காப்பாற்றிக் கொண்டால் எத்தனையோ முறை போரிட முடியும்' என்று சிவாஜி எப்போதுமே வலியுறுத்தி வந்திருக்கிறார்.

ஐம்பத்தியேழு நாட்களுக்குப் பிறகு, ஆயிரம் வீரர்களை இழந்து சிவாஜியின் வடக்கத்திய ஆதிக்கத்தைக் கைப்பற்றினார். மராத்தியர் களின் செம்மஞ்சள் நிறக் கொடி படர்ந்த இடத்தில் முகலாயரின் பச்சை வண்ணக் கொடி இடம் பெற்றது. கோட்டையின் உச்சிப் பகுதியில் பச்சை வண்ணப் பட்டினாலான கொடி காற்றில் பட படத்தது.

3

ஔரங்கசீப், சிறையாகப் பயன்படுத்தி வந்த தில்லி சலீம்காட் கோட்டை இருளில் அமிழ்ந்திருந்தது. பாதாளச் சிறையில் இருந்த சுலைமான் ஷீகோ, தாம் காஷ்மீருக்கு தப்பியோட முடிவு செய்ததற்கு முந்தின நாளைப்பற்றி எண்ணிப் பார்த்தார்.

ஓராண்டுக்குமுன் வாழ்வின் உண்மை நிலை சிறிது சிறிதாக வெளிப்படத் தொடங்கியபோது அவருடைய கனவுகள், குடும்பம், அவரது வாழ்க்கை என எல்லாமே முடிவுக்கு வந்துவிட்டது. அலகாபாத் கோட்டை ராணி மஹாலின் மேல் தளத்தில் இருந்தபடி சூரிய அஸ்தமனத்தைக் கவனிப்பதுபோல் அவர் பாசாங்கு செய்தாலும், அவருடைய எண்ணங்கள் வேறெங்கோ இருந்தன. அது பனிக்காலம். கங்கையாற்றின் மீதிருந்து வீசிய மாலைத் தென்றல் குளிர்ச்சியாக இருந்தது. ஆனால், அதைப்பற்றி அவர் கவலைப்படவில்லை. அவருடைய கண்கள் கோட்டையின் பெரிய சுவற்றுக்கப்பால் அலைந்து கொண்டிருந்தன. கங்கையும் யமுனை யும் சங்கமிக்கும் இடத்தில் அவர் பார்வையைச் செலுத்தியிருந்தார்.

அவருடைய குதிரைகளையும், யானைகளையும் ஏற்றிச் செல்வதற்காக நின்றிருந்த படகுகளின் வரிசையை அவருடைய கண்கள் பார்த்திருந்தது. அவரில் ஒரு பகுதி முன்பே மரித்து விட்டது. தம்முடைய ஆசைக்குரிய பெண்களை விட்டுச் செல்கிற கட்டாய நிலை அவருக்கு. அவர்களுடைய அழுகையொலி கேட்டும் ஏதும் செய்ய இயலாதவராக அவர் இருந்தார். அதிகாரத்தில் உள்ள வர்களின் உதவி பெற்று தாம் தப்பிச் செல்வதற்காக, அந்த இளம் பெண்களை அவர்களுக்கு வெகுமதியாக்கும் இழிவான காரியத்தை அவர் செய்திருந்தார். கோட்டையின் சேமிப்பறைகளில் வைத்திருந்த ஆயுதங்கள், பெட்டி பெட்டியாய் இருந்த ஆபரணங்கள் என்று எல்லாவற்றையுமே அவர் விட்டுச் செல்ல வேண்டியதானது. ஆயிரக்கணக்கான போர் விலங்குகளை அவற்றைப் பராமரித்து வந்தவர்களுக்கே அவர் கொடுத்து விட்டார். வென்றவர், தோற்றவர் என்பதெல்லாம் தவறான கருத்தையே உண்டு பண்ணும் சொற்கள்...

சில நாட்களுக்கு முன்பு வாரணாசி அருகே நடந்த போரில் ஷாஷுஜாவை களத்தை விட்டே புறமுதுகிட்டு ஓடச் செய்து, இவர் வெற்றியாளராக இருந்தார். ஷாஷுஜாவின் படையினர் வங்காளத்துக்கு தப்பிச் சென்றுவிட்டனர். ஆனால், அடுத்து வந்த நாட்களில் இவர் தோற்க நேர்ந்தது, இவருடைய தந்தை தாரா ஷிகோ, ஔரங்கசீப்பிடம் தோற்று, மரணதண்டனைக்குள்ளானார். சுலைமானின் தளபதிகளான மிர்ஸா ராஜா ஜெய்சிங்கும், திலேர் கானும் தங்கள் படைகளுடன் சென்று, ஔரங்கசீப்பிடம் சேர்ந்து கொண்டனர். பஞ்சாப் செல்லவிருந்த சுலைமான் வழியிலேயே தடுத்து நிறுத்தப்பட்டார். அரித்துவாரிலும், சம்பல் பள்ளத் தாக்கிலும் அரசுப் படைகள் இவரை ஒளிந்திருந்து தாக்குவதற்கு தயாராக இருந்தனர். அவருடைய பெரிய மாமாவான ஷெயிஸ்ட கான் பெரும்படையுடன் வாரணாசி சென்று தங்கியிருந்தார். இவருக்கிருந்த ஒரே வாய்ப்பு சில குதிரைவீரர்களுடன் இவர் தப்பியோடி, காஷ்மீர் அரசர் பிருத்விசிங்கிடம் அடைக்கலம் பெறுவதுதான். அது நடந்து ஒரு வருடம் இருக்கும், அவர் பாதுகாப்புணர்வுடன் இருந்தபோது, வன்முறைக் கிளர்ச்சி நடந்து, ஆட்சியதிகாரம் அரசரின் ஆலோசகர்கள் கைக்குப் போய்விட்டது. அவர்கள் இவரைக் கைது செய்து மிர்ஸா ராஜா ஜெய்சிங்கிடம் ஒப்படைத்து விட்டனர். இவர் புதிய அரசரின் சிறைக் கைதியாக தில்லிக்குக் கொண்டு செல்லப்பட்டார்.

தாம் அடைக்கப்பட்டிருந்த சிறைக்கூடத்தின் சிறிய சன்னல் வழியே சுலைமான் வெளியே பார்த்தார். யமுனை ஆற்றுநீர் சோகையான நிலவொளியில் மினுமினுத்தது. அந்த நீரின் ஒளி

அவர் ஆக்ரா, தில்லி அரண்மனைகளில் மகிழ்ச்சியாகக் கழித்த குழந்தைப் பருவத்தை அவருக்கு நினைவுபடுத்துவதாக இருந்தது. அவரது அழகு முகத்தில் ஒரு கசப்பான புன்னகையின் தடம். நாளை, ஔரங்கசீப் சுலைமான் செய்த குற்றங்களுக்காக வழங்க விருக்கும் உரிய தண்டனையை இவர் எதிர்கொள்ளவிருந்தார்.

அடுத்த நாள், விலங்கிடப்பட்ட நிலையிலேயே சுலைமான் அரசவைக்கு அழைத்துச் செல்லப்பட்டார். அங்கே அவருடைய தந்தையின் உடன்பிறந்தார் மக்களும், அமைச்சர்களும், மான்ஸப் தார்களும் இருந்தனர். வாரிசுரிமைப்படி தம் தந்தை தாராஷிகோ அமர்ந்திருக்க வேண்டிய அரியாசனத்தைக் கண்டு கண்கள் பனித்தன.

அரியாசனம் ஒரு சடப்பொருள் அல்ல. மயிலாசனம் அதிகார போதை கொண்டதாகவே காணப்பட்டது. அதில் பதிக்கப்பட்டி ருந்த வைரங்களும், மாணிக்கக் கற்களும் நிர்மல வானத்தில் மின்னும் நட்சத்திரங்களாய்ச் சுடர்விட்டன. சுலைமான் தயக்கத்துடன் தம் கண்களை உயர்த்தி அவருடைய தந்தையைக் கொன்றவர் அரியா சனத்தில் அமர்ந்து செபமாலை மணிகளை உருட்டிக் கொண்டி ருப்பதைக் கண்டார். அந்தக் கொலைகாரர் பெரிய வைரங்களும், மிகப் பெரிய கருஞ்சிவப்புக் கல்லும் பதித்த பொன்னிற தலைப் பாகையும் பாட்டனார் தந்தது. சுலைமானின் உடல் கோபத்தில் நடுங்கியது.

கடைசியில், ஔரங்கசீப் கண்களைத் திறந்து தம் உடன்பிறந் தாரின் மகனான அந்த விலங்கிடப்பட்ட அழகிய இளைஞன்மீது பார்வையைச் செலுத்தினார். அந்த இளைஞர் தம்முடைய தந்தை யைப்போல் தலையையும், தோள்களையும் வளைத்து நிலம்நோக்கி நிற்கவில்லை. அவர் அரியாசனத்தை நோக்கி நடந்தபோது, அவரு டைய தலை நிமிர்ந்தேயிருந்தது. புதிய பேரரசரின் கண்களை அலட்சியப் பார்வையுடன் நேர்பட நோக்கினார். அவர் இழப்பதற்கு எதுவும் இல்லை.

ஜஹானாரா, தம் குடும்பத்தில் நிகழவிருக்கும் அந்த நெஞ்சைப் பிளக்கும் துயர நிகழ்ச்சிக்கு ஒரு சாட்சியாக, ஆக்ராவில் இருந்து அவர் வந்திருந்தார். பிரதான அவையில் இருந்து, தனிப்பட்ட ஒரு மாடி முகப்பில் அமர்ந்திருந்தவர் விலங்கிடப்பட்ட தன் உடன் பிறந்தாரின் மகனைக் கண்டார். அவருடைய பிரியத்திற்குகந்த சுலை மானை அந்தநிலையில் கண்டதும், பெருகிய கண்ணீரில் அவரு டைய பார்வை மங்கியது. அவையில் இருந்தவர்கள் அவரவரர் படிநிலைக்கேற்ப அமர்ந்துகொண்டும், நின்றுகொண்டும் இருந்தனர்.

ஜஹானாராவிற்கு அவர்களில் சிலரை அடையாளம் காண முடிந்தது. பேரரசின் தற்போதைய பிரதான அமைச்சராக இருக்கும்

ஜாஃபர்கான், அவருடைய தாயின் சகோதரிக்குக் கணவர். தில்லி யின் சுபேதாராக உயர்த்தப்பட்டிருக்கும் மிர்ஸாராஜா – ஜெய்சிங், மீர்ஜும்லாவின் மகனான முகம்மது அமீன்கான் இப்போது அரசருக்கு ஆலோசனை கூறும் அறிஞர். முன்பு தாராஷிகோவின் விசுவாசிகளாயிருந்த மகாராஜா ஜஸ்வந்த்சிங் ரதோட், திலேர்கான், தனிஷ்மந்த்கான் போன்ற சிலர் முன் வரிசையில் அமர்ந்திருந்தனர். வண்ணத் தலைப்பாகையும், பகட்டான உடைகளுமாய் அவர்கள் காட்சியளித்தனர்.

மார்க்க அறிஞர்களும் (உலமாக்கள்), பெருங்குடி மக்களும், நியாயாதிபதிகளும் (காஜிகள்) நீள அங்கியும், நீண்ட தாடியுமாய் வந்து அவையை நிறைத்திருந்தனர். ஜஹானாரா, தனக்குப் பின்னால் அமர்ந்திருந்த அரசகுடும்பத்துப் பெண்கள் பக்கம் பார்வையைத் திருப்பினார். அவர் வெகுநாளாய் காணாதிருந்த ரோஷனாராவைக் கண்டு திகைப்புற்றார். அவருடைய இளைய சகோதரி அவரைக் காணாதவர் போல் பாசாங்கு செய்தார். ஔரங்கசீப்பின் மகள் களும், சுலைமானின் சகோதரிகளும், அமைச்சர்களின் மனைவியரும் மகள்களும் அடுத்தடுத்த வரிசைகளில் அமர்ந்திருந்தனர்.

வழக்கு விசாரணை ஆரம்பமாகியது.

‘நீர் பேரரசுக்கெதிரான ராஜத்துரோகி. கார்வால் அரசில் புகலிடம் பெற்று அங்கிருக்கும் அரசரை பேரரசுப் படைகளோடு யுத்தம் செய்யத் தூண்டியிருக்கிறீர். உம்மைத் தற்காத்துக் கொள்ள நீர் ஏதும் கூறவிரும்புகிறீரா?’ அரியாசனத்தின் இடதுபுறம் நின்றிருந்த முல்லா ஒருவர் சுலைமான் மீது குற்றம் சாட்டினார். மன்றம் அமைதியாக இருந்தது, எல்லாருடைய கண்களும் சுலைமான் மீதே குவிந்திருந்தன.

சுலைமான் கசப்பான புன்னகையுடன், ‘இல்லை. நான் எந்தத் தவறும் செய்யவில்லை. மதிப்புக்குரிய நீதிமன்றத்தில் நான் சொல் வதற்கு எதுவும் இல்லை’ என்றார்.

‘ஒவ்வொரு குற்றவாளியும் இப்படித்தான் சொல்கிறார்கள். நீர் சொல்வதற்கு எதுவும் இல்லையென்றால், உம்முடைய செயலின் விளைவுகளை நீர் சந்திக்க வேண்டியதுதான்’ என்று அதிகாரப் பூர்வமாகத் தெரிவித்தார் சமயகுரு.

தனிமுறையிலான அந்த அவைக்கூட்டத்தில் நிலவிய அமைதி அச்சுறுத்துவதாக இருந்தது. ஜஹானாரா பெருமூச்சுவிட்டார். அவருடைய மருமகனின் விதி மாற்ற முடியாதவாறு உறுதி செய்யப் பட்டு விட்டது. அவர் ஔரங்கசீப்பின் முகத்தை நோக்கினார், அது உணர்ச்சியற்றதாய் இருந்தது. சுலைமான் தலையை நிமிர்த்தி, தன்னுடைய பட்டு போன்ற தலைமுடி தோளில் பரவியிருக்க,

சிவந்த முகத்துடனும், செக்கச் சிவந்த கண்களுடனும் நிற்பதை, பார்வையை மறைக்கும் கண்ணீருடன் பார்த்திருந்தார் ஜஹானாரா. அங்கிருந்த எல்லாருமே தரையை ஆராய்கிற முனைப்போடு தங்கள் பாதங்களில் பார்வையைச் செலுத்தியிருப்பதை அவர் கவனிக்கவே செய்தார்.

ஔரங்கசீப் மரணதண்டனை அறிவிக்கும் அளவிற்கு சுலைமானுக்கெதிராகக் கடும் குற்றச்சாட்டுகள் எதுவும் இல்லை, அவருக்கெதிராகப் பயன்படுத்த செவிவழித் தகவல்கள் (பொதுப் பேச்சு) மட்டுமே இருந்தன. அவை மெய்ப்பிக்கக் கூடியவையல்ல என்பதை ஜஹானாரா அறிந்தேயிருந்தார்.

அவர், ஔரங்கசீப் அதிகாரப்பூர்வமாய் அறிவிக்கவிருந்ததைத் தெரிந்துகொள்ள ஆர்வமானார்.

ஔரங்கசீப் தம் கண்களைத் திறந்தபடி, அறிவித்தார் –

'நீர் எதைச் செய்திருந்தாலும் உமக்கு எந்தத் தீங்கும் நேராது என்பதை நான் உறுதிப்படுத்துகிறேன். அல்லாவிடம் நம்பிக்கை வைத்திருக்கும் நீர் கருணையுடன் நடத்தப்படுவீர். உம்முடைய தந்தை இஸ்லாமுக்கு எதிரானவர் என்பதால் அவருக்கு மரண தண்டனை விதிக்கப்பட்டது. நீர் பயப்படத் தேவையில்லை.' ஔரங்கசீப் சற்றே நிறுத்திவிட்டுத் தொடர்ந்தார். 'ஆனால், நீர் பேரரசருக்கு எதிராகச் செயல்பட்டதை நம்மால் மறக்க முடியாது, அது மிகக் கடுமையான குற்றம். குவாலியர் கோட்டை மாதிரி பாதுகாப்பான இடத்தில் உம்மைக் கூர்நோக்குக் காவலில் நாங்கள் வைத்திருப்போம்.'

சுலைமான், கணப்பொழுது குழப்பத்தோடு காணப்பட்டாலும் பின்பு நிதானமாய்ச் சொன்னார் –

'நீங்கள் எனக்கு 'போஸ்தா' (அபினி விதைகளில் தயாரிக்கப்பட்ட பானம்) கொடுத்து என்னைப் பித்துப் பிடிக்கச் செய்து கொஞ்சம் கொஞ்சமாய்க் கொல்லத் திட்டமிட்டிருந்தால், நான் பேரரசரிடம் கெஞ்சிக் கேட்டுக் கொள்கிறேன், தயவுசெய்து வேறு எந்த வழியிலாவது என்னைச் சீக்கிரமே கொன்றுவிடுங்கள்.'

'அந்தப் பானம் நிச்சயம் கொடுக்கப்பட மாட்டாது' என்று உரத்த குரலில் கூறினார் ஔரங்கசீப்.

4

கர்னூல் நகரத்தின் கடைக்கோடிப் பகுதிகளில் இருந்த வீடுகள் தீக்கிரையாக்கப்பட்டு, துங்கபத்திரை ஆற்றுக்குமேலே வானம்

கரும்புகையால் நிரம்பியிருந்தது. கடும் தலைவலி இருந்தும் சித்தி ஜௌஹர் கர்னூல் கோட்டையின் மேற்குப் பகுதியில் நின்று அந்த நகரத்தில் அழிவை வருத்தத்துடன் பார்த்துக் கொண்டிருந்தார். பனாலாவில் ஏற்பட்ட வீழ்ச்சிக்குப் பிறகு, அவர் எப்படியோ சமாளித்து, தப்பியோடி தம் இருப்பிடத்துக்கு வந்து சேர்ந்திருந்தார். ஆனால் அலி ஆதில்ஷாவுக்கோ அவரை உயிரோடு விட்டு வைக்க விருப்பமில்லை. தற்போது அலி ஆதில்ஷாவின் படையாட்கள் அவரைச் சுட்டுத் தள்ளத் தயாராக இருக்கிறார்கள். அவருடைய படையினரில் பாதிப்பேர் அலியிடம் இணைவதற்காக அவரை விட்டுப் போய்விட்டார்கள். தங்கள் தலைவர் சிவாஜி தப்பிச் செல்வதற்கு உதவி, தங்களுக்குத் துரோகம் செய்துவிட்டதாய் அவர்கள் கருதினர். ஜௌஹர் தம்முடைய வாழ்வில் முதல் முறையாய், இந்த வாழ்க்கை இனி வாழத்தக்கதல்ல என்று எண்ணி னார். தம்முடைய இரு கைகளாலும் தலையைத் தாங்கிப்பிடித்துக் கொண்டு, பெருமூச்சு விட்டார் அவர். அலியின் படையாட்களை, எதுவும் தடுத்து நிறுத்துவதற்கில்லை. அவர்கள் சீக்கிரமே இந்தக் கோட்டைக்குள் மூர்க்கம் கொண்ட யானைகளைப்போல் நுழையப் போகிறார்கள், அவருடைய அந்தப்புரத்துக்குள்ளும் அவர்கள் பிரவேசிக்கக்கூடும். எஞ்சியவை மிக மோசமான அளவில் அவரைக் கவலைக்குள்ளாக்கி விடும்.

எதிரிகளைத் தாக்கும் பீரங்கிகளுக்கான கொத்தளத்தில் இருந்து, காப்பரண்கள் வழியே அவர் ஓடியபோது, கோட்டைக் காவலில் இருந்த வில்லாளிகளின் குழப்பப் பார்வைகள் அவர்மீது விழுந்தன. நிகழவிருந்த பெருந்தீங்கு குறித்த செய்தி பெண்கள் வாழும் மனைத் தொகுதிகளையும் எட்டியிருக்கும், சிலர் வீறிட்டலறு வதும், அழுது புலம்புவதும் அவருக்குக் கேட்டது. தாம் செய்ய விருப்பதை யாரும் பார்க்கவில்லை என்று நிச்சயித்துக் கொண்டு, ஒரு சிறிய அறைக்குள் அவர் புகுந்தார். அங்கிருந்த நிலவறைக்குச் செல்ல படிக்கட்டு இருந்தது. இருண்டு, ஈரமாக இருந்த குறுகிய வழியில் நடந்து சென்றவர், அங்கிருந்து வெளியேற ஒரு சிறிய இரும்புக் கதவைத் திறந்தார். கர்னூலின் இளம் ஜாகீர்தாரைத் தந்திரமாக அங்கே அழைத்து வந்து தாம் கத்தியால் குத்திக் கொன்றது ஏனோ அப்போது அவருடைய நினைவுக்கு வந்தது. இளம் மாலிக்கை குருதி இழப்பு ஏற்பட்டு சாகும்படி அங்கு விட்டுச் சென்றவர், அதன் பிறகு இப்போதுதான் இங்கே வருகிறார். அது நடந்து பல ஆண்டுகள் ஆகிறது. ஆனாலும் பிணநாற்றம் அங்கே வீசுவதாகவும், அந்தப் பையன் அவருக்காகக் காத்திருப்பதுபோலவும் அவருக்குத் தோன்றியது. அத்துடன் ஏதோ சத்தம் கேட்பதாய் அவர் எண்ணிக் கொண்டார். செத்தவன் கடைசி முறையாய்

அலறியதன் எதிரொலியாகவும் அது இருக்கலாம். அந்தச் சுரங்க வழியின் இருட்டு பற்றியோ, பாறை இடுக்குகளில் மறைந்திருக்கும் பாம்பு போன்ற ஊர்வன பற்றியோ அவர் அச்சப்படவில்லை. அவர் சற்றே நின்று நிதானித்தார். வெளியுலகின் எந்த சப்தமும் அங்கே அவருக்குக் கேட்கவில்லை. சிறிது நேரம் அங்கேயே அசைவற்று நின்றவர், தமது அரைக்கச்சையில் இருந்து குத்துவாளை உருவினார். அதன் கைப்பிடியை இரு கைகளாலும் பற்றிக் கொண்டு முழு வேகத்துடன் தம் வயிற்றுக்குள் செலுத்தினார். ஒருமுறை, இரண்டு முறை அல்ல. மூன்று முறை பலமாகச் செருகி இழுத்தார். மற்றொரு முறை முயற்சிக்கும் அவசியம் இருக்கவில்லை.

'மரணம் கருணை காட்டுவது, அது கடைசிப் புகலிடம், மரணம் இறைவனின் ஆசீர்வதிப்பு, நீங்கள் எந்தச் சோகத்துக்கும் சாட்சியாக இருக்க விரும்பாவிடில் மரணம் என்கிற தப்பித்தலை நாடலாம். அதற்கான சிறிய விலை இந்த உடல் வேதனை மட்டுமே.' கண்கள் செருகி மெத்தொலியுடன் கீழே விழுவதற்குமுன் இப்படி எண்ணிக் கொண்டார்.

அத்தியாயம் இருபத்தியிரண்டு

1

சிவாஜி பனாலாக் கோட்டையில் இருந்து தப்பிச் சென்று ஆறு மாதங்கள் ஆகிவிட்டிருந்தது. மாவலிப் பகுதியைச் சேர்ந்த மக்கள் அறுவடைத் திருநாளான மகரசங்கராந்தியைக் கொண்டாடுகிற மாதம் அது. ஆனால், அவர்கள் மிகுந்த அச்சத்தில் உறைந்திருந்தனர். முகலாயப் போர் விலங்குகள் அவர்களுடைய விவசாயப் பலனை விழுங்கித் தீர்த்துவிட்டன. வயல்வெளிகள் வெற்றாகக் கிடந்தன. எல்லாமே போய்விட்டது. சில கிராமங்களில் சாம்பலே மிஞ்சியிருந்தது, ஆயிரக்கணக்கானவர்கள் அடிமைகளாய்க் கொண்டு போகப்பட்டார்கள். இளம்பெண்களில் சிலர் ஷெயிஸ்டாவின் முகாமில் பாலியல் அடிமைகளாய்ச் சிறை வைக்கப்பட்டனர்.

அது நள்ளிரவு. ராஜ்காட்டில் கூடுதலாய் கட்டப்பட்ட பத்மாவதி விரிவாக்கப் பகுதியில் இருள் மண்டிக்கிடந்தது. பாஹிர்ஜி நாயக் மன்னர் சிவாஜியைக் காண்பதற்காகக் காத்திருந்தார். அன்றிரவே சிவாஜியிடம் தெரிவித்தாக வேண்டிய முக்கியச் செய்தியொன்று அவரிடம் இருந்தது.

'என்ன செய்தி, நாயக்?' ராஜா சிவாஜி கேட்டார், அவரோடு தானாஜியும் இருந்தார்.

'கர்த்தலாப் குர்வந்தா மலைப்பாதை வழியே வருவதாய் தெரிகிறது.'

'ஆச்சரியமா இருக்கே... அவர் ஏன் அப்படிச் செய்யணும்? நான் ஒரு தடவை அந்த வழியில் போயிருக்கிறேன். அந்தக் கணவாய் அங்கங்கே ரொம்பக் குறுகலாயிருக்கும்' தானாஜி தன்னுடைய கருத்தைச் சொன்னார்.

'அவருக்குத் தேர்ந்து கொள்ளும் வாய்ப்புகள் அதிகமில்லை. போர்கத் அல்லது குர்வந்தா இரண்டில் ஒன்றுதான். மற்ற மலைப் பாதைகள் செங்குத்தான உயர்வும், சரிவும் கொண்டவை, அவற்றின்

இடர்ப்பாடுகளைக் கடப்பது கடினம். நம்முடைய ஆட்களில் சில நூறு பேர் போர்கத்தை தங்கள் கட்டுப்பாட்டில் வைத்திருக்கிறார்கள். கர்த்தலாப்பிற்கு அது தெரிந்திருக்கும்' என்ற சிவாஜி, நாயக்கிடம் கேட்டார் –

'உமக்கு நிச்சயமாய் தெரியுமா?'

'நூறு சதவீதம். நான் கர்த்தலாப் கானுக்கு 'மஸாஜ்' பண்ணு கிறேன். அவருடைய தனிமுறைப் பணியாளன் நான். தம்முடைய அதிகாரிகளுக்கு என்னை அனுப்ப மாட்டார்' நாயக் ஒளிவு மறைவின்றிச் சொன்னார்.

'அவருடைய படைபலம் எவ்வளவு?' தானாஜி கேட்டார். அவர் புரிந்துகொள்ளத் தொடங்கியிருந்தார். கர்த்தலாப் கடக்க இயலாதபடி போர்கத் வழியை மராத்தியர்கள் வேண்டுமென்றே தான் அடைத்து வைத்திருக்கிறார்கள். அவரைக் குர்வந்தா வழியில் செல்லத் தூண்டுவதே அவர்களுடைய நோக்கம்.'

'இருபதாயிரம் பேர் என்பது என்னுடைய ஊகம். குதிரைகள், வாகனங்கள் கொண்ட முழுமையான படைப்பிரிவு. கர்த்தலாப் நீண்ட நாள் கொங்கணத்தில் தங்கத் திட்டமிட்டிருப்பதாய்த் தெரிகிறது' என்றார் நாயக்.

'என்னுடைய நினைவு சரியாக இருக்குமென்றால் சில காத தூரத்துக்கு இறக்கம், அதில் கீழ்நோக்கிச் சென்றால் அங்கே மலைப்பக்கம் ஒரு திறந்தவெளி. அதன் பிறகு கணவாய்க் குறுகலாகி விடுகிறது' தம்முடைய புருவங்களை உயர்த்தியபடி சிவாஜி சொன்னார்.

'ஜீ, ஜீ' என்று உறுதிப்படுத்துவது போல் தலையாட்டிய நாயக், 'அதைச் 'சவானி' என்பார்கள். மலையில் இருந்து இறங்குகிறவர்கள் அங்கே இளைப்பாறுவார்கள். சவானியில் இருந்து மேற்காகச் சென்றால் உம்பாரே கிராமம். அங்கே தடம் (செல்வழி) ரொம்பவே குறுகலாகிவிடுகிறது. அச்சமூட்டுமளவிற்குக் குறுகலாயிருக்கும். உள்ளூர்வாசிகள் அதை 'உம்பர்கண்ட்' என்று அழைக்கிறார்கள். அது ஒரு துப்பாக்கியின் நீண்ட குழல்போல் இருப்பதே அதற்குக் காரணம்.'

'அந்தக் குழல்பகுதி ஒரே சமயத்தில் எல்லாருக்கும் இட மளிக்குமா?' ஆர்வத்துடன் கேட்டார் தானாஜி.

'அந்தக் குழல் பகுதி ஒன்றரை மைல் நீளம் உடையது. முதலில் சில நூறு தொழிலாளர்களை அனுப்பி, வழியைச் சுத்தம் செய்து கொண்ட, முகலாயக் காலாட்படையில் சில ஆயிரம் பேர் செல்ல லாம். அவர்கள் உம்பாரேக்கு அருகில் சென்றதும், ஒட்டுமொத்தப் படையும் குழல்பகுதியில் பிரவேசிக்கலாம்.'

‘ஆக உம்பர்கண்ட் என்கிற துப்பாக்கியை, அதன் குழல் பகுதியில் முகலாயப் படை என்கிற வெடிமருந்து திணிக்கப்பட்டதும் நாம் சுட முடியும்’ என்று தம்முடைய நகைச்சுவை உணர்வு தோன்றக் கூறினார் சிவாஜி. அவருடைய கண்கள் மின்னின. அது குறும்புத் தனத்திலா, எதிர்பார்ப்பிலா என்பதை யாராலும் சொல்ல முடியாது.

‘அது மட்டும் நடந்துவிட்டால் அவர்கள் பின்வாங்கிச் செல்லவோ, ஒன்று சேரவோ வகையிருக்காது. வெவ்வேறு பக்கமாய் விலகியோட வழியில்லாமல் வெடித்துச் சிதற வேண்டியதுதான்’ என்றார் நாயக். அதில் விவேகம் தெரிந்தது.

‘இந்தப் பாதையைப் பார்த்தாற்போல் மலை எதுவும் இருக்கிறதா?’ சிவாஜி கேட்டார்.

‘நிச்சயமாக. இந்தப் பாதைக்குமேல் பல குன்றுகள் உள்ளன. அவற்றில் ஒன்று பாதை முடியுமிடத்தில் உள்ளது அல்லது இப்படிச் சொல்லலாம். குழலின் வாய்ப்பகுதியில் உம்பாரே கிராமத்துக்கு அருகில் அது உள்ளது என்று அந்தக் குறுகிய பாதையில் பல இடர் களையும் கடந்து மேற்கு நோக்கிச் சென்றுதான் ஒருவர் கொங் கணத்தை அடைய முடியும்’ நாயக் பதிலளித்தார்.

‘நமக்கிருக்கும் அவகாசம் எவ்வளவு?’ சிவாஜி கேட்டார்.

‘மூன்றே நாட்கள்’ என்ற நாயக், குரலைத் தாழ்த்திக் கொண்டு சொன்னார், ‘கர்த்தலாப்போடு பெண் வீரர் ஒருவரும் உடன் செல்வதாய்க் கேள்விப்பட்டேன்.’

2

மூன்று இரவு, மூன்று பகல் கழிந்த பிறகு கர்த்தலாப்கான் கடைசியில் தம்முடைய இருபதாயிரம் காலாட்படை, குதிரைப் படையோடு குர்வந்தாவிற்கு வந்து சேர்ந்தார். சிவாஜி கைப்பற்றிய வடகொங்கணப் பகுதியை மீட்டெடுப்பதற்காகவே அவருடைய தலைமையில் அந்தப்படை நெடும்பயணம் மேற்கொண்டது. அவருடைய தலைமையின் கீழ் கச்வா, சௌஹான், அமர்சிங், மித்ராசென், சர்ஜிரா காட்கே, கோகடே, ஜாதவ்ராவ் போன்ற பெருவீரர்களின் கட்டுப்பாட்டில் உள்ள படைப்பிரிவுகள் இருந்தன. அவர்களுள் ஒருவர்தான் சாவித்ரிபாய் – ‘ராய்பகன்’ என்ற விருதுப் பெயர் கொண்ட பெண்புலி. அவர் ஒரு மராத்தியப் பெண்மணி. அவருடைய கணவரின் மறைவுக்குப் பிறகு, ஔரங்கசீப் அவரை ஒரு மான்ஸப்தாராக நியமித்திருந்தார்.

கர்த்தலாப்பின் குதிரை, ஆழ்ந்த பள்ளத்தாக்கிற்கு இறங்கும் சரிவுக்கு மேலே உள்ள மேட்டு நில விளிம்பில் நின்றிருந்தது. அது குர்வந்தா கணவாயின் தொடக்கப்பகுதி. இராணுவம் எதுவும் அந்த வழியே அதற்குமுன் அணிவகுத்துச் சென்றதில்லை. அந்த நிலப்பரப்பின் வரைபடத்தை ஆராய்வதற்கு அதிக நேரம் எடுத்துக்கொண்டார் அவர். தேஷ் என்கிற மேட்டு நிலத்தில் (பீடபூமி) இருந்து கொங்கணம் போகிற ஒருவர் கடினமான மலைப்பாதை வழியேதான் போக வேண்டும் என்பது அவருக்குப் புரிந்தது. ஸாஹ்யாத்ரி மலைத்தொடரின் மேற்கத்திய எல்லைக்குச் சென்று, அங்கிருந்து பிறகு இறங்கிச் செல்ல வேண்டும். ஒட்டு மொத்த பரப்பும் குன்றுகள், அடர்ந்த காடுகள், ஆற்றுப் படுகைகள் இவற்றுடன் செங்குத்தான கரடுமுரடான பாறைகளைக் கொண்டிருந்தது, அங்கங்கே தொடர்பறுந்து விட்டிருக்கும். மலையடிவாரம் நோக்கிச் செல்லும் வழிகளோ மிகக் குறுகலானவை, மட்டுமீறிய ஏற்ற இறக்கங்களில் குதிரைகள் காலூன்றவே தடுமாறிவிடும். கர்த்தலாப் தேர்வு செய்து கொள்வதற்கு போர்கத் அல்லது குர்வந்தா கணவாய் மட்டுமே இருந்தன. அவர் பல்வேறு காரணங்களைக் கருத்தில் கொண்டு குர்வந்தாவைத் தெரிவு செய்தார். அந்த இடத்தை எளிதாய்ச் சென்றடையலாம் என்பது ஒன்று. அங்கிருந்து குன்றின் அடிவாரத்தை நோக்கிச் செல்வதில் அதிக இடர்ப்பாடுகள் இல்லை. சவானி என்கிற சிற்றூரை அடையும் வரை பயணம் நெடுகவும் முப்பது டிகிரி கோணத்தில் பாதை நிலையுறுதி கொண்டதாகவே இருக்கும் என்பது. அதுவுமல்லாமல் அவருடைய படை முகாமிட்டு தங்கவும் அங்கே போதிய இடம் இருந்தது. அவர் மராத்தியர்களை முட்டாளாக்குவதற்காக முதலில் போர்கத் நோக்கித் தம்முடைய படையை நடத்தி, பிறகு திடுதிப்பென்று குர்வந்தா பாதைக்கு மாற்றினார்.

கர்த்தலாப் தலைமையில் முகலாயப் படைப்பிரிவு அங்கு மிங்கும் அலைந்து, தன் நெடும் பயணத்தைத் தொடங்கியது.

நூற்றுக்கும் மேற்பட்ட முகலாய அடிமைகள் காட்டுச் செடிகளையும், முட்புதர்களையும் வெட்டித் தள்ளி பாதையைச் சீர்படுத்தும் பணியில் முனைப்புடன் ஈடுபட்டனர். கர்த்தலாப் விளிம்புப் பகுதி வரை தம் குதிரையைச் செலுத்தினார்.

குதிரை கீழ்நோக்கிப் பார்த்து, பள்ளத்தாக்கைக் கண்டு கலவர உணர்ச்சிக்குள்ளானது. கர்த்தலாப் வேகமாய்க் குனிந்து பார்த்து விட்டு, குதிரையை மெல்லப் பின்னுக்கிழுத்தார். ஒரு கையால் கடிவாளத்தைப் பற்றியிழுத்தவர், மறுகையால் அந்த விலங்கின் கழுத்தைத் தேய்த்து விட்டார். பல போர்க்கள அனுபவம்கொண்ட

குதிரையென்பதால் சீக்கிரமே இயல்பமைதி கொண்டுவிட்டது. கர்த்தலாப்கானுக்கு முன்பாய்த் தெரிந்த உலகம் இரைச்சலுடன் வீழும் அருவி, நிதானமாக மேயும் கால்நடைகள், தொடர்ந்து ஒலிக்கும் பறவைகள் என்று உயிரோட்டத்துடன் இருந்தது. தன்னைக் குளிர் காற்று தீண்டிச் சென்றபோது அவர் உற்சாகத்துடன் சீழ்க்கையொலி செய்தார். கடந்த காலத்தில் அவர் கற்பனை செய்தே பார்த்திராத வள வாயில்களுக்கான ஒரு புதிய தொடக்கம் இது. அவருக்குப் பின்னே போர்க்கவசம் அணிந்த ஆயிரமாயிரம் காலாட்படை யினர். அவர்களிடம் அச்சமோ, கவலையோ சிறிதும் காணப்பட வில்லை. அவ்வப்போது வேடிக்கையாய்ப் பேசி, சிரித்துக்கொண்டு நடந்தனர். அவர்களைத் தொடர்ந்து சிறப்புப் பணிக்கான குதிரைப்படை சென்றது. அழுக்கேறிய உடையணிந்த ஐயாயிரம் அபீசீனிய அடிமைகள் பெட்டி பெட்டியாய் ஆயுதங்களையும், தானியங்களையும் சுமந்து சென்றனர். அவர் முன்னேறிச் செல்வ தற்குமுன், நீண்ட வரிசையில் வண்ணத் திரைகளுடன் கூடிய பல்லக்குகள் வருவதைத் திரும்பிப் பார்த்தார். அந்தப் பல்லக்குகளில் அவருடைய மற்றும் அவருடைய அதிகாரிகளில் குடும்பங்கள் வந்தன. அவற்றுக்குப் பின்னே எருதுகள் பூட்டிய வண்டிகள் வில்லாளிகள், வாள் வீரர்களின் பலத்த பாதுகாப்பில் வந்தன. அந்த வண்டிகளில் தங்க, வெள்ளி நாணயங்கள் பைகளில் வைக்கப்பட்டி ருந்தன. இந்தப் போர் நடவடிக்கைக்காக அவருக்கு வழங்கப் பட்டவை அவை.

முகலாயப் படைத் தாழ்வான பகுதியில் இறங்கத் தொடங் கியது, கர்த்தலாப் விழிப்புடனிருந்தார். அவருடைய காலாட் படையினரில் சில ஆயிரம் பேர் சிறந்த வில்லாளிகளாகவும் இருந் தனர். அவர்கள் சந்தேகத்திற்கிடமான அசைவுகள் ஏதும் உள்ளதா என்பதை அறிய ஒவ்வொரு மரத்தையும், இடுக்குப் பாறைகளையும் கவனமுடன் பார்த்துக் கொண்டு சென்றவண்டியோட்டிகள் எருதுகள் அதட்டுகிற சப்தம், மைனா மரங்கொத்தி போன்ற பறவை களின் ஒலி இவையே மூலிகை வாசத்துடன் கூடிய காற்றில் கலந் திருந்தன.

மலையேற்ற அனுபவம் இல்லாத முகலாயர்கள் சோர்ந்து விட்டனர். அவர்கள் குன்றின் அடிவாரத்தை நோக்கிச் செல்லும் போது, கடல்மட்டத்தில் இருந்ததால் சீதோஷ்ணநிலை ஈரப்பதத் துடனும், வெது வெதுப்பாகவும் இருந்தது. பெரிய பெட்டிகளைச் சுமந்து சென்ற அபிசீனிய அடிமைகள் தங்கள் உடம்பின் வியர்வை யிலேயே நனைந்து விட்டனர். அவர்களுடைய குடிநீர் இருப்பு முன்பே தீர்ந்துவிட்டிருந்தது. வழியில் எதுவும் கிடைப்பதாக இல்லை.

அன்று பிற்பகலில் அவர்கள் சவானியை வந்தடைந்தனர். உம்பாரே கிராமத்துப் பக்கம் முகாமிடுவதென்று கர்த்தலாப்கான் முடிவு செய்தார். தாக வறட்சியில் தவிக்கும் மனிதர்களுக்கும், விலங்குகளுக்கும் அங்கே தண்ணீர் கிடைக்கக் கூடும் என்ற நம்பிக்கை கொஞ்சம் இருந்தது. அம்பா ஆறு நீரின்றி வறண்டு கிடந்தது. அந்தப் பகுதி அமைதியாய் காணப்பட்டது.

சில மணி நேரத்துக்கெல்லாம், கணவாய் வழியே பயணத்தைத் தொடங்குவதென்று கர்த்தலாப்கான் தீர்மானித்தார். படைப்பிரிவு களை முன்னே போகவிட்டு, அவரும் அவருடைய பாதுகாவலர் களும், ராய்பகானும் பின்பற்றிச் செல்வதாக இருந்தனர்.

யுத்தத்துக்கான கட்டமைவுகளை மராத்தியர்கள் திட்டமிட்டி ருந்தனர். உம்பர்கண்ட் பக்கம் மலைப்பாங்கான பகுதியை அடைந்த சிவாஜியும் பால்கரும், அவருடைய நூற்றுக்கணக்கான குதிரைவீரர் களும் ஒளிந்திருந்து தாக்கத் தயாராயினர். உம்பாரே குன்றின் சரிவில் இருந்த புதர்க்காடுகளில் அவர்கள் மறைந்து கொண்டனர். அந்த இடம் ‘குழல்பாதை’க்குப் பக்கமாக இருந்தது. ஆயிரக்கணக் கான மராத்திய வில்லாளிகள் மரக்கிளைகளிலும், பாறைகளின் பின்னாலும் பதுங்கியிருந்தனர். மது சரியான தருணத்திற்காக இரண்டு மணிநேரமாய்க் காத்திருந்தான். அவனைச் சுற்றி மட்டுமீறிய சுறுசுறுப்புடன் அணில்கள் ஓடிக் கொண்டிருந்தன. குரங்குகள் கிளைகளில் தொங்கியபடி அச்சமூட்டும் வகையில் இரைச்ச லிட்டன. அவற்றின் எச்சரிக்கைக் கூச்சல்கள் காற்றில் எதிரொலித்தன. முகலாயப் படைப்பிரிவுகள் குழல்பகுதியில் முற்றிலும் பிரவேசிக்கும் வரை அவன் காத்திருந்தான்.

மது காதைத் துளைக்கிற மாதிரி, திரும்பத் திரும்ப சீழ்க்கை யொலி செய்தான். சீழ்க்கையொலி கேட்டதுமே அங்கு, மரக் கூட்டங்களினூடாக மறைந்திருந்த மராத்தியர்கள் மரச் சுத்தியல் களால் அடித்துப் பறையொலித்தனர். கேடான ஒன்று நிகழப் போவதன் முன்னறிகுறியாக எழுந்த அப்பேரொலியில் காட்டின் நிசப்தம் கலைந்தது, பறவைகள் நடுக்கத்துடன் சிறகடித்து வானை நோக்கிப் பறந்தன. சவானியில் ராய்பகனுடன் காத்திருந்த கர்த்த லாப் தம்முடைய படை பத்திரமாகப் பாதையைக் கடக்கும் என்று எண்ணியிருந்தார். ஆனால் அந்த முரசுகளின் ஒலி அவரை அச்சத்தில் உறையச் செய்ததாக இருந்தது.

சில கணங்களில் மரக்கிளைகளில் இருந்து ஆயிரக்கணக்கான அம்புகள் மழைப்பொழிவுபோல் இறங்கின. முகலாயப் படை வீரர்கள் அண்ணாந்து பார்த்தபடியே தரையில் விழுந்து மடிந்தனர். தாம் மிகப் பெரிய தவறு செய்துவிட்டதை அடுத்த சில கணங்களில்

உணர்ந்தார் கர்த்தலாப். அவருடைய ஆட்களை அவரே பொறியில் அகப்படுத்தி விட்டார். சில நூறு காலாட்படை யினர் விரைந்து வில்வளைத்து, அம்பு தொடுத்தும், மறைந்திருந்த மராத்திய வில்லாளிகளை அவை தாக்கவில்லை. அபிசீனிய அடிமை கள் தங்கள் சுமைகளைப் போட்டுவிட்டு ஓட்டம் பிடித்தனர். வண்டியோட்டி வந்தவர்களும் அவர்களைத் தொடர்ந்தனர். எது கிழக்கு, எது மேற்கு என்று பாராமல் தப்பினால் போதும் என்று தலைதெறிக்க ஓடினர். பல்லக்குச் சுமந்தவர்களும் அவ்வாறே ஓட்டமெடுத்தனர். பல்லக்குகளில் இருந்த பெண்களும், குழந்தை களும் அச்சத்தில் அழுதரற்றி, ஓலமிட்டனர். பாதையின் இரண்டு பக்கங்களும் சிவாஜியின் ஆட்களால் அடைபட்டுவிட்டன.

ராய்பகன் யுத்தத்தைக் கவனித்தாள், தாங்கள் இருவருமே எதிரியின் இலக்கு என்பதைப் புரிந்துகொண்டாள்.

'நாம் சரணடைந்துவிடுவோம்' அவள் முதல் முறையாகத் தன்னுடைய குரலை உயர்த்தினாள். 'இல்லையேல் எல்லாரும் மடிய வேண்டியதுதான்.'

'நம்மை அவர்கள் உயிரோடு விட்டு வைப்பார்கள் என்ற எண்ணமா?' கர்த்தலாப்பின் குரல் அச்சத்தில் மாறி விட்டிருந்தது.

'நாம் முயன்று பார்க்கலாம். சிவாஜி பெண்களைத் துன்புறுத்து வதில்லை என்று நான் கேள்விப்பட்டிருக்கிறேன்' ராய்பகன் உரத்த குரலில் சொன்னாள். முழுமையாய் கவசம் தரித்து, வெண்ணிறக் குதிரையில் அமர்ந்திருக்கும் அந்தப் பெண்மணி சொல்வது கருத்தூன்றியதா அல்லது இகழ்ச்சிக்குறிப்பா என்று புரியாமல், கர்த்தலாப் அவளையே உற்று நோக்கினார்.

அவர் முதலில் தயங்கினாலும், அவளுடைய கண்களில் அச்சத்தைக் கண்டதும், வெள்ளைக் கொடியை அசைக்கச் சொல்வ தற்காக, தம் வீரர்களை நோக்கி ஓடினார். அவருடைய பாதுகாவலர் கள் பெட்டியில் இருந்து எடுத்த வெள்ளைத் துணிகளைத் துண்டு துண்டாக்கி தங்கள் ஈட்டி முனைகளில் பொருத்தினர். அவர்கள் உயர்த்திய வெள்ளைக் கொடிகள் காற்றில் படபடத்தன. மராத்தியர் களின் அம்பு மழை உடனே நின்றது. முகலாய வீரர்கள் ஓரங்குலம் கூட அப்படி இப்படி நகராமல் அங்கேயே நின்றுவிட்டனர். நிமிடங்கள் மணிகளாகிக் கழிந்தன. நரகத்தில் இருந்து வெளிப்பட்ட நச்சு ஆவிபோல் இருண்ட இரவு அவர்கள்மீது கவிந்தது. ஒவ்வொரு கணத்திலும் அவர்களுடைய கவலை அதிகரித்தது, பசியுந்தான். சமதளமற்ற தரையில் அவர்கள் கால்களை மடித்து அமர்ந்திருந் தனர். எண்ணற்ற பிணங்களுக்கிடையே, அவர்கள் நகர முடியாமல் ஒருவரை ஒருவர் ஒட்டினாற் போல் அமர வேண்டியிருந்தது. சிலர்

வலி தாளாமல் வளைந்து நெளிந்தார்கள். சிலர் இரத்தப் பெருக்குடன் ஓசைபடாமல் செத்துப் போனார்கள்.

காலைக் கதிரவனின் முதற்கிரணங்கள் சவானியைத் தாக்கிய போது, கர்த்தலாப்கானை யாரோ அழைத்தார்கள். வேதனையுடன் கண்களை மூடியிருந்தவர், விழித்துக் கொண்டு பார்த்தார்.

'நாம் போகவேண்டும். ஒரு செய்தி வந்திருக்கிறது' ராய்பகன் சத்தமாய்ச் சொன்னதைக் கேட்டார் அவர்.

அவர் குதிரையில் ஏறி, காவலர்கள் உடன்வரப் புறப்பட்டார். தம்முடைய ஆட்களில் பலர் மடிந்தும், காயத்துடனும் கிடப்பதைக் கண்டதும் நிகழ்வின் தீவிரம் அவருக்குப் புரிய வந்தது. உம்பாரே குன்றின் பக்கம் பார்வையைச் செலுத்தியபோது, குன்றின் அடி வாரத்தில் அவர்களுக்காக ஆட்கள் காத்திருப்பதைக் கண்டார். நெருங்கிச் சென்றபோது, பொன்னிற தலைக்கவசமும், உடற் கவசமும் தரித்து வெண்ணிறக் குதிரைமீது அமர்ந்திருந்த மனிதரை அவர் கூர்ந்து கவனித்தார். அந்த மனிதரின் அரைக்கச்சையில் உடைவாள் தொங்கியது. தம்முடைய வலதுகையில் நீண்ட திரிசூலத்தை வைத்திருந்தார் அவர். அவரைச் சுற்றி வில்லாளிகள் பலர் நின்றிருந்தனர்.

கர்த்தலாப் எதையும் பேச விரும்பாதவராய், தம்முடைய குதிரையில் இருந்து குதித்து, மண்டியிட்டார். அவருடன் வந்திருந்த ராய் பகனும் அவ்வாறே செய்தாள்.

'தயவுசெய்து கருணை காட்டுங்கள்' ராய்பகன் மண்டியிட்ட படியே உரத்த குரலில் வேண்டினாள். சிவாஜி, ஒரு போர்வீரனைப் போல் உடையணிந்த, உயரமான அந்த மராத்தியப் பெண்மணியைக் கண்டு புன்னகைத்தார். துணிவும், மனஉறுதியும் கொண்ட பெண்! கர்த்தலாப் அவளைத் தனது கேடயமாகப் பயன்படுத்துகிறார்.

'உங்களுடைய பயண மூட்டைகள் எல்லாவற்றையும், போர் விலங்குகளையும், ஆயுதங்களையும், பணத்தையும், பீரங்கி வண்டி களையும் நீங்கள் விட்டுச் செல்வதாக இருந்தால் நாங்கள் உங்களைப் போகவிடுவோம். உங்களோடு உங்களுடைய படையாட்கள், அடிமைகள், உங்கள் குடும்பங்கள் எல்லாமே உயிரோடு போகலாம்' என்றார் சிவாஜி.

'தாங்கள் விதித்தபடியே' என்று நிமிர்ந்து பார்க்காமல் பதில ளித்தார் கர்த்தலாப்.

சீக்கிரமே, முகலாயப்படை திரும்பிச் செல்லும் பயணம் தொடங்கியது. இம்முறை குதிரைகள், வண்டிகள், உடைமைகள் எதுவும் இல்லாமல், எல்லாவற்றையும் சிவாஜியிடம் ஒப்படைத்து விட்ட நிலையில்.

3

குவாலியரில் அச்சமூட்டும் முறையில் பரந்து விரிந்திருக்கும் பெரிய மலையொன்றில் அருமையான மாளிகைகளும், நீர்நிலைகளும், வளமை ததும்புகிற தோட்டங்களும் கொண்ட கோட்டை இடம் பெற்றிருந்தது. கொள்ளை அழகுடைய இந்த மாளிகைகளின் கீழேதான் குலைநடுங்க வைக்கும் பாதாளச்சிறை அமைந்திருந்தது. அங்கே சிறைவைக்கப்பட்டவர்கள், அபினியில் இருந்து தயாரிக்கப்படும் நச்சுப் பானத்தைப் பருகி தங்கள் உயிரை இழப்பதற்காகக் காத்திருந்தனர்.

ஔரங்கசீப் சிறைச்சாலையின் புறக்காவல்களைக் கடந்து, பாதாளச் சிறைக்குச் செல்லும் படிக்கட்டுகளில் இறங்கி நடந்தார்.

தாராபாய் சாகடிக்கப்பட்டார், அவருடைய மகன் சுலைமானைச் சிறையிலடைத்து, அபின் போதைக்கு முழுமையாய் அடிமைப்படுத்தியாயிற்று. காணாமற்போன ஷுஜா பாயையும் அவருடைய மகன் புலந்த்தையும் துரத்திக் கொண்டு போயிருக்கிறார் மீர்ஜும்லா. முராத்தும் சிறையிலடைக்கப்பட்டு, ஔரங்கசீப்பின் கருணையால் இன்னமும் உயிரோடிருக்கிறார். ஆனால், நடக்கிற ஒவ்வொன்றிலும் ஏதாவது சிக்கல் இருக்கவே செய்கிறது. தக்காணத்தில் இருந்து வந்த செய்தி மனச்சோர்வை உண்டுபண்ணுவதாக இருந்தது. அங்கே கர்த்தலாப் ஒரு தரம் கெட்ட தோல்வியை அடைந்திருக்கிறார். வெற்றியாளரான சிவாஜி ஆயிரக்கணக்கான காலாட் படையினரையும், சிலநூறு குதிரைவீரர்களையும் வைத்துக் கொண்டு, தெற்கே ஒவ்வொரு நகரமாய்க் கைப்பற்றிக் கொண்டிருக்கிறார். மராத்தியர்களின் முரட்டுத்தனமும், பேராசையும் எங்கும் பேரச்சத்தை ஏற்படுத்தியிருக்கிறது. ஜன்ஜீரா கோட்டைக்கு சில காததூரத்தில் உள்ள நிஜாம்பூர் திடீர்த் தாக்குதலுக்குள்ளாகி இருக்கிறது. தபோல் கோட்டை கைப்பற்றப்பட்டிருக்கிறது. சங்கமேஸ்வரில் இருந்த முஸ்லீம் சுபேதார் தப்பியோடி விட்டார், கல்யாண் நகருக்கும் கோவாவிற்கும் இடைப்பட்ட நிலப்பகுதியில் நிலைமை சீர்கேடடைந்து விட்டது. ஆதில்ஷாஹி ஜாகீர்தார்களும், சுபேதார்களும் ஒன்று தங்கள் அதிகாரத்தில் உள்ள நிலப்பகுதிகளைக் கைவிட்டு ஓட்டம் பிடித்திருக்கிறார்கள் அல்லது கொஞ்சமும் வெட்கமில்லாமல் அந்த மோசமான கலகக்காரருக்கு உதவவோ, கப்பம் கட்டவோ செய்கிறார்கள். மதத்திற்கு புறம்பான ஒருவர் எழுச்சியடைவதற்குக் காரணமான ஷியாப் பிரிவினரின் அரசுகளை முற்றிலுமாய் ஒழித்துக்கட்ட வேண்டும்.

இப்படி மனம் சார்ந்த சிக்கல்களுக்கு ஆட்பட்ட ஔரங்கசீப் தம்முடைய மனதை மாற்றிக் கொண்டார். சுலைமான் ஷிகோவின் அறைக்கு நேராகச் செல்லவிருந்தவர், சில மாதங்களுக்கு முன்பு அங்கே கொண்டுவரப்பட்ட முகம்மது சுல்தானைக் காண்பதற்காக நின்றார்.

சுல்தான் அவசரமாக எழுந்து, சிறைக்கம்பிகளை நோக்கி தாவிச் சென்று, தன் விடுதலைக்கு நம்பிக்கையூட்டக் கூடிய எதுவும் தம் தந்தையின் கண்களில் தெரிகிறதா என்று கூர்ந்து நோக்கினார். ஆனால், அப்படி எதையும் அவர் காணவில்லை. ஔரங்கசீப் வருத்தத்துடன் தம் மகனை உறுத்து நோக்கினார்.

'அப்பா ஜான்...' சுல்தானின் இளமை குரல். எதிர்பார்ப்புடன் இலேசாக நடுங்கியது.

ஔரங்கசீப் தம் மகனைப் பார்த்த பார்வையில் பரிதாபமும், வெறுப்பும் இருந்தது. சமீபகாலம் வரை நம்பிக்கையும், துணிவும் உடையவராக இருந்த அந்த இளைஞர் தற்போது தன் வசீகரத்தை இழந்து மிகவும் மோசமான நிலையில் இருந்தார். அவருடைய தோல் கறுத்து, கண்கள் குழிவிழுந்து, வாராத தலைமுடியும், சீரற்ற தாடியுமாய்க் காணப்பட்டார்.

இருபதுகளின் தொடக்கத்தில் இருந்த இளவரசர் ஏதோ சொல்ல முயன்றார். வார்த்தைகள் வெளிவராமல் அவருடைய நெஞ்சுப் பகுதியிலேயே தேங்கி நின்றுவிட்டன. 'அப்பா ஜான்... தாங்கள் மகாராஜா ஜஸ்வந்த் சிங் ரதோடை அவருடைய ராஜத் துரோகத்தைப் பொருட்படுத்தாமல் மன்னித்துவிட்டீர்கள், ஆனால் உங்களுடைய சொந்த மகனான என்னை மன்னிக்காமல் இருக்கிறீர்கள்' என்று வெறுப்புடன் சொன்னார்.

'உன்னுடைய தாய் நீ உயிரோடு இருப்பதாக நம்பவில்லை. உன் முகத்தை அவள் பார்க்க விரும்புகிறாள். உன் முகத்தை வரைவதற்காக ஒரு ஓவியர் இங்கே வருவார்' என்று அறிமுகமில்லாதவரிடம் சொல்வதுபோல், சொல்லிவிட்டு நகர்ந்தார் ஔரங்கசீப். காவலர்கள் அவரைப் பின்தொடர்ந்தனர். சிறைக்கூட வீச்சத்தை சகிக்க முடியாதவராய், தம்முடைய சால்வையால் மூக்கைப் பொத்திக் கொண்டு நடந்தார். ஒரேயொரு தீப்பந்தம் ஒளிகாட்டும் இருண்ட இடைகழி வழியே சென்றார். அது சுரங்கம்போல் நீண்டு கிடந்தது. அதன் முடிவில் மிருகங்களை அடைக்கும் கூண்டுபோல் ஒரு சிறிய அறை.

அங்கே எலும்பும் தோலுமாய், அரைநிர்வாணக் கோலத்தில் இருந்தார் சுலைமான். ஔரங்கசீப் எப்படியோ அவரை அடையாளம் கண்டுகொண்டார். அவர் உண்மையில் அங்கே வந்தது

தாராஷிகோவின் மூத்த மகனான அந்த அழகிய இளைஞன் செத்துக் கொண்டிருக்கிறானா என்பதை உறுதி செய்து கொள்வதற் காகத்தான்.

இருளின் ஆழத்தில் இருந்து இரண்டு கண்கள் தீவிரத்துடன் ஔரங்கசீப்பைத் துளைப்பதுபோல் இருந்தது. அந்தக் கண்கள் தம்மிடம் கேள்விக்கணை தொடுப்பதுபோல் உணர்ந்தார் அவர். 'எனக்குக் 'கசகசா' பானம் கொடுக்கப்படாது என்று ஏன் பொய் சொன்னீர்கள்?'

திடீரென்று, மனநிலை பிறழ்ந்தவர்போல் சிரிக்கத் தொடங் கினார் சுலைமான். அந்த வெறித்தனமான சிரிப்பு குவாலியர் கோட்டை நடைவழிகளெங்கும் எதிரொலித்தது. அதற்கு மேலும் அங்கிருக்கப் பிடிக்கவில்லை ஔரங்கசீப்பிற்கு. அந்தச் சிரிப்போசை, இருட்டு, கரிய சுவர்களில் தொங்கிய தீப்பந்தங்களின் கரித்துகள் என்று எல்லாமே அவரை மூச்சுத் திணற வைத்தது.

4

சகானைக் கைப்பற்றிய ஷெயிஸ்டகான், தம்முடைய தளத்தைத் திரும்பவும் புனேக்கு மாற்றிக் கொண்டு விட்டார். தம்முடைய சகோதரி கணவரான ஜாஃபர்கானை எப்போதுமே மதிப்பவர் அவர். தற்போது பேரரசின் பிரதான அமைச்சராகி விட்ட ஜாஃபர் அவரைக் காண்பதற்காகவே, சரியாகச் சொல்வதெனில் அதிகார பூர்வ விசாரணைக்காகவே தில்லியில் இருந்து வந்திருக்கிறார். 'நான் பிரதான அமைச்சரை அறிவுத் திறத்தோடு கையாள வேண்டும்' என்று எண்ணிக் கொண்டார் ஷெயிஸ்டகான். தம்முடைய நேர்த்தி யாகச் செதுக்கப்பட்ட மரத்தாலான இருக்கையில் முன்நோக்கித் தம் உடம்பைச் சரித்துக்கொண்டு, கால்கள் வைப்பதற்கான குஷன் வைத்த அமைவில் தமது பாதங்களைப் பதித்திருந்தார் அவர். அது பனிக்காலம். லால்மகால் அவைக் கூடத்தின் சன்னல்கள் இறுக மூடப்பட்டிருந்தாலும் குளிராகவே இருந்தது. எனினும், குளிரை விடவும் அவருக்கெதிரான விசாரணை அவருடைய உற்சாகத்தைக் குறைப்பதாக இருந்தது.

பேரரசராகியிருந்த அவருடைய மருமகன் ஔரங்கசீப் கோண்டானா கோட்டையை முற்றுகையிடுவது பற்றி முன்பே ஜஸ்வந்த் சிங்கிடம் கேட்டிருக்கிறார். அத்துடன், இப்போது புலனாய்வு செய்வதற்காக ஜாஃபர்கான் இங்கே வந்திருக்கிறார்.

தம்முடைய மோதிரங்கள் மின்னும் வலக்கையை அசைத்தபடி, இடதுகையால் ஹுக்காவைப் பற்றிக் கொண்டு 'அந்த நிலப்பகுதி முன்பே நம்முடையதுதான்' என்றார் ஷெயிஸ்டகான்.

'அந்தப் பகுதி ஆக்க விளைவற்றுக் கிடப்பது நிச்சயம். ஆனால், இலட்சக்கணக்கில் செலவிட்டு நடத்திய கொங்கணப் படையெடுப்பு தோல்வியுற்றது, மலைக்கோட்டைகள் தீண்டப்படவேயில்லை' முடிந்த அளவு மரியாதையாகத் தாழ்ந்த குரலில் பேசினார் ஜாஃபர் கான். ஷெயிஸ்டகானுக்கு உதவியாகத் தம்முடைய மகன்களான நாம்தார்கானையும், காம்தார்கானையும் அவர் அனுப்பி வைத்திருந் தார்.

'நாம் சிலவற்றைப் பெறவும், சிலவற்றை இழக்கவும் செய்திருக்கி றோம். பரிந்தா கோட்டையை நாம் கைப்பற்றியிருக்கிறோம்.' அழுத்தந்திருத்தமாகக் கூறினார் ஷெயிஸ்டகான்.

ஜாஃபர்கான் எதிராளிக்கு சங்கடத்தைத் தோற்றுவிக்காத முறையில் இதமாகப் புன்னகைத்தார். பரிந்தா கோட்டை சிவாஜிக்குச் சொந்தமானதல்ல. அது ஆதில்ஷாஹி அரசில் இருப்பது. ஷெயிஸ்ட கான் அந்தக் கோட்டையை முற்றுகையிட்டோ, பலத்தைப் பயன் படுத்தியோ கைப்பற்றி விடவில்லை. கோட்டைத் தலைவனுக்கு ஒரு பெருந்தொகையைக் கொடுத்து அவனை அங்கிருந்து வெளி யேற்றியிருந்தார்.

பிரதான அமைச்சரின் மனஓட்டம் ஷெயிஸ்டகானுக்கு தெரிந்தேயிருந்தது, ஆனாலும் எவ்வித ஈடுபாடும் இல்லாது அவரையே பார்த்துக் கொண்டிருந்தார். ஜாஃபர்கான் அரசியல் சார்ந்த நடை முறைகள் மிகச் சரியாக இருக்கவேண்டும் என்று நம்புகிறவர், அதே சமயம் எதையும் பிடிவாதமாய்க் கூறிக் கொண்டிருப்பவரல்ல. இரவானால் சில கோப்பைகளை நிதானமாய்ப் பருகி விட்டு, படுக்கச் செல்கிற கனவான் அவர், போர்களைப் பற்றியோ போர்க் களங்களைப் பற்றியோ அவருக்கிருந்த அறிவு மிகவும் குறைவு.

'நான் தரைமட்டத்தில் உள்ள சகான் கோட்டையைக் கைப் பற்றுவதில் ஆயிரம் படையாட்களை இழக்கும்படி ஆயிற்று. இந்தப் பகுதியில் மலைக்கோட்டைகளைக் கைப்பற்றுவது சாத்தியமில்லை. நாம் அந்த முயற்சியில் இறங்கினால் ஏராளமான ஆட்களை இழக்க நேரிடும்.' முகலாயப் படையின் பெருந்தலைவர் என்கிற தம்முடைய படிநிலையை உறுதிப்படுத்துவதுபோல் ஒலித்தது அவருடைய குரல். அத்துடன் விவாதம் முடிந்தது என்பது போல் கைகளைத் தட்டி னார் ஷெயிஸ்டகான்.

ஜாஃபர்கான் கண்களை மூடித் திறந்தார். இங்கே வந்த சில தினங்களில் போதிய அளவிற்கு அவர் புரிந்துகொண்டாயிற்று. ஷெயிஸ்டகானின் நடத்தை முறை பற்றி முன்பே அவருக்கு அறிவுறுத்தப்பட்டிருந்தது. ஷெயிஸ்டா ஒரு அரசரைப்போல் வாழ்ந்துகொண்டிருக்கிறார் என்பது தெளிவு. பேரரசருக்கு நம்பிக்கையூட்டும் விதத்தில் அவர் எழுதியிருந்த கடிதங்களில் நிறையவே பொய்யும், புளுகும். அவருடைய புதுக் குடியிருப்பு முன்பு சிவாஜியின் ஆடம்பரமில்லாத இருப்பிடமாக இருந்தது. தற்போதோ, ஐந்து லட்ச ரூபாய் செலவில் புதுப்பிக்கப்பட்டு செல்வச் செழிப்பு மிக்க அரண்மனையாய்க் காட்சியளிக்கிறது. வண்ணப்பட்டுத் திரைகளுடன் கூடிய சன்னல்கள், கம்பீரமான இருக்கைகள், பெரிய படுக்கைகள். ஆக்ரா கோட்டையில் உள்ள சவுகரியங்கள் இங்கே காணப்பட்டன. தாம் எவ்வித ஊசலாட்டத்துக்கும் இடமளிக்காமல், பேரரசரிடம் உண்மையான அறிக்கை சமர்ப்பிப்பது என்று முன்பே அவர் முடிவு செய்திருந்தார். இரண்டு அலிகள் ஒரு இளம்பெண்ணை உள்ளே கொண்டுவந்து விட்டபோது, அவருடைய விசுவாச நினைப்புகள் தொடர்பறுந்துவிட்டன. அந்தப் பெண் நீளமான பாவாடையும், பொற்சரிகையில் சித்திரப்பூ வேலைப்பாடுள்ள ரவிக்கையும் அணிந்திருந்தாள். தலையில் அணி செய்யப்பட்ட மணிமுடி, அதிலிருந்து வழிந்த மஸ்லின் முகத்திரை. தன்னுடன் இருந்த அலிகளை அனுப்பிவிட்டு, அவள் தனியே முன்நோக்கி வந்தாள். அவள் நெருங்கி வரவும் ஜாஃபர்கான் தம்முடைய அறிவுத் திறனைச் சிதறவிடாமல், திரட்டிக் கொண்டார். அவள் நடந்து வந்த முறையில் தெரிந்தது அவள் தனிச்சிறப்பு உடையவள் என்று.

ஷெயிஸ்டகான் நேர் நிமிர்வாக இருந்துகொண்டு சொன்னார், 'இவள்தான் பாரிபேகம்' என்று.

ஜாஃபர்கான் வியப்புற்றார். அவர் பாரி பற்றி கேள்விப்பட்டிருந்தார், ஷெயிஸ்டகானுடைய பாரசீகத்தைச் சேர்ந்த நான்காவது மனைவிக்குப் பிறந்த பெண் என்பதை.

அந்தப் பெண் ஆறுவயதிலேயே திருமறையை முழுமையாய் மனப்பாடம் செய்திருந்தாள். இவள் அழகில் இவளுடைய பெரிய அத்தை நூர்ஜஹானைக் கொண்டிருப்பதாய்ச் சொல்லப்பட்டது. இந்தப் பெண் எதற்காகத் தம்முன் கொண்டு நிறுத்தப்பட்டிருக்கிறாள் என்று வியந்தபடி, தம் தாடியை வருடிக் கொண்டிருந்தார் ஜாஃபர்கான்.

'எல்லாம் இறைவனின் திருவருள். நான் பாரிபேகத்தை உங்கள் மகன் நாம்தார்கானுக்குத் திருமணம் செய்து கொடுக்கலாம் என்று கருதுகிறேன். இவளை உங்களுடைய மருமகளாக்க விரும்புகிறேன்'

ஷெயிஸ்டகான் தம்முடைய இருக்கையில் இருந்து எழுந்து, தமது கைகளை உயர்த்தியபடி உரத்த குரலில் சொன்னார்.

ஜாஃபர்கான் தம்முடைய புன்னகையை மறைத்துக் கொண்டு, பலமாகத் தலையாட்டினார்.

சில நாட்களில் அரசகுடும்பத்துச் சோதிடர் விரைந்து செயல்பட, திருமணத்துக்கு நாள் குறிக்கப்பட்டது. மணநாள் இரவில் ஷெயிஸ்டகானின் மகன்கள் நாம்தாரின் ஷாமியானாவிற்கு சென்று அழைத்து வந்தனர். மணமகனுக்கு சிறப்புத் தலைப்பாகை அளிக்கப் பட்டது. அதில் முத்து, வைர, மாணிக்கத் தொங்கல்கள் பொருத்தப் பட்டிருந்தன. ஷெயிஸ்டகான், ஜாஃபர்கான் முன்னிலையில் 'காஜி' (மார்க்க அறிஞர்) ஒருவர் இளஞ்சோடியை மணவினை மூலம் சேர்த்து வைத்தார். மெலிதான உடல் வாகுடைய மணமகள் அவளுடைய உடலின் உருவமைப்பே வளையுமளவிற்கு ஏராள நகைகளை அணிந்திருந்தாள். திருமணம் முடிந்து பல நாள் ஆகியும் இரவுகளில் வாணவேடிக்கையின் வண்ணங்களில் ஒளிர்ந்தது புனே நகரத்து வானம். தக்காணத்துக்கு தாம் வந்ததன் முக்கிய நோக்கத் தையே ஜாஃபர்கான் மறந்துவிட்டிருந்தார். அந்த ஞாபகம் அவருக்கு வந்ததும், புதிதாய் மணம் செய்துகொண்ட தன் மகனை அவனு டைய மாமனாரைப் பார்த்து வரும்படி அனுப்பி வைத்தார் அவர்.

'அப்பா ஜான், எனக்குப் பத்தாயிரம் வீரர்கள் கொண்ட குதிரைப்படையைத் தந்தால், சுற்று வட்டாரத்தில் உள்ள கோட்டை களை நான் கைப்பற்றத் தொடங்குவேன். ராஜ்காட், கோந்தானா, தோரணா, புரந்தர் கோட்டைகள் நம் கையில் வீழ்ந்துவிட்டால் இந்த மண்டலமே முகலாய நிலப்பகுதியாகி விடும்' என்று நாம்தார் ஆர்வமுடன் கூறினான்.

தமது படுக்கையறை மாடி முகப்பில் நின்றிருந்த ஷெயிஸ்ட கான் சிறிது நேரம் யோசித்துவிட்டு, தத்துவார்த்தமாகச் சொன்னார், 'ஒரு போரில் இரண்டு வழிகள் உண்டு போரிடுவதற்கு. ஒன்று, பகைவனை முழுமையாக அழித்துவிடுவது, மற்றொன்று அவனைக் கொஞ்சம் கொஞ்சமாகச் சோர்வடையச் செய்து, மண்டியிடும் நிலைக்குக் கொண்டுவருவது.' அவர் சற்றே நிறுத்திவிட்டு, நாம்தாரை நோக்கினார், பிறகு தொடர்ந்தார். 'இந்த நிலப்பகுதியில் எதிரியை ஒரேயடியாக அழிப்பது கடினம். நாம் சிவாஜியை அகற்றிவிட்டு, அவருடைய மலைக்கோட்டைகளைக் கைப்பற்றிக் கொண்டால் என்ன நடக்கும்?'

நாம்தார் குழப்பத்துடன் காணப்பட்டான்.

'நீ அரசியலுக்குப் புதியவன். தக்காணம் முக்கியமான நிலப்பகுதி. புதிய பேரரசர் அக்கம்பக்கம் உள்ள அரசுகளைக் கைப்

பற்றுவதில் ஆர்வம் காட்டுவார். இங்குள்ள மலைக் கோட்டைகள் எல்லாம் அவருடையதாகிவிட்டால் தன்னுடைய மகன்களில் ஒருவனைத் தக்காணத்தின் சுபேதாராக்கி விடுவார். முகம்மது சுல்தானின் தம்பியான இளவரசர் மூஆஸம்மிற்கு இந்தப் பதவி மீது முன்பே ஒரு கண். பிறகு, நாம் எல்லாம் எங்கே போவோம் புரிகிறதா, உனக்கு?'

அத்தகைய சாத்தியங்களை நாம்தார் எண்ணிப் பார்த்த தில்லை.

'இந்தப் பகுதியில் வானிலை நன்றாக உள்ளது. அதிகக் குளிரும் இல்லை, அதிக வெப்பமும் இல்லை. நாட்டின் பொருளாதாரத்தைச் சீர்குலைய வைக்கும் அளவிற்கு பெரியபடை நம்மிடம் உள்ளது. நம்முடைய படைவீரர்கள் இந்த மலைப்பிராந்தியத்தில் பெரும் பகுதியை வெற்றிகரமாகச் சூறையாடி விட்டார்கள். ஒரு நேரம் வரும், அப்போது சிவாஜி வேறு வழியில்லாமல் நம்மிடம் வந்து சரணடை வார். அதற்கு ஓரிரு ஆண்டுகள் ஆகும், ஏன், மூன்று ஆண்டுகளும் ஆகலாம். இரத்தம் சிந்தாமல் மலைக்கோட்டைகளை நாம் பெற்று விட முடியும்.'

'ஆனால், அதற்கு நாம் காத்திருக்க வேண்டும், அந்தக் காத் திருப்புக்கு முடிவே இருக்காது' என்றான் நாம்தார். அவனுள் ஒரு பகுதி அப்போதே போரிடத் தயாராக இருந்தது.

'அளவுக்கு மீறிய சாதனை நம்மை ஆபத்துக்குட்படுத்திக் கொள்வதாகிவிடும்' ஷெயிஸ்டகான் புதிராகச் சொன்னார்.

'அப்படியென்றால்?'

'நாம் அடுத்தடுத்து இரண்டு கோட்டைகளைக் கைப்பற்றி, சிவாஜியைச் சிறைப்படுத்தி விட்டால், பிறகு என்ன நடக்கும்? புதிய பேரரசர் நம்மைப் பற்றி இராணுவ விவகாரங்களில் மிக உயர்வாக எண்ணிக் கொண்டு, எங்கே போருக்கான சூழல் ஏற்பட்டாலும் அங்கே நம்மை அனுப்பி விடுவார். உதாரணத்துக்கு மீர்ஜும் லாவையே எடுத்துக் கொள்வோம். அவர் மிக அருமையான படைத் தலைவர். ஆனால், ஷாஹ்ஸாதி – ஷுஜாவைத் துரத்திக் கொண்டு பெருந்துன்பத்திற்கிடமான வங்காளத்திலும், ஆரக்கானிலும் அலைந்து திரிகிறார். அவர் மீண்டும் உயிரோடு வந்து சேர்வாரா என்பது இறைவனுக்குத்தான் தெரியும்.

நாம்தார் எளிதாய்ப் புரிந்துகொண்டு, துடுக்காகப் பதிலளித் தான், 'அடுத்து நாமும் பெஷாவருக்கு அனுப்பி வைக்கப்படலாம். அங்கே பெர்ஸியப் படைக்கும், பேரளவிலான பழங்குடியினருக்கும் இடையே நாம் அகப்பட்டுக் கொள்ளும்படியாகலாம்.'

'சில நேரங்களில் வெற்றி பெறாமல் இருப்பதும், இழப்பதும் கூட நல்லதுதான். இப்போதைக்கு, இருக்கும் நிலையிலேயே இருந்துகொள்வதும் விவேகமான நடவடிக்கை எனலாம்' ஷெயிஸ்ட கானின் கோட்பாடு புதிது என்றாலும், அவருடைய மருமகன் அதைப் புரிந்து கொண்டான்.

'மகனே! புனித ரமலான் மாதம் சீக்கிரமே வரப் போகிறது. நீயும், உனது இளம் மனைவியும் *இஃப்தார் விருந்து பற்றிச் சிந்திக்க வேண்டும். உங்கள் குடும்பத்தாருக்கும், நண்பர்களுக்கும் உணவளிக்க வேண்டும்' என்று மாமனார் அறிவுரை கூறினார்.

அவர் மேலும் சொன்னார் –

'ரமலானுக்குப் பிறகு, மலைக்கோட்டைகளுக்குப் பதிலாக, கொங்கணத்தை நோக்கி நீங்கள் படையை அணிவகுத்துச் செல்லலாம். படையைப் பல அணிகளாகப் பிரித்து அனுப்ப வேண்டும். இங்கே, புனேயைச் சுற்றியுள்ள காடுகளில் ஒளிந்து கொண்டிருக்கும் கிராமவாசிகளை நாங்கள் வேட்டையாடுவோம். அவர்களை வதைத்தாலோ, சிறைப்படுத்தினாலோ அல்லது கொன்று போட்டாலோ சிவாஜி தானே வெளிவந்து விடுவார்.'

தம்முடைய மாமனாரின் அறிவு நுட்பத்தை, நாம்தார் தனக்குள் பாராட்டிக் கொண்டான்.

---

* ரமலான் மாதத்தில் நோன்பு நோற்று, பொழுது பட்டதும் நோன்பைத் திறப்பதற்கு இஃப்தார் என்று பெயர்.

அத்தியாயம் இருபத்தி மூன்று

1

அரசவை நிரம்பி வழிந்தது. தங்கம், வைரம், மரகதம் பதித்த தலையணியை அணிந்திருந்த ஔரங்கசீப் மயிலாசனத்தில் அமர்ந் திருந்தார். அவருடைய மனைவியருள் நவாப் பாய்க்குப் பிறந்த மூஆஸம், தில்ராஸ்பானுவிற்கு பிறந்த ஆஸம் இவர்கள் அவருக்கு வலப்பக்கத்திலும், உலமாக்கள், சயீத்துகள், மான்ஸப்தார்கள், முல்லாக்கள், காஜிகள் அவருடைய இடப்பக்கத்திலும் நின்றிருந் தனர். அவரவரும் தங்கள் படிநிலைக்கு உரிய இடத்தில் இருந்தனர். தங்கக் கம்பிலான தடைவேலி அரசரை அவர்களிடம் இருந்து தனியே பிரித்து வைத்திருந்தது.

மீர்ஜும்லாவின் மகனான முகம்மது அமீன் காது அளவு ஓடிய இளிப்புடன் நின்றிருந்தான். அந்த இளிப்புக்கான காரணம் அவனுக்கு மட்டுமே தெரியும். அவனுக்குப் பின்னால் அலிமர்தான், சையது மீரான், சாதுல்லாகான் இவர்களும், இவர்களுடன் முதன்மை நீதிபதி முல்லாகுவாவியும் நின்றிருந்தனர். பேரரசர் ஏதோ இடர்பாட்டுக்கு உள்ளாகியிருந்ததுபோல் அவர்களுடைய முகபாவனையில் வருத்தம் தெரிந்தது.

முல்லாகுவாவி தம்முடைய கடுமையான குரலில் 'ஆலம்கீர், தன்னை ஃபக்கீர் என்று அழைத்துக் கொள்கிறான் இந்த வெட்கம் கெட்டவன் தில்லியில் நிர்வாணமாகத் திரிந்ததோடு, எளிய இறைப் பற்றுடைய முஸ்லீம்களைத் தூண்டிவிட்டுக் கொண்டிருக்கிறான்' என்றார்.

*'லாஇலாஹ இல்லல்லாஹ் முஹம்மதுர் ரசூலுல்லாஹ்...' என்ற கலிமாவை (இஸ்லாத்தின் அடிப்படைத் தத்துவங்களைக் கூறும்

---

* இதன் பொருள் – வணக்கத்திற்குரியவன் அல்லாவைத் தவிர வேறு எவருமில்லை, அண்ணல் நபி (ஸல்) அவர்களை மக்களுக்கு நேர்வழி காட்ட அனுப்பி வைக்கப்பட்ட இறைத்தூதர் என்றே இறைவன் தன் திருமறையில் 'முஹம்மதுர் ரசூலுல்லாஹ்' எனக் குறிப்பிட்டான்.

வசனங்கள்) முணுமுணுத்தபடி, செபமாலை மணிகளை உருட்டிக் கொண்டிருந்தார் ஔரங்கசீப்.

ஔரங்கசீப்பிடம் தனிமுறையிலான உளவுப்படைப் பிரிவு இருந்தது. தம்மைப் பேரரசராக அறிவித்துக் கொண்ட பிறகு அவர் கூடுதல் எச்சரிக்கை மேற்கொள்ள வேண்டியிருந்தது. தம்மைப் பற்றி மக்கள் என்ன பேசிக் கொள்கிறார்கள், தம்முடைய கொல்லப்பட்ட அல்லது சிறையிடப்பட்ட சகோதரர்களின் அனுதாபிகள் யார் யார் என்று அறிவதில் அவர் ஆர்வம் காட்டினார். அவர் உள்நாட்டுப் போர் ஏற்படுவதை விரும்பவில்லை, இடர்பாடானவைகளை முளையிலேயே கிள்ளி எறிந்துவிட வேண்டும் அவருக்கு. அது காரணமாகவே பரந்த மனப்பான்மையுள்ள முஸ்லீம்களை அவர் தூக்கு மேடைக்கு அனுப்பிக் கொண்டிருந்தார். நூற்றுக்கணக் கானவர்களுக்கு அந்தக் கதி நேர்ந்தது. அதே எண்ணிக்கையிலான காஃபிர் (இறைவனை நிராகரிப்பவர்கள்)களை யானைக் காலில் இட்டு மிதிக்கச் செய்தார். தாராபாயின் ஆதரவாளர்களை அவ்வித மாய் வன்முறையில் கொல்லச் செய்தார்.

அவருடைய உளவாளிகள் எங்கே, எது நடந்தாலும் அவரிடம் தெரிவித்து விடுவார்கள். இந்த மனிதன் ஸர்மத்ஹஷீத் பற்றியும் அப்படித்தான் அவர்கள் தெரிவித்தது. ஈரானில் பிறந்த ஸர்மத் உலகைத் துறந்து, இந்தியக் காடுகளில் சுற்றித் திரிந்தவர். தாராஷிகோவிடம் இவர் நட்பு கொண்டிருந்தார். தாரா கொலை யுண்டபின் இவர் தன்னிலை மாறி நிர்வாணமாகத் திரிந்தார். இவருக்கு அரபியும், பார்ஸியும் தெரியும். சூஃபி கோட்பாடுகளில் ஈடுபாடு கொண்டிருந்து, பின் ஹீப்ரு பைபிளை பார்ஸியில் மொழி பெயர்த்தார். இவருக்கு ஆயிரக்கணக்கில் ஆதரவாளர்கள் உண்டு. இவர் ஆக்ரா கோட்டையின் எல்லைக்கு வந்திருக்கிறார். தாராபாய் இவரைத் தம்முடைய குருவாக மதித்திருந்தார்.

ஔரங்கசீப் உச்சரித்த கலிமாவைக் கேட்டிருந்த முல்லாகுவாவி, ஸர்மத் பற்றிய நிகழ்வொன்றை நினைத்துக் கொண்டார். 'இந்த நிர்வாண மனிதர் தாங்கள் சொன்னதில் ஒரு பாதியை மட்டுமே மக்களிடம் சொல்லிக் கொண்டிருந்தார் (லாஇலாஹ என்று மட்டும்). அல்லாஹ் தவிர இறைவன் வேறில்லை என்றார். ஆனால், மறுபாதியைச் சொல்ல மறுத்துவிட்டார். 'நான் கலிமாவில் ஆரம்பப் பாடத்தில் தான் உள்ளேன்' என்று மார்க்க விற்பன்னர் களிடம் வாதிட்டிருக்கிறார் என்று கூறிய முதன்மை நீதிபதி கோபத்தில் நடுங்கினார்.

ஔரங்கசீப் குறைகூறாது, தன்னடக்கத்துடன் கேட்டுக் கொண் டிருந்தார். அவர் வேறு காரணத்துக்காக அவையைக் கூட்டி

யிருந்தார். ஆனால், திடீரென்று ஸர்மத் விசயம் முக்கியத்துவம் பெற்றுவிட்டது.

'அவர் கூறவிரும்புவது என்ன?' ஔரங்கசீப் சற்றே எரிச்சலுடன் கேட்டார்.

முகம்மது குவாவி தம்முடைய நீண்ட தாடியை வருடியபடி கணநேரம் தயங்கிவிட்டு, ஒரு வெடிகுண்டைத் தூக்கிப் போட்டார், 'தாமும் ஒரு தீர்க்கதரிசி என்று ஸர்மத் கூறுகிறார்.'

அவையில் பேரொலி எழுந்தது. சில சமயகுருமார்கள் அவநம்பிக்கையுடன் தலையைப் பலமாக அசைத்தனர். பலரும் கைகளால் வாயைப் பொத்திக் கொண்டனர். எல்லாருடைய பார்வையும் ஔரங்கசீப் பக்கம் திரும்பின. அவர் செபமாலை மணிகளை எண்ணுவதைவிட்டு, கண்களில் வியப்பு காட்டினார். இந்த ஃபக்கீர் தாராபாயின் குரு, சூஃபி கோட்பாட்டின் அமானுஷ்ய சக்திகளில் தாராபாய்க்கு நம்பிக்கை ஏற்படும்படி செய்தவர். இந்த குரு, ஔரங்கசீப்பின் தந்தையையும் தூண்டி அரசவையை மதவிவகாரங்களை விவாதிக்கும் மேடையாக்கியவர். இவர் இந்த பண்டிதர்களும், சூஃபி துறவிகளும், சரதூஸ்ட்ரா சமயம் சார்ந்தவர்களும் புனிதமற்ற கருத்துக்களைப் பரிமாறிக் கொள்ள இடமளித்தவர். அவர்கள் வழக்கொழிந்த அரிஸ்டாட்டில், பிளேட்டோ தத்துவங்களை விவாதித்து வாரக் கணக்கில் நேரத்தை வீணடித்தனர்.

அவர்களது அறிவார்ந்த சிந்தனைகளுக்கு, 'அறிவார்ந்த சுயஇன்பம்' என்று செல்லப் பெயரிட்டிருந்தார் ஔரங்கசீப். அவர்களுடைய விவாதங்கள் பயனற்றவை வெட்கக் கேடானவை, ஆக்கவளமற்றவை என்பதாலேயே அவர் அப்படியொரு பெயரிட்டது. ஸர்மத்தின் அருளாசியைப் பெற்றுக் கொண்டே தாராபாய் ஆக்ரா அருகே ஔரங்கசீப்புடன் போரிடச் சென்றது. 'தாராஷிகோவுக்கே வெற்றி, அவரே அடுத்த பேரரசர்' என்று ஆரவாரமாக அறிவித்திருந்தார் ஸர்மத். அவருடைய தீர்க்கதரிசனத்தின் மதிப்பு அவ்வளவே.

குவாவி தம்முடைய தொப்பியைச் சரிசெய்து கொண்டு, இருகைகளையும் உயர்த்தியபடி சொன்னார், 'ஆலம்கீர், என்னை மன்னிக்க வேண்டும். தங்கள் மதிப்புமிக்க அவையின் மரியாதை, நடத்தை சார்ந்த விதிமுறைகள் இவற்றைக் குலைக்கக்கூடிய மோசமான சிலவற்றை இங்கே தெரிவிப்பதற்கு என்னை அனுமதிக்க வேண்டும்.'

'அதைக் கூறும்' பேரரசர் கட்டளையிட்டார்.

'இந்த நிர்வாணப் பக்கிரி காஃபிரான ஒரு அழகிய பையனுடன் சுற்றித் திரிகிறார்' என்ற குவாவி, கொஞ்சம் தயங்கி, மென்று

விழுங்கியபடி தொடர்ந்தார். 'இவர்கள் இருவரும் பொது இடங் களில் ஒருவரையொருவர் தழுவிக் கொள்ளவும், முத்தமிட்டுக் கொள்ளவும் செய்கிறார்கள். சில நாட்களுக்கு முன் சாந்தினி சௌக்கில் தங்கள் வக்கிரத்தனத்தை அவர்கள் வெளிப்படுத்தி யிருக்கிறார்கள்.' குவாவி தம்முடைய நெற்றியைத் துடைத்துவிட்டுக் கொண்டு தொடர்ந்தார், 'அந்த உறவு எத்தகையது என்பதை என்னு டைய வாயால் சொல்ல நான் விரும்பவில்லை. தாங்கள் விவேகம் மிக்கவர்.'

'அவர் ஓரினப் புணர்ச்சியாளரா?' சற்றும் யோசிக்காமல் கூறிவிட்ட ஜாஃபர்கான் நாக்கைக் கடித்துக் கொண்டார். தடை செய்யப்பட்ட ஒரு சொல்லைத் தன்னையறியாமல் அவர் கூறியிருந் தார்.

அவையில் ஒரே கூச்சல்.

ஔரங்கசீப் தம்முடைய சீற்றப் பார்வையை அவையோர் மீது செலுத்தவும், அமளி உடனே ஓய்ந்துவிட்டது, பலரும் தங்கள் கண்களைத் தாழ்த்திக் கொண்டனர்.

'பொது இடத்தில் ஒழுங்கீனமாய் நடந்து கொண்டவரை நாம் சிறையில் அடைக்க வேண்டும்.'

சினம் தெறிக்கக் கூறினார் ஔரங்கசீப்.

'நாம் அதைச் செய்தாயிற்று,' குவாவி சொன்னார்.

'அவர் இங்கேதான் சாலிம்காட் சிறைக்கூடத்தில், தனியறையில் அடைத்து வைக்கப்பட்டிருக்கிறார். பேரரசர் அவர்களே, விவகாரம் இப்போது தங்கள் கையில் இருக்கிறது.'

'இது அற்ப சமாச்சாரம். இதற்கு பேரரசர் கவனம் செலுத்த வேண்டியிருக்காது' என்று ஜாஃபர்கான் குறுக்கிட்டுச் சொன்னார்.

'நான் இன்றே அவரைக் காண வேண்டும்' என்று ஜாஃபரை இடைமறித்த ஔரங்கசீப், 'ஆனால் அதற்கு முன் மிகவும் அவசர மாய் ஒன்றைப் பற்றி விவாதிக்க வேண்டியிருக்கிறது' என்றார்.

இதனைக் கூறிவிட்டு, ஔரங்கசீப் செபமாலை மணிகளை உருட்டினார், அவருடைய உதடுகளும் அதே சீர்த்தன்மையுடன் அசைந்தன. சில கணங்களுக்கு அரசவையே அமைதியாக இருந்தது. ஔரங்கசீப் சாதுல்லாகானுக்கு சைகை செய்யவும், அந்தத் தெரிவிப்புக்குறியை அறிந்தவராய்த் தாம் செய்ய வேண்டியதை ஆற்றல்மிக்க விதத்தில், பரிவோடும் பற்றுணர்வோடும் செய்வதற்கு தயாரானார். ஔரங்கசீப்பிற்கு எப்போதுமே நன்றிக்கடன் பட்டவர் அவர். இருவருமே தங்கள் குழந்தைப்பருவத்தில் ஒன்றாகத் திருமறை

ஓதியவர்கள். பதின்பருவத்தை ஒன்றாகக் கழித்தவர்கள். இளவரசர் ஔரங்கசீப் தம்முடைய தாயை இழந்த நேரத்தில் இவர்தான் அவரைத் தேற்றியவர். ஔரங்கசீப்பும் அவரிடம் அன்பு காட்டிய தோடு, அவருடைய அறிவுத் திறனை அங்கீகரித்திருந்தார்.

சாதுல்லா தம்முடைய தொண்டையைச் சரிசெய்துகொண்டு, அதிகார தோரணையில் தொடங்கினார், 'குஜராத்தின் முந்தைய மீர்பக்ஷியான அலிநக்வியை ஷாஹ்ஸதா முராத்பக்ஷ் (குஜராத்தின் அப்போதைய சுபேதார்) குஜராத் நீதிமன்றத்தில் ஐம்பது பேர் சாட்சியாகப் படுகொலை செய்த வழக்கு மறுவிசாரணைக்கு வருகிறது. காலஞ்சென்ற அலிநக்வியின் மகன் அஸ்லம் நக்வி ஷாரியா நீதிமன்றத்தில் வழக்கு தொடுத்து, நீதி கேட்டிருக்கிறார்.'

மன்றத்தில் இருந்தவர்கள் திகைப்புற்றனர். நான்காவது இளவரசரான முராத்பக்ஷை கொலைகாரராக நிறுவ முயல்கிற வழக்கு இது!

'இத்தகைய குற்றத்திற்கு எவ்வகையான தண்டனை விதிக்க வேண்டும்?' ஔரங்கசீப் அக்கறையற்ற முகபாவத்துடன் குவாவியை நோக்கிக் கேட்டார்.

குவாவி அந்தக் கேள்வியை எதிர்கொள்ள போதிய தயாரிப் புடன் இருந்திருக்கவில்லை. அவருடைய முகம் வெளிறியது, உதடுகள் நடுங்கின.

'நீர் அதுபற்றி பிற்பாடு சிந்தித்து முடிவுக்கு வரலாம். சந்தர்ப்ப சூழ்நிலை, செயல் நோக்கம் போன்றவற்றை ஆராய்ந்து மரண தண்ட னையா அல்லது அதற்கும் குறைவான தண்டனையா என்பதைத் தீர்மானிக்கலாம். ஆனால், எனக்குத் தேவை சிக்கலுக்குத் தீர்வு, வினாவுக்கு பதில். 'சித்த சுவாதீனமுள்ள ஒருவர் மற்றொருவரைக் கொல்வது பற்றி சட்டம் என்ன சொல்கிறது?' ஔரங்கசீப் அமைதி யான குரலில், ஆர்வமற்றவர்போல் கேட்டார்.

குவாவி, தம்முடைய உதடுகளை நாவால் ஈரப்படுத்திக் கொண்டு சொன்னார், 'இறப்புக்குப் பின் மிகப் பெரிய தண்டனை இறைவனின் கைகளால் வழங்கப்படும். இவ்வுலகிலும் உரிய தண்டனையளிக்க இடமிருக்கிறது.'

சையது மீரான் ஏதோ சொல்ல விரும்பி, தம்முடைய கையை உயர்த்தினார். அவரும் தாராஷிகோவின் கோபத்துக்கு இரை யானவர், அப்போது ஔரங்கசீப்தான் அவரைக் காப்பாற்றியது.

'மீரான்பாய், உம்முடைய மனதில் இருப்பதைக் கூறலாம்.'

'சாட்சிகளின் கூற்றுப்படி, குஜராத்தின் கண்டிப்பான பணப் பட்டுவாடா தலைவரான அலிநக்வியைக் கொல்ல முன்பே திட்டம்

தீட்டப்பட்டிருக்கிறது. பெரிய அளவில் செலவிட்டுக் கொண்டிருந்த முராத்பக்ஷிடம் அவர் தொடர்ந்து கணக்கு விபரங்களைக் கேட்டு வந்திருக்கிறார், மேற்கொண்டு நிதி ஒதுக்கீடு செய்யவும் மறுத்திருக் கிறார். குஜராத் அவையைச் சேர்ந்தவர்கள் ஆதாய நோக்குடன் இளவரசரைப் புகழ்ந்து அண்டிப் பிழைப்பவர்கள். அவர்களுடைய சுகபோக வாழக்கைக்குப் பணம் தேவைப்பட்டிருக்கிறது. அவர்கள் கச்சிதமாய்த் திட்டம் தீட்டி, இளவரசரையும் தூண்டி விட்டிருக் கிறார்கள். ஆக, இது உள்நோக்கத்துடன் செய்யப்பட்ட கொலைக் குற்றம். இதற்குத் தண்டனை சிரச்சேதம் அல்லது சுட்டுத் தள்ளுவது அல்லது தூக்கிலிடுவது அல்லது சாகும் வரை கல்லால் அடித்துக் கொல்வது?'

அரசவையில் இருந்த அனைவரும் அசைவற்று, கண்களும் இமையாதவராய், சிலை போல் அமர்ந்திருந்தனர். சிலர் மூச்சு விடவும் மறந்தனர். தாராஷிகோவுக்கு எதிரான போரில் ஔரங்க சீப்புக்கு பக்கபலமாய் முராத் நின்றிருந்ததை அவர்கள் அறிந்தேயிருந் தனர்.

குவாவி பலமாகத் தலையாட்டினார். அவரால் வேறு என்ன செய்ய முடியும்?

'இப்போது அந்த ஃபக்கீரைக் கொண்டு வாருங்கள்' ஔரங்கசீப் உத்தரவிட்டார். அவர் நேரத்தை வீணடிக்க விரும்பவில்லை. அவை யோர்கள் முராத் பற்றியே சிந்தித்துக் கொண்டிருந்தனர். அவர்கள் அதிக நேரம் காத்திருக்க வேண்டிய அவசியம் இல்லை, அங்கிருந்து சில கட்டிடங்கள் தள்ளிதான் ஃபக்கீர் அடைத்து வைக்கப்பட்டி ருந்தது.

'அவர் ஆடையில்லாமல் இருக்கிறார்' என்று குவாவி முணு முணுத்தார்.

'இருந்தாலென்ன, கொண்டு வாருங்கள்' ஔரங்கசீப் உத்தர விட்டார்.

குவாவி ஒரு காவலனிடம் சைகை செய்தார். அதே நேரம், அவையின் வழக்கமான நடைமுறைகள் தொடங்கின. புதிதாய் நியமனம் பெற்ற மான்ஸப்தார்கள் பேரரசருக்கு மரியாதை செலுத்தி, தங்க வெள்ளி நாணயங்களைச் சமர்ப்பித்தனர்.

அந்த நிர்வாண ஃபக்கீரை, இரண்டு காவலர்கள் உள்ளே கொண்டு வந்தனர். எல்லாருடைய கண்களும் அவர் பக்கம் விரை வாய்த் திரும்பின. உரோமம் அடர்ந்த, பெரிய உருவினராய், கருஞ் சாயலில் நிர்வாணமாய் இருந்தார்.

‘தனிஷ்மந்த்கான், தயவுகூர்ந்து முன்னால் வாருங்கள்’ என்று ஔரங்கசீப் அழைத்தார்.

முன்பு தாராஷிகோவின் விசுவாசியாக இருந்த தனிஷ்மந்த் பல்வேறு மதங்களையும் ஆய்வு செய்த அறிஞர், சிறந்த படிப்பாளி, நல்ல நடத்தை முறை உடையவர். ஔரங்கசீப்பின் தனிமதிப்பிற் குரியவர். பொற்சரிகையால் சித்திரப்பூவேலை செய்த உடையும், ரத்தினக் கற்கள் பதித்த தலைப்பாகையும் அணிந்திருந்த அவர் முன்னால் வந்தார். அவர் மதங்களைப் பொருத்தவரை தாராள நோக்குடையவர் என்பதற்கு அத்தாட்சியாய் இருந்தது அவருடைய நேர்த்தி செய்யப்பட்ட தாடி.

‘தனிஷ்மந்த், அவரிடம் கேளுங்கள், அவர் ஏன் தாடியில்லாமல் இருக்கிறார் என்று.’

கேள்வி கேட்கப்பட்டது.

‘ஏனென்றால் என்னிடம் மறைப்பதற்கு எதுவும் இல்லை’ குழந்தைத்தனமாக இருந்தது ஃபக்கீரின் பதில். அப்போது அவர் எதிர்க்கேள்வி கேட்டார், ‘மனிதர்கள் உடையணிவது கட்டாயம் என்று வானுலக நூல் எதுவும் கூறுகின்றதா?’

பேரரசரைக் குறுக்குக் கேள்வி கேட்பது ஏற்புடையதல்ல, அத்துடன் அவையின் நடத்தை சார்ந்த விதிகளுக்கும் அது மாறானது. அது ஓர் குற்றம். ஸர்மத்தின் பேச்சுமுறை ஔரங்கசீப்பிற்கு பிடிக்கவில்லை, ஆனாலும் அவர் எதுவும் பேசாமல் இருந்தார்.

‘தனிஷ்மந்த், அவர் ஏன் கலிமாவில் ஒரு பாதியை மட்டும் கூறுகிறார் என்று அவரிடம் கேளுங்கள்’ என்று வினா விடுத்தார் ஔரங்கசீப். அந்தக் கேள்வி தற்காப்பு செய்து கொள்பவரிடம் முன் வைக்கப்பட்டது.

‘நான் கலிமாவின் ஆரம்பப் பாடத்தில்தான் உள்ளேன் எனவே தான், ‘லா இலாஹ’ என்று கூறினேன். ‘இல்லல்லாஹ்’ என்பது என் உள்ளத்தில் பதியவில்லை’ என்றவர் மேலும் கூறினார், ‘புதிய கருத்துகள் தோன்ற வேண்டும், புதிய பாதைகள் காட்டப்பட வேண்டும்’ என்று.

குவாவி சத்தம் போட்டார், ‘இந்த மனிதர் மார்க்கத்துக்கு எதிரானவர், இவருடைய முரணான கருத்துக்களை இதற்கு மேலும் என்னால் கேட்க முடியாது.’

‘இந்த ஃபக்கீர் வெறும் பைத்தியக்காரரல்ல. அறிவு நுட்ப முடைய ஆபத்தான சைத்தான். இவர் மத விரோதி. இவர் பாவமன்னிப்பு செய்ய வேண்டும்’ என்றபடி தம்முடைய வெறுப் புணர்ச்சியின் வெளிப்பாடாய்க் குவாவி தமது கன்னத்தில் தாமே

அறைந்து கொண்டார். 'ஏற்கத் தகாத இவருடைய சொற்களை இனியும் கேட்பதற்குமுன் நான் செத்துப் போவேன். இந்த மனிதரைத் தூக்கிலிடுங்கள்.'

'நான் எதற்காக ஒரு நீதிபதியைப் பற்றிக் கவலைப்படப் போகிறேன்? அதிகாரப்பூர்வமாக ஆய்வுசெய்யாமல் அவசரமாய்க் கருத்துக்களை உருவாக்கிக் கொள்பவரைப் பற்றி என்ன சொல்வது? சட்ட அறிஞரான நீதிபதி ஒன்றைப் புரிந்துகொள்ளட்டும், உண்மை எப்போதுமே தன்னுடைய சுயஉருவில் இருக்கும் என்பதில்லை, சமயத்தில் அது ஒளிந்து கொண்டும் இருக்கும்.

பெரும்பாலான வழக்குகளில் இப்படித்தான் ஆகிவிடுகிறது. இப்போது, அந்த உண்மை என் இதயத்துக்குள் ஒளிந்திருக்கிறது. நீதிபதி எவ்வித ஆதாரமுமில்லாமல் என்னுடைய பண்பு நலனைப் படுகொலை செய்கிறார். இது குற்றச் செயல் ஆகாதா?' உரத்த குரலில் கேட்டார் ஃபக்கீர்.

அவை முழுக்க சிரிப்பின் அதிர்வலைகள்.

'காஜி ஸாஹிப், நீர் விவகாரத்தை என்னுடைய கையில் ஒப்படைத்தாயிற்று. நான் தண்டனையை அறிவிக்கும்முன் முழுமையாய்ப் புலனாய்வு செய்தாக வேண்டும். நிர்வாணமாய்த் திரிகிற காரணத்துக்காக ஒருவரை நான் தூக்கில் தொங்கவிட முடியாது. இவரைப்போல் இலட்சோப லட்சம் பேர் வெளியில் இருக்கிறார்கள்' ஔரங்கசீப் உறுதியாகச் சொல்லிவிட்டு, தம் பார்வையைப் ஃபக்கீர் பக்கம் செலுத்தினார். 'நான் கேட்கிற கேள்விகள் மூலம், அரசத் துரோகத்துக்கும் சமய எதிர்ப்புக்கும் வலுவான சான்றாதாரமாகும் பதில்களை வரவழைக்க வேண்டும். ஒவ்வொன்றும் சட்ட வரம்பிற்குட்பட்டே செய்யப்பட வேண்டும்' என்று தமக்குள் சொல்லிக் கொண்டார்.

சில கணங்களுக்குப் பிறகு ஔரங்கசீப் கேட்டார், 'உம்மிடம் நேரடியாகவே கேட்கிறேன், கவனமாய்ச் சிந்தித்துப் பதில் கூறும் நம்முடைய மதம் பற்றியும், மதநம்பிக்கை பற்றியும் நீர் சொல்ல விரும்புவது என்ன?'

'ஔரங்கசீப்' என்று பேரரசரைப் பெயர் சொல்லி அழைத்தவர் (அவையின் நடையொழுங்கு நியதிப்படி அதுவே ஒரு குற்றம்) தொடர்ந்தார், 'நீர் அறிவாளிகளில் மிகச் சிறந்த அறிவாளி. மக்களின் மனங்களில் திணிக்கப்படும் மதக் கோட்பாடுகளையும், அவற்றின் விளைவுகளையும் மற்றவர்களை விட உமக்கு நன்றாகவே தெரியும். இங்குள்ள எல்லாருடைய கண்களைவிடவும் உமது கண்கள் மிகக் கூர்மையானவை. ஆனால் உம்முடைய நம்பிக்கைகள், சிந்தனைகள் எல்லாமே சிறுபிள்ளைத்தனமானவை.'

‘மரியாதை! நாவை அடக்கிப் பேசும். நீர் பேசிக் கொண்டிருப்பது பேரரசரிடம் என்பது நினைவிருக்கட்டும்.’ கொதித்தெழுந்த மக்களின் குரலைவிட உரத்து ஒலித்தது ஜாஃபர்கானின் குரல்.

‘முதலமைச்சரே, நீங்கள் அமைதியை இழந்து விடாதீர்கள்’ என்ற ஔரங்கசீப், ‘இவர் பேரரசரை இழிவு படுத்துவதையாவது குறைந்தபட்சம் நாம் தடுக்கக்கூடும்’ என்றபடி புன்னகைத்தார்.

ஔரங்கசீப் அந்த ஃபக்கீரிடம், ‘சிறுபிள்ளைத்தனமான சிந்தனை என்றீரே, அதைக் கொஞ்சம் விளக்கிக் கூறும்’ என்று மென்மையான குரலில், சிந்தனை என்ற சொல்லுக்கு அதிக முக்கியத்துவம் கொடுத்துக் கேட்டார்.

‘ஔரங்கசீப், சூதுவாது இல்லாத அப்பாவிபோல் உம்மைக் காட்டிக் கொள்ள வேண்டாம்’ அடிபட்ட நாகம் போல் சீறினார் ஸர்மத்.

அவையில் இருந்த *முல்லாக்களும், **சையிதுகளும், உலமாக்களும் கோபத்தில் நடுக்கம் கொண்டனர். குவாவி பற்களை நறநறவென்று கடித்தார். ஆனால், ஔரங்கசீப்பிடம் சினத்தின் அறிகுறியே தென்படவில்லை. அவர் மேலும் சில கேள்விகளைக் கேட்பதாக இருந்தார். அவற்றுக்கு ஸர்மத் அளிக்கும் பதில்களே அவரைத் தூக்கு மேடைக்கு அனுப்பி வைக்கும்.

‘நீர் யார்? நீர் பின்பற்றுகிற சமயம் எது?’

‘நான் முதலில் ஒரு மனிதன். அடுத்து ஒரு முஸ்லீம் சையிது, ஒரு சூஃபி துறவி, நான் ஒரு யூத குரு, புத்த சாமியார். நீர் உட்பட இங்குள்ள எவரைவிடவும் ஆழ்ந்த மதநம்பிக்கை உடையவன் நான். ஔரங்கசீப்! என் பிரிவு வேளையில் என்னுடைய பரிசாக சில கவிதை வரிகளை நான் கூறுவதற்கு என்னை அனுமதியும்.’

‘இறைவனின் உண்மையான நேசனை
திரித்துக் கூறுவன மதங்கள்
இறைநம்பிக்கை என்பதில்தான்
எத்தனை முரண்பாடுகள்!
தீயில் எரிந்து போகிற விட்டிலுக்குத்
தேவையா மெழுகுவர்த்தி
தான் தீய்ந்துபோகும் இடத்தையும்
அது தேர்ந்து கொள்வதில்லை.’

---

* முல்லா – கல்விமான்

** சையிது – பிறப்பாலும், பண்பாலும், ஒழுக்கத்தாலும் மேலானவர் என்பது பொதுப்பொருள். தலைவர் என்பது சிறப்புப்பொருள்.

ஃபக்கீர் தன் கவிதையை நிறுத்திக் கொண்டார். அவையில் சிறிதுநேரம் ஒரே நிசப்தம்.

ஔரங்கசீப் அந்த ஃபக்கீரை பாராட்டவோ, இகழவோ செய்யாமல், 'மதநம்பிக்கையற்ற ஒரு பையனுடன் நீர் சுற்றிக் கொண்டிருக்கிறீரே, உமக்கும் அந்தப் பையனுக்கும் என்ன உறவு?' என்று பரிகசிப்பாகக் கேட்டார். அவருடைய மனதில் வேறு சில முக்கியக்கூறுகளும் இருந்தன. அந்த ஃபக்கீர் ஓரினப்புணர்ச்சியை ஒப்புக் கொண்டுவிட்டால் ஷரீஅத் சட்டப்படி அவரைக் கல்லால் அடித்துக் கொல்ல வேண்டும்.

'நீர் கூறுவது அபயசந்த்தைப் பற்றித்தான் என்றால் ஹீப்ரு, பார்ஸி மொழிகளைக் கற்றுக்கொள்ளும் எனது மாணவர்களில் அவனும் ஒருவன், இந்துமதக் கோட்பாடுகளைப் பொருத்தவரை அவனே என்னுடைய குரு. எங்களிடையே உள்ள நேசம் ஒரு குருவிற்கும் மாணவனுக்கும் இடையிலானது. ஒரு ஆசான் தன்னுடைய மாணவனின் நெற்றியில் முத்தமிடுவதில் தவறேதும் இல்லை. அல்லது அவனை அன்பால் அணைப்பதும் தவறாகாது. எனக்கு உறவு என்பது கடவுள் மட்டுமே, நான் உறவாடுவது வாழ்க் கையோடு மட்டுந்தான். அந்தப் பையனுடன் எனக்குப் பாலுறவு இருந்திருந்தால் அதை நான் ஒப்புக்கொள்வேன். என்னைப் பொருத்தவரை அந்த நேசமும் புனிதமானது, அது வெறுக்கத்தக்க தல்ல. அது மகிழ்ச்சியைத் தருவது, வேதனையை அல்ல. இசைவுடன் மேற்கொள்ளப்படுகிற பாலுறவில் வெறுப்பு வேதனை கிடையாது. அவை வல்லுறவில் மட்டுமே இருப்பவை.'

தாங்கள் எந்த உணர்ச்சியை வெளிப்படுத்துவது என்று தெரி யாமல், அவையோர்கள், தங்கள் கண்களைத் தாழ்த்திக் கொண்டனர்.

ஔரங்கசீப் அதற்குமேல் அந்த வழக்கை நீட்டிக்க விரும்ப வில்லை. 'சமய குரு ஒரு முடிவுக்கு வருவதற்குமுன், உம்மைக் காத்துக் கொள்ள நீர் ஏதும் கூற விரும்புகிறீரா?' என்று கேட்டார்.

'நான் எந்தக் குற்றச் செயலையும் செய்யாதபோது எதற்காகக் காப்பாற்றிக் கொள்கிற முயற்சி? ஔரங்கசீப், ஒன்றை நினைவில் வைத்துக் கொள்ளும், உண்மையான மதம் அது, இது என்று வழிபாட்டுத் தலங்களை வேறுபடுத்திப் பார்ப்பதில்லை.

நிறைவாக, நாம் எல்லாருமே அடைய வேண்டியது *ஃபனாவை மட்டுமே' என்றார் ஸர்மத்.

* ஃபனா – இதன் பொருள் தன்னுடைய அகந்தையை அழித்துக் கொண்டு, இறைவனின் இருப்பை எல்லா உயிர்களிலும் கண்டுகொள்வதாகும். இறைத் தியானத்தில் மூழ்கி தன்னையே தான் மறந்த நிலையை அடைவது 'ஃபனா'வின் சிறப்பு.

ஔரங்கசீப் உண்மையான ஆபத்தின் அறிகுறியை அப்போது உணர்ந்தறிந்தார். இந்த மனிதர் அச்சமற்றவராய் காணப்படுகிறார். தமக்குச் சரியென்று பட்டதை வெளிச் சொல்லும் துணிவுடையவர் இவர். இவரை சுயேச்சையாகச் செயல்பட விட்டு வைத்தால், ஆயிரக்கணக்கானவர்களைத் தமது ஆதரவாளர்களாக்கிக் கொண்டுவிடுவார். அவர்கள் தர்க்க ரீதியாகச் சிந்திக்கும் திறனைப் பெற்றுவிடுவார்கள், எவ்வித பயமுமின்றி வாதம் செய்வார்கள், ஔரங்கசீப்பின் கொள்கைக்கு எதிராய்க் கிளர்ச்சி செய்யத் தொடங்கிவிடுவார்கள். அவர் மறுபடியும் ஸர்மத் பக்கம் திரும்ப வில்லை. மாறாக, குவாவியை நோக்கி, 'காஜி சாஹிப், இந்த விவகாரத்தை மற்றவர்களுடன் கலந்து பேசி, உங்கள் தீர்ப்பை இப்போதே தெரிவித்துவிடுங்கள்.'

கணப்பொழுதிலேயே குவாவி தீர்ப்பைத் தெரிவித்து விட்டார், 'ஃபக்கீர் ஸர்மத் அவையின் நடையொழுங்கு நியதிகளைப் பின்பற்ற வில்லை. தகாத சொற்களை வாய்விட்டு உரைத்திருக்கிறார். பேரரசருக்கு உரிய மரியாதை காட்டத் தவறிவிட்டார், இறைவனுக்கு அடுத்த நிலையில் இருப்பவர் பேரரசர். இந்தக் குற்றங்களுக்காக இவருக்கு பத்து ஆண்டு கடுங்காவல் தண்டனை விதிக்கப்படுகிறது. இவர் இறை நிந்தனை செய்ததோடு மார்க்க அறிஞர்கள் இவரை பாவ மன்னிப்பு செய்யுமாறு கூறியும் இவர் அதை மறுத்துவிட்டார். ஒரு ஆடவன் இன்னொரு ஆடவனுடன் தேகம் சார்ந்த தொடர்பு கொள்வதை இவர் ஆதரிக்கிறார், அதை ஒப்புக் கொண்டிருக்கிறார். இவ்விரு குற்றங்களுமே நாட்டில் ஒழுங்கற்ற நடத்தையை பரப்பும் வகைப்பாட்டில் வருகிறவை. ஹதீது மற்றும் ஷரீஅத்படி இவருக்கு மரணதண்டனை வழங்கப்பட வேண்டும்.

செபமாலை வைத்திருந்த கையை உயர்த்தியபடி, ஔரங்கசீப், 'லா இலாஹ இல்லல்லாஹீ, முகம்மதுர் ரசூலுல்லாஹி' என்று உச்சரித்தார்.

அடுத்து, திருமறையில் இருந்து ஒரு பத்தியை எடுத்துரைத்தார்–

'இறைவன் அளித்த உயிர் புனிதமானது,
அதைப் பறிப்பதாயின் நீதிமுறையை,
சட்ட நடவடிக்கையை கைக்கொள்ளுங்கள்'

ஃபக்கீர் ஸர்மத் உரக்கச் சிரித்தார்.

அன்று நண்பகலில் அரியாசனத்தைவிட்டு இறங்கும்போது, இதே அவையில் முன்பு நடந்த தாராபாய், சுலைமான் வழக்கு விசாரணைகளை ஔரங்கசீப் நினைத்துக் கொண்டார். தம்முடைய

அரியாசனத்துக்கு எதிரே சிவாஜி தன் செயலற்றவராய், பாதுகாப் பற்ற உணர்வுடன் நின்றிருந்தால் எப்படியிருக்கும் என்று வியந்து கொண்ட ஔரங்கசீப், அது ஒரு நாள் நடக்கும் என்பதையும் அறிந் திருந்தார்.

2

போர் முடிந்து நீண்ட நேரம் ஆன பின்னும், போர்க்களத்தை விட்டு வெளியேறாமல் தயங்கி நிற்கும் வீரனைப்போல், பின்பனிக் காலத்து காலைப்பனி, காற்றில் இன்னமும் தங்கியிருந்தது. நாம்தார் கானும் அவனுடைய பத்தாயிரம் குதிரைவீரர்களும் குர்வந்தா போகும் திக்கில், வேகப் பாய்ச்சலில் போய்க் கொண்டிருந்தனர். அவர்களின் பின்னே, தீக்கிரையான நூற்றுக்கணக்கான கிராமங் களில் இருந்து மேலெழுந்த புகைமண்டலம். அவனுடைய குதிரை வீரர்கள் நூற்றுக்கணக்கான கிராமவாசிகளைக் கொன்று போடவோ, சிறைப்படுத்தவோ செய்தனர். அவர்களுடைய கால்நடைகளையும், களஞ்சியங்களில் இருந்த தானியங்களையும் கைப்பற்றிக் கொண்டனர். ‘அவர்கள் மீது கருணை காட்டவேண்டாம், அவர்கள் கொல்லப்பட வேண்டியவர்கள். நம்முடைய நகர்வுகள் பற்றி சிவாஜியின் படை யாட்களுக்கு தகவல் தருவதோடு, கர்த்தலாப்கானின் தோல்விக்கும் காரணமானவர்கள். அவர்கள் ஒவ்வொருவருமே வேவுக்காரர்கள் தாம், உளவு பார்ப்பதில் ஆர்வம் கொண்டவர்கள்’ அவனுடைய மாமனார் சொன்ன சொற்கள் அவனது காதில் ஒலித்துக் கொண்டி ருந்தது. அவனுடைய அடுத்த இலக்கு லோஹகாட் குன்றின் அடி வாரத்தில் உள்ள கிராமங்கள்.

நாம்தாரும் அவனுடைய குதிரைவீரர்களும் லோனவாலா கிராமத்தை அடைந்தபொழுது சூரியன் உச்சிக்கு வந்து கொண்டி ருந்தது. சில வீரர்கள் குதிரைகளை விட்டு இறங்கி, வீடுகளை ஆராய்ந்து பார்ப்பதற்காக விரைந்து சென்றனர். ஆனால் ஏமாற்றத் துடன் திரும்பி வந்தனர் அங்கே ஆட்களில்லை அவர்கள் வெட்டிச் சாய்ப்பதற்கு, பெண்களின் கதறலோ, குழந்தைகளின் அழுகுரலோ அவர்களுக்குக் கேட்கவில்லை. அவர்கள் குழப்பமடை ந்தனர். தங்கள் கையிலிருந்த தீப்பந்தங்களால் வசிப்பிடங்களை அவர்கள் தீயிட்டு எரித்தனர். நாம்தார்கான் தன்னுடைய குதிரையை விட்டிறங்கி, ஒரு வெற்றிடத்தைக் கடந்து சென்றான். ஒற்றைக் கிணற் றையும் சில அரச மரங்களையும், ஆல மரங்களையும் பார்த்துக் கொண்டு நடந்தான். அது லோனவாலா கிராமத்தின் மையப்பகுதி.

வசிப்பிடங்கள் வெற்றாக இருந்தன. தொழுவங்களில் கால்நடைகளைக் காணவில்லை, களஞ்சியங்கள் காலியாய்க் கிடந்தன. தெருக்கோடிகளில் சில நாய்கள் ஓலமிட்டன. அந்தச் சூன்யமாகிப் போன கிராமத்தைப் புழுதிக்காற்று சுற்றிச் சுழன்றது.

தன்னுடைய மகிழ்ச்சி குறையத் தொடங்கியதை உணர்ந்தான் நாம்தார். அவனுடன் வந்திருந்த மான்ஸப்தார்களும் அடுத்து என்ன செய்வது என்று தெரியாமல் திகைத்தனர். அப்போது, பக்கத்தில் இருந்த பள்ளத்தாக்கை ஆய்வு செய்துவிட்டுத் திரும்பிய உளவுக்காரர்கள், 'எல்லா கிராமங்களும் வெறுமையாக இருப்பதாகவும், கிராமவாசிகள் தங்கள் கால்நடைகள், தானியங்கள் இவற்றோடு குன்றுகளில் போய் ஒளிந்து கொண்டிருப்பதாகவும்' தெரிவித்தனர்.

நாம்தார் சிறிதுநேரம் அமைதியாக இருந்தான். இந்த நடவடிக்கை ஒரு திடீர் முடிவின் விளைவாகத் தொடங்கப்பட்டது. ஒருநாள் முன்புதான் தன்னுடைய தளபதியோடு அவன் கலந்து பேசி முடிவு செய்திருந்தான். ஆனால், அதைப் பற்றி அவர்களுக்கு எப்படித் தெரிந்திருக்கும். முன்பு தங்களால் பாழாக்கப்பட்ட கிராமங்களைச் சேர்ந்த மக்கள், காடுகளின் வழியே சென்று இந்தப் பகுதி மக்களை எச்சரித்திருப்பார்களோ? எப்படியானாலும் அதுபற்றி யோசித்துக் கொண்டிருக்க நேரமில்லை.

அவனை யார் தடுத்து நிறுத்தக்கூடும்? பக்கமாய் உள்ள லோஹகாட், விசாபூர் கோட்டைகள் சிவாஜியிடம் இருப்பவை, ஆனால் அங்குள்ள கோட்டைக் காவலர்களின் எண்ணிக்கை மிகக் குறைவு. அத்துடன் சிவாஜி தொலைவில் கொங்கணத்தில் இருக்கிறார். கோட்டையில் உள்ள மராத்தியர்களால், தாக்குதலின் போது கோட்டையைக் காத்துக்கொள்ள முடியும். ஆனால், கீழிறங்கி வந்து தன்னுடைய பத்தாயிரம் குதிரைவீரர்களை அவர்கள் எதிர்கொள்ளமாட்டார்கள்.

'நாம் இங்கே முகாமிட்டுக் கொள்வோம். காட்டில் இருந்து விறகுகளையும், பறவைகளையும் சேகரித்து வாருங்கள். உங்களுடைய நீர்க்குடுவைகளில் தேவையான நீரை, இந்தக் கிணற்றில் இருந்து எடுத்து நிரப்பிக் கொள்ளுங்கள். இன்னும் சில நாட்களுக்குத் தேவையான உணவுப் பொருள்கள் நம்மிடம் உள்ளது. எனவே சமைக்கத் தொடங்கலாம்' என்று நாம்தார் உறுமினான்.

மது, தன்னுடைய குதிரையின் கடிவாளத்தைப் பற்றிக் கொண்டு ஒரு பாறைச் சரிவில் மறைந்திருந்தான். நாம்தார் கூறிக் கொண்டிருந்தது அவனுடைய காதில் விழவில்லை என்றாலும், முகலாயர் இராப் பொழுதுக்கு அங்கே தங்கப் போகிறார்கள்

என்பதைப் புரிந்துகொண்டான். அவன் நேற்று முதலே அவர்களைப் பின்தொடர்ந்ததோடு, அவர்கள் ஏற்படுத்திய சேதங்களையும் பார்த்து வந்திருந்தான். அவன் காட்டுத் தடங்களில் பயணம் செய்து அந்த வட்டாரத்தில் உள்ள கிராமத்தார்களை முன்னெச்சரிக்கை செய்து, அவர்களைக் கால்நடைகள், தானியங்களோடு குன்றுகளில் சென்று மறைந்து கொள்ளும்படி அறிவுறுத்தினான். முகலாயர்களைக் கண்காணிக்கும் பொருட்டு இரவுப்பொழுதைத் தானும் அங்கேயே கழிப்பதென்று அவன் முடிவு செய்தான்.

முகலாயப் படையாட்கள் லோனவாலாவில் இருந்த துப்புரவில்லாத வீடுகளில், அவற்றின் சீர்கேடுகளைப் பொருட்படுத்தாமல் தங்கிக்கொண்டனர். அன்று மாலைப்பொழுது முழுக்க சமையல் வேலைகளில் முனைப்பாக ஈடுபட்டிருந்தனர். பக்கத்தில் இருந்த புல்வெளியில் தங்கள் குதிரைகளை மேயவிட்டனர்.

மதுவும் சிறிய நீர்நிலை ஒன்றில் தன் குதிரையை நீர் பருகச் செய்து, சிறு நிலப்பகுதி ஒன்றில் புல்மேயச் செய்தான்.

தன்னுடைய துணி மூட்டையில் இருந்த சொற்ப உணவை உண்டுவிட்டு, உண்ணத்தக்க கனிகளையும், கிழங்குகளையும் தின்று தன் பசியைத் தீர்த்துக் கொண்டான். தன் காவலிடத்தை விட்டு எங்கும் நகராமல், அங்கேயே இருந்துகொண்டான்.

இரவானதும் காற்று குளிரானது. மது தன்னுடைய தலைப்பாகையை அவிழ்த்து, போர்த்திக் கொண்டான். அவன் போர்த்திக் கொண்டது குளிரைத் தடுத்துக் கொள்வதற்காகத் தானேயன்றி படுத்து உறங்குவதற்காக அல்ல. அவனுடைய கண்கள் அந்த முகாமின் மீதே குவிந்திருந்தன. முகாமில் இருந்து கேட்ட இரைச்சல் படிப்படியாகக் குறைந்தது, எரிந்து கொண்டிருந்த சில தீவர்த்திகளும் அணைக்கப்பட்டு விட்டன. அவனோ ஒரு பாறை மீது சாய்ந்தபடி, உறக்கத்தை விரட்டியடிக்க முயன்று கொண்டிருந்தான். எங்கோ காட்டின் விளம்பில், ஒரு மான் தன் தொண்டையில் இருந்து சப்தமிட்டது. அந்தச் சப்தங்கள் தொடர்ந்து கேட்டு பின் மறைந்தது. எங்கே தன் குதிரைகளைப் பொலி செய்துவிடுமோ என்று அஞ்சி, அவன் பிரார்த்தித்துக் கொண்டான். சிறிது நேரத்திற்கெல்லாம் அந்தப் பிரதேசத்தில் ஒரே நிசபதம். நாள் முழுக்க தன்னைத் தொல்லைபடுத்திக்கொண்டிருந்த கேள்வியை அவன் நினைத்துக் கொண்டான். 'வெறுமையாகிக் கிடக்கும் ஒரு கிராமத்தில் ஆயிரக் கணக்கான முகலாயச் சிப்பாய்கள் எதற்காக முகாமிட்டிருக் கிறார்கள்?' அந்தக் கேள்விக்கு விடை தேடி, கிடைக்காமல் அவன் தூங்கிவிட்டான்.

முகலாயச் சிப்பாய்களின் திட்டம் என்ன என்பது விடியற் காலையில்தான் மதுவிற்கு விளங்கியது. முகலாயர்கள் அருகாமை யில் உள்ள குன்றுகளில் மனிதர்களை வேட்டையாடுவதற்காகச் சென்றதை அவன் கவனித்தான். ஏதும் செய்ய இயலாத நிலையில் அவனால் கோபப்பட மட்டுமே முடிந்தது. நூற்றுக்கணக்கான ஆண் களையும், பெண்களையும், குழந்தைகளையும் அவர்கள் இழுத்து வந்தனர். பிடிபட்டவர்களின் கைகள் கொடிகளாலும், கயிறு களாலும் பிணைக்கப்பட்டிருந்தன.

மது இப்போது அங்கிருந்து போயாக வேண்டும். நடந்தவற்றை யெல்லாம் தன்னுடைய தலைவர் பாஹிர்ஜி நாயக்கிடம் சென்று அவன் தெரிவிக்க வேண்டும்.

அத்தியாயம் இருபத்தி நான்கு

1

ஜஹானாரா தம்முடைய தந்தையைக் கவனித்துப் பார்த்துக் கொள்வதிலேயே நாட்களைக் கழித்து வந்தார். ஆனால், இரவுகளில் புகழ்பெற்ற தத்துவமேதைகளும், வரலாற்றாளர்களும் படைத்த நூல்கள் (கையெழுத்துப் பிரதிகள்) கொண்ட தமது நூலகத்தில் அமர்ந்துகொண்டு விடுவார். தம் துயரத்தை உள்ளடக்கி வைப்ப தற்காக, தாராபாயின் நூலான 'மஜ்மா–உல்–பஹ்ரேன்' அவருக்குப் பெரிதும் உதவியது. இந்துசமயக் கோட்பாடுகளுக்கும் இஸ்லாமியக் கோட்பாடுகளுக்கும் இடையே உள்ள ஒப்புமைப் பண்புகளைப் பற்றிய நூலது. அந்நூலில் இருந்து சில பக்கங்களையாவது தினமும் அவர் விரும்பிப் படித்தார்.

போரின் பயனின்மை குறித்து அவர் சிந்திப்பதுண்டு. போரிடு வதன் மூலம் ஒருவர் சாதிக்கக் கூடியது என்ன? போரின் குறிக்கோள் சமாதானத்தைக் கண்டடைவதா? அவரால் நேசிக்கப்பட்ட பலரும் செத்துப் போனார்கள் அல்லது செத்துக் கொண்டிருக்கிறார்கள். அவருடைய அருமைச் சகோதரன் தாராபாயின் இறப்பு பெருஞ் சோகம். தம்முடைய தம்பியால் அரசவையில் அவர் விசாரணைக்கு உட்படுத்தப்பட்டு, அவமதிப்புக்குள்ளாகி, சிரச்சேதம் செய்யப் பட்டார். நேற்றைய தகவலின் படி தாராபாயின் மகன் சுலைமான் குவாலியர் கோட்டை பாதாளச் சிறையில் தன்னுடைய கடைசி மூச்சை விட்டிருக்கிறான். குஜராத்தில் பணப்பட்டுவாடா அதிகாரியைக் கொன்றதாகக் குற்றஞ்சாட்டி முராத்பக்ஷிக்கு மரணதண்டனை விதித்து, அவரைத் துப்பாக்கிப் படைக்குழுவைக் கொண்டு சுட்டுத் தள்ளியிருக்கிறார்கள். இதுவும் அதே கோட்டையின் முற்றத்தில் வைத்துதான் நடந்திருக்கிறது. முகம்மது சுல்தானும் அங்கேயே கிடந்து அழுகிக் கொண்டிருக்கிறான். ஷுஜாபாயைத் துரத்திக் கொண்டு வங்காளத்திலும், ஆரக்கானிலும் அலைந்த மீர்ஜும்லா, காலரா வந்து மரணப்படுக்கையில் விழுந்துவிட்டார்.

ஷுஜாபாய் தன்னுடைய குடும்பத்துடன் பர்மாவிற்கு தப்பிச் சென்றுவிட்டதாய்த் தகவல். தில்லியில் வேறு சில நிகழ்ச்சிகளும் நடந்தேறிவிட்டன. ரமலானுக்குப் பிறகு சில மாதங்கள் கழித்து கடுமையான நோன்பு, தில்லியின் மோசமான வெப்பம், அதிக உழைப்பு காரணமாய் ஒளரங்கசீப்பின் உடல்நிலை ரொம்பவும் பாதிக்கப்பட்டது. அவர் நோய்ப்படுக்கையில் இருந்தபோது, தங்கை ரோஷனாரா ஒரு சர்வாதிகாரி போல் அதிகாரம் பண்ணிக் கொண்டிருந்திருக்கிறார். பேரரசரைப் பார்க்க யாரையும் அனுமதிக் காத ரோஷனாரா, ஒளரங்கசீப்பின் மனைவி நவாப் பாயின் தலை முடியைப் பிடித்திழுத்து வெளியே தள்ளிவிட்டதாகவும் ஒரு வம்பளப்பு. எங்கே தன் பிரியமான சகோதரி அதிகார வேட்கையில் ஆட்சிக்கு இடையூறாகிவிடுவாரோ என்று சந்தேகித்த ஒளரங்கசீப், தாம் குணம் பெற்றதும் அவரை ஓரம் கட்டி விட்டதாகவும் ஒரு வதந்தி.

இங்கே ஆக்ரா கோட்டையிலும் பல வினோதங்கள் நிகழ்ந்து விட்டன. அலி அடிமையான முத்ஆமத், ஒரு சர்வாதிகாரியாகவே செயல்பட்டுக் கொண்டிருக்கிறான். அவன் ஷாஜஹானின் சேமக் காப்பறைகளில் இருந்த ஆபரணங்களையும், கலைப் பொருட் களையும் ஆயிரக்கணக்கான பெட்டிகளில் அடைத்து, தில்லியில் உள்ள ‘கிலா–இ–முபாரக்’ கருவூலத்துக்கு அனுப்பிவிட்டான்.

தாராபாயின் நேசத்திற்குரியவரும், இவரால் (ஜஹானாரா) பெரிதும் மதிக்கப்பட்டவருமான ஃபக்கீர் ஸர்மத் சாந்தினி சௌக்கில் தூக்கிலிடப்பட்டார். அவருடைய ஆயிரக்கணக்கான ஆதரவாளர்கள் முன்னிலையில் இது நடந்திருக்கிறது. ஒளரங்க சீப்பின் கொள்கைக்கு எதிரான பலரும் இனி வரிசையாய் விழுந்து மடிவார்கள்.

ஒளரங்கசீப் உதேபுரி என்ற பெண்ணை மணந்து, காஷ்மீரில் சில நாள் தங்கியிருந்து குணம் பெற்றார். அவருடைய வயது வந்த பெண்களான ஜெபுன்னிஸாவும், ஜினாத்துன்னிஸாவும் தங்கள் சகோதரர்களை வளர்ப்பது, இலக்கிய முயற்சிகளில் ஈடுபடுவது என்று காலம் கழித்தனர். ஜஹானாரா தம் வாழ்க்கை நெடுகிலும் மணம் செய்து கொள்ளாமலே இருந்துவிட்டார். தனிச் சிறப்பு வாய்ந்த இளவரசிகளுக்குத் தகுதியான மணாளர்கள் இந்தப் பூமிக் கிரகத்தில் பிறந்திருக்கவில்லை என்றே சொல்லத் தோன்றுகிறது.

2

அது பின் இரவு நேரம். சிவாஜி, ராஜ்காட் கோட்டையின் விரிவாக்கப் பகுதியான பத்மாவதி என்கிற புதிய கட்டிடத்தில்

மேலும் கீழுமாய் நடந்து கொண்டிருந்தார். ஒரு லட்சம் படையாட்களுடன் புனே நகரத்துக்கு வந்த ஷெயிஸ்டகானைப் பற்றிய சிந்தனையில் இருந்தார் அவர். அத்துமீறி நுழைந்தவர்களின் பெருவேட்கைக்கு இரையாகி, அவர்களுடைய அடாத செயல்களால் அந்த மண்டலத்தின் பொருளாதாரமே சீர்குலைந்து போனது. வரிவசூல் எப்போதும் இல்லாத அளவிற்கு மிகவும் குறைந்து விட்டது. காலாட்படைக்கும், குதிரைப்படைக்கும் ஊதியம் வழங்குவதில் சிரமம். இவருடைய தளபதிகளான பால்கர், பிங்ளே, ஏஸாஜி, தானாஜி போன்றவர்கள் பல்வேறு எல்லைப் பகுதிகளிலும் தங்களுடைய முழுத் திறமையையும் காட்டி போரிட்டுக் கொண்டிருந்தனர். ஆனால், முகலாயர்கள் திடீர்த் தாக்குதல் நடத்துவது அன்றாட நிகழ்வாகி விட்டது. அவருடைய உத்தேச மதிப்பீட்டின் படி முகலாயர்கள் பாலுக்காகவோ, இறைச்சிக்காகவோ ஆயிரக் கணக்கான ஆடு, மாடுகளைக் கிராமங்களில் இருந்து கொண்டு போய்விட்டார்கள். விவசாயிகள் தப்பியோடி மலைப்பகுதிகளில் ஒளிந்துகொண்டிருக்கிறார்கள். கால்நடைகள் இல்லாததால் நிலங்களை உழவு செய்ய முடியவில்லை. நிலங்களை உழுது பயிரிடாத காரணத்தால் உணவுக்கோ, வருவாய்க்கோ வழியில்லாமல் போயிற்று.

ஷெயிஸ்டா, அத்துடன் கொங்கணத்துக்கு வேறு பல படைப் பிரிவுகளை அனுப்பி வைத்திருக்கிறார். அவர்கள் காட்டுவழிகளில் புகுந்து சென்றார்களே தவிர, சிவாஜியின் மலைக்கோட்டைகளில் எதையும் கைப்பற்றவில்லை. ஷெயிஸ்டகானின் போர்த்திட்டம் எதிராளியை ஊக்கமிழந்து சோர்வடையச் செய்வது, எதிராளியின் சேம இருப்புகளைக் காலி பண்ணுவது, கடைசியாக வலுக்கட்டாயமாகவோ அச்சுறுத்தியோ எதிரியைச் சரணடையச் செய்வது. இந்தப் போர் உத்தியைக் 'கற்பித்தல்' எனலாம். இது ஓராண்டுக்குமேல் தொடர்ந்தால் ஷெயிஸ்டகானின் போர்க்கொள்கை வெற்றி பெற்றுவிடும். சிவாஜி தம்முடைய படையாட்களுக்கு ஊதியம் வழங்கப் பணம் இல்லாமல் திண்டாட வேண்டியதுதான். வேறுவிதமாய்ச் சொன்னால் சிவாஜி பேரரசிடம் சரணடைய நேரிடும்.

பிரதாப்காட்டில் இருந்து திரும்பி வந்திருந்த பேஷ்வா மோரோஜி பிங்ளே, சிவாஜியின் உடல்மொழியில் இருந்தே அவர் பொறுமையற்றிருப்பதை உணர்ந்து கொண்டார். பால்கரும் அழைப்பாணையை ஏற்று வந்திருந்தார். பிங்ளேயும், பால்கரும் சூழ்நிலைக் கேற்ப செயல்படுகிறவர்கள், எந்தக் கணத்திலும் களம் புகத் தயாராக இருந்தார்கள்.

மேதா தேஷ்முக் பாஸ்கரன் ❖ 433

சிவாஜி நடப்பதை நிறுத்திவிட்டு, 'ஷெயிஸ்டகான் தம்முடைய குடும்பத்தாருடன் லால்மஹாலில் பாதுகாப்பாக இருந்து கொண்டிருக்கிறார். சுற்றிவர அவருடைய இராணுவம் முகாமிட்டிருக்கிறது. தம்மை எவரும் வெல்ல முடியாது என்பதே அவருடைய எண்ணம். கர்த்தலாப்பின் தோல்விக்குப் பிறகு தாம் புது முயற்சி எதிலும் இறங்குவதில்லை என்று அவர் தெரிவித்திருக்கிறார். அவரை நெருங்குவதற்கான வழி இருந்தே தீரும். அந்த வழிமுறை அவருடைய திட்டத்தில் அடங்காத ஒன்று. தம்முடைய கவசம் உடைபடும் என்பதைத் தமது கனவிலும் அவர் கருதியிருக்க மாட்டார், இல்லையா?' என்றார்.

பிங்ளே ஒரு புன்னகையுடன் சொன்னார், 'தனக்கு மனிதர்களாலோ, கடவுளாலோ, மண்ணுலகிலோ விண்ணுலகிலோ மரணம் சம்பவிக்கக்கூடாது என்று வரம் பெற்ற மகிஷாசுரன் கதைதான் நினைவுக்கு வருகிறது.'

'பவானி தேவியை அழைப்பதற்கான நேரம் வந்துவிட்டது' என்றார் சிவாஜி.

பிங்ளேயின் புன்னகை மேலும் விரிந்தது. 'போர்த்திறம் சார்ந்த ஒரு சவால் நமக்கு ஏற்பட்டிருக்கிறது' என்றார் சிவாஜி.

பால்கர் சொன்னார், 'நமக்கு இப்போது ஒரு உத்தி தேவைப்படுகிறது. அது நடைமுறைக்கு மாறான, வழக்கமுறையை மீறிய ஒன்றைச் செய்வதற்கு நம்மை வழிநடத்துவதாய் இருக்கவேண்டும். பகைவரைத் தோற்கடிக்க முன்பு எப்போதுமே கையாளப்படாத ஓர் உத்தியாக அது இருக்கவேண்டும்.'

'நீங்கள் கூறக் கருதுவது...?'

'நம்முடைய எதிரி சிந்திக்காத கோணத்தில் நாம் சிந்திக்க வேண்டும். அவர்களுடைய சிந்தனைக்கு அப்பாற்பட்டதாய் அது இருக்க வேண்டும். நம்மை மறைத்துக்கொண்டு செல்வோம்' என்று பால்கர் தெரிவித்தார்.

'ஒரு ஆவி திடுதிப்பென்று அந்தரத்தில் காட்சியளிப்பது போலவா?' என்று துடுக்காகச் சொன்னார் சிவாஜி.

'ஆக, ஷெயிஸ்டகானை லால்மஹாலிலேயே நாம் எதிர்கொள்கிறோம்' தம் நகைச்சுவையுணர்வு வெளிப்படக் கூறினார் பிங்ளே.

'நாம் அவர்கள் கண்ணெதிரிலேயே இருப்போம், ஆனால் நம்மை யார் என்று அவர்கள் கண்டுகொண்டுவிடக் கூடாது' என்றார் பால்கர்.

பிங்ளே புரிந்துகொண்டதற்கு அடையாளமாய்ப் புன்னகை செய்தார்.

'சாஜக் படைப்பிரிவில் இருந்து மிகச் சிறந்த நானூறு வீரர்களைக் கொண்டு வாருங்கள்' உத்தரவிட்டார் சிவாஜி.

'*ஜீ' பிங்ளே தலைதாழ்த்தி அந்தப் பொறுப்பை ஏற்றுக் கொண்டார், 'சா' என்பது (சாகர்) கடலைக் குறிப்பது. 'ஜ' என்பது ஜமீனைக் குறிப்பது (நிலம்), 'க' என்பது ககனத்தை (வானம்) குறிப்பது. வானுயர்ந்த மலையெனவும் பொருள்படும். அவர்கள் நீரிலும், நிலத்திலும், மலை மீதும் போரிடும் வல்லமை உடையவர்கள். 'சாஜக்' என்ற சொல்லுக்கு மராத்தியில் விழிப்பு என்று பொருள். இந்த வீரர்கள் கடமையாற்றும் பொழுது தும்முவதோ, இருமுவதோ கிடையாது. அவர்கள் ஓசையில்லாமல் செயல்படப் பயிற்றுவிக்கப்பட்டவர்கள். ஆபத்தான தாக்கிலக்குகளைப் பின் தொடரும்போது அவர்கள் மூச்சுவிடுகிற சத்தம் கூடக் கேட்காது.

'நம்முடைய போருக்கான நெறிமுறைகளில் மாற்றார் இல்லத்தில் நுழைவது பொருந்தாத ஒன்று. அங்கே, பெண்களும் குழந்தைகளும் இருப்பார்கள்' பிங்ளே நினைவுபடுத்தினார்.

சிவாஜி உரக்கச் சிரித்தார், 'அது யாரோ ஒருவருடைய வீடு அல்ல. அது எனக்குச் சொந்தமான இடம். ஷெயிஸ்டகான் அங்கே அனுமதி பெறாமல் நுழைந்திருக்கிறார். எதிரி ஆற்றல்மிக்க இடத்தில் இருந்து கொண்டு வன்முறைச் செயல்களை ஏவி விடுகிறார்.

பாதுகாப்பாக இருந்து கொண்டு, தாக்குதலை மேற்கொள்கிறார்.'

பிங்ளே பலவீனமாய்ப் புன்னகைத்தார், அவர் வாதிட விரும்பவில்லை.

'நாம் இங்கிருந்து புறப்பட்டு, முப்பது காதம் பயணம் செய்து, நள்ளிரவில் அவர்களுடைய முகாமைச் சென்றடைகிறோமா?' காரியார்த்தமாகக் கேட்டார். பேசு பொருளில் இருந்து விலகாதிருக்க விரும்பினார் அவர்.

'நாம் சீக்கிரமே புனேக்கு தென்மேற்காக உள்ள கோண்டனா கோட்டைக்கு இடம்பெயரப் போகிறோம். அது புனேயில் இருந்து ஆறுகாத தொலைவில் உள்ளது.'

'இந்தத் தாக்குதலை முன்னின்று நடத்தப் போகிறவர் யார்?' இதில் தங்களுடைய அரசரின் செயற்பாடு பற்றி உறுதியாகத் தெரியாத நிலையில் கேட்டார் பிங்ளே.

---

* ஜீ – ஒருவரின் பெயருக்குப் பின்னால் மரியாதைக்காக இடப்படும் சொல் இது. மரியாதைக்குரியவருடன் உரையாடும்போது அவர் கூறுவதை ஏற்றுக் கொள்ளவும் இச்சொல் பயன்படுத்தப்படும்.

'நான்தான்' உறுதிப்படுத்தினார் சிவாஜி.

'நீங்கள் எதற்காகப் போக வேண்டும், எங்களில் ஒருவரே அதற்குப் போதுந்தானே' பிங்ளே மறுப்பு தெரிவிக்க முற்பட்டார்.

'என்னுடைய ஆட்கள் புறப்பட்டுப் போய், எதிரியின் குளம் படியில் நசுக்குண்டு போவதா? அவர்களுடைய மகிழ்ச்சியும், நம்பிக்கையும் தாழ்நிலையில் உள்ளது. நான் பக்கமிருந்து அவர்களை வலுப்படுத்த வேண்டும். அவர்களைக் காப்பதற்காக என் உயிரையும் கொடுப்பேன் இல்லையேல் என்மீது அவர்களுக்குள்ள நல்லெண்ணம் குன்றிவிடும்.'

'இதில் மோசமான விளைவை ஏற்படுத்தும் பேராபத்து இருக்கிறது' பலமாகத் தலையசைத்தார் பிங்ளே. சிறிது நேரத்துக்கு அங்கே மவுனம் நிலவியது. தம்முடைய பிரியத்திற்கு உகந்த சாயி தன்னுடைய இறப்பு குறித்தும், அவருடைய வாழ்வு குறித்தும் சொன்னது சிவாஜியின் நினைவுக்கு வந்தது. 'மோரோஜி, நாம் எப்போதுமே நம் சக்திக்கு அப்பாற்பட்டவைகளை நம் கட்டுப் பாட்டில் வைக்க விரும்புகிறோம். நம் கைக்கெட்டும் தொலைவில் இருப்பவைகளைக் கண்டுகொள்ளாமல் விட்டுவிடுகிறோம்' என்றார் அவர்.

'அரசே, தாங்கள் புதிர்போட்டுப் பேசுகிறீர்கள்' தம்முடைய தலைவரிடம் கண்டனம் தெரிவித்தார் பிங்ளே.

'நம்முடைய குறிக்கோள் சுயராஜ்யம் – மக்களின் தேசம். அதை அடைவது எளிதல்ல' சிவாஜி விளக்கினார்.

'நம்முடைய வேலைகள் எல்லாமே உயிருக்கு ஆபத்தை உண்டு பண்ணக் கூடியவைதாம். மரணம் நிலையானது, அதை மாற்ற முடியாது. ஆனால் மரணத்துக்கான தருணத்தை மாற்றமுடியும். நாம் கடமைப் பொறுப்பாகக் கருதிச் செய்யும் பணியை, நம்மால் இயன்றவரை தவறில்லாமல் செய்து முடிப்போம். சுயராஜ்யம் இறைவனின் விருப்பம் என்பதை மறந்துவிடாதீர்கள்.'

'மகாராஜா ஜஸ்வந்த்சிங் ரதோட் தம்முடைய பத்தாயிரம் குதிரைவீரர்களுடன் கோண்டானா அருகே முகாமிட்டிருக்கிறார்' பிங்ளே முன்னெச்சரிக்கைபோல் கூறினார்.

'அவர் ஔரங்கசீப் என்கிற நிறுவனத்தை எதிர்த்துப் போராடிய புரட்சிக்காரர். இருந்தபோதும் ஔரங்கசீப் அவருடைய அரசத் துரோகத்தை மன்னித்துவிட்டார். அவர் நெகிழ்வானவர், எளிதில் தம்முடைய நிலையை மாற்றிக் கொள்ளக்கூடியவர். தயவுசெய்து முத்துக்களையும், இரத்தினக்கற்களையும் அவருக்குப் பரிசாக அனுப்பி வையுங்கள். அவர் தம்மை நேசிப்பதைவிட தம்முடைய

மனைவியர் இருவரையும் வெகுவாய் நேசிப்பவர் என்றும், அவர் களுக்குப் பரிசுகளைத் தேடித் தேடி அனுப்பி வைக்கிறார் என்றும் நான் கேள்விப்பட்டேன்' சிவாஜி தாழ்ந்த குரலில் கூறினார்.

'எனக்கு அவர்களுடைய முகாமின் வரைபடம் வேண்டும்' திட்டத்துக்கு மெல்ல ஆயத்தப்படுத்துவதுபோல் சொன்னார் பிங்ளே.

'சீக்கிரமே அது உங்களுக்குக் கிடைக்கும்' என்றார் சிவாஜி. அவர் மேலும் கூறினார், 'நாயக்கும் அவருடைய நூறு ஆட்களும் அங்கே ஊடுருவி மாதக் கணக்கில் ஆகிறது.'

'நமக்கு நுழைவுச் சீட்டுகளும் தேவை. வாயிற்காவல் ரொம்பக் கடுமை என்று நான் கேள்விப்பட்டேன்' பிங்ளேயிடம் ஆர்வம் தெரிந்தது.

'நான் எதற்காக இவ்வளவு நாளாய்ச் செயல்படாமல் காத்தி ருந்தேன், எனக்கே வியப்பாக இருக்கிறது' என்றார் சிவாஜி.

பிங்ளே புருவங்களை உயர்த்தினாலும், இசைவாகத் தலை யாட்டினார். லால் மஹாலுக்குத் தெற்காக சில காத தூரத்துக்கு முகாம் பரவிக் கிடக்கிறது. முகாமிற்குள் நுழைவதற்கு இருபது வாயில்கள். தற்காலிக ஏற்பாடாக அதிக உயரமில்லாத கற்சுவர் ஒன்று. அங்கே பல நிறத்தவரும், பல்வேறு குலத்தவரும் முகலாயக் கொடியின் கீழ் போரிடுவதற்காகத் திரண்டிருக்கிறார்கள். அபிசீனியர்கள், ஆப்கானியர்கள், இராஜபுத்ரர்கள், பாரசீகர்கள், உஸ்பெக்குகள் மற்றும் உள்ளூர் மராத்தியர்களும் அதில் உண்டு. ஒவ்வொரு மான்ஸப்தாரும் தங்களிடம் உள்ள படைகளை அதிகாரம் பண்ணிக் கொண்டு, சிற்றரசர்களைப்போல் சௌகரியங் களை அனுபவிக்கிறார்கள். ரொம்பப் பேர் ஒருவரையொருவர் அறியாதவர்கள்தாம். யார் சுற்றுக்காவல் புரிந்துவிட்டுத் திரும்பு கிறார்கள், யார் தாக்குதல் நடத்திவிட்டுத் திரும்புகிறார்கள் என்றுகூட வாயிற்காவலர்களுக்குத் தெரிவதில்லை. சுற்று வட்டாரத்தில் கொள்ளையிட்ட பொருட்களைச் சுமந்து கொண்டு அடிமைகள் திரளாக உள்ளே வருகிறார்கள். ஒவ்வொரு நாளும் புதுப்புது அடிமைகள் கூட்டமாய்க் கொண்டுவரப் படுகிறார்கள். அவர் களைச் சோதனையிடுவதோ, கவனமாகக் கண்காணிப்புச் செய்வதோ காவலர்களுக்கு முடியாத காரியம்.

'ஷெயிஸ்டகானின் பாதுகாப்பு அதிகாரிக்கு நாவிதராகப் பணியாற்றுகிறான் நாயக்கின் ஆளான மது. அவன் சிலருடைய அனுமதிச் சீட்டுகளுக்காக விண்ணப்பிக்கக் கூடும்' சிவாஜி ஒரு வியப்பைக் கொடுத்த போதும் பிங்ளே எதிர்வினையாக எதையும்

வெளிப்படுத்தவில்லை. 'ஆனால் நாம் ஒரு நூறு சாஜக்குகளை யாவது முகாமில் ஊடுருவச் செய்ய வேண்டும்.'

'ஷெயிஸ்டகானிடம் ஒரு நடமாடும் பூந்தோட்டம் இருக்கிறது. அரிய வகை பூஞ்செடிகள் கொண்ட நூற்றுக்கணக்கான பூந்தொட்டி கள். அவற்றை உள்ளூர் தோட்டக்காரன் ஒருவன்தான் கவனித்துக் கொள்கிறான். நாயக் அவனுக்கு நல்ல நண்பனாகி விட்டார். அவர்கள் இருவரும் பத்து தங்க நாணயங்களை சம்பந்தப்பட்ட அதிகாரிக்கு கையூட்டு கொடுத்து, திருமணக் கூட்டமாக ஒரு சிறிய குழுவை உள்ளே அனுப்பிவிடலாம். நாயக்கின் தூரத்து அத்தை வழி பெண் ஒருத்தியை, அவருடைய நண்பரின் சகோதரன் மகனுக்குக் கொடுப்பதாய் ஏற்பாடாகியிருக்கிறது.'

'கடவுள் அந்த இளஞ்சோடியை ஆசீர்வதிக்கட்டும்' உற்சாகமும் மகிழ்ச்சியுமாய்ச் சொன்னார் பிங்ளே.

'இப்ராகிம்கான் முகாமிற்குள் அடிக்கடி போய் வருகிறார். அங்கே அவருக்குப் புதிய நண்பர்கள் கிடைத்திருக்கிறார்கள். அவர் அங்கே சுற்றுக் காவல் பணியில் இருப்பதாய்க் கருதிக் கொண்டு காவலர்கள் அவரிடம் நுழைவுச் சீட்டு கேட்பதில்லை. அன்று மாலை சில மராத்திய அடிமைகளைத் தளையிட்டு உள்ளே கொண்டு செல்வது இப்ராகிமின் வேலை. உள்ளே நுழையும்போது அவர்களுக்குக் கசையடி கொடுப்பார்' சிவாஜி ஆர்வத்துடன் தகவல்களை அளிக்க முன்வந்தார்.

'இந்த நள்ளிரவுத் தங்கலுக்கான திட்டம் எப்போது?'

'ரமலான் சமயத்தில்' சிவாஜியிடம் இருந்து உடனே பதில் வந்தது.

பிங்ளே சரிநுட்பமாய்த் தெரிந்துகொள்ள விரும்பினார். 'ரமலான் சமயம் என்றால் குறிப்பாக எந்த நாளில்?' என்று கேட்டார்.

'அமாவாசைக்குப் பிறகு வருகிற ஆறாம் பிறை நாளில். அன்றிரவு, அவர்களும் ஔரங்கசீப் முடிசூடிய முதலாம் ஆண்டு விழாவைக் கொண்டாடுவார்கள். மணிக்கொரு தடவை முரசுகளை ஒலிப்பார்கள்.'

பிங்ளேக்கு ஒரே ஆச்சரியம். தம் கண்களில் வியப்பை வெளிக் காட்டாமல் மறைக்க வெகுவாய் முயன்றார் அவர்.

'வீட்டைப் பாதுகாக்கும் ஆயுதம் தாங்கிய காவலர்கள் பற்றி ஏதும் உண்டா?'

'நாம் அவர்களைக் கொன்றுவிடுவோம்' சிவாஜியின் பதில் திகிலூட்டுவதாக இருந்தது.

'நாம் எந்த வழியாக வீட்டுக்குள் நுழைவது? நிச்சயமாகப் பிரதான வாயில் வழியாக அல்ல தானே?'

'சமையற்கட்டு வழியாக. அந்தப் பக்கம் தலைமைத் தோட்டக் காரனுடைய சிறு வீடு ஒன்று உள்ளது.' சிவாஜி சொன்னார்.

'சாஜக் ஆட்கள் தவிர்த்து, உங்களுடன் படுக்கையறை வரைக்கும் போகப் போகிறவர்கள் யார்?' பிங்ளேயின் கண்கள் அறிந்து கொள்ளும் ஆவலில் பளிச்சிட்டன.

'பாபாஜியும், சிமன் தேஷ்பாண்டேயும். தங்கள் புறங்கையைப் போல் லால் மஹாலை நன்கறிந்தவர்கள் அவர்கள். குழந்தைகளாக இருந்த காலத்தில் அங்கே அவர்கள் கண்ணாமூச்சி ஆடுவதுண்டு' என்று மென்மையாகச் சொன்னார் சிவாஜி.

'அவர் எங்கே உறங்குவார் என்பதை நீங்கள் எப்படித் தெரிந்து கொள்வீர்கள்?' பிங்ளேயின் கேள்விகளுக்கு ஒரு முடிவே இருக்காது போலும்.

'அந்த இணைப்பில்தான் கொஞ்சம் இழுபறி. சில சமயம் தரைத் தளத்தில் உள்ள ஆலோசனைக் கூடத்தின் உள்ளறையில் தூங்கு கிறார். ஆனால் சில நேரங்களில் முதல் தளத்துக்குச் சென்றுவிடு கிறார்' சிவாஜி தாம் சொல்வது உண்மை என்பதை நிறுவ அழுத்த மாகச் சொன்னார் 'வேறு கேள்விகள் உண்டா?'

'இல்லை' புன்னகைத்தார் பிங்ளே. தம்முடைய அரசரின் திட்டத்தால் அவர் வெகுவாய்க் கவரப்பட்டிருந்தார்.

3

ஒரு நல்ல இரையை விழுங்கிவிட்டு சோம்பிக் கிடக்கிற மலைப்பாம்புபோல், முத்தா ஆற்றங்கரையில், புனேக்கு தென்புறம் உள்ள வயல்களையும், காடுகளையும் சுற்றி அமைந்திருந்தது முகலாயர்களின் முகாம். அறுபத்தியெட்டு மான்ஸப்தார்களுக்கும் அறுபத்தியெட்டு முகாம்கள் அமைக்கப்பட்டிருந்தன. ஒவ்வொரு முகாமிலும் குதிரைப்படையினர், காலாட்படையினர், துப்பாக்கிப் படைப்பிரிவு வேவுப்படையினா என இரண்டாயிரம் முதல் ஐயாயிரம் பேர் இருந்தனர். இவையன்றி ஆயிரக்கணக்கான போர்விலங்குகள், ஆசைநாயகியர், ஏவலர்கள் (சமையல், துப்புரவுப் பணி செய்பவர்கள், விலங்குகளைப் பராமரிப்பவர்கள்) வியாபாரிகள் இருந்தனர். இருபத்தியொன்பது முஸ்லீம் மான்ஸப்தார்களின் ஷாமியானாக்களிலும் விருந்து தயாரிக்க பணியாளர்கள் முடுக்கி

விடப்பட்டிருந்தனர். இன்று அவர்களுக்கு சிறப்பான நாள். பேரரசர் முடிசூடி ஓராண்டு நிறைவு பெற்றதைக் கொண்டாடும் விழா. இரவு பலமான விருந்து காத்திருந்தது.

தொழுகைக் கோபுரத்தின் மீதிருந்து ஒலிக்கும் அழைப்போசைக் காக தங்கள் மூச்சுவிடும் ஒலியையும் குறைத்துக் கொண்டு அவர்கள் காத்திருந்தனர். அன்று பகலில் இஃப்தார் நோன்பிருந்த அவர்கள், அறிவிப்புக்குப் பின் தங்கள் உணவின் முதல் கவளத்தை விழுங்கு வார்கள். நோன்பு முறித்த பின் தாங்கள் என்ன செய்யவேண்டும் என்பது பற்றி ஒவ்வொருவரும் திட்டம் வைத்திருந்தனர். இன்றிரவு அவர்கள் வருங்காலத்தைப் பற்றிக் கலந்து பேசுவார்கள். கவிதை படிப்பார்கள், கதைகள் சொல்வார்கள், கபாப்களையும், இறைச்சித் துண்டுகளையும், வண்ணமும் வாசமும் கொண்ட சர்பத் வகை களையும் ரசித்து விழுங்கியபடி கடந்த காலத்து இனிய நிகழ்வுகளை நினைவு கூர்வார்கள். இன்றிரவு அவர்கள் நாளைய பொழுதை மறப்பார்கள், இன்றிரவு கடந்தகாலத் தவறுகளை அவர்கள் மன்னிப்பார்கள்.

4

மாவலிக் குன்றுகளின் பின்னே சூரியன் அஸ்தமனம் ஆகிக் கொண்டிருந்த அதே கணத்தில், வானம் இருண்டு எங்கும் இருள் பரவியது. சாஜக் படைப்பிரிவைச் சேர்ந்த நானூறு பேர் புனேதர் வாஸாவை விட்டுப் புறப்பட்டனர். சிலர் பட்டுடுத்தி, தலைப்பாகை அணிந்திருந்தனர். சிலர் பழைய துணியை முண்டாசாகக்கட்டி, கிழிசலான வேட்டியைத் தங்கள் இடுப்பில் இறுக்கிக் கட்டியிருந் தனர். காப்பரண்களில் இருந்த வில்லாளிகள், விரைந்தோடி படிகளில் இறங்கி திடீரென்று மறைந்த சாஜக்குகளைக் காணவே செய்தனர். எவருடைய கையிலும் தீப்பந்தம் இருக்கவில்லை. காப்பரண்களிலும், காவல் கோபுரங்களிலும் இருந்தவர்கள் என்ன நடக்கிறது, தங்களுடைய சிறப்புப் படைப்பிரிவு எங்கே செல்கிறது என்பதையெல்லாம் அறிந்திருக்கவில்லை. அவர்கள் அறிந்திருந்த தெல்லாம் முகலாயர்கள் இரவு எந்த நேரத்தில் தாக்குதல் நடத்தி னாலும் அவர்கள்மீது அம்பு மழை பொழிந்து, துப்பாக்கிகளால் சுட்டு, பீரங்கிக் குண்டுகளை வீசவேண்டும் என்பதைத்தான்.

குன்றின் அடிவாரத்தில் ஆட்களுக்காகக் குதிரைகள் காத்தி ருந்தன. கோண்டனா கோட்டைக்கும் முகலாயர்களின் முகாமிற்கும் இடையே குதிரைப்படையின் சிறுகுழுக்கள் ஆங்காங்கே காத்தி ருந்தன.

குதிரைவீரர்களின் தடையற்ற பயணத்தை உறுதிப்படுத்திக் கொள்ளவே அந்தக் குழுக்கள் அங்கே நின்றிருந்தன. மூலா ஆற்றங் கரையில் சில நூறு குதிரை வீரர்களுடன் பால்கர் காத்திருந்தார். தம்முடன் நூறு எருதுகளையும் அவர் கொண்டு வந்திருந்தார். அதற் கான காரணம் அவருக்கு மட்டுமே தெரியும். சாஜக்குகளின் வருகைக்காக பிங்ளே தம்முடைய குதிரைப்படைப் பிரிவுடன் முத்தா ஆற்றங்கரையில் காத்திருந்தார். கொஞ்சம் முன்பாக இப்ராகிம் கான் சில பஷ்டூன் குதிரைவீரர்களுடன் காத்திருந்தார்.

மான்ஸப்தார்கள் தங்களுடைய ஷாமியானாக்களில் கொண் டாட்ட மும்முரத்தில் இருந்தார்கள். அவசரத் தேவைக்காக கூடாரங்களின் வெளி முற்றங்களில் இரண்டு மூன்று குதிரைகளும், ஒரு யானையும் நிறுத்தி வைக்கப்பட்டிருந்தன. பக்கமாய் இருந்த இராணுவ உயர் அதிகாரிகளின் நிர்வாக அலுவலகங்களில் உயர் அதிகாரிகளும், கொண்டாட்டத்துக்காகவே அழைத்து வரப்பட்ட இளம் பெண்களும் நிறைந்திருந்தனர். ஒவ்வொரு மான்ஸப்தாரின் தங்கு மனையைச் சுற்றிலும் இளநிலை அதிகாரிகளுக்கும், படையாட்களுக்குமாய் ஆயிரக்கணக்கில் சிறு கூடாரங்கள். அங்கே எண்ணற்ற தீபந்தங்களின் ஏராளமான வெளிச்சம். சிலர் உருவிய வாளுடன் திரிந்தனர், சிலருடைய கைகளில் அவர்கள் பிடித்த முயலோ, பறவையோ இருந்தன. படையாட்கள், ஏவலர்கள், சமையற்காரர்கள் ஓயாமல் பேசி பேரிரைச்சலை உண்டு பண்ணிக் கொண்டிருந்தனர். இறைச்சி, மசாலா, ஹுக்கா புகை என்று காற்று கலவையாய் மணத்தது. ஒவ்வொரு மான்ஸப்தாரிடமும் அங்காடி கள் ஒப்படைக்கப்பட்டிருந்தன. அங்கே பேரீச்சை, சர்க்கரை, தானியங்கள், ஆலிவ் எண்ணை, புகையிலை விற்பனை செய்தனர். இவற்றுடன் இறைச்சி விற்கும் கடைகளும், காய்கறிக் கடைகளும் அங்கே இருந்தன.

முகாம்களின் விளிம்புப் பகுதியில் கழிப்பிடங்கள், யானைகள், ஒட்டகங்கள் குதிரைகள் எருதுகள் இவற்றுக்கான கொட்டடிகள், தொழுவங்கள், இலாயங்கள் இடம்பெற்றிருந்தன. அங்கே குதிரை களின் கனைப்பொலியையும், யானைகளின் பிளிறலையும் மீறி, மனிதர்களின் தகவல் தொடர்பு சாத்தியமில்லை.

இந்துக்களான இராஜபுத்ரர்கள், மராத்தியர்களின் முகாம்களில் ஷாமியானாக்கள் செம்மஞ்சள் நிறத்தில் இருந்தன. (முஸ்லீம் களுடையவை பச்சை நிறத்தில்). லால்மஹால் அருகே ஔரங்க சீப்பின் முடிசூட்டுவிழா ஓராண்டு நிறைவையொட்டி மணிக்கொரு முறை எக்காளங்களும், முரசுகளும் பேரொலி எழுப்பின.

முகலாயர்கள் முகாமிட்டிருந்த இடத்துக்குத் தென்புறம் ஆரவாரத்துடன் ஒரு திருமண ஊர்வலம் வந்தது. மணமகன் மாடுகள் பூட்டிய வண்டியில் வந்தான். அந்த வண்டி வண்ண வண்ணமாய் அலங்கரிக்கப்பட்டிருந்தது. ஒரு நூறு பேர் இருக்கும், இசைக்கருவிகளின் ஒலிக்கேற்ப ஆடிக்கொண்டு வந்தனர். அவர்கள் எழுப்பிய புழுதி மண்டலம் தலைக்குமேல் மேகக்கூட்டமாய் நகர்ந்தது. முகலாயப் புறக்காவல் பாசறைக் காவலர்களுக்கு திருமண ஊர்வலம் பற்றி முன்பே தகவல் தெரிவிக்கப்பட்டிருந்தது. அவர்கள் வாயிலருகே வந்ததும் வாயிற்காவலர்கள் அவர்களை வரவேற்றனர். அன்றாட நடைமுறைகளில் சலிப்படைந்திருந்த காவலர்கள் அன்றைய மாறுபட்ட நிகழ்வுகளில் கலந்துகொள்ள அவசரம் காட்டினர். தங்களிடம் கொடுக்கப்பட்ட நுழைவுச் சீட்டுகளை ஆராயாமல், எதுவும் கேட்காமல், முத்திரையிட்டு அனுப்பினர்.

சிற்றோடையாய் குறுகிவிட்டிருந்த முத்தா ஆற்றை, இப்ராகிம் கானும் அவருடைய பஷ்டூன் குதிரை வீரர்களும் கடந்து சென்றனர். மிதமாக ஓடிய குதிரைகளின் நீண்ட கயிற்று முனைகளில் அடிமைகள் பிணைக்கப்பட்டிருந்தனர். குதிரையின் வேக நடைக் கேற்ப அவர்களும் இழுபட்டனர். மேற்கு நோக்கிய வாசலை அவர்கள் வந்தடைந்தனர். மதிக்கத்தக்க தோற்றத்தில் இருந்த இப்ராகிம் வாயிற்காவலர்களுக்கு முன்பே பழக்கம் என்பதால் எந்தப் பிரச்சனையும் இல்லை. நீண்ட தாடியுடன் எப்போதும் கம்பீரமாய்க் காணப்படுகிறவர் இன்று ஒரு அரசனைப் போல் தங்கச்சரிகை வேலைப்பாட்டுடன் கூடிய பட்டாடை உடுத்தியிருந்தார். கனமான அரைக்கச்சையில் உடைவாளும், சிறு கத்திகளும் இடம் பெற்றி ருந்தன. உயரமான உடலமைப்பிற்கு அவருடைய வண்ணத் தலைப் பாகை அழகுக்கு அழகு சேர்ப்பதாக இருந்தது.

‘ரமதான் முபாரக்’ என்று ஒவ்வொரு வாயிற்காவலருக்கும் அவர் வாழ்த்து கூறினார்.

‘அல்லாஹ் கரீம்’ என்று அவர்களும் அவருக்கு வாழ்த்து தெரிவித்தனர்.

முகலாய வீரர்கள் ஆட்களைச் சிறைப்படுத்தி, அடிமைகளாய் முகாமிற்குக் கொண்டு வருவது பெருமைக்குரிய விசயமாய்க் கருதப் பட்டது. வாயிற்காவலர்கள் அவரிடம் எந்தவொரு ஆவணமும் கேட்கவில்லை. ஆக, இப்ராகிமும் அவருடைய ஆட்களும் எந்தச் சிக்கலும் இல்லாமல் உள்ளே புகுந்து விட்டனர்.

அவர்கள், தொடர் வரிசையாய்த் தங்களுடன் வந்த அடிமை களோடு முகாம்களின் ஒடுக்கமான தெருக்களின் வழியேயும், நெரிச லாயிருந்த அங்காடிப் பகுதி வழியேயும் சென்றனர். சாட்டை

சொடுக்கப்படுகிற ஒவ்வொரு முறையும், அடிமைகள் உரக்கக் கத்தினர். அவ்வழியே சென்றவர்கள் இப்ராகிமிற்கு முபாரக்குடன் பாராட்டு தெரிவித்தனர். கடைசியாக, அவர்கள் முகாமிற்கு முற்றிலும் மாறுபட்ட பழைய நகரத்தில் பிரவேசித்தனர். அது – லால்மஹாலுக்குப் பின்புறம் இருந்தது. அந்தப் பகுதி அடர்ந்த காடுபோல் காணப்பட்டது.

அங்கே தாமதித்த இப்ராகிம் தம்முடைய ஆட்களுக்கு சைகை செய்ததும், அவர்கள் குதிரைகளை விட்டிறங்கி கயிறுகளால் அவற்றைக் கட்டிப் போட்டனர். அதுவரை தளையிடப்பட்டிருந்த அடிமைகள் சுயேச்சையாய்ச் செயல்படும் வண்ணம் விடுவிக்கப் பட்டனர். அந்த அடிமைகள் மரங்களின் நிழல்களில் கலைந்து சென்றனர். இப்ராகிமும் அவருடைய ஆட்களும் லால்மஹாலின் பின்புற வாயிலை நோக்கித் துணிவுடன் நடந்தார்கள். இப்ராகிம் புதிதாய்ச் சிநேகம் பிடித்திருந்த காலித் ஒரு தீப்பந்தத்தைக் கையில் வைத்திருந்தான். அன்று அவனுக்கு மாளிகையின் பின்புறத்தைச் சுற்றியுள்ள இடங்களில் ரோந்து சுற்றுகிற பணி. அந்த நள்ளிரவில் இப்ராகீமும் சில பஷ்டூன்களும் அங்கே வந்திருந்தது அவனுக்கு வியப்பைத் தந்தது.

'அஸ்ஸலாமு அலைக்கும், இப்ராகிம் பாய்' என்று வாழ்த்து தெரிவித்தவன், 'இந்த நேரத்தில் இங்கே வரும்படி தங்களுக்குக் கூறப்பட்டிருக்கிறதா?' என்று கேட்டான்.

அரபு மொழியில் அவனுக்குப் பதில் வாழ்த்து தெரிவித்த இப்ராகிம், புன்னகையுடன் சொன்னார்,

'செயலாற்றல் மிக்க வலிமையான ஆட்களை அழைத்து வரும் பொறுப்பு என்னிடம் ஒப்படைக்கப்பட்டது' என்று.

இப்ராகிமிடம் பல பரிசுகளைப் பெற்றிருந்த காலித் கண்களைச் சுருக்கிக் கொண்டு கேட்டான் –

'அப்படிச் செய்யுமாறு தங்களிடம் கேட்டது யார்?'

'பாதுகாப்பு அதிகாரி அப்துல் அஜீஸ்' வெகு இயல்பாகப் பதிலளித்தார் இப்ராகிம்.

'ஆனால் இந்த நேரத்திலா?' காலித் ஆச்சரியப்பட்டான்.

'ஆட்களை நேரடியாகப் பணியில் இறக்கி அவர்களுடைய திறனை அவர் காண விரும்பியிருப்பார். தளபதியின் மாளிகைப் பின்புறச் சுவற்றருகே இருக்கும்படி எனக்குச் சொல்லப்பட்டது' இப்ராகிம் பொறுமையாக விளக்கினார்.

'மாளிகைச் சுற்றுக்காவலில் இருக்கும் காவலர்கள் யாரும் இதுபற்றி என்னிடம் சொல்லவேயில்லை' என்று ஆச்சரியப்பட்ட காலித்தின் குரலில் கலவரமாய் எதுவும் தொனிக்கவில்லை.

'என்னோடு வாரும், உண்மையை உறுதி செய்து கொள்ளலாம்' வெடுக்கென்று சொன்ன இப்ராகிமின் குரலில் நட்பினிமை குறைந் திருந்தது.

'நான் சந்தேகமாய்க் கேட்கவில்லை' வருத்தம் தெரிவித்தான் காலித். 'நல்லது, நாம் காலையில் பார்ப்போம். நான் சென்று இசைக் குழுவினரிடம் அவர்களுடைய கடைசி நிகழ்ச்சி பற்றி ஞாபகப் படுத்த வேண்டும்' என்றபடி நகர்ந்தான்.

இப்ராகிம் 'அப்பாடா' என்று நிம்மதிப் பெருமூச்சு விட்டார். மற்றவர்களும் பின்வாசலுக்கு வந்து சேர்ந்திருப்பார்கள் என்று நம்பினார் அவர்.

கல்யாண ஊர்வலம் லால்மஹாலிற்கு அருகேயிருந்த கணேசப் பெருமான் கோயிலை வந்தடைந்தது. ஊர்வலத்தில் பங்கேற்றிருந் தவர்கள் ஒவ்வொருவராக லால்மஹாலின் பின்பக்கம் வந்து சேரும்படிக் கூறப்பட்டிருந்தது. மாளிகை பின்புறம் கும்மிருட்டு. இப்ராகிமும் அவருடைய ஆட்களும் சீக்கிரமே இருளுக்குப் பழகி விட்டனர். அவர்கள் நின்றிருந்த இடத்தில் இருந்து பக்கமாய் ஒரு குடில். அங்கே ஒரேயொரு தீப்பந்தம் எரிந்து மங்கலாய் வெளிச்சம் தந்தது. அந்தக் குடிசைக்குப் பின்புறம் நூற்றுக்கும் மேற்பட்ட ஆட்கள் நின்றிருந்தனர். அவர்களில் ஒருவராய் சிவாஜியும் இருப்பதைக் கண்டார் இப்ராகிம்.

'யார் அது, இப்ராகிமா?' இது நிச்சயம் தானாஜிதான்.

'ஆம்' என்று பதிலளித்த இப்ராகிம் கேட்டார், 'கல்யாண ஊர்வலத்துக்கு தொந்தரவு இல்லைதானே?' என்று.

'இல்லை'

'அவர்கள் உங்களிடம் ஆயுதம் உள்ளதா என்று சோதித்தார் களா?'

'இல்லை'

'மணமகன் இங்கிருக்கிறாரா?'

'ஆகா, நான் இங்கேதான் இருக்கேன்' தமக்குப் பழக்கமான குரலைக் கேட்டார் இப்ராகிம். அது சிவாஜியினுடையது.

ஒருமணி நேரம்போல் அவர்கள் அங்கேயே காத்திருந்தனர். நிலவு மறைந்து, இருண்ட இரவானதும், புறக்காவல் செய்பவர்களின் நிழலுருவங்களை அவர்கள் கண்டனர், சீர்த்தன்மையுடன் அவர்க ளுடைய கட்டும் வார் கொண்ட காலணிகள் ஒலிப்பதைக் கேட்டனர்.

சுவர்களில் ஆங்காங்கே கூடைக்குள் வைக்கப்பட்ட தீப்பந்தங்கள் அணைக்கப்பட்டன. மிகச் சில தீப்பந்தங்கள் மட்டுமே எரியும்படி விட்டு வைக்கப்பட்டன. அவை இரவு முழுவதும் எரிந்து கொண்டிருக்கும். திட்டமிட்டபடி ஐம்பது சாஜக்குகள் மாளிகையை நோக்கி நகர்ந்தனர். சுற்றுமதிலில் ஏறிக் குதித்து மறைந்தனர். அவர்கள் மரங்களின் நிழல்களில் இருந்து வெளிப்பட்டு, ஷெயிஸ்டகானின் காவலர் மீது பாய்ந்து தாக்கினர். அவர்கள் காவலர்களுடைய குரல்வளை நாளத்தை நேரடியாக இறுக்கினர், எதிரிக்கு வாய்ப்பே கொடுக்கவில்லை. காவலர்கள் ஒருவர் பின் ஒருவராய்க் கீழே விழுந்தனர். அவர்கள் புழக்கடைப் பக்கம் இழுத்துச் செல்லப்பட்டு, மரங்களின் பின்னே ஒளித்து வைக்கப்பட்டனர். சமையற்கட்டில் இருந்து ஒருவன் பெரியபானையுடன் வெளியே வந்தான். அவன் அலற முற்பட்ட பொழுது சாஜக்குகளின் தலைவன் பாய்ந்து, தன்னுடைய கையால் அவனுடைய வாயைப் பொத்தினான், கழுத்தின் குறுக்காக வெட்டினான். இறந்து கொண்டிருந்தவனின் கையில் இருந்த பானை பெரிய சத்தத்துடன் தரையில் விழுந்தது.

‘என்ன ஆச்சு?’ என்றபடி சமையற்கட்டில் இருந்து யாரோ வெளியே வந்தான். அவன் கதவைத் திறந்து கொண்டு தாவிய போது, சாஜக்கின் கையில் நேராகச் சிக்கினான். கணப்பொழுதில் தன் கடைசி மூச்சைவிட்டான்.

‘எல்லாம் சரியா இருக்கா?’ மாளிகையின் மையப்பகுதியில் இருந்து வேறொருவர் பார்ஸியில் கத்தினார்.

சாஜக்குகளின் தலைவன் ‘ஆங்.... இருக்கு’ என்று பார்ஸியிலேயே குரல் கொடுத்தான். ஆனாலும், அவனுக்கு ‘திக்’கென்றது. உள்ளிருந்து கேட்ட நபர் சந்தேகப்பட்டு உள்ளிருப்பவர்களை எச்சரிக்கை செய்துவிட்டால் ஒட்டுமொத்தத் திட்டமும் நாசமாகி விடும். ஆனால், எங்கும் நிசப்தமாக இருந்தது. சமையல் அறையில் முன்பிருந்த வெளிச்சம் மங்கிவிட்டது. அவன் நிம்மதிப் பெருமூச்சுடன், குறிப்பிட்ட திக்கில் பார்வையைச் செலுத்தினான். அந்த இடம் வெறிச்சோடிக் கிடந்தது. காவலர் நடமாட்டம் அறவே இல்லை.

சாஜக்குகளின் தலைவன் தனது ஆட்கள் இருந்த பக்கம் சேவலைப்போல் மூன்று முறை கூவினான்.

சிவாஜி துள்ளியெழுந்தார். செயல்படுவதற்கான நேரம் வந்து விட்டது. பாபாஜி, சிமன், இப்ராகிம் கான், தானாஜி ஆகியோரும் விரைவாக எழுந்து கொண்டனர். அவர்களைத் தொடர்ந்து மேலும் பலர். எல்லாரும் வீட்டை நோக்கிச் சென்றனர். சமையற்கட்டில் யாருமில்லை. இன்னும் ஒருமணி நேரத்தில் அங்கே ஆட்கள் வந்து

சமையல் வேலையைத் தொடங்கி விடுவார்கள். அவர்கள் சூரிய உதயத்துக்கு முன்பே காலைச் சிற்றுண்டியைத் தயார் செய்து விடுவது வழக்கம். சிவாஜியும், சிமனும் சமையற்கட்டுக்கு அடுத்த தாய் உள்ள தானியக் களஞ்சியத்துக்கு அருகே கணப்பொழுது நின்றனர். சிறுவயதில் கண்ணாமூச்சி ஆடும்போது அங்கே தான் அவர்கள் ஒளிந்து கொள்வார்கள். சிவாஜியின் பின்னே நடந்த சிமன் அறிவான், களஞ்சியத்தில் இருந்து நேராக வீட்டின் மையப் பகுதியை ஒருவர் அடைய முடியும் என்பதை. அவன் முன்பு கதவு இருந்த இடத்தில் கையை வைத்தான். அங்கே கதவு இல்லை, சுவர் தான் தட்டுப்பட்டது.

கதவு இருந்த இடத்தில் மண் சுவர் வைக்கப்பட்டிருந்தது.

‘கதவை மறைத்து மண்சுவர் எழுப்பியிருக்கிறார்கள்’ என்று முணுமுணுத்த சிமன் அந்த இடத்தைத் தன் விரல்களால் கோடிட்டுக் காட்டினான்.

‘அதை உடைத்துவிடு’ என்று தன் அருகில் நின்றிருந்த சாஜக் ஒருவனிடம் சொன்னார் சிவாஜி.

அந்த ஆள் தன் இடுப்பில் செருகியிருந்த சிறிய சுத்தியலை எடுத்தான். உடைக்கும் போது பெரிய அளவில் சப்தம் கேட்கும். அப்போது, ஆண்டுவிழாக் கொண்டாட்டம் லால்மஹாலின் முன்பாக நடந்து கொண்டிருந்தது. இசைக்குழுவினர் தங்கள் நிகழ்ச்சியின் கடைசிப் பகுதிக்கு வந்திருந்தார்கள். அதுவரை இசைத்ததைவிட இப்போது அவர்களுடைய இசைமுழக்கம் வலுவாக, உச்ச அளவை எட்டியது. அது முடிந்ததும் ஷெயிஸ்ட கான் உறங்கச் சென்றுவிடுவார். சாஜக் பழிவாங்குகிறவனைப்போல் மூர்க்கத்தனமாய் சுவற்றை உடைத்தான். இசை நிகழ்ச்சி முடிவதற்கு முன்பாகவே, உள் முற்றத்துக்குச் செல்லும் வழி ஆள்நுழையும் அளவிற்கு திறந்து கொண்டது.

உள்முற்றம் ஒரு வராந்தாவுடன் இணைக்கப்பட்டிருந்தது. அவர்கள் உள்ளே நுழைந்தனர். வராந்தா சுவற்றில் ஒரேயொரு லாந்தர்விளக்கு தொங்கிக் கொண்டிருந்தது. முற்றத்தின் நுழை வாயில் அருகேயிருந்த அறைகளை ஷெயிஸ்டாவின் வயது வந்த பிள்ளைகள் தங்கள் பயன்பாட்டுக்கு வைத்திருக்க வேண்டும். கடைசியில் இருந்த பெரிய முன்கூடம் இருளில் மூழ்கிக் கிடந்தது. சிமன் மேலே செல்லும் படிக்கட்டுப் பக்கம் பார்வையைச் செலுத்தினார். மேல் தளத்தில் பல அறைகள் இருக்கக்கூடும். ஷெயிஸ்டா தரைத்தளத்தில் உறங்கிக் கொண்டிருப்பதற்கான சாத்தியங்களை அவர் கணக்கிடத் தொடங்கினார். அங்கே காவலர் எவரும் இருக்கவில்லை, அந்த இடத்தில் விளக்கொளியும் இருக்க

வில்லை. அவர் முன்கூடத்தின் பக்கம் சில சாஜக்குகளை அனுப்பி விட்டு, மாடிப்படிகளில் ஏறினார், சிவாஜியும் மற்றவர்களும் அவரைப் பின்தொடர்ந்தனர். முதல் தளத்து வராந்தாவில் பெண்கள் பலர் தரையில் உறங்குவதைக் கண்டு அவர்கள் அதிர்ச்சிக் குள்ளாயினர். இங்கும், மூலையில் ஒரு லாந்தர் மட்டும் எரிந்து கொண்டிருந்தது.

பல்வேறு நிலைகளில் படுத்திருந்த பெண்களின் உடற்பகுதி களை மிதித்துவிடாதிருக்க, அவர்கள் கால்விரல் நுனியில் கவனமாய் நடந்தனர். ஆனால், விழிப்படைந்த ஒரு பெண்மணி, உருவிய வாட்களுடன் ஆட்களின் நிழலுருக்கள் தெரியக் கண்டு அலறினாள். மற்றவர்களும் விழித்துக்கொண்டு அலறல் அதிகரிக்கும் போல் இருந்தது.

இப்ராகிம் முதிய பெண்மணி ஒருத்தியைப் பற்றிக் கொண்டு, 'பிரச்சனை எதுவும் இல்லை. உங்களுக்கு நான் உதவுகிறேன். உங்கள் கணவர் எங்கே, அவருடைய உயிரை நான் காப்பாற்றியாக வேண்டும்' என்று பார்ஸி மொழியில் கூறினார். அந்தப் பெண்மணி கானின் முதல் மனைவியாக இருக்க வேண்டும் என்கிற ஊகம் அவருக்கு.

அந்தப் பெண்மணியின் நடுங்கும் கரம் ஒரு அறையைச் சுட்டிக் காட்டியது. அதன் கதவு மூடியிருந்தது. அவர்கள் அந்த அறைப் பக்கம் தங்கள் பார்வையைத் திருப்புவதற்குமுன், அவள் அவர்களை முந்திக்கொண்டு ஓடினாள். அறைக்கதவைத் திறந்து ஆபத்தை எச்சரிக்கும் விதமாய்க் குரல் கொடுத்தாள். சிவாஜி, அந்தப் பெண் மணியைத் தவிர்க்கும் விதமாய்ச் சட்டென்று தலையைத் தாழ்த்தி அறைக்குள் நுழைந்தார். அறையின் மங்கிய ஒளியில் வெண்ணிறத் தாடியுடன், வெளிறிய நிறத்தில் இருந்த மனிதர் தம் படுக்கையில் இருந்து தாவிக் குதிப்பதைக் கண்டார். மறுபக்கம் படுத்திருந்த இளம்பெண் விரைவாக எழுந்து சத்தம் போட்டாள். சிவாஜி அந்த மனிதரைப் பிடிக்க முயன்றபோது, அந்த மூத்த பெண்மணி, அறையில் எரிந்து கொண்டிருந்த ஒரே விளக்கை அணைத்து விட்டாள்.

சிவாஜிக்கும், அவருடைய ஆட்களுக்கும் ஒரேயொரு தேர்வு தான் இருந்தது. அது தங்கள் வாட்களை முன்னும், பின்னுமாய் வீசுவது. அறையில் இருந்த பெண்கள் ஓலமிடவும், கானின் படுக்கை யறைக்குப் பின்னால் இருந்த இன்னொரு அறையில் இருந்தும் பல பெண்கள் வெளிப்பட்டு, மராத்தியர்களின் வாள் வீச்சு எல்லைக்கு வந்துவிட்டனர். அப்போது ஒரு மனிதன் துன்பத்துடன் முனகும் ஒலியைக் கேட்டார் சிவாஜி. வாசற்புறத்தில் இருந்து உள்ளே பாய்ந்த

வெளிறிய மஞ்சள் ஒளியில் சில பெண்கள் தரையில் செத்துக் கிடப்பதை அவர் உணர்ந்தார். அந்த வயதேறிய மனிதரை மட்டும் எங்கும் காணவில்லை. உள்முற்றத்தில் சாஜக்குகள், பக்கத்து அறை களில் இருந்து வெளிப்பட்ட ஆடவர்களுடன் வாட் சண்டையில் ஈடுபட்டிருந்தனர்.

சில வேலைக்காரர்கள் தப்பித்து வெளியேறி, புரிந்துகொள்ள முடியாத சொற்களில் கத்திக் கொண்டு முகாமை நோக்கி ஓடினர். முகாமில் இருந்த படையாட்கள் லால்மஹால் பக்கம் இருந்து கூட்ட மாய் ஆட்கள் விரைவதைக் கண்டனர். அவர்கள் சாஜக்குகள். சிவாஜி, பாபாஜி, சிமன் ஆகியோரும் அவர்களுடன் இணைந்து கொண்டனர். பனி மூட்டத்தில் மறையும் ஆவிபோல், குழப்பத்தில் நின்றிருந்த கூட்டத்தைக் கடந்து போயே போய் விட்டனர்.

ஷெயிஸ்டா கடும் வேதனை தரும் வலியில் இருந்தும், யாரேனும் தன்னைக் காப்பாற்ற வருவார்கள் என்று பால்கனிக்கு வெளியே தொங்கிக் கொண்டிருந்தார். பால்கனியில் இருந்து எட்டிப் பார்த்த சிலர் தம்முடைய ஏவலர்கள் என்று தெரிந்ததும், தம்மைப் பிடித்து மேலே இழுக்கும்படி கூறினார். அவ்வாறு மேலே இழுக்கப்பட்டதும் அவர் முழந்தாள் மடித்து, ஓலமிட்டார்.

அவருடைய படுக்கையறை, மாடி வராந்தா, உள்முற்றம் என்று எங்கும் இறந்தவர்களின் உடல்கள், இறந்தவர்களில் அவருடைய மூத்தமகன் அப்துல் ஃபத்தும் ஒருவன். இரண்டு இளைய மகன்களின் உடல்கள். மூன்று மனைவிகள், அவர்களுடைய மருமகன்களில் ஒருவன், மாளிகைக் காவலில் இருந்த ஐம்பது காவலர்கள் என்று இறந்த உடல்களே சுற்றிலும் கிடந்தன. காயமுற்ற வர்களுக்குச் சிகிச்சையளிக்க மருத்துவர்கள் அழைக்கப்பட்டனர். ஷெயிஸ்டா மூன்று விரல்களை இழந்திருந்தார், அவை, பிற்பாடு அவருடைய படுக்கையருகே கண்டுகொள்ளப்பட்டன. இறந்தவர் களின் உடல்கள் முற்றத்தில் வரிசையாய் வைக்கப்பட்டன. அவற்றில் முன்பின் தெரியாத ஆறுபேரின் உடல்களும் இருந்தன.

முகாமிற்கு வெளியே, பல்வேறு முகாம்களைச் சேர்ந்த ஆயிரம் குதிரை வீரர்கள் தங்கள் குதிரைகளில் ஏறி அமர்ந்தனர். குதிரைகள் கிழக்குத் திக்கில் வேகப் பாய்ச்சலாய் ஓடின. நூற்றுக்கணக்கான வர்கள் ஆற்றங்கரைப் பக்கம் தீப்பந்தங்களும் செல்வதை வேவுப் படையைச் சேர்ந்த சிலர் பார்த்திருந்தனர். தாங்கள் அறிந்திராத பகைவரை, அதற்குமுன் கண்டிராத பகைவரைத் துரத்திக்கொண்டு, உருவிய வாளுடன் அவர்கள் சென்றனர். இருண்ட இரவு, ஆற்றங் கரைக் காடுகளில் காரிருள் சூழ்ந்திருந்தது. குதிரைவீரர்கள் தீப்பந்தங் களின் மினுக்கொளியைத் தொலைவில் கண்டனர். வேகமாய்

நெருங்கிச் சென்று பார்த்தபோது, தங்கள் கொம்புகளில் கட்டப் பட்ட தீப்பந்தங்களுடன் எருதுகள் ஓடிக் கொண்டிருப்பதைக் கண்டனர்.

5

ஷெயிஸ்டகானைக் கொல்வதற்காக, சிவாஜி தம்முடைய ஆட்களுடன் வந்தது இப்போது ஊரறிந்த உண்மையாகி விட்டது.

அது பிற்பகல் நேரம். கோடை தொடங்கி, கடும் வெப்பம் பரவியிருந்தது. ஷெயிஸ்டகான் தம்முடைய சாய்வு இருக்கையில் அமர்ந்திருக்க, மருத்துவர் அவரது காலடியில் அமர்ந்து காயத்திற்கு மருந்திட்டுக் கழுவினார். 'நல்லா ஆறிட்டிருக்கு' என்று சொல்லி ஷெயிஸ்டாவின் கலக்கத்தைப் போக்க முயன்றார் அவர். தம்முடைய வெட்கத்தையும் வேதனையும் வெளிக்காட்டாமல் மரத்துப் போனதுபோல் இருந்தார் ஷெயிஸ்டா. அவர் எப்படி அத்தனை கவனப் பிசகாக இருந்துவிட்டார்? அவர் ஏன் மராத்தியர் களைக் குறைத்து மதிப்பிட்டது? இப்போது ஔரங்கசீப் இதுபற்றி என்ன நினைப்பார்? அவருக்கும் அவருடைய குடும்பத்தார்க்கும் எதிர்காலம் எப்படியிருக்கும்? இவர் ஏதாவதொரு *ஜின்னின் சீடராக இருப்பாரா? இல்லாவிட்டால் தம்முடைய படுக்கையறைக்குள் நுழைந்து இப்படியொரு காரியத்தை அவர் எப்படிச் செய்திருக்க முடியும்?

ஷெயிஸ்டா ஏமாற்றமும், வருத்த உணர்வும் கொண்டவராய்த் தம்முடைய தலையைக் குலுக்கிக் கொண்டார். அவருடைய விரல்கள் போய்விட்டன. இனி என்ன செய்வது? தளபதியின் முதுகுத் தண்டில் ஒரு நடுக்கம் பரவியது.

அடுத்த நாள் காலையே ஔரங்காபாத் செல்வதென்று ஷெயிஸ்டா முடிவெடுத்துவிட்டார்.

'எசமானே தங்களைக் காண மகாராஜா ஜஸ்வந்த்சிங் ரதோட் வந்திருக்கிறார்' என்று பணியாள் ஒருவன் வந்து அவரிடம் தெரிவித் தான். ஷெயிஸ்டா மனக் கசப்புடன் புன்னகைத்தார். சிவாஜியிடம் இருந்து விலைமிக்க பரிசுகளைப் பெற்றுக் கொண்டு ஜஸ்வந்த் இவருக்குத் துரோகம் செய்துவிட்டார் என்பது நிச்சயம். இவருக்கு ஜஸ்வந்த்தின் முகத்தைப் பார்க்கவே பிடிக்கவில்லை. எது எப்படி

---

* ஜின்கள் – தீயும், காற்றும் கலந்து படைக்கப்பட்டவர்கள். மனிதர்களின் கண்ணுக்குத் தெரியாமல் மறைவாய் இருந்து, நல்லது கெட்டது செய்ய மனிதர்களைத் தூண்டுகிற ஆவிகள்.

யென்றாலும் அவர் நம்பிக்கைத் துரோகத்துக்கு பெயர் பெற்றவர், அதை கஜ்வா போர்க்களத்திலேயே அவர் மெய்ப்பித்திருக்கிறார்.

'அவரை உள்ளே அழைத்து வா' ஷெயிஸ்டா முணுமுணுத்தார். 'வேகமா விசிறு' என்று மயில்தோகை விசிறியால் தமக்கு விசிறிக் கொண்டிருந்த பணியாளர் இருவரைப் பணித்தார்.

தம்முடைய நெற்றியை அவர் தேய்த்துவிட்டுக் கொண்டார்.

நல்ல உயரமும், தோற்றப் பொலிவும் உடைய ஜஸ்வந்த் உள்ளே வந்தார். வெண்ணிற உடையும், வெள்ளைத் தலைப்பாகையும் அணிந்து துக்கம் அனுசரிப்பவர்போல் காணப்பட்டார். அவருடைய முகத்தில் துயரத்தின் சாயை படிந்திருந்தது.

ஷெயிஸ்டா நிமிந்து பார்த்து, மதிப்புணர்ச்சி காட்டினார். மருத்துவர் அவருடைய கையில் புதிதாய்க் கட்டுப் போட்டுவிட்டு எழுந்து கொண்டார். 'சாஹிப், கவனமா பார்த்துக்கங்க, கட்டுக்குள் தண்ணீர் பட்டுவிடக் கூடாது' என்று கூறி வணங்கினார்.

மருத்துவர் அங்கிருந்து போனபின், ஜஸ்வந்த்தை உற்றுநோக்கி, 'நான் உயிரோடு இருப்பது உண்மையா என்று பார்க்க வந்தீரா?' என்று கேட்டார்.

ஜஸ்வந்த் ஷெயிஸ்டகானின் கண்களைக் கூர்ந்து நோக்கவில்லை.

'நீர் கோண்டனா கோட்டைப் பக்கம் முகாமில் இருந்திருக்கிறீர். ஆனால், அழிவுக்குக் காரணமான அந்த இரவில் நீர் எதையுமே பார்க்கவில்லை அப்படித்தானே?'

மகாராஜா ஜஸ்வந்த் வெறுப்பூட்டக் கூடிய குற்ற உணர்ச்சிக்கு ஆட்பட்டிருந்தார். ஷெயிஸ்டாவின் வார்த்தைகளால் அவருடைய மனம் புண்பட்டது. சிவாஜி அனுப்பிய பரிசுகளை அவர் ஏற்காமல் திருப்பியனுப்பி விட்டிருந்தார். அவரோ அவருடைய ஆட்களோ அன்றிரவு உண்மையில் சந்தேகப்படும்படியாய் எதையுமே பார்த்திருக்கவில்லை. ஆனால் தளபதி ஒருபோதும் அவரை நம்ப மாட்டார்.

'கோண்டனா கோட்டையை முற்றுகையிடுங்கள். என்னுடைய அடுத்த ஆணையை எதிர்பார்த்திருங்கள்' என்று கூறிய தளபதி ஜஸ்வந்த்தை அனுப்பிவிட்டார்.

6

ஔரங்கசீப் தில்லியில் இருந்து காஷ்மீரத்துக்குப் புறப்பட்டுச் சென்றார். நான்கு லட்சம் ஆட்களும், விலங்குகளும் ஒரு பெரிய

ஊர்வலமாய் வரிசையில் மெள்ளச் சென்றனர். அந்தி சாய்ந்து, ஆரஞ்சுநிறச் சூரியன் மேற்கே அடிவானில் நிலை கொண்டது. ஔரங்கசீப்பின் ஷாமியானா நடமாடும் மாளிகை போன்றது. ஷாமியானாவின் வெளி முற்றத்தில் நூறடி உயரத்துக்கு ஒரு ஆகாய தீபம் நிறுவப்பட்டிருந்தது. மற்ற கூடாரங்களில் இருப்பவர்களுக்கு அது ஓர் தொலை அடையாளக்குறியாக இருந்தது.

தம்முடைய மாலைநேரத் தொழுகை முடித்த ஔரங்கசீப், முக்கிய நபர்களுக்கான சந்திப்புக்கூடத்தில் நுழைந்தால் தக்காணத்தில் இருந்து சில செய்திகள் வந்தவண்ணம் இருந்தன. தம் தாய்மாமனின் வெற்றிக்கதைகளை அறிவதற்கு ஆவலாய் இருந்தார் அவர். சிம்மாசனம் போன்று, தங்கமுலாம் பூசிய ஆசனத்தில் அமர்ந்துகொண்டு, தம்முடைய எழுத்தரை நோக்கி, 'செய்திகளைப் படியும்' என்றார். எண்ணெய் விளக்குகள் எரியும் தம்முடைய மேசையடியில் இருந்தபடி, எழுத்தர் வாசிக்கத் தொடங்கினார்.

'சிவாஜி போஸ்லே கேடு செய்யும் நோக்கத்துடன், அதிர்ச்சி யுண்டாக்கும் வகையில் தளபதி ஷெயிஸ்டகானின் முகாம் மீது ஒரு நள்ளிரவுத் தாக்குதலை நடத்தியிருக்கிறார். பல பேர் கொல்லப்பட்டு விட்டனர். அவருடைய நுழைவைத் தடுத்து, பாது காப்பளிக்கக் கூடியதாய் எந்த இடமும் இருக்கவில்லை, அவரால் முடியாத காரியம் என்று எதுவும் இல்லை. நாளுக்கு நாள் அவரு டைய மதிப்பு கூடிக் கொண்டே போகிறது. அவர் சாத்தானின் மறுபிறவி. சிவாஜி மந்திரவித்தைகள் கற்றவர் என்பதில் சந்தேகம் இல்லை. *அமீருல் உமராவை அவர் அவமதிப்புச் செய்துவிட்டார். தளபதி தம்முடைய குடும்பத்தில் பாதிப் பேர்களை இழக்க நேர்ந் திருக்கிறது. அவருடைய முகத்தைச் சிதைத்து, விரல்களையும் அவர்கள் துண்டித்திருக்கிறார்கள். சிவாஜியை சிறந்த மதியூகி, ஆபத்தானவர் என்று பேசிக் கொள்கிறார்கள். அது ஒன்றும் குருட்டாம்போக்கில் நடந்த காரியமல்ல, நன்கு திட்டமிட்ட இராணுவ நடவடிக்கை.'

தக்காணத்தில் உள்ள முகலாயத் தலைநகரமான ஔரங் காபாத்தில் இருந்து வந்த மற்றொரு கடிதம்.

'தளபதி ஷெயிஸ்டகான் அவர்கள் மீது நடத்தப்பட்ட திடீர்த் தாக்குதலை அடுத்து, சிவாஜி தன் படையுடன் தென் கொங் கணத்துக்குச் சென்று சில முக்கியத் துறைமுகங்களையும், கடலோரக் கோட்டைகளையும் கைப்பற்றியிருக்கிறார். செல்வச் செழிப்புடைய

* படையணியின் மாபெரும் தளபதி.

வணிகர்களிடம் இருந்து பணம் வசூலித்திருக்கிறார். மால்வன் அருகே பெரிய கடற்கரைக் கோட்டையை அவர் கட்டப் போவதாக ஒரு தகவல் தெரியவந்திருக்கிறது.' அதை உண்மை என்று நிரூபிப்பது போல் சிவாஜியின் ஆலோசகர் பெருமளவு இரும்பு, ஈயம் இவற்றை அங்கே வாங்கிக் குவித்திருக்கிறார்.

பேரரசின் மீர்பக்ஷியான முகம்மது மீர் அமீனுக்கு உடனே ஒரு கடிதத்தை எழுதப் பணித்தார் அவர்.

'நிர்வாகத் தலைவருக்கு, துரதிர்ஷ்டவசமாக, ஒரு அவமானகரமான சம்பவம் நடந்திருப்பதாய்த் தெரிய வந்திருக்கிறது. தற்போது தக்காணத்தில் சுபேதாராகவும், படைத்தலைவராகவும் உள்ள ஷெயிஸ்டகானின் கவனக்குறைவே அதற்குக் காரணம். எனவே, நாம் அவரை தக்காணத்து சுபேதார் பதவியில் இருந்து நீக்கி, வங்காளத்துக்கு அனுப்புகிறோம். அங்குள்ள நம் அலுவலகமான ராஜ்மகாலில் அவர் அறிவிக்கைச் செய்துவிட்டு, வங்காள சுபேதாராக பொறுப்பேற்கச் செய்யவும், ஷாஹ்ஸாதா மூஆஸம் ஔரங்காபாத் அலுவலகம் சென்று தகவல் தெரிவித்து, தக்காணத்தின் புதிய சுபேதாராக பொறுப்பேற்கட்டும். இது உடனடியாய் நடைமுறைக்கு வருகிறது.'

அடுத்து, ஔரங்கசீப் தம்முடைய தாய்மாமனான ஷெயிஸ்டகானுக்கும் ஒரு கடிதம் எழுதப் பணித்தார்.

'தயவுசெய்து தாமதமோ, தர்க்கமோ செய்யாமல் வங்காளத்துக்குப் புறப்பட்டுச் செல்லவும். காஷ்மீர் வந்து என்னைச் சந்திக்க முயல வேண்டாம், உம்மைக் காண்பதற்கு நான் விரும்பவில்லை.'

அத்தியாயம் இருபத்திஐந்து

1

கீழைவானில் சூரியன் மேலேறிக் கொண்டிருந்தும், அது குளிர்பருவம் என்பதால், குஜராத் மாநில சூரத் நகரம் மூடு பனியில் மறைந்து கிடந்தது. அந்தத் துறைமுக நகரத்தைப் பேரரசின் முக்கிய நிதி ஆதாரம் என்று கூறி ஷாஜஹான் பெருமிதப்படுவார். அங்கிருந்து கிடைக்கும் வருமானத்தை உயர்த்தி, இராணுவப் பலத்தை மேம்படுத்த விரும்பினார் ஔரங்கசீப். ஸ்வாலி துறைமுகத்தில் இருந்து ஐந்துகாத தொலைவில் இருந்தது அந்த நகரம்.

நாயக், தம்முடன் கொண்டு சென்றிருந்த முகம் பார்க்கும் கண்ணாடியில் பார்த்துப் புன்னகைத்தார். புருவம் நரைத்து, கண்கள் சுருக்கங்களுடன் இருந்தபோதும் அவர் திருப்தியாகவே உணர்ந்தார். தம்முடைய கம்பளித் தலைப்பாகைக்கு வெளியே நரை முடிகள் தெரிகிற மாதிரி வேண்டுமென்றேதான் அவர் விட்டு வைத்தார். அவர் அணிந்திருந்த அழுக்கேறிய வேட்டியும், மேற்சட்டையும் இந்த உலகத்தில் அவர் மீது அக்கறை காட்ட யாருமே இல்லை, அவர் ஆதரவற்றவர் என்பதை வெளிக்காட்டுவதாக இருந்தது. தம்முடைய தோற்றத்தில் மகிழ்ச்சி ஏற்பட்டது அவருக்கு. கரையோரமாய் உடைபட்டுக் கிடந்த கப்பலில் இருந்து அவர் வெளியே வந்தார். அங்கங்கே துருப்பிடித்துப் போன இரும்பும், மரத்துண்டுமாய்க் கப்பலின் ஒரு பகுதிதான் அது. சூரத் வந்த ஒரு வாரமாய் அதில் தான் அவர் தங்கிக் கொண்டிருப்பது. கையில் ஊன்று கோலுடன் அங்கிருந்து அவர் நடக்கத் தொடங்கினார். தம்முடைய பார்வையை நாற்புறமும் விரைவாகச் செலுத்தினார். அந்தப் பார்வை யாரும் சந்தேகிக்கும்படியாக இருக்கவில்லை.

ஆற்றில் அணிவகுத்து நின்ற ஆங்கிலேய, டச்சுக் கப்பல்களின் கொடிகள் பாய்மரத்துக்கும் மேலே விரைவியக்கம் கொண்ட அலைகளைப்போல் படபடத்தன. கப்பல்களின் மேல் தளத்தில் நின்றிருக்கும் மாலுமிகள் அங்கிருந்தபடியே நகரத்தில் தனித்து

நிற்கும் கோட்டையையும், சூரத் சுபேதார் இனாயத்கானின் வசிப்பிடத் தூபிகளையும் பார்க்க முடியும் என்று நாயக் நம்பினார். இனாயத் கானின் வீட்டுக்குப் பக்கத்தில் ஒரு தோட்டம் பெரும் நிலப்பரப்பில் விரிந்து பரந்திருந்தது. அங்கே மிக அடர்த்தியாகவும், செழிப்பாகவும் மரங்கள் வளர்ந்திருந்தன. கொத்துச் செடிகள் பூத்துக் குலுங்கின. அந்தத் தோட்டத்துக்குப் பக்கத்தில் இருந்த சந்தைக்கு நாயக் அடிக்கடி போவதுண்டு. அங்கே துரிதமாகவும், பெரிய அளவிலும் பணம் கைமாறுவது கண்டு அதிசயிப்பார். சந்தையில் அவரைச் சந்திப்பவர்களிடம் பேசியதில், அங்கே பொருட்களை விற்பதற்காக வியாபாரிகள் தொலைதூரத்தில் இருந்து வருகிறார்கள் என்பது தெரிந்தது. குதிரைகளிலும், யானைகளிலும், ஒட்டகங்களிலும், மாட்டு வண்டிகளிலும் அவர்கள் வந்து கொண்டிருந்தார்கள்.

அர்மீனிய மற்றும் ஜொராஸ்ட்ரிய இனப்பெண்கள் எந்தவொரு அச்சமோ, கவலையோ இல்லாமல் அங்கே நடந்து வருவதைக் கண்டு அவருக்கு அதிர்ச்சியாக இருந்தது. குஜராத்தின் பின்புலப் பகுதி களில் இருந்து கொண்டு வரப்படும் சரக்குகளை சில்லறை மற்றும் மொத்த வியாபாரிகள் சுறுசுறுப்பாக விற்றுக் கொண்டிருப்பதைக் கண்டு நாயக் ஒரு முடிவுக்கு வந்தார். கடைகளில் முத்துக்களும், நகைகளும், நவரத்தினக் கற்களும், தங்கமும், வெள்ளியும், நறுமணப் பொருட்களும், சந்தனக் கட்டைகளும், பட்டுத் துணிகளும், விரிப்பு களும் நிரம்பி வழிந்தன. யானைத் தந்தங்கள், கடலாமை ஓடுகள், மருத்துவத்தில் பயன்படும் காண்டாமிருகக் கொம்புகள் இவையும் அங்கே இருந்தன. வாடிக்கையாளர்களுக்கு அங்கே நிற்க இட மில்லை. அராபியர்களும், அர்மீனியர்களும் பொருட்களைப் பேரம் பேசி வாங்குவதற்கு முண்டியடித்தனர்.

நாயக் திகைப்படைவதற்கு சந்தையைப்போல் வேறு பல காரணங்களும் இருந்தன. பீஜப்பூரில் உள்ளதுபோல் அகன்ற வீதிகளோ, அரண்மனை போன்ற விசாலமான கட்டிடங்களோ இங்கே காணப்படவில்லை. நகரத்தின் உட்பகுதி ரொம்பவும் துப்புரவுக் கேடாய் இருந்தது. குறுகலான தெருக்களில் கோரைப்புல் வேய்ந்த மண்வீடுகள் சில இடங்களில் மூங்கில் தட்டிச் சுவர் களுடன், பனை ஓலைக் கூரைகள். தொழுவங்களில் கால்நடை களின் நெரிசல், கூட்டம் கூட்டமாய் ஈக்கள். சில வீடுகள் மட்டும் செங்கல், சுண்ணாம்பு, மரங்கள் கொண்டு நல்ல முறையில் கட்டப் பட்டிருந்தன. அவை கடைக்காரர்களுக்கும், பண்டமாற்றுச் செய்ப வர்களுக்கும் சொந்தமாயிருக்க வேண்டும். நாணயப் பரிவர்த்தனைச் செய்பவர்களும் இருந்தார்கள். இவர்களெல்லாம் தங்கள் செல் வத்தைத் தங்களுடைய வீடுகளில் குழிதோண்டிப் புதைத்து

வைத்திருப்பார்கள், தரைக்குமேல் சலவைக் கற்கள் பதிக்கப் பட்டிருக்கும். ஒரு அரசரின் பார்ஸிதரகர், நறுமணப் பொருட்களின் ராஜாவாகத் திகழும் விர்ஜிவோரா போன்ற பிரபலங்கள் வாழ்கிற பகுதி அது.

நாயக் ஆற்றை நோக்கிச் சென்றார். போகிற வழியில் காணப் பட்ட விலங்குகளுக்கு இடையூறில்லாத வகையில் அவற்றைக் கடந்தார். கற்களாலான மூன்று கட்டிடங்களின் வராந்தாக்களில் பெரிய தலைப்பாகையும், தளராடையும் அணிந்த ஆசாமிகள் ஹுக்கா புகைத்தபடி, அயல்மொழிகளில் பேசிக் கொண்டிருந் தார்கள். அவை, வங்கித் தொழில் புரிவோர், நாணயப் பரிமாற்றுச் செய்பவர்கள், வந்து போகும் வியாபாரிகள், போதை மருந்து விற்பவர்கள் தங்கும் விடுதிகளாக இருக்கவேண்டும். இதுபோன்ற கட்டிடங்களை அவர் பீஜப்பூரில் கண்டிருக்கிறார். குறுகலான அந்தச் சாலை சூரத்தில் உள்ள கோட்டையில் கொண்டுவிடும். சதுரமான நிலப்பகுதியில் நான்கு மூலைகளிலும் நான்கு தூபி களுடன் அமைந்த கோட்டை. அதன் மதில்களிலும், கைப்பிடிச் சுவர்களிலும் பீரங்கிகளும், பெரிய ரகத் துப்பாக்கிகளும் நிலை நிறுத்தப்பட்டிருந்தன.

அவர் ஆற்றின் முகப்புப் பகுதியை நோக்கிச் செல்கையில், முஸ்லீம் வியாபாரிகளின் வசிப்பிடங்களைக் கடந்து சென்றார். தட்டையான கற்கள் பாவிய தெருக்களில் சந்தைக்குச் செல்லும் ஆட்கள், குதிரைகள் என்ற இரைச்சல் மிகுதியாக இருந்தது. அவர் தெருவில் ஓரமாய்ச் சென்றார். மாட்டுவண்டிகளோ, வசதிமிக்க வர்கள் வாழும் பகுதியை நோக்கிச் செல்லும் பல்லக்குகளோ தம்மை இடித்துத் தள்ளிவிடக் கூடாது என்பதில் கவனமாக இருந்தார். தெருக்களின் இருபுறமும் வரிசையாய் மாடி வைத்துக் கட்டப்பட்ட பெரிய வீடுகள். இஷ்ஹாக்பெக், ஹாஜி ஸஹீத் பெக், ஹாஜி காஸிம், கிவாஜாமினாஸ் போன்ற வியாபாரிகளும், தொழில் அதிபர்களும் அங்கே வசித்தனர்.

நாயக்கின் ஆட்கள் பணியாட்களாகவும், குளியல் தொட்டி நீர்க்குழாய்களைப் பழுது பார்ப்பவர்களாகவும், தச்சர்களாகவும் சில செல்வந்தர்களின் வீடுகளில் ஊடுருவியிருந்தனர். சூரத்தின் மேல்தட்டு வாசிகள் தங்கள் செலவங்களை எங்கே பதுக்கி வைத் திருக்கிறார்கள் என்பது அவர்களுக்குத் தெரியும்.

நாயக், இப்பொழுது எல்லாவற்றையும் நேர்படப் பார்த்து விட்டார். முஸ்லீம் செல்வந்தர்களின் வசிப்பிடத்துக்கு அப்பால் உள்ள ஐரோப்பியர்களின் நிறுவனங்களும் அதில் அடக்கம். அந்த நிறுவனங்கள் மிகப்பெரிய கட்டமைப்புகள் கொண்டவை. அவற்றைச்

சுற்றிப் பலமான சுவர்களும் உண்டு. அந்தப் பண்டக சாலைச் சுற்றுச்சுவர்கள் கோட்டைச் சுவர்களை விட மிக உறுதியாக இருப்பதைக் கண்டு அவர் வியப்படைந்தார். துப்பாக்கி ஏந்திய காவலர்கள் இரவும், பகலும் அவற்றைப் பாதுகாத்தனர். அதிகாரிகள், சிப்பாய்கள், தரகர்கள், சிப்பமிடுகிறவர்கள், நெசவாளர்கள், சாயந்தோய்ப்பவர்கள், சலவைக்காரர்கள், தச்சர்கள், கருமார்கள் இவர்களெல்லாம் அந்தச் சுவர்களின் பின்னே இணக்கமாய் இருந்து கொண்டிருக்கிறார்கள் ஐரோப்பியர்களில் ஆங்கிலேயர்கள் டச்சுக்காரர்கள் இவர்களின் வியாபாரம் செழித்தோங்குவதாய்த் தெரிகிறது.

அன்றிரவு மன்னர் சிவாஜிக்கு அவர் ஒரு விபரக்குறிப்பு எழுதி, தம்முடைய வேவுக்காரர் ஒருவர் மூலம் ராஜ்காட்டிற்கு அனுப்பி வைத்தார்.

'கோட்டையின் மூன்று பக்கங்களிலும் அகழி சூழ்ந்திருக்கிறது. அந்த அகழி ஆழமற்றது. தாபி (யமுனை) ஆறு மற்றொரு பக்கத்தில் ஓடுகிறது. முகலாயச் சுபேதாரான இனாயத்கான் கோட்டையைத் தனது வசிப்பிடமாய்க் கொண்டிருக்கிறார். அவர் ஒருமுறை கூட போர் செய்த அனுபவம் இல்லை. உலக நடப்புகள் பற்றி அவர் சிந்திப்பது கிடையாது. அவருக்கு நகரத்தைக் காப்பதற்கு வலிமை பொருந்திய குதிரைப்படை அவசியம். ஆனால், நடைமுறை உண்மையோ வேறாக இருக்கிறது. நகரத்தைச் சுற்றி உயரமான சுவர் எழுப்புவது, காப்பரண்கள், காவல் கோபுரங்கள் அமைப்பது என்று அவர் திட்டமிடுவதாய் இங்கு பேசிக் கொள்கிறார்கள். அந்தத் திட்டத்தைச் செயல்படுத்த பெரிய அளவில் மானியத் தொகையைப் பேரரசரிடம் இருந்து பெற்றிருக்கிறார். அந்தப் பணத்தை அவர் விழுங்கி ஏப்பம் விட்டுவிட்டார் என்பது நகரத்தைச் சுற்றியுள்ள பழைய சுவற்றைப் பார்த்தாலே தெரிகிறது.

தாபி ஆற்றைப் பாதுகாப்பதற்கு போர்க்கப்பல் எதுவும் இல்லை. ஒட்டுமொத்த மக்களின் பாதுகாப்பு எந்த நிமிடத்திலும் உடையக்கூடிய நீர்க்குமிழிபோல் உள்ளது. வீடுகள் அடையாளம் காணப்பட்டு விட்டன. சிலவற்றில் சேமக் காப்பறைகள் எங்கே மறைத்து வைக்கப்பட்டிருக்கின்றன என்பது எனது ஆட்களுக்குத் தெரியும்.

2

பனிக்காலத்தின் ஒரு விடியற்காலை வேளை. நாசிக் நகரத்து மக்கள் குதிரைகளின் குளம்பொலி கேட்டு விழித்துக் கொண்டனர்.

பனிமூட்டத்தினூடே படைப்பிரிவுகள் மேற்கு நோக்கிச் செல்வதைக் கண்டனர். சில நாட்களுக்குப் பிறகு கொங்கணக் கடற்கரைக்கும் குஜராத் கடற்கரைக்கும் இடையே உள்ள வனப்பிரதேசத்துக் கிராமங்களைச் சேர்ந்தவர்கள் பேரளவிலான குதிரைவீரர்கள் வடதிசையில் போய்க் கொண்டிருப்பதைக் கண்டனர். யாரோ ஒரு முகலாய மான்ஸப்தர் அரசாங்க அலுவலாய்ச் சூரத்திற்குப் போவதாய் ஒரு ஊகம் அவர்களுக்கு.

தாங்கள் போய்க் கொண்டிருப்பது எங்கே என்று சிவாஜி, பால்கர், பிங்ளே மட்டுமே அறிவார்கள். சில நாட்களில் தங்கள் பயண இலக்கை அவர்கள் சென்றடைந்தனர். சூரத் நகரின் கிழக்கு வாயில் பக்கம் உள்ள தோட்டமொன்றில், தம்முடைய படையினர் நடுவே பெரிய பாறை ஒன்றின்மீது சிவாஜி அமர்ந்திருந்தார். அவருடைய கண்கள் நாற்புறமும் சுழன்று, சுற்றுப்புறத்தை ஆராய்ந்து கொண்டிருந்தது. வாயிற்கதவு நீண்ட, கூர்முனை கொண்ட கம்பிகளுடன் வியந்து பாராட்டக் கூடியதாக இருந்தாலும், மதிற் சுவர் சிதிலமடைந்து காணப்பட்டது. சில இடங்களில் உடைந்து, பிளவுகள் சரிசெய்யப்படாமலே இருந்தன. அந்தக் கதவும், சுவர்களும் முகலாயர்களின் பலத்தையும், அந்தப் பலத்தின் பலவீனமான பின்னணியையும் வெளிக்காட்டுவதாகவே அவருக்குத் தோன்றியது. அடுத்த சில நாட்களில் தாம் செய்து முடிக்கவேண்டிய காரியங்கள் பற்றி சிவாஜி சிந்திக்கலானார்.

அவருடைய வீரர்களும், வீரர்களின் குதிரைகளும் களைத்துச் சோர்ந்திருப்பது புரிந்தது. ராஜ்காட்டில் இருந்து சூரத்துக்கு தொடர்ந்து ஏழு நாட்கள் பிரயாணம் செய்திருக்கிறார்கள். இடையில் சொற்ப அவகாசமே ஓய்வு.

நாசிக் வரை சாலைகளிலும், பின்பு வாகாய் மலை வழித் தடங்களிலும், நவ்ஸாரி நகரத்தைச் சுற்றியுள்ள காடுகளிலும் அவர்கள் இன்னல் நிறைந்த பயணத்தை மேற்கொண்டிருந்தனர். அதே சமயம் விரைவாகவும், இரகசியமாகவும் அவர்கள் சூரத்திற்கு வந்து சேர்ந்திருக்கிறார்கள். சூரத்தின் சுபேதாரான இனாயத்கானிடம் இரண்டு தூதுவர்களை அவர் அனுப்பும் வரை அவர்களின் வருகையை யாரும் அறிந்திருப்பதற்கு இல்லை.

நாளை ஒரு முக்கிய நாளாக இருக்கக்கூடும்.

'இனாயத்கானிடம் இருந்து பதில் ஏதும் வரவில்லை. நாம் உள்ளே புகுவதற்கான நேரம் இது' பால்கர் சிவாஜியிடம் வற்புறுத்தலாய்க் கூறினார்.

சிவாஜி உடன்பாடாகத் தலையசைத்தாலும், அவருடைய முகம் கோபத்தில் இறுகியிருந்தது. சூரத்தின் மூன்று பெரும் பணக்காரர்களான ஸஹீத் பெக், விர்ஜிவோரா, ஹாஜிகாஸிம் ஆகியோர் தம்மிடம் நேரில் வந்து பேச்சுவார்த்தை நடத்த வேண்டும் என்று அவர் இனாயத்கானுக்கு தகவல் அனுப்பியிருந்தார். அந்த நகரம் தமக்குக் கப்பம் கட்ட வேண்டும், அதற்கு அவர்கள் ஒப்புக் கொண்டால் அவர்களை விட்டுவிடுவதாக ஒரு நிபந்தனை அதில் இருந்தது. இனாயத்கான் அதுபற்றி பதிலேதும் தெரிவிக்கவில்லை. மாறாக, இனாயத்கான் நகரத்துச் செல்வந்தர்களை அழைத்து தனக்குக் கையூட்டு தந்தால் அவர்களை மட்டும் தன் கோட்டையில் வைத்துக் காப்பதாகக் கூறியிருந்தான். நகரத்தில் உள்ள மற்றவர்கள் எக்கேடு கெட்டால் என்ன என்பது அவனுடைய எண்ணம். ஏழை, எளிய மக்கள் அருகாமையில் உள்ள காடுகளுக்குள் சென்று மறைந்து கொண்டார்கள். சிலர் கடல் வழியே படகுகளில் தப்பிச் சென்றனர். ஆங்கிலேயர்களும், டச்சுக்காரர்களும் தங்கள் தொழில் நிறுவனங்களில் தங்கியிருந்து கொண்டு தங்களைக் காத்துக் கொள்ள ஆயத்தமானார்கள்.

'நாம் நாளைப் பிற்பகலில் உள்ளே நுழைவோம். ஆனால், பெண்களுக்கோ, குழந்தைகளுக்கோ எந்தத் தீங்கும் நேரக்கூடாது என்பதை மீண்டும் மீண்டும் நம்முடைய ஆட்களுக்கு நினைவுபடுத்தி விடுங்கள். வழிபாட்டுத் தலங்களைச் சேதப்படுத்தக் கூடாது. சமயகுருமார்களை மரியாதையுடன் நடத்த வேண்டும்' என்று அவர் உறுதியாகச் சொன்னார்.

'நாம் ஐரோப்பிய நிறுவனங்களைத் தாக்கும்படி இருக்குமா?' பால்கர் கேட்டார்.

'இல்லை. அவர்கள் துப்பாக்கி வைத்திருக்கிறார்கள். நம்முடைய ஆட்களின் உயிர்களை நான் ஆபத்து நிலைகளுக்கு உட்படுத்த விரும்பவில்லை.'

'ஆக, நாளைக்கு' என்றார் பிங்ளே.

நகரம் முன்னெச்சரிக்கையோடு இருப்பதாய்த் தெரிந்தது. வீடுகளின் சன்னல்கள் கதவுகள் மூடியிருந்தாலும் எண்ணெய் விளக்குகளின் ஒளிக்கசிவு இரவு முழுதும் இருக்கவே செய்தது. மக்கள் உறங்காமல் விழித்தே இருந்திருக்க வேண்டும். மறுநாள் நல்ல படியாகவே பொழுது விடிந்தது. ஆனால், வழக்கமான கேளிக்கை கள் எதுவும் இல்லாமல் நகரத்தில் ஒரு தீக்குறியான அமைதி நிலவியது. ஏதோ மோசமான ஒன்று நடக்கப் போகிறது என்ற அச்சத்தில் மக்கள் காணப்பட்டனர். தங்கள் உடைமைகளை மாட்டு

வண்டிகளில் ஏற்றிக் கொண்டு அவர்கள் எங்கோ புறப்பட்டனர். சிலர் பொருள்களை மூட்டை கட்டித் தலையில் வைத்துக் கொண்டு, வீட்டைவிட்டுச் சென்றனர். சந்தை வெறிச்சோடிக் கிடந்தது. சந்தடியற்றிருந்த நண்பகலில் வேகப்பாய்ச்சலில் வரும் குதிரைகளின் குளம்போசை கேட்டது. ஆட்கள் வீரமுழக்கம் செய்து கொண்டு வந்தார்கள். இனிப்பைத் தேடி மொய்க்கும் ஈக்களைப்போல் அவர்கள் எல்லாப் பக்கங்களிலும் இருந்து வந்தனர். நூற்றுக்கணக்கிலும், ஆயிரக்கணக்கிலும், படகு போன்ற தலைப்பாகையும், அடர்ந்த மீசையுமாய்ப் பார்க்க ஒரே மாதிரி இருந்தார்கள். தங்களின் பின்னே புழுதிப் படலத்தையும், சூரத் நகரத்துக்குத் தெருக்களில் பேரச்சத்தையும் அவர்கள் விட்டுச் சென்றனர்.

மராத்தியர்கள் அந்த நகரத்தில் பிரவேசித்து இரண்டு ஆகிவிட்டிருந்தது. குளிர்பருவத்துச் சூரியன் அடிவானில் மறைகிற அந்திப்பொழுது மேற்கில் இருந்து மென்காற்று வீசத் தொடங்கியிருந்தது. தன்னுடைய சிறிய கோட்டையின் காப்பரண்களில் இருந்தபடி சுபேதார் இனாயத்கான் தன்னுடைய பாதுகாப்பில் உள்ள நகரத்தின் மீது பார்வையைச் செலுத்தியிருந்தார். இனாயத்திற்கு அருகில் நின்று கொண்டிருந்த ஹாஜிபெக், தங்கள் பேரரசருக்கு ஆண்டுக்குப் பத்து லட்சம் ரூபாய்க்கு மேல் வரியாகவே வருவாய்க் கொடுத்துக் கொண்டிருக்கும் நகரத்தை அதிர்ச்சியுடன் நோக்கியிருந்தார்.

மக்கள் வெளியேறிவிட்டதால் தெருக்கள் காலியாகக் கிடந்தன. ஆனால், ஒரு மூலையில் குதிரை வீரர்கள் வேகப் பாய்ச்சலாய்ச் செல்வதை அவர் காணமுடிந்தது. அவர்களுடைய வீரமுழக்கம் தொலைவில் தெளிவற்றுக் கேட்டது. வீடுகளிலும், சந்தைப் பேட்டையிலும் இருந்து நிலைகுத்தாய் புகை மேலெழுந்தது. கோட்டைக்குச் சமீபமாய் இருந்தும் அவையெல்லாம் முற்றிலும் பாழாகி விட்டன. நடந்தவற்றை நம்பவே முடியவில்லை. பேரரசின் நிலப்பகுதியில் தாக்குதல் நடத்துவதற்குக் கடந்த நூறு ஆண்டுகளில் எந்த அரசுமே துணிந்ததில்லை.

'நாங்கள் மூவரும் விர்ஜி, காசிம், நான், அவரைப் போய் பார்த்திருக்க வேண்டும் என்று நினைக்கிறீர்களா?' இனாயத்தின் கண்களை ஊடுருவலாய்ப் பார்த்துக்கொண்டு பெக் கேட்டார்.

இனாயத் சிரிப்பூட்டும் முறையில் சொன்னார், 'உங்கள் மூவரையும் அவர் கொன்று போட்டிருப்பார். நானாக இருந்தால் அப்படியொரு ஆபத்தான நிலைக்கு என்னை உட்படுத்திக் கொள்ள மாட்டேன்.'

பெக் சோகையாய்ப் புன்னகைத்தார். சில நாட்களுக்கு முன், கிராமத்து நபர்கள் சிலர் இனாயத்திடம் வந்து, தாங்கள் சூரத்துக்கு சில காத தூரத்தில் பெரிய குதிரைப் படையொன்று முகாமிட்டிருப்பதைக் கண்டதாகத் தெரிவித்திருந்தனர். அவர், யாராவது மான்ஸப்தார் கடலோரமாய்த் தில்லிக்குப் பயணம் போவதாக இருக்கும் என்று சொல்லி அவர்களை அனுப்பி விட்டார். சிவாஜி கப்பத் தொகை கேட்டு இனாயத்துக்குச் செய்தி அனுப்பியிருந்த பொழுது பெக்கும் அங்கே இருந்திருக்கிறார். இனாயத் உரக்கச் சிரித்தபடி சொன்னார், 'பேரரசரை அதிருப்திக்குள்ளாகி, அவருடைய கோபத்தை நாம் சம்பாதித்துக் கொள்ள வேண்டுமா?' என்று.

பெக் கேட்டார், 'நம்மிடம் உள்ள குதிரை வீரர்களைக் கோட்டைக் காவலுக்குப் பயன்படுத்தாமல், அவர்களை அனுப்பி மராத்தியர்களை விரட்டியடித்திருக்கலாமே.' இனாயத் சொன்னார், 'அப்போது கோட்டையில் உள்ள நம்மையெல்லாம் யார் பாதுகாப்பது?' என்று.

பெக் ஏமாற்றத்துடன் தலையசைத்தார். இனாயத்தின் குதிரை வீரர்கள் ஒருபோதும் போரிட்டவர்களல்ல, அவர்கள் அலங்கார அணிவகுப்புக்கு மட்டுமே தகுதியானவர்கள் என்பதை அவர் நன்கறிவார். அவர்களை வைத்துக்கொண்டு சூரத்தில் உள்ள வியாபாரிகளை வேண்டுமானால் மிரட்டிக் கொண்டிருக்கலாம். ஷெயிஷ்டகான் குடும்பத்தில் நடந்த படுகொலைகளுக்குப் பிறகு நிலைமை ரொம்பவும் சிக்கலாகி விட்டது. மராத்தியர்களிடம் ஏதோ அமானுஷ்ய சக்தி இருக்கிறது. அவர்கள் கெட்ட ஆவிகளின் துணையோடு மக்களுக்குக் கேடு செய்கிறார்கள் என்றே எல்லாரும் நினைக்கத் தலைப்பட்டனர். தக்காணத்தின் மலைப்பாங்கான இடத்தைச் சேர்ந்த அவர்கள் போரிடும் வம்சத்தினர். போர்க்குணம் அவர்களுக்கு மரபு வழியில் வந்தது. மிகத் தாழ்நிலையில் உள்ளவர்களும் போர்ப் பயிற்சி பெற்றவர்கள். களத்தில் அவர்களை எதிர்கொள்வது கடினம் என்பதெல்லாம் பெக் செவிவழி கேட்டிருந்த தகவல்கள்.

தாம் செய்த ஒரு தவறான காரியத்தின் விளைவாகத் தமக்குள் முதல்முறையாய் கவலைப்படுவதை உணர்ந்தார் இனாயத்கான். ஆயிரம் குதிரை வீரர்களை மட்டுமே வைத்துக் கொண்டு, ஐயாயிரம் வீரர்களின் பராமரிப்புச் செலவுத் தொகையை அரசுக் கருவூலத்தில் இருந்து அவர் பெற்று வந்திருக்கிறார். ஷாஜஹானுக்கும் ஔரங்கசீப்புக்கும் அவரிடம் நம்பிக்கை இருந்ததால் இதுவரை சோதனைக்காக ஆய்வாளரை அனுப்பியதில்லை.

'ஐரோப்பியர்கள் தங்கள் துப்பாக்கிப் படையைக் கூரைகளிலும், மதிற்சுவர்களிலும் நிறுத்தி தங்களுடைய நிறுவனங்களைப் பாது காத்துக் கொள்கிறார்களாமே, கேள்விப்பட்டேன்' என்று தம்முடைய கருத்தை வெளிப்படுத்திய பெக், நகரத்தை ஒருமுறை கூர்ந்து நோக்கி விட்டு, திடுமென்று கேட்டார், 'இங்கே நடந்தவற்றைக் கேள்விப் பட்டால் பேரரசின் எதிர்வினை எப்படியிருக்குமோ?'

அச்சம் தன்னைக் கூறுபோட்டுக் கொண்டிருப்பதை உணர்ந்தார் இனாயத்கான். சூரத்தின் சுபேதாராக வாழ்வது சொகுசாகத்தான் இருந்தது. பெர்ஸியாவில் இருந்தோ ஸ்பெயினில் இருந்தோ விலை மிக்க ஒயின்போத்தல்களும், அரேபியாவில் இருந்து குதிரைகளும் அவருக்குக் கிடைத்துக் கொண்டிருந்தன. அண்டையில் உள்ள காடுகளில் தினமும் வேட்டையாடுவதில் நாட்கள் கழியும். செல்வத்தைத் தாராளமாகச் செலவிட்டு தம் வீட்டுத் திருமணங் களை ஆடம்பரமாக நடத்த முடிந்தது. பேரரசர் என்ன நினைக் கிறார் என்பது முக்கியமில்லை. கோட்டையில் உள்ள உங்களையும், மற்றவர்களையும் பாதுகாப்பதற்கே நான் இப்போது முக்கியத்துவம் அளித்தாக வேண்டும்! அவர் சமாளிப்பாக முணுமுணுத்தார்.

பெக் தோள்களைக் குலுக்கிக் கொண்டார். தங்கள் உயிரைக் காப்பாற்றிக் கொள்வதற்காக அவரைப் போன்றவர்கள் கையூட்டு கொடுத்து, கோட்டைக்குள் வந்து ஒளிந்து கொண்டிருக்கிறார்கள். ஆனால் தங்களுடைய வீடுகளில் அவர்கள் மறைத்து வைத்திருந்த செல்வங்கள் பறிபோயிருக்கக் கூடும். இனாயத் எதையும் இழந்திருக்க மாட்டார். தம்முடைய செல்வங்களை அவர்தான் கோட்டைக்குள் மறைத்து வைத்திருக்கிறாரே. பணம் கொழிக்கும் துணி வியாபாரத்தில் தம் சகோதரருடன் அவரும் பங்குதாரராக இருக்கிறார். பணக்கார முஸ்லீம்கள் எல்லாரும் அதிகாரபூர்வ ஆவணம், அனுமதிச் சீட்டு பெற பெருந்தொகையை அவருக்குக் கொடுக்கிறார்கள். விர்ஜ்வோரா போன்ற இந்து பனியாக்கள் எல்லா விசேஷ தினங்களிலும் அவருக்கு விலை மதிப்பு மிக்கப் பரிசுகளை வழங்கிக் கொண்டிருக் கிறார்கள். ஏழைத் தரகர்களானாலும் அவருக்குப் பணம் கொடுத்து விட்டுத்தான் தொழிலைத் தொடர முடியும், இல்லையோ, சிறை வாசம் அல்லது சவுக்கடி கிடைக்கும். அரச போகமாக இருந்த அவருடைய வாழ்க்கை, இதன்பிறகு அவருடைய எதிர்காலம் நிச்சயமற்ற நிலைதான்.

பெக் மனவேதனையோடு, கோபத்தையும் உணர்ந்தார். 'என்னு டைய வீட்டுக்கு அவர்களால் என்ன கதி நேர்ந்ததோ?' என்று வருத்தத்துடன் முணுமுணுத்துக் கொண்டார். சூரியன் முன்பே அஸ்தமனமாகி விட்டிருந்தது, முழுமையாய் இருள் சூழ்வதற்கு

முற்பட்ட அந்த நேரத்தில் தம்முடைய வீடு இருந்த பகுதியில் இன்னமும் சினந்து தணியும் தீயை, புகைச்சுருள்களை அவர் காணமுடிந்தது. மராத்தியக் கும்பலொன்று ஓர் இரவையும், பகலையும் செலவிட்டு விர்ஜ்வோராவின் மாளிகையை எடுத்த தோடு, நிலவறைப் பேழைகளில் இருந்து ஏராளமான தங்கக் கட்டி களையும், பெரிய பெரிய முத்துக்களையும் எடுத்துச் சென்றி ருக்கிறது. இவையெல்லாம் விர்ஜ் தமது குடும்பத்தாருடன் கோட்டைக்குள் ஒளிந்திருக்கும்போது நடந்தது. பலருடைய வீடுகள் எரிக்கப்பட்டன அல்லது இடித்து தரைமட்டமாக்கப்பட்டு விட்டன. தாங்கள் மறைத்து வைத்திருக்கும் செல்வங்கள் பற்றிக் கூற மறுப்பவர்களை அவர்கள் கைது செய்து, தங்களோடு கொண்டு சென்றனர்.

பெக் அங்கே நிறுவப்பட்டிருக்கும் குறுகிய இலக்கெல்லை கொண்ட ஒரு பீரங்கியைப் பார்த்தபடி கேட்டார், 'அவர்கள் பெரிய எண்ணிக்கையில் கோட்டைக்கு வந்துவிட்டிருந்தால் என்ன ஆகியிருக்கும்?'

'கவலை வேண்டாம், நாம் பீரங்கிகளால் அவர்களைச் சுட்டுத் தள்ளியிருப்போம்' இனாயத் ஆரவாரத்துடன் சொன்னார்.

பெக் மனதுக்குள் சிரித்துக் கொண்டார். இவர்கள் இந்தப் பீரங்கிகளை ஆண்டுக்கணக்காய்ப் பயன்படுத்தியதே இல்லை. குண்டு எவ்வளவு தூரத்தில் போய்விடும் என்பது கூட பீரங்கிப் படைப் பிரிவினருக்குத் தெரிந்திருக்காது. அப்படியே இவர்கள் சுட்டாலும் அந்தக் குண்டுகள் பெருஞ்சத்தமும், குறைவான வீரியமும் கொண்டதாகவே இருக்கும் இனாயத்தைப் போல!

'என்னிடம் ஒரு திட்டம் இருக்கிறது...' திடீரென்று தொலை நோக்குப் பார்வை கொண்டு விட்டதுபோல் புன்னகையுடன் கூறினார் இனாயத். 'மராத்தியர்களுக்கு நான் ஒரு பாடம் கற்பிக்கப் போகிறேன்.'

3

மூன்றாவது மாலைப் பொழுது வந்தது பெரும் செல்வ வளத்துடன். சிவாஜியும் பிங்ளேயும் தங்கள் முகாமில் நுழைந்ததும், வீரர்கள் குதிரைகளில் இருந்து மூட்டைகளை இறக்கி வைப்பதைக் கவனித்தனர். அவர்கள் கோணிகளை அவிழ்த்துத் தரையில் கொட்டினர். பொற்காசுகளும், வைரங்களும், இரத்தினக் கற்களும் முத்துக்களும் சிறுகுன்றுகளாய்க் குவிந்தன. சில மூட்டைகளில் தங்க

நகைகள் மட்டுமே இருந்தன. சிலவற்றில் வெள்ளிப் பாத்திரங்கள் இருந்தன. ஒரு வீரன் எட்டு மூட்டை முத்துக்களை அவிழ்த்துக் கொட்டினான். அப்போது யாரோ வருகிற சந்தடி கேட்டார் சிவாஜி. பிரெஞ்சு தேசத்து சமயப் போதகர் ஒருவர், நிராயுத பாணிகளான மூன்று நபர்களுடன் கிழக்கு வாசலுக்கு வெளியே வந்திருந்தார். இருவர் போதகர்கள், ஒருவர் மொழிபெயர்ப்பாளர்.

கணக்காளர் உடைமைகளைப் பட்டியலிடுவதைக் கவனித்துக் கொண்டிருந்த சிவாஜி சொன்னார், 'அவரை வரவிடுங்கள்.'

அருட்தந்தை அம்புரோஸ் உயரமாய், மெலிந்து அதே சமயம் வலிமையுடன் காணப்பட்டார். அவருடைய வெண்ணிற அங்கி காற்றில் படபடத்தது. முகம் கடுகடுத்துக் காணப்பட்டாலும், கண்களில் கருணையொளி, மற்ற இரு போதகர்களும் சுதேசிகள். மூன்றாமவர் தசைப்பற்று மிக்கவராய்க் குஜராத்தி உடையில் காணப்பட்டார். வண்ணத்தில் பெரிய தலைப்பாகை அணிந்திருந்தார்.

சிவாஜி தலைதாழ்த்தி அவர்களை வரவேற்றார். தம்முடைய கூடாரத்துக்கு அழைத்துச் சென்றார். அந்தக் கூடாரம் சாலமரக் கிளைகளுக்கிடையே கட்டப்பட்ட ஒரு பெரிய துணிப்பந்தல், அவ்வளவுதான். பிங்ளேயும், பால்கரும் கொள்ளைச் செல்வத்தை அவற்றை க் கொண்டுவந்த ஆட்களுடன் சரிபார்த்துக் கொண்டிருந்தனர். சில காவலர்கள் மட்டும் சிவாஜியுடன் சென்றனர்.

'எங்களுடைய பிரார்த்தனைக் கூடங்களையும், வழிபாட்டு மனைகளையும் தயவுசெய்து விடுவிக்க வேண்டும். தாங்கள் அதைச் செய்யும்படி கேட்கவே நாங்கள் வந்திருக்கிறோம்' மொழி பெயர்ப்பாளர் மரியாதையுடன் கூறினார். அவர் குஜராத்தி உச்சரிப்பில் மராத்தி பேசினார்.

'என்னுடைய ஆட்கள் கோயில்களையோ, தேவாலயங்களையோ, பள்ளிவாசல்களையோ தொடுவதில்லை. வேறு புகார் எதுவும் உண்டா?' சிவாஜி அமைதியாகக் கேட்டார்.

மொழிபெயர்ப்பாளர் அருட்தந்தை அம்புரோஸிடம் கலந்து பேசிவிட்டுச் சொன்னார், 'தங்கள் செல்வங்களை இழந்த சுற்று வட்டார மக்களைச் சந்தித்து, அவர்களைத் தேற்றி ஆறுதல் அளிக்க எங்கள் போதகர்கள் விரும்புகிறார்கள். தாங்கள் அதற்கு அனுமதி யளிக்க வேண்டும்.'

'எங்கள் வேலைகளில் தலையிடாத எவரும், எதற்காகவும் அஞ்ச வேண்டியதில்லை.'

அருட்தந்தை அம்புரோஸ் முகத்தில் திருப்தி தெரிந்தது. அவர் மொழிபெயர்ப்பாளரிடம் தொடர்ந்து ஏதோ கூறினார். மொழி

பெயர்ப்பாளர் மறுபடியும் பேசினார், 'வன்முறையின் மூலம் தாங்கள் அடையப் போவது என்னவென்று அருட்தந்தை அறிய விரும்புகிறார்.'

'ஔரங்கசீப் எங்கள் மண்ணைப் பாழ்படுத்தி விட்டார். அவருடைய படைத்தளபதி ஷெயிஸ்டகான் என்னுடைய மக்களைக் கொல்லவும், கடத்தவும், அடிமைகளாக்கவும் செய்திருக்கிறார். விவசாய நிலங்கள் பலனளிக்காதபடி அழிக்கப்பட்டுவிட்டன. மூன்று ஆண்டுகளாய் எங்கள் கால்நடைகளையும் அவர்கள் விழுங்கித் தீர்த்துவிட்டார்கள். முகலாயர் படையெடுப்புகளை எதிர்கொள்ள வலிமையான படையை நான் உருவாக்க வேண்டியிருக்கிறது. அதற்குப் பணம் தேவைப்படுகிறது.'

'பேரரசர் கோபத்திற்குள்ளாவார். உங்களுடைய வன்முறைக்கு அவர் பதிலடி கொடுக்க முனைந்தால் அது பயங்கரமாக இருக்குமே.' அருட்தந்தை எச்சரிப்பதுபோல் கூறினார்.

'நான் அதை நன்கறிவேன். என்னுடைய நடவடிக்கைகள் தில்லியில் பெரிய எதிர்வினையை உண்டு பண்ணும் என்பதில் சந்தேகமில்லை.'

'உங்கள் மக்கள் கடுமையான துன்பத்திற்குள்ளாக நீங்கள் காரணமாகி விடுவீர்கள்.'

'நான் இருந்தாலும், இல்லாவிட்டாலும் என்னுடைய மக்கள் பல நூற்றாண்டுகளாகவே துன்பத்தை அனுபவித்துக் கொண்டுதான் இருக்கிறார்கள். எத்தனையோ தலைமுறைகளாய் இருந்து கொண்டிருக்கிறது. அவர்களுடைய வேதனை, கர்மவினையைக் காரணமாக்குகிறார்கள். தங்கள் தலைவிதியை நொந்து கொள்வதைத் தவிர அவர்களால் வேறெதுவும் செய்ய முடிவதில்லை.'

'ஆனால், நீங்கள் வன்முறையைப் பயன்படுத்தி களவு என்கிற குற்றத்தைச் செய்கிறீர்கள். வரலாற்றுப் பதிவேடுகள் உங்களை ஒரு கொள்ளைக்காரர் என்றே குறிப்பிடும். அதனால் உங்கள் பெயர் கெடுமே.' மொழிபெயர்ப்பாளர் துணிவுடன் தெரிவித்தார்.

'உண்மைதான், அதை ஒப்புக் கொள்கிறேன். ஆனால், அதைப் பற்றி எனக்குக் கவலை இல்லை. நான் கொள்ளைக்காரன் என்றால் விரிவாக்கப் போர் என்கிற பெயரில் இலட்சோப லட்சம் மக்களைக் கொள்ளையடித்து, கொன்று குவிக்கும் முகலாயர்கள் யார்? இங்கே ஆயிரமாயிரம் சுதேசிகளைத் துன்புறுத்துகிற, மதமாற்றம் செய்கிற வெள்ளையர்கள் யார்?'

அங்கே ஒரு சங்கடமான மவுனம் நிலவியது.

'இது இந்துக்களுக்கும் முஸ்லீம்களுக்கும் இடையே ஒரு பெரிய மோதலை உண்டு பண்ணிவிடும்.' அருட்தந்தை ஒரு துருப்புச்சீட்டை எடுத்துப் போட்டார்.

'முகலாயப்படை என்னுடைய நிலப்பகுதியில் இந்துக்களின் வீடுகளை அடையாளமிட்டுச் சூறையாடியது. இங்கே நான் சிறைப் பிடித்திருப்பவர்களைப் பாருங்கள். இவர்களில் நீங்கள் முஸ்லீம் களைவிட இந்துக்களையே அதிகம் காண முடியும்.' உறுதியாகக் கூறினார் சிவாஜி.

'அவர்களுடைய சக்தி பற்றி உங்களுக்குத் தெரிந்திருக்கவில்லை. அவர்கள் சக்தியைத் தங்கள் அடிமையாக்கி வைத்திருக்கிறார்கள்.' எச்சரிப்பதுபோல் சொன்னார் அருட்தந்தை.

'சக்தி... சக்தியை அடிமையாய்க் கருதுகிறவர்களுக்கு அதுவே மரணப் பொறியாகிவிடும். சக்தியைக் கடவுளாக்கி, கர்ப்பக் கிருகத்தில் வைத்து வழிபட வேண்டும்.'

'அப்படியானால் சக்தியை உருப்படுத்தும் தெய்வம் ஏதும் உங்களிடம் உண்டா?'

'உண்டு. சக்தியின் அதிதேவதையான பவானிதேவி எங்களிடம் உள்ளது. அவளுக்கு எட்டுக் கரங்கள். ஒவ்வொன்றிலும் கொலைக் கருவியை அவள் வைத்திருக்கிறாள். ஒவ்வொரு கருவியும் வல்லமை பொருந்திய ஒரு கடவுளின் சக்தியைக் குறிக்கிறது.'

'சுபேதார் இனாயத் உங்களுக்காக ஒரு செய்தியை வைத்திருக் கிறார்.' அருட்தந்தை தோள்களைக் குலுக்கிக் கொண்டு சொன்னார், 'இதோ, இந்த மொழிபெயர்ப்பாளர்தான் செய்தியுடன் வந்திருக்கும் தூதர். எங்கள் வழிபாட்டுக்கு நேரம் நெருங்கி விட்டபடியால் இவரை உங்களிடம் விட்டு விட்டு, நாங்கள் நகரத்துக்குச் செல்கிறோம்.'

சமய போதகர்கள் அங்கிருந்து வெளியேறியதும், மொழி பெயர்ப்பாளர் அதுவரை காட்டிய இன்னயப் பாங்கு வற்புறுத்த லாக மாறிவிட்டது.

'நீர் இங்கிருந்து உடனே வெளியேறிவிட வேண்டும் என்று சுபேதார் இனாயத்கான் விரும்புகிறார். எங்கள் மக்களிடம் இருந்து பறித்தவற்றை இங்கேயே விட்டுச் சென்றுவிட வேண்டும் என்பதை மறந்துவிடாதீர்.' நேரடியாகவே அவமதிக்கும் குரலில் சொன்னான் அந்த மொழிபெயர்ப்பாளர் போர்வையில் வந்திருந்த தூதன். சிவாஜிக்குப் பின்னால் நின்றிருந்த ஆட்கள் எச்சரிக்கையானார்கள். அவர்களுடைய கண்கள் அந்த மனிதனின் மீதே நிலைகுத்தி இருந்தன.

சிவாஜி ஆழ்ந்து சுவாசித்தபடி அண்ணாந்து நோக்கினார், 'நீர் சொல்லிக் கொண்டிருப்பது கொஞ்சமும் வெட்கமில்லாமல் கோட்டைக்குள் ஒளிந்திருக்கும் அந்த இனாயத்கானைப் பற்றித் தானே? ஒரு பெண் பிள்ளையைப்போல் அறைக்குள் அடைந்து கிடக்கிற அந்த இனாயத்கானைத் தானே?' என்று கேட்டார்.

தசை முறுக்குடைய அந்த மொழிபெயர்ப்பாளனுக்குக் கோபத்தில் படபடத்தது. தீப்பந்தத்தின் மஞ்சள் ஒளியில் அவனுடைய குருதிச் சிவப்பான கண்கள் மேலும் சிவந்து விட்டன.

'பேரரசர் ஔரங்கசீப் உம்முடைய நாட்டை எரித்து விடுவார். வரைபடங்களில் அதன் அடையாளமே இல்லாதபடிச் செய்து விடுவார்' என்ற தூதன் இப்போது வலுச் சண்டைக்காரன்போல் காணப்பட்டான்.

சிவாஜி தம்முடைய ஆள்காட்டி விரலால் ஆகாயத்தைச் சுட்டி, 'யார் இருக்கப் போகிறார்கள், யார் போகப் போகிறார்கள் என்பதை அவனே அறிவான்' என்றார்.

'யார் வளையல் போட்டிருப்பவர் என்பதை நான் உமக்குக் காட்டுகிறேன்' என்று அந்தத் தூதன் கூச்சலிட்டான். தன்னுடைய அங்கி மறைப்பில் இருந்து நீண்ட வாளை உருவிக் கொண்டு தாவினான். அதே வேகத்தில் தீப்பந்தத்தைத் தள்ளிவிட்டு சிவாஜிமீது பாய்ந்தான். தன் வாளால் அவரைக் காயப்படுத்தி விட்டான். அவர் வலியில் அலறினார். சிவாஜிக்குப் பின்னால் நின்றிருந்த அவருடைய ஆட்கள் அவனைத் தடுக்க முன்னால் வந்தனர். அவர்களில் ஒருவன் தன்னுடைய வாளை ஓங்கி, தூதனின் கழுத்தில் இறக்கினான். தூதாய் வந்தவனின் தலை தரையில் தனியே உருண்டது. அவனுடைய முண்டப்பகுதி சிவாஜிமீது விழுந்து, அவரை இரத்தத்தில் குளிப்பாட்டியது. அந்நிலையில் சிவாஜியினுடைய காயத்தின் தீவிரம் யாருக்கும் தெரிந்திருக்க வில்லை. அவர் இறந்து விட்டதாகவே சிலர் கருதிவிட்டனர்.

'மன்னர் சிவாஜி இறந்துவிட்டார்' என்று யாரோ கூக் குரலிடவும், அந்தச் சொற்கள் பால்கரின் செவிகளில் கூர் அம்பாய்ப் பாய்ந்து விட்டது. அவர் கோபத்தில் நடுக்கமுற்று, சிறைப்படுத்தப் பட்டவர்கள் பக்கம் தாவிக் குதித்தார். 'எல்லாரையும் கொல்லுங்கள். அவர்கள் ராஜா சிவாஜியைக் காயப்படுத்தி விட்டார்கள்.' அவர் உரத்த குரலில் திரும்பத் திரும்பக் கத்தினார்.

என்ன நடந்தது என்பதை சிவாஜி உணர்ந்தார். அந்தக் கொலைகாரன் அவருடைய இடதுகை மேற்பகுதியில் காயப்படுத்தி யிருந்தான். தம்மீது விழுந்து கிடந்த முண்டப் பகுதியை ஒதுக்கித் தள்ளிவிட்டு, அவர் எழுந்து கொண்டார்.

'பொறுங்கள், அவர்களைக் கொல்லாதீர்கள். எனக்கு ஒன்றும் ஆகிவிடவில்லை. நான் உயிரோடுதான் இருக்கிறேன்' என்று கத்திய படி, கைதிகள் இருந்த பக்கம் ஓடினார்.

ஆனால், கோபத்தின் உச்சத்தில் இருந்த மராத்தியர்கள் தங்கள் வாளுக்கு வேலை கொடுத்து விட்டனர். நிலம் இரத்தத்தில் நனைந்தது.

'நிறுத்துங்கள், நிறுத்துங்கள்' சிவாஜி அலறிக்கொண்டு அங்கு மிங்கும் ஓடினார். தொடக்கத்தில் யாரும் அவரை அடையாளம் கண்டு கொள்ளவில்லை. கைது செய்யப்பட்டவர்கள் தொடர்ந்து வாளுக்கு இரையாயினர்.

தங்கள் அரசர் உயிரோடு இருப்பதை அவர்கள் உணர்ந்து கொண்டபோது, நூற்றுக்கணக்கானவர்கள் தங்கள் உயிரை இழந் திருந்தனர்.

படுகொலைச் செய்தி அந்த நள்ளிரவே இனாயத்துக்கு தெரிய வந்தது. அவர் உறங்கிக் கொண்டிருந்த கனரகத் துப்பாக்கி வீரர் களை உடனே அழைத்தார்.

'சுட்டுத் தள்ளுங்கள், பகைவனின் முகாமை அழித்துப் போடுங்கள்' என்று உத்தரவிட்டார். அவர் துப்பாக்கி, பீரங்கிகளின் இலக்கெல்லையை அறிந்திருக்கவில்லை. படைப் பிரிவினர் அதுவரை பயன்படுத்தியிராதத் துப்பாக்கிகளையும், பீரங்கிகளை யும் பழுது நீக்கி, வெடிமருந்துப் பொருட்களைத் திணித்து முடிப்ப தற்குள் பொழுதே விடிந்துவிட்டது. அவர்கள் சுடத் தொடங்கினர். ஆனால் குண்டுகள் நகரத்திலேயே, குடியிருப்புப் பகுதிகளில் விழுந்தன. அநேகக் கட்டிடங்கள் அதனால் சேதமடைந்தன. சூரத் நகரவாசிகளும் கொல்லப்பட்டனர்.

சில நாட்களில் அந்த இடம் அமைதியாகிவிட்டது. மராத்தி யர்கள் தக்காணத்துக்குத் திரும்பிச் சென்றிருந்தனர். நகரத்து ஏழை மக்கள் செல்வந்தர்களின் வீடுகளில் புகுந்து கொள்ளையிட்டனர்.

சில வாரங்களுக்குப் பிறகு ஆயிரம் குதிரை வீரர்கள் கொண்ட படையொன்று ஆக்ராவில் இருந்து வந்தது. யானைகள், குதிரைகள், எருதுகளின் முதுகுகளில் உணவுப் பொதிகள், ஆயுதப் பெட்டிகள் இவற்றுடன் அவர்கள் வந்திருந்தார்கள். அவர்கள் சொகுசான கூடாரங்களை அமைத்தார்கள். ஆனால், அதுவெல்லாம் யாரிடத்தும் மதிப்புணர்ச்சியை ஏற்படுத்தி விடவில்லை. மக்கள் கோட்டை முன்பாய் ஒன்று கூடினர். இனாயத்தையும், அவருடைய விசுவாசி களையும் வெளியே கொண்டு வந்தனர். கோபாவேசமான கூட்டம் முதலில் சாணத்தை அவர்கள்மீது வீசியது. அடுத்து இனாயத்தைத் தாக்கி நையப்புடைத்தது.

4

தில்லியில் மாலைநேரங்கள் கூடுதல் குளிரோடு இருந்தாலும், ஔரங்கசீப் கோபத்தில் கொதித்துப் போயிருந்தார். சமய நம்பிக்கை யற்ற ஒருவர் நன்கு திட்டமிட்டு ஆற்றல் மிக்க தாக்குதல்களை அவர்களுக்கு எதிராக நடத்தியிருக்கிறார். அவர் சூரத் வணிகர்களின் நம்பிக்கையைத் தகர்த்து, துணிவைத் துடைத்தெறிந்து, அவர் களுடைய ஒரு கோடி ரூபாய் செல்வத்தைக் கொண்டு போயிருக் கிறார். ஒட்டுமொத்த இந்துஸ்தானும் சிவாஜியைப் பற்றியே பேசிக் கொண்டிருக்கிறது. ஏன் பேரரசரின் மகள்களும் அவருடைய தீரத்தை வியந்து பாராட்டுகிறார்கள். சீக்கியர்கள், புரந்தலர்கள், இராஜபுத்ரர்கள் மட்டுமன்றி மற்ற இந்து இன மரபுக் குழுக்களும் அந்த கிளர்ச்சிக்காரரைப் பற்றியே விவாதித்துக் கொண்டிருக் கிறார்கள். அதனை விடுதலைப் போராட்டம் என்று அவர்கள் கூறிக் கொள்கிறார்கள். சிவாஜியின் சுதந்திரக் குறிக்கோள் இங்குள்ள மக்களின் குறிக்கோளாகி விட்டால், ஔரங்கசீப்பின் கனவு ஒரு போதும் நிறைவேறப் போவதில்லை. இந்துஸ்தான் முழுமையும் ஒரே ஆட்சியின்கீழ் வரவேண்டும், அந்த ஆட்சி ஷரீஅத் சட்டப்படி நடக்க வேண்டும் என்பதே அவருடைய கனவு. அன்று அவருக்கு ஏற்பட்டிருந்த கோபத்தில் மக்களுக்கு அறிவுரை கூறும் கூட்டத்தை அவர் ரத்து செய்துவிட்டார்.

அந்தப்புர மைதான ஓரமாய் அவர் நின்றிருந்தார். அவர் நின்ற இடத்தில் இருந்தே தாமரை வடிவிலான பளிங்கு நீரூற்று, வளமை ததும்பும் குறுமரங்களின் வரிசை, புதிதாய் அமைக்கப்பட்ட புல்வெளி, மலர்ப்பாத்திகளைப் பார்க்க முடிந்தது. ஹயாத் பக்ஷ் தோட்டத்தில் ஆங்காங்கே கொழுந்து விட்டெரியும் தீயைப் போல குல்மொஹர் மரங்கள் மைதானத்துக்குப் பின்புறம் வழக்கமாய் வெறிச்சோடிக் கிடக்கும் பர்தா தோட்டம் அன்று சுறுசுறுப்பாக இருந்தது. அது யமுனைக் கரையில் அமைந்த அழகிய பூவனம். அரச குடும்பத்துப் பெண்கள் அங்கே இதம் தரும் தூய காற்றைச் சுவாசிக்க நடை பயில்வர்.

தாமரை பூத்த சிறு நீர்நிலை அருகே சில பணிப் பெண்கள் சிறுவனான கம்பாக்ஷை துரத்திப் பிடித்து விளையாடிக் கொண்டி ருந்தனர். உதிபுரிமூலம் அவருக்குப் பிறந்த மகன். அவன் அப்போது தான் தத்தி நடக்கக் கற்றிருந்தான். போகன்வில்லா மரத்தடியில் ஒரு பெஞ்சில் அமர்ந்திருந்த அவனுடைய தாயைப் பார்த்து உரக்க ஏதோ கூறியபடி கையசைத்தான். உதிபுரியும் மகிழ்ச்சியுடன் சிரித்துக் கொண்டிருந்தாள். உலகமே அவளுடைய காலடியில் கிடந்தது.

அவருடைய பிரியத்திற்குகந்த மனைவி அவள், பேரரசி. கம்பாக்ஷின் தந்தை, தம்முடைய மற்ற குழந்தைகளைவிட இவன்மீதே அதிகக் கவனம் செலுத்தினார்.

ஔரங்கசீப் தம்முடைய இளைய குடும்பத்தை எண்ணி வியக்கும் மனநிலையில் அப்போது இருந்து கொண்டிருக்கவில்லை. மாறாக, தன்னுடைய சிக்கல்களுக்கு தீர்வு தேடுவதுபோல் வானை நோக்கிப் பார்வையைச் செலுத்தியிருந்தார். 'கிலா–இ–முபராக்'கின் உயரமான மதில்களுக்கு மேல் வானம் இருண்டு வந்தது. வானத்து நீலப்பரப்பில் வலுக்குறைந்து காணப்பட்ட நிலா மவுனமாய் மிதந்து கொண்டிருந்தது. அந்த நிலவே பொறாமையுடன் குனிந்து பார்க்கும் படியாய் அமைந்திருந்தது. வியப்பிற்குரிய ஷாஜஷானாபாத். ஆனால், அந்தத் தெய்வீகச் சூழல் ஔரங்கசீப்பின் மனநிலையை மாற்றி விடவில்லை. அவருடைய கோபம் தலைக்கேறிக் கொண் டிருந்தது. தம்முடைய பாதுகாவலர்களுக்கு சைகை செய்துவிட்டு, சந்திப்புக் கூடத்தை நோக்கிச் சுறுசுறுப்பாக நடந்தார்.

அங்கே அவரைக் காண மிர்ஸாராஜாஜெய்சிங் வந்து காத்திருந் தார். மிர்ஸாவுடன் ஜாஃபர்கானும் இருந்தார்.

ஔரங்கசீப் தம்முடைய ஆசனத்தில் அமர்ந்ததும் மிர்ஸா ஒரு வெள்ளிக் கலனை அவர்முன் கொண்டு வந்தார். அது முத்துக் களால் நிரம்பியிருந்தது. கலனை வைத்துவிட்டு மரியாதைக்குரிய தொலைவில் சென்று, நின்று கொண்டார் அவர். அந்தப் பெரிய கூடத்தில் அவர்களைத் தவிர எழுத்துக்காரர் மட்டுமே இருந்தார்.

ஜாஃபர்கான் ஒரு காகிதத்தை மிர்ஸாவிடம் கொடுத்தார். மிர்ஸா அந்தக் காகிதத்தைத் தம்முடைய கண்களுக்கு நெருக்கமாய் வைத்துக் கொண்டு வாசித்தார். அது பேரரசின் இராணுவத்தில் உள்ள ஆற்றல்மிக்க குதிரைப் படைத் தலைவர்கள் சிலரின் பெயர்ப் பட்டியல். ஜலாலுத்தீன் தாவூத்ஸா, தாவூத் குரேஷி, ராஜா ராய்சிங் சிஸோடியா, குபையத்கான், சுஜன்சிங் புந்திலா, முல்லா யாஹ்யா மற்றும் பலரின் பெயர்கள் அதில் இடம் பெற்றிருந்தன. குதிரைப் படை, காலாட்படையினரின் எண்ணிக்கை பதினான்காயிரம் எனக் குறிப்பிடப்பட்டிருந்தன.

'இதுதான் இறுதிப் பட்டியலா?' ஜாஃபர்கானிடம் கலப்பில் லாத பாரசீக மொழியில் கேட்டார் அவர்.

ஜலாலுத்தீன் தாவூத்ஸா என்கிற திலேர்கான் பெயரும் அதில் இடம் பெற்றிருந்ததுதான் அவரைக் கவலைக்குள்ளாக்கியது. வழக்கத்தை மீறிய வலிமை கொண்ட திலேர், மீர்ஜும்லாவின் தனிச் சலுகைக்குரிய வீரன். அவர்கள் வங்காளம் மற்றும் அராக்கன்

அரசர்களை வென்று, கடற்கொள்ளையர்களைக் கொன்று, இரத்த ஓடையைக் கடந்து வந்தவர்கள். நாகர்கள் வாழும் மலைகளுக்கும் அப்பால் பேரரசின் எல்லையை விரிவுபடுத்தியவர்கள். திலேருக்குச் சாதகமாக வேறு இரண்டு அம்சங்கள் இருந்தன. ஒன்று அவர் முஸ்லீம் என்பது. மற்றொன்று மலைப்பிராந்தியங்களில் அவர் ஈட்டிய வெற்றிகள்.

'திலேர் இரண்டாவது படைத்தலைவர்' என்று அறிவித்தார் ஔரங்கசீப். அது முன்பே அவரால் தீர்மானிக்கப்பட்டதுதான். தக்காணத்தைக் கையாளும் பொறுப்பை மிர்ஸாவிடம் மட்டுமே விட்டு வைத்தால் ஆபத்தாகிவிடும். அவர் அயல் மதத்தவர், சிவாஜியை போலத்தான். இந்து சகோதரத்துவம் என்ற கோட்பாட்டின்கீழ் அவர்கள் கைகோர்க்கிற அபாயம் இருக்கிறது. மதத்தின் சக்தியை ஒருபோதும் குறைத்து மதிப்பிட்டுவிடக் கூடாது.

'பட்டியலில் குறிப்பிடப்பட்டுள்ள படைப் பிரிவுத் தலைவர்களும், பதினான்காயிரம் குதிரை வீரர்களும் தென்பிராந்தியப் பாதுகாப்புப் படையில் இணைந்து கொள்வார்கள். அவர்களுடன் மொத்தம் ஐம்பதாயிரம் பேர் என்றாகிறது. நிக்கோலவ் மனூக்கியும் உங்களுடன் பயணம் செய்வார். அவர் உங்களுடைய துப்பாக்கி, பீரங்கிப் படை வீரர்களுக்கு ஆலோசகராய்ச் செயல்படுவார்' என்று மிர்ஸாவிடம் ஜாஃபர்கான் தெரிவித்தார். அப்போது ஔரங்கசீப்பையும் அவர் பார்த்துக் கொண்டார். பேரரசர் தம் கையில் இருந்த செபமாலை மணிகளை உருட்டியபடி, தம் முன்பாய் விரிக்கப்பட்டிருந்த வரைபடம் ஒன்றில் பார்வையைச் செலுத்தியிருந்தார். ஔரங்கசீப் பேசுவதற்கு முன் சில நிமிடங்களுக்கு மவுனம் நீடித்திருந்தது.

'கொங்கணத்தில் திடீர்த் தாக்குதல் நடத்துங்கள், மராத்தியர்களின் மேற்கத்திய எல்லைப்புறப் பகுதிகளைக் கைப்பற்றுங்கள்.'

'கொங்கணமா?' ஆச்சரியப்பட்டார் மிர்ஸா. அது திலேரின் யோசனையாக இருக்கும் என்ற சந்தேகம் வந்தது. '*ஆலம்கீர், நான் வேறு மாதிரி கருத்தையல்லவா தெரிவித்திருந்தேன்.'

ஔரங்கசீப் தன்னுடைய புருவங்களை உயர்த்தினார், அவருடைய வெளிறிய பார்வை வியப்பு காட்டியது, விளக்கம் கோரியது. வயது முதிர்ச்சிக் காரணமாய் மிர்ஸாவின் இயற்பண்பும், உடற்போக்கும் மாறியிருந்தது. அவருடைய தந்தையின் காலத்தில் மிர்ஸா நூற்றுக்கணக்கானவர்களையும், ஆயிரக்கணக்கானவர்களையும் தாமே யுத்தக் களத்துக்கு வழிநடத்திச் சென்றிருக்கிறார். எந்தக்

* அகிலத்தை அடக்கி ஆள்பவர்.

கேள்வியும் கேட்காமலேயே, போரிட்டு, வெற்றிகளை ஷாஜஹானின் காலடியில் கொண்டு குவித்திருக்கிறார்.

‘ஆலம்கீர்! தக்காணத்தில் நான் இருக்கும்பட்சத்தில் ஆதில் ஷாவும், சிவாஜியும் கைகோர்த்துக் கொள்ளாதபடி விலக்கி வைப்பேன். குத்புஷாஹி அரசும் தக்காண நட்புறவில் இணைந்து கொண்டு விடும்.’

ஔரங்கசீப் மிர்ஸாவின்மீது ஒரு கூர்மையான பார்வையை வீசிவிட்டு, ஜாஃபர்கானிடம் கேட்டார், ‘தாங்கள் என்ன நினைக்கி றீர்கள்?’ என்று.

அமைச்சரும், பேரரசருக்கு உறுதுணையாக இருப்பவருமான ஜாஃபர்கான் தம்முடைய எழுபதுகளில் இருந்தார். அரசியலில் ஊறியவர் என்பதோடு, ஔரங்கசீப்பின் அத்தை கணவர் என்பதும் அவர் மீதான நம்பகத்தன்மையை அதிகரித்திருந்தது. ‘சிவாஜி ஒருபோதும் பீஜப்பூருடன் அரசியல் உடன்பாடு வைத்துக் கொள்ள மாட்டார். அப்படியே வைத்துக் கொண்டாலும் அவர்களுக்குள் ஒத்துப் போகாது’ என்றார் ஜாஃபர்.

ஆனால், மிர்ஸாவின் தர்க்கத்தை ஔரங்கசீப் புரிந்து கொள்ளத் தொடங்கினார். போரைப் பொறுத்தவரை சிவாஜியின் உளவியல் சார்ந்த அணுகுமுறையைக் குறைத்து மதிப்பிட்டுவிட முடியாது. ஔரங்கசீப்பின் முன்னோர்களான பாபர், ஹுமாயூன் காலத்தில் போர் என்பது வாழ்வா, சாவா என்கிற அளவிற்கு முக்கியமான தாய் இருந்தது. ஆனால், பிற்பாடு பேரரசரான அவருடைய தந்தை ஷாஜஹானைப் போன்றவர்களுக்கு போர் என்பது பேரரசின் எல்லையை விரிவுபடுத்த உதவும் நடவடிக்கையாய் இருந்தது. அவர்கள் போரின்மூலம் தம் செல்வ வளங்களை அதிகரித்துக் கொண்டு சுகபோகங்களை அனுபவித்தனர். இந்த மண்ணில் தம்முடைய காலடிச் சுவடுகள் காலாகாலத்துக்கும் நிலைத்திருக்க வேண்டும் என்பதற்காக அவர்கள் பல வரலாற்று நினைவுச் சின் னங்களை எழுப்பியிருக்கிறார்கள். வீரப்பண்புடைய மரபினரான இராஜபுத்ரர்களைப் பொருத்தவரை போர் என்பது தங்கள் மதிப்பை உயர்த்திக் கொள்வதற்கான ஒரு விளையாட்டு. தங்கள் குறிக்கோளுக் காகக் களத்தில் தங்கள் உயிரை இழக்கவும் அவர்கள் தயங்குவ தில்லை. சிவாஜியைப் பொருத்தவரை போரின் நோக்கம் என்ன? தளைப்பட்டுக் கிடக்கும் மக்களை விடுவித்து, அவர்களுக்கும் அதிகாரத்தை வழங்க வேண்டும், அவர்களுடைய உணர்ச்சியைத் தூண்டிவிட்டு நாட்டை விழுங்கிவிட வேண்டும். இத்தகைய கனவை இனி எவரும் காணக் கூடாது என்றால் சிவாஜியை முற்றாக அழிப்பது தான் தீர்வு என்று ஔரங்கசீப் முடிவு செய்துவிட்டார்.

'அந்த மராத்தியர் வெற்றிக்காக எதையும் செய்வார். அவர் ஒரு சிக்கலான ஆள். அவரைப் புரிந்து கொள்வது கடினம்' என்று ஒரு கருத்தையும் அவர் வெளியிட்டார்.

சின்னதாய் முறுவலித்த மிர்ஸா கூறினார், 'நாம் உளவியல் சார்ந்த போர் முறையைக் கையாள வேண்டும். ஆனால் அவர்களிடையே இணைப்பு ஏற்படாதபடி முதலில் தடுத்துவிட வேண்டும்.'

ஔரங்கசீப் ஜாஃபர்கானைக் கவனமாகப் பார்த்தார். அவன் முகத்தைத் தீவிரமாக வைத்துக்கொண்டு, 'போர்க் களத்தில் ஒன்று கொல்ல வேண்டும் அல்லது கொல்லப்பட வேண்டும். எனக்கு விளக்கி உதவ வேண்டுகிறேன், நீங்கள் தலைமை தாங்கிச் சென்றாலும்கூட மராத்தியர்களுக்கும் பீஜப்பூருக்கும் உடன்பாடு ஏற்படாதபடி எப்படித் தடுப்பீர்கள்?' என்று கேட்டார்.

பேரரசர் மிர்ஸாவை நோக்கினார், அவருக்கு நம்பத்தக்க பதில் வேண்டியிருந்தது.

'ஆலம்கீர், நாம் முதலையுடன் தண்ணீரில் சண்டை போட முடியாது. அந்த அச்சமூட்டுகிற விலங்கை நாம் சமதள நிலப் பகுதிக்கு வரும்படி பொறி வைக்க வேண்டும். சிவாஜியின் மலைக் கோட்டைகள் ஆழ்ந்த பள்ளத்தாக்குகளையும் குறுகிய மலையிடுக்கு களையும் நோக்கியிருப்பவை. அவற்றுள் பல துறைமுகங்களையும் கடலோரக் கோட்டைகளையும் கவனித்துப் பேணுகிறவை. அவை ஆதில்ஷாஹியின் மேற்கத்திய எல்லைப் பகுதிகளையும், நம்முடைய தெற்கத்திய எல்லைப் பகுதிகளையும் கண்காணிக்கக் கூடியவை.'

ஔரங்கசீப் திரும்பவும் வரைபடத்தை உற்றுப் பார்க்கலானார். மிர்ஸா அவருடைய கவனத்துக்காகக் காத்திருந்தார்.

'நான் கவனித்துக் கொண்டுதான் இருக்கிறேன்' என்று மெல்லக் கூறினார் ஔரங்கசீப். நான் கிழக்கில் இருந்து அவர்களோடு போரிட விரும்புகிறேன். ஆதில்ஷாஹியுடன் சிவாஜி ஒப்பந்தம் செய்து கொள்வதை நான் தடுக்காமல் இருக்கலாம். ஆனால், நம் முடைய எதிரிகளை நான் கண்காணிப்பில் வைத்திருந்து, அவர்கள் அதற்காக முயன்றால் நான் முன்னெச்சரிக்கை செய்வேன்.' மிர்ஸா சொல்லி முடித்தார்.

'அந்த ஒரு அனுகூலம் மட்டுந்தானா?' ஔரங்கசீப் ஆர்வம் மேலிடக் கேட்டார்.

'பல நன்மைகள் உண்டு. நம்முடைய குதிரைப் படையினருக்கு சமதளமான நிலப்பகுதியில் போரிடுவது கடினமாக இருக்காது. நம்முடைய இராணுவத்தின் முக்கிய வலிமையே குதிரைப் படைதான்.

போஸ்லேயின் கிழக்கெல்லையைப் பாதுகாக்கும் கோட்டை களைக் கைப்பற்றுவது எளிது. அவை சிறந்த கட்டமைப்பைக் கொண்டவையல்ல. ஆனால், அவற்றைக் கைப்பற்றுவதன்மூலம், தேவைப்பட்டால் கோட்டைகளை நாங்கள் கைப்பற்றுவோம் என்று வெளிக்காட்டுவதற்காகத்தான்.'

மிர்ஸாவின் விளக்கம் ஔரங்கசீப்பிடம் ஈர்ப்பை ஏற்படுத் தியது. மிர்ஸா ஒன்றும் பாராட்டை எதிர்பார்த்து பகட்டாகப் பேச வில்லை, நுணுக்கமான விபரங்களுடன் பேசிக் கொண்டிருக்கிறார். 'குறைபாடுள்ள கோட்டைகளைக் குறி வைப்பதுதான் உங்களுடைய போர் வியூகமா?' ஔரங்கசீப் அமைதியாகக் கேட்டார்.

ஔரங்கசீப்பின் சிந்தனைத் திறனைத் தம்முடைய இதயத்தின் அடியாழத்தில் மெச்சிக் கொண்டார் மிர்ஸா. அவருடைய கண்கள் குறுகின. குரல் உள்ளடங்கி ஒலித்தது. மிர்ஸா, தம்முடைய போர்த் திட்டத்தை முதல்முறையாகக் கூறத் தொடங்கினார். 'நூறு கோட்டைகளை முற்றுகையிட்டு, கைப்பற்றுவதற்கு நூறு ஆண்டு களும் ஆகலாம். நாம் கோட்டைகளின் குருதிநாளத்தை, வருவாய் இயக்கத்தைத் தாக்குவதன்மூலம் துண்டித்துவிட வேண்டும். சிவாஜி ஒரு கொரில்லா என்றால், நாமும் அதே முறையில் அவரை எதிர் கொள்வோம். நம்முடைய படைப்பிரிவைத் தாக்கி, நம்முடைய பயன்பாட்டுப் பொருள்களை நமக்குக் கிடைக்காதபடி, அவர்கள் துண்டித்தால் நாமும் அவருடைய விவசாயிகளை நசுக்கி, அவரது வருவாய்க்கான வகை முறையை நாசம் பண்ணுவோம்.'

பல மாதங்களுக்குப் பிறகு, முதல்முறையாக ஔரங்கசீப் புன்னகைத்தார். மிர்ஸா என்ன சொல்ல வருகிறார் என்பதை அவர் புரிந்து கொண்டார். அவர் புன்னகைப்பதைக் கண்ட ஜாஃபரும் பல்லை இளித்தார். ஆனாலும், எரிச்சலூட்டும் வகையில், 'எல்லாம் சரி, எதற்காகக் குறைபாடுள்ள கோட்டைகளைக் கைப்பற்றுவது? வீண்பெருமைக்காக நேரத்தையும், பொருளையும், ஆற்றலையும் செலவிடுவதா?' என்று கேட்டார்.

மிர்ஸா தம்முடைய வாயைத் திறப்பதற்குமுன் பேரரசரே அவருக்குப் பதிலளித்தார். 'இத்தகைய வெற்றிகள் வெறும் குறியீடுகள்தாம், நாங்கள் விரும்பினால் எங்களால் அது முடியும் என்று எதிரிக்கு உணர்த்துவதற்காகவே.'

மிர்ஸா மகிழ்ச்சியும், உற்சாகமும் அடைந்தார். மேலும் காத் திருப்பதில் அவருக்கு விருப்பமில்லை. அவர் மரியாதையுடன் கூறினார், 'இந்தப் போர் நடவடிக்கையை நான் மேற்கொள்ள எனக்கு முழு அதிகாரம் அளிக்க வேண்டும்.'

‘உங்களுக்கு முன்பேதான் அது இருக்கிறதே. பேரரசின் கருவூலக் கதவுகள் விரியத் திறந்திருக்கின்றன. உமக்குத் தேவைப்படுவதைப் பெற்றுக் கொள்ளலாம், பணம், படையாட்கள், ஆயுதங்கள் என்று சகலமும். உங்களுடைய தேவைகளைக் கவனிக்க நம்முடைய மீர்பக்ஷி முகம்மது அமீன் நியமிக்கப்படுவார்.’ தம்முடைய நான்கு விரல்களிலும் உள்ள வைர மோதிரங்கள் மின்ன, வலக்கரத்தை அசைத்தபடி ஜாஃபர் கவர்ச்சியான பாணியில் கூறினார்.

‘நான் கூறுவது தேவையான பொருள்களை பெறுவது பற்றியது மட்டுமல்ல. அது துறை சார்ந்த அதிகாரத்துக்கும் அப்பாற்பட்டது.’ மிர்ஸா மிக மென்மையாகவும், மரியாதையாகவும் கூறினார்.

‘உங்கள் மனதில் இருப்பதை வெளிப்படையாகப் பேசுங்கள், மிர்ஸா.’ ஔரங்கசீப் கட்டளையிட்டார்.

மிர்ஸா நேரத்தையோ, சொற்களையோ விரயம் செய்யவில்லை.

‘என்னை முடிவான அதிகாரமுடையவராக ஆக்குங்கள். பதவி உயர்வு அளிப்பது, தண்டனை வழங்குவது, மான்ஸப்தார்களை மாற்றுவது, படையாட்களுக்குச் சம்பளம் கொடுப்பது இவற்றில் இறுதி அதிகாரம் எனக்கு வேண்டும்.’

மற்ற இருவரும் அவரையே உற்று நோக்கினர்.

ஔரங்கசீப் தம்முடைய அதிர்ச்சியை மறைத்துக் கொண்டு, ‘நீங்கள் தக்காணத்தின் சுபேதாராக விரும்புகிறீர்களா?’ என்று கேட்டார். மாகாணத்தின் ஆட்சியதிகாரம் வேண்டும் என்று மறை முகமாய் கேட்கிறார் போலும். தக்காணத்தின் சுபேதாராக இருக்கும் இளவரசர் மூஆஸத்தின் அதிகாரத்தைத் தவிர்க்க எண்ணுகிறாரா?

‘அது எத்தகைய பெரும் பொறுப்பு என்பதை நீங்கள் உணர்ந்து தான் பேசுகிறீர்களா? எப்படி இரண்டு பொறுப்புகளை உங்களால் சமாளிக்க முடியும். ஐம்பதாயிரம் வீரர்களைக் கட்டுப்பாட்டில் வைப்பதோடு, நிர்வாகப் பணியையும் எப்படிக் கவனிப்பீர்கள்?’ என்று கேட்டார் ஜாஃபர்கான்.

‘போரில் சம்பந்தப்படுகிற எவர்மீதும் எனக்கு அதிகாரம் இருக்கவேண்டும். குறிப்பிட்ட இடத்தில் இருக்கப் போவது நான்’ என்றார் மிர்ஸா.

‘நான் என்ன விரும்புகிறேனோ அது நடப்பதில்லை. சிறுபுள்ளி வைப்பதிலும் இறைவனின் விருப்பப்படிதான் நடக்கிறது’ என்று பாரசீகப் பழமொழி ஒன்றை இடக்காகக் கூறினார் ஜாஃபர்.

அந்தக் கிழவர் தன்னைச் சீண்டி, சினமூட்டுவதை அறிந் திருந்தும் மிர்ஸா கடும் தன்னடக்கத்தோடு இருந்தார்.

கடினமானதையும், துன்பம் தரக்கூடியதையும் தாங்கிக் கொள்ளும் திறன் படைத்தவர் மிர்ஸா. அவர் தக்காணத்தை நன்கறிந்தவர். முகலாய அவையின் சிறப்பு நிகழ்ச்சிகளின் போது வேண்டப்படும் சம்பிரதாயங்கள் தெரிந்தவர். பார்ஸி, துருக்கி, உருது போன்ற வேற்று மொழிகளைப் பயன்படுத்தும் திறனும் கைவரப் பெற்றவர். தேவையான முன்யோசனை உடையவர். சூழ்நிலை களைத் தெளிவாகப் புரிந்து கொண்டு சரியான முடிவுகளை எடுப்பவர். வாரிசுரிமைப் போரில் தாராபாயைக் கைவிட்டு, ஔரங்கசீப்பிற்கு பக்கபலமாய் இருந்தார். ஔரங்கசீப் சில மாவட்ட ஜாகீர்களை அவருக்குப் பரிசாக வழங்கினார்.

'தக்காணத்துப் போருக்குத் தேவைப்படுவது வாட்களும், ஈட்டிகளும், பீரங்கிகளும் மட்டுமல்ல. அந்த நிலப் பகுதியையும் அங்குள்ள ஆற்றல்மிக்க மனிதர்களையும் அவர்களுடைய அச்சங் களை நம்பிக்கைகளை வைத்தே கையாள வேண்டும். அவர்களுடைய கனவுகளையும், உணர்வெழுச்சிகளையும், நன்மதிப்பையும் கணக்கில் கொள்ள வேண்டியிருக்கும்.' மிர்ஸா இப்படிக் கூறியபோது, புரிந்து கொள்ள முடியாத ஒரு சக்தியில் அவருடைய கண்கள் பளிச் சிட்டன.

மிர்ஸா புறப்பட்டுச் சென்றதுமே, ஔரங்கசீப் தம்முடைய எழுத்தரை அழைத்து, அலி ஆதில்ஷாவிற்கு ஒரு கடிதத்தை ஒப்பக் கூறி எழுதப் பணித்தார் :

'சூரத்திற்குப் பிறகு, சிவாஜி பெரும்படையுடன் கொங் கணத்தில் நுழையக் கூடும். அப்படி நிகழுமாயின் சிவாஜிக்கு எதிராக ஒரு படையை அனுப்பி அவரை அழிக்க வேண்டும். நீர் வெற்றி பெற்றால், எங்களுக்கு நீர் கட்ட வேண்டிய (நிலுவையில் நிற்கும்) பெருந்தொகைக்கு விலக்களிக்கிறோம், உம்மைப் பாராட்டி பெருந்தொகையொன்றை உமக்கு வழங்குகிறோம். நீர் அதைச் செய்யத் தவறினால் நாம் நேரடியாகவே ஆதில்ஷாஹி மீது படையெடுத்து வருவோம், உமது அரசை வென்று கைக்கொள்ளும் வரை ஓய மாட்டோம்.'

அத்தியாயம் இருபத்தியாறு

1

மிர்ஸா, ஜாகீர்தார்களுக்கும் தேஷ்முக்குகளுக்கும் கடிதங்கள் எழுதும் வேலையை இரவு பகலாய்ச் செய்து வந்தார். குறிப்பாக, அலி ஆதில்ஷாவிடம் பணியாற்றிக் கொண்டிருக்கும் கர்நாடக வரிவசூல் அதிகாரிகளை அங்கிருந்து விலகி, சிவாஜிக்கு எதிரான போரில் தம்முடன் இணைந்து கொள்ளும்படி அவர்களுக்கு அழைப்பு விடுத்திருந்தார். மராத்தியர்களுக்கு எதிரானப் போரில் முகலாயர்களுக்கு ஒத்துழைத்தால் அலி ஆதில்ஷா செலுத்த வேண்டிய கப்பத்தொகைக் குறைக்கப்படும் அல்லது தள்ளுபடி செய்யப்படும் என்று தம்முடைய காரியஸ்தர்மூலம் ஷாவுக்குக் கடிதம் அனுப்பினார் மிர்ஸா. கொங்கணத்தைச் சேர்ந்த சில மராத்திய ஜமீன்தார்கள், அப்ஸல்கானின் மகன் ஃபஸல்கான், பிரதாப் ராவ் மோரே போன்றவர்களுடனும் அவர் தொடர்பை ஏற்படுத்திக் கொண்டார். ஜன்ஜீராவில் உள்ள சித்திகளிடமும் தனிக்கவனம் செலுத்தி கத்தி கேடயம் போன்றவற்றை அவர்களுக்குப் பரிசாக அனுப்பி வைத்தார். முகலாய அரசில் மான்ஸப்தார் போன்ற பதவிகளை வழங்குவதாக சிவாஜியின் விசுவாசிகள் சிலருக்குத் தூண்டில் போட்டார். ஆனால், துரதிர்ஷ்டவசமாக அந்த முயற்சியில் அவருக்கு வெற்றி கிட்டவில்லை.

ஔரங்கசீப்பும் தாம் சொன்ன சொல்லைக் காப்பாற்றவே செய்தார். இளவரசர் மூஆஸம் தக்காணத்திற்கு நடப்பில் உண்மையான சுபேதாராக இருந்தபோதும், மிர்ஸாவிற்கு படைத் துறையில் மட்டுமன்றி, நிர்வாகத்திலும் முழு அதிகாரம் வழங்கப்பட்டது. அதிகாரிகளுக்குப் பதவி உயர்வு அளிப்பது, தண்டனை வழங்குவது, சம்பளப் பட்டுவாடா, ஜாகீர்தார்களையும், மான்ஸப்தார்களையும் தம்முடைய கட்டுப்பாட்டின்கீழ் வைப்பது என்று சகல அதிகாரங்களும் அவருடைய கைக்கு வந்தது. தௌலதாபாத், அகமத் நகர், பரீந்தா போன்ற முகலாயக் கோட்டைகளின் தலைவர்கள்

மிர்ஸாவிடம் அறிவிக்கை செய்ய வேண்டும் என்று தாக்கீது பறந்தது. தாம் அன்றாடம் மேற்கொள்ளும் நடவடிக்கைகள் அவற்றின் விளைவுகள் பற்றி மிர்ஸா ஒவ்வொரு நாளும் பேரரசருக்குக் கடிதம் மூலம் தெரிவிப்பார். சிவாஜியின் மலைக் கோட்டைகளில் உள்ள குறைபாடுகளைக் கண்டறிய வல்லுநர்களை அவர் நியமித்தார்.

அவர்கள் தக்காணத்தின் புவியியல், சமூகம், அரசியல் சார்ந்த நிலைகளையும் ஆராய்ந்து அவருக்குத் தெரிவிக்கும்படி பணிக்கப் பட்டனர்.

மிர்ஸா மான்ஸப்தார்களுடனும், திலேர்கான், நிக்கோலாவ் மனூக்கி போன்றவர்களுடனும் அடிக்கடிச் சந்திப்புக் கூட்டங்கள் நடத்தினார். அந்தச் சந்திப்புகள் சமயத்தில் நள்ளிரவு வரையும் நீடித்தன. வரைபடங்களைத் தயாரிக்கச் செய்து முகலாயப் புறக் காவல் நிலையங்களை எங்கெங்கே அமைப்பது என்று விவாதித் தனர்.

தம்முடைய ஆட்களுடன் ஆழ்ந்த ஆராய்வு, விரிவான விவாதம் மேற்கொண்டு தம்முடைய பிரதான முகாம் எங்கே அமைய வேண்டும் என்பதை மிர்ஸா முடிவு செய்தார். புரந்தர் கோட்டைக்குச் சற்று தொலைவில் உள்ள சாஸ்வத் நகரம் தெரிவு செய்யப்பட்டது. சாஸ்வத் சிவாஜியின் நிலப் பகுதிக்குக் கிழக் கெல்லையிலும், ஆதில்ஷாஹி அரசின் மேற்கெல்லையிலும் அமைந்திருந்தது. புனேக்கு தென்கிழக்காக ஆறு காத தொலைவில் அது இருந்தது. இராணுவ நடவடிக்கைகள் பரபரப்பாக இருந்த நிலையில் தக்காணத்து முகலாயச் சுபேதாரான இளவரசர் மூஆஸம், ஒரு கூட்டத்தில்கூட பங்கேற்கவில்லை. நவாப்பாய் என்கிற இந்து மனைவி மூலம் ஔரங்கசீப்பிற்கு பிறந்த மகன் அவர். அவருக்கு கஞ்சா புகைப்பதிலும், மதுபான விருந்துகளிலுமே ஈடுபாடு. வேட்டையாடுவதிலும் மிகுந்த ஆர்வம். இதுவெல்லாம் மிர்ஸா விற்கு வசதியாகிவிட்டது.

தௌலதாபாத் குன்றின் அடிவாரத்தில் ஒரு வாரத்தைக் கழித்த மிர்ஸாவின் படை புனேயை நோக்கி அணிவகுத்துச் சென்றது. ஒரு நகரமே நகர்ந்து செல்வதுபோல் இருந்தது அந்த அணிவகுப்பு. கடல்போல் குதிரைப் படை வீரர்கள், பெரும் எண்ணிக்கையில் காலாட்படையினர், அம்பாரி வைத்த யானைகளில் மான்ஸப் தார்கள், அவர்களைத் தொடர்ந்து பல்லக்குகளில் அவர்களுடைய குடும்பங்கள், அடிமைகள், பணியாட்கள், சமையற்காரர்கள், வரிசை வரிசையாய் எருதுகள், பொதி சுமக்கும் கழுதைகள், கோவேறுக் கழுதைகள், கனரகத் துப்பாக்கிகளைச் சுமந்து செல்கிற ஒட்டகங் கள், ஊர்வலத்திற்கு மேலாகப் பேரரசின் பச்சை வண்ணக்

கொடிகள் காற்றில் படபடத்தன. புனேயில் மிர்ஸாவிற்கு ஓய்வே யில்லை.

அவர் மான்ஸப்தார்களையும், ஷையிஸ்டகான் விட்டுச் சென்ற இருபதாயிரம் படையாட்களின் பொறுப்பு அதிகாரிகளையும் சந்திப்பதில் முனைப்பாக இருந்தார். அவர் முன்பே மகாராஜா ஜஸ்வந்த்சிங் ரதோடைச் சந்தித்து, அவரிடம் தில்லிக்குப் புறப்பட்டுச் செல்லும்படி ஔரங்கசீப் அனுப்பியிருந்த செய்தியையும் கொடுத் தார். அநேகமாய் ஜஸ்வந்த்சிங் கஜ்னி–காபூல் மலைத் தொடர்களில் பெரும் அச்சுறுத்தலாய் இருந்து கொண்டிருக்கும் பிரபல கொலை காரர்களைச் சமாளிப்பதற்காகப் பேரரசின் வடமேற்கு எல்லைப் பகுதிக்கு அனுப்பப்படக் கூடும். அதை நினைத்தாலே நடுக்கமாக இருந்தது மிர்ஸாவிற்கு. காந்தஹாருக்கு அப்பால் உள்ள நிலப்பகுதி, கோடையில் பறவைகள் வெந்து சாகுமளவிற்கு வெப்பம் மிக்கது, உலைக்களம் என்றே சொல்லலாம். அங்கே குடிநீர் விநியோகம் மிகவும் குறைவு. கிடைக்கிற நீரும் உவர்ப்புத் தன்மை கொண்டது படையாட்கள் நிறைய பேரை முகாம்களில் தங்க வைத்துப் பரா மரிப்பதும் நடவாத காரியம். பாழிடமான பெரும் நிலப்பரப்புகள் எவ்விதச் சட்டத்துக்கும் கட்டுப்படாத இனமரபுக் குழுக்களிடம் இருந்தன. கொள்ளையும், கொலையும் அவர்களுக்குக் குலத் தொழில். முகாம்கள் அமைக்கக் கொஞ்சமும் தகுதியில்லாத இடங்கள் அவை. அந்தப் பிரதேசத்தில் ஒருவர் சண்டை போட்டுத்தான் சாக வேண்டும் என்பதில்லை.

2

தக்காணத்தின் மேற்குப் பகுதி எல்லைகளில், கடலோரத்தைக் கண்காணிக்கும் காவல் வீரர்களைப்போல் ஆங்காங்கே பாறைகள் தொங்கலாய் நின்றிருந்தன. வெண்ணிற மணற்பரப்பு கடலின் மரகதப் பச்சை நீருடன் தற்காலிகச் சண்டை நிறுத்த ஒப்பந்தம் போட்டுக் கொண்டதுபோல் இருந்தது. கடல் மட்டத்தின் ஏற்ற இறக்கம் உயர்நிலையில் இருந்தது, சிற்றலைகள் நிறைந்து, ஓரளவு கொந்தளிப்பாகக் காணப்பட்டது. நூறு சிறிய படகுகள் சிந்து துர்க்கம் கோட்டையை நோக்கிப் பாறைத் தொகுதிகளுக்கும் ஒரு சிறிய தீவுக்கும் இடையே ஒரு குறுகிய நீர்வழியில் போய்க் கொண் டிருந்தன. பிற்பாடு அவை எழும்பி எழும்பிக் குதித்து கடல் நீர்ப் பரப்புக்கே இழுத்துச் செல்லப்பட்டன.

படகோட்டிகள் எவ்வளவோ முயன்றும் மலைபோல் எழுந்த கடல் நுரையைத் துண்டித்து, அலைகளில் இருந்து மீள முடிய

வில்லை. சிவாஜி தன்னுடைய படகின் கட்டுமானத்தை ஒரு கையால் பற்றிக்கொண்டு, வானகப் பின்னணியில் காணும் கட்டிடங்கள் முதலிய உருத்தோற்றங்களை நுணுகி ஆராய்ந்து கொண்டிருந்தார். குன்றுகளின் பாறைகளுக்கு மேலாய் ஒரு நீண்ட சுவர் மேலெழத் தொடங்குவதை அவர் கவனித்தார். அதன் காப்பரண்களில் ஆட்கள் குறுநடையாய் ஓடிக் கொண்டிருப்பது மிகச் சிறியதாய்த் தெரிந்தது.

கடலோரப் பாறைகளில் ஆங்காரத்துடன் மோதும் அலைகளோடு, படகுகளும் கரைக்கு வந்தன. சிவாஜி, படகில் இருந்து குதித்து, கோட்டையின் முன்தள்ளிக் கொண்டிருக்கும் முகப்புப் பகுதியை நோக்கி நடந்தார். வாயிற்காவலர்கள் வணங்கி வரவேற்க அவர் கோட்டைக்குள் நுழைந்தார். மற்றவர்களும் அவரைத் தொடர்ந்தனர்.

உள்ளே – நாற்பத்தியெட்டு ஏக்கர் பாறைப்பாங்கான நிலப் பரப்பில் நூற்றுக்கணக்கான தொழிலாளர்கள் பணியில் ஈடுபட்டிருந்தனர். கட்டுமான வேலை நடந்து கொண்டிருந்தது. சிவாஜி அங்கே சிறிது நேரம் நின்று கட்டிட உருவாக்கத்தைச் சோதித்தறிந்தார். சூரத்திலும் பஸ்னூரிலும் சூறையாடி வந்த தங்கமும், வெள்ளியும் அங்கே நாணயங்கள் தயாரிப்பதில் பயன்பட்டது. சீக்கிரமே நிதியிருப்பு தீர்ந்துவிடும் என்பதை நினைத்துக் கவலைப் பட்டார் அவர். இடர்ப்பாடுகள் அதிகரித்துவிட்டன. முகலாயப் படைத் தளபதி மிர்ஸா ஜெய்சிங் புனேயை நோக்கிப் படைகளுடன் முன்னேறிக் கொண்டிருக்கிறார். அந்த நிலப்பகுதி மீண்டும் அச்சுறுத்தலுக்கு உள்ளாகியிருக்கிறது.

சிந்தனை வயப்பட்டு, தன்னை மறந்தவராய்ப் பெரிய உலைக் களங்கள் பக்கம் போனார். அங்கே போர்ச்சுகீசிய உலோகக் கலை வல்லுநர்களும், உள்ளூர் கருமார்களும் பணியில் இருந்தனர். கோட்டையின் பலமான சுற்றுச்சுவர், நிலவறைகள், சுரங்க வழிகள் இவற்றின் மீது பார்வையைச் செலுத்தியவர் பெருமித உணர்வுடன் நடந்தார். காப்பரண்களும், முகப்புப் பகுதிகளும் ஏகப்பட்ட உலோகத்தை விழுங்கி விட்டிருந்தன. கட்டுமானத்தில் பயன்படுத்தப்பட்டிருக்கும் சுண்ணாம்பிற்கும் கணக்கேயில்லை.

இந்தக் கோட்டை வேற்றரசர்களின் போர்க் கப்பல்களுக்கும், கடற்கொள்ளையர்களுக்கும் சவாலாய் எழுந்து நிற்பது.

இந்தக் கோட்டை ஜன்ஜீராவிற்குச் சரியான பதிலடியாக இருக்கும். இது அவருடைய கடற்படை வலிமையை மேலும் சிறப்புடையதாக்கும்.

சிவாஜி நுழைவாயில் பகுதியை அடைந்தபோது, அங்கே தானாஜி அவரை நோக்கி வந்தார். ‘அரசே! மலைப் பிரதேசத்தில் இருந்து செய்தியுடன் தூதுவர்கள் வந்திருக்கின்றனர். மிர்ஸா ராஜா ஜெய்சிங் புனே வரை வந்து விட்டார், புரந்தர் பக்கம் படையுடன் போகத் திட்டமிட்டிருக்கிறார்.’

வரவிருப்பதை அவர் அறிந்தேயிருந்தார்.

சிவாஜியைத் தோற்கடிக்க வேண்டும் என்கிற தீர்மானத்துடன் சாஸ்வத் நோக்கி மிர்ஸாவின் பயணம் தொடங்கியது. அது வைகாசி மாதம், ஆனாலும், தொலைதூர மலைகளில் இருந்து குளிர்காற்று விசிலடித்தது. முகலாயப் படைகள் ஆல், அரசு, புளிய மரங்களினூடாகப் போய்க் கொண்டிருந்தன. அவர்கள் கடந்து சென்ற சிற்றூர்கள் எல்லாம் மிகுந்த சேதத்திற்குள்ளாயின. அந்தி சாயும் வேளையில் அவர்கள் புரந்தர் கோட்டையைக் கடந்து சென்றனர். முகலாயப் படை ஊர்வலத்தை, முரார்பாஜி காவல் கோபுரம் ஒன்றில் இருந்து கண்காணித்தார். சாஸ்வத்தில் தம்முடைய பிரதான முகாமை அமைக்க முகலாயப் புதிய தளபதி திட்டமிட்டிருந்ததை அவர் தெளிவாக உணர்ந்து கொண்டார். யுத்தம் வாசற்படிக்கே – கோட்டையின் அடி வாரத்துக்கே வந்து விட்டது அவருக்குப் புரிந்தது.

புரந்தருக்கு ஒன்றரைக் காத தொலைவில் சில நாட்களிலேயே முகலாயரின் பிரதானமுகாம் அமைக்கப்பட்டு விட்டது. கூடாரங்களும், போர்விலங்குகளுக்கான தொழுவங்களும், இலாயங்களும், கொட்டடிகளும் தயாராயின. வெடிபொருட்கள் வைப்பதற்குக் கல்லாலான கட்டிடம் ஒன்றும் கட்டப்பட்டது. மிர்ஸா இரவு வெகுநேரம் வரைக்கும் தொடர்ந்து பணியில் மூழ்கியிருந்தார். நான்காம் நாள் இரவில் எல்லாமும் அவ்வவற்றுக்குரிய இடத்தில் இருந்து, இயல்பாக இயங்கத் தொடங்கின.

3

மரங்களில் நன்கு பழுத்துவிட்ட மாம்பழங்களின் வாசம் தக்காணத்துக் காற்றில் இனிமை தவழச் செய்தது. முகலாயப் பிரதான முகாமைச் சுற்றியிருந்த காட்டு வழியில் குதிரை வீரர்கள் வேகப்பாய்ச்சலில் கோண்டனா கோட்டை நோக்கிப் போய்க் கொண்டிருந்தனர். குதிரைகளின் குளம்போசைப் பள்ளத்தாக்கில் எதிரொலித்தது.

புரந்தர் கோட்டை அடிவாரத்தில் காவல் புரியும் மலைவாழ் இனக்குழுவினர், முரார்பாஜியிடம் வந்து நிலவொளியில்லாத இரவில் குதிரை வீரர்களின் நிழல்களைத் தாங்கள் கண்டதாய்த் தெரிவித்தனர். கெட்ட ஆவிகளால் கோட்டைக்குத் தீங்கு நேரிடக் கூடும் என்று அவர்கள் முரார்பாஜியை எச்சரிக்க விரும்பினர்.

முரார்பாஜிக்கு முன்பே தகவல் கிடைத்திருந்தது. அவர் உரத்த குரலில் உத்தரவுகளைப் பிறப்பிக்கலானார். பீரங்கிப் படை வீரர்கள், காப்பரண்களில் நிறுவப்பட்டிருந்த பீரங்கிகளின் பின்னே செயல் படத் தயார் நிலையில் இருந்தனர். வில்லாளிகள் வலிமை வாய்ந்த சுவற்றில் ஏறி, காவல் கோபுரங்களின் மறைப்பில் விழிப்புடன் நின்றனர். உளவுப் படையைச் சேர்ந்த ஆயிரத்துக்கும் மேற்பட்ட வீரர்கள் ஒடுக்கமான நீண்ட கரைமேடுகளில் நின்றிருந்தனர். அந்த இடங்கள் பள்ளத்தாக்கை நோக்கியிருந்தன.

‘அவர்களை வழி நடத்துவது யார்?’ அடிவாரத்தில் இருந்து வந்திருந்த இனக்குழுவினரிடம் கேட்டார் முரார்பாஜி.

அதற்கான பதில் அவர்களிடம் இருக்கவில்லை.

முகலாயப்படை தாக்குதலுக்குப் புறப்பட்டது. தாவூத் குரோஷி தம்முடைய ஆட்களை வழிநடத்த முன்னால் சென்றார். ராய்சிங், அமர்சிங் போன்றவர்கள் பின்தொடர்ந்து சென்றனர். அலையின் பின்னே அலையாய்க் கடல் போன்ற முகலாயப் படை வந்து கொண்டேயிருந்தது, முடிவேயில்லாமல். மாதக் கணக்கில் சலிப் பூட்டும், கடினமான பயணத்தை மேற்கொண்டு வந்திருக்கும் அவர் கள் செயல்படத் தொடங்கும் நேரமிது.

புரந்தர் கோட்டையின் பீரங்கிப் படையாட்கள் எதிர்பார்ப் புடன் காத்திருந்தனர். பகைவர்கள்மீது குண்டு மழை பொழியத் தயாராக இருந்தன துப்பாக்கிகள்.

தாழ்வான இடங்களில் நிலைகொண்டிருந்த உளவுப் படை யினர், மற்றவர்களை எச்சரிப்பதற்காகக் ‘கூகூ’வென்றும் ஆந்தை யின் அலறல் போன்றும் ஒலியெழுப்பத் தொடங்கினர். பீரங்கி ஆட்கள் வெடிமருந்துகளைத் திணித்துக் கொண்டு தயாராக இருந் தனர். ஆனால், உளவுப் படையின் முயற்சிகள் பலனற்றுப் போயின. இன்னது செய்வதென்று தெரியாமல் அவர்கள் அதிர்ச்சியடைந் தனர். காரணம், முகலாயப் படை அவர்களைத் தவிர்த்துவிட்டு, அணிஅணியாய்ப் பிரிந்து பள்ளத்தாக்கில் புகுந்துவிட்டது. அங்கே மலைகளைப் பாதுகாப்பாய்க் கொண்டு மறைந்து கிடந்தன சிற்றூர்கள்.

புரந்தருக்கு அப்பால் உள்ள பள்ளத்தாக்கை நோக்கி எட்டாயிரம் வீரர்களை வழிநடத்திச் சென்றார் தாவூத் குரோஷி. ஐம்பது வயதைக் கடந்திருந்த போதும் அவருடைய தசைகளுக்கு வயதாகி விடவில்லை. கொஞ்ச காலத்துக்கு முன்னே பால்க் நிலப் பகுதியின் தெற்கத்திய எல்லைகளில் இரத்த ஆறு பெருகியோடச் செய்தவர் அவர். போரிடுவதே அவருக்கு வாழ்க்கை முறை. சில மாதங் களாகவே எவ்வித சுவாரசியமுமில்லாமல் ஒரு சராசரி பயணியின் உப்புச்சப்பற்ற வாழ்க்கையை அவர் வாழ நேர்ந்தது. மனிதர் இரத்த வாடைக்கு ஏங்கிப் போனார். தம்முடைய வாளின் வெட்டு வாய்க்குக் கீழே தசைகளை உணரவும், வீழ்ந்து மடிகிறவர்களின் மரண ஓலத்தைக் கேட்கவும் ஆவலாக இருந்தார் அவர். நீண்ட காத்திருப்புக்குப் பின் நேரம் வந்திருக்கிறது. நிறைவாக உணர்ந்த தாவூத், தம்முடைய குதிரையின் கடிவாளத்தை இழுத்தார். அவரைப் பின்பற்றி வந்தவர்களும் உடனே தங்கள் குதிரைகளை நிறுத்தினர்.

'பிரிந்து போங்கள்' அவர் உரத்த குரலில் சொன்னார்.

ராஜ்சிங், அமர்சிங், ஷார்ஜாகான், அச்சல் சிங் போன்றவர் களிடம் 'சிறுசிறு குழுக்களாய்ப் பிரிந்து செல்ல வேண்டும்' என்ற விபரம் முன்பே தெரிவிக்கப்பட்டிருந்தது. எட்டாயிரம் படையாட் களும் எட்டு பிரிவுகளாய் பிரிந்தனர். ஒவ்வொரு பிரிவினரும்கூட வெவ்வேறு ஊர்களை நோக்கி நகர்ந்தனர்.

தாவூத், உறக்கத்தில் இருந்த ஒரு கிராமத்துக்குள் தமது ஆட்களு டன் நுழைந்தார். எவ்விதத் தாக்குதலுக்கும் இதுவரை இலக்கா காமல் இருந்த ஊர் அது.

அவர்கள் முதலில் வயல்களில் புகுந்து அங்கே காவல் இருந்த விவசாயிகளை தங்கள் வாளுக்கு இரையாக்கினர். குதிரைகளின் காலடிகளில் தானியக் கதிர்கள் மிதிபட்டு நாசமானது.

தாவூத்தின் தலைமையில் ஊரின் மையப்பகுதிக்குச் சென்ற வர்கள், ஊர் மக்களை ஓரிடத்திற்குக் கொண்டு வந்தனர். தாவூத் தின் உத்தரவுப்படி அவர்கள் இளமையும், ஆரோக்கியமும் உடைய வர்களைத் தனியே பிரித்து வைத்தனர். அவர்களைக் கயிற்றில் பிணைத்தனர். பெற்றோர்கள் அறிய தங்கள் பிள்ளைகள் இனி அடிமைகள் என்பதைத் தங்களுடைய சுதந்திரத்தை இழக்க விரும் பாத இளைஞர் கூட்டம் தங்களை விடுவித்துக் கொள்ள முயன்று தோற்றனர். மக்களைச் சவுக்கால் அடித்துத் துன்புறுத்திய குதிரை வீரர்களில் கோணிப்பையை வைத்துக் கொண்டிருந்த ஒருவன் 'கொண்டு வாருங்கள் உங்களுடைய தங்கம், வெள்ளி, நகைகள் எல்லாவற்றையும்' என்று மராத்தியில் உரக்கக் கத்தினான். அவன் தக்காணத்தைச் சேர்ந்தவனாக இருக்க வேண்டும்.

சீக்கிரமே அவனுடைய கோணிப்பை மூக்குத்தி, சிற்றணி, கொலுசு, மெட்டி, வளையல்கள் இவற்றால் நிரம்பிக் கனத்தது.

'போகலாம்', தாவூத் கட்டளையிட்டதும் அவர்கள் புறப்பட்டனர். இரவு முற்றாக முடிவதற்குள் இன்னொரு ஊரிலும் தங்கள் வெறியாட்டத்தை அவர்கள் நடத்தி விடுவார்கள்.

கொல்லன் உலைக்களத்தில் இருந்து புதிதாய் உருப்பெற்று வந்த வாட்கள் இப்போது அவர்களுடைய உயர்த்திய கைகளில் இருந்தது. அவர்கள் வெகுநிதானமாய் முன்னேறிச் சென்றனர் மரண தூதர்களைப் போல். கிராமத்து மக்கள் அச்சத்தில் அலறி விழுந்து மடியவில்லை. ஒரு உன்னத நோக்கத்துக்காக உயிரை விடுகிறோம் என்பதை உணர்ந்தே, வீர முழக்கத்துடன் எதிர்த்து நின்று, இன்னுயிர் துறந்தனர்.

தாவூத்திற்கு ஏமாற்றமாக இருந்தது. அவர்கள் பயந்து நடுங்குவார்கள், தம் முன்னே மண்டியிட்டு வணங்கி உயிர்ப் பிச்சைக் கேட்பார்கள் என்று அவர் எதிர்பார்த்திருந்தார். அவர்கள் இதயத்தில் கிலி பிடித்து குருதி சிந்த வேண்டும் என்று அவர் விரும்பினார். அவர்களுடைய கண்களில் அவர் காண விரும்பிய பகைமையோ, வெறுப்புணர்ச்சியோ இருக்கவில்லை. அங்கே, எதிரியைத் துச்சமாய் மதிக்கும் துணிவு இருந்தது. மனிதர்களின் பலவீனத்தைத் தமது பலமாய்க் கொண்ட தாவூத்திற்கு அது ஏமாற்றந்தான். 'நரகத்தில் இருந்து வந்த நாய்கள்' என்று காறி உமிழ்ந்தார் அவர். அந்தச் சிற்றூரை விட்டுப் போகிறபோது மண்ணை இரத்தச் சகதியாக்கி, மறவாமல் அங்கிருந்த கால்நடைகளையும் கையோடு கொண்டு சென்றனர். அது நள்ளிரவு நேரம். அவர்கள் போகும்போது வயல் களையும், தானியக் களஞ்சியங்களையும் தீக்கிரையாக்கத் தவற வில்லை.

தம்முடைய குதிரையே வேகப் பாய்ச்சலில் விட்ட தாவூத், தக்காணத்துப் போரில் கிடைத்திருக்கும் முதல் கொள்ளைப் பொருள்களை மனதுக்குள் கணக்கிட்டுக் கொண்டார் – நூறு அடிமைகள், கோணிப்பை நிறைய நகைகள், இருநூறு கால்நடைகள்! மிர்ஸாகாலிப் நிச்சயம் மகிழ்ச்சியடைவார்.

அத்தியாயம் இருபத்தியேழு

1

'மலைகள் சமவெளிக்கு மேலே ஓராயிரம் அடி உயரத்துக்கு எழும்பி நிற்கின்றன, நமக்கு தென்மேற்காக அமைந்துள்ளது சிவாஜியின் புரந்தர் கோட்டை. இது கிழக்கில் அவருடைய வலுவான காப்பரண் எனலாம். எல்லாப் பக்கங்களிலும் செங்குத்தான பாறைகளால் இது சூழப்பட்டிருக்கிறது. ஆபத்துக்கான வாய்ப்புகள் அதிகம் கொண்ட இந்தக் கோட்டையை வெல்வது அத்தனை எளிதல்ல. ஆனாலும், அது முடிகிறதுதான். புரந்தருக்குச் சோடியாய், அதை ஒத்திருக்கிற இன்னொரு கோட்டையும் உண்டு. அது வஜ்ரகாட். புரந்தருக்குக் கிழக்காக இருப்பது. இந்துஸ்தானியில் வஜ்ரகாட் என்றால் ஆயுதம். அந்த ஆயுதத்தைக் கொண்டே புரந்தரின் குரல்வளை நாளத்தை நாம் துண்டித்து விடலாம். மிர்ஸா ஒரு தேக்கு மரமேசை மீது விரிக்கப்பட்டிருந்த வரைபடத்தைப் பார்த்துக் கொண்டே சொன்னார்.

திலேர்கானும் மற்ற படைப் பிரிவுத் தலைவர்களும் அந்த மேசையைச் சுற்றி நின்று, தங்களைப் பெரிதும் ஈர்த்த அந்த வரைபடத்தையே பார்த்துக் கொண்டிருந்தனர்.

குறுஞ்சட்டையும், இறுக்கமான சராயும் அணிந்திருந்த நிக்கோலவ் மனூக்கி மிர்ஸாவின் நீண்ட இருக்கையில் அவருக்கு அருகில் அமர்ந்திருந்தார். அவருடைய 'பெல்ட்'டில் இரண்டு பிஸ்டல்கள் இடம்பெற்றிருந்தன. அவர் முன்பே அந்த வரைபடத்தைப் பார்த்துவிட்டார்.

'இரண்டு மலைக்கோட்டைகளுக்கும் இடையில் உள்ள ஆழ்ந்த பள்ளத்தாக்கு 'பைரவ்குண்டம்'. வஜ்ரகாட் புரந்தருக்கு வெகு சமீபமாய் உள்ளது. புரந்தரின் கீழ்ப் பகுதியிலும், மேல் பகுதியிலுமாய் இரு பிரிவாய்க் கோட்டை உள்ளது. கீழ்ப்பகுதி கோட்டையில் அவர்களுடைய பாதுகாப்புப் படை தங்கியிருக்கிறது' என்றார் திலேர்கான்.

மிர்ஸா அவரைப் பாராட்டுவதுபோல் தம்முடைய புருவங்களை உயர்த்தினார். உயரமான அந்த ஆப்கானிய வீரர் மீது பார்வையைச் செலுத்தியபடி சொன்னார், 'கீழ்ப்பகுதிக் கோட்டையில் வஜ்ரகாட் கோட்டையை நோக்கியவாறு இரண்டு காவற் கோபுரங்கள் உண்டு. ஒன்று வெள்ளை வண்ணம் பூசியது, மற்றொன்று கருப்பு.'

'இந்த வரைபடத்தில் இருந்து நான் கண்டு கொண்டது என்னவென்றால், இரண்டு கண்காணிப்புக் கோபுரங்களையும் தாக்கிவிட்டு, பைரவ்குண்டத்தைக் கடந்தால் புரந்தரின் கீழ்ப்பகுதிக் கோட்டையை நாம் அடைய முடியும். வஜ்ரகாட் கோட்டை ஒரு சிறிய குன்றின் மீது அமைந்துள்ளது. அதில் எளிதாய் ஏறிச் சென்று விடலாம். நம்முடைய துப்பாக்கிப் படைப் பிரிவையும் உடன் கொண்டு செல்ல வேண்டும். என்னுடைய யோசனை இதுதான், வஜ்ரகாட் கோட்டையை நாம் முதலில் கைப்பற்றி, உயரமானதும் கடினமானதுமான புரந்தர் கோட்டையை வெல்வதற்கு அதைப் பயன்படுத்த வேண்டும்' என்றார் திலேர்கான்.

மிர்ஸா ஆமோதித்தார். தாம் சொல்ல விரும்புவதைத் தம்முடைய ஆட்கள் சொல்கிறபோது, மற்றவர்களின் எதிர்ப்பு குறைவாக இருக்கும் என்பதே காரணம்.

'நாம் உடனடியாய்க் கையாள வேண்டிய சில கடமை பொறுப்புகள் உள்ளன' என்று கூறி, மிர்ஸா தம்முடைய செயல் திட்டத்தின் முதற்படியில் கால் வைத்தார். 'புரந்தரை முற்றுகை யிடுவதற்கு பெரிய படை நம்மிடம் உள்ளது. வஜ்ரகாட்டைக் கைப்பற்றுகிற அதே நேரத்தில் சில படைப் பிரிவுகளை அனுப்பி பக்கத்தில் உள்ள கிராமங்களை அழிக்க வேண்டும். அதன்மூலம் மக்களை பேரச்சத்தில் உறையச் செய்து விடலாம். அத்துடன் நம் ஆட்களைக் கொண்டு புறக்காவல் நிலையங்கள் ஏற்படுத்திக் கொள்ள வேண்டும்.'

'தாவூத் குரோஷியின் பறக்கும் படையினர் குழுவிற்கு ஆயிரம் பேர்களாய் எட்டு குழுக்களாகப் பிரிந்து சென்று கிராமங்களை அழிக்க வேண்டும். முன்பே அவரிடம் ஒப்படைக்கப்பட்ட பணியை அவர் திறம்படச் செய்திருக்கிறார், திருப்தியான பலனும் கிடைத் திருக்கிறது.'

மிர்ஸா ஒரு கணம் நிறுத்திவிட்டு, உணர்ச்சி வசப்படாத குரலில் சொன்னார், 'இந்தப் போரில் நாம் எப்படியும் வெற்றி பெற் றாக வேண்டும். முற்றுகையிடுகிறபோது பரவலாய்ச் சுற்றி வளைக்க வேண்டும். புறக்காவல் நிலையங்களுக்கு இதில் முக்கியப் பங்கு இருக்கிறது. பாதுகாப்புப் பணியில் இருப்பவர்கள் எதிரிடையான

நிலைகளில் தங்களையே தியாகம் செய்யும் மன உறுதி கொண்டவர்களாக இருப்பது அவசியம். புறக்காவல் நிலையங்களை அமைப்பது எதிரியைத் தாமதப்படுத்துவதற்காக மட்டுமல்ல, நம்முடைய முற்றுகையை அவர்கள் நெருங்க விடாமல் தடுப்பதற்காகவுந்தான்.'

ஆட்கள் முக்கியத்துவ உணர்வுடன் தலையசைத்தனர்.

'நான் தடைக்காப்பு செய்யப்படுவதை விரும்புகிறேன். நம்முடைய புறக்காவல் நிலையங்கள், பதுங்குக் குழிகள், முற்றுகை, தகவல் தொடர்பு இவற்றை முழுமையாய்ப் பகைவரிடம் இருந்து பிரித்து வைத்துப் பாதுகாக்க வேண்டும்.

சையது அப்துல் அஜீஸ் மூவாயிரம் வீரர்களுடன் நிரல் பகுதிக்கு அனுப்பப்படுகிறார். வெளியில் இருந்து எவ்வகை உதவியும் கோட்டைக்குக் கிடைக்காதபடி தடுப்பது அவர்கள் பொறுப்பு, குறிப்பாக, புரந்தர் கோட்டை என்பது கவனத்தில் கொள்ளப்பட வேண்டும்' என்றார் மிர்ஸா. அடுத்து, தாழ்ந்த குரலில், 'மராத்திய மலைவாசிகள் உட்பட யார் கண்ணில் பட்டாலும் வெட்டிச் சாய்த்து, காட்டு வழிகளில் அவர்களுடைய இரத்தத்தை தெறிக்க விட்டு, உறுப்புகளை வீசியெறியுங்கள். எங்கும் அச்சத்தின் ஆதிக்கம் மேலோங்கட்டும். வடக்கில் ஜுன்னார், மேற்கில் லோஹகாட் கோட்டை இவற்றிடையே உள்ள நிலப்பகுதியை குத்புத்தீன் தம்முடைய ஏழாயிரம் நிர்வகிக்கட்டும். முகலாய எல்லைக்குள் மராத்தியர்கள் நுழையாதபடி தடை செய்வது அவர்களுடைய வேலை!'

திலேருக்குப் பக்கத்தில் நின்றிருந்த குத்புத்தீனைக் கூர்ந்து நோக்கினார் மிர்ஸா.

'இத்ஸிம்கான் நான்காயிரம் குதிரை வீரர்களுடன் புனே நகரத்தையும் அதன் சுற்றுப்புறங்களையும் பாதுகாவல் செய்யட்டும். இரண்டாயிரம் குதிரை வீரர்கள் கொண்ட படை அணி ஒன்று புனேக்கும், லோஹகாட்டுக்கும் இடையேயுள்ள குறுகிய வழியைக் கண்காணிப்பதற்காக ஒதுக்கப்படுகிறது.' மிர்ஸா இத்ஸிம்கானின் கண்களை ஊடுருவலாய்ப் பார்த்தார்.

'இருபதாயிரம் வீரர்கள் இரண்டு கோட்டைகளையும் முற்றுகையிடுவதற்கு ஆயத்த நிலையில் இருக்க வேண்டும். திலேர்கான் ஆறாயிரம் படையாட்களுடனும், பீரங்கிப் படைப் பிரிவுடனும் வஜ்ரகாட் செல்ல வேண்டும். அங்கிருந்து புரந்தர் கோட்டையைக் கைப்பற்றும் கடமைப் பொறுப்பு அவருக்குண்டு.' மிர்ஸா தம்முடைய இருக்கைக்குத் திரும்பி ஹுக்கா புகைக்கத் தொடங்கினார்.

'தாவூத் முன்பே வெட்டிக் குவிக்கும் வேலையைத் தொடங்கி விட்டார். இன்றிரவு பதினாறு கிராமங்கள் தாக்குதலுக்குள்ளாகும்.' அவர் தாழ்வான குரலில் கூறவும் மற்றவர்கள் மரியாதையுடன் கவனித்திருந்தனர்.

'அத்துடன் மற்ற கோட்டைகள்?' திலேர் பொறுமையற்ற வராய்க் கேட்டார்.

'தக்காணத்துப் பள்ளத்தாக்குகளில், 'அவசரம்' என்றாலே 'வாளுக்கு இரை' என்றுதான் பொருள். முதலில் நம்முடைய முற்றுகையில் அவர்கள் எப்படித் தாக்குப் பிடிக்கிறார்கள் என்பதை நாம் சோதித்துப் பார்க்க வேண்டும்' என்ற மிர்ஸா, 'திருவாளர் மனூக்கி நமக்கு நீண்டதூர இலக்கைத் தாக்கக்கூடிய மூன்று பீரங்கிகள் தேவை. அத்துடன் ஐம்பது துப்பாக்கிப் படைப் பிரிவின ரையும், பெரிய கனரகத் துப்பாக்கி வல்லுனர்கள் சிலரையும் திலேர் கான் சாஹிப்புடன் அனுப்பி வைக்க வேண்டும்.'

'மிர்ஸா சாஹிப், நம்முடைய இலக்கான இரண்டு கோட்டை களையும் ஒரு ஆழமான பள்ளத்தாக்குப் பிரித்திருப்பது உண்மை. வஜ்ரகாட் தளத்தைவிட புரந்தர் மிகவும் உயரத்தில் இருப்பதை நாம் கருத்தில் கொள்ள வேண்டும். வெடிபொருட்கள் உயரமான மலையின் செங்குத்தான பாறைகள் வரைதான் சென்று தாக்கும்' என்றார் திலேர்கான். அது ஓர் முக்கியக் கருத்து.

மிர்ஸா நிக்கோலவ்வைப் பார்த்து புன்னகைத்தார். ஆனால் நிக்கோலவ் தம்முடைய ஹுக்காவுடன் விளையாடிக் கொண்டி ருந்தார். அந்த இத்தாலியர் விவேகம் மிக்கவர், தம் வாயை எப்போது திறக்க வேண்டும் என்பது அவருக்குத் தெரியும். 'திலேர்கான் சாஹிப், நாம் பீரங்கிகளை மரத்தாலான மேடைகளில் ஏற்றி வைப்போம். புரந்தரின் கண்காணிப்புக் கோபுரங்களுக்குக்கூட குறி வைக்கலாம். உங்களோடு நிக்கோலவ் இருக்கும் போது நீங்கள் கவலைப்பட வேண்டியதில்லை' என்று இத்தாலிய உச்சரிப்புடன் துருக்கி மொழி யில் கூறினார் அவர்.

'புரந்தர் கோட்டைத் தலைவரான முரார்பாஜியை சாதார ணமாகக் கருதி விடாதீர்கள். அவர் வலுத்தாக்குதலுக்குப் பெயர் பெற்றவர். சிவாஜியின் ஆட்களைக் குறைத்து மதிப்பிட்டுவிட வேண்டாம்' மிர்ஸா உரத்த குரலில் முழங்கினார்.

2

கிராமங்களை நாசம்பண்ணுகிற வேலை தொடங்கியது. தாவூத் குரோஷியும் அவரது ஆட்களும் நூற்றுக்கணக்கான அடிமை

களையும், கால்நடைகளையும் முகாமிற்குக் கொண்டு வந்தனர். முன்னேற்பாடுகள் முடிவுற்ற நிலையில், முற்றுகை தொடங்கியது. மிர்ஸா, முற்றுகையிடும் வீரர்களின் பதுங்குக் குழிகளை ஆய்வு செய்தார். மராத்திய படையாட்களும் சும்மா இருந்துவிடவில்லை. அவர்கள் இருண்ட இரவுகளில் தாக்குதல் நடத்தினர். சாலைகளில் தடைகளை ஏற்படுத்தினர். பேரரசின் குதிரைப் படை வீரர்களில் பலரைக் கொன்று, முகலாயரின் நகர்வுகளைக் கடினமாக்கினர். திலேர்கானும், நிக்கோலவ் மனூக்கியின் கனரகத் துப்பாக்கிப் படையினரும் வஜ்ரகாட் கோட்டைக்கு எதிரில் உள்ள ஒரு குன்றில் இருந்தபடி கோட்டைமீது குண்டுகளை வீசினர். பதினான்கு நாட்கள் தொடர்ந்து குண்டுவீச்சு நடத்தியதில் கோட்டையின் முகப்புப் பகுதி இடிந்து விழுந்தது. நூறு முகலாய வீரர்கள் இறந்தனர், அதே எண்ணிக்கையில் படுகாயமுற்றவர்களும் இருந்தனர். திலேர் காத்திருக்க விரும்பாமல், கோட்டையில் முகலாயக் கொடியைப் பறக்க விடுவதற்காக, ஆட்களைக் குன்றின்மீது ஏறச் செய்தார். மிர்ஸா நூற்றுக்கணக்கான கூலிகளைப் பயன்படுத்தி மூன்று பீரங்கிகளை உச்சியில் நிறுவச் செய்தார். சில நாட்களுக்கெல்லாம் முகலாயர்கள் கோட்டைக்குள் புகுந்து, அங்கிருந்த மராத்தியர்களை அகற்றி விட்டனர்.

முகலாயர்கள் புரந்தர் கோட்டையைச் சுற்றி வளைத்து நெருங்குவதற்கு ஒரு மாத காலம் ஆகிவிட்டிருந்தது. புரந்தரின் வெள்ளை, கறுப்பு கண்காணிப்புக் கோபுரங்கள், அவர்களுடைய பதுங்குக் குழிகளுக்கு மேல் தொள்ளாயிரம் அடி உயரத்தில் இருந்தன. முகலாயர்கள் நெருங்க முற்படுகிற ஒவ்வொரு முறையும் மராத்தியர்கள் அவர்கள்மீது எறி குண்டுகளை மழையாய்ப் பொழிந்தனர். முகலாயப் படையாட்கள் பலரும் நாப்தலீன் பந்துகள், நாட்டு வெடிகுண்டுகள், கற்கள் இவற்றின் வீச்சில் படுகாயமடைந்தனர். கடந்த மாதத்தில் மட்டும் மராத்தியர்கள் நான்கு முறை கயிறு போட்டு இறங்கி, பைரவகுண்டம் பள்ளத்தாக்கைக் கடந்து, வஜ்ர காட்டை அடைய முயன்றனர். பதுங்குக் குழியில் இருந்த முகலாய வீரர்களைத் தாக்கி பலரைக் கொல்லவும் செய்தனர். மிர்ஸாவின் அதிகாரி பூபத்சிங் வெட்டிச் சாய்க்கப்பட்டார். மிர்ஸாவின் மகன் இராத்சிங் காயமடைந்தார்.

முற்றுகையை இறுக்கச் செய்த மிர்ஸா, புரந்தரில் உள்ள மராத்தியப் படையினரின் பயன்பாட்டுக்கு உணவுப் பொருள் உள்ளிட்ட எதுவும் போய்ச் சேரவில்லை என்பதை உறுதி செய்து கொண்டார். கோடை காலம் கிட்டத்தட்ட முடியும் தறுவாயில் இருந்தது, ஆனால், பகைவர்கள் இன்னமும் தாக்குப் பிடித்தனர்.

இதன் பொருள் என்ன? அவர்களுக்கு வெளியில் இருந்து உணவும், தண்ணீரும் எப்படியோ வினியோகமாகிக் கொண்டிருக்கிறது என்பதுதான். மராத்திய வீரர்கள் என்ன மலைக் காற்றில் மட்டுமேயா உயிர் வாழ்கிறார்கள்!

ஓர் இரவு, வெகு நேரம் கழித்து மிர்ஸா, திலேர்கான், தாவூத் குரோஷி இவர்கள் சில பாதுகாவலர்களுடன் வஜ்ரகாட் கோட்டையின் மேல்தளத்தில் புதிதாய்க் கட்டப்பட்ட சாரங்களைப் பார்வையிடுவதற்காகச் சென்றிருந்தனர். மிர்ஸா பொறுமையற்றவராக இருந்தார். அவர் ஒரு பரிசோதனை முயற்சியாக இரட்டைக் கோபுரங்களைச் சென்றடைய விரும்பினார். இருட்டாயிருந்தது. ஒரு தீப்பந்தம் கொளுத்தினாலும் ஆபத்து. கண்காணிப்புக் கோபுரங்களில் உள்ள மராத்தியர்கள் ஒருபோதும் உறங்குவதில்லை. மரத்தால் கட்டப்பட்ட கனமான சாரங்கள் முந்நூறு அடி உயரத்தில் இருந்தன. மூன்று பெரிய பீரங்கிகள் அவற்றின்மீது ஏற்றப்பட்டிருந்தன. சாரத்தில் அமர்ந்திருந்த பீரங்கிப் படையினர் மிர்ஸாவைக் கண்டதும் மகிழ்ச்சியும், உற்சாகமும் கொண்டனர். அவர்கள்மீது சற்று உரக்கவே தங்களுக்குள் முணுமுணுக்கத் தொடங்கினர்.

'எதிரிகளை விடக்கூடாது, கண்காணிப்புக் கோபுரங்களில் ஒன்றை அல்லது இரண்டையும் உடைத்தெறியுங்கள்.'

சாரத்தில் இருந்து யாரோ 'இன்ஷா அல்லாஹ்' என்று மறுமொழி கூறினர்.

மிர்ஸா நிமிர்ந்து பார்த்தார். சாரக் கட்டமைப்பு இருளில் தெரியவில்லை. ஆனால் அதன் நிழல் அவருக்குமேல் தெளிவில்லாமல் தோன்றியது.

'அந்தக் கோபுரங்கள் மட்டும் அழிக்கப்பட்டு விட்டால்... ஒரு பீரங்கிக் குண்டு அந்தக் கோபுரங்களில் ஒன்றின்மீது விழுந்து விட்டால் வெடிபொருள் கிடங்கையும் அது தகர்த்து விடுமா?' ஆவலுடன் எண்ணமிட்டார் திலேர்கான்.

இன்றிரவு வெள்ளைக் கோபுரத்தை நோக்கி கனரகத் துப்பாக்கிகள் சுடத் தொடங்கும்.

'இது சரிப்பட்டு வருமான்னு தெரியலை, மாதக் கணக்கில் கூட ஆகலாம்' தாவூத் குரோஷி முணுமுணுத்தார். முற்றுகையைப் பார்வையிடுவதற்காக அவருடைய களப்பணியில் இருந்து அவர் அழைக்கப்பட்டிருந்தார். திலேர்கான் பதிலளிக்க விரும்பினார். ஆனால், தன்னைக் கட்டுப்படுத்திக் கொண்டார். அவர் வேறு மாதிரி எண்ணமிட்டார். மிர்ஸாவும், தாவூத்தும் இரகசியமாக மராத்தியர்களுக்கு உதவுவதாக ஒரு சந்தேகம் அவருள் அவ்வப்போது எழுவதுண்டு.

அவர்கள் இருவருக்குள் சண்டை ஏற்படுவதை விரும்பாத மிர்ஸா, தாவூத்திடம் சொன்னார். 'கிராமங்களை அழிக்கும் பணிக்கே நீங்கள் திரும்ப வேண்டும் என்று நான் நினைக்கிறேன். சிவாஜியின் சொந்த ஊரான ராஜ்காட் பக்கம் உள்ள கிராமங் களுக்குச் செல்லுங்கள்.'

கிராமங்களைத் தாக்கும் வேலையை தாவூத் மகிழ்ச்சியுடன் செய்வதை மிர்ஸா கவனித்திருந்தார். இதைக் கூறியபடி சாரக் கட்டில் இருந்து விலகி, கோட்டைக்குள் செல்வதற்காக ஏறத் தொடங்கினார். அவர்கள் உள்ளே நுழையும்முன் பெருத்த வெடி யோசை கேட்டது. அவர்கள் திகைப்புடன் திரும்பிப் பார்த்தனர். தாங்கள் திட்டமிட்டதற்கு முன்பே தங்கள் வீரர்கள் சுடத் தொடங்கி விட்டனரோ என்று நினைத்தனர்.

ஆனால், அவர்கள் கண்ட காட்சி அவர்களை அதிர்ச்சியில் உறைய வைத்தது. சாரக்கட்டமைப்பு தீப்பிடித்து எரிந்து கொண்டி ருந்தது. சாரத்துக்குப் பல அடிகள் மேலே தீ காணப்பட்டது. அந்தக் கோபுரங்களில் இருந்தே தீ வீசப்பட்டிருக்க வேண்டும். வெடி யோசையைத் தொடர்ந்து முகலாயத் துப்பாக்கிப் படை வீரர்கள் வேதனையுடன் வீறிட்டலறுவது கேட்டது. சாரம் விழுந்து நொறுங் கியது போலவே அந்த வீரர்களும் எரிந்து, அவர்களுடைய உறுப்பு கள் வீசியெறியப்படுவதை மிர்ஸா, தாவூத் குரேஷி, திலேர்கான் இவர்கள் பார்த்திருந்தனர்.

* * * *

பல இரவுகளுக்குப் பிறகு வஜ்ரகாட் கோட்டைக்குள் உறங்கிக் கொண்டிருந்த திலேர் சுத்தியாலும் சம்மட்டியாலும் பலமுறை அடிப்பதுபோல் பலத்த ஓசை கேட்டு விழித்துக் கொண்டார். அவர் திகைப்புடன் தம்முடைய அறையில் இருந்து வெளிப்பட்டு, முற்றத்தை நோக்கி நடந்தார். வழியில் அவருடைய ஆட்கள் குறட்டை ஒலியுடன் உறங்கிக் கொண்டிருந்தனர். அவர்களை மிதிக்காமல், அவர்கள்மீது தடுக்கி விழாமல் சம்மட்டியோசை கேட்டதிக்கில் சென்றார். இரண்டு கோட்டை முகப்புகளுக்கு இடையே இருந்த படிக்கட்டு களில் ஏறினார். மேற்கில், புரந்தர் கோட்டையை நோக்கிய பக்கத்தில் தீப்பந்தங்கள் ஒளிர்ந்தன. மரத்திலான, உயரமான மேடைமீது மனூக்கியின் ஆட்கள் வேலை பார்த்துக் கொண்டி ருந்தனர். ஆபத்தைப் பொருட்படுத்தாமல் அவர்களுடைய விடா முயற்சியை அவர் மனதுக்குள் வியந்து கொண்டார். கடந்த ஏழு நாட்களாய் புரந்தர் கோட்டையில் இருந்து மராத்தியர்கள் சுடுவதன் மூலம் பல சாரக்கட்டுகளைத் தகர்த்து விட்டனர். சாரக் கட்டை

நிலைப்படுத்தி, பீரங்கியை ஏற்ற முடியவில்லை. இத்தாலி வல்லுநர் தம்முடைய ஆட்களில் சிலரை இழக்க நேர்ந்தது.

திலேர்கான் நின்ற இடத்தில் இருந்து கண்காணிப்புக் கோபுரங் களை அவரால் தெளிவாகப் பார்க்க முடிந்தது. கண்காணிப்புக் கோபுரங்களில் நிறைந்து காணப்படும் வில்லாளிகளையும், காப்பரண் களில் உள்ள பீரங்கிகளையும் மீறி பள்ளத்தாக்கைக் கடந்து, புரந் தரைச் சென்றடைவது சாத்தியமில்லை.

மனக்கலக்கத்துடன் இருந்த திலேர்கான் தமது கைகளை வானை நோக்கி உயர்த்தி, 'அல்லாஹ், இந்தச் சாரக்கட்டை நிலைப் படுத்தி, பீரங்கிகளை ஏற்ற அருள் புரியுங்கள். அது சில நாட்களுக் காவது நீடித்திருக்க வேண்டும்' என்று பிரார்த்தித்துக் கொண்டார்.

அந்த நள்ளிரவில் தங்களை நோக்கி யாரோ வருவது கண்டு, பீரங்கிப் படைப் பிரிவினர் திகைப்புற்றனர். திலேர்கானை அடை யாளம் கண்டுகொள்ள கொஞ்சம் அவகாசம் தேவைப்பட்டது அவர்களுக்கு. அவர்களுடைய திகைப்பு நீங்கும் வரை சில கணங்கள் காத்திருந்த திலேர், 'சாரக்கட்டு பழையபடி நிலைப்பட்டதும், உடனே பீரங்கியை மேலேற்றுங்கள். கொஞ்சமும் தாமதியாமல் சுடத் தொடங்குங்கள். ஒவ்வொரு கணமும் மதிப்புமிக்கது' என்றார்.

ஆக, சூரியனின் முதற்கிரணங்கள் வெளிப்படுவதற்கு முன் பாகவே, பெரிய பீரங்கிகள் சாரக்கட்டுகளின்மேல் நிறுவப்பட்டு விட்டன. தங்களிடம் உள்ள வெடிகுண்டுகள் புத்தம் புதியனவா, என்பதை மனுரக்கியின் ஆட்கள் உறுதி செய்துகொண்டனர். துரித மாகச் செயல்பட்டு பீரங்கி வாய்முகப்புகளில் வெடிபொருள்களைத் திணித்தனர். கண்காணிப்புக் கோபுரங்களில் இருந்த மராத்தியர்கள் நடப்பதை உணர்ந்தனர். அவர்கள் சுட்டதில் முகலாயரின் சாரக் கட்டு தகர்ந்து, பீரங்கிகள் சரிந்தன. அந்த இடிபாடுகளில் சிக்கிய பீரங்கிப் படையாட்களில் சிலர் நசுங்கி மடிந்தனர். அவர்களின் மரண ஓலம் மற்ற சப்தங்களைவிட அதிகமாக இருந்தது. வருத்தமும் ஏமாற்றமும் கொண்ட திலேர், கோட்டைக்குள் இருந்து ஆட்களை உதவிக்கு அழைக்க விரைந்தார். அப்போது காதே செவிடாகும் படி மீண்டும் பலத்த ஓசை கேட்டது. அது இரட்டைக் கோபுரங் களில் இருந்து கேட்ட வெடியோசை ஆகாயத்தைத் தொடுவது போல் ஆரஞ்சு வண்ணத்தீப்பிழம்பு மேலெழுந்தது. சிறிதளவும் நம்பவே முடியாத ஒன்றைக் கண்ணெதிரே கண்டார் அவர். பகைவர் படையைச் சேர்ந்த வில்லாளிகளின் உடலுறுப்புகள் சிதறி, நாலாபக்கமும் விழுவதைப் பார்த்தார்.

பதுங்குக் குழிகளில் உட்கார்ந்திருந்த திலேரின் காவலர்கள் அவரை நோக்கி ஓடி வந்தனர். மராத்தியர்கள் கண்காணிப்புக்

கோபுரம் ஒன்றில் சேகரித்து வைத்திருந்த வெடிபொருட்கள் தீப்பற்றி நாசமானதாக அவர்கள் தெரிவித்தனர். அந்த வெடி விபத்தில்தான் கோபுரங்கள் சேதமடைந்து, மராத்திய வில்லாளிகள் செத்துப் போயிருக்கிறார்கள். அங்கே எப்படி வெடிபொருட்களில் தீப் பிடித்தது என்று அறிவதில் திலேர் அக்கறை காட்டவில்லை. அவர் கண்டுணர்ந்ததெல்லாம் கோபுரங்களிலும், புரந்தரைக் காத்த படையினரும் போயாயிற்று என்பதைத்தான். புரந்தரின் தாழ்நிலைக் கோட்டை முகலாயர்களுக்கு வாசலைத் திறந்து விட்டது. இரண்டு கோட்டைகளுக்கும் இடையேயுள்ள பள்ளத்தாக்கை அவர்கள் கடந்து சென்றாலே போதும்.

தம்முடைய சிப்பாய்கள் இருந்த பகுதிக்குத் தாவிச் சென்றார் திலேர். தங்கள் பயணத்தின் அடுத்த சேரும் இடத்தை நோக்கித் தம் ஆட்களை அவர் இட்டுச் செல்ல வேண்டியது தான்.

சில மணி நேரத்துக்கெல்லாம் ஆயிரக்கணக்கான முகலாயச் சிப்பாய்கள் பைரவ் குண்டத்தைக் கடந்து செல்லத் தயாராயினர். திலேர் பரவச நிலையில் இருந்தார். இது அவருடைய வெற்றி, சீக்கிரமே புரந்தர் அவரது கைகளில் இருக்கும். அவர் பெருமிதத் துடன் தம் படைப் பிரிவின்மீது பார்வையைச் செலுத்தினார். அவர்கள் செல்வதற்கு உத்தரவிட்டார். முதலில் வாளேந்திய வீரர் களும், அவர்களைத் தொடர்ந்து வில்லாளிகளும் அணிவகுத்துச் சென்றனர். எனினும், வழக்கமாய்ப் போரிடச் செல்லும்போது அவர்களுடைய இரத்த நாளங்களில் ஓடும் கொலைவெறி அப்போது அவர்களிடம் காணப்படவில்லை. அத்தனை முக்கியத்துவம் இல்லாத இன மரபுக் குழுவினருடன் தங்களை மோதவிடுவது ஒரு கேலிக்கூத்தாகவே அவர்களுக்குத் தோன்றியது.

மிர்ஸா சாஸ்வத்தில் உள்ள தம்முடைய முகாமில் இருந்தார். அவருக்குத் தகவல் கிடைத்தது, இன்னும் அதிகப்படியாக அவர் எதிர்பார்த்துக் கொண்டிருந்தார்.

3

முரார்பாஜி மேல்நிலைக் கோட்டையின் விரிவாக்கப் பகுதியில் இருந்த தமது வீரர்களை அழைத்தார். பிற்பகல் சூரிய வெளிச் சத்தில் கறுப்பு, வெள்ளைக் கோபுரங்களின் இடிபாடுகளை அவர்கள் தெளிவாகக் காண முடிந்தது. அந்தக் கோபுரங்கள் தாழ்நிலைக் கோட்டையில் இருந்தவை. இறந்து போனவர்களின் உடல்களை அவர்கள் தங்களால் முடிந்த அளவு வெளியே கொண்டு வந்தனர்.

சிலருடைய உடல்கள் இரண்டு கோட்டைகளைப் பிரிக்கும் பள்ளத் தாக்குப் பகுதியில் விழுந்துவிட்டிருந்தன.

இது இழப்புகளை எண்ணி வருந்துவதற்கான தருணம் அல்ல. வஜ்ரகாட்டில் இருந்து உள்ளே வந்து கண்காணிப்புக் கோபுரங் களிலும், மதிற்சுவர்களிலும் பணியாற்றியவர்கள் போய்ச் சேர்ந் தாயிற்று.

முரார்பாஜி தம்முடைய ஆட்களை நோக்கிச் சொன்னார், 'இறுக்கமான முற்றுகையிருந்தும், நம் வேவுப் படையினர் சிலர் எப்படியோ இங்கே தகவல் கொண்டு வந்திருக்கிறார்கள். முகலாயர்கள் நடத்தும் வெறியாட்டத்தை, அவர்கள் கிராமங்களை எரித்து, நம்முடைய மக்களை அடிமையாக்குவதை, கால்நடை களைப் பற்றிக் கொண்டு போவதை, பயிர்களை எரித்து நாசம் பண்ணுவதைப் பற்றி அவர்கள் கதைகதையாய்ச் சொல்கிறார்கள். லாஹகாட், விசாப்பூர், தங், திக்கோனா போன்ற ஊர்களில் கடுமை யான சேதம் ஏற்பட்டிருக்கிறது. அங்கே ஒரேயொரு விவசாயி கூட உயிரோடு இருக்கவில்லை. ஒரேயொரு பெண்ணைக்கூட அவர்கள் விட்டு வைக்கவில்லை, முரார்பாஜி தம் நெற்றியைத் தேய்த்து விட்டுக்கொண்டு, அங்கே தம்முடைய பேச்சைக் கவனித்துக் கொண்டிருப்பவர்களுக்கு தாம் சொல்ல விரும்பியதை அவர் சொல்லலானார். அவர்களுடைய இதயங்கள் சீற்றத்தில் பொங்கின.

'என்னிடம் ஒரு திட்டம் இருக்கிறது' என்ற முரார்பாஜியின் கண்கள் முன்பு ஒருபோதும் இத்தனை பிரகாசமாய் இருந்ததில்லை.

4

வஜ்ரகாட் கோட்டையின் விரிவு செய்யப்பட்ட தளத்தில் இருந்து, முகலாய வீரர்கள் பைரவ் குண்டத்தைக் கடந்து, தாழ் நிலைக் கோட்டையின் வெளிமுற்றத்தை அடைந்தனர். வலிமை வாய்ந்த மதிற்சுவர்கள், காப்பரண்கள், காவல் கோபுரங்களைக் கண்டு திலேர் பிரமித்து விட்டார். தில்லி தர்வாஸாவைச் சுற்றி பெரிய கோட்டை முகப்புகள், உயரத்தில் காவிநிறக்கொடி காற்றில் படபடத்தது. பலம் வாய்ந்த வாயில்களுக்கும் அப்பால், அந்தக் குன்றின் கணிசமான உயரத்தில் மேல்நிலைக் கோட்டை அமைந் திருந்தது. திலேர், குன்றின் உச்சியில் ஒரு கண்காணிப்புக் கோபுரம் இருப்பதைக் கண்டார். அதை வஜ்ரகாட்டில் இருந்தே அவர் கவனித்திருக்கிறார். 'அல்லாஹ் மட்டுமே அறிவார் அங்கே எத்தனை பேர் இருப்பார்கள் என்பதை', திலேர் இப்படி எண்ணிக் கொண்டு

துப்பாக்கிப் படைப் பிரிவினருக்கு சைகை செய்தார். அவர்கள் நிலைக்கோட்டையின் மதிற்சுவரையும், காப்பரண்களையும், கண் காணிப்புக் கோபுரங்களையும் ஆய்வு செய்து கொண்டிருந்தனர். காப்பரண்களில் இருந்து அம்பு மழை பொழியக் கூடும் என்று அஞ்சிய திலேர்கான், தம்முடைய ஆட்கள் கதவுகளைத் தகர்க்காமல் முன்னேறிச் செல்வதை விரும்பவில்லை.

'வில்லாளிகளே, இருக்க வேண்டிய நிலையில் இருங்கள்' திலேர் சத்தம் போட்டார். 'அந்த எலிகள் ஓசைப்படுத்தாமல் ஒளிந்து கொண்டிருக்கும்' என்று எண்ணினார்.

மிகச் சரியாக அப்போது காது செவிடுபடும் போல் எக்காளங் களும், முரசுகளும் ஒலித்தன. அந்தப் பேரோசை முகலாயர்களைக் கணப்பொழுது மரத்துப் போகச் செய்துவிட்டது. தர்வாஸாவின் பெரிய கதவுகள் திறந்து கொண்டன. அணையை உடைத்துக் கொண்டு பரவும் வெள்ளம்போல் மராத்தியர்கள் குபுகுபுவென்று வெளியே பாய்ந்தனர். அவர்கள் உயர்த்திய கைகளில் ஓங்கிய வாளுடன் முன்நோக்கி வந்தனர். உச்சிவெயிலில் ஒளிவீசும் வாட் களும், வீரமுழக்கமுமாய் அவர்கள் வந்தனர்.

திலேர் உத்தரவிட்டார் 'தாக்குங்கள்' என்று கணப் பொழுது குழம்பித் தடுமாறிய முகலாய வீரர்கள் மறுகணமே சுதாரித்துக் கொண்டனர். தங்கள் அறிவாற்றலை ஒருமுகப் படுத்திக்கொண்டு, போர் முழக்கமிட்டபடி அவர்கள் மும்முரமாய் இயங்கத் தொடங் கினர். திலேர், தம்முடன் சில வில்லாளிகளை அழைத்துக் கொண்டு பெரும் பாறை ஒன்றின் மீது ஏறி நின்றார். அங்கிருந்து போர்க் களத்தை அவரால் தெளிவாகப் பார்க்க முடிந்தது. எதிரிப் படை யினரின் அளவைக் கூர்ந்து கவனித்தவர் அறு நூறு அல்லது எழு நூறு பேர் இருக்கும் என்று கணக்கிட்டார். அவருடைய வாள் வீரர்களின் எண்ணிக்கையோடு ஒப்பிட்டால் ஐந்தில் ஒரு பங்கே இருப்பார்கள். சட்டென்று ஒரு விசயம் அவருடைய கவனத்தைக் கவர்ந்தது. மராத்திய வீரர்கள் விரைவியக்கம் கொண்டவர்களாய் இருந்தனர். அவர்கள் இடமும் வலமும் மாறிச் சென்று சண்டை செய்தனர். சிலருடைய ஓட்டமும், தாவலும் அவருக்கு வியப்பை அளித்தது. சிலர் கைக்கொன்றாய் இரு கைகளிலும் வாளேந்தி சண்டை செய்தனர். முகலாய வில்லாளிகளின் இலக்கு பயனற்றுப் போகும்படி அவர்கள் தலையைத் தாழ்த்தியும், துள்ளிக் குதித்தும் தங்களைக் காத்துக் கொண்டனர். அவர்கள் குள்ளமாக சுறுசுறுப் பாகச் செயல்பட்டனர். சிலர் காப்பரண்களின் மீதிருந்து முகலாய வாள் வீரர்கள் மீது குதித்து, தங்கள் கால்களால் அவர்களை இறுகப் பற்றி, அவர்களுடைய கழுத்தை அறுத்தனர். பெரிய துண்டுகளாக

இறைச்சியை வெட்டும் கனமான கத்திபோல் தங்கள் வாளை அவர்கள் பற்றியிருந்தனர். அவர்களுடைய போர் முறை திலேரை வெகுவாய்க் கவர்ந்து விட்டது. மராத்திய வீரர்கள் பருத்தியிலான ஆடையும், தலைப் பாகையும் அணிந்திருந்தனர். அவர்கள் தலைக் கவசமோ, உடற் கவசமோ அணிந்திருக்கவில்லை என்பதை அவர் கவனித்தார்.

மராத்தியர்கள் திடீரென்று மிகுந்த எதிர்ப்புணர்ச்சி காட்டி சண்டையிட்டனர். ஒரு கையில் இருந்த வாளால் எதிரியைக் கொல்லவும், மறுகைவாளைக் கொண்டு தங்களைக் காத்துக் கொள்ளவும் செய்தனர். முகலாய வாள் வீரர்கள் எந்தவொரு போர் முறையையும் தங்களுக்குள் விவாதித்திருக்கவில்லை. தாங்கள் கிளர்ச்சிக்காரர்களுக்கு எதிராகச் சண்டையிடுவதால் உத்திகள் தேவைப்படாது என்று அவர்கள் கருதி விட்டனர். தாங்கள் சண்டை செய்யவிருக்கும் களம் பற்றியும் அவர்கள் விசாரித்து அறிய வில்லை. தங்களுடைய கனமான உலோகக் கவசத்தையும், பெரிய கேடயங்களையும் சுமந்துகொண்டு அவர்கள் போராடினர்.

மராத்தியர்கள் முறையான வாட்பயிற்சி பெற்றவர்களாய்த் தெரிந்தது. எதிரிகள் நினைத்திருந்ததுபோல் அவர்கள் ஒன்றும் காட்டில் மறைந்து திரியும் கலகக்காரர்கள் அல்ல. தங்களுடைய போர்க் கருவிகள் பற்றியும், அவற்றை எப்படிப் பயன்படுத்துவது என்றும் அவர்கள் நன்றாகவே அறிந்திருந்தனர். அவர்களுடைய வாட்கள் நேராக, நீண்டு, இரு பக்கமும் வெட்டுவாய்களுடன் இருந்தன. அதிகம் தாக்கி, எதிரிக்குக் கூடுதல் பாதிப்பை ஏற்படுத்த அத்தகைய வாளே வசதியானது அவர்கள் தாழ்ந்த மட்டத்தில் நின்று, தாக்கு விசையுடன் எதிராளியின் வயிற்றில் வாளை இறக்கினர். முகலாயர்களின் மார்புக் கவசம் அவர்களுடைய வயிற்றுப் பகுதி யைக் காக்கக் கூடியதாய் இருக்கவில்லை. தங்கள் பகைவர் நிற்கும் தோரணைக்கேற்ப, தங்களுடைய நிலையை மாற்றிக் கொண்டு போரிட முகலாய வீரர்களுக்கு அவகாசம் தேவைப்பட்டது. மராத்தி யர்கள் தாக்குதலில் இருந்து காத்துக் கொள்வதிலேயே சிலர் நேரத்தை வீணடித்தனர்.

‘அவர்களைக் கொன்று போடுங்கள்’ மராத்தியர்களை வழிநடத்துகிறவனைப்போல் காணப்பட்ட ஒருவன் கத்தினான்.

‘மாஷா அல்லாஹ்’ அவர்களைப் பாராட்டுவதுபோல் திலேர் உணர்ச்சி மீதுர சொல்லிக் கொண்டார். அவருடைய தாக்குதலை மராத்தியர்கள் விவேகமான முறையில் கட்டுப்படுத்திவிட்டனர். மராத்தியர்கள் முன்பே உயிர்த் தியாகத்துக்குத் தயாராக இருந்த வர்கள். அந்த ஏற்புத் தன்மை, மரணத்தைத் துச்சமாய்க் கருதிய துணிவு அவர்களைக் கொல்லும் எந்திரங்களாய் மாற்றி விட்டிருந்தது.

திலேர், அந்தத் தலைவனைப்போல் காணப்பட்ட மனிதரை மறுபடியும் கவனித்தார். இரு கைகளிலும் வாளேந்திப் போர் புரிந்த அந்த வீரர் குள்ளமாகவும், பருமனாகவும் காணப்பட்டார். அவருடைய வாட்கள் நீள்வட்டமாய்ச் சுழன்றன. பகை வீரர்கள் பலரையும் ஒரே வீச்சில் அவருடைய வாள் பதம் பார்த்தது.

கவசம் தரித்த முகலாய வீரர்கள் பன்னிரண்டு பேர் அவரைச் சுற்றி வளைத்துக் கொண்டு போரிட்டனர். அந்த மனிதரின் தலைப் பாகை விழுந்து, மண்டைக் காயத்தில் இருந்து பீறிட்ட இரத்தம் அவருடைய தோள்களை நனைத்தது. அவரோ அதை இலட்சியம் பண்ணாமல் பகைவரின் வளையத்தைக் களத்தின் ஓரத்துக்கே தள்ளிக் கொண்டு போவதில் முனைப்பாக இருந்தார். அப்போது அவர்கள் திலேர் நின்றிருந்த பாறைப் பக்கமாய் வந்து விட்டிருந்தனர். அந்த வாள் வீரர் முரார்பாஜியாய் இருக்குமோ என்ற எண்ணம் வந்தது திலேர்கானுக்கு.

'நிறுத்துங்கள், நிறுத்துங்கள்' என்று திரும்பத் திரும்பக் கத்தினார் திலேர். அவர் கத்திய வேகத்தில் அவருடைய இதயம் விலா எலும்புக்கூட்டையே இடித்துத் தள்ளியிருக்கும். அவருடைய முஷ்டிகள் காற்றோடு மோதிக் கொண்டிருந்தது. அவரது குரலில் இருந்த ஏதோ ஒன்று, முரார்பாஜி உட்பட எல்லாரையும் நின்று விடச் செய்தது.

திலேர் தாம் நின்றிருந்த பாறையில் இருந்து கீழே குதித்து, மற்றவர்களை விலகிச் செல்லும்படி தம்முடைய கைகளால் சைகை செய்தார். அந்த அச்சமற்ற வீரர் முன் நேருக்கு நேர் நின்றார் இவர்.

திலேர் கேட்டார், 'நீர் யாரென்று தெரிந்து கொள்ளலாமா?'

'முரார்பாஜி' முழக்கம் போல் ஒலித்த குரலில் பதில் வந்தது.

'புரந்தர் கோட்டையின் புகழ்பெற்ற தலைவர், இல்லையா?'

'ஆமாம்'

'அல்லாஹ்!' தக்காண உச்சரிப்புடன் கூடிய உருதுவில் திலேர் வியப்புடன் கூறினார், 'உம்மைப் போன்ற வீரரை நான் கண்டதில்லை.'

முரார்பாஜி கடுகடுப்புடன் காணப்பட்டார்.

'எங்களோடு வாரும். பேரரசர் உம்மை ஒரு அமீர் (தளபதி அல்லது சிற்றரசர்) ஆக்கிவிடுவார். எங்களைப் போன்றவர்கள் உமது ஆணையை ஏற்று நடப்போம். நீர் பெரிய செல்வந்தராகி விடுவீர்' திலேர் முரார்பாஜியை உற்றுநோக்கியபடி, ஆர்வமுடன் சொன்னார். அந்த மனிதர் கவசம் தரித்திருக்கவில்லை. நூலாடைதான்

அணிந்திருக்கிறார். அவருடைய காலணிகளும் பிய்ந்து போயிருக் கிறது. திலேரின் பொறுமை வடிந்துவிட்டது. தம்முடைய வார்த்தை கள் தெளிவாகக் கேட்கும்படி உரத்த குரலில் கேட்டார், 'சிவாஜி உமக்கு என்ன சம்பளம் தருகிறார்?'

'பேரரசரிடம் வேலைக்குக் கூலி வாங்கும், உம்மைப் போன்ற நாயால், ஒருபோதும் புரிந்துகொள்ள முடியாது' முரார்பாஜி மராத்தியில் சொன்னார். திலேருக்குப் பின்னால் நின்றிருந்த வில்லாளி, மொழிபெயர்த்தான்.

திலேருக்குக் கோபத்தில் நடுங்கியது, அவர் ஏதோ சொல்ல முற்படுவதற்கு முன் முரார்பாஜி தம்முடைய வாட்களை உயர்த்திக் கொண்டு கரகரப்பான குரலில் கத்தினார், 'உம்மால் என்னை விலைக்கு வாங்க முடியாது. எவராலும் அது முடியாது.' அடுத்து, முன்னெச்சரிக்கை ஏதும் இல்லாமல், திலேரைத் தாக்குவதற்காக அவர் முன்னால் பாய்ந்தார். முகலாயருக்கோ உறையில் இருந்து தம்முடைய வாளை எடுக்க அவகாசம் இருக்கவில்லை. அவர் தம்மையறியாமலே பின்னாக நகர்ந்து, தடுக்கி விழுந்து நிலத்தில் உருண்டார். முரார்பாஜியின் தாக்குதலைத் தவிர்க்க வெற்றுக் கைகளை உயர்த்தினார்.

பாறைகளில் நின்றிருந்த வில்லாளிகள் கொஞ்சமும் தாமதிக் காமல் தொடுத்த அம்புகளில் ஒன்று முரார்பாஜியின் கழுத்தை வெட்டியது. அந்த ஆழமான வெட்டில் இருந்து பீறிட்ட இரத்தத்தை லட்சியம் பண்ணாமல் அவர் முன்னேறினார். திலேர் மேலும் உருண்டு, புரண்டு ஒரு ஆழமற்ற பள்ளத்தில் விழுந்தார்.

கடைசியாக, முரார்பாஜி தள்ளாடியபடி, தம்முடைய வாட் களைத் தமது கைகளில் எடுத்துக்கொண்டு தரையில் சாய்ந்தார்.

பாறைகளில் நின்றிருந்த வில்லாளிகள் ஓடி வந்து திலேருக்கு உதவினர். அவர் சிறிதும் நம்பிக்கையற்றவராய்ச் சுற்று முற்றும் பார்த்தார். போர்க்களமெங்கும் சடலங்கள் சிதறிக் கிடந்தன. திலேர் மேல்நிலைக் கோட்டையை அண்ணாந்து பார்த்தார். கோட்டைக் கதவுகள் அடைக்கப்பட்டிருந்தன. எஞ்சியிருந்த மராத்தியர்கள் எங்கோ ஓடி மறைந்து விட்டனர். ஆனால் கோட்டையின் உச்சியில் காவிநிறக் கொடி சிறிதும் அச்சமின்றி, பெருமிதத்துடன் பறந்து கொண்டிருந்தது. தக்காணத்தின் துணிச்சல் மிக்க வீரனின் மரணத் துக்கு துக்கம் கொண்டாடுவதுபோல் நீல வானில் கார்மேகங்கள் கவிந்து, எங்கும் இருள் பரவியது. எஞ்சியிருந்த முகலாயர்கள் தங்கள் ஆற்றலையும், ஆர்வத்தையும் இழந்தவர்களாய், இறந்தவர்களின் உடல்களைப் போட்டுவிட்டு, தாங்கள் மட்டும் திரும்பிப் போகத் தீர்மானித்தனர். காயமுற்றவர்களைச் சுமந்து கொண்டு அவர்கள்

மேதா தேஷ்முக் பாஸ்கரன் ❖ 497

நடந்தனர். கடினமான எஃகு உலோகத்தைக் காய்ச்சி அடித்துத் தயாரிக்கப்பட்ட பாரசீகத்து வாள்கள், களத்தில் இருந்து திரும்பவும் எடுத்துச் செல்லப்பட்டன. அவற்றைப் பயன்படுத்தியவர்கள் மறந்து அங்கேயே விடப்பட்டனர்.

5

அது வைகாசி மாதக் கடைசி. பகற்பொழுதுகள் வறண்டு, கடும் வெப்பத்துடன் இருந்தன. ஆறுகளில் நீர் அங்கங்கே குட்டைகளாய்த் தேங்கிக் கிடந்தது.

முகலாயர்கள் ஏற்படுத்திய பெருஞ்சேத்துக்கு மத்தியில், ராஜ்காட் எதையும் பேச முடியாமல் ஊமைபோல் நின்றது. குன்றுகளின் அடிவாரக் கிராமங்கள் தீயில் எரிந்து, புகை மண்டலம் வான் நோக்கி மேலெழுந்தது. கோட்டையில் இருந்தவர்கள் கவலை படிந்த முகத்துடன் நடமாடிக் கொண்டிருந்தனர். அவர்கள் 'சூதகம்' கடைப் பிடிப்பதுபோல் இருந்தது. குடும்ப உறுப்பினர் ஒருவர் இறந்தபின் குறிப்பிட்ட நாள் வரை துக்கம் கொண்டாடுவார்களே அது. அரசியல் விவகாரங்களை விவாதிப்பதற்கான கூடத்தில் ரகுநாத் கோர்டே தம்முடைய தலைவருக்காகக் காத்திருந்தார். ஜன்ஜீராவில் உள்ள சித்திகளைக் கண்காணிக்கும் பொறுப்பை ஏற்று கொங்கணத்தில் இருந்தவர், திரும்பவும் இங்கே அழைக்கப்பட்டிருந்தார்.

சிவாஜி அறைக்குள் நுழைந்ததும், கதவுகள் மூடப்பட்டன. ரகுநாத் சிரம் தாழ்த்தித் தமது அரசரை வணங்கினார். இளைஞரான தம்முடைய தலைவரின் முகம் முதிர்ச்சியுள்ளது போல் இருந்ததை அவர் பார்க்கத் தவறவில்லை. வழக்கமாய் உற்சாகம் ததும்பும் கண்கள் இப்போது கடும் துயரத்தின் சாயலைக் கொண்டிருந்தன.

சிவாஜி உட்காரவும் நிலைகொள்ளாமல், நேரடியாய் விசயத்துக்கு வந்தார். 'நீங்கள் சாஸ்வத்தில் முகாமிட்டிருக்கும் மிர்ஸா ஜெய்சிங்கைத் தொடர்பு கொண்டு, ஒரு சந்திப்புக்கு ஏற்பாடு செய்யுங்கள்.'

'நாம் சரணடைகிறோமா?' கவலையுடன் கேட்டார் காரியஸ்தரான ரகுநாத்.

'அந்தச் சந்திப்பின் விளைவு எப்படியிருக்கும் என்று நமக்குத் தெரியாது. ஆனால், காரணம் இல்லாமலே மக்களைக் கொலை செய்வதும், கிராமங்கள் அழிக்கப்படுவதும் நின்றாக வேண்டும். முகலாயர்களின் அரசியல் விளையாட்டுக்கு நம்முடைய மக்கள்

பகடைக்காய்கள் ஆக்கப்படுகிறார்கள். ஆயிரக்கணக்கானவர்கள் அடிமைகளாய்க் கொண்டு போகப்பட்டிருக்கிறார்கள். அவர்களுக்கு என்ன நடக்கும் என்பதைச் சிறிதும் கற்பனை செய்ய இயலாது.'

'முகலாயத் தளபதி உடன்படுவாரா?' ரகுநாத் கேட்டார். சிவாஜி இதற்குமுன் அனுப்பியிருந்த தகவல்களை மிர்ஸா பொருட்படுத்தாமல் இருந்துவிட்டது பற்றி அவர் கேள்விப் பட்டிருந்தார்.

'நாம் சரணடையத் தயாராக இருக்கிறோம் என்று அவரிடம் தெரிவித்து விடுங்கள்' சிவாஜியின் குரல் இலேசாக நடுங்கியது.

பிற்பாடு, கனத்த இதயத்துடன் சிவாஜி வெளியே வந்து, புத்துணர்ச்சி தரும் காற்றை ஒருமுறை சுவாசித்தார். மழை நீர் சேமிப்புக்காக இருந்த குளத்தை நோக்கி நடந்தார். முகலாயர்களின் மூர்க்கச் செயல்களால் அவருடைய மனம் வெகுவாய் சோர்ந்து விட்டிருந்தது. நடந்தவைகள் சிவாஜியின் இதயத்தில் கடும் வலியைத் தந்திருந்தன. தம்முடைய மக்களுக்கு ஏற்பட்ட உயிர்ச் சேதத்தையும், பொருட் சேதத்தையும் தடுக்க முடியாதவராய் அவர் இருந்து விட்டார். பெருமளவு முயற்சி எடுத்திருந்தும் பலனில்லை. ராஜ்காட் கோட்டை குன்றின் அடிவாரக் கிராமங்கள் தீக்கிரையாகி, இருந்த இடம் தெரியாமல் போய் விட்டன. முரார்பாஜியும், நூற்றுக்கணக்கான வீரர்களும் போரில் இறந்து போனது சிவாஜியைப் பெருந் துயரத்துக்கு உள்ளாக்கி விட்டது. சமானமற்ற போரில் இனியும் ஆட்களை அவர் இழப்பதற்கில்லை. புரந்தரின் உயர்நிலைக் கோட்டையில் அகப்பட்டிருக்கும் இறந்தவர்களின் குடும்பங்களை அவர் விடுவித்தாக வேண்டும். மிர்ஸா ராஜா ஒன்றும் அப்ஸல் போலவோ ஷெயிஸ்டா போலவே கர்வம் பிடித்தவரல்ல. இவர் சிறந்த சிந்தனையாளர், விவேகம் மிக்கவர், தன்னடக்கம் உள்ளவர்.

'தயை கூர்ந்து எனக்கு வழிகாட்டு, தாயே!' என்று பவானி தேவியிடம் கண்களை மூடி, பிரார்த்தித்துக் கொண்டார் சிவாஜி.

கோட்டையின் விரிவுப் பகுதியில் இருந்த குதிரை இலாயத்தை நோக்கி நடந்தார் அவர். அவருடைய மகனுக்குப் பயிற்சியளிக்கும் பொறுப்பை ஏற்றிருந்தார் இப்ராகிம்கான். அவர்கள் இருவரும் பேசிக் கொண்டிருந்தனர். சிவாஜி சற்றுத் தொலைவில் நின்றிருந்தார். மகனின் செயல் திறன் எந்த அளவில் இருக்கிறது என்று அறிய விருப்பம்.

சாம்பு மகிழ்ச்சியில் குதித்தபடி 'அப்பா சாஹிப்' என்று கத்தினான், இப்ராகிம் தம்முடைய அரசருக்கு வணக்கம் செலுத்தினார்.

'மகனே! நீ ஏழு வயதான இளைஞன். இன்று நீ சவாரி செய்யப் போகும் குதிரையை நீயே தேர்வு செய்து கொள்ளலாம்' என்றார் சிவாஜி.

அந்தச் சிறுவனால் தன்னுடைய காதுகளையே நம்ப முடிய வில்லை. தான் கேட்டது உண்மைதானா என்பதை உறுதிப்படுத்திக் கொள்வதற்குத் தன்னுடைய பயிற்சியாளரைக் கூர்ந்து நோக்கினான் அவன். ஒரு குட்டிக் குதிரையை உதைத்து, புறப்படச் செய்யும் அளவிற்கு அவனுடைய கால் தசைகள் வலுப்பட்டிருந்தன. அவனது உடம்பு சமச்சீர் நிலைக்குப் பழகியிருந்தது. குதிரைக் குட்டி யொன்றை வழிப்படுத்திச் செலுத்தவோ அல்லது வேகத்தைக் குறைத்து நிறக் செய்யவோ தேவையான ஆற்றல் அவனுடைய கைகளுக்கு இருந்தன.

அத்தியாயம் இருபத்தியெட்டு

1

அழகான சேவல் ஒன்று முகலாயர் முகாமில் உள்ள மரத் தடுப்பில் தாவிக் குதித்து, கூவத் தொடங்கியது. மேற்கு நோக்கிய நுழைவாயிலில் இருந்த பாதுகாவலர்கள் புன்னகைத்துக் கொண்டனர். அந்தச் சேவல் நுழைவாயில் அருகே நின்று கூவும் போதெல்லாம் முகலாய உயர்குடிப் பெருந்தகை யாரேனும் எதிர்பாராத விருந்தாளியாக வந்து கொண்டிருந்தார்கள்.

முகாமில் அரைகாத தூரத்துக்கு உள்ளே வந்தால் மிர்ஸாவின் இருப்பிடம். அவர் ஒருமுறை நல்லெண்ணெய் 'மஸாஜ்' செய்து கொண்டு அப்போதுதான் குளித்து முடித்து விட்டு வந்தார். ஆனால், ஏதோ ஒன்று அவரைத் தொல்லைப்படுத்திக் கொண்டிருந்தது. சிவாஜிக்கு அவருடைய எதிர்வினை எப்படி இருக்க வேண்டும் என்பதுதான் தற்போதைய அவரது ஒரே சிந்தனை. தம்முடைய அலுவலகப் பணி சந்திப்புக் கூட்டம் இவற்றுக்காக அமைக்கப்பட்டிருந்த ஷாமியானாப் பின்னால் தடுப்புகளுடன் கூடிய முற்றத்தில் பட்டு வேட்டி உடுத்திக் கொண்டு மிர்ஸா நின்றிருந்தார். இளங்காலைச் சூரியனின் இதத்தை அனுபவித்தபடி அவருடைய கடந்தகாலப் பெருமைகளில் மனம் சுற்றிச் சுழன்று கொண்டிருந்தது. அவருடைய தந்தை அம்பர் என்கிற நிலப்பகுதிக்கு அரசர். அவரது பூர்வீக வசிப்பிடம் அரசவை, விளையாட்டுக் கூடம், பூந்தோட்டங்கள், திறந்தவெளி முற்றங்கள், மாளிகைகள் கொண்ட பெரிய அரண்மனையாக இருந்தது. அதன் வனப்பும், வடிவமைப்பும் பேரரசர் ஜஹாங்கீரையே பொறாமைப்பட வைத்தது. இத்தனைக்கும் ஜஹாங்கீரின் தாய் மிர்ஸா குடும்பத்தைச் சேர்ந்தவர்தாம். அவருடைய குலப்பெருமை பற்றிய கர்வம் அவருக்கு எப்போதுமே இருக்கும். அவரது முன்னோர்கள் சூரிய வம்சத்தினர் என்று அவருக்குச் சொல்லப்பட்டிருந்தது. உலகமே போற்றிப் புகழும் ஒளியும், சக்தியும் படைத்த சூரியவம்சம்!

மிர்ஸா சூரிய நமஸ்காரம் செய்யத் தொடங்கியதும், ஏதோ ஒரு சப்தம் தொந்தரவாய்த் தெரிந்தது. உதயராஜ் முன்ஷி உற்சாகத்துடன் கத்திக் கொண்டு வந்தார்.

'அவர்... அவர் வந்திட்டிருக்கார்.'

முகலாயப் படைத் தளபதியின் உடல் சினத்தில் நேர் நிமிர்வாகி, விறைப்புற்று, சிவாஜியை எதிர்கொள்ளும் நேரம் வந்துவிட்டது.

'உண்மையிலேயே அவர்தானா?'

'அவரை முன்பே பார்த்திருப்பவர்களை நாங்கள் அழைத்திருக்கிறோம். அவர்கள் வந்து உறுதிப்படுத்துவார்கள்.'

'அவரோடு உடன் வந்திருப்பவர்கள் எத்தனை பேர்?'

'ஆறு பேர். அவர் யானைமீது தங்கமெருகிட்ட அம்பாரியில் வந்திருக்கிறார். போன வாரம் இங்கே வந்திருந்த ரகுநாத் கோர்டேயும் அவரோடு அமர்ந்திருக்கிறார். அவர்களுடன் ஆயுதம் தரித்த நான்கு குதிரை வீரர்கள் வெள்ளித்தகடு போர்த்திய கம்புகளில் வெண்ணிறக் கொடியைக் கையில் பற்றியிருக்கிறார்கள்.' உதயராஜ் ஆர்வத்துடன் தகவல் தந்தார்.

மிர்ஸாவின் மனம் செயல்படுவதற்கான வேகத்துடன் இருந்தது. 'சிவாஜி என்னுடன் இங்கே இருக்கும் போது மூன்று முறை பீரங்கி வெடிமுழக்கம் செய்யும்படி துப்பாக்கி வீரர்களிடம் கூறுங்கள்' என்று அவர் உத்தரவிட்டார். தம்முடைய திட்டம் வெற்றிகரமாக நடைபெறுவதற்கு இறைவனிடம் பிரார்த்தித்துக் கொண்டார்.

கடந்த ஒரு மாத காலமாக சிவாஜி பேச்சுவார்த்தை தொடங்கும் முயற்சியில் தூதுவர்கள் மூலம் கடிதங்கள் அனுப்பிக் கொண்டிருக்கிறார். ஒரு கடிதத்தில் தம்மைப் பேரரசரின் எளிமையான ஊழியன் என்று பணிவு நயத்துடன் அவர் தெரிவித்திருந்தார். மதிப்பிற்குரிய மிர்ஸா ராஜாவுக்கு ஆதில்ஷாஹியைக் கைப்பற்றுவதில் உதவி தேவைப்பட்டால் தம்முடைய குதிரைப் படையைத் தாராளமாக அவர் பயன்படுத்திக் கொள்ளலாம் என்றும் குறிப்பிட்டிருந்தார். கிராமங்கள் சேதப்படுத்தப்படுகிற போதெல்லாம் அவருடைய கடித எண்ணிக்கை அதிகரித்தது. ஆனால் மிர்ஸா ஒரேயொரு முறைதான் பதிலளித்திருந்தார். அதில் 'பேரரசின் படை நட்சத்திரங்கள் ஒளிரும் வானம் போன்றது' என்றும், 'சுல்தானிய வானம் இடிந்து விழும்போது ஸாஹ்யாத்ரி மலை தட்டையாகி விடும்' என்றும் அவர் கூறியிருந்தார். அத்துடன், பேரரசரைக் 'கருணைக் கடல்' என்றும் அவர் குறிப்பிட்டிருந்தார்.

சிவாஜியிடமிருந்து ரகுநாத் கொண்டு வந்திருந்த கடைசித் தகவலில் அவர் சரணடையத் தயாராயிருப்பதாகக் கண்டிருந்தது. இம்முறை மிர்ஸா தம்முடைய கண்டிப்பைத் தளர்த்திக் கொண்டார்.

தம்முடைய தாடியையும், மீசையையும் சீர்படுத்திக் கொள்வதில் அதிக நேரம் செலவிட்டார் மிர்ஸா. அருமையான மஸ்லின் துணியிலான உடையணிந்து, மாணிக்கக் கல் ஒளிவிடும் தலைப்பாகையுடன், காதில் முத்துக்கடுக்கன்களும் கழுத்தில் தங்கச் சங்கிலிகளும், கைவிரல்களில் வைர மோதிரங்களுமாய் தம்மை அலங்கரித்துக் கொண்டார் அவர்.

விருந்தினருக்கு அழைப்பாணை விடுக்குமுன், மிர்ஸா சில உத்தரவுகளைப் பிறப்பித்தார். விருந்தினரை வரவேற்க இராஜபுத்ர வீரர்கள் சிலர் சம்பிரதாய உடையில் ஷாமியானா அருகே நிற்க வேண்டும், காகிதங்கள் எதிலும் கையெழுத்திட வேண்டியிருந்தால் அவர்கள் சாட்சிகளாக உடனிருக்க வேண்டும். ஒரு முற்றிய மரத்தை ஒரே வீச்சில் சாய்க்கக் கூடிய வெட்டுக் கத்திகளுடன் ஐம்பது அடிமைகள் ஆயத்த நிலையில் இருக்க வேண்டும். நிகழ்ச்சிக்கு வருபவர் வலுத்தாக்குதலுக்கு முற்பட்டால், வருகையாளரை அவர்கள் கொன்று விடவேண்டும். வருபவர் பிரசித்தி பெற்ற கொலைகாரர். சிவாஜியும் அவருடைய காரியஸ்தரும் மட்டுமே உள்ளே அனுமதிக்கப்பட வேண்டும். அந்த அறைக்குள் அவர் நுழைவதற்கு முன் அவருடைய கைகள், பாதங்கள், அரைக்கச்சை, தோள்பட்டிகை உட்படச் சோதித்து ஆயுதங்கள் எதுவும் அவரிடம் உள்ளதா என்பதை அறிவது முக்கியம்.

மிர்ஸாவிற்கு புகை பிடிக்க வேண்டும்போல் இருந்தது. வசதியான சாய்விருக்கை ஒன்றில் போய் அமர்ந்து கொண்டார். சீக்கிரமே ஷாமியானா புகை வளையங்களால் நிரம்பிவிட்டது.

'தளபதி மிர்ஸா ராஜா ஜெய்சிங் அவர்கள் தானே?' கலப்பில்லாத உருதுவில் மொழியக் கேட்டதும், மிர்ஸா கழுத்தை வளைத்துத் திரும்பிப் பார்த்தார். ஷாமியானாவில் பிரவேசித்த நபர், வெளிர்பழுப்புநிற மஸ்லின் துணியிலான உடையணிந்திருந்தார். முத்துக்கள் அணி செய்யும் தலைப்பாகையுடன் காணப்பட்டார். மெலிதான மீசையும், ஒழுங்கு செய்யப்பட்ட தாடியுமாய் வெற்றுக் காலுடன் நின்றிருந்தார். வந்தவர் நெருங்கி வரவும் அவருடைய முகத்தை விளக்கொளியில் நன்றாகப் பார்க்க முடிந்தது. முகத்தின் அம்சங்கள் வெட்டு அலகுபோல் திட்டவட்டமாயிருந்தன. கன்ன எலும்புகள் சற்றே உயர்ந்து காணப்பட்டன. அகன்ற நெற்றியில் சுடர்போல் திலகம். இளஞ்சாயலான, கருமையல்லாத நிறம். வந்தவர் தம் வலக்கை இதயப் பகுதியில் பதிந்திருக்க, சற்றே சிரம் தாழ்த்தி

வணங்கினார். அவருடைய பார்வை மிர்ஸாவின்மீது நிலைத் திருந்தது.

'இங்கே வந்திருப்பவர் கெட்ட பெயர் எடுத்த கொரில்லா அல்லவா?' மிர்ஸா நகைச்சுவையுணர்வுடன் கேட்டார். அது கோணலான கருத்துக் குறிப்பாகவும் இருக்கலாம். சிவாஜி எதிர் வினையேதும் புரியாமல் இருந்தார்.

'ஆக நீர் ஒளிந்திருந்து தாக்குதல் நடத்துகிறவர், தோற்றால் தனி மறைவான இடத்துக்குச் சென்று விடுகிறவர். நேருக்கு நேர் நின்று துணிவோடு சண்டை செய்வதைத் தவிர்த்து விடுவீர் தானே?'

சிவாஜி ஆழ்ந்து சுவாசித்து விட்டுப் பேசினார். 'மிர்ஸா ராஜா, நீங்கள் போர்களில் ஈடுபாடு கொண்டவர், போரில் பயன்படுத்துகிற ஒவ்வொரு உத்தியும் எதிரியை அழிப்பதற்காகவே, அதை மற்றவர்களைவிட நீங்கள் நன்றாகவே அறிவீர்கள்.'

'நீர் போருக்கான நியதிகளைக் கடைப்பிடிப்பதில்லை' என்று மிர்ஸா கண்டிப்பான குரலில் சொன்னார்.

'நான் மனிதநேயக் கோட்பாடுகளைக் கடைப்பிடிக்கிறேன். ஆதரவற்ற குடிமக்களை நான் தாக்குவதில்லை. அவர்களை அடிமைகளாக்கிக் கொண்டு போவதுமில்லை.'

மிர்ஸா உரக்கச் சிரித்தார். சிறிதே திகைப்பிற்குள்ளான சிவாஜி, 'நீங்கள் எதற்காகச் சிரிக்கிறீர்கள்?' என்று கேட்டார்.

'நீரானால் வலுவான நம்பிக்கையோடு உம்மைத் தழுவுகிற வரைக் கொன்று போடுவீர். நான் உம்மிடம் இருந்து விலகியே இருப்பது என்று தீர்மானித்துவிட்டேன்.' மிர்ஸா வேண்டும் என்றே பார்ஸி கலந்த உருதுவில் பேசினார்.

'தீங்கு செய்யும் எண்ணத்தோடு என்னைத் தழுவுகிறவர்களை மட்டுமே நான் கொல்கிறேன். என்னை அடிமையாக்க எண்ணு கிறவரையும், என் மக்களின் சுதந்திரத்தைப் பறிப்பவர்களையும் நான் கொல்லும்படியாகிறது.'

'ஆக வெற்றுரைகள்மூலமே உம்மையும், உம்முடைய இலட்சி யங்களையும் நீர் காத்துக் கொள்வதாய்த் தெரிகிறது.' மிர்ஸா இடக் காகச் சொன்னார். பிறைச் சந்திரன் வடிவிலான நீண்ட இருக்கை யில் இருவருமே சவுகர்யமாக அமர்ந்திருந்தனர்.

'எங்களுடைய இலட்சியங்களை வெறுமனே காத்துக் கொள்வ தற்காக நாங்கள் போர் செய்யவில்லை. நாங்கள் போரிடுவது எங்கள் இலட்சியங்களை நடைமுறைப் படுத்துவதற்காகத்தான்' என்று சிவாஜி பதிலளித்தார்.

மிர்ஸா ஏதும் சொல்வதற்குமுன், உதயராஜ் வருத்தம் தெரிவிக்கும் பாவனையுடன் விரைந்து வந்தார். அவர் சிவாஜிக்குத் தலைவணங்கிவிட்டு, ஒரு வெள்ளிப் பேழையில் இருந்து வெற்றிலையையும், ஹுக்காவையும் கொண்டு வைத்தார். சிவாஜி இரண்டையுமே மறுத்து விடவும், ஏமாற்றமடைந்த முன்ஷி, சற்றுப் பின்னாடி அமர்ந்து கொண்டார். சில கணங்களுக்குச் சங்கடத்தைத் தோற்றுவிப்பதுபோல் ஒரு மவுனம் அங்கே நிலவியது. தம் விருந்தாளியின் செதுக்கி வைத்தது போன்ற முகத்தையே பார்த்துக் கொண்டிருந்த மிர்ஸா, இந்த மனிதர் ஒரு ஆபத்தான கொலைகாரர், முகலாய நிலப் பகுதிகளைச் சூறையாடிய கொள்ளைக்காரர், ஆதில்ஷாஹி கோட்டைகளை வன்முறையால் அபகரித்தவர், மோரே போன்றவர்களின் ஜாகீர்களைப் பறித்தவர், ஷெயிஸ்டகானை மோசமான முறையில் காயப்படுத்தியவர் என்பதையும் தமக்குள் நினைவுபடுத்திக் கொண்டார். வேறு வழியில்லாமையால் தற்போது இங்கே வந்திருக்கிறார். இவர் தந்திரக்காரர். இது போன்றவர்களை எப்படிக் கையாள்வது என்று மிர்ஸாவிற்குத் தெரியும்.

‘மிர்ஸா ராஜா, இந்த நிலப்பகுதி விவசாயிகளுடையது. ஆனால், உண்மையில் உள்ளூர் ஜாகீர்தார்களிடந்தான் அதிகாரம் உள்ளது. விவசாயிகள் அவர்களுடைய அடிமைகள் போல் நடத்தப்படுகிறார்கள். விவசாயி தன் கடைசிச் சொட்டு இரத்தத்தையும் சிந்தித்தான் மண்ணைப் பொன்னாக்குகிறான். ஜாகீர்தார்களும், அரசர்களும் அந்தச் செல்வ வளத்தைக் கொண்டுதான் தங்கள் கருவூலங்களை நிரப்பிக் கொள்கிறார்கள். தங்கள் அதிகாரத்தைப் பெருக்கிக் கொண்டு, மேலும் மேலும் அடிமைகளை உருவாக்குகிறார்கள்’ என்று சிவாஜி கூறினார்.

‘ராஜா சிவாஜி, நாம் பிறகு பேசுவோம். முதலில் உம்மை உபசரிக்க விரும்புகிறேன். வெகுதொலைவில் இருந்து இங்கே வந்து சேர்ந்திருக்கிறீர். நீர் ஏதாவது சாப்பிட வேண்டும். எங்களுடைய சமையற்காரர் நல்ல இறைச்சி கபாப், சிக்பீ, சமூஸா அத்துடன் உங்கள் வழக்கமான போளி என்று தயார் பண்ணியிருக்கிறார்’ என்றார் மிர்ஸா.

‘இது வழக்கமாக நான் சாப்பிடுகிற நேரம் அல்ல. நான் சைவம். பிற்பகலில் ஒரு வேளை மட்டுமே சாப்பிடுவது’ என்ற சிவாஜி, தொடர்ந்தார் ‘எங்கள் விவசாயிகளை அடிமைத்தனத்தில் இருந்து மீட்டெடுக்க, நாங்கள் பதினைந்து வருசமாய்ப் போராடிக் கொண்டிருக்கிறோம். வரிச் சுமையைக் குறைத்து அவர்களுக்குக் கடன்கள் அல்லது இலவசமாய் விதைகள் கொடுக்கிறோம். விவசாயத்துக்கான உரங்களையும், கால்நடைகளையும் தந்து உதவுகிறோம்’ என்றார்.

மிர்ஸா எரிச்சலுற்றவராய், 'நீர் செய்த காரியங்களை எல்லாம் இப்போது எதற்காக என்னிடம் சொல்லிக் கொண்டிருக்கிறீர்?' என்று கேட்டார்.

'எதை உருவாக்க நாங்கள் ஆண்டுக்கணக்கில் பாடுபட்டோமோ அதை முகலாயர்கள் ஒரே மாதத்தில் ஒழித்துக் கட்டி விட்டார்கள்.'

மிர்ஸாவின் கண்கள் சிவாஜியினுடைய கண்களை ஊடுருவிய போது அதுவரை தாம் அறிந்திராத, தம் கருத்தை மாற்றிக் கொள்ளச் செய்கிற ஏதோ ஒன்று வெளிப்பட்டதாய் உணர்ந்தார் அவர். அந்தப் பழுப்பு நிறக் கண்கள் அலைதலோ, இமைத்தலோ இல்லாமல், அப்படி இப்படித் திரும்பாமல் இருந்தன. அந்தப் பார்வை எதிராளி யின் ஆன்மாவைக் கூறு போட்டு விடுவதுபோல் கூர்மையாக இருந்தது. மிர்ஸாவிற்கு இலேசாக உதறல் கண்டது. தம்முடைய கண்களைச் சதுரங்கப் பலகைப் பக்கம் திருப்பிக் கொண்டு, 'ஆதில்ஷாஹிக்கு முறைப்படி சொந்தமான நிலப்பகுதியை சட்ட விரோதமாக நீர் ஆக்கிரமித்திருக்கிறீர். உம்முடைய நியாய உணர்வு, நீர் ஜாகீர்தார் மோரேயையும், அப்ஸல்கானையும் கொல்லும் போதும், சூரத்தில் வணிகர்களைத் துன்புறுத்தும் போதும் எங்கே போயிற்று? அது உம்முடைய நல்லறிவை மறைத்துவிட்டது அல்லவா.'

'அந்தச் சூழ்நிலையில் எது சட்டபூர்வமானது, எது சட்ட விரோதமானது என்பதற்கான விளக்கங்களை மாற்றிக் கொள்ள வேண்டியதுதான்' சிவாஜி முணுமுணுப்பாகச் சொன்னார்.

'என்னைச் சந்திப்பதற்கு நீர் கெஞ்சியதை மறந்து விட வேண்டாம்' மிர்ஸா அவருக்கு நினைவுபடுத்தினார். அப்போது பீரங்கியின் வெடிப்போசைகளை அவர்கள் கேட்டனர். தற்போது திலேர்கான் புரந்தரில் உள்ள மேல்நிலைக் கோட்டையைத் தீக்கிரையாக்கிக் கொண்டிருக்க வேண்டும்.

சிவாஜி வெடிப்போசை பற்றிக் கவலைப்படாமல், ஐம்பது களின் பிற்பகுதியிலும் தோற்றப் பொலிவுடன் காணப்பட்ட அந்த இராஜபுத்ரரை வியப்புடன் பார்த்துக் கொண்டிருந்தார். அவரு டைய கவர்ச்சியும், கம்பீரமும் தாம் சிறுவயதில் தம் தாயிடம் கேட்ட புராணக் கதைகளில் வரும் ராஜாக்களையே சிவாஜிக்கு நினைவு படுத்தியது. 'மிர்ஸா ராஜா, படையெடுத்து வருபவர்கள் எல்லாம் அப்பாவிகள் அல்ல. மங்கோலியர்களும், பெர்ஸியர்களும், துருக்கி யரும் தொலை தூரத்தில் இருந்து வந்தார்கள். அவர்களுடைய இரத்தத்தில் சீற்றம் இருந்தது. மண்ணின் மைந்தர்களை அவர்கள் கொன்று போட்டார்கள். முதலாவது முகலாயப் பேரரசர் பாபர் எண்ணற்றவர்களைச் சிரச்சேதம் செய்தார். உங்களுடைய புதிய

பேரரசரும் அதற்கு விதிவிலக்கல்ல. நான் கொன்றதை ஒப்புக்கொள்கிறேன். ஆனால், நீங்கள் செய்த மாதிரி உடன்பிறந்தவர்களையோ, கும்பல் கும்பலாய்க் கிராமத்து மக்களையோ நான் கொன்றதில்லை. மிர்ஸா ராஜா, ஒரேயொரு முறை உண்மையை உணர்ந்து கொள்ளப் பாருங்கள்' என்றார்.

மிர்ஸாவிற்குத் தலை சுற்றியது. 'என்னிடம் சரணடைய வந்திருக்கும் இந்த மனிதர் சொல்வதையெல்லாம், நான் எதற்காக இங்கே உட்கார்ந்து கேட்டுக் கொண்டிருக்கிறேன்.'

'ஒரேயொரு முறை' என்ற சொற்கள் அவருடைய இதயத்தின் அடியாழத்தில் மறைந்திருந்த பழைய நினைவுகள் சிலவற்றைக் கிளறிவிட்டது. தான் கொண்ட கொள்கைக்காக இன்னுயிர் ஈந்த ஹமீர்தியோவை அவர் நினைத்துக் கொண்டார். அந்த இராஜபுத்ரத் தியாகி கொலைகார அலாவுத்தீன் கில்ஜியை ஆண்டுக்கணக்கில் எதிர்த்து நின்றவர். பாலை மணல் வெளியில் வாழும் மக்கள், பல நூற்றாண்டுகளுக்குப் பிறகும் அவருடைய புகழைப் பாடிக் கொண்டிருக்கிறார்கள்.

“பெண்சிங்கம் கன்றீனும் ஒரு முறைதான்
சிறந்த மனிதனின் பேச்சும் ஒரே ஒரு முறைதான்
வாழை குலை தள்ளும் ஒரு முறைதான்
மங்கை நல்லாள் திருநீராட்டு மணநாளில் மட்டுமே
ஹமீர் அளிக்கும் வாக்குறுதி மாறவே மாறாது”

'மிர்ஸா ராஜா, நீங்கள் ஜிஹாதிகளுக்குத் தலை வணங்கினால் உயிர் தப்பும், மிகைப்படியான பலன்களும் கிடைக்கும். ஆனால், அவர்களுடைய எதிரிகளாகிவிட்டால் அது தற்கொலைக்கு ஒப்பானது தான். இல்லையா? நீங்கள் சூரிய வம்சம். உங்கள் மரபு வழி சூரியனோடு தொடர்புடையது. இந்த மண்ணின் மைந்தர் நீங்கள், ஆளப் பிறந்தவர் நீங்கள்.'

மிர்ஸாவால் தம்முடைய காதுகளையே நம்ப முடியவில்லை. தம் எதிரே அமர்ந்திருக்கும் இந்த மனிதர், உயிரையே துச்சமாய் மதித்து, எதற்கும் தயாராய் இருப்பவர்போல் காணப்படுகிறார். முகலாயப் பேரரசர்களுக்கு எதிரான இவருடைய பேச்சு யார் காதிலாவது விழுந்தால் இருவருடைய உயிருக்குமே ஆபத்தாகி விடும். இந்தக் கூடாரத்தின் தடுப்புகளுக்கும் காதுகள் இருக்கக்கூடும்.

அப்போது நிக்கோலவ் மனூக்கி உள்ளே வந்தார்.

இளம் பொன்னிறத் தலைமுடியை அதற்கு முன் கண்டிராத சிவாஜி, 'யார் இந்த மனிதர்?' என்று வியப்புடன் கேட்டார்.

‘இவர் ஒரு ராஜா. ஐரோப்பாவில் இருந்து வந்திருக்கிறார்’ என்று புளுகினார் மிர்ஸா.

‘உங்கள் நாடுகளில் போரில் ஈடுபடுவது உண்டா?’ சிவாஜி அறிந்துகொள்ள விரும்பினார். அவரையே உற்று நோக்கியிருந்த நிக்கோலவ், வருத்தம் கலந்த புன்னகையுடன், ‘எங்கெல்லாம் மனிதர்கள் இருக்கிறார்களோ அங்கெல்லாம் போரும் இருக்கும்’ என்றார். நிக்கோலவ்வின் உருது உச்சரிப்பு விசித்திரமாக இருந்தது. ‘போரால் பெரும் துன்பங்களை அனுபவித்திருக்கிறோம். நகரங்களை முற்றுகையிட்டுக் கொள்ளையடிப்பார்கள். ஆயிரக்கணக்கில் குடிமக்களைக் கொன்று விடுவார்கள். பயிர்கள் நாசமாகும். பணமும் கால்நடைகளும் பறிபோகும். பிளேக், டைபஸ், டயரியா போன்ற நோய்களும் பசி பட்டினி காரணமாய் வந்துவிடும். நூற்றுக் கணக்கிலும், ஆயிரக்கணக்கிலும் மக்கள் மடிய நேரிடும்.’ ஏதோ ஒரு உந்துதலில், தான் முன்பின் அறியாத நபரிடம் அவர் சொல்லிக் கொண்டிருந்தார்.

‘இத்தகைய போர்களுக்கு என்ன காரணம்?’ சிவாஜி கேட்டார்.

‘பல காரணங்கள். ஆனால், இப்போது அயல் வணிகத்தில் ஏற்பட்டிருக்கும் போட்டிதான் முக்கிய காரணம். அயல் வணிகம் என்றாலே பணம். பணத்தால் வருகிற அதிகாரம். ஐரோப்பாவில் அரசியல் மாறிக் கொண்டிருக்கிறது. மதம் சார்ந்த மோதல்கள் குறைந்து, கடற்படை சார்ந்த வல்லமை அதிகரித்திருக்கிறது. உலகின் தொலைதூரப் பகுதிகளைத் தங்கள் ஆளுகைக்குக் கொண்டுவர அதுதானே முக்கியம்.’

‘அந்தந்த நாட்டு மக்களும் ஏன் தங்கள் நாட்டின் கடல் வணிகத்தை மேற்கொள்ளக் கூடாது?’ சிவாஜி கேட்டார்.

‘அதுபற்றிச் சிந்திக்கும் திராணிகூட இவர்களுக்கு இருக்கும் என்று நான் நினைக்கவில்லை’ ஏளனமாய்ச் சொன்னார் மனூக்கி.

சிவாஜி மர்மப் புன்னகையுடன் தம்முடைய கேள்விகளைத் தொடர்ந்தார். ‘நீங்கள் எப்போதாவது நிலப் பகுதியில் போரிட்டது உண்டா அல்லது கடலில் மட்டும் தானா?’

நிக்கோலவ் சிரிக்கத் தொடங்கினார், சட்டென்று நிறுத்தி விட்டுச் சொன்னார், ‘போரிடுவது வெற்றிக்காகவோ அல்லது தற்காப்புக்காகவோதான். அது கடைசியில் நாடு அல்லது வர்த்தகச் சந்தையைக் கைப்பற்றுவதாக இருக்கும். கடல்களை வெற்றி கொள்ளவோ, ஆதிக்கம் செய்யவோ முடியாது.’

சிவாஜி தொடர்ந்தார், ‘நீங்கள் எதற்காகக் கடல் கடந்து எங்கள் நாட்டுக்கு வந்திருப்பது?’

நிக்கோலவிற்கு இப்போது புரிந்தது, தம்முடன் பேசிக் கொண்டிருப்பது சாதாரண மனிதரல்ல என்று.

'வணிகத்திற்காக சொந்தக் கப்பல்களை உடைய போர்ச்சுகீஸியரும், டச்சுக்காரர்களும், ஆங்கிலேயரும் இங்கே வந்து நிறுவனங்கள் நடத்துகிறார்கள். இவர்களிடம் போர்க் கப்பல்களும் உண்டு. இங்குள்ள ராஜாக்களுக்கு வரிகள் மூலம் நிறையப் பணம் கிடைக்கிறது. இந்த மூன்று கம்பெனிக்காரர்களும் இங்கே பணத்தைக் கொண்டு வந்து கொட்டுகிறார்கள். பிரதியாக இங்குள்ள ராஜாக்கள் அவர்களுக்கு நிலங்களையும், விருதுகளையும், பல சலுகைகளையும் வழங்குகிறார்கள். நான் இங்கே வந்திருப்பது பணம் சம்பாதிக்கத் தான்' என்று பதிலளித்தார்.

'ஐரோப்பியர் தங்களுடைய திட்டங்களிலும், சிந்தனைகளிலும், உத்திகளிலும் எங்களைவிட வெகுவாய் முன்னேறி விட்டதாய்த் தெரிகிறது' என்றார் சிவாஜி.

'நீங்கள் சுதேசிகளிலேயே அதிகம் புரிந்து கொண்டிருக்கிற ஆளாய்த் தெரிகிறது' தாம் முன்யோசனையின்றி பேசுவதாய்க் கருதிய நிக்கோலவ், சட்டென்று நாவைக் கடித்துக் கொண்டார்.

அப்போது யாரோ வந்து மிர்ஸாவின் காதுகளில் எதையோ முணுமுணுப்பாகச் சொன்னார். மிர்ஸா எழுந்துகொண்டு, 'தயவு செய்து வெளியில் வாரும். நான் உமக்கு ஒன்றைக் காண்பிக்க விரும்புகிறேன்' என்றார்.

வெளியில் வந்ததும் தென்மேற்கு திக்கில் சுட்டிக் காட்டினார். சமதள நிலத்துக்கு மேல், தெளிவாகக் காணக் கூடிய உயரத்தில் இருந்தபடியால், புரந்தரில் உள்ள மேல்நிலைக் கோட்டைத் தீயில் எரிவதைக் காண முடிந்தது. மராத்தியர்களின் பெருமிதத்தைத் தீயின் நாக்குகள் விழுங்கிக் கொண்டிருந்தன.

'புரந்தரின் மேல்நிலைக்கோட்டை வீழ்ந்து விட்டது. அங்கிருந்த குடும்பங்களைப் பிழைத்துப் போக விடும்படி நான் திலேர்கானிடம் வேண்டிக் கொண்டேன்.' அக்கறையற்ற குரலில் சொன்னார் மிர்ஸா. அவருடைய கண்களில் எவ்வித உணர்ச்சியும் வெளிப்பட்டிருக்கவில்லை. உரிய நேரத்தில் மிகக் கச்சிதமாய் நடந்திருக்கிறது. சிவாஜியின் வரவை எதிர்பார்த்திருந்த மிர்ஸா அதுபற்றி திலேர்கானுக்கு தகவல் அனுப்பியிருந்தார். இன்று, சிவாஜி வந்திருக்கும் நிலையில், மேல்நிலைக்கோட்டை தாக்கப்பட வேண்டும் என்பதற்காகவே, மிர்ஸா பீரங்கி வெடிப்போசையை நிகழ்த்தியிருப்பது.

அங்கே எழுந்த தீ சிவாஜியின் கண்களில் தன் இருப்பைத் தொடர்ந்திருக்கும். அவர் அமைதியாக இருந்தார்.

காயமுற்ற ஒரு மிருகத்தைப்போல் இரவுப்பொழுது விரைந்து வந்தது. விட்டுவிட்டு மழை பெய்தது. மிர்ஸா விழித்தேயிருந்தார். சிவாஜி தமக்கு ஒதுக்கப்பட்டிருந்த கூடாரத்தில் விளக்கை அணைத்துவிட்டு உறங்கினார். அவருடன் வந்தவர்கள் வேறு கூடாரங்களில் தங்கிக் கொண்டிருக்க வேண்டும். அது ஓர் விசித்திர மான இரவு. பேரரசரால் மிகவும் தேடப்பட்ட நபர் மிர்ஸாவின் பிரதான முகாமில் வந்து சிக்கியிருக்கிறார். எளிதில் ஊறுபடத்தக்க விதத்தில், நிராயுதபாணியாய், தனியே இருக்கிறார். மிர்ஸா போர் நடவடிக்கை தொடங்கி மூன்று மாத காலத்திற்குள்ளாகவே சிவாஜியை மண்டியிடச் செய்துவிட்டார். இது மிர்ஸா வெற்றிப் பரவசத்தில் திளைப்பதற்கான தருணம். ஆனால், சிவாஜியின் சொற்கள் பழைய வருத்தங்களை அவருடைய மனதில் விழித்தெழச் செய்து விட்டது. ஒட்டுமொத்த இந்துஸ்தானத்தையும் தம் ஆளுகை யின் கீழ் கொண்டுவர முகலாயப் பேரரசர் விரும்புகிறார் என்பதற் காக ஆயிரக்கணக்கானவர்களை நான் எதற்காகக் கொன்று தீர்க்க வேண்டும்?

மிர்ஸாவிற்கு தேர்வுரிமையாய் எதுவும் இருக்கவில்லை. ஔரங்கசீப் சமீபத்திய கடிதத்தின் மூலம் பிறப்பித்திருக்கும் ஆணையை அவர் எண்ணிப் பார்த்தார். அகமத் நகர் நவாப்பிற்கு சொந்தமாக இருந்தது. சிவாஜி கைப்பற்றிய முப்பத்தியைந்து கோட்டைகளையும் பேரரசர் தமதாக்கிக் கொள்ள விரும்புகிறார்.

அடுத்த நாள் மிர்ஸா சிவாஜியையும், ரகுநாத்தையும் சந்தித்த பொழுது விவாதிக்க வேண்டிய முக்கிய அலுவல்களைக் கருத்தில் கொண்டார். பேச்சுவார்த்தையில் அவருக்கு உதவுவதற்கு அவரு டைய மகன் கிராத்சிங்கும் எழுத்தரும் காரியதரிசியுமான உதயராஜ் முன்றியும் உடன் இருந்தனர். தம்முடைய நிலப் பகுதி பாழ்படுத்தப் படுவதை நிறுத்த வேண்டும் என்று சிவாஜி விரும்பினால், புரந்தர் மேல்நிலைக் கோட்டையில் சிக்கியிருப்பவர்களின் உயிர்களைக் காப்பாற்றும் எண்ணம் அவருக்கிருந்தால், அதற்குரிய விலையை அவர் தந்தாக வேண்டும். முப்பத்தியைந்து கோட்டைகளையும், வருவாய் ஆதாரங்களான அவற்றின் அடிவார நிலங்களையும் தம் மிடம் ஒப்படைத்தாக வேண்டும் என்ற ஔரங்கசீப்பின் கோரிக் கையை மிர்ஸா முன்வைத்தார்.

சிவாஜி, இனி வரவிருப்பவை பற்றிச் சிறிய அறிகுறி தென் பட்டதும், அது தொடர்பாய்ச் சிந்திக்கலானார். இரவு முழுதும் அதே சிந்தனைதான். கடந்த ஐந்து ஆண்டுகளாகவே அவருடைய நிலத்தின் பெரும் பகுதி முகலாயரின் சுவாதீனத்தில் இருந்திருக்கிறது. அவருடைய மக்கள் மிகவும் வெறுக்கத்தக்க துன்பங்களை

அனுபவிக்க நேர்ந்திருக்கிறது. மிர்ஸா தம்முடைய ஆட்சி அதிகார எல்லையை விழுங்கப் பார்க்கிறார் என்பது அவருக்குப் புரியவே செய்தது. இந்த மனிதர் மான்ஸப்களையும், பணத்தையும் கொடுப்பதாய் ஆசை காட்டியே மராத்திய குதிரை வீரர்களையும், காலாட் படையையும் தம் பக்கம் இழுத்து விடுவார் என்று தோன்றியது.

சில நிமிடங்கள் மவுனத்தில் கரைந்தன. சிவாஜி ஆழ்ந்த சிந்தனையில் இருக்கவும், தம்முடைய முடிவுக்கு இவரைக் கொண்டு வருவது கடினம் என்று மிர்ஸா புரிந்து கொண்டார். 'நாங்கள் கேட்கிற இந்த நிலங்கள் தெளிவாகப் பொருள் கொள்ள முடியாத நிலையில் இருக்கின்றன. பேரரசு 1636ஆம் ஆண்டில் ஆதில்ஷாஹி யின் அப்போதைய அரசருடன் செய்து கொண்ட உடன்படிக்கைப் படி நிஜாம்ஷாஹியால் வெற்றி கொள்ளப்பட்ட நிலப்பகுதிகள் ஆதில்ஷாஹியின் ஒரு பகுதியாகி விட்டது. ஆனால், சமீபத்திய ஒப்பந்தப்படி ஆதில்ஷாஹி ஆட்சியாளர்கள் அந்தப் பகுதிகளை பேரரசிடம் கொடுப்பதற்கு ஒப்புக் கொண்டாயிற்று.'

'எனக்கு அதுபற்றியெல்லாம் தெரியாது' என்றார் சிவாஜி.

'இப்போது தெரிந்து கொள்ளும், அடுத்தவருக்குச் சொந்தமான நிலத்தின்மீது நீர் சட்டவிரோதமாய் உட்கார்ந்திருக்கிறீர்.'

'ஆதில்ஷாஹி ஆட்சியாளர்கள் தங்களுக்குச் சேர வேண்டியது என்று வாதிட்டுக் கொண்டிருக்கிறார்கள்.'

'சீக்கிரமே ஆதில்ஷாஹி பேரரசின் ஒரு பகுதியாகப் போகிறது' மிர்ஸா நறுக்கு தெறித்தாற்போல் கூறினார்.

'நான், பொதுநிலையில் பேரரசின் ஊழியனாவது என்று தீர்மானித்திருக்கிறேன்' சிவாஜி பேசிக் கொண்டிருக்கும் விசயத்தைத் திசை திருப்பப் பார்த்தார். 'ஆனால், நான் இருபத்திமூன்று கோட் டைகளை விட்டுக் கொடுக்கத் தயார். பன்னிரண்டு கோட்டைகள் என்னிடமே இருக்கும்.'

'நீர் பேச்சுவார்த்தை நடத்துகிற நிலையில் இருக்கவில்லை' என்றார் மிர்ஸா. 'நான் அந்த நிலையில்தான் இருக்கிறேன்' என்றார் சிவாஜி.

'நான் பேச்சுவார்த்தையையே ரத்து செய்கிறேன்' என்றார் மிர்ஸா.

அப்போது ரகுநாத் குறுக்கிட்டார். 'எங்களுடைய கோரிக்கை களை நாங்கள் முன்வைப்பதற்கு நீங்கள் இடமளிக்காதபோது, அதில் எப்படி உடன்பாடு காணமுடியும்? நீங்கள் அதைத் தாராளமாய் ரத்து செய்து கொள்ளுங்கள்.'

மிர்ஸா தம்மைக் கட்டுப்படுத்திக் கொண்டார். அவர் படிப் படியாக சிவாஜியைப் பணிந்து நடக்கும் நிலைக்குக் கொண்டு வந்திருக்கிறார். ஷெயிஸ்டகான் மூன்று ஆண்டுகள் முயன்றும் செய்ய முடியாத காரியத்தை இவர் மூன்றே மாதங்களில் செய்து முடித்திருக்கிறார். தாம் இப்போது பேச்சுவார்த்தையை உறுதி செய்யாவிட்டால் சிவாஜி, ஆதில்ஷாஹி, குத்புஷாஹியுடன் முக்கூட்டு ஒப்பந்தம் போடக் கூடிய அபாயம் இருக்கிறது. அவர் கிராத், உதயராஜ் பக்கம் திரும்பிப் பார்த்தார். அவர்கள் ராஜஸ் தானியில் குரலைத் தாழ்த்தி பேசிக் கொண்டிருந்தனர்.

அடுத்த பல மணி நேரங்களுக்கு, அவர்கள் உடன்பாட்டை எட்டும் வகையில் விவாதிக்கலாயினர். எந்தெந்த கோட்டைகளை சிவாஜி வைத்துக் கொள்வது, எவற்றை முகலாயப் பேரரசிடம் ஒப்படைப்பது என்பது பற்றி பேச்சு நடந்தது. மராத்தியர்கள் நட்பிணக்கத்துடன் கலந்து பேசினர். இருபத்திமூன்று மலைக் கோட்டைகளும், இருபது லட்சம் ரூபாய் வருவாய் ஆதாரத்தைக் கொண்ட அடிவார நிலப் பகுதிகளும் பேரரசுடன் இணைத்துக் கொள்ளப்பட வேண்டியவை. மராத்தியர்களுக்கு ஐந்து லட்சம் ரூபாய் வருமானம் தருகிற நிலப் பகுதி சுவாதீனத்தில் இருக்கும்.

மாலையில் உணவுக்காக அவர்கள் கலைந்து சென்றனர். உணவிற்குப் பிறகு திரும்பவும் தொடங்கிய சந்திப்பில் ஐயாயிரம் குதிரைகள் வைத்துக் கொள்ளும் மான்ஸப்தார் பதவி சிவாஜிக்கு வழங்கப்படும் என்று தெரிவித்தார் மிர்ஸா.

'ராஜா சிவாஜி இதயபூர்வமாகவும் ஆத்மார்த்தமாகவும் பேரரசுக்கு ஊழியம் செய்யத் தயாராக இருக்கிறார். ஆனால் அது எத்தனை உயர்ந்த பதவியாக இருந்தாலும் மான்ஸப்பை ஏற்றுக் கொள்ள மாட்டார்' அறிவுறுத்தும் முனைப்புடன் சொன்னார் ரகுநாத். அதில் அதிகாரத் தொனி இருந்தது.

மிர்ஸா உரக்கச் சிரித்தார். முகலாய அரசுப் பணியில் ஐயாயிரம் குதிரைகள் வைத்துக் கொள்ளும் மான்ஸப்பைப் பெறுவதற்கு ஆட்கள் பெருவிருப்பம் கொண்டு அலைகிறார்கள். மிர்ஸா ரகுநாத்தை வியப்புடன் உற்று நோக்கினார். சிவாஜியின் காரியஸ்தர் முன்பே தலைப்பாகையைக் கழற்றாமல் அவமதிப்பு செய்கிறார். இப்போதானால் அதிகார முறையில் நிபந்தனை விதிக்கிறார்.

'நீங்கள் பேரரசுக்குப் பணி புரிவதென்றால் ஒரு அதிகாரப் பூர்வமான பதவியில் இருக்க வேண்டும்' எரிச்சலுடன் சொன்னார் மிர்ஸா.

'நான் கல்யாண் நகரைக் கைப்பற்றியவன். கர்த்தலாப்கானின் பொருள்களைச் சூறையாடியவன், பேரரசர் ஔரங்கசீப்பின் தாய்மாமனான ஷெயிஸ்டகானின் கைவிரல்களைச் சிதைத்தவன், மதிப்புமிக்க சூரத் நகரம் உட்பட முகலாயர்களின் அங்காடிகளில் கொள்ளையடித்தவன், பேரரசின் பார்வையில், அவருடைய ஷரீஅத் சட்டப்படி நான் குற்றச் செயல்கள் புரிந்தவன், தார்மீக நெறிப்படி நான் தங்களுடைய கனிவார்ந்த உதவியை ஏற்க இயலாது' என்று சிவாஜி மரியாதையுடன் கூறினார். அவருடைய கண்கள் கீழ்நோக்கி யிருந்தன. 'தங்களுக்கு மறுப்பு இல்லை என்றால், எனக்குக் கொடுப்ப தாகக் கூறும் மான்ஸப்பை என் மகன் சாம்பாஜி போஸ்லேக்கு தாங்கள் வழங்கலாம்.'

மிர்ஸா அவருடைய அறிவுத்திறனைப் புரிந்து கொண்டார். 'மகனுக்கு என்ன வயது?' என்று கேட்டார்.

'ஏழு.'

மிர்ஸா சொன்னார், 'தேவைப்படுகிறபொழுது அவர் அரசவைக்கு வர வேண்டும். அவர் மிகவும் இளையவர் என்பதால், அவருக்குரிய படை சார்ந்த பணிகளை, அவருக்குப் பதிலாக நீரே ஏற்றுச் செய்ய லாம்.'

'மிர்ஸா ராஜா தயவுசெய்து புரிந்து கொள்ளுங்கள், அரச வைக்கு வரும்படி என்னையோ, என் மகனையோ கட்டாயப்படுத்த வேண்டாம்.'

'அது அரசின் பணி முறை சார்ந்த நடையொழுங்காகும்' என்று மிர்ஸா வலியுறுத்தினார்.

'அதில் நீங்கள் சிறிய அளவில் திருத்தம் செய்ய வேண்டும்' என்றார் ரகுநாத். மிர்ஸாவிற்கு நாடித் துடிப்பு எகிறியது. 'அரசின் பணி முறை சார்ந்த விதிகள் மிகக் கடுமையானவை. கண்டிப்பாகப் பின்பற்ற வேண்டியவை. அதை ஒருவருடைய விருப்பத்துக்காக மாற்றிக் கொண்டிருக்க முடியாது' என்றார் மிர்ஸா.

'தக்காணத்தில் மற்ற அரசுகளுடன் போரிடும்போது நாங்கள் உங்களுக்குத் துணை நிற்போம்' என்றார் ரகுநாத்.

நள்ளிரவு வரை பேச்சுவார்த்தை, விவாதம், பேரம் எல்லாம் நடந்தது. கடைசியில் எல்லாவற்றையும் காகிதத்தில் எழுதி, ஒப்பந்தம் முத்திரையிட வேண்டியிருந்தது. அப்போது தான் ஒப்பந்தம் அதிகாரப்பூர்வமானதாக இருக்கும். உதயராஜ் ஒரு காகிதத்தில் பார்ஸியிலும், மற்றொரு காகிதத்தில் தேவநாகரியிலும் எழுதி ஒப்பந்தத்தைத் தயாரித்தார். முதலில் ரகுநாத்தும், அடுத்து சிவாஜி யும் அவற்றைக் கவனமாகப் படித்துப் பார்த்தனர். கோண்டனா,

புரந்தர், லோஹகாட், கொங்கணத்தில் உள்ள மற்ற கோட்டைகள் உட்பட இருபத்தி மூன்று கோட்டைகள். இதயம் கனத்தது. மிர்ஸா தமது விரோதிகளின் முகக் குறிப்புகளைக் கூர்ந்து கவனித்திருந்தார்.

சந்திப்புக் கூட்டத்தை முடிப்பதற்கு முன் மிர்ஸாவிற்கு கோரிக்கை ஒன்றை முன்வைத்தார். 'நாங்கள் பணி முறை சார்ந்த விதிகளில் திருத்தம் செய்து விடுகிறோம். உம்மையோ உமது மகனையோ அரசவைக்கு வரும்படி கட்டாயப்படுத்த மாட்டோம். நீரும் உம்முடைய வார்த்தையைக் காப்பாற்ற வேண்டும். ஆதில் ஷாஹியைப் பேரரசோடு இணைப்பதில் எங்களுக்கு உம்முடைய குதிரைப் படையில் பத்தாயிரம் பேரை அனுப்பி உதவ வேண்டும்.'

'மான்ஸப்தாரி விதிமுறைப்படி ஐயாயிரம் குதிரைப் படையினர்' என்றார் சிவாஜி.

மிர்ஸா சிரித்தபடி கூறினார், 'அதை இரட்டிப்பாக்கிக் கொள்ளும். மான்ஸப்தாரி என்பது அரசவையில் ஒரு கவுரவிப்பு, அவ்வளவு தான்' என்று.

சிவாஜி குறுக்கிட்டார். 'பேரரசருக்குத் தேவைப்படும் படையை அனுப்பி வைக்கிறேன். நான் முகலாய மான்ஸப்தார் அல்ல, அதனால் நான் சுதந்திரமானவன். முகலாய நலன்களுக்குக் குந்தக மில்லாமல் ஒரு அரசனாக இயங்குவதற்கு என்னை அனுமதிக்க வேண்டும். ஆதில்ஷாஹியின் கடலோரப் பகுதிகளை என்னிடம் உள்ள படைகளைக் கொண்டு நான் கையகப்படுத்திக் கொள்ள விரும்புகிறேன். இலட்சக்கணக்கில் வருவாய் கிடைக்கும். நான் பேரரசர் ஔரங்கசீப்பிற்கு வரிகளைச் செலுத்தி விடுகிறேன்.'

தாம் வழங்கவிருந்த மான்ஸப்பை சிவாஜி ஏன் ஏற்க மறுத்தார் என்பதை மிர்ஸா இப்போது புரிந்து கொண்டார். மிர்ஸா களைத்துப் போயிருந்தார். 'நாம் அதைக் காகிதத்தில் பதிவு செய்து கொள்வோம். ஆனால், ஆதில்ஷாஹி போருக்குப் பின்பே அது அங்கீகரிக்கப்படும்' என்றார்.

தாம் பேசிக் கொண்டிருப்பது அறிவாற்றலும், சிந்தனைத் திறனும் மிக்க ஒரு மனிதரிடம் என்பதைச் சிவாஜி புரிந்து கொண்டார். போரில் அவர்கள் வெற்றி பெற்று விட்டால் ஆதில்ஷாஹி நிலப்பரப்பு முழுதுமே பேரரசின் ஒரு பகுதியாகி விடும்.

'நாங்கள் அபிசீனியர்களின் பிடியில் உள்ள ஜன்ஜீரா கடற் கோட்டையைக் கைப்பற்றுவதற்கு நீங்கள் உதவுவதாக இருந்தால், அதை ஏற்றுக் கொள்கிறோம்.'

மிர்ஸாவிற்குத் தம்முடைய எல்லைகள் தெரியும். 'அதைப் பேரரசர்தான் தீர்மானிக்க வேண்டும். அத்துடன், ஒப்பந்தப்படி

இருபத்தியைந்து கோட்டைகளை ஒப்படைக்கிறபோது, எங்களுடைய புதிய மான்ஸப்தாராகிய உமது மகனைப் பிணையாக எங்களிடம் விட்டு வைக்க வேண்டும்.'

சிவாஜி சிறிது நேரம் யோசித்துவிட்டு, அதற்குத் தலையசைத்தார். ஆனால் அதுபற்றி மேலும் பேசப்படவில்லை.

அன்றிரவு மிர்ஸா பேரரசருக்கு ஒரு கடிதம் எழுதி, அனுப்பி வைத்தார்.

'ஆலம்கீர், அல்லாவின் உதவியுடன் சிவாஜியை நம் வழிக்குக் கொண்டு வருவதில் நாம் வெற்றி பெற்று விட்டோம். அவரிடம் இருந்து இருபத்தி மூன்று கோட்டைகளை நாம் கையகப்படுத்திக் கொள்வதன்மூலம் அவரைப் பலவீனப்படுத்தியாயிற்று. அவர் நமக்குக் கீழ்ப்படிவதில் இருந்து மயிரிழையளவு விலகினாலும் அவரை அழித்து விடலாம். நாம் சிவாஜியின் உதவியோடு பீஜப்பூரை நம்முடையதாக்கிக் கொள்ளப் போகிறோம். சிவாஜியின் மகன் சாம்பாஜி போஸ்லேயை இனி பேரரசின் மான்ஸப்தாராகத் தாங்கள் அங்கீகரிக்க வேண்டும். மேன்மை பொருந்திய தாங்கள் ஆதில்ஷாஹி தொடர்பாய் தங்களுடைய விருப்பங்களை இந்த மூத்த அடிமைக்குத் தெரிவிக்க வேண்டும்.'

2

முகலாயர் பிரதான முகாமில் சிவாஜியின் மூன்றாவது நாள் அது. இரண்டு நாளாய் விட்டுவிட்டு மழைத் தூறல் இருந்தது. சற்றுமுன் நின்றுவிட்டபடியால் இதமான சூழல். மிர்ஸாவுக்கு சிவாஜியுடன் சதுரங்கம் ஆடிப் பார்க்கிற விருப்பம். தம் நண்பர்களையும், விரோதிகளையும் அளவிட்டறிவதற்கு அதை ஒரு வழிமுறையாகவே கொண்டிருந்தார் அவர். ஒருவர் தாக்குமுனைப்புடையவராக இருந்தாலும், தற்காத்துக் கொள்பவராக இருந்தாலும், உண்மையானவர் என்றாலும் மோசடிப் பேர்வழி என்றாலும் அவரிடம் செயல் திறத்திட்ட வல்லுநருக்கோ அல்லது தந்திர சாமிக்கோ உள்ள அறிவு இருக்கும்.

மிர்ஸா தமக்குள் புன்னகைத்தபடி தம்முடைய கூடாரத்தில் நுழைந்தார். அங்கே சிவாஜி அவருக்காகக் காத்திருந்தார். ஷாமியானாவின் நான்கு மூலைகளிலும் இருந்து பேரொளி வீசும்படி விளக்குகள் அமைக்கப்பட்டிருந்தன. சாம்பிராணியின் நறுமணம் பரவியிருந்தது. சிவாஜி மயக்காற்றல் கொண்டவர், ஆபத்தானவர்.

ஆனால் பொறியில் சிக்கியிருக்கிறார். இவர் கடும் துன்பத்துக் குள்ளான பாம்பின் நிலையில் இருப்பவர். எந்த நேரத்திலும் இந்தப் பாம்பு தன்னைத் துன்புறுத்துகிறவர்மீது அவரைத் தீண்டி விஷத்தைக் கக்கிவிடக் கூடும் என்பதை மிர்ஸா கண்டுகொண்டிருந்தார். எனினும் அவரைப் பற்றிய ஏதோ ஒன்று மிர்ஸாவைத் தொல்லை படுத்திக் கொண்டிருந்தது. ஒரு ஆட்டம் சதுரங்கம் ஆடும்போது அது வெளிப்படக் கூடும். அவருடைய குணாதிசயத்தை அதன் மூலம் தெளிவுபடுத்திக் கொள்ளலாம்.

'வசதிகள் எல்லாம் எப்படி? நீரும், உமது ஆட்களும் நல்ல முறையில் கவனித்துக் கொள்ளப்பட்டீர்களா?' இப்படிக் கேட்பதன் மூலம் தாம் ஒரு நல்ல விருந்தோம்புநர் என்பதைக் காட்டிக் கொள்ள விரும்பினார் மிர்ஸா.

'எனது ஆட்களுக்குத் தங்குமிடம் திருப்தியாக இருந்தது. அவர்கள் இதுவரை அனுபவித்திராத அளவிற்கு ஓய்வமைதிக்கான வசதிகள் நிறைந்தது என்பது உறுதி' சிவாஜி பதிலளித்தார்.

மிர்ஸா தம்முடைய திவானில் (முதுகில்லாத நீண்ட இருக்கை) அமர்ந்து கொண்டு, சிவாஜியையும் அமரச் சொன்னார்.

'ராஜா சிவாஜி நீர் சதுரங்கம் ஆடுவது உண்டா?' அவர் திடு திப்பென்று கேட்டார்.

சிவாஜி தலையசைத்தபடி சொன்னார், 'நான் விளையாடுவேன். ஆனால், உங்கள் அளவிற்கு ஆட மாட்டேன் என்பது நிச்சயம். தங்களுடைய சிறப்பறிவுத் திறன் பற்றிக் கதைகதையாய்க் கேள்விப் பட்டிருக்கிறேன்.'

மிர்ஸாவிற்கு அதைக் கேட்க மன நிறைவாக இருந்தது.

மிர்ஸா சைகை செய்யவும், சதுரங்கப் பலகை ஒன்றைக் கொண்டுவந்து, அவர்கள் இருவருக்கும் இடையே வைத்தார்கள். காய்களின் நிறத்தைத் தேர்வு செய்து கொள்ளும் உரிமையை சிவாஜிக்குத் தந்தார் மிர்ஸா. சிவாஜி கருப்பு நிறத்தைத் தேர்வு செய்து கொண்டது அவருக்கு வியப்பை அளித்தது. ஆனால், எதுவும் கூறவில்லை. ஆட்டம் கருத்தூன்றிய விதத்தில் தொடங்கியது.

மிர்ஸா நம்பிக்கையோடும், துரிதமாகவும் காய்களை நகர்த்தினார். அவர் தாக்குதல்களை நிதானமாக அதே சமயத்தில் உறுதியாக இருக்கும்படி அமைத்துக் கொண்டார். சிவாஜி நெருங்கி வரும் புயலைக் கவனியாதவர்போல ஒருவித மறதி நிலையில் இருந்தார். அவர் தற்காப்பு ஆட்டம் ஆடிய போதும், தாக்குதலுக்கு அசைந்து கொடுக்காதவராக இருந்தார். ஆனால், மிர்ஸா சீக்கிரமே சிவாஜி யின் சூழ்ச்சித் திறனை மதிப்பீடு செய்துவிட முடியும் என்று நினைத்தார்.

சிவாஜி நன்கு யோசித்துக் கொண்டு காய்களை நகர்த்தினார். தன்னுடைய காய்கள் வெட்டுப்படுகிற ஒவ்வோர் முறையும் அவர் பதிலடி கொடுத்துக் கொண்டிருந்தார். ஒரு பன்னிரண்டு நகர்த்தல்களில் ஆட்டம் முடிந்தது.

சிவாஜி சதுரங்கப் பலகையைக் கூர்ந்து கவனித்தபடி இருந்துவிட்டு, தலையை அசைத்தார், மிர்ஸாவைப் பாராட்டினார்.

'நீர் ஏன் இழக்க நேர்ந்தது என்பதை அறிவீரா?' மிர்ஸா கேட்டார். 'தங்களைப் போல் ஆட்டத் திறமை உள்ளவருக்கு நான் எப்படிச் சமானமாக முடியும். காய்களை நகர்த்த முடியாத நிலைக்குப் புதிய யோசனைகள் இல்லாததுதான் காரணம். மையம் என்னிடம் இருந்தாலும் அதைக் கட்டுப்படுத்தும் அதிகாரத்தை நீங்கள் வைத்திருந்தீர்கள். என்னுடையநிலை தாக்க முடியாததாக இருந்தாலும், அதில் கண்ணுக்குத் தெரியாத பலவீனங்களும் இருக்கவே செய்தது' என்றார் சிவாஜி. 'இந்த ஆட்டத்தின் அடிப்படையே நேர்மையற்ற தன்மைதான். ஆட்டக்காரர் மாறுபட்ட கோணத்தில் யோசிப்பவராக இருக்க வேண்டும்' என்றார் சிவாஜி.

மிர்ஸாவின் மகிழ்ச்சி தொலைந்துவிட்டது. அவர் திடீரென்று எச்சரிக்கையானார்.

'உம்மை வெற்றிகரமான ஆட்டக்காரர் என்று எண்ணிக் கொள்கிறீரா? வரலாற்றின் போக்கை உம்மால் மாற்ற முடியுமா?'

சிவாஜி கவலையற்றவராய்ப் பதிலளித்தார், 'எதுவும் சாத்தியந்தான்' என்று.

மிர்ஸா பெரிதும் கோபம் கொண்டார். 'பேரரசின் படை பலத்தையும், பண பலத்தையும் நீர் அறிவீரா? இராஜ துரோகத்தைப் பற்றி நினைக்கவும் செய்யாதீர். நீரும், உமது மகனும் செத்துப் போக நேரிடும். உமது மனைவியர் அடிமையாக்கி விற்கப்பட்டு விடுவார்கள். உம்முடைய குடிமக்கள் கொத்து கொத்தாய் மடிவார்கள். இந்த வருகைக்குப் பிறகு நீர் பழைய மாதிரி இருக்கப் போவதில்லை. இது உமக்கே தெரியும்.' அவருடைய சொற்களில் அச்சுறுத்தல் இருந்தது. அதன் நோக்கம் சிவாஜியைச் செயலற்றவராக்குவதுதான்.

சிவாஜி எவ்வித எதிர்வினையும் புரியவில்லை. மிர்ஸா சீக்கிரமே தணிவு நிலைக்கு வந்தார். தம்முடைய வழக்கமான பசப்புப் பண்பினிமைக்கு மாறினார்.

'எங்களுடைய இராணுவ இயந்திரத்தால், நீர் செய்யக்கூடியதையெல்லாம் செய்ய முடியும். ஆனால், நாங்கள் செய்வதை எல்லாம் உம்மால் செய்ய முடியாது. உம்முடைய யுத்தக் கோட்பாடு நீர் நினைப்பதுபோல் அத்தனை செயல் வேகம் உடையதல்ல.

போர் நடக்கும் இடத்தில் உள்ள எதிரிப் படை வீரர்களை முறையாகத் தாக்கியும், காவல் நிலைகளை அழித்தும் தூங்கவிடாமல் அடிக்க வேண்டும். பகையாளி மனதில் தான் எப்போதும் கவனிக்கப்படுகிறோம் என்ற உணர்வை ஏற்படுத்த வேண்டும். போர்க்களத்தில் பக்க அணிகளாக உள்ள படைகளை இணைப்பகற்றி, தனிப்படுத்தி அழிக்க வேண்டும். ராஜா சிவாஜி இவை எல்லாவற்றையும் எங்களால் செய்ய முடியும்.'

சிவாஜி சோகையாய்ப் புன்னகைத்தபடி சொன்னார், 'ஆனால் எங்களுடைய மக்களின் தீவிர விருப்பத்தை – வேட்கையை உங்களுடைய ஆட்களிடம் உங்களால் தோற்றுவிக்க முடியாது. உஸ்பெக்கிஸ்தான், ஆப்கானிஸ்தான், பஞ்சாப், அபிசீனியா, ராஜஸ்தான், மகாராஷ்டிராவில் இருந்து வந்திருக்கும் உங்களுடைய சிப்பாய்கள் கூலிக்கு அமர்த்தப்பட்டவர்கள். அவர்களுக்குள் ஒரு கனவை உங்களால் உருவாக்க முடியாது.'

'வேட்கையை நான் தகர்த்து விடுவேன்' மிர்ஸா உறுதியான நம்பிக்கையுடன் தெரிவித்தார்.

'அவர்களுடைய வேட்கையைத் தகர்க்கும் ஆற்றல் உங்களுக்குக் கிடையாது. ஆனால் அதை நிரப்பும் ஆற்றல் உங்களிடம் உள்ளது. மிர்ஸா, நீங்கள் எங்களோடு சேர்ந்து விடுங்கள்' சிவாஜி இப்படி யொரு குண்டு போடவும், மிர்ஸா அதிர்ச்சிக்குள்ளாகி விட்டார்.

'எங்களிடம் உடன்படிக்கையில் உம்மைக் கையெழுத்திடச் செய்து, நான் உம்முடைய வேட்கையை முன்பே வீழ்த்தியாயிற்று' என்றார் மிர்ஸா.

'நீங்கள் ஒரு சண்டையில் வேண்டுமானால் ஜெயித்திருக்கலாம். ஆனால், அதுவே போரின் முழு வெற்றியாகி விடாது.'

இரண்டாவது முறை அதிர்ச்சிக்குள்ளான மிர்ஸா, உடனே அதில் இருந்து மீண்டவராய், 'நீர் என்னுடன் சேர்ந்தால் என்ன?' என்று கேட்டார்.

'நான் படைகளை என் கையில் வைத்திருக்கிறேன். பல மாகாணங்கள்மீது செல்வாக்குச் செலுத்திக் கொண்டிருக்கிறேன். உயர்மட்ட ஆலோசனைக் குழுவில் என்னுடைய குரல் ஒலித்துக் கொண்டிருக்கிறது.'

'ஆனால் ஆலோசனைக் குழுவே நீங்களல்ல. உங்களுடைய கலாச்சாரம். உங்களுடைய மொழி, ஏன் உங்களுக்கே கூட என்ன முக்கியத்துவம் இருக்கிறது. என்னோடு சேர்ந்து கொள்ளுங்கள். ஒட்டுமொத்த பேரரசையும் நடுநடுங்க வைக்கலாம். தில்லியின் கதவுகளை எங்கள் படையாட்கள் தட்டுவார்கள். இந்துஸ்தானம்

முழுவதையுமே நாம் கைப்பற்றிக் கொண்டு விடலாம்' என்றார் சிவாஜி.

சிவாஜியின் வரம்பு மீறிய துணிச்சல் மிர்ஸாவைக் குழப்பத்தில் ஆழ்த்திவிட்டது. எவருக்கும் தலைவணங்காத அவருடைய இராஜபுத்ர முன்னோர்களின் அழைப்பை அவர் உணர்ந்தார். போரில் தங்கள் வாய்ப்பு நிலைகளைப் பற்றிக் கவலைப்படாமல் தாக்குவதற்குப் பாய்ந்து செல்கிறவர்கள் அவர்கள். களத்தில் தங்கள் கணவன் வீழ்ந்துபட்டதும், மாற்றான் கையில் சிக்கிவிடக் கூடாது என்பதற்காக ஈமத் தீயில் பாய்ந்தவர்கள் அவர்கள் வீட்டுப் பெண்கள். மிர்ஸானியின் தலையில் வியர்வை வெளிப்பட்டது. இதை யாராவது கேட்டுக் கொண்டிருந்தால் அல்லது திலேர்கானின் காதில் போட்டு விட்டால் என்ன ஆகும்?

'நான் பேரரசரின் தீவிர விசுவாசி. என்னுடைய நாடி நரம்பு களில் ஓடுவது இராஜபுத்ர இரத்தம் என்பதை மறந்து விடக் கூடாது' தாம் கூறுவது மற்றவர்கள் காதிலும் விழட்டும் என்பதற் காகவே மிர்ஸா தம்முடைய குரலை உயர்த்தினார்.

'பிரச்சனையே அதுதான் மிர்ஸா. நீங்கள் பேரரசருக்கு விசுவாசியாக இருக்கிறீர்கள். ஆனால், உங்களிடமும், உங்கள் தாய் நாட்டிடமும், உங்களுடைய உள்ளார்ந்த விருப்பங்களிடமும், ஆற்றல்களிடமும் விசுவாசம் காட்டவில்லை.'

இந்த உரையாடல் ஆபத்தான திசையை நோக்கிப் போகும் போலிருந்தது. மிர்ஸா பேசு பொருளை மாற்றியாக வேண்டும். திலேர்கானைப் பற்றிய சிந்தனை வேறு பல சிந்தனைகளைத் தூண்டிவிட்டது. புரந்தரின் வெற்றிக்கு மாதக் கணக்கில் செலவிட்ட திலேர்கானின் மனதை, இந்தச் சமாதான உடன்படிக்கை புண் படுத்திவிட்டதாகவும் தனக்கு படைத் துறை சார்ந்து கிடைத்திருக்க வேண்டிய பெருமை பறிபோய் விட்டது என்று வருந்துவதாகவும் அவர் கேள்விப்பட்டிருந்தார். ஔரங்கசீப்பின் காதுகளில் தவறான செய்திகளைக் கொண்டு சேர்க்கக்கூடிய அந்த அபாயகரமான மனிதனை அமைதிப்படுத்த ஒரேயொரு வழிதான் உள்ளது.

'ராஜா சிவாஜி, நான் உமக்கும் திலேர்கானுக்கும் இடையே ஒரு சந்திப்புக்கு ஏற்பாடு செய்திருக்கிறேன். அவர் புரந்தரில் இருந்து எந்த நிமிடத்திலும் இங்கே வரலாம்' என்று மிர்ஸா தெரிவித்தார். சொல்லி வைத்தாற்போல், கூடாரத்துக்கு வெளியே ஒரே பரபரப்பு, பெருங்கூச்சல்.

இருவரும் வெளியே வந்து பார்த்தபோது, பிரதான முகாமின் மத்தியில் ஒரு சிறிய ஊர்வலம் வந்து கொண்டிருந்தது. குறுஞ்

சட்டையும், தளராடையும், இரத்தினக் கற்கள் பதித்த தோள்பட்டி கையும், மரகதப்பச்சை பதித்த தலைப்பாகையும் தரித்த உயரமான பஷ்டூனிய வீரர்தான் திலேர்கானாக இருக்க வேண்டும். அவருக்குப் பின்னால் அணிகளால் அலங்கரிக்கப்பட்ட இரண்டு யானைகள் தங்க முலாம் பூசிய அம்பாரிகளுடன் வந்தன.

'ராஜா சிவாஜி, நான் இதயபூர்வமாகத் தங்களை வரவேற் கிறேன். இப்போது தாங்களும் எங்களில் ஒருவராகி விட்டீர்கள்' திலேர் இடிபோல் முழங்கியபடி, சிவாஜியைத் தழுவிக் கொள்ள முன்நோக்கி வந்தார். சிவாஜி முன்நோக்கித் தாவினார். இருவரும் சந்தித்துக் கொண்டனர்.

அதைத் தொடர்ந்து நடந்தது மிர்ஸாவிற்கு வியப்பைத் தந்தது. அலங்கரிக்கப்பட்ட யானைகள் இரண்டுடன், இரண்டு குதிரை களையும், மாணிக்கக் கற்கள் பதித்த ஒரு குத்துவாளையும், இரண்டு பட்டுத் துகில்களையும் சிவாஜிக்குப் பரிசுகளாய் வழங்கினார் திலேர்கான்.

அத்தியாயம் இருபத்தியொன்பது

1

மாலைச் சூரியனின் பொன்னிறக் கிரணங்கள் அந்த நிலப் பகுதியைப் போர்த்திக் கொண்டிருப்பதைக் கவனித்திருந்தார் மிர்ஸா. இன்னும் சிறிது நேரத்தில் இரவின் இருள் அங்கே ஊடு ருவிப் பரவி விடும். அவர்கள் ஏதாவதொரு இடத்தில் முகாமிட்டுத் தங்க வேண்டியிருக்கும். அவருடைய யானையைச் சுற்றிப் பெரிய தூசி மண்டலம்போல் குதிரைப் படையும், காலாட்படையும் சூழ வந்து கொண்டிருந்தன. அவருடைய படை ஆதில்ஷாஹி எல்லைக் குள் சில காத தொலைவுக்கு வந்தாயிற்று. சிவாஜியும் அவரால் வழிநடத்தப்படுகிற அவருடைய படையினரும் ஆதில்ஷாஹியின் ஒவ்வொரு இராணுவக் காவல் நிலையத்தையும் கைப்பற்றிக் கொண்டு வந்தனர்.

புரந்தர் ஒப்பந்தம் போட்ட கையோடு ஆதில்ஷாஹிமீது படை யெடுப்பது என்று மிர்ஸா தீர்மானித்து விட்டார். மராத்தியர்களால் அவருடைய முயற்சி எளிதாகிக் கொண்டிருந்தது.

பீஜப்பூரைச் சென்றடைய அவர்கள் இருக்கும் இடத்தில் இருந்து இன்னும் பதினைந்து காதம் செல்ல வேண்டும். அவருடைய படையாட்களின் கூட்டத்துக்கும் மேலே பறந்த பச்சை வண்ணக் கொடிகள் காற்றில் படபடக்கும்போது அவர் பெருமிதப்பட்டுக் கொண்டார். கிழக்கே அடிவானில் எழும் தூசிப் படலத்தை அவர் தற்செயலாகக் கவனித்தார். அவருடைய கண்கள் நாலாபக்கமும் சுற்றிச் சுழன்றன. மெல்ல மெல்லத் தோன்றும் மேகக் கூட்டங்களை, அவை நெருங்குகையில் மேலும் மேலும் பெரிதாவதைக் கண்டார். அவர் கண்டது பீஜப்பூர் படையின் பல பிரிவுகளை.

மிர்ஸா தனது அம்பாரியில் இருந்தபடி கீழே குனிந்து பார்த் தார். திலேர்கான் தம்முடைய குதிரைப் படையினருடன் வேகப் பாய்ச்சலில் முன்னோக்கிப் போவதைக் கண்டார். ஆதில்ஷாஹிப் படை வீரர்கள் கொரில்லா முறையில் தாக்க முற்பட்டிருந்தனர்.

படை ஒரே அணி வகுப்பாய் இருக்கவில்லை. பல பிரிவுகளாய்ப் பிரிந்து நாற்புறமும் சூழ்ந்து தாக்கினர். தனிமையில் சிக்கிய யானை மீது பாய்ந்து நார்நாராய்க் கிழிக்க முனையும் ஓநாய்க் கூட்டம் போல் அவர்கள் காணப்பட்டனர்.

சூரியன் அடிவானில் சென்று மறைவதற்கு முன் போர் தொடங்கியது. வாளோடு வாள் உரசுகையில் காற்று மண்டலம் அதிர்ந்தது. காயம்பட்ட குதிரைகளின் வீறிடலும், இறந்து கொண்டி ருக்கும் மனிதர்களின் ஓலங்களும் கேட்டன. நள்ளிரவு நேரத்தில் சண்டை ஓய்ந்தது. தங்களுக்குப் பாதுகாப்பாக மராத்தியப் படையும் இருந்ததில் மிர்ஸா மகிழ்ச்சியுற்றார். அவர்கள் மின்னல் வேகத்தில் எதிரிப் படைகளுடன் மோதி, எதிரியைப் பின் வாங்கச் செய்திருந் தனர். பிணக்காடாய் கிடக்கும் அந்த இடத்தைத் தவிர்த்து, வேறு எங்காவது முகாமிடத் தீர்மானித்தார் மிர்ஸா. அவருடைய படையாட்கள் களைத்திருந்தனர். அவர்களுக்கு உணவும், ஓய்வும் தேவைப்பட்டது. மிர்ஸாவின் திட்டம் பீஜப்பூரை முற்றுகை யிடுவதல்ல, புயல் வேகத்தில் தாக்கிக் கைப்பற்றுவது தான்.

2

தாங்கள் பெரிதும் நேசிக்கிற தங்களுடைய நகரத்தை, அலி ஆதில்ஷாவும் அவருடைய தாயாரும் ஹவா மஹாலின் ஏழாவது தளத்தில் இருந்து கவனமாய்ப் பார்த்துக் கொண்டிருந்தனர். கடந்த ஒன்றரை நூற்றாண்டு காலத்தில் பீஜப்பூர் தக்காணத்தை அலங்கரிக் கும் மதிப்பு மிக்க ஆபரணமாகவே அறியப்பட்டிருந்தது. மாளிகை கள், பள்ளிவாசல்கள், கோபுரங்கள், தூபிகள், கொத்து விளக்குகள் என்று நேர்த்தியாகக் காட்சியளித்தது நகரம். நகரத்தின் கிழக் கெல்லைப் பக்கம் அலைந்தது அலியின் கண்கள். அங்கே சுற்றுப் புறத்தைவிட ஓங்கி உயர்ந்து காணப்பட்டது கோல்கும்பாஸ். அந்தக் கல்லறையில்தான் அவருடைய தந்தையின் எலும்புகள் இடம் பெற்றுள்ளன. மிர்ஸா ஜெய்சிங், சிவாஜி இவர்களின் கூட்டுப் படைகள் பீஜப்பூரை நோக்கி வருவது அவருக்கு அச்சத்தை ஏற்படுத்தியது. அவருடைய தந்தையின் உயிரற்ற உடல் அமைதியற்ற தாகி விடும். முகலாயர்களுக்கும் மராத்தியர்களுக்கும் இடையே ஒப்பந்தம் போடப்பட்டிருக்கும் செய்தி கிடைத்ததும் அலிக்குத் தம்முன் ஏதோ முறிகிற ஓசை. முகலாயர் படையெடுப்பு பற்றிய அச்சம் சிறு வயதிலேயே அவருக்கு ஏற்பட்டு விட்டது. மறைந்த அரசரின் சுவீகார மைந்தர் இவர். அலியின் முடிசூட்டுவிழா மார்க்க

சட்டத்துக்கு மாறானது என்று பிரச்சனை எழுப்ப ஔரங்கசீப்பிற்கு என்ன அதிகாரம்? அலியின் தந்தையை முரண் சமயக் கோட்பாட்டாளர் என்று ஔரங்கசீப் அழைத்தது அவர் ஷியாப் பிரிவைச் சேர்ந்தவர் என்பதால்தானா?

இத்தகைய கேள்விகள் ஓயாது அவருடைய நினைவில் ஊடாடிக் கொண்டிருந்தது. ஆனால் அவற்றுக்குத் தாமே விடை காணத் தீர்மானித்திருந்தார் அவர். வருவது வரட்டும், கூட்டுப்படை வெற்றி பெற ஒருபோதும் அவர் விடப் போவதில்லை. அவர்கள் ஒருபோதும் பீஜப்பூருக்குள் நுழைந்து விட முடியாது. சில மாதங்களுக்கு முன்புதான் மிர்ஸா ஜெய்சிங் ஒரு பிராமண காரியஸ்தர் மூலம் கடிதம் அனுப்பியிருந்தார். சிவாஜிக்கு எதிரான போரில் அலி முகலாயர்களுக்கு உதவினால், அவர் கட்ட வேண்டிய கப்பத் தொகையைக் கணிசமாய்க் குறைப்பதாகத் தெரிவித்திருந்தார். அல்லது ஒட்டுமொத்தமாய்த் தொகையைத் தள்ளி விடுவதாகவும் அதில் குறிப்பிட்டிருந்தார். இந்த முகலாயர்கள் எப்போதுமே இரு வேறு உத்திகளைப் பயன்படுத்தி ஆட்டம் ஆடுகிறவர்கள்.

‘மகனே, உன்னுடைய திட்டம் பலனளிக்கும் என்று எண்ணுகிறாயா?’ படீஸாஹிபா கேட்டார், அவருடைய குரல் பலவீனமாய் ஒலித்தது.

அலி தம்முடைய தாயைக் கூர்ந்து நோக்கினார். அவர் வெகு விரைவாய் முதுமையடைந்து விட்டிருக்கிறார். அதிலும் அப்ஸல் கான் கொலையுண்டதில் இருந்து, எப்போதுமே நிமிர்ந்தவாறு இருக்கும் அவருடைய தலை இப்போது நடுக்கமுற்று, தோள் பக்கம் வளைந்து காணப்படுகிறது.

‘அம்மா, என்னுடைய திட்டம் எளிமையானது. ஆயினும், அது பலமாக அவர்களைத் தாக்கிவிடும். அவர்கள் வன்மையாகத் தாக்கி நகரத்தைக் கைப்பற்றி விடலாம் என்று பார்க்கிறார்கள். ஆனால், ஓரிரு நாட்களுக்குள் அவர்களால் அதைச் செய்ய முடியாது. பீஜப்பூருக்குப் பக்கமாய் எங்காவது அவர்கள் முகாமிட்டுத் தங்குவார்கள். உணவுப் பொருட்களோ, நீர் ஆதாரமோ கிடைக்காமல் சில நாட்களிலேயே அவர்களுடைய படையாட்களும், போர் விலங்குகளும் பசியில் மடிந்து போக நேரிடும். தம் பகைவரோடு போரிட்டுத் தொல்லை கொடுக்காமல் சுற்றுச்சூழலைப் பாழ்படுத்தி அவர்களை வதைப்பதுதான் என்னுடைய திட்டம்.’

தம்முடைய இருபதுகளில் இருந்த இளைஞரான அரசர் அலியைக் கூர்ந்து நோக்கினார் படீஸாஹிபா. அவருடைய பருமனும், படைக்குத் தலைமை தாங்கி போரிடச் செல்வதில் அவருக்கிருந்த தயக்கமும் அவருக்குத் தொடக்கத்தில் கவலையளித்தது.

ஆனால், இப்போதோ அலி படைத்திறம் வாய்ந்தவராய், அவர்கள் பெரிதும் நேசிக்கும் பீஜப்பூரைக் காப்பதற்கு வலுவான நடவடிக்கைகளை மேற்கொண்டிருக்கிறார். அவருடைய கண்கள் நகரத்து மதிற்சுவர் பக்கம் அலைந்தது. அந்தச் சுவர்கள் இரண்டு காதத்திற்கும் கூடுதலாகவே வளைந்து, நெளிந்து சென்றது. பீஜப்பூரைச் சுற்றி ஒரு ஒழுங்கற்ற நீள்வட்ட வடிவில் அது இருந்தது. நகரம் எண்ணற்ற தீப்பந்தங்களின் ஒளியில் பிரகாசித்தது. தரைமட்டத்தில் மட்டுமன்றி, காப்பரண்களிலும் ஒளிமயந்தான். கண்காணிப்புக் கோபுரங்களைப் பலப்படுத்தி, புதுப்பிக்கும் பணியில் நூற்றுக்கணக்கான தொழிலாளர்கள் ஈடுபட்டிருந்தனர். காப்பரண்களில் நிறுவப்பட்டிருந்த பீரங்கிகள் பழுது நீக்கப்பட்டன. மூட்டை மூட்டையாகக் கரித்தூளும், வெடியுப்பும், கண்காணிப்புக் கோபுரங்களின் பக்கமாய் வைக்கப்பட்டிருந்தன அவை வெடிமருந்தில் பயன்படுத்தப்படுவது. கோட்டைக்கு அருகில் நீர்நிலையில் தேக்கி வைத்திருந்த நீரைக் காலி செய்து, அகழிகளில் நிரப்பி விட்டார்கள். நகரத்து மதிற்சுவருக்கு இணையாய் அமைந்த அகழிகளில் விடுவதற்காக நிறைய முதலைகள் கொண்டு வரப்பட்டன.

'மெக்கா கேட்' எனப்படும் பிரதான வாயிற்கதவுகள் அந்த அகால நேரத்திலும் போக்குவரத்துக்காகத் திறந்து வைக்கப்பட்டிருந்தது. தம் தாயின் மனக்கலக்கத்தை அறிந்த அலி சொன்னார், 'இந்த வட்டாரத்து விவசாயிகள் எல்லாரும் தங்களுடைய விளைபொருட்களையும், கால்நடைகளையும் கால்நடைத் தீவனங்களையும், மற்ற பண்டங்களையும் நகரத்துக்குள் கொண்டு வந்து பாதுகாப்பாக வைக்கும்படி அவர்களிடம் தெரிவித்திருந்தோம். பீஜப்பூருக்குள்ளேயே அவர்களுக்குத் தங்கும் வசதியும் செய்து கொடுத்திருக்கிறோம்.'

'நல்லது. நகரத்துச் சுவர்களுக்கு வெளியே உள்ள கிணற்றுத் தண்ணீரையும், மண்ணைக் கொட்டித் தூர்க்க வேண்டும்' என்றார் படீஸாஹிபா.

'அந்த வேலை நடந்து கொண்டிருக்கிறது, அம்மா. ஆட்கள் நீர்த்தேக்கங்களில் உள்ள நீரை வடிய வைப்பதிலும், பாழ்படுத்துவதிலும் ஈடுபட்டிருக்கிறார்கள். குடிநீர் ஒரு சொட்டு கூட முகலாயர்களுக்குக் கிடைக்காது.'

படீஸாஹிபா நிம்மதிப் பெருமூச்சு விட்டார். அலி அவரை படீஸாஹிபா என்று அழைக்காமல், இப்போதெல்லாம் 'அம்மா' என்று அழைப்பது அவருக்கு மகிழ்ச்சியைத் தந்தது.

‘நகரத்துக்குள் வழக்கமாக இருக்கும் படைப் பிரிவுடன் முப்ப தாயிரம் காலாட்படையினரையும் சேர்த்து வலுப்படுத்தியிருக்கி றோம். ஹைதராபாத்தில் இருந்தும் உதவிக்குப் படை வந்து கொண்டிருக்கிறது. இந்தப் போர் நேருக்கு நேர் நடப்பது. ஒன்று கொல்வதாகவோ அல்லது கொல்லப்படுவதாகவோ இருக்கும்.’ தம் தாயை எத்தகைய விளைவுக்கும் தயார்படுத்துகிற விதமாய், மென்மையான குரலில் கூறினார் அலி.

‘நீ சொல்வது சரிதான், மகனே’ என்றார் படீஸாஹிபா. தன்னு டைய இளைய சகோதரர் அப்துல்லா குத்புஷாவைக் கனிவுடன் நினைவில் கொண்டார் அவர்.

அலி தன்னுடைய குரலைத் தாழ்த்திக் கொண்டு, தாயின் பக்கம் குனிந்து சொன்னார், ‘அம்மா, ஒரே கல்லில் பல பறவைகளை வீழ்த்த வேளை வந்திருக்கிறது. பால்கர், தம்முடைய இரகசியத் தூதர்கள் மூலம் தாம் மீண்டும் நம்மிடமே திரும்பி வந்து சேர விரும்பு வதாகத் தகவல் அனுப்பியுள்ளார்’ என்று.

3

வெற்றாக விடப்பட்ட நாட்டுப்புறத்தையும், மரங்களற்ற நிலப் பரப்பையும், கற்கள் நிறைந்த மேட்டுப் பகுதிகளையும் எவ்விதத் தடையுமின்றிக் கடந்து சென்றது முகலாயப் படை அணிகள். அது குளிர்பருவம், இரவுகள் மனதுக்கு மகிழ்ச்சியளிப்பதாய் இருந்தது ஒரு நிம்மதி. ஆனால், பகற் பொழுது வெப்பம் வாட்டியெடுத்தது. அவர்கள் பீஜப்பூரை நோக்கிச் சென்று கொண்டிருந்தபோது மிர்ஸாவைக் கவலைக்குள்ளாக்குகிற செய்தியொன்று அவருடைய வேவுக்காரர்களிடம் இருந்து வந்திருந்தது. கிராமங்கள் வெறிச் சோடிக் கிடப்பதுடன், களஞ்சியங்களும் காலியாகவோ அல்லது தீயிடப்பட்டோ இருப்பதாகச் செய்தி. கிணறுகளில் ஊற்றெடுக்க வில்லை, நீர்நிலைகள் வறண்டுவிட்டன. கால்நடைகள் கொண்டு செல்லப்பட்டு விட்டன அல்லது கொன்று வீசியெறியப்பட்டு விட்டன என்றும் அந்தச் செய்தி சொன்னது.

பீஜப்பூருக்கு மூன்று காதம் இருந்த நிலையில் மிர்ஸா தம்மு டைய தலைமை முகாமை அமைத்துக் கொள்ள முடிவு செய்தார். ஆட்கள் கூடாரம் அமைப்பது, தங்கள் விலங்குகளுக்கு தண்ணீரும் தீவனமும் தருவது சமையற்கூடங்களை நிர்மாணிப்பது என்று பணி யில் முனைப்பாக இருந்தனர். ஆதில்ஷாஹியின் காவல் மதிலுடன் கூடிய தலைநகரத்தை முற்றுகையிடுகிற அளவுக்குத் தம்மிடம்

போதிய படைகள் இல்லை என்பதை மிர்ஸா உணர்ந்தேயிருந்தார். ஆனால், தன்னுடைய முகாமை எதிரியின் படைப்பிரிவு தாக்க முற்பட்டால் அதை விரட்டியடிக்க முடியும். பீஜப்பூரின் பிரம் மாண்டமான சுற்றுமதிலைத் தம்முடைய வேவுக்காரர்களுடன் அவர் போய்ப் பார்த்தபோது எவ்வளவு வன்மையாகத் தாக்கி னாலும், தமது ஒவ்வொரு படை வீரரையும் அவர் ஆக்கத் திறனு டன் கையாள முடிந்தாலும் நகரத்தைக் கைப்பற்றுவது நடவாத காரியம் என்பது அவருக்கு நன்றாகவே புரிந்தது.

மூன்றாவது நாள், மாலை மங்கி இருள் சூழும் நேரம், பீஜப் பூருக்கு வடக்கேயுள்ள குன்றுகளில் மிர்ஸாவைச் சந்திக்க திலேர் வந்திருந்தார். அப்போது அவருடன் நிக்கோலவ், கிராத், உதயராஜ் ஆகியோரும் இருந்தனர்.

'நம்மிடம் உள்ள குடிநீரும், உணவுப் பொருட்களும் இன்னும் இரண்டு நாள் வரும். சுற்றியுள்ள நிலப் பகுதிகளை எதிரிகள் வேண்டுமென்றே பாழ்படுத்தி வைத்திருக்கிறார்கள்.' விசயத்துக்கு நேரடியாகவே வந்தார் திலேர். அவர் தலைவணங்காமல் பேசுவது இதுதான் முதல் முறை.

அந்த உடன்பாடற்ற செய்தி மிர்ஸாவை அதிர்ச்சியடையச் செய்தது. அவர், 'உம்முடைய யோசனைதான் என்ன?' என்று வெறுப்புடன் கேட்டார்.

'கடுமையாகத் தாக்குவது உங்கள் திட்டமாக இருந்தால், அதை உடனே செய்ய வேண்டும். நகரத்து மதிற்சுவர் இரண்டு காத நீளத்துக்கு மேல் இருப்பதால், அதை முற்றுகையிடும் அளவிற்கு நம்மிடம் ஆட்கள் இல்லை' என்று பதிலளித்தார் திலேர்.

'எனக்குத் தீர்வு வேண்டும் கான்சாஹிப்.'

'நகரத்துச் சுவற்றின் காப்பரண்களில் உள்ள வில்லாளிகள், பீரங்கிப் படைப் பிரிவுகள் பற்றிய விபரங்களை அறிந்துவர சில வேவுக்காரர்களை நான் அனுப்பியுள்ளேன். அவர்களில் சிலர் நெருங்கிச் சென்று பார்க்க முற்பட்டபோது, அங்கிருந்து பறந்து வந்த அம்புகளால் ஒற்றை எண்ணிக்கையில் சாக நேர்ந்திருக்கிறது. பீஜப்பூர் முப்பதாயிரம் காவல் வீரர்களின் காவல் வளையத்தில் இருந்து கொண்டிருக்கிறது.' திலேர் ஐயத்திற்கிடமில்லாத தொனியில் சொன்னார். 'நம்மிடம் நீண்ட தொலைவுக்குச் சுடுகிற பீரங்கிகள் உள்ளனவா?' நிக்கோலவ் மனூக்கியிடம் கேட்டார் அவர்.

மனூக்கி பேசாமல் இருந்தார், அவருடைய கண்கள் குற்ற உணர்வில் வெளிறி இருந்தன.

'நம்முடைய ஆட்களில் சில நூறு பேரை இரவில் அனுப்பு வோம். அவர்கள் அகழியைக் கடந்து, சுவற்றில் ஏறி, கோட்டையின் முகப்பில் ஒன்றைக் கைப்பற்றட்டும்' என்றான் கிராத்.

திலேர் அந்த இளைஞனை அதிக இரக்கத்துடனும், கொஞ்சம் கோபத்துடனும் நோக்கினார். தந்தை மிர்ஸாவின் செல்வாக்குதான் உயர்பதவியில் அவனை உட்கார வைத்திருந்தது. இல்லையேல் ஒரு ஏவலர் பணிக்குக்கூட தகுதியற்றவன் தான் அவன். 'நீ முதலை களுக்குத் தீனி போட விரும்புகிறாயா?' அவர் கோபாவேசமாகக் கேட்டார்.

'முகாமில் தண்ணீர் இல்லாமல் செத்து போய் விடுவோமோ என்கிற பயம் அதிகரித்திருக்கிறது. நாம் எதற்காகப் பசி வயிற்றைப் பொசுக்கவும், தாகத்தில் தொண்டை வறண்டு போகவும் இத்தனை தூரம் வரவேண்டும் என்று நான் எண்ணிப் பார்க்கவில்லை' திலேர் வெடுக்கென்று சொன்னார். 'எனக்கு நிச்சயமாய்த் தெரிகிறது, இதற்குக் காரணம் சிவாஜிதான். அவருக்குப் பீஜப்பூரின் வலிமை பற்றி நன்றாகவே தெரிந்திருந்தும், நம்மை எச்சரிப்பது பற்றி அவர் கவலைப்படவில்லை' என்கிற எண்ணம் ரொம்ப நாளாகவே அவரை வருத்திக் கொண்டிருந்தது. பிறகு, அவர் மெதுவாகச் சொன்னார், 'என்னுடைய கருத்து இதுதான், சிவாஜியை வெளி யேற்றி விடுங்கள், முடிந்தால் இன்றிரவே அதைச் செய்தாக வேண்டும். உங்களால் முடியாவிட்டால் நான் பார்த்துக் கொள் கிறேன்.'

திலேர் அங்கிருந்து சென்ற சில நொடிகளில் மிர்ஸாவைச் சந்திக்க சிவாஜி வந்தார். அங்கே காணப்பட்ட சங்கடமான நிலையை சிவாஜி உணர்ந்து கொண்டார். திலேர் முகாமை விட்டு கடுகடுப்பாகச் சென்றதையும், தமக்கு முகமன் தெரிவிக்காததையும் அவர் கண்டிருந்தார். அவர் மிர்ஸாவை வணங்கிவிட்டு, அவருக்குப் பக்கமாய் அமர்ந்தார். 'எனக்கு ஒற்றர் மூலம் தகவல் வந்தது. நகரத்து காப்பரண்கள்மீது உள்ள பீரங்கிகள் குண்டு மழை பொழியத் தயார் நிலையில் உள்ளன. அவர்களிடம் ஒரு மாதம் ஓயாமல் சுடுவதற்கான வெடிமருந்து கையிருப்பில் உள்ளது.'

'உம்முடைய யோசனை என்ன?' மிர்ஸா, நிக்கலோவிடம் கேட்டார்.

'நம்முடைய ஆட்களும், விலங்குகளும் உணவு, நீர் பற்றாக் குறையால் சாவதற்கு முன் நாம் பின்வாங்கிச் சென்று விட வேண்டும்.'

மிர்ஸா தலையசைத்தார். சில நாட்களுக்கு முன் உணவு கொண்டு வருவதற்காக அனுப்பப்பட்ட சிறப்புப் பணிக்குழு இன்னமும் திரும்பி வரவில்லை.

'நானும் எனது ஆட்களும் சென்று பனாலாக்கோட்டையைக் கைப்பற்ற அனுமதியுங்கள். நாங்கள் மாசக்கணக்கில் அங்கே இருந்திருக்கிறோம். அதைப் பற்றி எங்களுக்கு முழுமையாகத் தெரியும்' என்றார் சிவாஜி.

மிர்ஸா கூடாரத்துக்குள் மவுனத்தை நீடிக்க விட்டார். அவருக்குக் கொஞ்சம் யோசிக்க வேண்டியிருந்தது. சிவாஜியையும், அவருடைய ஆட்களையும் முகலாயப் படையில் இருந்து பிரித்து அனுப்பினால் அது அவருக்கு சுதந்திரம் அளிப்பதாகிவிடும். அதனால் ஆபத்துதான், அவரை முகாமிலேயே வைத்துக் கொண்டிருந்தால் அது திலேர்கான் அவரைக் கொல்வதில்தான் முடியும். அதன் விளைவாக முகாமில் உள்ள மராத்தியர்கள் கடுஞ்சீற்ற மடைவர். சிவாஜி பனாலாக் கோட்டையைக் கைப்பற்றினால், பீஜப்பூரின் மேற்கத்திய செல்வாக்கான கோட்டை முகலாயருக்குக் கிடைத்து விடும். பிறகு, திரும்பி வந்து பீஜப்பூரை இணைத்துக் கொள்வது எளிதான காரியம். பீஜப்பூரைக் கைப்பற்றுவதில் தமக்கு ஏற்பட்ட தோல்வியில் இருந்து ஔரங்கசீப்பின் மனதைத் திருப்ப, புதிய சங்கதி ஒன்று இருந்தது.

அன்றிரவு மிர்ஸா பேரரசருக்குக் கடிதம் ஒன்றை எழுதி அனுப்பினார்.

'நான் சிவாஜியை அவருடைய படையோடு பனாலா புறப்பட்டுச் செல்லும்படி கேட்டிருக்கிறேன். அந்தக் கோட்டையை வென்று, நம் கட்டுப்பாட்டின்கீழ் கொண்டு வந்துவிட்டால், நாம் பீஜப்பூர்மீது தாக்குதல்களை மேற்கொள்ள அது நம்முடைய தளமாக அமைந்து விடும். அந்தக் கோட்டையின் இரகசியங்கள் மராத்தியர் களுக்குத் தெரியும். அதன் அடிவாரத்தில் உள்ள மறைவான தடங் களையும், கோட்டையைப் பாதுகாக்கும் காப்பரண்களையும் அவர்கள் நன்றாக அறிவர்.'

மறுநாள் காலை, மிர்ஸா செய்த முடிவு பற்றி அறிந்த திலேர் கான், மிர்ஸா அனுப்பிய தூதர் முன்பாகவே உரக்கச் சிரித்து விட்டார்.

நிலைமையில் ஏற்பட்டிருக்கும் புதிய மாற்றங்கள் பற்றி அவரிடம் தெரிவிப்பதற்காகவே அந்தத் தூதன் அனுப்பப் பட்டிருந்தான். சிவாஜியின் பலமே துரிதமாய்ச் செயல்படும் அவருடைய காலாட் படையும், புகலிடமாக இருக்கும் அவர் கோட்டைகளுந்தான்.

எங்காவது தொலைதூரத்தில் தாக்குதல் நடத்திவிட்டு, நாசவேலைகளைச் செய்துவிட்டு, பகைவரின் படைப் பிரிவுகளைத் துண்டித்த கையோடு, ஒரு மலைக் கோட்டைக்கு ஓடுவது என்றால் அது அவருக்குக் கச்சிதமாய் இருக்கும். அதை விட்டுவிட்டு, பனாலா போன்ற பெரிய மலைக்கோட்டையை முற்றுகையிடு, பதுங்குக் குழிகளைத் தோண்டு அல்லது வன்மையாகத் தாக்கிக் கைப்பற்று என்று சிவாஜியிடம் கோருவது அதிர்ச்சியூட்டுகிற முடிவு. அது முழுமையான தோல்வியைத் தந்துவிடும். எதிரிப்படை பலவீனமாகவோ, முன் தயாரிப்பு இல்லாமலோ இருந்தால் சிவாஜி மலைக் கோட்டைகளைப் பிடிக்க முடியும். வன்மையாகத் தாக்கி, கோட்டையைக் கைப்பற்றும் திறனும், வல்லமையும் முகலாயப் படைக்கு மட்டுமே உண்டு. சிவாஜி முன்பு பனாலாக் கோட்டையைப் பிடித்திருக்கலாம். ஆனால் அந்த முறை ஆதில்ஷாஹி கோட்டைக் காவற்படை விழிப்புடன் இருந்திருக்கவில்லை. ஒரு கிளர்ச்சிக்காரரின் கைகளில் அப்ஸல்கான் தோற்றுப் போவார் என்று அவர்கள் எதிர்பார்க்கவில்லை. தருணங்கள் இப்போது மாறிவிட்டன. தம்முடைய அரசைக் காக்க அலி ஆதில்ஷா விழித்துக் கொண்டு விட்டார்.

4

ஆகாயத்தில் விடிவெள்ளி முளைப்பதற்கு சில மணி நேரங்கள் முன்பாகவே, சிவாஜியின் காலாட் படையினர் பனாலாக் கோட்டையின் வடமேற்கு அடிவாரப் பகுதியை அடைந்துவிட்டனர். கோட்டைக்குள் நுழையும் சுரங்கப் பாதைக்குப் பக்கமாய் உள்ள ராஜ்திண்டி முகப்பை அடைவதற்கான சரிவுப் பகுதிகளை அவர்களில் சிலர் தெரிந்து வைத்திருந்தனர். சிவாஜி, குதிரைப் படையுடன் வந்திருந்தார். கோட்டைக் காவற்படையினர்மீது திடீர்த் தாக்குதல் நடத்துவதற்கு அவர் திட்டமிட்டிருந்தார். ஆதில்ஷாஹிப் படையினர் எச்சரிக்கையோடும், விழிப்போடும் இல்லாவிட்டால் அவர் வெற்றி பெற்று விடுவார்.

இங்கே அடர்த்தியான காடு உண்டு. களைத்திருக்கும் குதிரைகளை இங்குள்ள மரங்களில் கட்டிப் போட்டுவிட்டு, இவர்கள் ஓசைபடாமல் முன்னேற முடியும். சிவாஜி சுற்றுப்புறத்தை விரைந்து நோட்டமிட்டார். மரங்களின் மறைவில் இருந்தபடி கோட்டையின் மங்கலான உருவரையைக் கவனமாய்ப் பார்த்துக் கொண்டார். அவரும், அவருடைய ஆட்களில் சிலரும் அடிவாரத்தில் காத்திருக்க, மற்றவர்கள் குன்றின்மீது ஏறத் தொடங்கினர். தம்முடைய ஆட்கள்

செங்குத்தான சரிவுகளிலும், ஒடுக்கமான பகுதிகளிலும் மிகத் துணிவுடன் ஏறிச் செல்வதை சிவாஜி கவனித்திருந்தார். காப் பரண்களில் உள்ள காவலர் ஒளிந்திருந்து எதிர்பாராத தாக்குதல் நடத்துவார்களோ, பெரிய கற்கள் உருண்டு விழுந்து தமது ஆட்கள் உயிரிழக்க நேரிடுமோ என்ற அச்சமும் அவருக்கு இருந்தது.

வெற்றிகரமாய் உச்சியை அடைந்ததும், தமக்குத் தெரிவிப்புக் குறியாக சஜ்ஜாகோத்தி காப்பரண்களில் உள்ள பீரங்கியை வெடிக்கச் செய்யுமாறு தம் ஆட்களுக்கு சிவாஜி அறிவுறுத்தியிருந்தார். ஆனால், சூரியன் உதித்த பின்னும் அங்கிருந்து எந்த ஓசையும் கேட்க வில்லை. ஆட்கள் சஜ்ஜாகோத்தியைத் தாண்டி, ராஜ்திண்டி பகுதிக்கே சென்றிருக்க வேண்டும். அங்கே அவர்கள் பிரிவுகளாய்க் கலைந்து, உறக்கத்தில் இருக்கும் கோட்டைக் காவற் படையினரைக் கொன்றிருக்க வேண்டும். இதுதான் பனாலாவைக் கைப்பற்றுவதற்கு எளிய துரிதமான வழியாகும்.

எனினும், ஆகாயத்தில் கணிசமான உயரத்திற்கு சூரியன் மேலேறிச் சென்ற பொழுது, சிவாஜி இருந்த இடத்தை நோக்கி ஒரு மராத்திய வீரன் இறங்கி வந்தான். இரத்தம் சொட்டச் சொட்ட தள்ளாடியபடி வந்தவன், திக்கித் திணறிக் கொண்டு சொன்னான், 'அவர்கள் நம்முடைய ஆட்கள் எல்லாரையும் கொன்று விட்டனர்' என்று தன்னுடைய தலைவரின் பாதங்களில் விழுந்து, 'பால்கர் வரவேயில்லை. அவர் விசுவாசத்தைத் துறந்து ஆதில்ஷாஹியுடன் சேர்ந்து விட்டார்' என்றான்.

5

ஷாஜஹானுக்கு மூச்சுத் திணறல் ஏற்பட்டிருந்தது. நுரையீரலில் கொஞ்சமாவது மூச்சை உட்செலுத்தப் போராடினார் அவர். கடந்த சில வாரங்களாகவே காய்ச்சல் கண்டு மிகவும் பலவீனப்பட்டிருந்தார். மலக்குடலிலும் பிரச்சனை. சிறுநீர் இடைவிடாமல் முந்திக் கொண்டிருந்தது. இந்து மருத்துவர் ஒருவர் அழைத்து வரப்பட்டார். அவர் கொடுத்த அபினி கலந்த மருந்து பலனளிக்கவில்லை. யாருடைய கருவூலம் எப்போதும் எண்ணிப் பார்க்கவே முடியாத ஏராள செல்வத்தால் நிரம்பியிருந்ததோ, யார் தாஜ்மஹாலை நிர்மாணித்தவரோ அந்த மனிதர் தம்முடைய மரணப் படுக்கையில் இருந்தார். அவரைச் சுற்றி சில பெண்மணிகள் அழுது புலம்பிக் கொண்டிருந்தனர். முத்ஆமத் சற்று தொலைவில் இருந்தபடி இறந்து கொண்டிருப்பவரையே கவனமாய்ப் பார்த்துக் கொண்டிருந்தான்.

அவனுடைய முகம் எவ்வித உணர்ச்சியையும் வெளிப்படுத்த வில்லை. முதியவர் இறந்த பின் ஆக்ரா கோட்டையைப் புதுப்பிக்க வேண்டும் என்று அவனுக்குச் சொல்லப்பட்டிருந்தது.

ஜஹானாரா எல்லையற்ற சோகத்தில் ஏதும் செய்ய இயலாதவ ராய் இருந்தார். அறையின் ஒரு மூலையில் அமர்ந்து புனித குர் –ஆன் வாசகங்களை ஓதிக் கொண்டிருந்தார். மீர்சையது முகம்மது கனூஜி. அந்த வாசகங்கள் காற்றில் மிதந்தபடி இருந்தன.

'அல்லாஹ், இந்த உலகிலும் மறு உலகிலும்
இனியதையே எமக்குத் தாரும், எம்மை
வேதனைத் தீயில் இருந்து காத்தருளும்.'

அழத் தொடங்கியிருந்த ஜஹானாராவிடம் அந்தச் சொற்கள் எவ்விதத் தாக்கத்தையும் ஏற்படுத்தவில்லை. மேலீடாய் மூச்சுவிட்டுக் கொண்டு, வெறுமையுற்ற பார்வையுடன் காணப்பட்டார் ஷாஜ ஹான். தந்தையை மகள் அதிர்ச்சியுடன் பார்த்துக் கொண்டிருந்தார். வெற்றியின் தந்தை, நம்பிக்கை நட்சத்திரம், இஸ்லாத்தின் மாவீரர், இறைவனின் சாயலில் இவ்வுலகில் இருப்பவர் என்பது போன்ற அவருடைய விருதுகளை ஜஹானாரா நினைவு கூர்ந்தார்.

சில நிமிடங்களில் ஷாஜஹானின் மூச்சு நின்றுவிட்டது. கூடத் தில் இருந்த பெண்கள் உரத்து ஓங்கிய குரலில் அழுதபடி, தங்கள் நெஞ்சில் அறைந்து கொண்டனர். ஜஹானாரா கீழே விழுந்து, உணர்விழந்து போனார்.

உணர்வு திரும்பி, தந்தையின் அறைக்கு வந்தவர் அவருடைய கட்டில் வெற்றாயிருப்பதைக் கண்டு வீறிட்டார்.

'என்னுடைய தந்தை எங்கே?' அலறியபடி, அருகில் இருந்த தன் பணிப்பெண் ஒருத்தியைப் பிடித்து உலுக்கினார்.

'அவர்கள் அவரை எடுத்துச் சென்று விட்டார்கள்' எப்படியோ சொல்லி முடித்தாள் பணிப்பெண்.

ஜஹானாரா கைப்பிடிச்சுவரருகே ஓடினார். கீழே குனிந்து பார்த்தவர், கண்ட காட்சியைத் தம் வாழ்நாள் முழுக்க மறக்கவிய லாது. நான்கு பேர் சவப்பெட்டி வைக்கும் மரமேடையில் அவரு டைய தந்தையைச் சுமந்து சென்றனர். ஒரு சிறிய கதவைத் திறந்து கொண்டு அவர்கள் போனார்கள். முத்ஆமத்தும், மற்றொரு அலி அடிமையும் ஆளுக்கொரு தீப்பந்தத்தை ஏந்தியிருந்தனர். தேவைப் படாத ஒன்றைத் தூக்கியெறிவது போல், அவருடைய தந்தையின் உடலைக் கொண்டு போவதில் அவர்கள் அவசரம் காட்டுவதாய்த் தெரிந்தது.

'நிறுத்துங்கள், நிறுத்துங்கள்' என்று அவர் கூச்சலிட்டார். ஆனால், சில நொடிகளுக்குள்ளாகவே அந்தச் சிறிய சவ ஊர்வலம் அவருடைய பார்வையில் இருந்து மறைந்து விட்டது.

தந்தையின் ஆவியுருபோல் வெளிறிப் போயிருந்த முகத்தை நொடிப்பொழுதே தீப்பந்தத்தின் மஞ்சள் ஒளியில் அவரால் காண முடிந்தது.

அவருக்குள் பொங்கிய துக்கம் கவிதை வரிகளாய் வெளிப் பட்டது :

"எனக்கே எனக்கான சூரியன்
என் கண்ணில் இருந்து மறைந்து விட்டதே!
இனி விடியல் என்பது எப்போது?
என் அழுகை முடிவது எப்போது?
அகிலத்தின் அரசர்க்கரசே
உலகத்தின் அச்சாணியே!
இரக்கத்திற்குரிய என்நிலையைக்
கண் திறந்து பாரும்
பித்தாகி அரற்றுகிறேன்
பொருளற்ற பேச்சுடன்
எரிந்துவிட்ட மெழுகுவர்த்தியின்
எஞ்சிய புகைச்சுருள் நான்."

அது நள்ளிரவு நேரம். ஷாஜஹானின் உடலை யமுனையின் குளிர்ந்த நீரில் தூய்மை செய்து, கம்பீர அழகு பொருந்திய கல்லறை மாடமான தாஜ்மஹாலுக்குக் கொண்டு சென்றார்கள். தம் அரிய ணையில் இருந்து நீக்கப்பட்ட பேரரசர், அவருடைய மனைவிக்குப் பக்கத்தில் அடக்கம் செய்யப்பட்டார். அந்த உடல் பளிங்கினா லான அடைப்புக்குள் இறக்கப்பட்ட பொழுது ஒரு சொட்டுக் கண்ணீர் அவர்மீது விழுந்தது. அது முத்-ஆமத்தினுடையது. தன் வாழ்க்கை நெடுகிலும் அவரை வெறுத்துக் கொண்டிருந்தவனின் இதயம் அப்போது அவருக்காக உருகிக் கரைந்தது.

அடுத்த நாள் காலையில், தில்லியில் செய்தியறிந்து நிம்மதிப் பெருமூச்சு விட்டார் ஔரங்கசீப். இத்தனை ஆண்டு காலமும் சாக மறுத்தவரின் இறப்பு, ஔரங்கசீப்பை சட்டபூர்வமான பேரரசராக இடமளித்திருக்கிறது. மெக்காவில் உள்ள புனிதர்கள், அரியணைமீது சட்டபூர்வமாக அவருக்கு ஏற்பட்டிருக்கும் உரிமையை இனி மறுக்க மாட்டார்கள்.

6

ஷாஜஹான் மறைந்து ஒரு மாத காலம் ஆகிவிட்டது. ஔரங்கசீப் ஏழு ஆண்டுகளுக்குப் பிறகு ஆக்ராவிற்கு வந்திருக்கிறார்.

'தன் தந்தையின் இறப்பு தற்போதுள்ள தன்னுடைய சகோதரனால் திட்டமிடப்பட்டதா?' தமக்குள் கேள்வியெழுப்பிக் கொண்டு, மெல்லிழைவாய் அழுது கொண்டிருந்தார் ஜஹானாரா. அவர் தூண்களும், கைப்பிடிச் சுவரும் கொண்டு அமைக்கப்பட்ட மேல் தளப் பகுதியில் நின்றிருந்தார். அவருக்கு முன்பாய் தாஜ்மஹால் இருந்தது. அவருக்கும், அந்தக் கல்லறை மாடத்துக்கும் இடையே கழுகுகள் அமைதியாய் வட்டமிட்டுக் கொண்டிருந்தன. கோட்டைக் குள் இருப்பவர்களின் அவப்பேறுகள் பற்றி அவர் கவலைப்பட்ட தாய்த் தெரியவில்லை.

அவர் அங்கே நின்றபடி தாஜ்மஹாலையே வெகுநேரம் கவன மாய்ப் பார்த்துக் கொண்டிருந்தார். ஒரு கேள்வி அவருடைய மனதில் ஓயாமல் ஊடாடிக் கொண்டிருந்தது. நோய்ப் படுக்கையில் இருந்தவர் குணமாகி, தெளிந்த முகத்துடனும், சருமத்தின் அசலான நிறத்துடனும் காணப்பட்டவர். திடீரென்று எப்படி இறந்தார்? தில்லியில் இருந்து அனுப்பப்பட்ட புதிய பிணி நீக்கும் வல்லுநர் செய்த மசாஜ் காரணமாகவே தந்தையின் உடல் நலம் சீர் கேட்டுக்கு உள்ளானது. வினோத வாசனையுடன் இருந்த மசாஜ் எண்ணெய் பற்றி அந்த மருத்துவரிடம் இவர் கேட்டபோது, தில்லியில் ஒரு ஐரோப்பிய மருத்துவர் அந்த எண்ணெயைப் பரிந்துரைத்ததாய் அவர் தெரிவித்தார். அவருடைய தந்தையின் எலும்புகளுக்கு அது வலிமையளிக்கும் என்றும் கூறினார். சில வாரங்களில், தம் தந்தையின் நாசிக் குழாய்கள் இரத்தம் உறைவதை ஜஹானாரா கவனித்தார். சீக்கிரமே இரத்தக் கசிவு அதிகரித்து விட்டது. அவருக்குக் கை கால்களில் நடுக்கம் பரவியது. காய்ச்சல், வயிற்று வலி ஏற்பட்டது. சில நாட்களுக்குப் பிறகு மூச்சு விடுவதில் சிரமம் தெரிந்தது. காய்ச்சல், வயிற்றுப் போக்கு, சிறுநீர் உபாதை இவற்றின் விளைவாய்க் கடைசியில் செத்துப் போனார். அந்தத் துக்ககரமான நேரத்திலும், அவரை ஏதோ ஒன்று உள்ளுக்குள் தொந்தரவு செய்து கொண்டிருந்தது. தந்தையின் உடலை அத்தனை சீக்கிரம் புதைத்து விடும்படி தில்லியில் இருந்து உத்தரவு பிறப்பிக்கப்பட்டது ஏன்?

அவர் மயங்கி விழுந்தார். ஆனால், என்ன நடந்தது என்பது பற்றி அவருடைய பணிப்பெண்கள் விபரமாய் அவரிடம் தெரி வித்தனர்.

அரசு அந்தப்புரத்தில் உள்ள பெண்களும், ஜஹானாராவின் தந்தையினுடைய மற்ற மனைவியரும், அவரது தந்தையின் படுக்கை யருகே கூடியிருந்து அழுது புலம்பினர். நெஞ்சில் அறைந்து கொண் டனர். அப்போது கோஜா பூல், முத்ஆமத் இருவரும் சவத்தைப் புதைப்போருக்கான வெண்ணிற உடை அணிந்து, உள்ளே விரைந்து

வந்தனர். பேரரசரின் உத்தரவுப்படி சவத்தை அன்றிரவே புதைத் தாக வேண்டும் என்று சடலத்தைச் சுமக்கவிருக்கும் நால்வரிடம் அறிவுறுத்தினர். ஒரு 'தூக்குப் படுக்கை'யையும் அவர்கள் அங்கே கொண்டு வைத்தனர். கண்ணீருடன், நிலைகுலைந்திருந்த பெண்கள் உகந்த முறையில் சவ அடக்கம் நடக்க வேண்டும் என்று அவர் களிடம் மன்றாடினர். காரியங்களை நிதானமாகச் செய்யும்படி கெஞ்சினர். அவருடைய தந்தை – முன்னாள் பேரரசரின் ஊர்வலம்– கைவிடப்பட்ட ஒருவரைப் புதைப்பதற்காகக் கொண்டு செல்வது போல் நடந்தது. தூக்குப் படுக்கையில் தந்தையின் உடலை வைத்து இரண்டு அலி அடிமைகளும், நான்கு பணியாட்களும் கொண்டு போனார்கள். அவர் வாழ்ந்த காலத்தில் ஆயிரக்கணக்கானவர்கள் கண்டு களிக்கும்படி சிறப்பாக ஊர்வலம் போவதை விரும்பியவர். இப்போதோ சந்தடியில்லாமல் கொண்டுபோய் அவரைப் புதைத் திருக்கிறார்கள். தம் தந்தையின் சவ ஊர்வலம் எவ்வளவு நேர்த்தி யாக நடக்க வேண்டும் என்று ஜஹானாரா கற்பனை செய்து வைத் திருந்தார். உயர்நிலையில் உள்ள மான்ஸப்தார்கள் சவப்பெட்டியைப் பிரதான வீதிகளில் சுமந்து செல்ல, அமைச்சர்களும், அவை உறுப்பி னர்களும் பின்னே நடந்துவர, பல்லாயிரக்கணக்கான குடிமக்கள் 'போய் வருக' என்று பிரிவுபச்சாரம் சொல்ல, அரண்மனைப் பணியாட்கள் தங்க நாணயங்களையும், வெள்ளி நாணயங்களையும் வாரியிறைக்க, கடைசி முறையாய் ஷாஜஹானின் முகத்தைப் பார்த்து விடும் துடிப்பில் மக்கள் காத்திருக்க – என்று தமக்குள் ஒரு அகக் காட்சியை அவர் கண்டு வைத்திருந்தார். அப்படி எதுவும் நடக்கவில்லை. பல கேள்விகள் விடை காணப்படாமல் தொக்கி நிற்கின்றன. அத்தனை சீக்கிரம் அவருடைய தந்தையின் மரணச் செய்தி எப்படி தில்லிக்குப் போய்ச் சேர்ந்திருக்கும்? எப்படி ஒரு மணி நேரத்தில் இவர்கள் ஔரங்கசீப்பின் உத்தரவைப் பெற்றிருக்க முடியும்? அந்த 'மசாஜ்' மருத்துவர் திடுமென்று எங்கே காணாமல் போனார்? இந்தக் கேள்விகளை அவர் யாரிடம் கேட்டுத் தீர்வு காண்பது?

7

ஆக்ரா கோட்டையில் எங்கோ ஓரிடத்தில் கொண்டாட்ட சூழல் இருந்தது. பேரரசரின் ஐம்பதாவது பிறந்த நாளைக் கொண்டாட எல்லாரும் ஆவலுடன் காத்திருந்தனர். ஔரங்கசீப் முஸாமன் பர்ஜை நோக்கி நடந்தபோது அவருடைய நடை வேகத்துக்கு ஈடு கொடுக்க முடியாமல் அவரது மெய்க்காவலர்கள்

ஓட்டமும் நடையுமாய் அவரைத் தொடர வேண்டியிருந்தது. வெளிமுற்றத்தில் ஆயுதமேந்திய தார்த்தாரியப் பெண் காவலர்கள் நிமிர்வு நிலையில் அசையாமல் நின்றிருந்தனர். அபிசீனிய அடிமைகள் மண்டியிட்டு வணங்கினர். மறுபக்கம் நூற்றுக்கணக்கான பணியாட்கள் கோட்டையைச் சுத்தப்படுத்திக் கொண்டிருந்தனர். பர்ஜ்வாசலில் இருந்த காவலர்கள் இதற்கு மேல் வளைய முடியாது என்கிற அளவிற்கு வளைந்து மரியாதை செலுத்தினர்.

உள்ளே – தன் தந்தை இறுதி மூச்சை விட்ட இடத்தில் இருந்தபடி அத்தனை ஆரவாரங்களையும் கேட்டுக் கொண்டிருந்தார் ஜஹானாரா. இன்னும் சில கணங்களில் தம்முடைய சகோதரனை தாம் எதிர்கொள்ள வேண்டியிருக்கும் என்பது அவருக்குத் தெரிந்தே இருந்தது. அவர் ஒரு முறை சாகவில்லை. தம்முடைய மகன்களும், பேரன்களும் கொல்லப்பட்டதை எண்ணியெண்ணி ஆயிரம் முறை அவர் செத்திருந்தார். அவருடைய தந்தையின் அறை வெறிச்சோடிக் கிடந்தது. அவர் படுத்திருந்த கட்டிலும், படுக்கையும் அகற்றப்பட்டு விட்டது. அவருடைய நினைவுகளையே முற்றாகத் துடைத்தெறிவதைப்போல.

ஔரங்கசீப் உள்ளே நடந்து வந்தார். வளைவான சன்னலருகே தம்முடைய தமக்கை நின்றிருப்பதைக் கண்டார்.

தம்முடைய காவலர்களை வெளியில் இருக்குமாறு கூறினார். தம் தமக்கையை அவர் நோக்கினார். தமக்கை முன்னைக்கு மெலிந்திருந்தார், முகம் வீங்கியிருந்தது, கண்கள் சிவந்திருந்தன.

அவர் 'அப்பா' என்று மென்மையாக அழைத்தார். ஜஹானாரா உரத்த குரலில் அழத் தொடங்கினார். தாராபாய் செத்து விட்டார், ஷுஜாபாய் வங்காளத்தில் அநேகமாய்ச் செத்திருக்கக் கூடும். முராது போயாயிற்று. ரோஷனாரா மர்மமான சந்தர்ப்பச் சூழலில் இறந்துவிட்டார். தற்போது ஔரங்கசீப் மட்டுமே உயிரோடிருக்கும் உடன்பிறப்பு. சிறு வயதில் ஔரங்கசீப் நலிவுற்று தளர்ந்தே காணப்பட்டார். அடிக்கடி காய்ச்சல், இருமல், சளி என்று உபாதைகளில் அவதிப்பட்டிருந்த தம்பியை அக்கறையுடன் கவனித்துக் கொண்டது ஜஹானாராதான். பனிக்காலத்தில் அரண்மனையே குளிர்காற்றில் சில்லிட்டுக் கிடக்கும். அவர் தன் சகோதரனைப் போர்வையில் சுற்றி, தாமே சுமந்திருப்பார். வேலையாட்களை நம்புவதில்லை. ஆனால், அந்தச் சகோதரன் இப்போது ஞாபகத்தில் வைத்திருக்க மாட்டார். இது அவருடைய வாழ்வில் மிக மோசமான தருணம். சோகமானதுங்கூட. அவருடைய ஒட்டுமொத்தக் குடும்பத்தையும் அழித்துப் போட்ட சகோதரனை அவர் இப்போது எதிர்கொள்ள வேண்டியிருக்கிறது. ஆயினும், அவருடைய மனம்

மேதா தேஷ்முக் பாஸ்கரன் ❖ 535

ஆறுதலை அந்தச் சகோதரனிடம் இருந்து எதிர்பார்த்திருக்கிறது. விதி இப்படியொரு அசாதாரணச் சூழ்நிலையில் அவரைக் கொண்டு நிறுத்தியிருக்கிறது. தம்முடைய கண்ணீரைத் துடைத்துக் கொண்டு, அவர் நேராக நின்று தம் சகோதரனை நோக்கினார். தம்முடைய கண்களை அவர் தழைத்துக் கொள்ளவில்லை. ஔரங்கசீப்பின் வெளிறிய பார்வையில் உறுதி தெரிந்தது, வருத்தத்தின் சாயை சிறிதளவும் இருக்கவில்லை. பேரரசனாக இருக்கும் தம்முடைய சகோதரனை எப்படிச் சமாளிப்பது என்பதை மனதுக்குள் அவர் தீர்மானித்துக் கொண்டார். நிர்க்கதியாய் விடப்பட்டிருக்கும் தம்முடைய மருமகன்களையும், மருமகள்களையும் கவனித்துக் கொள்ள அவர் தொடர்ந்து வாழ்ந்தாக வேண்டும். தம்முடைய உண்மைத் தன்மையை உறுதிப்படுத்தும் குரலில் தெளிவாகவும் அதே சமயம் மென்னயத்தோடும் அவர் பேசினார். 'மன்னித்துக் கொள், சகோதரா. நான் நடந்தவை பற்றிய தவறான ஊகத்தில் இருந்து விட்டேன்.'

ஜஹானாரா எதைப் பற்றித் தெரிவிக்கிறார் என்று ஔரங்கசீப்பிற்கு நிச்சயமாகவில்லை. அவருடைய தந்தையின் காலத்தில் தமக்கைதான் அரியணைக்குப் பின்னால் இருந்து கொண்டு ஆட்சி செய்தார். முக்கிய அரசியல் முடிவுகளை அவர்தான் எடுத்தார். இலட்சக்கணக்கானவர்களின் தலைவிதியை அவரே நிர்ணயம் செய்தார். தற்போது அந்தத் தமக்கையின் விதி இவர் எடுக்கும் முடிவைச் சார்ந்திருக்கிறது. தம் சகோதரியின் கண்கள் கவலையில் ஒளிமங்கி, கண்களைச் சுற்றிக் கருவளையமிட்டிருப்பதை அவர் கண்டார். அவர் ஒன்றும் பேசாமல், தமக்கை தொடரட்டும் என்று இருந்தார்.

'ரொம்பத் தாமதமாக என்றாலும், என்னுடைய தவறை நான் உணர்கிறேன். பிழைகள் இருந்திருப்பின் சரி செய்து கொள்ள விரும்புகிறேன். நாம் மறுபடியும் ஒரு குடும்பமாகவே தொடர வேண்டும்.'

அங்கே மவுனம் நிலவியது. ஜஹானாரா தம் சகோதரனிடம் இருந்து தமது கண்களை விலக்கிக் கொள்ளவில்லை. ஔரங்கசீப் பிரார்த்தனைக்குரிய குல்லாய் அணிந்திருந்தார். வலது கையில் அவருடைய மணிமாலை இருந்தது. தம் சகோதரனின் கைவிரல் கருணையில் உருளும் அந்த மணிகளில் ஒன்றாகவே தாமும் இருப்பதாய் ஜஹானாரா உணர்ந்தார்.

'உம்முடைய எண்ணம்தான் என்ன?' உரையாடலை நேர் செய்வதுபோல் கேட்டார் ஔரங்கசீப். அதற்குப் பதிலளிக்கையில்

ஜஹானாராவின் இதயம் வேகமாய் அடித்துக் கொண்டது. ஒவ்வொரு சொல்லை அவர் கவனமுடன் தேர்ந்தெடுத்துக் கொண்டு பேசினார்.

‘சமீபத்தில் நம் குடும்பத்தில் நிறைய மாற்றங்கள் ஏற்பட்டு விட்டன. தாராபாய் மீது எனக்கிருந்த பாசத்தில் நான் அறிவிழந்து போனேன்.’

ஔரங்கசீப் அவநம்பிக்கையோடு தம் சகோதரியைப் பார்த்தார். ஜஹானாரா இப்படிச் சொல்வார் என்று அவர் எதிர்பார்க்கவில்லை.

‘நம்முடைய முன்னோர்கள் இந்துஸ்தானத்தை ஒன்றுபடுத்தி ஒரு சாம்ராஜ்யத்தை உருவாக்கினார்கள். அவர்களுடைய கொடையைப் பாதுகாத்து வைப்பதற்கு, உன்னுடைய கண்டிப்பும் கடுமையும் உடைய ஆட்சி தேவைப்பட்டது. அதற்கு சவாலாய் இருந்தவர்களின் முதுகெலும்பை உடைப்பதும் அவசியமாயிற்று.’ அவர் சமச்சீர் நிலையுடன் அதைக் கூறினாலும் அவருடைய இதயத்தில் சீற்றமும், வெறுப்பும் இருக்கவே செய்தது.

‘உம்முடைய கோபம் உமது சொற்களில் வெளிப்படுகிறது. தந்தையின் மரணத்திற்கு என்னை நீர் பொறுப்பாக்கப் பார்க்கிறீர்’ சகோதரியின் புகழ்ச்சியுரையைக் கண்டு கொள்ளாமல், நறுக்கென்று சொன்னார் ஔரங்கசீப்.

ஜஹானாராவின் முகம் இருண்டது.

‘தாராபாய் சிரச்சேதம் செய்யப்பட்ட பிறகு தந்தை கூர்முனை உடைந்த அம்பு போல் ஆகிவிட்டார்’ தாழ்ந்த குரலில் சொன்னார் அவர்.

‘அவர் ஷரீஅத் நீதிமன்றத்தால் தண்டிக்கப்பட்டார், அதற்கு நான் காரணம் அல்ல.’

‘அந்த நீதிமன்றம் தாராபாயின் தையலிடப்பட்ட உடம்பைத் தந்தைக்கு அனுப்பி வைக்கும்படி உன்னிடம் வேண்டிக் கொண்டதா?’ அவர் கேட்க விரும்பினாலும் கேட்கவில்லை. மாறாக, தோற்ற உணர்வுடன், பெருமூச்சு விட்டபடி, ‘அவர்கள் எல்லாரையும் நான் இழந்து விட்டேன். உன்னையும் இழக்க விரும்பவில்லை’ என்றார்.

ஔரங்கசீப் சிறிதும் பற்றுணர்வின்றி, அரைமனதாய்த் தலையசைத்தார். வாய் திறந்து எதுவும் சொல்லவில்லை.

ஔரங்கசீப் உரையாடலை நீட்டிக்க விரும்பாததற்கு இன்னொரு காரணமும் இருந்தது. அவருடைய மனம் தக்காணத்தில் இருந்தது. நம்பிக்கையூட்டும்படியாய்ப் பல கடிதங்கள் எழுதிய

மிர்ஸா, ஆதில்ஷாஹி அரசைக் கைப்பற்றும் முயற்சியில் மனச் சோர்வூட்டும் விதத்தில் தோல்வி கண்டிருக்கிறார். அது ஓர் பின்னடைவு.

இஸ்லாமிய இந்துஸ்தானத்தைத் தோற்றுவிக்கும் அவருடைய கனவின் முன்னெடுப்பே, தக்காணத்தைத் தம் வசமாக்குவது தான். அத்தகைய பெரும் பொறுப்பை தோள்களில் சுமக்கக்கூடிய நபர் அவரிடம் இருந்திருக்கவில்லை. அவருடைய உச்சமதிப்புடைய வீரரான மிர்ஸா ராஜா ஜெய்சிங் கூட, தமது முயற்சியில் தோற்றிருக்கிறார். ஷியா அரசைத் தாமே நேரில் தக்காணத்துக்குச் சென்று கைப்பற்ற நினைத்தார் ஔரங்கசீப். ஆனால், அவர் இப்போது பேரரசர். அத்துடன் அவருக்கு வேறு பல பொறுப்பு களும் இருந்தன. அவருடைய ஆளுகைக்குட்பட்ட காஷ்மீரத்தையும், ஆப்கானிஸ்தானத்தையும் சுற்றியுள்ள பள்ளத்தாக்குகளில் துருக்கி யரும், ஈரானிய மரபுக் குழுவினரும், பஷ்டூன்களும், அஃப்ரிதிகளும் தங்கள் வாட்களை உயர்த்தியிருக்கின்றனர். அது பேரரசை ஆபத்து நிலைக்கு உட்படுத்தியிருக்கிறது. அந்தக் குழுத் தலைவர்கள் முகலாய இராணுவத்தில் முன்பு பணியாற்றியவர்கள் என்பதை ஔரங்கசீப் அறிவார்.

அவருக்குள் இன்னொரு விசயமும் தளும்பிக் கொண்டிருந்தது. தக்காணத்தைக் கைப்பற்றுவதற்கு ஆண்டுக்கணக்கில் போரிட வேண்டியிருக்கும். ஷியா அரசுகளைத் தாக்குவதற்குமுன், அரசியல் ரீதியாக அவர்களுடைய நிலையுறுதியைச் சிதறடிக்க வேண்டும். அது ஒரு நீண்டகாலக் கடமைப் பொறுப்பு. அதைச் செய்து முடிக்கக் கூடியவரும் தக்காணத்தைச் சேர்ந்தவராகவும், ஆயிரக் கணக்கான ஆதரவாளர்களைப் பெற்றவராகவும் இருக்க வேண்டும். தம்முடைய புறங்கையைப்போல் தக்காணத்தை அவர் நன்றாகத் தெரிந்து வைத்திருக்கவும் வேண்டும். சிவாஜி உண்மையிலேயே முகலாயப் பேரரசின் விசுவாசியாகி, ஔரங்கசீப்பின் கனவுக்கும், கட்டளைக்கும் உயிரையும் அர்ப்பணிப்பவராக இருந்தால் எப்படி இருக்கும்? தக்காணக் கடமைப் பொறுப்பு மிகவும் கனமானது, கடினமானது. இத்தனை காலமும் அரசின் பணத்தைப் படைத் தலைவர்கள் பலரும் வீணடித்து விட்டிருக்கிறார்கள். சிவாஜி பண நிர்வாகத்தில் தேர்ந்தவர், பல சாதனைகளை நிகழ்த்தியவர் என்று கேள்வி. அந்த மலைப் பிரதேசத்து மனிதரை நேரில் காண வேண் டும் என்று விரும்பினார் ஔரங்கசீப். அந்தச் சந்திப்பு ஆக்ராவிலோ, தில்லியிலோ நிகழ வேண்டும். குறிப்பாக ஒரு சிறப்பு நிகழ்ச்சியின் போது, சிவாஜியை அதில் பங்கேற்கச் செய்ய வேண்டும். அப்போது தான் ஒரு முகலாயப் பேரரசர் எப்படிப்பட்டவர் என்பதையும்,

உலகின் இந்தப் பகுதியில் ஔரங்கசீப் எப்படி மதிக்கப்படுகிறார் என்பதையும் அவர் புரிந்துகொள்ள முடியும். இந்து அரசர்களான வல்லமைமிக்க ரதோட்களும், சௌஹான்களும், கச்வாஹ்களும், ராணாக்களும் இவர்முன் நிலந்தோய விழுந்து வணங்குவதை அவர் காண வேண்டும்.

அன்றிரவே ஔரங்கசீப் மிர்ஸாவிற்கு ஒரு கட்டளைச் செய்தியை அனுப்பினார் :

'என்னுடைய ஐம்பதாவது பிறந்த நாள் கொண்டாட்டங்களில் கலந்து கொள்ளும்படி சிவாஜியையும், முகலாய மான்ஸப்தாரான அவருடைய மகன் சாம்பாஜியையும் ஆக்ராவிற்கு அனுப்பி வைக்கவும். எந்தவொரு தந்திரத்தையும் பயன்படுத்திக் கொள்ளலாம். தேவைப்பட்டால் தக்காணத்தின் சுபேதாராக்கி விடுவதாகவும் உறுதியளிக்கலாம்.'

அத்தியாயம் முப்பது

1

சிவாஜி தம்முடைய அமைச்சர்களை வரும்படி அழைப்பாணை விடுத்திருந்தார். அவருடைய தலைமை ஆலோசகர் பேஷ்வா மோரோஜிபிங்ளே, நிதிக் கட்டுப்பாட்டு அதிகாரி மஸூம்தார் நிலோஜி சொந்தேவ், வருவாய்த்துறை ஸர்னிஸ் அன்னாதத்தோ. காலாட்படைத் தலைவர் ஏஸாஜி காங்க், தானாகிமலுஸரே, அயல் விவகாரத் துறை ஆலோசகர் திரியம்பக் தபீர், சட்ட வல்லுநர் நீராஜி ராவ்ஜி, அரசியல் பேச்சுவார்த்தை நடத்துகிற ரகுநாத் பலால் கோர்டே, உளவுத் துறை பாஹிர்ஜி நாயக் ஆகியோர் ராஜ்காட்டிற்கு வந்து சேர்ந்தனர்.

சிவாஜியின் எழுத்தரான பாலாஜி ஆவ்ஜி, குறிப்புகள் எடுப்ப தற்காக மேசையின் பின்புறம் அமர்ந்திருந்தார். ஆண்டுக்கணக்காக நடந்த சண்டைகளில் எண்ணற்ற பேர்களை இழக்கும்படியானது. அதிகாரத்தைத் தவறாகப் பயன்படுத்தும் கொடுமைக்காரர்களான தேஷ்முக்குகளையும், பட்டீல்களையும் கட்டுக்குள் கொண்டுவர வேண்டியிருந்தது. நிதித் தேவையைச் சமாளிக்க முகலாய நகரங் களைச் சூறையிட நேர்ந்தது. அண்டை நிலப் பகுதிகளை ஆண்டவர் களுடனும் சண்டையிடுகிற நிர்ப்பந்தம். ஆனால் இப்போது எல்லாமே அர்த்தமற்றதாகி விட்டன. சிவாஜி தம்முடைய மற்றும் தம்மைச் சேர்ந்தவர்களின் எதிர்காலம் பற்றி அவர்களுக்கு நம்பிக்கை யூட்டி, அவர்களுடைய பொறுப்புகள் பற்றியும் அவர்களுக்கு உணர்த்த வேண்டிய நிலை. அவர்களை அமரச் சொல்லிவிட்டு, தாழ்ந்த குரலில் அவர்களிடம் கூறினார். 'நீங்கள் கேள்விப்பட்டது உண்மைதான். என்னுடைய மகனுடன் நான் ஆக்ராவிற்குப் போய் வரத் தீர்மானித்திருக்கிறேன்.'

பிங்ளே கடுப்புடன், கண்கள் சிவக்கக் கேட்டார், 'எதற்காக?'

'மிர்ஸாவிடம் இருந்து எனக்கொரு கடிதம் வந்திருக்கிறது. ஔரங்கசீப் என்னைத் தக்காணத்தின் சுபேதாராக்க விரும்புவதாய்

எழுதியிருக்கிறார்.' தம்முடைய கண்களைத் தலைமை ஆலோசகர் மீது பதிய வைத்துக் கொண்டு சொன்னார் சிவாஜி.

பிங்ளே வெளிப்படையாகவே வியப்பு காட்டினார். தக்காணத்து சுபேதார் என்கிற முறையில் போர், கந்தேஷ், பழைய நிஜாம் ஷாஹி யின் பாதி நிலப் பகுதி இவையெல்லாம் சிவாஜியின் கட்டுப் பாட்டிற்கு வந்துவிடும். நூற்றுக்கணக்கான மான்ஸப்தார்களும், அவர்களுடைய படைப் பிரிவுகளும் அவரிடம் அறிவிக்கை செய்யும் படி இருக்கும். தங்களுடைய சொந்த நிலப் பகுதிகள் வெற்றாகக் கிடப்பதை பிங்ளே நினைவுபடுத்திக் கொண்டார். அவர்களுடைய சோளம், சிறு தானியங்கள் முகலாயர்கள் விழுங்கித் தீர்த்து விட்டனர். ராஜா சிவாஜி சுபேதாராகி விட்டால், அவருடைய மக்கள் முகலாயர்களின் தாக்குதல்களை எதிர்கொள்ள வேண்டிய நிலையிருக்காது. இவர் தம்முடைய சொந்தப் படையை உருவாக்கிக் கொள்ள முடியும். அதைக் கொண்டு கொங்கணத்தின் கடலோரப் பகுதிகளை மட்டுமன்றி, கொங்கணத்தையே கைப்பற்றி விடலாம். முகலாயர்களின் செலவிலேயே இதையெல்லாம் நிறைவேற்றிக் கொள்ள வாய்ப்பிருக்கிறது.

பிங்ளேயின் மன ஓட்டத்தை அறிந்தவராய், சிவாஜி சொன்னார். 'ஆதில்ஷாஹிக்குப் பத்து லட்சம் ரூபாய் வருவாய் கொடுக்கிற கொங்கணத்தின் பால்காட் பகுதியை நம் கட்டுப்பாட்டிற்குக் கொண்டுவந்து விடலாம்.'

'அது உண்மையானால், நர்மதை ஆற்றுக்குத் தெற்காக உள்ள ஒட்டுமொத்த நிலப் பகுதியும் நம்மிடம் வந்துவிடும்' என்றார் நிராஜி.

'பேரரசரைச் சந்திக்க வடக்கே செல்வதென்பது கொடிய பசியுடன் இருக்கும் புலியின் வாய்க்குள் தலையை விடுவது போலத்தான்' ஆர்வத் தீயைப் பொசுக்கென்று அணைத்தது பிங்ளேயின் சொற்கள்.

'இங்கேயே இருந்துகொண்டு, முகலாயர்களின் சார்பாக ஆதில்ஷாஹியை எதிர்த்துப் போரிடுவதால் எந்தப் பலனுமில்லை' என்று பதிலளித்த சிவாஜி தொடர்ந்தார், 'பல காரியங்களை நிறை வேற்றிக் கொள்ள முடியும். பேரரசரைச் சந்திக்க ஏற்பாடு செய்வ தாய் மிர்ஸா எனக்கு உறுதியளித்திருக்கிறார். இதுவரை வெற்றி கொள்ளப்படாத ஜன்ஜீராக் கோட்டையை வெல்வதற்கு அவரு டைய ஆதரவை வேண்டிப் பெறலாம் என்றிருக்கிறேன்.'

'பீஜப்பூர் நகர வாயிலில் மிர்ஸா தோற்றது ஆச்சரியமாய் இருக்கிறது' நிராஜி வியப்பை வெளிப்படுத்தினார்.

சிவாஜி சிரித்தபடி சொன்னார், 'இதில் ஆச்சரியப்பட எதுவும் இல்லை. முகலாயப் படைத்தலைவர்கள் சொகுசு வாழ்க்கைக்குப்

பழக்கப்பட்டவர்கள். அதற்கு தேவையான பணம் அவர்களுக்குத் தொடர்ந்து கிடைத்துக் கொண்டேயிருக்க வேண்டும். போர் நடவடிக்கைகளின்போது பேரரசரின் கருணையை எதிர்பார்த் திருப்பவர்கள் அவர்கள். உணவு மற்றும் குடிநீர் விநியோகம் துண்டிக்கப்பட்டு விடுகிறபோதும், படைப் பிரிவுத் தலைவர் களிடையே சச்சரவு நேரிட்டாலும் அவர்களுடைய வல்லமை குன்றி விடும், ஒளிவட்டம் மங்கிப் போகும். கொஞ்ச நாள் அவர்களோடு இருந்ததில், அவர்களின் பலவீனத்தை நான் கண்டுகொண்டேன்.'

'மிர்ஸா உங்களுக்குக் காப்புறுதி அளித்திருக்கிறாரா?' பிங்ளே அறிந்துகொள்ள விரும்பினார்.

'ஒரு இராஜபுத்ரர் அளிக்கக்கூடிய வாக்குறுதிகளை தம்முடைய கடிதத்தில் அவர் அளித்திருக்கிறார். அவருடைய மூத்த மகன் குன்வார் ராம்சிங் வடக்கில் என்னோடு இருப்பார். அவர் ஒரு மான்ஸப்தார், அரண்மனையிலும் பணிகளைக் கவனிக்கிறார். மிர்ஸாவின் இனமரபுக் குழுவைச் சேர்ந்த மூவாயிரம் இராஜபுத்ரர் களுக்கும் என்னுடைய பாதுகாப்பு பற்றி அறிவுறுத்தப்பட்டி ருக்கிறது.'

'தாங்கள் எப்போது போவதாய்த் திட்டமிட்டிருக்கிறீர்கள்?' ராஜா அதுபற்றி முடிவு செய்திருப்பார் என்று பிங்ளேக்குத் தெரிந் திருந்ததால், அவர் கேட்டார்.

'இளவேனில் பருவத்தில் போகலாம்.'

'பால்கர் பற்றித் தகவல் ஏதும் உண்டா?' பிங்ளே குரலைத் தாழ்த்திக் கொண்டு கேட்டார்.

'நிறைய வருமானம் தரக்கூடிய நிலங்களை ஆதில்ஷாஹி அவருக்கு வழங்கியிருக்கிறது. மிர்ஸா அவரை விலைக்கு வாங்க முயற்சிப்பதாய்ச் சமீபத்திய தகவல். எதிர்மறையாய் எண்ணத் தையோ உணர்ச்சியையோ வெளிக்காட்டாமல் சொன்ன சிவாஜி, நான் தில்லிக்குப் போய்வர எப்படியும் ஆறு மாத காலம் ஆகி விடும். அதுவரை நம் கோட்டைகளை மேற்பார்வை செய்யும் பொறுப்பை நமது பேஷ்வா மோரோஜி பிங்ளே கவனிப்பார். நம்மு டைய குதிரைப் படையும், காலாட் படையும் எங்கே தங்கியிருக்க வேண்டும் என்பதை அவரே தீர்மானிக்கட்டும். எந்தவொரு சந்தர்ப்பச் சூழ்நிலையிலும் நம்மிடம் எஞ்சியிருக்கும் கோட்டை களை, என்னுடைய உயிருக்கே அச்சுறுத்தலை ஏற்படுத்தினாலும் கூட முகலாயர்களிடம் கையளித்து விடக்கூடாது.'

'அண்ணா தத்தோ கருவூலத்தை மிகக் கண்டிப்போடு நிர்வகிக்க வேண்டும். நம்முடைய அரும்பொருட் குவியல்களை மறைத்து

வைக்கத் தகுதியான இடங்களை அவரே கண்டு பிடிப்பார். அத்தனை தகவல்களும் அவருக்கு மட்டுமே தெரிந்திருக்கும். அப்போதுதான் அவர்கள் என்னைச் சித்ரவதை செய்து நம்முடைய படைகள், பொக்கிசங்கள் பற்றிக் கேட்டாலும் என்னால் தகவல் தர முடியாமல் போகும்' என்றார் சிவாஜி.

அவருடைய சொற்கள், அவரது அமைச்சர்களை அதிர்ச்சி யடையச் செய்தது.

சிவாஜி தொடர்ந்தார். 'திரியம்பக் தபீரும், ரகுநாத்ஜியும் உடனே ஆக்ரா புறப்பட்டுச் செல்ல வேண்டும். அங்கே கன்வார் ராம்சிங்கைச் சந்தித்து நம்முடைய தங்குதல் பற்றித் திட்டமிடுவது அவசியம். நிராஜி, தானாஜி, ஏஸாஜி, பாஹிர்ஜி மற்றும் பாலாஜி இவர்கள் என்னோடு ஆக்ரா வருகிறார்கள். என்னுடைய மெய்க் காவலர்களான ஜீவமஹலே, ஹிரோஜிஃபர்ஸாத் மற்றும் உள்ளவர் களும் வருவார்கள். பால்கருடன் எல்லா சண்டைகளின் போதும் இருந்த பிரதாப் ராவ் குஜார் ஐநூறு குதிரை வீரர்கள் கொண்ட படைப் பிரிவையும், எட்டு போர் யானைகளையும் தாமே தலைமை தாங்கி வழி நடத்துவார்.'

'அது செலவு பிடிக்கிற பயணமாய் இருக்கும் போலிருக்கே' என்றார் அண்ணா தத்தோ.

தம்முள் முன்பே அவர் கணக்குப் போட்டு வைத்திருக்க வேண்டும்.

'ஆமாம். உணவுப் பொருள் போன்ற சிலவற்றை நாம் தயார் செய்து கொள்ள வேண்டியிருக்கும். நம் பயணச் செலவுக்காக ஒரு லட்சம் ரூபாய்களை ஔரங்கசீப் அனுப்பி வைத்திருக்கிறார். நம் பயணத்துக்கான ஆவணங்களும் சீக்கிரமே வந்து சேரும். அவை இல்லாமல் நர்மதை ஆற்றைக் கடந்து, பேரரசின் நிலப் பகுதிக்குள் பிரவேசிப்பது நடவாத காரியம். அந்த ஆவணங்களை வைத்துக் கொண்டுதான் உணவு, குடிநீர், கால்நடைத் தீவனம் இவற்றை நாம் வாங்க முடியும்.'

'தாங்கள் அங்கிருந்து திரும்பி வருவதற்கான ஆவணங்கள் பற்றி விபரம் உண்டா?' பிங்ளே கேட்டார்.

'அவை ஆக்ராவில் வழங்கப்படும்.'

'இதன் பொருள் ஔரங்கசீப்பின் தயவில் நீங்கள் இருப்பீர்கள் என்பதுதானே?'

சிவாஜி தலையசைத்தார்.

அடுத்த இரண்டு வாரங்களும் தம்முடைய ஆளுகைக்குட்பட்ட பகுதியில் பிரயாணம் செய்த சிவாஜி, தம்மிடம் எஞ்சியுள்ள கோட்டைகளுக்கும் திடீர் விஜயம் மேற்கொண்டார். கோட்டைப் பொறுப்பாளர்கள் மற்றும் காவற்படையினரின் செயல்முறைகளைச் சோதித்தறிவதே அதன் நோக்கம். காப்பரண்களில் உள்ள வில்லாளிகள், வெடிபொருட்களைக் கட்டுப்பாட்டில் வைத்திருக்கும் துப்பாக்கிப் படையினர் இவர்களின் செயற்பாடுகளை ஆராய்வதும் இதில் அடக்கம்.

2

ஆக்ராவை இலக்காகக் கொண்டு புறப்பட்ட மராத்திய பயணக் குழு, முதலில் ஔரங்காபாத்தைச் சென்றடைந்தது. தக்காணத்தில் முகலாயர் வசம் உள்ள நிலப் பகுதிக்குத் தலைநகரம் அது. பலராலும் நன்கு அறியப்பட்ட சிவாஜியைக் காண மக்கள் சாலையோரங்களில் கூடியிருந்தனர். நன்கு அலங்கரிக்கப்பட்ட யானை மீது வெள்ளி அம்பாரியில் சிவாஜியும், அவருடைய மகனும் அமர்ந்து வந்தனர். அவர்களைத் தொடர்ந்து நேர்த்தியாக உடையணிந்த குதிரை வீரர்கள் கொண்ட படைக் குழுவொன்று வந்தது.

அங்கே உயர்படித்தரம் உடைய மான்ஸப்தார்களைச் சந்தித்த பின், சில நாள் அங்கேயே தங்கிவிட்டு, மராத்தியர்கள் புறப்பட்டனர். ஆக்ரா செல்லும் பிரதான சாலையில், முகலாயப் புறக்காவல் நிலையங்களில் ஆவணங்களைக் காண்பித்து விட்டு தங்கள் பயணத்தை அவர்கள் தொடர்ந்தனர். வழியில் குறுக்கிட்ட ஆற்றைக் கடக்கப் படகுகளைப் பயன்படுத்திக் கொண்டனர். அவர்கள் பகலில் பிரயாணம் செய்து, இரவுகளைத் தங்கும் விடுதிகளில் கழித்தனர். அவர்கள் ஔரங்கசீப்பின் பிறந்த நாள் கொண்டாட்டங்களுக்கு முதல் நாளே ஆக்ராவைச் சென்றடைந்தனர். ஒவ்வொரு நாளும் திட்டமிட்டுக் கொண்டு பயணித்தும், தங்கள் பயண இலக்கை அவர்கள் அடைவதற்கு ஐம்பது நாட்கள் ஆயிற்று. பயணத்தின் இடையில், குவாலியர் கோட்டை அடிவாரத்தில் முகாமிட்டிருந்த போது, பேரரசரிடம் இருந்து சிவாஜிக்கு ஒரு கடிதம் வந்தது.

‘தாமதமின்றி வரவும், எனது பண்பில் நம்பிக்கை வைத்து, அமைதியான மனத்துடன் வரவும், என்னுடனான முறை சார்ந்த சந்திப்புக்குப் பின், உம்மைப் பெருமைப்படுத்தும் விதமாய்ப் பல சலுகைகளை உமக்களித்து, நீர் உமது ஊர் திரும்ப அனுமதி வழங்குவோம். உம்மைக் கவுரவிப்பதற்காக இத்துடன் ஒரு ‘கிலாத்’தும் அனுப்பியுள்ளோம்.’

சம்பல் ஆற்றங்கரையில் தோல்பூர் நகரத்துப் பயணியர் விடுதி யில் அவர்கள் கடைசியாய்த் தங்கினர். சுற்றிலும் அடர்த்தியான காடு. அதன் பக்கத்தில் உள்ள பள்ளத்தாக்குகளில் பிரசித்தி பெற்ற கொள்ளைக்காரர்கள் வசித்தனர். அங்கிருந்த மக்கள் இரவில் எச்சரிக்கையாய் இருக்கும்படி மராத்தியர்களிடம் தெரிவித்தனர். விடுதி சிறியது என்பதால், சிவாஜி தம்முடைய ஆட்களை விடுதிக்குப் பின்புறம் உள்ள இடத்தில் முகாம்களை அமைக்கப் பணித்தார்.

தங்கள் கைக்கெட்டும் தொலைவில் தங்களுடைய ஆயுதங் களை வைத்துவிட்டு வில்லாளிகளும், வாளேந்தும் படையாட்களும் முகாமில் உறங்கினர். அவர்களுடைய இராணுவ மந்திரம், 'எங்கு சென்றாலும் குறைவாக உண்டு, குறைவாக உறங்கிக் கொள்ள வேண்டும்' என்பதே. தானாஜிக்கு உறக்கம் பிடிக்கவில்லை, புரண்ட படி இருந்தார்.

தொலைவில் எங்கோ புலி ஒன்று உறுமுகிற ஒலிதான் முதலில் கேட்டது. அவர் கவனமாகக் கேட்டிருந்த பொழுது, மற்றொரு சத்தம் அவரைத் தொந்தரவு செய்தது. வேகப் பாய்ச்சலில் கூட்ட மாய் வரும் குதிரைகளின் குளம்போசை. வந்தது கொள்ளைக் கூட்டம்.

விடுதியின் பிரதான வாயிற்கதவை, கனமான மரத்துண்டு களைக் கொண்டு அவர்கள் உடைக்க முற்பட்டனர். உள்ளே, வாயிற்காப்பவர்கள் நல்ல உறக்கத்தில் இருந்தனர். கொள்ளையர்கள் அவர்களை உசுப்பிப் பார்த்தனர். அவர்களோ போதை மயக்கத்தில் கிடந்தனர். கொள்ளையர் தலைவன் சைகை காட்டவும், ஒருவன் தீப்பந்தத்துடன் முன்னே செல்ல மற்ற கொள்ளையர்கள் பின்னே சென்றனர். அங்கிருந்த அறைகள் பயணிகளால் நிரம்பியிருந்தன. அவர்களிடமிருந்து பெரிய எதிர்ப்பில்லை. அவர்கள் இரத்தம் சிந்த விரும்பாமல், தங்கள் உடைமைகளைக் கொடுத்து விட்டனர். கொள்ளையர்கள் தங்கத்தையும், வெள்ளியையும் கோணிப் பைகளில் நிரப்பிக் கொண்டு புறப்பட்டனர். கொள்ளையரில் ஒருவன் அறையொன்றில் இளம்பெண் ஒருத்தியைக் கண்டான். சிற்றின்ப இச்சையால் தூண்டப்பட்டு, அவளைத் தன்னுடைய தோளில் போட்டுக்கொண்டு வெளியேறினான். அந்தப் பெண் வீறிட்டலறி னாள். அவனுடைய கணவனாக இருக்க வேண்டும், உயரமான இளைஞன் பாய்ந்து வந்து அவனைத் தடுத்தான். அப்போது தலைவன் சைகை செய்ய இன்னொருவன் ஓடி வந்து அந்த இளைஞனை வெட்டிக் கூறு போட்டான். அந்தப் பெண் உரத்த குரலில் ஓலமிட்டாள்.

மேதா தேஷ்முக் பாஸ்கரன் ❖ 545

கொள்ளையர்கள் விடுதி வாசலை விட்டு வெளியேறும் போது ஏதோ ஒன்று அவர்களை நிற்கச் செய்தது. அவர்களுடைய வழியை அடைத்துக் கொண்டு ஆயுதம் ஏந்திய படை வீரர்கள், இரு பக்கமும் வெட்டுவாய்ப் பகுதியுடைய நீண்ட வாட்கள், அவர்களுடைய கைகளில். இந்த வீரர்கள் குள்ள மனிதர்கள், கட்டுறுதி கொண்ட உடலமைப்புடன் காணப்படும் இவர்கள் யார்? குழப்பமாகி விட்டது கொள்ளையர்களுக்கு.

'அந்தப் பெண்ணை விடு' படைக் குழுவிற்கு தலைமை வகித்தவர் உத்தரவிட்டார்.

கொள்ளையர் தலைவனுக்கு வியப்பு. அவர்களை யாரும் இதுவரை எதிர்த்ததில்லை.

அவன், படையாட்களைப் பார்த்தான். ஒரு பத்து பன்னிரண்டு பேர் இருக்கலாம். அவனுடைய ஆட்களின் எண்ணிக்கையோ இருபத்தியைந்து.

'கொல்லுங்கள்' அவன் குரலை உயர்த்தினான்.

படையாட்கள் கொள்ளையர்களின் தாக்குதலை தங்கள் கையில் இருந்த கேடயத்தால் தடுத்துக் கொண்டு, கொள்ளையர் மீது தங்கள் வாட்களை இறக்கினர். கொள்ளையர்களிடம் தங்களைக் காத்துக் கொள்ள கேடயங்கள் இருக்கவில்லை. அத்துடன் அவர்கள் முறையாகப் போர்ப் பயிற்சி பெற்றவர்களுமல்ல. சீக்கிரமே வீரர்களின் வாட்களுக்கு இரையாயினர். பெண்ணைச் சுமந்து கொண்டிருந்தவன், அவளைக் கீழே வீசிவிட்டுத் தப்பியோடினான்.

3

ஜஹானாரா தன்னுடைய கண்ணீரைக் கவனமாய்த் துடைத்துக் கொண்டார். மக்கள் ஔரங்கசீப்பை 'ஸிந்தாபிர்' (வாழும் புனிதர்) என்கிறார்கள். ஆனால், அவர்களுக்குத் தெரியாது அவர் ஆக்ராவில் இருந்து ஆயிரத்தி நானூறு வண்டிகளில் மரபு வழிச் செல்வங்களைக் கொண்டு போய் தில்லியில் உள்ள கிலா–இ–முபாரக் சேமிப் பறைகளில் வைத்திருப்பது, அவையெல்லாம் இப்போது பிறந்த நாள் கொண்டாட்டத்தை முன்னிட்டு ஆக்ராவிற்கே திரும்பவும் கொண்டு வரப்பட்டிருக்கிறது. அவை அரசவையில் காட்சிக்கு வைக்கப்படும். முகலாயச் செல்வங்களைக் காட்டி பார்வையாளர்களின் கண்களில் பிரமிப்பூட்டி, கருத்தில் அச்சுறுத்தலை ஏற்படுத்தி விடுவார்கள்.

விழா ஏற்பாடுகள் பற்றி கலந்தாலோசிப்பதற்கான இறுதிக் கூட்டம். ஜஹானாராவும் அதில் பங்கேற்கவிருந்தார். கூட்டம்

அவருடைய சகோதரரின் மனைத் தொகுதியில் ஏற்பாடு செய்யப் பட்டிருந்தது. ஜஹானாரா அங்கே சென்று, அரசுப் பெண்களுக் காகத் திரையிட்டு மறைக்கப்பட்டிருந்த பகுதியில் அமர்ந்தார். அங்கிருந்து கொண்டே நடப்பவற்றைப் பெண்கள் பார்க்கவும், கேட்கவும் முடியும். கூட்டம் முன்பே தொடங்கி விட்டிருந்தது.

ஔரங்கசீப்பின் இருக்கையில் இருந்து சற்று தள்ளி ஜாஃபர் கான் கைகளைக் கட்டிக் கொண்டு நின்றிருந்தார். மிர்ஸா ஜெய் சிங்கின் மூத்த மகனும், அவைக் காரியங்களைக் கவனிப்பவருமான குன்வர் ராம்சிங் ஔரங்கசீப்பிற்கு நேர் எதிரில் நின்றிருந்தார். அவர் பணிவுடன் சற்றே முன்நோக்கி வளைந்து, ஏற்பாடுகள் பற்றிய நடப்புத் தகவல்களை தம்முடைய தலைவருக்கு விவரித்துக் கொண் டிருந்தார்.

'மக்கள் மெக்கா, பால்க், பொகாரா, அபிஸீனியா, பார்ஸா, ஏமன் மற்றும் நம்முடைய இருபத்தியிரண்டு மாகாணங்களிலும் இருந்து வந்திருக்கிறார்கள். பெருங்குடி மக்களும் திரண்டிருக் கின்றனர். சமய குருமார்களும் பல குழுக்களாய் வந்து கூடியிருக் கிறார்கள். விருந்தினர்கள் தங்குவதற்கான விடுதிகள் உட்பட எல்லா நகர எல்லைகளில் வருகையாளர்களை வரவேற்கப் பணியாளர்கள் வரிசை கட்டி நிற்கிறார்கள். சமுதாய சமையற்கூடங்களில் தானியங் களும், இறைச்சியும், மணமூட்டிகளும், பழங்களும் தாராள அளவில் இருப்பு வைக்கப்பட்டுள்ளன. விருந்துக்கான உணவு வகைகள் தயாராகிக் கொண்டிருக்கின்றன.'

'மராத்தியர்கள் எங்கே வந்திருக்கிறார்கள்?' அக்கறையற்ற குரலில் கேட்டார் ஔரங்கசீப். சிவாஜி பேரரசுக்கு ஊழியம் செய்ப வராயின், தம்மைப் பற்றி அவர் பெரிதாக எண்ணிக் கொள்ள இடமளிக்காமல், அவர் அத்தனை முக்கியத்துவம் உடையவரல்ல என்று உணர்த்தும் விதத்தில் அவரை நடத்த வேண்டும். பார்க்கப் போனால் அவர் கொஞ்சம் நிலம் வைத்திருக்கிற பேர்வழி. பேரர சின் புதிய மான்ஸப்தாரின் தந்தை. அவ்வளவு தான்.

'அவர்கள் இப்போது நகரத்துக்குள் நுழைந்திருப்பார்கள். அவர்களை முலுக்சந்த் தங்கும் விடுதிக்கு அழைத்துச் செல்ல ஆட்கள் இருக்கிறார்கள். அது பற்றிய விபரங்களை நான் தெரிந்து வரட்டுமா?'

'அது பற்றிய கவலை வேண்டாம்' பேரரசர் முணுமுணுப்பாகச் சொன்னார். சில நாட்களுக்குப் பிறகு சிவாஜியைத் தாம் தனிப் பட்ட முறையில் சந்திக்க உத்தரவிட்டிருந்ததை அவர் நினைத்துக் கொண்டார்.

‘அவரை வரவேற்க யார் போயிருக்கிறார்கள்?’ திரைக்குப் பின்னால் இருந்து ஜஹானாரா கேட்டார். ஔரங்கசீப் திடுக்குற்றார், திரைக்குப் பின்னால் சகோதரி இருப்பார் என்பதை அவர் எதிர் பார்க்கவில்லை.

‘குன்வர் ராம்சிங் அதைக் கவனிப்பார். குன்வரின் தந்தையும், சிவாஜியும் ஒருவரையொருவர் நன்கறிந்தவர்கள். நான் அது தொடர்பாய்ப் ஃபிதய்கானிடமும் சொல்லியிருக்கிறேன்.’ தாம் சொல்வது தமக்கைக்குத் தெளிவாய்க் கேட்காதபடிக்கு தம்முடைய குரலைத் தாழ்த்திக் கொண்டார் ஔரங்கசீப். அது ஒரு நழுவலான பதில். வேறு கேள்விகளுக்கு இடமளிக்காதவாறு அவர் அங்கிருந்து எழுந்து சென்றார்.

‘நீர் ஏன் இங்கிருக்கிறீர்? குவாலியர் – ஆக்ரா சாலையில் ஒரு நாள் முன்கூட்டியே சென்று தங்கி மராத்தியர்களைச் சந்தித்திருக்க வேண்டும் அல்லவா?’ ஜஹானாரா குன்வரை நோக்கிக் கேட்டார். குன்வர் மன்னிப்புக் கோரும் விதமாய்ப் புன்னகைத்துக் கொண்டு, ‘பேகம் சாஹிபா, இங்கே வேறு வேலைகள் இருந்து விட்டன. நாங்கள் அந்த விவகாரத்தைக் கவனிப்பதற்கு கிரிதர்லாலை அனுப்பிவிட்டோம்’ என்று சொன்னார்.

‘கிரிதர்லால் எங்கிருக்கிறார்?’ ஜஹானாரா கேட்டார்.

‘அவர் இதுவரை கோட்டையில் தான் இருக்கிறார். அவருடைய கணக்கு விபரங்களில் குளறுபடி. அதைச் சரி செய்து கொண்டிருக்கிறார்’ குன்வரின் குரலில் குற்ற உணர்வு இருந்தது.

‘என்ன குழப்பம் வஸீர்–இ–ஆஸம்?’ பிரதான அமைச்சரை நோக்கிக் கேள்வி வீசப்பட்டது.

‘பேகம் சாஹிபா, நாங்கள் அதைச் சரி செய்கிறோம்’ என்று மிகுந்த வணக்கத்துடன் சொன்னார் அவர். அதில் சிறிதும் அக்கறையிருந்ததாய்த் தெரியவில்லை.

மராத்தியர்களை வரவேற்க தாழ்நிலை மான்ஸப்தாரான குன்வரை எதற்காகத் தெரிவு செய்தார்கள்? எவ்வளவு யோசித்தும் ஜஹானாராவால் புரிந்து கொள்ள முடியவில்லை. குன்வரும், ஃபிதய்கானும் மராத்தியர்களை வரவேற்கச் செல்வதாக இருந்தால் பிறகெதற்கு கோட்டையிலேயே நிறுத்தி வைக்கப்பட்டிருப்பது? கிரிதர்லால் என்கிற சாதாரண கணக்குப் பதிவாளரை ஏன் அனுப்பி வைத்திருக்கிறார்கள்? முலுக்சந்த் விடுதி ஒரு காத தொலைவில் இருப்பதாயிற்றே. அதுவும் கதியற்ற பயணிகள் தங்கும் சவுகரியக் குறைவான இடமல்லவா அது.

4

ஜஹானாரா மராத்தியர்கள் பற்றியும், ஆக்ராவில் அவர்களுக் காகச் செய்யப்பட்டிருக்கும் ஏற்பாடுகள் பற்றியும் சிந்தித்துக் கொண்டிருந்தபோது, தக்காணத்தில் இருந்து அவர்களோடு வந்திருந்த பிரதாப் ராவ் குஜ்ஜார், தானாஜி காஸிபெக் (மிர்ஸாவின் உதவியாளர்) ஆகியோர் அவர்களை விடுதிக்கு அழைத்துச் சென்றனர். அங்கே அவர்களை வரவேற்கவோ, வழி காட்டவோ யாரும் வந்திருக்கவில்லை. ஆக்ராவில் இருபது ஆண்டு காலம் வசித்த காஸிபெக் மட்டும் அவர்களுடன் இல்லையென்றால் அவர்கள் வழி தெரியாமல் அலைய நேரிட்டிருக்கும். பிற்பகல் நேரத்திலும் வெப்பத்தின் கடுமை குறையாமல், அனற்காற்று வீசியது. அவர்கள் புழுங்கித் தவித்தனர்.

சிவாஜியினுடைய கண்கள் முகலாயர்களின் வாழிடத்தை நுணுகி ஆராய்ந்தது. தம் யானையின் அம்பாரியில் அமர்ந்து வந்த போதே நாலாபுறமும் அவருடைய பார்வை நோட்டம் விட்டது. அவர் கற்பனை செய்து வைத்திருந்த நகரமல்ல அது. காப்பரண் களால் வலுப்படுத்தப்பட்ட மதிற்சுவர்களையும் வில்லாளிகளின் காவலுடன் கூடிய கண்காணிப்புக் கோபுரங்களையும் அவர் எதிர் பார்த்திருந்தார். ஆனால், ஆக்ராவிற்கு ஒழுங்கான சுற்றுமதில்கள் கூட இல்லை. அதன் சாலைகள் வளைவுகளுடன் குறுகலாய் இருந்தன. நிறைய குடிசைகள், அவையெல்லாம் முகலாயச் சிப்பாய் களின் முகாம்களாக இருக்கும் என்ற சந்தேகம் அவருக்கு.

'எதிர்ப்பாற்றல் குன்றிய இந்த நகரத்தை நாம் என்றாவது ஒரு நாள் கைப்பற்றுவோம்' என்று அவர் எண்ணிக் கொண்டார்.

அவர்கள் நகரத்துக்குள் நுழைந்தபோது அகலக் குறைவான சாலைகளில் ஆட்கள் நெரிந்தனர். இருபுறமும் அங்காடிகள். சில இடங்களில் போகிற வழியை அடைத்துக் கொண்டு பாதசாரிகளும், குதிரை வீரர்களும், கால்நடைகளும், வண்டிகளும், பல்லக்குகளும் நின்றதால் பொறுமையை இழக்க நேர்ந்தது. அங்கே முஸ்லீம்களும், இந்துக்களும் இருந்தனர். சிலர் விலைமிக்க ஆடைகளை உடுத்தி யிருந்தனர். பெரும்பாலானவர்கள் சாலைகளில் வீணே திரிந்தனர், சோம்பியிருந்தனர். அவர்கள் மலிவான உடையணிந்த ஏழை எளிய வர்கள்.

அவர்களுடைய மனச்சோர்வு முகத்தில் தெரிந்தது. நெரிசலான தெருக்களில் சிவாஜியின் குதிரை வீரர்கள் அவரது யானை செல்ல வழி செய்து கொடுத்தனர். சிறிது நேரத்துக்கெல்லாம் மரங்களின் வரிசையுடன், கற்கள் பரவிய அகன்ற சாலையில் அவர்கள்

நுழைந்தனர். இந்தப் பகுதி புறநகர்ப் பகுதிக்கு முற்றிலும் மாறுபட்டு விளங்கியது. இங்கே குதிரை வீரர்கள் நீளமான குறுஞ்சட்டையும் (கைப்பகுதி குறுகிய) இறுக்கமான கால்சட்டையும் அணிந்து காணப்பட்டனர். அவர்கள் சவாரி செய்த குதிரைகள் அரபு தேசத்துத் தரமான குதிரைகள். சில சமயம் அரச குடும்பத்துப் பெண்கள் தங்க முலாமிட்ட அம்பாரி வைத்த யானைகளில் சென்றனர். அம்பாரிகள் நாற்புறமும் மூடு திரைகளால் மறைக்கப்பட்டிருந்தன. ஆக்ராவின் செல்வந்தர்கள் பல்லக்குகளில் சொகுசாக அமர்ந்து செல்வதைச் சிவாஜி பார்த்தார். அவர்கள் 'மெத்'தென்ற இருக்கையில் ஹுக்கா புகைத்தபடி சென்றனர். பல்லக்குச் சுமப்பவர்களோ வியர்வை வழிந்தோட கூட்டத்தினூடே வேகமாய் ஓடிக் கொண்டிருந்தனர்.

இந்தச் சாலை ஆக்ரா கோட்டைக்கு இட்டுச் செல்வது.

அவர்களுடைய ஊர்வலம், பாதி வழியிலேயே வேறு பக்கம் திரும்பியது. ஒரு காத தூரம் சென்ற பின், மிகவும் அழுக்கடைந்த பெரிய கட்டிடம் ஒன்றை அவர்கள் அடைந்தனர். அதுதான் 'முலுக்சந்த் விடுதி' என்று யாரோ சொன்னார்கள். இரண்டு பேர் மட்டுமே அவர்களை வரவேற்பதற்காக அங்கே வந்திருந்தனர், கட்டிடத்தின் கூரையில் ஓடுகள் உடைந்து, சுவற்றில் சில விரிசல்களுடன் அது காணப்பட்டது. நல்ல காலம், உள்ளே சுத்தமாக இருந்தது. இரு நூறு காத தூரத்துக்கும் மேலாய், நாட்கணக்கில் பயணம் செய்து வந்தவர்களுக்குப் பேரரசின் வரவேற்பு!

கிணற்று நீர் இன்சுவையுடன் இருந்தது. அறைகள் பெரியன வாக இருந்தன. பணியாட்கள் மரியாதை காட்டி நடந்து கொண் டனர். ஆனால் சிவாஜியின் எதிர்பார்ப்பு வேறு. மிர்ஸாவின் மகன் குன்வர் தங்களை வரவேற்று அழைத்துச் செல்வார், தம்முடைய பரிவாரத்துடன் தங்குவதற்கு கோட்டைக்கு அருகில் தரமான ஒரு கட்டிடம் ஏற்பாடு செய்யப்பட்டிருக்கும் என்று அவர் எண்ணி யிருந்தார்.

மகன் சாம்பு உறங்கி வெகுநேரம் வரைக்கும் அவர் விழித்தே யிருந்தார். மகனின் முகத்தில் விழுந்து, பாதி முகத்தை மூடிய சுருண்ட தலைமுடிக் கற்றைகளை அவர் கவனமாக ஒதுக்கி விட்டார். வியர்த்திருந்த முகத்தை கைத்துவாலையால் துடைத்து விட்டார். தலையணையொன்றில் சாய்ந்து, கண்களை மூடியவர் மிர்ஸா சொல்லியவற்றை நினைத்துக் கொண்டார். 'கருணைக் கடலான நம்முடைய பேரரசர் உமக்கு அருமையான வரவேற்பு கொடுப்பார். பூமிக் கிரகத்திலேயே மிகுந்த செல்வம் படைத்திருந்தும், எளிமையாய்த் தோன்றும் ஒப்பற்ற மனிதரை நீர் சந்திப்பீர். அவர் உண்மையிலேயே ஒரு வாழும் புனிதர். நீர் அவரிடம் ஜன்ஜீரா

கோட்டை பற்றி விவாதிக்கலாம். அநேகமாய் அவரே சித்திகளை அழைத்து அந்தக் கோட்டையை உமக்காகக் காலி செய்து கொடுக்கும்படி கூறுவார். யாருக்குத் தெரியும்? தக்காணத்தின் முகலாயச் சுபேதாராகவும் நீர் வரக் கூடும்.'

அந்தக் கொடிய வெப்பம் சிவாஜியை உறங்கவிடவில்லை. நாளைக் கோட்டையில் மிகச் சிறப்பாக விழா நடக்கவிருந்தது. இருந்தும், இதுவரை குன்வர்சிங் அவருடன் தொடர்பு கொள்ளவில்லை. வேறு யாரையும் அனுப்பி வைக்கவுமில்லை.

முலுக்சந்த் விடுதியில் இருந்து ஒரு காத தொலைவில் உள்ள ஆக்ரா கோட்டையில், தம்முடைய பிரத்யேக மனைத் தொகுதியில் தம் படுக்கையில் படுத்திருந்தார் ஔரங்கசீப். அவரது அறைச் சுவர்கள் உள்ளே வெறுமையானவை. அந்த உள்ளீடற்ற சுவர்களில் தண்ணீரை நிரப்பி, அறையைக் குளுமையாக்கியிருந்தார்கள். போதாதற்கு பட்டு உறையுடன் கூடிய விசிறி அமைப்பும் கூரையில் இருந்து தொங்கிக் கொண்டிருந்தது. அதன் நீண்ட கயிற்றை வெளியில் இருந்த ஆட்கள் இழுத்து, இழுத்து அறைக்குள் குளிர்ந்த காற்று வீசச் செய்தனர். நகரத்தில் விருந்தினர்களுக்காக ஒதுக்கீடு செய்யப்பட்ட விடுதிகளில் வெட்டிவேர் தட்டிகள் பொருத்தப்பட்டு, அவற்றுக்கு தோட்டத்து நீர் ஊற்றுகளில் இருந்து, தெளிப்பான்கள் மூலம் சொட்டு நீர்த் தெளிப்புக்கு ஏற்பாடு செய்திருந்தார்கள். மராத்தியர்கள் தங்கியிருந்த முலுக்சந்த் விடுதியில் மட்டும் எந்தக் குளிரூட்டும் அமைப்பும் இருந்திருக்கவில்லை. அது இரவு முழுக்க வெப்பத்தைப் பரவச் செய்யும் உலைக்களம்போல் இருந்தது.

அத்தியாயம் முப்பத்தி ஒன்று

1

பள்ளிவாசல் தூபிகளுக்கு மேலாய் அமைந்த தொழுகை கோபுரத்தில் இருந்து இஸ்லாமியர்களின் வைகறை தொழுகைக்கான அழைப்பொலி கேட்டது. இன்னமும் முற்றாக இருள் விலகியிருக்க வில்லை. ஆனால், ஆக்ரா கோட்டை முன்னதாகவே விழித்துக் கொண்டுவிட்டது. சுவர்களில் பொருத்தப்பட்டிருந்த தீப்பந்தங் களின் மங்கலான வெளிச்சம் முற்றத்தில் பரவியது. நடைக்கூடங் களில் முன்பே விரிக்கப்பட்டிருந்த துருக்கிய, பாரசீகக் கம்பளங்களின் மீது வண்ணப்பட்டு போர்த்தப்பட்டது. அடிமைகள் மாணிக்கக் கற்களையும், தங்கத்தாலான மல்லிகைப் பூக்களையும் விழா மேடைக்குச் செல்லும் வழியில் போடப்பட்ட செந்நிற விரிப்பில் தூவி அலங்கரித்தனர். அலி அடிமைகள் சுவர்களில் பன்னீர் தெளித்தும், சந்தனக் குச்சிகளை மூலைக்கு மூலை அனற்கொழுந்துகளின்றி எரியவிட்டும் எங்கும் நறுமணம் பரவச் செய்தனர். அரச குடும்பத் தினரின் வசிப்பிடங்களுக்குப் பின்னால் உள்ள அறையொன்றில் சிலர் மதிப்புமிக்க விருந்தாளிகளுக்கு வழங்கவிருந்த கொடைகளைச் சரிபார்த்துக் கொண்டிருந்தனர். அழகுக் கலை நிபுணர்களும், சிகை யலங்காரம் செய்பவர்களும் ஒப்பனைக்கான சாடிகளையும், தைலங் களையும், வடிவமைக்கப்பட்ட உடைகளையும் நறுமணத் திரவியங் களையும் ஆராய்ந்து அவற்றின் நன்னிலைகளை உறுதிப்படுத்திக் கொண்டனர். அவை, விழாவிற்கு அழைப்பின் பேரில் வருகிற அரச குடும்பத்துப் பெண்களின் பயன்பாட்டுக்கென தருவிக்கப்பட்டவை.

பேரரசரின் பிறந்த நாள் விழாவை ஆவலுடன் எதிர்பார்த் திருந்த நகரம் விழித்துக் கொண்டது. ஆண்டுக்கணக்கில் நடந்த போர்கள், அதனால் ஏற்பட்ட உயிரிழப்புகள், வருத்தம் இவற்றுக்குப் பிறகு மிகப் பெரிய நிகழ்ச்சி நடக்கவிருக்கிறது. கோட்டைக்கு வரும் விருந்தினர்களைக் காண உள்ளூர் மக்களும், அவர்களுடைய வீட்டுக்கு வந்திருக்கும் வெளியூர் நட்பும், உறவும் பெருந்திரளாய் வீட்டுக்கூரைகளிலும், மாளிகை முகப்புகளிலும் கூடியிருந்தனர்.

கோட்டையில் இருந்து ஒரு காதத்துக்கும் அப்பால் முலுக்சந்த் விடுதியில் தங்கியிருந்த சிவாஜி தம்முடைய குல தெய்வமான பவானிதேவியின் சிறிய விக்கிரகமொன்றை ஒரு பலகைமீது வைத்து வழிபட்டார்.

'தாயே! இன்றைய பொழுது என்ன நடக்குமோ, நடக்கக் கூடுமோ அவற்றுக்கான சாத்தியங்களைத் தன்னுள் வைத்திருக்கிறது. என்னுடைய எதிர்வினையைத் தெரிந்து கொள்வதில் நீ பிடிவாத மாய் இருப்பதுபோல் தோன்றுகிறது. எங்கள் சுயராஜ்யத்தின்மீது வாள் தொங்குகிறது. அதன் வெட்டுவெட்டுவாய்ப் பகுதி பேரரச ரால் கூர்மைப்படுத்தப்பட்டுள்ளது. என்னிடம் அடிமை வேலையை அவர் எதிர்பார்க்கிறார். தாயே, ஔரங்கசீப்பின் வாள் இரத்த தாகத் தோடு மட்டும் இருக்கவில்லை, அதற்கும் மேலே மக்களின் அச்சங் களையும், நம்பிக்கைகளையும் அது இரையாக்கிக் கொள்ளத் துடிக்கிறது. தாயே, பேரரசரின் வாளுக்கு நான் பணியாதபடி எனக்காக எதையாவது நீ செய்ய வேண்டும். என் இலட்சியத்தை நான் நெருங்கிச் செல்லும்படியாய் எனக்கு வழிகாட்டு?' என்று பிரார்த்தித்துக் கொண்டார்.

காலைக் காற்று ஈரப்பதத்துடன் இருந்தது, அன்று வெப்பம் இதமாக இருக்கும் என்று நம்பிக்கையூட்டியது. அணிமணிகள் போர்த்தப்பட்ட அம்பாரிகளுடன் கூடிய அம்பாரிகள், அலங்கரிக்கப் பட்ட குதிரைகள், பல்லக்குகள் என்று விருந்துக்கு அழைக்கப்பட்ட வர்களின் கூட்டம் சின்னச்சின்ன ஊர்வலங்களாய் கோட்டையை நோக்கிச் சென்றன. சீக்கிரமே மண்டபம் நிரம்பி வழிந்தது. அரசவை இசைக்குழு, பேரரசர் உள்ளே பிரவேசிக்கும் நேரம் நெருங்கி விட்டதை அறிவிப்பதுபோல் இசைக்கத் தொடங்கியது. அரண் மனை அறிவிப்பாளர்கள் அங்கே கூடியிருந்த கூட்டத்தினரை விழிப்படையச் செய்வதுபோல்.

'ஷா இன்ஷா அபுல் முஸஃபர் முஹைபுத்தீன் முஹம்மது ஔரங்கசீப் பகதூர் ஆலம்கீர், கருணைக்கடல், மனித இனத்துக்கும் சுவனத்துக்கும் இணைப்புப் பாலமாய் இருப்பவர் கம்பீரமாய் நமக்குக் காட்சியளிக்க வருகிறார்...' என்று அறிவித்தனர்.

பிறகு, அங்கே சில நிமிடங்களுக்கு நிசப்தம். தொடர்ந்து, எல்லோருடைய கவனத்தையும் ஈர்க்கும வண்ணம் பேரரசர் ஔரங்கசீப்பின் பிரவேசம். அவரைத் தொடர்ந்து, நேர்த்தியான ஆடை ஆபரணங்கள் அணிந்து அவருடைய மகன்கள். மூ ஆஸம் (நவாப் பாயின் மகன்) மறைந்த தில்ராஸ் ஈன்றெடுத்த ஆஸம் மற்றும் அக்பர், உதேபுரி பெற்ற காம் பக்ஷ் ஆகியோர். கடைசி இளவரசன் இன்னமும் குழந்தை என்பதால் ஔரங்கசீப்பின் தனிமுறை

அடிமையான கோஜா முத்ஆமத் அவனைச் சுமந்திருந்தான். தாம் அணிந்த ஆபரணங்கள் சூழ்நிலையை மயமாக்க, பார்வையாளர்கள் அவற்றின் மதிப்பை எண்ணிப் பிரமிக்க ஔரங்கசீப் நடந்து சென்றார். அவருக்குப் பின்னே சடங்குக்குரிய காவலர்கள் முக லாயச் சின்னங்களான நீண்ட முத்துக்கோல் (தங்கத்தில் செய்யப் பட்டது), சூரிய இலச்சினை, மீன் இலச்சினை, உயர்த்திய கை, நீதித் தராசு இவற்றை ஆளுக்கொன்றாய் ஏந்தி வந்தனர். சூரிய இலச் சினை அளவில் பெரியதாய், நீலமணிக் கற்கள் பதிக்கப்பட்டிருந்தது.

பேரரசரை அதற்கு முன் கண்டிராதவர்கள் வியப்பில் விரியும் கண்களால் அவரையே கூர்ந்து நோக்கியிருந்தனர். அவர் இருக்கும் அதே இடத்தில் நாமும் இருக்கிறோம் என்ற எண்ணமே பலரிடமும் அச்ச உணர்வை ஏற்படுத்தியது, அந்த எண்ணம் அவர்களைப் பலவீனப் படுத்துவதாகவும் இருந்தது. பேரரசர் ஒருவழியாகத் தம்முடைய சிம்மாசனத்தில் அமர்ந்ததும் விழா அதிகாரப்பூர்வமாய் தொடங்கியது.

செல்வாக்கு மிக்கவர்களும், முக்கிய பதவிகளில் இருப்பவர் களும் தங்கள் பெயர்கள் அறிவிக்கப்பட்டதும் கோட்டைப் பணி யாளர்கள் அவர்களுடைய பரிசுகளைச் சுமந்து வர மேடையை நோக்கி நடந்தனர். அரியணை முன்பாய் மண்டியிடவோ, நிலந்தோய விழுந்து வணங்கவோ செய்தனர். ஔரங்கசீப், தம்முடைய கண்கள் அரைவாசி மூடிய நிலையில் தம் செபமாலை மணிகளை உருட்டிக் கொண்டிருந்தார். அதிமுக்கியமானவர்களின் பெயர்கள் அறிவிக்கப் படுகிற போது மட்டும், தம் கண்களைத் திறந்து அருள் நோக்கை அவர்கள்மீது செலுத்தினார். அத்தகைய நல்வாய்ப்புப் பெற்றவர் அரியணை நோக்கிச் செல்லும் படிகளைத் தம் கையால் தொட்டு, அதே கையை மீண்டும் மீண்டும் முத்தமிட்டுக் கொண்டார். அத்தகைய மரியாதையைப் பெற்றவர் தம் வெற்றிக் கதையைத் தம்முடைய பிள்ளைகளுக்கும் பிறகு அந்தப் பிள்ளைகளின் பிள்ளை களுக்கும் அவர் சொல்லி மகிழ்வார்.

குன்வர் ராம்சிங் அமைதியற்றவராய்க் காணப்பட்டார். அவர் தம்முடைய கடமையைச் சரிவரச் செய்திருந்தார். கோட்டையைச் சுற்றிப் பாதுகாப்பு பலமாக இருக்கிறதா, வாயில்களிலும், முற்றத் திலும் காவலர்கள் கூட்டம் இயங்கிக் கொண்டிருக்கிறதா என்பதை அவ்வப்போது அவர் மேற்பார்வை செய்து வந்தார். அவ்வப்போது தம்முடைய பார்வையைப் பேரரசரின் அரியணை பக்கமும், சிவாஜி வருகிறாரா என்று வாயிற்பக்கமும் அவர் மாறி மாறிச் செலுத்திக் கொண்டிருந்தார்.

விழா மேடையில், விழாவின் முக்கியப் பகுதி தொடங்கியிருந்தது. வலிமையாக உடற்கட்டு பொருந்திய இரண்டு அபிஸீனியர்கள் தங்கத்தாலான பெரிய தாங்கி ஒன்றையும், தராசுத் தட்டுகளையும் அங்கே கொண்டு வைத்தனர். அந்தத் தட்டுகள் இரண்டிலும் 'வெல்வட் குஷன்' இருந்தது.

ஔரங்கசீப் தம்முடைய அரியணையில் இருந்து இறங்கி தராசை நோக்கி நடந்தபோது, அவையோர் ஈடுபாட்டுடன் நிகழ்வைக் கவனித்துக் கொண்டிருந்தனர். பணியாளரில் ஒருவன் தராசின் ஒரு பக்கத் தட்டை அது தரையைத் தொடுமளவிற்கு இழுத்துப் பிடித்தான். மறுபக்கத் தட்டு வெற்றாக இருந்ததால் மேலே உயர்ந்தது. ஔரங்கசீப் தாழ்நிலையில் இருந்த தட்டில் ஏறியமர்ந்தார், செபமாலை மணிகளை உருட்டத் தொடங்கினார். அப்போது பணியாளர்கள் பலரும் அநேக மூட்டைகளை அங்கே கொண்டு வந்தனர். அவற்றைப் பிரித்து தங்கம், வெள்ளி, இரத்தினக் கற்கள் என்று வெற்றாக இருந்த தட்டில் வாரி வாரி வைத்தனர். இரு தட்டுகளும் சமநிலை அடையும் அளவிற்குக் குவித்துக் கொண்டே இருந்தனர். பேரரசரின் ஐம்பதாவது பிறந்த நாளை முன்னிட்டு நடந்த அந்த துலாபார நிகழ்ச்சியை நூற்றுக்கணக்கான கண்கள் வியப்போடு பார்த்திருந்தன. அத்தனை பேர் பார்வையும் தம் மீது படிந்ததில் பேரரசர் மன எழுச்சியும், இன்ப உணர்வும் அடைந்தார்.

தம்முடைய எடைக்குச் சமமான அந்தச் செல்வங்களை ஔரங்கசீப் ஏழைகளுக்கு வாரி வழங்கினார். பிறகு அரசுத் துறை சாராத குடிமக்கள் அங்கிருந்து வெளியே அனுப்பப்பட்டனர்.

இளவரசர்கள், அமைச்சர்கள், மான்ஸப்தார்கள், சமய குருமார்கள், அயல்நாட்டு அரசுப் பிரதிநிதிகள் மட்டுமே எஞ்சியிருந்தனர். விருந்தினர்களை அவரவர் படிநிலைக்கு ஏற்ப உரிய இடங்களில் அமர்த்துவதில் குன்வர் திண்டாடிப் போனார். எப்படியோ ஒரு வழியாகத் தம் கடமையை அவர் செய்து முடித்தார். அவரவரும் உரிய இடங்களில் அமர்ந்து கொண்டனர். உலமாக்களும், இமாம்களும், தொழுகைக் கோபுர அழைப்பாளர்களும் அரியணையின் ஒருபுறம் நின்றிருந்தனர். ஜாஃபர்கான் உட்பட அமைச்சர்கள் மறுபுறம் நின்றனர்.

தங்கக் கம்பிகளால் தடுப்பு வேலி போடப்பட்டிருந்த முதல் வரிசையில் *அமீர்கள் நிரம்பியிருந்தனர். அவர்கள் பெரும்பாலும் பேரரசரின் மகன்கள், மருமகன்கள், மாமாக்கள் மற்றும் நெருங்கிய உறவினர்களாவர். ஈரான், உஸ்பெக்கிஸ்தான், ஆப்கானிஸ்தான்,

---

* அமீர் – ஆட்சி செய்தல் என்று பொருள்படும். இஸ்லாமிய நாடுகளில் சிற்றரசர்கள், தளபதிகள், பெருமக்களுக்கு இந்தப் பட்டம் வழங்கப்பட்டது.

மெக்கா போன்ற தூர தேசத்து அரசுப் பிரதிநிதிகள் அடுத்த வரிசையிலும், படைத்துறை உயர்படி நிலையில் உள்ளவர்கள் அதற்கடுத்த வரிசையிலும் இடம்பெற்றனர். குன்வர் இப்போது விரைவாக உள்ளே போய் வர முடிந்தது. தற்செயலாக மகாராஜா ஜஸ்வந்த்சிங் மீது பார்வையைச் செலுத்தியவர் அவருடைய முகத்தில் தெரிந்த கோபத்துக்குக் காரணம் புரியாமல் திகைத்தார்.

ஜஸ்வந்த்சிங் உள்ளக் குமுறலுடன், முகம் சிவந்து காணப்பட்டார். அவரைக் கடைசி வரிசையில் நிற்க வைத்து விட்டார்கள். பேரரசருக்கும், ஒரு பெருங்குடிமகன் நிற்கிற இடத்துக்கும் இடையே உள்ள தொலைவு அவருடைய அந்த அந்தஸ்தைக் குறிப்பதாகும். அந்த வகையில் ஒவ்வொரு அங்குலமும் முக்கியத்துவம் பெற்று விடும். தம்முடைய வாழ்க்கையையே அரசுப் பணிக்கு ஒப்படைத்திருந்தவர் அவர். முதலில் ஷாஜஹானுக்காகவும், அடுத்து தாராஷிகோவிற்கும், தற்போது ஔரங்கசீப்பிற்காகவும் அவர் களங்களில் போரிட்டிருக்கிறவர். ராஜஸ்தானத்து பெரிய மாகாணமான மார்வாரின், அரசர். பேரரசர் ஷாஜஹான் அவருக்கு ‘மகாராஜா’ பட்டம் வழங்கியிருந்தார். இத்தனைச் சிறப்புகள் இருந்தும் அவர் அரியணையில் இருந்து தொலைதூரத்தில் நிற்க வைக்கப்பட்டிருக்கிறார்.

சிவாஜி ஆக்ராவிற்கு வந்திருப்பதாய் அவர் கேள்விப்பட்டிருந்தார். அப்படியென்றால் சிவாஜி எங்கே நிற்கிறார் என்கிற வியப்பு அவருக்கு.

2

ஆக்ராவில் அதிகாரமும், செல்வமும் படைத்த மேனிலை மக்கள் வாழும் பகுதியின் வழியே மராத்தியர்கள் பிரவேசித்தனர். ஹாஜிக்கள், அரசர்கள், உயர்நிலை மான்ஸப்தார்களின் மாளிகைகள் வரிசைகட்டி நிற்கும் வீதிகள் அவை. இன்ப உணர்வை ஊட்டும் பூந்தோட்டங்கள் அவற்றைச் சூழ்ந்திருந்தன. சிவாஜி தம்முடைய ஆட்களுடன் சென்ற போது தங்கள் பேரரசரின் மாமாவை அங்கவீனம் செய்தவரைக் காண மக்கள் முண்டியடித்தனர். குன்வர், கிரிதர்லாலுடன் எதிர் திசையில் இருந்து குதிரையில் வந்து கொண்டிருந்தார். ஊர்வலம்போல் தனியே வந்து கொண்டிருந்த குழுவினரைக் கண்டதும் குதிரையை நிறுத்தினார்.

‘கோட்டைக்குள் யானைகள் போக முடியாது. அங்கே ஆட்களின் கூட்டம் நிரம்பி வழிகிறது’ யாரோ சொன்னார்கள்.

அம்பாரியில் இருந்த சிவாஜியும், மகன் சாம்பாஜியும் கீழே இறங்கிக் கொண்டனர்.

'ராம் ராம்! நான்தான் குன்வர் ராம்சிங்' மிர்ஸாவின் மகன் தம்முடைய குதிரையில் இருந்து கீழிறங்காமலே, தன்னை அறிமுகப் படுத்திக் கொண்டார். 'மிர்ஸாவின் மகனுக்கு பண்படக்கத்துடன் நடந்துகொள்ளத் தெரியாதா? அல்லது என்னை இழிவுபடுத்துகிற பெரியதோர் சதித் திட்டத்தின் சிறு பகுதியா இது?' என்று சிவாஜிக்குள் சிந்தனை.

குன்வர் சிறிதும் இணக்கமற்ற குரலில், 'நாம் உடனே போயாகணும் இல்லேன்னா சீக்கிரமே விழா முடிஞ்சிடும்' என்றார்.

குன்வர், சிவாஜி, சாம்பாஜி ஆகியோர் தங்கள் குதிரைகளில் ஏறி அமர்சிங் வாயில் வழியே சென்றனர். மற்றவர்கள் அங்கிருந்து ஃபிரோஸா தோட்டத்துக்குச் சென்றனர். குதிரைகளைப் பொறுப் பாளரிடம் விட்டுவிட்டு தந்தையும், மகனும் உள்ளே நுழைந்தனர்.

கோட்டை பெரிதாகவும், கருத்தைக் கவரும் முறையிலும் அமைந்திருப்பதைக் கண்டு வியந்தார் சிவாஜி. நுழைவாயில் வெல்வெட் துணி கொண்டு போர்த்தப்பட்டிருந்தது. அலங்கார வளைவுகளில் வெள்ளியிலும், தங்கத்திலும் செய்து இரத்தினங்கள் பதிக்கப்பட்ட பந்துகள் தொங்கிக் கொண்டிருந்தன. சிரித்தேயறியாத முகம் உடைய ஒருவன் அவர்களை உள்ளே அழைத்துச் சென்று இடம் காட்டினான்.

ஔரங்கசீப், தம் அரியணை நோக்கி வருகிற குன்வரைக் கவனித்தார். விழிப்புடனும், விவேகத்துடனும் இருந்தார். கடைசியில் பேரரசுக்கு சவாலாக இருக்கும் அந்தத் துணிச்சலான மனிதரை, வல்லமை படைத்த பேரரசர் நேருக்கு நேர் பார்க்கும் தருணம் நெருங்கிக் கொண்டிருந்தது.

சாம்பாஜி நீண்ட தப்படி போட்டு குன்வருக்குச் சமதையாய் நடக்க முயன்றது நன்றாகவே தெரிந்தது. பேரரசரின் அந்தப் புதிய மான்ஸப்தாருக்கு கடந்த சில மாதங்களாகவே உரிய நடத்தை முறை பயிற்றுவிக்கப்பட்டிருந்தது. சாம்பாஜி பார்வை பெரிய தூண் களைக் கடந்து, பெரியதோர் ஆசனத்தருகே நின்றது. வினோதத் தோறறததுடன், விலைமிக்க இரத்தினங்கள் பதித்த தலைப்பாகை அணிந்த மனிதர் அந்த ஆசனத்தில் அமர்ந்திருந்தார். உறக்க நிலை யில் இருந்த கண்களுடன், செபமாலை மணிகளை அவர் உருட்டிக் கொண்டிருந்தார். தம் கண்களைத் திறந்த ஔரங்கசீப், மகிழ்ச்சி நிறைந்த ஒரு சோடிக் கண்களை ஊடுருவினார். மகிழ்ச்சி பொங்கும் கண்களுக்குச் சொந்தக்காரனான சிறுவன் அவரை நோக்கிப்

புன்னகைத்தான். அவரோ தன் கவனத்தை வேறு பக்கம் திருப்பிக் கொண்டார்.

சிவாஜி தம்மைச் சுற்றிலும் விரைந்து நோட்டம் விட்டார். அரசவை மிகப் பெரியது. கொத்து விளக்குகள் தாழத் தொங்கின. ஒவ்வொன்றிலும் எண்ணற்ற மெழுகுவர்த்திகள். பிறரால் மதிக்கப் படுகிற, மேன்மை வாய்ந்த மனிதர்கள் அரியணைக்கு முன்பாய் அமைந்த வரிசைகளில் நின்றிருந்தனர். பளிங்கு மேடையில் தங்கச் சிம்மாசனம் விண்ணுலகின் புனிதத் தலம் அந்தரத்தில் மிதப்பது போல் காட்சி தந்தது. அதிகார மையமான மனிதர் அணிமணி அலங்காரத்தோடு, செபமாலை மணிகளை உருட்டிக் கொண்டு, வாழும் புனிதர். அரைவாசி மூடிய கண்களுடன் அதில் அமர்ந்திருந் தார்.

அரியணைக்குப் பின்னால் தங்கத்தாலான வாட்களும், ஈட்டிகளும், இரத்தினக் கற்கள் பதித்த கத்திகளும், கேடயங்களும் தங்கக் கட்டில்களில் காட்சிக்கு வைக்கப்பட்டிருந்தன.

குன்வர் பேரரசரை நோக்கி விரைந்து சென்று, தாழ்ந்த குரலில் பதட்டமாய்ச் சொன்னார். 'ஆலம்கீர், வழியில் தாமதமாகிவிட்டது. நான் ராஜா சிவாஜியைத் தங்கள் முன்னிலைக்கு அழைத்து வரலாமா?'

ஔரங்கசீப் தம்முடைய அரைவாசி மூடிய கண்களின் பிளப் பின் வழியே மராத்தியரைக் கவனித்தார். தங்கச் சரிகைப் பூ வேலை யுடன் கூடிய பட்டாடை, கற்கள் பதித்த தோள் பட்டிகை. முத்துகள் கோர்த்த தலைப்பாகை, ஔரங்கசீப் எத்தனையோ தோற்றப் பொலி வுடைய மனிதர்களைத் தம்முடைய வாழ்நாளில் பார்த்திருக்கிறார். ஆனால் இத்தனை துணிவும், நம்பிக்கையும், பெருமிதமும் கொண்ட ஒருவரை அவர் பார்த்ததில்லை. சிவாஜியின் செருக்கு அவருக்குக் கோபத்தைத் தந்தது. செம்மாந்து நடக்கிற இந்த மனிதர் தம்முன் தலைவணங்கி நிற்க வேண்டும். மரியாதை செலுத்துவது பற்றி குன்வர் இவருக்கு அறிவுறுத்தவில்லையா? தம்முடைய தலைவரின் முகக் குறிப்பை அறிந்த குன்வர், சிவாஜி பக்கம் தாவி 'மரியாதை செலுத்தவும்' என்று முணுமுணுத்தார்.

சிவாஜி, தம்முடைய வலது உள்ளங்கையைத் தம் நெற்றியில் வைத்து, தமது தலையைச் சற்றே முன்நோக்கித் தாழ்த்தினார். பேரரசரை வணங்கும்போது, தேவி பவானியின் உருவத்தை அகக் காட்சியில் அவர் கண்டார். தன் எட்டுக் கரங்களிலும் ஆயுதங்கள் ஏந்தி, திரிசூலத்தால் அசுரன் ஒருவனின் உடலை அவள் குத்தி ஊடுருவிய காட்சி. சாம்பாஜியும், தன் தந்தையைப்போல் வணக்க முறையை மேற்கொண்டான். அவர்களுடைய செம்மஞ்சள் நிற

தலைப்பாகைகள் சிம்மானத்தின் கடைசிப் படியைத் தொட்டு மீண்டன. வெள்ளித் தட்டுகளில் நன்முத்துக் குவியலைத் தக்காணத்து வெகுமதியாய் அவர்கள் தந்தனர்.

வணங்கித் தலை நிமிரும்போது பேரரசர் கூர்ந்து நோக்கி, புன்னகைப்பார் என்று சிவாஜி எதிர்பார்த்தார்.

ஔரங்கசீப்பின் கண்கள் மூடியிருந்தன. ஆனால் போதிய அளவிற்கு அவர் கண்டு உணர்ந்தாயிற்று.

அவரது முன்னிலையில் இப்படியொரு இறுமாப்புடன் எவரும் நடந்ததாய் அவருக்கு நினைவில் இல்லை. சிவாஜி தம்முடைய விசுவாசியாக ஒருபோதும் இருக்க மாட்டார் என்பதை அவர் தெளிவாகப் புரிந்து கொண்டார். இந்த மனிதர் கட்டளைகளை ஏற்று நடப்பார் என்று கருதுவதற்கில்லை. இவர் கட்டளைகளைப் பிறப்பிக்கப் பிறந்தவர். ஔரங்கசீப் தக்காணத்தைக் கைப்பற்றுவதையும், சன்னிப் பிரிவினரின் கைக்கு ஒட்டுமொத்த இந்துஸ்தானத்தைக் கொண்டு வருவதையும் கனவாகக் கொண்டிருப்பவர், அதுவே அவருடைய வாழ்க்கைத் திட்டமும்கூட, மத நம்பிக்கையற்றவர்கள் பேரரசுக்குச் சுமை என்பது அவருடைய கருத்து. அவர்களுடைய அச்சங்களையும், நம்பிக்கைகளையுமே அவர்களுக்கு எதிராய்ப் பயன்படுத்த முடியும். வரிகள் மூலமும், பொதுத்துறை அலுவலகப் பதவிகளில் இருந்து அவர்களைத் தடுத்தும் அவர்களை அடக்கி ஒடுக்க வேண்டும். அதன் பிறகு அவர்களே மதத்தின்மீது நம்பிக்கை வைப்பார்கள். தம்முடைய முன்னிலையில் தற்போது நிற்கிற இந்த மனிதர்தான், தக்காணத்துக்கும் தமக்கும் இடையே நின்று கொண்டிருக்கிறார்!

குன்வர் ஓர் அறிவிப்புச் செய்தார்:

'ராஜா சிவாஜி, நம்முடைய புதிய மான்ஸப்தாரின் தந்தை. இவர் ஆயிரம் பொற்காசுகளையும், இரண்டாயிரம் ரூபாய்களையும் அன்புப் பரிசாக்குகிறார். அறச்செயல் நன்கொடையாக ஐயாயிரம் ரூபாயும் அளிக்கிறார். நம்முடைய மான்ஸப்தாரான சாம்பாஜி ராஜா ஐநூறுபொற்காசுகளும் ஆயிரம் ரூபாயும் பரிசாக்குகிறார். இரண்டாயிரம் ரூபாயை அற நன்கொடைக்கு அளிக்கிறார்?'

அதற்கு மேல் எதுவும் தெரிவிக்கப்படவில்லை. அது சிவாஜிக்கு ஒதுக்கப்பட்ட நேரம் முடிந்து விட்டதைக் குறிக்கும். ஔரங்கசீப் கனிவாக ஒரு வார்த்தைகூட அவரிடம் பேசவில்லை. அவரைக் கண்டுகொண்டதாய் ஒரு புன்னகையும் செய்யவில்லை. நூற்றுக் கணக்கான மைல்கள் காட்டையும் பாலைவனத்தையும் கடந்து, வட இந்துஸ்தானத்தின் கொடிய வெய்யிலையும் பொருட்படுத்தாது வந்திருக்கும் விருந்தாளியை அவர் ஏறெடுத்தும் பார்க்கவில்லை.

சிவாஜி இப்படி நடக்கும் என்று கற்பனைகூட செய்திருக்க மாட்டார். ஒரு கசப்பான உண்மையை அவரும் புரிந்து கொண் டார். பேரரசரிடம் பணி என்பது மதிப்புக் கேட்டையே உருவாக்கும்.

அரச குடும்பத்துப் பெண்களுக்கான பிரத்யேக மாடத்தில் ஜஹானாரா தம்முடைய உறவுப் பெண்களுடன் அமர்ந்திருந்தார். சந்தன வாசனமும், மல்லிகை மணமும் அந்த இடத்தையே சுற்றி வளைத்திருந்தது. அவருக்குப் பின்னால் அமர்ந்திருந்த உதேபுரி கன மான வைரப் பட்டைகளைத் தலையைச் சுற்றிக்கட்டிக் கொள்ளும் மடிப்புத்துணிமீது அணிந்திருந்தார். அவர் கழுத்தில் அணிந்திருந்த மாலையில் ஒரு பெரிய வைரம் பதக்கம்போல் பொருத்தப்பட்டி ருப்பதைக் கண்டார் ஜஹானாரா. அதன் பிரகாசம் சுற்றுப் புறத்தையே ஒளிமயமாக்கியது. அது ஜஹானாராவின் தந்தை போற்றிப் பாதுகாத்திருந்த விலை மதிப்பற்ற கோகினூர் வைரம்! ஔரங்கசீப் அந்த வைரத்தைத் தம்முடைய இளைய மனைவிக்குப் பரிசாகத் தந்திருக்கிறார்!

அப்போது அவையில் நடந்து கொண்டிருந்த சங்கதி ஜஹானாரா ஆவலைத் தூண்டி, அதைப் பற்றி மேலும் அறிந்து கொள்ள விரும்புமாறு செய்தது. ஜஹானாராவின் கண்கள் குன்வருடன் வந்த சிவாஜிமீது பதிந்தது. குன்வர் சிவாஜியிடம் ஏதோ சொல்லவும் அவர்கள் அமைதியாக நகர்ந்தனர்.

மக்களின் பார்வை கணப்பொழுதேனும் தம்முடைய முகத்தைப் பதிவு செய்து கொள்ள முயல்வதை சிவாஜியால் உணர முடிந்தது. அநேகமாய், அவருக்கு நேர்ந்த அவமதிப்பின் தாக்கத்தை அவர்கள் காண முயன்றிருக்கலாம். சில பார்வைகள் குருதி வடியும் அவருடைய இதயத்தைக் குத்திக் குதறுவதுபோல் இருந்தன. சிலரோ தங்களின் பரிவைக் கண்களின் மூலம் காட்ட நினைத்திருப்பார்கள். தன் ஆன்மாவைத் துளைப்பதுபோல் இருந்தது அவருக்கு. ஏதோ ஒன்று சடசடவென்று அவருக்குள் முறிவதுபோல் இருந்தது, அவருடைய இதயத்தில் ஒருவித கசப்புணர்ச்சி பரவியது.

ஜஹானாராவின் பார்வை, சிவாஜியின் காலடிகளைப் பின் தொடர்ந்தது. யாரும் முணுமுணுக்கவும் இல்லை. உரத்து மூச்சு விடவும் இல்லை. எல்லாரும் கண்களை அகல விரித்து, செம்மஞ்சள் நிறத் தலைப்பாகையணிந்த அந்த மனிதரையே வியப்பும், அதிர்ச்சியு மாய்ப் பார்த்துக் கொண்டிருந்தனர். அவர் பின்வரிசையை நோக்கிச் செல்லும்போது, ஒருமுறை அவருக்குத் தடுக்கி விட்டதைப் போலி ருந்தது. மகாராஜா ஜஸ்வந்த்சிங் நின்றிருந்த வரிசைக்கும் பின்னால் சிவாஜிக்கு இடம் காண்பிக்கப்பட்டது.

அரசவை நடைமுறைகள் தொடர்ந்தன. செல்வாக்கு மிக்கவர்கள் அழைக்கப்பட்டு, பேரரசரின் முன்பாய் அவர்கள் மண்டியிட்டுப் பரிசுகளையும், புகழுரைகளையும் மழையாய்ப் பொழிந்தனர். சிவாஜியும், சாம்பாஜியும் கடைசி வரிசையில் தனித்து விட்டதுபோல் நின்றிருந்தனர். குன்வர் முதல் வரிசைகளில் எங்கோ காணாமல் மறைந்துவிட்டார். சுற்றிலும் கண்களைச் சுழற்றிய சிவாஜி பட்டுடுத்தி, வண்ணவண்ணத் தலைப்பாகை அணிந்து நிமிர்ந்து நின்ற பெருங்குடி மக்களைப் பார்த்தார். சிலர் பக்தியுடன் பேரரசரைப் பார்த்திருந்தனர். மற்றவர்கள் ஒரு அடிமையின் பணிவோடு தலைகுனிந்து நின்றிருந்தனர். எவரும் தங்களுக்கென்று ஒதுக்கப்பட்டிருந்த இடத்தை விட்டு ஒரு அங்குலம் கூட நகரவில்லை. அப்போது மகாராஜா ஜஸ்வந்த்சிங் ரதோட்டின் பெயர் அறிவிக்கப்பட்டது. சிவாஜிக்கு முன்னால் இருந்த அந்த மனிதர் அரியணையை நோக்கி நடந்தார்.

கோபம் தம்முடைய மூளையின் வழியே கிழித்துக் கொண்டு இறங்கி, எலும்புகளை வெட்டிக் கொண்டு பரவுவதுபோல் உணர்ந்தார் சிவாஜி. அவர் கண்களை மூடிக்கொண்டு பவானி தேவியை அகக்காட்சியில் பார்த்தார். அவளுடைய சீற்றம் நிறைந்த கண்களை ஊடுருவிப் பார்த்தவர், ஒரு புதுமையான அமைதியை உணர்ந்தார். அவருடைய கோபம் சட்டென்று மறைந்தது. ஔரங்கசீப் என்கிற பொய்மையை, அவரது பாசாங்குகளைத் தோண்டியெடுத்து வெளிக்காட்டத் தோன்றியது. இந்த முகலாய அரசவை மிர்ஸா அவரிடம் கூறியதுபோல் இருக்கவில்லை. அவருக்குச் சிறந்த முறையில் வரவேற்பு அளிப்பார்கள் என்று மிர்ஸா சொல்லியிருந்தார். ஆனால், நடைமுறையில் எதுவும் பொருந்துவதாக இல்லை. தாம் அவர்களின் ஒருவரல்ல என்பதை ஔரங்கசீப்புக்கும் அவருடைய அன்புக்குரியவர்களுக்கும் அவர் காட்ட வேண்டிய தருணம் இதுவே!

சிவாஜியின் முகம் கோபத்தில் சிவந்தது. ஔரங்கசீப் அதைக் கவனித்தார். அவர் குன்வரை அழைத்து 'சிவாஜிக்கு என்ன சங்கடம்?' என்று கேட்டார்.

குன்வர் வரிசைகளைக் கடந்து, சிவாஜியை நோக்கி ஓடினார். அவர் சிவாஜியிடம் ஔரங்கசீப்பின் கேள்வியைத் தெரிவிப்பதற்கு முன்னால், சிவாஜி அவரை நோக்கிக் கத்தினார். நூற்றாண்டுக்கும் மேலாய் அந்த அவையில் காக்கப்பட்டிருந்த பயபக்தி என்கிற வலையை அவருடைய சொற்கள் கூறு போட்டன. அவர் மரியாதை நடத்தை முறை விதிகள் பற்றியெல்லாம் கவலைப்படவில்லை. தக்காண உச்சரிப்புடன் கூடிய உருதுவில் அவர் பேசினார்.

'நீரும், பேரரசரான உம்முடைய தந்தையும் நான் எப்படிப் பட்டவன் என்பதை அறிவீர்கள். இருந்தும், நீர் என்னை மகாராஜா ஜஸ்வந்த்சிங் ரதோடிற்குப் பின்னால் நிற்க வைத்திருக்கிறீர். கோந்தனா கோட்டை அடிவாரத்தில் அவரை நாங்கள் தோற்கடித் திருக்கிறோம். என்னை நிற்க வைக்க வேண்டும் என்பது உமது விருப்பமாயின், முக்கியத்துவ அடிப்படையில் அதைச் செய்திருக்க வேண்டும்.'

ஜஹானாரா திறந்த வாய் மூடாமல் கவனித்துக் கொண்டி ருந்தார். அங்கிருந்தவர்கள் அந்தச் சொல் முழக்கத்தின் தொடக்க மூலம் எதுவென்று தேடிக் கொண்டிருந்தனர். அந்தச் சொற்கள், புதிதாய்ச் சாணைப் பிடிக்கப்பட்ட வாளை விடவும் கூர்மையாக இருந்தன. தேர்ச்சி பெற்ற வில்லாளி எய்த அம்பைப் போல் நுட்பம் உடையதாக இருந்தன. ஜஹானாரா உடனே தம் சகோதரன் பக்கம் திரும்பிப் பார்த்தார். ஔரங்கசீப் தம் செபமாலை மணிகளை உருட்டுவதை நிறுத்திவிட்டு, சிவாஜியையே உறுத்து நோக்கினார். ஜஹானாராவிற்கு உரக்கச் சிரிக்க வேண்டும்போல் இருந்தது. கடைசியில், ஒருவர் அவருடைய சகோதரரைப் பிடித்து உலுக்கி விட்டார். யாருடைய மனதும், உடலும், ஆன்மாவும் வெல்லப் படாதது என்று கருதப்பட்டதோ அது இப்போது பொய்த்துவிட்டது.

என்ன நடக்கிறது என்பதை ஔரங்கசீப்பால் நம்பவே முடிய வில்லை. அவர் அமைதியாக இருக்க முயன்றதுடன், தம்மை யாரும் கவனித்துக் கொண்டிருக்கவில்லை என்பதைக் கண்டறிய அவையைச் சுற்றி வரப் பார்த்தார். பேரரசருக்கு எதிர்ப்பு காட்டிய அந்த மனிதரை அவர்களுடைய கண்கள் பெரிதும் விரும்பி மதிப்பதுபோல் பார்த் திருந்தன. பேரரசின் நிலப் பகுதிகளைச் சேதப்படுத்திய, கர்த்தலாப் கானைத் தோற்கடித்த, ஷெயிஸ்டகானின் கைவிரல்களைச் சிதைத்த, கல்யாண் நகரைக் கைப்பற்றிய அந்த மனிதரை அவர்கள் மரியாதை யுடன் பார்த்தனர். என்ன செய்வது என்று தெரியாமல், அதற்கு முன் ஒருபோதும் தாம் எதிர் கொண்டிராத இந்தச் சூழ்நிலையில் எப்படி எதிர்வினையாற்றுவது என்று புரியாமல், ஔரங்கசீப் திரும்பவும் செபமாலை மணிகளை உருட்டத் தொடங்கினார்.

குன்வர் அச்சத்துடன் தம்முடைய இயலாமையை உணர்ந் தார். சிவாஜி அவரை முரட்டுத்தனமாகத் தள்ளிவிட்டு அவையை விட்டு வெளியேறத் தொடங்கினார். பேரரசருக்கு முதுகு காட்டி நடந்தார். தமக்குப் புறங்காட்டி எவரும் நடந்து அதற்கு முன் ஔரங்கசீப் கண்டதில்லை. சாம்பாஜி தந்தையைப் பின் தொடர்ந்து ஓடினான்.

குன்வர் பேரரசரிடம் விரைந்து சென்றார். மன்னிப்புக் கேட்கும் பாவனையில் அவருடைய குரல் நடுங்கியது, 'ஆலம்கீர், ராஜா சிவாஜி கோபத்தில் இருப்பதாய்த் தெரிகிறது.'

ஔரங்கசீப் தம்முடைய மவுனத்தைக் கலைத்துக் கொள்ள வேண்டிய கட்டாயத்தில் இருந்தார். 'அவரைத் திரும்பவும் அழைத்து வந்து, ஏற்புடைய முறையில் நடந்து கொள்ளச் செய்ய வேண்டும். வட இந்துஸ்தானத்தின் வெப்பம் தாங்காமல் அவருக்குக் கிறுக்குப் பிடித்திருக்கலாம். கொஞ்சம் தண்ணீரை அவருடைய தலையில் கொட்டி, அவரது மனக்கிளர்ச்சியை மட்டுப்படுத்த முடிகிறதா பாருங்கள்.'

குன்வர் சிவாஜியைக் கண்டுபிடிப்பதற்காக வெளியே ஓடினார். சிவாஜி முகப்பு மண்டபப் படிக்கட்டில் அமைதியாக உட்கார்ந் திருந்தார், சாம்பாஜி பக்கத்தில் நின்றிருந்தான். குன்வர் அவர் களிடம் சென்றார், அவர் வாயைத் திறப்பதற்கு முன்பே சிவாஜி, 'என்னை அவமதித்தவர்களின் மான்ஸப்தார் பதவியை நான் வீசியெறிந்தாயிற்று' என்று கத்தினார்.

'அவை நாகரிகத்தை உடைத்தெறிந்ததன் மூலம், ஆபத்தான நிலையை உங்களுக்கு நீங்களே உண்டாக்கிக் கொண்டு விட்டீர்கள்' என்று மென்மையாய்ச் சொன்ன குன்வர், 'தயவுசெய்து அவைக்குத் திரும்புங்கள், இது பேரரசர் உத்தரவு' என்றார்.

'என்னுடைய இறுதி நாள் நெருங்கி விட்டது என்று குறிப்பிடு கிறீரா? அப்படியொரு நிலை ஏற்படுமானால் ஒன்று நீங்கள் என்னைக் கொல்ல வேண்டும் அல்லது என்னை நானே கொன்று விடுவேன். ஆனால், நான் பேரரசரைக் காணத் திரும்பிச் செல்ல மாட்டேன். இப்போது மட்டுமல்ல, எப்போதும். நான் ஒன்றும் அவருடைய வேலைக்காரன் அல்ல.'

குன்வர் பேரரசரிடம் திரும்பிச் சென்று, சிவாஜியுடன நடந்த உரையாடலை அப்படியே தெரிவித்து விட்டார்.

*'லா இலாஹ இல்லல்லாஹு! முஹம்மதுர் ரஸூல் உல்லாஹ்' என்று **கலிமாவை முணுமுணுத்தவாறு, தம்முடைய செபமாலை மணிகளை ஔரங்கசீப் உருட்டலானார்.

---

* அல்லாஹ்வைத் தவிர வணக்கத்திற்குரியவன் வேறு எவரும் இல்லை. முஹம்மது அவர்கள் அவருடைய திருத்துதர் ஆவார்.

** இஸ்லாத்தின் அடிப்படைத் தத்துவங்களைக் கூறும் வசனங்களுக்குக் கலிமா என்று பெயர்.

3

முந்தின நாள் நிகழ்ந்தது ஒன்றும் ஔரங்கசீப்பின் நடைமுறை ஒழுங்கைக் குலைத்து விடவில்லை. அவர் அமைதியுடன் தம்முடைய மனைத் தொகுதியில் இருந்து பள்ளிவாசலுக்கும், அடுத்து குடும்ப நீதிமன்றத்துக்கும், அரசவைப் பக்கம் அமைந்துள்ள தம்முடைய தனிமுறைப்பட்ட அலுவலகத்துக்கும் சென்று வந்தார். அவருடைய விரல்கள் உரிய காலப் பிரமாணத்துடன் செபமாலை மணிகளை நகர்த்திக் கொண்டிருந்தன. பால்க்கின் தெற்கெல்லைப் பகுதியில் இருந்து வந்திருந்த இனமரபுக் குழுத் தலைவர்களுடன் நண்பகலுக்கு ஒரு மணி நேரம் முன்பாய் முக்கிய சந்திப்புக் கூட்டமொன்றை அவர் நடத்தினார்.

கூட்டம் முடிவதற்காகப் பொறுமையிழந்த நிலையில் ஜஸ்வந்த் சிங் ரதோட், வெளியே காத்துக் கொண்டிருந்தார். முடிவற்ற காத் திருத்தலுக்குப் பின், பால்கன்கள் வெளியேறியதும் அவர் அழைக்கப் பட்டார். உயரமான ஜஸ்வந்த்தே அண்ணாந்து பார்க்கும்படியான உயரத்தில், பெரிய தலைப்பாகைகளுடன் அவர்கள் இருந்தனர். இவரை அடையாளம் கண்டு கொண்டது போல் அவர்களுடைய கண்களில் ஒளிப்பொறி.

ஜஸ்வந்த் அவர்களைப் பொருட்படுத்தாமல் ஔரங்கசீப்பின் அலுவலகத்தில் நுழைந்தார். அங்கே ஒரு பெரிய மேசை, ஒரு நாற்காலி, எழுத்தருக்கான இழுப்பறைகள் கொண்ட சிறிய மேசை யொன்று போடப்பட்டிருந்தது. பேரரசர் ஆபரணங்களோ, தலைப் பாகைகளோ இல்லாமல் தம்முடைய வழக்கமான உடுப்பில் இருந்தார். மஸ்லின் உடையும், தொழுகைக்குரிய தொப்பியும் அணிந்திருந்தார். அவர் எதையோ படிப்பதில் மும்முரமாய் இருந்தார், அவருக்குப் பக்கத்தில் ஜாஃபர்கான் நின்றிருந்தார். பல நொடிகளுக்குப் பின், தம்முடைய வாசிப்பில் இருந்து கண்களை அகற்றாமலே, 'ஜஸ்வந்த், நீங்கள் எதைப்பற்றி பேச வந்திருக்கிறீர்கள்?' என்று கேட்டார்.

ஜஸ்வந்த் மென்மையாய்த் தம்முடைய தொண்டையைச் சரிப்படுத்திக் கொண்டு, 'ஆலம்கீர், தகுதியற்ற இந்த மனிதனின் பணிவான வணக்கங்களைத் தயவுடன் ஏற்றுக் கொள்ளுங்கள். நேற்று அரசவையில் எது நடந்திருந்தாலும் அதில் ஆழ்ந்த அர்த்தம் இருக்கும் என்றே நான் நம்புகிறேன். அது ஓர் முன்னெச்சரிக்கை யாய்ப் படுகிறது' என்று பேசத் தொடங்கினார்.

'நேற்றைய தினம் ஒரு பரபரப்பான நாள். அரசவையில் பலதும் நடந்தன. நீங்கள் எதைப் பற்றிக் கூறுகிறீர்கள்?' அமைதியாகக் கேட் டார் ஔரங்கசீப்.

ஜஸ்வந்த் தம்முடைய ஆட்காட்டி விரலைத் தம்மை நோக்கியே சுட்டிக்கொண்டு வருத்தத்துடன் சொன்னார், 'ஆலம்கீர், இந்தத் தகுதியற்றவன் தனது இதயத்தின் அடியாழத்தில் இருந்து சொல்வதைத் தாங்கள் தயவுகூர்ந்து மன்னிக்க வேண்டும். சிவாஜியைப் போன்ற அபாயகரமான பேர்வழியை ஆக்ராவில் அனுமதித்திருப்பதில் ஏதோ உள்நோக்கம் இருப்பதாக நான் நம்புகிறேன். மிர்ஸா ராஜா தங்களிடம் எச்சரித்திருக்க வேண்டும்.'

ஔரங்கசீப்பிற்கு அது பற்றி விவாதிப்பதில் ஆர்வம் இருக்கவில்லை. அத்துடன் அவருக்கு மற்றவர்களின அறிவுரையைக் கேட்கிற விருப்பமோ, அவசியமோ இருக்கவில்லை.

குறிப்பாக ஜஸ்வந்திடமிருந்து அவருக்குத் தேவைப்படாது என்பது நிச்சயம். கடந்த காலத்தில் சிவாஜியுடன் ஜஸ்வந்த் சிங் அவ்வப்போது உடன்பாடு வைத்திருந்ததாய் அவரிடம் புகார்கள் வந்திருந்தன.

'நீங்கள் யாரைக் குற்றம் சாட்டுகிறீர்கள்?' இன்னமும் ஆழ்ந்து வாசித்துக் கொண்டிருந்த ஔரங்கசீப்பிடம் இருந்து பார்வையை விலக்காமலே, ஜாஃபர்கான் கேட்டார்.

ஜஸ்வந்த் தயங்கினார். நல்ல தோற்றமும், விரும்பத்தக்க நடத்தையும் உடைய இளைஞரான மார்வார் தேசத்து மகாராஜா, தம்முடைய நடுமுதுகெலும்பில், அச்சம் வளைந்து நெளிந்து செல்வதுபோல் உணர்ந்தார்.

'ராஜா ஜஸ்வந்த்?' ஜாஃபர்கான் பொறுமையற்று ஒலித்தார்.

'இந்த நயவஞ்சகமான ஆசாமியை ஆக்ராவிற்கு அனுப்பி வைப்பதற்கு முன் மிர்ஸா ஜெய்சிங் அது பற்றி யோசித்திருக்க வேண்டும். அல்லது, நான் சந்தேகப்படுவதுபோல் அப்படிச் செய்ததில் அவருக்கு உள்நோக்கம் ஏதும் இருந்திருக்குமா?'

ஔரங்கசீப் புன்னகைத்தார். இந்தக் கர்வம் பிடித்த அரசர்கள் முகலாயப் பேரரசுக்குக் கப்பம் கட்டிக் கொண்டு, பகட்டாக மகுடம் தரிக்கிறார்கள், தங்களுக்குள்ளேயே சண்டையிட்டுக் கொள்கிறார்கள்.

கச்வாஹ் – ரதோட் வம்சங்களிடையே ஏற்பட்டிருந்த பழைய போட்டி திரும்பவும் தலைதூக்குகிறது போலும். மிர்ஸாவின் வியப்பூட்டுகிற கடந்த கால வெற்றி, ஜஸ்வந்த் தலைமையில் மிர்ஸாவிற்கெதிரான நிலைப்பாடு உருவாகக் கூடும். ஜஸ்வந்த் வெகுசாமர்த்தியமாக சிவாஜி பற்றிய குறிப்புரைகளை இதில் பயன்படுத்துவதாய்த் தெரிகிறது, சிவாஜி மிர்ஸா ஆதரவில் இருப்பவர்.

ஜஸ்வந்த் துணிவைத் திரட்டிக் கொண்டு விடாப்பிடியாகப் பேசினார். 'சிவாஜியைப் பகிரங்கமாய்த் தூக்கிலிடுவதன்மூலம் மற்ற

வர்களுக்கும் பாடம் புகட்ட முடியும் என்று நான் நம்புகிறேன். அவர் அரசவை நடையொழுங்கு விதிமுறைகளைத் தகர்த்திருக்கிறார், அவருடைய ஆணவத்துக்குப் பின்னால் மிகவும் தீயதான ஏதோ ஒன்று இருக்கிறது.'

ஔரங்கசீப் நம்பிக்கையற்ற முறையில் தலையசைத்தார். தாராவைப் பாதுகாக்க ஔரங்கசீப்பின் படைகளை உஜ்ஜயினி அருகே தாம் இடைமறித்ததையும், கஜ்வாவில் ஷாஷுஜாவிற்கு எதிரான யுத்தத்தில் எப்படிச் செயல்பட்டார் என்பதையும் ஜஸ்வந்த் இப்போது வசதியாக மறந்து விட்டிருக்கிறார். இப்போது பேரரசர் தம்மீது நம்பிக்கை வைக்க வேண்டும் என்று இந்த இராஜத்துரோகி விரும்புகிறார். 'நான் சிவாஜியை நம்பினாலும் நம்புவேன், ஜஸ்வந்த்சிங் ரதோடை ஒருபோதும் நம்ப மாட்டேன்!' ஔரங்கசீப் தம்முள் குமுறினார்.

'நம்முடைய வடமேற்கு எல்லைக்கு நீங்களும், உங்களுடைய படையாட்களும் எப்போது புறப்பட வேண்டும் என்பதை நாங்கள் தெரிவிக்கிறோம்.' ஔரங்கசீப் உரையாடலை நிறைவு செய்தார்.

தம் கண்களில் நம்பிக்கையின்மையின் சாயலுடன் ஜஸ்வந்த் தலையசைத்தார்.

ஔரங்கசீப்பும், ஜாஃபர்கானும் அதற்கு மேல் எதுவும் பேசவில்லை. அவருடைய இருப்பு அவர்களைப் பொறுமையிழக்கச் செய்திருக்கும். தாம் அவமதிக்கப்பட்ட உணர்வோடு அங்கிருந்து அவர் வெளியேறினார். அடுத்து, குன்வர்சிங்கை அழைத்து வரும்படி பணியாளை ஏவினார் ஜாஃபர்கான்.

குன்வர் உள்ளே வந்தார், அவருடைய முகம் நிறமிழந்து கிடந்தது. நம்முடைய முதுகெலும்பு வலிகாணுமளவிற்கு அவர் தாழக் குனிந்து, கைகளைக் கட்டி நின்றார். அவருடைய தோள்கள் கீழ் நோக்கி வளைந்திருந்தன.

'சிவாஜி போஸ்லே இன்று என்னைச் சந்திக்க வருகிறாரா?'

'ராஜா சிவாஜிக்குக் காய்ச்சல், இன்று அவர் வர மாட்டார்.'

ஜாஃபர்கான் ஒரு காகிதத்தை அவரிடம் கொடுத்தார். அது சிவாஜிக்கான கடிதம்.

'ஏகாதிபத்திய அதிகாரம் உடைய நாங்கள், சட்டப்படி எங்களுக்குச் சேர வேண்டிய கோட்டைகளை உம்மிடமிருந்து பெற்றுவிட்டோம். நீர் இதயபூர்வமாக எங்களை உமது ஆட்சியாளராக ஒப்புக் கொண்டிருக்கிறீர். பேரரசின் நலன் கருதி, உம்மிடம் உள்ள மற்ற கோட்டைகளையும் ஒப்படைத்து விடும்படி

பேரரசராகிய நாம் உமக்குக் கட்டளையிடுகிறோம். நீர் மனப்பூர்வமாய் எமக்குச் சேவை செய்வதாய்க் கூறியிருக்கிறீர். உமது செயல்களில் உம்முடைய விசுவாசத்தை நீர் மெய்ப்பித்துக் காட்ட வேண்டும். மிர்ஸா ராஜாவிடம் கோட்டைகளை ஒப்படைத்து விடும்படி உமது அமைச்சர்களுக்கு எழுதித் தெரிவிக்கவும்.'

அந்தக் கடிதத்தில் ஔரங்கசீப்பின் உள்ளங்கை ரேகைப் பதிவு இருந்தது.

'நம்முடைய விருந்தாளியை மலைகளில் இருந்து படகுச் சவாரிக்கு அனுப்பி வையும். ஆக்ராவின் சிறப்பை அவர் கண்டுணரட்டும்.' பேரரசர் சொன்னது, வெளியேறிக் கொண்டிருந்த குன்வரின் காதில் விழுந்தது.

4

சில நாட்களுக்குப் பிறகு சிவாஜி குன்வரிடம் ஒரு கடிதம் கொடுத்தனுப்பினார்.

'உடன்படிக்கையில் குறிப்பிட்டிருந்த கோட்டைகளை நான் மிர்ஸா ராஜாவிடம் ஒப்படைத்தாயிற்று. என்னிடம் எஞ்சியுள்ள கோட்டைகளைக் கொடுக்கும்படி தாங்கள் கேட்கிறீர்கள். அந்தக் கோட்டைகளின் பொறுப்பை என்னுடைய பிரதான அமைச்சரிடம் நான் விட்டுவிட்டேன். எனக்கு அந்தக் கோட்டைகள் மீது எவ்வித அதிகாரமும் கிடையாது. அவரை நான் கட்டாயப்படுத்த முடியாது. அவர் எனக்குக் கீழ்ப்படிந்து நடக்கமாட்டார்.'

குன்வர் ராம்சிங் கவலையில் இருந்தார். எல்லாமே தலைகீழாகிக் கொண்டிருக்கின்றன. என்னுடைய தொலைநோக்கு ஆற்றல் குறைவு என்பதுதான் அதற்குக் காரணமா? அரசவையின் நடத்தை சார்ந்த விதிமுறைகளை நான் அவருக்குச் சொல்லியிருக்க வேண்டும். விழாவிற்குப் பிறகு சிவாஜியைத் தாம் சந்திக்க வேண்டும் என்று பேரரசர் தெரிவித்ததை நான் சிவாஜியிடம் சொல்லியிருந்தால்? பேரரசர் சிவாஜிக்கு நூறு போர்க் குதிரைகள் கொடுக்கவிருக்கிறார் என்பதை அவரிடம் நான் சொல்லியிருந்தால்? அத்துடன் இரண்டு யானைகள், கவுரவ அங்கிகள், இரத்தினகற்கள் பதித்த குறுவாள்கள், அத்துடன் ஒரு லட்சம் ரூபாய் எல்லாம் கொடுக்கிற திட்டத்தில் பேரரசர் இருந்தாரே? பேரரசரின் மனம் இப்போது மாறிவிட்டதா? எங்கே, எது தவறாகிப் போனது என்று குன்வருக்குப் புரியவில்லை. பேரரசர் ஆக்ரா கோட்டைத் தலைவரான ராத் அந்தாஸ்கானுடன் தனிப்பட்ட முறையில் சந்திப்பு

நடத்தியதாக ஒரு நம்பகமான தகவலும் குன்வருக்குத் தெரிய வந்தது. அந்தாஸ்கானுக்கு பெரிய மாளிகை ஒன்று சொந்தமாக உள்ளது. அதில் பல குடில்களும் உண்டு. பேரரசர் இந்தப் பூமிக் கிரகத்தில் இருந்து யாரையாவது காணாமல் போகச் செய்ய விரும்பினால் (நீதிமன்ற விசாரணைக்கு அனுப்பாமல்) அந்தாஸின், மாளிகைக் குத் தான் கவுரவிக்கப்பட வேண்டிய விருந்தினராக அனுப்பி வைப்பார். சந்தேகப்படாத விருந்தாளி அங்கே சொகுசாகத் தங்கி யிருப்பார். ஒருநாள் அவர் காணாமல் போய்விடுவார். எப்போதைக் குமாய். அந்தாஸ் வீட்டின் நிலவறையில் அவர் கொல்லப்பட்டு விடுவார். இந்த நேரத்தில் அந்த நிலவறைகளில் என்ன நடந்து கொண்டிருக்குமோ என்று எண்ணித் திகைத்தார் குன்வர்.

அந்த மாளிகை சூரிய ஒளியில் பளபளக்கும் பளிங்குத் தூண் களுடன் கூடியது. ஆனால் அதன் முற்றங்களுக்குக் கீழேயும் தோட்டங்களின் கீழேயும் இன்னோர் உலகம்!

இரக்கமற்ற மூர்க்கத்தனமான அந்தாஸை ஔரங்கசீப்புக்குப் பிடிக்கும். அவர் மனிதர்களைக் கொல்வதற்கும் பாதாளச் சிறையில் அடைத்து வைப்பதற்கும் அந்தாஸைப் பயன்படுத்தி வந்தார்.

அந்தாஸ் தனது கொள்கைப்படி பாதாளச் சிறையை மேற் பார்வையிடுவதற்காக வருவது வழக்கம். அவருடன் இறுகிய முகத் துடன் கடின சித்தம் உடைய சிலர் வருவார்கள். அந்த ஆட்கள் பற்களை உடைப்பதிலும், நகங்களைப் பிய்த்தெறிவதிலும், நாவைத் துண்டு பண்ணுவதிலும், கண்களைத் தோண்டுவதிலும் சமர்த்தர்கள். சிறைக் கைதிகளிடம் இருந்து தகவல்களை எப்படிக் கறக்க வேண்டும் என்று அவர்களுக்குத் தெரியும். எத்தகைய மனிதர்களையும் கையாள்வதில் அவர்கள் தேர்ச்சி பெற்றவர்கள். அதற்காகவே சிறப்புப் பயிற்சி பெற்றவர்கள்.

வழியெங்கும் தீப்பந்தங்கள் எரிந்தன. காற்றில் சிறுநீர், திடக் கழிவு வாடை அடித்தது. சுவர்கள் கருநிறமாக இருந்தன. உயரமான ஆள்நின்றால் தலையை நசுக்கமளவிற்குக் கூரை தாழ்வாக இருந்தது. நிலத்தடி செல்வழியின் இரு பக்கங்களிலும் சிறிய அறைகள். அவை கூண்டுபோல் இருக்கும். ஒவ்வொன்றிலும் பத்துக்கும் மேற்பட்ட வர்கள் அடைக்கப்பட்டிருப்பார்கள். அவர்களில் சிலர் மாதக் கணக்கில் சிறைப்பட்டுக் கிடப்பவர்கள். அவர்கள் செய்த ஒரே குற்றம், பேரரசரின் பார்வையில் அவர்கள் சந்தேகத்துக்குரிய வர்களாய் இருந்ததுதான். அவர் 'சுற்று' வரும்போது, கம்பிக் கதவில் முகத்தைத் தேய்த்தபடி தம்மை எரித்து விடுவதுபோல அவர்கள் பார்ப்பது அவருக்குப் பிடிக்கும். சில நேரங்களில் புதிதாய்

அடைக்கப்பட்டவர்களின் முகத்தில் காறி உமிழ்ந்தும், அவர்களுடைய கண்களை அல்லது வாயை இரும்புக் கம்பியால் குத்தி அவர்களைத் திகைக்க வைக்கவும் செய்வார்.

தம்முடைய ஆட்களிடம் அவர் சொன்னார், 'பேரரசரிடம் இருந்து தகவல் வந்திருக்கிறது. ஒரு சிறப்பு விருந்தாளியை நம்முடைய முதன்மை விருந்தினராய் அவர் அனுப்பி வைக்கக் கூடும். அரசவையில் மரியாதைக் குறைவாய் நடந்து கொண்டிருக்கிறார் அந்த நபர்.'

'நாங்கள் அவரைக் கவனித்துக் கொள்கிறோம், உறுதியாய் நம்பலாம்' என்று யாரோ ஒருவர் பதிலளிக்க, மற்றவர்கள் ஓசையின்றி நகைத்தனர்.

'நடங்கள், நிறைய வேலை இருக்கிறது' என்றார் அந்தாஸ்.

ஆட்கள் வெவ்வேறு கருவிகளைக் கையிலெடுத்துக் கொண்டனர்.

அத்தியாயம் முப்பத்தியிரண்டு

1

முகலாய அரச குடும்பத்தினர் பொழுதுபோக்காக சொகுசுப் பயணம் போகிற படகு அது. தங்கள் படகில் பயணிக்கிற விருந்தாளியையும், அவருடைய மகனையும் அந்தப் படகோட்டிகள் அடிக்கடிப் பார்த்துக் கொண்டனர். அவர்கள் பார்வையில் வியப்பு இருந்தது, அதற்குக் காரணமும் இருந்தது. தக்காணத்தைச் சேர்ந்த இந்த மனிதர் அல்லவா, உலகையே வெற்றி கொண்ட பேரரசரை, ஆக்ரா கோட்டையில் வைத்து அவமதித்தது. அத்தகைய குற்றத்தைப் புரிந்தவர் இங்கே எதற்காக இருக்கிறார் என்ற திகைப்பு அவர் களுக்கு. தங்கள் எசமானர்களின் வழக்க மீறிய எண்ணங்களையும், விருப்பங்களையும் பற்றி அவர்கள் அறிவார்கள். அரச குடும்பத்து சகோதரர்கள் ஒருவரையொருவர் வெட்டிக் கொண்டு உறுப்புகளை இழப்பதும், உயிரிழப்பதும் அவர்களுக்குத் தெரிந்ததுதான். கண் களில் வியப்பைத் தேக்கியிருக்கும் இந்த விருந்தாளியின் தலைவிதி எப்படியாகும் என்பதிலும் அவர்களுக்குச் சந்தேகம் இருக்கவில்லை.

சிவாஜியும், சாம்பாஜியும் இதுபோன்ற எதையும் இதற்கு முன் கண்டதில்லை. யமுனை ஆற்றின் கரை நெடுகிலும் தீபங்கள், தீப்பந் தங்கள். அவற்றின் ஒளி ஆற்று நீரில் பிரதிபலித்தது. நீரோட்டத் தையே ஒளி வெள்ளமாக்கியிருந்தது. தற்போது அவர் கேட்டுக் கொண்டிருந்த இசையும் அவருக்குப் புதுமைதான். இரு கரையிலும் இசைக் கலைஞர்கள் சிதார், சரோட், தம்புரா, சாரங்கி, தபலா என்று அநேக இசைக் கருவிகளை வாசித்து மகிழ்ச்சியூட்டுகிற இசையை வழங்கிக் கொண்டிருந்தனர். அந்த நகரம் பூலோக சொர்க்கமாய்த் தெரிந்தது. ஆற்றில் நூற்றுக்கணக்கான படகுகள் அன்னம்போல் மிதந்து சென்றன. அவற்றின் பலகையில் தீப வரிசை, படகுகளின் மேல் தளத்தில் பேரரசரின் பிறந்த நாள் விழாவில் பங்கேற்க வந்தி ருந்த விருந்தாளிகள். அனைவருமே செல்வாக்கு மிக்கப் பெருங்குடி மக்கள். திடீரென்று வான்வெளியில் வண்ண வண்ணக் கோலங் களாய், பூச்சரங்களாய் வாண வேடிக்கை கண்ணைக் கூச வைக்கும் பிரகாசத்துடன் பல வடிவங்களில் அவை விரிந்தன. வெடித்தன.

மற்ற படகுகளில் இருந்தவர்கள் ஆடியும், பாடியும் மகிழ்ச்சியுடன் ஆரவாரம் செய்தனர்.

பேரரசின் துப்பாக்கிப் படைப் பிரிவினர் ஒரு மணி நேரத் துக்கும் மேலாய் அந்த வாண வேடிக்கையை நிகழ்த்தினர். ஆயிரக் கணக்கான வாணங்களும், வெடிகளும் வான வெளியில் ஒரு வர்ணஜாலத்தை நடத்தி பிரமிப்பூட்டிவிட்டது. சிவாஜியின் படகு ஆக்ரா கோட்டை பக்கம் நகர்ந்து சென்றது. வழியில் தாஜ்மகாலின் அழகிய வடிவத்தை முழுமையாகப் பார்க்க முடிந்தது.

சற்றுமுன் கண்டிருந்த ஒளி நடனக் காட்சியும் கேட்டிருந்த தேவகானமும் மங்கி, நலிந்து மறைந்துவிட சிவாஜி தாஜ்மகாலின் அழகில் தன்னையே மறந்தவரானார். அந்தக் காதல் சின்னத்தில் நிலைபட்டிருந்த தமது கண்களை அவரால் விலக்கிக் கொள்ள முடியவில்லை. அதன் நான்கு தூபிகளும் ஒரு விலங்கின் கூரிய நகங்கள் கொண்ட உறுப்புகளாகித் தம்மை இறுகப் பற்றிக் கொண்டதுபோல் அவர் உணர்ந்து நடுங்கினார். பளிங்கினாலான இந்த நினைவுச் சின்னம் உண்மைக் காதலை உலகிற்கு அறிவிக்கக் கூடும். ஆனால், அதன் பின்னணியில் தான் எத்தனை வஞ்சனை கள், பயங்கரங்கள், நீரில் தோன்றும் பிம்பம்போல் எல்லாம் மாயை தான். கலைகின்ற மேகங்களைப்போல் அவருடைய கற்பனைகள் மறைந்தன. மின்னலைப் போல் அவர் மனதில் ஓர் உண்மை ஒளி விட்டு அழுத்தமான உணர்வை உண்டு பண்ணியது. ஔரங்கசீப் இவரை உயிரோடு சொந்த ஊருக்குத் திரும்பச் செல்ல விட மாட்டார்.

அன்றிரவு விடுதிக்குத் திரும்பிச் சென்ற பிறகு, சிவாஜி உறக்க மற்றவராகவே பொழுதைக் கழித்தார். வழக்கத்தை மீறிய வெப்பத்தைச் சகியாதவராய், காற்றுக்காக பலகணிக் கதவுகளைத் திறந்தார் அவர். ஆனால் தூசியும், பொடிமணலுமாய்ப் புழுதிக் காற்று பலமாக அவருடைய முகத்தில் வந்து மோதியது. அவர் பழையபடி அவற்றை மூடிவிட்டார். கனத்த இருளுடன் இரவு மெல்ல நகர்ந்தது. அருகில் இருந்த மண் சாடியில் இருந்த இரண்டு குவளை நீரைப் பருகினார். அறையின் புழுக்கத்துக்கு மாறாக தண்ணீர் சில்லென்றிருந்தது.

இரவு சரியான உறக்கமின்மையால் அமைதியை இழந்த சிவாஜி, பொழுது விடிந்ததும் மாடி முகப்புப் பகுதிக்கு வந்து நின்றார். புழுதிக்காற்றுப் போய்விட்டது, காலை வெளிச்சமாக இருந்தது. வெளி முற்றத்து மரங்கள் கோடை வெப்பத்தில் இலைகளை உதிர்த்துவிட்ட படியால், இலைகளை விடவும் கிளிகளே அதிகம் தெரிந்தன. அவற்றின், சிறகடிப்பையும், கீச்சொலியையும் கவனித்திருந்தவர், தற்செயலாய்க் கீழே பார்வையைச் செலுத்தியபோது திடுக்கிட்டுப் போனார். அந்த அமைதியான சூழலுக்குச் சற்றும் பொருந்தாத விதமாய் அங்கே சிவப்புச் சீருடை அணிந்து, ஆயுதம் தாங்கிய

ஆட்கள் கும்பலாய்க் காணப்பட்டனர். அவர்களுக்கும் அப்பால் அவர் கண்ட காட்சி அவருடைய இதயத் துடிப்பை அதிகரிக்கச் செய்தது. அங்கே திடுதிப்பென்று கூடாரங்கள் முளைத்திருந்தன. அவருடைய இருப்பிடத்தைச் சுற்றி வளைத்திருந்தது படை முகாம்.

2

திடுமென்று பல திருப்பங்கள் இப்படி நிகழும் என்று குன்வர் ராம்சிங் எதிர்பார்த்திருக்கவே மாட்டார். ஏதோ மலைக் கோட்டையை முற்றுகையிடுகிற மாதிரி, முலுக்சந்த் விடுதியைச் சுற்றி ஆட்களை நிறுத்தும்படி ஆலம்கீர் உத்தரவு. விடுதியைச் சுற்றி ஐயாயிரத்துக்கும் மேற்பட்ட காவல்துறை, படைத்துறை ஆட்கள் நிறுத்தப்பட்டுள்ளனர். போகிற, வருகிற வாயில்களில் காவலர்கள். அவர்களுடைய சோதனையை மீறி யாரும் உள்ளே போகவோ, வரவோ முடியாது. இராணுவ புறக்காவல் நிலையங்கள் வேறு. சிவாஜியின் பரிவாரத்தில் ஒரு சிலர் தவிர்த்து மற்றவர்கள் அறிவுறுத்தப்பட்டனர். சிவாஜியின் யானைகள், அம்பாரிகள், குதிரைகள், பல்லக்குகள் இவையும் அவ்வாறே இடமாற்றம் செய்யப் பட்டன.

ஆக்ரா அரசியல் உயர்மட்டத்தில் மகாராஜா ஜஸ்வந்த் சிங் ரதோட் மற்றும் ஷெயிஸ்டகான் குடும்பத்தைச் சேர்ந்தவர்கள் குன்வரின் தந்தைக்கெதிரான நிலைப்பாட்டுக்கு ஆதரவு திரட்டிக் கொண்டிருந்தனர். பேரரசரின் மதிப்பு மரியாதை குறித்துக் கவலைப் படுகிறவர்களாய்த் தங்களை அவர்கள் காட்டிக் கொண்டனர்.

சிவாஜியை உடனே தூக்கிலிட வேண்டும் என்பதுதான் அவர் களுடைய கோரிக்கை. அது நடக்காவிட்டால் குடும்ப மானம் காற்றில் பறந்துவிடும். தக்காணத்தில் மராத்தியர்கள் கலகம் செய்து, அவருடைய தந்தையைக் கொன்று விடவும் கூடும். தந்தையின் மரணம் பற்றிய நினைப்பே குன்வரின் முதுகுத் தண்டைச் சில்லிட வைத்தது. மிர்ஸா செத்துப் போனால் முப்பத்தியைந்து வயதான குன்வர் ஆதரவற்றவராகி விடுவார். அரண்மனையில் இப்போது இவர் பார்த்துக் கொண்டிருக்கும் பணியில் இருந்து, பேரரசர் இவரை நீக்கி விடுவார். பிறகு, இவரை ஆபத்தான எல்லைப் புறப் பகுதிகளுக்கு அனுப்பி வைப்பார். தம்முடைய மனைவி மற்றும் குழந்தைகளை இவர் ஆக்ராவிலேயே விட்டுச் செல்லும்படி இருக்கும். பேரரசரின் தயவை எதிர்பார்த்தே அவர்கள் வாழ வேண்டும்.

குன்வர், சமீபத்தில் கொஞ்ச நாட்களாகவே மீர்பக்ஷி முகம்மது அமீனைப் பலமுறைச் சந்தித்திருந்தார். ஆப்கானிஸ்தானில் கலகக் காரர்களான யூசுப் ஸாய், அஃப்ரிதி இவர்களுடன் சண்டையிடுவ

தற்காக இங்கிருந்து அந்தாஸ்கான் தலைமையில் படை அனுப்பப் படும் என்று முகம்மது அமீர் இவரிடம் தெரிவித்தார். அந்தப் படையுடன் சிவாஜியையும், குன்வரையும் அங்கே அனுப்பிவிட பேரரசர் திட்டமிட்டிருப்பதாகவும் அவர் கூறினார். காபூல் சென்ற வுடனேயே அந்தாஸ்கான் சிவாஜியைக் கொன்று விட வேண்டும், பகைவரின் தாக்குதலில் அவர் கொல்லப்பட்டதாய்த் தகவலைப் பரப்பி விடுவது என்று ஏற்பாடு இருப்பது அமீன் மூலம் தெரிய வந்தது. குன்வர் நறுக்குத் தெரித்தாற்போல் அமீனிடம் சொல்லி விட்டார், பேரரசர் முதலில் தம்மைக் கொன்றுவிட்டு, பிறகு சிவாஜியை என்ன வேண்டுமானாலும் செய்து கொள்ளட்டும் என்று. குன்வர் முறையிட்டு சிவாஜியின் பாதுகாப்புக்கு நம்பகமான சில இராஜபுத்ரர்களை வைத்துக் கொள்ள பேரரசரின் இசைவைப் பெற்றார். காவல்துறை தலைமை அதிகாரியோ, அவருடைய ஆட்களோ வஞ்சனையால் சிவாஜியைக் கொன்று விடாதபடிக்குச் செய்து கொண்டுவிட்டார். அவருடைய தந்தை சிவாஜியின் பாது காப்புக்கு உத்தரவாதம் அளித்திருந்தார். அவர்கள் இராஜபுத்ரர்கள். தந்தையின் வாக்கைக் காப்பாற்றும் கடமை தமக்கிருப்பதாய் குன்வர் நம்பினார். சாம்பாஜி குன்வரின் குடும்பத்தில் தங்கிக் கொள்ளவும், தந்தையைப் பார்க்க விரும்பினால் விடுதிக்குப் போய் வரவும் பேரரசர் அனுமதி அளித்திருந்தார். அதேபோன்று சிவாஜியின் ஆட்களும் விடுதிக்குப் போய்வர அனுமதியளிக்கப்பட்டது.

முகுல்சந்த் விடுதி முற்றுகையிடப் பெற்ற பிறகு, சிவாஜியை முதல் முறையாய்ச் சந்திக்கச் சென்ற குன்வர், நிலைமையின் தீவிரத்தை அப்போது புரிந்து கொண்டார். பல சோதனைச் சாவடி களிலும் தாம் யார், எதற்காக அங்கே செல்கிறார் என்பதை விளக்க வேண்டியிருந்தது.

விடுதி வாசலில் காவல்துறை அதிகாரி ஃபுலாத்கான் தம்மு டைய ஆட்களுடன் நின்றிருந்தார். அவர் ஆக்ரா காவல் துறை தலைவர், தம்முடைய வாழ்க்கையில் நூற்றுக்கணக்கான குற்றச் செயல் புரிவோரையும், தப்பியோடியவர்களையும் சமாளித்துப் பழக்கப்பட்டவர் அவர். இது ஒன்றும் அவருக்குப் புதிதல்ல. தற்போது அவருடைய பிடியில் இருக்கிற மனிதர் ரொம்பவும் ஆபத் தானவர் என்று அவருக்குச் சொல்லப்பட்டிருந்தது. தக்காணத்தில் வல்லமைமிக்க பலரை அவர் கொன்றிருக்கிறார் அல்லது அங்க வீனம் செய்திருக்கிறார் என்கிற தகவலும் அவரிடம் கொடுக்கப் பட்டிருந்தது. சிவாஜி இயற்கையை மீறிய ஆற்றல் படைத்தவர் என்று சிலர் சான்றுகளுடன் கூறிக் கொண்டிருந்தனர். அவரால் ஏக காலத்தில் வெவ்வேறு இடங்களில் காட்சியளிக்க முடியும் என்றும், நினைத்த மாத்திரத்தில் உருவமறைப்பு செய்து கொள்வார் என்றும் பேசப்பட்டது. ஃபுலாத்கான் இத்தகைய வதந்திகளால் பாதிக்கப்பட்டு விடவில்லை, தாம் கூடுதல் எச்சரிக்கையுடன்

இருந்து கொள்வது என்று அவர் தீர்மானித்துக் கொண்டார். அவர் ஷாஜஹானிடம் பணியாற்றிய பெற்றோர்களுக்குப் பிறந்தவர். அவர்கள் ஆப்ரிக்காவைப் பூர்வீகமாய்க் கொண்டவர்கள். ஆக்ராவில் நடுத்தரமானவர்கள் குடியிருப்பில் உள்ள குறுகிய சந்துகளில் எல்லாம் கவண்களும், கற்களுமாய்ச் சிறுவயதில் விளையாடித் திரிந்தவர் அவர்.

குன்வர் உள்ளே வருவதைக் கவனித்தார் அவர். 'அஸ்ஸலாமு அலைக்கும் குன்வர்பாய். இங்கே சிறை வைக்கப்பட்டிருப்பவர் விசயத்தில் எங்களையெல்லாம் நீங்கள் நம்பவில்லை போலிருக்கு. விடுதியில் உங்களுடைய ஆட்களையும் கொண்டு நிறுத்தியிருக்கிறீர்கள்?' கொஞ்சம் ஏமாற்றமும் வருத்தமும் நிரம்பிய குரலில் கேட்டார் ஃபுலாத்கான்.

'வஅலைக்கும் ஸலாம்' தாமும் பதில் வணக்கம் தெரிவித்த குன்வர், 'பறவை பறந்து விடக்கூடாது என்பதை உறுதிப் படுத்திக் கொள்ளத்தான்' என்றார்.

'நாங்கள் இங்கிருக்கும்போது காற்றுகூட இப்படி அப்படி நகர்ந்துவிட முடியாது' என்று ஃபுலாத் பதிலளித்தார்.

குன்வர் ஒன்றும் பேசாமல், புன்னகையுடன் உள்நோக்கிச் சென்றார். விடுதி முற்றத்தில் இருந்த முகாம்கள் காலியாகி விட்டிருந்தன. விடுதிப் பணியாளர்கள் சாப்பிட்டுக் கொண்டிருந்தனர். சோற்று வாசம் காற்றில் வந்தது. ஃபுலாத்கானோ அவருடைய ஆட்களோ சிவாஜிக்குத் தொந்தரவு கொடுத்துவிடாதபடி கண்காணிப்பதற்காகத் தாம் நிறுத்தியிருந்த வீரர்களுடன் சிறிது நின்று பேசினார் குன்வர். அங்கிருந்து சிவாஜியின் அறைக்குச் சென்றவர், நோய்ப் படுக்கையில் இருந்தவரைச் சுற்றி நான்கு பேர் கவலை தோய்ந்த முகத்துடன் நிற்பதைக் கண்டார். இளம் மருத்துவர் பக்கத்தில் நிராஜிராவும், ரகுநாத் கோர்டேயும், ஹிரோஜிஃபர்ஸாத்தும் நின்றிருந்தனர். குன்வர் சற்றே குனிந்து, நோய் வாய்ப்பட்டிருந்த சிவாஜியை கூர்ந்து நோக்கினார். சிவாஜியின் பளபளப்பான சருமம் பொலிவை இழந்திருந்தது. அவருடைய கூர்மையான கண்களில் சோர்வு தெரிந்தது.

'இவருக்கு என்ன ஆச்சு?' மருத்துவரிடம் கேட்டார் குன்வர்.

'ராஜாவின் சுவாசப் பையில் கோளாறு. ஆக்ரா காற்றில் உள்ள சில பகுதிப் பொருள்கள் இவருக்கு ஒத்துக் கொள்ளவில்லை. இவர் மலைவாசி அல்லவா' என்று மென்மையான குரலில் சொன்னார் மருத்துவர்.

'மாண்புமிக்க அமைச்சர் ஜாஃபர்கான் சாஹிப் அவர்களுக்கும், மதிப்பிற்குரிய மீர்பக்ஷி முகம்மது அமீன் சாஹிப் அவர்களுக்கும் கொஞ்சம் முத்துக்களையும், வைரங்களையும் அவர் பரிசாகக் கொடுக்க விரும்புகிறார்.'

அந்தப் பரிசுகள் கிடைத்த சில நாட்களில், சிவாஜியின் மன்னிப்புக் கடிதத்தை இடையீட்டாளர் முகம்மது அமீன் மூலம் ஔரங்கசீப்பிடம் அனுப்பி வைத்தார் ஜாஃபர்கான். தம்மை காபூலுக்கு அனுப்பாமல், தம்முடைய ஊருக்கு அனுப்பி வைக்கும்படி அதற்காகப் பெரும் தொகையைத் தாம் செலுத்தத் தயாராயிருப்பதாகவும் அந்தக் கடிதத்தில் சிவாஜி தெரிவித்திருந்தார். தாம் இழந்த கோட்டைகளைத் தமக்குத் திருப்பித் தந்துவிடும்படியும், பிரதியாகத் தம்முடைய வாழ்நாள் முழுக்க ஔரங்கசீப்பின் நோக்கங்கள் நிறைவேறத் தாம் பாடுபடுவதாகவும் அவர் வேண்டிக் கேட்டுக் கொண்டிருந்தார்.

சிவாஜியிடம் ஜாஃபர் கையூட்டுப் பெற்றிருப்பதாக ஔரங்கசீப் சந்தேகப்பட்டார்.

சிவாஜி ஆக்ராவில் இருக்கும் சமயத்தில் அவருடைய நன்னடைத்தைக்காகவும், தப்பிச் செல்ல மாட்டார் என்பதற்காகவும் பிணைப் பத்திரம் ஒன்றில் குன்வரைக் கையெழுத்திடும்படி செய்தார் அவர். அந்த உறுதிமொழிப் பத்திரம் எதைக் குறிக்கிறது என்பதும் குன்வருக்குத் தெரியும். சமயத்தில் சிவாஜி தப்பிச் சென்று விட்டால், குன்வரைத் தூக்கு மேடைக்கு அனுப்பிவிடுவார்கள். இன்னொரு பிரச்சனையும் இருக்கிறது. ஆக்ராவில் பருவமழைக் காலம் வந்துவிட்டிருக்கிறது. ராஜா சிவாஜியோ நோய்வாய்ப் பட்டிருக்கிறார். காய்ச்சலும் நிற்பதாய்த் தெரியவில்லை. தங்கள் தலைவர் இறந்துவிடக் கூடும் என்று மராத்திய முகாமில் சிலர் பேசிக் கொள்கிறார்கள். ராஜா சிவாஜி அறக்கொடை அளிக்க விரும்புகிறார். இறந்து கொண்டிருக்கும் ஒருவர் தம்முடைய பரிவுணர்ச்சியை அப்படி வெளிப்படுத்துவது இயல்புதான். தம்முடன் தக்காணத்தில் இருந்து வந்திருப்பவர்களில் பலரையும் மலுஸோ், ஜீவமஹலே, ஏஸாஜி, காவ்ஜி உட்பட திருப்பி அனுப்பி விடவும் அவர் விரும்புவதாய்த் தெரிகிறது. பிரதாப் ராவ் குஜ்ஜார் தலைமையில் அவர்கள் திரும்பிச் செல்வார்கள்.

3

மீர்பக்ஷி முகம்மது அமீன் இந்த உயர்ந்த நிலையை அடைய இத்தனை காலம் ஆகியிருந்தது. செல்வமும், புகழும் படைத்த மீர்ஜும்லாவின் மகன். தந்தை செல்லம் கொடுத்து அவரைக் குட்டிச்சுவராக்கி விட்டார். இன்று பொறுப்புள்ள கருவூலத் தலைவராகவும் பேரரசின் சம்பளப் பட்டுவாடா தலைமை அதிகாரியாகவும் வளர்ச்சி கண்டிருக்கிறார். தந்தையின் செல்வத்தில் குடித்துக் கொண்டும், தற்பெருமை கொண்டும் அவர் இருந்த நாட்கள் போய்விட்டன. அவர்கள் ஹைதராபாத்தில் இருந்த காலத்தில், குதுப்ஷாவின் அரசவையில் சிறுநீர் கழித்து தம்முடைய

இகழ்ச்சியை வெளிப்படுத்தியவர் தான் அவர். இப்போது மதுவைக் குறைத்துக் கொண்டு, மனம் கவரத்தக்க விதத்தில் பணியாற்றிக் கொண்டிருக்கிறார். ஆக்ராவுக்கும், தில்லிக்குமாய்ப் பயணம் செய்து மான்ஸப்தார்களின் மாற்றல்கள், பணப் பட்டுவாடாக்களைக் கவனித்துக் கொள்கிறார்.

கடந்த சில வாரங்களாகவே அவர் நிறைய பணிகளைக் கவனிக்க வேண்டியதாகிவிட்டது. ஆக்ராவுக்கு முக்கியஸ்தர்கள் பலரும் வந்து கொண்டிருந்தார்கள். பேரரசர் அலுவலகத்தில் இருந்து சிவாஜியின் ஆட்கள் சிலர் ஊர் திரும்புவதற்கு பயண ஆவணங்களை அனுமதிக்கும்படி அவருக்குத் தகவல் வந்திருந்தது. அது நடைமுறை சார்ந்த பணிதான். பெயர்ப் பட்டியல், கைரேகைப் பதிவுகள் எல்லாம் முன்பே அவரிடம் வந்துவிட்டிருந்தன. சில வற்றை அவர் ஒப்பிட்டுச் சரிபார்க்க வேண்டியிருந்தது. எப்படியும் ஒரு வாரக் கெடுவில் அந்த வேலையை அவர் முடித்தாக வேண்டும்.

தம்முடைய எழுத்தர்களுடன் அவர் சுறுசுறுப்பாகச் செயல் பட்டுக் கொண்டிருந்தபோது, பேகம் சாஹிபா ஜஹானாரா அழைப்பதாய்த் தகவல் வந்தது. முகம்மது அமீன் தம் இதயத்தில் அவருக்குச் சிறப்பிடம் அளித்திருந்தார். ஆக்ராவின் மற்ற செல் வந்தர்களைப்போல் அவர் பல பெண்களை மணந்திருக்கவில்லை. அவர் ஒரு முறைதான் திருமணம் செய்து கொண்டார். தம்முடைய மனைவியை வெகுவாய் நேசித்தார். அவர்களுக்குப் பிறந்த முதல் மூன்று குழந்தைகளும் இறந்தே பிறந்திருந்தன. அவருடைய மனைவி நான்காம் முறை கருவுற்றிருந்தபோது பேகம் சாஹிபாதான் அரசு மருத்துவச்சியை அனுப்பி அவளைக் கவனித்துக் கொள்ளச் செய்தார். அதனால் முகம்மது தற்போது ஒரு அழகான மகளைப் பெற்றிருக்கிறார்!

பேகம் சாஹிபா ஜஹானாராவிற்காக அவர் எதுவும் செய்யத் தயார். அவர் கனிவும் பரிவும் கொண்டவராய் ஜஹானாராவின் மாளிகைக்கு, தமக்கு அழைத்துச் செல்ல வந்திருந்த தார்த்தாரியப் பெண் காவலர்களுடன் விரைந்து சென்றார். அங்குள்ள நூலகம் வரைதான் ஆண்கள் போக முடியும். அந்தக் கூடம் நிசப்தமாய் இருந்தது. திரைக்குப் பின்னால் யாரோ இருப்பதாய் முகம்மது உணர்ந்தார். ஆடைகளின் சரசரப்பு கேட்டது. அவர் திரைக்கு முன்னால் நின்று மிகவும் பணிவுடன் வணங்கினார். பேகம் கலப் பில்லாத பார்ஸியில் வரவேற்று, ‘கோஷ் அமதீத், நீர் வீட்டில் மிகக் குறைந்த நேரமே செலவிடுவதாக உம்முடைய மனைவி மூலம் எனக்குத் தெரிய வந்தது’ என்றார்.

‘பேகம் சாஹிபா அவர்களுக்குத் தெரிந்திருக்கும். வேலைகள் என்னை வீட்டுப் பக்கம் செல்லவிடாமல் விலக்கி வைத்து விடுகிறது.’

‘கவனமாய்க் கேளும். அல்லா கருணை வாய்ந்தவர். உம்முடைய மனைவியிடம் அக்கறையாயிரும். எனக்கு சாக்கு போக்கு சொல்வது பிடிக்காது’ திடுமென்று குரலில் கடுமை தெரிந்தது.

முகம்மது பேச முடியாமல் நின்றார். பேகம் சாஹிபா இதற்கு முன் இப்படிக் கடுமையாய்ப் பேசியதே இல்லை. இத்தனை காலத்திலும் தம்முடைய மனைவி வருந்துகிற மாதிரி தாம் நடந்து கொண்டதாய் அவருக்கும் நினைவில் இல்லை. ‘மனைவியை அலட்சியப் படுத்த மாட்டேன்’ என்று சில சமாதான வார்த்தைகளைச் சொல்லிவிட்டு, பேகம் சாஹிபாவின் வார்த்தைக்குக் கட்டுப்பட்டவராய்ப் பலமாகத் தலையாட்டினார்.

‘இப்போது நீர் போகலாம்’ பேகம் சாஹிபாவின் உத்தரவில் அவசரம் தொனித்தது.

கோஜா முத்ஆமத்தின் பொருட்டு அலி ஒருவன் ஒட்டுக் கேட்கிற வேலையைச் செய்து கொண்டிருந்தான். ஆனால், தற்போது அவனுக்கு ஏமாற்றமே மிஞ்சியது. அரண்மனை அந்தப்புரத்தில் ஏதேனும் சதித் திட்டம் தீட்டப்படுகிறதா என்பது பற்றிய உண்மையான தகவல்கள் வேண்டியிருந்தது பேரரசருக்கு. தனிமுறையான உரையாடல்கள், வம்பளப்புகளில் இருந்து தமக்கு எதிரானவர்களின் வன்மத்தைப் புரிந்துகொள்ள முடியும் என்று நம்பினார் அவர். இளவரசியார் மீர்பக்ஷியை அழைத்து வரச் செய்திருந்ததால் சுவாரசியமான தகவல் எதுவும் கிடைக்கும் என்று நூலகத்தில் ஒளிந்திருந்தவனுக்கு ஏமாற்றமாகிவிட்டது.

அன்றிரவு அமீன் தம்முடைய மனைவியிடம் கண்டனம் தெரிவித்தபோது, அவள் கூறிய தகவல் அவருடைய முதுகுத் தண்டைச் சில்லிட வைத்தது.

‘உங்களால் முடிந்த வகையில் எல்லாம் ராஜா சிவாஜிக்கும் குன்வருக்கும் நீங்கள் உதவ வேண்டும் என்று பேகம் சாஹிபா விரும்புகிறார். அவர்களுக்குப் பயண ஆவணங்கள் தேவைப்பட்டால் அதற்காக புதிய ரேகைப் பதிவுகள் உங்களிடம் சேர்க்கப்படும் என்றும், பேகம் சாஹிபாவே தம்முடைய இலச்சினையைப் பொறிப்பதாகவும் தெரிவித்தார். சிவாஜிக்காகப் பிணைப் பத்திரப் பொறுப்பில் இருந்து குன்வரை விடுவிக்கும்படி நீங்கள் தாம் எப்படியாவது பேரரசரிடம் பேசி அவருடைய இணக்கத்தைப் பெற வேண்டும்’ என்றும் கூறினார்.

முகம்மது அமீன் வியப்பும், திகைப்பும் அடைந்தார். சிவாஜிக்கு மரண தண்டனை கோரும் ஜெய்சிங் குழுவிற்கு ஆதரவான நிலைப்பாட்டில் பேகம் சாஹிபா இருக்கக்கூடும் என்று தான் அவர் நினைத்திருந்தார்.

4

சிவாஜியுடன் வந்திருந்தவர்களில் பலரும் முன்பே தக்காணத் துக்குத் தங்கள் குதிரைகளில் திரும்பி விட்டனர். யானைகளையும், பல்லக்குகளையும் குன்வரின் மாளிகைக்குப் பின்புறம் அவர்கள் விட்டுச் சென்றனர். முலுக்சந்த் விடுதியில் ரகுநாத் கோர்டே, திரியம்பக் தபீர், நிராஜி ராவ்ஜி, ஹிரோஜி ஃபர்ஸாத், அந்த இளம் மருத்துவர் பெயர் தெரியாத ஒரு ஒடிசலான மனிதர் என்று விரல் விட்டு எண்ணும்படியாய்ச் சிலர் மட்டுமே தங்கியிருந்தனர். சாம்பாஜி குன்வரின் குடும்பத்தினரோடு இருந்தான்.

சிவாஜி இன்னமும் காய்ச்சலுடன் இருந்தார். நிராஜி ராவ்ஜியும், இளம் மருத்துவரும் குளிர்ந்த நீரில் தோய்த்திருந்த துணியைப் பிழிந்து அவருடைய நெற்றியில் போட்டு விடுவார்கள். சமயத்தில் அவர்கள் விடுதியில் இருந்து அருகில் உள்ள காடு களுக்குச் சென்று மூலிகைகளைப் பறித்து வருவார்கள். ஃபுலாத்கான் அவர்களிடம் பரிவாக நடந்து கொண்டார். அவர் அப்போது அறைக்கு வந்து பார்த்து தங்களுடைய கைதி தம்முடைய அறையில் தான் இருக்கிறாரா என்பதை உறுதி செய்து கொள்வார். ரகுநாத்தும், திரியம்பக்கும் விடுதியில் இருப்பது அரிது. அவர்கள் ஆக்ராவில் அரசியல் செல்வாக்குள்ள மனிதர்களைச் சந்திப்பதில் மும்முரமாக இருந்தனர். தங்கள் தலைவர் இறந்து கொண்டிருப்ப தாகவும் அவர் மோட்சமடைய விரும்பி தானதர்மங்கள் செய்ய விரும்புவதாகவும் வெளியில் அவர்கள் சொல்லிக் கொண்டனர். அந்தத் தகவல் ஔரங்கசீப்பிற்கும் தெரிய வந்தது. அவர் குன்வர் மூலம் சிவாஜிக்குப் புதிய செய்தியொன்றை அனுப்பியிருந்தார்.

'நீர் இறந்து கொண்டிருப்பதாய் நினைத்தால், ஏன் உம்மிடம் எஞ்சியுள்ள கோட்டைகளையும் எங்களிடம் ஒப்படைக்காமல் இருக்கிறாய்? உம்முடைய இறப்புக்குப் பின் உமது மகன் சொந்த ஊர் திரும்புவதற்கு நாங்கள் அனுமதி அளிப்போம்.'

குன்வர் சிவாஜியிடம் அந்தக் கடிதத்தைக் கொண்டு வந்து கொடுத்தார். நோய்ப் படுக்கையில் இருந்தவர் அதற்குக் கண்டனம் தெரிவித்தார், 'என்னுடைய கோட்டைகளில் இருபத்தி மூன்று கோட்டைகள் உமது தந்தை மூலம் ஔரங்கசீப்பிடம் ஒப்படைக்கப் பட்டுவிட்டன. எஞ்சியுள்ள எனது கோட்டைகளுக்காக பேரர சரிடம் இருந்து என்ன கிடைக்கப் போகிறது? என்னுடைய ஆட்கள் எனது கட்டுப்பாட்டில் இல்லை என்பதை உம்முடைய பேரரசரிடம் கூறும். நான் நோய் வாய்ப்பட்டிருப்பதையும், எஞ்சிய நாட்களைத் துறவியாக வாரணாசியில் கழிக்க விரும்புவதையும் தயவுசெய்து உம்முடைய பேரரசரிடம் தெரிவிப்பீராக!'

ஔரங்கசீப் அதற்கு இகழ்ச்சியாகப் பதிலளித்தார். 'நல்லது. அவர் துறவியாகி, பிரயாகையில் சென்று தங்கியிருக்கட்டும். சுபேதார் பகதூர்கான் அவருடைய இறுதி விருப்பத்தை நிறைவேற்றி வைப்பார்.' பகதூர்கான் கொலைகளுக்கு அஞ்சாதவன். அந்தாஸ் கானைவிட மோசமானவன்.

குன்வர் இந்தத் தகவலுடன் சிவாஜியிடம் சென்ற பொழுது, அவர் படுக்கையில் இருந்து எழாமல், பலவீனமான குரலில் சொன்னார், 'நான் இந்தப் படுக்கையில் இருந்து மீண்டும் எழுவேன் என்று நினைக்கவில்லை. உம்முடைய தந்தையையோ அல்லது உம்மையோ நான் குறை கூற மாட்டேன். நான் அறக்கொடை வழங்கவும், முக்தி அடையும் பொருட்டு ஒரு யாகம் செய்யவும் வேண்டியிருக்கிறது. எனக்காக ஒரு அனுகூலத்தை நீர் செய்தால் போதும். என்னுடைய கடன் விண்ணப்பத்தை பேரரசரிடம் அனுப்பி வைக்க வேண்டும். கவிஞர்களின் அரசரைப் போன்ற கவீந்திரரான பரமானந்தரை வாரணாசியில் இருந்து நான் ஆக்ராவிற்கு அழைத்து வர விரும்புகிறேன். எனக்காகப் பிணை ஆவணத்தின்மூலம் உம்மைப் பொறுப்பேற்கச் செய்திருக்கிறார்கள் அல்லவா. அந்தப் பொறுப்பில் இருந்து நீர் விடுவிக்கப்படுவீர் என்பதற்கு நான் உறுதியளிக்கிறேன். நான் எங்கும் ஓடிவிட மாட்டேன். இங்கிருந்து மரணம் மட்டுமே என்னைக் கொண்டு செல்லும்.'

சிவாஜி கடன் பத்திரம் ஒன்றில் கையெழுத்திட்ட பின், அறுபத்தி ஆறாயிரம் ரூபாய்க்கான அவருடைய கடன் விண்ணப்பம் ஔரங்க சீப்பால் அங்கீகரிக்கப்பட்டது. சீக்கிரமே அந்தத் தொகைக்கான வரைவோலை ஒன்று மிர்ஸாராஜா ஜெய்சிங்கிற்கு அனுப்பி வைக்கப்படும். அவர் சிவாஜியின் ஆட்களிடம் அதைக் கொடுத்து சிவாஜிக்கு தனிப்பட்ட முறையில் சொந்தமான செல்வத்தில் இருந்து அதற்கான தொகையைப் பெற்றுக் கொள்வார். இறந்து கொண்டிருப்பவரின் கடைசி விருப்பத்தை ஏற்று, குன்வரும் பிணைப் பொறுப்பில் இருந்து விடுவிக்கப்பட்டார்.

இறந்து கொண்டிருக்கும் நபர் முன்பே தானதர்மங்களைத் தொடங்கி விட்டார். பழங்கள், உலர்ந்த பழங்கள், இனிப்புப் பட்சணங்களை விற்பனை செய்பவர்களும், கூலியாட்களும் தங்கும் விடுதிக்கு அடிக்கடி வந்து போய்க் கொண்டிருந்தார்கள். பிராமணர்களுக்கும், சமயகாரணங்களுக்காக யாசகம் எடுப்பவர்களுக்கும், பிச்சைக்காரர்களுக்கும், அமைச்சர்களுக்கும், அவை உறுப்பினர்களுக்கும் ஃபுலாத்கான் உள்ளிட்ட காவல் துறையினருக்கும் பெரிய பெரிய கூடைகளில் உணவு வகைகளும், பரிசுப் பொருட்களும் கொண்டு வரப்பட்டன. ஒவ்வொரு கூடையும் இரண்டு பேர் சுமக்கும் அளவிற்கு பெரியவை. கூடைகள் சுங்கச்சாவடி உட்பட

மூன்று காவல் நிலையங்களில் ஃபுலாத்கானின் ஆட்களால் சோதனையிடப்பட்ட பின் உள்ளே அனுமதிக்கப்பட்டன.

ஜாஃபர்கானுக்கும், முகம்மது அமீனுக்கும் விலை மிக்க மணிகளும், வைரங்களும் சிறப்புப் பரிசுகளாய் அனுப்பி வைக்கப் பட்டன.

தம்முடைய பாதுகாப்பில் இருந்தவரின் அறைக்கு ஃபுலாத்கான் ஒவ்வொரு நாளும் பலமுறை வந்து சென்றார். சில சமயம் இரவிலும் வருகை புரிவார். காவல்துறை காப்பாளருக்குத் தமது கண் காணிப்பில் உள்ள நபர் நாளுக்கு நாள் மெலிந்து கொண்டிருப் பதைக் கண்டு கவலைப்பட்டார். அவருடைய எடை கணிசமான அளவு குறைந்து, கண்களைச் சுற்றிக் கருவளையங்களும் காணப் பட்டன. அவர் வலது கையில் அணிந்திருந்த பெரிய தங்கக் காப்பையும், கண்களின் பழுப்பு நிறத்தையும் வைத்தே ஃபுலாத்கான் அவரை அடையாளம் கண்டு கொள்ள வேண்டியிருந்தது. சிவாஜியைச் சுற்றி எப்போதும் இருந்து கொண்டிருந்த நபர்களையும் அவர் நன்றாகத் தெரிந்து கொண்டிருந்தார். மருத்துவர், நிராஜிராவ்ஜி மற்றும் ஒரு ஒடிசலான மனிதர். சில நேரங்களில் நிராஜி இருக்க மாட்டார், அவருக்குப் பதிலாக சிவாஜியின் ஒன்றுவிட்ட சகோதரர் ஹிரோஜி ஃபர்ஸாத் இருப்பார்.

5

ஆத்மா – பரமாத்மா ஞானத்தில் சிறந்த அறிஞரும், புகழ் பெற்ற கவிஞருமானவர் தம்முடைய சீடர்களுடன் முலுக்சந்த் விடுதிக்கு வந்திருந்தார். ஆக்ராவில் உள்ள பிராமணர்களும், அறிஞர் களும் அவரைக் காண்பதற்காக ஆவலுடன் வந்து கூடினர்.

இளஞ்சாயலை உடைய, குள்ள உருவினரான பரமானந்தர், ‘நான்தான் வந்து விட்டேனே, இனி கவலை வேண்டாம்’ என்றார். எல்லாரும் அவரைக் கவீந்திரர் என்றே அழைத்தனர். அந்த மனிதர் வெண்ணிற உடையும், சிவப்பு நிறத் தலைப்பாகையும் அணிந்து புன்னகையுடன் காட்சியளித்தார். அவருக்கு போஸ்லே குடும்பத் துடன் நீண்ட காலமாகவே பழக்கம் உண்டு. அவர் புனேக்கு வரும் போதெல்லாம் பலமுறை சிவாஜியைச் சந்தித்திருக்கிறார்.

சிவாஜியின் அறைக்குள் நுழைந்தார். ஃபுலாத்கான், தாம் அறிந்திராத ஒரு மொழியில் உள்ள தடித்த புத்தகமொன்றை கவீந்திரர் வாசித்துக் கொண்டிருப்பதைக் கண்டு மகிழ்ச்சி அடைந் தார். மாலையில் வெளிப்பட்ட கவீந்திரர் வருத்தத்துடனும் சோர் வுடனும் காணப்பட்டார். அவர் குன்வர், ரகுநாத், திரியம்பக் மற்றும் ஃபுலாத் என்று அங்கே கூடியிருந்தவர்களை நோக்கி, ‘உண்மையில் இன்னும் சில நாள்தான்’ என்றார்.

ஃபுலாத் எவ்வித உணர்ச்சியையும் வெளிக்காட்டவில்லை. கவீந்திரர் தொடர்ந்தார், 'ஆன்மீக உரையொன்றை நான் நிகழ்த்த வேண்டும் என்று ராஜா விரும்புகிறார்.'

அங்கே அமைதி நிலவியது.

கவீந்திரர் தொடர்ந்து, 'அந்த உரையைத் தொடர்ந்து ஒரு வேள்வி. அதில் படையல், பலி பொருட்கள் எல்லாம் உண்டு. ஆக்ராவில் உள்ள பிராமணர்கள் அனைவரையும் வேள்விக்கு அழைக்க வேண்டும் என்று ராஜா விரும்புகிறார். அவருடைய கடைசி ஆசை அது.'

அன்று மாலை, கவீந்திரர் சொன்னவைகளைப் பற்றியும், செயல் நிலைகள் குறித்தும் ஃபுலாத் ஆழ்ந்த சிந்தனையில் இருந்தார்.

மறுநாளே குன்வர் பேரரசரைக் காணச் சென்றார். அவர் வேட்டைக்குச் சென்றிருந்தபடியால், இறந்து கொண்டிருப்பவரின் கடைசி விருப்பத்தை நிறைவேற்றுவதற்கான விண்ணப்பத்திற்கு ஒப்புதலளித்து, கையொப்பமிட்டார் ஜாஃபர்கான். குன்வர் அடுத்து, ஆக்ராவில் உள்ள பெயர் பெற்ற பிராமணர்களுக்கு அழைப்பு விடுக்க, தமது நம்பிக்கைக்குரிய சிலரை அனுப்பி வைத்தார்.

எல்லாமும் ஒரே நாளில் திட்டமிடப்பட்டன. அழைக்கப் படுகிற எல்லாருக்கும் கையால் வரையப்பட்ட வரைபடங்கள் அனுப்பி வைக்கப்பட்டது. உடைகள் பற்றிய ஒழுங்கமைவும் அறிவுறுத்தப்பட்டது. ஆக்ரா வாழ் பிராமண சமூகமே உற்சாகமும், மகிழ்ச்சியும் கொண்டது. மறுநாள் ஆக்ராவில் மழை பெய்துவிடக் கூடாது என்று அவர்கள் பிரார்த்தனை செய்தனர்.

ஃபுலாத் கானுக்கு எதுவும் மகிழ்ச்சியளிப்பதாக இல்லை. ஆனால் அமைச்சர் ஜாஃபர்கானே அனுமதியளித்துவிட்ட நிலையில் அவர் என்ன செய்ய முடியும்? அந்தக் கவிஞர் உரையாற்றும்போது, அவர் என்ன சொல்கிறார் என்பதைத் தெரிந்து கொள்ள, தம்முடன் ஒரு மொழிபெயர்ப்பாளரை வைத்துக் கொள்வது என்று அவர் முடிவு செய்தார்.

குறித்த நேரத்துக்கு ஒரு மணி நேரம் முன்பாகவே நூற்றுக்கும் மேற்பட்ட பிராமணர்கள் தங்கும் விடுதிக்கு வந்து சேர்ந்து விட்டனர். அந்த நிகழ்ச்சியை முன்னிட்டு, எல்லாரும் அமர்ந்து கொள்ள பெஞ்சுகளை ஏற்பாடு செய்திருந்தார் ஃபுலாத்கான்.

முற்றம் அமைதியாக இருந்தது. கவீந்திரர் தம்முடைய உரையைத் தொடங்கினார். அவருடைய உரை விவேகமும், கவித்துவமும் கொண்டதாக இருந்தது. அவருக்கு அதனால்தான் கவீந்திர கவீஷ்வர் (கவியரசர்) என்று விருது வழங்கியிருக்க வேண்டும். 'நாம் ஆத்மஞானத்தைப் பெற வேண்டும். அதை அடையும் முயற்சியில் நம் புலன்களையும், நம்மைச் சுற்றியிருக்கும் உலகத்தையும் நாம்

பயன்படுத்திக் கொள்ளத் தோன்றும். உண்மையான 'நான்' என்பது என்னுடைய உடம்போ அல்லது புலன்களோ அல்ல. ஆன்மாவைக் கொண்டே ஆன்மாவை அறிய வேண்டும். அந்த வகையில் ஆன்மாவல்லாத எதுவும் பயன்படாது.'

அந்தப் புகழ் பெற்ற மனிதர் ஒரு மணி நேரம் போல் நிகழ்த்திய உரையை, பிராமணர்கள் கவனமுடன் கேட்டிருந்தனர்.

ஃபுலாத்கானுக்குச் சலிப்பாக இருந்தது. அவருக்குத் தலையை வலிக்கத் தொடங்கியது. தம்முடைய அதிர்ஷ்டத்தை நொந்து கொண்டவராய், மூன்றே வாக்கியத்தில் அந்த உரையின் சாரத்தைக் கூறும்படி மொழிபெயர்ப்பாளரிடம் அவர் கேட்டுக் கொண்டார். அவரும் விளக்கினார். அந்தப் பைத்தியக்காரக் கூட்டத்தில் இருந்து உடனே வெளியேறிவிட வேண்டும் என்று விரும்பினார் காவல் துறை அதிகாரி.

சாம்பாஜியின் கையைப் பற்றியிருந்த குன்வர், உரையைக் காது கொடுத்து கேட்டுக் கொண்டிருந்தாலும், அவருடைய மனம் மட்டும் வேறெதிலோ கவனமாக இருந்தது. தாம் ராஜா சிவாஜிக்கு உதவுவதன் மூலம் ஏதும் தவறு செய்து கொண்டிருக்கிறோமோ என்று அவருக்கு உறுதியாய்த் தெரியவில்லை. இத்தகைய சமயச் சடங்குகள் இந்த நேரத்துக்குப் பொருந்தாது என்பதை மட்டும் அவர் உணர்ந்திருந் தார். இதனால் பேரரசர் எரிச்சலடைந்து, ராஜா சிவாஜியை ஆப்கானிஸ்தானின் மாளிகைக்கு அனுப்பி விடவும் கூடும். அந்தாஸ்கானுடைய மாளிகையின் நிலவறை அரசியல் கைதிகள் அடைக்கப்படுவதையும், அவர்களைச் சித்திரவதை செய்வதற்கான கருவிகள் அங்கே இருப்பது பற்றியும் சமீபத்தில் தான் அவர் கேள்விப்பட்டிருப்பார்.

சீருடை அணிந்து நிகழ்ச்சியில் கலந்து கொள்ளும் ஒரு குழு வினரைப்போல் பிராமணர்கள் அங்கே நிரம்பியிருந்தனர். யாராவது தாமாக முன்வந்து, முகமன் கூறியிருந்தாலன்றி யாரையும் குன்வரால் அடையாளம் கண்டு கொண்டிருக்க முடியாது. குன்வரைப் போலவே ஃபுலாத்கானுக்கும் குழப்பம். அவருடைய மொழிபெயர்ப் பாளரும் பிராமணர்களைப் போலவே உடையணிந்திருந்தார். யாருடனோ பேசிக் கொண்டு அந்தக் கூட்டத்தில் அவரும் மறைந்து விட்டார்.

குன்வர் சாம்பாஜியின் கையைப் பற்றிக்கொண்டு வேள்வி நடக்கிற இடத்துக்குச் சென்றார். அங்கே, வேள்வி மேடையில் முன்பே ஓமத்தீ மூட்டப்பட்டிருந்தது. கவீந்தரர் உள்ளிட்ட சில பிராமணர்கள் வேள்வி காரியங்களைச் செய்து கொண்டிருந்தனர். அவர் சிவாஜியின் அறைக்குச் செல்ல எண்ணியிருந்தபோது, ராஜா சிவாஜியைச் சுற்றிலும் மூடிய தூக்கு நாற்காலியில் வைத்து சிலர் அங்கே கொண்டு வந்தனர்.

ராஜா கம்பளிப் போர்வையால் போர்த்தப்பட்டிருந்தார். அவருடைய முகத்தில் பாதியை அவர் தரித்திருந்த குரங்குக் குல்லாய் மறைத்து, அவர் வலது தோள்பக்கம் சாய்ந்திருந்தார். அச்சம் குன்வரின் வயிற்றைக் கவ்வியது. அவர் சிவாஜியை நெருங்கிச் சென்று பார்க்க முயன்றார். முடியவில்லை. சாம்பாஜி அழுவதைக் கவனித்தவர், அவனைத் தமது கையில் உயர்த்திப் பிடித்தார்.

'என்னுடைய தந்தை இறந்து கொண்டிருக்கிறாரா?' சாம் பாஜியின் பலவீனமான குரல், உரத்த மந்திர ஒலியில் தேய்ந்து மறைந்தது.

பிராமண குருமார்கள் தங்கள் குரலை உயர்த்தி மந்திரங்களை உச்சரித்தனர். அவர்கள் ஆகுதி செய்த நெய்யும், புனிதப் பொருட் களும், மூலிகைகளும் பெரும் புகையை உண்டு பண்ணி சுற்றிலும் இருந்தவர்களின் கண்களை எரியச் செய்ததோடு, நீரையும் வரவழைத்தது. ஹிரோஜி ஃபர்ஸாத்தும், இருக்கையின் பின்புறம் நின்றிருந்த மருத்துவரும் தங்கள் பார்வையை நாற்புறமும் சுழற்றிக் கொண்டிருந்தது ஏன் என்றுதான் குன்வருக்குப் புரியவில்லை. சிவாஜிக்கு நெருக்கமாய் நின்றிருந்த ஒரு பிராமணரைப் பார்த்த குன்வரால் அவரை ஞாபகப்படுத்திக் கொள்ள முடியவில்லை.

'இதற்குமுன் அவரைப் பார்த்திருக்கிறோம். ஆனால், எங்கே?'

குன்வரின் கண்கள் நிராஜிராவையும் மற்றவர்களையும் தேடி அலைந்தன. ஆனால், அவர்கள் எங்கேயும் காணப்படவில்லை. பரிச்சயமாகத் தெரிந்த அந்தப் பிராமணரை நெருக்கத்தில் காண விரும்பினார் அவர். ஆனால், ராஜா சிவாஜியை நோக்கி அவர் முன்னேறிச் சென்றபோது அந்தப் பிராமணர் மாயமாய் மறைந்து விட்டிருந்தார்.

கொஞ்ச நேரத்துக்குப் புகை முற்றத்தை நிறைத்திருந்தது. சிறிது நேரத்துக்கெல்லாம் மந்திர கோஷம் நின்றது, வேள்வி முடிந்து விட்டது போலும், சிவாஜி அமர்ந்திருந்த இருக்கையைச் சுமந்து வந்தவர்கள் மீண்டும் சிவாஜியின் அறைக்கே கொண்டு சென்றனர். பிராமணர்களும் உடனே அவர்களைத் தொடர்ந்து சென்றனர்.

'அங்கே என்னதான் செய்றாங்க?' ஃபுலாத்கான் உரத்த குரலில் கத்தியது கேட்டது குன்வருக்கு. அவர் அப்போது குன்வரின் அருகில்தான் நின்றிருந்தார்.

'சிவாஜியின் மோட்சத்தை உத்தேசித்து நாங்கள் ஒரு மந்தி ரத்தை உருவேற்றுகிறோம்' நின்று அவரிடம் சொல்லிச் சென்றார் பிராமணர் ஒருவர்.

'சாம்பாஜியை என்னிடம் விடுங்கள், நான் அவருடைய தந்தையிடம் அழைத்துச் சென்றாக வேண்டும்' ரகுநாத் குன்வரின்

காதோரமாய் உரக்கச் சொல்லிவிட்டு, சாம்பாஜியைக் கையோடு கொண்டு போனார்.

ஃபுலாத்தும் அவருடைய காவலர்களும் சிவாஜியின் அறைக்குள் நுழைய முற்பட்டபோது, அது சாத்தியமாய்த் தெரிய வில்லை. இடத்தை அடைத்துக் கொண்டு நின்ற பிராமணர்கள் கூட்டாக மந்திர கோஷம் செய்தனர். 'அவர்கள் என்ன சொல் கிறார்கள்?' ஃபுலாத்கான் கிசுகிசுப்பான குரலில் ஒரு பிராமணரிடம் கேட்டார்.

'அது ஒரு புனித மந்திரம், மஹாமிருத்யுஞ்சய' என்று சொல் வார்கள். எம பயத்தைப் போக்கி, மரணத்தை விலக்கும் இம் மந்திரத்தின்மூலம் அவர்கள் சிவபெருமானிடம் வேண்டுகிறார்கள்' என்றார் அவர்.

ஃபுலாத்கானுக்கு அதில் இம்மியளவும் புரியவில்லை. ஆனாலும், அவர் கேட்டுக் கொண்டு நிற்கும்படி ஆயிற்று. மந்திர கோஷம் நீண்ட நேரம் தொடர்ந்தது. அவர் உரத்த குரலில் கத்த விரும்பினார். ஆனாலும், பொறுமை காத்தார். பிராமணர்கள் சிறிது நேரத்துக் கெல்லாம் அறையைவிட்டு வெளியே வரத் தொடங்கினர். ஃபுலாத்கான் தம்மைச் சுற்றியிருந்தவர்களை முரட்டுத்தனமாய்த் தள்ளிக் கொண்டு உள்ளே நுழைந்தார். குன்வரின் ஆட்கள் அதைக் கண்டதும் அவருக்குப் பின்னால் விரைந்தனர்.

சிவாஜி தம்முடைய படுக்கையில் படுத்திருந்தார். அவருடைய கண்கள் மூடியிருந்தன. ரகுநாத் நோயாளியின் மீது விரிப்புகளைப் போர்த்துவதில் மும்முரமாக இருந்தார். சாம்பாஜி தன் தந்தையை எரிச்சலுடன் பார்த்துக் கொண்டிருந்தான்.

'முடிவு நெருங்கிவிட்டது. எண்ணிக் கொள்கிற மாதிரிதான் மூச்சு இழைகிறது.' தம்முடைய கண்ணீரைத் துடைத்தபடி சொன்ன ரகுநாத், ராஜா சிவாஜி அணிந்திருந்த தங்கக் காப்பை ஃபுலாத் கானிடம் கொடுத்தார்.

'தாங்கள் அதை வைத்துக் கொள்ள வேண்டும் என்பது அவரு டைய விருப்பம். அது அவருடைய கடைசி விருப்பம்' என்றபடி தேம்பினார் ரகுநாத்.

தம்முடைய வாழ்நாளில் கையூட்டுப் பெற்றவரல்ல ஃபுலாத் கான். ஆனால் இது வேறு மாதிரி. இறந்து கொண்டிருக்கும் ஒரு மனிதரின் விருப்பம். அவர் தங்கக் காப்பைப் பெற்றுக்கொண்டு, தம்முடைய ஆட்களுடன் சேர்ந்து கொள்வதற்காக அங்கிருந்து நகர்ந்தார். அவர் தங்கக் காப்புடன் செல்வதைக் குன்வரின் ஆட்கள் கவனித்தனர்.

'நிராஜிராவ்ஜி எங்கே?' ஃபுலாத்கான் கேட்டார்.

‘அவர் விருந்தாளிகளைக் கவனித்துக் கொண்டிருக்கிறார். சீக்கிரமே உணவு தயாராகிவிடும்.’

‘விருந்து தயாராகி விட்டது’ யாரோ உரத்த குரலில் அறிவித்தார். அவ்வளவுதான். ஃபுலாத்கானின் ஆட்களில் சிலர் உட்பட எல்லாருமே அங்கிருக்கவில்லை. முன்பே தாமதமாகி விட்டிருந்தது. பசித்திருந்த கூட்டத்தை விருந்து வாசனை இழுத்தது. ஃபுலாத்கான் மட்டும் பிடிவாதமாக ராஜா சிவாஜி உறங்குவதைக் கண்காணித்தபடி வாயிற் கதவருகே நின்றிருந்தார். மருத்துவர் நோயாளியின் நாடித் துடிப்பை சோதிப்பதில் மும்முரமாக இருந்தார். அவருடைய முகத்தில் கவலை தெரிந்தது. குன்வரின் இராஜபுத்ர காவலர்கள் ஃபுலாத்கானை எரிச்சலுடன் பார்த்துக் கொண்டிருந்தனர்.

தம்முடைய ஆட்கள் சாப்பிட்டுத் திரும்பி வந்த பிறகே ஃபுலாத் அங்கிருந்து சென்றார். அவர் வெளியே வந்த பொழுது விடுதி நுழை வாயிலில் நூற்றுக்கணக்கான பட்சணக் கூடைகள் கொடுப்பதற்காக தயாராக இருந்ததைக் கண்டார். நூற்றுக்கணக்கான சுமை தூக்கிகள் அவற்றுக்கருகே நின்றிருந்தனர்.

எல்லாவற்றையும் சோதனை போட்டு அனுப்புங்கள். ஃபுலாத்கான் தம்முடைய ஆட்களுக்கு உத்தரவு போட்டார்.

உணவிற்குப் பிறகு விருந்தினர்கள் அங்கிருந்து வெளியேறத் தொடங்கினர். கவீந்திரருடன் பிராமணர் கூட்டம் சென்றது. எல்லாரும் ஒரே மாதிரி உடை அணிந்திருந்தனர். ஃபுலாத்தின் சோதனைச் சாவடியைக் கடந்து செல்லும் போது காவலர்கள் அவர்களைக் கண்காணிப்பாகப் பார்த்திருந்தனர். கவீந்திரர் ஆத்ம ஞானத்தைப் பற்றி சம்ஸ்கிருதத்தில் சொல்லிக் கொண்டிருந்தார். உடன் சென்ற பிராமணர்கள் காவலர்களைப் பொருட்படுத்தாமல், ஞான உரையை ஆர்வமுடன் கேட்டுக் கொண்டு சென்றனர். காவல் எல்லையைத் தாண்டியதுமே அவர்கள் தங்களுக்குள் விடை பெற்றுக்கொண்டு, தங்களுக்காகக் காத்திருந்த பல்லக்குகளில் ஏறி மறைந்தனர்.

குன்வர் ராஜா சிவாஜியின் அறையை நோக்கி நடந்தார். வாசலில் காவல் இருந்த ஃபுலாத்தின் ஆட்களுக்கிடையே வழி பண்ணிக் கொண்டு உள்ளே நுழைந்தார். ராஜா ஆழ்ந்த உறக்கத்தில் இருந்தார். சுவாசம் மேல்மூச்சாகவே இருந்தது. அறை அமைவடக்கமாய், மகிழ்ச்சியற்றுக் காணப்பட்டது. மருத்துவர் அமைதியாக அமர்ந்திருந்தார். சாம்பாஜி தனிமையுணர்வுடன் வாட்டமாய்க் காணப்பட்டான். சாம்பாஜியின் பின்னே நிராஜிராவ்ஜி நின்றிருந்தார். குன்வர் திகைப்புற்றார்.

‘நீங்கள் எங்கிருந்தீர்கள்?’ குன்வர் கேட்டார். அந்த மனிதர் மதிய விருந்தின்போதுகூட காணப்படவில்லை.

‘இங்குமங்குமாய் இருந்து கொண்டிருந்தேன்’ நிராஜி புன்ன கைத்தபடி சொன்னார்.

‘ஹிரோஜி எங்கே?’ குன்வர் தெரிந்து கொள்ள விரும்பினார்.

‘அவர் விருந்தினர்களை உபசரிக்கிற வேலையில் இருந்திருப் பார்’ தம்முடைய நோயாளியின் மீது பார்வையைப் பதித்தபடி மருத்துவர் பதிலளித்தார்.

‘நான் காத்திருக்கிறேன்’ அழுகை தொண்டையை அடைத்தது குன்வருக்கு. சாம்பாஜி தன் தந்தையின் முகத்தையே உறுத்து நோக் கியது வியப்பளிப்பதாக இருந்தது. அந்தப் பையன் ஏதோ குழப்பத் தில் இருக்கவேண்டும்.

‘கவீந்திரரும் அவருடைய குழுவினரும் உங்கள் மாளிகைக்கு வருவார்கள். மாளிகையின் பின்புறம் விட்டு வைத்திருந்த யானை களையும், பல்லக்குகளையும் ராஜா சிவாஜி அவருக்குத் தானமாகக் கொடுத்திருக்கிறார். நீங்கள் அங்கே இருந்தால் அவர்கள் அவற்றைக் கொண்டு போக உதவியாய் இருக்கும். அதன்பிறகு நீங்கள் விரும்பி னால் இங்கே வரலாம்’ என்று மருத்துவர் குன்வரிடம் தெரிவித்தார்.

குன்வர் தலையசைத்து, சாம்பாஜியைத் தம்முடன் வருமாறு அழைத்தார். ராஜா சிவாஜியைக் கவனித்துக் கொள்வதற்காக அவர் தயார் நிலையில் வைத்திருந்த இராஜபுத்ரர்கள் முற்றத்தில் அமர்ந் திருந்தனர். அவர்களில் சிலர் புகைத்துக் கொண்டும் இருந்தனர். குன்வரைக் கண்டதும் சுங்கானை அணைத்துவிட்டு எழுந்து வணங் கினர். குன்வர் அவர்களை ஏறிட்டுப் பார்க்கவில்லை. அவருடைய இதயம் சோகத்தைச் சுமந்திருந்தது.

யாரும் அறியாதபடி நோயாளியின் படுக்கைக்குக் கீழே அந்த எலும்பும் தோலுமாக இருந்த நாயக் தாய் வயிற்றில் வளர்ச்சி நிலையில் இருக்கும் குழந்தையைப் போல் காலையும் உடலையும் வளைந்து அமர்ந்திருந்தார். ஒப்பனைப் பொருட்கள் அடங்கிய பெட்டியும், வண்ணப் பொடிகள் கொண்ட குப்பிகளும், சவரக்கத்தி, பொய்த் தாடியும் அருகில் இருந்தன. வேடம் புனைவதிலும், ஒப்பனைக் கலையிலும் வித்தகர் அவர்.

குன்வர் சாம்பாஜியுடன் பல்லக்கில் ஏறிச் சென்றார். ராஜா சிவாஜிக்குப் பக்கத்தில் நின்றிருந்த அந்த ஒடிசலான மனிதரை அப்போது நினைத்துக் கொண்டார். குன்வர் முன்பே அவரைப் பார்த்திருந்தது உறுதி.

ஆனால், எங்கே?

6

கவீந்திரரும் அவருடைய சீடர்களும் – ஆக்ராவைச் சேர்ந்த பிராமணர்களும் ஒரு பல்லக்கு, யானைகள், குதிரைகளுடன் ஆக்ராவில்

இருந்து வெளிப்பட்டு ஃபதேபூர் – ஸிக்ரி நோக்கிச் சென்றனர். சில காத தூரம் சென்றதும், பிரதான சாலையில் இருந்து தள்ளி முகாமிட்டனர். இரவில் அந்தப் பிராமணர்கள் தங்கள் உடுப்புகளை மாற்றிக் கொண்டு குதிரை வீரர்களாக மாறினர். ஆக்ராவைத் தவிர்த்து, தெற்காகக் குதிரைகளில் சென்றனர். அந்தக் குதிரை வீரர்களில் சிவாஜியும் ஒருவர். அவர்கள் போய்க் கொண் டிருக்கையில் மாதக் கணக்கில் திட்டமிட்டு, தாம் நோயாளிபோல் பாசாங்கு செய்ததையும், ஔரங்கசீப் வேட்டைக்காக ஆக்ராவில் இருந்து வெளிச் சென்ற நாளில் கவீந்திரர் வேள்வியைத் திட்டமிட்டு நடத்தியதையும் சிவாஜி நினைத்துக் கொண்டார். பேரரசர் இல்லை யென்றதும் நகரவாயிற் காவலர்களில் இருந்து எல்லா அலுவலர் களுமே தங்கள் பணியில் அக்கறை இல்லாமல் தவறுக்கு இட மளித்து விடுகிறார்கள். அதனால்தான் அந்தப் பரிவாரத்திடம் கேட்டிருக்க வேண்டிய கேள்விகளை எவருமே கேட்கவில்லை.

ஃபுலாத்தின் ஆட்கள் பால் செறிவுடன்கூடிய இனிப்புகளை ஆர்வமுடன் சுவைத்ததை நினைத்து சிவாஜி புன்னகைத்துக் கொண்டார். அதன் தாக்கத்தை உடனடியாகவே பார்க்க முடிந்தது. சோதனைச் சாவடிகளில் இருந்தவர்களில் பலரும் அரைமயக்க நிலைக்குத் தள்ளப்பட்டிருந்தனர்.

நிராஜி ராவ்ஜி, ஹிரோஜி ஃபர்ஸாத், மருத்துவர் இவர்களை மட்டும் அங்கேயே விட்டு வந்தாயிற்று. நிராஜியும், ஹிரோஜியும் நடத்தையிலும் பேச்சு முறையிலும் சிவாஜி போல் நடித்து, மாற்றி மாற்றி ஆள் மாறாட்டம் செய்வார்கள். அந்த நாடகத்தைத் தொடர்ந்து நடத்த வேண்டியிருந்தது.

குதிரைச் சவாரியில் அவர்கள் போய்க் கொண்டிருந்த போது, சிவாஜி ஆக்ரா நகரத்தைக் கடைசி முறையாய்த் திரும்பிப் பார்த்துக் கொண்டார். மங்கிய நிலவொளியில் மழை நீரில் கழுவி விடப்பட்ட மாட விதானங்களையும், தூபிகளையும் பார்க்க முடிந்தது. எது நடந்தாலும் தன்னைக் காப்பதற்கு, தந்தை எங்காவது அருகில்தான் இருப்பார் என்ற எண்ணத்துடன் சாம்பாஜி நிம்மதியாய் உறங்கிக் கொண்டிருப்பான். அந்த எண்ணம் சிவாஜியின் இதயத்தைத் துன்புறுத்தியது. ஆனால், சிவாஜி அங்கிருப்பதுபோல் மாயையை ஏற்படுத்த சாம்பாஜி அங்கே இருந்தாக வேண்டியிருந்தது. சிவாஜி தன் மகனை மீண்டும் காண்பாரா என்பதற்கு எந்த உத்தரவாதமும் இல்லை. அது ஒரு ஆபத்தான திட்டந்தான். ஆனால், சுயராஜ் யத்தின் பொருட்டு அது அவசியமாகி விட்டது. எல்லாவற்றையும் விட சுயராஜ்யத்துக்கு முதன்மை அளித்தாக வேண்டும் என்கிற நிலை. அதைத்தான் வேறெவரையும்விட அவர் முக்கியமாய்க் கருதினார். தம் உயிரை விடவும் அதையே வெகுவாய் அவர் நேசித்தார். சுயராஜ்யத்துக்கு அவர் தேவைப்பட்டார். இதைச்

செய்யாவிடில் அவரும் சாம்பாஜியும் மிக மோசமான முறையில் சாக நேர்ந்திருக்கும். இந்தப் பயணம் கூட மரணப் பொறியாகி விடக்கூடும். எங்கும் நிற்காமல் மேற்கொள்ளப்படுகிற கடினமான பயணமிது. நிச்சயம் சாம்பாஜியால் தாக்குப் பிடிக்க முடியாது. அத்துடன் சாம்பாஜியை உடன்கூட்டி வந்திருந்தால் அது சந்தேகத் துக்கிடமாகிவிடும். சாம்பாஜி நிச்சயம் ஒரு நாள் தன் தந்தையின் நடவடிக்கைகளைப் புரிந்து கொள்வான் என்று அவர் நம்பினார். ஆனால், அவர்கள் சாம்பாஜியை விட்டுச் சென்றது குறித்து ஔரங்கசீப்புக்கு சந்தேகம் ஏற்பட்டுவிட்டால், அவர் சிறுவனைக் கண்டுபிடிப்பதற்காக எதுவும் செய்வார்.

சிவாஜியின் மனதில் தற்போது வேறொரு திட்டமும் உருவாகத் தொடங்கியது. எல்லாமும், ஔரங்கசீப் எப்போது உண்மையைக் கண்டறிகிறார் என்பதைப் பொறுத்தே அமையும் என்கிற நிலை. சிவாஜி எத்தனை இரவுகளையும் பகற்பொழுதுகளையும் பயன் படுத்திப் பயணிக்கப் போகிறார் என்பதே ஆக்ராவில் இருந்து அவர் எவ்வளவு தூரத்தைக் கடக்கிறார் என்பதைத் தீர்மானிக்கும். அதுவே அவருடைய தப்பித்தலை உறுதி செய்யும். அடர்ந்த காடுகள், ஆறுகள், மலைகள், மலைப்பாதைகள் வழியே முந்நூறு மைல்கள் கொண்ட நெடும் பயணம் அது.

குஜராத் காடுகளில் இரண்டு சிங்கங்களை வேட்டையாடிய ஔரங்கசீப், இரண்டு நாட்களுக்குப் பிறகு ஆக்ரா திரும்பியிருந்தார். ஒரு பேரரசர் வேட்டையின்போது ஒரு சிங்கத்தைக் கொல்வது நன்னிமித்தமாக இருக்கும் என்று நம்பினார் அவர். வேட்டை விலங்கைக் கவர்ந்திழுக்கப் பயன்படுத்திய கழுதையின் தொண்டை யில் எவ்வளவு அபின் திணிக்கப்பட்டது என்பதையோ அந்தக் கழுதை மாமி சத்தைப் புசித்த சிங்கம் முன்பே பலவீனமாகி உறக்க நிலையில் இருந்தது என்பதையோ அவர் மறந்தும் பேசிவிட மாட்டார். ஒரு புலியை விடவும் சிங்கத்தைக் கொல்வது எளிது என்கிற வேட்டைக்காரர்கள் மட்டுமே அறிந்த இரகசியத்தையும் அவர் வெளிப்படுத்திவிட மாட்டார்.

அரசவையைச் சேர்ந்தவர்கள் சிவாஜியின் விடுதியில் நடந்தவை பற்றிப் பேரரசரிடம் தெரிவித்தபோது, அவர் செய்த புன்னகை புதிராக இருந்தது.

அத்தியாயம் முப்பத்திமூன்று

1

வேள்வி நடந்து, முடிந்து மூன்று வாரங்கள் ஆகிவிட்ட நிலையில், சிவாஜி இன்னமும் உயிரோடு இருப்பதாய், ஆனால், உடல்நிலை மிகத் தாழ்வுற்று இருப்பதாய்த் தோன்றியது. குன்வர் ராம்சிங்கும், சாம்பாஜியும் வழக்க முறையாய் விடுதிக்குச் சென்று வந்தனர். சாம்பாஜி வருத்தத்துடன் காணப்பட்டான். அவனுடைய அப்பா சாஹிப் ரொம்பவும் மாறிவிட்டதாய்த் தெரிந்தது. அவனைப் பார்ப்பதையும் அவனோடு பேசுவதையும் அவர் தவிர்த்துக் கொண்டிருந்தார். அவருடைய குரல் பலவீனமாய் ஒலித்தது. பேசுகிற சொற்களும் விளங்குவதாக இல்லை.

ஃபுலாத் இரவும், பகலும் மணிக்கொருதரம் வந்து கொண்டிருந்தார். இறுதிக் காலம் நெருங்கிவிட்டதாய் உணர்ந்தவர், தம்முடைய காப்பில் உள்ள அந்த நபருக்காய்ப் பிரார்த்தனை செய்யவும் தொடங்கி விட்டார்.

ஆக்ரா கோட்டையில் மனவாட்டத்துடன் இருந்த ஜஹானாரா மாலை நேரத்தில் முஸாமஸ்பர்ஜ் பகுதிக்கு வந்து நிற்பார். தமது பெற்றோர்களின் உடல்கள் அடக்கம் செய்யப்பட்ட கம்பீரமான பளிங்குக் கல்லறை மாடத்தையே கூர்ந்து நோக்கியபடி இருப்பார். மாலை மங்கி, இருள் பரவத் தொடங்கியது. ஔரங்கசீப்பைப் போல் வேறு எந்தச் சகோதரரும் அவர்களுடைய தந்தையை அப்படி நடத்தியிருக்க முடியாது, நடத்தியிருக்க மாட்டார்கள். ஔரங்கசீப்பிற்கு வெள்ளை நாகம் என்றே அவர் பெயரிட்டிருந்தார். வெள்ளைக்குக் காரணம் இறையச்சம் உடையவர்போல் தம்மை நேர்மையும் தூய்மையுமாய் அவர் காட்டிக் கொண்டது தான். தம்முடைய நச்சுக் குணத்தை அவ்விதமாய் அவர் மறைத்துக் கொண்டிருந்தார் அல்லவா?

மெல்ல இருள் சூழ்ந்து கொண்டிருந்த வானத்தில் பார்வையைச் செலுத்தியிருந்தாலும், அவருடைய சிந்தனை வேறெங்கோ இருந்தது.

‘ஷாஹ்ஸதி, கொஞ்சம் தகவல் உண்டு’ அவருடைய அலி அடிமை சமேலி அச்சம் தோய்ந்த கண்களுடன், மூச்சு வாங்கியபடி கூறினான்.

‘என்ன அது?’

‘வெள்ளை நாகம் தக்காணத்தில் இருந்து வந்திருந்தவரை நாளை அந்தாஸின் மாளிகைக்கு அனுப்பிவிடத் தீர்மானித்து இருக்கிறார்.’

ஜஹானாரா உடனே செயல்பட வேண்டியவரானார். அவருடைய முகத்தில் ஒரு மர்மப் புன்னகை. அவர் குன்வரிடம் தகவலைத் தெரிவித்தாக வேண்டும்.

செய்தி கேட்ட குன்வர் உடனே விடுதிக்கு விரைந்தார். உணர்வுப் பாதிப்பில் இருந்த ராஜா சிவாஜியிடம் ஔரங்கசீப்பின் உத்தரவைப் பற்றிச் சொன்னார். திரியம்பக் தபீர், ஹிரோஜி, ரகுநாத் ஆகியோர் படுக்கையருகே கருத்தூன்றியவர்களாய் நின்றிருந்தனர். மருத்துவருக்குப் பின்னால் எவ்வித உணர்ச்சியும் காட்டாத முகத்துடன் அந்த ஒடிசலான மனிதர் நின்றிருந்தார். நிராஜி ராவ்ஜி எங்கும் காணப்படவில்லை.

‘நிராஜி எங்கே?’ குன்வர் கேட்டார். அந்தப் பிராமணரை அவர் பார்த்து மூன்று வாரங்களாகி விட்டன.

‘அவர் உயிர் காக்கும் மூலிகைகளைத் தேடி, காடுகளில் அலைந்து திரிந்துவிட்டு, இரவுப் பொழுதுகளில்தான் திரும்புகிறார்’ மருத்துவர் தேம்பலை அடக்கிக் கொண்டு சொன்னார்.

‘நான் சாம்பாஜியை உங்கள் வீட்டில் இருந்து அழைத்து வரவேண்டும். தற்போது பையன் அவருடைய தந்தையுடன் இருந்தாக வேண்டும்’ ரகுநாத் கூறினார். அவருடைய குரல் கனத்திருந்தது.

2

சிவாஜியை அந்தாஸின் மாளிகைக்கு எப்போது அனுப்பி வைப்பது என்று அந்தாஸிடம் கலந்து பேசுவதற்காக ஃபுலாத்கான் அங்கே சென்றிருந்தார். அவர் திரும்பி வரும்போது யாரோ சொன்னார்கள், நிராஜியும் மருத்துவரும் விடுதியை விட்டுச் சென்று விட்டார்கள், ரகுநாத் அதற்கும் முன்பாகவே சென்று விட்டார் என்று.

‘ராஜா சிவாஜியுடன் யார் இருக்கிறார்கள்?’ ஃபுலாத் கேட்டார்.

‘நான் அங்கே போய்ப் பார்த்தபோது, அவர் உறங்கிக் கொண் டிருந்தார். முழுசாய் போர்த்தியிருந்தது. நாங்கள் அப்போதிருந்து வாயிற்காவலில் இருக்கிறோம்’ என்று யாரோ சடசடத்தார்கள்.

கடைசிச் சோதனைச் சாவடியில் இருந்தவன் சொன்னான், ‘ஹிரோஜி ஃபர்ஸாத் சில நிமிடங்களுக்கு முன்புதான் வெளியே சென்றார்’ என்று.

‘நீ அவரைத் தடுத்து நிறுத்தவில்லையா?’

அவருடைய ஆட்கள் புரிந்து கொள்ள முடியாமல் குழம்பினர். ராஜா சிவாஜி தவிர்த்து மற்ற எல்லாருமே தடையின்றி வெளியில் போய் வந்து கொண்டுதானே இருந்தார்கள்.

ஃபுலாத்தின் மனதில் ஒரு அதிர்ச்சிகரமான எண்ணம் தோன்றி யது. ராஜா சிவாஜி இறந்திருக்க வேண்டும், அவருடைய ஆட்கள் தங்களுடைய உயிருக்கஞ்சி அங்கிருந்து வெளியேறி இருக்க வேண் டும். தம்மைத் தொடர்ந்து காவலர்கள் வர, விடுதிக்கு ஓடினார் அவர். குன்வரின் இராஜபுத்ரர்கள் முற்றத்தில் அரட்டை அடித்துக் கொண்டிருந்தனர்.

ஏதோ ஒன்று தவறாகி விட்டிருக்கிறது.

ஃபுலாத் நோயாளி இருந்த அறைக்கு ஓடி, கதவை உதைத்துத் திறந்தார்.

அங்கே அவர் கண்டது அவருடைய இதயத்தை அப்படியே நின்றுவிடச் செய்தது.

அறை காலியாகக் கிடந்தது. ஒரு மணி நேரத்துக்கு முன்பு அந்த இடத்துக்கு அவர் வந்தபோது, நோயாளி படுக்கையில் இருந் தார். மற்றவர்கள் அவரைச் சுற்றிச் சூழ்ந்திருந்தனர். அவருடைய பாதுகாவலில் இருந்த நபர் எங்கே? ஃபுலாத் ஒரு பைத்தியக் காரனைப்போல் அறைக்குள் அங்கும் இங்கும் ஓடினார். தரையில் மண்டியிட்டு கட்டிலுக்குக் கீழே குனிந்து பார்த்தார். சுவற்றைப் பலமாக அடித்தும், தரையை ஓங்கி மிதித்தும் பேரொலி எழுப்பினார். கடைசியில் முழந்தாளிட்டு, முகத்தை மூடிக்கொண்டு கம்மிய குரலில் அழுதார். அவருடைய கதி அவ்வளவுதான். வேலை போய் விட்டது. ராஜா சிவாஜிக்குப் பதிலாக அந்தாஸ்கானின் மாளிகை நிலவறைக்கு அவரை அனுப்பிவிடுவார்கள். அங்கே புதிதாய் வந்திருக்கும் கொலைக் கருவிக்கு முதல் விருந்து அவர்தான்.

அந்த அதிர்ச்சியூட்டும் தருணத்தில் ஏதோ ஒன்று அவரை உறுத்தியது. ஒரு மணி நேரத்துக்கு முன்பு இதே இடத்துக்கு அவர் வந்தபொழுது நிராஜியைக் கண்டதாய் அவருக்கு நினைவில்லை.

வெகுநேரமாகவே அவர்களில் யாரும் நிராஜியைப் பார்த்திருக்க வில்லை. ஆனால், ஒருவன் சொல்கிறான் நிராஜி விடுதியைவிட்டு வெளியில் சென்றதைப் பார்த்ததாக. ஏதோ தவறாய் நடந்திருக்கிறது, பயங்கரத் தவறு!

சிவாஜி காணாமல் போனதை, ஃபுலாத் நீண்ட நேரம் அறிவிக்கவில்லை. அதற்கான மன உரம் அவரிடம் இருந்திருக்க வில்லை.

குன்வர் தம்முடைய அரண்மனை வேலை முடித்து வீடு திரும்பிய பொழுது, ரகுநாத் சாம்பாஜியை அழைத்துப் போய்விட்ட தகவல் அவருக்குத் தெரிய வந்தது. அன்றிரவு சாம்பாஜி வீடு திரும்பியிருக்கவில்லை. குன்வருக்கு அது வினோதமாய்ப்பட்டது. என்ன காரணமோ அன்றிரவு அவரால் சரியாகத் தூங்க முடிய வில்லை. ஏதோ ஒன்று வரப்போகும் துன்பத்தின் அறிகுறியாய் அவருக்குத் தோன்றியது. விரைவில் அழிவு ஏற்படப் போவதாய் அவர் உணர்ந்தார். படுக்கையில் இப்படியும் அப்படியுமாய் புரண்டு கொண்டிருந்தபோது, அன்று சிவாஜிக்கு அருகில் நின்றிருந்த பிராமணர் யார் என்பது சட்டென்று அவருக்கு நினைவுக்கு வந்தது. அந்தப் பிராமணர் பார்ப்பதற்கு சிவாஜி போலவே இருந்தார். இல்லை, உண்மையிலேயே அவர்தான் சிவாஜி. அப்படியானால் சுற்றிலும் மூடியுள்ள தூக்கு நாற்காலியில் உட்கார்ந்திருந்த நோயாளி யார்? அவர் நிராஜியா? ஆனால், நிராஜியை சிவாஜியின் அறையில் அதற்குப்பின் அவர் பார்த்திருந்தாரே, ஆனால், ஹிரோஜியை அப்போது காணவில்லை. ஆக, அவர்கள் இருவருமே சிவாஜி போல் ஆள் மாறாட்டம் செய்திருக்கிறார்களா?

சிவாஜி சில வாரங்களுக்கு முன்பே இங்கிருந்து தப்பிச் சென்று விட்டார் என்பதையே இது குறிக்கிறது! சரியாகச் சொல்வதாயின் மூன்று வாரங்கள்!

3

மறுநாள் காலை ஔரங்கசீப் தம்முடைய தனிமுறை அலுவலகத்தை நோக்கிச் சென்றபோது, அச்சமூட்டுகிற நிசப்தத்தை அவர் உணர்ந்தார். எல்லாரும் மகிழ்ச்சியற்ற முகத்தினராய் மண்டி யிட்டிருந்தனர். காவல்துறைத் தலைவர் ஃபுலாத்கானும் தம்முடைய அடிமைகளுடன் மண்டியிட்டிருந்தது அவருக்கு வியப்பைத் தந்தது.

'என்ன விசயம்?' அவர் ஃபுலாத்தைக் கேட்டார்.

'ராஜா சிவாஜி போய்விட்டார்' காவல் துறைத் தலைவரின் குரல் அச்சத்தில் உடைந்திருந்தது. அழுகிற நிலையில் இருந்தார் அவர்.

'அவர் இறந்து விட்டாரா?' ஔரங்கசீப் சற்றே வருத்தப்படுகிற மாதிரி தெரிந்தது. அவர் சிவாஜியை அந்தாஸிடம் அனுப்பி சித்திரவதை செய்ய விரும்பினார். அவருக்கு எதுவும் புரியவில்லை. சிவாஜி போஸ்லேயின் மரணத்துக்கு இந்தக் காவல்துறை அதிகாரி எதற்காகக் கவலைப்படுகிறார்?

'இல்லை. அவர் இறக்கவில்லை. காணாமல் போனார்' ஃபுலாத் அழுதார். அவருடைய கருஞ்சாயலான முகம் வருத்தத்திலும், குற்ற உணர்விலும் மேலும் கறுத்துப் போயிற்று.

'இன்று அவர்கள் சிவாஜியை அந்தாஸிடம் அனுப்பி வைப் பார்கள். அவர் எப்போதைக்குமாய் இல்லாமல் போய் விடுவார்' என்றல்லவா ஔரங்கசீப் நினைத்திருந்தார். அவருக்கு இன்னும் பிடிபடவில்லை. அப்போது அலி முத்ஆமத் அவருடைய தனிப் பட்ட மாளிகையின் வாயிலில் இருந்து ஓடி வந்தான். அவரை வணங்கி, காதருகே வந்து எதையோ முணுமுணுத்தான்.

'எப்படி?' ஔரங்கசீப் கோபத்துடன் ஃபுலாத்தை நோக்கி உரத்த குரலில் கத்தினார்.

ஃபுலாத் எழுந்தார். அவர் நடுங்கிக் கொண்டிருந்தாலும், சமாளித்துக் கொண்டு பேசினார். 'ராஜா சிவாஜி அவருடைய அறையில் இருந்தார். ஒரு மணி நேரம் முன்பு நானே நேரில் சென்று பார்த்துவிட்டு வந்தேன். ஆனால் திடீரென்று அவர் மாயமாகி விட்டார். அவர் வானில் பறந்து போயிருப்பார் அல்லது பூமிக் கடியில் புகுந்து போயிருப்பார். அவர் மாய மந்திரங்களில் வல்லவ ராயிற்றே.'

'சரிதான்' ஔரங்கசீப் யோசனையோடு தம்முடைய தனிமுறை அலுவலகத்துக்குச் சென்றார்.

முத்ஆமத்திடம் சொல்லி ஆக்ரா, தில்லி மான்ஸப்தார்கள் அனைவரையும் அழைத்து வரச் செய்தார். அவர்கள் கும்பலாய் மனித வேட்டைக்குப் புறப்பட வேண்டும். ஆனால், அதற்கு முன் அந்தக் கதையைப் பற்றி குன்வரிடமும், ஃபுலாத்கானிடமும் அவர் விபரமாய்க் கேட்டறிய வேண்டியிருந்தது.

நள்ளிரவு வரை நடந்த நிகழ்ச்சிகளைக் காலவரிசைப்படி அவர்கள் ஆராய்ந்தனர். விடுதியில் நடைபெற்ற வேள்வி குறித்து ஔரங்கசீப் பல கேள்விகள் கேட்டார். அதற்குப் பிறகு என்ன நடந்தது என்பது பற்றியும் விசாரித்தறிந்தார். விடுதியைச் சுற்றி அமைந்திருந்த சோதனைச் சாவடிகளின் வரைபடங்களை வரைந்து காட்டும்படி அவர்களைப் பணித்தார்.

குன்வர் எல்லாவற்றையும் அவரிடம் தெரிவித்தார், ராஜா சிவாஜி போல் தெரிந்த பிராமணரைப் பற்றி மட்டும் எதையும் அவர் சொல்லவில்லை.

'சிவாஜியின் மகன் எங்கே?' ஔரங்கசீப் குன்வரிடம் கேட்டார்.

'அந்தச் சிறுவன் நேற்றுவரை என்னிடந்தான் இருந்தான். சாயந் திரம் சிவாஜியின் ஆட்களில் ஒருவன் அவனை அழைத்துப் போனார், இதுவரை திரும்பி வரவில்லை.' குன்வர் அச்சத்தில் நடுங்கிக்கொண்டிருந்தார்.

'அவன் ஒருபோதும் திரும்பப் போவதில்லை' உணர்ச்சியற்ற குரலில் சொன்னார் ஔரங்கசீப்.

'உங்களில் யாராவது சிவாஜிக்குக் காய்ச்சல் இருக்கிறதா என் பதை அறிய அவருடைய நெற்றியைத் தொட்டுப் பார்த்தீர்களா?' கண்களைச் சுருக்கிக் கொண்டு கேட்டார் ஔரங்கசீப்.

ஆட்கள் தங்களுடைய கண்களைத் தாழ்த்திக் கொண்டனர்.

'அந்த மூன்று நான்கு வாரங்களில் யாரேனும் அவருடைய முகத்தைப் பார்க்கவோ, அவருடன் பேசவோ செய்தீர்களா?'

'அவர் பேச முடியாத அளவுக்கு நோய்வாய்ப் பட்டிருந்தார்' என்று அவர்கள் தெரிவித்தனர்.

'அவர் விரிப்புகளால் முகத்தை மூடிக்கொண்டிருந்தார். நெற்றி யில் துணிக்கட்டு போட்டிருந்தார் என்று கூறுகிற நீங்கள், படுக் கையில் படுத்திருந்தது சிவாஜிதான் என்று உறுதியாய்க் கூறுவீர் களா?' அவர் குறிப்பாக ஃபுலாத்திடம் கேட்டார்.

ஃபுலாத் நிமிர்ந்து பார்க்கவில்லை.

'சமீபத்தில் ஹிரோஜிஃபர்ஸாத்தையும், நிராஜி ராவ்ஜியையும் ஒன்றாக யாரேனும் பார்த்ததுண்டா?'

ஆட்கள் பார்வையை உயர்த்தியதோடு சரி.

'சிவாஜியுடன் ஓடிசலான மனிதர் ஒருவர் இருந்ததாய் நான் கேள்விப்பட்டேன். அவர் நாயக்காகத்தான் இருக்க வேண்டும். அவர் மாறு வேடம் போடடு விடுவதில் கைதேர்ந்தவர்.' அவருடைய குரலில் ஏமாற்றமும், நகைச்சுவையுணர்வும் இருந்தது.

'ராஜா சிவாஜியும், அவருடைய மகனும் பட்சணக் கூடைக்குள் தங்களை ஒளித்துக்கொண்டு வெளியேறியிருக்க வேண்டும்.' ஜாஃபர் கான் விளக்கம் கொடுக்க முனைந்தார்.

'வஸீஇ ஆஸம் அவர்களே, நீங்கள் சொல்வதுபோல் அந்த மனிதர் அப்படியெல்லாம் செய்யக்கூடிய திறமைசாலிதான். ஆனால், எளிதில் ஊறுபடத்தக்க, பாதுகாப்பற்ற அந்த முறையை அவர் பயன்படுத்தியிருக்க மாட்டார். அவர் கூடையில் ஒளிந் திருப்பது கண்டுபிடிக்கப்பட்டால், துண்டு துண்டாக்கப்பட்டிருப் பார். அத்துடன் அவருடைய மகன் எதற்காக பட்சணக் கூடையில்

ஒளிந்து செல்ல வேண்டும். அவன்தான் எவ்விதத் தடையுமின்றி விடுதிக்கு உள்ளேயும் வெளியேயும் போய்க் கொண்டிருந்தானே.' ஔரங்கசீப் தம்முடைய குரலைக் கட்டுப்படுத்திக் கொண்டு, பிரதான அமைச்சரின் கருத்தை நிராகரித்துவிட்டார்.

ஆக்ரா கோட்டையில் அவருடைய மாளிகைக்குப் பக்கமாய் இருந்த தம்முடைய தனிமுறை அலுவலகத்திலேயே விழித்தபடி அன்றிரவைக் கழித்தார். சிவாஜிக்கு நோய் எதுவும் இருந்திருக்க வில்லை. காவல்துறையினரின் பரிவைச் சம்பாதித்துக் கொள்ளவே நோயாளிபோல் நாடகமாடியிருக்கிறார். நோய்ப் படுக்கையில் இருக்கும் ஒருவரால் எப்படித் தப்பிச் செல்ல முடியும்?

ஆன்மீக உரையைக் கேட்கக் கூடியிருந்த பிராமணர் கூட்டம் வெளியேறியபோது, சிவாஜியும் அவர்களில் ஒருவராய் வெளியேறியிருக்க வேண்டும். அந்த ஆன்மீகச் சொற்பொழிவு, வேள்வி காரியம், விருந்து இவையெல்லாம் நடந்து மூன்று வாரங்கள் ஆகிவிட்டன. தினம் பத்து மைல் பிரயாணம் என்று வைத்துக் கொண்டாலும், இப்போது அவர் இருநூறு மைல்களைத் தாண்டிப் போயிருப்பார். சிவாஜி திட்டமிட்டு செய்திருக்கிறார், இதில் நேரம் அடிப்படையாய் இருந்திருக்கிறது. அத்தனை நாளிலும், அவ்வளவு தூரத்தில் எங்கும் அவரைத் துரத்திச் சென்றிருக்கவில்லை. இப்போது அவரைப் பிடிப்பது இயலாத காரியம்.

இப்படிக் கவனமாய்ச் சிந்தித்து சில முடிவுகளை ஔரங்கசீப் எட்டியிருந்தார். சற்றும் எதிர்பாராத விதமாய் உண்மை அவருக்குப் புரிய வந்தது. சமயச் சடங்குக்குப் பிராமணர்கள் அழைக்கப் பட்டதில் ஒரு நோக்கம் இருந்திருக்கிறது. பலமான விருந்துக்குப் பிறகு (விருந்தில் அபின் கலந்த பட்சணம் பரிமாறப்பட்டிருக்கும் என்ற சந்தேகம் ஔரங்கசீப்பிற்கு.) ஃபுலாத்துக்கும் அவருடைய ஆட்களுக்கும் ஒரே மாதிரி உடுத்தியிருந்த பிராமணர்களைப் பிரித்தறிவது கடினமாக இருக்கும் என்பதை சிவாஜியும் அவருடைய ஆட்களும் புரிந்து வைத்திருப்பார்கள். ஆக, ஒரு பிராமணர் வேடத்தில் அப்போது எளிதாய் தப்பிச் சென்றிருக்கிறார் அவர். குறிப்பிட்ட காலம் வரை வேறொருவர் நோயாளிபோல் அவரு டைய படுக்கையில் இருந்து நாடகமாடி இருக்கிறார். வேள்வியின் போதிருந்தே இந்த ஆள் மாறாட்ட வேலை தொடர்ந்திருக்கிறது. இன்று வரை மூன்று வார காலமாக நிராஜியும், ஹிரோஜியும் மாறி மாறி நடித்திருக்கிறார்கள். அவர்கள் இருவருக்குமே சிவாஜியைப் போன்று பழுப்பு நிறக் கண்கள். இன்னொரு உண்மையும் திடீரென அவருடைய கவனத்துக்கு வந்தது, அவர் வேட்டைக்குச் சென்று வந்ததில் இருந்து தமக்கும் சிவாஜிக்கும் இடையில் தகவல் பரிமாற்றம் எதுவும் நடக்கவில்லை என்பது.

பேரரசு நெடுகிலும் சிவாஜி தம்முடைய ஆட்களுடன் பயண ஆவணம் இல்லாமல் எப்படிப் பிரயாணம் செய்திருக்க முடியும் என்ற திகைப்பும் ஔரங்கசீப்புக்கு ஏற்பட்டது. தமக்குள் எழுந்த கேள்விக்கு விடை காண அவருக்கு அதிக நேரம் தேவைப்பட வில்லை. சூழலைத் தெளிவாகப் புரிந்துகொண்டு, சரியான முடிவு எடுக்கும் ஆற்றல் உடையவர் சிவாஜி. பயண ஆவணங்கள் இல்லாமல் உணவு, கால்நடைத் தீவனம், விடுதிகளில் இருந்து குதிரைகள் பெற முடியாது என்பதை அவருக்கு நன்றாகத் தெரிந் திருக்கும். அத்துடன் பயணக் காகிதம் இல்லையென்றால் ஆற்றைக் கடக்க படகுக்காரர்களும் உதவ மாட்டார்கள்.

பயண ஆவணங்களை யாரோ அவருக்குக் கிடைக்கச் செய்தி ருக்கிறார்கள். சிவாஜியுடன் ஆக்ரா வந்திருந்த மிகப் பலரும் தக் காணத்துக்குத் திரும்பிச் சென்றபோதே ஆவணங்கள் தயார் செய்யப்பட்டிருக்க வேண்டும்.

முகம்மது அமீன் மட்டும் தனியாக இந்தக் காரியத்தைச் செய்திருக்க முடியாது. அங்கீகாரத்துக்கு அரசு இலச்சினை பொறிக் கப்பட வேண்டும். இவர் இல்லாதபோது அரசு இலச்சினையைப் பயன்படுத்தக் கூடியவர்கள் ஔரங்கசீப்பின் மகன்களும் அவரு டைய சகோதரியும் மட்டுமே. சிவாஜியின் ஆட்களைத் தக்காணம் போக விடுவதற்கு ஔரங்கசீப் உத்தரவு கொடுத்ததன் பேரிலேயே, அமீன் கொடுத்தது எதுவாக இருந்தாலும் அவரை நம்பி இலச்சினை யிட்டதாக சகோதரி அப்பாவிபோல் பாசாங்கு செய்யக் கூடும். ஔரங்கசீப்பிற்கு இப்படிச் சிந்திக்க சிந்திக்கக் கோபம் பொங்கியது. இப்போது அறிவைச் சிதறவிடக் கூடாது. எல்லாவற்றையும் முடிவுக்குக் கொண்டு வரும் விதத்தில் அவர் செயல்பட்டாக வேண்டும்.

சூழ்ச்சியிலும், திறமையிலும் தம்மை வென்றுவிட்ட அந்த மனிதரைப் பிடிக்க எதையும் செய்வதென்று ஔரங்கசீப் தீர் மானித்துக் கொண்டார். இந்த அரசியல் நாடகத்தில் குன்வரும் ஏதோ ஒரு வகையில் பங்கு பெற்றிருக்க வேண்டும். அவரையும், அவருடைய தந்தையையும் கடுமையாகத் தண்டிக்க வேண்டும். மிர்ஸா உயிருடன் இருக்கக் கூடாது. உதயராஜ் முன்ஷியே அவரு டைய தலைவருக்கு நஞ்சூட்ட வேண்டும். சாம்பாஜியைக் கண்டு பிடித்தாக வேண்டும். அப்போதுதான் ஔரங்கசீப் சாம்புவின் தந்தைக்குத் தக்க பாடம் கற்பிக்க முடியும். அந்தப் பாடத்தை அவர் உயிரோடு இருக்கும்போது மட்டுமல்ல, சாகும்போதும் அவர் மறந்து விடக்கூடாது.

சாம்பாஜி இப்போது எங்கிருக்கிறான்? சிவாஜி தம்முடைய மகனை விட்டுச் சென்றதன்மூலம், தாங்கள் கவலைப்படும்படியாய்

எதுவும் இல்லை என்று முகலாயர்களை நம்ப வைத்திருக்கிறார். அந்தப் பையன் எல்லாருடைய கண்களிலும் ஒரு மாயத் தோற்றத்தை ஏற்படுத்தியிருக்கிறான். படுக்கையில் இருந்தது தன்னுடைய தந்தை யல்ல என்பதுகூட அந்தப் பையனுக்குத் தெரிந்திருக்காது!

சில நாட்களுக்குள்ளாகவே ஒட்டுமொத்த அரசு எந்திரமும் முடுக்கிவிடப்பட்டது. இருபத்திரண்டு முகலாய மாகாணங்களின் சுபேதார்களுக்கும் ஆணைக் கடிதம் அனுப்பப்பட்டது. ஆக்ராவிற்கும் ஔரங்காபாத்துக்கும் இடையில் உள்ள ஆயிரக்கணக்கான மான் ஸப்தார்களுக்கும் அவ்வாறே அரசாணைச் சென்றடைந்தது. கூட்டங்கள் நடத்தப்பட்டன, வரைபடங்கள் தயாரிக்கப்பட்டன.

தக்காணத்தை நோக்கிச் செல்லும் சிறிய காட்டு வழிகளும் கவனத்தில் கொள்ளப்பட்டன. சோதிடர்களுடனும், குறி சொல்ப வர்களுடனும் ஆலோசனை நடத்தப்பட்டன. மனித வேட்டைக்கு ஐம்பதினாயிரம் குதிரை வீரர்கள் ஆயத்தமாயினர். அவர்கள் ஆக்ராவுக்கும் வாரணாசிக்கும் இடைப்பட்ட பகுதிகளில் கவன மாய்த் தேடிப் பார்க்கத் தொடங்கினர். கோயில்கள், விடுதிகள், பள்ளிவாசல்கள், இந்துக்களின் பாடசாலைகள், மயானங்கள், கல்லறைகள் என்று ஒரு இடத்தையும் விட்டு வைக்காமல் சோதனை யிட்டனர். நூற்றுக்கணக்கான பண்டிதர்களும், சமய குருமார்களும், துறவிகளும், யாசகர்களும், ஃபக்கீர்களும், பாதிரிகளும் கைது செய்யப் பட்டனர். கசையடி கொடுத்து சிறையில் அடைக்கப்பட்டனர். இராஜபுத்ரர்களின் படைப் பிரிவு ஒன்று தக்காணத்தையும், வட இந்துஸ்தானத்தையும் பிரிக்கும் நர்மதை, பதி ஆறுகளின் கரை யோரப் பகுதிகளில் தேடும் பணிக்கு அனுப்பப்பட்டது. இந்துவோ, முஸ்லீமோ ஒரு சிறுவனுடன் செல்கிற யாரையும் பிடித்து விசாரணை நடத்தினர். கண்காணிப்பில் வைத்தனர். இதே சமயத்தில் ராஜா சிவாஜி ஒரு பட்சணக் கூடையில் பதுங்கியிருந்து தப்பிச் சென்று விட்டார் என்று இந்துஸ்தானம் முழுவதிலும் பேசத் தொடங்கி விட்டனர்.

ஔரங்கசீப் ஒருவர் மட்டுமே உண்மையில் என்ன நடந்திருக்கக் கூடும் என்பதை அறிவார். கவீந்திரரைத் தேடிப் பிடிக்கிற வேலையும் நடந்தது. கடைசியில் ஆக்ராவில் இருந்து இருபத்தியைந்து மைல் தொலைவில் ராஜஸ்தான் பாலைவனத்தில் அலைந்து கொண்டி ருந்தவர் கண்டுபிடிக்கப்பட்டார். அவரோடு யானைகளோ, பல்லக்கோ, குதிரைகளோ இருக்கவில்லை. அவருடைய யானைகளும், குதிரை களும் எங்கே போயின? அவர் எப்படி அங்கே சென்றடைந்தார்? தாம் எல்லாவற்றையும் ஏழைகளுக்குத் தந்துவிட்டதாக அவர் தெரி வித்தார். அவருக்கு எதிராக எவ்வித ஆதாரமும் இல்லாமையால், தம் வழியே அவர் செல்வதற்கு அனுமதிக்கப்பட்டார்.

குன்வர் ராம்சிங் வீட்டுக் காவலில் வைக்கப்பட்டார். ஃபுலாத் திடம் சிவாஜியின் தங்கக் காப்பு இருப்பதாகவும், சிவாஜியினுடைய ஆட்களிடம் இருந்து அவர் அதைப் பெற்றதாகவும் யாரோ ஔரங்க சீப்பிடம் தெரிவித்திருந்தார்கள். ஃபுலாத்தும், அவருடைய அதிகாரி கள் சிலரும் பணி நீக்கம் செய்யப்பட்டனர்.

ஔரங்கசீப்பின் பார்வையில் முகம்மது அமீன் நம்பத் தகாதவர் ஆகிவிட்டார். பேரரசின் மீர்பக்ஷி அந்தஸ்தையும் அவர் இழக்கும் நிலையில் இருந்தார்.

ஔரங்கசீப்பின் உண்மையான கடமையாற்றுதலின் தொடக்கம் அது. தக்காணமே தம்முடைய முடிவான எல்லை, தக்காணத்தை சிவாஜியின் இரத்தத்தால் குளிப்பாட்டி விடுவது என்று அவர் தீர்மானித்து விட்டார்.

4

மழைக் காலம் முடிகிற பொழுது, களைத்துச் சோர்ந்த குதிரைப் படைப் பிரிவொன்று ராய்காட் வாயிலை வந்தடைந்தது. தாங்கள் ஆக்ராவில் இருந்து ஜீஜாபாய் சாஹிபிற்கு ஒரு செய்தி கொண்டு வந்திருப்பதாய்த் தெரிவித்தனர். தம்முடைய மகனிடம் இருந்து தகவல் வராதா என்று கவலையுடன் இருந்த ஜீஜாபாய் அவர் உயிரோடு இருக்கிறார் என்பதை அறியத் துடித்தார். ஆனால், அந்தப் படைப் பிரிவினரை உள்ளே அனுமதிப்பதில் உள்ள ஆபத்தும் அவருக்குத் தெரிந்தேயிருந்தது. கடைசியில் ஆழ்ந்து சிந்தித்துக் கொண்ட பிறகு, கோட்டைக் காவலர்கள் சுற்றியிருக்க அவர்களை உள்ளே அனுமதித்தார்.

ஒரு குதிரை வீரர் முன்னால் வந்து ஜீஜாபாயின் பாதங்களைத் தொட்டு வணங்கிவிட்டு, நிமிர்ந்து நோக்கினார்.

அவரையே உற்றுப் பார்த்து, ‘என்னுடைய சிவா’ என்று நடுங்கும் குரலில் கூறினார். திடீரென கீழே விழவிருந்தவர், சுற்றிவரப் பார்த்துவிட்டு, மட்டற்ற ஆர்வத்துடன் கேட்டார், ‘எங்கே என்னுடைய சாம்பு?’

சிவாஜி மெல்ல எழுந்து அமைதியான குரலில் சொன்னார், ‘சாம்பு இல்லை, அம்மா.’

ஜீஜாபாய் மயங்கி விழுந்தார். ‘சாம்புவின் முக்தியை முன்னிட்டு கரும காரியங்கள் நடக்கவிருப்பதாக உறவினர்கள் எல்லாருக்கும் தகவல் அனுப்பி விடுங்கள்’ என்றபடி, தம் தாயைத் தாங்கிப் பிடித்துக் கொண்டார்.

சாம்புவின் மரணச் செய்தி அறிந்தால் ஔரங்கசீப் தேடலை நிறுத்தக் கூடும் என்று தமக்குள் அவர் எண்ணிக் கொண்டார்.

ஆக்ராவிற்குப் பன்னிரண்டு மைல் தொலைவில், கிருஷ்ண பகவான் பிறந்து வளர்ந்து, கொலை வெறிபடைத்த தம் தாய்மாமன் பிடியில் இருந்து தப்பித்த புராதன நகரமான மதுராவில், தலையை முண்டிதம் செய்திருந்த ஒரு சிறுவன் வடமொழியில் இருந்த திருமறை நூல்களைக் கற்பதற்கு முயன்று கொண்டிருந்தான். எனினும், அவனுடைய மனம் தொலைதூரத்தில் தக்காணத்து மலைகளைச் சுற்றியமைந்த நிலப் பகுதியில் இருந்தது. தன்னுடைய நண்பர்களையும், பாட்டியையும் பார்க்க முடியாத வருத்தம் அவனுக்கு இருக்கவே செய்தது. தன்னுடைய குதிரைச் சவாரி யையும், வாட்பயிற்சியையும் அவன் தவறவிட்டிருந்தான். அவனுக்கு வீடு திரும்ப விருப்பம். ஆனால், தன் தந்தையைச் சந்திப்பது பற்றிய நினைப்பே புருவத்தைச் சுருக்க வைத்து, முகத்தைத் தெளிவு குன்றச் செய்தது.

நம்பிக்கை துரோகத்தைப் புரிந்து கொள்வது கடினம். மன்னிப்பது அதைவிடக் கடினம்.

●